VIETNAMESE-ENGLISH
and
ENGLISH-VIETNAMESE DICTIONARY

LÊ-BÁ-KHANH and LÊ-BÁ-KÔNG

VIETNAMESE-ENGLISH ENGLISH-VIETNAMESE DICTIONARY

With A Supplement of New Words
ENGLISH-VIETNAMESE

HIPPOCRENE BOOKS
New York

Third printing, 1993

For information, contact:
HIPPOCRENE BOOKS
171 Madison Ave.
New York, N.Y. 10016

ISBN 0-87052-924-2

A

A 1. (tiếng gọi) Hey *(hê)* ‖ 2.— phiến : Opium *(ô'pi âm).*

—-dua : To imitate *(im'mi-têt),* to follow blindly.

A-tòng, (tùng) : To follow *(fol' lô).*

À Oh ! *(ô)* / — ! phải rồi : Oh ! Yes, that's it.

Á Ouch ! *(ao-ch)* / — ! Cái vung nóng quá : Ouch ! The lid is too hot.

Á-châu : Asia *(ê'zhiơ)* / Người — Châu : Asiatic *(ê'zhi-et'lik)* Đông — : East *(iist)* Asia.

Á-khôi : Second-ranked candidate *(se' cânđ-rengkt ken' đi-đêt).*

Á-thánh : Second-ranked saint *(sênt)* ; blessed *(bles'sưđ).*

Ả Cô — đầu : Singing girl *(sing' ghing gơrl)*

Ạ Term *(tơ : m)* of respect *(ris-pekt').*

Ác 1. (độc, dữ) Cruel *(kru,ưl),* wicked *(uyk' kưđ)* / Chơi — : To play immodestly *(plê im-mo' dâst-li)* / Nó — lắm : He is very wicked ‖ 2. (chim) Con — : Raven *(rê'vân)* ‖ 3. Mỏ —(ở bụng) : The pit of the stomach.

— cảm : Antipathy *(en-tip'-pơ-thi).*

— chiến : Desperate *(đes' pơ-rưt)* battle *(bet'lơl).*

— mộng : Nightmare *(nait' mer).*

—-nghiệt : Cruel *(cru' ưl),* wicked *(uyk' kưđ)*

—-nhân : Malefactor *(me-lơ-fek'-tơr).*

—-phạm : Guilty *(ghil'ti).*

—-thú : Ferocious *(fi-rô' shi-âs)* beast *(biist).*

Ách : Yoke *(yôk)* / Dưới — kẻ áp chế : Under the yoke of the oppressor *(ơ-pres'sơr).*

Ai 1. (hỏi) Who *(hu)l* — đó ? : Who is there ? / Chẳng kỳ — : No matter *(met' tơr)* who. / Có — ở nhà không ? ; Is anybody home ? / Không có — : There's nobody / Hễ — đến : If anybody comes *(cămz)* / — cũng ưa nó : Everybody likes him || 2. Nước — Cập : Egypt *(i'jipt)* / Người Ai-Cập : Egyptian *(i-jip' 'shân)*.

—-**điếu** : Condolence *(Con-đơ'-lâns)*

—-**hoài** : Mournful *(môn' ful)* remembrance.

—-**oán** : Plaintive *(plên' tiv)*.

— **tử** : Motherless *(mă'thơr-lâs)* boy ; orphan.

Ái 1. (yêu) To love *(lâv)* — tình : Love *(lâv)* / — tình là mù : Love is blind *(blaind)* : Vì một câu truyện — tình : On account *(ơ kaont')* of a love affair *(ơ-fer')* / Bắt vào cuộc — tình : To fall *(fol)* in love || 2. Nước — Nhĩ Lan : Ireland *(ai' ơ lând)* / Người — Nhĩ-Lan : Irish *(ai' rish)*.

— **ân** To love *(lâv)* each other.

—-**chà** : Well ! Well !

—-**hữu** : Friendly *(frend'li)* / Hội — hữu : Friendly Society.

—-**mộ** : Devotion *(đi-vô'-shân)*, Attachment *(ât-tech' mânt)*.

— **ngại** : Worried *(uơr' rid)*, anxious *(eng'shi âs)*

—-**nhân** : Altruist *(el'tru-ist)*.

—-**quần** : To love one's neighbour *(nê' bơr)*.

—-**quốc**: Patriotic *(pê-tri-ot'tik)*

Ải : Rotten *(rot'tưn)*, worm-eaten *(uơrn-i'tưn)*.

Âm : Small pagoda *(pe'gô-đơ)*, temple *(tem' pơl)*.

—-**hiểu** : To understand thoroughly *(thă' rơ-li)*.

—-**tường** : To know thoroughly.

Ám 1— ảnh : To haunt *(hont)* || 2. — sát : To assasinate *(ơ-ses' si-nêt)* / Kẻ — sát : Assassin *(es-ses'sin)* || 3. U— : Cloudy *(claođ' đi)*, dark Giời u — : The sky *(skai)* is cloudy.

—-**chỉ** : To allude *(ơ-luđ')* to, to hint at ; to insinuate.

—-**hiệu** : Secret *(si'crât)* sign *(sai'n)*.

— **muội**: Suspicious *(sâs-pi'shi-âs)*, doubtful *(đaot'ful)*.

—-**tả** : Dictation *(đik-tê'shân)*.

—-**thị** : Implicit *(im-pli'sit)*; suggestion.

Ảm-đạm : Gloomy *(glum'mi)*, dark *(đa : k)*.

An — ninh : Peace *(piis)* ; health *(hellh)* / Chúc ngài được bình — : I wish you good health / — phận : To be pleased with one's fate (uănz fêt) / — ủi : To console (cân-sôl') / Lời, sự ủi : Consolation (cân-sơ-lê'-shân).

An-dân : To reassure (ri-ơ-shu'-ơr) the people.

— nhàn : To enjoy (en-joi') a peaceful leisure (le'zhơr)

—-táng : To bury (be'ri).

—-tọa : Seated (si'tưđ) in one's place.

—-toàn : In perfect (pơ'fekt) condition.

—-trí : To send to the concentration camp.

Án : Sentence (sen'tâns) / Lập — : To bring to trial (trai'ơl) Nó bị kết — ba năm tù : He was sentenced to three years (yiơrz) of prison (pri'zân).

—-mạng : Murder (mơr'đơr).

—-ngữ : To cloud (clauđ), to dazzle (đez'zơl).

—-thư : Table (tê'bơl).

Ang : Wide - mouthed vase / — áng : Approximately.

Áng - chừng : Approximately, about.

Anh 1 — Elder brother (el' đơr brä' THơr) /— em : Brothers / — em họ : cousins (căz'zưnz)/ — rể : Brother-in-law (lo) / — em đồng bào : Fellow-citizens (fe'lô sit'ti zưnz) || 2 — hùng : Hero (hi'rô) / Một vị — tài : A man of great talent (te'lânđ) || 3. Nước — : England (ing'lând) / Người, tiếng —: English (ing' lish).

— chàng : Young man, fellow.

— hoa : Radiant (re'đi-ânt) Beauty.

— linh: Supernatural (su-pơ-ne' chơ-rơl) power.

— tài : Talented (te'lân-tưđ) man.

— tuấn: Eminent (em'mi-nânt), distinguished.

Ánh — sáng : Light (layt) / — mặt giời : Sun-ray (săn-rê)

Ảnh 1. Image (im'âj), photo (phô'tô) / Hiệu hay người chụp — : Photographer (— gref'fơr) / Tôi chụp một tấm — : I take (têk) a photo / Tôi muốn chụp — : I wish to have my photograph (phô' tơ gref) taken (têkưn) / Ở đây có được phép chụp — không ? : It is allowed *(ơ-laođ')* to take photos here? || 2. — hưởng : To influence *(in'flu-âns).*

Ao Pond *(pond)* / — cá : Fish-pond.

Áo 1. Coat *(côt),* dress / — quần : Clothings *(clô'thingz)* / — lót : Underwear *(ăn'dơr-uer)* / — nịt : Waistcoat *(uêst-côt)* / — khoác : Over-coat *(ô'vơr-côt)* — chùng : Long dress : — đi mưa : Raincoat *(rên-côt)* — quan : coffin *(cof'fưn)* / Tôi muốn thay quần — : I want to change *(chênj)* my dress || 2 Nước — : Austria*(os'tri-ơ)* / Người, tiếng nước — : Austrian *(os'tri-ân)* / — giáp : Armour *(ar'mơr)* / — gối : Pillow-slip, pillow-case.

Ảo Illusive *(il-liu'ziv).*
— **mộng** : Reverie *(rev'vơ-ri).*
— **não** : Extremely melancholy *(me'lân-cơ-li).*
— **thuật** : Jugglery *(jăg'glơ-ri).*
— **tưởng** : Mirage *(mi-razh').*

Áp 1. — bờ sông : On the bank of the river || 2. — việc : To direct *(đai-rect')* a task / 3. — dụng : To use *(yuz),* to employ *(em-ploi')* || 4. — bức : To oppress *(ờ-pres').*
— **chế** : To oppress *(ơp-pres')*
— **giải** : To bring, to lead *(liid).*

Át — chế: To prevent *(pri-vent')*
— ức : To oppress.

Áy — náy : Anxious *(eng'shi ưs),* Worry *(uơr'ri)* / Tôi — náy quá : I am very anxious.

Ă

Ẵm (bế) To carry *(ke'ri)* in the arms.

Ăn To eat *(iil)* / — cơm : To take one's meal *(miil)*.

— **tết** : To celebrate *(se'li-brêt)* the new year's day *(niu yiơrz đê)*.

— **cưới** : To celebrate the wedding *(ueđ'đing)*.

— **giỗ** : To celebrate the anniversary *(en-ni-vơr'sơ-ri)* of the death *(deth)*.

— **chay** : To fast / — tiệc : To feast *(fiist)* ; To attend a party.

— **mày** : To beg / Kẻ ăn mày : Beggar *(beg'gơr)*

— **lãi** : To gain *(ghên)*, to get a profit.

— **cuộc** : To win a bet.

— **cướp** : To rob.

— **trộm** : To steal *(stiil)* / — hối lộ : To take a bribe *(braib)*.

— **năn** : To repent *(ri-pent')* / — **thề** : To swear *(suer)* / Cách — ở : Conduct *(con'đâct)* Không — thua gì : It's no use *(yus)* / Ông có — (xơi) gì không ? : Won't you have something *(săm'thing)* to eat ? / Vâng : Yes I will *(ai uyl)* Không, cảm ơn ngài : No, thanks *(thengks)*.

— **báo** : To live upon others' expenses.

— **bớt** : To appropriate others' money to oneself.

— **dỗ** : To obtain by seduction *(si-đăc'shân)*

— **gian** : To cheat *(chiit)*.

— **tiêu** : To spend.

— **vận**. nh.— **mặc** : To dress.

— **vòi** : To complain and insist on having more profit.

— **vụng** : To eat stealthily *(stel'thi li)*.

Ăng — ẳng : Barks of small dogs.

— kết : Investigation *(in-vesti-ghê'shân)*.

Ẳng ặc : Noise of broken voice

Ắt : Certainly, surely / **— hẳn** : Certainly / — là : như Ắt.

Â

Âm 1. — nhạc : Music *(miu'zik)*/ — thanh : Sound *(saonđ)* / 2. **— mưu** : To conspire *(cân-spai'ơr)* || 3. **— phủ** : Hell / 4. **—** **dương** The two principles *(prin'si-pưlz)*.

— lịch : Lunar *(liu' nơr)* calendar *(ke'lân-đơr)*.

— hồn : Manes *(mê'niiz)*

— phần : Tomb *(tum)*, grave *(grêv)*.

— hộ : Vulva *(văl'vơ)*.

— thầm : Latent *(lé'tânt)*.

— vật : Vulva.

Ầm : Noisy *(noi'zi)* / — ầm : Very noisy.

— ĩ : Noisily *(noi'zi-li)*

Ấm : warm / — tiếng : Good voice *(guđ vols)* / Hôm nay khá — : It's quite *(quait)* warm to-day.

— cúng : Comfortable *(căm' fơr-tơ-bơl)*.

— tôn : Mandarin's grand-son.

— tử : Mandarin's son.

— chè : Tea-pot *(tii-pot)* / Cái — : Kettle *(ket'tưl)*

Ẩm : Wet, damp *(đemp)* || To drink.

— thấp : Low and damp.

— thực : To drink and eat.

Ân : Kindness *(kainđ'nâs)* / — xá : Indulgence *(in-đăl' jâns)*.

— oán : Gratitude and hatred *(gret'ti-tiuđ end hêt'trâđ)*.

— cần : Diligent *(đi'li-jânt)*, industrious.

— hận : To regret *(ri-gret')*, to repent *(ri pent')*.

— nhân : Benefactor *(be-nơ-fek'tơr)*.

— tình : Feeling of gratitude *(gre'ti-tyud)*.

Ấn To press / Cái — : Seal / — định : To fix, to appoint.

— Độ : India *(in'đi-ơ)* / Người — **Độ** : Indian *(in'đi-ân)* / || — loát : To print.

Ẩn To hide *(haid)* / — danh : To conceal *(cân-siil')* one's name.

— khuất : Hidden *(hiđ'đân)*, concealed *(cân-siild')*.

Ấp (trại) : Farm, concession *(con-ses'shân)* || — trứng : To brood eggs / — ủ : To cherish / – úng : To stutter.

Ất Second letter of the decimal cycle.

Âu — châu : Europe *(yu'râp)* / Người — Châu : A European *(yu-rơ-pii'ân)* || — yếm : To love dearly / — sầu : Sad.

Ấu : Tuổi thơ — : Childhood *(chaild'hud)*.

Ẩu Careless || To strike / — đả : Fight *(fai't)*,

Ấy That, those.

Ẩy: To push || To excite*(ek-sail')*.

B

Ba. Three *(thrii)* / Có — góc : Three-cornered *(cor'nơrd)* / Có — chân : Three-legged *(legt)* || Con — — : Tortoise *(tor'tâs)* / quân — que xỏ lá : Swindler *(sugnd'lơr)* || Nước — Lan : Poland *(pô'lând)* / Người, tiếng Ba-Lan : Polish *(po'lish)*.

— đào : Rolling waves || Misfortune.

— hoa : To brag *(breg)*, to boast *(bôst)*.

Bà (người sinh ra cha mẹ mình) Grandmother*(grenđ-mă'THơr)* || (cách xưng hô) Mrs. *(mis' sưz)*, Madam *(međ'đâm)*
Đàn — : Woman *(wu'mân)*, (nhiều) Women *(uy'mân)*
— **đỡ** Midwife *(miđ'uaif)* / — góa : widow *(uy'đô)* / — con họ hàng : Relatives *(rel'lơ-tivz)* / — già : Old woman.
Bá. To surround with one's arms / — chủ : to dominate ; Suzerain *(su'zơ-rên)*
— **tước** : Count *(cao-nt)*, Earl *(ơ :l)*.
Bả. Poison, bait *(bêt)* || — vai : Shoulder - blade ; Shoulder muscle *(măs'sưl)*.
Bã Residue *(re'zi-điu)*
Bác. Uncle *(ăng'kưl)* / — gái : Aunt *(ant)* || — thang : To set up a ladder *(leđ'đơr)* / — cầu : To build *(bilđ)* a bridge || — lời : To refuse *(ri-fiuz)*, to contradict || Súng đại — : Cannon *(ken' nân)* || — sĩ : Doctor / — vật : All beings.
Bạc. Silver *(sil'vơr)* / Thợ — ; Silversmith / Mạ — : Silver-plated *(plêt'tưđ)* / Đánh — To gamble *(ghem'bưl)*.
— **đầu** White-haired (hoayt herđ) || Bội — : Ungrateful *(ăn - grêt' ful)* / — hà : Mint / — mệnh : Unfortunate.
— **nhược** Weakened *(uyk' kânđ)* / — phận : Unhappy fate.
Bách To force || One hundred / Đi — bộ : To take a walk
— **thảo** : Botanical *(bơ-ten' ni-cơl)* garden.
Bạch White || clear / — chủng : White race.
— **tạng** : Albinism *(el'bi-ni-zưm)* / — thoại: Current language.
Bài. — học : Lesson *(les'sưn)* Học — : To study *(stăđ'đi)*.
— **văn** : A piece of poetry *(pô'et-tri)* / — diễn - văn : Speech *(spiich)*, Sermon *(sơr'mân)* / Môn - : License *(lai'sâns)* / Đánh — : To play *(plê)* at cards || Sự — ngoại : Xenophobia *(zen-nơ-fô'bi-ơ)* / — trí : To furnish ; to decorate.
— **vị** : Memorial *(mi-mô'ri-ơl)* slab.
Bái — chào : Salute *(sơ-liut')*, greet *(griit)* / — tạ : To thank respectfully.

Bại : Paralyzed || Defeated / Tật — : Paralysis *(pơ-rel'li-sis)* || — luân : Immoral *(im-mo'rơl)*.

— **hoại** Corrupted / — lộ / To unveil, to disclose

Bãi. Level ground || To repeal / — binh : To disband troops.

— **bể** : Beach *(biich)* / — cát : Sand-bank.

— **chức** : To revoke *(ri-vôk')*

— **công** : Strike.

Bám To cling to.

Ban Committee *(cơ-mil'ti)* || To confer || — lệnh : To order *(or'đơr)*/ — **cho** : To give *(ghiv)*, to bestow on || (Tổ chức) service *(sơr'vis)*, body/ — do thám : Secret agency *(ê'jân-si)*.

Bàn. Cái — : Table *(tê'bưl)* / — viết : Desk / — thờ : Altar *(ol'tơr)*.

— **tay** : Palm *(pam)* of the hand || — luận : To discuss *(đis-căs')*

— **chải** : Brush *(brăsh)*.

— **cờ** : Chess-board.

— **đèn** : Opium-set. / — là : Iron *(ai'ân)*.

Bán To sell *(sel)* (q. k **sold** *(sôlđ)*) / Có — được không ? : Does it sell ? / Ông có bằng lòng — cái này không ? : Would you be willing to sell this ? / — tiền mặt : To sell on cash *(kesh)*.

— **chịu** : To sell on credit *(cre'đit)* || (nửa) Half *(haf)*.

— **nguyệt**: Semi-circle *(se'mi-sơr'cơl)*

Bản — đồ : : Map *(mep)*.

— **sao** : Copy *(cop'pi)*.

— **lề** : Hinge *(hinj)* || — quán : Origin *(o'ri-jin)*.

Bạn Friend *(frenđ)* / — học : Schoolmate *(skul'mêt)* / Tôi muốn bầu —. với anh : I want to make *(mêk)* friends with you. / — hàng : Customer *(căs'tơ-mơr)*.

Bang. — tá : Auxiliary *(ok-zi'lơ-ri)* / — trưởng : Chief of a congregation.

Bảng. cái — : Board *(borđ)* / — đen : Blackboard *(blek' borđ)*.

— **nhỡn** (nhãn) : Second-ranked master next to Trạng-Nguyên.

Báng. (đánh)To knock *(no-k)* || Nhạo — : To laugh at *(laf et)* / Bệnh — : Belly-swelling disease.

— **súng** : Butt-end *(băt-enđ)*.

Bánh : Bread / — ngọt : Cake *(kêk)*.

— **bít-qui** : Biscuit *(bis'cưt)*.

— **xe** : wheel *(huyl)*

— **lái thuyền, tầu** : Rudder *(răd'đơr)*

Bảnh Smartly dressed / — chọe (ngồi) : To pose *(pôz)*.

Bao (túi) Bag *(beg)* / — tay : Glove *(glăv)* / Chiêm — : To dream *(driim)* / — nhiêu : How much *(hao măch)* / — lâu : How long *(loong)* / — giờ : When *(huen)* / Không — giờ : Never *(nev'vơr)* / — bọc : To envelop *(en-vel' lâp)*.

— **thơ**: Envelope *(en'vơ-lôp)*

— **tử** : Stomach *(stăm'mâk)*

Bào. Cái — : A plane *(plện)* / Đồng — : Fellow-citizens *(fe' lô-sit'ti-zưnz)* / — thai : Foetus *(fi'tâs)*.

Báo. (nhật trình) Newspaper || *(niuz'pê'pơr)* / — tin : To announce *(ờ-naons')* / — động : Alarm *(ờ-lam')* / — thù : To revenge *(ri-venj')* / Con — : Leopard *(lep'pơđ)*.

— **ân** : To return good for good / — oán : To return evil for evil.

— **hỷ** : To announce a good news / — hiếu : To fulfill one's duty of filial piety.

— **hiệu** : To signal *(sig'nơl)* /

— **mộng** : To warn in a dream.

Bão. Typhoon*(tai-phun')*,storm.

Bảo (quý) Precious *(pre'shâs)*.

— thạch : Precious stone *(stôn)*. || To stell

— **hộ** : To protect *(prồ-tect')* / Nền — hộ : Protectorate *(prộ-tec'tơ-rât)* / — hỏa : Fire insurance *(fai' ơ inshu' râns)* || Làm ơn — tôi : Please tell me / Tôi đã — ông điều này nhiều lần rồi : I have told you this several times / Đừng — ai : Don't tell anybody / Ai — anh thế ? : Who *(hu)* told you so ? / Ai — anh làm việc này ? : Who told you to do this ? / Tôi — nó đi : I told him to go / Làm ơn — ông Nguyên các điều mà tôi đã nói với anh : Please tell Mr Nguyên what I told you / Sao anh không làm như lời tôi — ? : Why *(hoai)* don't you do as you are told ? / Dạy — : To instruct *(in-străct')* / Dễ — : Obedient *(ờ bi'đi-ânt)* Khó — : Stubborn *(stăb'bơn)* / — an : To assure peace.

— **đảm** : To take charge of.

— **hiểm** : To insure *(in-shu'ơr)*
— **lĩnh** : To guarantee *(ghe-rân-tii')*
— **tàng** : Treasure *(tre'jơr)*.
Bạo (can đảm) Brave *(brêv)* /
— ngược : Saucy *(so'si)*
Hung — : Fierce *(fi'ơrs)*
Bát. Cái — : Bowl *(bôl)* / — cơm : Bowl of rice.
— **âm** : Music / — giác : Octagon *(ok'tơ-gân)*,
— **quái** : The eight signs (càn, khảm, cấn, chấn, tốn, ly, khôn, đoài).
Báu. Quý— : Precious *(pre'shâs)*
Bay. To fly *(flai)* / Máy — : Airplane *(er'plên)* / Một chiếc phi-cơ — qua nhà tôi : An airplane is flying over my house *(haos)* || Chúng — : You fellows *(fe'lôz)*.
Bày. To arrange *(ơ-rênj')* || — giãi : To explain *(eks-plên')*/ Tỏ — : To state clearly *(stêt cli'ơr-li)* / — ngựa : A team *(tiim)* of horses. / — đặt : To invent, to make up.
Bảy. (Bẩy) Seven *(sev'vưn)* /— mươi : Seventy / Thứ — : Saturday *(set'tơr-dê)*.
Bắc. Hướng — : North / — cực : North pole *(pôl)*/ Sao — đẩu. Polar *(pô'lơr)* star / Gió — : North wind *(uynđ)*/ Thuốc— : Chinese medicine *(chai-niz međ' đi sin)*.
Băm. To chop into small pieces.
Băn. — khoăn : Worried *(uơr' riđ)*, tormented.
Bẳn. — bặt : Quiet, unheard of, no news.
Bắn. To shoot *(shut)*. [q.k. shot *(shot)*] / — súng : To shoot with a gun *(găn)* / Đi — : To go shooting.
Bẳn, Angry *(eng'gri)*.
Băng. Cái — : Bandage *(ben' đưj)* / — bó : To bandage, to dress.
— **hà** : (vua) The king dies *(đaiz)* / — huyết : Uterine hemorrhage.
— **phiến** : Camphor *(kem' phơr)* || (ngân hàng) Bank *(bengk)*.
Bằng. — nhau : Equal *(i'kuơl)* / Ví — : If so *(sô)* / Nhược — : Supposed that *(săp - pôzđ THet)* || — gì ? : Of what *(hoăt)* ? / — bạc : Of silver *(sil'vơr)* /
-- **vàng** : of gold *(glôđ)* || Cái thăng — : Level *(lev'vơl)*. Sự—yên: Peace *(piis)* || Văn — : Diploma *(đi-plô'-mơ)*
— **chứng** : Evidence *(ev'vi-đâns)* / — lòng : Pleased *(pli-izđ)*, glad.

— **hữu** : Friends *(frendz)*

Bắp. (ngô) Maize *(mêz)* / — cải: Cabbage *(keb'bưj)* / — **thịt** : Muscle *(măs'sưl)* || Nói lắp — : To speak hurriedly ; to splutter *(splăt'tơ)*

Bắt. To catch *(ke-ch)* / — bớ : To persecute *(pơ'si-kiut)*.

— **cóc** : To kidnap *(kiđ'nep)*/ — giam : To imprison *(impri'zân)* / — đền : To force to repay *(ri-pê')*.

— **chước** : To imitate *(i'mitêt)* / — thăm : To draw *(đro)* lots / — mạch : To feel the pulse *(päls)*.

— **đầu** : To begin *(bi-ghin')*/ — tay : to shake hands *(shêk hendz)* / — tay vào việc : To begin to work *(uơk)*.

— **nạt** : To bully *(bul'li)*.

Bặt. Deep silence / — tin : Without any news.

Bấc. (đèn) Wick *(uyk)* || gió — : North wind *(uynđ)*.

Bậc. (thang) Step || (trình độ) Degree *(đi gri')*.

Bấm. To press with the nail *(nêl)* / — chuông : To ring the bell.

Bẩm. Respectful word addressed to a superior.

Bẫm. Very much, plenty.

Bần. Nghèo — : Poor *(pur)*.

— tiện : Mean *(miin)*.

— **thần** : Melancholy *(me' lân-kơ-li)*

Bẩn. Dirty (*đơr'ti*) / Mày — lắm: You are very dirty.

Bận. Busy (*bi'zi*) / Bây giờ tôi — lắm : I am very busy now/ Ông ấy có vẻ — cả ngày : He seems to be busy all day long.

Bấp. — bênh : Wavering (*uê' vơ-rinh*) ; not stable

Bập (nói) — bẹ : To stammer/ — bõm : Uncertain, undecided.

Bất. (không) Not / — đắc dĩ : Unavoidable(*ăn-ơ-voi'đơ-bưl*).

— **thình lình** : Suddenly (*săđ' đân-li*), all of a sudden.

— **cập** : Incapable *(in-kê'pơ-bưl)*

— **kham** : Unbearable *(ăn be'rơ-bưl)*.

— **tiện** : Inconvenient (*in-cân-vi'ni ânt*)

— **công** : Unfair *(ăn-fer')*, unjust *(ăn-jăst')*.

— **nhân** : Inhuman *(in-hiu' mân)*.

— **lợi** : Disadvantageous *(đis-ed-ven-tê'jâs)*

Bật. To burst (*bơrst*) out || — đèn : To put on the light.

— **cười** : To burst out laughing (*laf'fing*).

Bâu. To alight(*ơ lait'*), to perch, to cling to.

Bầu — lên : To elect (*i-lect'*)/ cái — : A flask ||

— **dục** : Kidney (*kiđ'ni*) || Oval (*ô'vơl*).

Bấu. : To scratch (*skre'ch*)

— **chí** : To scratch and pinch (*pinch*)

— **xén** : To cut down by previous deduction.

Bậu. To alight, to perch on.

Bây. — giờ : Now (*nao*) / – giờ mấy giờ ? : What time (*taim*) is it ?

Bấy. — giờ : At that time / —nhiêu : So much (*sô-mă-ch*)

Bậy — bạ : Nonsense (*non' sâns*) / Lộn — : To go into disorder / Làm — : To do without thinking / Anh nói — : You speak nonsense.

Bẩy. To pry (*prai*) up. || Seven (*sev'vân*)

Bẫy. Cái — : A trap (*trep*) / Đánh — : To set a trap.

Be : Spirit bottle.

— **bét** : On several places.

Bè. (gỗ, luồng) Raft || (đảng) Party (*par'ti*) / — bạn : Friends.

Bé. Small (*smol*) / Vợ — : Concubine (*con'kiu-bain*).

Bẻ. To break (*brêk*) / Đừng — cái que ấy : Don't break that stick / — ra từng miếng: To break to pieces.

— **hoẹ** : To worry with incessant critics.

Bẽ. To feel ashamed (*ơ-shêmđ'*), To blush (*blăsh*).

Bèm. — nhèm : To speak at random (*ren'đâm*)

Bẻm. —. Good speaker.

Bén — To spread to, to attack || Sharp.

Bẹn. Groin (*groi'n*)

Beo. (xem Bẹo) || con — (hổ) : Tiger (*lai'gơr*).

Béo. Fat (*fet*) / To — : Big and fat / Nuôi — : To fatten.

Bẹo. To pinch.

Bép. — sép : Indiscreet (*in-dis-criit*), talkative (*to'cơ-tiv*)

Bẹp. Crushed (*crăsht*), flattened (*flet'tưnd*)

Bét. (cuối cùng) Last || Nát — : Completely spoilt.

Bẹt (xem **Bẹp**).

Bê. Con — : Calf (*caf*) / Thịt — : Veal (*vi-l*).

— **tha** : To indulge in pleasures harmful to one's dignity.

— **tông** : Concrete (*con'criit*).

Bề. Side (*said*) / — trên : Superior (*siu-pi'ri-ơ*).

— **bộn** : In disorder (*dis-or' đơ*).

— **thế** : Honorable (*on'nơ-râ-bưl*) situation.

— **ngoài** : Outside (aot'saiđ), exterior (*eks-ti'ri-ợ*)

— **trong** : Inside, interior, within.

Bể. (xem Ẵm).

— **mạc** : To lower (*lô'ơr*) the curtain, To end.

Bể. Sea (*si*) / Ngoài — : At sea / Nước — : Sea water (*uo'tơ*) Gió — : Sea breeze (*briiz*) / Bờ — : Sea-side (*said*).

— **nước** : Water-tank (*tengk*)

— **bơi** : Swimming-bath.

— **cạn** : Basin (*bê'zưn*), reservoir (*re'zơr-voa*).

Bễ. Cái — : Bellows (*be'lôz*).

Bệ. Throne ; platform.

— **rạc** : Untidy, loosely dressed ; sloven.

— **vệ** : To have an impressive bearing (*ber'ring*)

Bên. Side (*said*) / — này : This side / — kia : That side / Cả hai — : Both sides / Ở — nào? : On which side.

— **tay trái** : On the left / — phải : Right (*rait*) side / Đi sang — kia : Go to the other side / Ở — cạnh : By the side of / — cạnh nhau : Side by side.

Bến. — xe : Station (*stê'shân*).

— đò : Ferry (*fe'ri*) / — tầu: Pier (*pi'ơ*), wharf (*huorf*).

Bênh. To be on the side of.

Bệnh. Sickness, illness / — nặng Serious (*si'ri-âs*) illness / Thụ — : To fall (*fol*) sick / Khỏi — : To recover (*ri căv'vơr*)/ — bớt : The sickness lessens (*les'sânz*).

— **nhân** : Patient (*pê'shânt*)

— **viện** : Hospital (*hos'pi-tơl*)

Bếp. (người) Cook (*kuk*) / (nhà) Kitchen (*kit'chân*) / Làm — : To do the cooking.

Bết. To stick || Tired (*tai'âđ*).

Bệt. To subside (*sâb-saiđ'*) ; to settle down.

Bêu. To expose (*eks-pôz'*), to put up ; to disgrace.

Bệu. Soft, not solid.

Bi. Hòn — : Marble (*mar'bưl*) ||

— **quan** : Pessimist.

— **ai** : Lamentable (*lơ-men' tâ'bưl*).

— **kịch** : Tragedy (*tre'jơ-đi*), drama (*dra'mơ*).

Bì. (da) Skin || (túi) Bag *(beg)* || Phân —(ghen) : To be jealous *(je'lâs)* || — bõm : Plashing *(plesh'shing)*.

Bí. (quả) : Pumpkin *(pămp'kin)*

— **đại tiện** : Constipation *(consti-pê'shân)* / — tiểu tiện : Retention of urine *(yù-rin')* || Tôi — lắm : I am in a corner

— **hiểm** : Mysterious *(mis-ti' ri-âs)*.

— **mật** : Secret *(si'crât)*.

— **quyết** : Secret formula *(for'miu-lơ)*.

— **thư** : Private *(prai'vưt)* secretary

— **tỉ** : To ignore *(ig-nor*) completely

Bị. (tui) Bag *(beg)* || Bị + động-từ (xem Văn-phạm).

— **cáo** : Prisoner.

— **thương** : Wounded *(wun' đưđ)*, hurt *(hơ : t)*.

Bỉ. Nước — : Belgium *(bel'jâm)* || — báng : To mock at.

Bĩ. Stopped, blocked, obstructed *(obs-trăc'tưđ)*.

— **vận** : Bad luck, ill-luck.

Bia. (để tập bắn) Target *(tar' gât)* || Rượu — : Beer *(biơr)*

— **mộ** : Tombstone *(tum'stôn)* /

Bìa. — sách : Cover *(căv'vơr)* of the book / Giấy — : Cardboard *(carđ'borđ)* / Đóng — : To bind *(bainđ)*.

Bịa. To invent *(in-vent')* ; to make up.

Bích. — báo : Wall-posted newspaper, mural newspaper.

— **họa** : Mural painting.

Bịch : Thwack *(thu-ek)*, thump *(thămp)*.

Biếc. Green, blue, azure *(ê' jơr)*

Biên. (viết) To write *(rait)* (đ. t.b.t.) / — tên : To inscribe *ins-craib')* the name / — lai : Receipt *(ri-siit')*.

— **bản** : Report *(ri-port')*.

— giới : Boundary *(baon'đơ-ri)*.

— **soạn** : To edit *(eđ'đit)* ; to compose ; to compile

— **tập** : To edit.

Biền. — biệt : To be lost in the distance

Biến. To disappear*(đis-ơ-pi'ơr)*.

— hóa : To transform *(trens-form)* / — cải : To change *(chênj)*.

— **chuyển** : To evolve *(i-volv')*, to go through evolutions.

— **chứng** : Evolution *(-ivơ-lu'shân)* of an illness.

— **cố** : Event *(i-vent')*.

— loạn : Trouble (*trăb'bơl*), revolt (*ri-volt'*)

Biện. — bác : To contradict (*con'trơ-đict*) / — bạch : To expose clearly (*cliơr'li*)/— hộ: To defend (*đi-fenđ*) / Ông — lý : The prosecutor (*pros'si-kiu-tơr*) / — chứng : To prove (*pruv*), to argue (*ar'ghiiu*).

Biển. (xem Bể) || — lận : covettous (*căv'vơ-tâs*).

Biếng. Lười — : Lazy (*lê'zi*).

Biết. To know (*nô*) (đ.t.b.t.) / Tôi không — : I don't know/ Tôi không — gì về việc đó cả: I know nothing (*nă'thing*) about it / Tôi không — bây giờ nó ở đâu : I don't know where he is now / Tôi không — nói thế nào : I don't know what to say (*sê*) / Cố nhiên là tôi — : Of course I know/ Như ông — : As you know / Ông có — người kia không?: Do you know that man ?/ Tôi có — : Yes, I know him / Tôi không — thế có phải hay không?: I don't know whether it is so or not / Nó — khá tiếng Anh : He knows English quite well / Tôi — hơn thế : I know better than that / Cho tôi— với : Let me know/ — ơn : Grateful (*grêt'ful*)

Biệt. — ly : Separation (*sep-pơ-rê'shân*) / Từ — : To say farewell (*fer'uel*) / Phân — : To distinguish / — thự : Villa (*vil'lơ*).

Biếu. To offer (*of'fơr*) / Đồ—: Presents (*prez'zânts*).

Biểu. — diễn : To exhibit / Cuộc — diễn : Exhibition (*ek-zi-bi'shân*) / — đồng tình: To express approval, to agree with, to.

— **quyết** : To vote (*vôt*) / — **ngữ** : Slogan (*slô'gân*) / Cuộc — tình : Meeting (*miit' ting*) / — dương : To manifest (*men'ni-fest*).

Bím. — tóc : Hair braid (*brêđ*)

Binh. — lính : soldier (*sôl'jơr*)/ — khí : Arms and munitions (*miu-ni'shânz*) / Một đạo — : An army (*ar'mi*).

— bộ : Infantry (*in'fân-tri*) / Kỵ — : Cavalry (*ke'vơl-ri*). Thủy — : Navy (*nê'vi*) / Lãnh — : General (*jen'nơ-rơl*)/ Mộ — : To recruit (*ri-crut'*) soldiers || (xem Bênh).

Bình. — an : Peace (*piis*) / — đẳng : Equality (*i-kuo'li-ti*) / — **luận** : To comment (*còm-ment'*) / — nguyên : Plain (*plên*) / — thường : Ordinary (*or'đi-nơ-ri*) || (lọ) : Vase (*vês*), pot / — hương : Censer *(sen'sơr)* / — phóng : Spittoon (*spit'lun*) || – phong: Screen (*scriin*).

— **dân** : Popular (*pop'piul-ơr*).

— **địa** : Level ground || Peaceful (*piis'ful*) region.

— **minh** : Aurora (*o-rô'rơ*).

— **phẩm** : To criticize *(cri'ti-saiz)*, to comment.

— **quyền** : Equality (*i-kuo'li-ti)* of rights.

— **sinh** : During one's life *(laif)*

— **tĩnh** : Peaceful, calm (*cam*).

Bính. Third letter of the decimal cycle.

Bịnh. (xem Bệnh)

Bịp. To bluff *(blăf)*, to trick.

Bít. — tất ngắn : Socks / — tất dài : Stockings.

Bịt. To cover *(căv'vơr* / (giấu) : To hide *(haid)*.

Bìu. Goitre *(goi'tơr)*, bump *(bămp)*.

Bíu. To cling to, to hold to.

Bo. — Bo (hà tiện) : Miserly *(mai'zơr-li)*.

Bó. Bundle (*băn'đưl*) / — đũa : Bundle of chopsticks.

— **buộc** : To oblige (*ơ-blaij'*), to compel.

— **cẩn** : To be strictly thrifty.

Bò. — đực : Ox (*oks*) ; bull / — cái ; Cow (*cao*) / — con : (bê) : Calf (*caf*) / Thịt — : Beef (*biif*) || To walk on four legs, to crawl (*crol*), to creep (*criip*).

Bỏ. To abandon (*ờ-ben'đân*) / — vào : To put into.

— **qua** : To let go, to leave out, to skip over.

— **quên** : To forget (*for-ghet'*).

— **vạ** : To hold somebody responsible for what he has done.

— **sót** : To omit (*ơ-mit'*), to leave out ; to miss.

Bõ. — công : To be worth the trouble || Người — : Watchman *(uotch-mân)*, sexton (*sek'slân*).

Bọ (xâu): Insect (*in'sect*), worm (*uơm*).

— **chó** : Louse (*lao-s*).

— **hung** : Beetle (*bii'tul*).

— **nẹt** : Green caterpillar (*ke'tơr-pil-lơr*).

— **xít** : Bug (*băg*).

Bóc. — vỏ : To peel *(pil)* / — lột: To rob.

Bọc. — sách : To cover a book || Một — : A parcel (*par'sơl*).

Bói. Xem — : To consult a fortune-teller / Thầy — : A fortune-teller (*for'chun-tel'lơr*).

Bom. Quả — : Bomb *(bom)* / — **lửa** : Incendiary *(in-sen' điơ-ri)* bomb / — nguyên tử : Atomic *(ơ-tom'mik* bomb.

Bòm. — Bõm : Splash *(splesh)*.

Bỏm. — bẻm : To chew *(chu)*.

Bon. — chen : To compete *(com-piit')* || miserly *(mai' zơrli)*

Bón. — đất : To fertilize *(fơ' ti-laiz)*.

Bòn. — chèn : Excessively miserly, very stingy *(stin'ji)*.

— **đãi** : To sift in the water || Very miserly.

Bọn. Band *(bend)*, group *(grup)*/ — thợ gặt : A group of reapers *(ri'pơrz)*.

Bong. — ra : To come off, to get loose *(lus)*.

— **bóng** : Bulb *(bălb)*.

Bòng. (quả) : Shaddock *(shed' đâk)*.

Bóng. Quả — : Ball *(bol)* / — người : Shawdow *(she'đô)* || Đánh — (cho sáng) : To polish *(po'lish)* / (sáng) Bright *(brait)* ; shining.

— **đèn** : Electric *(i-lec'tric)* bulb.

— **mát** : Cool shade *(shêđ)*

— **râm** : Dark shade.

— **rổ** : Basket-ball *(bas'kât-bol)*.

— **tròn** : Ball *(bol)*.

— **truyền** : Volley-ball *(vol' li-bol)*.

Bọng. Pocket, pouch *(pao-ch)*.

— **đái** : Bladder *(bled'đơr)*.

Bỏng. Burnt *(brơnt)* || Grilled rice.

Bóp. To squeeze *(squiiz)* / — cổ : To strangle *(streng'gơl)* || (làm tiền) : To squeeze || (sở cẩm) Police-station *(pờ-lis' stê'shân)*

Bọt. — dãi : Saliva *(sơ-lai'vơ)* — nước biển : Foam *(fôm)*/ Rượu — : Beer *(biơr)*, ale *(êl)*, stout *(stao-t)*.

Bô. — bô : To speak thoughtlessly and loudly.

— **lão** : Old men in certain villages.

Bồ. Basket *(bas'cât)* / — **côi** : Orphan *(o:'fân)*

— **câu** : Farm pigeon *(pi'jân)*.

— **Đào-Nha** : Portugal *(po:' tiu gơl)* / Người — Đào-Nha: Portuguese.

— **hòn** : Soap-berry-tree.

— **hôi** : Sweat *(soet)*

— **liễu** : Rush *(răsh)* and willou || Young lady.

— **nhìn** : (xem Bù-nhìn).

Bố. (cha) : Father / — **thí** : To give alms (ghiv amy).

— **láo** (lếu) : Impertinent *(im-pơ'ti-nânt)*.

— **trí** : To arrange *(ơ-rênj')*, to install *(ins-tol')*

— **vờ** : To simulate *(si'miu-lêt)*, to sham *(shem)*

— **vợ**. (chồng) : Father-in-law *(lo)*

Bộ. Một — : A set / — tách đĩa : Tea-set / — quần áo : A suit of clothes || Ministry, department / — trưởng : Minister *(min'nis-tơr)* || Làm — : To be proud *(praođ)* || Trên — : On land *(lenđ)* / — binh : Infantry *(in'fân-tri)* / Đi — : To walk *(uok)* / Người — hành : Passenger, traveller, pedestrian.

— **hạ** : Staff *(staf)* of a minister, of a general.

— **phận** : Organ *(o:'gân)*, part *(pa: t)*.

Bổ. Thuốc — : A tonic *(ton' nik)* / Có chất — : Nutritious *(niu-tri'shâs)* / — túc : To perfect, to complete.

— **ích** : Useful, interesting *(in' tơ-râs-ting)*.

— **nhậm** : To appoint *(âp-point')* to a post.

Bốc. Một — : A handful *(henđ' ful)* / Ăn — : To eat with the ingers *(fing'gơz)*.

Bộc. — bạch : To declare *(đi-cler')*, to make a clean breast of.

— **lộ** : To unveil *(ăn-vêl')'* to put to light.

Bôi. — trát : To coat *(côt)*, to smear *(smi'ơr)*.

— **bác** : To do carelessly.

— **nhọ** : To blacken || To defame *(đi-fêm')*.

Bồi. — thường : To indemnify *(in-đem'ni-fai)* / Người — : Boy *(boi)*, waiter *(uêt'tơr)*.

— **bổ** : To strengthen *(streng' thân)*, to fortify with tonics.

— **hồi** : Anxious *(eng'shâs)*, Worried.

— **thẩm** : Assistant *(âs-sis' tânt)* judge.

Bối. — rối : Troubled *(tră' bơlđ)*, uneasy *(ăn-i'zi)* / Tôi — **rối quá** : I feel very uneasy.

Bội. — tín : To cheat *(chiit)*, defraud || Gấp — : To multiply *(măl'ti-plai)*.

— **bạc** : Ungrateful *(ăn-grêt' ful)*, unfaithful.

— **thực** : To overeat *(ô-vơ-iit')*, to eat to excess.

Bổi Rice waste *(uêst)*.

Bôn. — ba : To run after honours and wealth.

— **tẩu** : To run after riches.

Bồn. (cái) : Big basin *(bê'zưn)*

— **chồn** : Anxious *(eng'shâs)*, tormented.

Bốn Four *(for)* / — mươi : Forty *(fo'ti)*.

Bộn. A great many, very much, plenty of.

— **bề** : Cumbersome *(căm' bơr-sâm)* obstructing.

— **rộn** : Restless *(rest'lâs)*, very busy.

Bổn. — phận : Duty *(điu'li)* || — đạo : The faithful *(fèth' ful)* / Sách — : Catechism *(ke-ti-ki'zưm)*.

Bông. Cotton *(cot'tân)* || (để mua hàng) : Coupon *(cu'pon)* || — **đùa** : To joke *(jốk)*, to jest.

— **lông** : Jobless *(job'lâs)*, idle *(ai'đơl)*.

Bồng. — lai : Paradise *(pe'rơ-daiz)*, Eden *(i'đưn)*.

— **bột** : To rise up fast and unexpectedly ; hurriedly.

Bổng. — lên : To soar *(sor)* up into the air.

— **lộc** : Gain *(ghên)*, profits *(prof'fits)*.

Bỗng. — chốc : Suddenly *(săđ' đân-li)*.

— **dưng** : Suddenly and without apparent reason.

Bốp. Slapping *(slep'ping)* noise tapping noise.

Bộp. Short sound of a falling thing

— **chộp** : Thoughtless *(thot' lâs)*, careless character.

Bột. Flour *(flao'ơr)* / (phấn) : Powder *(pao'đơ)* / — mì : Wheat *(huyt)*, flour / Xay — : To grind *(graind)*.

— **tạt** (để giặt) : Potash *(po' tesh)*.

Bơ. Butter *(băt'tơr)* || — phờ : Wretched *(ret'chưđ)*.

— **vơ** : Abandoned *(ơ-ben'-đânđ)*, friendless.

Bờ. — sông : Bank *(bengk)* of a river || — biển : Sea-side *(si-saiđ)* / — hồ : Lake-side || — hè : Pavement.

— **cõi** : Border *(bo'đơr)*, frontier *(frăn'ti-ơr)*

Bở. Worn out || Mealy *(mii'li)*

Bỡ. — ngỡ : Stupefied *(stiu'pi-faiđ)* ; to feel strange.

Bơi. To swim (đ.t.b.t.) / Anh biết — không ? : Can you swim ? / Tôi không biết — : I can't.

Bới. — móc : To dig up *(đig-ăp)*.

Bởi. — vì : Because *(bi-coz')* / — đó cho nên : That's why *(hoai)* / — vậy : Therefore, consequently.

Bỡn. To joke *(jôk)*, to jest, to tease *(tiiz)*.

— cợt : (X. Bỡn).

Bớp. To thump (*thămp*) on the neck, on the nape *(nêp)*.

— tai : To slap *(slep)*.

Bớt. (tiền, giá) : To lower *(lô'ơr)* / Ăn — : To glean *(gliin)*, to take the market-penny /

— giận : To calm (*cam*) one's anger (*eng'gơ*).

Bu. (tục) Mother.

— gà, vịt : Fowls' cage *(fao' lz-kêj)*.

Bù. To compensate (*com'pen-sêt*) || — nhìn (xem Bồ nhìn) / Chính phủ — nhìn : Puppet government (*găv'vơrn-mânt*).

— đắp, — chi : To grant money aid (*êđ*).

— loong : Bolt (*bôlt*).

Bú. To suck (*săk*) / Cho — : To give suck to, to suckle.

— dù : Monkey *(măng'ki)*.

Bụ. Plump (*plămp*), Chubby (*chăb'bi*).

Bùa. Charm, amulet (*em'miu-lât*).

Búa. Hammer (*hem'mơr*) / — rìu : Axe (*eks*) / — chim : Pick-axe.

Bục. Platform *(plet'fo : m)*.

Bùi. Savoury (*sê'vơ-ri*) / — ngùi : Afflicted (*âf-flic'tưđ*)

— nhùi : Straw-twisted (*stro-tuys'tưđ*) torch.

Búi. — tóc : Chignon (*shi' nhông*).

Bụi. Dust (*đăst*) / Giũ — : To shake (*shêk*) the dust.

— rậm : Thicket (*thik'kât*).

— trần : All concerning earthly life.

Bùm. — tum : Bushy (*bush'-shi*), leafy (*lii'fi*).

Bùn. Mud (*măđ*) / — lầy : Muddy / Con đường này — lầy quá : This road is too muddy.

Bún. Vermicelli (*vơ-mi-chel'li*).

Bủn. — xỉn : Stingy (*stin'ji*), niggardly (*nig'gâđ-li*).

Bung. — xung : Puppet (*păp' pât*).

Bùng (lửa cháy) : To burst (*bơ: st*) out, to rise up.

— nhùng : Limp, flabby (*fleb' bi*), soft.

Búng : To spin, to cause to toss with one's fingers.

Bụng : Belly (*bel'li*) / Đau — : Belly-ache (*êk*) / Tốt — : Kind (*kainđ*) / Xấu — : Wicked (*uyk'kưđ*).

Bủng. — beo : Yellow (*yellô*) and thin ; pale *(pêl)*.

Buộc. To tie (*tai*) || Bắt — : To oblige (*ờ-blaij'*) / Tôi — lòng phải trở về : I am obliged to return.

Buồm. Sail (*sêl*) / Lên — : To set sail / Tàu — : Sailing-boat (*bôt*).

Buôn. To trade (*trêđ*) / Lái — : Merchant (*mơr'chânt*) / Bán — : To sell wholesale (*hôl' sêl*).

Buồn. Sad (*seđ*) / Trông anh có vẻ — : You look sad.

— **bực** : Displeased (*đis-pliizđ'*), angry (*eng'gri*).

— **cười** : Funny (*făn'ni*), ridiculous (*ri-đik'kiu-lâs*).

— **ngủ** : Sleepy (*slii'pi*), drowsy (*đrao'zi*).

— **nôn** : Desire to vomit (*vom' mit*), Nauseous (*no'shâs*).

— **rầu** : Sad (*seđ*), melancholy (*me'lân-cơ-li*),

Buông. To let go / — nó ra : Let it go / — tôi ra : Let me go.

Buồng. Room (*rum*) / — ăn : Dining-room / — ngủ : Bed-room / — khách : Sitting-room / — tắm : Bath-room.

Buốt. Sharp (*sha:p*) pain (*pên*).

Buột. To slip, to get loose (*lus*).

Búp. Bud (*băđ*) || — bê : Doll)*dol*).

Bút. Pen / — lông : Brush (*brăsh*) / — chì : Pencil (*pen' sưl*) / Quản — : Penholder / Ngòi — : Nib / — máy : Fountain-pen (*faon'tưn-pen*) / — đàm : Written discussion.

— **chiến** : Polemic (*pơ lem'mik*).

But. Idol (*ai'đơl*), Buddha (*buđ'đơ*).

Bừa (để cầy đất) : Harrow (*her'rô*) || Without caring for anything.

— **bộn** : In disorder (*đis-o:'đơr*).

Bửa. To cleave (*cliiv*), to split || Carelessly (*ke'lâs-li*).

Bữa. — ăn : Meal (*miil*).

Bức. Hot (*hót*), warm || — bách : To force (*fo:s*), to oblige.

Bực. — tức : Angry (*eng'gri*), vexed (*vekst*).

Bưng. To carry (*ker'ri*) with two hands || To cover, to stop.

— **bít** : To blind (*blai-nđ*), To hide (*hai-đ*).

Bước. Một — : one step / — ra ngay ! : Get out ! / Lùi — : To step back / — đầu : First (*fơrst*) step./

-- **qua** : To pass (*pas*), to step over.

— **vào** : To step in, to come in.

Bưởi. (quả) Shaddock (*sheđ' đâk*).

Bướm. Con bươm — : Butterfly *(băt'tơ-flai)*.

Bướng. — bỉnh : Stubborn (*slăb'bơn*).

Bướu. Hump (*hămp*), tumour *(tiu'mơr)*.

Bưu. — điện : Post-office (*pôst-of'fis*).

— **kiện** : Parcel-post (*pa:'sơl-pôst*) packet.

Ca. Bản — nhạc : Song (*xoong*)/ — hát : To sing (đ.t.b t.) || — **kịch** : Opera *(op'pơ-rơ)*. — **tụng** : To praise (*prêz*). to congratulate (*cân gre'tiu lêt*).

Cà. Quả — : Egg-plant / Quá — chua : Tomato (*tơ-mê'tô*) || — **phê** : Coffee (*kof'fi*) / — rốt : Carrot / — khịa : To look for trouble.

Cả. (lớn nhất) : Eldest (*cl'đâst*)/ Anh — tôi : My eldest brother || — ngày : The whole day (*hôl đê*) / — thảy : All (*ol*) / Hết — : Completely (*câm plit'li*) / — quyết : Determined (*đi-tơ'mind*).

Cá. Fish / — tươi : Fresh fish / — luộc : Boiled *(boild)* fish / — **bỏ lò** : Baked (*bêkt*) fish / — sống : Raw (*ro*) fish / — **rán** : Fried (*fraid*) fish / Đi câu — : To go angling / Người bán — : Fishmonger *(fish-măng'gơ)* / Người đánh — : Fisherman *(fish'shơ-mân)*. || Mắt — chân : Ankle *(eng' kơl)*.

— **nhân** : Individual *(in đivid'-đu-ơl)*.

Các. All *(ol)* / — học sinh : All the pupils *(piu'pơlz)* || (cái thẻ) : Card || Nội — : Cabinet *(keb'bi-nât)*.

Cách. — **thức** : Manner (*men'-nơ*), way *(uê)* || — biệt : Separated *(sep'pơ-rêt-tưđ)* || — chức : To degrade *(đi-grêđ')* || Cuộc — **mệnh** : Revolution *(rev-vơ-liu'shân)* || — ngôn : Maxim *(mek'sim)*.

— **nhật** : Every two days.

— **trí** : Sciences *(sai'ân-sưz)*.

Cạch. No longer dare *(đer)* || Rattling sound of two hard things.

Cai. (nhà binh) : Corporal *(co'pơ-rơl)* / — thợ: Foreman *(for'mân)*.

— **trị** : To govern *(găv'vơn)* / — quản : To administrate *(eđ'mi-nis-trêt)* || Cai (chừa) : To abstain *(eb-stên')* from.

Cài. — **khuy** : To button *(băt'-tân)*.

Cái. Một — : One piece *(uăn piis)* / (chính) Principal *(prin'si pơl)* / Đường — : Public way *(păb'lik uê)* / Sông — : The big river || Female *(fi'mêl)* / Mèo — : Female cat *(ket)* / Giống — : Feminine *(fem'mi-nin)*gender.

Cải. — **bắp** : Cabbage *(keb'bâj)*/ Củ — : Turnip *(lơ'nip)* ||
— **biến** : Alteration *(oltơ-rê shân)* / — cách : To reform *(rì form')* / — chính : To rectify *(rek'li-fai)* / — giá : To marry again *(me'ri ờ-ghên)* / — tạo : Reconstruction *(rì-cân străc'shân)*.
— **lương** : To reform *(ri-fo:m')*, To improve *(im-pruv')*.
— **mả, táng** : To exhume *(eks-hiu-'m)*, to dismier.
— **tà** : To amend *(ơ-mend')*, to improve.
— **thiện** : To amend, to better, to improve.
— **trang** : To disguise *(đis-gaiz')* oneself.

Cãi. — **nhau** : To quarrel *(qua' rơl)* / — lẽ : To object *(ob-ject')*

Cam. Quả — : Orange *(o'rânj)* || — chịu : To suffer *(săf' fơr)*, to bear *(ber)* / — đoan: To guarantee *(ghe-rân-ti')*,
— **phận** : Pleased with one's lot.

Cảm. — **thấy** : To feel (đ.t.b.t)/ — động : Emotion *(i-mô' shân)* /
— **hóa** : To convert *(cỏn-vơt')*/
— tạ : To thank *(thengk)*/
— **tình** : Affection *(ờ-fek'shân)*/
— hàn : To catch a cold.
— **phong** : To be caught *(cot)* in a draught *(đraft)*.
— **phục** : Filled with admiration *(eđ mi-rê'shân)*.
— **tưởng** : Impression *(im-pres'shân)* ; feeling.
— **tử** : Determined *(đi-lơ'minđ)*, willing to die *(đai)*.

Cám. Bran *(bren)* || — ơn : To thank *(lhengk)* /
— **dỗ** : To tempt *(tempt)*, to seduce *(si-điu's)*.

Cạm. — **bẫy** : Trap *(trep)*, Ambush *(em'bush)*.

Can. — **đảm** : Brave *(brêv)* / Không — chi : That does not matter || — thiệp : To intervene *(in-tơ-vin')*.
— **án** : To be condemned *(con-demnđ)*, to commit a crime.
— **ngăn, gián** : To dissuade *(đis-syuê'đ)*.

Cán. — **dao** : Handle *(hen' đơl)* / — gươm : Hilt ||

— **bộ** : Staff *(staf)*, instructor *(ins-trăc'tơr)*.

Cản. — **trở** : To prevent *(pri-vent')* / — vệ : To defend *(đi-fend')*. / Tôi sẽ làm — trở việc đó : I will prevent it/ Có sự gì — trở anh không?: Did anything prevent you ? /

Cạn. (khô đi) : To dry up *(đrai ăp)* || (nông) : Shallow *(shel lô)*.

Càng. More and more || Kỹ — : With great care *(grêt ker)*.

Cáng. (võng) Palankeen, — quin *(pe-lân-kiin')*.

— **đáng** : To assume *(âs-siu'm)*.

Cảng. Hải — : Port / Thương — : Commercial port.

Canh. (món ăn) : Soup *(súp)* || — gác : To watch *(uo-ch)* /

— **tân** : To reform *(ri-form')* ||

— **điền** : To plough *(plao)* a field.

— **phòng** : To watch *(uotch)*, to survey *(sơ: vê')*.

Cành. — **cây** : Branch *(brench)*/ — nhỏ : Twig *(tuy-g)*.

Cánh. Wing *(uynh)* / Cất — : To take off, to fly up.

— **cửa** : Door leaf *(đor-liif)*.

— **đồng** : Field *(fiild)*.

— **tay** : Arm *(a: m)*

Cảnh. **Phong** — : Site *(sait)*, landscape *(lend'skêp)* / **Mến** — : To love the beauty *(biu'ti)* of the landscape /

— **binh** : Policeman *(pơ-lis' mân)* / — cáo : To warn.

— **ngộ** : Situation *(si-tiu ê'shân)*

— **tượng** : Spectacle *(spek'tâ-cơl)*, aspect *(es'pekt)*.

Cạnh Side / Ở bên — : By the side of || — tranh : To rival *(rai'vơl)* / — mại : Auction *(ok'shân)* /

Cao. High *(hai)*, tall *(tol)* / — cấp : Superior degree / Nhà này — : This house is high / Em tôi — hơn tôi : My brother is taller than I || Thuốc — : Ointment / (thuốc bổ) : Unguent *(ăng'gu ânt)* || — ly : Korea *(cơri'ơ)* || — su : Rubber *(răb'bơr)* || — miên : Cambodia *(kem bô'điơ)*.

— **nguyên** : Plateau *(plơ tô')*.

— **cường** : Superior *(su-pi'ri-ơr)*.

— **hứng** : Enthusiasm *(en-thiu'zi-e-zưm)* ; to be in the mood.

— **kiến** : Far-sighted, great-minded.

— **lâu** : Hotel, restaurant.

— **quí** : Noble, distinguished *(dis-ting'guysht)*.

— **xạ** : Anti-aircraft gun.

Cào. To scratch *(skre-ch)*.

— **cấu** : To scratch.

Con — — : Grasshopper (*gras-hop, pơr*).

Cáo. con — : Fox *(foks)* || (mách) To report *(ri-port')* ||

— **bạch** : Advertisement *(ed-vơ'lis-mânt)* / — biệt : To take leave *(têk liiv)* / — thị : Notice *(nô'tis)* / — tố : To accuse *(ờ-kiuz')* / — từ : To take leave, to resign.

— **phó** : Funeral *(fiu'nơ-rơl)* information.

— **trạng** : Statement of the charges against a defendant.

Cảo. — **bản** : Manuscript *(me' niu-script)*.

Cạo. To shave *(shêv)* Dao — : Razor *(rê'zơr)* /

Thợ — : Barber *(bar'bơ)*.

Cạp. Edge, border.

Cát. Sand *(send)* / Bãi — : Sand-bank *(bengk)* / Bão — : Sand-storm / Vải — bá : White calico *(ke'li-cô)*.

— **hung** : Auspicious *(os-pi'shi âs)* and inauspicious.

— **táng** : Definitive *(đi-fi'ni-tiv)* burial *(be'ri-ơl)*

Cau. (ăn trầu) : Areca *(ờ-ri'cơ)*/ quả — : Areca-nut.

— **có** : To make faces, to make grimaces *(gri-mê'sưz)*.

Càu — **nhàu** : To grumble *(grăm'bơl)*, to growl *(grao-l)*.

Cáu. — **bẩn** : Dirt *(đơ:t)*, filth.

— **kỉnh** : To get angry *(eng' gri)*, To be out of temper.

Cay. (vị) : Hot / Món này — quá : This dish is too hot / Lời — đắng : Unpleasant words *(ẳn-ple'zànt uơdz)*.

— **nghiệt** : Very severe *(si vi' ơr)*.

Cáy. **Con** — : Small hairy crab.

Cắc. Coin of ten cents.

Con — **kè** : Gecko *(ghek'kô)*.

Căm. — **tức** : Inwardly angry *(eng'ri)*

Cằm. Chin / Nâng — : To raise *(rêz)* the chin.

Cắm. To drive into *(đraiv in-tù)*

— **cúi** : To bend; to be absorbed *(âb-sorbđ')* in.

Căn. — **bản** : Base *(bêz)*, origin *(o'ri-jin)* / — cứ : Base.

— **nguyên** : Origin / — do : Cause *(coz)* / — cước : Identity *(ài-đen'ti-li)* / Thẻ — cước : Identity card.

— **vặn** : To ask carefully, To ask in detail.

Cắn. To bite (*bait*) (đ.t.b.t.) / — răng : To grind (*graind*) the teeth (*tiith*).
— **rứt** : To cause a sharp pain, to cause a moral suffering.
Cặn. Residue (*re'zi-điu*) / — kẽ : In detail.
Căng. To stretch || Kiêu — : Proud (*praođ*).
Cẳng. Leg / — chân : Leg.
— **tay** : Fore-arm (*for'a:m*).
Cắp. (xách) : To carry (*ke'ri*) / — **nách** : To carry under the arms || Ăn cắp : To steal (*stiil*) (đ.t.b.t.) / Kẻ — : Thief (*thiif*).
Cặp. Pair, couple || (Sách) Satchel || Pincers.
Cắt. To **cut** (*căt*) (đ.t.b.t.) / — nghĩa : To explain (*eks-plên'*).
— **đặt** : To assign (*âs-sain'*) somebody to a post.
Cấc. — **lấc** : Impolitely, indecently.
Câm Dumb (*đăm*) / Nó câm và điếc : He is dumb and deaf (*đef*) / — đi : Shut up (*shăt ăp*).
Cầm. To hold (*hôlđ*) (đ.t.b.t.)/ — lại : To retain (*ri-tên'*) / — lòng — trí : To collect one's self || — cố : To pawn (*pon*) / Anh — bộ áo ấy bao nhiêu tiền ? : How much did you pawn that suit (*siut*)? || (nhạc cụ) : Lyre (*lai'ơr*), lute (*liut*).
— **bằng** : To consider (*con-si'đơr*) as, to suppose.
— **chừng** : To remain stationary wihle waiting.
— **quyền** : To hold the authority / Nhà — quyền : Authorities.
— **tù** : To keep in prison.
Cấm. To forbid, to prohibit / Tôi — anh đi với người kia : I forbid you to go with that fellow (*fe'lô*) / Đây — chụp ảnh : It's prohibited to photograph here / — vào : Entry (*en'tri*) prohibited / — gián giấy: Stick no bill /
— **hút thuốc** : No smoking /
— nhổ : No spitting /
— **cung** : Forbidden palace / To shut oneself in.
— **khẩu** : Dumb (*đăm*), unable to speak.
Cẩm. — **nhung** : Poplin (*pop'lin*) / — thạch : Marble (*mar'bơl*).
— **tú** : Smart, elegant, flowered, beautiful.
Cân. To weigh (*uê*) / cái — : Balance (*be'lâns*) / Mặt — : Scales (*skêlz*) / Một — (ta hay tàu) : One catty (*ket'li*).

— đai : Turban and belt, ceremonial costume.

— xứng : Matching, suitable.

Cần. **— đến** : To need *(nid)*/ Ông — bao nhiêu tiền ? : How much do you need ? / Tôi — 300 đồng : I need three hundred dollars / Anh có — cái nay không ? : Do you need this ? / Tôi không — : I don't need it ||

— kíp : Urgent *(or'jânt)* || Rau — : Warter-cress ||

— lao : Effort *(ef'fơt)* / — mẫn : Diligent *(đi'li-jânt)* /

— vương : Royalism *(roi'ơl-li-zưm)*.

— thiết : Necessary *(ne'sâs-sơ-ri)*, indispensable.

Cấn. Residue *(re'zi-điu)*, sediment *(se'đi-mânt)*.

Cẩn. **Kính** — : Respeđful / — mật : Secret *(si'crât)* / — thận : Prudent *(pru'đânt)*, careful.

Cận. (gần) Near *(nir)* / — đông: Near East / — đại : Modern *(mo'đơn)*/ — lại : Near future *(fiu'chơr)* / — thị(mắt) : Short-sighted || — thần : Official assigned near a sovereign.

Cấp. **(cho)** : To furnish *(fơ'nish)* || **(bực, lớp)** : Grade *(grêđ)*, class || (kíp) Urgent *(ơr'jânt)* / — cứu : First aid *(fơst êđ)*.

— tốc : Quickly, promptly.

— dưỡng : To feed, to breed.

— lương : To supply *(sờp-plai')* food.

Cập. **— cách** : To gather all required conditions.

— quạng : To walk unsteadily.

Cất. To put away *(ở-uê')* / — quyển sách này đi : Put this book away || — chức : To dismiss, discharge somebody from his position.

— lẻn : To go away stealthily, to steal away.

— rượu : To distill *(đis-til')* alcohol.

Cật. Kidney *(kiđ'ni)* ; back.

Câu. **— văn** : Phrase *(frêz)*, sentense *(sen'tâns)* || — lạc bộ : Club *(clăb)* || — cá : To fish / Lưỡi — : Hook *(huk)* / Cần — : Fishing rod / — liêm: Scythe *(saith)*, sickle *(sik' kơl)* || Chim — : Pigeon *(pi'jân)* || — lơn : Balustrade *(be-lâs-trêđ')* || — chuyện : Talk *(tok)*.

— đối : Parallel sentences.

Cầu. Cái — (để qua sông) Bridge / — tre : Bamboo bridge ||

— **xin** : To beg, pray *(prê)*, wish / — nguyện : To pray / Tôi — giời đừng mưa : I wish it will not rain /

— **ơn** : To ask for a favour *(fê'vơr)* / — cứu : To ask for help / — hòa : To ask for peace *(piis)* / – hôn : To ask the hand of / — kỳ : complicated *(com'pli-kê-tưd)*. || — vồng : Rainbow *(rên'bô)* / — treo : Hanging bridge || Địa — : Globe *(glôb)* / – thủ: Ball-player *(plé'ơr)*.

— **cạnh** : To insist on, to resort to all possible means in order to attain.

— **thang** : Stairs *(sterz)*, staircase.

— **tự**: To offer sacrifices to gods in order to ask for children.

Cấu. To scratch *(scre-ch)* || — tạo : To build *(bild)*, construct / — thành : To form.

Cẩu. — thả : Careless, immoral *(im-mo'rơl)*.

Cậu. Maternal uncle *(mơ-tơ' nơl ăng'cơl)*.

Cây. Tree *(trii)*, plant *(plen-t)*.

Cầy Cái — : A plough *(plao)*/ Đi — : To plough / Đất — : Ploughed land *(lend)*.

Cấy. To transplant *(trèns-plent')*.

Cậy. (nhờ) To ask / — cục : To stoop before somebody in order to obtain a favour.

Co. To contract *(cần-trect')*, to shrink / — ro : Bent on oneself.

Cò. Con — : Aigret *(ê'grât)* || — súng : The cock of the gun *(găn)*, Trigger (trig'gơr)/ — kè : To haggle *(heg'gơl)* for a long time.

Có. To have *(hev)* / — của (giầu) : Rich || — lẽ : Perhaps, May be.

Cọ. To rub *(răb)*, to strike.

Cỏ. Grass / — khô : Hay *(hê)* / Bãi — : Grass-plot / Ruộng — : Grass-land *(lend)* || — vê : Forced labour, fatigue duty.

Cóc Toad *(tôd)*, frog.

Cọc. Pole *(pôl)* || — cạch : Rattle *(ret'tơl)*.

Coi. To see (đ.t.b.t.) / Trông — : To look after, to watch / — **sóc** : To take care of / — việc : To supervise *(siu'pơ-vaiz)* / — chừng : To pay *(pê)* attention / Dễ — : Good-looking / Khó — : Ugly *(ăg'li)*.

Còi. Cái — : Whistle *(huys' sơl)* / Thổi — : To blow *(blô)* a whistle / Huýt — : To whistle.

Cói. Rush *(răsh)* / Mũ — : Rush hat *(het)*.

Cõi. Region, country ; world.

Còm Thin, skinny, bony, weak.

Con. — **trai** : Son *(sân)*, boy *(boi)* / — gái : Daughter *(dot' tor)*, girl *(gơl)* / — nuôi : Adopted *(ờ đop'tâđ)* son || (bé) : Small *(smol)* / Cái thuyền — : A small boat *(bôt)*/ Vịt — : Duckling *(đăc'ling)* / Chó — : Puppy *(păp'pi)* / Mèo — : Kitten *(kit'tân)*.

— **dâu** : Daughter-in-law / — rể : Son-in-law.

Còn. Still / Tôi hãy — ba viên đạn : I still have three bullets *(bul'lâts)* / — nguyên như trước : Still as it was before *(bi-for')* / Anh — lại bao nhiêu tiền ? : How much have you left ?

Cong. Curved *(cơvd)* / Lưng — : Bent.

Còng. Bent.

Cóng Benumbed *(bi-nămd')*, numb *(năm)*.

Cõng. To carry *(ke'ri)* on the back *(bek)*.

Cóp. — **nhặt** : To gather *(ge' THơr)*, to hoard *(ho:d)* up.

Cọp. **Con** — : Tiger *(tai'gơr)*.

Cót. Long bamboo hurdle for shelter, or storing grain.

Cô. (cô : em gái cha) Aunt *(ant)* || (xưng hô) Miss / — Nga : Miss Nga / — Nhàn còn trẻ : Miss Nhàn is still young *(yăng)* / Chào — : Good morning, Miss || — độc : Lonely *(lôn' li)*, alone *(ờ-lôn')* / — nhi : Orphan *(or'phân)* / — nhi viện : Orphanage.

— **thân** : Alone, helpless.

— **lập** : To keep away, apart from.

Cố. — **gắng** : To make an effort *(ef'fơt)* || (cũ) Old, ancient *(ên'shânt)* / Quá — (qua đời) : Late *(lêt)* / — chủ : Old master / — đô : Old capital *(kep'pi-tol)* / — Cựu : Old acquaintance *(ờ-quên'tâns)* / — ý : Intentionally *(in-ten' shân-nơl-li)* / — nhiên : Naturally *(ne'chơ-rơl-li)* || Ông — đạo : Priest *(priist)* || — vấn : adviser *(eđ-vai'zơr)*.

— **hương** : Native *(nế' tiv)* village, native country (where one has left).

— **quốc** : Native country one has left to go abroad.

— **sức** : With a l one's might *(mai't)*

— **tri** : Old acquaintances *(ơ-quên' tân-sưz)*.

Cổ. Cái — : Neck (*nek*) / Thắt — : To hang one's self / Cứng — : Stubborn (*stăb' bơn*) / — áo : Collar (*co'lơ*) / — **tay** : Wrist (*rist*) || (cũ) : Ancient (*ên'shânt*) || — **động**: To propagandize (*prop-pơ-ghen'đaiz*).

— **lệ** : Old custom (*căs'tâm*).

— **nhân** : The ancients (*ên' shi-ânts*).

— **phần** : Share (*sher*) / Người có — phần : Shareholder.

— **tích** : Ancient vestiges (*ves' ti-jưz*), tales.

— thụ : Secular (*se'kiu-lơr*) tree.

Cỗ. (bộ) Set, pack (*pek*) / Một — bài : A pack of cards || (tiệc) : Dinner-party.

Cốc. Cái — : Glass || Ngũ — : Cereals (*si'riơ-lz*).

Cộc. Short / Ao — : Short dress.

Côi. Đứa trẻ mồ — : An orphan (*or'phân*).

Cối. — **xay** : Mill / — xay cà-phê : Coffee-mill.

Cỗi. — **gốc, rễ** : Root, origin (*o'ri-jin*).

Cồm. — **cộm** : To be puffed up.

— **cộp** : Tapping sound of shoes on the pavement.

Cốm. Roasted and flattened rice.

Côn. Cái — : Stick, staff || — trùng : Insect || — đồ : Rascal (*ras'cơl*) / — **đảo** : Poulo-Condore.

Cồn. Sand-bank || Alcohol (*el' cơ-hol*).

— **ruột** : Indigestion trouble (*trăb'bơl*).

Công. — **chúng** : Public (*păb' lik*) / — an : Public security (*si kiu'ri-ti*) / — an cục : Police — station (*stế shân*) || — bình / Just (*jăst*) / — bố : To announce (*ơ-naons'*) / — chúa : Princess (*prin'ses*)/ — chức : Civil servant (*sơ' vânt*) / — dân : Citizen (*sit' ti-zân*) / — đoàn : Syndicate (*sin'đi kêt*) / — hiệu : Effect (*i-fect*).

— nhận : To recognize (*rek' kơ-naiz*) / — sơ : Office (*of' fis*) / — sứ : Minister (*mi'nis-tơr*) / — ty : Company (*căm' pơ-ni*) || Con — : Peacock (*pi-kok*) / || — việc : Work (*uơk*) / — nhân : Worker (*uơk'kơr*) / Thành — : Success (*săk-ces'*) / Tiền — : Salary (*sel'lơ-ri*) / — nghiệp : Industry (*in'dâs-tri*); work/— **xưởng** : Factory (*fec'tơ-ri*).

— **cộng** : Public *(păb'blik)*, common *(com'mân)*,

— **cuộc** : Enterprise *(en'lơ: praiz)*, work.

— **cước** : Manufacture and transport fees.

— **danh**: Fame *(fêm)*, renown *(ri-nao'n)*.

— **đức** : Merit, worth, praiseworthy act.

— **đường** : Public building, hall.

— **giáo** : Official religion, Catholic religion.

— **khai** : Plublicly, openly.

— **kích** : To assail *(âs-sêl')*, to attack || to criticize *(cri'ti-saiz)*.

— **nhận** : To recognize *(rek'cơ-naiz)*.

— **tâm** : Devoted *(đi-vô'tưd)* to public interest.

— **văn** : Official note.

— **xưởng** : **Workshop** *(uok' shop)*.

Cống (nước chảy qua) : Drain, *(drêt)* sewer *(siu'ơr)*.

— hiến : To offer as a sacrifice, or homage to.

Cộng. To add *(eđ)* / Ông làm ơn — xem tất cả bao nhiêu tiền : Please add it up to see how much it amounts *(ờ-maont's)*, to || — hòa : **Republic** *(ri-păb'lik)* /

— sản chủ nghĩa : Communism *(com'miu-ni-zưm)* /

— sản đảng : Communist party *(par'ti)* / — sự : To collaborate *(cờ-leb'bơ-rêt)* / — tác : To co-operate *(cơ-op'pơ-rêt)*.

Cổng. Gate *(ghêt)* / — vào : Entrance *(en'trâns)*

Cốp. To strike in making a sharp noise.

Cốt. — **cách** : Skeleton, frame ; figure, dressing.

— **nhục** : Bone and flesh / Retated *(ri-lê'tưd)*.

— **yếu** : Essential *(âs-sen'-shơl)*.

Cột Column, pillar || (buộc) To tie *(tai)*, to bind *(bain-đ)*.

— **buồm** : Mast *(mas-t)*.

— **trụ** : Pillar *(pil'lơr)*.

Cơ. (nhà binh) : Regiment *(re'ji-mânt)* || About *(ơ-baot')*.

— **đốc giáo** : Christianism *(krist'tiân-ni-zưm)* ||

— **giới** : Machine *(mờ-shin')* ||

— hồ : Almost *(ol'môst)*, nearly / — hội : Occasion *(ở-kê'zhân)* chance, opportunity.

— **cực** : Hungry and miserable.

— **hàn** : Hunger *(hăng'gơr)* **and cold**.

— **giời** : Will, intention of God.

— **nghiệp** : Patrimony *(pe'tri-mơ-ni)*, inherited estate.

— **thể** : Organs *(o:'gânz)*.

Cờ. Flag *(fleg)* / Kéo — : To hoist the flag / Hạ — : To lower *(lô'ơ)* the flag || (Môn chơi) : Chess / Đánh — : To play *(plê)* chess / Người — bạc : Gambler *(gem'blơr)*.

Cớ. Reason *(ri'zân)* / Chứng — : Evidence *(e'vi-đâns)* / — sao ? : Why *(hoai)* / Vì — gì ? For what reason ? / Không có— gì anh không tới dự cuộc hội-họp : There is no reason why you did not attend *(àt-tenđ')* the meeting *(mit'ting)* / Cause *(coz)*.

Cỡ. Size *(saiz)* dimension / — nhỏ : Small size.

Cơi.Small tray for tea or betel || — lên : To raise *(rèz)* higher.

Cời. To draw with a stick.

Cởi. — dây : To untie *(ẳn-tai')* / — dây cho tôi mau : Untie me, quick !

Cỡi. - Ngựa : To ride *(raid)* on horseback.

Cơm. Cooked rice *(cukt rais)* / Bữa — : Meal *(mül)*, dinner *(đin'nơ)* / ăn — : To take one's meal / Chị tôi đang ăn — : My sister is taking her meal / — nước xong chúng ta đi xem chớp bóng : After dinner we shall go to the cinema / Mời ông xơi — với chúng tôi : Please take dinner with us *(ăs)*.

Cu. — li : Coolie *(cu'li)* / Cái — : Penis *(pi'nis)*

Cù. (làm cho cười) : To tickle *(tic'cơl)* || — lao : (đảo) Isle *(ail)*.

Cú. Con — : Owe *(aol)*

Cũ. Old *(ôlđ)* / Kiểu — : Old fashion *(fes'shân)* / Đồ — : Second-hand goods *(guđz)*.

Củ. Bulb *(bălb)*. tubercle *(tiu' bơ : cơl)*

Cụ. Old person *(pơ'sân)* / Bà —: Old lady *(lê'đi)* || Dụng —: Instrument *(in'stru-mânt)* /— thể : Concrete *(con'crit)*.

Cua. Crab *(kreb)*.

Cùa. To drive *(đrai'v)* away, to chase *(chéz)*.

Của. — cải : Wealth *(uelth)* / Có — : Rich / — quý : Precious *(pre'shâs)* thing / — lễ : gift *(ghift)* || (thuộc về) : of *(ov)* (xem văn-phạm) / — ai ? Whose *(huz)* / Con dao này — ai ? Whose knife is this ? / — tôi : It's mine *(main)* / — chìm : Movables, hidden property /— phù-vân : Illegally - obtained goods, orriches.

Cúc. Cái — : Button *(bắt'tân)* || Hoa — : Chrysan themum *(cri-sen'thi-mâm)* / — dục : To bring up and educate a child /— cung : Palace || To offer, to furnish.

Cục. (miếng) Lump *(lăm)*, piece *(piis)* || (nơi làm việc). Office *(of'fis)* || — kịch : Rude, boorish, rustic /— súc : Brutal *(bru'tơl)*, cruel *(cru'-'ơl)*, savage.

Cùi. Bark, peel, crust *(crăst)*.

Cúi. To bend (đ.t.b.t.) / — đầu : To bow *(bao)* the head *(heđ)*.

Củi. Firewood *(fai'ơ-ud)*.

Cũi. Cage *(kêj)*.

Cùm. Fetters *(fel'tơrz)*, shackle *(shek'kơl)*.

Cúm. Influenza *(in-flu-en' zơ)*.

Cụm. Tuft *(lăft)*, bush *(bush)*.

Cụn. Blunt *(blănt)*.

Cung (võ khí): Bow *(bô)* || — đình : Palace *(pe'lâs)*, court *(cort)* / — câp : To supply *(săp-plai')* / — hiến : To offer *(of'fơr)* / — kính : To respect; respectful / phụng : To offer, to supply respectfully/ — nữ : Maid-servant in the royal palace.

Cùng. — nhau : Together *(tủ-ghe' THơ)*, with / Anh đi — với nó : You go with him / Tận — : End, extreme *(èks-trim')* / — khổ : Very poor *(pur)* / — đích : End, aim *(êm)*, final goal / — đường : Terminus *(tơ' : mi-nâs)*.

Cúng. To offer *(of'fơr)*, to sacrifice *(se' cri-fais)*.

Củng. — cố : To consolidate *(cân-sol' li-đêt)*.

Cũng. Also *(ol'sô)*, too *(lu)* / Tôi — có : I have also / Nó — muốn đi : He also wants to go / — vậy : The same *(sêm)*.

Cuốc Cái — : Mattock *(met'-tâk)*, pickaxe *(pik'eks)* /— đất : To dig the earth *(ơth)*.

Cuộc. Một — (đá bóng) : A match *(me-ch)* || Đánh — : To bet / Tôi đánh — với anh : I bet you / Ai được — ? : Who won *(uăn)* the bet ? / Được — : To win a bet / Thua — : To lose *(luz)* a bet.

Cuối. End / — cùng : Last / — tháng : At the end of the month *(mânth)* / Từ đầu đến — : From the beginning till the end.

Cuội. Đá — : Pebble *(peb'bơl)*, shingle *(shing' gơl)*,

Cuốn. To roll *(rôl)* / — lại : To roll up || — sách : Volume *(vol'lium)*, copy.

Cuộn. (như cuốn) To roll up || Volume, tome *(tôm)*.

Cuồng. (điên). Mad *(med)*, crazy *(crê'zi)* / — bạo : Violent *(vai'ơ lânt)* / — phong : Tempest *(tem'past)* / — vọng Foolish claim, foolish demand, desire / — ngôn : Extravagant, foolish talk.

Cuống. (hoa, lá) : Stem || — họng : Throat *(thrôt)*.

— cuồng, — quít : Bewildered, stupefied.

Cuộng. (như Cuống).

Cụp. To lower *(lô'ơr)*, to stoop.

Cụt Short / — tay : Maimed *(mêmđ)* / — chân : Lame *(lêm)*.

Cư. — trú : To reside *(ri-zaiđ')*, to dwell.

— xử : To behave *(bi hêv')*, to demean, to conduct oneself.

Cứ. To go on / Nó — đọc : He goes on reading || (theo) : According to / — lý : According to reason *(ri'zân)*.

Cử. To appoint, to elect *(i-lect')* || — chỉ : Attitude *(et'ti tiuđ)*, gesture *(jes'-chơr)* / — động : To move *(muv)* / — nhạc : To play music / — nhân : Bachelor *(be'chơ lơ)* / Nhất — lưỡng tiện : To kill two birds with one stone / Ông X trúng — tổng-thống hai lần : Mr. X was twice *(tuais)* elected president *(pre'zi - đânt)* / Cuộc bầu — : Election.

— hành : To take place, to perform.

— toa : All the assembly *(às-sem'bli)* ; congregation.

Cự. (mắng) : To scold *(scôlđ)*, to reproach / — địch : To fight *(fait)* (đ.t.b.t.).

— phú. Excessively rich.

— tuyệt : To refuse *(ri-fiuz')* ; to break off

Cưa. To saw *(so)* / Cái — : A saw / Lưỡi — : Saw-blade *(blêđ)* / Mạt — : Saw-dust *(đâst)* / Thợ — : Sawyer *(so'yơr)* / Sưởng — : Saw-mill.

Cựa. To cut *(căt)*, to saw *(so)*.

Cựa. To move *(muv)* / Tôi hết chỗ — : I've no room to move.

Cửa. Door *(đor)* / — chính : Front-door / — sổ : Window *(uyn'đô)* / Mở — : Open the door / Đóng — : Close the door / — sông : Estuary *(es'chu ơ-ri)*.

— ải : Border, frontier.

— biển : Port, harbour *(har'bơr)*.

— minh : Vulva *(văl'vơ)*.

Cực. — khổ : To suffer *(săf'-fơ)* very much / — lực : Strongly *(stroong'li)* — tả : Extreme left || Bắc — : North pole *(pôl)* / — điểm : Climax *(klai'meks)*, the highest point / — đoan : Extreme /— kỳ : Extremely *(ek-strim'li)*, perfectly *(pơ'fekt-li)*.

Cửi. Khung — : Weaving-machine *(uy'ving mờ shin')*.

Cứng. Hard / — cổ : Stubborn *(stăb'bơn)* / — đầu : Head-strong / — cát : Solid, strong. firm *(fơrm)*, energetic *(en-nơ-jet'tik)*.

Cước. Tiền — : Freight *(frêt)* / Tiền — bao nhiêu ? : What is the freight ?

— chú : Explanatory note at the foot of the page ; foot-note.

— sắc : Dignatary *(dig'nơtơ-ri)*.

Cười. To laugh *(laf)* / Mỉm —. To smile *(smail)* / Họ — tôi : They laugh at me/ Không có gì đáng — : There is nothing to laugh about / Tôi không nhịn được — : I can't help laughing *(laf'fing)* / — nhạo : To mock at / — khúc khích : To laugh in one's sleeve.

Cưới. To marry *(me'ri)* / Sang năm tôi sẽ — vợ : I shall get married next year *(yi-ơr)* / Đi ăn — : To go to a wedding party / Bánh — : Wedding - cake *(kêk)*.

Cưỡi. To ride *(raid)*.

Cương. Dây — ngựa : Rein *(rên)* || — quyết : Decided *(di-sai' đưđ)*, resolute / — trực : Straightforward *(strêt-fo' uơđ)* || — giới : Frontier *(frăn'tir)*

— thường : Cardinal virtues.

Cường (mạnh) : Strong *(stroong)* / — chí : Strong will / — độ : Intensity *(in-ten'si-ti)* / — quyền : Force /— quốc: Great power *(grêt pao'-ơr)* / — tráng : Robust *(rồ-băst')* || — thủy : Acid *(e'sid)* / — hào : Powerful *(pao'ơr-ful)*, mighty *(mait'-ti)*.

— thịnh. Prosperous *(pros'pơ-râs)* ; prosperity *(pros-pe'-ri-ti)*

Cưỡng. To resist *(ri-zist')* /— bách : To oblige *(ồ-blaij')* / — dâm : To rape *(rêp)* / miễn — : Unwillingly.

Cướp. To rob / Kẻ — : Bandit *(ben'đit)*, robber *(rob'bơr)*.

Cứt. Excrement *(eks'krơmânt)*.

— **ráy** (như ráy tai) : Ear-wax *(i'ơr-ueks)*, cerumen.

Cưu. — mang : To support, to provide for, to help.

Cừu. Con — : Sheep *(shiip)* / Con — non : Lamb *(lem)* — — địch : Enemy *(en'ni-mi)*, adversary ; rival *(rai'vơl)*.

Cứu. To help, to save *(sêv)* / Cầu — : To ask for help / — tôi với : Help !/ Vị — tinh : Saviour *(sê'vi-ơr)* /

—**viện** : Reinforce *(ri-in-fors')*/ Đội — thương : Ambulance *(em'biu-lâns)* /

— **mệnh** (mạng) : To rescue the life, to save the life.

— **tế** : Help, aid ; relief *(rilif')*.

— **quốc** : Salvation *(sel-vê'shân)* / Đoàn quân — quốc : Salvation Army.

Cựu. Old, ancient *(ên'shânt)*, former, ex / — Hoàng-đế : Ex-emperor *(em'pơ-rơ)* / — truyền : Tradition *(trờ-đi'shân)* / — học sinh : Old pupils *(piu'pưlz)*.

— **giao** : Old friendship, old acquaintance *(ơ-quên'lâns)*.

— **ước** : Old Testament.

Cửu. (chín) : Nine *(nain)*.

— **chương** : Multiplication table.

— **trùng** : Heaven *(he'vân)* ; the imperial throne.

— **tuyền** : Hell

ZH

ZH ZH

CH

Cha. Father *(fa'THơ)* — nuôi: Foster-father / — ghẻ : Step-father / — truyền con nối : The son succeeds the father.

— **đỡ đầu** : Godfather.

— **chả** : Oh ! (exclamation of surprise or of pain).

Chà. (xoa) : To rub *(răb)*.

— **là** : Date *(đêt)* / Cây chà là : Date-tree

— **và** : Java, Malaya, India.

Chả (chẳng) No, not / Tôi — đi : I won't go.

(đồ ăn) Meat-pie *(miit-pai)*.

Chạch. Con — : Small eel *(i-l)*.

Chai. Bottle *(bot'tưl)* || — lơ : Coquettish ; gallant.

Chài — lưới : Trammel, drag-net, fishing-net.

Chải. To brush *(brăsh)* / Bàn — : A brush / Bàn — răng : Tooth- brush || — chuốt : To have great care for one's toilet.

Chàm. Màu — : Indigo *(in'đi-gô)*

Chám. Quả — : Olive *(ol'liv)*.

Chạm. To carve / Thợ — : Sculptor *(spălp'tơ)*.

Chan. — **chứa** : Full, abundant, in great quantity.

Chán. — **chê** : Full up ; fed up ; satiated.

— **đời** : To be disgusted with life, to be fed up with life.

— **nản** : Discouraged *(đis-că'rưjđ)*.

— **vạn** : Very numerous, plenty of.

Chạn. (đựng bát đĩa) : Cupboard *(căb'bơđ)*.

Chàng. (thanh-niên) : Young person, a youth ; lover.

— **rể** : Son-in-law *(lo)*.

— **màng** : To turn around.

Chanh. Quả — : Lemon *(lem'mân)* / Nước — : Lemonade *(lem'mơ-nêđ)*.

Chánh. (xch. Chính) Chief *(chi-f)*.

— án, tòa : President of the court of justice.

— tổng : District-chief.

— văn-phòng : Chief of the cabinet.

Chào. To salute *(sờ-liut')*, to greet / Người lính — người đội : The soldier salutes the sergeant *(sa'jânt)* / Các em tôi — đón tôi niềm nở : My brothers greet me with joy *(joi)*

Cháo. Stew *(stiu)*, potage *(pot' tâj)*.

Chảo. Frying-pan *(frai'ing-pen)*.

Chão. Rope ; cable *(kê'bưl)*.

Cháu. (cậu, chú,..) — giai : Nephew *(nev'viu)* / — gái : Niece *(niis)* || (ông bà) — giai : Grandson *(grend'sân)*/— gái : Grand-daughter *(-dot'tơ)*.

Chay. Ăn — : To fast / Mùa — : Lent.

— tịnh. Pure *(piu'ơ)*, platonic *(plơ-ton'nik)*.

Cháy. To be burnt *(bơnt)* / Ở kia nhà — : There is a fire *(fai'ơr)* over there / Nó không — : It won't burn.

Chảy. To flow *(flô)*,

Chạy. To run *(răn)* / — chọt : To take steps.

Chắc. Firm *(fơm)*, solid *(so' lid)* / — chắn : Sure *(shur)*/ Anh có — không ? : Are you sure ?

Chăm. — **chỉ** : Hardworking, diligent.

— chú : To pay attention to ; to apply oneself assiduously.

— nom : To look after ; to take care of.

Chăn. Cái — : Blanket *(bleng' cât)* || — giữ : To look after/ Kẻ — chiên : Shepherd *(shep' pơd)*.

Chắn. — **lại** : To stop.

— ngang : To obstruct ; to throw obstacles in someone's way.

Chẵn. Số — : Even number *(i'vưn năm'bơr)*.

Chăng. — **dây** : To stretch a rope.

Chằng. To bind, to tie *(tai)* ; to ligature.

Chẳng. No, not / Tôi — đi : I don't go, I won't go.

Chắp. — **lại** : To join / — hai miếng này lại : Join these two pieces together / — nhặt : To gather up

Chắt. Great grand-child ; great grandson.

— **bóp** : Miserly *(mai'zơ-li)* ; stingy, mean.

— **chiu** : To save up money, to spare.

Chặt. To cut *(căt)*, to chop / — cây : To fell a tree / — cổ : To behead *(bi-hed')* || (hẹp) : Narrow *(ne'rô)*.

— **chẽ** : (hà tiện) : Miserly *(mai'zơ-li)*.

Châm. (ghim) : Pin, needle *(ni'đưl)* || — ngôn : Wise saying *(uaiz sê'ing)* || — chích : To criticize *(krit'ti-saiz)* ; to attack.

Chấm. Point, dot / — trường (thi) : To correct examination-papers.

Chậm. Slow *(slô)* / — trễ : Late *(lêt)*, not in time.

Chân Foot *(fut)* / Đi — không: To walk bare-foot / Trượt — : To slip || — trời: Horizon *(hơ-rai'zân)* ||

— **châu** : Pearl *(pơl)* || — chính : Honest *(on'nâst)* ; genuine / — dung : Portrait *(po'trêt)* / — lý : Truth.

— **thực** : Sincere *(sin-sir')*.

— **phương** : Regular ; honest *(on'nâst)* ; correct.

— **tu** : Truly pious *(pai'âs)* ; really holy.

Chấn. — **chỉnh** : To reform *(rì-form')* / — hưng : Encouragement *(èn-cơ'râj-mânt)* / — phát : To stimulate *(sti' miu-lêt)*.

Chẩn. — **bần** : To give alms *(amz)*.

— **cấp** : To give away freely, to distribute.

Chấp. — **chính** : To govern *(găv'vơn)* / — hành : To execute *(ek'si-kiut)* / Ủy-ban — hành : Executive committee.

— **trách** : To bear grudge.

Chập. — **choạng** : Uncertain *(ăn-sơr'tưn)*

— **chờn** : (nói về ngủ) Worried ; irregular ; intermittent.

— **chững** : To stagger, to totter ; to waver, to be unsteady.

— **tối** : At nightfall.

Chất. Substance *(săb'stâns)* / — lỏng : Liquid *(li'quid)* / — **liệu** : Raw material *(ro mâ-ti'riơl)* / — phác : Simple / — vấn : To question *(ques'chân)* ||.

— **đống.** : To heap up, pile up.

Chặt. (xch. Chặt).

Châu. Chân — : Pearl *(pơl)* || Province *(pro'vins)* /

— **thành** : City *(si'ti)* || — mày : To frown *(fraon)*.

— **báu** : Gem ; precious object.

— **chấu** : Grass-hopper ; locust *(lô'câst)*.

— **lệ** : Tears *(ti'ơz)*.

Chầu. To attend, to wait *(uêt)* on.

Chấu. Châu — : Grass-hopper, locust.

Chậu. Cái — : Basin *(bê'sưn)*.

Chây To be shameless.

Chấy. Louse (pl. Lice).

Chậy. (Xch. Chạy).

Chẩy. (Xch. Chảy)

Che. To cover *(căv'vơ)* / — chở : To protect *(prờ-tect')* / — kín : To conceal *(cần-siil')* / Làm ơn — cái chén kia : Please cover that cup *(căp)*.

Chè. Tea *(tii)* / — tươi : Green tea / Pha — : To prepare *(pri-per')* tea.

Chẻ. To chop.

Chẽ. Bough *(bao)*, branch

Chém. To cut *(cắt)* / — đầu : To behead *(bi-hed')* / Máy—: Guillotine *(ghil'lơ-tin)*.

Chen. To jostle *(jos'sưl)*

Chèn. To put something in the gap so as to fill it up.

Chén. Cup *(căp)*.

Chẹn. — đường : To block the way *(uê)*.

Chẽn. Tight *(tayt)*.

Cheo. To hang *(heng)* / — đèn này lên : Hang this lamp up / Anh — áo tôi đâu ? : Where did you hang my coat ? || — leo : Perilous *(pe-ri'lâs)*.

— cưới : Marriage *(me'rij)*.

Chèo. To climb *(claim)* / — lên mau : Climb up quick || — thuyền : To row *(rô)* / Cái bơi. — : Oar *(o'r)* || — hát : Comedy, play.

Chéo. Oblique, slant *(slent)*.

Chép. To copy *(cop'pi)* || Cá — : Carp.

Chẹt. Bị xe — : To be run over by a car.

Bắt — *(về buôn bán)*: To corner ; to take advantage of someone's misfortune.

Chê. To depreciate *(đi-pri'-shi-êt)* / — bác : To scorn / — ghét : To hate *(hêt)* / — bỏ : To reject *(ri-ject')* / Gièm — : To defame *(đi-fêm')*.

Chế. To tease *(tiiz)* / Đừng — nó : Don't tease him || — độ : Regime *(rề-jim')* || — ra : To invent *(in-vent')* / — tạo : To make *(mêk)*, to manufacture *(me-niu-fec'chơr)* — biến : To adapt, to transform according to circumstances.

Chếch. Inclined ; sloping, slanting, oblique.

Chêm. Wedge ; to drive in a wedge.

Chễm. — chệ : To be solemnly seated.

Chênh. — lệch : Unequal *(ăn-i'kuơl).*

— vênh : To be in an unstable situation.

Chệnh. — choáng : To stagger, to reel ; (say rượu) to be drunk ; to feel giddy.

Chểnh. — mảng : To neglect ; neglectful.

Chếp. Xch. **Xếp**

Chết. To die *(đai* / — đuối : To be drowned *(đraonđ)* / — tươi : To die all at once *(uăns)* / — đói : To be starved to death *(đeth)* / Đánh— : To kill / Nó sắp — : He is dying / Người — : Dead man *(đeđ men)* / Xác — : Corpse / Ai bắn — người này ? : Who shot this man dead ?

Chi. — điếm : Branch office || — phí : Expenses *(èks-pen'sưs)* / — tiền : To pay *(pê)* / — tiêu : To spend / — chít : Placed close together ; closse-planted ; thick.

— li : To interest oneself in trifles *(trai'fưlz).*

— phái : Branch.

— phối : To distribute ; to direct, to command ; to govern.

Chì. Lead *(leđ)* / Bút — : Pencil *(pen'sưl)*

Chí — khôn : Mind *(mainđ)* / — khí : Energy *(en'nơji)* / — nguyện : Hope, aspiration *(es-pi-rê'shân)* || — thiện : Perfect *(pơ'fect)* /

— công : Very just.

— hướng : Inclination.

— thú : Will ; firm resolution to work.

Chỉ. To show *(shô)* / — điểm : To indicate *(in'đi-kêt)* / ông làm ơn — giúp tôi đường đến trường Đại-Học : Please show me the way to the University *(yu-ni-vơ'si-ti)* || — khâu : Thread *(thređ)* || — có : Only *(ôn'li)* || — chích : To criticize *(krit'ti-saiz).*

— định : To determine, to fix.

— giáo : To teach, to instruct ; to explain.

— huy : To direct, to command.

— thị : Order ; notice ; instruction *(in-trăk'shân)*.

Chị. Elder sister *(el'đơ'sis'tơ)*/ — dâu : Sister-in-law *(lo)*.

Chia To divide *(đi-vaiđ')* / — phần : To share *(sher)*/ tôi sẽ — cho anh một nửa : I shall share half to you / — lìa : To separate from ; separation.

— **buồn** : To share someone's sadness ; to console ; to present one's condolences.

Chìa. — **ra** : To hold out ; to jut out / — tay ra : To hold out one's hand.

Chích. To prick, to sting ; to inject.

Chiêm. — **bao** : To dream *(đriim)* || — mộ : To admire *(eđ-mai'ơr)*.

— **ngưỡng** : To contemplate with veneration.

Chiếm. To occupy *(ok'kiu-pai)*/ — đoạt : To take by force/

— **đất đai** : To take possession *(pờ-zes'shân)* of a place *(plês)* / Quân địch đã — tỉnh X : The enemy had occupied X.

Chiên. Con — : Lamb *(lem)*.

Chiến. — **đấu** : To fight *(fait)*/ — địa : Battle-field *(bet'tlư-fiiłđ)* / — hạm : Man-of-war/ — lược : Strategy *(stret'tơ-ji)* / — pháp : Tactics *(tek'tiks)* / — sỹ : Warrior *(uo'ri-ơr)* /

— **thời** : Wartime *(uor'taim)*/ — tranh : War.

— **tuyến** : Front *(frănt)* / — thắng : Victory *(vik'tơ-ri)*.

— **bào** : Service-dress, war-dress.

— **khu** : War zone.

— **thuật** : Tactics.

— **thư** : Ultimatum *(ăl'ti-mê'tâm)*.

Chiêng. Gong.

Chiêu. — **mộ** : To recruit *(ri-krut')*.

— **tạp** : To reassemble ; to gather together.

— **dụ** : Order in council.

— **hàng** : Appeal to surrender; (buôn bán) Advertisement.

Chiều. Evening *(iv'ning)* || — lòng : To please *(pliiz)* / Tôi làm việc này để — lòng anh : I do this to please you /

— **chuộng** : To please ; to treat kindly.

Chiếu. Cái — : Mat *(met)* || To shine *(shain)* / Mặt giời — : The sun shines / — ánh : To reflect *(ri-flect')*

— **chỉ** : Royal edict, royal decree.

— **cố** : To deign *(đên)* ; to consider favourably.

— **điện** : To X-ray *(eks-rê)*.

— **kính** : To look with the help of an optical instrument,

— **lệ** : According to the custom ; for form's sake.

— **theo** : According to, following.

— **tình** : To consider the sentiments, the circumstances.

Chim. Bird *(bơđ)* / — sẻ : Sparrow *(spe'rô)*.

— **chuột** : To court, to woo / — chuột một người đàn bà: To make love to a woman.

Chìm. To sink / — đắm *(mê man)* : To be passionately fond of.

Chín. (số) Nine *(nain)* / — mươi : Ninety *(— ti)* || (hoa quả) : Ripe *(raip)* / Quả cam này chưa — : This orange is not yet ripe. || (đồ ăn) : Cooked *(kukt)* / Cơm — chưa ? : Is the rice cooked ? ||

— **chắn** : Serious *(si'ri-âs)* ; cautious ; prudent ; reserved.

— **suối** : The nine fountains of hell ; hell ; the next world.

Chinh. — **chiến** : War, battle / Thời — chiến : Time of war.

— **phục** : To subdue *(săb-điu')* to subjugate.

Chính. Principal *(prin'si-pơl)*/ — cách : Right way *(rait uê)* /

— **lý** : Reason *(ri-zân)* / — thống : Orthodox *(or'thơ-đoks)*.

— **thức** : Official *(of-fi'shơl)* || — trị : Politics *(pol'li-tiks)* / — đảng : Political party / — kiến : Political opinion *(ở-pi'ni-ân)*/

— **phủ** : Government *(gă'vơn-mânt)* / — quyền : Political power *(pao'ơr)* / — sách : Policy *(pol'li-si)*.

— **bản**: The original, original text.

— **cách** : Regular form.

— **chuyên** : Virtuous *(vơ'chiu-âs)*, constant.

— **qui** : Regular *(reg'ghiu-lơ)*/ Quân — qui : Regular troops.

— **tả** : Orthography, correct spelling ; dictation.

— **thất** : Lawful wife.

— **tông** : Real ; authentic *(o-then'tik)* ; orthodox.

Chỉnh. — **đốn** : Reorganize *(ri-or'gâ-naiz)* / — tề : In good order ; uniform.

— **bị** : To prepare.
— **đốn** : To repair, to reorganize *(ri-or'gơ-naiz)*.
Chĩnh. Oblong jar.
Chít. To roll round ; to bind, to lie ; to cover.
Chịt. To seize, to take by force.
Chịu. — **tiền** : To owe *(ô)* || — **đựng** : To bear *(ber)* / Tôi không — được : I can't bear it.
— **khó** : Hardworking, painstaking.
— **ơn** : To be grateful ; to receive a kindness.
Cho. To give *(ghiv)* / — **phép**: To give permission.
— **mượn** : To lend / — **nên** : That's why ; therefore.
Chó. Dog / — **cái** : Bitch / — **săn** : Hunting *(hăn'ting)* dog/ — **dại** : Mad dog / — **sói** : Wolf *(ulf)*.
Chõ. Cái —: Earthen pot, steamer || — **miệng** : To poke one's nose into...
Choáng. Very bright, brilliant
— **váng** : Giddy *(ghid'đi)* ; astounded.
Chọc. To poke ; to pierce.
— **ghẹo** : To tease *(ti-z)* ; to provoke.
— **tức** : To provoke, to irritate.
Chóe. Big porcelain flask.
Chòi. Hut, cottage, cabin ; watch-tower || — **quả bằng xào** : To knock down with a long pole.
Chói. To shine *(shain)* | — **mắt** : To dazzle *(đez'zơl)* the eyes *(aiz)* | — **lọi** : Very bright *(brait)* || *(buộc)* To tie *(tai)*.
— **tai** : Deafening *(đef'fân-ning)*.
Chọi. — To knock, dash or run against each other ; to fight, to oppose ; to rival.
Chòm. Tuft *(tăft)*, bunch *(bănch)*, clump.
Chỏm. Top / — **đầu** : Pate *(pêt)*.
Chọn. To choose *(chuz)* / — **lọc** : To pick out / Hàng — lọc : Choice quality goods.
Chong. — **chóng** : Flywheel, sail *(của cối xay)* ; propeller *(của máy bay)*.
Chòng. — **ghẹo** : To tease *(tiiz)*.
Chóng. Quick, fast || — **quạt** : Propeller *(prờ-pel'lơ)* ||
— **mặt** : To get dizzy *(điz'zi)*, to feel giddy.
Chỏng. — **lỏn** : Haughty, proud.
Chõng. Cái — : Long bamboo bench; pallet, truckle-bed.
Chóp. Top, summit.
Chót. (cao) : Highest ; the top ; (cuối cùng) Last ; the end.
— **vót** : Highest.

Chồ. — **(nhà tiêu)** : Latrine, water-closet.

Chỗ. — Place *(plês)* / — nào ? : Where *(huer)* / Ở một — : In one place / Kế vào — ông X : In the place of Mr. X. / Hãy để tôi thay — anh : Let me take your place /

— **nghỉ** : Halting-place, resting-place ; pause *(po-z)*.

— **ngồi** : Seat

— **ở** : Dwelling-place, home.

Chộ. (dọa) To scare *(sker)*.

Chốc. A moment *(mô'mànt)* / Đợi tôi một — : Wait for me a moment / —nữa : In a while *(huail)*, afterwards.

— **đầu** : Head-ulcer *(ăl'sơr)*.

— **lở** : Purulent sore.

Chôi. To drift along *(ờ-loong')*.

Chối. To deny *(đi-nai')*, to refuse *(ri-fluz')* / Nó — lỗi : He denies his mistakes / Xin ông đừng — : Please do not refuse

Chổi Broom *(brum)* / — lông gà : Feather *(fe'thơ)* broom.

Chỗi — **dậy** : To rise.

Chồm. — **lên** : To prance *(ngựa)* ; to pounce upon ; to jump on.

— **chỗm** : To squat, to crouch to sit down upon the hams or heels.

Chôn. To bury *(be'ri)*

Chồn. — **cẳng** *(chân)* : Having tired legs.

Chông. — **chênh** : Without support, on the point of falling down.

— **gai** *(sự gian-truân)* : Difficulties ; dangers, perils.

Chồng. Husband *(hăz'bând)* / Vợ — tôi : My wife *(uaif)* and I / Lấy — : To get married *(me'riđ)* || — **chất** : To pile up *(pail ăp)*

Chống. — **lại** : To resist *(ri-zist')*, to oppose *(ơ-pôz')* /

— **chế** : To defend oneself, to excuse oneself ; to deny *(đi-nai')*.

— **chọi** : To struggle against, to rival ; to compete.

— **giữ** : To defend.

— **nạnh** *(tay)* : With one's arms akimbo.

Chổng. — **ngược lên** : Head over heels

Chốt. Lock, padlock.

Chột. Người chột mắt : A one-eyed man *(uăn-aiđ men)* /

— **dạ** : To retract, to make retraction.

Chơ. — **vơ** : Without help, without protection ; alone.

Chờ. To wait *(uêt)* / — một chốc : Wait a moment *(mô'-mânt)* / Bảo nó — một chốc : Tell him to wait a little / Nếu ai đến bảo họ —: If anybody comes tell him to wait / Tôi có phải — anh không ? Must I wait for you ? / Làm ơn — đến khi tôi trở về : Please wait until I come back / Anh nên — thì hơn : You had better wait / Tôi sẽ — anh : I shall wait for you / Tôi không — được : I can't wait / Tôi không — được nữa : I can't wait any longer *(loong' gơ)* / — ở ngoài : Wait outside *(aot' saiđ)* / — dịp : To wait for a chance.

Chớ. (Xch. Đừng)

Chở. To transport, to carry *(ke'ri)*.

Chợ. Market *(mar'kât)* / Phiên — : Market-day *(đê)* / Hội — : Fair *(fer)*/ — phiên : Kermess, fair.

Chơi. To play *(plê)* / Đừng — với lửa : Don't play with fire *(fai'ơr)* / Dễ như — : It's too easy *(i' si)*.

— khăm: To play a trick on.

— nghịch: To play, to amuse oneself.

— trèo : To keep company with people of a higher rank or of an older age.

Chơm. — **chởm** : Bristling, on end ; prickly ; (tóc) shaggy.

Chơn. Slippery *(slip'pơ-ri)*.

Chờn. — **vờn** : To turn round.

Chớp. Lightning *(lait'ning)* / — ảnh : Cinema *(sin'ni-mơ)*

— **mắt** : To wink, to blink.

Chợp. (ngủ) : To take a short nap ; to fall asleep.

Chớt. — **nhả** : To just, to joke in a rude manner ; to make fun of.

Chợt. Suddenly, all of a sudden / — **nhớ** : To recall suddenly.

Chu. — **cấp** : To give help / — đáo : To neglect nothing *(nă' thing)* / — vi : Circumference *(sở-căm'fơ-râns)* /

— **toàn** : Perfect *(pơ'fect)* /

— **chéo** : To cry *(krai)* out loud.

— **du** : To wander about

— **niên** : Anniversary *(en-ni-vơ' sơ-ri)*.

— **tất** : Perfect ; accomplished.

Chù. (để ý hằm hè) : To have a grudge against, to have bad impressions on || Chuột — : Musked rat.

Chú. Uncle *(ăng'kưl)* || — giải : To explain *(eks-plên)* /

— **ý** : To pay *(pê)* attention.
— **thích** : (Xch. Chú-giải)
— **trọng** : To pay special attention to.

Chủ. Master *(mas'tơ)* / — bút : Editor-in-chief *(e'đi - tơ - in chif)* / — đích : Chief aim *(êm)* / – giáo : Bishop *(bi' shâp)* / — nghĩa : Doctrine *(đok'trin)* / — nhân : Host *(hôst)* / — nhật : Sunday *(săn' đê)* / — quyền : Sovereignty *(sov'vơ-rin-ti)* / — tịch : President *(pre'zi-đânt)* / — nhà : Land-lord / — tọa : To preside.
— **động** : Active *(edj.)* ; promoter ; hero *(hi'rô)*.
— **hôn** : Celebrant of the wedding, marriage.
— **khảo** : President of the board of examiners.
— **mưu** : To plot ; plotter, archconspirator ; prot agonist.
— **nhiệm** : Director ; proprietor *(prơ-prai'ơtơ)*.
— **nợ** : Creditor *(kređ'đi-tơr)*.
— **phạm** : Principal guilty person, culprit.
— **quán** : Inn-keeper.
— **tâm** : Intention ; aim, purpose *(pơr'pâs)*.
— **từ** : Subject.

Chua. Sour *(sao'ơr)*

Chùa. Pagoda *(pờ-gô'đơ)*

Chúa. God, lord / Lạy — tôi ! : My Lord !.
— **tể** : Lord ; supreme sovereign ; the almighty lord.
— **nhà** (Xch. Chủ nhà) / — nhật (Xch. Chủ-nhật).

Chuẩn. — **bị** : To prepare *(pri-per')* / — đích : Rule ; goal *(gôl)* / — hứa : To authorize *(o'thơ-raiz)* /
— **y** : To approve *(ờ-pruv')*.
— **định** : To fix, to decide. / — úy hải-quân : Midshipman.

Chúc. — **hạ** ; — mừng : To congratulate *(con-gret'liu-lêt)* /
— **thư** : Will *(uyl)* / — từ : Compliment *(căm'pli-mânt)*

Chục. Một — : Ten.

Chui. — **vào** : To creep in / — luồn : To curry favour *(fê' vơr)*.

Chùi. To wipe *(uaip)*

Chúi. — **xuống** : To stoop ; to incline

Chum. Cái — : Big jar.

Chùm. — **quả, hoa** : Bunch *(bănch)* / — nho : Bunch of grapes.

Chụm. — **lại** : To gather together, to join ; to unite.

Chun. To contract ; elastic *(adj.)* / Dây — : Elastic band.

Chùn. — **lại** : To slow down ; to hesitate.

Chung. (hết) End / — cục : At the end / Của — : Common property *(prop'pơ-li)* / Nhà — : Catholic mission.

— **lưng** : To subscribe, to share ; to form a trading partnership.

— **quanh** : Around, round.

— **thân** : The whole life *(hôl laif)*.

— **qui** : Definitively, after all ; in a word.

— **kết** : Final conclusion / Trận — kết : Final match.

— **thủy** : From the beginning till the end , constant, faithful, loyal.

— **tình** : Faithful, constant in love.

— **vốn** : To share money to run a business.

Chúng. Dân — : The people *(pi' pưl)* / — sinh : Creature *(cri' chơr)* || (xem Văn-phạm).

Chủng. (dân tộc) : Race *(rês)* / — loại : Kind *(kaind)* ||

— **chẳng** : Difficult, not clear, obscure.

— **đậu** : To vaccinate.

Chuôi. Handle *(hen'đưl)*

Chuối. Banana *(bờ-na'nơ)*.

Chuội. (làm cho trắng) : To bleach *(bli-ch)*.

Chuồn. Con — — : Dragon-fly || — mất : To go away, to steal away.

Chuông. Bell / Tháp — : Bell-tower *(tao'ơr)* / Rung — : To ring the bell / Hồi — : Chime *(chaim)*.

Chuồng. (gà, chim) : Cage *(kêj)* / (ngựa) : Stable *(stê'bơl)*/(lợn) : Pig-stye *(slai)* / — bò : Cow-shed.

Chuộng. (ưa) : To be fond of.

Chuột. Rat *(ret)* / — nhắt : Mouse *(maos)*.

— **rút** : Cramp *(kremp)*.

Chụp. Cover *(căv'vơ)* / Cái — đèn : Lamp - shade *(lem-shêđ)* ||

— **ảnh** : To photograph || — lấy *(bắt)* : To seize.

Chút. — ít ; — đỉnh : A little, some, a bit.

Chùy. Một — : One stroke *(strôk)* / Cái — : A club *(klăb)*.

Chuyên. To be special *(spe' shâl)* in / — cần : Hard-working /

— **chế** : Absolutism *(eb'sơ liut-ti-zưm)*.

— **khoa** : Specialty *(spe'shơl-ti)* / Nhà — môn : Specialist/ — quyền : Absolute power *(pao'ơr)*.

— **chú** : To pay special attention to.

— **nghiệp** : Professional ; to devote oneself to one's trade or profession.

— **tâm** : To devote oneself to; to devote one's full attention to.

Chuyền. Dây — : Chain *(chên)*/ Bay — cây : To fly from tree to tree.

Chuyến. Trip, voyage, journey ‖ Time / Cùng một — : At one time / — này : This time.

Chuyện. (xch. Truyện).

Chuyển. To move *(muv)* / — giao : To transmit.

— **đạt** : To communicate ; communication.

— **động** : To move ; motion, movement.

— **vận** : To move ; to turn.

Chư. — **hầu** : Feudal *(fiu'dơl)* lords / — quân : The whole army.

— **vị** : Gentlemen ; everybody.

Chứ. Only ; however ; but.

Chữ. Letter *(let'tơr)*, word *(nơrđ)* / — nho : Chinese character *(chai-niz'ke' râc-tơ)*.

Chưa. Not yet / Tôi — ăn cơm : I have not yet taken my meal / Anh biết — ? : Do you know *(nô)* it yet ? / — hề bao giờ : Never before/ Xong — ? : Have you finished it ? / — xong : Not yet.

Chừa. To refrain *(ri-frên')* from ; to abstain from.

Chứa. — **đựng** : To contain *(còn-tên')* / — của ăn cắp trong nhà : To receive stolen goods in the house *(haos)*.

— **chan** : Abundant ; to abound in ; to spread out ; to overflow.

— **chấp** : To receive (stolen goods) ; to hide ; To conceal from justice ; to harbour.

Chửa. To be pregnant *(preg' nânt)*.

Chữa. To correct *(cờ-rect)* / — bệnh : To cure *(kiu'ơr)* /

— **máy móc** : To repair *(ri-per)* / — mình : To justify *(jăs'ti-fai)* one's self.

Chức. Function *(făng'shân)* / — nghiệp : Profession *(prồ-fesshân)* /

— **phận** : Duty *(điu'ti)* / — quyền : Authority *(ô-tho'ri-ti)* / — viên : Employee *(èm-ploi'i)* /

— **sắc** : Honorary title ; nobility, rank.

— **vụ** : Duty ; function.

— **trách** : Responsibility / Nhà — trách : The authorities.

Chực. — **chờ** : To wait for a long time / Ăn — : To sponge upon.

Chửi. To scold ***(sôld)*** / — bới : To insult ***(in-sălt')***.

Chưng. — **bày** : To exhibit, to display / Cuộc — bày : Exhibition.

— **ra** : To display ; to show off.

Chừng. — **mực** : Measure ; limit ; degree / — ấy : So much.

Chứng. — **bệnh** : Illness, sickness || — kiến : To eyewitness / — minh : To prove ***(pruv)***/ — nghiệm : To check, to verify ***(ve'ri-fai)*** / — nhận : Witness ***(uyt'nâs)*** / — thư : Certificate ***(sơ-tif'fi-cât)***.

— **thực** : To certify ***(sơ'ti-fai)***.

— **nhân** : Witness.

— **quả** : To give evidence, to bear witness.

— **cớ** : Proof.

Chững. — **chạc** : Correct.

Chước. Bắt — : Imitate ***(im' mi-têt)***.

Chương. Chapter ***(chep'tơ)*** / — trình : Programme ***(prô. grem)***.

Chướng Nói — : To speak against common sense / Làm — : To act thoughtlessly ***(thot'lâs-li)*** /

— **ngại vật** : Obstacle ***(obso'tơ-cơl)***.

— **khí** : Foul air.

— **tai** : To shock the ears ; shocking.

— **mắt** : Shocking ; ugly ; unpleasant to the eye.

Chưởng. — **ấn** : Keeper of the seals.

— **lý** : Attorney - General.

— **quản** : To supervise ; to direct ; to manage.

ZH

ZH ZH

D

Da. Skin / — thuộc : Leather *(le'THơ)* / — sống : Hide *(haiđ)* / — chín : Tanned *(tenđ)* leather / Lột — : To skin || — Tô giáo : Christianism *(kris·ti-en'nizưm).*

Dạ. — dầy : Stomach *(stăm'-mâc)* / Sáng — : Intelligent *(in-tel'li-jânt* / Tối — : Stupid *(stiu'piđ)* || — dịp : To say yes without knowing why || (đêm) Night *(nait)* / — ca : Serenade *(sé' rơ-nêđ)* / — điều : Night bird / — con : Uterus, womb.

— quang : Shining at night || *(thứ côn - trùng)* Fire-fly, glow-worm.

Dả. (giả) : False (fols) / — danh : Pseudonym *(siu'đơ - nim)* / — như : Suppose *(sặp-pôz')*— trang : To disguise *(đis-gaiz')* / — vờ : To pretend *(pri-tenđ').*

Dã. — man : Savage *(sev'vâj)*/ — tâm : Cruelty *(cru'ơl-ti)*

Dác. Angle *(eng'gơl)* / Hình tam — : Trianglẹ *(trài-eng' gơl)* / — trụ : Prism *(pri'-zưm).*

Dai. Flexible *(flek'si-bơl)* / Nói — : To speak unceasingly

Dài. Long *(loong)* / Bề — : Length / Kéo — : To lengthen.

Dãi. Saliva *(sờ-lai'vơ.)* || To strew.

— dầu : Exposed to the weather

Dải. — lưng : Belt || — thưởng : Prize *(praiz)* / Cướp — : To carry off a prize.

Dại. Stupid *(stiu'piđ),* mad *(med)* / Ngây — : Dumb *(đăm),* idiot *(i'đi-ât)* / Ra — : To become *(bì-căm')* mad / chó — : Mad dog / Anh nói như người ra — : You talk *(tok)* like a mad man.

Dám. To dare *(đer)* / Tôi không — nói : I dare not speak / Tôi không — hỏi ông ấy : I dare not ask him / Ai — đi trước ? : Who dares to go first ?

Dan. — díu : To have close relation with someone ; to be attached.

Dàn. — cảnh : To decorate ; staging / Nhà — cảnh : stage-manager.

— **hòa** : To reconcile ; reconciliation.

— **xếp** : To arrange ; to settle.

Dán. To stick, to clue *(clu)*.

Dạn. Fearless ; brave ; hardy / Dày — : Shameless.

Dang. Dở — : Unfinished || To stretch out.

— **mai** : Syphilis / Mắc bệnh — mai : Syphilitic.

Dáng. — bộ : Look, appearance, aspect / — đi : Gait.

— **điệu** : Gesture ; movement.

Danh. (tên) Name *(nêm)* / — dự : Honour *(on'nơr)*, reputation / — giá : Honour / — nhân : A great man *(men)* / — sách : List of names / — từ : Noun *(naon)*, name / Lấy giả — : To take a false *(fols)* name / — ca : Famous singer.

— **cầm** : Famous musician.

— **họa** : Famous painting ; famous painter.

— **lợi** : Fame and wealth.

— **phận** : Attributions ; privileges.

— **y** : Famous doctor.

Dành. Để — : To reserve *(rì-zơv')* / — cái này cho nó : Reserve this for him / — ít nhiều cho tôi · Reserve some for me / — dụm tiền : To save up money.

Dao. Con — : Knife *(naif)* / — cạo : Razor *(rê'zơr)*/ — găm : Dagger *(đeg'gơr)* / Lưỡi — : Blade of a knife,

— **dịch**. Fatigue labour ; unpleasant job.

Dạo. — chơi : To take a walk || — trước : Formerly, before.

Dày. Thick / Bề — : Thickness.

Dãy. Một — : A line *(lain)*, a row *(rô)*.

Dạy. To teach *(ti-ch)* / Làm ơn — tôi : Please teach me / Ai — nó ? : Who taught *(tot)* him / — bảo : To instruct *(ins-trăct')* / Mất — : Badly educated.

Dăm. About five / — nghìn : About five thousand.

Dằm. Splinter.

Dặm. (dậm) : Mile *(mai'l)* / — trường : Long way.

Dăn. — deo : Wrinkled ; crumpled.

Dặn. — **bảo** : To tell ; to recommend / Lời — : Remark ; instruction.

Dăng. — **dây** : To stretch out a rope.

Dằng. — **dai** : Endless / Chuyện — dai : Endless story.

— **dặc** : Very long

Dắt. — **díu** : To lead ; to go together.

Dâm. — **dật** : Debauch *(đì-boch')* / Lòng — dục : Debauchery / Loạn — : Insest *(in'sest)* / — phụ : Adulterous *(ờ-dăl'tơ-râs)* woman / — đãng : Lewd.

Dầm. — **mưa** : Exposed to the rain / — mưa dãi nắng : Weather-beaten.

—**sương** : Exposed to the dew.

mưa — : Persistent rain.

Dấm. — **dúi** : Secretly, by stealth *(stelth)*.

Dân. People *(pi'pưl)* / — chính : Civil administration / — chủ : Democracy *(dìmok'-krơ-si)* / — chủ quốc : Republic *(rì-păb'lik)* / — quyền : The rights *(raits)* of the people / — số : Population *(pop-piu-lê' shân)* / — tộc : Race *(rês)*, nation *(nê'shân)*.

— **quân** : People's army / — quân du kích : People's guerilla-army.

— **luật** : Civil law.

— **dinh** : Tax-payer.

— **tình** : Popular feeling.

— **trí** : Intellectual standard *(level)* of the people.

Dần. — — : Gradually *(gred'-diu-ơ-li)*

Dận. To lean on ; to press down ; to tramp on.

Dẫn. To lead, to show *(shô)* the way / — dường : To lead, to show the way *(uê)* / Tiểu — : Preface, foreword.

— **chứng** : To prove ; to give evidence.

— **dụ** : To explain and advise ; to give instructions.

— **giải** : To explain and comment ; explanation.

Dâng. To offer || Nước — : High tide *(taid)*.

Dập. — tắt : To extinguish

— **liễu vùi hoa** : To treat a woman brutally.

Dâu. Con — : Daughter-in-law *(đol'tơ-in-lo)* || Quả — : Strawberry *(stro'bơ-ri)*.

— **gia** : Related family.

Dầu. Oil *(oi-l)* / — tây : Kerosene *(ke'rô-sin)* /

— **sơn** : Varnish / — thông : Turpentine *(tơ'pân-tain)*.

Dấu. (cất đi) To conceal *(cân-sil')* || Cái — vết : Mark, sign *(sain)* || Con — : A stamp *(stem)* / Đóng — : To stamp, to seal *(siil)* /

— **hiệu** : Sign *(sain)*.

Dây. String / — giầy : Shoe-lace *(shu-lês)* / — da : Leather *(le'THơ)* belt / — thép : Wire *(oai' ơr)* / — thép gai : Barbed *(babđ)* wire / – tơ-hồng : Matrimonial bond.

— **lưng** : Belt.

— **nói** : Telephone.

Dầy. (xch. Dày).

Dậy. (xch. Dạy) || To rise *(raiz)*; to wake up *(uêk ăp)* /

— **sớm** : To wake up early *(ơr'li)* / — đi ! : Wake up !

Dè. — **dặt** : Reserved, cautions, wary.

— **sẻn** : To be thrifty, frugal.

Dẻ. Quả — : Chestnut / Cây hạt — : Chestnut-tree.

Den. Lace *(lês)*.

Dẻo. Flexible ; viscous / — dai : Supple, tough ; lasting ; hardy ; resisting.

Dép. Sandal *(sen'đơl)*, Slipper *(slip'pơ)*.

Dẹp. To repress ; to pacify *(pes'si-fai)* / — loạn : To repress a revolt / Dọn — : To put in order, to arrange *(ơ-rênj')*.

Dê. Con — : Goat *(gôt)* / Người — cụ : Lewd old fellow ; satyr.

Dế. Con — : Cricket *(crik'kât)*.

Dễ. Easy *(i'zi)* ; simple *(sim' pưl)* / — hiểu : Easy to understand.

— **chịu** : Pleasant *(plez'zânt)*.

— **dãi** · Compliant ; manageable.

— **thương** : Pleasant, amiable *(ê'mi-ơ bưl)*.

— **tính** : Good-humoured, good-natured.

Dện. (xch. Nhện).

Dệt. To weave *(uyv)* / Thợ — : Weaver *(uyv'vơ)* / Máy — Weaving-machine / Thoi — : Shuttle *(shăt'tưl)*.

Di Tờ — chúc : Will || — dân : To emigrate *(em'mi-grêt)*.

— **chuyển** : To move ; to displace ; to change one's place.

— **hài** : Bones ; remains.

— **nghiệp**, — sản : Heritage, legacy *(leg'gơ-si)*.

— **truyền** : To transmit, hereditary *(hiređ'đi-tơ-ri)*.

Dì. Aunt *(ant)* / — **ghẻ** : Stepmother *(step'mă'THơ)*.

Dí. — **vào** : To poke *(pôk)* into.

Dỉ. — **tai** : Whisper *(huys'pơ)*.

Dị. — **nghị** : To contradict / — **thường** : Extraordinary *(eks - trơ-or' đi-nơ-ri)* / — **tướng** : Odd physiognomy *(fi-zi-on'nơ-mi)* / — **đoan** : Superstitious ; superstition (n.) / — **chủng** : Different race / — **đồng** : Different.

Dĩ. — **nhiên** : Naturally *(ne'chơ-rơl-li)* / — **vãng** : The past.

Dĩa. Fork.

Dịch. Phiên — : To translate *(trèns-lêt')* || Bệnh — : Pest, epidemic / — **tả** : Cholera *(co'lơ-rơ)*.

— **hạch** : Pest.

Diếc. — **móc** : To reproach ; to mock at ; to scold.

Diêm. Match *(me-ch)* / — **sinh** : Sulphur *(săl'fơ)*.

— **phủ** : Hades *(hê'điz)* ; Hell.

— **vương** : King of hell.

Diềm. Fringe ; edge / — **màn** : Fringe of a curtain, or of a mosquito-net.

Diễm. — **lệ** : Beauty *(biu'ti)* / — **ca** : Love song.

— **tuyệt** : Extreme beauty / — **phúc** : Absolute happiness.

Diến. — **điện** : Burma *(bơ'mơ)* / Người — điện : Burmese *(bơ'miz)*.

Diện. — **bộ** : Aspect.

— **mạo** : Look, physiognomy ; physical aspect.

— **tích** : Area *(e'ri-ơ)*.

— **tiền** : The front.

Diễn. To exhibit *(ek-zib'bit)* / — **đàn** : Tribune *(trib'biun)* /

— **giả** : Orator *(o'rơ-tơ)* / — **giải** : To explain *(èks-plên')* / — **thuật** : To give a speech / — **văn** : A speech *(spi-ch)* / — **lại** : To relate *(ri'lêt')*.

— **đài** : Tribune ; pulpit (trong nhà thờ).

— **kịch** : To perform a play / Buổi — : Performance.

— **đạt** : To express.

— **giả** : Speaker, orator.

— **tả** : To describe ; to represent.

— **nghĩa** : To explain.

— **thuyết** : To deliver a speech; to give a lecture.

— **từ** : Speech ; address.

Diệt. To destroy, to exterminate *(eks-tơ'mi-nêt)*.

— **chủng** : To exterminate a race.

— **vong** : Destruction, extinction.

Diều Kite *(kait)* / Thả — : To fly *(flai)* a kite || Con — hâu: Hawk *(hok)*.

Diệu. — **kế** : Marvellous method *(me'thàd)* / — tuyệt : Excellent *(eks'sơ-lânt)* / — dược : Wonderful medicine.

— **vợi** : Complicated ; troublesome.

Diễu. — **quanh** : To march around *(ờ-raond')*.

Dìm. To drown *(đraon)* || To try to prevent someone from succeeding.

Dím : Xch. Nhím.

Dinh. Building *(bil'đing)* ; palace *(pel'lâs)*.

— **cơ** : Estate ; building.

— **thự** : Mansion ; residence of a great personage.

— **trại** : Military camp ; barracks.

Dính. To stick / — dáng : To be mixed up in ; to meddle in.

Díp. Nippers / — ô-tô : Spring || — mắt lại : To shut one's eyes.

Dịp. Occasion *(ờ-kê'zhân)* / Nhân — : At the occasion / Thừa — : To profit the occasion / Tùy — : According to circumstances || Đánh — : (âm nhạc) : To beat time.

Dìu. — **dắt** : To lead ; to back up.

Díu. — **mắt lại** : To shut, close one's eyes / — chân : To have one's legs paralysed

Dịu. — **dàng** : Graceful *(grês'-ful)* ; softly.

Do. From, by *(bai)* / Nguyên — : Cause *(coz)* || — dự : To doubt *(đaot)*, to suspect / — thám : To spy *(spai)* on / Quân — thám : A spy || — Thái : Jew *(ju)* ; Jewish (a.)

Dò. Hỏi — : To ask, to inquire *(in-koai'ơr)* / — xét : To investigate *(in-ves'ti-ghêt)* / — la : (xch. Dò-xét).

Dọa. To scare *(sker)*, to menace *(men'nâs)* / Anh chỉ — tôi : You only scare me.

— **dẫm** ; — nạt : To threaten *(thret'tưn)*, to menace.

Doanh. — **lợi** : Profit ; commercial business.

— **nghiệp** : Commerce, trading/ Nhà — nghiệp : Business-man.

Dọc Bề — : Length / — đường: On the way *(uê)* / Theo — : Along *(ờ-loong')* || — tẩu : Opium-pipe *(ô'pi-ưm paip)*.

Dòm : To peep *(piip)* / Nom —: To spy *(spai)* / Ống — : Telescope *(te'lâs-côp)* / Ống — đôi : Binocular *(bai-nok'kiu-lơ)*.

— **ngó** : To look ; to watch.

Dón. — **dén** : To walk on tiptoe *(tip'lô)*.

Dọn. To prepare *(pri-per')*, to arrange *(ờ-rênj')* / — dẹp : To put in order *(or'đơ)* / — bàn đi : Clear the table / — đường đi : To prepare the way *(uê)* / — nhà : To remove *(ri-muv')*.

Dong. — **dỏng** : Slender.

Dòng. — **dõi** : Family *(fem'mi-li)* / — dõi sang trọng : Noble family || — nước : Water-course *(uo'tơ-cors)* / Giữa —: In the middle of the current || (tu) Religious *(ri-li'jàs)* order / Nhà — : Convent *(con' vânt)* / Thầy — Monk *(măngk)*, friar *(frai'ơr)*.

Dỗ. Cám —: To seduce *(si-đius')*, to tempt / — ngọt : To flatter *(flet'tơ)* / — dành : To seduce ; to win over.

Dốc. (đường lối) Slope (n.) ; steep, sloping / — ngược : To turn upside down.

— **lòng** : To resolve firmly ; firm, decided.

Dồi. Sausage *(so'sij)*, long fuse || (Xch. Nhồi).

— **dào** : Abundant, having very much ; to be rich in.

Dối. False *(fols)* / Nói — : To lie *(lai)* / Làm chứng — : To bear false witness / Làm — : To do carelessly *(ker'lâs-li)*

— **trá** : Deceitful ; false.

Dội. To resound / Tiếng — : Echo *(ek'kô)* / To increase ; to produce more.

Dồn. To unite *(yu-nai't)* : to put together / Tính — lại : To sum np.

— **dập** : To arrive together ; to rush forward.

Dông. — **tố** : Storm, tempest.

Dốt. Stupid, ignorant *(ig'nơ-rânt)*.

Dột. To trickle ; to leak / Mái nhà — nhiều chỗ : The roof leaks in many places.

Dơ — **bẩn** : Dirty *(đơ'li)*.

— **duốc** : (nhơ-nhuốc) : Dirty.

Dớ. — **dẩn** : Silly, foolish.

Dở. (Xch. Mở) || (tồi) Bad *(bed)* || Unfinished.

— **hơi** : Silly, foolish.

Dỡ. — **ra từng mảnh** : To take to pieces / — hàng : To unload.

Dơi. Con — : Bat *(bet)*.

Dời. To leave / — chỗ : To change one's place.

Dợn. (Sợ) — tóc gáy : To stand on end / Tôi — tóc gáy : My hair stands on end.

Du. Gã — côn : A rascal *(ras' cơl)* || — lịch : To travel *(tre'vơl)* / — khách : Traveller / — học : To study abroad.

— **kích** : Guerilla *(gơ-ril'lơ)*.

— **thủ** — thực : Idle *(ai'đưl)*; doing nothing but eat.

Dù. Cái — : Umbrella ; parasol.

— **rằng** : Even if *(i'vưn if)*.

Dụ. (Xch. Dỗ) || Chỉ — : Decree *(đi cri')* / Hiểu — : To harangue.

Dục. To desire ; passion / Tình —, dâm — : Debauch, lewdness.

— **tình** : Covetousness, eager desire ; lust.

— **vọng** : Desire ; ambition ; hope.

Dùi. Cái — : Awl *(o-l)* ; to pierce *(pi'ơs)*.

— **cui** : Truncheon *(trăn'chân)*.

— **đục** : Mallet.

— **trống** : Drum-stick

Dúm. — **dó** : Deformed ; crumpled.

— **lại** : Shrunk ; deformed ; crumpled.

Dun — **dủi** : To lead ; to excite, to stir *(stơr)*.

Dún — **dẩy** : To waddle *(wod'-đưl)* / — mình : To stoop ; to be modest.

Dung. — **hòa** : To conciliate, to reconcile.

— **mạo** ; — nhan : Look, appearance.

— **túng** : To tolerate.

Dùng. To use *(yuz)* / Sự — : *(yus)* / Tôi — cái này đã được hai năm : I have used this for two years / — cái này thế nào ? : How do you use this ? || *(Ăn)* To eat, to take.

— **dằng** : To hesitate.

Dúng. (Xch. Nhúng)

Dụng. — **cụ** : Tools *(tulz)* / Vô — : Unuseful *(ăn-yus'ful)*, useless / — tâm : Careful ; precaution *(n.)* ; intentioned *(adj.)*.

— **tình** : Intentional ; deliberately, purposely.

Dũng. — **cảm** : Courage, bravery ; brave, courageous.

— **tráng** : Strong.

Duỗi. — **ra** : To stretch out — tay : To stretch out one's arms.

Duy. — **nhất** : Only *(ôn'li)*, sole *(sôl)* / — **tân** : To reform *(rì--form')* / — trì : To maintain *(mèn-iên')*, To keep.

— **vật** : Materialism *(mơ-ti'ri-ơl li-zưm)*.

— **dân** : Popularism.

— **tâm** : Idealism.

Duyên. — **cớ** : Cause *(coz)* / Có — : Graceful *(grês'ful)* / Vô — : Ungraceful *(ăn-grês' ful)* ||

— **hải** : Coast *(côst)* ; sea side.

— **kiếp** : — số : Fate, destiny.

— **phận** : Predestined condition ; fate·

Duyệt. – **binh** : To review troops / Cuộc — binh : Military review ; parade.

— **y** : To approve, to ratify *(rel'li-fai)*.

Dư. — **dật** : Superabundance *(siu-pơ-ờ-băn'đâns)* / — số : Remainder.

— **dụng** : Superfluous, exuberant ; excess *(n.)*

— **luận** : Public opinion.

Dừ. (Xch. Nhừ).

Dự. Tham — : To participate *(par-ti'si-pêt)* || — án : Plan *(plen)*, project / — bị : To protect *(prồ-tect')* (sửa soạn) to prepare *(pri-per')* / — định : To intend ; to determine beforehand.

— **đoán** : To prejudge ; to foretell.

— **khuyết** : Eventual substitute.

— **thẩm** : Preliminary inquiry, examination / Viên — thẩm : Examining magistrate.

— **thí** : To present oneself at an examination.

— **thính** : To attend / Người — thính : Hearer, listener.

— **ước** : Preliminary pact, or agreement.

Dử. — **mồi** : To bait *(bêt)*

Dữ. Fierce *(fiơrs)*, cruel *(cru' ơl)* ; severe *(si-vi'ơ)*.

Dưa. Melon *(mel'lân)* / — chuột: Gherkin *(gơ'kin)*.

Dừa. Cocoa-nut *(cô'cô năt)* / Dầu — : Cocoa-nut oil.

Dứa. Quả — : Pineapple *(pai'n-ep'pưl)*.

Dựa. To lean on, to lean against / — dẫm : To rely on, to depend on.

Dừng. To stop / — lại ! : Stop ! / — chân : To rest.

Dửng. — **dưng** : Indifferent *(In-đif'fơ-rânt)*.

Dựng. To erect *(i-rect')* / — thành : To create *(crì êt')*

Dược. (thuốc) : Medicine *(med' đi-sin)* / — hoàn : Pill.

— **phòng** : Pharmacy *(fa'mơ-si)*, drug-store, dispensary

— **sĩ** : Druggist *(đrăg'ghist)*.

Dưới. Under *(ăn'đơ)*, below *(bi'lô)* / Để nó — bàn : Put it under the table / Tôi không bán nó — 100 đồng : I would not sell it under one thousand dollars.

Dương. (bể lớn) Ocean *(ô-shân)* || — lịch : Solar calendar *(sôl'ơ kel'lân-đơ)* / — liễu : Willow *(uyl'lô)*.

— **oai** : To show one's power.

— **thế** ; — gian : The world *(wơrld)*.

— **vật** : Penis *(pi'nis)*.

Dượng. Uncle *(ăng'cưl)*, husband of the aunt.

Dưỡng. (nuôi) To feed *(fiiđ)* / — khí : Oxygen *(ok'si jân)*.

— **bệnh** : To take care of one's illness || Step-father.

— **đường** : Hospital ; sanatorium.

— **lão** : To provide for one's old age.

— **sức** : To recover one's strength.

— **thân** : To feed oneself || To support one's parents.

— **tử** : Adopted son / — nữ : Adopted daughter

Dứt. Definite ; to stop, to cease/ Chẳng — : Indefinitely.

— **khoát** : Flat, point-blank ; once and for all.

Dựt. To pull / — dải : To carry off a prize *(praiz)*.

ZH
ZH ZH

Đ

Đa. (nhiều) Many *(me'ni)*, Much *(mă-ch)* / — cảm : Sentimental *(sen-ti-men'tơl)* / — nghi : Suspicious *(săs-pi'shi-âs)* / — số : Majority *(mờ-jo' ri-ti)* / — tạ : Thanks *(theng-ks)* / — dâm : Lustful, lewd. Chim — — : Partridge.

— đinh : Having many sons, or men.

— đoan : Doing many complicated things

— ngôn : To speak too much ; talkative.

— phu : Polyandry *(pol-li en' đri)* / — thê : Polygamy *(pơ-lig'gơ-mi)*.

— tình : Passionate ; sentimental ; amourous ; full of love.

Đà. Start ; spring, bound / Lấy — : To take a spring, or flight / Con — điểu : Ostrich *(os'tri-ch)* || Con lạc — : Camel *(kem'mơl)*

Đá. To kick / — bóng : To kick the ball *(bol)* || Stone *(stôn)* / — ngọc : Jade *(jêđ)* / — nam châm : Magnet *(meg' nât)* / — bọt : Pumice-stone / — cuội : Gravel / — lửa : Silex.

Đả. (đánh) To fight *(fail)* — đảo : To overthrow ; down with ! / — động : To touch *(tă-ch)* upon.

Đã. Already *(ol-re'đi)* / — vậy thì : If so then / — vậy tôi không mua nữa : If so I shall not buy *(bai)* it / Khoan — : Wait *(uêt)* !

Đạc. (đo) To measure, to survey.

— điền : To survey the fields/ — điền-học : Land - measuring.

Đai. Belt.

Đài Lâu — : Palace *(pel'lâs)* || — tải : To transport *(trèns-port')* || — kỷ-niệm : Monument.

— **điếm** : Ostentatious, showy.

Đái. (tục) To urinate *(yu'ri-nêt)* / Nước — : Urine *(yù-rin').*

Đãi. Thết — : To receive with honour / — khách : To receive a guest *(ghest)* / — bôi : To invite for form's sake.

Đại. Great *(grêt),* big / — bác : cannon *(ke'nân)* /

— **chiến** : Great war / — cục : General aspect /

— **đa-số** : Great majority *(mờ-jo'ri-ti)* / Trường — học : University *(yù-nì-vơ'si tì)* / — hội-nghị : General Assembly *(— bli)* / — tá : Colonel *(kơ'nơl)* / — tài : Great talent *(te'lânt)* / — Ủy : Captain *(kep'tân)* /

— **xá** : Amnesty *(em'nâs-tì)* || To replace *(rì ptês')* /

— **biểu** : Representative *(rep-prì-zen'tơ-tiv)* / — diện : To represent *(rep'prì-zent).*

— **lý** : Delegate *(đel'li-gât).*

— **bại** : Great defeat.

— **biến** : Great change.

— **hàn** : Extreme cold, depth of winter.

— **hạn** : Persistent drought *(đruot).*

— **lộ** : Boulevard, avenue.

— **lượng** : Generous ; generosity *(n.).*

— **ngôn** : To boast ; bragging, boasting.

— **phú** : Wealthy person, nabob.

— **phúc** : Great happiness.

— **sứ** : Ambassador *(em-bes' sơ đơr).*

— **tang** : Great mourning.

— **thương-gia** : Wealthy merchant.

— **tiện** : To go to stool.

— **tự** : Big (Chinese) character

Đam. — **mê** : To become addicted to.

Đám. — **người** : Group *(grup)* of men / — đất : Piece of land /

— **cưới** : Wedding party / — ma : Funeral *(fiu'nơ-rơl).*

Đàm. — **đạo** : To talk *(tok)*/ — phán : To negotiate *(ni-gô'shi-ét)* / — thoại : To converse *(convơs').*

— **tiếu** : To speak and laugh.

Đạm. — **nhã** : Decent, modest.

— **tình** : Indifferent.

Đảm. — **bảo** : Guarantee *(ghe-rân-ti')* ; to guarantee.

— **đang** : To take charge of ; to be apt for everything.

— **nhận** : To accept, to take upon oneself, to assume.

— **phụ quốc phòng** : Contribution for the national defense.

Đan. To knit *(nit)* || — Mạch: Denmark.

Đàn. Một — : Group, troop flock.
(nhạc cụ) : Musical instrument / Chơi — : To play some music.

— **đúm** : To meet together to play, to enjoy.

— **ông** : Man *(pl. Men)*.

— **bà** : Woman *(pl. Women)*.

Đạn. Bullet *(bul'làt)* / — trái phá : Shell / Lựu — : Grenade *(gren'nâđ)* / — dược : Ammunition.

Đang. (xem văn-phạm)

Đàng. (Xch Đường)

Đáng. Worth *(uơth)* / Cái này — bao nhiêu ? : How much is this worth ? / Nó — 3 đồng : It's worth three dollars / Nó không — gì cả : It's not worth anything / Một vật — xem : A thing worth seeing *(si'ing)* / Việc đó không — kể : That's not worth mentioning / Có — không ? : Is it worth while *(huail)*/ — thương : Pitiful.

Đảng. — **phái** : Party *(par'ti)*/ — tranh . Party strife *(strai})*.

Đãng. — **trí** : Absent-minded *(eb'sânt-main'đưđ)*.

Đanh. (xch. Đinh).

— **đá** : Impudent, insolent.

Đánh. To beat *(biit)* / — chết : To kill / — què : To cripple *(crip'pơl)* / — giá : To estimate *(es'ti-mêt)* / — bài : To play cards / — bạc : Gamble *(ghem'bơl)* /

— **bạn** : To make friends with.

— **cá** : To fish, to go fishing / Người — cá : Fisherman.

— **cuộc** : To bet / Tôi — cuộc anh một đồng : I bet you a dollar

— **đu** : To swing.

— **mất** : To lose *(luz)* / Tôi — mất ví : I lost my purse.

— **giá** : To estimate ; to value.

— **rắm** : To fart.

— **vật** : To wrestle *(res'sưl)*.

— **vỡ** : To break *(brêk)*.

— **quần** : To play a match at tennis.

Đành. To be satisfied / Đã — : It's evident that.

— **rằng** : There is no doubt that ; although ; in spite of the fact that

Đao. — **phủ** ; — thủ : Executioner.

Đào. Quả — : Peach *(pi-ch)* || Má đào : Rosy cheeks *(rô'zi chiiks)* || To dig / — giếng : To dig a well || — ngũ : To desert *(đì-zơt')* / Linh — ngũ : Deserter *(-lơ)*.

— **luyện** : To turn out ; to train up.

— **tạo** : To turn out, to train up / — tạo một thanh-niên : To train up a young man.

— **tẩu** : To take flight ; to run away.

Đảo. Hòn — : Island *(ai'lânđ)* || — lại : To turn over *(tơn ô' vơ)* / Cuộc — chính : A coup d'état *(ku đề-ta)*

— **áp** : To upset, to over throw.

Đạo. Religion *(rì-li'jân)* / — đức : Pious *(pai'âs)* / — Thiên Chúa : Catholicism *(ke'thơ-li-si-zươm)* / Bổn — : The faithful *(fêth'ful)* / Giảng — : To preach *(pri ch)*.

— **luật** : Law *(lo)*.

Một — binh : An army *(ar'mi)*.

— **mạo** : Dignity : Vẻ mặt — mạo : Commanding look.

— **tặc** : Highwayman.

Đáp. To answer *(en'sơr)*, to reply *(rì-plai')*

Đạp. To stamp *(stem)* on / Xe — : Bicycle *(bai'si-cơl)* /

— **xe** : To ride *(raiđ)* a bicycle.

Đạt. To reach, to attain || To transmit / Tờ — : Circular note, letter.

— **truyền** : To transmit *(a special order)*.

Đau. — **đớn** : Sore, painful *(pển'ful)* / Chịu — khổ : To suffer *(săf'fơ)* / Tôi — khổ lắm : I am suffuring very much / Tôi rất — đớn được tin rằng : I am very sorry to hear that / — yếu *(ốm)* : To be ill.

Đay. Cây — : Jute *(jut)* / Dây — : Rope made of jute fibre.

— **đổ** : *(nói đay)* : To speak harshly, spitefully.

Đáy. Bottom *(bot'tâm)* / — biển : Bottom of the sea.

Đày — **đọa** : To overwhelm with work, or with hard labour.

— **tớ** : Servant *(sớ'vânt)*

Đắc. — **chí** : To be satisfied *(set'tis-faiđ)* / — lực : Able *(ê'bơl)* /

— **thắng** : To win *(uyn)* ; victorious *(adj.)*

— **thế** : To have the advantage ; to prevail.

— **dụng** : Useful.

Bất — dĩ : Unavoidable *(ăn ở· voi'đơ-bơl)*.

Đặc. Thick / Dầu này — lắm This oil is very thick ||

— **biệt** : Particular *(pâr-tik' kiu-lơ)* / — cách : Exceptional *(ek sep'shân-nơl)* / — phái viên : Special envoyeẹ.

— **tính** : Characteristic *(ke-rek-tơ-ris'tik)*

— **biệt** : Special ; particular ; exceptional.

— **cách** : Exceptionally.

— **cán mai** : Very stupid, ignorant *(ig'nơ-rânt)*.

— **phái viên** : Special envoy *(en'voi)*.

— **điểm** : Special point, particular point.

— **quyền** : Privilege, prerogative *(prirog'gơ-tiv)*.

— **sắc** : Distinguished.

— **tài** : Special talent, or skill.

Đằm. (đầm) — nước : To wallow in the water / — dưới bùn : To wallow in mud.

— **đìa** : To be drenched or soaked *(sôkt)* with water.

— **thắm** : Very affectionate ; affection *(n.)*

Đắm. — **tầu** : To shipwreck / Đánh — : To sink.

— **đuối** : To become addicted to ; to love passionately.

Đắn. — **đo** : To judge carefully, to balance the poros and cons ; to sound someone.

Đẵn. To cut / — cây : To fell a tree / — củi : A log.

Đăng. — **báo** : To publish in the newspaper.

— **bạ** : To inscribe in ; to enter a register.

— **đàn** : To mount the pulpit, to get up to the tribune.

— **khoa** : To pass an examination ; to get a degree.

— **quang** : To be crowned king ; coronation.

— **ten** : Lace *(lês)*.

— **Đắng**. Bitter *(bit'tơ)* / Ngậm — nuốt cay : To bear one's grief.

Đằng. — **ấy** : There, over there || You ; on your side.

— **này** : Here ; this way / I *(ai)* ; on my side.

— **đẵng** : A long time, for a great while ; unceasingly.

— **hắng** : To expectorate ; to make a sign by coughing *(cof' fing)*.

Đẳng. Degree *(dì-gri')*, category *(ket-li'gơ-ri)* / — cấp : Class, rank *(rengk)* / — thư : Order, rank.

Đắp : To cover / chăn : To cover oneself with a blanket /

— **bờ** : To set up a small dike/

— đê : To raise, to strengthen a dike,

— **điếm** : To cover ; to protect ; to hide, to bury *(be'ri)*.
— **lên** : To heap up *(hip ăp)*/ Xây — : To build *(bild)* /
— **đường** : To pave *(pêv)* a road / — đê : To make a dike *(đaik)* / chăn : To cover with a blanket.

Đắt Dear *(đi'ơr)* / — quá : Too dear.
— **hàng** : Having many customers / Hiệu — hàng : A well-frequented shop.

Đặt. To place *(plês)* / Tôi đã — nó trên bàn : I chave place it on the table *(tê'bơl)* / Bầy truyện : To invent stories / — trước (tiền) : To advance (some money).

Đâm. To stab *(steb)*, to pierce *(piơrs)* || — cuồng : To become mad.

Đầm. Swamp : marsh || Bà —: French or European woman/ Nhảy — : To dance.
— **ấm** : Warm ; sweet ; affectionate ; intimate *(in'ti-mưt)*.

Đấm. To punch *(păn-ch* / Quả — : A punch / — bóp : To massage /
— **họng** (mõm) : To silence someone by bribing him.

Đậm. Dark / — màu : Dark colour *(căl'lơ)*.

Đần. — **độn** : Stupid *(stiu'pid)*.

Đập. To beat *(biit)* || Cái — : Dike *(đaik)*, dam *(đem)*.
— **vỡ** : To break, to smash to pieces.

Đất. Earth *(ơth)* / — đai : Land *(lend)* / — hoang : Wasteland *(uêst-lend)* / — thánh Cemetery *(sem'mi-tri)*/

Đâu. Where *(huer)* / Anh đi — ? : Where are you going ?/ Anh ở — đến ? : Where do you come from ? / Ông ở — ? Where do you live ? Anh có biết nó — không ? : Dou you know *(nô)* where he is ?

Đầu. Cái — : Head *(hed)* / Từ — đến chân : From head to foot / Tôi không hiểu — đuôi ra sao : I can make neither head nor tail *(têl)* of it / Con — lòng : Firstborn child *(chaild* / Bắt — : To begin *(bighin')* /
— **gối** : Knee *(ni)* || — cơ : To speculate *(spek'kia-lêt)* /
— **độc** : To poison *(poi'zân)* /
— hàng : To surrender *(sơren'đơ)* / — phiếu : To vote *(vôt)* / — quân : To enrol one's self. / — phiếu : To vote.
— **bài** : Subject / Lạc — bài : To wander from the subject.

— **bếp** : Chef *(shef)*, head-cook.
— **têu** : Promoter ; leader.
— **độc** : To poison *(poi'zân)*
Đấu : Tranh — : To fight *(fait)* / — giá : Auction sale *(ok'shân sêl)* / — võ : Boxing *(bok'sing)* / — xảo : To compete at the exhibi'ion / — xảo quốc-tế : International fair
— **dịu** : To soften one's voice.
— **khẩu** : To quarrel *(kuor'rơl)*
— **kiếm** : Fencing ; a duel.
— **thủ** : Rival, opponent *(ơ-pô'-nânt)*.
Đậu. Pea *(pi)*, bean *(biin)* : Lên — : To have smallpox / Chủng — : To vaccinate *(vek'si-nêt)* || Thi — : To pass the examination / — lào : Typhoid fever *(fi'vơr)*.
— **phụ** : Soya-bean curd *(cơrđ)*.
Đây. Here *(hir)* / — là nhà tôi : Here is my house *(haos)* / Ở — với tôi : Stay *(stê)* here with me / Lại — : Come *(căm)* here.
Đầy. Full / Chén kia có — không ? : Is that cup full ? || — tớ : Servant *(sơ'vânt)*
Đẩy. To push / Đừng — : Don't push
Đấy There *(THer)* / Đây và — : Here and there / Ta lại — đi : Let's go there / Đấy, tôi đã bảo mà ! : There, I have told you.
Đậy. To cover *(căv'vơ)*.
Đe. — **dọa** : To frighten *(fraii'-tân)* || Cái — : Anvil *(en'vưl)*
Đè To press upon *(ờ-pon')* / — nén : To oppress *(ồ-pres')* /
— **dập** : To crush *(crăsh)*.
Đẻ. To give birth *(ghiv bơth)* / — trứng : To lay eggs.
Đem. To bring / — đi : To bring away *(ờ uế)* / — hành-lý của tôi vào buồng này : Bring my luggage *(lăg'ghêj)* into this room / Ai — cái này đến đây ? : Who brought this here ? / — bạn anh đi cùng anh : Bring your friend with you / — lại : To bring back *(bek)* /
— **đây** : Bring here !
Đen. (màu) Black *(blek)* ; (da, trời) Dark / Bôi — : To blacken *(blek'kân)* / — rủi : Unlucky *(ẳn-lăk'ki)* /
— **cho tôi quá** : It's too unlucky for me
Đèn. Lamp *(lemp)* / — điện : Electric light *(lait)*
— **đất** : Acetylene-lamp *(ơ-set'-ti-lin-lemp)*.

— **lồng** : Lantern *(len'tơrn)*.

— **pha** : Beacon *(bi'cân)*; (của ô-tô) motor head-light.

Đeo. To wear *(uer)*, to carry / — vòng : To wear a bracelet *(bres'sơ-lât)* / — đẳng : To resign one's self to carry on.

— **đuổi** : To follow, to pursue.

Đèo. Hill, path || — xe-đạp : To carry on one's bicycle.

Đẽo. To square ; to cut up / — một tảng đá hoa : To chip a block of marble.

Đẹp. Pretty *(prit'ti)*, beautiful *(biu'ti-ful)* / — gái : Beautiful !

— **giai** : Handsome *(hend'sâm)* / Làm — lòng : To please *(pliiz)*.

— **duyên** : To get married.

Đê. — **sông** : Dike *(đaik)* || — khâu : Thimble *(thim'bưl)* ||

— **hạ** : Humble *(hăm'bưl)*, low *(lô)* / — tiện : Mean *(mi-n)*.

Đề. (Xch. Viết) / — án : Pro posal *(prơ-pô'zơl)*.

— **cử** : To propose, to present a candidate *(ken'đi-đêt)*.

— **đốc** : General, supreme commander.

— **huề** : To hold hand in hand ; to unite.

— **lao** : Prison *(pri'zân)*.

— **nghị** : To propose, to suggest ; proposal.

— **phòng** : To take one's precautions ; to be on the lookout.

— **xướng** : To take the initiative ; to lead a campaign.

Đế. — **quốc** : Empire *(em'pai-ơr)* / — quốc chủ nghĩa : Imperialism *(im-pi'ri-ơl li-zưm)* || — giầy : Sole.

— **đô** : Capital *(kep'pi-tơl)*.

Để. To put / — nó trên bàn : Put it on the table *(tề'bơl)*.

— **dành** : To reserve *(ri-zơv')* / — mà : So that *(sô THet)* / Anh phải học — sau này có ích cho quốc-gia : You must study so that you may be useful to the country *(căn'-tri)*.

— **lại** : To bequeath *(bi-quith')*, to leave *(liiv)*

— **ra** : To put aside *(ơ-said')*, to save, to economize.

— **ý** : To pay attention to, to mind.

Đệ. — **tử** : Disciple *(đi-sai'-pưl)* || — tam quốc tế : Third International ; comintern *(cô'min-tơn)* || — trình : To submit to.

— **nhất** : First *(fơ : st)*.

— **nhị** : Second *(sè'cănd)*.

Đêm. Night *(nait)* / Suốt — : All night long / Nửa — : Midnight /

— **nay** : To-night / — qua : Last night / — kia : The night before last / — — : Every night / Qua — : To pass a night at.

Đếm. To count *(caont)* / — xỉa : Consider *(cân-si'đơr)*.

Đệm. Mattress *(met'trâs)*, cushion *(cus'shân)*.

Đền. To restore *(ris-stor')* /— bồi : To pay a damage *(đem'-mưj)* /

— **ơn** : To be grateful *(grêt'-ful)* || — chùa : Temple *(tem'pưl)* / — thờ : Chapel *(chep'pơl)*.

Đến. To arrive *(ơ-raiv')*, to come *(căm)* / — gần : To approach *(ơ-prô-ch')* / Anh — bằng gì ? : By what did you come ? / Anh — lúc mấy giờ ? : What time did you arrive ?

— **nay** : Until now *(nao)* / — sau : Later *(lêt'tơr)*.

— **ngày đã định** : On the fixed day *(đê)*.

Đềnh. — **đoàng** : Very easy, very simple.

Đểnh. — **đoảng** : Not to link, not to agree, not harmonious.

Đều. Equal *(i'kuơl)* / Chia cái này ra bốn phần — nhau : Divide this into four equal parts / Hát — nhau : Sing together || (Xch. Điều)

Đểu. — **cáng** : Tricky, malicious *(mơ-li'shi-âs)* / Thằng — : Swindler *(suynđ'lơr)*, trickster.

Đi. To go *(gô)* / Chúng ta hãy — : Let's go / Ông có — được không ? : Can you go ? / Tôi muốn — Saigon : I want to go to Saigon / Tôi muốn — cùng với anh : I would like *(laik)* to go with you / Tôi sẽ — thay anh : I will go for you / Ông sẽ — độ bao lâu ? : How long will you be gone ? / Xe lửa — chưa ? : Is the train gone ? /

— **bảo ông X con ông ấy đã tới** : Go and tell Mr. X that his son has arrived / — bộ : To walk *(uok)*.

— **ngựa** : To ride *(raiđ)* on horse-back / — về : To go back *(bek)* / — — lại lại : To go to and fro *(frô)*.

— **chơi** : To take a walk *(uok)*, to stroll, to ramble.

— **na-mô** : Dynamo *(đai'nơ-mô)*.

Đì. (mắng) To scold *(scôld)*, to blame *(blêm)*, to chide *(chaid)*.

Đĩ. Prostitute *(pros'ti-tiut)*, whore *(hor)*, courtesan *(co' : - ti-zen)*

— **thõa** : Prostituted, whorish *(ho'rish)*.

Địa, Land, earth *(ơth)* / — **bàn** : Compass *(căm'pâs)* / — **cầu** : Globe *(glôb)* / — **chỉ** : Address *(ờ-đres')*.

— **dư** : Geography *(ji-og'grơ-phi)* / — **đồ** : Map *(mep)* /

— **ngục** : Hell / — **vị** : Condition *(cân-đi'shân)*, position /

— **chính** : Cadastre *(cơ-đes'tơr)* office.

— **giới** : Limit, border, frontier *(frăn'ti-ơr)*.

— **hạt** : District, circumscription *(sơ: căm'scrip-shân)*

— **lôi** : Underground mine *(main)*.

— **lý** : Geomancy *(ji-ơ-men'si)*; Geography *(ji-og'grơ-fi)*.

— **phận** : Territory *(ter'ri-tơ-ri)* ; diocese *(đai-ơ-siz')*.

— **phương** : Locality *(lơ ke' li-ty)*, region.

— **trung hải** : Mediterranean *(me-đi tơ-rê'ni-ân)* Sea.

— **vị** : Position, rank.

Đỉa. Leech *(li-ch)*.

Đĩa. (bé) : Saucer *(so'sor)* ; (to) Dish, plate *(plêt)*.

Đích. Target *(tar'gât)* / Trúng — : To hit the target.

— **nó** : That's he / — **xác** : Exact *(èg-zekt')*.

— **đáng** : Worthy, merited, deserving.

— **tôn** : Eldest son's first son.

Địch. Enemy *(en'ni-mi)* || Ống — : Flute *(flut)*.

— **quân** : Adversary *(eđ-vơ'sơ-ri)* army, enemy.

— **quốc** : Adversary nation.

— **thủ** : Adversary, opponent *(ơp-pố-nânt)*.

Điếc. Deaf *(đef)* / Một người — : A deaf man.

Điềm. Presage *(pres'sâj)* || — **tĩnh** : Calm *(cam)*.

— **nhiên** : Unmoved *(ăn-muvđ')*, impassive, unfeeling.

Điểm. Mark, point || — **trang** : To dress / — **soát** : To verify *(ve'ri-fai)* / — **tâm** : Breakfast *(brek'fâst)* / — **chỉ** : To finger-print.

— **binh** : To review *(ri-viu')* troops / Cuộc—binh : Review.

Điên. Mad *(međ)*, crazy *(crê' zi)* / Mày — : You are mad / Đừng — cuồng như vậy :

Don't be sô crazy / Phát — : To become mad / Người — đảo : Deceiver *(đi-si'vơr).*

Điền. — **chủ** : Land-owner *(ôn'nơ).*

— **bạ** : Rice-field register *(re' gis-tơr).*

— **hộ** : Husbandman *(hăz'bân-mân),* farmer.

— **sản** : Rural *(ru'rơl)* property, agricultural produce.

— **thổ** : Fields and lands.

— **tốt** : Agricultural worker.

Điện. — **khí** : Electricity *(i-lek-tri'si-ti)* / — báo : Telegram *(tel'li-grem)* / — thoại : Telephone *(tel'li-phôn).*

Xe — : Tram-car *(trem'car)*/

— **ảnh** : Cinematography *(si-ni-mơ to'grơ-fi),* Movies *(mu'viz).*

— **tín** : Telegram.

— **từ** : Electromagnetism *(i-lek' trô-meg'nơ-ti-zưm).*

— **văn** : Text of a telegram.

Điển.—**tích** : Classical example.

— **giai** (trai) : Handsome *(henđ' sâm)* boy, lad.

Điêu. — **ngoa** : Liar *(lai'ơr)* / Nói — : To tell a lie.

— **bạc** : False *(fols),* untrue *(ăn-tru').*

— **đứng** : Unfortunate, unhappy.

— **tàn** : Ruinous *(ru'i-nâs),* declining *(đi-clai'ning)*

Điều. (lời) Word *(u-ơrđ)* ; (khoản) Article *(ar' ti-cưl)*

— **đình** : To arrange *(ở-rênj'),* to compromise *(com'prơ-maiz)* / — khiển :To control / — kiện : Condition *(cân-đi' shân)* / — tra : To examine *(ek-zem'min).*

— **ước** : Treaty *(tri'li)*

— **dưỡng** : To nurse *(nơ:s).* to attend to, to take care of.

— **độ** : Moderate *(mo'đơ-rưt).*

— **lệ** : Statute *(ste'tiut),* regulation *(re-ghiu-lê'shân).*

— **hòa** : To reconcile *(rek'-kân-sail),* to adjust *(âđ-jăst')*

Điếu. Cái — : Pipe *(paip)* / — thuốc : Cigarette *(si-gơ-ret')* /

— **tang** : To condole with one on a death.

— **văn** : Funeral oration.

Điệu. — **nhạc** : Tune, melody *(mel'lơ-đi)* / Dáng —: The gait *(ghêt)* / Yểu — : Delicate *(đel'li-kât)* / Làm bộ làm — : To stand on ceremony.

Đinh. Cái — : Nail *(nêl)* / — ốc : Screw *(scru)* || Dân —: Men of the village *(vil'lâj).*

— **ninh** : To have a firm idea that.

— **râu** : Virulent boil on the beard-grown part.

Đình. — **làng.** : Meeting-place of the village || — bản : To stop an edition *(ì-đi'shân)* / — chỉ : To stop.

— **chiến** : Armistice *(ar'mis-tis)* / — công : Strike *(straik)*/ — hoãn : To postpone *(pôst-pôn')* /

— **bãi** : To cancel *(ken'sơl)*.

Đính. — **chính** : To correct, to rectify *(- fai)* / — hôn : To betroth *(bì-troth')* / — ước : To conclude a treaty.

Định. To fix *(fiks)*, to determine *(đì-tơ'min)* / — đoạt : To decide *(đì-saiđ')* / — hạn : Term, fixed delay *(đì-lế)* /

— **mệnh** : Fate *(fêt)* / — nghĩa: To define *(đì-fain')* / Nhất — : To decide firmly *(fơm' li)*.

— **bụng** : To intend. To consider.

— **danh** : Nominative *(no'mi-nơ-tiv)*.

— **liệu** : To make arrangements.

— **tâm** (Định bụng) || To soothe, to calm one's heart.

— **thần** : To calm one's mind.

Đỉnh. Top / — đầu : Top of the head *(heđ)*.

Đít. Backside *(bek'saiđ)* / Mông — : Buttock *(băt'tâk)*.

Đo. To measure *(me'zhơr)* / Làm ơn — cái buồng này : Please measure this room.

Đò. Sampan *(sem'pen)*, boat *(bôt)*.

Đó There *(THer)* / Cái — : That *(thet)*.

Đỏ. Red / — hoe : Bright *(brait)* red / — lòm : Deep red.

— mặt : (xấu hổ) : To blush *(blăsh)* / (tức) : To be reddened with anger.

Đọ. To compare *(câm-per')*.

Đọa. — **thai** : Abortion *(ờ-bo' shân)*.

Đoái — **thương** : To have pity on.

— **tưởng** : To think of mercifully.

Đoan. — **chính** : Upright *(ăp-rait)* / — trang : Serious *(si' ri-âs)* /

— **trinh** : Loyal *(loi'ơl)*.

— **kết** : To pledge oneself.

— **ngọ** (ngũ) : Beginning of the fifth month.

Đoàn. Troop / — lính : A troop of soldiers / — trâu : A herd of buffaloes / Sư — : Division *(đi-vi'zhân)* / — kết :

To unite *(yủ-nait')* / — thể : Group, body *(bo'đi)*

— **trưởng** : Head of a group, || (quân) Commander of a regiment.

— **tụ** : To group, to flock together.

Đoán. To guess *(ghes)* / Anh — được tôi có bao nhiêu tiền trong túi không? : Can you guess how much money I have in my pocket ?

Đoạn. — **đầu đài** : Scaffold *(skef'fôlđ)* / — mãi : Definite sale *(sêl)* / — tuyệt : To break off, to cease *(siiz)* ||

— **thứ ba** : The third *(thơđ)* chapter || Một — : (miếng) apiece || — trường : Grief, suffering.

Đoản (cắt ngắn đi) : To cut short, to shorten.

— **kiến** : Not so intelligent, lacking intelligence.

— **trí** : Narrow-minded *(ner' rô-main'đưđ)*.

Đoảng. Stupid *(stiu'piđ)*, useless, good for nothing.

Đoạt. To seize upon, to lay hold of, to take over by force.

Đọc To read *(riiđ)* / Khó — lắm : It's very difficult to read / Tôi đã — cái này : I have read *(ređ)* this.

Đòi. To ask for / Ai — tôi ? : Who asks for me ? / Học — : To imitate *(im'mi-têt)*.

Đói. To be hungry *(hăng'gri)*/ Anh — không ? : Are you hungry ? / Chết — : To starve to death *(đeth)*.

Đom. Con — đóm : Firefly *(fai'ơ-flai)*.

Đóm : Torch.

Đòn. — **gánh** : Bamboo pole / Đánh — : To beat with a stick.

Đón. To receive *(ri-siv')*, to wait *(uêt)* / — rước : To welcome *(uel'căm)*/

— **đường** : To stop some one on the road.

Đong. To measure with a vessel of a determined capacity

— **đưa** : Not serious.

Đóng. To close *(clôz)* / Hôm nay — cửa : Closed to — day *(tủ-đê)* /

— **đinh** : To drive *(đraiv)* in a nail *(uêl)* / — sách : To bind *(bainđ)* a book / — trại: To camp *(kemp)* / — tầu : To build *(bilđ)* a boat *(bôt)*/

— thuế : To pay tax *(pê teks)*.

Đô. — **đốc hải quân** : Admiral *(eđ'mi-rơl)* / — thị : City *(sit'ti)* / Thủ — : Capital / — vật : Wrestler.

— **hộ** : Domination / (động tự) To dominate.

— **hội** : Big agglomeration *(ăg-glom-mơ-rê'shân)*.

— **sát** : To censor *(sen'sơr)* / — sát viên : censor.

Đồ — **vật** : Thing / — ăn : Food || — đệ : Disciple *(đis-sai'pơl)* || Bản — : Map *(mep)*/

— **chơi** : Toy *(toi)*, plaything.

— **dùng** : Tool *(tul)*, implement.

— **đệ** : Disciple *(đis-sai'pưl)* student.

— **hộp** : Canned *(kenđ)* food.

Đố. To bet / — kỵ : Jealous *(je'lâs)*, envious *(en'viâs)*.

Đổ. To pour *(por)* ; to fall *(fol)* / — nước vào chậu này : Pour water into this basin *(bề'zưn)* / Nhà — : Collapsed *(cờ-lepst')* house || — bộ : To land *(lenđ)* / — vạ : To blame (blêm).

— **máu** : To shed blood / Cuộc — máu : Bloodshed.

— **oan** : To charge, to blame, to accuse unjustly.

— **bệnh** : To communicate a disease to somebody.

Đỗ. Bean *(biin)*, pea *(pi)* / — xanh : Green peas || Thi — : To succeed *(sắc-siđ')* in the examination *(ek-zơ-mi-nê' shân)*.

Độ. Degree *(đì-gri')* / Hôm nay nóng 30 — : The temperature *(tem'pri - chơr)* is thirty *(thơ'ti)* degrees || Phỏng — : About *(ờ baot')*/— bao nhiêu? : About how much ?

— **lượng** : Generosity *(je-nơ-ros'si-li)*.

— **nhật** : To live from hand to mouth.

— **thân**: To feed *(fiiđ)* oneself.

— **trì** : To save *(sêv)*, to help, to assist *(âs-sist')*.

Đốc. — học : Headmaster *(heđ-mas'tơr)* / — lý : Mayor *(me'-ơr)*.

— **công** : Overseer *(ô'vơ-si'ơr)*

— **phủ** : Province governor *(găv'vơ : nơr)*.

— **quân** : To command soldiers.

— **thúc** : To encourage, to urge, to stimulate.

— tơ (tờ) : Doctor *(đok'tơr)*.

Độc. Poisonous *(poi'zơ-nâs)* / Thuốc — : Poison *(poi'zân)* / Hơi — : Poisonous gas *(ghes)*/ Đầu — : To poison.

— **đoán** : Dogmatic *(đog-met'tik)* arbitrary / — lập : Independent *(in-đì-pen'đânt)* / — quyền : Monopoly *(mờ-nop'pơ-li)* /

Nhà — tài : Dictator (*đik-tê'tơ*).
— bản : Reader (*ri'đơ*).
— **giả** : Reader / — ác : cruel, wicked.
— **bình** : Flower-pot made of porcelain.
— **bụng** : Having a wicked heart.
— **đinh** : Only son.
— **khí** : Vicious (*vi'shiâs*), foul (*faol*) air.
— **nhất** : Only, unique, singular, sole.
— **tấu** : solo (*sô'lô*).
— **thân** : Single ; (danh-tự) bachelor, spinster.
— **giời** : Unhealthy weather.

Đôi. Pair (*per*), couple (*căp'pơl*)
— **co** : To dispute (*đis-piu't*) with, to quarrel with.

Đồi. (núi nhỏ) : Hill || — bại : Corrupted / — mồi : Tortoise (*to : ' tâs*) shell.

Đối. (ngang nhau) To correspond (*cơ râs-pond'*) / (đáp lại) To answer (*en'sơ*) / — với : To ; towards (*tô'uơdz*) / Người kia — với tôi tốt lắm : That man is very kind (*kaind*) to me / — chiếu : To compare (*câm-per'*) / — diện : To be face to face (*fês*) / — đãi : To treat (*triit*) / — phó : To face (*fês*) / Một đôi câu — : A pair of scrolls (*skrôlz*) / — đáp : To answer, to reply.
— **địch** : To defend oneself against, to withstand.
— **thoại** : Dialogue (*đai'ơ-log*).
— **tụng** : Opposed, adversary party.

Đổi. To change (*chênj*) / — ý-kiến : To change opinion (*ờ-pi'ni-ân*) / Không có gì — cả : There's no change / Làm ơn — giấy bạc này ra tiền nhỏ : Please change this note into small money.

Đội. — trên đầu : To carry (*ke'-ri*) on the head / — mũ : To wear (*uer*) a hat (*hct*) / 1 — quân : A company (*căm' pơ-ni*) / — trưởng : Chief, sergeant (*sar,jânt*) / — xếp : Policeman, constable.

Đốm. Spotted (*spot'tưđ*), stained (*stênđ*).

Đôn. Cái — : Flower-pot supporter.

Đồn. — binh : Military (*mil'li-tơ-ri*) post / — điền : Concession (*cần-ses'shân*) / Tiếng — : Rumour (*ru'mơr*) / — tích : To stock. / — ải. Frontier post.

Đốn. (cắt bớt) To cut off, to fell. / — mạt : To decline (*đi-clain'*) badly, to decay.

Độn. Ngu — : Stupid, blockheaded.

— **thổ** : To flee, to run away underground.

Đông. Hướng — : East *(iist)* / — Á : East Asia *(ê'zhiơ)* / — Dương : Indochina *(in'đô-chai'nơ)* || Mùa — : Winter *(uyn'tơ)* / — lại : To freeze || (nhiều người) Crowded *(crao'đưđ)* / Đây — người quá : It's too crowded here || — chí : Winter solstice.

— **cung** : Eastern palace, Prince Royal's palace.

— **nam** : South-East.

— **sàng** : Eastern bed.

Đồng. (kim khí) : Copper *(cop'-pơ)* / — thau : Brass || (tiền) : Dollar *(đol'lơ)*, piastre / — tiền : Coin *(coin)* || (giống nhau) Same *(sêm)* / — bào : Fellow-citizen.

— **chí** : Comrade *(com'râđ)* / — nghiệp : Colleague *(col'liig)* / — lòng : Of a common agreement.

— **hồ cheo** : Clock / — hồ quả quýt : Watch.

— **hồ đeo tay** : Wrist-watch / — hồ báo thức : Alarm-clock || — ruộng : Field *(fiilđ)*.

— **âm** : Homophone *(hom'mơ-fôn)*

— **ấu** : Young child.

— **bóng** : Medium *(mi'đi-âm)*.

— **cân** : Unit of weight equal to $\frac{1}{10}$ of a « lạng ».

— **đẳng** : Of the same degree.

— **hành** : To walk together / Bạn — hành : Fellow-traveller

— **học** : Condisciple.

— **khoa** : To pass in the same examination.

— **lần** : In turn.

— **loại** : Of the same kind.

— **môn** : Of the same school, of the same master.

— **mưu** : Accomplice *(âc-com'-plis)*.

— **niên** : Of the same age.

— **phạm** : Partner in a crime.

— **sàng** : Of the same bed.

— **thời** : Simultaneously, at the same time.

— **tộc** : Of the same family.

— **trinh** : Virgin *(vơ :'jin)*.

— **tử** : Young boy || [mắt] Pupil *(piu'pưl)*.

— **tử-quân** : Boy-scout *(scaot)*

Đống. Pile *(pail)*, heap *(hiip)*.

Động. To move *(muv)* / Đừng — : Don't move ! || Hang — : Cave *(kêv)* || — cơ : Motor *(mô'tơ),* dynamo *(dài'—).*

— **kinh** : Convulsion *(cân-văl'-shân)* / — **sản** : Furniture, personal property / — **từ** : Verb *(vơb)* /

— **binh** : To mobilize *(mô'bi-laiz)* ||

— **cỡn** ; — **đĩ** : To grow hot, to have sexual desire.

— **dụng** : Movement, motion, agitation.

— **đất** : Earthquake *(ơ : th-quêk).*

— **lòng** ; — **tâm** : To be touched, to be moved.

— **mạch** : Artery *(a' : tơ-ri).*

— **phòng** : Wedding room || First night's contact of a newly married couple.

— **sản** : Movable property.

— **tiên** : Immortals' dwelling.

— **vật** : Animal / — **vật học** : Zoology *(zơ-o'lơ-ji).*

— **viên** : To mobilize *(mô'bi-laiz)* / Tổng — viên : General mobilization

Đổng. — **lý văn-phòng** : Chief of Cabinet.

— **lý sự-vụ** : Chief of State-affairs.

Đốt. To burn *(bơn)* / — thơ này đi : Burn this letter /

— **nhà** : To set fire *(fai'ơ)* to a house || (vi trùng) — : To sting / Con muỗi — : The mosquito stings || — ngón tay : Knuckle *(năc'kưl).*

Đột. — **nhiên** : All of a sudden *(săđ'đân)*

— **kích** : Sudden attack.

— **ngột** : Suddenly, all at once.

— **nhập** : To enter, to get in suddenly.

— **nhiên** : Unexpectedly *(ăn-eks-pec'tưđ li)*

Đờ. — **đẫn** : Stupid, dull-minded.

Đỡ. To help, to assist / — tôi với ! : Help me please *(pliiz)* || Bà — : Midwife *(miđ'uaif).*

— **đầu** : To help, to patronize, to protect.

Đời. Life *(laif)* / Trong — : In this life / — trước : Formerly *(fo'mơ-li)* / — này : Nowadays *(nao'ơ-đêz)* / — — : Eternal *(i-tơ'nơl)* / Ra — : To come to the world / Qua — : To die *(đai).*

Đợi. To wait *(uêt)* / — tôi : Wait for me / — một chút : Wait a moment *(mô'mânt)* / Bảo ông ấy — một chốc : Tell him to wait a little.

— thời (thì): To wait for a good opportunity.

Đơm. To put sticky grain into a dish.

— đặt : To Invent, to make up

Đờm. Glair *(gler).*

Đơn. — từ : Letter *(let'tơ)* / — khai : Declaration *(đek-clờ-rê'shân)* / — hàng: Invoice *(in'vois),* bill || — độc : Single *(sing'gơl)* /

— sơ : Simple (*sim'pơl*) /

— bạc : Ungrateful (*ăn-grêt'ful*).

— vị : Unit *(yu'nit)*

— số : Odd number.

Đờn. (xch. Đàn) Musical instrument.

Đớn. — hèn : Miserable, poor.

Đớp. To snap *(snep)* up, to snatch (*snetch*).

Đợt. Layer *(lê'ơr),* degree *(đưgrii').*

Đu. Swing, seesaw *(si'so)* || Cây — đủ : Papaya-tree.

Đú. — đởn : To joke, to jest, to trifle, to tease.

Đủ. Enough *(inăf')* / Thế này — không ? Is this enough ?/ Vâng, thế là — : Yes, that's enough / Độ 20 đồng thì — : About twenty dollars will be enough /

— ăn : Sufficient food, to have what is needed for one's living.

Đua. — nhau : To concur, to compete, to vie.

— chen : To struggle, to compete, to contend,

Đùa. To play *(plê)* / Nói — : To joke *(jôk)* / Nó không biết nói — : He cannot take a joke.

Đũa. Chopstick.

Đúc. To melt ; to cast / Lò —: Foundry *(fao'n-đri).*

Đục: To drill, to pierce *(pirs)* || (không trong) : Turbid.

Đui. — mù : Blind *(blaind).*

Đùi. Thigh *(thai).*

Đũi. Floss-silk.

Đùm. Swelling, projecting part.

— bọc : To wrap *(rep)* up, to envelop / To protect.

Đun. To push || — nước : To boil water.

Đùn. To push, to drive back, to throw back.

Đụn. Stack *(stek),* rick, heap *(hiip).*

Đùng. — — : Repeated loud sounds || Violently.

Đúng. Correct, exact *(èk-zect')*/ — ba giờ : It's three o' clock sharp / — như the : Exactly so / Thế có — không ? Is that correct ?

Đụng. — **chạm** : To knock against, to strike.

Đủng. — **đỉnh** : At a slow step.

Đũng. — **quần** : Part of trousers under genital organs.

Đuốc. Torch / — thiêng : The sacred torch /

— **hoa** : Flowery torch during wedding night.

Đuôi. Tail (*têl*) / — xam : Pigtail / Từ đầu đến — : From head to tail.

Đuối. Yếu — : Weak *(uyk)* || Chết — : To be drowned *(đra-ond)*.

— **sức** : Tired *(tai'ảđ)*. to weaken.

Đuổi. To chase away *(chêz-ờ-uê')*

— **kịp** : To catch again, to make up for, to keep pace with.

— **theo** : To run after, to pursue.

Đút. — **vào** : To introduce to insert *(in-sơt')* / — nút : To cork / — tiền [hối hộ] : To bribe *(braib)*.

Đụt. Weak, coward *(cao'uâđ)*.

Đưa. To lead *(liđ)* / — chân : To accompany *(ờ-căm'pơ-ni)*/ Anh — tôi đi đâu đây ? : Where are you leading me ? || [trao cho] : To hand, to pass / — tiền cho tôi : Hand me the money / — đẩy : To speak with the tip of one's lips.

Đức. Virtue *(vơ'chu)* / — tin : Faith *(fêth)* — dục : Moral education || Nước — : Germany *(jơ'mơ-ni)* / Người — : German *(jơ:'mân)*.

— **hạnh** : Virtue, morality.

— **tính** : Quality *(quo'li-ti)*.

Đực. Male *(mêl)* / Mèo — : Male-cat *(ket)*.

Đừng. Do not [theo sau là động-từ] / — đi : Do not go / — nói : Don't speak / — nói nhảm : Don't talk nonsense *(non'sâns)*.

Đứng. To stand *(stenđ)* / — Yên ! : Stand still / — dạy : Stand up /

— **đắn** : Serious *(ri'ri-âs)*.

Đựng. To contain *(còn tên')* Hộp này — gì ? : What does this box contain ?

Được. Can *(ken)*, to be able *(ê'bơl)* / Tôi làm — : I can do / Anh làm — không ? : Can you do it ? / Ông nói — tiếng Anh không ? : Can you speak English ? || [thắng lợi] : To win *(uyn)*.

Đười. Con — ươi : Orangutan *(ơ-reng'gu-ten)*.

Đương. [xem văn phạm] || Nhà — cục : The authorities *(ò-thơ'ri-tiz)*.

— **nhiên** : Naturally *(ne'chơ-rơl-li)* /

— **chức** : Acting *(ek'ting)*,

— **đầu** : To resist *(ri-zist)*, to antagonize *(en-teg'gơ-naiz)*

— **đối** : Symmetrical *(sim-me'-tri-cơl)*, appropriate.

— **thì** : During youthful times.

— **thời** : Contemporary *(con-tem'pơ rơ-ri)*

Đường [thực phẩm] : Sugar *(shu'gơ)* || — **đi** : Road *(rôđ)*, Way *(uê)*.

— **bệ** : Majestic *(mơ-jes'tic)*, imposing.

— **chéo góc** : Diagonal *(đai eg'-gơ-nơl)*.

— **cong** : Curved *(cơ : vđ)* line.

— **đột** : Suddenly *(săđ'đân-li)*

— **hoàng** : In broad daylight, openly, properly.

— **sắt** : Railroad, railway.

— **trường** : Along the road || Long journey.

— **xích-đạo** : Equator *(i-quê'-lơr)*

— **tắt** : Short-cut.

— **thẳng** : Straight line.

Đứt. Cut *(căt)*, to burst *(bơrts)*.

ZH
ZH ZH

E

E. To be afraid ***(ờ-frêđ')***, to fear ***(fiơr)*** / Ông — gì ? : What are you afraid of ? / Tôi — nó không thành công : I am afraid he will not succeed ***(săc·siiđ')*** /

— lệ : To feel an honest shame.

— ngại : (Xch. E) : To fear, To be afraid.

Em — giai : Younger ***(yăng'-gơr)*** brother / — gái : Younger sister / — rể : Brother-in-law ***(lo)*** /

— dâu : Sister-in-law.

— ho : Cousin ***(cä'zưn)***

Én. Chim — : Swallow ***(soa'lồ)***.

Eo. — bể : Strait ***(strêt)***, channel ***(chen'nơl)***

— hẹp : Narrow, tightened, uneasy.

— sèo : To vex, to annoy, to worry.

Éo. — le : Causing difficulties and displeasure.

Ẻo — lả : Weak, thin, slender, delicate.

Ép. To force / Đừng — nó : Don't force him / Tôi bi — phải đi : I was forced to go /

— lòng : To accept reluctantly, against one's will.

— nài : To insist and compel.

Ét. — săng : Gasoline ***(ges'sơ-lin)***, gas.

ZH

ZH ZH

Ê

Ê. — **chề** : Disgraceful *(đis-grês'ful)* /
— **a** : To hem and haw *(ho)*
— **ẩm** : Tired, exhausted *(ek-zos'tưđ)*
— **chệ** : Abominable, hateful, odious
Ề. — **à** : To speak slowly by drawling one's voiee, to drawl
Ế. Hàng này — lắm : These goods have no buyers *(bai'ơrz)*.
Ếch. Frog

Êm Soft, sweet *(suyt)* / — dịu : Melodious *(mi-lô'đi-âs)* /
— **trời** : Calm weather *(ue'-THơ)* / Đi — — : To walk softly. / — ái : Sweet, suave *(su-êv)*
— **ấm** : Intimate, warm.
— **đềm** : Calm *(cam)*, quiet *(quai'ât)*
— **thắm** : Amicably *(em'mi-cơ-bli)*, peaceably.

ZH
ZH ZH

G

Ga. Nhà : — Railway station *(rêl'uê stê'shân).*

Gà. Chicken *(chic'cân)* / — sống [trống] : Cock / — mái : Hen /
— **con** : Chick / — chọi : Fighting *(fait'ting)* cock /
— **rừng** : Wild *(uaild)* chicken / — tây [dindon] : Turkey *(tơ'ki)* / — mờ : Short-sighted *(sho : t-sai'tưđ)*

Gá. — **bạc** : To hold, to keep a gambling-house

Gạ. — **gẫm** : To incite, to flirt.

Gả. — **chồng** : To grant one's daughter *(đot'tơ)* in marriage *(me'rưj).*

Gã. Fellow *(fel'lô)*, chap *(chep).*

Gác. (tầng) Floor, story *(sto'-ri)* || Người — : Watchman *(uo-ch'mân).*

— **bỏ** : To leave aside, to discard.

— **bút** : To put one's pen on the stand / To stop writing

— **chuông** : Steeple, belfry-tower.

— **thượng** : Top-floor. top-storey.

Gạc. (xóa) : To strike out *(straik aot).* || [hươu] Horn.

Gạch. Brick / Lò — : Brick-yard || [vẽ] : To trace *(três)*/ Đường — : (vẽ) : A line *(lain)* || — cua : Grease of the crab *(kreb).*

Gai. — **nhọn** : Thorn || [để làm dây] : Hemp / Dây — : Hemp rope / Vải — : Hemp cloth.

Gài. — **cúc, khuy** : To button *(băt'tân).*

Gái. Con — : Girl *(gơl)*, daughter *(đot'tơ).*

Gãi. To scratch *(scre-ch).*

Gan. Liver *(liv'vơ)* / Bệnh đau — : Liver-complaint *(câm-plênt').*

— **dạ** : Brave *(brêv).*

— **liền** ; — **lỳ** : Daring, audacious, hardy.

Gàn — **dở** : Crack - brained *(crek-brênd)* || (khuyên đừng làm) : To dissuade *(dis-su-êd')* to persuade not to.

Gán. — **nợ** : To give something replacing payment of a debt.

Gạn. To trouble somebody with questions.

Gang. Cast iron *(ai'ân)* || Lời — thép : Strong and effective speeches || Một — tay : Span *(spen)*.

Ganh. — **đua** : To compete to concur.

— **tị** : To be jealous *(je'lâs)*.

Gánh. — **vác** : To carry on the shoulder / To take charge of.

— **hát** : Concert-party.

Gào. To shout *(shaot)* to scream *(shriim)*, to bawl.

Gáo. — **múc nước** : Draining-can.

Gạo. Rice *(rais)*.

Gạt. — **lừa** : To cheat, to trick.

Gàu. — **tát nước** : Draining-basket, draining-pail.

Gay. — **gắt** : Quarrelsome, shrewish.

— **go** : Desperate *(des'pơ-rât)*.

Gáy. (Ga) To crow *(crô)* || Nape *(nèp)*.

Gảy. — **đàn** : To play a string-instrument, to strum.

Gãy. (gẫy) Broken *(brố kân)* / Đánh — : To break *(brêk)*.

— **gọn** : Well-arranged, well-divided, well-disposed.

Gặm (gậm) : To gnaw *(no)*.

Gắn. đính) : to stick / — bó : To cling firmly to ; to be united, to love each other.

Găng. Tight, tense, taut ; stretched.

Gắng. (cố) : To try *(trai)* hard, to make an effort / Anh phải — lên : You must make an effort.

Gắp. To take with chopsticks.

Gặp. To meet *(miit)* / Tôi đã — bạn tôi : I have met my friend / Hình như tôi đã — ông ở đâu : I think I have met you somewhere / — tai nạn : To meet with an accident.

Gắt. — **gao** : Very serious, very severe.

— **gỏng** : To fire up, to be irritated.

Gặt To reap *(riip)* / Mùa — : Harvest *(har'vâst)*.

Gấc. Fruit-tree giving a vivid colour.

Gầm. (bên dưới) : Under, underneath, below.

— thét : To roar, to howl ; to shout.

Gấm. Embroidered silk, damask.

Gân. Nerve *(nơrv)* / — cổ : To stiffen one's neck || Stubborn.

Gần. Near *(ni'ơr)* / Lại — tôi: Come near me / Nhà bưu-điện ở — nhà ngân-hàng : The post-office is near the bank *(bengk)* / — đến giờ : It's nearly time *(taim)*.

Gấp. Urgent *(ơr'jânt)* / Việc — : Urgent business *(biz'nâs)*.

— lại : To fold *(fôld)* || — hai : Double *(đăb'bưl)*.

— ba : Trible *(trib'bưl)*.

Gập. (xch. Gặp) / — ghềnh : Rugged, rough, uneven.

Gật. — đầu : To nod one's head *(hed)*.

— gù : To bend and raise one's head several times ; to nod.

Gầu. (ở tóc) : Dandruff *(đen' drăf)*.

Gấu. Con — : Bear *(ber)* / Mật — : Bear's gall *(gol)* ||

— áo : Dress-fringe.

Gây. — chuyện ; — sự : To provoke, to look for trouble.

— dựng ; — nên : To establish, to set up.

— oán : To excite, to give rise to anger.

— thù : To impel to vengeance.

Gầy. Thin, skinny.

— còm : Sickly, puny.

— mòn : Emaciated, To get thinner and thinner.

Gậy. Stick, cane *(kên)*, staff.

Gẩy. (Xch. Gảy).

Gẫy (Xch. Gãy).

Ghe (thuyền) : Small craft.

Ghè. To break, to strike, to crush.

Ghé. To accost, to draw alongside, to draw near.

Ghẹ. Tơ lean on || To profit by.

Ghẻ. Bệnh — : Itchiness, mange *(mênj)*.

Ghen. Jealous *(je'lâs)* / Tính —: Jealousy *(-si)* / Nổi — : To become jealous / — ăn : To envy, To be envious.

Ghẹo To tease *(tiiz)* / Đừng — nó : Don't tease him.

Ghép — lại : To join together *(tụ-ghe' THơ)*.

Ghét. To hate *(hêt)*, to detest *(đi-lest')* / Tôi — nó lắm : I hate him very much.

Ghê. To fear *(fi'ơ)* / — tởm : Horrible *(ho'ri-bưl)*.

Ghế. Chair *(cher)* / — dài : Bench / — đẩu : Stool *(stul)* /

— bành : Arm-chair / — ngựa : Bed supported on trestles.

Ghệt. Gaiters *(ghê'tơrz)*.

Ghi. To note *(nôt)*, to take note / — lấy điều đó : Take note of that.

— **nhớ** : To remember, to keep in mind.

— **tên** : To enter a name, to inscribe.

Ghì. To insist / Xin đừng — tôi : Please don't insist.

Ghim. Pin / — đan : Knitting-needle *(ni'đưl)*.

Ghính. (Xch. Gánh)

Gi. Chim —: Sparrow *(sper'rô)*.

Gì. What *(hout)* / Anh nói — ? : What are you saying *(sê'ing)*? Ích — ? : What's the use *(yus)* ? / Còn — ? : What's left ? /

— **nữa** ? What more ?, What else ?

Gia. — **đình** : Family *(fem'mi-li)* / — sản : Property *(prop'-pơ-ti)*.

— **tài** : Fortune *(for'chun)* / — truyền : Hereditary *(hi red'-đi-lơ-ri)* || Nước — nã-đại : Canada *(ken'nơ-đơ)* || — vị : To season *(si'zân)* / — nhập : To add, to enter *(en'tơ)*.

— **ân** : To grant a favour.

— **bộc** ; — nhân ; — vô : Servant.

— **cảnh** : Situation of the family.

— **cư** : Habitation, dwelling.

— **chủ** : Head of the family.

— **dĩ** : Besides *(bi-saidz')*, moreover.

— **dụng** : For the family's use.

— **giảm** : To increase and diminish.

— **giáo** : Family education.

— **hạn** : To adjourn *(ơđ-jơn)*, to postpone, to put off.

— **phả** : Family register.

— **thất** : Family, household.

— **thuộc** : Relatives, relations, kindred.

— **trưởng** : Head of the family.

— **tư** : Family's property.

Già : Old *(ôlđ)* / Ông — : An old man *(men)* / — trẻ : Old and young || — giặn : Ripe, experienced, wise.

Giá. — **tiền** : Price *(prais)* / — tiền bao nhiêu ? : What's the price ? / — bán buôn : Wholesale *(hôl'sel)* price /

— **bán lẻ** : Retail *(ri-têl')* price / — chợ : Market-price /

— **trung bình** : Average *(ev'vơ-rưj)* price / — cao quá : The price is too high *(hai)* / — thực phẩm đã xuống : The price of food has dropped / Bản kê — : Price-list.

— nửa tiền : Half *(haf)* price / — hạ nhất : Lowest *(lô'âst)* price / — trị : Value *(vel'liu)* / Hạ — : To lower *(lô'ơ)* the price || — thú : Marriage *(me'rij)* || Cái — : A stand *(stend)* / — để ô : Umbrella-stand || (lạnh) : Very cold.

Giả : False *(fols)* / — vờ : To pretend *(pri tend)*

— danh : To take a false name *(nêm)* || — như : Supposed *(săp pôzđ')* that.

— dối : False, untrue.

— đò ; — cách : To pretend, to make as if, to feign.

— hiệu : Counterfeit *(caon'tơ: fit)*, forged.

— mạo : To falsify *(fol'si fai)* to sham.

— thù : To revenge *(ri-venj')*, to avenge.

— trang : To disguise *(dis-gaiz')* oneself.

— lời : To answer, to reply.

— lại : To give back, to return.

Giã. (đánh, đập) : To beat, to, strike ; to crush, to pound.

— ơn : To thank *(theng-k)*.

— từ : To take leave.

Giác. Ống — : Cupping-glass *(căp'ping-glas)*.

— ngộ : To awake, to come to one's sense.

— quan : Organ of senses.

Giai Con — : Boy *(boi)*, son *(săn)* || — cấp : Social rank *(rengk)*/ — đoạn : Period *(pi'-ri-âđ)*. phase *(fês)*. ||

— nhân : Beautiful woman. Tân — nhân : Bride *(braiđ)*.

— tế : Distnguished son-in law.

— thoại : Remarkable words ; fine anecdote.

— ngẫu : Happy meeting.

Giải. — đi : To bring / — buồn : To dispel one's sadness/ — độc : To give an antidote *(en'ti-đôt)* / — hòa : To make peace *(piis)* / — nghĩa : To explain *(èks - plên')* / — quyết : To resolve *(ri-zolv')*/ — tán : To dissolve *(đi zolv')*/ — trí : To refresh, to recreate *(ri-cri êt')* || — thưởng : Prize *(praiz)*, reward / Ai được — đó ? : Who carried off that prize || — phẫu-học : Anatomy : *(ơ-net'-tơ-mi)* / — khát : To quench one's thirst.

— khuây : To appease, to calm.

— nguyên : First laureate.

— nhiệt : Anti-thermal.

— oan : To deliver from injustice.

— phóng : To free, to liberate, to emancipate.

— thích : To interpret *(in-tơ'pret)*. to comment.

— thoát : To get loose from, to free oneself from.

— vây : To break up the siege.

— vũ : Outbuilding of a pagoda.

Giãi. — bầy : To show clearly *(cli'ơ-li)*, to lay out, to display.

— tỏ : To manifest.

Giam To impr son *(im-pri'zân)*, to keep in custody *(cǎs'tơ-đi)* / — nó vào tù : Put him in prison.

Giám. — mục : Bishop *(bis'-shâp)* / — đốc : Director, manager *(men'nơ jơ)* / — thị : Supervisor *(siu'pơ-vai'zơ)* / — khảo : Examiner *(ek-zem'-mi-nơr)* / — hộ : Guardian *(ga :'đi-ân)*

— ngục : Warden, prison chief guard.

— quốc : President of a republic.

— sát : To examine, to control *(cân-trôl')*.

Giảm. To diminish *(đi-min'-nish)*, to lessen / **— giá** : To lower *(lô'ơ)* the price.

Gian — giảo : Deceitful *(đi-sit'-ful)*, dishonest, / **— tham** Dishonest and ambitious / **— thần** : Traitor *(trê'tơ)* || **— nguy** : Danger *(dên'jơ)* / **— truân** : Adversity, Misfortune *(—chun)*.

— dâm ; **— thông** : Illegal sexual relations ; adultery.

— hùng : Tricky man.

— khổ : Miserable, painful, afflicted.

— lao : Pain, misery.

— nan : Difficult, hard, painful.

— phi : Malefactor *(mel-li-fek'lơr)*.

— phu : Male accomplice in adultery.

— phụ : Female accomplice in adultery.

— tà : Pernicious *(pơ : ni'-shâs)*.

— lậu ; **— lận** : To defraud, to smuggle, to cheat.

Giản — hòa : To reconcile *(rek'cân-sail)*.

Gián. — đoạn : To break off / **— tiếp** : indirect *(in' đai-rect)* / **— thu (thuế)** : Indirect tax *(teks)* / — điệp : Spy *(spai)* || Con — : Cockroach *(—rồ-ch)*.

Giản. — **dị** : Simple *(sim'purl)*/ — tiện : Simple and convenient *(—vi'niânt)* / — lược : Summary, outline.

Giãn. To expand *(èks-pend')*, to distend.

Giang. — **hồ** : Rivers and lakes || Adventurous.

— **sơn** : Rivers and mountains || Country ; family.

Giáng. — **sinh** : To incarnate *(in-car-nêt')* / — cấp ; — trật: To degrade, to reduce to a lower rank.

— **chức** : To retrograde *(ret'- ; ri'-trơ-grêđ)*.

— **phúc** : To bless.

Giạng. To set aside, to separate.

Giảng. To preach *(pri-ch)* ; to teach *(ti : ch)* / — giải : To explain *(èks-plên')* / — hòa : To discuss *(đis căs')* peace / — dụ : To teach *(ti:ch)*.

— **đường** : Amphitheatre, lecture-hall

— **thuyết** : Lecture.

Giao. To hand, to pass / — quyển sách này cho ông kia : Pass this book to that gentleman / — ước : To convince with / — hứa : To promise *(prom'miz)* / — chiến : To engage *(èn-ghêj')* in a fight *(fait)* / — thiệp : To negotiate *(ni-gố'shi-êt)* / — thông : Communication *(còm-miu-ni-kê'shân)* / — cấu : Sexual intercourse *(sek' shu-ơl in'tơ : co:s)*

— **chỉ** : Ancient name of Vietnam.

— **du**: To frequent *(fri-quent')*.

— **hảo** ; — hiếu : Friendly relations.

— **hẹn** : To agree *(ơ-gri')*, to admit *(ađ-mit')*.

— **kèo** : Contract, bond.

— **thừa** : New Year's Eve.

Giáo. Thày — : Teacher *(ti'-chơr)* / — dục : Education *(eđ-điu-kê'shân)* / —huấn : To educate *(eđ'điu kêt)* / — đường : Church / — sĩ : Priest *(prist)* / — sư : Professor *(prơ-fes'sơr)* / — hoàng : Pope *(pôp)* / — dân : Christian people ; faithful.

— **giới** : Teachers.

— **hóa** : To teach, to educate.

— **hữu** : Coreligionist *(co-ri-li'-gi â-nist)* ; the faithful.

— **khoa** : School subject / Sách — khoa : School-books.

— **lý** : Religious dogma *(đog'-mơ)*.
— **viên** : Teacher, master.
— **đầu** : Prologue *(prô'log)*.
— **giở** : Cheater, traitor
Cái — : Lance *(lens)*.
Giảo. — **quyệt** : Tricky, crafty, cunning.
— **hình** : Hanging execution.
— **hoạt** : Crafty, cunning.
— **trá** : Hypocritical.
Giáp Áo — : Coat of mail *(mêl)* / — giới : Border, frontier.
Giát.— **dường** : Bamboo frame serving as a mattress.
Giàu Rich / Làm — : To enrich || (nhầu) To be crumpled *(crăm'pơlđ)*.
Giày — **vò** : To vex, to torment.
— **xéo** : To treat upon, to trample down.
Giãy. To struggle *(străg'gơl)*
Giặc. (cướp) : Thief *(thif)* / (quân địch) : Enemy *(en'nimi)* / — giã : War / Giết quân — : Kill the enemy!
Giằn. — **giọc** : To toss about convulsively.
Giăng Moon *(mun)* / Ánh — : Moonlight *(—lait)*.
— **gió** : Moon and wind || Love connection ; love affair.
— **hoa** : Moon and flowers || Love, gallantery, courtesy.

Giằng. — **co** : To pull about.
Giặt.— quần — áo : To wash the clothes / Thợ — : Laundry *(lon'đri)*, cleaner.
Giấm. Vinegar *(vin'nigơ)*.
Giậm, — dọa : To menace, to threaten noisily.
Giận. To be angry *(eng'ri)* / Anh có — tôi không ? : Are you angry with me ? / — nó làm gì ! : What's the use of being angry with him / Nó— lắm: He is very angry / Tôi — anh lắm : I am very angry with you / Đừng — tôi : Don't beangry with me.
Mấy câu thường nói khi giận : Đồ điên ! : Fool *(ful)* ! / Ngu như bò : Stupidd onkey !/ Mày là đứa nói điêu ! : You' are a liar *(lai'ơr)* / Mày vô tích sự ! : You're a nuisance ! / Mày nói dở ! : You talk nonsense *(non'sens)* ! / Mày bất lịch sự ! : You have no manners *(men'nơz)* / Im đi ! : Shut up *(shăt ăp)* / Mày vô ý lắm ! : You're very careless ! / Xê ra cho tôi đi ! : Get out of my way *(uê)* ! Cút ra ! : Get out.
Giật — **dây** : To pull the controlling string || To command secretly.

— lùi : To go, to move backwards.

— mình : To start.

Giâu. Quả — : Mulberry *(măl'-be-ri)* / — tây : Strawberry *(stro'-)*.

Giàu. (Xch. Giàu).

Giấu. To hide *(haiđ)* / Anh — nó đâu ? Where did you hide it ? / Đừng — tôi ! : Don't hide it from me.

Giây. String ; rope *(rôp)* || Một — : A second *(sec'cânđ)* || — bẩn : To be stained *(slênđ)* / Áo tôi — phải dầu : My coat is stained with oil.

Giày : Shoe *(shu)* / — cao ống : Boot *(but)* / Hiệu đóng — : Shoe-maker's *(mê'kơrz)*.

Giấy : Paper *(pê'pơ)* / Một tờ — : A sheet of paper / — thông-hành : Passport / — thấm : Blotting-paper/ — dầu: Oil-paper / — ráp : Sand-paper / — gói hàng : Wrapping *(rep'ping)* paper / — bạc (tiền) : Banknote.

Giẫy. To push / Đừng — : Don't push ! / — xuống : To push down *(đaon)*

Giẫy. (Xch. giãy).

Giẻ — rách : Rag *(reg)*.

Chim — cùi : Jay *(jê)*.

Gièm — pha : To disparage *(dis-pe'rơj)*, to defame, to slander

Gieo. To sow *(sô)* ; to scatter.

Giẹp. Flat *(flet)*.

Giẹt (Xch. Tẹt)

Giêng. Tháng — January *(je'nu-ơ-ri)*

Giếng. Well.

Giết. To kill / Ai — người này ?: Who killed this man ?

Giễu. — **cợt** : To make fun of, to banter, to scoff at.

Gìn — giữ : To take care of.

Gio (tro) : Ash *(esh)*, cinder *(sin'dơr)*.

Giò : Foot, leg || Leaf-wrapped mincemeat.

Gió : Wind *(uynđ)* / — ngược : Contrary *(con'trơ-ri)* wind / — dịu : Fair *(fer)* wind / — lớn : High *(hai)* wind / Hôm nay — quá : It's too windy to-day ! / — gì đó ? : Where is the wind ?

Giỏ : Basket *(bas'cât)*.

Giỏi — giang: Clever *(clev'vơ)*, skilful.

Giòn : Brittle *(brit'tơl)*.

Giọng : Tone *(tôn)*, accent *(ek'sânt)*, voice/ Anh có — tốt : You have a good voice / Anh có — nói tiếng Anh hay : You have a good English accent / — khàn : Hoarse *(hors)* voice.

Giỗ : Anniversary of the death *(deth)*.

Giổ : (nhổ) — bọt : To spit / Ong — : Spittoon.

Giối : (lối) — cho con cái : To leave to one's children, to bequeath / — lại gia tài : To make a will.

Giội : To pour *(por)* water on.

Giồng — **cây** : To plant, to grow.

Giống — (như) To look like, to resemble /Nó có — tôi không?: Does he resemble me ? / Làm — tôi : Do as I do / — nòi : Race *(rês)*.

Giộng. (Xch. Rộng).

Giộp. Eruption *(i-răp'shân)*, rash on the body.

Giọt. To leak *(liik)* / Nhà này — : The roof of this house leaks.

Giờ : (thời gian) : Hour *(ao'ơr)*/ Tôi đi bộ hai — : I walked for two hours / Mấy — đồng hồ? : How many hours ? Ba / — Three hours / Nửa — : Half an hour / Một — rưỡi : An hour and a half / — làm việc : Business *(biz'nâs)* hours / — khám bệnh : Consultation hours / Cho thuê — : To hire *(hai'ơ)* by the hour / Từ đây đi Haiphong phải mấy — ? How many hours does it take from here to Haiphong ? || (trên mặt đồng hồ) : O'clock *(ồ clok')* / Mấy — rồi ? : What time *(taim)* is it ? / Mười — : It's ten o'clock / Mấy — xe lửa tới ? : At what time will the train arrive *(ờ raiv')* / Năm — rưỡi : At half past five *(faiv)* / Sáu — 15 phút : Quarter past six / Kém 5 đầy 7 — : It's five to seven / Sắp 9 — : It will soon be nine / Đúng 11 — sáng mai : At eleven o'clock sharp to-morrow *(mo'rô)* morning || Bây — : Now *(nao)* / Bấy — : At that time, then.

Giở (trở lại): To come back, to return.

Giơi : Con — : Bat *(bet)*

Giời (không trung) : Air *(er)* / Bầu — : Sky *(skai)* / Giữa — : In the open *(ô'pân)* / Màu xanh da — : Sky blue *(blu)* / Ông — : Providence *(prov'-vi-dâns)* || (thời tiết): Weather *(ue'THơ)* / — hôm nay đẹp : It's fine weather to-day

Giới. — **hạn** : Limit, boundary *(baon'dơ-ri)* || — thiệu : To introduce *(in'trô-đius)* / Tôi xin — thiệu ngài Vũ tiên-sinh : Permit me to introduce you Mr. Vũ.

— **nghiêm** : Strict prohibition.

— **vực** : Limit, frontier.

— **tửu**: To abstain from alcohol.

Giợn : To feel somewhat frightened, scared.

Giỡn : To joke, to trifle, te jest.

Giũa : To file *(fail)* / Cái — : File.

Giục. — giã : To urge *(ơrj)*, to impel, to push / — lòng : To excite *(èk-sait')*

Giúi. — giấm : To act stealthily.

Giùi : To make a hole with an awl *(ol)*, to pierce / Cái — : Punch *(păn-ch)* awl / — trống : Drumstick *(đrăm'stik)*

Giụi. — mắt : To rub one's eyes *(aiz)*.

Giùm (Xch. Giúp).

Giúp: To help / Ta nên — đỡ kẻ yếu : We should help the weak *(uyk)* / — nhau : To help each other /

— **ích** : To do a good turn to.

— **sức** : To second, to back.

— **việc** : To collaborate *(cơleb'bơ-rêt)*

Giữ : To keep, to hold / Anh phải — lời hứa : You must keep your word *(uơđ)* / — mình : To take care of one's self / Thời buổi này nên — miệng : Nowadays, you must take care in your conversations.

Giữa : Middle *(miđ'đơl)* Ở — / buồng này : In the middle of this room / Đúng — : The very middle / Vào khoảng — tháng 10 : About the middle of October / — giời : In the open / — đường : Halfway *(haf-uê)*.

Giương. — ra : To stretch out, to extend, to hold out.

Giường : Bed. / Ở chân — : At the foot of the bed.

Go : Weft, Web.

Gò : Hill, knoll / — gẫm : To force, to forge, to shape

Gõ : To knock / — cửa : Knock at the door !

Góa : (hóa) : Người — vợ : Widower *(uy'đô-ơ)* / Người — chồng : Widow *(uy'đô)*

Góc : Corner *(co'nơ)* / — nhọn : Sharp angle *(eng'gơl)* / Hình ba — : Triangle *(trài-eng'-gơl)* / — đường : Street-corner / — vuông : Right angle.

— **giãng** : Obtuse *(ob-tiu's)* angle.

Gói : To wrap *(rep)* / Một — : Parcel, packet *(pek'kât)* / — cái cái này lại : **Wrap this up.**

Gọi : To call *(col)* / — nó lại đây : Call him to come here / Ông — phải không ? : Did you call ? / Tiếng Anh — cái này là gì ? : What do you call this in English ?

Gỏi. —**ghém** : Raw-fished stew.

Gom. — **Góp** : To heap up, to heard, to contribute to.

Gọn. — **gàng** ; — **ghẽ** : Well arranged *(ờ-rênjđ)* / Xếp các sách này — lại : Put these books in order.

Gọng : Frame, rim.

Goòng : Truck *(trăk)*.

Góp : To subscribe *(săbs-craib')* / Mỗi người phải — hai đồng : Each person must subscribe two piastres / — nhặt : To collect *(cơ-lect')*

Gót : Heel *(Hiil)* Từ đầu tới — : From head to foot.

Gọt : To shave *(shêv)* / — đầu : To shave the head *(hed)* / — vỏ : To peel *(piil)* / — tượng (gỗ) : To carve/

Gồ. — **ghề** : Rugged *(răg'gưđ)*, uneven.

Gỗ. Wood *(uđ)* / Bằng — : **Wooden** *(u'đân)*.

Gốc. — **cây** : Trunk *(trăngk)* of a tree / — tích : Origin *(o'ri-jin)* / Nguồn — : source *(sôrs)*.

Gối : Pillow *(pi'lô)* / Đầu — : Knee *(ni)*.

Gội. — **đầu** : To wash the head, to shampoo *(shem-pu')*.

Gồm : To include *(in-cluđ')* / — cả tôi chứ ? : Does that include me ?

Gôn : (Anh) : Goal *(gôl)* / Aim, purpose.

Gông : Chinese pillory *(pil' lơ-ri)*

Gộp : Together, in common, to gather, to bring together,

Gột. — **rửa** : To remove, to clean.

Gở : Bad, wicked, unkind / Điềm — : Bad augure.

Gỡ. — **nợ** : To pay of one's debt.

— **rối** : To make out, to unravel, to disentangle.

— **tội** : To exculpate *(eks-căl' pêt)*, to clear.

Gớm. — **ghê** : Terrible, awful *(o' fut)*.

Gù, — **lưng** : Bent / Người — lưng : Hunchback *(hănch'-bek)*.

Gục. — **đầu** : To incline *(in-clain')* **the head.**

Guốc: Wooden clog / Một đôi —: A pair of wooden clogs.

Guồng. Reel *(riil)*, winder.

Gửi To send, to post.

Gừng : Ginger *(jin'jơ)*

Gươm : Sword *(soi : đ)*.

Gương : Mirror *(mi'rơ :)*, looking-glass / Soi — : To look in the mirror / Làm — : To give examples *(ek-zem'pơlz)*.

Gượng : To make an effort *(ef'fơt)* / Tôi — đi : I make an effort to walk / Anh ấy — vui để giấu nỗ buồn trong lòng : He pretends to be happy to hide his sadness *(seđ'nâs)* / Cô ấy — cười : She laughs *(lafs)* on the wrong side of her mouth,

---

H

Ha ! Well ! Exclamation of joy.

Hà : (sông) River *(ri'vơ)* / Ngân — : The milky way *(uê)* || — hiếp : To oppress / — tiện : Miserly *(mai'zơ-li)*, avaricious || Nước — lan : Holland *(ho'lând)* / người — lan : Dutch *(đă-ch)* ||

— **bá** : Water spirit.

— **khắc** : Very severe, very strict.

— **lạm** : To embezzle *(em-bez'-zơl)*, to peculate.

— **tất** : What is the use ?

Há : To open.

Hạ. — **xuống** : To lower *(lô'-ơr)* / — giá tiền : To lower the price *(prais)* / Thiên —: The world, people *(pi'pơl)* / — cờ xuống : To strike down the flag / — mình : To humiliate *(hiu'mi-li-êt)* || Mùa —: Summer *(săm'mơr)* || — bộ : Sexual parts.

— **cấp** : Low class, inferior class.

— **chỉ** : To issue a decree, an edict

— **cố** : To deign *(đên)* looking at, to consider with mercy.

— **giới** : On this earth, in this world.

— **huyệt** : To lower a eoffin down into a grave

— **lệnh** : To give orders.

— **lưu** : Low course of a river || Low-class people.

— **ngục** : To put into prison, to imprison.

— **sĩ-quan** : Non-commissioned officer.

— **thành** : Capture of a citadel.

— **thủ** : To put the hand on, to execute, to kill.

— **tốt** : Subordinate, subaltern.

Hả. — **dạ** ; — **hê** : Satisfied, satiated.

— **giận** : Satiated anger, satisfied anger.

Hạc (chim) Stork.

Hách. — **dịch** : Authoritative and severe.

Hạch. Gland *(glenđ)*, ganglion / Nổi — : To have a gland || Bệnh dịch — : Pest || — **sách** : To scold *(scôlđ)*.

— **sách** : To require, to exact *(ek-zekt')*

Hai. Two *(tu)* / — mươi : Twenty / Mười — : Twelve.

Hài. — **cốt** : Bones *(bônz)* || — nhi : Infant *(in'fânt)* ||

— **hước** : To joke *(jôk)* / — kịch : Comedy *(com'mi-đi)*.

— **đàm** : Pleasant story.

— **lòng** : Satisfied, satiated.

Hái : To gather *(ghe'THơ)*, to pick, to pluck *(plăk)*.

Hại : To harm / Có — : Harmful

Hải (Bể, Biển) Sea *(si)* / — cảng : Port / — ngoại : Oversea *(ồ'vơ-si)* / — miên : Sponge / — quân : Navy /

— **cẩu** : Seal *(siil)*

— **đảo** : Island *(ai'lânđ)*

— **hà** : Immense.

— **khẩu** : Mouth of the river.

— **lý** : Maritime league *(li : gh)*

— **quan** : Maritime duty ; seaport.

— **sâm** : Holothuria *(ho-lơ-thu'-ri-ơ)*.

— **tặc** : Sea-pirate *(pai'rât)*, buceancer *(băc-cơ-ni'ơr)*

— **thương** : Sea-trade ; mercantile marine

— **vị** : Food of sea origin.

— **vương** : Sea-god, sea-deity *(đi'i-ti)*

Hãi : To be afraid *(ờ-f rêđ')* / Anh — gì ? : What are you afraid of ?

Ham. — **mê** : To lust *(lăst)* for, to like *(laik)*.

— **chuộng** : To appreciate, to esteem.

— **thích** ; — muốn : To like, to desire, to want passionately.

Hàm. Cái — : Jaw *(jo)* || — hồ (không rõ) : Vague *(vêgh)* ||

— **ân** : Grateful, thankful.

— **răng** : Jaw, row of teeth.

— **súc** : To imply *(im-plai')*, to hold in one's heart.

— **thụ** : Teaching by correspondence.

— **tiếu** : A smile.

Hám : To love *(lơv)*, to like *(laik)*.

Hạm : (thuyền chiến) : Man-of-war / — **đội** : Fleet *(fliit)*.

Hãm : To brake *(brêk)*, to stop / Cái — : A brake /

— **hại** : To harm, to hurt, to do harm to.

— **hiếp** : To rape *(rêp)*

— **tài** : Unlucky, luckless, unfortunate.

Han (gỉ) : To rust, to get rusty.

Hàn : (lạnh) : Cold *(côld)* || Bệnh thương — : Typhoid *(tai'foid)* fever || — gắn : To solder *(sôl'đơ)*, to weld ||

— **lâm-viện** : Academy *(ờ-ke'-đi-mi)* ||

— **the** : Borax *(bo'resk)* || — thử biểu : Thermometer *(thờ : mò'mi-tơ)* / — đới : Glacial region, zone.

— **huyên** : Cold and warm ; to inquire about one's health

— **sĩ** : Poor student.

— **vi** : Poor, humble, penniless, powerless.

— **xì** : Autogenous osderling *(o-to'ji-nâs sôl'đơ-ring)*

Hán : — **văn** : Chinese *(chai-niz')*.

— **tự** : Chinese characters.

Hạn. Great dryness *(đrai'nâs)* || Limit / Thời — : Delay *(đi-lê')*/ Một — ba ngày : A delay of three days /

— **định** : To fix, to appoint.

— **hán** : Drought *(đrao-t)*

Hang. Cave *(kêv)*, den.

Hàng. Line *(lain)* / — chữ : A line of words / — ghế : A row *(rô)* of chairs *(cherz)* / — rào : Fence *(fens)* / Sắp — : To fall *(fol)* in line || — hóa : Goods *(gudz)* / — hải : To navigate *(nev'vi-ghêt)* / — không : Aviation *(ev vi-ê'-shân)* || Đầu — : To surrender *(sờ-ren'đơ)* / — phục : To make one's submission || Cửa

— : Shop || — tháng : The whole month *(mânth)* ; every month, monthly.

— năm : Every year, yearly.

— ngũ : Ranks of army.

— phố : Of the town, of the street.

— bán rong : Hawker *(hok'-kơ :)*

— tuần : Every week, weekly.

— xách : Broker *(brô'cơ :)*

— xén : Haberdasher *(heb'bơ-đe-shơ :)*.

— xóm : Neighbour *(nê'bơ :)*

— xũ : Coffin-maker *(cof'fưn-mê'cơ :)*

Háng. Hip

Hạng : Category *(ke-ti'gơ-ri)*, class / — nhất : First *(fơst)* class.

Hãng. — buôn : Trading firm *(fơ : m)*, trading company.

Hanh. — giời : Dry weather.

— thông : Without any obstacle.

Hành : Củ — : Onion *(ăn'ni-ân)* || — chính: Administration *(— trê'shân)* / — động : To act *(ekt)* / — hạ : To ill-treat *(triit)* / — lý : Luggage *(lăg'-ghâj)* / — vị : Conduct *(con'-đăct)* || Nói—:To speak ill of ||

— binh : To command the troops.

— chính : Administrative.

— hình : To execute *(ek'sơ-kiut)*

— hung : To act with violence.

— khách : Passenger *(pes'sân-jơ :)*

— khất : To beg *(begh)*

— trình : Itinerary *(i-ti'nơ-rơ-ri)*.

Hạnh. — đào : Apricot *(ê'pri-cot)*

— kiểm : Behaviour, conduct.

— ngộ : Happy meeting.

— phúc : Happiness.

Hãnh. — diện : To be proud *(prao-đ)*

Hao. — phí : To waste *(uêst)*.

— hụt : Cut down, diminished, lessened.

— mòn : Worn out.

Hào. Một —/ A ten-cent-piece || — lũy : Moat *(môt)* ||

— phú : Powerful and rich /

— cường : Strong and powerful

— hiệp : Chivalrous *(shi'vơl-râs)*, brave and noble.

— hoa : One who spends much for luxury.

— kiệt : Hero *(hi'rô)*

— nhóng : Ostentatious, pompous, showy.

— **quang** : Halo *(hê'lô)*, aureole *(o'ri ôl)*.

Hảo (tốt) : Good *(gud)* / — hạng : Good quality / — tâm : Kind *(kaind)*, generous.

Hão. — **huyền** : Useless, idle.

Hát. To sing / Bài — : Song *(soong)* / — mừng : To sing in praise *(prêz)* / Cô kia — hay : She sings well / Xin anh — một bài tiếng Anh : Please sing an English song / Con — : Singer *(sing'gơ)* / Nhà — : Theatre *(thi'ơ-tơ)*

Hạt. (hột) : Seed *(sid)*, grain *(grên)* / Reo — : To sow *(sô)* seeds / — cát : A grain of sand *(send)* || Tràng — : Rosary *(rô'zơ-ri)* / — trai : Pearl *(pơl)* || Địa hạt : Region *(ri'jân)*.

Hàu. (Hầu) Con — : Oyster *(ois'tơ :)*

Hay. (Xch Biết) || (có luôn) Often *(of'tân)* / Tôi — tới đó : I often go there / Việc thế nay có — xẩy ra không ? : Does this often happen ?/ — nói : Talkative *(lok'kơ-tiv)* / — giận : Irascible *(i-res'si-bơl)* || (tốt) Interesting, well, good / Cô kia hát — lắm : That girl sings very well / Quyển sách này — : This book is interesting || — là : Or / Cái này — cái kia ? : This or that ?

Hãy. — **còn** : Still / — còn ba người : There are still three persons.

Hắc — **ám** : Dark, obscure *(ơbs-kiu'r)*.

— **ín** : Asphalt *(es'phelt)*, coaltar *(côl'ta :)*

— **lào** : Tetter *(tel'tơ:)*, herpes *(hơ :' piz)*.

Hăm. — **dọa** : To threaten, to to menace *(men'nâs)*.

— **hở** : Impetuous *(im-pe' tiuâs)*, fiery *(fai'ơ-ri)*

Hầm. — — : Very angry furious.

Hằn. — **thù** : Spiteful *(spai't-ful)*.

Hắn. — **ta** : He, she ; him, her.

Hẳn : Surely *(shu'ơ-li)*, certainly *(sơ'lân-li)*.

Hăng. — **hái** : Vivid, fiery *(fai'ơ - ri)* || Mùi — : Acrid *(e'crid)* smell.

Hằng — **năm** : Every year, yearly.

— **Nga** : The Moon *(mun)*.

— **Ngày** : Every day / — tháng : Every month.

— **sản** : Lasting property.

— **tâm** : Firm, unchanging heart.

— **tuần** : Every week, weekly.

Hắt. — **nước** : To splash *(splesh)* water / — hơi : To sneeze *(sni-z)*.

Hâm. (Làm nóng lên) : To warm up.

— **mộ** : To like, to be fond of.

Hầm : Cave *(kêv)* / — rượu : Cellar *(sel'lơ)* || (món ăn) : To stew, to simmer, to boil slowly.

Hẩm. — **hiu** : Unlucky, unfortunate.

Hân. — **hạnh** : Delight *(đi-lait')*, honour *(on'nơ)* / Tôi rất — hạnh : I am much delighted / — hoan : joyful, merry.

Hấng (Hứng) To collect / — nước : To collect water.

Hấp (nấu) : To cook || — dẫn : To attract *(ơ-trect')* / — hối : To be dying *(đai'ing)*.

— **tấp** : In a hurry, hurriedly.

— **thụ** : To absorb *(âb-sorb')*.

Hất. To fling, to push back, to drive away.

— **hủi** : To ill-use, to ill-treat, to maltreat.

Hầu. — **hạ** : To serve *(sơv)* / Nàng — : Concubine *(con'kiu-bain)* || — hết : Almost all *(ol'môst ol)* || (loài khỉ) : Monkey *(măng'ki)* || — bao : Purse *(pơ : s)*.

— **tước** : Marquis *(ma': ki)*.

Hậu. **Hoàng** — : Queen *(kuyn)*, empress || (sau) After *(af'-tơ)*, post *(pôst)* / — thế : Future generation *(jen-nơ-rê' shân)*. / — môn : Anus *(ê'nâs)* ||

— **binh** : Rear - guard *(ri'ơr-ga : d)*.

— **bổ** : Mandarin not yet appointed aud waiting for his future post.

— **bối** : Future generations || (giải) Anthrax in the back.

— **cứu** : Waiting for examination.

— **đãi** : To treat, to use well.

— **đậu** : Posterior paralysis in a case of smallpox.

— **lai** : Future, to come.

— **sản** : Illness got after delivery.

— **sinh** : Young generations, posterity.

— **tạ** : Good reward.

— **vận** : Future.

Hẩy : To push away, to drive away.

Hè. **Mùa** — : Summer *(săm'-mơ)* / Kỳ nghỉ — : Summer holidays *(hol'li-đêz)* || — nhà : Verandah *(vơ-ren'đơ)*.

Hé — mở : Half-open.
Hẹ : Leek *(liik)*.
Hẻm. Ngõ— : Blind alley *(el'li)*, lane.
Hen : Asthma *(es'mơ)*.
Hèn : Ignoble *(ig-nô'bưl)*, low *(lô)*, mean / — nhát : Coward *(cao' uơ-đ)*.
— **hạ** : Low, mean.
— **mạt** : Low, miserable, humble.
— **mọn** : Small, paltry, humble.
— **gì** ; — **nào** : That's why, therefore.
Hẹn (hứa) : To promise *(prom'-miz)* / — ngày : To fix a date *(đêt)* / Sai — : To break a promise.
Heo : (Xch. Lợn)
Héo : Faded *(fê'đưđ)*
Hẻo. — **lánh** : Remote *(ri-môt')*, desert *(đe'zơ : t)*
Hẹp : Narrow *(ne'rô)* / Buồng này — quá : This room is too narrow / — lượng : Narrow-minded *(main'đưđ)*.
Hét. To scream *(skriim)*.
Hề. Người — : Clown *(claon)* || — gì : What does it matter *(met'tơ)* ? / Chẳng — gì : That does not matter.
Hệ. — **trọng** : Important *(im-por'tânt)* / — thống : System *(sis'tâm)* / — số : Coefficient *(cô-i-fi'shânt)*.
Hết. End / — cả : All *(ol)*/ — bệnh : To be cured *(kiurđ)* / Trước — : First *(fơst)* of all / Sau : — Lastly *(— li)* /
— **lòng** : With all one's heart *(hart)*.
Hiềm. — **kỵ** : Hatred *(hêt'trâđ)*.
— **khích** : To be in a state of aversion.
— **thù** : To be spiteful.
Hiếm. Rare *(rer)*, scarce *(skers)*.
— **hoi** : (con) : Having few children
Hiểm. Nguy — : Dangerous *(đên'jơ-râs)* / Ta đang trong vòng nguy — : We are in danger,
— **hóc** : Impenetrable, inextricable.
— **độc** : Dangerous, wicked, devilish.
Hiên : Verandah *(vơ-ren'đơ)*.
Hiền : Kind *(kainđ)*, generous *(jen'nơ-râs)* / Ở — gặp lành : Virtue *(vơ'chu)* is always rewarded *(ri-uođ'đưđ)*.
— **hậu** : Kind, benevolent *(bơ-nev'vơ-lânt)*.
— **mẫu** : Virtuous mother, dear mother.

— **thê** : Virtuous wife, good wife.

Hiến: To offer *(of'fơ)* || — binh: Policeman *(pồ-lis'mân)*.

— **chương** : Charter *(char'lơ)* /

— pháp : Constitution *(còn-sti-tiu'shân)*.

Hiển. — **nhiên** : Clear, evident *(ev'vi-đânl)* / — vi : Magnify *(meg'ni-fai)* / Kính — vi : Microscope *(mai'crô-scôp)*

— **vinh** : Glorious *(glồ'ri-âs)* /

— **hách** : Celebrated, brilliant.

— **hiện** : To appear.

— **linh** : Wonderful; miraculous *(mi-rek'kiu-lâs)*

— **thánh** : Sanctification *(seng-ti-fi-kê'shân)*.

Hiện : To appear *(ờ-piơr')* / — tại : Present *(pre'zânt)*.

— **thực** : Real *(riil)*.

— **giờ** : Now, at the present moment, presently.

— **hình** : To appear ; actual shape.

— **tượng** : Phenomenon *(fi-nom'mi-nân)*.

Hiếng : — **mắt** : Squinting, squint-eyed.

Hiếp. — **dâm** : To rape *(rêp)* / — bách : To oppress *(ồ-pres')*.

Hiệp — **định** : Agreement *(ờ-gri'mânl)* / — ước : Treaty of alliance *(ờ-lai'âns)* /

— **lực** : To unite the strength or forces.

— **sĩ** : Gallant knight.

Hiếu : Filial piety *(fi'liơl pai'-ơ-ti)* || — danh : Vanity *(ven'ni-ti)*.

— **học** : Studious *(stiu'đi-âs)*/ — kỳ : Curious *(kiu'ri-âs)* /

— **nhạc** : Musical *(miu'zi-cơl)*.

— **dâm** : Lustful, lewd.

— **đễ** : Filial piety and fraternal love.

— **sắc** : Voluptuous, sensual *(sen'shuơl)*.

— **sự** : To be fond of finding trouble.

— **thắng** : To like to gain the upper hand ; ambitious.

Hiệu : (nhà bán hàng) : Shop || — lệnh : Order, signal *(sig'-nol)*.

— **lực** : Efficacy *(ef'fi-cơ-si)* / — quả : Result *(ri-zăll')*.

— **triệu** : To summon *(săm'-mân)* || — trưởng : Director, headmaster / — nghiệm : Effectual *(i-fek'chuơl)*

Hiểu : To understand *(ăn'đơ-stend)* / Ông có — tôi không ? : Do you understand me ? / Tôi không — anh nói gì : I don't understand what you say *(sê)* / Ông có — tiếng Anh không? : Do you understand English? / Xin đừng — nhầm tôi : Please don't misunderstand me / Anh có — thấu tôi không? : Do you understand me fully?

— **dụ** ; — thị : Notification, information from the authorities.

Hình : Image *(i'mâj)* / — học : Geometry *(ji-om'mi-tri)*.

— **thể** : Stature *(stê'chơ)* / — thức : Appearance *(ờ-piơ'-râns)* || — như : As if || — phạt : Punishment *(păn'nish-mânt)* || — bộ : Ministry of Justice.

— **dáng** : Appearance ; aspect ; look ; shape.

— **dung** : To figure out, to picture out ; to imagine.

— **hài** : Physical appearance ; skeleton.

— **luật** : Penal law *(pi'nơl-lo :)*

— **nhân** : Puppet *(păp'pât)* ; mannikin ; scarecrow.

— **bốn cạnh** : Quadrilateral.

— **chữ nhật** : Rectangle.

— **chóp** : Pyramid.

— **lập-phương** : Cube *(kiu'b)*.

— **nón** : Cone.

— **ống** ; — trụ : Cylinder *(sil'-lin-đơ)*.

— **tam-giác** : Triangle *(trai'-eng'gưl)*.

— **bát giác** : Octagon *(ok'tơ-gon'-gân)*.

— **thang** : Trapezium *(trơ pi'-zi-âm)*.

— **trái xoan** : Oval *(ô'vơl)*.

— **tròn** : Circle *(sơ'cưl)*.

— **vuông** : Square *(skue'ơ)*.

Híp. — mắt : To shut one's eyes / Béo — mắt : Very fat.

Hít : To breathe ; to inhale *(in-hêl')*.

Hiu Gió — — : Breeze *(bri-z)*/ Quạnh — : Solitary and sad, lonely, lonesome.

Ho. To cough *(cof)* / Ông — nặng : You have a bad cough/ Tôi cần it thuốc — viên : I need some cough drops / Bệnh — lao : Consumption *(cân-săm'shân)*.

— **gà** : Whooping-cough *(hu'ping-cof)*.

Hò : To cry *(crai)*, to shout *(shaot)* / — reo : To cheer, to acclaim.

Họ : (tên) Surname *(sơ'nêm)* / — ngài là gì? : What is your surname? || (Người ta) People *(pi'pưl)*, they *(THê)*.

— **nói rằng** : They say that.

— **hàng** ; — đương : Family ; relatives.

— **nội** : Relatives of the father's side.

— **ngoại** : Relatives of the mother's side.

Hoa. Flower *(flao'ơr)* / — quả: Fruit *(frut)* / — tai : Ear ring *(iơ'ring)* || — hồng : Rose *(rôz)* || — mỹ : Fine *(fain)*, nice *(nais)* || — cái : Skull *(skäl)*.

— **khôi** : The most beautiful girl, most remarkable beauty.

— **lệ** ; — mỹ : Beautiful, splendid.

— **liễu** (y) : Venereal disease *(vơ-ni'riơl-đi-ziiz')*.

— **nguyệt** : Love, love-affair, flirt *(flơrt)*.

— **viên** : Garden.

— **kiều** : Chinese resident.

— **kỳ** : United states of America.

— **thịnh - đốn** : Washington *(wos'shing-tân)*.

— **thị** : Asterisk.

Hòa : — **bình** : Peace *(pii)* / — giải : Conciliation *(cân-si-liê'-shân)* / — thuận : Peace, harmony || (chộn) To mix *(miks)* || — thượng : Monk *(măngk)*.

— **hảo** ; — hợp : Agreement ; good understanding ; in good terms.

— **nhạc** : Concert *(con'sơrt)*; to give a concert.

— **ước** : Peace treaty.

Hóa : To change *(chênj)*, to become / — học : Chemistry *(kem'mis-tri)* || Hàng — : Goods.

— **chồng**. — vợ : *(Xch.Góa)*.

— **công** : The Creator *(kri-ê'-tơr)*.

— **đơn** : Invoice *(in'voi-s)*.

— **trang** : To disguise oneself.

— **ra** : To be transformed into, to become ; it happened that.

Hỏa : Fire *(fai'ơ)* / — sơn : Volcano *(vol-kê'nô)* / — tai : A fire / — tiễn : Rocket *(rooc'cât)*.

— **đầu** : Cook.

— **lò** : Oven *(ă'vưn)* ; [tù] prison *(priz'zưn)*.

— **táng** : Cremation *(kri-mê'-shân)*.

— **tinh** : Mars.

— **xa** : Train / Đường — xa : Railway, railroad.

— **tốc** : Very quick ; very urgent *(ơr'jânt)*.

Họa : Bad luck *(lăk)* || (vẽ) To paint *(pênt)* / — đồ : Plan, map ; to draw a map.

— **may** : Through luck ; perhaps.

— **sĩ** : Painter.

Chim — **mi** : Nightingale *(nail'ling-ghêl)*.

Hoác. — ra : Wide open.

Hoài. — **nghi** : To suspect, suspicion / — niệm : To remember.

— **hương** : To think of one's native country ; to be homesick.

— **hận** : To bear a grudge against someone.

— **vọng** : To hope for ; to expect.

Hoại. — **sản** : Bankruptcy.

Hoan : — **hỷ** : Joyful, merry / — nghênh : **Welcome** *(uel'-căm)*.

Hoàn : (trả lại) : To give back || — bị : Perfect *(pơ'fect)*, complete / — toàn : Perfect, entire *(èn-tai'ơ)* || — cầu : The world *(uơlđ)* / — cảnh : Circumstance *(sơ'câm-stens)*.

— **hảo** : Perfect ; excellent.

— **hồn** : To come to oneself.

— **thành** : To complete, to finish, to achieve.

Hoán—cải : To change *(chê-nj)*.

Hoạn — nạn : Misery *(mi'zơ-ri)*. misfortune.

— **đồ** : Mandarin's career ; mandarinate.

— **quan** : Eunuch *(yu'nâk)*.

Hoãn : To postpone *(pôst-pôn')*/ Tôi đã — việc tôi đi Saigon : I have postponed my going to Saigon / Buổi nhạc hôm nay phải — : The concert *(con'-sơt)* has been postponed / — binh : To delay the troops/ Kế — binh : Prolonging solution.

Hoang — **phí** : To waste *(uêst)*/ — vu : Wild *(uaild)*. Đất — : Wasteland / Ruộng — : Uncultivated land. Con — : Bastard *(bas'tơđ)* / — dâm : Voluptuous, lustful, lewd.

— **đãng** : Debauched, to be fond of revelling.

— **đường** : Legendary, fictitious ; incredible.

— **mang** : To be in a quandary ; not to know what to do.

— **tàn** : Desolate ; devastated ; ravaged ; waste.

— **vu** : Uncultivated, untilled, unploughed.

Hoàng : — **đế** : Emperor *(em'-pơ-rơ)* / — hậu : Empress *(em'prâs)* / — thái-tử : Prince.

— **thái-hậu** : Queen-mother.
— **cung** : Imperial palace, royal palace *(pel'lâs)*.
— **tộc** : Royal family.
— **phụ** : The king's father.
— **triều** : Reigning dynasty.
— **hôn** : Sunset, sundown.
Chim — oanh (anh) : Oriole.
— **thiên** : Heaven ; God.
— **yến** : Canary *(cơ-ne'ri)*.
Hoảng. — **sợ** : Frightened *(frait'tând)*, scared *(skerd)*/
— **hốt** : To be bewitched, frightened *(frait'tând)*.
Hoành. — **hành** : To act freely without minding any rules or laws.
— **phi** : Horizontal panel.
Hoạnh. To demand haughtily ; to blame ; to criticize *(krit' ti-saiz)*.
Hoạt. — **động** : Activity *(ek-ti'vi-ti)* / — kê : Joke *(jôk)* /
— **bát** : Vivid ; lively *(laiv'li)* ; active ; to be a good speaker.
— **kế** : Means of livelihood.
Hoặc Or.
Hoẵng. Deer.
Hóc. — **xương** : To be choked *(chôkt)* with a bone *(bôn)*.
— **nách** : Quarrelsome *(kuo' rơl-sâm)*.
Học. To study *(stă'đi)*, to learn *(lơn)* / — đường : School *(scul)*.
— **giả** : Scholar *(seo'lơ)* / — phí : School fees *(fi-z)*.
— **sinh** : Pupil *(piu'pưl)* / — thuyết : Doctrine *(đooc'trin)*/ — thức : Knowledge *(no'lâj)*/ — vị : Title *(tai'tưl)* / Bây giờ anh — gì ? : What are you studying now ? Tôi — tiếng Anh : I am studying English/ Tiếng Anh dễ — : English is easy to learn / Việc — tiếng Việt - Nam đối với người ngoại-quốc thật khó lắm : The study of Vietnamese is really very difficult for a foreigner *(fo'rưn-nơ)* / — đòi : To imitate *(i'mi-têt)* / Chớ — đòi kẻ giàu nếu anh nghèo : Do not imitate the rich if you are poor.
— **bạ** : A student's (or pupil's) certificate book.
— **bổng** : Scholarship ; grant *(grent)*.
— **chính** : Education department.
— **lực** : Capacity of a student.
Niên — : School-year.
— **xá** : Boarding-school.
Hoen. Stained.

Hoi. Smell of milk.

Hói. — **đầu** : Bald *(bolđ)* / Ông kia — : He is bald.

— **trán** : To have a high forehead.

Hỏi. To ask, to question, to consult / — xem no có biết tiếng Pháp không ? : Ask if he knows French ? / Anh làm ơn — giúp tôi : Will you ask it for me ? / — thăm : To ask the news *(niuz)* / Tôi muốn — thăm tin cha tôi : I wish to ask the news of my father / — vợ : To ask the hand of a girl.

Hom. — **hem** : Very thin, skinny.

Hòm. Trunk *(trăngk)* / — thư : Letter-box.

Hóm. — **hỉnh** : Cunning, sly ; shrewd *(shruđ)*.

Hòn. Ball.

— **đảo** : Island *(ai'lând)*, isle *(ai'l)*.

Hong. [phơi cho khô] To dry by exposing to the heat or sun.

Hòng. To hope *(hôp)* / Đừng có hòng : Don't you hope so.

Hỏng. Out of order, broken *(brô'cưn)* / — thi : To fail *(fêl)* / Thế là — cả : That is all spoilt.

Họng. Throat *(thrôt)* / Bệnh đau — : Sore-throat.

Họp. To assemble *(ơ-sem-bưl)*, to meet.

Hót To sing, to twitter *(tuyt'-tơ)*.

Hô. To cry *(crai)*, to call *(co-l)* / — hào : To appeal *(ơ-pil')* / — hấp : To breathe *(bri-TH)*.

— **hoán** : To cry aloud. to scream *(skri-m)*.

Hồ [dán] Paste *(pês-t)*, glue *(glu)* / — này không dính : This paste does not stick well || Lake *(lêk)*.

— **đồ** : Vague, uncertain, without foundation, groundless.

— **lỳ** : Croupier.

— **nghi** : To suspect ; distrustful, suspicious.

— **sơ** : File, record.

— **tiêu** : Pepper

Hố : Pit, moat *(môt)*, hole *(hô-l)*, ditch.

Hổ. Tiger *(tai'gơ)* || — thẹn : To be ashamed *(ơ-shêm'đ)*, to be shy *(shai)* ||

— **lốn** : Mixed up.

— **ngươi** : To feel ashamed.

— **phách** : Amber *(em'bơr)*.

Hộ. Phù — : To help, to aid *(êđ)* / Bảo — : To protect *(prô - tect')* / Người — vệ : bodyguard *(bo'đi-garđ)*.

— **giá** : To escort the king.
— **pháp** Guardian of the Buddhist law.
— **phố** : Chief of a street.
Nhà — **sinh** : Maternity *(mơ-tơr'ni-ti)*.
— **tống** : To escort.
Hôi : Stink, stench / Mùi — : Bad smell / — miệng : Bad breath *(breth)* / Mồ — : Sweat *(su et)*.
Hồi. — **sức** : To recover *(ri-că'vơ)* || (thời gian) : Time *(tai'm)*, period *(pi'ri-ađ)*, interval *(in'tơ vơl)* /
— **này** : This time / — nãy : Just now *(jăst nao)* ||
— **giáo** : Mohammedism *(mô-hem'mơ-đi-zưm)* /
Luân — : Metempsychosis *(mi-tem-si-cô'sis)* ||
Bồi — : Anxious *(eng'shi âs)* ||
— **hộp** : Thrilling ; anxious ; exciting.
— **hương** : To come back to one's village, or native country.
— **hưu** : To retire on a pension.
— **loan** : To return to the imperial palace.
— **môn** : Marriage portion, dowry *(dao'ri)*.
— **phục** : To recover / Hồi phục sức khoẻ : To recover one's health.
— **sinh** : To return to life.
— **tỉnh** : To recover one's conscience *(con'shâns)*.
— **trước** : Formerly ; before.
— **sau** : Later time.
— **tưởng** : To recall, to remember.
— **xưa** : Formerly, long ago.
Hối. — **hận** : To be sorry for, to repent.
— **cải** : To repent.
— **lộ** : To bribe *(braib)*.
Hội : — **đồng** : Meeting *(mi'ting)* / — đồng thường niên : Annual *(en'nu-ơl)* meeting / — thánh : The Holy *(hô'li)* church *(chơ-ch)*.
— **quán** : Club *(clăb)* / — viên : Member *(mem'bơ)* / Vào — : To enter into a society *(sô sai'ơ-ti)* /
— **buôn** : Trading company.
— **chợ** : Fair.
— **đàm** : Talk *(to-k)*.
— **nghị** : Assembly ; conference.
— **ngộ** : To meet each other.
— **trưởng**: President, chairman.
Hôm : Chiều — : Evening *(iv'vơ-ning)* / — nay : To-day *(tủ-đê')* / — qua : Yesterday *(yes'tơ-đê)* / — kia : The day

before yesterday / — nào ? What day ? / — nọ : The other day /

— **sau** : The following day.

Hôn : To kiss / Một cái — : A kiss / Người mẹ đã — người con : The mother kissed the child || — **nhân** : Marriage *(me'rưj)* / Từ — : To refuse *(ri fiu'z)* the marriage / Lia — : To divorce *(đi-vor's)* / — mê : stupified

— **lễ** : Wedding ceremony.

— **thư** : Marriage certificate *(sơ-tif'fi-cât)*.

Hồn : Soul *(sô-l)* / — nhiên : Plain, simple, natural.

Hỗn. — **độn** : Chaos *(kê'os)*, confusion *(con-fiu'zhân)* /

— **hào** : Impolite *(im-pô-lai't)* / Sao mày — thế ? : Why are you so impolite ? / Mày là một đứa — : You are an ill-bred fellow /

— **hợp** : To mix ; mixed *(mikst)*-

— **loạn** : To disturb, to disorder ; confusion, disorder, turmoil.

— **tạp** : Heteroclite ; mixed' compound.

Hông : Flank *(fleng-k)*, side *(said)*.

Hồng : Red, Rosy *(rô'zi)* / Hoa — : Rose / — quân : 'The Red Army ||

— **hà** : The Red River *(in North Viet-Nam)*.

— **hào** : Ruddy *(răđ'đi)*

— **nhan** : Rosy-cheeked face ; beautiful girl.

— **phúc** : Great beatitude, happiness.

— **y chủ giáo** : Cardinal *(car'-đi-nơl)*.

— **quân** : The Red Army.

— **thủy** : Flood *(flăđ)*, deluge *(đel'liu-j)*.

— **vận** : Good luck, good fortune.

Hống — **hách** : To frighten, to intimidate sb, by relying on one's power *(or situation)*.

Hổng : Trống — : Empty *(em'-ti)*.

Hộp : Box *(boks)* / Người làm — : Box-maker / Cái — này đựng gì ? : What does this box contain ?

Hốt. — **hoảng** : Confused, disconcerted, perplexed.

— **nhiên** : Unforeseen ; all of a sudden, unawares, unexpectedly.

Hột : (Xch. Hạt)

Hơ : To dry *(đrai)* at the fire *(fai'ơ)*.

Hờ. — **hững** : Indifferent *(in-dif'fơ-rânt)* / Anh không nên — hững trong việc nay : You must not be indifferent in this matter /

Hớ : Imprudent ; inexperienced.

— **hênh** : Not attentive, not mindful, careless.

Hở : Uncovered *(ăn-că'vơ-đ)* / Nó để — lưng : He leaves his back uncovered / Kẽ — : Slit, crack *(crek)* Chink *(ching-k)*

Hơi. — **thở** : Breath *(breth)* / — nước : Vapour *(vê'pơr)*, steam *(sti-m)* || — khá : Rather *(ra'THơ)* good / — to : A bit too big /

— **đâu** : What's the use of ; it would be useless to.

— **ngạt** : Suffocating gas / — độc : Poison gas.

Hời. Cheap ; interesting / Món — : Good business.

Hởi — **dạ** ; — lòng : Very pleased, fully satisfied.

Hỡi. — **đồng bào thân mến** ! : Dear fellow-citizens !

— **ôi** ! Alas !

Hơn. More / Tốt — : Better *(bet'tơ)* / Cái nào đắt — ? : Which is more expensive ? *(eks-pen'siv)* / Tôi có nhiều tiền — anh : I have more money *(măn'ni)* than you have / Ít — : **Less** / — bù kém : Average *(e'vơ-rưj)* / — bù kém mỗi cái áo phải đáng giá tới tám chục bạc : It costs at an average of eighty dollards for each coat.

Hớn. — **hở** : Jolly *(jol'li)*, Merry *(me'ri)*. happy *(hep'pi)* / Nó có vẻ — hở lắm : He seems to be very happy

Hờn. To cry / Đứa bé này — suốt ngày : This chied cries all day long / Sự căm — : Anger *(eng'gơ)*.

Hợp To unite *(yu-nait')* / — tác : To collaborate *(cơl-leb'bơ rêt)* / Giấy — đồng : Contract *(con'trekt)*.

— **cách** : Qualified ; to answer to the required conditions.

— **lẽ** ; Conformable to reason

— **lý** : Rational *(res'shơnơl)*.

— **nhất** : To unify *(uy'ni-fai)* ; to unite into one.

— **tác** : To collaborate *(cơ-leb'-bơ-rêt)*.

— **quần** : To unite, to gather together ; union *(uy'niân)*.

— **thiện** : [Hội] : Benevolent society *(sơ-sai'ơ-ti)*.

— **thời** : Up-to-date ; at the right moment

— **tác-xã** : Cooperative store *(cơ-op'pơrơtiv-stor)*.

Hớt : To take away the upper part of ; to cut off || [kể lại] to tell tales.

— **tóc** : To cut one's hair, to have a hair-cut.

Hú. — **hí** : To amuse ; to have a fine time.

— **họa** : By hook or by crook ; through luck

Hủ. — **bại** : Corrupted *(cơ-răp'lưđ)*.

— **lậu** : Rustic, boorish ; rude *(ruđ)*

— **tục** : Unpolished manners ; old customs.

Hũ : Jar.

Huấn. — **dụ** : To instruct.

— **lệnh** : Instruction ; order.

— **luyện** : To train / Theo một lớp — luyện : To go through a course of training.

Húc : To thrust with the horn.

Hục. — **hặc** :

Huế : (Xch. Hoa)

Huệ : Hoa — : Lily || Ân — : Favour *(fê'vơr)*.

Húi. — **tóc** : To cut the hair.

Hủi : Bệnh — : Leprosy *(lep'-prơ-si)* / Người — : Leper *(lep'pơr)*.

Hùm : Con — : Tiger *(tai'gơ)*.

Hun : To smoke.

Hung. - **dữ** : Cruel *(cru'ơl)*' violent *(vai'ơ lânt)* || Màu — *(tóc)* : Blond / Tóc — : Blond hair

— **gia-Lợi** : Hungary.

— **hăng** : Arrogant ; ardent ; aggressive

— **thần** : Evil genius

— **thủ** : The author of a crime ; a murderer.

— **tín** : Bad news.

Hùng : Anh — : Hero *(hi'rô)* / — cường : Powerful *(pao'ơ-ful)* / Nước Đức là một nước — cường : Germany *(jơ'mơ-ni)* is a powerful country *(căn'tri)* /

— **biện** : Eloquent [*adj.*] ; eloquence [*n.*]

— **dũng** : Brave *(brêv)*, valiant *(vê'li ânt)*

— **tráng** : Powerful ; heroic ; mighty,

— **vĩ** : Grand, imposing, grandiose.

Hút : To smoke *(smô-k)* / Ông có — thuốc không ? Do you smoke ? / Tôi không ưa — thuốc : I don't like *(lai'k)* smoking / Ở đây có được — thuốc không ? : Is smoking allowed *(ờ-lao'đ)* here ?

Hụt : To miss, to be short : Tôi đã bắn — con nai kia : I missed that deer *(đia-r)* / Cái giây này — mất một thước : This string is short by one meter *(mi'tơ)*.

Huy. — **chương** : Medal *(međ'-đơl)*.

— **động** : To mobilise ; to raise *(an army)*.

— **hoàng** : Splendour *(n)* splendid *(adj.)*

Hủy : To destroy *(đis-troi')* / Cả tỉnh bị — vì một quả bom nguyên-tử : The whole *(hôl)* town *(tao-n)* was destroyed by an atomic *(ơ-tom'mik)* bomb /

— **hoại** : To demolish.

Huyên — **đường** : Mother.

— **náo** : Noisy *(noi'zi)*.

— **thiên** : To talk like a chatter-box, to draw the long bow.

Huyền. — **bí** ; — diệu : Mysterious *(mis-ti'ri-âs)*.

— **hoặc** : Legendary.

Huyện : Prefecture, subdivision of a province.

Huyết : Blood *(blăđ)* / — cầu : Globule.

— **chiến** : Bloody war.

— **lệ** : Tears and blood ; extreme suffering.

— **mạch** : Pulse *(păls)* ; very intimate, affectionate.

— **nhục** : Blood and flesh ; of the same parents.

Huyệt : Pit, hole, trench / [Để chôn người] : Grave *(grêv)* / Người đào — : Grave-digger *(dig'gơ)*

Huynh. — **đệ** : Brothers.

— **trưởng** : The eldest brother.

Huỳnh. — **hãm** : To show off, to boast.

Huýt. — **chó** : To excite a dog / — sáo miệng : To whistle / — **còi** : To blow a whistle *(huys'sơl)*

Hư. — **thối** : Rotten *(rot'tân)* / — nát : Ruined *(ru'in-đ)*, Spoilt / Đứa trẻ — : A naughty *(no'ti)* boy /

— **danh** : Vain glory / — không : Vanity.

— **hèn** : Poor, destitute.

— **thân** : Debauched ; to go astray ; to be led away.

Hứa : To promise *(pro'mis)* / Lời — : A promise / Giữ lời — : To keep *(kiip)* a promise / Sai lời — : To break *(brê-k)* a promise / Tôi sẽ giữ lời — : I will keep my promise / Đừng — nếu anh không chắc giữ được lời : Do not promise if you are not sure *(shu-ơ)* to keep your word.

Hưng. — **thịnh** ; — vượng : Prosperity *(n.)* ; prosperous, flourishing *(adj.)*

— **quốc** : To found a nation, or a state.

Hứng. — **chí** : To be smitten with ; to be in the mood for.

— **thú** : Pleasure, interest.

— **tình** : Inspiration, enthusiasm.

Hửng. [Hừng nắng] The sun begins to appear / — **đỏ** : Light red.

Hững. — **hờ** : Neglectful ; indifferent, dispassionate, cold.

Hương. (đốt) : Incense *(in'sens)* / Cái — : Josstick *(Jos'stik)* ||

— **sư** : Village schoolmaster /

— **án** : Altar.

— **cảng** : HongKong.

— **chính** [chánh] : The affairs of the village, communal affairs.

— **chức** ; — hào : The notable of the village.

— **hỏa** : The part of the wealth attributed to the eldest son and destined for the worship of ancestors.

— **hồn** : The soul *(sôl)* of the dead.

— **thôn** : Village, hamlet.

Hưởng. — **thọ** : To enjoy one's old age.

— **ứng** : To answer to ; echo [*n*]

Hươu Con — : Roe, roe-deer.

Hưu. — **trí** : To be on pension *(pen'shân)*

— **chiến** : Armistice.

— **bổng** : Retiring pension.

Hy. — **sinh** : Sacrifice *(sec'crifais)* / — vọng : Hope *(hôp)* || Nước — lạp : Greece *(griis)* / Người — lạp : Greek *(griik)*

Hý. — **kịch** : Comedy.

— **trường** : Theatre *(thi'ơtơr)*.

Hỷ : (mừng) : Happy *(hep'pi)*, joyful.

— **đồng** : Small servant, errand-boy.

— **sắc** : Merry look.

— **sự** : Merry affair, marriage wedding.

— **tín** : Good news.

I

I. — nguyên : Intact ; not changed ; untouched.

— tờ : A fellow who begins to study the alphabet ; unlearned.

Ỉ. — lại : To rely on others.

Ích. Useful *(yus'ful)* / Cái này có — lắm : This is very useful / Anh nói như thế phỏng có — lợi gì không ? : Is there any good for saying so ? — riêng, tư : Personal *(pơr'-sơ-nơl)* advantage *(âd-ven'-tâj)* / — kỷ : Selfish *(sel'-fish)* / — gì ? What is the use ? / Vô — : Useless *(yus'-lâs)*.

Im. Calm *(cam)*, peaceful *(pis-ful)*, still / Be im sóng lắm : The sea is very calm / — đi : Shut *(shăt)* up ! Silence *(sai'-lâns)*.

In. To print / Quyển sách này — ở đâu ? : Where was this book printed ? Tôi muốn — tập sách nay : I want to have this manuscript *(me'nius-cript)* printed / Nhà — : Printing-works / Máy — : Printing-machine *(mơ-shin')* / — vào trí : To carve in one's mind *(maind)* || Giống như — : To look exactly *(ek-zect'-li)* like *(laik)*.

Ính. — ỏi : Noisy, tumultous.

Ít. Little *(lit'tơl)* / — nữa : Some more / Cho tôi xin — nữa : Give me some more / Cha tôi — lời lắm : My father speaks very little / — — một : Little by little / Cứ uống — — một : Just *(jăst)* drink little by little / Tôi — khi gặp ông : I seldom *(sel'dâm)* meet you.

K

Kẻ. — **chợ** : Town, city.

— **vạch** : To draw a line ; to cross.

Kẽ. Interval ; distance apart ; gap, slit

Kem. Cream *(criim)* / — lạnh : Ice-cream || — bôi mặt : Face cream / Hiệu — : Creamery *(cri'mơ-ri)*

Kém. Less / Cái này — đẹp cái kia : This is less beautiful than that / Tuổi nó — tuổi tôi : His age is less than mine.

— **cạnh** : To be excelled by others.

— **thua** : To give up, to yield ; inferior *(adj.)*

Kèm. Đi — : To accompany *(â căm'pơ-ni)* / Ai — nó về nhà ? : Who accompanies him home ?

Kẽm. Zinc *(zing-k)*

Kén. — **chọn** : To choose *(chu·z)* / Tề — : Cocoon *(cơ-cun')*.

Kèn. Musical *(miu'zi-col)* wind instrument *(ins'tru-mânt)*.

Keo. [dán] : Glue *(glu)* || Người — cú : A miser *(mai'zơr)* / Ông ấy — lắm : He is very miserly *(mai'zơ-li)* /

— **kiệt** : Very miserly.

Kéo. To pull, to draw *(đro)* / — Mạnh : Pull hard ! /

— **cái áo lên** : Pull up the coat / — cái mành lên : Pull up the blind *(blaind)* / — sợi : To spin / — neo : To pull anchor *(eng'kơr)* / — buồm : To set sail *(sêl)* || Cai — : Scissors *(si' zơrz)* / — lại : To draw back.

— **bè** ; — canh : To form a party

— **dài** : To lengthen ; to prolong.

Kèo; Làm một tờ giao — : To make a contract *(con'trekt)*.

Kẻo : Lest, for fear *(fi'ơr)* that / Đi ngay — muộn : Go at once *(uăn's)* lest you should be late *(lêt)*.

Kẹo. Candy *(ken'đi)*, sweets *(suyts)*.

Kép. Double ; compound || — hát : Actor ; singer.

Kẹp. To press ; to squeeze ; to crush.

Kê. Cây — : Millet *(mil'lât)*.

— **khai** : To draw up a list, to make a statement ; to declare

— **liệt** : To enumerate.

Kề. — Near / — miệng lỗ : To have one foot in the grave.

Kế. Mưu — : Stratagem *(stre' tơ-jâm)*, plan *(plen)* /
Đó là một mưu — hay : That is a good plan /
Lập — : To plan, to lay *(lê)* an ambush *(em'bush)* ||

— **tiếp** : To succeed *(sâc-sid')*/ Con tôi sẽ — tiếp tôi : My son *(săn)* will succeed me /

— **hoạch** : Plan.

— **mẫu** : Step-mother.

— **nghiệp** ; — thừa ; — tự : To succeed ; to inherit.

— **thất** : Second wife.

— **toán** : Book-keeping / — toán-viên : Book-keeper.

— **vị** : To succeed to the thone.

Kể To relate *(ri-lêt')*, to tell / Bà tôi — truyện cổ tích cho chúng tôi nghe : My grandmother *(grenđ-mă'THơr)* relates fairy tales to us / Xin anh — cho tôi nghe đầu đuôi việc này : Please tell me in detail *(đi-têl')* about that business *(biz'nâs)* / — chi việc nhỏ mọn đó : That is insignificant *(in-sig-nif'fi-cânt)*; That is a trifle *(trai'fơl)* / — cả : Including *(in-clu'đing)*/ Anh phải trả 400$ về tiền trọ — cả tiền cơm : You must pay *(pê)* four hundred *(hăn'đrâđ)* piastres for lodging including food / Có — cả tôi không? : Does that include me? / — ra thì : In reality *(ri-el'li-ti)*.

Kệ. Tôi mặc — anh : I don't care *(ker)* for you.

Kền. Nickel *(nic'kơl)* / Mạ — : Nickel-plated *(plê'tưđ)* / Tôi muốn mạ — cái này : I want to have this nickel-plated.

Kênh. Canal *(cơ-nel')* / — Su-ê: The Suez Canal.

Kết. To unite *(yu-nait')* / — án: To administer *(ăđ-mi'nis-tơr)* a judgment *(jăđj'mânt)*, to sentence *(sen'tâns)* /

— **thúc** : To conclude *(cân-cluđ')* / Lời — : Conclusion *(con-clu'zhân)* / — bè : To make a raft ||

— **bạn** : To become intimate friends.

— **duyên** ; — hôn : To get married *(me'riđ)*.

— **hợp** : To unite, to join.

— **liễu** : To end / — luận : To conclude ; conclusion.

— **quả** : Result *(ri-zălt')* ; the effect *(i-fect')*.

— **tội** : To accuse, to charge ; to impeach.

Giao — : To join in friendship.

Kêu. To cry *(crai)* / Làm sao mà — ầm lên thế ? Why do you shout like that ? / — nài : To implore / — khóc : To sob / (Xch. gọi).

Khá. Quite *(quai't)*, rather *(ra'THơr)* / Cái ấy — đẹp : That is quite pretty / Em anh cũng — to lớn : Your brother is rather tall.

Khả. — **ái** : Amiable ; lovable.

— **dĩ** : Possible, capable of.

— **nghi** : Doubtful *(đao-t'ful)*, suspicious *(sâs-pi'shi-âs)* / Nó trông có vẻ — nghi : He looks very suspicious.

— **quan** : Tolerable, passable ; middling, decent *(đi'sânt)*.

— **ố** : Detestable, hateful, odious

Khác. Other *(ă'THơr)*, different *(đif'fơ-rânt)* / Đôi giày — của tôi đâu ? Where is my other pair of shoes ? / Cho tôi xem cái — : Show me the other one / Không phải cái này, cái — cơ mà : Not this one, the other ! / Cái này — cái của tôi : This is different from mine / Đó là một vấn đề — : That is a different question*(ques'chân)*/

— **thường** : Extraordinary *(ek-trơ-o'đi-nơ-ri)* / — gì ? As if / Ông ấy nói — gì tôi là đầy tớ ông ấy : He spoke as if I were his servant *(sơ'vânt)* / Khi — : Some other time.

Khạc. To spit / Cấm — nhổ bậy: Do not spit ; no spitting.

Khách. Visitor *(vi'zi-tơr)*, guest *(ghest)* / Nhà — : The drawingroom *(đro'ing-rum)* / Tiếp — : To receive *(ri-siv')* a visitor / Đãi — : To entertain *(en-tơr-tên')* a guest /

— **trú** : A Chinese *(chai-niz')*

— **điếm** ; — **sạn** : Hotel *(hô-tel')*.

— **địa** : Foreign land, or country.

— **hàng** : Customer ; client (về nghề tự do).

— **sáo** : To stand on ceremony / Lời — sáo : Stereotyped phrase.

Khai. To declare *(đi-cler')* / Anh phải — trước chủ nhật này : You must declare before this Sunday || — phá đất, rừng: To bring into cultivation *(cơl-ti-vê'shân)*, to clear land || Mùi — : Smell of urine *(yu'rin)*, pungent *(păn'jânt)* ||

— **chiến** : To take the field ; to begin a campaign.

— **đoan** : To begin ; beginning; (sở thương-chính) to declare at the customs-house.

— **giá** : To declare the price / tờ — giá : Estimate.

— **giảng** : The opening *(of a school, of a class etc)*.

— **hạ** : To begin the rejoicings.

— **hoa** : To bloom.

— **mạc** : The raising of the curtain, the opening of the performance.

— **sáng** : To found.

— **sinh** : Declaration of birth / Giấy — sinh: Birth certificate.

— **trương** : To open a shop ; the opening of a shop.

Khái. Tính khí khái : Magnanimous, high-minded / — niệm : General concept.

Khải. — **hoàn** : Triumphal return / — hoàn ca : Song of victory / — hoàn môn : Triumphal arch.

Kham. — **khổ** : To endure misfortune.

Khám. To examine *(ek-zem'min)*, to inspect *(in-spekt')* / Hành lý của ta có phải — ở đây không ? Will our luggage *(lăg'ghâj)* be examined here?/ Họ — nhà tôi : They searched *(sơcht)* my house.

— **đường** : Prison.

— **lớn** : Big prison.

— **nghiệm** : To examine *(ek-zem'min)* ; examination.

— **phá** : To discover.

— **xét** : To examine ; to search *(sơ-ch)*.

Khảm. To encrust, to inlay / Cái hộp — vàng : A box inlaid with gold.

Khan. (hiếm) Rare *(rer)* / Hàng này — lắm trong thị trường : These goods are very rare in the market *(mar'kât)*.

— **cổ** : Hoarse ; to have a hoarse voice.

Khán. — **giả** : Andience *(o'đi'âns)* ; spectators *(spek-tê'tơrz)* /

— **đài** : Tribune.

— **hộ** : To look after / Nữ — hộ : Nurse *(nơrs)*.

Khản. — **tiếng** : To have a hoarse *(hors)* voice.

Khang. — **cường** : Healthy, to be in good health.

— **kiện** : Good health.

Kháng. — **cự** : To resist *(ri-zist')* / Họ — cự quân địch một cách can đảm : They resist the enemy bravely *(brêv'li)* /

— **cáo** : To lodge an objection/ Lời — cáo : Objection.

— **chiến** : To resist ; resistance / —chiến chống quân địch : To resist the enemy.

Khánh. — **thành** : To inaugurate *(i-no'ghiu-rêt)* / Ai — thành sân vận - động này ? : Who inaugurated this stadium *(stề'đi-âm)* ?

— **đản** : Birthday anniversary.

— **hỷ** : Rejoicings.

— **kiệt** : Exhaution; impoverishment ; impoverished [adj.].

— **lễ** ; — : Festival, feast.

Khao. — **khát** : To have a great desire for.

— **thưởng** : To give a feast to [the soldiers after a victory].

Khảo. — **sát**: To examine *(ek-zem'min)*.

— **cứu** : To study ; study ; survey.

— **tra** : To inquire, to conduct an inquiry.

Khát. To be thirsty *(thơrs'ti)* / Ông — nước không ? Are you thirsty ? / Tôi vừa — vừa đói: I am both *(bô-th)* thirsty and hungry / — máu : Blood-thirsty.

Kháu. [xinh và có duyên] : Cute *(kiu't)* / Trông em — quá : You look very cute.

Khay. Tray *(trê)* / — chè : Tea-tray.

Khắc. To carve *(ca'v)* / — chữ: To carve letters || Một — đồng hồ : A quarter *(quo'tơr)* of an hour ||

— **khổ** ; — nghiệt : Severe, hard ; enduring, painstaking.

— **phục** : To tame *(têm)* ; to subdue, to master.

Khắm. Stinky, ill-smelling.

Khăn. — **tay** : Handkerchief *(hend kơr-chif)* / — mặt : Towel *(tao'ơl)* /

— **quàng cổ** : Scarf / — chít đầu : Turban *(tơr'bân)* /

— **giường** : Bed-sheet *(shit)* / — bàn : Table cloth.

Khăng. — — : To be obstinate, to be obstinately resolved ; to resist.

— **khít** : To be attached to each other.

Khắp. — **mọi nơi** : Everywhere *(e'vơ-ri-hoe-r)* / Tôi tìm — mọi nơi mà không thấy nó : I searched *(sơrcht)* everywhere but could not find him.

Khắt. — **khe** : Severe, hard, harsh, stern *(stơrn)*.

Khâm. — **bái** : To greet respectfully.

— **liệm** : Winding-sheet, shroud *(shraod)*.

— **phục** : Respectful admiration ; to admire.

— **sai** : Royal envoy ; delegate.

Khấn. To vow *(vao)* / Lời — : A vow.

Khẩn. Urgent *(ơr'jânt)* / Thượng — : Very urgent

— **khoản** : To entreat, to beseech ; to request to invite.

Khấp. — **khểnh** : Rugged, uneven *(ăn-i'vưn)*

Khập — **khiễng** : Limpingly, haltingly, hobbling along.

Khất. Tôi xin — ông : I beg you to grant *(grent)* a delay *(đi-lê')*

Khâu. To sew *(sô)* / Kim — : Sewing-needle *(ni'đơl)* / Máy — : Sewing-machine.

Khấu. — **trừ** : To subtract *(sâb-trect')*

Khẩu (mồm) : Mouth *(maoth)* / — hiệu : Pass-word ; slogan /

— **cung** : Verbal evidence.

Khe. — **khắt** : (Xch. Khắt-khe).

Khẽ. (sẽ) : Softly ; quietly, slowly ; mildly.

Khen. To praise *(prêz)*, to commend /Đừng — nó : Do not praise him / Vị tướng — quân lính về sự can đảm của họ : The General *(jen'nơ-rơl)* praises his soldiers for their bravery / Đáng — : Praiseworthy *(prêz-uơr'thi)* / Việc đó không đáng — : That is not praise-worthy.

Kheo. Stilt / Họ đi — : They walk on stilts.

Khéo. Clever *(cle'vơr)*, dexterous *(đeks'tơ-râs)*, skilful / Anh — chân tay lắm : You are very clever / Kiểu này — nhất : This style *(stai'l)* is the smartest / — không ngã : Attention *(âl-ten'shân)* or you will fall !

Khép. To close *(clô'z)* / Làm ơn — cửa lại : Please close the door /

— **án** : To condemn *(cân-đem'-n)*, to sentence *(sen'tâns)* / Nó bị — án tử hình : He is condemned to death / Nó bị — án 4 năm tù : He is sentenced to 4 years of imprisonment *(im-pri'zân-mânt)*.

— nép : To have a respectful, fearful, or timid attitude.

Khét. Strong smell of burnt things / — tiếng : Famous ; notorious.

Khê. Burnt *(bơrnl)*.

Khế. — **ước** : Contract.

Khệ. — **nệ** : Heavy / Đi — nệ : To shuffle along.

Khêu. — **giục** : To excite, to incite ; to encourage

— gợi : To excite ; to rouse ; to inflame.

Khi. (thời giờ) : When / — trước : Before, formerly / — ấy : At that time ; then. / — ấy anh sẽ làm thế nào ? : What would you do at that time ? / — nào ? : When ? /

— nào chúng ta sẽ đi ? : When shall we go ? / Đang — : While *(hoai'l)* / Đang — tôi đi ở phố : While I am walking in the street / Từ — : Since / Từ — đó : Since then / Từ — tôi dời Hanoi : Since my departure *(đi-pa'chơr)* fron Hanoi / Một đôi — : Sometimes *(săm'taimz)* / Một — : Once *(uăn's)*

— mạn : To despise *(đis-paiz')*, to scorn.

— quân : Lese-majesty.

Khí. Không — : Air *(er)* / — độc : Foul *(fao'l) air* /

— huyết : Sperm *(spơr-m)* / — hậu : Climate *(clai'mât)* / Thán — : Carbon monoxide / Dưỡng — : Oxygen *(ok'sijân)* ||

— cầu : Air-balloon *(—bơ-lun')*.

— cụ : Instrument, tool.

— giới : Arms, weapons *(uep'pânz)* ; instrument.

— khái : Greatness of soul ; strong personality, firmness.

— phách : Vital breath ; (Xch. Khí-khái).

— quản : Windpipe, trachea *(trek'ki-ơ)*.

— tiết : Firmness ; constancy ; resolution.

— tượng : Meteor / — tượng-học : Meteorology.

Khỉ. Con — : Monkey *(măng'ki)*

Khích. — **bác** : To criticize ; to censure, to find fault with.

Khiêm — **nhường** : Humble *(hăm'bơl)* / Người — nhường : A humble person / Cử chỉ — nhường : Humble attitude *(et'ti-tiu-đ)* / Đức — nhường : Humility *(hiu-mi'li-ti)*

Khiếm. — **khuyết** : To stand in need, to be short,

— **nhã** : Not courteous, not polite, impolite.

Khiêu. Shield.

Khiển. — **trách** : To reprimand, to rebuke.

Khiêng. To carry *(ke'ri)* / — cái này hộ tôi : Carry this for me.

Khiếp. To be afraid *(ơ-frêđ')*, to be scared *(skerd)* / Tôi — lắm : I am very afraid / Anh — nó à ? : Are you scared of him ?

— **quá** ! : That's horrible ?

Khiêu. — **chiến** : To challenge to a fight

— **dâm** : Obscene *(âb-sin')* ; lewd, immodest, unchaste.

— **khích** : To provoke,

— **vũ** : To dance *(đens, đans)* ; a dance ; dancing.

Khiếu. — **nại** : To make a complaint, protest, objection.

Khinh. To despise *(đis-pai'z)* / Chớ — kẻ nghèo : Do not despise the poor /

— **khỉnh** : Contemptuous, scornful / Vẻ — khỉnh : Contemptuous look.

— **khi** ; — mạn : To slight, to disregard.

— **khí** : Hydrogen / — khí-cầu : Balloon *(bơ-lun')*.

Kho. — **để hàng** : Warehouse *(oer-hao's)*, godown *(gô-đao-n)*

— **bạc** : Treasury *(tre'zhơ-ri)*.

— **lúa** : Granary *(gren'nơ-ri)* ; barn.

Khó. Difficult *(đif'fi-câlt)* / — nhọc : Toilsome *(toil'sâm)*, painful *(pên'ful)* / — chịu : Unpleasant, hard to bear / Kẻ — : The poor. / — coi ; — nghe : Inadmissible.

— **bảo** : Indocile, unmanageable.

— **nhọc** : Toilsome, irksome, wearisome ; to be tired ; labour, trouble, pains (n.)

— **hiểu** : Incomprehensible, unintelligble.

— **ở** : To feel sick, not to feel well.

— **tính** : Hard to please / Người — tính : A man hard to please || Difficult to solve.

Khoa. — **bảng** ; — **cử** : Diplomas ; academic degrees.

— **học** : Science *(sai'âns)*.

Khóa. Lock *(lok)* / — cửa lại : Lock the door ! / Chìa — : Key *(ki)* || (kỳ) Session *(ses'shân)*.

Khỏa. — **thân** : Naked body.

Khoác. Nói — : To bluff *(blăf)* / Đừng nói — : Don't bluff ||

| tay : Arm-in-arm / Chúng nó — tay đi qua đây : They walk past here arm-in-arm || (che) : To cover *(căv'vơ)* || Áo — : Overcoat.

Khoai. Củ — : Tubercle *(tiu'-bơ-cơl)* / — tây : Potato *(pồ-tê'tồ)* /

— **lang** : Sweet potato /

Khoái. — **chi** : Content *(con-tent')*, glad *(gleđ)*, Joyful / Sự — lạc : Joy *(joi)*, ecstasy *(eks'tơ-si)*, pleasure /

— **trá** : Swell *(suel)* ; pleasant.

Khoan. — **nhân** : Benevolent *(bơ-ne'vơ-lânt)*, kind *(kai-nđ)* ||

— **đã** : Wait *(uêt)* a moment *(mồ'-mânt)* || — lỗ : To bore a hole *(hôl)* / Cái — : A wimble *(uym'bơl)* ||

— **thai** : Slowly, gently.

Khoán. Thuê — trắng : To order a work by the job / Làm — : To work by the job.

Khoản. Article *(a'ti-cơl)*, item *(ai'tâm)* / — thứ nhất : The first article / — chi tiêu : Item of expenditure *(eks-pen'đi-chơr)*.

Khoáng. — **chất** ; — vật : Mineral *(min'nơrơl)*.

Khoát. — **đạt** : Penetrating ; impressive.

Bề — : Width, breadth *(bređth)*

Khóc. To cry *(crai)*, to weep *(uyp)* / Đứa bé — : The child cries / Sao bà — ? Why are you weeping ?

Khoe. To boast *(bồst)*, to show off / Đừng — khoang : Don't boast ! / Nó là đứa — khoang : He is a boaster.

Khoẻ. Strong *(stroong)* / Nó — lắm : He is very strong.

Khoét. To bore, to perforate *(pơ'fơ-rêt)* / — lỗ : To make a hole.

Khói. Smoke *(smôk)* / — này bởi đâu mà ra ? : Where does this smoke come from ?/ Không có lửa đâu có — : There is no smoke without *(uy-THao-t')* a fire *(fai'ơr)*/ Ống : Chimney *(chim'ni)* / Ống — tầu : Funnel *(făn'nơl)*.

Khỏi — **bệnh** : To recover *(ri-că'vơr)* / Bà ấy — bệnh chưa ? : Has she recovered from her illness ?

Khom. Bent / — lưng : Bent.

Khô. Dry *(đrai)* / Cá — : Dried fish / Phơi — : To dry.

Khố. Girdle *(gơ'đưl)* ; waist-band.

Khổ. Suffering *(săf'fơ-ring)*, painful *(pên'fut)*, miserable /

Chịu — : To suffer / Tôi đã chịu đau — nhiều : I have suffered much || — rộng : Breadth *(bre-th)* / (kích thước): Size *(saiz)* ||

— **hạnh** : Ascetic *(ơ-set'tik)* / — hình : Corporal punishment; torment, pain

— **nhục** : Dishonour, disgrace, shame.

— **sai** : Penal servitude, hard labour.

Khốc — **hại** : Lamentable ; very harmful / — liệt : Intense.

Khôi. — **hài** : To joke ; joke *(jôk)*, jesting.

— **ngô** : Grand, superb ; stately, handsome.

Khối, — **lượng** : Volume.

— **tình** : Love.

Khôn. Wise *(uai'z)*, smart / — từng xu, dại từng đồng : Penny wise, pound foolish /

— **khéo** : Clever ; smart, cunning.

— **ngoan** : Prudent, wise ; clever.

— **thiêng** : Having supernatural, power.

Khốn. — **khổ** : Miserable, poor/ — đốn : Unfortunate.

— **cùng** : Exhausted ; very poor / — quẫn : Difficulty, trouble.

Không. No, not / Tôi — đi : I do not go / Nó — ăn : He does not eat *(it)* / Tôi — có tiền : I have no money ||

— **khí** : Air *(er)* / — quân : Aviation *(e-vi-ê'shân)*, air force /

— **trung** : Space ; the sky / — gian : Space *(spês)*.

Khổng. — **tử** : Confucius.

— **giáo** : Doctrine of Confucius, Confucianism.

— **lồ** : Giant *(jai'ânt)* ; gigantic *(adj)*, colossal.

Khờ — **dại** : Foolish, stupid, blockheaded.

Khơi. Bể — : Open sea *(si)* / Ra — : To go into the open sea ||

— **mào** : To raise up ; to create, to give brith to ; to stir up.

Khởi. — **sự** ; — công : To begin/ *(bi-ghin')* a work /

— **đầu** : To begin / — điểm : Starting point / — hấn : To begin the hostilities.

— **nghĩa** : To revolt ; an insurrection.

—**xướng**: To take the initiative/ Người — xướng : Promoter.

Khớp. Joint, juncture.

— **xương** : The junctures of the bones.

Khu. Quarter *(kuo'tơr)*, district / — **buôn bán** : Commercial *(com-mơ'shơl)* district/— **đất** : Plot of ground, piece of land *(lend)* / — **bộ** : Zone / — giải phóng : Free zone.

— **trưởng** : Chief of a district

— **trục** : To drive out / Máy bay — trục : Pursuitplane.

— **vực** : Domains ; bound ; district.

Khù. — **khờ** : Unskilful *(ăn-skil'ful)*, clumsy *(clăm'zi)*, silly, stupid.

Khuân. — **vác** : To carry *(ker'ri)*.

Khuất. Che — : To cover *(că'vơr)*, to hide *(hai'đ)* / Xin ông đi — mắt tôi : Please get away from me /

— **mặt** : Absent.

— **phục** : To submit oneself to somebody.

— **khúc** : Winding *(uain'đing)* crooked.

Khuây. To forget / Làm — giải phiền : To clear *(cli'ơr)* off the sadness *(seđ'nâs)*.

Khúc. — **chiết** : Clear ; in detail, clearly.

— **khuỷu** : Winding *(uain'đing)*. Cười — khich : To laugh in one's sleeve.

Khuê. — **các** : Boudoir ; lady's private room.

— **nữ** : Young daughter.

Khuếch. — **khoác** : To boast, to brag ; to talk big ; to bluff *(blăf)*.

— **trương** : To enlarge ; to develop.

Khum. Bent, curved.

Khúm. — **núm** : Low, base.

Khung. — **ảnh** : Photo frame *(frêm)* / — **cửa sổ** : Window frame /

Đóng — : To frame /

— **cửi** : Weaving-frame, weaving-loom.

Khủng. — **bố** : Terror ; to terrorize / Kẻ — bố : Terrorist.

— **khiếp** : Fearful, horrible / — hoảng : Crisis *(krai'sis.)*

— **khỉnh** : To be at variance.

Khuôn. Mould *(mô̂lđ)* / — mẫu : Model *(mo'đơl)* /

— **phép** : Rule, order.

Khuy. — **cúc** : Button *(băt'tân)* / Làm ơn đính cái — này hộ tôi : Please sew *(sô)* on this button for me.

Khuya. Late *(lêt)* / — rồi : It is already *(ol-re'đi)* late.

Khuyên. To advise *(eđ-vai'z)*/ Tôi — anh không nên hút thuốc nhiều quá : I advise you not to smoke too much /

Lời —: An advice *(ădvai's)*/ – dụ : To persuade *(pơrsuê'd)* / — can : To dissuade ; to prevent.

— răn : To reprimand ; to advise.

Khuyến. — **khích** : To encourage, to stimulate.

Khuyển. — **mã** : Dog and horse; beast.

Khuyết. — **áo** (lỗ khuy) : Button - hole.

— **điểm** : Defect ; fault ; default.

— **tịch** : Absent, missing ; absence.

Khủyu. — **tay** : Elbow *(el'bô)*.

Khư. — — : Carefully, obstinately / Giữ — — : To keep carefully.

Khứ. — **hồi** : To go and return/ Vé — hồi : Return ticket.

Khướu. Con — : Blackbird.

Kí. — **cóp** : To be stingy ; to higgle.

— **lô** : Kilogram.

Kì. — **kèo** : To haggle, to bargain for a long time ; to complain.

Kĩ. — **càng** : Carefully.

Kia. That, Those / Người — : That person *(pơ'sân)* / Ngày — : The day after tomorrow / Hôm — : The day before yesterday / Bên — : On the other *(ă'THơr)* side.

Kìa. There / Năm — : Three years ago / Hôm — : Three days ago.

Kích. — **thước** : Measures *(me'zhơrz)*.

— **thích** : To excite, to stimulate.

Kịch. A play *(plê)* / Vở — đó có hay không ? : Was *(uơz)* that play interesting ? / — trường : Theater ; theatre.

— **liệt** : Ardent, violent, fierce, tenacious, intense.

Kiềm. — **chế** : To curb, to bridle, to restrain, to repress.

— **tỏa** : To detain, to restrain ; to captivate.

Kiếm. Cái — : Sword *(sôrd)*.

— **hiệp** : Swordsman.

— **thuật** : Fencing.

Kiểm. — **duyệt** : To censure/ Hội đồng — duyệt : Board of censors.

— **điểm** : To examine *(eg zem' min)*.

Viên — **lâm**: Forester, ranger *(rên'jơr)*.

— **sát** : To examine, to control/ — sát-viên : Comptroller.

— **tra** : To investigate, to inquire ; to conduct an inquiry.

Kiên. — **cố** : Strong ; firm *(fơrm).*

— **gan** ; — tâm : Patient *(pê' shânt)* ; patience (n).

— **quyết** : Stubborn, obstinate, self-willed.

Kiến Con— : Ant *(ent)* / Tổ —: Ant-hill.

— **hiệu** : Effectual, efficacious *(ef-fi-kê'shàs).*

— **tạo** : To create, to build ; to establish, to found.

— **thiết** : To establish strongly; reconstruction.

— **trúc** : To construct / Khoa — trúc : Architecture / — trúc-sư : Architect.

Kiện. — **cáo** : Lawsuit, suit, action.

Kiêng. — **khem** : To abstain from / — gió : To avoid the wind.

— **nể** : To spare ; to have consideration for, to pay deference to,

Kiềng. [nấu bếp] : Trivet ; tripod.

[vòng đeo cổ] : Necklace.

Kiếp. Life *(lai'f)* / Đời đời — — : Eternally *(i-tơ'nơl-li)* / Mãn : — : The whole life / Nó thì mãn — vẫn nghèo khổ : He will be miserable for the whole life / **Đáng** — : Well deserved *(đi-zơvđ')* / Mày đáng — lắm : That serves you right / Số — : Fate *(fêt).*

Kiết. **Túng** — : Poor, short of money.

Kiệt. [hà tiện] : Miserly, stingy || Vị anh — : Hero *(hi'rô).*

— **lực** : Exhausted ; to be worn out.

— **tác** : Masterpiece.

Kiêu. — **hãnh** : Proud *(praođ)*/ Sự — hãnh, sự — ngạo : Pride *(praiđ).*

Kiều. — **cư** : To reside abroad; to emigrate, to migrate.

— **dân** : Emigrant.

— **nhi** : Eldest daughter.

Kiếu. Tôi xin — : I beg you to excuse *(ek-skiuz')* me.

Kiểu. — **mẫu** : Model *(mo'đơl)*/ Xin cứ theo đúng — mẫu này mà làm : Please make it exactly *(ek-zekt'li)* like this model / [cách ăn mặc] : Fashion *(fes'shân)*, style *(stai'l)*/ Đó là — mới bây giờ : That is the fashion of nowadays *(nao'ơ-đêz)* / Anh ăn mặc — cách lắm : You are very stylish *(stai'lish)* in your dressing.

Kiệu. Sedan-chair *(si-đen'cher)* (Ngựa chạy) Nước — : Trot. || Củ — : Leek.

Kim. — **cương** : Diamond *(đai'ơ-mânđ)* / — khâu : Sewing-needle *(sổ'ing ni'đơl)* / — kèn hát : Gramophone-needle *(grem'mơ-fôn ni'đơl)* / — gài : Pin.

— **đồng hồ** : Hand of the clock.

—**gài tóc** : Hair pin *(her-pin)*.

— **châm** : Golden pin, golden needle.

— **chỉ** : Needle and thread ; needlework.

— **khí** : Metal *(met'tơl)*.

— **thời** : Modern time ; nowadays.

— **tiền** : Money.

— **tuyến** : Gold thread / Vải — tuyến : Golden stuff.

Kìm : Pincers *(pin'sơrz)* / — gắp than : Tongs *(toongz)*.

Kín. — **đáo** : Hidden *(hiđ'đân)*/ [không hở] : Well joined / Việc — : Secret *(si'crât)* / Anh phải giữ — việc này : You must keep this secret.

Kinh. Prayer *(prer)* / Sách — : Prayer-book / Thánh — : The Bible *(bai'bơl)* / Đọc — : To pray *(prê)* ||

— **nguyệt** : Menses *(men'sưz)* / — đô : Capital *(ke'pi-tơl)* || — sợ : Terrified *(te'ri-faiđ)*, frightened *(frai'tânđ)* / — quá : That's terrible ! || — nghiệm ; Experience *(ek-spi'ri âns)* / Có — nghiệm : Experienced / Ông ấy có — nghiệm : He is experienced.

— **kỳ** ; — thành : Capital, city.

— **lược** : To inspect.

— **lý** : To govern ; administrator / Đi — lý : To go on an inspection trip.

— **niên** : Chronic ; of many years.

— **tế** : Economy ; economic *(adj.)* / — tế-học : Economics.

— **thiên** : To upset heaven ; grandiose ; great, enormous, tremendous.

Kính. To respect *(ris-pekt')*, to honour *(o'nơr)* / Hãy — trọng người già cả : Respect the old ! /

— **mến** : To love *(lâv)* / Tủ — : Glass-case *(glas kês)* ||

— **đeo mắt** : Eye-glasses, spectacles *(spek'tơ-cơlz)*

— **hiển vi** : Microscope *(mai'-crơ-scôp)* :

— **chúc** : Respectful wishes.

— **dâng** : To offer respectfully.

— **nể** : To have consideration for.

— **phục** : Respectful admiration.

— **thỉnh** : To invite respectfully.

Kịp. In time / Anh có — không ? : Are you in time ?

Ký. To sign *(sai'n)* / Chữ — : Signature *(sig'nơ-chơr)* /

— **lục** : Secretary *(sek'crơ-tơ-ri)*, clerk *(clar-k)* / Tôi có phải — tên tôi không ? Have I to sign my name ?

— **giả** : Journalist ; reporter / — **âm** : Solfeggio.

— **kết** : To contract, to sign a contract ; to engage oneself.

— **quỹ** : To deposit a security, or a sum of money.

Kỳ. Strange *(strên'j)*, extraordinary *(eks-trơ-o'đi-nơ-ri)* /

— **ngộ** : Funny *(făn'ni)* ‖ — **hẹn** : Delay *(đi-lê')* / Xin đừng quá — hẹn : Please do not pass the delay / Chẳng — khi nào : Not exactly when / Chẳng — ai : No matter who / Quân địch có thể đến bất — lúc nào : The enemies *(en'ni-miz)* may come at any time.

— **công** : Extraordinary work ; masterpiece.

— **cùng** : Till the end, till the extreme limit.

— **đồng** : Prodigious child.

— **hào** ; — **mục** : Notable.

— **lão** : Old man.

— **lân** : Unicorn.

— **quái** : Strange, bizarre.

— **thực** : In reality *(ri-el'li-ti)*

— **thủy** : At the beginning.

Kỵ. To abstain from ; to fear ; to oppose ; to dislike ; incompatible with.

— **binh**, — **mã** : Cavalry-soldier ; cavalry.

— **nhật** : Anniversary of the death of.

Kỷ. Cái — : Small table / Trường — : Sofa, couch.

— **cương** : Rules, laws, principles.

— **luật** : Order, discipline / — lục : Record *(rek'kơđ)*.

— **niệm** : Memory, souvenir / — nguyên : Era *(i'rơ)*.

Kỹ. Carefully *(ker'ful-li)* / Đọc cho — : Read carefully /

— **nghệ** : Industry *(in'đâs-tri)* ; industrial (adj.).

— **nữ** : Taxi-girl ; prostitute ; actress.

— **thuật** : Technique ; technics.

— **sư** : Engineer / — sự điện : Electrical engineer /

— **sư mỏ** : Mining engineer.

L

La. To cry *(crai)*, to shout *(shao-t)* / — ó : To hiss.

— **cà** : To loiter, to linger, to dilly-dally.

— **liệt** : Scattered, strewn about, dispersed.

Thành — Mã : Rome / Người — Mã : Roman *(rô'mân)*.

Lá. Leaf *(li-f)* / — bài : A card.

— **chắn** : Shield.

— **lách** : Spleen.

Là (động-từ) To be *(bi)* / Tôi — cháu ông X : I am Mr. X's nephew *(ne'viu)* / Nghĩa — : That is to say : || — quần áo : To iron *(ai'ân)* / Đừng — cái áo này : Do not iron this coat.

Lả. — **lơi** : To behave lewdly.

Lã. Nước — : Natural *(ne'chơ-rơl)* water.

Lạ. Strange *(strên'j)* / Chỗ này — : This is a strange place / — **thật** ! : That's strange / Việc đó thì có gì — ? What is strange about it ? / Khách — : Stranger / Phép — : Miracle *(mi'rơ-cơl)*.

Lác. — **mắt** : Cock-eyed *(cooc'-kaid)* ; squint.

Lạc. — **đường** : To lose *(luz)* one's way / Tôi — đường : I lose my way || Củ — : Peanut, earthnut || Con — đà : Camel *(ke'mơl)* || — thú : Pleasure *(ple'zhơr)*.

— **đề** : To wander from one's subject.

— **hậu** : Backward, poorly developed.

— **quan** : Optimist.

Lạch. Canal *(cơ-nel')*

Lai. Người — : Half-breed *(haf-briid)*

— **láng** : To be poured out, to be shed, to be spilt.

— **lịch** : Previous character, facts of career.

— **vãng** : To go to and fro.

Lái. Bánh — ô-tô : Driving wheel / Bánh — thuyền : Rudder *(răđ'đơr)* / Cầm — xe hơi : To drive a motor-car ||

— **buôn** : Merchant *(mơr'-chânt)*.

— **đò** : Boatman.

Lại To come *(căm)* / Bảo nó — đây ! : Tell him to come here || (lần nữa) Again *(ờ-ghên')*, once *(uăn-s)* more / Đọc — : Read again / Chắc lại thằng ấy : I suppose it is that fellow again /

— **nữa** ; **vả** — : Besides.

Lãi. To gain *(ghên)* / Tôi được — ba trăm : I gain three hundred / Lời — : profit *(pro'fit)* — nợ : Interest *in'tơ-râst)*.

Lam. (mầu) Blue || [chùa] Pagoda.

— **lũ** : Hard-working ; tattered, ragged.

Làm. To make *(mêk)*, to do *(đu)* / Ông có — được không ? Can you make it ? / Cái này — bằng gì ? What is this made of ? / Cái này — ở bên Anh : This is made in England / Anh — tôi đợi lâu quá : You made me wait too long / Ai bảo anh — thế ? Who tells you to do so ? / Ai đã — bài này ? Who has done this exercise ? /

— **sao** ? Why *(hoai)* / — chi ?: What is the use ?

— **việc** : To work *(uork)* / — việc chăm chỉ : To work hard /

— **đầu** : To be the chief / — ăn : To earn *(ơn)* the living/

— **ơn** : To do a favour *(fê'vơr)*, please / Ông ấy đã — ơn cho tôi : He has done me a favour/ Please lend me the umbrella /

— **chứng** : To witness.

— **dáng**, đỏm : To dress oneself out.

— **giùm**, giúp : To give a hand to, to help.

— **gương** : To set a good example.

— **quen** : To make the acquaintance of.

— **reo** : To go on strike.

— **thinh** : To keep silence ; to lend a deaf ear to.

Lạm. — **dụng** : To take advantage of.

— **quyền** : Misuse of power.

Lan. To spread *(spređ)* || Hoa — : Lilac *(lai'lâk)*.

— **can** : Balcony ; balustrade.

— **rộng** : To spread out : to propagate, to diffuse.

Làn. Hamper *(hem'pơr)* / — sóng : Wave *(uèv)*.

Lang. Ông — : Doctor *(dok'tơr)* — băm : Quack, wheedler.

— **thang** : To wander, to go about ; to ramble.

— **ben** : A kind of skin disease, herpes, dandruff.

Láng. — **giềng** : Neighbour *(nê'bơr).*

Làng. Village *(vil'lâj).*

Lạng. Ounce *(aons)* || [Cắt ra miếng mỏng]: To cut into slices.

Lảng. — **vảng** : To loiter ; to roam *(rôm).*

Lãng — **mạn** : Libertin, licentious ; romantic ; romanticist (*n.*)

Lanh — **lợi** : Lively, active ; smart, intelligent.

— **lảnh** : [giọng] : Shrill voice.

Lánh. To avoid *(ơ-void)* / — khỏi : To flee away / Anh nên — khỏi đất này : You had better flee away from this country / Nó muốn — mặt tôi : He wants to avoid meeting me / — nạn : To take refuge *(ref'fiuj)* / Người — nạn : Refugee *(refiu-jii').*

Lành. Amiable *(e'mi-ơ-bơl),* kind *(kaind).*

— **lặn** : Entire ; intact ; untouched.

— **mạnh** : Healthy, in good health.

Lãnh. — **binh** : General *(je' nơ-rơl)* / — sự : Consul *(con' sơl)* Phó — sự : Vice *(vai's)* consul / Tòa — sự : Consulate *(con'sơ-lât)* / Tòa — sự Anh : British consulate.

— **đạm** : Cold, indifferent ; coldness, lack of enthusiasm.

— **đạo** : To lead, to guide *(gai'd)* / Người — đạo : Guide ; chief.

— **địa** ; — thổ : Territory.

— **tụ** : Leader.

Lạnh. Cold *(côld)* / Nước — : Cold water / Hôm nay — : It is cold to-day / Tôi thấy — : I feel cold.

Lao. Ho — : Pulmonary *(păl' mơ-nơ-ri)* consumption *(consăm'shân),* tuberculosis *(tiubơr kiu-lô'sis)* ||

(để ném) : Javelin *(jev'lin)* || Cù — : Island *(ai'lând).*

— **công** ; — động : Labour *(lê' bơr),* work ; workman.

— **hình** : Imprisonment.

— **tâm** : Moral trouble ; intellectual work.

— **đao** : Uncertain, unstable.

Láo. Insolent *(in'sơ-lânt)* / Nói — : To talk nonsense *(non'sâns).*

Lào. Thuốc — : Tobacco *(tô-bek'cô)*.
Nước — : Laos.

Lảo. — **đảo** : Staggering, tottering.

Lão. Old / Ông — : The old man.
— **bộc** : Old servant.
— **luyện** : Experienced ; expert *(eks-pơrt')*.

Lạp. — **xường** : Dried sausage *(so'sưj)*.

Lát. To pave *(pêv)* / — ván : To plank *(plenk)* /
— **gạch** : To pave with bricks/ Gạch — : Flooring bricks || Một —: A moment *(mô'mânt)*.

Lạt. Bamboo strip || Phai — : To fade *(fêd)*.

Lau. To wipe *(uaip)* / Tôi — bàn : I wipe the table /
Tôi – **mặt** : I wipe my face

Láu. — **cá** : Cunning, sly.
— **lỉnh** : Smart, intelligent, sharp.
— **táu** : Hasty / Tính — táu : Hasty temper.

Lay. To shake *(shêk)* / Đừng — cái cây : Do not shake the tree !

Láy. — **lại** : To repeat *(ri-piit')*

Lạy. To bow *(bao)* in humble respect *(ris-pekt')* /
— **ông ạ** ! : Good morning, Sir !

Lắc. — **đầu** : To shake *(shêk)*/ Ông ấy — đầu : He shakes his head ||
— **lư** : To oscillate *(os'si-lêt)*.
— **cái chai trước khi uống** : Shake the bottle before drinking.

Lăm. — **le** : To be ready and wait for a chance to start.

Lắm. Very, exceedingly, extremely / Nhiều — : Very much/
— **lúc** : Quite often /
— **điều** : Slanderons *(slen'đơ-râs)*.
— **mồm** : Talkative *(tok'kơ-tiv)*, garrulous *(ger'ru-lâs)*.

Lăn. To Roll *(rôl)*.

Lặn. To dive *(đai'v)* / Anh có — được lâu không ? : Can you dive for a long time ? / Mặt trời — : The sun sets.

Lăng. Sumptuous tomb.
— **loàn** : Impolite towards one's ancestors.
— **mạ** : To insult, to affront *(âf-frănt')*.
— **miếu** : Sumptuous tomb and temple.
— **nhăng** : Not serious.

Lặng. Calm *(cam)*, silent *(sai'lânt)*, quiet *(quai'ât)*.

Lảng. — **lơ** : Coquettish *(cồ-ket'tish)* / Người — lơ : A coquet *(cồ-ket')*.

Lắp. — **lại** : To join / Nói — To stammer *(stem'mơr)*.

Lặp. To repeat *(ri-piit')*.

Lắt. — **léo** : Hard, difficult.

— **lẻo** : Perilous, dangerous

Lặt. — **vặt** : Divers *(đai'vơrz)*, sundry *(săn'đri)*.

Lấc. — **cấc** : Insolent, impertinent.

— **láo** : Having an insolent and proud look.

Lâm. — **thời** : Temporary *(tem'pơ-rơ-ri)*, provisional *(prô-vi'zhơ-nơl)* / Chính phủ — thời : Provisional government *(găv'vơn-mânt)*

— **bồn** : Time when a pregnant woman is about to deliver her child.

— **chung** : Time when a man is about to die.

— **nạn** : To be in danger.

— **sản** : Forest product.

— **sự** : At work.

Lầm. [Xch. Nhầm] : Wrong, mistaken.

— **rầm** : To murmur *(mơ:'mơ:)*

— **than** : Miserable, unfortunate.

Lấm. Soiled, stained, dirtied.

Lẩm. — **bẩm** : To murmur *(mơr'mơr)*, to mutter *(măt'tơr)* / Mày — bẩm gì? : What are you muttering?

— **cẩm** : Being mentally disturbed.

Lẫm. — **lúa** : Granary *(gre'nơ-ri)*.

— **chẫm** : To begin to grope *(grôp)*.

— **liệt** : Imposing, stately, majestic.

Lân. — **cận** : Neighbouring *(nê'bơ-ring)* /

vùng — cận : Neighbourhood *(nê'bơr-huđ)*.

— **la** : To come near and try to get something.

— **lý** : Neighbour *(nê'bơ:)*

Lấn. Xậm — : To invade *(in-vêđ')*.

Lần. Time *(taim)* / Một — : Once *(uăn's)* / Hai — : Twice *(toai's)* / Ba — : Thrice *(thrai's)*, thee times / Nhiều — : Several *(se'vơ-rơl)* times/ — này : This time / — lượt : In turn *(tơn)* || — hạt : To say the rosary *(rô'zơ-ri)*, to thumb *(thăm)* the beads *(biiđz)* :

— **chần**, — khân : To delay, to linger.

— **hồi** : From hand to mouth.

— **lượt** : In turn.

— **mò** : To grope *(grôp)*.

Lẩn. — **chốn** : To hide *(haiđ)* oneself / — **tránh** : To avoid *(ơ-voiđ')* ; to keep away from/

— **mẩn** : Frivolous *(fri'vơ-lâs)*

— **thẩn** : Ridiculous, crazy *(crê'zi)*.

Lẫn. To be mistaken *(mis-tê' kân)*, to confound *(con-fao' nđ)*, to get mixed up *(mixt ăp)* / Tôi — cả rồi : I have got all mixed up.

Lâng. — **láo** : Having an over-bearing and insolent look.

Lấp. To cover *(că'vơr)* / — **đất** : To cover with earth /

— **lỗ** : To stop up a hole /

— **loáng** : To shine, to glitter.

Lập. To found *(fao-nđ)*, to establish *(es-te'blish)*, to set up / Nhà thờ này — từ năm 1942 : This church was founded in nineteen forty-two / Ai — công ty buôn này ? : Who established this company ? ||

— **tức** : At once *(uăn's)* ; immediately *(im-mi'đi-ât-li)*, instantly.

— **dị** : To make oneself queer, original.

— **hiến** : Constitutional *(cons-ti-tiu'shơ-nơl)*.

— **loè** : To twinkle, to glitter.

— **nghiệp** : To settle *(set'tơl)*.

— **trường** : Point of wien.

Lật. To turn *(tơn)* down / — cái cây này xuống : To turn down this tree / — úp : To turn upside down / — ngửa : To turn over || — **đật** : In a hurry *(hơr'ri)* /

— **lọng** : Deceitful, tricky.

— **mặt** : To face about.

— **tẩy** : To disgrace somebody by revealing his hidden mistakes.

Lâu. Long time / Tôi đợi anh — : I have waited for you a long time / Đã — rồi : A long time ago / — năm : Many years, several years / Bao lâu ? : How long ? / Bấy — : So long, such a long time, since ||

— **đài** : Palace *(pe'lâs)*.

Lầu. Story, floor || Palace.

— **trang** : Bower *(bao'ơ:)*.

— **xanh** : Prostitutes' house.

Lậu Buôn — : To contraband *(con'trơ-benđ)*, to smuggle *(smăg'gơl)* Người buôn — : Smuggler

|| Bệnh — : Blennorhoea *(blen-nơ-ri'ơ)*.

Lây. Contagious *(con-tê'ji-âs)*, infectious *(in-fec'shi-âs)* / Bệnh — : Contagious disease *(đi-ziiz')*.

Lầy. Swampy *(xoem'pi)*, marshy.

— **nhầy** : Viscous *(vis'câs)*, sticky.

Lấy. To take *(têk)*/ Ai — quyền sách của tôi?: Who takes my book? / Lấy nhầm : To take by mistake /

— **vợ** : To marry *(mer'ri)* a wife / — chồng : To marry a husband / — lòng : To please *(pli-z)* /

— **lại** : To take back ||

— **lệ** : For form's sake *(sêk)*.

Lẩy. — **bẩy** : To tremble, to quiver, to shiver.

Lẫy. To turn over when lying.

Lè — **lưỡi** : To draw *(put)* out the tongue.

— **nhè** : Drawling tone of a drunkard.

Lẻ. Số — : Odd number / — loi : Alone *(ơ-lôn')* / Buôn bán — : Retail *(ri-têl')* trade *(trêđ)*

— **tẻ** : Scattered, thin, straggling.

Lẽ. Reason *(ri'zân)* / Vì — gì?: For what reason? / Không có — : There is no reason / Có — : Reasonable *(ri'zơ-nơ-bơl)* / — dối : Sophism *(sof'fi-zưm)* /

— **tự nhiên** : Common sense || Vợ — : concubine *(con'kiu-bain)* / Lấy vợ — : To take a concubine

Lem. — **nhem** : Soiled, dirtied, daubed.

Lèm. — **bèm** : To speak much and at random.

Len. Wool *(ul)* / Cái này bằng — : This is made of wool / Hàng —:Woollen goods ||

—**lét** : Very afraid, very scared, fearful, timid.

— **lỏi** : To get to with much difficulty.

Lẻn. — **vào** : To steal *(stiil)* in.

Leo. To climb *(clai'm)* / — cây: To climb up a tree.

Lẽo. — **đẽo** : To stick to, to hang to, to cling to.

Lép. Flattened *(flet'lânđ)*.

Lê. Quả — : Pear *(per)* || Kéo — : To drag *(đreg)* oneself along / — la : To drag about on the ground. Lính — dương : Legionary *(li'jân-nơ-ri)*.

— **minh** : Aurora *(o-rô'rơ)*.

Lề. — **lối** : Method *(me'thâđ)*, principle.

— **luật** : Rule *(rul)*, law *(lo)* || Bản — : Hinge *(hin-j)*.

Lễ. Ceremony *(se'ri-mơ-ni)* / — phép : Polite *(pô-lai't)* / Đứa bé đó rất — phép : That boy is very polite / Áo — : Chasuble *(chê'ziu-bơl)* / Xem — : To hear mass *(mas)* / Ngày — : Festival *(fes'ti-vơl)*/ Chịu — : To receive communion *(com-miu'ni-ân)* /

— **bộ** : Rite office.

— **độ** : Politeness, decency *(đi'sân-si)*.

— **vật** : Gift, offering.

Lệ : Custom *(căs'tăm)* / Đây có — ấy : It is a custom here /

Lệch. Bent, not perpendicular *(pơr-pân-đi'kiu-lơr)*.

Lên. To go up / Đi — gác : To go upstairs *(ăp'terz)* /

— **ngựa** : To mount *(mao-nt)* a horse / — giá : To raise *(rêz)* the price.

Lênh. — **đênh** : Floating, tossing about.

— **láng** : To be spread, to be shed.

— **nghênh** : High - statured *(stê'chơ:đ)*.

Lềnh. — **bềnh** : Floating, tossing about.

— **kềnh** : Embarrassing, bulky.

Lệnh. Order *(or'đơr)* / Đó là — của cha tôi : That is my father's order / Ông ấy đã ra — cho quân tiến : He gave order to the troops to advance.

Lêu. — **lổng** : To roam, to run about, to gad about.

Lều. Hut *(hăt)*, cottage *(cot'tâj)*.

Lếu. — **láo** : Indecent, impolite.

Li. — **dị** : To divorce *(đi-vors')*/ Ông ấy đã — dị vợ : He divorced his wife / — biệt : To separate.

Lị. Bệnh — : Dysentery *(đis'sân-tơ-ri)*.

Lìa. To separate *(se'pơ-rêt)* / Anh phải — tôi : You must separate from me.

Lịch. Quyển — : Calendar *(ke'lân-đơr)* / — sử : History *(his'-tơ-ri)* / — sự : Polite, gentle || Du — : A tour *(tu'ơr)* / Đi du — : To make a tour / Người đi du — : A tourist || Lai — : Origin *(o'ri-jin)* / Thanh — : Distinguished.

— **duyệt** : Experienced *(eks-pi'ri-ânst).*

— **lãm** : One who has seen mnch.

Liếc. To glance *(glan-s)*, [trông qua] To glance one's eye over/ Ông ấy — tôi : He glances at me.

Liêm. — **sỉ** : Decent *(đi'sânt)*/ Vô — sỉ : Inđecent impudent *(im-piu'đânt)* / Người vô — sỉ : An impudent person /

— **chính** : Impartial administration.

— **khiết** : Unbribable, rigidly honest.

— **phóng** : Security.

Liếm. To lick / — gót : To lick the heels.

Liềm. Sickle *(sik'kơl).*

Liệm. To put into the coffin.

Liên. [hoa sen] Lotus *(lô'tâs)*, nenufar *(ne'niu-far)* || [luôn luôn] Always *(ol'uâz)*, Without stopping / Súng — thanh : Machine-gun *(mơ-shin'găn)* /

— **bang** : Federation, confederation.

— **can** : Involved in a matter.

— **đoàn** : League, syndicate *(sin'đi-cât).*

— **đối** : Parallel sentences.

— **hiệp** : United / — hiệp quốc: United Nations

— **kết** : To unite ; union.

— **khu** : Interzone.

— **lạc** : Connexion, communication, concerted action.

— **lụy** : Involved in a matter.

— **quân** : United, allied army.

— **tiếp** : To continue ; continuous, uninterrupted.

Liến. — **thoắng** : Voluble, fluent.

Liền. (gần) Near *(ni'ơr)* / Đất — : Continent *(con'ti-nânt).*

Liễn Earthen vase with a lid.

Liệng. (chim) To hover, to soar. (ném) To throw, to fling.

Liếp. Bamboo *(bem-bu')* screen *(scriin).*

Liệt. To class, to sort || Paralysed *(pe'rơ-laizd).*

— **cường** : Great powers.

— **giường** : Laid up, to take to one's bed.

— **kê** : To draw up a list, to make a list.

— **nữ** : Heroine *(he'rơ-in).*

— **sĩ** : Celebrated scholar.

Liều. — **mình** : To risk one's life *(lai'f)* / Nó — mình để cứu tôi : He risks his life to save me / Tôi phải — : I must run the risk / Nói — :

To talk *(tok)* without thinking || Một — thuốc : A potion *(pô'shân)*, A dose *(đôz)*.

Liễu. Willow *(uy'lô)* / — rủ : Weeping *(uyp'pinh)* willow.

Liệu. To think over, to examine *(ek-zem'min)* / Định —: To decide *(đi-sai'đ)*, to make up one's mind / Anh phải định — ngáy : You must make up your mind at once.

— **cách** : To find a means / Anh phải — đấy ! : Take care of yourself ! Look out ! Beware ! *(bi-uer')*

Lim. (gỗ) : Iron-wooded tree.

— **dim** : Half-open eyes.

Linh. — **hồn** : Soul *(sôl)* / — tính : Instinct *(in'stinkt)*.

— **thiêng** : Supernatural *(su' pơr·ne'chơ-rơl)* / — mục : Priest *(priist)* / — cữu : Coffin *(cof'fưn)* ||

— **tinh** : Miscellaneous

— **diệu** : Wonderful, admirable.

— **dược** : Wonderful drug.

— **động** : Vivacous *(vi-vê'shâs)*, animated, vivid.

— **hoạt** : Living, animated.

— **lợi** : Intelligent, quick-witted.

— **nghiệm** : Efficient *(if-fi' shânt)*.

— **ứng** : Wouderfully efficient.

— **xa** : Hearse *(hơ:s)*.

— **sàng** : Cult bed.

Lính : Soldier *(sôl'jơr)*/ — thủy: Sailor *(sê'lơr)* / — ky mã : Cavalry *(ke'vơl-ri)* / — pháo thủ : Artilleryman *(ar'ti-lơ-ri-mân)* / Mộ — : To recruit *(ri-crut')* soldiers / Đi — : To join *(joi-n)* the army / — dự bị : Soldiers in reserve *(ri-zơrv')* / Trại — : Barracks *(ber'râks)*.

Lịnh. (Xch. Lệnh).

Lỉnh. (trốn) : To steal away.

Lĩnh. To receive *(ri-siv')* / — lương : To draw *(đro)* one's salary *(se'lơ-ri)* || Vải — : Satin *(se'tin)*.

Lo. To worry *(uơr'ri)*, to be worried / Tôi — về việc đó : I worry about that / Tại sao anh — ? : Why are you worried ?

— **liệu** : To arrange *(ơ-rênj')* /

— **phiền** : To be sad.

— **xa** : To foresee, to forecast, to be farsighted.

Lò. [làm bánh] : Oven *(ăv'vân)* ; [nung gạch, vôi] : Kiln *(kil)*/

— **đúc** : Smelting place / — rượu : Distillerry *(đis til'lơ-ri)* /

— **sát sinh** : Slaughter *(slo'tơr)* house.

— **dò** : To walk slowly.

— **mò** : To grope *(grôp)*.

— **rèn** : Smithy *(smi'thi)*.

— **sưởi** : Fire-place / — sưởi điện : Radiator.

— **xo** : Spring.

Lọ. Pot, vase / — hoa : Flower-vase / — mực : Ink-pot.

Lõ. Mũi — : Protuberant, prominent nose.

Loa. Ống — : Speaking-trumpet *(trăm'pât)*.

Lòa. Long-sighted, dim-sighted.

Lóa. To dazzle *(đez'zưl)* / Ánh sáng làm — mắt tôi : The light dazzles my eyes.

Lõa. — **lồ** : Naked *(nê'kâđ)*, Bare *(ber)*.

Loài. Species *(spi'shiz)* / — này rất hiếm : This species is very rare.

Loại. To reject *(ri-jekt')*. To refuse *(ri-fiu'z)*

Loan. — **báo** : To warn *(uo:n)*, To inform *(in-form')*

— **giá** : Royal coach.

Loạn. Disturbance *(dis-tơr'bâns)*, Confusion *(con-fiu'zhân)*, Rebellion *(ri-bel'li-ân)*/ Nội — : Civil *(si'vưl)* war / — **luân** : Incest *(in'sest)* / — — dâm : [Xch. — luân].

— **ẩu** ; — đả : Fight *(fai-t)*.

— **ly** : Trouble and separation.

— **quân** : Routed *(rao'tưđ)* troops.

Loang. — **lổ** : Checkered *(chek'kơ:đ)*.

—**toàng** : Extravagant, wasteful.

Loáng. — **choáng** : Having a slight headache ; giddy.

— **thoáng** : Here and there, about ; slightly.

Loạng. — **choạng** : To totter, to stagger *(steg'gơ:)*.

Loãng. Diluted *(đi-liu'tưđ)* / Nước toan này — quá : This acid is too diluted.

Loanh. — **quanh** : To walk about.

Lọc. To filter *(fil'tơr)* / Nước — : Filtered water || (chọn): To pick out, to choose *(chuz)*.

— **lõi** : Experienced *(eks-pi'ri-ânst)*.

Lòe. — To flare *(fler)*, to daz'-zle *(đez'zơl)*.

— **loẹt** : Sparkling.

Lòi. To jut *(jăt)* out / Lợn — : Wild boar *(bor)*.

— **tói** : Chain *(chên)*.

Lõi. (cây) : Heart of the tree.

— **đời** : Experienced.

Lom. — **khom** : Bent.

Lõm. — **bõm** : To splash || To know, to understand a little.

Lon. Cái — : Cylindrical vase || (bình) Stripe *(strai-p).*

Long. — **bào** : Royal cloak *(clôk).*

— **cồn** : Royal coat.

— **đình** : Royal court.

— **nhan** : King's face, emperor's face.

— **trọng** : Solemn *(so'lâm).*

— **não** : Camphor *(kem'fơ:).*

Lòng. Heart *(hart)* / Có — : Kind *(kai-nđ),* generous *(je' nơ-râs).*

— **tham** : Covetousness *(că' vet-tâs-nâs).*

— **thương** : Love *(lăv)* / — giận : Anger *(eng'gơr)* /

— **sốt sắng** : Devotion *(đi-vô' shân)* / — dục : Concupiscence *(con-kiu-pis'sâns)*/ Sẵn — : Willingly / Hết — : With one's whole heart / Ngã — : To be in despair *(đis-per')* / Chiều — : To please *(pliz)* / Thuộc — : To know by heart / Động — : Moved *(muvđ)*/ — — sông : The river bed.

— **bàn tay** : The palm *(pam)* of the hand / Con đầu — : The first-born child.

Lóng. Slang *(sleng).*

— **lánh** : To shine, to glitter.

Lỏng. (Xch. Loãng).

Lọng. Parasol *(pe'rơ-sol).*

Lóp. — **ngóp** : To move about with difficulty.

Lót. To line *(lai-n)* / Lần — : Lining.

Lọt. To pass through *(thru)* / Cái xe không đi — qua cái cổng : The car cannot pass through the gate.

Lô. Lot, share *(sher).*

— **cốt** : Block-house.

Lồ. Big basket.

Lố. — **bịch** : Funny, ridiculous.

— **nhố** : Numerous and disorderly.

Lộ — **hầu** : Adam's apple.

— **thiên** : Unroofed, open.

Lỗ. Hole *(hôl)* / Đục một cái — : To make a hole || (thiệt) : To lose *(luz)* || Nước — : Rumania *(ru-mê'ni-ơ).*

— **mãng** : Rude *(ruđ),* impolite.

— **mỗ** : To understand indistinctly.

Lốc. Whirlwind *(hươ:l'winđ).*

Lộc. (lá non) Bud *(bŭđ).*

Lôi. — **kéo** : To pull, to draw *(đro)* || Cột thu — : Lightning *(lai't-ninh)* rod *(rođ)* || — thôi quá ! It is too troublesome *(trăb'bưl-sâm).*

Lối. Way *(uê)* / — nào ? : Which way ? || — lại : To bequeath *(bi-quith')* / Lời — : Bequest *(bi-quest').*

Lỗi. Fault *(folt)*, Mistake *(mis-têk)* / Đó là — tại tôi ! : That is my fault / Làm — : To commit *(com - mit')* a fault / Đổ — : To blame *(blêm)*/ Xin — : To beg *(beg)* pardon, To apologize *(ơ-pol' lơ-jai-z)* / Tha — : To excuse *(eks-kiu'z)*; To forgive *(for-giv')*, To pardon *(par'đân)*.

— lạc : Remarkably skilful.

Lội. **Bơi** — : To swim *(suym)*, To wade *(uêđ)*.

Lộn. **— xộn** : In disorder *(đis-or'đơr)* / — lại : To return *(ri-tơrn')*.

— trái : To turn inside out / Ngã — nhào : To tumble *(tăm'bưl)*.

Lông. Hair *(her)* / (chim, gà) : Feather *(fe'THơr)* / — mày : Eyebrow *(ai'brao)* / — mi : Eye-lash *(ai'tesh)* / Nhổ — : To pluck *(plăck)* the feather / — bông : Idle and vagrant.

— ngông : High-statured.

Lồng : Cage *(kêj)* / — chim : Bird-cage || — vào nhau : To put one into the other / — cồng : Bulky, cumbersome *(căm'bơ : sâm)*.

— lộn : To act hurriedly.

— lộng : Very big and large.

Lộng. **— hành** : Abuse *(ơ-bius')*, misuse.

— lẫy : Sumptuous *(săm'chu-âs)*, luxurious.

— quyền : Misuse of authority.

Lốp. **— xe** : Tyre *(tai'ơ)*.

Lột. To strip, to rob, to skin.

— trần : To strip someone of his clothes.

Lơ. **Làm** — : To pretend *(pri-tenđ')*, to take notice *(nô'-tis)* / Tôi làm — như không biết : I pretend not to know || (phẩm) : Indigo *(in'-đi-gô)*.

Lờ. **— đờ** : Stupid, stultified *(stăl'-ti-faiđ)*.

— mờ : Dark, obscure.

Lở : To fall off, to collapse || Bệnh — : Mange *(mênj)*.

Lỡ : To miss, to fail.

Lời : **— nói** : Word *(u-ơrđ)*, Speech *(spiich)* / — hứa : Promise *(pro'mis)* / Anh cứ tin ở — tôi : You may take my word for it || (Lãi) : Profit *(pro'fit)* / — thề: Oath *(ôth)*.

Lợi : Profit *(pro'fit)*, Advantage *(âđ-ven'tâj)*.

— dụng : To profit by.

— khẩu : Eloquent *(el'lơ-quânt)*, voluble, fluent.

— lộc ; **— tức** : Income.

Lợm : To want to vomit.

Lởm. — chởm : Irregular, uneven.

Lớn : Big, great *(grêt)* / Người — : A grown-up.

Lợn : Pig / — lòi : Wild *(uai'lđ)* boar *(bor)* / Thịt — : Pork *(por-k)* / Chuồng — : Pig-sty *(-stai)* / — sữa : Sucking-pig.

Lớp : Class *(clas)* / — trên : Upper form *(clas)*.

Lợp : **— nhà** : To cover *(că'-vơr)* the house / — ngói : To cover with tiles.

Lu.— bù : To enjoy oneself very much || Very much, very.

— mờ : Dark, obscure.

Lù.— đù : Stupid, slow.

— mù : Faint, dark, obscure.

Lú. — lấp : Forgetful, oblivious *(âb-bli' vi-âs)*.

Lúa : Cây — : Rice-stalk *(rai's-stok)* / — thóc : Paddy *(peđ'-đi)*.

Lụa : Silk *(sil-k)* / Hàng — : Silk goods *(gađz)*.

Luân. — lý : Moral *(mo'rơl)* / Loạn — : Incest *(in'sest)* || — hồi : Metempsychosis *(mơ-tem-si-kô'sis)* / — Đôn : London *(lăn'đân)*.

Luận. Bài — : Essay *(es'sê)* / Tranh — : To debate *(đi-bêt')*.

— án : Thesis *(thi'-sis)*.

— định : To decide *(đi-saiđ')*

— lý : Logical *(lo'ji-cơl)*.

— thuyết : Theory *(thi'ơ-ri)*.

Đàm — : To discuss *(đis-căs')*.

Luần. — quần : To run about, to go about.

Luật : Law *(lo)* ; Rule *(rul)* / Dân — : Civil *(si'vưl)* law / Quân — : Martial *(mar'shơl)* law / — tự-nhiên : The natural *(ne'chơ-rơl)* law.

— học : Juridical study, law.

— khoa : Law *(lo)*.

— sư : Lawyer, barrister.

Lúc : Moment *(mô'mânt)*, Instant *(ins'tânt)* / Một — : A moment ; an instant / — ấy : At that time / — tôi còn hàn vi : At the time when I was poor / — lắc : To move, to shake, to stir.

— nhúc : To swarm *(swo : m)*.

Lục : (sáu) six *(siks)* || — quân : Army *(ar'mi)* || — đục : At variance.

— xét : To examine *(ek-ze'-min)* || Sở — lộ : Public *(păb'blik)* works department.

(đi-part'mânt) || Súng — : Revolver *(ri-vol'vơr)* ; Pistol *(pis'tơl)* / — bộ : The six ministries.

— **cốc** : The six principal cereals.

— **diện** : Hexahedron *(hek-sơ-hi' đrân)*.

— **địa** : Continent *(con'ti-nânt)*

— **lăng** : Hexagon *(hek'sơ-gân)*

— **phủ** : The six principal organs.

— **súc** : The six principal domestic animals.

— **sự** : Record-office / Tham-tá—sự : Clerk of the court.

Lui : To withdraw *(uyth-đro')*; To move *(muv)* back / Cuộc rút — quân đội : A retreat *(ri-trit')*.

— **lại** : To withdraw, to fall back.

— **về** : To retreat, to go back home.

Lùi : To go backwards *(bek'-uơdz)* / — lại một bước : Move back one step !

Lủi : To steal away, to slip, to escape quietly.

— **thủi** : Alone, by oneself.

Lùn : Dwarfish, short / người — : Dwarf.

Lún : To sink, to subside *(sâb-said')*.

— **phún** : Covered with short and soft hair.

Lủn. — **mủn** : Very minute detail.

Lung. — **lay** : To shake *(shêk)*/ — tung : Confused.

Lùng : To pursue *(pơ : siu')*

Lúng. — **túng** : Embarrassed, confused.

Lụng. — **thụng** : Clad with very large clothes.

Lủng. — **củng** : Numerous and disorderly.

— **lẳng** : Pendent, hanging, overhanging.

Lũng. Thung — : Valley *(vel'-li)*.

Luộc : To boil *(boi-l)* / — trứng : To boil eggs.

Luộm. — **thuộm** : Neglected, slovenly *(slă'vân-li)*.

Luôn : Always *(ol'uâz)* / Nó đi vắng — : He is always out.

Luồn : To pass, To sneak *(snik)* / — cái giây này qua cái ống : Pass this string through the tube ! / Nó —qua cửa sổ : He sneaks through the window / — lỏi : To get in cleverly.

Luồng : Big bamboo || — gió : Draught *(đraft)*.

Luống : — **cày** : Furrow *(fơ':-rô)*.

— **cuống** : Bewildered *(bi-uyl'-đơrđ)*, troubled.

Lụp. — **sụp** : Low, not high enough.

Lụt : Flood *(flăđ)*, Inundation *(i-năn-đê'shân)*.

Lũy : Stronghold *(strong'hôlđ)*/ Chiến — Maginot : Maginot line *(lain)* / Hào — : Moat *(môt)*.

Luyến. — **ái** : Love *(lăv)*.

— **ái** : Attachment, devotion.

Luyện — **tập** : To practise *(prek'tis)* / Sự - tập : The practice / — một học-sinh : To coach a pupil.

Lư. — **hương** : Incense-burner.

Lừ : To look askance *(âs-kens')*, to look sideways.

— **đừ**, —thừ : Indolent, slothful.

Lử: Exhausted, extremely tired.

Lữ. — **du** ; — hành : To travel.

— **điếm** ; — quán : Inn.

— **đoàn** : Brigade *(bri-ghêđ')*

— **khách** : Traveller

Lừa : Con — : Ass *(es)* || — đảo : To cheat *(chiit)*, *to* deceive *(đi-siiv')*/ Nó đánh — tôi : He cheats me / — dối ; — gạt : To cheat, to trick.

Lửa : Fire *(fai'ơr)* / Xin ông tý — : Please give a light / Ngọn — : Flame *(flêm)*/ Đốt — : To light a fire / Tắt — : To extinguish *(eks-ting'guysh)* a fire.

Lựa. — **chọn** : To choose *(chuz)* / — dịp : To find an occasion *(ơ-kê'zhân)*.

Lực : Force *(fors)* / Bất — : Incapable *(in-kê' pâ-bơl)* / Mã — : Horse-power *(hors-pao'ơr)* || — điền : Farmer, Cultivator.

— **học** : Dynamics *(đai-nem'-miks)*

— **lưỡng** : Robust, sturdy, strong.

— **sĩ** : Athlete *(eth' lit)*.

Lưng : Back *(bek)* / — chừng : Half-way *(haf-uê)* / — lửng : Almost entirely.

Lừng. — **khừng** : Indifferent :

— **lẫy** : Resounding ; known all over.

Lửng. — **lơ** : Pendent, hanging.

Lững. — **thững** : Walking slowly.

Lược : Comb *(côm)* || Nói — lại : To relate *(ri-lêt')* in brief *(brif)* / Yếu — : A summary *(săm'mơ-ri)*.

Lưới : Net *(net)* / — cá : Fishing-net / — tóc : Hair-net.

Lười. — **biếng** : Lazy *(lê'zi)*, Idle *(ai'đơl)*.

Lưỡi : Tongue *(tăng)* / — dao : Blade *(blèđ)* of the knife /— lê : Bayonet *(bê'ơ-net)* / — câu : Fish - hook / — gà : Reed *(riiđ)*.

Lườm : To look askance, to look sideways.

Lượm. — **lặt** : To gather *(ghe'THơr)*.

Lươn : Con — : Eel *(i-l)*.

Lượn : To hang around, to loiter, to roam.

Lương. Tiền — : Salary *(se'-lơ-ri)*/—thực : Food *(fuđ)* || — tâm : Conscience *(con'-shâns)* / — thiện : Honesty *(o' nâs-li)* — y : Good doctor, good physician.

Lường : (đong, đo) : To measure *(me'zhơ :)*, to weigh *(uê)* || (lừa) : To cheat, to deceive, to trick.

Lượng. — **độ** : To measure.

— **thứ** : To forgive, to pardon, to excuse.

Lưỡng — **lự** : Undecided *(ăn-đi-sai'đưđ)* ; To hesitate/ — nan : To be between two difficulties.

— **tiện** : Double advantage.

Lướt. — **qua** : To pass by quickly.

— **mướt** : All drenched, all soaked.

— **thướt** : Very long.

Lượt. (Xch. Lần) : Time, turn || Gauze.

Lưu. — **danh** : To leave a good reputation.

— **đầy** : To exile *(ek'sail)*, to banish *(be'nish)*.

— **động** : Moving *(mu'ving)*.

— **lạc** : Wandering, roving *(rồ'ving)*.

— **lại** : To remain. to stay ; to stop, to retain.

— **luyến** : To love and retain.

— **tâm** : To mind, to pay attention to.

— **thông** : To communicate.

— **thủy** : Running water.

— **trú** : To live, to dwell, to inhabit

— **truyền** : To transmit, to pass on to, to pass down to.

— **trữ** : To keep, to preserve, to maintain.

— **ý** : To pay attention to.

— **ly** : A kind of precious stone.

Lựu. — **đạn** : Grenade *(grơ-nêđ')*

Ly. A glass, a cup || One thousandth, a very small, quantity.

— **biệt** : To separate ; separation.

— **dị** : To divorce ; a divorce.

— **gián** : To divide, to separate.
— **hôn** : To divorce ; a divorce
— **kỳ** : Strange, extraordinary.
— **tán** : To disperse, to scatter.
Lý. Reason *(ri'zân)* / Vô — : Absurd *(âb-sơrđ')* / Không có — gì anh lại mắng tôi : được : There is no reason why you can scold me ||
— **dịch** : Village officials *(of-fi'-shiơlz)*.
— **do** : Reason, cause.
— **đoán** : Judgment ; [luật] Issue *(is'shu)*.
— **hóa** : Physico-chemistry *(ke'mistri)*.
— **học** : Physics.
— **lịch** : Legal status *(stê',ste'-lâs)*.
— **luận** : To reason, to argue *(a :'ghiu)*.
— **thú** : Interesting, pleasant.
— **thuyết** : Theory *(thi'ơ-ri)*
— **tưởng** : Ideal *(ai-đi'ơl)*
— **trưởng** : Vilage mayor *(mê'ơ :,mer)*.
Lỵ Bệnh — : Dysentery *(đis'-sân-tơ-ri)*.

M

Ma. Ghost *(gôst)* ; Phantom *(fen'tâm)* / Đám — : Funeral *(fiu'nơ-rơl)*.
— **bùn** : Soft-headed *(he'đưđ)*.
— **cô** : Pander *(pen'đơ:)*, pimp.
— **men** : Devil of drunkenness.
— **rốc** : Morocco *(mơ-rok'cô)*.
— **thuật** : Magic, witchcraft, sorcery.
— **trơi** : Will - o'-the-wisp.
— **xó** : Small devil.
Mà. Tha t *(THet)* / Nhưng — But *(băt)* / Dù — : Even *(i'vân)*, though *(THô)* / — thôi : Only *(ồn'li)* ||
— **cả** : To bargain *(bar'gân)* /
— (mã) **chược** : Mahjong.

Má. Cheek *(chiik)* / — hồng : Rosy *(rô'zi)* cheeks / Phấn — hồng : Rouge *(ruzh)*.

Mả. Grave *(grêv)*, tomb *(tum)*.

Mạ. — **kền** : To nickel-plate *(nik'kơl-plêt)*.

— **vàng** : To gold-plate || Cây — : Young rice-plant.

Mã. — **binh** : Cavalry *(ke'vơl-ri)*.

— **chược** : (Xch. Mà-chược).

— **lai** : Malaya *(mơ-lê'ơ)* / Người — lai : Malay.

— **lực** : Horse-power.

— **ngoài** : Showy appearance.

— **tấu** : Broad and sharp sword *(so:đ)*.

— **vỹ** : Horse's tail.

— **xít** : Marxist.

Mách. — **lẻo** : To report *(ri-port')*.

— **qué** : To lie, to bluff.

— **tục** : To use rude, and indecent words.

Mạch. Puise *(păls)* / Bắt — : To feel *(fiil)* the pulse ||

— **nước** : Source *(sors)*.

Mai. Ngày — : To-morrow *(tù-mo'rô)* / Sáng — : To morrow morning || Cái — : Spade *(spêđ)* ||

— **hậu** ; — sau : Later on.

— **kia** ; — mốt : Shortly.

— **một** : To cause to disappear, to sink.

— **phục** : To ambush *(em'bush)*.

Mái. — **nhà** : Roof *(ruf)* || Gà — : Hen.

— **chèo** : Oar *(ôr)*.

Mài. To grind *(graind)* ; to sharpen / Đá — : Grindstone /

— **miệt** : To be absorbed in, to devote oneself to.

Mải. — **miết** : To be hard-working.

Mãi. So long *(loong)* / Tôi đợi anh — : I wait for you so long || (Mua) : To buy *(bai)* / Đoạn — : To sell definitely *(de'fi-nit-li)*

— **chủ** : Buyer *(bai'ơ)*.

— **lộ** : (tiền) Money exacted from travellers on highways.

Mại. — **bản** : Comprador *(com-prơ-đôr')*.

— **chủ** : Seller.

— **dâm** : To prostitute oneself.

— **nô** : To deal in negroes, slaves.

Man. — **trá** : Dishonest *(đis-on'nâst)* / Dã — : Barbarian *(bar-be'riân)*.

— **mác** : Vague, boundless, indefinite.

Mán. Savage *(se'vâj)* / (tiếng lóng) Mày — lắm : You are very savage.

Màn. — **cửa** : Curtain *(cơr'-tân)* / — muỗi : Mosquito-net *(mos-ki'lô-net)*.

Mãn. — **đời** : The whole life *(hôllai-f)* / — đời nó sẽ khổ : He will suffer for the whole life / — nguyện : Satisfied *(se'tis-fai-đ)* || — Châu : Manchuria *(men-chu'riơ)* || Con — : Cat *(ket)*

Mang. To carry *(ker'ri)* / — giúp tôi : Carry for me || Có— : To be pregnant *(preg'nânt)*/ Bà ấy có — : She is pregnant || — máng : Vaguely, indistinctly.

Máng. — **nước** : Gutter *(găt'tơr)* ; water-pipe.

Màng. Cataract *(ke'tơ-rekt)* / Mắt kéo — : Cataract forms on the eye.

Mạng. To mend *(men-đ)* || (Đời) : Life *(lai-f)* / Cách — : Revolution *(re-vơ-lu'shân)* / Án — : Murder *(mơr'đơr)*

— **nhện** : Cobweb *(cob'ueb)*.

Mánh. — **khoé** : Trick, means ; Cunning *(căn'ning)* / Nó — khóe lắm : He is very cunning.

Mành. —: Blind *(blai-nđ)* / Kéo cái — xuống : Pull down the blind.

Mảnh. Fragment *(freg'mânt)* / — dẻ : Thin, delicate.

Mạnh.—**khỏe** : Strong *(stroong)*, healthy *(hel'thi)*.

— **bạo** : Daring, audacious *(o-đê'shi-âs)*

— **dạn** : Hardy, brave *(brêv)*.

Mào. — **gà** : Comb *(côm)* of a cock ; Crest *(cres-t)*.

— **đầu** : Preamble *(pri'em-bưl, pri em'bol)*

Mạo. To counterfeit *(cao-n'tơr-fit)* ; To forge *(for-j)* / Họ đã — một tờ giấy thông hành : They counterfeited a passport || — tự : Article *(ar'ti-cưl)*.

— **hiểm** : To engage in risky undertakings.

Mão. The fourth letter of the twelve-cycle.

Mát. Cool *(cul)* / Nói — : To talk *(tok)* sarcastically *(sar-kes'ti-cơli)* || — tít : Putty *(păt'ti)*

Mạt. — **hạng** : Inferior *(in-fi'ri-ơr)* rank *(rengk)* / Hèn — : Low *(lô)* ; mean *(miin)* || — cưa : Sawdust *(so'đăst)* ||

— **sát** : To speak *(spiik)* ill / Họ — sát nhau : The speak ill of each other.

— **nghệ** : Mean business.

— **lộ** : The last road, way.

Mau. Quick *(quik)* / Chạy — : Run quick / Làm — lên : Do it quickly ! / — lên : Hurry up ! *(hă'ri-ăp)*.

Máu. Blood *(blăđ)* / Cuộc đổ — : Bloodshed *(blăđ'sheđ)*.

Màu. Colour *(că'lơr)* / — này phai : This colour fades.

May. — **vá** : To sew *(sô)*/ Thợ — : Tailor *(tê'lơr)* ||

— **quá** ! : How lucky ! *(lăk'ki)*/ Không — : Unlucky *(ăn-lăk'ki)*.

Máy. Machine *(mơ-shin')* ; engine *(en'jin)* || — mắt : To wink *(uynk)* the eye ||

— **bay** : Aeroplane, aircraft.

— **chém** : Guillotine *(ghi'lơ-tin)*.

— **khâu** : Sewing-machine *(sô'ing mơ-shin')*.

— **nói** : Gramophone *(grem'mơ-fôn)*.

— **tiện** : Lathe *(lê TH)*.

— **tính** : Calculator.

— **đánh chữ** : Type-writer

— **in** : Printing-machine.

Mày. You || Lông — : Eye-brow *(ai-brao)*. || Ăn — : To beg / Kẻ ăn — : Beggar *(beg'gơr)*.

Mắc. — **áo** : Peg *(peg)* || — nợ : To contract *(con-trekt')* a debt *(đet)*/ — bận : Busy *(bi'-zi)* /

— **cỡ** : Confounded, ashamed.

Mặc — **quần áo** : To dress *(đres)* / — áo : To put *(put)* on a coat || — kệ tôi ! : Let me alone *(ơ-lôn')*.

— **cả** [Xch. Mà cả].

— **dầu** : Though *(THô)*.

Mắm. Nước —:Fish-sauce *(sos)*/ — tôm : Shrimp-sauce.

Mặn. Salty *(sol'ti)* / Nước — : Brine *(brain)*.

— **mà** : Eager, ardent.

Măng. — **tre** : Bamboo-shoot *(bem-bu'shut)* / — tây : Asparagus *(ơ-spe'rơ-gâs)*.

— **cụt** : Mangosteen.

— **đa** : Money order.

— **sông** ; Mantle.

Mắng. To scold *(scôlđ)*, to chide *(chai'đ)*.

Mắt. Eye *(ai)* / Thuốc đau — : Eye-lotion *(lô'-shân)*/ Đau — : Sore *(sor)* eyes / Nó đau — : He has sore eyes /

— **lác** : Squint-eyed *(squint ai-đ)*, cock-eyed *(cok'aiđ)* / Nước — : Tear *(tiơ-r)* / — cá chân : Ankle *(eng'cưl)*.

Mặt. Face *(fês)* / Có — : To be present *(pre'-zânt)*.

— **nước** : Surface *(sơr'fâs)* of the water / — phải miếng vải : The right side of the cloth.

— **nạ** : Mask.

Mâm. Tray *(trê)*, dinner-tray.

Mầm. Germ *(jơr-m)* ; sprout, *(spraot)*.

Mậm. Sprout, bud.

Mân. — **mó** : To feel, to touch.

Mận. Quả — : Plum *(plăm)*.

Mấp. — **mé** : Hardly reaching, touching.

— **mô** : Rugged *(răg'gưđ)*.

Mập — **mạp** : Fat, big, plump, chubby.

— **mờ** : Indistinct, obscure.

Mất. To lose *(luz)* / — lòng : To offend *(ơ-fenđ')* / — công: To lose the trouble *(tră'bơl)*/ Tôi — công không : I lose my trouble for nothing / — tiếng : To lose one's reputation *(re-piu-tê'-shân)*/— mùa: To lose the harvest *(har'vâst)*.

Mật [trong thân thể] : Bile *(bai'l)* || (ong) Honey *(hă'ni)* || Bí — : Secret *(si'crât)* / — thám : Detective *(đi-tek'tiv)*/

— **chỉ** : Secret order *(or'đơr)*.

— **kế** : Secret means *(miinz)*.

— **sai** : Secret envoy *(en'voi)*.

— **thiết** : Intimate *(in'ti-mưt)*

— **thư** : Confidential letters.

Mâu. — **thuẫn** : Contradictory.

Mầu. Phép — nhiệm : Mystery *(mis'tơ-ri)* || [Xch. Màu]

Mấu. Knot *(not)*

Mẩu. Bit *(bit)* ; piece *(piis)*.

Mẫu. — **mực** : Model *(mo'đơl)*, type / — hàng : Sample *(sem'-pơl)* / Cái này không được như — : This is not up to the sample / Ra — : To give a model || — ruộng : An acre *(ê'kơr)* of land || — âm : Vowel.

—**giáo** : Mother education / Trường —giáo: Kindergarten.

— **hạm** : Air-craft carrier *(ker'ri-ơ:)*.

— **quốc** : Metropolis, mother country.

— **số** : (Toán) Denominator *(đi-nom'mi-nê-tơ:)*

— **thân** : Mother.

Mây. Cloud *(clao-đ)* / Trời — u ám : It is cloudy || (đan, ghế, làn) : Rattan *(rơ-ten')* / Roi — : Rattan rod *(rođ)*.

Mấy. How *(hao)* many *(me'ni)*/ Anh có — quyển sách ? How many books have you ?

Me. (Mẹ) Mother / (tiếng gọi) Mummy ! Mother !

Mé. Brink, border || ; edge.

Mẻ. Broken *(bro'kân)* at the side *(sai'đ)*.

Mẹ. Mother *(mă'THơr)* / — ghẻ : Step-mother / — vợ hay chồng : Mother-in-law *(lo)* / — nuôi : Foster-mother/ — đỡ đầu ; — thiêng liêng : God-mother *(gođ mă'THơr)*.

Men. Leaven *(le'vân)* ; Ferment *(fơr'mân-t)* || — sứ : Enamel *(en-ne'mơl)* / Chậu — : Enameled basin *(bê-zơrn)*.

Méo. Crooked *(cru'kâđ)* ; Curved *(cơrvđ)*.

Mèo. Con — : Cat *(ket)*.

Mẹo. (văn - phạm) Grammar *(grem'mơr)* / Mưu — : Trick *(trick)* ; Contrivance *(con-trai' vâns)* /

— **mực** : Device, means, way.

Mép. Edge *(ej)* / — sách : The edge of a book / — giấy : The margin *(mar'jơn)* of the paper.

Mét. Tái — mặt : To turn *(tơrn)* pale *(pêl)*.

Mê. (trong khi ngủ) : To dream *(đriim)* / (ham mê) To become attached *(ơ-techt')* to ; To be charmed *(charmđ)* with.

— **dâm-dục** : To fall *(fol)* into debauchery *(đi-bo'chơ-ri)*/

— **ăn uống** : Gluttonous *(glăt'-tơ-nâs)* / Làm cho — : To charm *(char-m)* ; To fascinate *(fes'si-nêt)* / Thuốc — : Ether *(i'thơr)* ; Anaesthetic *(en-nis-the'tik)*.

— **muội** : Blind, blindly.

— **tín** : Superstitious *(su-pơ:sti'shi-âs)*.

Mề. — **đay** : Medal *(me'đơl)*.

Mễ. Trestle *(tres'sơl)*.

— **cốc** : Cereals *(si'ri-ơlz)*.

Mềm. Soft *(sof-t)* / — mỏng, dịu dàng : Sweetly *(suyt'li)* ; Tenderly *(ten'đơ:li)*.

Mền. Blanket, quilt.

Mến. To love *(lăv)* ; To be fond *(fon-đ)* of ; To like *(lai'k)* / Sự — thương : Charity *(che'ri-ti)*.

Mệnh. — **lệnh** : Order *(or'đơr)*/ Số — : Fate *(fêt)*, Destiny *(đes'ti-ni)* / (mạng người) : Life *(laif)*.

— **chung** ; — một : To die.

— **đề** : Clause *(cloz)*.

— **danh** : To call oneself, to name oneself.

Mệt. Tired *(tai'ơđ)* / Tôi — lắm : I am very tired.

Mếu. To pull faces when crying, weeping.

Mi (mày) You *(yu)* / Lông — : Eye-lash *(ai'lesh)*.

— **mắt** : Eye-lid *(ai'lid)*.
— **ca** : Mica *(mai'cơ)*.
Mì. Lúa — : Wheat *(huyt)* ; Corn *(cor-n)* / Bột — : Cornflour *(flao'ơr)*.
Mía. Sugar-cane *(shu'gơr-kên)*.
Mỉa. — **mai** : Sarcastic *(sarkes'tik)* / Lời nói — mai : Sarcastic words.
Miến. (Xch Mì) Chinese vermicelli *(vơ-mi-sel'li)*.
Miền. Region *(ri'jân)*.
Miễn. — **thứ** : To forgive *(for-ghiv')* / — thứ cho tôi : Forgive me.
— **trừ** : To exempt *(ek-zempt')*/ — thuế : Free from tax /
— **là** : Provided *(prô-vai'đưđ)* that ; So long as / — cưỡng : Reluctantly *(ri-lăk' tânt-li)*, Unwillingly *(ăn-uy'ling-li)*.
— **phí** : Free, free of charge.
Miếng. Piece *(piis)* / Một — phấn : A piece of chalk/Một — đất : A patch *(petch)* of land / Cho nó cắn một — : Let him have a bite *(bai't)*.
Miệng. (Xch. Mồm).
Miết. To crush, to pulverize.
Miệt. — **mài** : To give oneself up to, apply oneself to.
Miếu. Small *(smol)*. temple *(tem'pưl)*.

Mím. — **môi** : To tighten *(tai' tưn)* one's lips *(lips)* ; To bite one's lip /
— **miệng** : To shut one's mouth.
Mỉm. — **cười** : To smile *(smail)*.
Mìn. Mine *(main)*.
Mịn. Smooth *(smuth)*.
Minh. — **bạch** : Clearly *(cli' ơr-li)*, Distinctly *(đis-tingkl' li)*.
— **chứng**: Evident proof *(pruf)*.
— **giải** : To explain clearly.
— **oan** : To prove one's innocence. *(in'nơ-sâns)*.
— **quân** : Well-informed king
— **ước** : Treaty, pact.
— **mẫn** : Perspicacious *(pơ: spi-kê-shâs)'*
— **xét** : To consider clearly, distinctly.
Mình. Cái — : (thân) The body *(bo'đi)* / Một — : Alone *(ơ-lôn')* / Nó với — ở đây : He and I stay here.
Mít. Cây — : Breadfruit-tree.
— **đặc** : Completely ignorant *(ig'nơ-rânt)*.
Mít. — **mù** : Closed, shut on all sides.
Mo. Ocrea *(ok'kri-ơ)*.
Mò. — **mẫm** : To grope for.
Mó. To touch *(tă-ch)* / Đừng — : Don't touch.

Mỏ. (quặng khí) : Mine *(mai'n)*/ — than : Coal *(côl)* mine / Khai — : To explore *(esk-plor')* a mine.

— **chim** : Beak *(biik)*; Bill·

— **ác** : Sternum *(stơ:'nâm)*.

— **hàn** : Soldering-iron.

— **neo** : Anchor *(eng'kơ:)*.

Mõ. Thằng — : The public *(păb'blik)* crier *(crai'ơr)* / Cái — : Tocsin *(tok'sin)*.

— **tòa** : Bailiff *(bế-lif)*.

Móc. Cái — : Hook *(huk)* / — ra : To draw *(đro)* out.

— **túi** : To pick pockets / Quân — túi : Pick-pocket.

Mọc. To grow *(grô)*, To rise *(rai'z)* / Cây — : The tree grows / Mặt trời — : The sun rises.

Mỏi. (Xch. Mệt)

Mọi. Người — rợ : Savage *(se'vâj)* / Cử chỉ — rợ : Barbarous *(bar'bơ-râs)* action *(ek'shân)* / (Tất cả) : All *(ol)*, Every *(e'vơ-ri)* / — người : Everybody *(e'vơ-ri-bo'đi)*.

— **điều** : Everything *(e'vơ-ri-thing)*.

Móm. Toothless *(tuth'lâs)* / Ông ấy — : He is toothless.

Mõm. Mouth *(mao-th)* ; Muzzle *(măz'zưl)*.

Mon. — **men** : To draw near gently and with precaution.

Món. — **ăn** : Dish *(đish)* / — nguội : Cold dish.

Mòn. Used up *(yuzđ-ăp)*, worn out *(uôrn'aot)* / Cái bút chì này — rồi : This pencil is used up / Giầy của anh — rồi : Your shoes are worn out.

Mọn. Small, insignificant, humble, trifling.

Mong. To long *(loong)* for / Tôi — anh : I long for you / Tôi — gặp cha tôi : I long to meet my father.

— **manh** : Frail, delicate, brittle.

— **ước** : To wish, to desire.

Móng. — **tay** : Finger-nail *(fing'gơr-nêl)* / — chân : Toe-nail *(tô'nêl)* / — vuốt (súc vật) : Claw *(clo)* / — sắt ngựa: Horse-shoe *(hors-shu)* / Đóng — ngựa : To shose a horse.

Mỏng. Thin *(thin)* / Giấy — : Thin paper.

— **mảnh** : Very thin.

Mót. To glean *(gliin)* || To want.

Mọt, Con — : Wood-worm *(wuđ'uơrm)* / Bị — : Worm-eaten

(i'tưn) / Cái giường này bị — : This bed is worm-eaten.

Mô. — **tả** : To describe *(đis-craib')*.

Mồ. (Mả) Grave *(grêv)*, Tomb *(tum)* || Trẻ — côi : Orphan *(or'fân)*.

— **hôi** : Sweat *(soet)* / Ra — hôi : To sweat.

— **hóng** : Soot *(sut)*.

Mộ. (nh. Mồ) || — phu : To recruit *(ri-cut')* coolies *(cru' liz)*.

— **binh** : To recruit soldiers (*sôl'jơrz*) ||

— **đạo** : To love a religion, To be fond *(fond)* of.

Mổ. To cut *(căt)* open *(ô'-pân)*/ — bụng cơn lợn : To cut open the belly of a pig / — bụng tự tử (của người Nhật): To commit *(com-mit')* hara-kiri *(ha-ra-ki-ri)* / Chích — (chữa bệnh) : To operate *(o' pơ-rêt)* / Nó đã bị — ở đây : He underwent an operation here ||

(chim ăn) : To peck *(pek)*.

Mốc. Mouldy *(môl'đi)* / Gạo này — : This rice is mouldy.

Mộc. [gỗ] Wood *(uđ)* / Thợ — : Carpenter *(car'pân-tơr)*.

— **mạc** : Simple *(sim'pưl)* ; Modest *(mo'đâst)* || (để đỡ khi đánh nhau) : Shield *(shiilđ)* ||

Môi. Lip *(lip)* / — son : Lip-stick *(lip'stik)*.

Mối. — **hàng** : Custom (*căs'lâm*), business patronage.

— **lái** : Go-between, middle - man

Mồi. Prey *(prê)* / (cá) : Bait *(bêt)*.

Mỗi. Each *(iich)*, Every *(e'vơ-ri)* / — Người : Each man / — **ngày** : Every day.

Mồm. Mouth *(mao-th)*.

Môn. Hậu — : Anus *(ê'nâs)* || Của hồi — : Dower *(đao'ơr)*/

— **đệ** : Disciple *(đis-sai'pơl)* / — bài : License *(lai'sâns)* ; Patent.

— **đồ** ; — sinh : (Xch. Môn-đệ).

Mông. — **đít** : Buttock *(băt' tâck)* ||

— **cổ** : Mongolia *(moong-gô'li-ơ)*.

— **mênh** : Immense, boundless.

Mống. Rainbow *(rên'bô)*.

Mồng. — **hai tháng giêng** : The second *(2nd)* of January.

Mộng. To dream *(đriim)* / Cơn —: A dream / Mơ —: Dreamy. *(đri'-mi)* / Mắt mơ — : Dreamy eyes || Lỗ — : Mortise *(mor'tis)* || [Màng mắt] : Cataract *(ke'tơ-rekt)*.

Một. One *(uăn)* ; A *(ê hay ơ)*; An *(èn)*/ — lần : Once *(uăn's)*/ — **chút** : A little *(lit'tơl)* / Con — : The only son *(săn)*.

Mơ. Quả — : Apricot *(è'-pri-cot)* || Giấc — : A dream *(driim)*.

— **mộng** : Dreamy *(đri'mi)*.

Mờ. Dim *(đim)* ; Faint *(fên-t)* ; Not clear *(cli'ơr)* / Đèn — : The light is dim ||

— **mịt** : Confounded, obscure.

Mở. To open *(ô'pân)* / — cửa : To open the door.

Mỡ. Fat *(fet)* ; Grease *(griis)*.

Mợ. Aunt *(àn-t)*.

Mơi. (trẻ con) : To vomit *(vom' mit)* (speaking of children).

Mới. New *(niu)* / Năm — : New Year / Có gì — không ? : Is there anything new ? / Tôi — mua cái này : I have newly bought this / Tôi — được biết : I have just *(jăst)* been told / — rồi : Recently *(ri'sânt-li)* ; Lately *(lêt'li)*.

Mời. To invite *(in vai'l)* / Tôi muốn — ông đến sơi cơm với tôi : I should like to invite you to come and take dinner with me / — thày thuốc : To send *(send)* for a doctor.

Mớm. To feed [speaking of birds].

Mơn : To caress *(cơ-res')*.

— **mởn**. Tender, delicate.

Mu. — **rùa** : The upper *(ăp'-pơr)* shell *(sheo-l)* of the tortoise *(tor'tâs)*.

Mù. Blind *(blai-nđ)* / Nó — : He is blind / — trời : Cloudy *(clao'đi)*, overcast.

Mủ : Pus *(păs* / Ra — : Pus comes *(căm-z)* out / Nung — : Pus forms *(form-z)*.

Mũ : Hat *(het)*, Cap *(kep)* / — dạ : Felt *(fe-lt)* hat / — dơm : Straw *(stro)* hat / — nồi : Flat *(flet)* cap / — trắng đi trời nắng : White helmet *(hel'mât)* / Đội — : To put on the hat.

Mụ. Bà — : Sister *(sis'tơr)* / Nhà — : Convent *(con'vânt)*.

Mua. To buy *(bai)* / — tiền mặt : To buy on cash *(kesh)*/ — chịu : To buy on credit *(cre'dit)* / — buôn : To buy wholesale *(hôl'sêl)* / — lẻ : To buy by retail *(ri-têl')*.

Múa. To dance *(dans* hay *đen's)*.

Mùa. Season *(si'zân)* / Đang—: In season / Hêt — : Out of season / Bây giờ đang — cam : Oranges are now in season / — gặt : Harvest *(har'vâst)* / — màng : Crop *(Crop)* / — chay : Lent *(len-t)*.

Múc — nước : To draw *(đro)* out water ; To scoop *(skup)*.

Mục. — nát : Worn-out *(uôrn-ao-t)* || — lục : Index *(in'-đeks)* / — kỉnh : Spectacles *(spek'tơ-kơl-z)* || — đồng : Shepherd *(shep'pơđ)* || [chương] : Chapter *(chep'-tơr)* / — đích : Aim *(êm)*, end, purpose *(pơ' : pơs)*.

— kích : To witness with one's own eyes.

— sư : Minister, parson, clergyman

Mui. Roof *(ruf)*, Top *(top)* / — thuyền : The roof of the bark / — xe : Hood *(hud)*

Mùi. Smell *(smel)*, Odour *(ô'đơr)* / — thơm : Good smell / — thối : Bad smell

Múi. Pulp *(pălp)*, slice *(slais)*.

Mũi. Nose *(nôz)* / Lỗ — : Nostrils *(nos'trilz)* / Hỉ — : To blow *(blô)* one's nose / Nó sổ — : He has a cold *(côl-đ)* / — tên : The point *(poi-nt)* of an arrow *(er'rô)*

Mủm. Cười — mỉm : To smile *(smail)*.

Mũm. — mĩm : Chubby *(chăb'-bi)*, plump.

Mun. Ebony *(eb' bơ-ni)*.

Mùn. Filth, dirt on a chopping-board.

Mụn. Pustule *(päs'tiul)*, Button *(băt'tân)*.

Mủn. To decay *(đi-kê')*, to wear out.

Mùng (Màn) : Mosquito-net *(mos-ki'tô-net)*.

Mủng (Thúng nhỏ) Small basket || (thuyền nhỏ) Small bamboo boat.

Muối. Salt *(sol-t)* / — cá : To salt fish.

Muỗi. Mosquito *(mos-ki'tô)*.

Muỗm Cái — : Spoon *(spun)* || Quả — : Mango *(meng'gô)*.

Muôn. Ten thousand.

— năm ! Long live... ! / Độc lập — năm : Long live independence !

Muốn. To want *(uăn-t)*, To desire *(đi-zai'ơr)*, To wish *(uysh)* / Anh — đi với tôi không ? : Do you wish to come along with me ?

Muộn. Late *(lêt)* / — rồi : It is already late.

Muông. (cầm thú) : Animals, beasts.

Muống. Rau —: Creeping-bindweed.

Múp. — **míp** : Very fat, chubby, plump.

Mút. To suck *(săk)*.

Mưa. Rain *(rên)* / Trời — : To rain *(rên)* — to : Heavy *(he'vi)* rain / — nhỏ : Small *(smol)* rain / Tạnh — : It stops raining / Áo đi — : Raincoat *(rên'côt)* / Mùa — : Rainy *(rê'ni)* season / — đá : Hailstorm *(hêl'storm)*.

Mửa. To vomit *(vom'mit)*.

Mực. Ink *(ing-k)* / Lọ — : Inkstank *(ingk'stenđ)* / Cá—: Cuttle-fish *(căt'tơl-fish)* || — thước : Rule, standard.

Mưng. — **lên** : To tumefy *(tiu'mi-fai)*.

Mừng. To rejoice *(ri-joi's)* / — lễ : To celebrate *(se'lơ-brêt)* a feast *(fiist)* / Tôi — sự thành công của anh : I rejoice at your success.

Mươi. Ten, half a score / Bốn — : Forty / Hai — : Twenty, a score.

Mười. Ten *(len)* / — một : Eleven *(i-le'vân)* (xem văn-phạm).

Mượn (Mướn) To borrow *(bor'rô)* / Cho — : To lend *(len-đ)* / — người vác hộ tôi cái này : Hire *(hai'ơr)* somebody to carry this for me.

Mường. (mán) : Name of tribes living in the high regions of Vietnam || — tượng : To remember vaguely.

Mượt. (Bóng) : Shining, bright.

Mứt. Preserved *(pri-zơrvđ')* fruit *(frut)*; Jam *(jem)*.

Mưu. Stratagem *(stre'tơ-jàm)*, Trick *(trik)*. Plot *(plot)* / Nó — hại tôi : He plots against *(ơ-ghên'st)* me.

— **sinh** : To earn one's living.

Mỹ. — **miều** : Graceful *(grês'ful)* / Hoa — : Artistic *(ar-tis'tik)* || Nước — : (Hoa-Kỳ): The United *(yu-nai' lưđ)* States *(stêts)* of America *(ơ-me'ri-cơ)* (thường viết tắt : U.S.A) / Người — : An American *(ơ-me'ri-cân)* || — mãn: Perfect, satisfied || — kim : American dollar.

— **nghệ** ; — thuật : Fine arts/— học : Aesthetics.

— **nhân** : Beautiful person, fair sex *(seks)*.

— **nữ** : Pretty girl.

— **sắc** : Beauty *(biu'ti)*.

Mỵ — **dân** : Demagogy *(đem'-mơ-go-ji)*.

N

Na. Quả — : Cinnamon - apple *(sin'nơ-mân-ep'pơl)*.

Ná. Cái — : Cross bow *(cros'-bô)*.

Nã. To seek after, to search for.

Nạc Thịt — : Fatless meat.

Nách. Arm-pit *(ạm pit)*

Nai. Deer *(điơ-r)* / Con — cái : Hind *(hai-nđ)* || — nịt : To gird one's waist.

Nài. To implore *(im-plor')*, To insist *(in-sist')*.

Nái. Silk fluffed stuff.

Nải. Bunch of fruit

Nam. Phương — : South *(sao-th)* / Đông — : South-East *(iist)* / Tây — : South-West *(u-est)* / Gió — : South Wind *(uynđ)* / — Hoa : South China *(chai' nơ)* / — Dương : Indonesia *(in-đô-ni'zhơ)* || Người—: Man *(men)* / Trẻ —: Boy *(boi)* || — bộ : Southern region.

— **châm** : Magnet *(meg'nât)*

— **cực** : South Pole.

— **hải** : South sea.

— **Mỹ** : South America.

— **sử** : History of Viet-nam.

— **triều** : Royal court at Huế (in old days).

— **tước** : Baron *(ber'rân)*,

— **Việt** : South Vietnam.

Nan. Nguy — : Dangerous *(đên'jơ-râs)*. Perilous *(pe'ri-lâs)* / — giải : Hard to explain, to solve.

Nǎn. — **lại** : to tarry, to remain and wait.

Nạn : Misfortune *(mis-for'-chun)* ; Disaster *(đi-zas'tơr)*; Calamity *(cơ-le'mi-ti)* / — Mắc : To fall *(fol)* in a misfortune / Tai — : Accident *(ek'si-đânt)* / Thoat —: To escape *(es-kêp')* an acciden. / — nhân : Victim *(vik'-tim)* / — dân : Disaster, fatality *(fơ-te'li-ti)*.

Nản — chí ; **— lòng** : To get discouraged, to lose heart.

Nàng. **— ấy** : She *(shi)* / **— dâu**: Daughter-in-law *(đot'tơr-in-lo)* / **— hầu** : Concubine *(con'kiu-bain)*.

Nạng. Crutch *(crătch)*

Nanh. Răng— : Canine *(kê'nain, cơ-nain')* tooth.

— ác : Cruel *(cru'ơl)*, merciless.

— vuốt : Fangs and claws.

Nành. Đậu —: Soya-bean *(soi'ơ-biin)*.

Náo. **— động** : In disturbance, confusion / **— nhiệt** : Animated, tumultuous.

Nào. Which *(huyh-ch)* / Quyển sách — ? Which book ? / Thế — ? How *(hao)* / Ngày —? What *(hoăt)* day ? / Khi nào: When *(huen)* / Cha — con ấy : Like *(lai'k)* father like son.

Nạo. To scrape *(skrêp)*, to grate.

Não. **— lòng** : Heart-broken *(hart-brô' kân)*.

Nạp. (nộp).

Nát. Làm — ra : To Crush *(cră-sh)*, To pound *(pao-nđ)* / Hư — : Demolished *(đi-mo'-lisht)*, Decayed *(đi-kê'đ)*.

Nạt. Dọa — : To menace *(me-nâs)*, To threaten *(thre'tân)* / Bắt — : To bully *(bul'li)*.

Nay. Now *(nao)* / Hôm — : To-day *(tù-đê')* / — mai : In the near *(nia-r)* future *(fiu-chơr)* / Năm — : This year *(yi'ơr)* / Đêm — : To-night *(tù nai't)* / Xưa — : Until *(ăn-til')* now.

Náy. Áy — : Worried. *(uơ'riđ)*.

Này. This *(THis)*, These *(THiiz)* / Cái — : This one *(uăn)* / Cái nhà — : This house / Lần — : This time *(tai'm)* / Lối — : This way *(uê)* / Ở bên — : On this side *(sai'đ)*.

Nãy. Lúc — : Just *(jăst)* now *(nao)* / Lúc — anh đi đâu ? : Where did you go just now ?

Nặc. **— danh** : Anonymous *(ơ-no'ni-mâs)*.

— nô : Shameless fellow ; man in charge of debt-collecting.

Năm : Five *(fai'v)* / Thày già—: Sub-deacon *(săb-đi'cân)* ‖ (ngày thang) : Year *(yi'ơr)* / — nay : This year / — ngoái : Last *(las-t)* year / Sang — : Next *(neks-t)* year / Cách đây hai — : Two years ago *(ơ-gô')*/ Quanh — : All the year round /

Suốt — : All the year through (*thru*) / — mới : New year || Thứ — : (trong tuần) : Thursday.

Nắm : To grasp (*gras-p*), To lay (*lê*) hold (*hôl-đ*) of / — lấy cành cây : Grasp the branch / — tay lại : Close (*clôz*) the hand.

Nằm. To lie (*lai*) / — nghiêng : To lie on the side (*sai'đ*) /
— **ngửa** : To lie on the back (*bek*) / — sấp : To lie on the belly (*bel'li*).

Năn. — **nỉ** : To moan (*môn*) ; To lament (*lơ-ment'*) ; To insist / ăn — : To repent (*ripent'*).

Nắn. To shape (*shêp*) ; To mould (*môl đ*).

Nằn. — **nì** : (Xch. Nặn-nỉ)

Nặn. To model (*mo'đơl*).

Năng. Often (*of'fân*) / Anh phải — viết : You must write often /
— **làm** : Hardworking (*hard-uơr'king*). /
— **lực** : Faculty, capacity.
— **lượng** : Energy.

Nắng. Sunshine (*săn'shai-n*) / Trời — : It is sunny (*săn'ni*) ; The sun shines / Một ngày — : A sunny day.

Nặng. Heavy (*he'vi*) / Cái hòm nay / — : This trunk is heavy / Thuốc lá này — : This cigarette is strong (*stroong*).

Nắp. Cover (*că'vơr*), lid (*liđ*)

Nấc. To have a hiccough (*hik'-kof*) / Tôi — : I have a hiccough.

Nấm. Mushroom (*măsh'rum*) / — độc : Toadstool (*tôđ'stul*)

Nậm. Vial (*vai'ol*), bottle.

Nấn. — **ná** : To linger, to tarry, to hesitate.

Nâng. To support (*săp-port'*), — đỡ : To help (*help*) /
— **niu** : To cherish (*che'rish*).

Nấp. To hide (*haiđ*), to lie concealed.

Nâu. Mầu — : Chestnut (*chest-năt*) colour (*că'lơr*), brown (*brao n*)

Nấu To cook (*cuk*) / — cơm : To prepare (*priper'*) the meal (*miil*).

Nấu. — **nực** : It is sultry (*săl'-tri*).

Nầy. (Xch. Nay)

Nậy. (» Nạy)

Nẫy. (» Nãy)

Nẻ. To split (*split*) ; To crack (*crek*) / Cái cốc — : The glass cracks.

Nem. Hash meat, mince meat.

Ném. To throw *(thrô)*, to fling, to hurl, to cast.

Nén. To squeeze *(squiiz)*, to press || Unit of weight equal to 10 lạng

Neo. Anckor *(eng'kơr)* / Bỏ — : To cast *(cas-t)* anchor / Kéo — : To weigh *(uê)* anchor.

Néo. To pinion *(pi'ni-ân)*, to bind.

Nẻo. — **đi** : Path, way.

Nép. — **vào** : To hide, to conceal *(cân-siil')*.

Nẹp. — **quần áo** : Fringe *(frin-j)* ; trimming.

Nét. (vẽ, viết) : Stroke || — mặt : Feature *(fi' : chơr)*

Nề. Thợ — : Bricklayer *(brik'-lê ơr)* ; Mason *(mê'sân)* /

— **nếp** : In order *(or'đơr)* /

— **hà** : To scorn, to disregard.

Nể. To have regard *(ri-garđ')* for ; To have consideration *(con-si-đơ-rê'shân)* for/ Tôi— cha anh lắm : I have a great consideration for your father.

Nếm. To taste *(tès-t)*

Nệm. Mattress *(met'trâs)*

Nên. Should *(shuđ)* ; Must *(măs-t)* / Anh — đi : You should go / Anh không — làm thế : You must not do so / Cho — : Thus *(THăs)* ; That is why *(huai)*.

Nến. Candle *(ken'đơl)* / Chân — : Candle-stick.

Nền. — **nhà** : Foundation ; Ground-work *(groo-nđ-uơrk)* of the house / — tảng : Basis *(bê'sis)* / — nếp : In order *(or'đơr)*.

Nện. To stramp *(tremp)* down.

Nếp. — **quần áo** : Crease *(crii-s)* || Gạo — : Gluant *(glu'ânt)* rice *(rai's)*.

Nết. Manners *(men'nơrz)* / — tốt : Good manners /

— **xấu** : Bad manners

Nêu. To post up.

Nếu. If *(if)* / — ông đi : If you go / — vậy : If it is so /

— **không** : If not ; otherwise *(ă'THơr-oaiz)*.

Nga. Nước — : Russia *(răs'-shơ)* / Người — : Russian *(răs'shi-ân)* || Hằng — : The moon *(mu-n)*.

Ngà. Ivory *(ai'vơ-ri)* / Cái — : Tusk *(tăsk)*

Ngả. — **nghiêng** : To bend.

Ngã. To fall *(fol)* / Đứa bé — : The boy falls / — lòng : To get discouraged *(dis-că'râjđ)* || — ba, — tư : Cross-road *(cros'rôđ)*.

Ngạc. — **nhiên** : To be surprised *(sơ : - prai'zđ)* / Sự —

nhiên : Surprise / Tôi rất — nhiên về tai của anh : I am much surprised at your skill.

Ngách. Small path, small alley.

Ngạch. Staff, list, register.

Ngai. — **vua** : Throne *(thrôn)*.

Ngài. Con — : Butterfly *(bắt'lơ-flai)* of the silkworm *(silk-uơm)* || (ông) : Sir *(sơr)*.

Ngại. Trouble *(tră'bơl)* / Anh có gì — ? : What trouble have you ? / — ngùng : Perplexed *(pơr-plekst')*.

Ngải. Wormwood || Philtre.

Ngãi. (Xch. Nghĩa).

Ngám. Almost entirely.

Ngan. Con — : Duck *(đăc-k)*; Swan *(suon)*.

Ngán. To get sick *(sik)* of ; To be tired *(tai'âđ)* of ; To be disgusted *(dis-găs'tưđ)* with.

Ngàn. Thousand *(thao'zân-đ)*.

Ngạn. — **ngữ** : Proverb, adage *(eđ'đưj)*

Ngang. Bề. — : Width *(uyđ-th)*, Breadth *(bred-th)* / Đi — qua : To cross *(cros)* ; To pass *(pas)* by.

— **hàng** : Of the same rank, of equal footing.

— **ngạnh** : Gruff *(grăf)*.

— **ngược** : To be against the superior.

Ngành. — **cây** : Branch *(bran-ch)*.

Ngánh. Ramification, branch-line ; branch-river.

Ngạnh. Hook.

Ngảnh. — **mặt lại** : To turn *(tơn)* the face *(fês)* back *(bek)* / Đừng — lại : Don't turn back.

Ngao. — **du** : Vagabond *(ve'gơ-bon-đ)*.

— **ngán** : Deceived ; disgusted with.

Ngào. — **ngạt** : Abundantly spread with sweet-smell,

Ngạo. To mock, to trifle / Kiêu — : Arrogant ; very proud.

— **mạn** : Pride, arrogance ; proud, haughty, arrogant.

Ngáp. To yawn *(yon)*.

Ngát. Thơm — : Very sweet-smelling, fragrant.

Ngạt. Suffocated, choked, stifled.

Ngay. At once *(uăn's)*, Immediately *(immi'đi-ât-li)* / Đi — : Go at once ! / — sau khi tôi tới : Immediately after I arrived / — thẳng : Sincere *(sin-si'ơ)* ; Truthful *(truth'ful)* / — ngắn : Upright *(ăp'rai-t)* /

— **trước mắt** : Right *(rai't)* in front / — lúc đó : Right at that moment.

Ngáy. To snore *(snor)*.

Ngày. Day *(đê)* / — và đêm : Day and night / Cả — : All *(ol)* day / — — : Every day/ — hôm sau : The following *(fol'lô-ing)* day / Ban — : During *(điu'ring)* the day ; In the day / — xưa : Formerly *(for'mơ-li)* ; In old days /

— **nào** ? : What day ?

— **lễ** : Holiday ; feast *(fiist)*.

— **nay** : To day, nowadays.

— **mai** : To-morrow.

— **kia** : The day after to-morrow ; some day.

Ngắc. — **ngứ** : To speak, to utter with difficulty.

Ngắm. To look *(luk)* at ; To admire *(ăđ-mai ơ)* ; To examine *(ek-ze'min)* / Suy — : To meditate *(me'đi têt)*.

Ngăn. — **trở** : Obstacle / *(ob' stâ-cơl)* / Không có — trớ : There is no obstacle / — cản không cho đi : To prevent *(pri-vent')* from going ; To keep *(kiip)* from going || (chia đôi) : To separate *(se' pơ-rêt)* || — kéo : Drawer *(đro'ơr)* || Có — nắp : In good order *(or'đơr)* /

— **cấm** ; — gián : to forbid, to oppose, to interdict / Can — : to dissuade.

Ngắn. Short *(short)* / Làm — — lại : To shorten *(shor'tân)*.

Ngẵng. To be contracted, to grow narrower, to shrink.

Ngắt. — **lời** : To interrupt *(intơrrăpt)* / Đừng — lời tôi : Don't interrupt me || — hoa : To pick, To gather *(ghe' THơr)* flowers.

Ngặt. Nghiêm — : Severe *(si' vi'ơr)* ; Strict *(strikt)* / Đây cấm — hút thuốc : It is strictly forbidden to smoke here.

— **nghèo** : Difficult, bad, dangerous.

Ngâm. — **nga** : To hum *(hăm)*/ — thơ : To recite *(ri-sai't)* a poem *(pô' âm)* || — xuống nước : To dip, to soak *(sôk)* into the water.

Ngấm. To be impregnated *(impreg'nê-tưđ)*/ Không — nước: Waterproof *(uo'tơr-pruf)* / Cái đồng hồ này không — nước : This watch is waterproof /

— **ngầm** : Sneakingly, secretly, by stealth ; stealthily

Ngầm. Tầu — : Submarine *(săb'mâ-rin)*/ (Kín) : Secretly.

Ngẫm. — **nghĩ** : To think *(thing-k)* over *(ô'vơr)* / Ông hãy — nghĩ xem : Think it over.

Ngậm. To keep something in one's mouth.

— **ngùi** : Heart-sick, dreary ; to be pained inside.

Ngân. (Bạc) : Silver *(sil'vơr)* / Thủy — : Mercury *(mơ'kiu-ri)* / Nguyên — : Pure silver / Nhà — hàng : Bank *(beng-k)*/ Đông-Dương — hàng : Bank of Indochina || (hát) To vibrate *(vai-brêt)* / — dấu này : Vibrate this note!

— **khố** : Exchequer, treasury.

— **quĩ** : Cash, funds.

— **sách** : Budget.

— **tiền** : Silver cash.

— **nga** : Ritornello ; flourish.

Ngần. — **ngừ** : To hesitate *(he' zi-têt)* / Sự — ngừ : Hesitation *(he-zi-tê'shân)* / — ấy : So much.

Ngấn. Fold, wrinkle.

Ngẩn. — **ngơ** : Silly *(sil'li)* / — người ra : To be stupefied *(stiu'pi-fai-đ)*.

Ngẩng. — **đầu lên** : To lift, to raise one's head

Ngấp. — **nghé** : To look at with covetousness ; to desire eagerly, to lust after.

Ngập. — **nước** : Covered *(că' vơr-đ)* with water ; flooded *(flă'đuđ)* /

— **ngừng** : Undecided *(ăn-đi-sai'dưđ)*.

Ngất. To faint *(fên t)*, To swoon *(sun)* / Bà ấy — : She has fainted /

— **nghểu** : To be high up.

Ngặt — **ngưỡng** : Staggering ; unsettled, unsteady, wavering.

Ngấu. Completely decomposed, fermented ; well worked up.

Ngẫu. — **nhiên** : At random, casually, by chance, accidentally.

Ngây. — **thơ** : Innocent *(in' nơ-sânt)* / — ngô : Dull /

— **ngấy** : to feel slightly feverish.

Nghe. To hear *(hi'ơr)*, To listen *(lis'sưn)* to / Tôi không — rõ : I don't hear well / — tin : To hear of / — lời : To obey *(ô-bê')* / Anh phải — lời cha anh : You must obey your father / Hãy lắng tai — tôi : Listen to me.

Nghé. (Con trâu con) : Young buffals.

Nghén. (Đàn bà có nghén) To be pregnant *(preg'nânt)*.

Nghẹn. Choked, throttled.

Nghẽn. — **thở**. To be suffocated *(săf'fô-kê-tưđ)* / — lối : To be blocked *(blokt)*.

Nghèo. Poor *(pu'ơr)* / Kẻ — : The poor.

— **ngặt** : Perilous, dangerous.

Nghề. — **nghiệp** : Profession *(prô-fes'shân)*, trade *(trêđ)*, occupation *(ok kiu-pê'-shân)*/ Ông làm — gì : What is your profession ? / Ông ấy là một võ sĩ nhà — : He is a professional boxer *(booc'sơr)*.

Nghệ. — **sĩ** : Artist *(ar'tist)*/ — thuật : Art *(ar-t)* || Củ —: Saffron.

Nghển. To lift, to raise up one's head ; to stand on tiptoe

Nghênh. To look sideways.

— **ngang** : haughty, arrogant, impudent.

— **tiếp** : To receive a guest, a visitor.

Nghễnh. — **ngãng** : To be dull of hearing.

Nghêu. — **ngao** : To sing at random.

Nghễu. — **nghện** : Very high, lofty.

Nghi. To doubt *(đao-t)*, to suspect *(săs-pekt')* ||

— **lễ** : Ceremony *(se'ri-mơ-ni)* ||

— **kỵ** : To suspect, to distrust, to be mistrustful.

— **môn** : Triumphal arch, gate.

— **ngút** : To go up, to fly up ; smoky *(adj)*

Nghỉ. To rest *(res-t)*. To take *(têk)* a rest / — việc : To take a holiday *(ho'li-đê)* / Ngày —: Holiday.

Nghĩ. To think *(thing-k)* / Anh đang — gì ? : What are you thinking of ? / Xin ông — kỹ việc đó : Please think it over carefully.

Nghị. — **định** : Decree *(đi-crii')*/ Ra — định : To decree /

— **viên** : Councillor *(cao'n-sưlơr)* / Hội — : Conference *(con'fơ-rans)* / Đề — : To propose *(prơ-pôz')* /

— **án** : Matter for deliberation, or to be deliberated.

— **luận** : To discuss, to argue, to deliberate.

— **lực** : Energy, strength, power

— **trưởng** : Chairman of a council, or of a committee.

— **viện** : Parliament, Chamber Congress.

Nghĩa. Meaning *(mi'ning)*, to mean / Cái này — là gì ? : What is the meaning of this?;

What does this mean ? / Giải — : To explain *(eks'plên')*

— **binh** : Volunteer ; crusader.

— **bộc** : Faithful servant.

— **dũng** (dõng) : faithful and brave ; militiaman.

— **địa** ; — trang : Churchyard cemetery.

— **hiệp** : Chivalrous *(shi'vơl rơs)*, knightly.

— **phụ** : Foster-father.

— **mẫu** : Fos er-mother.

— **sĩ** : Knight.

— **tử** : Adopted child.

— **vụ** : Duty.

Nghịch. (Đua) : To play *(plê)* the fool *(ful)*.

Nghiệm. — **trang** : Solemn *(so lâm)* — ngặt : Severe *(si-vi'ơr)*.

— **trọng** : Grave *(grêv)*; Critical *(crit'li-cơl)*.

— **cấm** : To forbid, to prohibit severely.

— **đường** : Father.

— **khắc** : Severe, rigorous.

— **nghị** : Austere, severe, stern

Nghiệm. To know *(nô)* by experience *(eks-ki'ri-ăns)* / Kinh — : Experience / Có kinh — : Experienced.

Nghiễm — **nhiên** : Out of mere chance, luck, hazard.

Nghiến. — **răng** : To grind *(grai-nd)*, to gnash *(nesh)*

Nghiền. To pounder *(pao'n-dơr)*; To grind *(grai-nd)* into small pieces.

Nghiện. To yield *(yii-ld)* passionately *(pes'shơn-nât-li)* to / Nó — thuốc phiện : He has yielded passionately to opium-smoking / Người — thuốc phiện : Opium-smoker.

Nghiêng. To incline *(in-clai'n)*. To bend *(ben-d)*.

Nghiệp. Profession *(prô-fes-shân)* / Nó nối — cha nó : He succeeds *(sâc-siid'z)* to his father's profession / Cơ — : Heritage *(he'ri-tàj)* / Tốt — : To graduate *(gre'du-êt)* from a school /

— **chủ** : Proprietor, or owner of an enterprise.

— **chướng** : Hindrance, obstacle from the anterior life.

— **đoàn** : Corporation, professional syndicate ; trade union.

Nghiệt. Hard *(har-d)* ; Strict ; Severe *(si-vi'ơr)*.

Nghiêu. — **khê** : Difficult, hard, tough ; complicated, troublesome.

Nghìn. [Ngàn] Thousand *(thao' zân-đ)*.

Nghinh. — **tiếp** : To receive *(ri-siiv')* ; To welcome *(ue'l-câm)* /

— **chiến** : To face the enemy, to go to battle.

— **tân** ; — tiếp : To receive a guest, or a visitor.

— **xuân** : To welcome Spring.

Ngó. To peep *(piip)*.

— **ngoáy** : To stir, to move continually.

Ngỏ Để —: To leave *(hiv)* open *(ô pân)* / Để — cửa : To leave the door open / — lời : To declare *(đi-cler')*.

Ngõ. Lane *(lên)* / Cửa — : Gate *(ghêt)*.

Ngọ. Midday, noon.

Ngoa. Exaggerating / Chua — : Sarcastic.

Ngoái. Năm — : Last *(las-t)* year || — cổ lại : To turn back.

Ngoài. Out *(ao-t)* / Bên — : Outside *(ao't-sai-đ)* / Ra — : To go out / — ra : Besides, moreover *(mor ô' vơ)*.

Ngoại. — **quốc** : Foreign *(fo'-rân)* countries *(căn'triz)* / Đi — quốc : To go abroad *(ơ-brođ')* / Họ — : Maternal *(mơ-tơr'nơl)* relatives *(re'lơ-tivz)* / — tình : Adultery *(ơ-đăl'tơ-ri)* / Con — tình : Bastard *(bas'tơrđ)* / — cảnh : Surroundings, environs.

— **giao** : Outward relation ; foreign affairs ; diplomacy.

— **hạng** : Rankless, beyond class ; superior quality.

— **kiều** : Foreigner residing in a country.

— **thương** : Foreign trade, outward trade.

— **tướng** : Foreign Secretary ; Minister of Foreign Affairs.

Ngoạm. To bite, to take hold of *(in the muzzle)*.

Ngoan. Amiable *(ê'mi-ơ-bơl)* ; Good / — đạo : Pious *(pai'-âs)* / Trẻ con — : Good children.

Ngoạn. — **cảnh** : To go sight-seeing ; to admire a site, to enjoy it.

— **du** : To walk, to ramble [*for amusement*].

— **mục** : Picturesque

Ngoay. — **ngoảy** : To turn back quickly and angrily.

Ngoáy. To move a small thing in a tube, a hole / — tai : To pick one's ears.

Ngoắc. Hook ; to hang upon a hook.

Ngoặc. Brackets / — kép inverted commas.

Ngoắt. **— ngoéo** : Meandering, winding ; complicated.

Ngóc. To raise *(rêz)* oneself up / Cố — dậy ! : Try to raise yourself up ! / — đầu : To lift *(lif-t)* up the head,

Ngọc. **— thạch** : Jade *(jêđ)*

— hoàng : Jade Emperor ; the Deity, God.

— lan : Magnolia *(meg-nô'liơ)*

— trai : Pearl-oyster

— hành : Penis *(pi'nis)*

Ngóe. Con — : Small frog

Ngoi. To swim ; to struggle in the water.

Ngói. Tile *(tai'l)* / Lợp — : To tile ; To cover with tiles

Ngòi. **— bút** : Nib *(nib)* / — pháo, mìn : Match *(met-ch)* / Sông — : Canal *(cơ-nel')*

Ngon. Tasty *(tês'ti)* ; Savoury *(sê'vơ-ri)* ; Delicious *(đi-li'-shâs)* ; Pleasing *(pli'zing)* to the taste.

Ngón. **— tay** : Finger *(fing'-gơr)* / — chân : Toe *(tô)* /

— tay cái : Thumb *(thăm)*

Ngọn. Top, summit ; head, extremity.

Ngong. — **ngóng** : To look forward to earnestly.

Ngọng. To speak *(spiik)* badly *(bed'li)* ; To stammer *(stem'mơr)* ; To stutter *(stăt'tơr)*

Ngõng. Hinge

Ngót [gần bằng] : Nearly *(ni'-ơr-li)* / — ba tháng : Nearly three months.

Ngọt. Sweet *(suyt)* / — ngào : Sweet *(suy-t)*.

Ngô. Maize *(mêz)*; Indian corn || Ngây — : Stupid *(stiu'pid)*

Ngố. Stupid *(stiu'pid)* ; Dull *(dăl)*.

Ngộ. To happen *(hep'pân)* / — giời mưa : If it happens to rain.

— biến : Casual change

— cảm : To catch cold

— độc : To be poisoned at adventure.

— nạn : To be a victim to mishap, mischance.

— sát : Manslaughter.

— thực : To be a victim to indigestion

Ngổ. Violent ; reckless ; tough *(tăf)*.

Ngỗ. **— nghịch** : Undisciplined, breaking the rules

Ngốc. Idiotic, foolish.

— nghếch : Stupid, senseless, blockheaded

Ngôi. Rẽ — tóc : To part *(par-t)* the hair *(her)* ||
— **vua** : Throne *(thrôn)*
Ngồi. To sit *(sit),* To be seated *(si'tưđ)*
Ngôn. [Nhời nói] : Word, saying, speech / Thông — : Interpretor.
— **luận** : To speak, to talk ; opinion *(n.)*
Ngốn : To eat greedily
Ngổn. – **ngang** : In disorder
Ngông. — **cuồng** : Fantastic, queer.
— **nghênh** : Vainglorious, presumptuous
Ngỗng. Goose *(guz)* / — giời : Wild *(oai'lđ)* goose.
Ngốt. (Bức) : Hot *(hot)*
Ngơ. — **ngác** : To be amazed, stupefied, astonished.
— **ngẩn** : Stupid, blockheaded.
Ngớ. — **ngẩn** : Insensible *(in-sen'si - bơl),* Dumbfounded *(đăm'fao-n-đưđ)*
Ngờ. To think *(thinh-k)* / Ai — : Who ever thought of it /
— **vực** : To doubt *(đao't)* ; To suspect *(săs-pekt')* ; To be suspicious *(sâs-pi'shâs).*
Ngỡ. To think.
Ngợi. — **khen** : To praise *(prêz).*

Ngợm. Beast *(biist)* / Mày là người hay — ? : Are you a man or a beast ?
Ngớp. To be afraid *(ơ-frêđ')* / Nó còn — tôi : He is still afraid of me.
Ngu. — **dốt** : Ignorant *(ig'nơ-rân-t)* / — đần : Stupid *(stiu'-piđ)* ; Silly *(sil'li).*
— **dân** : Populace, mob. || To leave the people in ignorance.
Ngú. — **ngớ** : Ninny ; star-gazing, foolish.
Ngụ. — **cư** : Alien, foreigner residing in a country.
— **ngôn** : Fable *(fê'bưl).*
Ngủ. To sleep *(sliip)* / Giấc — say : Sound *(sao-nđ)* sleep / Ông — ngon không ? : Did you sleep well ? / Buồn — : Sleepy *(slii'pi)* / Thuốc — : Sleeping draught *(đraf't)* Buồng — : Sleeping-room ; Bed-room.
Ngũ (số) Five *(fai'v)* / — quan : The five senses *(sen'sưz)* || Giải — : To demobilize *(đi-mo'bi-lai-z)* / Đào — : To desert *(đi-zơ-t')* the army *(ar'-mi)* /
— **cốc** : The five cereals.
— **hành** : The five elements.

— **ngôn** : Five-worded verse.

— **sắc** : Five colours.

— **tạng** : Viscera.

— **tuần** : Fifty years ; quinquagenary/ Cái— (đo ruộng, đất) :

Ngục. Prison *(pri'zân)* / Bỏ — : To imprison *(im-pri'zân)* /

— **tốt** : Gaoler *(jêl'lơr)*, jailer.

Ngùi. — — : Moved, touched, affected.

Ngụm. Draught *(dra-ft)*, gulp, sip.

Nguôi. — **giận** : To calm *(cam)* down the anger *(eng'gơr)* / Xin ông — giận : Please calm down your anger.

Nguồn. Spring, source.

Ngụp. To sink, to plunge.

Nguy. Danger *(đên'jơr)* / Bị — : To be in danger.

— **biến** : Perilous event.

— **cấp** : Pressing peril ; very dangerous.

— **nga** : Imposing, grandiose, sumptuous.

Nguyên. — **nhân** : Cause *(coz)* / — chúng tôi : Only *(ôn'li)* us /

— **thủy** : The origin ; The source.

— **âm** : Vowel.

— **cáo** : Prosecutor.

— **chất** : Constitutive element ; pure, unmingled.

— **đán** : First day of the lunar year ; New Year's day.

— **đơn** : Complaint, plaint

— **liệu** : Raw material.

— **soái** : Generalissimo, commander-in-chief.

— **tắc** : Principle.

— **tố** : Element.

— **tử** : Atom *(et'tâm)*.

— **văn** : Original text.

Nguyền. To swear *(soe-r)* ; To take an oath *(ôth)*.

Nguyện. — **kinh** : To pray *(prê)* / Tình — : To volunteer *(vo lân-ti'ơr)*

— **vọng** : Yearning, aspiration, desire.

Nguyệt. Moon *(mun)* / — thực : Eclipse *(i-clip's)* /

— **báo** : Monthly review, or magazine

— **bổng** : Monthly pension, salary.

— **kỵ** : Unlucky day of a month.

— **san** : Monthly review, bulletin.

— **tận** : The end of the month.

— **thực** : Eclipse of the moon.

Nguýt. To look sideways at someone *(for reproach)*.

Ngư. — **lôi** : Torpedo.

— **ông** : Fisherman.

Ngự. — **lâm pháo-thủ** : Musketeer *(măs-kơ-ti'ơ)*.

— **uyển** : Royal garden.

Ngữ. — **học** : Linguistics.

— **pháp** : Syntax.

Ngứa. Itchy *(it'chi)* / Tay tôi — : My hand is itchy.

Ngửa. — **mặt** : To turn *(tơn)* up the face / Nằm — : To lie *(lai)* on the back / Ngã — : To fall on one's back.

Ngựa. Horse *(hor's)* / — cái : Mare *(mer)* / Cỡi — : To ride *(rai'đ)* a horse / Đua — : Horse-race *(rês)* / Quần — : Race course *(cor-s)* / Xe — : Coach *(cô ch)*.

Ngực. Chest *(ches-t)* ; bust *(băst)* ; Breast *(b rest)*.

Ngửi. To smell *(smel)*.

Ngược. Upside down *(ăp'saiđ-đao-n)* ; Contrary *(con'trơ-ri)* / Trái — lại : On the contrary.

— **đãi** : To ill-use, to ill-treat.

Ngươi. Con — mắt : Pupil *(piu'pưl)* of the eye *(ai)*.

Người. Person *(pơ'sưn)* ; Man *(men)* ; Human *(hiu'mân)* being *(bi'ing)* / — ta : One *(uăn)* ; They *(THê)* ; People *(pi'pưl)* / — lạ mặt : Stranger *(strên'jơr)* / — chăn bò : Cowboy *(cao'boi)*.

Ngượng. — **ngập** : Bashful ; to be ashamed ; to be shy.

— **nghịu** : Awkward, unskilful.

Nha. — **phiến** : Opium *(ô'pi-âm)*.

Nhà. House *(hao's)* / Thuê — : To rent *(ren-t)* a house / Cho thuê — : To let a house / — thờ : Church *(chơr-ch)*.

— **in** : Printing *(prin'ting)* press *(pres)* / — tu : Abbey *(eb'bi)* ; Monastery *(mơ-nes'tơ-ri)* / — trọ : Inn *(in)* / — bếp : kitchen *(kit'chân)* / — tiêu : Watercloset *(u-o tơr-clô'zât)* / — tắm : Bath-room *(ba-th-rum)* /

— **tôi** : My family *(fe'mi-li)* / — quê : Country side *(căn'tri-sai-đ)* / — nước : Government *(gă'vơrn-mânt)*.

— **buôn** : Trading-house ; tradesman, merchant.

— **chung** : Catholic mission.

— **máy** : Factory.

— **thương** : Hospital, sick-ward.

— **trường** : School.

— **trò** : Singing-girl

Nhá (nhai) : To chew ; to eat

— **nhem** : Dark ; dusky.

Nhả. (Nhổ) : To spit *(spit)* out || Chơi — : To play *(plê)* rudely *(rưđ'li)*.

Nhã. — **nhặn** : Modest *(mo'-đâs-t)*.

Nhác. (Lười) : Idle, lazy.

— **thấy** : To catch a glimpse of.

— **trông** : At first sight

Nhạc. Âm — : Music *(miu'zik)* / — **sĩ** : Musician *(miu-zi'-shân)* / (Chuông) : Small *(smol)* bell *(be-l)* || — **phụ** : Father-in-law *(lô)* / — **mẫu** : Mother-in-law. ||

— **đội** : Orchestra, band.

— **khí** : Musical instrument.

— **kịch** : Opera *(o'-pơ-rơ)*, operetta *(o-pơ-re'lơ)*.

— **sư** : Music-master; band master.

Nhai. To chew *(chụ)* / Kẹo — : Chewing-gum *(chu'ing-găm)*.

Nhài. (Hoa) : Jasmine *(jes'-min)*, jassamine.

Nhái. Con — : Frog *(fro-g)*.

Nhại. To repeat sb's words for mockery.

Nham. — **hiểm** : Dangerous, wicked.

Nhám. (Rám) : Rough, rugose / Giấy — : Emery-paper.

Nhảm. — **nhí** : Senseless, unreasonable; trifle; nonsense.

Nhan. — **sắc** : Beauty *(biu'ti)* / — **đề** : Title *(tai'lưl)* ; name.

— **nhản** : Very numerous ; to swarm with.

Nhàn. Free *(frii)* ; easy *(i'zi)* / — **đàm** : Idle talk, empty gossip.

Nhạn. Con — : Swallow *(su-o'lô)*.

Nhãn. — **kính** : Spectacles, eyeglasses.

— **mục** : Eyes || Important point.

Nhang. Incense / Tàn — (trên mặt) : Freckle.

Nhãng.— **tính** : Absent - minded *(eb'sânt-mai'n-đưđ)* / Sao — : Neglectful *(ni-glek-t'ful)*.

Nhanh. Fast *(fas-t)* ; Quick *(quik)* / - lên : Quick ! Hurry *(hă'ri)* up ! / — trí : Quick-witted *(uyt'lưđ)* ; Shrewd *(shruđ)* || — nhánh : Brilliant, glittering.

— **nhẹn** : Clever, nimble, quick, active, lively.

Nhánh. Chi — : Branch *(bran-ch)*.

Nhao. — — : Uproarious, tumultuous *(tiu-măl'tiu-ơs)*.

Nhào. — **bột** : To knead *(niiđ)*/ — vôi: To make mortar *(mor'-tơr)* / — xuống nước : To dive into the water.

Nháo. — **nhác** : Frightened, alarmed, panic-stricken.

Nhão. Doughy *(đô'i)*.

Nhạo. — **báng** : To mock *(mok)* at ; To laugh *(laf)* at.

Nhát. (sợ) : Timorous *(ti'mơ-râs)* ; [bẽn lẽn] : Timid *(tim' mid)* / — gan : Coward *(cao' ơr-đ)* || — dao : Stroke *(strôk)*.

Nhạt. Tasteless *(têst'lâs)* ; Savourless *(sê'-vơr-lâs)* / [chuyện] Dry *(đrai)*, Dull *(đăl)*.

Nhau. (Hai người) : Each *(iich)* other *(ă' THơr)* / (hơn hai người) : One *(oăn)* another *(ơ nă'THơr)* / Chúng ta phải giúp đỡ — : We must help one another / Cùng — : Together *(tu-ghe'THơr)*.

Nhàu. (Nhầu) : Làm — : To crumple *(crăm'pơl)* Nó làm — tờ giấy : He crumples the paper || Càu — : To grumble *(grăm'bơl)*.

Nháy. To wink ; to wink at sb ; to signal by winking.

Nhảy. To jump / Môn — xa : The long jump / Môn — cao : The high jump / — nhót : To leap, to hop, to jump about.

Nhắc . To remind *(ri-mai'n-đ)*/ Chỗ này — tôi đến quê hương tôi : This reminds me of my native country / (khi quên) : To prompt *(prom-t)* / Nó — bạn nó khi đọc bài : He prompts his friend while saying the lesson || — lên : To lift up.

Nhằm. To aim *(êm)* at.

Nhắm. — **mắt** : To close *(clôz)* the eyes.

Nhăn. To wrinkle *(ring'kơl)* / Nét — trên mặt : Wrinkle / — **nhó** : To make faces *(fê'sưz)*.

Nhằn. To gnaw, to nibble

Nhắn. To tell *(le-l)* / — nó về : Tell him to come back.

— **nhủ** : To advise.

Nhẵn. Smooth *(smuth)* ; even *(i'vân)*.

Nhăng. Nói — : To talk *(tok)* nonsense *(non'sân-s)*.

— **nhít** : Insignificant *(in-sig-ni' fi-cânt)* ; Unimportant *(ăn-im-por'tânt)* / Việc — nhít : Unimportant matter.

— **nhẳng** : Harsh ; ill-natured, stubborn.

Nhằng. — **nhịt** : Embarrassed, complicated, entangled.

Nhặng. Con — : Big fly, bluebottle.

Nhắp. To sip, to taste (with the tip of the tongue).

Nhặt. — **lên** : To pick *(pik)* up.

Nhấm. (cắn) : To nibble *(nib' bưl)* / (uống) : To sip *(sip)* ; To drink.

Nhầm. To be mistaken *(mis-tê'kơn)* / Sự — lỗi : Mistake *(mis'têk')* ; Error *(er'rơr)* / Hiểu — : To misunderstand *(mis-ăn-đơr-sten-đ')* / Anh — : You are mistaken / Cầm — : To mistake.

Nhẩm. To read in a low voice.

Nhân. — **đức** : Virtue *(vơr'chu)* / — từ : Charitable *(che'ri-tơ-bơl)* ; Generous *(je'nơ-râs)* / — danh : In the name *(nêm)* of / — thể : At the same *(sêm)* time || (Toán) : To multiply *(măl'li-plai)*/Phép tính — : Multiplication *(măl-ti-pli-kê'shân)* || — ngôn : Arsenic *(ar'sơ-nik)*.

— **công** : Workmanship, labour.

— **dân** : The people.

— **duyên** : Hymen *(hai'-mân)* ; matrimonial destiny.

— **đạo** : Humanity.

— **loại** : Mankind.

— **quyền** : The Rights of Man.

— **sâm** : Ginseng.

— **số** : Population.

— **tình** : Human feelings ; a lover *(người yêu)*.

— **vật** : Person, personage.

Nhấn. — **mạnh** : To emphasize *(em'phơ-sai-z)*.

Nhẩn. — **nha** : Slowly *(slô'li)*.

Nhẫn. Cái — : Ring *(ring)* / — cưới : Wedding-ring *(ueđ'-đing)* / Đeo — : To wear *(uer)* a ring ||

— **tâm** : Merciless *(mơr'si-lâs)* ; Cruel *(cru'ơl)*.

— **nhục** : Enduring *(en-điu'-ring)* ; Perseverant *(pơr-si-vi'ơ-rânt)*.

— **nại** : Patient, enduring.

Nhận. To receive *(ri-siiv')* / — đồ biếu : To accept *(âc-sept')* a gift *(ghif-t)* / — diện : To recognize *(re'cơ-nai-z)* / Công — : To recognize ; To acknowledge *(âc-no'lâj)* / — **thực** : To certify *(sơr'ti-fai)*, To testify *(tes'ti-fai)*.

Nhấp. — **nháy** : To wink.

— **nhoáng** : To scintillate, to twinkle.

— **nhô** : To go up and down ; to appear and disappear alternately.

— **nhổm** : Anxious.

Nhập. To enter *(en'tơr)* / — làm một : To unite *(yu-nait')* into one / Tiền — : Income *(in'căm)* / — cảng : To import *(im-por't)*.

— **học** : To enter a school.

— **hội** : To join *(a club, an association)*.

— **môn** : Front-door ; to enter a school.

— **ngũ** : To join the army.

— **tịch** : To be naturalized.

— **nhoạng** : Indistinct.

Nhất. Thứ — : First *(fơrst)* / — **định** : To decide *(đi-sai'đ)* /

— **là** : Especially *(is-pe'shơ-li)* ; Above *(ơ-băv')* all *(ol)* ; Chiefly *(chiif'li)*.

— **hạng** : First-class, first-rate.

— **kiến** : At first sight, at the first blush.

— **loạt** : All together, without exception.

— **tâm** : Unanimously, with all one's heart.

— **thống** : To unify, to unite ; political unity.

— **thiết** : Absolutely ; necessarily, entirely.

— **thời** : Temporary.

Nhật. (Ngày) : Day *(đê)* / Chủ — : Sunday *(săn'đê)*.

— **trình** : Newspaper *(niu'z-pê'pơr)* / — kỳ : Diary *(đai'-ơ-ry)* / — bản : Japan *(jơ-pen')* / Người — bản : Japanese *(jep-pơ-niiz')*.

— **dụng** : Daily use, daily expense.

— **thực** : Eclipse of the sun.

Nhầu. (Xch. Nhàu)

Nhầy. Viscous *(vis'kâs)*, slimy *(slai'mi)*.

— **nhụa** : Spoiled with grease or oil.

Nhẩy. (Xch. Nhảy)

Nhe. — **răng** : To show one's teeth.

Nhè. To aim at ; to whimper.

Nhẹ. Light *(lai'l)* / — nhàng : Softly *(sofl'li)*; Gently *(jenl'-li)* /

— **tính** : Frivolous *(fri'vơ-lâs)*.

Nhẽ. (Xch. Lẽ).

Nheo. — **nhéo** : To bawl *(bo-l)*, to cry, to clamour much and unpleasantly.

— **nhóc** : Neglected, left without care *(children)*, wretched.

Nhét. — **vào** : To thrust *(thrăst)* in ; To insert *(in-sơr't)*.

Nhễ — **nhại mồ hôi** : To be in a bath of perspiration / Nước mắt — nhại : Eyes bathed in tears.

Nhện (dện) : Spider *(spai'đơr)* / Mạng — : Cobweb *(cob'ueb)*.

Nhi. — **đồng** : Small *(smol)* children *(chil'đrân)*.

— **nữ** : Girl.

Nhì. Thứ — : Second *(se'cânđ)*.

— **nhằng** : Soso, middling.

Nhí. — **nhảnh** : Wheedling, playful, sprightly ; coquettish.

Nhị. — **hoa** : Stamen *(stê'mân)* of a flower.

— **tâm** : Two hearts ; double-dealing, dishonest, double-crossing.

Nhĩ (tai) : Ear / Lòi —, tổng — : Deaf *(đef)*.

Nhích. To disp'ace, to move slightly ; to shift.

Nhiếc. — **mắng** : To scold *(scôld)* ; To chide *(chai'đ)*.

Nhiệm. — **vụ** : Duty, function.

— **ý** : According to one's will.

Nhiễm. — **bệnh** : To fall ill.

— **độc** : To undergo sickly air.

Nhiễn. Well pulverized, well reduced to powder.

Nhiếp. — **ảnh** : To photograph *(fô'lơ-gref)*

— **chính** : Regency / Quan — chính : Regent.

Nhiệt. Hot *(hot)* / Vùng — đới : Tropical *(tro'pi-cơl)* zone *(zôn)* / — tâm : Enthusiastic *(en-thu zi-es'tik)*.

— **độ** : Temperature.

— **học** : Thermology *(thơ-mo'-lơ-ji)*, heat.

— **huyết** : Hot blood ; ardour, fervour.

— **kế** : Thermometer.

— **thành** : Fervent.

Nhiêu. Bao — ? : How *(hao)* much *(mă-ch)* ; How many *(me'ni)* ? / Bạo — tiền ? : How much money ? / Bấy — : So much.

Nhiều. Many *(me'ni)* ; Much *(mă-ch)* / — người : Many people.

— **nước** : Much water.

Nhiễu. (Tơ lụa) : Crêpe *(crêp)* || Quấy — : To trouble *(tră'-bưl)*, To disturb *(dis-tơr'b)*.

— **sự** : To raise objections ; troublesome.

Nhím. Con — *(dim)* : Hedgehog.

Nhìn. To look *(luk)* at ; To gaze *(ghêz)* at / — đây : Look here !.

— **trừng trừng** : To stare *(ster)* at.

— **nhận** : To recognize.

Nhịn. To bear *(ber)* / Tôi không — được nữa : I can't bear it any longer / Tôi không — cười được: I can't help laughing.

— **nhục** : To endure, to suffer.

Nhinh. — **nhỉnh** : A little greater, bigger.

Nhịp. (Xch. Dịp)

Nhíu. (Xch. Díu)

Nho. (khô) : Raisin *(rê'zưn)* ; (tươi) : Grape *(grêp)* /

Vườn — : Vineyard *(vin'yâđ)* / Cây — : Vine *(vai'n)* / Chùm : Bunch *(băn-ch)* of grapes || Chữ — : Chinese *(chai-niiz')* character *(ke'râk-tơr)* || — đạo : Religion, doctrine of the scholars ; Confucianism aud Taoism.

— **giáo** : Confucianism.

— **nhã** : Genteel, noble ; decent.

Nhọ. Stained, spotted / — mặt : Dishonoured.

Nhỏ. Small *(smol)* ; Little *(lit'-tưl)* / — mọn : Insignificant *(in-sig-ni'fi cânt)* / Con — : (của súc vật) : The little ones *(uăn z)* ; The young ones / — nhen : Narrow-minded *(ner'-rô-mai'n-đưđ)* / Ông — nhen lắm : You are very narrow-minded, mean *(miin)* / Nói — : To speak in a low *(lồ)* voice *(voi's)* || — giọt : To drop *(drop)* / Tôi — thuốc đau mắt : I drop eye-lotion *(ai-lồ' shân)*.

— **nhẻ** : Slow and weak ; slowly.

Nhòa. Effaced, erased, rubbed out.

Nhóa. (Xch. Lóa).

Nhoài. Tired out, out of breath.

Nhoáng. (Xch. Loáng).

Nhọc. (Xch. Mệt và Mỏi)

Nhoi. - **lên** : To lift, to raise ; to rise out.

Nhói. Lancinating, shooting *(of pains)*.

Nhòm. (Xch. Dòm).

Nhóm. — **người** : Group *(grup)* of people || — lấy (Bắt) : To catch *(ket ch)* / — lửa : To make *(mêk)* a fire ; To kindle *(kin'đơl)* a fire.

Nhọn. Sharp *(shar p)* ; pointed *(poi'n-tưđ)* / Vót — : To sharpen *(shar'pân)*.

Nhọt. Pustule *(păs'liu l)*.

Nhô. — **lên** : To rise, to go up.

Nhố. — **nhăng** : Ridiculous, queer.

Nhổ. (khạc) To spit *(spit)* || (cây) To pull *(pul)* up ; To uproot *(ăp-rut')* / Tôi muốn — cái răng này : I want to have this tooth pulled out.

Nhổm : To get up a little ; to rebound.

Nhôn. — **nhao** : Excited, astir.

Nhốn. — **nháo** : In a panic *(pe'-nik)* / Dân chúng — nhao : The people are in a panic.

Nhộn. Disorder, turmoil.

— **nhịp** : (rộn-rịp) : Animated, lively, full of animation.

Nhốt. (rốt) To shut *(shăt)* up ; To lock *(lok)* up / — nó vào buồng: Lock him up in the room.

Nhơ. — **nhớp**: Dirty *(đơr'ti)*; Foul *(fao'l)*.

Nhớ. To remember *(ri-mem'-bơr)* / — gọi tôi: Remember to call me.

Nhờ. To rely *(ri lai')* on; To ask / Tôi — anh: I rely on you / — dịp đó: To take *(têk)* advantage *(ed-ven'têj)* of that occasion *(ơ-kê'zhân)* / — nó lấy hộ anh: Ask him to get it for you / Nhờ-vả ai: To live at sb's expense.

Nhỡ. To happen *(hep'pân)* / — giời mưa: If it happens to rain / — tàu: To miss *(mis)* the train *(trên)* || (Trung-Bình) Medium *(mi'đi âm)*.

Nhờn, Oily, greasy; disrespectful.

Nhớn. (Xch. Lớn).

— **nhác**: Haggard, Wild-loking.

Nhởn (chơi, đùa). To play, to amuse oneself.

— **nhơ**: Playful, wanton *(uon'-tân)*; to wanton.

Nhu. — **mì**: Amiable *(ê'mi-ơ-bơl)* || — **cầu**: Need *(niid)*.

— **nhược**: Weak; feeble.

— **nhú**: To appear, to sprout slightly.

Nhù — **nhờ**: Stupid, doltish *(đôl'tish)*.

Nhú. — **nhí**: Indistinct; illegible.

Nhủ. To exhort, to admonish.

Nhũ. — **hương**. Incense *(in'-sens)*.

Nhuận. Năm —: (âm-lịch) Year of thirteen *(thơ-tin')* months *(măn ths)*; (dương lịch) Leap year.

Nhúc. — **nhích**: To move, to stir.

Nhục. — **nhã**: Shameful, disgraceful.

— **dục**: Sensual desire; luxury.

— **mạ**: To insult.

— **thể**: Human body; corporeal substance.

Nhuệ. — **khí**: Fervour, strenuousness; energy.

Nhúm: (Xch. Dúm).

Nhún. — **mình**: To humble *(hăm'bưl)* oneself *(uăn'self)*/ Ông — mình: You humble yourself || — **vai**: To shrug one's shoulders / — **nhường**: Condescending *(kân-đờ-sen'-đing)*.

Nhũn. Mellow *(mel'lô)*; Soft *(sof-t)* / Chín —: Too ripe *rai'p)* || — **nhặn**: Modest *(mơ'đâst)*.

Nhung. Velvet *(vel'vât)* || — hươu, nai : Horns *(horn-z)* of a stag *(steg)* / — nhúc : To pullulate, to swarm

— **phục** ; —y : Military uniform.

Nhùng. — **nhằng** : Entangled, embarrassed || To dilly-dally.

Nhúng. — (vào nước) : To soak *(sôk)* ; To dip *(đip)*.

Nhủng. — **nhẳng** : Harsh ; ill-natured, stubborn.

Nhũng. — **nhiễu** : To disturb *(đis-tơ'b)* ; to trouble.

— **lạm** : Misuse, excess ; abuse.

— **nhẵng** : To drag out.

Nhuôm. Aluminium.

Nhuộm. To dye *(đai)* / Làm ơn — cái áo này đỏ : Please dye this coat red / Thợ — : Dyer *(đai'ơr)* / Thuốc — : Dyestuff *(đai'stăf)* / Hiệu — : Dyer's Shop *(shop)*.

Nhút. — **nhát** : Timid, shy, coward.

Nhụt. To be weakened *(uy'-kân-đ)*.

Như. Like *(lai'k)* ; As *(ez)* / — thế này : Like this / Nhà nó cũng to — nhà này : His house is as big as this / — thể : As if / Anh nói — thể tôi không biết gì : You talk as if I did not know anything / Ngay — : Even *(i'vân)*/ Cũng — : It is the same *(sêm)*/ — trước : As before / — bao giờ hết : As ever *(e'vơr)*.

Nhừ. (dừ) : Softened, soft / Chín — : Well cooked.

Nhử (dử) : To attract with a bait, to allure.

Nhựa. Gum *(găm)* / — thông : Resin *(re'zin)* / — giải đường: Tar *(tar)* ; Asphalt *(es'felt)*.

Nhức (rức) : Painful *(pên'ful)*; Sore *(sor)* / — đầu : Headache *(heđ'êk)* / Tôi — đầu : I have a headache.

Nhưng. But *(băt)* ; However *(hao-e' vơr)*.

Những. (chỉ số nhiều).

Chẳng — : Not only *(ôn'li)*.

Nhược. — **bằng** : Even *(i'vân)* if || — sức : Exhausted *(ek-zos'tưđ)* / — điểm : Weak side, weak point.

Nhường. To cede *(siiđ)* / — chỗ : To cede the place.

Nhượng. — **bộ** : To yield *(yi-lđ)*.

— **địa** : Grant of land ; concession.

— **độ** : Transfer ; relinquishment.

Nhứt. (Xch. Nhất).

Ni. — **cô** : Female bonze, Buddhist priestess.

Nỉ (dạ). Wool, cloth.

— **non** : Plaintive, complaining, doleful ; to moan.

Niêm. — **phong** : To seal, to seal up.

Niềm. — **nở** : Attentive, hearty / Tiếp đón — nở : To welcome warmly.

Niệm. To think of, to call in mind ; to mutter, to say ; to pray.

Niên. — **khóa** : School - year : promotion.

— **lịch** : Calendar, almanac *(ol' mơ-nec).*

Niêu. Small boiler, saucepan.

Nín. To keep *(kiip)* silence *(sai'lân-s).*

Ninh. (nấu) To boil, to cook for a long time.

Nịnh. To flatter *(flet'tơr)* / Ông X ưa — : Mr. X likes to be flattered / Người — hót : Flatterer.

Nịt. Belt *(be-lt)* / — bí tất : Sock-suspender.

Níu. To pull *(pul)* ; To cling *(cling)* to.

No. To be full *(ful)* up / Tôi — rồi : I am already full up.

Nó. He *(hi)*/ Của — : His *(hiz)*/ Chúng — : They *(THê)* / Của chúng — : Their *(THer).*

Nọ. The other *(ă'THơr)* / Hôm — : The other day.

Nỏ. Cái — (ná) : Arbalest, cross-bow.

[khô] : Dry.

Nọc. — **độc** : Venom *(ve'nâm)*/ Có — độc : Venomous *(ve' nơ-mâs).*

Noi. — **theo** : To follow, to imitate.

Nói. To speak *(spiik)* / (với một người nữa) : To talk *(tok)* / Ông có — tiếng Anh không ? : Do you speak English ?

— **to hơn** : Speak more loudly *(lao-đ'li)* / — nhỏ : Speak lowly *(lô'li)* /— xấu : To speak ill *(il)* of / — lại : To repeat *(ri-piit').*

— **cạnh** ; — khháy : To insult in innuendoes.

— **dóc** ; — khoác : To lie, to bluff, to exaggerate.

— **dối** : To lie, to tell a lie, or an untruth.

— **láo** : To say silly things ; to tell a lie ; to talk nonsense.

— **mát** : To insult by honeyed words.

Nòi. Species *(spi'shiz)*.

Nom. To see *(sii)* / — xem nó về chưa ? : See if he has come back ? / Trông — : To look *(luk)* after.

Non. Young *(yăng)* / Anh còn — lắm : You are still very young.

— **gan** : Coward *(cao'ârđ)* / (gần) — một trăm : Nearly *(ni'ơr-li)* one hundred.

— **bộ** : Miniature-mountain.

Nón. Conical *(co'ni-cơl)* hat *(hel)*.

Nõn. Bud.

— **nà** : White and soft / Da — nà : White and smooth skin.

Nong. Cái — : Large winnowing - basket *(made of bamboo)*.

Nòng. — **nọc** : Tadpole *(teđ' pôl)*.

— **súng** : Barrel *(of a gun)*.

Nóng. Hot *(hot)* / Nước — : Hot water / — tính : Hot - tempered / Ông — tính quá : You are too hot-tempered.

— **ruột** : Anxious *(eng'shâs)*.

Nô. — **đùa** : To amuse oneself.

— **bộc** : Servant, domestic ; knave *(nêv)*.

— **lệ** : Slave.

— **nức** : To rival, to vie ; emulation.

Nổ. To burst *(bơrst)* ; To explode *(ex-plôđ')* / Quả bom đã — : The bomb has exploded / Bánh xe bị — : The tyre is punctured *(păng'-chơr-đ)*.

Nỗ. — **lực** : To endeavour, to strive.

Nối. To join *(joi-n)* / — hai cái này lại : Join these two together / — nghiệp : To succeed *(săc-siiđ')*.

— **dòng** ; — dõi : To continue the line of descent.

— **đuôi** : To walk in Indian file.

Nồi. Boiler *(boi'lơr)* ; Porridge-pot *(po'rij-pot)*.

Nổi. To float *(flôt)* / Cái này — trên mặt nước : This floats on the water / — tiếng : To become famous *(fê'mâs)*.

— **hiệu** : To give the signal *(sig'nơl)* / — lên chống lại : To revolt *(ri-volt')* against *(ơ-ghên'st)*. || (có thể) Tôi làm — : I can *(ken)* do it.

Nỗi. Cause *(coz)* / Vì — gì ? : For what cause ?

Nội. — **các** : State *(stêt)* council *(cao'n-sul)*, cabinet *(ke' *bi-nât)* / Họ — : Paternal *(pơ-tơ'nơl)* relatives *(re'lơ-tivz)* / — (trong vòng) : Within *(uy-thin')* / — trong một tuần : Within a week /

— **công** : Treacherous, perfidious; traitor, traitress.

— **cung** : Inner palace.

— **hóa** : Local manufacture or production

— **thương** : Internal illness.

— **trợ** : Housekeeping,

— **tình** : Internal state, or position.

— **tướng** : Wife ; home minister.

— **vụ** : Home affairs.

Nôm. — **na** : Vulgar, common language.

Nồm. South-East wind / Giời — : Damp weather.

Nôn. — **mửa** : To vomit *(vo' mit)*.

— **nao** : Confusion, turmoil.

Nông. Agriculture *(ơ-gri-căl' chơr)* / — dân : Farmer *(fa' mơr)* / (không xâu) : Shallow *(shel'lô)* ||

— **nổi** : Light-minded, thoughtless

— **phu** : Cultivator, farmer, peasant.

— **sản** : Agricultural produce; farming produce.

Nồng. Strong-smelling.

— **nực** : Sultry.

Nộp. To pay *(pê)* / — thuế : To pay tax *(teks)* / — mình : To deliver *(đi-li'vơr)* oneself up / — đơn : To send in an application *(ep-plikê'shân)*

Nốt. Spot, stain, mark.

Nở. To bloom *(blum)* / (gà, chim) : To hatch *(het-ch)* / Hoa — vào mùa này : Flowers bloom in this season / Những gà con kia vừa mới — : Those chicks have just hatched.

Nợ. To owe *(ô)* / Món — : Debt *(đet)* / Tôi — ông 200 bạc : I owe you two hundred dollars / Mắc — : To be indebted. *(in-đe'tưđ)* / Trả — : To settle *(sel'tưl)* a debt / Lật — : To deny *(đi-nai')* a debt / Hỏi — : To reclaim *(ri-klêm')* a debt.

Nơi. Place *(plês)* ; spot *(spot)*.

Nới. — **ra** : To loosen *(lu'zân)* / — giá : To reduce *(ri-điu's)*. the price.

Nơm. (để úp cá) Weir ; eel-pot (để bắt lươn).

— **nớp** : Timorous, fearful.

Nụ. — **hoa** : Bud of a flower ; blossom.

Núc. — **ních** : Stout and heavy.

Núi. Mountain *(mao-n'tân)* / Một dãy — : A chain *(chên)* ; A ridge *(rij)* of mountains / — lửa : Volcano *(vol-kê'nô)*.

Nung. To heat *(hiit)* ; To bake *(bêk)*.

Nũng. — **nịu** : To wheedle.

Nuôi. To nourish *(nă'rish)* ; To feed *(fiiđ)* / (súc vật) To raise *(rêz)* / Con — : Adopted *(ơ-đop'tưđ)* child.

Nuốt. To swallow *(su-o'lô)*.

Núp To hide *(hai'đ)*.

Nút. Cork *(cor-k)* ; Bung *(băng)*; Stopper *(stop'pơr)* / (giây) Knot *(not)* / Thắt — : To make a knot.

Nữ. (Đàn bà) : Woman *(wu'mân)*/ — vương : Queen *(quiin)* || Đồ — trang : Jewellery *(ju'ơl-lơ ri)*.

— **công** : Womanly work.

— **hạnh** : Qualities of a woman.

— **sinh** : School-girl.

— **sĩ** : Lettered woman, writer

— **nhi** : Girl, woman.

— **tặc** : Woman-pirate.

— **tăng** : Bonze, priestess.

— **thần** : Goddess, female deity.

Nứa. Bamboo *(bem-bu')*.

Nửa. Half *(haf)* / — giờ : Half an hour *(ao'ơr)* / — ngày : Half-day / — giá : Half price *(prai's)* / — đêm : Midnight *(miđ'nai-t)* / — đường : Half-way *(uê)*

Nữa. More *(mor)* ; Again *(ơ-ghên')* / Tý — : A little *(lit'tơl)* more / Nhiều — : Much *(mă-ch)* more / Một lần — : Once *(oăn's)* more / Tôi không muốn — : I don't want any more / Bao nhiêu — ? : How much more ? / Gì — ? : What more ?

Nức. — **nở** : To sob.

Nực. Hot *(hot)*.

Nước. Water *(uo'tơr)* / — trong : Clear *(cli'ơr)* water / — lã : Natural *(ne'chơ-rơl)* water / — để uống : Drinking water.

— **mưa** : Rain *(rên)* water / — chè : Tea *(tii)*.

— **tiểu** : Urine *(yu'rin)* / — mắt : Tear *(ti'ơr)*.

— **chanh** : Lemonade *(le'mơ-nêđ)* / — dãi : Saliva *(sơ-lai'vơ)*.

— **đá** : Ice *(ai's)*/ — phép : Holy *(hô'li)* water.

— **lên** : High *(hai)* tide *(tai'đ)* / — **xuống** : Ebb *(eb)* tide || (xứ sở) : Country *(căn'tri)* ; Nation *(nê'shân)*.

— **độc** : Sickly, unhealthy water ; unhealthy climate.

— **hoa** : Perfume, scent.

— **mắm** : Brine, pickle ; fish-sauce.

Nương. — **tựa** : To rely *(ri-lai')* on ; To depend *(đi-penđ')* on.

— **náu** : To take refuge, or shelter.

Nướng. To grill ; To toast *(tôst)* ; To burn *(bơrn)*.

Nứt. To crack *(crek)* ; To split.

Nữu. — **ước** : New-York.

O. — **bế** (Nịnh) : To flatter, to cajole.

Oa. — **chủ** : Receiver of stolen goods.

— **trữ** : To receive (stolen goods), to hide.

Oách. Very smart, fashionable, stylish.

Oai. Majestic *(mơ-jes'tik)* / — **quyền** : Power *(pao'ơr)* / Ra — : To awe *(o)*.

Oái. — **oăm** : Fantastic, queer, odd ; cruel.

Oan. Innocent *(in'nơ-sânt)* / Nó bị — : He is innocent / Vu — : To calumniate ; To accuse *(âc-kiu'z)* unjustly *(ăn-jăst'li)* / Anh không — gì : You deserved *(đi-zơr'vđ)* it.

— **hồn** : Soul of a person who died on account of an injustice.

— **khổ** : Undeserved, unjust misfortune.

— **ức** : To be a victim to glaring injustice ; to be condemned unjustly.

Oán. (ghét) To hate *(hêt)*, To detest *(đi-test')* ; To have an aversion *(ơ-vơr'zhân)*.

— **hận** : Hatred, spite.

— **trách** : To grumble.

Oanh. — **liệt** : Glorious *(glô' ri-âs)* ; Imperious *(im-pi'ri-âs)* || Thời — liệt : Golden *(gôl'đưn)* time *(lai'm)*.

Óc. Brain *(brên)*

Oẹ. Xch. Mửa

Oi. Sultry ; disgusting, loathsome.

Om. — **sòm** : Uproar, hubbub, fuss ; brawl.

Ỏn. — **ẻn** : Trembling, quivering (of the voice).

Ong. Bee *(bi)* / Tổ — : Hive *(hai'v)* / Mật — : Bee-honey *(hăn'ni)* / Đàn — : Swarm *(suor'm)* of bees.

Óng. — **ánh** : Sparkling ; Brilliant.

— **chuốt** : Elegant, smart, well-dressed.

Ỏng. — **bụng** : Big-bellied.

Õng. — **ẹo** : Mincing.

Óp. Thin (of crustacea)

Ọp. — **ẹp** : Frail, weak.

Ót. Nape (of the neck).

Ô Cái — : Umbrella *(ăm-brel'-lơ)* || Vùng ngoại — : Suburb *(săb'bơb)*.

— **danh** : Ill reputation ; bad reputation.

— **hô** : Alas !

— **kéo** : Drawer.

— **mai** : Preserved plum.

— **ten** : Hotel.

— **tô** : Motor-car, automobile.

— **uế** : Dirty.

Ồ. [Khàn] Hoarse.

— **ạt** : With impetuosity, with violence, violently.

Ổ. — **chó** : Kennel *(ken'nơl)* ||

— gà con : Brood *(bruđ)* of chicks.

— **khóa** : Lock.

Ốc. Snail *(snêl)* / Đinh — : Screw *(scru).*

— **sạo** : Bold, daring, rash

Ổi. Quả — : Guava *(goa'vơ)* : Cây — : Guava-tree.

Ôm. To hold *(hô-lđ)* in the arms *(amz)* ; To embrace *(em-brês').*

— **ấp** : To cherish ; to embrace.

Ốm. Sick *(sik)* : Ill *(il)* / [gầy] : Thin, skinny.

Ôn. — **lại** : To review *(ri-viu')* ; To con over ; To study *(stă'đi)* over.

— **dịch** : Epidemic.

— **đới** : Temperate zone.

— **hòa** : Moderate ; temperate ; good-humoured.

— **tồn** : Good-humoured, temperate ; kind.

Ồn. — **ào** : Noisy *(noi'zi).*

Ổn. — **thỏa** : To setlle, to arrange ; to agree with.

Ông. (Người sinh ra cha mình) : Grand-father*(grend-fa'THơr)*/ (Dùng trước tên) : Mister *(mis'tơr)* /— Bình : Mr. Bình / Thưa — : Sir *(sơr)* : You / Đàn — : Man *(men)* ; Thưa quý — : Gentemen *(jen'lul-mân).*

— **lão** : An old man.

— **tơ** : Genius of marriage.

Ống. Tube *(tiu-b)* / — nước : Water-pipe *(uo'tơr-paip).*

— **nhòm** : Binocular *(bai-no'-kiu-lơr)* ; Telescope *(te'lâs-côp).*

— **khói** : Chimney *(chim'-ni)* / — tay áo : Sleeve *(sliiv).*

— **chân** : Tibia.

— **dổ** (nhổ) : Spittoon

Ốp. — **việc** : To direct *(đai-rekt')* a work *(u-ơrk).*

ZH

ZH ZH

Ơ

Ơ. — hờ : Indifferent *(in-đif'-fơ-rânt)*.

Ờ. (Phải) : Yes *(yes)* ; All right *ol'rai t)* ; Okay *(ô-kê)*.

Ở. At *(et)*, In *(in)* / (trú ngụ) : To live *(liv)* / Tôi — Hanoi : I live in Hanoi / — đây : Here *(hi'ơr)* / — kia : There *(THer)*.

— đâu : Where *(hoe'r)* / nhà : At home *(hôm)* / Người — : Servant *(sơr'vân-t)*.

— đậu, — trọ : To lodge *(loj)*

— dưới : Under, beneath, below.

— trên : On, above ; over.

— trong : In ; within.

— ngoài : Out ; outside.

— trần : Naked ; uncovered.

Ợ. To belch *(bel-ch)*.

Ơi. Hey *(hê)* !

Ỡm. — ờ : Sham *(shem)* / Nó chỉ — ờ : He is only shamming / Cuộc đánh nhau — ờ : A sham fight.

Ơn. Grace *(grês)* / (Người giúp —) : Kindness *(kai'nd-nâs)* ; Favour *(fê'vơr)* / Làm — : To đo a favour / Làm — : (dùng khi nói chuyện) : Please *(pli-iz)* / Biết — : Grateful *(grêt'-ful)* / Vô — : Ungrateful *(ăn-grêt'ful)* / Cảm — : To thank *(theng-k)*.

Ớt. Chilly *(chil'li)*.

ZH
ZH ZH

PH

Pha. To mix *(miks)* / Nói — trò: To joke *(jôk)* / — chè: / To prepare *(pri-per')* tea

— **lê** : Crystal ; glass.

Phá. To destroy *(đis-troi')* ; To demolish *(đi-mo'lish)* ; To lay *(lê)* waste *(uês't)*

— **bĩnh** : To revolt ; to spoil.

— **đám** : To interrupt a meeting.

— **giới** : To renounce one's order *(of monks)*.

— **hoại** : To destroy, to demolish, to plunder.

— **hủy** : To annihilate.

— **ngang** : To give up, to renounce.

— **phách** : To demolish, to pull down, to plunder.

— **sản** : Bankruptcy.

— **trinh** : To deflower [*a virgin, a girl*].

Phà (đò qua sông) : Ferry-boat *(fer'ri-bôt)*

Phác. — **họa** : To sketch, to make the first draft of.

Phai. — **nhạt** : To fade *(fêđ)*, To lose *(luz)* colour *(că'lơr)*.

Phái. Đảng — : Party *(par'ti)* / — lao động : Labour *(lê'bơr)* Party || (Sai) : To send *(senđ)* / — quân đi : To send soldiers to.

— **bộ** : A mission.

— **lai** : A receipt.

— **viên** : An envoy ; a messenger ; delegate.

Phải. (Bắt buộc) Must *(măst)* ; To have *(hev)* to || Bên — : Right *(rai't)* side *(sai'đ)* / Đi bên — : Keep *(kiip)* to the right side / Ở bên — : On the right || (đúng) Right *(rai-t)* ||

— **nạn** : To meet *(miit)* a misfortune *(mis'for-chun)* /

— **lòng** : To be in love *(läv)*.

— **cách, điệu** : Suitable, fit, proper, convenient.

— **chăng** : Suitable, reasonable.

— **đạo** : To conform to one's duty.

— **lẽ** : Rational, right, reasonable.

— **phép** : To conform to the order, or rule.

Phàm. — **ăn** : Gluttonous, greedy.

— **dân** : Common people, vulgar people.

— **trần, tục** : Earthly.

Phạm. To commit *(com-mit')*/ — tội : To commit a sin.

— **nhân** : Criminal *(krim'mi-nơl)*.

— **húy** : To outrage the sacred name.

— **luật**, pháp : To break the law.

— **vi** : Sphere, domain, estate.

Phán. To say *(sê)* / Chúa — rằng : God says that.

— **sự** : To judge a case.

— **truyền** : To order, to command ; to prescribe.

Phàn. — **nàn** : To complain *(com-plên')* / Nó — nàn về sự nghèo nàn của nó : He complains of his poverty.

Phản. — **bội** : To betray *(bi-trê')* / Kẻ — bội : Traitor *(trê'tơr)*.

— **chiếu** : To reflect *(ri-flek't)*.

— **đối** : To oppose *(ơ-pôz')*.

— **chứng** : Counter-declaration.

— **động** : Reaction ; reactionary *(adj)*

— **hồi** : To go back again, to return ; to reflect.

— **kháng** : To resist, to withstand, to protest.

— **loạn** : To revolt.

— **quốc** : To betray one's country / Kẻ — quốc : Traitor.

— **nghịch** : Contrary ; contradictory.

Phảng. — **phất** : Vague ; indeterminate ; uncertain.

Phanh. To open *(ô'pân)* || Cái — (hãm) : Brake *(brêk)*.

Phao. (bơi) : Life-buoy *(lai'f-boi)* || (buộc ở giây câu) : Floater *(flồ'tơr)*.

— **tin** : To spread *(spred)* out a news.

— **phí** : To waste, to squander.

Pháo. Cracker *(crek'kơr)* / — thủ : Artillery *(a-til'lơ-ri)*.

— **thăng thiên** : Rocket *(rok' kât)*.

— **đài** : Stronghold, fortress.

— **thuyền** : Gunboat.

Pháp. — **luật** : Law *(lo)* / Nước — : France *(fran's)* / Người

— : Frenchman (*french'mân*) (số nhiều) : The French.

— **sư** : Magician, sorcerer ; wizard.

— **văn** : French literature, French.

Phát. To distribute (*đis-trib' biut*) / — **điên** : To become (*bi-căm'*) mad (*međ*) / — bệnh : To fall (*fol*) sick || — súng : Shot (*shot*) / Ba — súng : Three shots.

— **âm** : To pronounce, to articulate ; to emit a sound.

— **biểu** : To proclaim ; to declare ; to suggest.

— **chẩn** : To distribute alms.

— **đạt** : To prosper, to thrive ; to be prosperous.

— **giác** : To indicate, to denounce ; to declare.

— **mại** : To sell ; to dispose of (a thing).

— **minh** : To discover, to invent ; invention (*n.*).

— **tài** : To be rich, to prosper.

— **thanh** : To emit a sound, to pronounce.

— **vãng** : To banish, to exile ; to ostracize.

Phạt. To punish (*păn'nish*) / — tiền : To fine (*fai'n*) / Người cảnh sát — tôi 5 đồng : The policeman fines me five dollars / Hình — : Punishment (*păn'nish-mânt*).

Phẩy. (Phẩy) : Apostrophe (*ơ-pos'trơ-fi*)/ (chấm câu) : Comma (*com'mơ*) / (nét chữ) : Stroke (*strôk*).

Phẳng. — **phiu** : Plane (*plên*); even (*i'vân*), flat (*flet*).

Phẩm. — **giá** : Quality (*quo' li-ti*)/ Thượng — : Best (*best*) quality.

— **ruộm** : Dyestuff (*đai'stăf*) /

— **hàm** : Grade, promotion, rank.

— **hạnh** : Behaviour, conduct

— **phục** : Uniform

Bình —: To criticize.

Phân. (chia) To divide (*đi-vai'đ*)/ — biệt : To distinguish (*đis-tinh'guy-sh*) / — xử : To judge (*jăđ'-j*) / — phát : To distribute (*đis-tri'biut*) / — bì : To be jealous (*je'lâs*).

— **minh** : Clearly (*cli'ơr-li*) || (bón đất) Manure (*mơ-niu ơr*).

— **vân** : Perplexed (*pơr-plekst*), Undecided (*ăn-đi'sai-điđ*).

— **công** : To distribute work.

— **cục** : Branch establishment

— **ly** : To part, to separate ; to break up, to divide.

— **số** : Portion fraction ; fractional.

— **tích** : To analyse.

— **trần** : To expose, to explain

— **ưu** : Condolence.

Phấn. (đánh mặt) Powder *(pao' đơr)* || (viết bảng) : Chalk *(cho-k)* /

— **hoa** : Flower-dust *(flao'ơr-đăst)* || — khởi : To encourage *(en-că'râj)* / — chấn : To prosper *(pros'pơr)*.

— **đấu** : To struggle, to strive.

Phần. Part *(par-t)* / — lớn việc này : The greater part of this work.

— **trên** : The upper part / — dưới : The lower part.

— **thưởng** : Prize *(prai'z)* / — mộ : Grave *(grêv')*.

— **đông** : The majority *(mơ-jo'ri-ti)*.

— **tử** : Element *(el'limânt)*.

Phận. Số — : Fate *(fêt)*, lot *(lot)* || Địa —: Diocese.

— **sự** : Duty, task.

Phẫn. — **nộ** : Anger, rage ; to be angry.

Phấp. — **phỏng** : Uncertain *(ăn-sơr'tân)*.

Phập. — **phồng** : Palpitating ; to palpitate.

Phất. — **phơ** : Wandering, errant, loitering.

— **phới** : To flutter *(flăt'tơr)*.

Cái. — **trần** : Feather-broom *(fe'THơr-brum)*.

— **cờ** : To wave *(uê-v)* a flag *(fleg)*.

Phật. Buddha *(buđ'đơ)* / Đạo — : Buddhism *(buđ'đi-zưm)* /.

— **tăng** : Buddhist monk *(măn-gk)*.

Phe. — **đảng** : Party *(par'ti)*.

— **phẩy** : To shake.

Phen. Time / Nhiều — : Many a time.

Phèn. Alum *(e'lâm)* / Đường — : Crystallized *(cris'tơ-lai-zđ)* sugar *(shu'gơr)*.

Phép — **lạ** : Miracle *(mi'rơ-cơl)* / — tắc : Polite *(pô-lai-t)* / [quyền] : Right *(rai't)* / Anh không có — nói thế : You have no right to say so / Xin — : To ask *(ask)* for the permission *(pơ-mis'shân)* / Giấy — : Permit *(pơ'mit)* / Cho — : To give *(ghiv)* permission / Làm — lành : To bless *(bles)*.

— **bí tích** : Sacrament *(se'crơ-mân-t)*.

Phét. Nói — : To bluff *(blăf)*

Phê. — **bình** : To criticize ; criticism *(n.)*

— **chuẩn** : To approve, to consent, to agree with.

Phế. — **bỏ** : To throw out ; to set aside.

— **bãi** : To annul, to suppress, to abolish.

— **nhân** : Infirm, invalid.

— **trục** : To drive out, to eliminate

Phên. Cái — : A screen.

Phềnh. To puff *(păf)* up, to swell *(su-el)* up, to inflate *(ìn-flêt')*.

Phết. — **hồ** : To apply *(âp-plai')* paste to.

Phễu. Funnel *(făn'nơl)*.

Phi. Gian — : Wicked *(uyk' kưđ)* ; dishonest *(đis-o'nâst)* /

— **thường** : Extraordinary *(eks-trơ-o'đi-nơ-ri)*.

— **lý** : Illogical *(il-lo'gi-cơl)* / — pháp : Illegal *(il-li'gơl)* ||

— **cơ** : Aeroplane *(e'rơ-plên)* / — cơ chiến đấu : Fighter-plane : *(fai'tơr-plên)* / — cơ phóng pháo : Bomber *(bom'-mơr)*.

— **công** : Aviator *(ê'vi-ê-tơr)* ||

— châu : Africa *(ef'fri cơ)*.

— **luật-tân** : Philippine *(Is-lands)*.

— **lộ** : To proclaim / Lời — lộ : Preface, preamble, introduction.

Phì (béo) : Fat; corpulent.

— **nhiêu** : Fruitful, fertile, rich.

— **phi** : Chubby, obese *(ơ-biis')*.

Phí. To waste *(uês-t)* / Ông chỉ — thì giờ và tiền tài : You only waste your time and money.

— **tổn** : Charges, expense ; cost ; expensive *(adj.)*

Phỉ. — **báng** : To calumniate, to insult.

Phía. Side *(sai'đ)* ; direction *(đai-rek'shân)* / — kia : In that direction / — bắc : In the North.

Phích. — **nước** : Thermos *(thơ' mos)* flask *(flask)*.

Phiên. Turn *(tơr-n)* / Đến — tôi : It is my turn / — chợ : Marketday *(mar'kât'đê)* / Chợ — : Festival *(fes'ti-vơl)* ; Fair *(fer)*.

— **dịch** : To translate *(tren-slêt')*

Phiền. Buồn — : Sad *(seđ)* / — phức : Troublesome *(tră'bơl-sâm)*.

— **lòng** : To grieve *(griiv)*. Làm —: To trouble *(trăb'bơl)*.

— **não** : Chagrin ; vexation, annoyance.

— **nhiễu** : Importunate ; troublesome.

Phiến. — **loạn** : To cause, to rebel ; to revolt ; rebel.

Phiện. Thuốc — : Opium *(ô-pi-âm)*.

Phiêu. — **lưu** : To venture, to adventure.

Phiếu. Tấm — : Coupon *(cu'-pon)* / — bầu cử : Vote *(vôt)*.

Phim (Ảnh) Film *(fi'lưm)*

Phím. — **đàn** : Key *(ki)*.

Phình. — **ra** : To swell, to inflate.

Phỉnh. Nói — : To flatter *(flet'tơr)*.

Pho. Một — sách : A collection *(col-lek'shân)* of books.

Phó. To trust *(trăs-t)* || — giám-đốc : Subdirector *(săb-đai-rek'tơr)*.

— **lãnh-sự** : Vice-consul *(vai-s' con'sơl)*.

— **mát** . Cheese *(chi-z)* / Đối — : To face *(fês)*.

Phò. — **trợ** : To help *(hel-p)* ; To assist *(ơ-sist')*.

— **mã** : Prince.

— **tá** : To help, to assist.

Phong. — **ba** : Tempest *(tem'-pâst)* / Cảm — : To faint *(fên-t)* ; to swoon *(sun)* / Bình — : Screen *(scriin)*.

— **cảnh** : Scenery *(si'nơ-ri)* / — lưu : Rich ; Well-off.

— **tục** : Custom *(căs'tâm)* / — bì : Envelope *(en'vơ-lôp)*.

— **bao** : A reward, a recompense ; a Christmas-box.

— **nhã** : Distinction ; elegant *(adj.)*

— **tình** : Seductive ; fascinating ; charming.

— **thổ** : Climate.

— **trào** : Movement ; march.

— **trần** : Vicissitude of life ; change of life ; nature's changing course.

— **vận** : Chance, luck.

— **chức** : To award *(ơ-uơđ')* a title *(tai'tơl)*.

— **chức thánh** : To canonise *(ke'nơ-nai-z)*.

[Bệnh]. — hủi : Leprosy *(le'-prơ-si)* / Người có — hủi : Leper *(lep'pơr)* || — toả : To blockade *(blok'kêđ)*.

— **cầm** (nhạc) : Organ *(or'-gân)* ; harmonium.

— **hóa** : Custom ; manners, habits

— **vũ biểu** : Barometer *(bơ-rom'mi tơr)*.

Phóng. — **lao** : To throw *(thrô)* a lance *(len's* || Bình — : Spittoon *(spit'tun)* || Viết — : To transcribe *(trenscrai'b)*.

— **đại** : To enlarge *(en-larj')* || Giải — : to emancipate *(i-men'si-pêt)*, to free /

— **đãng** : Undisciplined, libertine.

— **hỏa** : To set fire to, to inflame, to burn.

— **pháo** : A bomber ; to bombard.

— **sinh** : To give up, to abandon ; to neglect.

— **túng** : Free ; independent.

— **uế** : To soil, to dirty.

— **viên** : A reporter.

Phòng — **bị** : To prepare *(priper)* ; to get ready *(re'đi)* ||

— **thất** : Room *(rum* || Canh — : To guard *(gar-đ)* /

— **thủ** : To defend *(đi-fenđ)* ||

— **thân** : To guard against ; to defend oneself.

— **vệ** : To protect, to defend.

— **xa** : To anticipate, to look forward.

— **giấy** : Office *(of'fis)*.

— **ăn** : Dining-room.

— **ngủ** : Bed-room.

— **tắm** : Bath-room.

Phỏng. — **chừng** : To estimate *(es'ti-mêt)* ; About *(ơ-baot')* / Nói — : To guess *(ghes)* || — da : Blister *(blis'tơr)* || — vấn : To interview, to make inquiries.

Phô — **trương** : To exhibit *(ek-si'bit)* ; to display *(đis-plê')* ; to show off *(shô-of)*/

Phố. Street *(striit)* ; road *(rôđ)* / — Lê Lợi : Lê Lợi Street.

Phổ. — **thông** : Popular *(po'-piu-lơr)*.

Phôi. — **pha** : Withered *(uy'-THơrđ)*, faded.

— **thai** : Embryo *(em'bri-ô)*, foetus *(fi'tâs)*.

Phối. — **hợp** : To unite, to associate.

— **ngẫu** : To get married.

Phổi : Lung *(lăng)* / Bệnh đau — : Consumption *(càn-săm'shân)*.

Phồng (Xch. Phềnh).

Phổng. To swell, to erupt *(i-răpt')*.

Phỗng. Statuette || To take away, to carry off.

Phốt (lỗi) : Mistake.

— **phát** : Phosphate *(fos'fêt)*.

Phờ : To look tired, exhausted.

Phở. Noodle *(nuđ'đơl)*.

Phơi. To dry *(đrai)* / — **nắng** : To dry in the sun ; To expose *(eks-pôz')*.

Phu. Coolie *(cu'li)* ; Porter *(por'tơr)* || — **nhân** : Missis, missus *(mis'sâs)* [thường viết tắt : Mrs.]

— **quân** : Husband *(hăs'bânđ)*

Phú. — **quý** : Rich / (văn) : Rhythm-composed prose.

— **gia** ; — **hộ** : Rich fellow, moneyed man.

— **thương** : Rich tradesman.

Phù. — **hộ** : To help *(help)* ; protect *(prô-tekt')* || — **hoa** : Passing, short-lived.

— **dâu** : Bridesmaid *(braiđs'-mêđ)*.

— **rể** : Bridesman, best man.

— **sa** : Alluvion *(ảl-lyu' vi ân)*.

— **tá** : To help, to back up, to second.

— **thủy** : Wizard *(uy'zơđ)*.

— **trợ** : To help.

— **vân** : Floating clouds ; Instable, unsteady.

Bệnh.— : Beriberi *(be'ri-be'-ri)*.

Đất.— **tang** : Japan *(jơ-pen')*.

Phủ. Che — : To cover *(că'vơr)*/ — **vây** : To surround *(sơ-raonđ)* / — **định** : To deny *(đi-nai')* ; negative.

— **quyết** : To vote against, to veto *(vi'lô)*.

Phũ. — **phàng** : Insolent *(in'-sơ-lân t)* ; Rude *(ruđ)*; Rough *(răf)*.

Phụ (giúp việc) : To help ; To assist *(ơ-sisl')* / — **vào** : To add *(eđ)* / Phần — : Supplement *(săp'pli-mânt)* || — **ơn** : Ungrateful *(ăn-grêt'ful)*.

— **cấp** : Indemnity *(in-đem'ni-ti)*.

— **chương** : Supplement of a newspaper, of a magazine.

— **lão** : Old people.

— **tá** : To help, to second, to back.

— **trách** : To take charge of.

— **tùng** : Accessories *(âk-ses'-sơ-riz)*.

— **huynh** : The father and the eldest brother ; superiors of the family

— **nữ** : Women, ladies.

Phúc. Luck *(lăc-k)* / — **đức** : Virtue *(vơ'chu)* / Làm — : To give alms *(am-z)* / Vô — : Unfortunate *(ăn-for'chu-nât)*.

— **án** : To re-examine a judgment.

— **âm** : Gospel *(gos'pơl)* || Answer.

— **đáp** : To answer, to reply.

— **hậu** : Honest, loyal.
— **tinh** : Lucky star || Saviour, benefactor.
— **trình** : To make a new report, to report.
Phục. — **tòng** : To yield *(yi-ld)* ; To submit *(săb-mit)* /
— **xuống** : To prostrate *(pros'-trêt).*
Lễ. — **sinh** : Easter *(is'tơr)* ||
— **binh** : Ambush troops.
— **chức** : To reinstate *(ri-in-stêt'),* reinstatement.
— **hưng** : Revival, renaissance *(ri-nê'sâns),* to revive.
— **quốc** : To reconquer one's country.
— **quyền** : To resume one's rights.
— **sức** : To recover one's force.
— **thiện** : To yield to, to listen to the right.
— **thù** : To revenge oneself, to be revenged on.
— **tòng** : To submit oneself.
— **dịch** : To be at one's beck and call.
Phủi. — **bụi** : To wipe *(uai'p)* off the dust *(đăș-t)* ; To dust.
Phun. To spout *(spao-t)* ; To spray *(sprê).*
Phung. — **phá** : To waste *(uês-t)*
— **phí** : To waste, to squander.
Phúng. — **điếu** : To pay a visit of condolence with offerings.
Phụng. — **sự** : To serve *(sơr'-v)* / — sự quốc gia : To serve the country / — lệnh : To obey *(ô-bê')* an order *(or'-đơr).*
— **dưỡng** : To support, to feed.
Phút. Minute *(mi'nưt)* / — chốc : A moment, an instant, a minute.
— **đâu** : Suddenly, all of a sudden.
Phức. — **số** (toán) : Compound number.
— **tạp** : Complex, complicated *(com'pli-kê tưđ).*
Phước. (Xch. Phúc) / Bà — : Christian *(cris'ti-ân)* sisters.
Phương. Địa — : Region *(ri'-jân)* / Bốn — giời : The four cardinal *(ca'đi-nơl)* points.
— diện : Point of view *(viu).*
— **pháp** : Method *(me'thâđ).*
— tiện : Means *(miinz).*
— **kế** : Means *(miins),* way, expedient *(eks-pi'đi-ânt).*
— **ngôn** : Proverb *(prov'vơ : b)*
— **phi** : Tall and handsome *(henđ'sâm).*

— truởng : Mature-aged *(mê'-chơr-êjd).*

Phượng. Chim — hoàng : Phenix, phoenix *(fi' : niks)*

Phượu. Nói — : To trifle *(trai'fơl).*

Pích. — cớp : Pick-up.

Pin (lý) Battery *(bat'tơ-ri).*

Q

Qua. Over *(ô-vơr)* ; Past *(past)* / Con chim bay — nhà tôi : The bird flies over my house / Nó chạy — nhà tôi : He runs past my house / — sông : To cross *(cros)* the river / **— đời** : To die *(đai)* / Xem — : To look over.

— loa : A little *(lit'tơl)* / Tôi biết — loa : I know a little / Chẳng — : Just *(jăs-t)* because *(bi-coz').*

Quà. — cáp : Presents, gifts *(ghifts).*

Quá. Too *(tu)* / Đắt — : Too dear / — độ : Beyond *(bi-yon'-đ)* measure *(me'zhơr)* ; Exceedingly *(ek-si'đing-ly).*

— trưa : Afternoon *(af - tơ-nun)* / — cố : To die *(đai).*

— hạn : Overdue, past the proper time.

— khứ : The past.

— sức : Too strong, beyond one's strength.

— trớn : Beyond measure.

Quả. Hoa — : Fruit *(frut)* || — thật : Truly *(tru'li)*; Really *(ril'li).*

— quyết : To affirm *(ơ-fơrm)* / Kết — : Result *(ri-zălt').*

— bóng : Ball *(bol).*

— cầu : Globe *(glôb).*

— nhiên : In fact, certainly, indeed.

— phụ : Widow *(uy'đô).*

— **tang** : Evident proof ; in the very act.

— **thực** : Really, truly.

— **tình** : In truth, it is true that...

Quạ. Con — : Raven *(rê'vân)*, crow.

Quai. — **bình** : Ear *(i'ơr)* of a vase / — nón · Chinstrap *(chin-strep)* || Bệnh — bị : Mumps *(mămps)*.

Quái. — **thai** : Monster *(mon'-stơr)* / — gở : Abominable *(ơ-bo' mi-nơ-bơl)*.

— **thật**: That's strange *(strên'j)* || — cổ lại : To turn *(tơrn)* back.

— **dạng** : Strange look, aspect.

— **tượng** : Strange phenomenon *(fi nom'mi-nân)*.

Quan. Mandarin *(men'đơ-rin)* / — thày : Patron *(pê'trân)* / — tài : Coffin *(cof'fưn)* || — trọng : Important.

— **ải** : Frontier gate, frontier entrance.

— **điểm** : Point of view.

— **hệ** : Relatively important to.

— **ngại** : Obstacle.

— **niệm** : To conceive ; conception, notion, idea.

— **tâm** : To be interested in.

— **san** : (sơn) : Frontier and mountain posts.

— **thuế** : Customs-duty *(căs'-tâmz-điu'ti)*.

— **tòa** : Judge, justice, magistrate.

Quán. Nhà — : Inn *(in)* / Chủ — : Inn-keeper *(kii'pơr)* || — **quân** : Champion *(chem'-pi-ân)*.

— **xuyến** : To be conversant with every work

Quản. Người — lý : Manager *(me'nơ-jơr)* / Cai — : To direct *(đai-rekt')*.

— **bút** : Penholder *(pen-hôl'-đơr)* Ông—: Adjutant *(eđ'jiu-tânt)*.

— **bao** : Of little importance, it does not much matter.

— **chi** ?: What does it matter ?

— **gia** : Intendant *(in-ten'đânt)*.

— **hạt** : Administrator *(âđ-mi'-nis-trê-tơr)*.

— **lý** : Manager.

— **trị** : To administrate.

— **ngại** : To fear.

Quang. — **đãng** : Clear *(cli'ơr)* / — Cảnh : Sight *(sai-t)*.

— **âm** : Light and shade ; time.

— **học** : Optics.

— **phục** : Restoration *(res-tơ-rê'shân)*.

— **tuyến** : (lý) : X ray *(êks rê)*

— **vinh** : Glory, honour.

Quáng. — **mắt** : To be dazzled *(đez'zơlđ)*.

Quàng. To hang *(heng)* up / — cái này lên : Hang this up ! — cái khăn này vào : Put this scarf around your neck / — xiên : Foolishly, stupidly.

Quảng. — **đại** Generous *(je'-nơ-râs)* / — cáo : To advertise *(eđ'vơr taiz)*. Mục — cáo : Advertisement *(eđ'vơr'tis-mânt)*.

Quãng : Interval *(in'tơr vơl)* / — để trống : Space *(spês)*.

Quanh. Chung — : Round *(rao-nđ)* / Chung — nhà : Round the house / Nói — : To beat *(bii)* about the bush *(bush)* / — năm : All *(ot)* the year round / Đi — phố : To go about the town.

— **co** : Crooked *(cru'kưđ)* ; Winding *(oain'đing)*.

— **quẩn** : To go round and round, to prowl around / Nói — quẩn : To beat about the bush.

— **quéo** : To beat about the bush.

Quánh. Thick, condensed, sticky.

Quạnh. — **hiu** : Solitary and forsaken.

Quát. — **tháo** : To yell *(yel)* ; To shout *(shaot)*.

Quạt. To fan *(fen)* / Cái — giấy : Paper *(pê'pơr)* fan / — **điện** : Electric *(i-lek'trik)* fan / — trần : Ceiling *(si'linh)* fan.

Quay. To turn *(tơr-n)* / — sang bên trái : Turn to the left / — **lại** : Turn back / Con — : Top *(top)* || (Đốt thịt) : To roast *(rôs-t)* / Thịt lợn — : Roast-pork/ Thịt bò — : Roast-beef.

— **quắt** : Cunning, crafty, treacherous.

Quảy. (quẩy, gánh) : To carry a flail on one's shoulder.

Quắc. — **thước** : Old but strong and young-looking.

Quăn. Twisted *(tuys'tưđ)* / (Tóc) : Curled *(cơr-lđ)* ; Curly.

— **queo** : Twisted.

Quằn. To bend, to crook.

— **quại** : To struggle, to writhe.

Quặn. Violent fit of stomachache

Quăng. — **ném** : To throw *(thrô)*.

Quặng. (mỏ) : Ore.

Quẳng. To throw, to fling, to hurl.

Quắp. To bend back, to crook.

Quặp. Bẻ — lại : To bend *(bend)* round *(rao'nd)*.

Quặt. To turn round.

— **quẹo** : Often ill, always sick.

Quân. Troops *(trap-s)* ; Forces *(for'surz)* / Không — : Air forces / Lục — : Land forces/ Hải — : Naval *(nê'vơl)* forces.

— **này** (với giọng khinh miệt) : These fellows *(fel'lôz)* ||

— **tử** : Great *(grêt)* man ; gentleman.

— **chính** : Military and political.

— **chủ** : Monarch *(mon'nâk)* / nước — chủ : Monarchy.

— **khí** : Weapons, arms of war.

— **phân** : To divide into equal parts.

— **phục** ;— y : Military uniform.

— **sư** : King's councillor.

Quấn. To roll *(rôl)* / — lại : To roll up.

— **quýt** : To cling to, to follow.

Quần. Cái — dài : Trousers *(trao'zơrz)* / — ngắn : Knickers *(nik'kơz)* /

— **lót** : Under-pant *(ăn'đơr-pent)* / — áo : Clothes *(clô-THz)* ||

— **tụ** : To assemble *(ơ-sem' bơl)* ; To gather *(ghe'THơr)*; To reunite *(ri-yu-nai't)* /

— **chúng** : The mass.

— **ngựa** : Hippodrome *(hip' pơ-đrôm)*.

— **thoa** : Skirt and fringe ; women.

— **vợt** : Tennis.

Quận. — **công** : Duke || — chỉ : Reel *(riil)* of thread *(thred)* /

— **trưởng** : Prefect *(pri'fekt)*.

— **công-an** : Police *(pô-lis')* station *(stê'shân)*

Quẩn. To delay, to linger.

Quẫn. — **bách** : Hard up, short of money.

Quầng. Circle of light surrounding a body.

Quật. To beat *(biit)* ; To flog *(flog)* ; To whip *(huyp)* / Doi — : Whip /

Quây. To enclose, to shut in, to surround.

— **quần** : To gather round, to be united, to assemble round.

Quầy. Counter *(cao'n-tơr)*.

Quấy. To disturb *(dis-tơrb')* ; To trouble *(tră'bơl)* ; To annoy *(ơ-noi')* / — cháo : To stir *(stơr)* the congee *(con' ji)* /

— **nhiễu** : To annoy, to bother.

— **quá** : Neglectfully, carelessly.

— **quả** : To disturb, to trouble.

— rầy : To importune, to bore.

Quẩy. [Xch. Quảy].

Quẫy. To wriggle *(rig'gơl)*, to squirm *(squơ : m)*

Que. Cái — : Stick *(stik)* / Đồ ba — : Swindler *(suynđ'lơr)*.

Què. Crippled *(crip'pơlđ)*. Người — chân : Lame *(lêm)* person / Đánh — : To make lame ; To cripple.

Quen. To be used *(yu'zđ)* to ; To have a habit *(he'bit)* /

— biết : To know *(nô)* / Làm — : To make the acquaintance *(âc-quên'tân-s)* of / — mặt : Familiar *(fơ-mi'li-ơr)*.

Queo Bent, winding.

Quét. To sweep *(suyp)* / Phu — đường : Street sweeper.

Quê. Native *(nê'tiv)* land *(lenđ)* / Tôi nhớ — hương tôi : I miss my native land / Ở nhà — : At the country-side *(căn'tri-sai-đ)*.

— mùa : Countrylike *(căn'tri-lai-k)* ; Unmannerly *(ăn-men'-nơr-li)*.

Quế. Cinnamon *(sin'nơ-mân)*

Quệch. **— quạc** : Hastily done.

Quên. To forget *(for-ghet')* / Hay — : Forgetful.

Qui. **— phục** : To submit *(săb-mit')* / — thuận : To surrender *(sơr-ren'đơr)*.

— củ : Method, standard, model.

— tắc : Rule *(rul)*.

— tiên : To die *(đai)*.

Quí. Precious *(pre'shâs)* / Vật — : Precious things.

— hồ : Provided *(prô-vai'đưđ)* that ; As long as.

— nhân : Noble person.

— phi : Second-ranked queen.

— tộc : Aristocracy *(e-ris-to'-crơ si)*.

— trọng : To respect, to esteem.

Quì To kneel *(niil)* / — xuống : To kneel down / Đệm để — : Hassock *(hes'sâk)*.

Quỉ. Devil *(đe'vưl)* ; Monster *(mons'tơr)* / — quyệt : Cunning *(căn'ning)*.

— thần : Spirit, ghost *(gôst)*

— thuật : Magic *(me'jik)*.

Quĩ. Safe, casket, Cash-box.

Quị. **— lụy** : To stoop, to humiliate oneself.

Quýt. Quả — : Small *(smol)* orange *(o'rânj)*.

Quịt (Lừa đảo) : To double-cross *(đăb'bơl-cros)*.

— nợ : To deny *(đi-nai')* a debt *(đet).*

Quốc. — âm : National language.

— ca : National hymn.

— dân : The nation, the people.

— gia : Nation *(nê'shân)* / Cường — : Powerful *(pao'ơr-ful)* nation / Liên hiệp — : United *(yn-nai'tưđ)* Nations /

— hồn : The soul of a nation.

— khánh : National festival.

— kỳ : National flag.

— phục : National dress.

— tế : International *(in-tơ-ne'-shơ-nơl).*

— tịch : Nationality *(ne-shơ-ne'li-ti).*

— trái : Public debts.

— trưởng : Chief of state.

Ngoại — : Foreign *(fo'rưn)* country *(căn'tri)* ; Abroad *(ơ-brođ').*

Quờ. — quạng : To touch, to feel.

Quở. — trách : To scold *(scôl-đ)*; To chide *(chai'đ).*

Quyên. — tiền : To make *(mêk)* a collection *(cơ-lek'shân).*

— sinh : To commit suicide *(sui'saiđ)*

Quyến. — luyến : To be attached *(ơ-te'cht)* to / Gia — : Family *(fe'mi-li)* / — dũ : To seduce *(si-điu's).*

Quyền. Power *(pao'ơr)* ; Authority *(o tho'ri-ti)* ; Right *(rai't)* / Cầm — : To govern *(gă'vơrn)* / Nhà cầm — : The anthorities / Tôi có — nói : I have the right to speak || Môn — Anh : Boxing / Đấu — : To box.

— lợi : Right *(rait).*

Quyển. — sách : Book *(buk)* ; Volume *(vo'lium).*

Quyết. To decide *(đi - sai đ)* firmly *(fơm'li)* ; To make up one's mind / Tôi đã — đi ngoại quốc : I have made up my mind to go abroad *(ơ-brođ')* /

— chiến : Decisive battle.

— nghị : Decision *(di-si'jân)*

— tử : Determined to die.

Quyệt. Xảo — : Cunning *(căn'-ning).*

ZH
ZH ZH

R

Ra. Đi. —: To go out *(aò-t)*/— mắt : To present *(pri-zen't)* oneself *(uăn'self)* / — trận : To go to battle *(bet'tưl)* / — nghị định : To issue *(is'-shu)* a decree *(đi-cri')*.

— bài làm: To set tasks *(tas-ks)*.

— đời : To come into the world, to be born.

Rá. Cái — : Basket *(bas'kât)*.

Rạ. Stubble *(stăb'bưl)* ; Thatch *(thet-ch)*.

Rả. — rích: Incessantly, unceasingly.

Rã. — rượi : Very sad-looking, grieved looking.

Rác. Filth *(fil-th)* ; Dust *(đăs-t)*.

Rạc. — rài : Exhausted, shattered through excess.

Rách. Torn *(torn)* / — rưới : Ragged *(reg'gưđ)* ; rags *(reg-z)*.

Rạch. To cut *(căt)* open *(ô'-pân)* /— ròi : Clearly, openly.

Rái. Con — cá : Otter *(ot'tơr)* || — **nể** (sợ) : To fear, to have reverent awe of.

Rải. To spread *(spre-đ)* ; To lay *(lê)* / — bàn : To lay the table.

— rác : Dispersed, scattered.

Rám. — **nắng** : Sunburnt *(săn'-bơrnt)*

Ran. Resounding *(ri-zaon'đing)*.

Rán. To fry *(fraí)* / Cá — : Fried fish.

Rạn. Cracked *(crekt)* ; To crack.

Rang. To roast *(rôst)* /— cà phê : To roast coffee.

Ràng. — buộc : To dress and bind ; to be attached, linked.

Ráng. — **sức** : To make efforts, to strive, to endeavour.

Rạng. — **đông** : At dawn *(đon)* ; At daybreak *(đê'brêk)* / — ngày : Break of day.

— rũa : To clear up, to brighten || Intelligent - looking.

Ranh. — **mãnh** : Malicious, roguish ; sly, cunning.

Rành. — **mạch** : Clear, distinct/ — — : Evident, obvious, apparent.

Rảnh. Free *(fri)* ; To have *(hev)* spare-time *(sper-tai-m)*.

Rãnh. Gutter *(găt'tơr)*.

Rao. (kêu) : To make known *(nôn)* ; To bawl out *(bol aot)*

Rào. Cái hàng —: Fence *(fen's)*/ — vườn : To shut in the garden / Nói — đón : To say *(sê)* cleaverly *(cle'vơr-li)* beforehand *(bi-for' henđ)*.

Ráo (khô) : Dry.

— **cả** : Entirely, completely.

— **riết** : Severe, strick, drastic.

Rạo. — **rực** : Sensation of stomachal trouble.

Rảo. — **bước** : To hasten one's steps.

Ráp. Viết — : To scribble *(scrib'bưl)* ; To write *(rai't)* a rough *(räf)* draught *(đrafl)* / Bản — : Rough draught || (không nhẵn): Rough.

Rạp Shed *(sheđ)* / — hát : Theatre *(thi'ơ-tơ)*.

Rát. (đau) : Smarting *(smar'ting)* ; Biting *(bai'ting)* || (sợ) : Xch. Nhát.

Rau. Vegetable *(ve'jơ-tơ-bưl)*.

Rắc. — **hạt** : To sow *(sô)* seeds *(siiđz)* /

— **bột** : To flour *(flao'ơr)*.

— **rối** : Entangled ; complicated.

Răm. — **rắp** : To gether and simultaneously.

Rằm. The 15th day of the lunar month

Rắm. Fart *(fa:t)* / Đánh — : To fart.

Răn. — **bảo** : To teach *(tiich)*/ Khuyên — : To advise *(ađvai'z)* ; To exhort *(ek-zort')*/ Mười điều — : The ten commandments *(câm - manđ'-mănts)*.

Rắn. Hard *(har-đ)* || — mặt : Sturbborn *(stăb'bơn)* || Con—: Snake *(snêk)*, Serpent *(sơr'pânt)*.

Rặn. To make efforts by holding back one's breath.

Răng. Tooth *(tu-th)* / — giả : False *(fols)* tooth / Bàn chải — : Tooth-brush *(brăsh)*/ Thuốc đánh — : Tooth-paste *(pêst)* / — đau : Tooth-ache *(ek)* / Cái — này đau : This tooth aches / Tôi bị đau — : I have a tooth-ache / Hàn — : To fill *(fil)* a tooth / Nhổ — : To pull *(pul)* a tooth.

Râm. Bóng —: Shade *(shêđ)* / Chỗ — : Shady *(shê'đi)* place.

Rấm. (cắn) To nibble *(nib'-bưl)* ; To gnaw *(no)*.

Rầm. Kêu — : To yell *(yel)* / Làm — rĩ : To make a big noise *(noi'z)*.

Rậm. Thick *(thi-k)* / Bụi — : Thick bush *(bush)*.

Rần. — — : In great number

Rận. Louse *(lao's)* ; (số nhiều) LICE *(lais)*.

Rấp. — **lại** : To shut, to close.

Rập. — **rờn** : To undulate *(ăn'điu-lêt)*.

Rất. Very *(ve'ri)*, Exceedingly *(ek-si'đing-li)*, Most *(môst)*

Râu. Beard *(bi'ơrđ)* / — mép : Moustache *(mâs - tash')*.

— **mèo** : Whiskers *(huy'skơrz)* / Để — : To grow *(grô)* a beard / Cạo — : To shave *(shêv)*.

Rầu. Sad, afflicted, grieved.

Rây. (bột) : To sift.

Rầy. — **rà** : Troublesome, annoying.

Rè. Cracked *(crekt)* / Tiếng — : Cracked voice.

Rẻ. Cheap *(chi'p)* / — như bùn : Dirt-cheap.

Rẽ. To turn *(tơn)* / Chia — : To separate *(sep'pơ-rêt)*.

Rèm. Bamboo blind *(blainđ)*.

Ren. Lace *(lês)* / Hàng — : Lace goods.

Rèn. Thợ — : Blacksmith *(blek'-smith)* / Lò — : Smith's shop.

— **sắt** : To forge *(forj)* iron / Tập — : To exercise *(ek'sơr-sai-z)*.

Reo. To shout *(shao-t)* / — mừng : To cheer *(chiơ-r)*.

Réo. — **rắt** : Shrill.

Rảo. To roam, to walk along

Rét. Cold *(cô lđ)* / Giời — : It is cold / Bệnh sốt — : Fever *(fi'vơr)*.

Rế. (để đỡ nồi) : Kettle pad.

Rể. Con — : Son-in-law *(săn-in lo)* / Anh — : Brother-in-law *(bră'THơr-in-lo)*.

Rễ — **cây** : Root *(rut)* / Nhổ — : To uproot ; to root up.

Rên. To groan *(grôn)*.

Rện. (Xch Nhện)

Rệp. Bed-bug *(- băg)*.

Rết. Con — : Centipede *(sen'-ti-piđ)*

Rêu. Moss *(mos)* / — bể : Sea-weed *(si-uyđ)*

— **rao** : To spread out, to divulge *(đai-vălj')*

Rì. — **rào** : Whispering, murmuring.

— **rầm** : To speak in a low voice, to murmur.

— — : Gently, slowly.

Rí. — **rỏm** : Slyly, artfully.

Rỉ. To rust *(răst)* ; To be rusty / Con dao này — : This knife rusts / (Nước) : To leak *(liik)* / Cái chậu này — : This basin leaks.

Ria (râu mép) Moustache *(mâstash')*.

— **sông** : Bank *(beng-k)* of the river.

Rìa. — **mũ** : Brim *(brim)* of a hat.

Rỉa (chim xé bằng mỏ) : To tear *(ter)* away, to peck.

Riệc. Con — : Ash-coloured heron *(he'rân)*.

Riêng. Own *(ôn)* ; In particular *(pơ-ti'kiu-lơr)* / Cái này của — tôi. This is my own / — anh : You in particular.

— **biệt** : Apart, separately.

Riềng. Kind of ginger *(jin'-jơr)*.

Riết. — **róng** : Very miserly *(mai'zơ : li)*

Rím. Con — : Hedgehog *(hej'-hog)* ; Porcupine *(por'kiu-pai-n)*.

Rình. To lie *(lai)* in wait *(uêt)* ; To spy *(spai)*.

Rịt. — **thuốc** : To dress *(đres)* a wound *(wunđ)*

Rìu (búa) : Axe *(eks)*.

Ríu. — **rít** : Confusion of several cries ; to twitter, to chirp.

Rò. To leak *(liik)*.

Ró. Rush-woven basket.

Rọ. Bamboo-woven cage.

Rỏ. Bag *(beg)* / Bỏ vào — : To put something into a bag / (từng rọt) : To drip.

Rõ. Clear *(cliơr)* / Viết — ràng : Write clearly.

Róc (vỏ cây) : To strip off / Nói — : To chatter *(chet'tơr)*.

— **rách** : to ripple *(rip'pưl)*

Rọc (giấy v. v.) : To cut.

Roi. Cane *(kên)* ; Rod *(rođ)* / — ngựa : Horse-whip *(hors-huyp)*

Rón. — **rén** : To walk on tiptoe *(tip-tô)*.

Ròng. (Dòng) — nước : Current *(cơr'rân-t)* / Xuôi — : Downstream *(striim)* / Ngược — : Up-stream.

— **chữ** : A line *(lai'n)* of words.

— **rã** : Constantly, incessantly.

— **rọc** : Pulley *(pul'li)*.

— — : To flow abundantly.

Rỏng Slender *(slen'đơr)* : Slim *(slim)*.

Rót. To pour *(por)* / — thêm rượu : Pour some more wine /

— **hết ra** : To empty *(em'ti)*.

Rọt. (Xch Nhọt).

Rồ. — **dại** : Mad *(med)* ; Crazy *(crê'zi)*.

Rổ Basket *(bas'kât)* / (Xch.Nhổ).

Rỗ Mặt — : Pock-marked *(pok-markt)* face *(fês)*.

Rôi. — **ra** : Remainder *(ri-mên'đơr)* ; Surplus *(sơr'plâs)*.

Rối. To be entangled *(en-teng'gơld)* / Chỉ bị — : The thread gets entangled / Gỡ — : To disentangle *(đis-en-teng'gơl)* /

— **trí** : To be confused *(cân-fiu'zđ)* / Nó — trí : He is confused.

— **loạn** : Troubled, roused, agitated.

Rồi. Already *(ol-re'đi)* / Tôi gặp nó — : I have met him already.

— **rào** : Abundant *(ơ-băn'đân-t)*.

— **ra** : Later on.

— **thì** : Then, after.

Rỗi. Free *(frii)* / Anh có — không ? : Are you free ? / Thì giờ thư — : Spare-time *(sper-tai-m)*.

Rôm. Prickly-heat prickle.

Rốn. Navel *(nê'vơl)*.

Rộn. — **rực** : Noisy *(noi'zi)* / Cái gì mà — lên thế ? : Why is it so noisy ? / — rã : Astir, animated.

Rồng. Con — : Dragon *(đre'gân)* / Vòi — để lấy nước : Waterspout *(uo'tơ-spaot)*.

Rộng. — **rãi** : Wide *(uai'đ)*, Broad *(brođ)* ; Large *(larj)* / Bề — : Width *(uyđth)*, Breadth *(bređth)* / Làm — ra : To widen *(uai'đân)*, To broaden *(brô'đân)* / — bụng : Generous *(je'nơ-râs)*.

Rỗng. — **không** : Empty *(em'ti)* ; Hollow *(hol'lô)*.

Rốt Stupid *(stiu'piđ)* / Sau — : Last / [Xch. Nhốt].

Rột. To fade *(fêđ)*, to wither *(uy'THơr)*.

Rờ To touch *(tăch)*, to feel.

Rỡ. — **nhà** : To bring down a house.

Rợ. Barbarian *(bar-be'ri-ân)*, savage.

Rơi. To drop *(đrop)* down ; To fall *(fol)* down / Cẩn thận đừng đánh — : Attention not to drop it down.

— **nước mắt** : To shed *(she-đ)* tears *(ti'ơrz)*.

Rời. (Dời) To leave *(liiv)* / Tôi sẽ — Hanoi : I shall leave Hanoi || [không liền] : Separated *(se'pơ-rê-tưđ)* / Cái này — : This is separated / — rạc : Discontinuous, interrupted.

Rơm. Straw *(stro)* / Mũ — : Straw hat.

Rởm. Funny, ridiculous *(ri-đi'kiu-lâs)*.

Rợp. Bóng — : shade *(shêđ)*.

Rớt. Mucous *(miu'câs)* ; Muculent *(miu'kiu-lânt)* / Cái này — lắm : This is very mucous / Chất — : Muscosity *(miu-kô'si-ti)* || (Rơi) To fall down.

Ru. — **con** : To lull to sleep.

— **rú** : To stay indoors, to stick to one's home.

Rù. — **rờ** : Slow, dull.

Rủ. — **nhau** : To call each *(iich)* other *(ă'THơr)*.

— **rỉ** : To speak lowly, softly.

Rùa. Tortoise *(tor'tâs)* / Mu — : Tortoise-shell *(shel)*.

Rủa. To curse *(cơrs)*.

Rữa. Corrupted, decayed, spoilt; rotten ; faded.

Rúc. — **vào** : To slip in.

Rùi —**rằng**: To delay, to ligner.

Rủi. Misfortune *(mis-for'chun)*/ Đó là một sự — : It is a misfortune.

— **ro** : Misfortune ; bad luck.

Run. To tremble *(trem'bơl)* ; To quiver *(quy'vơr)* / Sao anh — thế ? Why are you trembling so ? / Nó — vì lạnh : He trembles with cold.

Rún. — **rẩy** (Xch. Nhún nhẩy)

Rủn. — **chí** : To be discouraged *(đis-că'râjđ)*.

Rung. To shake *(shêk)* / — chuông : To pull *(pul)* the bell ; To ring the bell.

Rụng — **xuống** : To fall *(fol)* down *(đao-n)*

— **rời** : To grow faint, weak ; to quiver.

Ruốc. Pepper and brine - prepared mincemeat.

Ruồi. Fly *(flai)*.

Ruộm. (Xch Nhuộm).

Ruồng. — **bỏ** : To desert, to abandon *(ơ-ben'đân)*.

Ruộng. Field *(fiilđ)* / Làm — : To cultivate *(căl'ti-vêt)* the land.

Ruột. Entrails *(en'trêlz)* ; Intestines *(in-tes'tinz)*.

Nóng — : Eager *(i'gơr)* ; Anxious *(en'shâs)*.

Rút. To draw *(đro)* out / Câu — (thánh giá) : The cross *(cros)*.

— **lui** : To withdraw, to retreat.

— **rát** : (Xch. Nhút-Nhát) / — ngắn : To shorten, to abridge.

Rựa. (Xch. Nhựa).

Rửa. To wash *(u-osh)* / — tội : To baptize (*bep-tai'z*) / Phép — tội : Baptism *(bep'ti-zưm)*.

Rức. (Xch. Nhức).

Rực. — **rỡ** : Bright, gorgeous.

Rừng. Forest *(fo'râst)* / — cây: Wood / — thiêng : Jungle.

Rước. — **mời** : To invite *(in-vai't)* / Đi — kiệu : To follow a procession *(prô-ses'shân)* / — đèn : Lantern *(len'tơn)* procession.

Rưới. — **nước** : To water, to sprinkle.

Rưỡi. Half *(haf)* / Một giờ — : An hour *(ao'ơr)* and a half / [Rưởi] : Fifty *(fif'ti)*/ Ba trăm — : Three hundred and fifty.

Rương. (Hòm) : Trunk *(trăng-k)*.

Rường. — **cột** : Beams and columns ; support.

Rườm. — **rà** : Superfluous, redundant.

Rượu. Wine *(uai'n)* / — mạnh: Spirits *(spi'rits)* / Lò — : Distillery *(đis-til'lơ-ri)*.

Rứt. To pull *(pul)*.

S

Sa. — **cơ** : To meet *(miit)* with misfortune *(mis-for'chun)* /
— **ngã** (trụy lạc) : To be debauched *(đi-boch't)* /
— **mạc** : Desert *(đe'zơ:t)*.
— **sút** : To decline *(đi-clain')*, to fall off.
— **trường** : Stand, arena *(ơ-ri':nờ)* ; battlefield.
Bệnh sa đi : Hydrocele *(hai'đrơ-siil)*.

Sà. — **lan** : Barge *(ba:j)*.

Sả. Balm-mint, vervain || To cut off, to cleave.

Sách. Book *(buk)* / Viết — : To write *(rai't)* a book / Đóng — : To bind *(bai'nđ)* a book/ Người đóng — : Bookbinder /

Bìa — : Book-cover *(că'vơr)*/ Mép — : Edge *(ej)* of a book/ Hiệu bán — : Bookseller's || — nhiễu : To annoy *(ân-noi')*; To molest *(mơ-lest')*.

Sạch. Clean *(cliin)* / Sự — sẽ : Cleanliness *(cliin'linâs)*.

Sai. — **khiến** : To order *(ơr' đơr)*; To bid *(biđ)* / Ai — mày ? : Who ordered you ? || (Nhầm) : Wrong *(roong)* / Cái này — : This is wrong / — lời : To break *(brêk)* one's word

— **ngày** : To mistake *(mis-têk')* the day || Cái cây này quả lắm : This tree gives many fruits.

— **hẹn** : To break an appointment.

— **lạc** : To be astray, wide off the mark.

— **lầm** : To be mistaken, to make a mistake.

Sài. (Bệnh) : Children's persistent disease || To spend money.

Sái. — **tay** : To sprain *(sprên)* the arm.

— **chân** : To sprain the leg.

Sải. Fathom *(fơ'THâm)*.

Sãi. (nhà thờ) : Watchman *(u-otch'mân)* ; sexton.

Sám. — **hối** : Remorse, repentance ; to repent.

— **tội** : To confess one's sins.

Sơn. — **hô** : Coral *(co'rơl)* /

— **cho bằng** ; — phẳng : To flatten, to level.

— **xẻ** : To divide, to share *(sher)*.

Sàn. — **gác** : Floor *(flor)*.

— **sát** : Thickly crowded.

Sán. — **lại gần** : To come near, to approach || Con — : Tapeworm.

Sạn. Sand, gravel.

Sản. — **xuất** : To produce *(prơ-điu's)* / — vật : Product *pro'đăct)* / Thổ — : Products of the earth / Sự — xuất : Production *(prơ-đăc'shân)* / Bất động — : Landed *(len' đưđ)* property *(pro' pơr-ti)* / Động — : Chattels *(chet'tơlz)*, Movables *(mu'vơ-bơlz)* / Cộng — : Communism *(com'miu-nist)* / Chủ-nghĩa Cộng — : Communism *(com' miu - ni - zưm)* ||

— **hậu** (Bệnh) : Illness resulting from delivery.

— **phụ** : Lying-in woman.

Sang. — **qua** : To go over ; To cross *(cros)* over / — sông : To cross a river / — bên kia : To go to the other *(ă'THơr)* side *(sai'd)* / — năm : Next *(neksl)* year || - trọng : Noble *(nô'bưl)*.

Sáng. Morning *(mor'ning)* / — hôm nay : This morning.

— **mai** : To-morrow *(tủ-mor'rô)* morning.

— **hôm qua** : Yesterday *(yes' tơr-đê)* morning.

— **hôm sau** : The following *(fơl'lô-ing)* morning.

— **sớm** : Early *(ơr'li)* in the morning / — bóng : Bright *(brai't)* / Trời — : The sky is clear *(cliơr)* / — trí : Intelligent *(in-tel'li-jânt)* / Làm cho —: To bringhten *(brai'-tân)*.

— **kiến** : Invention ; initiative.

— **lập** : To found, to establish.

Sánh. So — : To compare *(câm-per')* / So — hai cái : Compare the two / Sự so — : Comparison *(com-pe'ri zân)*.

Sành. Grit / Chai — : Stone - bottle *(slôn bot'lưl)* / Mảnh — : Piece of broken *(brô'kân)* glass || — sỏi : Expert *(ek-spơrt')*; experienced *(ek-spi'-ri-ânst)* / Ông có — về đồ cổ không ? Are you expert in curios ?

Sảnh. Thị — : Town-hall.

Sao. Ngôi — : Star *(slar)* / — mai : Morning star.

— **hôm** : Evening star || Làm — ? Why *(hoai)*.

— **vậy** : Why so ? *(sô)* || [Viết] — lại : To copy *(co'pi)* / Bản — : Copy.

Sáo. Ống — : Flute *(flut)* / Thổi — : To play a flute / Huýt — miệng : To whistle *(huys'sưl)* || Con — : Starling.

Sào. Cái — : Pole *(pôl)*.

[Ruộng] : One tenth of a « mẫu ».

Sáp. Wax *(ueks)* / — bôi tóc : Hair-cream *(criim)* || — nhập: To incorporate ; to annex.

Sát. Close to, closely attached to.

— **khí** : Deleterious *(đe-li-ti' ri-âs)*, noxious air.

— **trùng** : Insect - destroying.

— **sinh** : To kill living creatures.

Sạt. (Đổ) : Broken, Smashed *(smesht)*.

— **nghiệp** : Ruined *(ru'inđ)*.

Sau. After *(af'tơr)* / Ở — : Behind *(bi-hainđ')* / Tôi sẽ đi — : I shall go after / Ông ấy đến — ông : He came after you.

— hết : After all / Ở — nhà tôi : Behind my house.

— này : Hereafter *(hi'ơ-af' tơr)* / Hôm — : The next day.

Sáu. Six *(siks)* / — mươi : Sixty *(siks'ti)* / Thứ — : Sixth / Hôm thứ — : Friday *(frai' đê)* / Tháng — : June *(jun)*.

Say. — **rượu** : Drunk *(đrăngk)*, Intoxicated *(in-tok'si-kê-tưđ)* / Trông ông gần — rượu: You look half-drunk.

— **mê** : To be attached *(ăt-techt')* to.

Sắc. — **chỉ** ; — lệnh : Decree *(đi-crit')* || Nhan — : Beauty *(biu'ti)*.

— **sảo** : Lively *(laiv'li)* / Trông người kia — sảo lắm : That man looks very lively || (Nhọn) Sharp *(sharp)* / Con dao này — : This knife is sharp / — cạnh : Sharp-edged.

Sặc. — **sỡ** : Multicolour, variegated *(ve'ri-ghê-tưđ)*.

— **sụa** : To stink, to give forth an offensive smell.

Sắm. — **sửa** : To prepare *(pri-per')* / Tôi phải — sửa hành lý : I must prepare the luggage || Đi — sửa : To go shopping *(shop'ping)*.

Săn. To hunt *(hănt)* / Đi — : To go ahunting *(ơ-hăn'ting)* / Người đi — : Hunter *(hăn'-tơr)* || — sóc : To take *(têk)* care *(ker)* of ; To look after / Tôi sẽ — sóc đứa bé này : I shall look after this boy || Thừng — : Well twisted rope *(rôp)*.

Sắn. Củ — : Manioc *(me'ni-ok)*.

Sẵn, — **sàng** : Ready *(re'đi)* / Anh — sàng chưa ? Are you ready ? / Anh phải — sàng khi tôi đến : You must be ready when I come / Làm — : Ready-made *(mêđ)* / Quần áo may — : Ready-made clothes / — lòng : Willing *(uyl'ling)* / Tôi — lòng đi : I am willing to go / Ông có — tiền không ? Have you any money in hand *(henđ)* ?

Săng. Cái —: Coffin *(cof'fưn)*.

Sắp. — **lại** : To put in order *(or'đơr)* / — chữ : To compose *(com-pôz')* / Người—chữ : Compositor *(com-pờ'zi-tơr)* || [Gần] : To be about *(ơ baot)* ;

To be going to / Tôi — nói : I am about to speak ; I am going to speak.

Sắt. Iron *(ai'ân)* / Cái này làm bằng — : This is made of iron / Mạt — : File-dust *(đăst)*.

Sâm. Ginseng.

Sầm. — **uất** : Animated, astir ; busy.

Sấm. Thunder *(thăn'đơr)* || Lời — : Prophecy *(pro'fơ-si)*.

— **truyền** : Legend.

Sân. Yard / — chơi : Playground *(plê'graond)* / — tầu : Deck *(đek)* / — đá bóng : Fotball-ground / — khấu : Stage *(stêj)*.

Sần. — : Rough *(răf)*.

Sấn. — **sổ** : Fiery *(fai'ơ-ri)*, passionate.

Sấp. Nằm — : To lie on one's face.

Sập. Cái — [Giường]: Bed *(bed)*.

— **sùi** : Unsettled weather, uncertain.

Sâu. Deep *(điip)* / Bề — : Depth *(đep-th)* / Nước — không ? Is the water deep ? / Ý nghĩ — xa : Deep thought || Con — : Caterpillar *(ke'lơr-pil'lơr)* ; Worm *(uơrm)*.

Sấu. Cá — : Crocodile *(cro'cơ-dail)*.

Sầu. Buồn — : Sad *(sed)* ; Sorrowful *(so'rô-ful)*.

— **khổ** : Afflicted *(âf-flik'lưđ)*

— **thảm** : Tragic, pathetic.

Sây. — **sát** : Scratched.

Sầy. — **da** : Scratched.

Sấy. [Làm cho khô] : To dry *(đrai)* over the fire.

Sậy. Cây — : Reed *(riiđ)*.

Se. To dry, to tighten, to shrink.

Sẻ. To share *(sher)* ; To divide *(đi vaiđ')* / — cho nó một ít : Share him some || Chim — : Sparrow *(sper'rô)*.

Sẽ. (chỉ sự sắp tới) : Shall *(shel)* ; Will *(uyl)* / Tôi — đi : I shall go / Nó — đến : He will come || Nói — chứ : Speak softly.

Sen. Hoa — : Lotus *(lô'lâs)*.

Sén (Cắt) : To trim ; To cut off.

Sẻn. (Hà tiện) : Miserly *(mai'-zơr-li)* ; Avaracious *(e-vơ-ri'-shi-âs)*.

Sẻng. Cái — : Shovel *(shäv'vơl)*

Sẹo. Scar *(scar)* ; Cicatrix *(si'-cơ-triks)*.

Sét. Lightning *(lail'ning)* / Bị — đánh : Thunder - struck *(thăn'đơr - străck)* || Đất — : Clay *(clê)*.

Sề. Lợn —: Sow *(sao)*.

Sên. Con —: Snail *(snêl)*.

Sêu (Tế.) : Betrothed man's present to his parents-in-law.

Sỉ. — **mạ** : To insult *(in-săll')*.

— **nhục** : To disgrace, to dishonour.

Sĩ. — **diện** : Honour ; scholar's pride.

— **quan** : Officer *(of'fi-sơr)*.

— **tốt** : Soldiers.

Sỉa. To slide, to slip.

Siềm. — **nịnh** : To fawn upon, to flatter.

Siêng. — **năng** ; Diligent *(di'li-jânt)* / — làm : Hard-working.

Siêu. — **bạt** : To overcome.

— **nhân** : Superhuman *(su-pơ : hiu'mân)*

— **nhiên** : Supernatural *(su-pơ : ne'chơ-rơl)*.

Sinh. (Đẻ) To give *(ghiv)* birth *(bơrth)* / Bà ấy đã — một đứa con gái : She gave birth to a girl / Ông — bao giờ ? : When were you born ? / — nhật : Birthday *(borth-'đê)*.

— **sản** : To propagate *(pro'pơ-ghêt)* / Sinh sự : To look for trouble *(tră'bơl)* / Diêm — : Sulphur *(săl'fơr)*.

Lễ Thiên Chúa giáng — : Christmas *(cris'mâs)*.

— **hoạt** : Living ; to live.

— **kế** : Means of living.

— **lý**: Physiology *(fi-zi-o'lơ-ji)*.

— **ngữ** : Modern language *(leng'guâj)*.

— **tố** : Vitamin, vitamine *(vai', vi'tơ min)*

— **trưởng** : To be born and to grow.

— **viên** : Student.

So. — **sánh** : To compare *(câm-per')* / Hãy — sánh hai cái này : Compare these two.

— **le** : Unequalled, unmatched *(ăn-metcht')*.

Sò. Oyster *(ois'tơr)*.

Sọ. (Đầu lâu) : Skull *(skăl)*.

Soạn. To prepare *(pri-per')* / Tôi phải — bài diễn-văn : I must prepare a speech / — một quyển sách : To compile *(com-pail')* a book / — lại : To put back in order / — giả : Compiler.

Soát To verify *(ve'ri fai)* / Kiềm — : To control *(cân-trôl')*

Sóc Con — : Squirrel *(squir'rơl)*.

Soi. To light *(lait)* / Bó đuốc — đường : The torch lights the way / — gương : To look in a mirror *(mir'rơr)*.

— **xét** : To examine clear-sightedly.

Sói. Chó : Wolf *(ulf)* || — đầu: Bald *(bold)*.

Sỏi. Gravel *(grev'vơl)*.

Sỏi. Expert *(eks-pơt:t')* / skilled *(skild)*.

Son. Môi — : Lipstick.

— **sẻ** : Having no children yet

Song. Chấn — (cửa sổ) : Bar || — le : But *(bắt)*; however.

— — : Parallel *(pe'rơ-lel)*.

— **đường**, — thân : The two parents.

— **toàn** : Parents, or husband and wife still alive.

Sóng. Làn — : Wave *(uêv)* / Trời — gió : It is stormy *(stor'mi)*.

— (trên tóc) : Permanent *(pơr' mâ-nânt)* waves.

Sòng.—**phẳng** : Frank *(frenk)*. || — cờ bạc : Gambling *(ghem'bling)* house *(haos)* || — sọc : Striped ; stripes.

Sót. To omit *(ô-mit')* / Bỏ — : To forget *(for-ghet')* / Anh bỏ — quãng nãy : You have omitted this part / Không — một ai : All without exception *(ek-sep'shân)*.

Sọt. Basket *(bas'kit)* / — bỏ giấy : Waste-paper *(uêst-pê' pơr)* basket.

Số. Number *(năm'bơr)* / — 10: Number ten / Buồng ông — bao nhiêu ? : What is the number of your room ? / Một — đông : A large *(larj)* number / Một — nhỏ : A small *(smol)* number / — chẵn : Even *(i'vân)* number / — lẻ : Odd *(od)* number.

— **phận** : Fate *(fêt)*. Lot / Thầy — : Fortune-teller *(for' chân-tel'lơr)*.

Sổ. — **sách** : Account *(ơ-caont')* book / — mẫu hàng : Catalogue *(ke'lơ-log)* || — lồng : To escape *(es-kêp')* from a cage *(kêj)* || Cửa — : Window *(uyn'đô)* || — mũi : To have a cold *(côld)* in the head.

— **bộ** : Tax register *(teks re' gis-tơr)*.

Sỗ. — **sàng** : Wanton, immoral, harsh, rude.

Sôi. Đun — : To boil *(boil)* / Nước — : Boiling water.

Sồi. Coarse silk.

Sồm. — **soàm** : Hairy; shaggy *(sheg'ghi)*.

Sông. River *(ri'vơr)* / Lòng — : River-bed / Bờ — : River-side.

— **ngân hà** : The milky *(mil' ki)* way *(uê)*.

Sống. To live *(liv)* / Cha mẹ tôi còn — : My parents are still living.

— **một mình** : To live alone *(ơ-lôn')* / Đời — : Living / Đời — dễ chịu : Comfortable *(căm' fơ - tơ - bol)* living || (Không chín) : Raw *(ro)* / Cái này còn — : This is still raw.

— **lưng** : Backbone *(bek'bôn)*.

Sốt. Fever *(fi'vơr)* / — thương hàn : Typhoid *(tai'foiđ)* fever/ Tôi — rét : I have a fever || — sắng : Zealous *(ze'lâs)*. Ardent *(ar'đân-t)* || — ruột : Anxious *(eng'shi-âs)* / Tôi — ruột về em tôi : I am anxious about my brother.

Sơ. — **sài** : Simple *(sim'pơl)* / — ý : Inattentive *(in-ât-len' tiv)* || — **học** : Elementary *(i-li-men'tơ-ri)* school *(skul)* || Bà — : Sister *(sis'lơr)*.

— **bộ** : Preliminary *(pri-lim' mi-nơ-ri)*.

— **cấp** : First degree ; primary *(prai'mơ-ri)*.

— **khai** : To begin, to start.

— **sinh** : Newly born, newborn.

— **xuất** : Neglectful, careless.

Sớ. Fibre *(fai'bơr)* / To — : Big fibre / Nhỏ — : Small fibre.

Sờ. To touch *(lăch)* / Đừng — cái ấy : Do not touch it.

— — : Very clear, evident *(ev'vi-đânl)*.

Sở. (Nhà giấy) : Office *(of'fis)*.

— **cầu** : To wish ; a wish.

— **tại** : Residence, dwelling.

— **thích** : Favourite *(fê'vơ-ril)*.

Sợ. To be afraid *(ơ-frêđ')*, to fear *(fi'ơr)* / Tôi — lắm : I am very afraid / Đừng — : Don't be afraid / Nó — ông : He is afraid of you / Nó — tối : He fears the dark.

Sởi. Lên — : To have measles *(mi'zưlz)*.

Sợi. — **bông** : Cotton *(cot'lân)* yarn *(yarn)* / — len : Woollen *(u'lân)* yarn / — tơ : Silk yarn / — hóa học : Staple *(stê'pơl)* fibre.

Sớm. Early *(ơr'li)* / Còn — : It is still early / Tôi giậy — : I get up early / Càng — càng hay : As early as possible *(pos'si-bưl)*.

Sơn. To paint *(pênt)*/ Tôi muốn — cái buồng này : I want to have this room painted / —

trắng : White paint / — dầu : Oil paint / — bóng : Varnish *(var'nish)*/ — son : Lake *(lêk)*/ Chú ý — còn ướt : Wet paint / Thợ — : Painter *(pên'tơr)*.

— **hà** : Mounts and rivers || Country, state.

— **lâm** : Mountains and forests.

— **cước** : Foot of the mountain / Miền — cước : Mountainons region

— **thủy** : Mounts and rivers.

Sờn. Worn out, worn off.

— **lòng** : To be discouraged *(dis-că'rưjđ)*.

Su. Củ — hào : Turnip *(tơ :' nip)*.

Sù. — **sì** : Rough, raw.

Sủa. To bark *(bark)* / Con chó kia — cả đêm : That dog barked all night long.

Súc. — **vật** : Animal *(en'nimơl)* || (Rửa) To rinse *(rins)*/ — **cái chai kia** : Rinse that bottle.

— **sích** (giây) : Chain.

Sùi.— **bọt** : To froth *(froth)*, To form froth.

Súl. Bad luck.

Sủi.— **bọt** : To effervesce *(efƒơ-ves')* ; effervescent.

Sum. — **họp** : To gather, to unite *(yu-nait')*.

Sùm.— **sụp** : Improperly, indecently covered.

Sún. — **răng** : To have a decayed tooth.

Sụn. Cartilage *(ca:'li-lưj)*.

Sung. — **sướng** : To be happy *(hep'pi)*, Glad *(gleđ)* / Được gặp ngài tôi lấy làm — sướng lắm : I am very glad to meet you.

— **túc** : Well-off ; Rich.

— **công** : To confiscate, to requisition.

— **bổ** : To assign *(âs-sain')* to a vacant post.

Súng.—**trường**: Rifle *(rai'fơl)*/ — lục : Revolver *(ri-vol'vơr)*.

— **tay tự động** : Automatic *(o-tơ-me'lik)* pistol *(pis'tơl)*.

— **liên thanh nhỏ** : Sub-machine-gun *(săb-mâ-shin'găn)*.

— **liên thanh lớn** : Machine-gun / — cao xạ : Anti-aircraft *(e'li er-craft)* gun / — đại bác : Cannon *(ken'nân)*

— **phá xe thiết giáp** : Antitank *(lengk)* gun / Lòng — : Gun-barrel *(ber'rơl)*/ Cò — : Trigger *(trig'gơr)* / Bắn — : To fire *(fai'ơr)* a gun / Phát — : Shot *(shot)*.

Sùng. — **bái** : To honour, to venerate *(ven'nơ-rêt)*.

— **thiện** : To be fond of beneficence *(bơ-nef'fi-sâns)*.
— **tín** : To believe in.
Sủng. — **ái** : Affection.
Suối. Stream *(striim)* ; Brook *(bruk)*.
Suông. Alone, simple ; useless.
Suồng. — **sã** : Too familiar.
Suốt. Through *(thru)* / Đi — : To go through / Viên đạn đi — ngực nó : The bullet *(bul'lât)* went through his chest.
— **ngày** : Throughout the day.
Sụp. — **đổ** : To fall in, to collapse *(cơ-leps')*.
Sút. — **kém** : To diminish, to drop, to decrease.
Sụt. To drop, to decrease.
Suy. — **xét** : To consider *(con si'đơr)* ; To think / Tôi phải — xét việc này cẩn thận : I must think over this matter carefully / Xin ông — xét kỹ : Please consider it well.
— **bại** : To decline *(đi-clai'n)* / Gia đình nó bắt đầu — bại : His family begins to decline / Ở đời này — thịnh là thường : Prosperity and decline are very common in life.
— **vi** : To decline, to go to ruin.
— **yếu**, — **nhược** : To weaken, to become weak.
Suyễn : Asthma *(es'mơ)*.
Sư. Ông — : Monk *(măngk)* — nữ : Nun / Mục — : Parson *(par'sân)* / Con — tử : Lion *(lai'ân)*
— **phạm** ; Pedagogy *(peđ đơ-go'ji)*.
— **đoàn** (quân) : Division.
Sứ thần : Ambassador *(em-bes'sơ-đơr)* / — quán : Legation *(li-ghê'shân)* / — thần Anh : The British Ambassador / Porcelain *(pors'lên)* / Đồ — : Porcelain articles.
Sử. — **ký** : History *(his'lơ-ri)* / — ký Việt-Nam : The history of Việt-Nam.
— **dụng** : To use, to make use of.
Sự. Matter *(met'lơr)* ; Thing / Nếu ông có — gì cứ đến tôi : If you have any matter just come to me / Có — gì thế ? : What is the matter ?
— **nghiệp** : Work.
— **thật** (thực) : Reality *(ri-el'li-ti)*, truth.
— **vụ** : Work, affair.
Sửa. To correct *(ko-rekt')* / — chữa : To repair *(riper')*, To mend *(mend)* / Ông làm ơn — cách đọc của tôi:

Please correct my pronunciation / Cái máy này phải — chữa lại : This machine has to be repaired

— đổi : To change, to correct.

— **sang** : To arrange, to adjust.

— **soạn** : To prepare, to get ready.

Sữa. Milk / — tươi : Fresh milk / — đặc : Condensed *(con-đenst)* milk / — bột : Powder *(pao'đơr)* milk / Vắt — : To milk.

Sức. Strength ; Force / Việc đó quá — tôi : That is beyond my strength || (Thông cáo) To order *(or'đơr)*.

Sực. Suddenly *(săđ đân-li)*, all of a sudden / Tôi — nghĩ tới anh : I suddenly think of you.

Sưng. — **lên** : To swell *(soel)* up / Tay tôi — lên : My hand gets swollen *(suô' lân)*.

Sừng. Horn *(horn)* / — bò : Cow *(cao)* horn.

— **sộ** : To menace *(men'nâs)*, to intimidate.

— **sững** : Standing still, unmoved.

Sửng, — **sốt** : Surprised, astonished.

Sưởi. To warm *(u-om)* oneself / Ông muốn — không ? : Do you want to warm yourself ?

Sườn. **Xương** — : [Người] Rib *(rib)* ; [bò, lợn, cừu] : Chop *(chop)*.

— **núi** : Slope *(slôp)*.

Sương. Dew *(điu)* / — sáng : Morning dew / — mù : Fog *(fog)*.

Sướng. (Xch. Sung).

Sượng. — **sùng** : Confused, bashful, shy.

Sướt. — **mướt** : To weep bitterly.

Sứt Splitted *(split'lưđ)* / — môi : Splitted lip.

Sưu. — **thuế** : Tax *(teks)* / Tôi phải nộp — bao nhiêu ? : How much tax have I to pay ?

Sửu. Second letter of the twelve-cycle.

ZH
ZH ZH

T

Ta. I *(ai)* ; Me *(mi)* / Chúng — : We *(uy)* / Người — : People *(pii'pơl)*, one *(uăn)* ; They *(THê)*.

— **thán** : To complain, to lament *(lơ-ment')*.

Tá. Một — : One *(uăn)* dozen *(đă'zân)* / Cho tôi ba — : Give me three dozen.

— **danh** : To take a false name.

— **điền** : Farmer.

Tà. Gian —: Wicked *(uyk'kưđ)*

— **thuật** : Black art.

— **thuyết** : Sophism *(sof'fi-zưm)*, false doctrine, heresy.

Tả. — **cảnh** : To describe *(đis craib')* / Hãy — cái nhà đó ! : Describe that house ! / Không — được : (Đẹp lắm) Indescribable ! *(in-đis crai'bâ-bơl)* || Bệnh — : Cholera *(co'lơ-rơ)* ||

— **ngạn** : Left bank.

— **tơi** : Fringed, ragged *(reg'-ghưđ)*

Tã. Cái — : (Lót trẻ con) Swathe *(suêTH)*, swath *(su-oth)*

Tạ. — **ơn** : To thank *(thengk)* || Một — : One picul *(pi'câl)* ; One quintal *(quyn'tơl)*.

— **lỗi** : To apologize, to make an apology.

— **thế** : To part with the world, to die.

— **tội** : To apologize, to make an apology.

Tác. — **giả** : Author *(o'thơr)* / — phẩm : Work *(uơrk)* ; Masterpiece *(mas'tơr-piis)*.

— **chiến** : To fight, to make war.

— **hợp** : To bring together, to unite.

— **quái** : To do eccentric things.

— **thành** : To form, to make up, to perfect.

Tạc. — **tượng** : To sculpture *(scălp'chơr)* a statue / — bia : To carve *(carv)* a stone || — đạn : Grenade.

Tách. Cái — : Cup *(căp)* || — ra : To separate *(sep'pơ-rel)*
— **hai cái này ra** : Separate these two !
— **bạch** : To distinguish, to separate carefully.

Tai. Ear *(i-ơr)* / Hoa — : Earrings || — nạn : Accident *(ek'-si-đânt)* / — hại quá : What a misfortune *(mis-for-chun)*.
— **ương** : Disaster *(đi-zas'tơr)*
— **biến** : Troublesome event, mishap *(mis'hep)*.

Tái. (Xanh) : Pale *(pêl)* / Sao anh — đi thế ? Why do you look so pale ? || — hồi : To return *(ri-tơrn')* || Thịt — : Underdone meat. || — bản : To republish, to print a new edition.
— **bút** : Postscript *(pôst'script)*
— **cử** : To re-elect *(ri-i-lekt')*
— **giá** : To remarry after the husband's death.
— **hợp** : To reunite.
— **kiến** : To see again.
— **phạm** : To offend again, to commit again.

Tài. Talent *(te'lânt)* ; Skill *(skil)* / Ông ấy có — về kiếm thuật : He has a talent in fencing / Ông là một người — giỏi : You are a talented *(te'lân-tưđ)* man / Một người thợ — giỏi : A skilful *(skil'-ful)* work-man || — sản : Property *(pro'pơr-ti)*.
— **tử** : Star ; [Không chuyên nghiệp] Amateur *(em'mơ-tơr)*
— **chính** : Finances *(fi-nen'sưz, fai —)*.
— **công** : Trade employee *(em-ploi-i' :)*.
— **liệu** : Documents *(đok'kiu-mânts)*.
— **xế** : Car-driver, chauffeur, engine-driver.

Tải. To transport *(trens-port')* / — hàng hóa : To transport goods / Tiền vận — : Cost of transport.

Tại. (Ở) : At *(et)* / (vì) : Because *(bi coz')* /— Hanoi : At Hanoi.
— **sao** : Why *(hoai)* / — vì tôi đã hiểu nhầm : Because I have misunderstood / Lỗi — ai ? : Whose *(huz)* fault *(folt)* is it ? / — tôi : It's my fault.
— **chức** : Acting *(ek'ting)*.
— **ngoại** : To be outside, to remain outside.
— **ngũ** : On active service.

Tam. — **cá-nguyệt** : Quarter ; quarterly.
— **đa** : The three abundances.

— **giác** : Triangle *(trai-eng'-gơl)*.

— **tài** : Tricolor *(trai - că'lơr)* (flag).

— **thể** : Tricolor (animal).

— **tòng** : The three subjections of women.

— **nguyên** : Laureate of three successive examinations.

Tám. Eight *(êt)* / — mươi : E-ighty *(êt'ti)*.

Tạm. — **thời** : Temporary *(tem'pơ-rơ - ri)*, provisional *(prô-vi'zhơ-nơl)*.

— **biệt** : Momentary separation ; To separate for the moment

— **bợ** : Temporary, provisional.

Tan. (Đường, muối) : To dissolve *(đi-zolv')* / Cái này vào nước không — : This does not dissolve in water / — nát : Destroyed *(đis-troid')* / Nhà tôi bị — nát cả : My house is completely destroyed.

Tán. — **ra bột** : To pulverize *(păl'vơ-raiz)* ; To reduce *(ri-đius')* to powder *(pao'-đơr)* || To praise *(prêz)*; To flatter *(flet'tơr)* || Cái — : Parasol *(per'rơ-sol)* || To pulverize *(păl'vơ-raiz)*.

— **loạn** : To be in disorder.

— **tài** : Dispersed property.

— **thành** : To approve, to agree.

— **trợ** : To help, to aid.

— **tụng** : To praise, commend

Tàn. — **thuốc lá** : Cigarette *(sigơ-ret')* ashes *(e'shưz)* / Cái đựng — thuốc lá : Ash-tray *(esh'trê)* || — phá : To cause *(coz)* damages *(đe'-mâj jưz)* ; To lay *(lê)* waste *(uêst)* ; To destroy *(đis-troi')*/ Sự — phá : Destruction *(đis-trăc'shân)*

— **tật** : Crippled *(crip'pơlđ)* / Lame *(lêm)* ; Infirm *(in-fơrm')* ; Invalid *(in vơ-liđ')* / Nó bị — tật : He is infirm / Người — tật : An invalid || Hoa — : Withered *(uy'THơr-đ)* flower, faded *(fê'đưđ)* flower.

— **nhẫn** : Brutal, wicked.

Tản. — **cư** : To evacuate *(i-ve'kiu êt)* / Việc — cư : Evacuation *(i-ve'kiu ê'shân)* / — mát : Dispersed.

Tang. Tôi có — : I am in mourning *(môr'ning)*.

— **chứng** : Proof *(pruf)*, evidence *(e'vi·đâns)* / Không có — chứng : No evidence.

— **lễ** : Funeral *(fiu'nơ-rơl)*

— **thương** : Ruined, unhappy, miserable.

— **vật** : Substance of an offence.

Tàng. — **ẩn** : To hide oneself, to be hidden.

— **hình** : To make oneself invisible.

Tanh. (Mùi) : Fishy *(fi'shi).*

Tạnh. — **mưa** : It has stopped raining *(rê-ning)*

Tao. I. me.

— **khang** : Sharing the first misery of life with the husband.

— **loạn** : Agitation *(e-ji-tê'-shân)*

— **nhã** : Delicate, fine, distinguished.

Táo. Quả — : Apple *(ep'pơl).* ||

— **bạo** : Hardy, daring *(đe'-ring).*

— **quân** : Home-genius.

Tạo. — **nên** : To create *(cri-êt')* / Đấng — hóa : Creator *(cri-ê'tơr).*

— **vật** : Creature *(cri'chơr).*

Tảo. — **mộ** : To remove grass on a tomb.

— **tần** : Economical, thrifty.

— **thanh** ; To clean, to sweep, to clear, to drive away.

Tạp. — **hóa** : Sundry *(săn'đri)* goods *(guđz).*

— **chí** : Mogazine, review.

— **chủng** : Halfbred, mongrel *(măng'grơl).*

— **dịch** : Divers affairs.

Tát. (vào mặt) : To slap *(slep).*

— **cạn nước** : To dry up, to drain.

Tàu. (Tầu) : Ship *(ship)* / — chiến : Warship *(u or'ship)*

— **buôn** : Merchant *(mơr'chânt)* ship / — hàng : Freight *(frêt)* ship / Mũi — : Prow *(prao)* / Đằng lái — : Stern *(stơrn)* /

— **ngầm** : Submarine *(săb'mơ-rin)* / — phóng ngư lôi : Torpedo *(tor - pi' đô)* boat *(bôt)* / — vớt thủy lôi : Minesweeper *(main'suy-pơr)* /

— **bay** : Aeroplane *(e'rơ-plên).*

— **bò** : Tank *(tengk).*

— **điện** : Tramway *(trem'uê).*

— **hỏa** (xe lửa) : Train.

Tay. Hand *(hend)* / — phải : Right *(rait)* hand / — trái : Left hand / Cả hai — : Both *(bôth)* hands / Cánh — : Arm.

— **không** : Empty *(em'ti)* hand/ Bắt — : To shake *(shêk)* hands / Giúp tôi một — : Give me a hand / Giơ — lên : Hands up!

— **áo** : Sleeve *(sliiv)* / Bao — : Glove *(glăv)*.

— **lái** : Driving wheel, rudder, helm, handling-bar.

— **quay** : Winch-crank.

— **sai** : Servant.

Táy. — **máy** : Curious, fond of touching everything.

Tắc. (Không thông) : Stopped *(stopt)* up : Obstructed *(ob-străc'tưd)*.

Tăm. Cái — : Tooth-pick *(tuth-pik)*.

(Hơi) : Air bubble.

Tắm. To bathe *(bêTH)*; To take *(têk)* a bath *(bath)* / — ở đâu : Where can I bathe ? / Tôi muốn — : I want to have a bath / Buồng — : Bath-room / Áo — bể : Bathing-suit *(bê'THing-siu-t)*.

Tằm. Con — : Silk-worm *(silk-uơrm)* / Nuôi — : To raise *(rêz)* silk-worms.

Tăng. To increase *(in criiz')* / — giá : To increase the price / Tôi sẽ — lương anh : I will increase your salary *(se'lơ-ri)* / Giá hàng mới — : Prices have increased lately.

— **cường** : To invigorate, to strengthen.

— **đồ** (Sư) : Monk, clergyman.

Tằng. — **tổ** : Great grand-parents.

— **tôn** : Great grand-son.

Tặng. To offer *(of'fơr)* / (Một tác phẩm) : To dedicate *(de'đi-kêt)* / Tôi muốn — ngài cái quà này : I want to offer you this small present / Tác phẩm này — ông X : This book is dedicated to Mr. X / Bài — : Panegyric *(pe-nơ-ji'rik)*.

— **phong** : To confer titles on.

Tắt. To extinguish *(eks-ting'guysh)* / — lửa : To extinguish a fire.

— **đèn** : To put out the light / — đèn điện : To switch *(suytch)* off the light ‖ Vắn — : In brief *(briif)*, in short / Nói — : To say *(sê)* in a few words / Lối — : Short-cut *(căt)* / Đây là lối — đi Nam-Định : This is a short-cut to N.Đ. / Bài tóm — : Summary *(săm'mơ-ri)*.

Tấc. One tenth of a « thước » (Vietnamese unit of measure of length).

Tâm. Heart *(hart)* / Trong — tôi : In my heart / Tận — : With all one's heart / Tôi sẽ tận — giúp ông : I will help you with all my heart.

— **địa** : Mind *(maind)*.

— **hồn** : Soul *(sôl)*.

— **lý** : Psychology *(sai-col' lơ-ji)*.

— **phúc** : Intimate *(in'li-mât)*.

— **sự** : Intimate sentiments.

— **tính** : Character *(ke'râc-tơr)*.

— **tình** : Sentiments *(sen'ti-mânts)*

Tấm. — **vải** : Piece *(piis)* of cloth / — ván : Board *(bord)*.

— **tắc** : To smack one's tongue as a sign of admiration.

— **tức** : To be vexed *(vekst)*, to be displeased.

Tằm. (Tầm) Con — : Silk-worm *(silk-uơrm)* /— thường: Common *(com'mân)* || — nã : To follow *(fol'lô)* ; To track *(trek)*.

— **tã** : To drop, to pour down in abundance.

— — : Tom tom || Sale-room, auction-room.

— **thước** : Middle-statured, middle-sized.

Tẩm : To soak *(sôk)* / — dầu : To soak with oil.

— **bổ** : To strengthen *(streng' thân)*.

Tân (Mới) : New, recent *(ri' sânt)*.

— **hôn** : Newly - married couple.

— **niên** : New year.

— **thế-giới** : New world.

— **thời** : Modern time, modern.

— **văn** : Newspaper.

— **xuân** : New-spring ; beginning of the year.

Tấn. — **tới** : To make *(mêk)* progress *(prô'grâs)* / Tôi đã — tới ít nhiều về tiếng Anh : I have made some progress in English.

— **công** : To attack *(ât-tek')* || — kịch : A play *(plê)* || Một —: one *(uăn)* ton *(tăn)*.

Tần. — **ngần** : Hesitating, wavering.

— **tảo** : Economical, thrifty. — **tiện** : Niggardly, miserly.

Tận. The end.

— **số** : To die *(đai)*.

— **tâm** : With all one's heart, devotedly *(đi-vô'lưđ-li)*.

— **thế** : The end of the world.

— **tình** : Devotedly, eagerly.

— **tụy** : With might and main.

Tẩn. — **mẩn** : Given to trifling.

Tâng. — **bốc** : To praize *(prêz)* / Người ấy thích được — bốc : That man likes to be praised.

— **bừng** : Animated, astir, bright.

— **hẫng** : Dissappointed ; to fail to get what is hoped for.

Tầng. (Từng) — nhà : Floor *(flor)* ; storey *(sto'ri)* / Nhà ba — : Three-storied house / — thứ tư : Third *(thơrđ)* floor.

Tấp. — **nập** : Animated, astir *(ơ-stơr)*.

— **tểnh** : To hasten to, to be eager, to bestir oneself.

Tập. To practise *(prec'tis)* ; To exercise *(ek'sơr-saiz)* ; To drill / Tôi — nói tiếng Anh : I practise speaking English /

— **thể thao** : To do physical *(fi'zi cơl)* exercise.

— **nghề** : To learn *(lơrn)* a trade *(trêđ)* / — cho quen : To accustom *(âc-căs'tâm)* / Vở — đồ : Penmanship *(pen' mân-ship)* book || Đánh — hậu : To attack *(ât-tek')* from the back side *(bek'saiđ)*.

— **đoàn** : Collectivity, community *(com miu'ni-li)*.

— **kích** : Ambush *(em'bush)*.

— **nhiễm** : To acquire *(ek-quai'ơr)*.

— **sự** : To serve for probation, to undergo probation.

— **trung** : To centralize *(sen' trơ-laiz)*.

Tất. — **cả** : All *(ol)* || — nhiên : Naturally *(ne'chơ rơ-li)* ; Of course *(côrs)* || Bít — : Socks, Stockings.

— **niên** : The end of the year.

— **tả** ; — tưởi : To be in a hurry, hurriedly.

— **yếu** : Necessary *(ne'sâs-sơ-ri)*.

Tật. — **bệnh** / Infirmity *(in-fơr'mi-ti)*.

— **xấu** : Defect, bad habit.

Tâu. To inform, to report to the king by words or writing.

Tẩu — **thoát** : To escape *(es-kêp')* / Đừng để nó — thoát : Don't let him escape / — mã : Galloping horse || To run away, to flee.

Tây. West *(u-est)* ; Occident *(ok'si-đânt)* / — phương : Western *(u-est'tơrn)* ; European *(yu'râ-pi'ân)* / Kiểu — phương : European style *(stail)* / Tỉnh ấy ở về phía — : That town is in the West.

— **bá lợi-á**: Siberia *(sai-bi'ri-ơ)*

— **ban nha** : Spain *(spên)*.

— **lai** : Eurasian *(yu rê'zhân,-shân)*.

— **tạng** : Tibet.

Tẩy. — **sạch** : To clean (*cliin*) / — vết mực : To erase *(i-rêz')*; To remove *(ri-muv')* an ink-spot / — ruột : To purge *(pơrj)* / Tôi cần phải — ruột : I must take a purge / Thuốc — : Purgative *(pơr'gơ-tiv)* / Cái — : Eraser *(i-rê'zơr)*, Rubber *(răb'bơr)*.

— **chay** : To boycott.

— **uế** : To cleanse, to purify, to disinfect.

Té. — **nước** : To splash *(splesh)* water *(uo'tơr)* / Cái xe hơi — ướt áo tôi : The car splashed my suit.

Tè. — **he** : To squat ; astride *(adv.)*.

Tẻ. Buồn — : Sad, dull, meloncholy.

Tem. Stamp / Dán — : To stick a stamp.

Tẽn. Shame ; to be ashamed.

Tép. Con — : Small shrimp.

Tẹp. — **nhẹp** : Mean, niggardly, stingy.

Tẹt. Smooth ; level, flat.

Tê. Benumbed *(bi-nămđ')* / — thấp : Rheumatism *(ru'mơ-ti-zưm)* / Bệnh — phù : Beriberi || Con — giác : Rhinoceros *(rai-nos'sơ-râs)*.

— **liệt** : To paralyse ; to render powerless.

Tế. — **lễ** : To sacrifice (*sek'-cri-fais)* ; to offer on the altar.

— **bần** : To help the poor / Nhà tế bần : Workhouse.

— **độ** : To help, to assist, to succour.

— **vi** : Fine, delicate.

Tề. — **chỉnh** : [Xch. Chỉnh tề].

— **gia** : To manage one's household ; to keep house.

— **tựu** : To form groups ; to be grouped ; to meet together.

Tệ. — **bạc** : Ungrateful *(ăn-grêt'ful)* / Anh — quá : You are very bad *(bed)* || Tiền — : Currency *(căr'rân-si)* ||

— **hại** : Harm, hurt; detriment ; damage.

Tể. — **tướng** : The prime minister.

Tên. Name *(nêm)* / — anh là gì ? : What is your name ? / — tôi là Thinh : My name is Thinh / Tôi chỉ nghe nói — ông ấy thôi : I only know *(nô)* him by name / Đặt — : To name / — họ : Surname *(sơr'nêm)*.

— **thánh** : Christian *(kris'ti-ân)* name / — chế nhạo : Nickname || Mũi — : Arrow *(er' rô)*.

Tết. New *(niu)* Year *(yi-ơr)* / Ăn — : To celebrate *(se'lơ-brêt)* the New Year.

Tha. — **thứ** : To forgive *(for-ghiv')* ; To pardon *(par' đân)* / (Không bắt) : To set free *(frii)* / (Không kết án) To discharge *(đis charf')* / — lỗi cho tôi : Please forgive me / — nó ra : Set him free / Nó được tòa — bổng : He is discharged by the court || (Mang) : To carry *(ker'ri)*.

— **hồ** : Free, at liberty, unguarded.

— **hương** : Abroad, foreign country.

— **ma** : Cemetery, burying - ground.

— **phương cầu thực** : To go and earn one's living elsewhere.

— **thiết** : Insistence, persistence.

— **thướt** : Graciously ; gracefully.

Thà. Had rather *(ra'THơr)* ; It would *(uđ)* be better / Tôi — chết còn hơn sống như thế : I had rather die than live like that.

Thả. To release *(ri-liiz')*, To let go / Họ — tôi hôm qua : They released me yesterday / — tôi ra : Let me go.

— **diều** : To fly *(flai)* a kite *(kait)* / — mồi : To throw *(thrô)* a bait *(bêt)* / — lỏng : To let loose *(lu-s)*.

Thác. Cái — : Waterfall *(uo tơr-fol)* || Phó — : To trust *(trăst)*/Ông cứ phó — mặc tôi: You may trust me with it || (chết) : To die *(đai)* ; dead *(đeđ)*.

Thạc. — **sĩ** : M.A. (Master of Arts).

Thách. To defy *(đi-fai')* ; To challenge *(chel'lânf)* / Tôi —ông : I defy you.

Thạch. (đá) Stone *(stôn)* / — cao : Plaster / — nhũ : Stalactite *(ste'lâc-tait, stâ-lec'-tait)* || (ăn được) : Jelly *(jel'-li)*.

— **bản** : Slate / — ấn : Lithography *(li-thog'grơ-fi)*.

Thai. Có — : To be pregnant *(preg'nânt)* / Bà ấy có — : She is pregnant.

Thái. — **quá** : Too *(tu)* / Ông ăn tiêu — quá : You are too spendthrift *(spenđ'thrift)* || — tử : Prince royal || (cắt) To cut *(căt)*.

— **bình** : Peace (n.) ; peacetul (adj), pacific.

— **cực** : Extreme.

— **dương** : Sun.

— **độ** : Posture ; attitude.

— **hậu** : Queen-mother.

Thải. To get rid of / — **hồi** : To dismiss; to send away.

Tham. To lust *(läst)* for, To covet *(că'vet)* / Họ — của : They lust for riches / — lam : Covetous *(că'vâ-tâs)* / Anh — lam quá : You are too covetous / — ăn : Greedy *(grii' đi)* /

— **biện** : Head-clerk.

— **chiến** : To take part in the war.

— **gia** : To share, to participate ; to join.

— **mưu** : Staff, general staff / — mưu - trưởng : Chief of Staff.

— **tá** : Clerk.

Thám thính : To spy *(spai)* / — tử : Detective *(đi-tec'tiv)*, spy / Chuyện trinh — : Detective story *(sto'ri)*.

Thảm. — **thương** : Pitiful *(pi' ti-ful)* / Cảnh ngộ ông ấy — lắm : His situation is very pitiful || Cái — : (giải sàn gác) Carpet.

— **thiết** : Heart - breaking ; distressing ; sorrowful.

Than. Coal *(côl)* / — củi : Charcoal *(char'côl)* / — đá : Stonecoal *(stôn'côl)* / Mỏ — : Coal-mine *(main)* / Người làm mỏ—: Coal-miner *(main'-nơr)* || — vãn (khóc lóc) : To moan *(môn)* / — thở : To complain *(câm-plên')*.

— **hồng** : Live coal ; red-hot coal.

— **phiền** : To complain ; to grudge.

Thán. — **khí** : Carbon dioxide *(car'bân--đai-ok'said)*.

— **phục** : To admire.

Thản. — **nhiên** : Quiet, calm, indifferent.

Thang. Cái — : Ladder *(leđ'-đơr)* / Cầu — gác : Staircase *(ster'kês)* / Bậc — : Step of the ladder / — máy : Lift.

Tháng. Month *(mănth)* / — này: This month / — trước : Last month.

— **sau** : Next month / Đầu — : The beginning *(bi-ghin'ning)* of the mouth / Cuối — : The end of the month.

— **giêng** : January *(je'nu-ơ-ri)*/ — hai : February *(fe'bru-ơ-ri)*.

— **ba** : March *(march)* / — tư April *(ê'prơl)*.

— **năm** : May *(mê)* / — sáu : June *(jun)*.

— **bảy** : July *(ju-lai')* / — tám: August *(o'gâsl)*.

— **chín** : September *(sep-tem' bơr)* / — mười : October *(ok-tô'bơr)*.

— **một** : November *(nô-vem' bơr)* / — chạp : December *(đi-sem'bơr)* / Báo hàng — : Monthly *(— li)* magazine.

Thanh. (Mầu) Limpid / (tiếng) Sweet *(suyt)* || — liêm : Upright *(âp-rait')* / — sạch : Pure *(pug'ơr)* / — vắng : Lonesome *(lôn'sâm)*.

— **bạch** ; — khiết : (Xch. Thanh sạch).

— **toán** : To liquidate ; to settle.

— **cảnh** : Landscape ; scenery.

— **danh** : Reputation, fame.

— **đạm** : Moderate, sober, simple, plain.

— **la** : Cymbal.

— **lâu** : Brothel.

— **minh** : All souls' day.

— **nhàn** : Unoccupied, free.

— **niên** : Youth ; young man.

— **quang** : Splendour, lustre, brilliancy.

— **tra** : Surveyor ; inspector, superintendent.

— **tú** : Charm ; beauty ; graceful *(adj.)*

Thánh. Saint *(sênt)* / — Phêrô : Saint Peter *(pi'tơr)* / Lễ các — : All *(ol)* saints' day *(đê)*/ — thiện : Holy *(hô'li)* / Chú tôi rất — thiện : My uncle is very holy.

— **đường** : Church.

— **giá** : The Cross ; Holy Rood.

— **hiền** : Wise man, sage, saint.

— **tích** : Storg of saints ; relics.

Thành. To become *(bi-căm')* / Cái này — vô ích : This has become useless / Đứa bé lớn — một người : The boy grows into *(in'tu)* a man / — công : To succeed *(săc siiđ')* / Tôi mong ông sẽ — công : I hope you will succeed / — thói tục : To become a custom *(căs'-tâm)* || — lũy : Wall *(uol)* / Vạn lý trường — : The Great *(grêt)* Wall || — thực : Sincere *(sin-si'ơr)*, Frank *(freng-k)* / Lòng — thực : Sincerity *(sin-se'ri-ti)*.

— **hôn** ; — thân : To get married.

— **kính** : Respectful.

— **kiến** : Prejudice ; presumption.

— **ngữ** : Idiom.

— **tích** : Result, record ; antecedent.

Thảnh. — **thơi** : Free *(frii)* ; At ease *(i-z)*.

Thao. Thể — : Sport / — diễn : To march ; To exhibit.

— **luyện** : To practise ; to exercise, to train.

Tháo. — **ra** : To untie *(ăn-tai)* / — cái nút này ra : Untie this knot *(not)* / — nước : To drain *(drên)* off the water.

— **lui** : To retreat *(ri-triit')* / Đánh — : To retract *(ri-trect')* one's word *(uơrd)* / Ông ấy muốn đánh — lời : He wants to retract his word.

— **dạ** : Diarrhœa.

Thảo. — **kính cha mẹ** : To honour *(o'nơr)* one's parents. || Bản — : Manuscript.

— **luận** : To discuss, to debate, to argue.

— **mộc** : Plants.

Thạo. Expert *(ek - spơrt')* ; Smart, Clever *(cle'vơr)*.

Tháp. Tower *(tao'ơr)* / — chuông : Belfry-tower.

Thau. Cái chậu — : Brass *(bras)* basin *(bê'sưn)*.

Thay. To replace *(ri-plês')* / Ai sẽ — ông ? : Who will replace you ?

— **đổi** : To change *(chênj)* / — quần áo : To change dresses *(dres'sưz)* / — mặt : To represent *(rep-pri'zent)* / Tôi — mặt toàn gia quyến : I represent my whole *(hôl)* family.

Thày. — **giáo** : Teacher *(tii'-chơr)* / — thuốc : Doctor *(đok'lơr)*.

— **bói** : Fortune-teller *(for'-chun-tel'lơr)*.

— **tu** : Monk *(măngk)*.

Thắc. — **mắc** : To worry, to trouble, to torment ; anxious.

— **thỏm** : To have a mind to ; to be anxious.

Thăm. To visit *(vi'zit)* / Đến — : To pay *(pê)* a visit / Tôi muốn đi — ông ấy : I want to pay him a visit || Rút — : To pick lots / Để cho công bằng, chúng ta rút — : To be fair *(fer)*, we pick lots.

— **dò** : To spy upon ; to sound.

— **thẳm** : Very deep.

Thằn. Con — lằn : Lizard *(li'-zơd)*.

Thăng. — **chức** : To promote *(prơ-môt')* / Ông ấy được — chức : He is promoted / Pháo — thiên : Rocket *(rok'cât)*.

— **bằng** : Level *(le'vơl)*

Thắng. To conquer *(coong'kơr)* / Cuộc — trận : Victory *(vic'-tơ-ri)*.

— **yên ngựa** : To saddle *(sed'đưl)* a horse *(hors)*.

— **cảnh** : Sight-seeing.

— **thế** : Supremacy, superiority.

Thằng. — **kia** : That fellow *(fel'lô)*.

Thẳng. Straight *(strêt)* / Một đường — : A straight line *(lain)* / Đi — : Go straight / Ngay — (thực thà) : Straightforward *(strêt-for'uơđ)*.

Thắp. — **đèn** : To light *(lait)* a lamp *(lemp)*.

Thắt. To tighten *(tai'tân)*; To fasten *(fas'sưn)*/ Cái — lưng : Belt / — cổ : To hang *(heng)*.

Thâm. (Màu) : Dark *(đark)* / Màu này — quá : This colour is too dark || — hiểm : Cunning *(căn'ning)*.

— **niên** : Experienced.

— **sơn** : Impassable mountains, high mountains.

Thấm. To blot *(blot)* / Giấy — : Blotting-paper *(pê'pơr)*.

— **cái này đi** : Blot this !

— **nhuần** : To impregnate ; to imbue.

— **thoát** : To pass away.

Thầm. Nói — : To whisper *(huys'pơr)* /— vụng : Secretly *(si'crât-li)*

— **yêu** : To love secretly, or silently.

Thẩm. — **quyền** : Jurisdiction ; authority.

— **phán** : To give judgment on ; to judge.

— **sát** : Examination ; inquiry, investigation.

Thẫm. Màu — : Dark colour *(că'lơr)*.

Thậm. — **tệ** : Pitiless / Chửi — tệ : To give a sound scolding.

Thân. Trunk *(trăngk)* / — thể : Body *(bo'đi)* / Kết án chung — : To sentence *(sen'tâns)* for life *(laif)* || — yêu : Dear *(đi'ơr)*; Affectionate *(ât-fec'shâ-nât)* / Bạn — yêu của tôi : My dear friend.

— **cận** : Near, neighbouring ; close, dear, intimate.

— **phận** : Condition ; one's lot.

— **thiện** : Friendly.

— **tín** : Confidence / người thân tín : A trustworthy person.

Thần. — **bụt** : Idol *(ai'đơl)* ; God / Sự thờ bụt — : Idol worship *(uơr'ship)* / Chúa thánh — : The Holy *(hô'li)* Ghost *(gôst)* / Thiên — : Angel *(ên'jơl).*

— **bí** : Mysterious.

— **công** (súng) : A cannon.

— **diệu** : Wonderful, marvellous ; supernatural.

— **đồng** : Prodigy ; marvellous child.

— **học** : Theology ; divinity / Tiến sĩ thần học : Doctor of divinity.

— **hồn** : Soul, spirit ; mind.

— **linh** : Spirit, ghost

— **phục** : To submit ; to yield ; to assent.

Thận. Kidney *(kiđ'ni)* / Đau — : To have pain *(pên)* in the kidney.

— **trọng** : To pay *(pê)* all attention *(ât-ten'shân)* to.

Thẩn. Thơ — : To lounge ; to stroll, to loaf.

Thấp. Low *(lô)* / Nhà — : Low building *(bil'đing)* / Người — (lùn) : A person *(pơr'sân)* of low stature *(stê'chơr)* / Giọng — : Low voice *(vois)* || Bệnh phong — : Rheumatism *(ru'-mâ-ti-zưm).*

— **kém** : Vile, base, low, worthless.

— **thoáng** : To twinkle ; to appear and disappear.

Thập. — **giá** : Cross *(cros)* / Hồng — tự : Red Cross.

— **phương** : Everywhere.

— **toàn** : Faultless, perfect ; completely.

Thất. — **lạc** : To be lost / Sách tôi bị — lạc cả : All my books are lost / — hiếu với cha mẹ : To be ungrateful *(ăn-grêt'ful)* towards *(tô'uơrđz)* one's parents / — nghiệp : To be out of work, To be jobless *(job'lâs)* / — cách : Wrong *(roong)* way *(uê).*

— **bại** : Defeat ; loss, failure.

— **kinh** : Terror ; fright.

— **lễ** : Impolite ; uncivil ; discourteous.

— **sắc** : To become pale ; to grow dim.

— **thường** : Irregular.

— **tín** : Disloyal, treacherous ; untrustworthy.

— **vọng** : To be in despair ; to give up all hope.

Thật. Real *(riil).* True *(tru)* / Cái này có phải ngọc — không ? : Is this real jade *(jêđ)* ? / Có — không ? : Is it true ?

Sự — : The truth *(truth)* / — lòng : Sincere *(sin-si'ơr)*.

— **thà** : Honest *(on'nâst)* / Sự — thà : Honesty *(-ti)* / Nói — : To say *(sê)* the truth / Anh phải nói — : You must say the truth / Đó là sự — : That is the truth.

— **là buồn quá** : It is really *(riil'li)* very sad *(sed)* / — quả tôi không hiểu một tý gì về việc ấy : I really don't understand anything about that.

Thâu. — **đêm** : The whole *(hôl)* night *(nait)*.

Thầu. (hàng hóa, thực phẩm cho một đoàn thể nào) : To supply *(sâp-plai')*, To furnish *(fơr'nish)* / Người (nhà) — : Supplier *(sâp-plai'ơr)*, Furnisher *(fơr'ni-shơr)* / Tôi muốn — thực phẩm cho nhà binh : I want to be supplier of foodstuff *(fud'stăf)* for the army.

— **dầu** : Castor *(kes'tơr)* oil.

Thây. (sác) Corpse *(corps)*.

Thấy. To see *(sii)* / Ông có — gì không ? ; Do you see anything ? / Tôi chưa từng — cái đó bao giờ : I have never seen it / Tìm — : To find *(faind)*.

Thày. — **giáo** : Master *(mas'-tơr)* / — mẹ : Parents *(pe' rânts)*.

— **bói** : A soothsayer, fortune-teller.

— **kiện** : A barrister.

— **thuốc** : A physician, a doctor.

The. — **lụa** : Silk veil *(vêl)*.

Thé. Tiếng the — : High-pitched *(hai - pitcht)* voice *(vois)* ; Penetrating *(pe'nơ-trê-ting)* voice.

Thè. — **lưỡi** : To draw *(đrô)* out one's tongue *(tăng)*.

Thẻ. (vé, que con) Ticket *(tic'kât)*.

— **bài** : Ivory badge.

Thèm. To covet *(căv'vet)* ; To lust *(lăst)* for ; To have a desire *(đi-zai'ơr)* for / Tôi — cái xe của nó : I have a desire for his car / Tôi — rượu : I have a desire to drink wine / Nó — của cải của ông : He lusts for your riches.

Then. Bolt *(bôlt)* / Gài — : To bolt / Kéo — : To draw *(đro)* the bolt / — cửa : Door-bolt *(đor-bôlt)*.

— **chốt** : Hinge ; the main point ; essential.

Thẹn. To be shy *(shai)*; To blush *(blăsh)*; To be ashamed *(ơ-shêmđ')* / Tôi — : I feel *(fiil)* shy / Sao anh — : Why do you blush? Why are you ashamed? / Tôi tự — khi thấy anh: I am ashamed of myself when I see you.

Theo. To follow *(fol'lô)* / Tùy — : According *(ăc cor'đing)* to / Tôi sẽ — lời ông : I shall follow your advice / Xin ông — tôi : Follow me, please / Ông phải mặc quần áo tùy — khí hậu ở mỗi nơi : You must wear your clothes according to the climate *(clai'mât)* of each place / — như tôi đã nghe : According to what I heard.

— **luật lệ** : According to the regulations *(re-ghiu-lê'shânz)*

Thép. Steel *(stiil)* / Dây — : Wire *(oai'ơr)* / Cái này làm bằng — : This is made of steel.

Thét. To scream *(scriim)* / Ai — đấy? : Who is screaming there? / Tôi nghe thấy tiếng — : I heard a scream.

Thê. — **thảm** : Lamentably *(lơ-men'tâ-bli)*; Grievously *(griv'vâs li)*.

Thế. — **giới** : World / *(uơrlđ)* / Khắp — giới : The whole *(hôl)* world; all over the world / Tôi muốn đi du lịch quanh — giới : I want to travel round the world / Trên dương — này : On this earth *(ơrth)* || — nào? : How *(hao)* / Ông giạo này — nào? How are you lately? Anh coi bộ quần áo này — nào? How do you like this suit? / Tôi không biết làm — nào : I don't know how to do it / Như — : Like *(laik)* that *(THet)* / Làm như — : Do like that / — thì : Then *(THen)*.

— thì anh phải ở lại : Then you must stay / Sao anh nói — ? : Why do you say so *(sô)*? || Authority *(o-tho'ri-ti)*; Power *(pao'ơr)* / Ông ấy ỷ quyền — của cha ông ấy : He relies *(ri-laiz')* on his father's power.

Thề. To swear *(suer)*; To vow *(vao)* / Tôi — với ông : I swear to you / ông có giám — không? : Would you swear to it? / Tôi — : I swear to it / Lời — : An oath *(ôth)* / — dối : False *(fols)* oath / Ông ấy bỏ lời — : He breaks *(brêks)* his oath / — cùng nhau : To be bound *(baond)* to one another *(ơ-nă'THơr)* by oath.

Thể. — **thao** : Sport *(sport)* / Tôi rất ưa chuộng — thao : I am very fond *(fond)* of sports / Nhà [Người] — thao : Sportsman *(sports' mân)* || Có — : Can *(ken)*; [q.k.] Could *(cud)*; To be able *(ê'bơl)* to / Tôi có — nói tiếng Đức : I can speak *(spiik)* German *(jơr'mân)* / Tôi hy vọng có — giúp anh : I hope to be able to help you.

— **diện** : Face, aspect, reputation, honour.

— **dục** : Sport, gymnastics.

— **lệ** : Principle, law; rule.

— **thao** : Gymnasties, sporting.

Thệ. Tuyên — : To swear *(suer)*; To take oath *(ôth)*.

Thêm. To add *(ed)*; To increase *(in-criiz')*, To augment *(og-ment')*.

— đường vào cốc sữa : Add sugar to the glass of milk.

Thềm. — **nhà** : Floor *(flor)*.

Thênh. — **thang** : Wide, great, spacious, immense, ample.

Thết — đãi một người khách : To receive *(ri-siiv')* a guest *(ghest)*.

Thêu. To embroider *(em-broi' dơr)* / Áo của ông ấy có — hoa : His coat is embroidered with flowers / Hàng — : Embroidery *(-ri)*/ Hàng — nước này có tiếng lắm : The embroidery goods of this country are very famous / Thợ — : Embroiderer *(-rơr)*

Thi. [học] Examination *(ek-zơ-mi-nê'shân)* / (tài năng) Competition *(com-pi-ti'shân)*, contest *(con'test)* / (chạy) Race *(rês)* / Ông ấy đã đỗ kỳ — trước : He has passed the last examination / Chiều hôm nay sẽ có cuộc — vẽ : There will be a drawing contest this afternoon / Mai sẽ có cuộc — xe đạp : There will be a bicycle-race tomorrow || — hài : Remains.

Thí. — **dụ** : Example *(ek-zem' pơl)* / Làm ơn cho tôi một — dụ : Give me an example, please / Ra — dụ : To give an example.

— **nghiệm** : To make an experiment *(eks-pe'ri-mânt)* / Cuộc — nghiệm : Experiment /

Tháng sau họ sẽ — nghiệm trái bom đó : Next month they will make an experiment on that bomb.

— **sinh** : Candidate *(ken'đi-đêt)*.

— **thân** : To sacrifice oneself.

Thì. — **giờ** : Time *(taim)* / Ông có — giờ không ? : Have you time ? / Ta có đủ — giờ không ? : Have we enough time ? / Nếu tôi có nhiều — giờ hơn : If I have more time / — giờ rỗi : Sparetime *(sper'taim)*; Leisure *(le'zhơr)* — buổi tân - tiến : Modern *(mo'đơn)* times / — giờ lâu : A long time / Có mất nhiều — giờ không ? : Will it take much time ? || — tiết : Weather *(ue'THơr)* ? / Đang — : Youth *(yuth)* / Khi tôi còn đang — : When I was in my youth / Thế — đã sao : What of it then ?

— **thào** : To whisper *(huys'pơr)*.

— **thầm** : To whisper.

Thị. Lính — vệ : Royal *(roi'ơl)* Guard *(gard)* || Cận — : Short-sighted *(sai'tưđ)* / Viễn — ; Long - sighted, far-sighted / Tôi hơi cận — : I am a little short-sighted / Cha tôi viễn — : My father is long-sighted/ — giác : Sight || — trường : Market *(mar'kât)* / Trên — trường : On the market / — trường quốc tế : The world *(uơrlđ)* market / Giá — trường : Market price *(prais)*/ — thường : To disregard *(đis-ri-gard)*, to slight *(slayt)*.

— **chính** : Municipal administration.

— **nữ** : Maidservant.

— **oai** : To frighten, to intimidate.

— **sảnh** : Town-hall.

— **thực** : Legalization, authentication.

— **trưởng** : Mayor.

Thìa. Spoon *(spun)* / — cà-phê: Coffee *(cof'fi)* spoon / — súp : Soup-spoon *(sup)* / Một — đầy : A spoonful *(spun'ful)*.

Thích. To like *(layk)* ; To be fond *(fond)* of / Ông có — cái ấy không ?:Do you like it?/ Tôi — cái ấy lắm : I like it very much : I am very fond of it || — cánh tay (đẩy) : To elbow *(el'bô)*.

— **chữ** : To carve *(carv)* letters *(let'tơrz)*.

— **ca** : Buddha.

— **chí** : To be pleased ; satisfied ; glad.

— **hợp** : Suitable, fit ; adequate.

— **khách** : A murderer, an assassin.

Thiếc. Tin *(tin)*

Thiêm. — **thiếp** (Ngủ) : To fall asleep ; To doze away.

Thiểm. — **độc** : Wickedness, spitefulness ; cruelty.

Thiên. — **đàng** : Heaven *(he'vân)* ; Paradise *(pe'rơ-đaiz)* / — **chúa** : God *(gođ)* / Đạo — chúa : Catholicism *(cơ-tho'li-si-zưm)* / — thần : Angel *(ên'jưl)* / — hạ : The world *(uơrlđ)* / — văn học : Astronomy *(â-stro'nơ-mi)* / Nhà — văn học : Astronomer *(—mơr)* / — lôi : Lightning *(layl'ning)*.

— **nhiên** : Natural *(ne'chơ-rơl)* || — tư : To favour *(fê'vơr)* ; To be in favour of, to be partial *(par-shi-ơl)*.

— **cổ** : Very old ; antiquity.

— **đình** ; — tào : Heaven ; paradise.

— **sứ** : Angel ; messenger from Heaven.

— **tai** : Scourge ; distress.

— **thai** : Paradise.

— **tử** : Emperor.

— **văn** : Astronomy.

Thiến. — **súc vật** (giống đực) : To geld *(gheld)* ; (giống cái) : To spay *(spê)* / Con gà — : Capon *(kê'pân)*.

Thiện. — **xạ** : Expert *(ek-spơrt')* / — nghệ : To be clever *(cle'vơr)* in one's profession *(prô-fes'shân)* / Từ — : Charitable *(che'ri-tâ-bơl)* / Việc — : Act *(ekt)* of charity.

— **cảm** : Sympathy,

— **ý** : Kind intention.

— **nhân** : Kind-hearted.

Thiển. — **cận** : Narrow-minded near-sighted.

— **trí** : Narrow-minded ; humble opinion.

Thiêng. — **liêng** : Spiritual *(spi'ri-chu-ơl)* / Cha — liêng : God-father *(gođ-fa'THơr)* / Mẹ — liêng : God-mother *(—mă'THơr)* ; Đuốc — : Sacred torch.

Thiếp. — **danh** : Visit-card *(vi'zit-card)* / Ông cho xin — danh : Please give me your card / — mời : Invitation - card || (Nàng hầu) : Concubine *(con'kiu-bain)*.

Thiệp. Lịch — : Hospitable *(hos'pi-tà-bơl)* / Sự lịch — : Hospitality *(hos-pi-te'li-ti)*.

Thiết. To lust *(lăst)* for / Tôi không — của cải : I do not lust for riches *(ri'chưz)* / — tha : Passionately *(pes'shiơ-nât-li)* ; Ardently *(ar'đânt-li)* || Sự — thực : The truth *(truth)* || Xe — giáp : Armoured *(ar'mơrđ)* car || — tưởng : To think *(thingk)* / — tưởng thế thì tiện hơn : I think that is more convenient *(con-vi'ni-ânt)*.

Thiệt. To lose *(luz)* / Sự — hại : Loss *(los)* ; Damage *(đem'mâj)* / Bị — hại : To undergo *(ăn'đơr-gô)* a damage ; To suffer *(săf'fơr)* a loss / Ông có — gì không ? : Did you lose anything ? / Ông — bao nhiêu ? : How much did you lose ? / Tôi đã — hại nhiều trong công việc đó : I have suffered a great loss in that transaction *(tren-zek'shân)* || (Xch. Thật).

Thiêu. (đốt) To burn *(bơrn)* / — sống : To burn alive *(ơ-laiv')*.

— **hủy** : To burn down ; to destroy.

Thiếu. To be short *(short)* of ; To lack *(lek)* ; To be missing *(mis'sing)* / Ông — mấy cái ? : How many are you short of ? / Tôi — bốn cái : I am short of four / Anh — máu : You lack in blood *(blăđ)* / — bốn người : Four persons are missing || — nữ : Young lady/—niên:Young man

— **thời** : Youthful days ; childhood, boyhood.

— **tá** : Major, lieutenant-colonel.

— **tướng** : Brigadier-general.

— **úy** : Sublieutenant.

Thiểu. — **số** : The minority *(mai-no'ri-ti)* || — não : Mournfully *(môrn'ful-li)*, grievously *(gri'vâs-li)*.

Thím. Aunt *(ant)*.

Thinh. Làm — : To keep *(kiip)* silence *(sai-lâns)* / Tôi làm — như không biết : I keep silence as if I don't know *(nô)*.

Thính. — **giả** : Hearer, listener, audience.

— **tai** : To have a good ear, or an ear for music.

Thình. — **lình** ; Suddenly, all of a sudden.

Thỉnh. — **thoảng** : From time *(taim)* to time ; Now *(nao)* and then / — thoảng tôi gặp ông ấy : I met him from time to time / — thoảng ông ấy ngoảnh lại : He turns back now and then.

— **cầu** : To beg ; To pray *(prê)*; To entreat *(en-triit')* / Tôi — cầu ông giúp tôi việc này : I pray you to help me in this work.

Thịnh. — **vượng** : To prosper *(pros'pơr)* ; To flousish *(flă' rish)* / Sự — vượng : Prosperity *(pros-pe'ri-ti)* / Tỉnh này có một nền kỹ nghệ — vượng : This town has a prosperous *(-râs)* industry / Một nước — vượng : A prosperous country / Một công việc — vượng : A flourishing business *(biz'nâs)*.

— **hành** : To rage ; Well known in society.

— **nộ** : Anger, rage, fury.

— **tình** : Great affection, feeling.

Thịt. Meat *(miit)* / Xác — : Flesh *(flesh)* / — tươi : Fresh *(fresh)* meat / — bò : Beef *(biif)* / — lợn : Pork *(pork)*.

— **cừu** : Mutton *(măt'tân)* / — quay : Roasted *(rôs'tưđ)* meat /

— **luộc** : Boiled *(boilđ)* meat /

— rán : Fried *(fraiđ)* meat.

— **mềm** : Tender *(ten'đơr)* meat / — dai : Tough *(tăf)* meat.

— **sống** : Raw *(ro)* meat / — bò tái : Underdone *(ă'đơr-đân)* beef.

Thiu. — — (Ngủ) : Sleeping, asleep / Mùi — : Rotten smell.

Thò. — **ra** : To lean *(liin)* out / Đừng — đầu ra : Do not lean out.

— **lò** : Die *(đai)*.

Thỏ. Rabbit *(reb'bit)* / — rừng : Hare *(her)*.

— **thẻ** : To speak in a low and sweet voice.

Thọ. To live *(liv)* long / Ông tôi thọ lắm : My grand-father lives very long.

Thóa. — **mạ** : To insult ; to affront.

Thỏa. — **lòng** : To be pleased *(pliizđ)* / Tôi — lòng về anh : I am pleased with you / Làm — lòng cha mẹ : To please the parents / — hợp : To agree.

— **mãn** : To satisfy, to please, to be satisfied.

— **thuận** : Agreement ; To agree.

Thoái. — **thác** : To refuse.

— **hóa** : Degeneration; backward.

— **vị** : To abdicate ; to renounce one's throne.

Thoang. — **thoảng** : Vague ; indistinct.

Thoáng. — **khí** : Aerated *(ê'ơ-rê-tưd)* || In haste *(hêst)*, hastily *(hês'ti-li)* / Ông ấy đi — qua đây : He passed by here in haste /— hơi : (Xch.Thoáng khí).

— **khí** : Well-aired, ventilated.

Thoát. To escape *(es-kêp')* / Tôi — tai nạn đó : I escape that accident / Nó — tù : He escapes from the prison / Tầu — : To evade *(i-vêd)*.

Thoạt. — **đầu** : At *(et)* first *(fơrst)* / — khi : As soon *(sun)* as.

— trông thấy ông ấy tôi biết đã có chuyện gì xảy ra : As soon as I saw him I knew something had happened / — đầu ông đứng ở đây, sau ông đi ra : At first you stand here then you go out.

Thoắng. — **thỉnh** : Talkative.

Thóc. Paddy *(ped'đi)* /

Thoi. — **dệt** : Shuttle *(shăl'-tơl)* / [Vàng, bạc] : Ingot *(ing' gât)*.

— **thóp** : To breathe with difficulty.

Thói. — **quen** : Habit *(heb'bit)* /

— tốt : Good *(gud)* habit.

— **xấu** : Bad *(bed)* habit / Tôi có — quen giậy sớm : I am in the habit of rising early.

Thòi. — **ra** : Jutting out.

Thon Pointed *(poin'twd)*, slender *(slen'đơr)* / Ở cuối thì — : It is pointed at the end / — cằm : Pointed chin / Người — : Slender body *(bo'đi)* / Người bà ấy — : Her body is slim [hay Slender]

Thong. — **thả** : Free *(frii)* Ông có—thả không ? : Are you free ?.

— **dong** : Unoccupied *(ăn-ok'-kiu-paid)* / Tôi lúc nào cũng được — dong : I am always unoccupied.

— **manh** : Cataract.

Thòng. — **lọng** : To let down ; a knot.

Thọt. Lame ; one-legged.

Thô. — **tục** : Impolite *(im-pơ-lait')*, rude *(rud)*, impudent *(im'piu-đânt)* / Anh — tục quá : You are too rude ! . Lời — tục : Rude words / — bỉ : Contemptuous *(con-tem'tiu-âs)*, despicable *(des-pik'kơ-bưl)*.

Thổ. Land *(lend)* / — sản : Produce *(prod'dius)* ; Products *(pro'dâcts)* of the earth *(ơrth)* || (nôn) : To vomit *(vo'mit)*.

— **huyết** : To spit out blood *(blăd)* / — tả : Cholera *(co'-lơ rơ)*.

— **công** : Genius of the kitchen.

— **lộ** : To open one's heart.

— **phỉ** : To loot ; Brigand, robber, thief, looter.

— **sản** : Land products.

— **Nhĩ - kỳ** : Turkey. Turkish ;

Thôi (đủ rồi) : Enough *(i-năf')* ; Sufficient *(sâf'fi'-shânt)* / (Ngừng) : To stop / — : That's enough / — việc : To resign *(ri-zain')* a post / — đừng làm nữa ! : Stop working / Xin ông — đi, nói với nó cũng vô ích : Please stop, it's useless to speak to him.

— **miên** : To hypnotize ; hypnotic *(adj.)*

Thối. (Mùi) Stinky *(sting'ki)* / (ủng) To rot *(rot)*, Rotten / Cam — cả : The oranges are all rotten.

Thổi. To blow *(blô)* / Gió — mạnh : The wind blows violently *(vai'ơ-lânt-li)* / Ông làm ơn — tắt cây nến hộ tôi : Please blow out the candle for me.

Thôn. — **xã** : Village *(vil'lưj)*, hamlet *(hem'lât)*.

— **quê** : Countryside *(căn'tri-said)*.

— **nữ** : Peasant-girl, country-girl.

Thổn. — **thức** : To sob.

Thỗn. — **thễn** : Naked, bare, uncovered.

Thông. Đi — : To pass through *(thru)* / Nước có đi — không ? : Does the water go through ? / Cái điếu không — : The pipe does not draw *(đro)* || — thái : Learned *(lơr'nưd)* / Ông ấy là một nhà — thái : He is a learned man / — minh : Inlelligent *(in-tel'li-jânt)* / — tin : To publish *(păb'blish)* a news / Phòng — tin : Information *(in-for-mê'shân)* Bureau *(buy'rô)*.

— **ngôn** : To interpret *(in-tơr'pret)* / Người — ngôn : Interpreter *(in-tơr'pre-tơr)* / Làm ơn — ngôn những lời tôi nói : Please interpret what I say /

Tôi muốn có một người — ngôn : I wish to have an interpreter / Giấy — hành : Passport *(pas'port)* / Ông làm ơn cho xem giấy — hành : Please show me your passport / Đi — thương : To pass freely *(fri'li)* / — dụng : Practical *(prec'ti-cơl)* / Phổ — : Popular *(pop'piu-lơr)* || Cây — : Pine *(pain)*.

Thông. — **cáo** : To inform a communiqué.

— **dâm** : To fornicate, to commit adultery.

— **điệp** : A circular note.

— **đồng** : By mutual consent.

— **gia** : Relation by marriage.

— **thạo** : Expert, well versed in

Thống. Ông — chế : Marshal *(mar'shơl)* / — nhất : To unify *(yu'ni-fai)* / Sự — nhất lãnh thổ : Territorial *(ter-ri-to'ri ơl)* unification *(yu-ni fi-kê'shân)*.

— **đốc** : Governor.

— **lãnh** : Commander-in-chief.

— **khổ** : Pain, suffering.

— **trị** : To dominate, to rule

Thốt. [Nói] — ra : To utter *(ăt'tơr)* / Nó không dám — một lời nào : He dare *(đer)* not utter a word.

— **nhiên** : Suddenly, all of a sudden.

Thơ. [Văn] : Poem *(pô'âm)*; Poetry *(pô'ât-tri)* / — từ : Letter / Làm — : To compose *(com-pôz')* a poem / Cô ấy thích — lắm : She loves poetry very much / Tôi có — không ? Is there any letter for me ? /: Đi gửi các — này : go and post these letters / Tôi phải viết — : I have to write a letter.

— **giới thiệu** : Letter of recommendation *(re'com-men-đê'shân)* / — bảo đảm : Registered *(re'jis-tơrđ)* letter.

— **cần kíp** : Express *(eks-pres')* letter / Hộp — : Letterbox / Người đưa — : Postman *(pôst'mân)*.

— **ấu** : Infant ; child *(n.)* ; childish *(adj.)*

— **ngây** : Innocent ; simplicity, silliness *(n.)*.

— **thẩn** : To wander, to ramble.

Thớ. Fibre *(fai'bơr)*.

Thờ. — **phượng** : To adore *(ơ-đor')* ; To worship *(uơr'-ship)* / Của — phượng : An object of worship / Đây là một nơi — phượng : This is a place of worship / Nhà —

Church *(chơrch)* / Nhà — lớn : Cathedral *(cơ-thi'đrơl)* / Bàn — : Altar *(ol'tơr)* || — ơ : Indifferent *(in-đif'fơ-rânt)*.

Thở. To breathe *(briiTH)* : Hơi — : Breath *(breth)*

— vào : To inhale *(in-hêl')* / — ra : To exhale *(eks-hêl')*.

— dài : To sigh *(sai)* / Sao ông — dài ? Why do you sigh ?. Tôi nghe thấy tiếng — dài / I hear a sigh

Thợ. Workman *(uơrk'mân)* / — máy : Mechanic *(mơ-ke-'nik)*.

— may : Tailor *(tê'lơr)* / — mộc : Carpenter *(car'pân-tơr)* / Cai — : Foreman *(for'-mân)* / — nề : Mason *(mê'-sân)*.

— điện : Electrician *(i-lec-tri'-shân)* / — khóa : Locksmith *(lok'smith)*.

— thêu : Embroiderer *(em-broi'dơ-rơr)* / — ren : Blacksmith *(bleck-smith)*.

Thời. (Xem Thì) / — sự : Present topic.

— hạn : Delay ; extension of time.

— thế : Circumstance, event ; situation ; time.

— tiết : Temperature ; weather.

Thơm. (Mùi) : Nice *(nais)* smell ; Good-smelling *(gud-smel'ling)* ; Sweet - smelling *(suyt -)* / — quá ! What a good smell !

Thớt. Cái — : Chopping-board *(bord)*.

Thu. Mùa — : Autumn *(o'tâm)* || To gather *(ghe'THơr)*, to collect *(col-lect')* / — tiền : To collect money *(măn'ni)* || Cá — : Cod *(cod)*.

— lại : To gather, to collect.

— lôi : Lightning-rod.

— phục : To conquer, to subdue.

— thanh : To record, to register.

— xếp. To arrange, to put in order ; to settle.

Thú. To confess *(con-fes')* / Nó — tội : He confessed his crime *(craim)* / — nhận tội : To admit *(ăd mi't)* one's fault *(foll)*.

— thật : To say *(sê)* the truth || Sự vui — : Pleasure *(ple'zhơr)* || Cầm — : Animals *(e'ni-mơlz)* / — dữ : Wild *(uaild)* animals.

Thù. Revenge *(ri-venj')* / Tôi sẽ trả — cho em tôi : I will take reveage for my brother / Kẻ — : Enemy *(e'ni-mi)*, adversary *(eď'vơ-sơ-ri)*.

Thủ — qũy : Treasurer *(tre' zhơ-rơr)* / — tướng : Prime *(praim)* Minister *(mi'nis-tơr)*; Premier *(pri'mi-ơr, pre'mi-ơr)*.

— hạ : Servant *(sơr'vânt)*.

— bản : Manual ; hand-book.

— cấp : A dead man's head.

— đoạn Ruse, guile, cunning.

— đô : Capital.

— mưu : To conspire to plot.

— phạm : Guilty person, culprit, delinquent.

— quỹ : Cashier ; treasurer.

— từ : Guardian of a temple.

Thua. To lose *(luz)* ; To be beaten *(bii'tân)* / Bên nào — cuộc đấu bóng vừa rồi : Which party lost the last foot-ball match ? / Hội Racing — : The Racing Club lost / Võ sĩ này bị thua : This boxer was beaten / Không ăn — gì : That will not do any good.

Thuần. — tính : Mild *(maild)* character *(ke'râc-tơr)* / Ông ấy — tính : He has a mild character / Ngựa — : Tame *(têm)* horse / — hóa : To tame *(têm)*.

— phong : Good morals.

— thục : To be versed in ; to be accustomed to.

— túy : Pure.

Thuận. To consent *(consent')* ; To agree *(ơ-grii')* / Tôi không — : I will not consent to it / Chúng tôi — điều kiện đó : We agree to that condition *(con-di'shân)* / Tôi đã thỏa — với ông ấy về vấn đề đó : I agreed with him on that problem *(prob'lâm)*.

— lợi : Advantageous.

— tiện : Convenient, comfortable.

Thuật. — lại : To relate *(ri-lêt')* / Xin ông — lại chuyện đó : Please relate that event *(i-vent')* || Nghệ — : Art *(art)* / Trò quỷ — : Magic *(me'jic)*.

Thúc. — giục : To urge *(ơrj)* ; To persuade *(pơr-suêđ)* / Họ — giục tôi đi ngay : They urge me to go immediately *(im-mi'đi-ât-li)*.

— thủ : To cede ; to give up.

Thục — lại : To buy *(bai)* back *(bek)*.

Thuê. (Xe, Người v. v.) : To hire *(hai'ơr)* / — nhà : To rent *(rent)* / Cho — : For hire ; To let / Cái xe hơi này có cho — không ? : Is this motor-car for hire ? / Nhà cho — : House to let / Tôi muốn — một người bếp : I want to hire a cook / Tôi đã — được cái nhà đó : I have rented that house / Người — nhà : House-tenant *(te'nânt)* / Tiền — nhà : Rent.

Thuế. Tax *(teks)* / Đánh — : To tax / — điền thổ : Land *(lend)* tax / — hoa lợi : Income *(in'-căm)* tax / — lời lãi : Tax on profits *(pro'fits)* / Tôi có phải nộp — không ? : Have I to pay taxes ? / Tăng — : To increase *(in-criiz)* the tax / Giảm — : To reduce *(ri-đius)* the tax.

Thui. To burn *(bơrn)* || — thủi : Lonely.

Thụi. Fist, punch ; To punch.

Thủm. Stinky, ill-smelling.

Thung. — lũng : Valley *(vel'-li)*, dale *(đêl)*.

— **dung** : At ease, comfortably.

— **thổ** : To acclimatize , to accustom oneself to a new climate.

Thúng. Basket *(bas'kât)* / Một — đầy : A basketful.

Thùng. Barrel *(ber'rơl)* ; Cask / Một — rượu : A barrel of wine !

Thủng. Perforated *(pơr'fơ-rê-tưđ)* / — nhiều lỗ : Full *(ful)* of holes *(hôlz)* / Chọc — : To make a hole ; To punch *(pănch)* a hole ; To perforate || — thỉnh : Slowly *(slồ'li)*.

Thuốc. Medicine *(me'đi-sin)* / Uống — : To take medicine.

— **nước** : Liquid *(li'quyđ)* medicine / — viên : Tablet *(tê'-blât)* ; Pill / — bắc : Chinese *(chai-niiz')* medicine.

— **độc** : Poison *(poi'zân)* / — lá : Cigarette *(ci-gơ-ret')* ; Cigar *(si-gar')* / — lào : Tobacco *(tô-bec'cô)*.

Thuộc. To belong *(bi-loong')* to / Cái nhà này — về tôi : This house belongs to me / Cái này — về ai ? : To whom *(hum)* does this belong ? || — da : To tan *(ten)* || — lòng : To know *(nô)* by heart *(hart)* || Quen — : Familiar *(fơ mi'li-ơr)* ; Known *(nôn)* / — địa : Colony ; Possession.

Thụt. (Nước) To pump.

— **két** : To steal money from the funds.

Thùy. — **mị** : Sweet, gentle.

Thụy. — **điển** (địa) : Sweden *(suy'đân)*.

— **sĩ** (địa) : Switzerland ; swiss *(adj)*.

Thủy. Water *(uo'lơr)* / — thổ : Climate *(clai'mât)* / Lính — : Sailor *(sê'lơr)* / — ngân : Mercury *(mơ'cơ-ri)* / — tinh : Glass *(glas)* ; Crystal *(cris'tơl)* / Tầu — : Steamship, Steamboat.

— **lôi** : Torpedo / Thủy-lôi-đỉnh: Torpedo-boat.

— **tai** : Deluge, flood, inundation.

— **thổ** : Climate.

— **tiên** : Daffodil, narcissus.

— **triều** : Tide.

— **chung** : Faithful, loyal.

Thuyên. — **giảm** : To reduce, to lessen, to decrease.

— **chuyển** : To transfer ; to change.

Thuyền. Junk *(jăngk)* ; Boat *(bốt)* / — buồm : Sailing *(sê'ling)* boat / — đánh cá : Fishing-boat.

— **chài** : Fisherman ; Sampan-owner.

Thuyết. Doctrine *(đok'trin)* / Tiểu — : Novel *(no'vơl)* / Giả — : Hypothesis *(hi, hai-po'thi-sis)*.

— **khách** : Diplomat.

— **lý** : To argue ; to preach.

Thư. — **thả** : Slowly *(slô'li)* / — rỗi : Free *(frii)* / Tôi không được — rỗi : I am not free / — lại : To delay *(đi-lê')* / Xin ông — lại vài hôm nữa : Please delay a few days more || (Xch. Thơ).

Thư-viện : Library.

— **sinh** : Student.

— **xã** : Edition, publishing - house.

Thứ. Sort *(sort)* ; Kind *(kainđ)*/ — từ : Order *(or'đơr)* / Các thứ quần áo : There are all sorts of clothes / Có mấy — hoa ? How many kinds of flowers are there ? / Giữ có — tự : To keep *(kiip)* in order / Các giấy má này không có — tự : These papers are not in order / Xếp theo — tự A.B.C... : To arrange *(ơr-rênj')* in alphabetic *(el-fơ-be'tic)* order || (Số thứ tự) — nhất : First *(fơrst)* / — nhì : Second *(se'cânđ)* / — ba : Third *(thơrđ)*.

— **dân** : People, the lower classes.

— **hạng** : Category ; order.

— **vị** : Order ; rank.

Thử. To try *(trai)* / — xem : Try it ! Cho tôi đi — cái xe đạp kia : Let me try that bicycle / Tôi muốn — cái áo này : I want to try on this coat / — lòng : To test the heart *(hart)* / Làm — : To make *(mêk)* a trial || Hàn — biểu : Thermometer *(thơ-mo' mi-tơr)*.

Thưa. To answer *(an'-en'sơr)* / Sao anh không — ? : Why don't you answer ? || — thớt: Thin *(thin)* ; Spaced *(spêst)*; Scattered *(sket'tơrđ)* / Vải này — : This cloth is thin / Nhà cửa trong phố này — thớt : The houses in this street are scattered.

Thừa. To be left *(left)* / Còn — bao nhiêu cái ? How many are there left ? / Còn — ba cái : There are three left / Không còn — gì : There's nothing *(nă'thing)* left.

— **cơ** : To seize *(siiz)* the opportunity *(op-por-chu'ni-ti)*,

— **tiếp** : To welcome ; to accept, to take in.

— **tự** : To inherit, to succeed.

— **phát lại** : Usher.

Thức. To be awake *(ơ-uêk')* / Tôi — cả đêm : I have been awake the whole *(hôl)* night *(nayt)* / — dạy : To wake *(uêk)* up / Đánh — : To wake up / Tôi — dạy hồi 2 giờ đêm : I woke *(uôk)* up at 2 a. m. / Đánh — tôi 6 giờ mai : Wake me up at six to-morrow / Đồng hồ đánh — : Alarm-clock.

Thực. — **phẩm** : Foodstuff *(fuđ'stăf)* || Nhật — : Solar *(sô'lơr)* eclipse *(i-clips')* / Nguyệt — : Lunar *(liu'nơr)* / eclipse || — tế : Realistic *(ri-ơ-lis'tic)* / Sự — : Reality *(ri-el' li-ti)* / — hiện : To realise *(ri'ơ-laiz)* || — dân : Colonist *(co'lơ-nist)* / Chính sách — dân : Colonialism *(cơ-lô'ni-ơ-li-zưm)*.

— **tình** : Sincere, open-hearted; honest.

— **thụ** : Professional.

Thừng. Rope *(rôp)*.

Thước. (của Anh-Mỹ) : Yard [91 1/2cm.] / (của Pháp) Meter *(mi'tơr)* (100cm.).

— **kẻ** : Ruler *(ru'lơr)* / — đo : Rule *(rul).*

— **khối** : Cubic foot ; cubic meter.

— **thợ** ; Square set. square rule.

— **vuông** : Square meter ; square foot.

Thương. To have pity *(pi'li)* on ; To pity / Tôi — nó lắm : I have much pity on him/ Nó — em nó lắm : He pities his brother very much

— **thay** : What *(huăt)* a pity ! / Thảm — : Pitiful *(pi'ti-ful)* || — yêu : To love *(lăv)* / Chúng tả phải — yêu người khác như mình ta vậy : We ought to love others as oursselves *(ac'ơr-selvz)* || Vết — : Wound *(unđ)* / Bị — : Wounded *(un'đưđ)* / Ông ấy bị — ở tay : He is wounded on the arm / Nhà — : Hospital *(hos'pi-tơl)* || Bệnh — hàn : Typhoid *(tai'foid)* fever *(fi' vơr)* || — chính (nhà đoan): Customs *(căs' tâmz)* house *(haos)* || — mại : Commerce *(com'mơrs)* ; Trade *(trêđ)* / — gia : Merchant *(mơr'chânt)*, Tradesman *(trêđ'smân)* / — điếm : Firm ; trading company.

— **hại** : To take pity on, to pity, to have mercy on.

— **nhớ** : To love and remember ; to think of.

— **thuyết** : To be in treaty for ; to negotiate.

Thường. Ordinary *(ơr'đi-nơri)* ; Common *(com'mân)* / — — : Usually *(yu'zhu-ơl-li)* ; Generally *(je'nơ-rơl-li)* ; Often *(of'tân)* / Như — : As *(ez)* usual *(yu-zhu ơl)* / Bà ấy — — ở đây : She generally lives here / Mai các anh sẽ đi học như — : To morrow you will come to school as usual / Thất — : Inconstant *(in-cons'tânt)*, uncertain *(ănsơr'tân)* / Lẽ — : Common *(com'mân)* sense *(sens).*

— **trực** : Permanent *(pơr'mânânt)*

— **dân** : Common people.

— **niên** : Yearly, annual.

— **lệ** : According to the rule, general rule ; As a rule.

Thưởng. To reward *(ri-uorđ')* Phần — : Reward, prize *(praiz)* / Tôi sẽ — anh : I will reward you / Người kia được — ba nghìn bạc : That man is rewarded *(-đưđ)* three thousand dollars / Có ba giải

— : There are three prizes / Nó được giải nhất : He wins the first prize.

— **thức** : To enjoy.

Thượng. — **đế** : King, god / — hạng : Superior *(su-pi'ri-ơr)* quality *(quo'li-ti)* / — thư : Minister *(mi'nis-tơr)* || — Hải : Shanghai.

— **cấp** : High grade ; high rank ; superior,

— **cổ** : Antiquity ; Old times ; Ancient, prehistoric.

— **du** : Upper region.

— **đẳng** : First quality, best quality ; highest rank.

— **lưu** : The high class, the noble ; High life.

— **sách** : The best means ; the best policy.

— **lộ** : To set out, to start on a journey.

Thướt. — **tha** (Xch. Tha-thướt) Slender.

Tỉ. (Đại lý) : Distributor *(đis-tri'biu-tơr)*.

— **hí** : Small-eyed.

— **tỉ** : To whimper, to whine, to snivel.

— **toe** : Pretentious ; flattering.

Tí. Một — : A little *(lit'tơl)* / — ti : A bit ; nearly, almost.

Tì. (Xch. Dựa, Tựa). To lean || [lóng : đồng bạc] Piastre.

Tỉ. Marrow *(mer'rô)* (Xch. Tỷ).

Tị. — **nhau** : To be jealous *(je'lâs)* with one another *(ơ-nă'THơr)*.

Tia. A jet, a ray / — nắng : Sun-ray, beam.

Tía. Purple ; very red.

Tỉa. To detach, to pull or tear away / — lá : To prune.

Tích. — **trữ** : To store *(stor)* / Họ — trữ các thứ hàng : They store all kinds of goods || (chuyện) : Story *(sto'ri)* || Dấu — : Trace *(três)* / Không có dấu — : No trace.

— **cực** : Positive ; pratical.

— **huyết** : Congestion.

— **số** : (toán) : Product.

Tịch. Nhập — : To become *(bi-căm')* naturalized *(ne'chơ rơ-laizđ)* / Ông ấy nhập — Mỹ : He is naturalized American / Quốc — : Nationality *(ne-shơ-ne'li-ti)* || — thu : To confiscate *(con'fis-kêt)* / Hàng hóa bị — thu cả : The goods have been all confiscated *(-tưđ)*.

— **mịch** : Calm, quiet ; deep silence *(n.)*.

Tiếc. To regret *(ri-gret')* ; To be sorry *(sor'ri)* for / Tôi rất — ông phải đi sớm thế : I am sorry you have to leave so soon / Tôi rất — tôi không thể đến được : I regret I cannot come / Đáng — quá ! : That's regretful.

Tiệc. Banquet *(beng'quât)* / Mở — : To hold *(hô-ld)* a banquet.

Tiêm. (thuốc) To inject *(in-ject')* / Ông nên đi — trừ tả : You had better get an anti-choleric *(en'ti-co'lơ-ric)* injection *(in-jec'shân)* / Ống — : Syringe *(sir'rinj)* / Kim —: Injection needle *(nii'đưl)*.

— **la** : Syphilis.

Tiệm. — **thuốc phiện** : Opium *(ô'pi-âm)* đen / — ăn : Restaurant *(res'to-rânt)*.

Tiên. Fairy *(fe'ri)* / Truyện — : Fairy tale *(têl)* || Nhà — tri : Prophet *(pro'fât)* / Thoạt — : At *(et)* irst *(fơrst)*.

— **cảnh** : Fairy-land ; Paradise.

— **chỉ** : First notable of a village.

— **nhân** : Ancestors, forefathers.

Tiến. To advance *(ed-vans')* || — sĩ : Doctor *(đok'tơr)*.

— **bộ** : Improvement ; progress ; development.

— **cử** : To recommend.

— **phát** : To get on, to progess.

— **hành** : To forward, to advance ; to carry on.

Tiền. Money *(măn'ni)* / — mặt: Ready *(re'đi)* money, cash.

— **giấy** : Paper *(pê'pơr)* money / — lẻ : Small *(smol)* money.

— **giả** : Counterfeit *(caon'tơr-fil)* money ; Forged *(forjl)* money / Hiệu đổi — : Money-changer *(chên'jơr)* / — công: Salary *(se'lơ-ri)* ; Wages *(uê'-jưz)* / — đồng : Money, coin *(coi-n)*.

— **tệ** : Currency *(căr'rân-si)* || (trước) Before

— **lãi** : Gain, profit ; interest.

— **phạt** : Compensation, penalty, forfeit ; fine.

— **vốn** : Capital ; assets.

— **nhân** : The old, the ancients; our forefathers.

— **tuyến** : Front ; outpost.

Tiện. — **lợi** : Convenient *(cân-vi'ni-ânt)* / — lắm : That's very convenient / Nếu — tôi sẽ đi với ông : If convenient, I shall go with you / Bất —:

Inconvenient || Đại — : To have relief *(ri-liif')* of the bowels *(bao'ơlz)* / (Sắt, gỗ, v.v.) To turn *(tơrn)* / Thợ — : Turner/ Bàn — : Turning-lathe *(lê-TH)* ||

— **thể** : By the way ; at the same time.

Tiễn. To escort ; to accompany; to see a person off.

Tiếng. (Sinh ngữ) : Language *(leng'guâj)* / — nói : Voice *(vois)* / (câu) : Word *(uơrđ)*/ — Anh khó đọc : The English language is difficult to read / — ngoại quốc : Foreign *(fo'rưn)* language / — cô ấy hay: Her voice is nice / — êm : Soft voice / — to : Loud *(laođ)* voice / Đọc từng — : (chữ) Read word by word || Danh — : Reputation *(rep-piu-lê'shân)* ; Renown *(ri-naon')* / Có — : Famous *(fê'mâs)* / Cuốn sách này có —: This book is famous / — đồn : Rumour *(ru'mơr)* / Đó chỉ là — đồn thôi : That's only a rumour.

— **động** : Noise, clamour.

— **kêu** : Cry ; scream ; roar.

— **vang** : Echo.

Tiếp. (Nhận) : To receive *(ri-siiv')* / Tôi đã — được thư ngài : I have received your letter / Tôi phải — khách : I must receive a guest *(ghest)*. || — nối : To join *(join)* / — theo : To continue *(cân-ti'niu)* / Còn — theo : To be continued / — thêm : To add *(eđ)* / — tục : To proceed *(prô-siiđ')* on ; To carry *(ker'ri)* on / Tôi sẽ — tục công việc đó : I shall carry on that business.

— **viện quân** : To reinforce *(ri-in-fơrs')* / — tế : To supply *(sâp-plai')*

— **đãi** : To welcome, to receive.

— **kiến** : To interview.

— **xúc** : To get in tonch with.

Tiệp. — **khắc** : Czechoslovakia.

Tiết. — **kiệm** : To be thrifty *(thif'ti)*. To be economical *(i-cơ-no'mi-cơl)*/ — độ : Temperate *(tem'pơ-rât)*.

— **lộ** : To tell a secret.

— **nghĩa** : Faithfulness, loyalty.

— **phụ** : Faithful wife.

Tiêu. To spend *(spend)* / Tôi — nhiều tiền : I spend much money / — hủy : To destroy *(đis-troi')* / Khoản chi — : Expense *(eks-pens')* /— thổ : To scorch the earth || Hạt — : Pepper *(pep'pơr)* || — hóa : To digest *(đi-jest')*/ Sự — hóa ; Digestion *(đi-jes' chân)*.

— **chuẩn** : Standard.

— **khiển** : To amuse oneself ; to recreate.

— **thụ** : Sale ; consumption.

— **trừ** : To suppress ; to destroy ; to eliminate.

Tiều. — **tụy** : Desolate *(đes'-sơ-lât)* ; Forsaken *(for-sê' kân)*,

— **phu** : Wood-cutter.

Tiếu. — **lâm** : A book of humourous stories ; a book of laughs.

Tiểu. — **nhi** : Infant *(in'fânt)* / — tâm : Narrow-minded *(ner' rô-main'đưđ)*, Mean-spirited *(miin-spi'ri-tưđ)* || Đi — tiện : To make water ; To urinate.

— **chú** : Annotation ; notes.

— **dẫn** : Introduction, preface.

— **đoàn** : Battalion.

— **đồng** : A little groom ; a little boy.

— **công-nghệ** : Handicraft.

— **học** : Primary education.

— **sản** : Abortion.

— **thuyết** : Novel ; fiction.

— **thư** : Miss, young lady.

— **tổ** : Cell ; small group.

— **nhân** : Common people ; cad.

Tiễu. — **trừ** : To abolish, to suppress.

Tim. Heart *(hart)* || Bệnh — la : Syphilis *(si'fi-lis)*.

Tím [Màu] : Violet *(vai'ơ-lât)* Purple *(pơr'pơl))*

Tìm. To look *(luk)* for ; To search *(sơrch)* / — thấy : To find *(faind)*.

— **kiếm** : To seek ; to look for ; to seacrh.

Tin. To believe *(bi-liiv')* / — cậy : To trust *(trăst)* / Ông có — tôi không ? : Do you believe me ? / Tôi — Chúa : I believe in God / Tôi — như thế : I believe so / Tôi — cậy anh : I trust you / Đáng — cậy : Trustworthy *(trăst'uơr-thi)*.

— **tức** : News *(niuz)* / Có — tức gì không ? Is there any news ?

— **chót** : Latest *(lê'tâst)* news / Thông — : To announce *(ơ-nao'ns)* a news / Phòng thông — : Information hall *(hol)*.

— **cẩn** : To trust someone.

Tín. — **nhiệm** : Trustworthy *(trăst'uơr-thi)* ; Reliable *(ri-lai-ơ-bơl)* / Mất — nhiệm : Breach *(briich)* of trust || Điện — : Telegram *(te'lơ-grem)* / Đánh điện — : To telegraph ; To wire *(uai'ơr)* / Đánh điện — cho ông ấy về : Wire him back.

— **đồ** : Believer, faithful, follower.

— **ngưỡng** : Belief, faith.

Tinh. Sharp *(sharp)* ; Cute *(kiut)* / Nó — lắm : He is very sharp.

— **ranh** : Cunning *(căn'ning)* || — thần : Spirit *(spi'rit)* / Hôm nay trông ông có — thần lắm : You are in high spirits today.

— **khiết** : Pure, neat, clean.

— **nhanh** : Lively, alert, active.

— **thông** : Versed ; to be clever in.

— **trùng** : Spermatozoon.

— **tú** : Star ; cream.

— **xảo** : Dexterous, ingenious, clever, handy, delicacy *(n)*

Tính. Character *(ke'râc-tơr)* / Ông ấy — tốt : He has a good character.

— **vui** : Gay *(ghê)* character / — nóng : Irascible *(i-res'si-bơl)*.

— **toán** : To calculate *(kel'kiu-lêt)* / Phép — : Arithmetic *(ơ-rith'mi-tik)* / Xin ông — tiền : Please let me know the amount *(ơ-maont')* || [định] : To intend *(in-tend')* ; To think / Tôi — đi Thượng-Hải : I intend to go to Shanghai *(sheng'hai)*.

— **mệnh** : Life, existence.

— **tình** : Personality ; temper; character, humour.

— **nhân** : Multiplication.

— **cộng** : Addition.

— **chia** : Division.

— **trừ** : Subtraction

— **đố** : Problem.

Tình. Love *(lăv)* ; Affection *(âf-fek'shân)* / — mẫu tử : Maternal *(mâ-tơr'nơl)* love / — phụ tử : Paternal *(pâ-tơr'nơl)* love.

— **huynh-đệ** : Fraternal *(frâ-tơr'nơl)* love / — bằng hữu : Friendship *(frend'-ship)* / Ngoại — : Adultery *(â-đăl'tơ-ri)*.

— **nguyện** : To volunteer *(vol-lân-ti'ơr)* / — cờ : Accidentally *(ek-si-đen'tơl-li)* / Tôi

— cờ gặp ông ấy : I accidentally met him / — thế : Situation *(si-tiu-ê'shân)* / — thế thế-giới : The situation of the world *(uơld)* || Bệnh — (Giang-Mai, lậu) : Venerial *(vi-ni'ri-ơl)* disease *(đi-ziiz')*.

— **cảm** : Feeling ; sentiment ; affection.

— **dục** : Desire, passion ; sensuality.

— **duyên** : Hymen, marriage, wedlock.

— **nghi** : To suspect.

— **nhân** : Lover.

— **yêu** : Love ; passion.

Tỉnh. — **thành** : City *(sit'ti)*, Town *(tao-n)* || — thức : To be awake *(ơ-uêk')* / Ông ấy — hay ngủ ? : Is he awake or asleep *(ơ-sli-p)* ?

— **dậy** : To awake, to wake up.

— **ngộ** : To evoke, to recall.

— **trưởng** : Head of a province.

Tĩnh. Lonely *(lôn'li)* / Một chỗ — mịch : A lonely place.

Tịt. Dumbfounded ; stuck.

Tiu. — **nghỉu** : To be disappointed.

Tíu. — **tít** : Confused, muddled.

To. Big *(big)*, Large *(larj)*.

Tò. — **mò** : Curious *(kiu'ri-âs)* / Sao anh — mò thế ?: Why are you so curious ? / Tính — mò : Curiosity *(kiu-ri-o'si-ti)*.

— **vò** : Arch ; vault ; hollow.

Tỏ. — **ra** : To make *(mêk)* known *(nôn)* / Ông phải — ra cho tôi biết : You must make it known to me / — tường : Clearly *(cli'ơr-li)*, Distinctly *(dis-tingkl'li)* / Đêm nay trăng — lắm : The moonlight *(mun-lait)* is very clear to-night.

Toa. — **xe lửa** : Wagon *(ue'-gân)*.

Tòa. — **án** : Court *(cort)* of justice *(jäs'tis)*.

— **thánh** : The Holy See ; the Vatican.

Tỏa. — **ra** : To be poured out ; to diffuse ; to spread.

Tọa. — **hưởng** : To enjoy, to revel.

Toác. To split out ; very wide.

Toạc. To be torn to pieces, to be lacerated.

Toại. - **lòng** : To satisfy *(set'-tis-fai)* / Việc đó sẽ làm — lòng ông : That will satisfy you || Bất — : Paralysis *(pơ-re'li-sis)*.

Toan. To intend *(in tend')* / Tôi — đi : I intend to go || Nước cường — : Acid *(es'sid)*.

Toàn. Entire *(en-tai'ơr)*, whole *(hôl)* / — một mầu cả : They are entirely of the same colour / — thể : Every *(e'vơri)*, All *(ol)* / Ông — quyền : Governor *(gă'vơr-nơr)* / Tôi có — quyền để... : I have full *(ful)* power *(pao'ơr)* to.....

— **cầu** : The whole world.

— **dân** : All the people, the whole nation.

— **lực** : All the forces, with all one's strength.

— **quốc** : The whole nation, the whole country.

Toán.— **học** : Mathematics.

Một — người : A band, a group of people.

Toang. **Mở — ra** : Wide-open.

— **hoang** : To break into pieces.

Toát. — **mồ hôi** : To sweat *(suet)*.

— **yếu** : Summary ; outline.

Tóc. Hair *(her)* / — bạc : White *(huait)* hair / — quăn : Curly *(cơr'li)* hair / — giả : Wig *(uyg)* / Rẽ — : To part *(part)* the hair / Đi cắt — : To have a hair-cut *(căt)* / Thợ cắt — : Hair-dresser *(dres'sơr)* / Tôi không thích để — kiểu này : I don't like my hair dressed *(dres)* this way *(uê)* / Cắt — tôi ngắn hơn một. chút : Cut my hair a little *(lit'tơl)* shorter *(shor'tơr)*.

Toé. — **ra** : To spread *(spred)* out / — nước : To splash.

Toi. (dịch súc vật) : Murrain *(mâr'rân)*.

Tỏi. Garlic *(gar'lik)*.

Tóm — **tắt** : To sum up, to summarise.

Tòm. — **tem** : To long for, to desire, to wish for.

Ton.— **hót** : To flatter servilely ; to toady.

Tòng. (theo) : Submission, obedience ; to obey.

— **chinh** : To engage as a soldier ; to enlist in the army.

— **cổ** : Traditional ; to preserve the traditions.

— **học** : To study, to be at school.

Tô. (cái bát lớn) A big bowl. || (vẽ theo) : To trace *(três)* / Làm ơn — cái mẫu nhà này : Please, trace the plan of this house / — sơn : To paint.

— **cách-lan** : Scotland ; Scottish *(adj.)*

— **điểm** : To embellish ; to decorate ; to trim.

— **giới** : Concession.
— **hô** : Naked, bare, uncovered.
Tố. — **cáo** : To accuse *(ơ-kiuz')*/ Tôi không muốn — cáo nó : I don't want to accuse him / —giác : To denounce / Ai đã — giác việc này với ty Liêm-phóng ? : Who has denounced this to the police department *(đi-parl'mânl)* ?
Tổ. — **tiên** : Ancestor *(en'sâs-lơr)* || Cái — : Nest *(nes't)* / Làm — : To build *(bild)* a nest.
— **chức** : Tu organize ; organization *(n.)*.
— **quốc** : Native land ; fatherland, country:
— **phụ** : Grandfather.
— **mẫu** : Grandmother.
Tốc. — **độ** : Speed / Hết — độ : At full speed / Xe lửa — hành : Express - train *(eks-pres'trên)* /
— **ký** : Shorthand, stenography.
— **lực** : Speed.
Tộc. Trưởng — : Chief of a family.
Tôi. (chủ động) : I *(ai)* / (túc-từ) Me *(mi)* / Của — : Mine *(main)* / — đây : It is I / Không phải — : It is not I / Ông ấy là chú — : He is my uncle / Lạy Chúa — : My goodness *(guđ' nâs)*, God *(gođ)*, gracious *(grê'shiâs)* ||
— tớ : Servant *(sơr'vânl)*.
Tối. Dark *(đark)* / (đêm) Night *(nait)* / (dốt) — dạ : Stupid / Trong nhà này — quá : It is too dark in this house
— **nay** : To-night *(tu-nait')* / Thằng kia — dạ quá ! : He is too stupid *(stiu'pid)* || — tân : Modern *(mo'đơn)* / Kiểu — tân : Modern style *(stail)* / Khí giới — tân : Modern weapon *(ue'pân)*.
Tồi. Bad *(beđ)*, Mean *(miin)*, Ruined *(ru-ind)* / Anh — lắm: You are very mean / Cái nhà này tàn — lắm : This house is very much ruined
Tội. — **nhân** : Criminal *(crim' mi-nơl)* / (với lương tâm) : Sin *(sin)*/ Phạm — : To commit *(com-mit')* a sin / — ác : crime *(craim)*.
— **nghiệp** : Pitiful *(pil'li-ful)*, Merciful *(mơr'si ful)*
— **tình** : Offence, fault *(foll)*.
Tôm. Shrimp *(shrimp)* / — rồng : Lobster *(lob'slơr)*.
Tôn. — **kính** : To respect *(ris-pekl')* / Anh phải — kính ông ấy : You must respect him /

— thất : Royal *(roi'ơl)* family *(fe'mi-li)* / — giáo : Religion *(ri-li'jân)*.

— **nghiêm** : Solemn.

— **sùng** : To honour, to respect, to venerate.

Tốn. Expensive *(eks pen'siv)* / Sự — kém : Expense *(eks-pens')*.

— **quá** : It is too expensive / — kém hết bao nhiêu ? : What is the expense ?

Tồn. — **cổ** : To conserve ; traditional, conservative *(a.)*

— **tại** : To survive ; to exist.

Tổn. — **thọ** : Harmful to one's health.

—**hại** : (Xch. Tốn) : To damage, to use up much.

Tông. — **đồ** : Apostle *(ơ-pos' sưl)* || (họ) : Family *(fe'mi-li)*.

Tống. — **giam** : To put *(put)* into custody *(căs'tơ-đi)*, To arrest.

— **tiền** (cướp) : To hold *(hôlđ)* up / — tiền : (bằng thơ dọa nạt) To blackmail *(blek'mêl)*/ Ngân hàng này đã bị — tiền hôm qua : This bank was held up yesterday / Nó muốn — tiền tôi : He wanted to blackmail me.

— **đạt** : To transmit, to transfer, to send to.

— **táng** : To bury, to attend the funeral of.

Tổng Canton *(ken'tân,ken-ton')* || — thống : President *(prez' zi-đânt)*.

— **trưởng** : Minister / — bộ : Central Committee.

— **cộng** : Total ; to add up.

— **động-binh** : General mobilization.

— **hội** : General assembly.

— **lãnh-sự** : Consul general.

— **luận** : Recapitulation, summary.

— **phản-công** : The general counter-offensive.

— **quản** : Chief superintendent.

— **quát** : General view: in general.

— **trấn** : Governor.

— **tuyển-cử** : General election.

— **tư-lệnh** : Commander-in-chief.

Tốt. Good *(guđ)* / Đồ ăn này — : This food *(fuđ)* is good.

— **nhất** : The best *(best)*.

— **nghiệp** : To graduate.

Tột. — **bực** : Maximum *(mek' si-mâm)*; Extremity *(eks-tri' mi-ti)*.

Tơ. — **lụa** : Silk *(silk)* / Chỉ — : Silk thread *(thred)* / Buôn bán — lụa : Silk trade *(trêd)* || (Trẻ) : Young *(yăng)*/ Cô gái — : A young girl || — tưởng : To think of / Tôi không — tưởng đến việc ấy nữa : I do not think of it any more.

Tớ. [Xch. Tôi] : I *(ai)* || Đầy — : Servant.

Tờ. Một — giấy : A sheet *(shiit)* of paper *(pê'pơr)*.

Tơi. Áo — : Raincoat *(rên'côt)* || Rách — : In rags *(regz)* / Quần áo nó rách — : His clothes are in rags.

— **bời** : In disorder ; piecemeal ; ragged *(adj)*.

Tới. To arrive *(ơ-raiv')* / Ông — lúc nào ? : When did you arrive ? / Tôi — Hanoi hôm qua : I arrived at Hanoi yesterday / Tôi sẽ báo cho ông biết ngày giờ tôi — : I shall let you know the time of my arrival *(ơ-rai'vơl)*.

Tởm. Horrible *(hor'ri-bưl)*, Foul *(fao-l)*, disgusting.

Tra. — **xét** : To investigate *(inves'ti-ghêt)* / Tôi phải — xét việc này : I must investigate in this matter *(met'tơr)*.

— **khảo** : To cross - examine *(cros-ek-ze'min)* / Người tù bị — khảo : The prisoner *(pri'zâ-nơr)* is cross-examined.

— **soát** : To search *(sơrch)* / Người thanh — : Inspector *(ins-pec'tơr)* || (thêm vào) : To add *(ed)* || — cứu : To seek after.

Trá. — **hình** : To disguise *(đis-gai'z)* / Nó — hình một người ăn mày : He disguised himself as a beggar / — danh : To take *(têk)* a false *(fols)* name *(nêm)*.

Trà. (Xch. Chè)

Trả. — **lại** : To give *(ghiv)* back *(bek)*, To return *(ri-tơrn')*.

— **cuốn sách này cho ông X.** : Give back this book to Mr. X. / Tôi sẽ — ông ngay : I shall return it to you / — tiền : To pay *(pê)* / Ông phải — 8 đồng : You must pay eight dollars / Tôi sẽ — tiền trước : I shall pay in advance *(ed-vans')*.

— **nợ** : To pay a debt *(đet)* / — công : To pay the wages *(uê'jưz)*

— **nhầm** : To pay by *(bai)* mistake *(mis'têk)* / — ơn : To give thanks *(thengks)* / — thù : To take *(têk)* revenge *(rivenj')*.

— **lời** : To answer *(an'sơr)*.

Trách. To blame *(blêm)* / Ông đáng — : You are to be blamed / Đừng — tôi : Don't blame me / Tôi không — ông : I don't blame you / — nhiệm : Responsibility *(ris-pon-si-bi'li-ti)* / Ông phải chịu — nhiệm về việc này : You must be responsible *(ris-pon'si-bơl)* for this matter.

Trai. Con — : Boy *(boi)* || (loài hến) : Shell.

Hạt — : Pearl *(porl)*.

Trái. Bên — : Left side *(said)* / Rẽ về bên — : Turn *(lơrn)* to the left / Mặt — : Wrong *(roong)* side / Lộn — : To turn inside *(in-said')* out / — ý : Against *(ơ ghênst')* the will.

— **lẽ** : Unreasonable *(ăn ri'zơnơ-bơl)* / — phép : Wrong, Impolite *(im-pô-lait')* / — lại : On the contrary *(con'trơ-ri)*.

— **phá** : Shell / — cựa : Reverse ; inside out.

Trải. Từng — : To experience *(eks-pi'ri-âns)* / Tôi đã từng — nhiều nỗi nguy hiểm : I have experienced many dangers / Cha tôi là người từng — nhiều : My father is an experienced man.

Trại. Farm *(farm)* / — lính : Barracks *(ber'râcks)*, camp *(kemp)* / Đóng — : To camp / — giam : Lock-up *(ăp)*. Concentration camp.

Trám. Quả — : Olive *(ol'liv)*.

Trảm.— **quyết** : To behead *(bihed')*.

Trạm. (Nơi tạm nghỉ) : Halting *(hol'ting)* place *(plês)* / (Giây thép): Post-office *(pôst-of'fis)* / Lính — : Messenger *(mes'sân - jơr)* / (Nơi đổi ngựa) : Stage *(stêj)* / (Bàn thờ tạm) : Temporary *(tem'pơ-rơ-ri)* altar *(ol'tơr)*

Trán. Forehead *(for'hed,-rưd)*.

Tràn. — **ra** : To overflow *(ô'vơr-flô)* / Nước sông đã — qua bờ : The river has overflowed its bank *(bengk)*.

Trang. Page *(pêj)* / Ở đầu — : At the top of the page / Cuối — : At the foot of the page / — nào ? : What page ?.

— **12** : Page twelve *(tuelv')* || — điểm (đánh phấn) : To paint *(pênt)* one's self ; To bepaint *(bi-pênt')* ; To make up.

— **hoàng** To decorate *(đek'-cơ-rêt)*.

— **nghiêm** : Grave, serious *(si'-ri-âs)*.

— **trải** : To arrange, to settle, to pay one's debts.

Tráng. — **kiện** : Strong / — sĩ : Brave *(brêv)* warrior *(uor'-ri - ơr)* || (rửa) : To rinse *(rins)* / Làm ơn — cái cốc này : Please raise this glass / Đồ ăn — miệng : Dessert *(đi-zort')*

Tràng. — **hạt** : (Nói chung) Beads *(biiđz)* / (Về đạo Thiên Chúa) : Rosary *(rô'zơ-ri)* / — kỷ : Long wooden *(wu'đân)* bench *(bench)*.

— **học** : School *(sku-l)*

Trạng. — **sư** : Lawyer *(lo'-yơr)* / Tôi phải hỏi — sư về việc này : I must ask a lawyer about *(ơ-baot')* this matter.

— **nguyên** : First laureate in an examination held in the royal court.

— **từ** : Adverb ; adverbial clause.

Tranh. — **giành nhau** : To dispute *(đis-piut')* / Có gì mà phải — giành nhau : There is nothing to dispute about / — quyền : To usurp *(yu-zơrp')* the authority *(o-thơ'ri-ti)* / Cạnh — : To compete *(câm-piit')* / Hàng này bị nhiều người cạnh — quá : These goods have too many competitors *(com-pe'ti-tơrz)* || Bức — : Picture *(pic'chơr)* || (để lợp nhà) : Thatch *(thetch)* / Nhà — : Thatched *(thetcht)* cottage *(cot'tij)*.

— **đấu** : To struggle *(străg'gơl*.

— **luận** : Discussion ; to discuss.

Tránh. To avoid *(ơ-voiđ')* ; To shun *(shăn)* / Tôi muốn — mặt người kia : I want to avoid that man / Ông phải cố — các sự hiểu nhầm : You must try to avoid all misunderstandings *(mis-ăn-đơr-sten'đingz)*.

— **xa** : To go away *(ơ-uê)* ; To keep *(kiip)* away / Anh nên — xa tỉnh này : You had better go away from this town *(taon)* / — ra : Get aside *(ơ-saiđ')*.

— tiếng : To avoid gossip *(gos'sip-)*.

Trao. **— tay cho** : To hand *(hend)* / Làm ơn — cái này cho ông ấy : Please hand this to him.

Tráo. Đánh — (đổi) : To change *(chênj)* secretly *(si' crât-li)* / Ông ấy đã đánh — cái đồng hồ này : He has secretly changed this watch.

Trào. Phong — : Vague *(vêgh)* / — phúng : satire *(sel'tai-r)*

Tráp. Casket, box.

Trát. (lệnh) : Order *(or'đơr)* / — **bắt** : Summons || — tường : To give a coat *(côt)* of plaster to a wall.

Trau. **— chuốt** : To polish, to decorate.

— giồi : To adorn, to dress ; to improve.

Trắc. **— trở** : Obstacle *(obs' tâ-cơl)* / Tôi gặp nhiều sự — trở : I met *(met)* with many obstacles.

— ẩn : Chagrin.

Trăm. Hundred *(hăn'đrâđ)* / Hai — : Two hundred.

Trắm. Cá — : Pike *(paik)*.

Trăn. Con — : Boa *(bô'ơ)* ; Python *(pai'thân)*.

— lợn : To tend *(tend)* pigs.

Trăng (Xch. Giăng).

Trắng. White *(hoait)* / — như tuyết : Snow-white *(snô-)* / Tóc — : White hair *(her)* / Vàng — (bạch kim) : White gold *(gôld)*, Platinum / Lòng — trứng : The white of an egg.

Trâm. **— gài tóc** : Hairpin *(her'pin)*.

Trầm. Giọng — : Low *(lô)* tone *(lôn)* / — trọng : Seriously *(si'ri-âs-li)*, gravely *(grêv'li)* / Em ông ấy bị ốm — trọng : His young brother is seriously ill || Hương — : Incense *(in'sens)* || — tư : To meditate *(me' đi-têt)*.

— luân : To be overwhelmed with misfortune.

— mặc : Silent *(sai'lânt)*.

Trẫm. **— mình** (tự tử) : To drown *(đraon)* one's self.

Trân. **— tráo** : Impudent *(im - piu' dânt)*, Shameless *(shêm'lâs)*.

— châu : Pearl *(pơ : l)*.

— trọng : Considerately, respectfully.

Trấn. Thị — : City *(sit'ti)* / Tổng — : Governor *(gǎv'vơ-nơr)*.

— thủ : To guard, to defend.

— **át** : To prevent, to hinder.

Trần. — **truồng** : Naked *(nê' kưđ)*; Bare *(ber)* / Nó — truồng : He is naked / Lột —: To strip off.

— **gian** : World, earth.

— **thiết** : To arrange.

— **tình** : To express one's feelings

— **tục** : Profane world.

— **trụi** : Stripped off bare.

Trận. Battle *(bet'tơl)* / Tầu bay — : Battle-plane *(plên)* Fighting-plane / Tử — : To die *(đai)* on the battle-field.

— **đấu bóng** : Foot-ball *(fut-bol)* match *(metch)*.

Trật. — **tự** : Discipline *(đis' si-plin)*.

— **trưỡng** Tottering, staggering. unsteady.

Trâu. Buffalo *(băf'fâ-lô)*

Trầu. Betel *(bii'tơl)* / Lá — không : Betel leaf *(liif)*.

Trấu. Husk *(häs-k)*.

Tre. Bamboo *(bem-bu')*.

Trẻ. Young *(yăng)* / Một người — : A young person / Hồi tôi còn — : When I was young / — con : Children *(chil'đrân)*.

Treo. To hang *(heng)* / — mũ tôi lên mắc : Hang my hat on the rack *(rek)* / — cái ảnh lên tường : Hang the picture on the wall.

Tréo. Crossed *(crost)*.

Trèo. To climb *(claim)* up / Chúng ta — núi : We climb up the mountain.

Trễ. Late *(lêt)* / — nải : Lazy *(lề'zi)*; Neglectful *(ni-glect'-ful)*.

— **việc** : To delay *(đi-lê')* a work / Đừng — việc tôi : Don't delay my work

Trếch. To shift / — cái này về bên kia : Shift this to the other *(ă'THơr)* side *(saiđ)* / Cái đồng hồ kia — về bên trái : That clock is shifted *(- tưđ)* to the left.

Trên. On, Over *(ô'vơr)*; Upon *(ơ-pon')* ; Above *(ơ băv')*.

— **bàn** : On the table / — đầu : Above, on the head.

— **giời** : In the sky / Người bề — : Superior *(su-pi'ri-ơr)*.

Trêu. — **ghẹo** : To tease *(tiiz)*.

Tri. — **âm** ; — **kỷ** : Close, intimate friend.

— **giác** : Perception *(pơ: sep'-shân)*.

— **thức** : Knowledge *(no'lưj)*.

Trí. Mind *(maind)* / Trong — tôi : In my mind / Tôi có — đi ngoại quốc : I have a mind to go abroad *(ơ-brod')*/ Tôi quyết — ở lại : I make up my mind to stay.

— **nhớ** : Memory *(mem'mơ-ri)*/ Anh có — nhớ tốt : You have a good memory.

— **dục** : Intellectual education.

— **dũng** : Wisdom and courage.

— **sĩ** : Retired civil servant, retired official.

— **thức** : Intellectual *(in tơ-lek' chu-ơl)*.

— **tuệ** : Intelligence.

— **trá** : Crafty, cunning.

Trì. — **hoãn** : To delay *(đi-lê')*; To retain *(ri-tên)*, To put off.

Trị. — **vì** : To reign *(rên)* / Cai — : To govern *(găv'vơrn)*.

— **tội** : To punish *(păn'nish)* a fault *(folt)* ||

— **giá** : To be worth *(uơrth)*; To be valued *(ve'liuđ)* / Cái ấy — giá hai nghìn bạc : It is worth two thousand dollars / Giá — : The worth, the value.

— **an** : Security *(si-kiu'ri-ti)*.

— **quốc** : To govern a kingdom.

Trích. — **ra** : To take *(têk)* out || Chỉ — : To criticize *(cri'ti-saiz)* || Bản — lục : A copy *(cop'pi)*.

— **yếu** : Extract of essential passages ; summary.

Trịch. — **thượng** : To hold a superior rank.

Triện. Cái — : Seal *(siil)*.

Triển. — **lãm** : To exhibit, to display *(dis-plê')*.

— **vọng** : Prospect, expectation *(eks-pek-tê'shân)*.

Triết. — **học** : Philosophy *(fi-los'sơ-fi)*.

— **lý** : Philosophy.

Triệt. — **để** : Thoroughly *(thă'rơ-li)*, absolutely.

— **hạ** : To kill ; to lay down.

— **hồi** : To abolish *(ơ-bol'lish)*.

Triều. — **đình** : Royal *(roi'ơl)* court *(co-t)* / Đại — : Solemn *(so'lâm)* audience *(o'di-âns)* || — Minh : Minh dynasty *(đi'nâs-ti)* || Thủy — : Tide *(tai'đ)* || — tiên : Korea *(cơ-ri'ơ)*.

— **thần** : Courtier *(co:'ti-ơr)*.

Triệu. — **phú** : Millionaire *(mil liân-ner')* / Hàng — : Milions of

— **tập** : To gather *(ghe'THơr)* ; To assemble *(ơs-sem'bưl)*.

— chứng : Symptom *(sim'tâm)*.

Trinh. — tiết : Virgin *(vơr'jin)* / — bạch : Pure *(pyur)*, Chaste *(chêst)*.

— khiết : Pure / — phu : Faithful *(fêth'ful)* woman.

— sát : To spy *(spai)* / Viên — sát : Spy.

— thám : To spy ; detective.

Trình. To report *(ri-port')*; To address *(ơ-đres')* to a superior.

— bày : To present *(pri-zent')*/ — diện : To present oneself.

— độ : Degree *(đi-gri')* || Nặng — trịch : Very heavy *(hev'vi)* || Chương — : Programme *(prô'grem)*.

Trịnh. — trọng : Respectfully *(ris-pect'ful-li)* ; Solemnly.

Trìu — mến : Affectionate *(âf-fec'shơ-nât)*

Trĩu. To bend *(benđ)* under the weight.

Trò. Comedy *(com'mơ-di)* / — chơi : Game *(ghêm)* / Chuyện — : To talk *(tok)* / — quỷ thuật : Magic *(me'jic)* || Học — : Pupil *(piu'pưl)* / — hề : Low comedy, practical joke.

— đùa : Jest, joke, humour.

Trỏ. To point, to show *(shô)*.

Trọ. To lodge *(loj)* / Quán — : Inn *(in)* / Nhà — : Boardinghouse *(bor'đing-hao-s)*.

Tróc. — nã : To look for ; To search *(sơch)* for ; To hunt *(hănt)*.

Trọc. — đầu : Bald *(bolđ)* head || Ô — : Dirty *(đơr'ti)*; Disgusting *(dis-găs'ting)* / — khí : Foul *(fao'l)* air.

— phú : Illiterate rich fellow.

Trói. To tie *(tai)*, To bind *(bainđ)* / Cởi — : To untie *(ăn-tai')*

— nó lại : Tie him up !

Trồi. To jut out, to point out.

Trọi. Empty *(em'li)* ; Uncovered *(ăn-căv'vơrđ)* / Trơ — : Bare *(ber)* ; Solitary *(sol'li-tơ-ri)*.

Trõm. Hollow *(hol'lô)* / Mắt — : Hollow-eyed *(aiđ)*.

Tròn. Round *(raonđ)* / — xoe : Very round / Một năm — : A full *(ful)* year / Vòng — : A circle *(sơr'cưl)*

Trọn. Complete *(câm-pliit')* / Làm — bổn phận : To fulfill *(ful'fil)* one's duty *(điu'ti)* : — đời : All one's life / — vẹn : Perfect.

Trong. In ; Into ; Inside *(in-saiđ)* / — ngăn kéo : In the drawer / Vào — buồng : To go into the room || Nước — : Limpid *(lim'pid)* water / Tiếng — : Clear, distinct voice / — sạch : Pure.

— **suốt** : Transparent *(trens-pe'rảnt)* / — vắt : Very clear.

Tròng. — **bẫy** : Trap *(trep)* / Vào — : To fall into a trap, To get into a trap / — lọng : Running *(răn'ning)* noose *(nuz)*.

— **trành** : To roll *(rôl)* on the waves *(uêvz)*.

Trọng. Heavy *(hev'vi)* || Quan — : Important *(im-po'tânt)* / Quí — : Precious *(pre'shi-âs)* / Tự — : To respect *(ris-pect')* oneself || — hậu : Generous *(je'nơ-râs)* || — lượng : Weight.

— **pháo** : Heavy artillery *(a-til'lơ - ri)* / — suất : Density *(đen'si-ti)* || — tài : Umpire *(ăm'pai-ơr)* ; Referee.

— **thương** : Serious *(si'ri-âs)* wound *(wund)*.

— **lực** : Weight ; gravity.

— **tải** : Tonnage *(tăn'nưj)*.

— **tội** : Great, serious crime ; mortal sin.

Trót. Entire *(en - tai'ơr)* / — năm : All the year.

Trố. Nhìn — mắt : To look fixedly *(fik'sưđ-li)* with wide open eyes.

Trốc. Top ; On, Above *(ơ-băv')* / Trên — : On top ; On the top / Để trên — : Put it on the top / Để cái nọ lên — cái kia : Put one on top of the other.

Trôi: To drift *(đrift)* / Cái thuyền — theo nước : The boat drifts along with the water.

— **giạt** : To run aground, to be stranded.

Trối. (Giối) To confide one's word before death.

Trồi. (Xch. Lồi)

Trộm. Kẻ — : Thief *(thiif)* / Ăn — : To steal *(stiil)*.

— **vụng** : Secretly *(si'crât li)* ; Stealthily *(stel'thi - li)* / Nó làm việc đó — vụng : He did that secretly.

Trốn. To escape *(es-kêp')*, To flee *(flii)*, To hide *(haiđ)* / Đừng để nó — mất : Don't let him escape / Nó — sau cái cửa : He hides behind *(bi-haind')* the door / Ông Thu đã — sang Diến-Điện : Mr. Thu fled to Burma *(bơr'mơ)*.

Trộn. To mix *(miks)* / — cho đều : Mix well / Đừng — lẫn những thứ đó : Don't mix them up.

Trông. To look *(luk)* ; To gaze *(ghêz)*, to see *(sii)* / — ông khỏe mạnh : You look healthy *(hel'thi)* / Cái này — không đẹp : This does not look nice *(nais)* / Người kia — giống cậu tôi : That man looks like *(laik)* my uncle *(ăng'cơl)* / Trông kìa : Look ! / Ông — thấy gì ? : What do you see ?

— **ngang** — **ngửa** : To look about *(ơ - baot)* || — cậy : To trust *(trăst)* in ; To rely *(ri-lai')* on / Tôi — cậy ở ông : I trust in you ; I rely on you /. — mong : To hope *(hôp)* / Không còn — mong gì nữa : There is no more hope / — chừng : To look out, to mind.

— **coi** : To superintend, to watch over.

— **nom** : To look after.

— **đợi** : To expect.

Trống. Drum *(đrăm)* / Đánh — : To beat *(biit)* the drum. Dùi — : Drumstick *(đrăm'-stick)* || — trải : Open *(ô'pân)*; Uncovered *(ăn - că'vơrđ)* ; (Không canh phòng) Unguarded.

— **không** : Empty *(em'ti)* / Để — : To leave *(liiv)* blank / Để chỗ này — : Leave this space *(spês)* blank *(blengk)*.

Trồng. — **cây** : To plant *(plent)* ; To grow *(grô)* / — đậu : To vaccinate *(vek'si-nêt)* / (Xem giồng).

Trơ — **tráo** : Impudent *(im-piu'đânt)* ; Shameless *(shêm' lâs)* / Sao anh — tráo thế ! : How impudent you are !.

— **trẽn** : Saucy *(so'si)*, impudent.

— **trọi** : Deserted, abandoned.

— **trụi** : Bare, stripped.

Trở. - **ngại** : To stop ; To prevent *(pri-vent')* / Sự — ngại : Obstacle *(ob'stâ-cơl)* / Việc đó làm — ngại sự đi ngoại quốc của tôi : That prevents my going abroad *(ơ-brođ')*. Tôi gặp nhiều — ngại quá : I met too many obstacles || Có — (tang) : To be in mourning *(môr'ning)* || — về : To go back *(beck)* ; To come back ; To return *(ri-tơrn)*.

— **mặt** (lật-lọng lừa-đảo) : To embezzle *(em-bez'zơl)*.

— **nên** : To become *(bi-căm')* / Ông ấy — nên giàu có : He has become rich.

Trời. Sky *(skai)*. (thiên đàng) heaven *(he'vàn)* / Trên — : In the sky.

— xanh : Blue *(blu)* sky / — quang : clear *(cli'ơr)* sky

— u-ám : Cloudy *(clao'đi)* sky / — mưa : It rains *(rênz)*.

— nắng : The sun *(săn)* shines *(shainz)* / Xanh da — : Sky-blue / Chân — : Horizon *(hô-rai'zân)* / Ở chân — : At the horizon / — ơi !: Good heavens !

Trơn. Slippery *(slip'pơ-ri)* / Cái sân nhà này — : This floor is slippery / — chu : Smooth *(smuth)* / Nói — : To speak fluently *(flu'ânt-li)* / Ông ấy nói tiếng Anh — lắm : He speaks English very fluently.

Trợn. — **mắt** : To open *(ô' pần)* wide *(oaiđ)* eyes *(aiz)*.

Tru.— di : To kill, to exterminate, to annihilate.

— tréo : To howl *(hao-l)*.

Trú. — **ẩn** : To shelter *(shel-tơr)* / Nơi — ẩn : Shelter / Vào đây — mưa : Come in here to shelter from the rain *(rên)* / Di — : emigrate *(em'-mi grêt)*.

— ngụ : To live, to put up, to lodge oneself.

— quán : Dwelling, home.

Trù. — **tính** : To reckon *(rec' cân)* ; To calculate *(kel'kiu-lêt)*.

— trừ : To hesitate *(hez'zi-têt)*.

— liệu : To prepare *(pri-per')*.

— phú : Populous and rich.

Trụ Cột — nhà : King-post *(-pôst)* / — sở : Head-office *(hed-of'fis)*.

Truất. — **đi** : To drive *(đraiv)* away *(ơ-uê')* / — chức : To dismiss *(đis-mis')* from office/ — ngôi : To dethrone *(đi-thrôn')*.

Trúc. Cây — : Reed-bamboo.

— trắc : Confused, unintelligible.

Trục. Cái — [bánh xe] : Axle *(ek'sơl)* / — buồm : Yard of a sail.

— màn : Groove *(gruv)*, shaft *(shaft)* / Máy — : Crane *(crên)*.

— lên : To lift up / — lợi : To go after profit *(prof'fit)* / Họ chỉ — lợi thôi : They just go after profit,

— xuất : To exile, to expel, to force out, to banish.

Trụi. Stripped *(stript)* off ; Bare *(ber)* / Cái cây kia —

cả lá : That tree is stripped of all its leaves *(liivz)*.

Trùm. [Che kín] : To cover *(cǎ'vơr)* / Cô ấy — cái khăn lên trên đầu : She covers her head with a shawl *(shol)* || [Người đứng đầu] : Chief *(chiif)*.

Trun. Elastic *(i-les'tic)* / Cái giây này — : This string is elastic / Nhựa — : (cao su) Rubber *(rǎb'bơr)*.

Trùn. (sợ) : To be scared *(skerđ)* ; To be afraid *(ơ-frêđ')* / [lùi lại] : To withdraw *(uyth-đro)* ; To shrink.

Trung. — **bình** (phải chăng) : Moderate *(mo'đơ-rât)* / (thường thường) : Average *(e'vơ-râj)* / Giá — bình là bao nhiêu ? : What is the average price ? / Giá — bình là mười đồng một cái : The average price is ten dollars a piece / Đây là giá — bình : This is a moderate price / Người — gian : Middleman *(mid'đơl-mân)*, intermediary *(in-tơr-mi'đi-ơ-ri)* / — tuần : Middle-aged *(mid' đơl- êjđ)*, (giữa tháng) : The middle of the month / Người — lưu : The middle class people / — học : Secondary *(se'cân-đơ-ri)* school *(skul)* || — quốc : (Nước Tàu) China *(chai'nơ)* / Người — quốc : Chinese *(chai-niiz')*.

— **trực** : Honest *(o'nâst)* ; Frank *(frengk)* / Ông ấy rất — trực : He is very honest / — tín : Faithful.

— **thành** : Faithful *(fêth'ful)* / Lòng — thành : Faithfulness.

— **châu** : Midland *(miđ'lând)*.

— **chính** : Loyal and upright.

— **đoàn** : Regiment *(re'ji-mât)*.

— **hậu** : Faithful *(fêth'ful)*.

— **lập** : Neutral *(niu'trơl)*.

— **thu** : Mid-Autumn / Tết — thu : Mid-Autumn festival.

— **cộng** : The Chinese communists.

— **Việt** : Central Việtnam.

Trùng. Vi — : Microbe *(mai'crôb)*, Bacterium *(bec-ti'ri-âm)*, (số nhiều) Bacteria *(-ri'ơ)* / Bệnh này do một thứ vi — sinh ra : This disease *(di-ziiz')* is caused by a sort of microbe.

— **danh** : Homonymous *(hơ-mon'ni-mâs)*.

Trúng. — **đích** : To hit the target *(tar'gát)* / Ông ấy bị — đạn : He is hit by a bullet *(bul'lât)* / Nhà thờ bị — bom: The church is hit by a bomb *(bom)* / — xổ số : To win *(uyn)* a lottery *(lot'tơ-ri)*/Ông nói —: What you said is right/ Ông ấy đã — tuyển kỳ thi vừa rồi : He has passed *(past)* the recent *(ri'sânt)* examination *(ek-zem-mi-nê'shân).*

— **độc** : Intoxicated, poisoned.

Trút. [đổ] : To pour *(por)* off / — nước ấy vào cái cốc này ; Pour that liquid *(li'quiđ)* into this glass / Trời mưa như — : It rains cats and dogs.

Trụt. – **xuống** : To drop, to slide down.

Truy. — **nã** : To search *(sơrch)*, To track *(treck)* || Lễ — điệu: Ceremony *(se'rơ-mơ-ni)* for the deceased *(đi-siizđ)* || — tố : To prosecute *(pros'si-kiut).*

— **niệm** : To remind oneself of, to recollect.

Trụy. — **thai** : To abort *(ơ-bort')* / Sự — thai : Abortion/

— **lạc** : To be spoilt *(spoilt)* / Nó — lạc : He is spoilt.

Truyền. To order *(or'đơr)* / —tin : To announce *(ơ-naons')*

— **khẩu** : To transmit *(trenz-mit')* orders / Lời — khẩu : Oral *(o'rơl)* tradition *(trơ-đi'shân)* / Sự cổ — : Tradition / Cổ — : Traditional *(trơ-đi'shơ-nơl)* / — lại cho hậu thế: To hand *(henđ)* down *(đaon)* to posterity *(pos-te'ri-ti).*

— **nhiễm** : Contagious *(con-tê'-ji-âs)* / Bệnh — nhiễm : Contagious disease *(đi-ziiz')* || (đổi) — sang xe lửa khác : To transfer to another train *(trên).*

— **bá** : To propagate *(prop'pơ-ghêt).*

— **đơn** : Tract *(trekt).*

— **giáo** : To preach a religion.

— **thanh** : To transmit *(tren-smit').*

— **thần** : To paint a portrait *(po:'trêt).*

Truyện. Story *(sto'ri)* / — cổ tích : Legend *(le'jânđ).*

— **thần tiên** : Fairy *(fer'ri)* tale *(lêl).*

— **trinh thám** : Detective *(đi-tec'tiv)* story.

— **vui** : Funny *(făn'ni)* story / Kiếm — : To look *(luk)* for trouble *(trăb'bơl)* || — trò : To chatter *(chet'tơr)*, To talk / Anh — trò nhiều quá :

You talk too much *(măch)* / Kể — : To relate *(ri-lêt')* a story ; To tell a story / Hỏi — (tin tức) : To ask the news *(niuz)* / Có — gì không ? : Is there any news ?

Trừ. (rút bớt) : To subtract *(sâb-trect')* ; (không kể) : To except *(ek-sept')*; To exclude *(eks-clud)* / Tính — : Subtraction *(sâb-trec'shân)* / — (bớt) số tiền này : Subtract this amount *(ơ-maont')* / Mang cho tôi tất cả hành lý của tôi — cái bòm lớn : Bring me all my luggage *(lăg'gâj)* except the large trunk / Cái kia được — ra : That may be excluded *(- đưđ)* || Trù — : To hesitate *(he'zi-têt)* ; To be undecided *(ăn-đi-sai' đưđ)*.

— bị : To reserve ; Reservist.

Trữ. To store *(stor)* up / Ta phải — thêm thực phẩm : We must store up more foodstuff *(fuđ'stăf)*.

Trưa. [12 giờ] : Noon *(nun)* ; (sau 12 giờ) : Afternoon *(af'-tơr-nun)* / Bữa — : Tiflin *(tif'fưn)* / Độ — tôi sẽ về : I shall be back at noon / Về buổi — ông làm gì ? : What do you do in the afternoon ? / Ngủ — : To take *(têk)* a nap *(nep)* / Chào về buổi — : Good afternoon.

Trực. — tiếp : Directly *(đai-rect'li)* / Ông đã — tiếp phá việc tôi : You have directly spoied my work / Phương pháp — tiếp : Direct method *(me'-thâđ)* / — tiếp bổ ngữ : Direct object *(ob'jekt)* / Phi cơ — thăng : Helicopter *(he'li-cop-tơr)*.

Trưng. (Xch. Khoe) / — tập : To request *(ri-quest')*, to petition *(pi-ti'shân)*.

— thu : To requisition *(rek-qui zi'shân)*.

Trứng. Egg *(eg)* / — gà : Hen *(hen)* egg / — vịt : Duck *(dăck)* egg.

— sống : Raw *(ro)* egg / — luộc chín hẳn : Hard-boiled *(boilđ)* egg / — luộc nửa sống : Soft-boiled egg / — rán : Fried *(fraiđ)* egg / — tráng : Omelet *(om'lât, om'mơ - lât)*.

— bác : Scrambled *(screm'-bơlđ)* egg / Đẻ — : To lay *(lê)* an egg.

Trừng. — trị : To punish *(păn'nish)* / Sự — phạt : Punishment *(păn'nish-mânt)* / Nhà

— giới : Reformatory *(ri-for' mâ-tơ-ri)* / Ông phải — trị những kẻ gian : You must punish the evil-doers *(i'vưl-đu'ơrz)*.

Trước. Before *(bi-for')* / — chín giờ : Before nine o'clock.

— **trưa** : Before noon / — chủ nhật : Before Sunday / Tôi đã xem cái này — rồi : I have seen this before / — khi anh ra phố, làm ơn lau sạch buồng tôi đã : Before you go out clean my room, please / Nó đến — tôi : He comes before I / Tôi sẽ đợi ông — khách sạn : I shall wait for you before the hotel.

— **nhà tôi có một cây lớn** : Before my house there is a big tree.

— **hết** : First *(fơrst)* of all *(ol)* / — hết, ta sẽ đến thăm ông X. : First of all we shall pay *(pê)* Mr. X. a visit / Khi — : Formerly *(for'mơ-li)* / — làng đó rất đông đúc : Formerly that village was very populous.

— **mặt** : In front *(frănt)* of / Nhà tôi ở — mặt trường Cao-đẳng : My house is in front of the university.

Trương. [Chương] — trình : Programme *(prô'grem)* ; Plan *(plen)* / Cho tôi xem — trình (kịch, hát) : Please show *(shô)* me the programme / Đây là — trình về cuộc du lịch của tôi : Here is the plan of my journey *(jơr'ni)* || Phô — : To show off ; To display *(đis-plê')* || (Xch. Trang).

Trường.— **học** : School *(skul)* / — tư : Private *(prai' vât)* school.

— **công** : Public *(păb'lic)* school / — tiểu học : Primary school / — trung-học : College *(col' lâj)*.

— **cao-đẳng** : University *(uy-ni-vơr'si-ti)*

— **mẫu giáo** : Kinder - garten *(kin-đơr-gar'tân)*.

— **nữ-học** : Girls' school / — bà « sơ » : Sisters' school.

— **thầy dòng** : Brothers' *(bră' THơrz)* school || (Bề dài) : Length *(leng th)* / Cái sân này — bao nhiêu ? : What is the length of this yard ?

— **cửu** : Eternal *(i-tơ :'nơl)*, everlasting.

— **hợp** : Case *(kês)*.

— **kỳ** : A long time, a long period.

— sinh : Longevity *(lon-je'vi-ii)*, long life.

— thi : Examination centre.

Trưởng. Người — thành : Adult *(ơ-đălt')* / — nam : Eldest *(el'đâst)* son *(săn)* / (Người đứng đầu) : Chief *(chiif)* || Bộ — : Minister *(mi'nis-tơr)* ; Secretary of state / Tỉnh — : Mayor *(mê'ơr, mer)*.

— ban : Head of a section.

— đoàn : Head of a group, chief.

— giả : Middle-class person.

Trượt. — **chân** : To slip / Cẩn thận kẻo — chân : Be careful *(ker'ful)* not to slip / Nó — trong kỳ thi trước : He failed *(fêlđ)* in the last examination *(ek-zơ-mi-nê'shân)* / Tôi rất sợ thi — : I am very afraid *(ơ-frêđ)* to fail in the examination || (Bỏ lỡ) Chúng ta đừng để — cơ hội này : Let us not slip this occasion.

Tu. Đi — : To enter *(en'tơr)* a religious *(ri-li'jiâs)* order / Nhà — nam : Monastery *(mon'nâs-tơ-ri)* / Nhà — nữ : Convent *(con'vânt)* || — bổ lại (chữa) : To repair *(ri-per')* || Chim — hú : Cuckoo *(cuc'ku)*.

— thân : To improve oneself.

Tú. — **tài** : Degree corresponding to Matriculation. Bằng — tài : Diploma corresponding to Matriculation

Tù. Nhà — : Prison *(pri'zân)* / Người — : Prisoner *(pri'zânơr)*.

— chính trị : Political *(pô-li'ti-cơl)* prisoner / Người coi — : Prison - keeper *(pri'zân-kii'-pơr)*.

— binh : Prisoner of war *(u-or)* / Bỏ — : To put into prison ; To imprison *(im-pri'zân)* || — và : Horn *(horn)*.

Tủ - **áo** : Wardrobe *(u-orđ'-rôb)* / — sách : Book-case *(buk'kês)*.

— bầy hàng : Show *(shô)* case / — kính : Glass-case *(glas'kês)*.

— sắt : Safe, strong-box.

Tụ. — **họp** : To assemble *(âs-sem'bơl)* ; To gather *(ge'-THơr)*.

— tập : To assemble, to gather.

Tua. Cái — : Fringe *(frinj)*.

Tủa. — **ra** : To spread *(spređ)* out.

Tuân. — **theo** : To obey *(ô-bê')* ; To follow *(fol'lô)* / Anh phải — theo lệnh của tôi : You must obey my orders / Tôi sẽ — theo lời khuyên của ông : I shall follow your advice *(eđ-vais')*.

Tuần. Một — lễ : A week *(uyk)* / — này : This week.

— sau : Next *(nekst)* week / — trước : Last week. Mỗi / — : Every *(e'vơ-ri)* week / — lễ trước nữa : The week before last / Trong một — lễ : Within *(uy-THin'))* a week / Dưới một — lễ : Less *(les)* than a week / Đầu — lễ này : At the beginning *(bi-ghin'ning)* of this week / Cuối — này : At the end *(enđ)* of this week / Báo hàng — : Weekly *(uyk'-li)* magazine *(me'gơ-zin)*.

— binh : Patrol *(pơ-trôl')* / Đi — : To patrol.

— dương hạm : Cruiser *(cru'zơr)*

— hoàn : To circulate *(sơ:'kiu-lêt)*.

— phiên ; — tráng : Watcher, watchman.

Tuấn. — **tú** : Bright, intelligent.

Túc. — **cầu** : Foot-ball *(fut'bol)*.

— trực : To guard, to watch, to get ready for.

— xá : Boarding-school.

Tục. Phong — : Custom *(căs'tâm)* / Phong — tốt : Good *(gud)* custom.

— cổ : Old custom / — ngữ : Proverb *(pro'vơrb)*.

— tĩu : Obscene *(ob'siin)* ; Unchaste *(ăn-chêst')* / Lời — tĩu : Obscenity *(ob-si'ni-ti)*.

Tuế. Vạn — : Long live *(liv)* / Việt-Nam vạn — : Long live Việt-Nam / Đồng — : Of the same age *(êj)*.

Tuệch. — **toạc** : Pell-mell *(pel-mel)*.

Túi. Pocket *(pok'kât)* / (Bị) : Bag *(beg)* / — quần tây : Hip *(hip)* pocket / Bỏ vào — : To put into the pocket / Tiền — (tiêu vặt) : Pocket-money *(măn'ni)* / Sổ — : Pocket - book / Móc — (ăn cắp) : To pick the pocket / Quân móc — : Pickpocket.

Tụi. Một — : A band *(benđ)*

Tủi. — **thân** : To be afflicted *(âf flic'tưđ)* / Nó — thân lắm : He is much afflicted.

Túm. — **lấy** : To hold *(hôlđ)*, To catch *(ket'ch)* / — chặt lấy nó : Hold him tight *(tait)*.

Tụm. To gather, to assemble *(âs-sem'bơl)*.

Tủm.— **tỉm** : To smile *(smail).*

Tủn. — **mủn** : Small, low, mean.

Tung. To throw *(thrô)* / — hoa : To throw flowers.

— **hô** : To cheer *(chi'ơr).*

— **tích** : Trace, track, mark.

Túng. — **tiền** : To be in need *(niiđ)* of money / Ông ấy — tiền : He is in need of money.

Tùng. — **tiện** : (Xch. Tần-tiện).

Tụng. — **kinh** : To chant *(chan-t),* to say prayers.

Tuổi. Age *(éj),* Year *(yi'ơr)* / Ông bao nhiêu — ? : How *(hao)* old *(ôlđ)* are you ? / Tôi hai mươi — : I am twenty years old / Trông ông trẻ hơn — ông : You look younger than your age / Người — tác : The old, The aged *(ê'jưđ).*

Tuồng. Play *(plê)* / — vui : Comedy *(com'mơ-đi).*

— **buồn** : Drama *(đra'mơ).*

Tuốt. — **gươm** : To draw *(đro)* the sword *(sôrđ).*

Tuột. Right *(rait)* / Tôi đi — ra ngân hàng : I went right to the bank || — chân : To slip *(slip).*

Túp. Hut, shed.

Tuy. Though *(THô)* / — thế : Even *(i'vân)* so / — thế anh cũng phải có mặt ở đây : Even so, you should be present here.

Tùy. According *(ơ-kor'đing)* to / — trường hợp : According to circumstances *(sơr' câms-ten-sưz)* / — anh : As you like *(lai-k).*

— **phái** : Office-boy.

— **thích** : According to one's taste.

— **tiện** : At one's convenience *(con-vi'ni-âns).*

— **tòng** : To follow.

— **ý** : At will.

Tủy. (Xch. Tỷ) Marrow *(mer' rô).*

Tuyên. — **truyền** : Propaganda *(pro-pơ-ghen'đơ)* / Đó chỉ là lời — truyền : That's only a propaganda.

— **bố** : To declare *(đi-cler'),* to proclaim.

— **chiến** : To declare war.

— **ngôn** : Declaration *(đe-clơ-rê'shân),* manifesto.

— **thệ** : To take an oath *(ôth).*

Tuyến. Quang — : Ray *(rê)* / Vĩ — : Parallel *(pe'rơ-lel).*

Tuyền. (Xch. Toàn).

Tuyển. To choose *(chuz)* / — **lính** : To recruit *(ri-crut')*/ — lấy vài người : Choose a few men / — **cử** : To elect *(i-lect')* / Cuộc tổng — cử : General *(jen'nơ-rơl)* election.

— **thủ** : Selected sport - game player.

Tuyết. Snow *(snô)* / Ở Thượng-Hải có mưa — không? : Does it snow at Shanghai?

Tuyệt. — **thực** : To refuse *(ri-fiuz')* to eat *(iit)* / Ông ấy —thực : He refused to eat || Thế thì — (Tốt lắm) : That's wonderful *(uăn'đơr-ful)*.

— **diệu** : Wonderful *(oăn'đơ-ful)*.

— **đối** : Absolute *(eb'sơ-liut)*, positive.

— **giao** : To cut off all relations.

— **mệnh** : To die *(đai)*.

— **tự** : Heirless *(er'lâs)*.

— **vọng** : Desperate *(đes'pơ-rưt)*, hopeless.

Tư. Private *(prai'vât)* / Tôi đến đây vì việc — : I am here on private business / Trường học — : Private school / Nhà — : Private house || — lự : Thoughtful *(thot' ful)* || Thứ — : Fourtth *(forth)*.

— **bản** : Capital / Phái — bản : Capitalists.

— **cách** : Personality *(pơ-sân-ne'li-ti)*.

— **cấp** : To allow *(âl-lao')*, to grant *(grent)*.

— **chất** : Natural qualities.

— **lệnh** : Commander-in-chief.

— **lợi** : Personal interest.

— **pháp** : Justice || Private law.

— **sản** : Private estates.

— **thông** : To fornicate.

— **thù** : Private hatred *(hê' trưd)*.

— **tình** : Illegitimate *(il-li-ji' ti-mưt)* love.

— **trang** : Jewels, ornament.

— **tưởng** : Thought *(thot)*, idea ; to think.

— **vị** : Partial *(pa:'shơl)*.

Từ. From *(from)* / — đó : Since *(sins)* then / — nay : From now *(nao)* on / — sáng đến tối : From morning to night / — đầu chí cuối : From the beginning to the end / — ngày này sang ngày khác : From day to day.

— **bỏ** : To reject *(ri-ject')* / — chức : To resign *(ri-zain')* / Sao ông — chức? : Why did you resign your post?

— **chối** : To refuse *(ri-fiuz')* || — điền : (Xch. Tự-điển).

— **bi** : Mercy *(mơ:'si)* ; merciful.

— **biệt** : To take leave *(liiv)*.

— **đường** : Temple of the family.

— **giã** : To take leave.

— **khi** : Since *(sins)*.

— **mẫu** : Sweet, tender mother.

— **tạ** : To take leave and thank.

— **tâm** : Tenderness ; kind-hearted

— **thiện** : Charitable, beneficent *(bơ-nef'fi-sânt)*.

— **tốn** : Modest *(mo'đâst)*.

— **trần** : To die.

— — : Slowly.

Tứ. Ý — : To be attentive.

— **chi** : The four limbs.

— **đức** : The four main virtues.

— **phương** : The four cardinal points.

— **quí** : The four seasons.

— **thời** : The four seasons.

— **thư** : The four classical books.

— **tuần** : Two score, forty.

— **xứ** : Four regions, four quarters ; everywhere.

Tự. — **điển** : Dictionary *(đik'shân-nơ-ri)* / — điển Việt-Anh : Vietnamese - English dictionary || — nhiên : Natural *(ne'chơ-rơl)*/ Vẻ đẹp — nhiên: Natural beauty *(biu'ti)* / — động : Automatic *(o-tơ-me'tic)* / Máy — động : Automatic machine / — ý : Of one's own *(ôn)* will / — tử : To commit *(com-mit')* suicide *(sui'saiđ)* / — quyết : To decide *(đi-saiđ')* by oneself *(uăn'self)* / Ông phải — quyết việc đó : You must decide that by yourself

— **hào** : To be proud of one's skill.

— **kỷ** : Oneself ; by oneself.

— **lập** : Independent *(in-đi-pen'đânt)*.

— **mãn** : To be satisfied *(se'tis-faiđ)*.

— **lực** : With one's own force.

— **phụ** : Proud, conceited *(con-si'tưđ)*.

— **thú** : To denounce oneself; to confess, to own.

— **tiện** : At will.

— **trọng** : To respect oneself ; self-respect.

— **vệ** : To defend oneself ; self-defence.

— **ái** : Self-love ; to love oneself.

— **do** : Free / Sự — do ; Freedom *(fri'đâm)*.

Tử. — **tế** : Kind *(kaind)* / Ông ấy — tế lắm : He is very kind / Làm cho — tế : Do it with care *(ker)* || [chết] : To die *(đai)* / — vì đạo : To die a martyr *(mar'tơr)* / Bị — thương: Deadly *(đeđ'li)* wounded *(wun'đưđ)*.

— **hình** : Capital punishment.

— **nạn** : To die in an accident.

— **cung** : Uterus *(yu'tơ-râs)*.

— **thi** : Corpse *(co:ps)*, dead body.

— **thù** : Hatred, mortal revenge.

— **vi** : Astrology *(âs-tro'lơ-ji)*.

Tựa. To look like *(laik)* / Cái này — như cái của tôi : This one looks like mine || Bài — : Preface *(pref'fâs)* || (tì) To lean *(liin)* against.

Tức. — **giận** : To be angry *(eng'gri)* / Tôi — nó lắm : I am very angry with him / Làm cho — giận : To exasperate *(ek-zas'pơ-rêt)* / — khắc : At once *(oăns)*, Immediately *(im-mi' đi-ât-li)*, Right *(rait)* away *(ơ-uê')*.

— **là** : That is, that is to say.

Tưng. — **bừng** : Great animation *(e-ni-mê'shân)*.

Từng. (Xch. Tầng) / — cái một: One *(uăn)* by one / Đếm — cái một : Count one by one / Đi — nhà : To go from house to house || — trải : To experience *(ek-spi'ri-âns)* / Ông ấy đã — trải nhiều : He has experienced much.

— **này** : So much *(mă-ch)*.

Tươi. [Mới] Fresh *(fresh)* / (đẹp) : Gay *(ghê)* / Cá — : Fresh fish || Anh lúc nào cũng — : You are always gay.

Tưới.— **nước** : To water *(no'-tơr)* / — hoa : To water the flowers / Bình — nước : Watering-can.

Tương. — **tư** : Love-sick *(lăv' sik)* / Ông ấy bị bệnh — tư : He is love-sick || — tự : Similar *(si'mi-lơr)* / Cái này — tự cái kia : This is similar to that || Đậu — : Soya *(soi'yơ)* bean *(biin)* || — lai : Future.

— **ái** : Mutual *(miu'chu-ơl)* love.

— **đắc** : To agree *(ơ-gri')*.

— **đối** : Relatively, comparatively.

— **đương** : To correspond *(co-ris-pond')* to.

— **phùng** : To meet each other.

— **thân** : To love each other.

— **trợ** : To help each other

Tướng. (Người đứng đầu) Leader *(lii'đơr)* / (Quan binh): General.

— giặc bị bắt: The leader of the thieves *(thiivz)* was caught / Đại —: General / Trung —: Lieutenant-General / Thiếu —: Brigadier - General.

— mạo: Physiognomy *(fi-zi o'-nơ-mi)*.

Tường. Cái —: Wall *(u-ol)* / — gạch: Brick wall / Giấy hoa gián —: Wall-paper *(pê'-pơr)* || — tận: Clearly *(cli'ơr-li)* / Tôi biết — tận: I know *(nô)* it clearly.

Tưởng. To think *(thingk)* / Tôi — ông ấy không đến: I think he will not come / Tôi — thế: I think so *(sô)* / Tư —: Thought *(thot)* || — tượng: To imagine *(i-me'jin)*.

— vọng: To hope *(hôp)*.

Tượng. Statue *(ste'tiu)* || — trưng: Symbol *(sim'bơl)* / Đó là — trưng nguyện vọng của dân tộc: That's the symbol of the people's aspiration *(es-pi-rê'shân)*.

Tướt. Bệnh đi —: To have dysentery *(đis'sân-tơ-ri)*.

Tựu. — chức: To hold one's office.

— trường: To go to school.

Tửu. (Rượu): Wine *(uain)*, Spirits *(spi'rits)*.

— gia; **— quán**: Restaurant *(res'tô-rânt)*.

Ty. Trưởng —: Head of a department.

Tỵ. — hiềm: To avoid suspicion *(sâs-pi'shân)*.

Tỷ. — dụ: Comparison; to take for example; example.

— lệ: Proportion *(prơ-po'-shân)*.

— mỷ: In detail, carefully; minutely.

ZH

ZH ZH

U

U. — **ám** : Cloudy *(clao'đi)* / Trời hôm nay — ám : It is cloudy to-day / — mê : Silly *(sil'li)* ; Ignorant *(ig'nơ-rânt)*.

— **già** : Maid-servent / — em : Nurse *(nơrs)*.

Ú. Nói — ớ : (Quanh) To beat *(biit)* about the bush *(bush)* / (không rõ) : To stutter *(stăt'lơr)*, To stammer *(stem'mơr)*.

Ù. (sấm) : Peal *(piil)* of thunder *(thăn'đơr)* / Kêu — — : To make a prolonged *(proloongđ)* sound || (đánh bài được —) : To win *(uyn)* in a game *(ghêm)*.

— **tai** : To deafen *(đef'fân)* the ears ; deafening.

— **xịa** : Confounded ; to confound, to mix up.

Ủ. — **rũ** (buồn) : Sad *(sed)* ; Doleful *(đôl'ful)* / Sao anh trông — rũ thế ? : Why do you look so sad ?

— **nóng** : To warm *(worm)* / Bà nên — cháu : You had better warm the child.

Ụ. — **đất** : Hillock *(hil'lock)* ; Rampart *(rem'pârt)* / Đắp — : To build a rampart.

Uá. To grow *(grô)* yellow, To fade *(fêđ)* / Các hoa này — cả : The flowers have all faded.

Uà. — **đến** : To come *(căm)* in great number ; To flock in ; To crowd *(craođ)* in / Chúng nó — đến phá nhà ông : They flock in to demolish *(đi-mo'lish)* your house.

Uả. (tiếng than) : Oh ! *(ô)* / —, thế ra ông ấy là chú anh : Oh ! He is your uncle, isn't he ?

Uạ. — **khan** : To try *(trai)* to vomit, to vomit.

Uẩn. — **khúc** : Hidden *(hiđ'đân)* ; Secret *(si'crât)*.

Uất. Sầm — : Flourishing *(flă' ri-shing)* / Dân cư sầm — : Flourishing people || — ức : Sad *(seđ)*, anxious *(eng'shi-âs)*.

— lên : To swoon *(sun)* ; To faint *(fênt)* / — máu : Congestion *(con-jes'shân)* / Bà ấy — lên : She has fainted.

Úc. — châu : Australia *(os-trê' li-ơ)* / Người — châu : Australian *(— ân)*.

Ục. — - (tiếng nước) : Gurgle *(gơr'gơl)*.

— ịch : Very big, very heavy.

Uế. — khí : Foul *(faol)* air.

— tạp : Soiled, stained.

Uể. — oải : Tired-looking || Carelessly, nonchalantly.

Ủi. An — : To console *(con-sôl')* ; To comfort *(căm'fơrt)* / An — những kẻ âu lo : To comfort the grieved *(griivđ)*.

Um. — tùm : Thick / Khói — lêm : The thick smoke *(smôk)* rises *(rai'zưz)* / Cây cối — tùm : Thick trees / Làm — lên : To make an uproar *(ăp-ror')* ; To make a noisy *(noi' zi)* tumult *(tiu'mâlt)* / Kêu — lên : To shout *(shaot)* ; To yell *(yel)*.

Ùm. Nhảy — xuống nước : To dart *(đarl)* forth into the water / [Tiếng rơi xuống nước] Splash ! *(splesh)* / Tôi đã nghe thấy một tiếng — ở gầm cầu : I heard a splash under the bridge.

Ùn. — đến [đến đông] : To crowd *(craođ)* into ; To throng into.

Ủn. — ỉn : Onomatopœia of a pig's grunt ; to grunt.

Ung. — thư : Cancer *(ken'sơr)* / — độc : Abscess *(eb'ses)* / Trứng — : Rotten *(rol'tân)* eggs || — dung : Affable *(ef'-fâ-bơl)* / Ông ấy ăn nói — dung : He speaks affably *(ef' fâ bli)*.

Ủng. (Thối) : Rotten / Cam — : Rotten orange *(o'rưnj)*/ Những quả này bị — cả : This fruit is all rotten.

— hộ : To support *(sâp-port')* / Chúng tôi — hộ chính-phủ : We support the government / Hoàn toàn — hộ chính-phủ : Full support to the government.

Uốn. To bend *(benđ)* ; To curve *(cơrv)* / — ván : To curve a board *(borđ)* / — cây : To bend a tree / — lời : To speak *(spiik)* gently *(jent'li)*; To lower *(lô'ơr)* the tone *(tôn)*.

— **khúc** : Winding *(uain'đing)*; Crooked *(cru'kưđ)*, Twisted *(tuys'tưđ)* / Con sông này — khúc : This river is winding.

— **éo** : To exact,to claim excessively.

Uống. To drink *(đringk)*; To refresh *(ri-fresh')* / — nước : To drink water / Ông ấy — rượu : He drinks wine *(uain)*.

— **thuốc** : To take medicine *(me'đi-sin)* / Ăn — : To eat and drink / — một hơi : To drink at a draught *(đraft)*.

— **nhấp giọng** : To sip / — để chúc mừng cho : To drink the health *(helth)* of / Tôi — để chúc mừng ông : I drink your health.

Uổng. Ineffectual *(in-if-fec'-chu-ơl)*; Unprofitable *(ăn-prof'fi-tâ-bơl)*, Fruitless *(fruit'lâs)* / — phí : To lose *(luz)*, To waste *(uêst)* / Ông — phí thì giờ : You are wasting your time / Ông chỉ – công mà thôi : You are only losing your troubles.

— **danh** : To lose one's reputation *(re-piu-tê'shân)* / Sao ông bỏ — những việc ấy ? : Why do you leave these things unused ? / Bỏ — : To leave *(liiv)* unused *(ăn-yuzđ')*.

— **mạng** : To risk one's life *(laif)* uselessly *(yus'lâs-li)* || Ép — : To impose *(im pôz')* upon *(ơ-pon')*, to force *(fors)* / Đừng ép – nó làm việc ấy : Don't force him to do that work / Oan — : Unjustly *(ăn-jăst'li)* accused *(ơ-kiuzđ')* / Ông ấy thực oan — : He is unjustly accused indeed / Thật — quá : That's regrettable ! *(ri-gret'tâ-bơl)*.

Úp. To cover *(căv'vơr)*, To turn *(tơrn)* upside *(ăp-said')* down *(đaon)* / — cái chậu kia xuống : Turn that basin upside down / Nói — mở : To speak *(spiik)* in a runabout *(răn-ơ-baot')* way *(uê)* / Tôi không ưa lối nói — mở của anh : I don't like your runabout way of speaking / — thúp : Low and dark.

Ụp. To overturn *(ô'vơr-tơrn)*; To upset *(ăp set')* / Thuyền bị — : The boat is upset.

Út. Con — : The last-born *(born)* child *(chailđ)* / Em giai — : The youngest *(yăng - gâst)* brother / Em gái — : The youngest sister / Ngón tay — : The fourth *(forth)* finger ; The little finger *(fing'gơr)*.

Uy. — nghi : Majestic *(mơ-jes' tik)*, Grand *(grend)*.

— quyền : Authority *(o-tho'ri-ti)*.

— hiếp : To oppress *(ơp-pres')*, to compel.

— linh : Majestic *(mơ-jes'tik)*, stately and sacred.

— thế : Power *(pao'ơr)*.

— tín : Credit, trust.

— lực : Imposing force

Úy. Đại — : Captain *(kep'tân)* / Trung — : Lieutenant / Thiếu — : Second-lieutenant *(lef-ten-nânt, liu —)*.

Ủy. — cho : To confide *(con faid')* in ; To trust *(trăst)* in ; To delegate *(đe'lơ-ghêt)* ; To entrust to / Ông ấy — tôi : He delegated me / Bà ấy — thác nhà cho tôi : She entrusts her house to me / — nhiệm ; To give in charge *(charj)* ; To commit *(com-mit')* to the care of,

— viên : Delegate *(đe'lơ-gât)*.

— lạo : To console, to comfort, to encourage.

Uyên. — thâm : Deep *(điip)* ; Profound *(prô-faonđ)*.

— ương : Inseparable male and female birds || Husband and wife.

Uyển. — chuyển : Gracefully *(grês'ful-li)* / Cô ấy đi — chuyển : She walks gracefully.

Ư

Ứ. — **tắc** : Stopped *(stopt)* ; Blocked *(blokt)* up ; Obstructed *(obs-trăc'tưđ)* / Nước bị — tắc : The water is obstructed / Nước — lại : Stagnant *(steg'nânt)* water.

Ừ. Yes ; All right *(ol-rait)* / — mày ở đây cũng được : Yes, you may live here / —, Tao sẽ giúp mày : All right, I will help you.

— **hữ** : To give a wavering answer whieh is neither positive nor negative.

Ưa. (Xem Thích).

Ứa. — **máu ra** : To spit out blood *(blăđ)* / — nước mắt : To shed *(sheđ)* tears *(ti'ơrz)*/ Tôi — nước mắt khi nhìn thấy quang cảnh đó : I shed tears when seeing that scene *(siin)* || Còn — ra : There's still a lot ; There's still a great deal *(điil)*

Ức. — **bách** : To force *(fors)*, To oppress *(ơ-pres')* / Bà ấy đã — hiếp tôi tớ : She oppressed her servants / Sự oan — : Oppression *(ơ-pres' shân)* ; Injustice *(in-jăs'tis)* / Tôi — lắm : I am very angry *(eng'gri)* || Ký — : Memory *(me'mơ-ri)* || (Ngực) Chest, Throat / — chim : The bird's throat || (số) Muôn — : Thousands *(thao'zânđz)* of / Trong thành phố này có muôn — cây cối : In this town there are thousands of trees.

Ưng. (bằng lòng) To be pleased *(pliizđ)* / Ông có — cái này không ? : Are you pleased with this ? / Ông ấy lấy làm — lắm : He seems *(siimz)* very pleased / — thuận : To agree *(ơ-grii)* with, (hay) to ; To consent *(con sent')* to / Chúng tôi — thuận điều kiện đó : We agree to that condition *(con-đi-shân)* || Chim — : Bird *(bơrđ)* of prey *(prê)*; hawk *(ho-k)*.

Ứng. — **đáp** : To answer *(an' en'sơr)* || — tiền : To advance *(eđ-vans')* money *(măn'ni)* / Ông — tiền ra rồi tôi sẽ trả ông sau : You advance the money and I'll pay you after / — cử : To present oneself for election.

— **khẩu** : To improvise *(im' prơ-vaiz)*, to speak extempore *(eks tem'pơ-ri)*.

— **đối** : To rejoin *(ri-join')*, to reply *(ri-plai')*.

— **mộng** : To appear in dreams.

— **tiếp** : To receive *(ri-siiv')*

Ước. Ao — : To wish *(uysh)* ; To desire *(đi-zai'ơr)* / Tôi — ao có một cái nhà như thế : I wish to have a house like that / Lời — : A wish, A desire || — chừng ; To suppose *(sảp-pôz')* ; To estimate *(es'ti-mêt)* ; To reckon *(rec' kân)* / — độ : About *(ơ-baot')*

Approximately (*ơ - prok' si - mât-li*) / Tôi — chừng 200 người đến đó : I estimate two hundred persons coming there / Ông có — độ bao nhiêu tiền ? About how much money have you ? / Tôi có — độ 400 bạc : I have about four hundred dollars || Hiệp — : Treaty (*trii'ti*) / Hòa — : Peace (*piis*) treaty / Hiệp — thương mại : Commercial (*com-mơr'shi-ơl*) treaty / Ký hiệp — : To sign (*sain*) a treaty / Giao — : To conclude (*con-cluđ'*) a treaty / Bản khế — : Contrac (*con'trekt*).

Ươi. Con đười — : Orang-utan (*ơ-reng'u-ten'*).

Ươm. — **tơ** : To wind (*uainđ*) silk.

Ướm. To try (*trai*) on / — thử : To try ; To test (*test*).

— **lòng** : To probe (*prôb*) the intentions (*in-ten'shânz*) of /

— **sức** : To try one's strength/ — trao chỉ hồng : (gả con gái) : To attempt (*ât-tempt'*), to give the hand (*henđ*) of one's daughter (*đot'tơr*) to / Ông ấy — gả con gái cho con giai tôi : He attempts to give his daughter's hand to my son.

Ươn. To begin (*bi-ghin'*) to rot (*rot*) / Cá — : The fish begins to rot || — mình : To be in bad (*beđ*) health ; To be unwell (*ân-uel'*) / — hèn : Weak (*uyk*), languid (*leng' guiđ*) ; Lacking (*lek'king*) energy (*e'nơr-ji*) / Hắn là một ông Vua — hèn : He is a king lacking energy.

Ưỡn — ra : To bulge (*bălj*) out / — ngực ra : To bulge out one's chest (*chest*) / — ẹo : Neglectfully (*ni-glekt'ful-li*) / Nó — ngực ra như có vẻ khoẻ lắm : He bulges out his chest as if he were very strong / Tại sao mày đi — ẹo thế ? Why do you walk so neglectfully ?

Ương. (giữa) : Middle (*miđ' đơl*) ; Centre (*sen'tơr*) / Trung — : In the middle ; Central (*sen'trơl*) / Chính phủ trung — : Central government (*găv'vơn-mânt*) || — địa (Nơi giồng cây) : Nursery (*nơr'sơ-ri*) ; Seedbed (*siiđ' beđ*) / — hột : To sow (*sô*) ; To disseminate (*đis-sem' mi-nêt*) / Để — : To leave (*liiv*) for germination (*jơr - mi-nè'shân*), for sprouting *(sprao'ting)* / — điền : Fields *(fiilds)* scattered *(sket'tơrd)* with seeds || Quả — (nửa chín nửa xanh) : Half-ripe *(haf-raip)* fruit / Người dở dở — — : Stammerer *(stem' mơ-rơr)*.

— **ách**, ngạnh : Stubborn *(stăb' bơn)* ; Obstinate *(obs'ti-nât)*.

Ướp. — **muối** : To salt *(solt)* — thịt : To salt meat *(miit)*/ — **cá** : To salt fish / — hạt tiêu : To pepper *(pep'pơr)* ; To season *(sii'zân)* with pepper / — hương : To season with spices *(spai'sưz)* / — hoa : To perfume *(pơr-fium')* To embalm *(em-bam')* / — xác : To embalm a body *(bo' đi)* / Quần áo — hương thơm : Perfumed *(pơr-fiumđ')* clothes.

Ướt. — Wet *(uet)* ; Drenched *(đrencht)* / Sự — át : Wetness *(uet'nâs)* : Humidity *(hiu-mi'đi-ti)* / — như chuột lột : Drenched to the skin *(skin)*/ Quần áo của ông còn — : Your clothes are still wet / Đừng làm — quần tôi : Don't wet my trousers *(trao'zơrz)*/ Cẩn thận, sơn — : Wet paint *(pênt)* !

Ưu. — **sầu** : Sadness *(sed' nâs)* ; Affliction *(âf-flic' shân)*.

— **khổ** : Intense *(in-tens')* grief *(griif)*.

— **phiền** : Sad *(sed)* ; Afflicted *(âf-flic'tưđ)*.

— **tư** : Worried *(uơr'riđ)* / Ẩn — : Hidden *(hiđ'đân)* sorrow *(sor'rô)* / Ông có vẻ — tư, chắc là có một ẩn — gì : You look worried, you should have some hidden sorrow : Chả còn — tư sợ hãi gì / There is neither worry nor fear *(fi'ơr)* / Anh chớ — phiền : Don't be afflicted ; sad / — phiền sầu khổ : To be overwhelmed *(ô'vơr-hu-elmđ)* with sadness and grief — : Excellent *(ek'sơ-lânt)* ; Superior *(su-pi'ri-ơr)* / Đậu — hạng : To pass *(pas)* the examination *(ek-zơ-mi-nê' shân)* first *(fơrst)* / — liệt : The strong *(stroong)* and the weak *(uyk)* || — điền (khai khẩn ruộng) : To clear *(cli'ơr)* a field *(fiild)*.

— **đãi** : To favour *(fê'vơr)*.

V

Va. — **phải** : To knock *(nok)* against *(ơ-ghênst')* ; To strike *(straik)* ; To hit / — **đầu vào** : To knock one's head against / Nó khóc vì nó — đầu vào cái bàn : He weeps because he has knocked his head against the table.

— **phải nhau** : To strike against each *(iich)* other *(ă'THơr)*.

Vá. To mend *(mend)*, To patch *(petch)* / — quần áo : To mend clothes / Mặc áo — : To wear *(uer)* a mended coat/ Một miếng — : A patch / Việc may — : Sewing *(sô'ing)* ; needle-work *(nii'đưl-uơrk)* / Chó — : Spotted *(spot'tưđ)* dog.

Và. And *(enđ)* / Anh — tôi : You and I / — khóc — **cười** : Both *(bôth)* weep *(uyp)* and laugh *(laf)* / Cả — All *(ol)*. The whole *(hôl)* / Cả — thiên hạ : All the world *(uơrlđ)*.

— **cơm** : To gather *(ghe' THơr)* rice *(rais)* into the mouth *(mao-th)* by means *(miins)* of chopstiks *(chop' sticks)* || Người Chà — : The Malayans *(mâ-lê'ânz)*.

Vả. Cây — : Fig-tree *(fig'trii)* || (tát) : To slap *(slep)*.

— **vào mặt** : To slap on the face *(fês)* / Cho nó một cái — : Give him a slap / Chịu — : To be slapped *(slept)* / Chịu giổ chịu — : To be spat *(spet)* on and slapped.

— **lại** : Besides *(bi-saiđz')* ; Moreover *(mor-ô'vơr)* / — lại ông ấy không có tiền : Besides he has no money *(măn'ni)* / — lại ông này là em bà : Moreover this gentleman is your brother.

Vã. — mồ hôi : To cause *(coz)* sweat *(su-et)* to come out || Đi — : To walk *(u-ok)* ; To travel *(tre'vơl)* bare-footed *(ber-fu'tưđ)* / Chúng tôi đi — mất hơn hai tiếng đồng hồ : We walk for two hours/ Cãi — nhau : To assail *(âs-sail')* each other with words *(uơrđz)* || Ăn — : To eat dishes without *(uy-THaot')* rice *(rais)* or bread*(brêđ)* / Ăn thịt — : To eat *(iil)* meat without bread or rice / Nói chuyện — : To entertain *(en-tơr-tên)* ; To receive *(ri-siiv')* a visitor without refreshments *(ri - fresh'-mânts)*.

Vạ. [Phạt] : Fine *(fain)*; penalty *(pe' nơl-li)* / Tội — : Fault *(foll)* and penalty / Phải — : To be fined ; To be punished *(păn'nisht)* / Giả tiền — : To pay *(pê)* the fine / Bắt — : To fine / Bắt — năm đồng : A fine cf five dollars || Tai bay — gió : Unexpected *(ăn-eks-pec'tưđ)* misfortune || Gieo — : To calumniate *(cơ-lăm'ni-êt)*.

Vác. To carry *(ke'ri)* on the shoulder *(shôl'đơr)* / Nó — một cái hòm : He carries a trunk on his shoulder / — **súng** : To carry a gun *(găn)* on the shoulder / Một — : A load *(lôđ)* / Một — nặng : A heavy *(he'vi)* load/ — mặt : To look *(luk)* haughty *(hot'ti)* ; To brazen it out / Chúng tôi phải gánh vác gia đình : We must take *(têk)* charge *(charj)* of the family.

Vạc. Boiler *(boi'lơr)* / — dầu sôi : A tank *(tengk)* of boiling oil || (đẽo) : To hew *(hiu)*, To thin / Hãy — miếng gỗ ấy mỏng nữa : Hew that piece of wood thinner / – một bên thôi : Hew one side only || Con — : Bittan *(bit'-tân)*.

Vách. — **tường** : Wall *(u-ol)* ; Partition *(pâr-ti'shân)*. Xây — : To build *(bilđ)* a wall.

Vạch. To draw *(đro)* a line *(lain)* / — đàng chỉ nẻo : To show *(shô)* the way *(uê)* to ; To point *(poi-nt)* out to / — ra : To set *(set)* aside *(ơ-saiđ')* ; To separate *(sep-pơ-rêt)* / Nói — ra : To unveil *(ăn-vêl')*.

Vai. Shoulder *(shôl'đơr)* / Nhún — : To shrug *(shrăg)* ; To draw *(đro)* up the shoulders.

— **rộng** : Broad *(brođ)* shoulders / Bày — : To be equal *(i'kươl)* / Khăn — : Amice *(em mis)* / Chen — : To crowd.

— **kề** — : Side *(saiđ)* by side || — tuồng : Part ; character *(ke'râc-tơr)* / Đóng — con giai : To play *(plê)* the part of a boy.

Vái. To beseech *(bi-siich')* ; To entreat *(en-triit')*.

— **trời** : To pray *(prê)* God / Cúng — : To pray by offering *(of'fơ-ring)* sacrifices *(se'-cri-fai-sưz)*.

Vài. A few *(fiu)* /—quyển sách : A few books / Một — người : A few persons / — lời : A few words / Một — lần : A few times / Tôi sẽ lại anh trong — ngày : I shall call *(col)* on you in a few days.

Vại. Vase *(vês)* / Nó đã đánh vỡ cái — : He broke the vase.

Vải. Cloth *(cloth)* ; Stuff *(stăf)*/ Tấm — Piece *(piis)* of cloth/

— **thô** : Coarse *(cors)* cloth / — mỏng : Thin cloth.

— **len** : Woollen *(ul'tân)* cloth / — tơ : Silk *(silk)* cloth.

— **hồ**: Starched *(starcht)* cloth / hoa : Printed cloth || Ông bà ông — : Ancestors *(en'sâs-tơrz)* / Cây—: Litchi *(li'chi)* / Quả — : Litchi fruit.

Vãi. Bà — : Nun *(năn)* || — ra : To scatter *(sket'tơr)*/ Ai đánh — các giấy này ra nhà ? : Who scattered these pieces of paper on the floor ?/ Đứa ở đánh — gạo : The servant scattered rice *(rais)*.

Vạm. — vỡ : Big ; Robust *(rơ-băst')* ; Sturdy *(stơ'đi)* / Nó trông — vỡ lắm : He looks very robust.

Van. Kêu — : To implore *(im-plor)* ; To lament *(là-ment')*.

— **trời** : To implore God *(gođ)*/ — khóc : To weep *(uyp)* imploringly / Tôi — ông : I beg you.

Ván. Tấm — : Board *(bord)* / — gỗ : Wooden *(u'đưn)* board.

— **rầm** : Floor *(flor)* / Lót — rầm : To floor.

— **thùng** : Stave *(stêv)* / Bác — : To put the boards across *(â-cros')* / Cỗ — (quan tài) :

Coffin *(cof'fưn)* / Đóng — : To nail *(nêl)* up the coffin || Đậu — : Bean *(biin)* || Một — bài : A game *(ghêm)*.

Vàn. Muôn — : Countless *(caont'lâs)*; Numberless *(năm'-bơr-lâs)* ; Innumerable *(in-niu'mơ-râ-bơl)* / Có muôn — ngôi sao ở trên trời : There are innumerable stars in the sky.

Vãn — **hồi** : To bring back *(bek)* ; To pull back || — **ca** : Mournful *(môn'ful)* song / — thi : Elegy *(e'lơ-ji)* || Truyện — : To talk *(lok)* ; To tell a tale *(têl)* ; To narrate *(nâr-rêt')* || (gần hết) : Nearly *(ni'ơr-li)* ended *(en'đưđ)* ; Drawing *(đrô'ing)* to an end / — truyện : Having nothing else to tell.

Vạn. Một — : Ten *(ten)* thousand *(thao'zânđ)* / Mười — : One hundred *(hăn'đrâđ)* thousand / Một trăm — : One million *(mil'li-ân)* / Tôi nợ ông ấy hơn một — bạc : I owe *(ô)* him more tham ten thousand dollars / — vật : All *(ol)* creatures *(crii'chơrz)* / — vật học : Natural *(ne'chơ-rơl)* history *(his'tơ-ri)* / — tuế : Ten thousand years.

— **sự** : All things / — sự như ý : To have all to one's wish.

— **lý trường thành** : The Great *(grêt)* Wall *(uol)*.

— **toàn** : Perfect *(pơ :'fekt)*.

Vang. Vẻ — : Glorious *(glô'ri-âs)* / Cuộc thắng trận vẻ — : A glorious victory *(vic'tơ-ri)* / — danh : Famous *(fê'mâs)* name *(nêm)* || — giậy : To resound *(ri-zaonđ')* ; To ring / Tiếng — ; Echo *(e'kô)* ; Sonority *(sơ-no'ri-ti)* || Rượu — : Wine *(uain)*.

Váng. — **sữa** : Cream *(criim)* / Đóng — : To form a thin layer *(lê'ơr)* on the surface *(sơr'fâs)* || Choáng — : To be giddy *(ghiđ'đi)* ; To have a swimming *(suym'ming)* in the head / Tôi thấy choáng — : I feel giddy.

Vàng. Gold *(gôlđ)* / — bạc : Gold and silver / Đồng tiền — : Gold coin / Mỏ — : Gold mine *(main)* / — khối : Bullion *(bul'li-ân)* / — lá : Gold leaf *(liif)* / — thoi : Gold bar *(bar)* / Mạ —: To gild *(ghilđ)* / Thiếp — : To gold plate *(plêt)* || (Mầu) : Yellow *(yel'lô)*.

— **như nghệ** : As yellow as saffron *(sef'frân)* / Hơi — : Yellowish *(yel'lô-ish)* / — vọt (xanh xao) : Pale || Vững — : Firm *(fơrm)* ; Stable *(stê'-bưl)* / Vội — : In a hurry *(hơr'ri)* ; To hurry / Ông đi đâu mà vội — thế ? : Where are you going in such a hurry ? || Chim — anh / Greenfinch *(griin'finch)*.

Vảng. Lảng — : To loiter *(loi'-tơr)* about ; To hang *(heng)* around *(ơ-raonđ')* / Anh lảng — ở đây làm gì ? : What are you hanging around here for ?

Vãng. To pass *(pas)* / — lai : To go *(gô)* and come *(căm)*.

— **qua** : To pass by *(bai)* || Dĩ — : The past / Tôi không muốn nói đến dĩ — : I don't want to speak of the past.

— **cảnh** : To visit a site *(sai't)*.

Vanh. Kể — vách : To relate *(ri-lêt')* clearly *(cli'ơr-li)* ; To narrate *(nâr-rêt')* distinctly *(đis-tingt'li)*.

Vánh. Chóng — : Snappy *(snep'pi)* ; prompt *(prompt)* / Một cách chóng — : Rapidly *(rep'piđ-li)* ; Promptly / Đi chóng — : To go promptly / Làm chóng — : To do quickly *(quyk'li)* / Làm chóng — nhé : Make it snappy.

Vành. — **tròn** : Circle *(sơr'-cơl)* / — thùng : Basket *(bas'-cât)* edge *(eđj)* / Tròn — vạnh : Perfectly *(pơr'fect-li)* round *(raonđ)*.

— **sắt** : Iron *(ai'ân)* circle / — bánh xe : Wheel *(huyl)*.

— **mũ** : Brim / — mũ này to quá : The brim of this hat is too broad || — mắt : To open one's eyes wide *(uaiđ)*.

— **mắt cho tôi xem** : Open your eyes wide and let me see.

Vảnh. — **tai** : To prick up the ears *(i-ơrz)* / Con chó — tai để nghe cho rõ : The dog pricks up its ears to hear well.

Vạnh. Vành — : Perfectly *(pơr fect-li)* round *(raonđ)* / Mặt trăng hôm nay tròn vành — : To-day, the moon is perfectly round.

Váo. Vơ — : Foolishly *(fu'lish-li)* ; Stupidly *(stiu'piđ-li)*.

Vào. To enter *(en'tơr)* ; To go in ; To come *(căm)* in.

— **nhà** : To go into the house / Tôi có thể vào được không ? :

May *(mê)* I come in ? / Ngấm — : To penetrate *(pe'nơ-trêl).*

— **số** : To register *(re'jis-tơr)* / Lồng — : To introduce *(in-trô-đius')* ; To put into / Đút — lỗ : To put into a hole *(hôl)* / Đem — : To bring in / — dòng tu : To enter into the convent *(con'vânt)* / Lẻn — : To steal *(stiil)* in / Nó lẻn — lấy đồ đạc : He steals in to take away the property.

— **trận** : To begin *(bi-ghin')* the combat *(căm' com'bet).*

— **hội** : To enter into an assoc ation *(es-sô-si-ê'shân)* / Thêm — : To add *(eđ)* / Cửa — : Entrance *(en'trâns)*

— **cửa tự do** : Free *(frii)* entrance.

Vát. — **nhọn** : To sharpen *(shar'pân)* / Trước khi sơn, ông phải — nhọn : Before painting, you must sharpen it || Tháo — : To provide *(prô-vaiđ)* oneself *(uăn-self).*

Vạt. — **áo** : Flap *(flep)* ; Lappet *(lep'pât)* / — áo này to quá : The lappet of this coat is too broad / — trước : Front *(frănt)* flap / — sau : Back *(bek)* flap || — đất : Plot *(plot)* of ground ; Area *(e'ri-ơ)* || — nhọn : To sharpen *(shar'-pân)* || [Chếch] : Oblique *(ob-bliik')* ; Slanting *(slen'ting)* ; Sloping *(slô'ping)* / Cái tường bị — : The wall is oblique / Cắt — đi : To bevel *(be'vơl)* / Giáo — : Beveled *(-vơlđ)* lance *(lens).*

Vay. To borrow *(bor'rô)* / Tôi muốn — một nghìn bạc : I want to borrow one thousand dollars / Tôi — tiền của ông ấy : I borrow money from him / Cho — : To lend / Tôi không thể cho anh — tiền được : I cannot lend you money / Cho tôi — một trăm bạc : Lend me one hundred dollars, please.

Váy. Skirt *(skơrt)* / — rộng : Full skirt / — chật : Tight skirt.

Vày. To move, to touch continuously / — nước : To play with water.

Vảy. — **cá** : Scale *(skêl)* / Đánh — cá : To scale / Nhớ đánh — con cá này : Remember to scale this fish / — đồng : Copper filings *(fai'lingz)* || — nước : To sprinkle *(spring'-cơl)* / Ông phải — nước lên những đóa hoa này : You must sprinkle water on these flowers / — tay : To wag the hands.

Vẫy. — **tay** : To wave *(uêv)* the hands / — khăn tay : To wave the handkerchief / — đuôi : To wag *(ueg)* the tail *(têl)*.

— **vùng** : To be restless, to move about.

Vặc. Sáng vằng — : Very *(ve'-ri)* bright *(brait)* / Mặt trăng sáng vằng — : A very bright moon.

Vằm. (băm) To cut *(căt)* into pieces *(pii'sưz)* / Bà ấy — con cá : She cuts the fish into pieces.

Văn. — **chương** : Literature *(lit'tơ-rơ-chơ)* / — tự : Title *(tai'tưl)* of ownership *(ô'nơr-ship)* / — mới : Modern *(mo'đơn)* literature / — cổ : Classical *(cles'si-kơl)* literature / Người — học : Highly *(hai'li)* educated *(e'điu-kê-tưđ)*.

— **tế** : Elegy *(el'lơ-ji)* / — học : Learned *(lơr'nưđ)*.

— **thân** : Scholar *(sco'lơr)* / Công — : Circular *(sơ'kiu-lơr)*.

— **miếu** : Temple *(tem'pơl)* of literature / — khế : Receipt *(ri-siit')* / —thơ : Poetry *(pô'-ât-tri)* / Thiên — : Astronomy *(âs-tron'nơ-mi)* / Nhà thiên — học : Astronomer *(— mơr)*.

— **sớ** : Report *(ri-port')* to the emperor *(em'pơ-rơr)*.

— **võ** : Civil *(si'vưl)* and military *(mi'li-tơ-ri)* || [Chữ đệm giữa họ và tên] : Term inserted *(in-sơr'tưđ)* between surname *(sơr'nêm)* and proper name (Nguyên — Phi) || Phong — (tiếng đồn) : Public *(păb'-blik)* rumour *(ru'mơr)*.

— **kỳ thanh** : To hear *(hiar)* of.

— **minh** : Civilization ; to civilize.

— **phạm** : Grammar / Lỗi — phạm : Grammatical mistake.

— **phòng** : Study ; office.

— **sĩ** : Man of letters, writer.

— **hóa** : Culture.

Vắn. Short *(short)* / — tắt : Briefly *(briif'li)*, In brief, In short / Nói — tắt việc đó : Say *(sê)* that briefly / — quá : Too short / Áo — quá : The vest is too short / — tắt, ông ấy là một người rất kinh nghiệm : In short, he is a very experienced man.

Vằn. Striped *(straipt)* / Hổ — : Striped tiger *(tai'gơr)* / Mèo — : Striped cat / Ngựa — : Zebra *(zi'brơ).*

Vặn. To twist *(tuyst)* / — dây : To twist a cord / — cổ : To twist the neck / — mình — mẩy : To writhe *(raiTH)* / Nó cứ — mình — mẩy mãi : He keeps *(kiips)* on writhing / — họng người ta mà lấy của : To seize *(siiz)* one's throat *(uainđ)* to extort *(eks-tort')* one's property / — đồng hồ : To wind up a watch / Tôi quên — đồng hồ : I forget to wind up the clock / Căn — : To tell *(tel)* over and over / Hỏi — : To question *(ques' chân)* scrupulously *(scru'piu-lâs-li)* ; To ask carefully *(ke' ful-li)* || — ốc : To drive *(đraiv)* in a screw / Cái — ốc : Screw-driver *(— vơr)* || Ốc — : Shell *(shel).*

Văng. (ném) : To throw *(thrô),* To fling *(fling),* To fly *(flai)* / Những tia lửa — ra tứ tung : The sparks fly up all round / Gạch, ngói bị — ra tận ngoài đường : Bricks and tiles are flung *(flăng)* out to the road || (ruồng bỏ) To abandon *(ơ-ben'đân),* To discard *(đis-card')* / Bỏ — đi : To abandon completely *(com-pliil'li)* / Anh nên bỏ — việc ấy đi : You had better abandon it completely.

— xuống : To drop *(đrop)* / — mất : To lose *(luz).*

— vẳng : To hear *(hiar)* indistinctly *(in-đis-tingt'li)* / Tôi nghe thấy tiếng chuông — vẳng đằng xa : I hear the bell indistinctly in the distance || — vãi : To spread a piece of stuff *(stăf)* || — tục : To say *(sê)* bad words *(uơrđz)* Đừng — tục : Don't say bad words.

Vắng. To be absent *(eb'sânt),* To be missing *(mis'sing)* / Ông ấy — mặt : He is absent, He is missing / Lúc — : At the time *(taim)* when there's nobody / — nhà : To be absent from home *(hôm),* To be out *(aot)* / Ông ấy — nhà : He is absent from home ; He is out / Giúp tôi trong khi tôi đi — : Help me during my absence / — tin : To have no news *(niuz)* about / Độ này tôi — tin ông ấy : I have had no news about him lately || Nơi — vẻ : Solitary place.

— tanh : Very solitary, Very desert / Thanh — : Solitude *(so'li-tiud)*, Silence *(sai'-lâns)* / Nhà — : Desolate house / Rừng — : Lonesome *(lôn' sâm)* wood *(wud)*.

Vằng. To strike *(straik)* with the horn *(horn)* / — nhau : To get into serious *(si'ri-âs)* disputes *(dis-piuts')* / Vùng —: With an angry *(eng'gri)* look *(luk)* / Nói vùng — : To speak *(spiik)* angrily / Tại sao anh nói vùng — như thế ? : Why do you speak so angrily ?

Vẳng. Nghe văng — : To hear *(hi-ơr)* in the distance *(dis' tâns)* / Kêu văng — : To hear somebody cry *(crai)* in the distance.

Vắt. To squeeze *(squi-z)* / — quần áo : To squeeze the clothes.

— nước (hoa quả) : To squeeze out the juice *(jus)* / (Chắt nước) : To drain *(drên)* / — sữa : To milk *(milk)* || (Quàng) : To put over *(ô'vơr)*, To throw *(thrô)* over / Nó — cái khăn trên vai : He puts the towel over his shoulder / Tại sao ông — cái khăn quàng cổ lên cái tượng này ? : Why do you put the scarf over this statue ? / Nằm — ngang qua : To lie *(lai)* across *(ơ-cros')* || Trong —: Very limpid *(lim'-pid)* / Dài — vẻo : Very long || Con — : Small *(smol)* leech *(liich)* of the forest / Bị — cắn : To be stung *(stăng)* by the leech.

Vặt. Trifling *(trai'fling)*. Insignificant *(in-sig-ni'fi-cânt)* / Đó là một việc —: It's only a trifle / Tôi không để ý đến những việc — như thế : I am not interested in such trifling matters / Nhổ — : To keep *(kiip)* spitting / Trộm — : To commit *(com-mit')* small thefts *(thefts)* / Đồ — : Kit / Thù —: To revenge *(ri-venj')* for nothing / Trẻ để sai — : Errand-boy *(er'rând-boi)* || To pluck *(plăck)* ; To gather *(ghe'THơr)* / — rau : To gather vegetables

— lông : To pluck off the feather *(fe'THơr)* / — râu : To depilate *(dep'pi-lêt)*.

Vân. [Mây] : Cloud *(claod)* || Gỗ — : Veined wood / Đá — : Veined marble / Lụa — : Watered *(uo'tơrd)* silk || Phân — : Confused *(con-fiuzd')* ; Undecided *(ăn-đi-sai'đưđ)* / Tôi đang phân — : I am confused / — — : And so *(sô)* on / Sách, vở, giấy, bút — — : Book, copy-books, paper, pens and so on.

Vấn. (hỏi) To ask *(ask)* ; To question *(ques'chân)* ; To examine / — đáp : To ask and answer *(an'sơr)* ; Dialogue *(đai'ơ-log)*.

— **tội** : To condemn *(con-đem')* a culprit *(căl'prit)*.

— **an** : To salute *(sơ-lut')* ; To inquire *(in-quai'ơr)* after *(af' tơr)* the health *(helth)* of / Học — : Knowledge *(no'lej)* || [cuộn] To roll *(rôl)* up / — tay áo lên ! : Roll up the sleeves.

— **màn lên** : Roll up the curtain || — vương : Entwined *(en-toainđ')* ; seized *(siizđ)*/ — vít : To be busy *(bi'zi)* with.

— **khăn** : To put on the turban *(tơr'bân)*.

— **đề** : Problem *(prob'blâm)* ; Question *(ques'chân)* / Đây là một — đề quan trọng : This is an important question/ Việc đó không thành — đề : That is out of the question.

Vần. To turn *(tơrn)* / — cối xay : To turn the mill / Đứa bé — con mèo : The boy plays *(plêz)* with the cat / Xoay — : To change *(chênj)* || [chữ] Syllable *(sil'lâ-bơl)* / [âm] Harmony *(har'mơ-ni)* ; Rhyme *(raim)* / Chữ này có bốn — : This word has four syllables / Chữ nhiều — : Polysyllabic *(pol - li - si - leb' bic)* word / Chữ một — : Monosyllabic *(mon-nơ-si-leb'bic)* word / Những tiếng đó rất — : Those words are well rhymed / Đánh — : To spell / Ông làm ơn đánh — chữ đó : Please spell that word / Ông đánh — sai : You are misspelling / Tiếng hòa —: Harmonious *(hur-mô'ni-âs)* voice *(vois)* / Đọc ăn — : To eat *(iit)* away the syllables while reading.

Vẩn. — **đục** : Turbid *(tơr' biđ)* / Nước máy hôm nay — đục : The tap *(tep)* water is turbid to-day / Trời — mây : The sky is cloudy *(clao'đi)* || — vơ : To be troubled *(tră'bơlđ)* ; To be worried *(uơr'riđ)* / Nói — vơ: To speak *(spiik)* nonsense *(non'sâns)* || Anh — vơ ở đấy làm gì ?: What do you roam there for ? / Nó thường — vơ ở đây: He often hangs around here.

Vẫn.—Always*(ol'uâz)*,still / Ông ấy — ở đây: He is always here / Nó — làm ở công ty đó: He always works in that company || Tự —: To commit *(com-mit')* suicide *(sui' said)* / Gã thanh niên đó muốn tự —: That young man wants to commit suicide.

Vận. — **động** : To move *(muv)*; To act *(ect)* / Anh phải — động nhiều : You must act much || Thiên —: Lot *(lot)*; Destiny *(des'ti-ni)* ; Fate *(fêt)* / — rủi : Luck *(lăk)* / — tốt : Good luck / — xấu : Bad luck / Gặp —: To meet *(miit)* one's luck / Ông gặp—: You meet your luck.

— **suy** : Misfortune *(mis-for' chun)* / Thất — : Unfortunate *(ăn-fơr'chu-nât)* ; Unhappy *(ăn-hep'pi)* / Hãy thương nó vì nó là một kẻ thất — : Have pity on him for he is unfortunate / Lỡ — : To become *(bi-căm')* unhappy / — nghèo : Misery *(mi'zơ-ri)* ; Poverty *(pov'vơr-ti)*.

— **quần áo** : To wear *(uer)* clothes. To dress *(dres)* / Nó — quần áo chỉnh tề : He is well dressed *(drest)*.

— **tải** : To transport *(trens-port')* / Tiền — tải : Cost *(cost)* of transport / Tầu — tải : Transport ship / Phi-cơ — tải : Transport airplane *(er'plên)* / Xe lửa — tải : Transport foodstuffs.

Vâng. (lời thưa) Yes *(yes)* / — lời : To obey *(ơ-bê')* / — lệnh : To obey an order / Anh phải — lời ông ấy : You must obey him / Sự — lời : Obedience *(ô-bi'di-âns)* / — chịu : To submit *(săb-mit')* oneself *(uăn'self)* to / — ý : To comply *(com-plai')* with the intention *(in-ten'shân)* / Không — lời : To disobeys *(dis-ô-bê')* / Nó không — lời cha mẹ nó : He disobeys his parents / Hay — lời : Obedient *(ô-bi'di-ânt)* / Đứa bé hay — lời : Obedient boy / Thưa ông —: Yes, Sir *(sơr)* / Thưa bà —: Yes, Madam *(me' dâm)*.

Vầng. Circle *(sơr'cơl)* ; Orb *(orb)*/— hồng: The sun *(săn)*/

— ô : The moon *(mun)* / Một — : An armful *(arm'ful)*.

Vấp. To knock *(nok)* against *(ơ-ghêns't)* ; To run *(răn)* against / Cẩn thận kẻo — phải cái cột kia : Be careful not to knock against that post / Hai cái xe — vào nhau : The two cars ran against each other / Đọc — : To blunder *(blăn ' đơr)* through while reading / Ông lão — phải một tảng đá : The old man kicked against a block of stone || Nói — : To blunder while speaking.

Vập. To hit / Cái cành cây — vào mặt tôi : The branch hits my face / Ngã — mặt xuống đất : To fall *(fol)* with the face against the ground / — trán vào cột : To run one's forehead *(fo' rưđ)* against the post.

— **xuống** : To bend *(benđ)* ; To stoop *(stup)*.

Vất. To throw *(thrô)* / — nó đi : Throw it away *(ơ-uê')*/ Nó — mũ tôi ra ngoài cửa sổ : He threw my hat out of the window || (Chữ thêm vào cho mạnh nghĩa) Đuổi — nó đi : Drive *(đraiv)* him out immediately / Làm — đi : Do it straight *(strêt)* away! ||

— **vơ** — **vưởng** : Hanging *(heng'ghing)* in the air / Đi — vơ : To wander *(uon'đơr)*/ Kẻ — vơ : Good-for-nothing *(nă'thing)* ; Rogue *(rôg)* ||

— vả : To be grieved *(griivđ)*; To be in trouble *(tră'bưl)* / Cả đời những — vả mà thôi : All my life is only a succession of pains *(pênz)* and misery *(mi'zơ-ri)* / Tôi không nề hà — vả : I don't mind pains and misery.

Vật. Thing ; Object *(ob'ject)* / Súc — : Animal *(en'ni-mơl)* / Tạo — : Creature *(cri'chơr)*/ Bảo — : Precious *(pre'shi-âs)* object / Mọi — : Everything *(e'vơ-ri-thing)*.

— **liệu** : Material *(mơ-ti'ri-ơl)*/ — liệu xây nhà : Building *(bil'đing)* materials / Bất động — : Inanimate *(in-en'ni-mât)* objects / — lý học : Physics *(fi'ziks)*.

— **nài** : To insist *(in-sist')* / Nó — nài đòi xem vở tôi : He insists on seeing my copy-book || Đánh — : To wrestle *(res'sưl)* / Người đánh — : Wrestler *(res'slơr)*.

— đi — lại : Stirred *(storđ)* by the wind / — vã : To writhe *(raiTH)* / Nó — vã suốt đêm trên sàn gác : He writhes all night long on the floor || To beat hard / Anh phải — con chim cho chết đi : You must beat the bird dead.

Vẩu. [Xch. Vổ] Prominent teeth.

Vây. To surround *(sơr-raonđ')* To besiege *(bi-siij')*, To encircle *(en-sơr'cơl)* / — tứ bề : To surround on all sides *(saiđz)* / Vòng — : Siege *(siij)*, Blockade *(blok kêđ)* / Nhà nó bị cảnh sát — : His house is surrounded by policemen/ Ngồi — lại : To sit all round || — cá : Fin *(fin)* / — cánh : Protection *(prơ - tec' shân)*, protectors *(prơ - tec' tơrz)* / Người ấy có — cánh : He has protectors || (làm bộ) : To boast *(bôst)*, To brag *(breg)*; To be proud *(praođ)* / Đừng — : Don't boast / Tôi không ưa nó vì nó — quá : I don't like him because he is too proud.

Vấy. To stain *(stên)*, To dirty *(đơr'ti)* / — máu : Stained with blood *(blăđ)* / Bàn tay ông ấy — máu : His hand is stained with blood / Thân thể — máu : All covered *(că'vơrđ)* with blood / — bẩn : Soiled *(soilđ)*, Dirty, Greasy *(grii'zi)*.

Vầy. Vui — : To rejoice *(ri-jois')* in common *(com'mân)* — đoàn : In company *(căm'pơ-ni)* / Xum — : To gather *(ghe'THơr)* / Cả nhà xum — chung quanh cái bàn : All the family gathers around a table || — nước : To paddle *(peđ'đơl)* in the water / Đừng cho nó — nước : Don't let him paddle in the water.

Vẩy. — nước : To sprinkle *(spring'cơl)* water on / Muốn giữ hoa khỏi héo, ông phải — nước luôn : To keep the flowers from fading, you must often sprinkle water on them.

— cá : Fish-scale *(skêl)*.

Vẫy. — vùng : To struggle *(străg'gơl)* ; To make *(mêk)* violent *(vai'ơ-lânt)* movements *(muv'mânts)* / Con cá — vùng trong chậu : The fish makes violent movements in the basin / Vùng — : To get angry *(eng'gri)* ; Angrily || — lại : To beckon *(bec'cân)* to / Nó — tôi lại : He beckons me to come.

Vậy. Then *(THen)* ; Like *(laik)* that ; That way *(uê)* ; So *(sô)* / Làm như — : Do like that / Làm như — là điên : It is foolish to do so / — thì bao giờ anh đi ? : When do you go, then ? / — nên nó phải ở lại : That's why he must remain *(ri-mên')* / Để — : Leave *(liiv)* it so / Ông cứ để — : Just leave it so ! / Nếu — thì : If it is so / Có phải — không ? : Is it so ? / — mà : However *(hao-e'vơr)*; Yet / — mà bà ấy không biết : Yet, she does not know it / Bởi — : That's why ; Therefore *(THer'for)* / Không phải — mà : Not that way / Dù — : In spite *(spait)* of that / Có phải — đâu : No, it is not so.

Ve. — **sầu** : Cicada *(si-kê'đơ)*/ — sầu kêu : The cicada stridulates *(stri'diu-lêts)* / Tiếng — kêu : Stridulation / Muỗi kêu — — : The mosquitoes *(mos-ki'lôz)* buzz *(băz)* || Con — (bọ, rận trên thân súc vật) : Louse *(lao-s)*.

— **gái** : To flirt *(flơrt)* a girl ; To woo *(u)* ; To court *(cort)*/ Lời ong — : Tender *(len'-đơr)* words / — vuốt : To caress *(câ-res')* ; To cherish *(che'rish)* / Bà ấy — vuốt và hôn đứa bé : She caresses and kisses the child / — vẩy : To agitate *(e'ji-têt)* ; To move *(muv)* briskly / Con chó — vẩy đuôi : The dog wags its tail || (chai) : Small bottle *(bot'tơl)* / — dầu : Bottle of oil.

Vé. Ticket *(tic'kât)* / — vào cửa : Admission *(âđ - mis' shân)* ticket / — mời : Invitation *(in-vi-tê'shân)* ticket / — không mất tiền : Free *(frii)* ticket / — một lượt : Single *(sing'gơl)* ticket / — khứ hồi : Return *(ri-tơrn)* ticket / — cu-sét (cả chỗ nằm): Berth *(bơrth)* ticket/ — tháng : Monthly *(mănth'li)* ticket / Chỗ bán — : Booking *(buk' king)* — office *(of'fis)* ; Ticket-office / — hạng nhất : First-class *(fơrst-clas)* ticket — hạng nhì : Second-class *(se'cânđ-clas)* ticket / Bấm —: To punch *(pănch)* the ticket.

Vè. Poem *(pô'em)* ; Satirical *(se-li'ri-cơl)* song *(soong)* / Đặt — : To make *(mêk)* a poem, a satirical song / Đọc — : To recite *(ri-sail)* a satirical poem.

Vẻ. Có —: To seem *(siim)*; To look *(luk)* / Anh có — khoẻ mạnh lắm : You look very healthy / Giời có vẻ sắp mưa : It seems to be going to rain / Trông anh có — bảnh lắm : You look very elegant / — vang : Triumph *(trai'âmf)* / Một cách — vang : Triumphantly / Ông ấy đã thắng một cách — vang : He won *(uăn)* triumphantly / — quý phái : Noble *(nô'bơl)* airs *(erz)*.

— đẹp : Beauty *(biu'ti)* / Vui — : Glad *(gled)* ; Merry *(mer'ri)* ; Joyful *(joi'ful)* / Đủ mọi — : Perfect *(pơr' fect)* / Họ nói chuyện vui — : They talk *(tok)* merrily.

Vẽ. (bút) : To draw *(đro)* ; (sơn) : To paint *(pênt)* / Ai — cái ảnh này ? : Who painted this picture ? / Tại sao anh — cái này trên vở tôi ? : Why did you draw this on my copy-book / — kiểu : To sketch *(sket-ch)* out the model *(mo'đơl)* Làm ơn — kiểu cái bàn này : Please sketch out the model of this desk / — phác : To sketch roughly *(răf'li)* / Thợ — : Painter *(-tơr)* / Thuốc — : Colour *(că' lơr)* / Bút — : Brush *(brăsh)*/

— kiểu nhà : To draw the plan *(plen)* of the house / Nghề —: Painting / — thủy mạc : To paint without colours.

— ảnh : To draw a portrait *(por'trêt)*/ Bức — quý : Precious *(pre'shi-âs)* painting || (cắt nhỏ ra) — cá : To cut the fish into small pieces / Ông quên — cá để cho họ ăn dễ dàng hơn : You forget to cut the fish into small pieces to enable *(en-ê'bơl)* them to eat more easily.

— vời : To complicate the matter.

Vẹm. Cái — : Shell *(shel)* || Mui — : Sort *(sort)* of roof *(ruf)* for the bark.

Ven. (Gần) Near *(ni-ơr)* / — tai : Near the ear *(i-ơr)*.

— cõi : Near the frontier *(frăn'ti-ơr)* / — mây : Near

the clouds *(claodz)* / — bờ sông : Along *(ơ-loong')* the bank *(bengk)* of the river.

Vén. To raise *(rêz)* ; To lift up / — áo lên : To raise up the coat / — tay áo : To fold *(fôld)* up the sleeves of the coat / — màn lên : To lift up the curtain *(cơr'tưn)* || Thu — : To arrange *(ơ-rênj')* ; To put into order *(or'đơr)* / Cô ấy đã thu — mọi việc kkéo léo : She has arranged everything cleverly *(cle'vơr-li)*.

Vẻn. — vẹn (vừa đúng) : Exactly *(ek-zect'li)* ; Just *(jăst)* / Có — vẹn 40 người : There are exactly forty persons.

Vẹn. Intact *(in'tect)* ; Entire *(en-tai'ơ)* / Trọn — : Fully *(ful'li)* ; Completely *(com-plit'li)*; Perfectly *(pơr'fect-li)* Tôi đã làm trọn — : I have done perfecty / Giữ — : To keep *(kiip)* intact / Nguyên — : Intact ; Perfect *(pơr' fect)* / Vẻn — : Exactly.

Veo. Đói — : To be very *(ve' ri)* hungry *(hăng'gri)* / Trong — : Very limpid *(lim'piđ)* ; Very clear *(cli'ơr)* / Nước trong — : The water is very clear / Tôi vừa ăn xong mà tôi đã đói — : I have just eaten and now I am already very hungry / Cheo — : Inaccessible *(in-ơ-ses'si-bơl)* / Quả núi kia cheo — : That mountain is inaccessible.

Véo. To pinch *(pinch)* / Chúng nó — nhau và khóc inh ỏi : They pinch each other and cry noisily || — von : High-pitched *(hai-pitcht)* / Giọng nó — von : His voice is high-pitched.

Vèo. Đi — — : To run *(răn)* swiftly *(suyft-li)* / Đạn bay — — : The bullets fly swiftly / Kêu — — : To whiz *(huyz)* / Đạn kêu — — trên đầu ta : The bullets are whizzing over our heads.

Vẹo. Winding *(vain'đing)* ; Crooked *(cruk'kuđ)* ; Tortuous *(tor'tiu-âs)* / Đường — : Winding road / — cổ : Wry *(rai)* neck / Nói — vọ : To speak *(spiik)* evasively *(i-vê'ziv-li)*.

Vét. To drain *(drên)* ; To exhaust *(ek-zost')* ; To cleanse *(clenz)*.

— **sạch** : To clean *(cliin)* out / — giếng : To dredge *(đrej)* a well *(uel)* / — nước : To drain water || (nhặt) To pick up ; To gather *(ghe'THơr)* / Làm ơn — những hạt gạo trên mặt đất : Please gather up all the grains on the ground.

Vẹt. Con — : Parrot *(per'rât)* || (thiếu) Imperfect *(im-pơr' fect)* ; Imcomplete *(in-câm-plit')*.

Vê. — **tròn** : To roll *(rôl)* in the fingers *(fing'gơrz)* / Anh phải — tròn thành viên : You must roll it into pills *(pilz)* / — thuốc lá : To roll a cigarette / Tôi không biết — thuốc lá : I don't know how to roll a cigarette.

Vế. Thigh *(THai)* ; Leg *(leg)* / Nó để cả đùi — ra : He leaves *(liivz)* his thighs uncovered *(ăn-căv'vơrđ)* / Ngang vai ngang — : To be equal *(i'-kuơl)*.

Về. To return *(ri-tơrn')* ; To go back *(bek)* / Tuần sau tôi sẽ — : I shall return next week / Tôi không biết bao giờ ông ấy — : I do not know when he will return / Tôi muốn — nhà : I want to go home *(hôm)* / Đưa — nhà : To accompany *(âc-căm'pơ-ni)* home / Tôi phải đưa ông ấy — nhà : I have to accompany him home / Bắt đem — : To arrest *(ơ - rest')* and bring back / Điệu — : To bring back escorted / Cảnh binh đưa nó — quận : The policemen bring him back to the police station / — sau : Later *(lê'tơr)* ; After *(af'tơr)* that.

— **sau ông đi đâu** ? : After that where did you go ? / Từ rầy — sau : From now *(nao)* on / Từ rầy — sau, tôi sẽ không bao giờ đến đấy nữa : From now on I will never come there again / Đi đâu — ? Where do you come *(căm)* from ? || Thuộc — : To belong *(biloong)* to / — ai ? : To whom does it belong ? / Ruộng này — ai ? : To whom do these fields belong ? || About *(ơ-baot)* ; Concerning *(con-sơr'-ning)* ; On / Nói — : To speak about / Nói — sự buôn bán : To speak about trading *(trê' đing)* / Bàn — : To discuss *(đis-căs')* about / Tôi biết mọi điều — anh : I know everything concerning you / Còn — phần tôi : As for me *(mi)* /

Còn — phần ông, tôi không có ý kiến gì : As for you, I have no idea *(ai-đi'ơ)*.

Vệ. — sinh : Hygiene *(hai'jiin)* / Hợp — sinh : Hygienic *(hai-ji-en'nik, — ji'nik)* / Cách này rất hợp — sinh : This way is very hygienic || [Giữ] : To guard *(gard)* ; To protect *(prơ-tect')* ; To escort *(es-cort')* / Hộ — : Royal guard / Lính hộ — : Troop *(trups)* of the Royal *(roi'ơl)* guard / — sĩ : Body-guard *(bo'đi-gard)*/

— thân : To defend *(đi-fend')* oneself / Sự tự — : Self-defence *(self đi-fens')* || [Gần] : Near *(ni-ơr)*.

— ao : Near the pond ; By the pond side *(said)*.

— đường : On the roadside *(rôd-said)* / Tôi thấy hoa nở ở — đường : I see flowers on the roadside.

Vện. Variegated *(ver'ri-gê-tưd)*; Patched *(petcht)* ; Spotted *(spot'tưd)* ; Striped *(straipt)* / Chó — : Spotted dog ; Striped dog.

Vênh. Twisted *(tuys'tưd)* ; Crooked *(cruk'kưd)* ; Cocked *(cokt)* / Làm — đi : To bend / Bánh xe — : The wheel *(huyl)* is warped *(ụ-orpt)* / Tấm ván này — : This board is warped / Mũ nó — một bên : His hat is cocked on one side || — váo : To boast *(bôst)* ; To be proud *(praod)* / Tôi ghét nó vì nó — váo quá : I hate *(hêt)* him because he is too proud / Anh — váo vừa chứ ! : Dont' boast so much / — mặt lên : To look *(luk)* haughty *(hot'ti)*.

Vềnh. — tai : To prick up the ears / Con chó — tai để nghe : The dog pricks up its ears to listen *(lis'sưn)* / — râu : To raise *(rêz)* up one's chin haughtily *(hot'ti-li)* ; To lift up one's chin proudly *(praod'li)*.

Vết. Blot *(blot)* ; Spot *(spot)* / — mực : Ink-spot / — bẩn : Stain *(stên)* / — thương : Wound *(wund)* / — tích : Trace *(três)* ; Sign *(sain)* / — chân : Foot-print / — ngón tay ; (điềm chỉ) : Finger-print / Có — : Spotted *(spot'tưd)* / Nó bị bắt vì người ta tìm thấy — tay của nó ở trên cán dao : He is arrested *(ơ-res'tưd)* because his finger-prints are found on the knife-handle.

Vệt. Spot *(spot)* ; Stain *(stên)* ; Scratch *(scretch)* / Cái tủ này đẹp nhưng bị nhiều — : This cupboard is beautiful but has too many scratches

Vêu. (Gầy) : Thin *(thin)* ; Lean *(liin)* / Fleshless *(flesh'lâs)* / Mặt anh — ra : Your face is thin.

Vếu. Xưng — : To swell *(suel)* / Má nó xưng — lên : His cheek is swollen *(suô'lân).*

Vi. Chu — : (hình vuông) : Perimeter *(pơ-rim'mi-tơr)* / Chu — (hình chữ nhật) : Primeter of a rectangle *(rec-teng'gơl)* / Chu — (hình tròn) : Circumference *(sơr-căm'fơ-râns)* / Chu — một cái bàn : Circumference of a table || Kính hiển — : Microscope *(mai'crơ-scôp)* || Ẩn — : Mysterious *(mis-ti'ri-âs)* || (Phạm) — To violate *(vai'ơ-lêt)* ; To break *(brêk)* ; To oppose *(ơ-pôz').*

— **pháp** : To infringe *(in-frinj')* the law *(lo).*

— **lệnh** : To disobey *(đis-ô-bê')* the order.

— **cảnh** : To fine *(fai'n).*

— **thành** : Pledge of amity or friendship

— **trùng** : Microbe.

Ví. To compare *(com-per')* / Anh không thể — cái này với cái kia được : You cannot compare this with that.

— **bằng** : To equal *(i'kuơl)* / Không có thể — được : Beyond *(bi-yonđ')* compare ; Unequalled *(ăn-i'kuơlđ)* ; Incomparable *(in-com'pâ-râ-bơl)* / Một công cuộc không thể — được : An incomparable work / — dụ : For example *(ek-zem'pơl)* ; For instance *(ins'tâns)* / Lời — : Comparison *(com-pe'ri-zân)* || (Nếu) — bằng : If *(if)* / — bằng anh hiểu : If you understand.

— **dầu anh ốm** : In case *(kês)* you are ill || Cái — : Purse *(pơrs)* / Tôi để quên cái — ở nhà : I forgot my purse at home / — cầm tay : Hand-bag.

— **thử** (Xch. Ví bằng).

Vì. Because *(bi-coz')* ; Because of ; On account *(ơ-caont')* of ; For / Bởi — tôi không quen ông ấy : Because I don't know him / Nó phải ở lại — trời mưa : He must stay because of the rain / Ông tha lỗi cho

— đã làm phiền ông : Excuse *(eks - kiuz')* me for having troubled *(tră'bơld)* you.

— **chúa** : For God's *(godz)* sake *(sêk)* / — vậy : Therefore *(THer'for)* ; That's why *(huai)* / — sao ? : Why ; For what reason *(ri'zân)* / — tôi : On account of me.

— **ai** : For whom *(hum)* ; For whose *(huz)* sake || Trị — : To reign *(rên)* / Ngài trị — được 12 năm : He reigned for twelve years || — sao : Star *(star)* ; Constellation *(cons-tơ - lê'shân)* / Các — sao lấp lánh trên bầu trời : The stars twinkle in the sky.

Vỉ. Mat *(met)* / — thúng - Basket *(bas'kât)* mat.

— **ruồi** : Fly-flap *(flai-flep)*.

Vĩ. (đuôi) Tail *(têl)* || — đại : Great *(grêt)* ; Enormous *(i-nor'mâs)* / Công cuộc — đại : Great work.

— **tuyến** : Parallel *(pe'rơ-lel)*.

Vị. For ; For the sake *(sêk)* of / — tình : For friendship *(frend' ship)* / — của : For money / — kỷ : For oneself *(uăn'self)* || Personality *(pơr-sơ-ne'li-ti)* || Throne *(thrôn)* ; Dignity *(đig'ni-ti)* ; Situation *(si-tiu-ê'shân)* / Liệt — : Gentlemen / Mười hai — tông đồ : The twelve apostles *(â-pos'sưlz)* / Địa — chắc chắn : Stable *(stê'bơt)* situation / Nhượng — : To resign *(ri-zain')* / Thoái — : To abdicate *(eb'đi-kêt)* / Ông Vua ấy đã thoái — năm ngoái : That king abdicated last year / Sự thoái — : Abdication *(eb-đi-kê'shân)* / Bài — : Tablet *(teb'blât)* of deceased *(đi-siizđ)* ancestors *(en'sâs - tơrz)* / Chính — : Lawful *(lo'ful)* ; Legal *(li'-gơl)* / Long — : The royal roi'ơl) throne || Tì — : Stomach *(stăm'mâk)* || Mỹ — : Dilicious *(đi-li'shị-âs)* dishes / (mùi) : Smell *(smel)* ; Odour *(ô'đơr)* / Vô — : Insipid *(in-sip'piđ)* ; Tasteless *(têst'lâs)* / Hảo — : Excellent *(ek'sơ-lânt)* / Ý — : Tasteful and sweet - smelling *(suyl-smel'-ling)* / Gia — : To season *(sii'zân)* / Đồ gia — : Spices *(spai'sưz)* / — ăn : Dish / (thứ) Sort ; Kind / — thuốc : Medicine *(me'đi-sin)*.

— **tất** : Doubtfull *(đaot'ful)* / — tất nó sẽ đến : It is doubtful whether he will come or not || Tự — : Dictionary *(đik'shơ-nơ-ri)* || — tinh tú : Planet ; Star.

— **lai** : Future.

— **trí** : Place ; spot ; ground, position.

Vía. Bóng — : Spirit *(spi'rit)* / Lành — : To bring happiness *(hep'pi-nâs)* / Độc — : To bring misfortune *(mis-for'-chun)* / Ngày — : Birthday *(bơrth'đê)* of / Hú — : Frightened *(frai'tânđ)* ; Scared *(skerđ)* / Tôi hú — : I am awfully *(o'ful-li)* scared.

Vỉa. — **hè** : Foot-pavement *(fut-pêv'mânt)* / Tôi thấy ví của anh ở trên — hè : I saw your purse on the foot-pavement.

Việc. (chuyện) Matter *(met'tơr)* ; [làm] Works *(uơk)* ; (nghề nghiệp) Profession *(prô-fes-shân)* / — gì thế ? : What is the matter ? / Anh có — gì đấy ? : What is the matter with you there ? / Tôi không — gì cả : Nothing is the matter with me / Đây là một — hệ trọng : This is a serious *(si'ri-âs)* matter / Không — gì : It does not matter / Bao giờ ông xong — này : When will you finish *(fin'nish)* this work ? / Tôi không làm được — này : I can't do this work / Nhiều người không có — làm : There are many people out of work / Tôi có nhiều — phải làm : I have much work to do / Ông làm — gì ? : What is your profession ? / Tôi mới mất — : I have just *(jăst)* lost my job *(job)*.

— **gấp** : Urgent *(ơr'jânt)* affair *(ơ-fer')* / — riêng : Private *(prai'vât)* affair / — đáng khen : Praiseworthy *(prêz' uơr-thi)* action *(ek'shân)* / — từ thiện : Work of charity *(che'ri-ti)* / — nhỏ mọn : Trifle *(trai'fơl)* / Có — (bận) : Busy *(bi'zi)* / Tôi có — : I am busy / — buôn bán : Trading *(trê'đing)* business *(biz'nâs)* /— lợi : Good business / — hại : Bad business / Biết — : To be conversant *(con-vơr'sânt)* with the work / Ông ấy quen — lắm : He is thoroughly *(thă'rơ-li)* conversant with his work /

Làm — : To work / Làm nên — : To succeed *(sâc-siiđ)* / Nó đã gắng nhiều nhưng không làm nên — : He has tried much but he does not succeed || Cứ — : To go *(gô)* on / Cứ — nói : Go on speaking / Cứ — hát : Go on singing.

Viêm. — **nhiệt** (nóng) : Hot *(hot)* / Mùa — nhiệt : Hot season / Đừng ăn rau sống về mùa — nhiệt : Do not eat raw vegetables *(ve'jơ-tơ-bơlz)* during the hot season *(si'zân)*.

Viên. (tròn) : Round *(rao-nđ)*; Circular *(sơr'kiu-lơr)* / — cầu : Sphere *(sfi'ơr)* ; Globe *(glôb)* / — thuốc : Pill / Vo — : To roll *(rôl)* into balls / — đạn : Bullet *(bul'lât)* / — đá : Stone *(stôn)* / — gạch : Brick / Đoàn — cùng nhau : To unite *(yu-nait')* / Cả gia đình đoàn — trong một nhà : All the family unites under the same roof.

— **chức** : Notables *(nô'tâ-bơlz)* / Sinh — : Student *(stiu'đânt)* / Hội — : Member *(mem'bơr)* / Phái — : Deputy *(đep'piu-ti)* / Đặc phái — : Special *(spe'shiơl)* envoy *(en'voi)* || (vườn) : Garden *(gar'đân)* / Điền — : Fields *(fiilđz)* and gardens / Tá — : Garden tenant *(te'nânt)*.

Viền. Hem / — áo này hơi to : The hem of this coat is rather broad / Ông quên — áo tôi : You forget to hem my coat / Vải — : Hemming cloth *(cloth)*.

Viển. — **vông** : Vague *(vêg)* ; Groundless *(graonđ'lâs)*.

Viễn. (Xa) Far *(far)* ; Distant *(đis'tânt)* / — đông : Far-East *(iist)* / — phương : Distant place *(plês)* ; Distant country *(căn'tri)* / — hành : To travel *(tre'vơl)*.

— **thị** : Far-sighted *(far-sai'tưđ)* / Cha tôi — thị nên không nhìn gần được : My father is far-sighted, consequently *(con'si-quânt-li)* he cannot see anything near / Tật — thị : Far-sightedness *(- nâs)*.

— **khách** : Stranger, foreigner.

— **kính** : Telescope.

Viện. House *(haos)* ; Residence *(re'zi-đâns)* ; Establishment *(es-teb'blish mânt)* / Thư — :

Library *(lai'brơ-ri)* / Y — : Hospital *(hos'pi-tol)* / Hàn lâm — : Academy *(ơ-keđ'đi-mi)* Tòa sát — : Tribunal *(tri'biu-nol)* of the judge *(jăj)* / Tu — : Abbey *(eb'bi)*; Monastery *(moh'nâs-to-ri)*. / Đô sát — : Royal *(roi'ol)* board of censors *(sen'sơrz)* || Cứu — : To help ; To reinforce *(ri-in-fors')* / Quân cứu — : Additional *(ăđ-đi'shi-ơ-nol)* troops *(trups)* ; Reinforcement *(-mânt)* / Viên Đại-uý đang đợi quân cứu — : The captain is waiting for reinforcement.

Viếng (thăm) : To visit *(vi'zit)*; To pay *(pê)* a visit to.

— **nhau** : To visit each *(iich)* ; other *(ă'THơr)* ; To see *(sii)* each other — / Thăm mồ mẹ : To visit one's mother's tomb *(tum)* / Tôi đã — mồ ông X : I have visited Mr. X's tomb.

Viết. To write *(rait)* / Làm ơn — một lá thơ hộ tôi : Please write a letter for me / — thơ luôn cho tôi : Write to me often / Tôi đã — rồi : I have already written / Bút — : Pen *(pen)* / — cẩn thận : To write carefully.

— **tháu** : To scribble *(scrib'bơl)* / Tôi không thể đọc được chữ anh vì anh — tháu : I can't read your writing because you have scribbled it /

— nguệch-ngoạc : To scrawl *(scrol)*; To daub *(đob)* / — ráp : To write roughly *(răf'li)*.

— **nhầm** : To plunder *(plăn'đơr)* while writing / Tập — : To learn *(lơrn)* to write / Chữ — : Handwriting *(henđ-rai'ting)* / Chữ — của anh đẹp lắm : Your handwriting is very beautiful / Làm ơn — lại : Please write it again / — rõ ràng hơn : Write more clearly / Bản — tay : Manuscript *(men'niu-script)*.

Việt. — **Nam** : Vietnam / Người — Nam : The Vietnamese *(Viet-nam-miiz')* / Tiếng — Nam : Vietnamese / Tôi hiểu người — Nam : I understand the Vietnamese / Ông ấy có thể nói tiếng — Nam : He can speak Vietnamese.

— **gian** : Vietnamese traitor *(trêt'tơr)* / Bắc — : North Vietnam / Trung — : Central

(sen'trơl) Vietnam / Nam — : South *(sao-th)* Vietnam / — — Anh tự điển : Vietnamese-English *(ing'glish)* dictionary.
— **sử** : The History of Vietnam.
— **văn** : Vietnamese literature.

Vin. — **cành cây** : To bend *(ben-đ)* the branches *(bran' chưz)* of the tree || — theo : To follow *(fol'lô)* / — dấu : To follow the traces *(trê'sưz)*.

Vịn. To lean *(liin)* on ; To hold *(hôlđ)* to / — lấy tôi : Lean on me / Anh phải — cái thanh gỗ này khi anh xuống thang : You must hold to this bar of wood when you go down the stairs *(sterz)* / Tay — : Balustrade *(be·lâs-trêđ')* / Nhờ có tay — nó không ngã : He does not fall on account of the balustrade.

Vinh. — **quang** : Glory *(glô' ri)* / — hoa : Noble *(nô'bơl)*; Glorious *(glô'ri-âs)* / — hiển: Illustrious *(il-lăs'tri-âs)* ; Noble / — phúc : Happiness *(hep'pi-nâs)* / — danh : Famous *(fê'mâs)* ; Celebrated *(se'lơ-brê-tưđ)* / — qui : Glorious return *(ri-tơrn')* / Ông ấy đã sống một đời — hiển : He has lived a glorious life *(laif)*

Vĩnh. — **viễn** : Perpetual *(pơr-pe'chu-ơl)* ; Eternal *(i-tơr' nơl)* ; Everlasting *(ev'vơr-las-ting)* / — phúc : Everlasting happiness *(hep'pi-nâs)* / — cửu : A very long time *(taim)*.
— **biệt** : To part *(part)* with ; To leave *(liiv)* / Tôi — biệt gia đình : I part with my family.

Vịnh. (hát) : To sing / Ngâm —: To recite *(ri-sait')* by singing / Ca — : Canticle *(ken' ti-cơl)* ; Hymn *(him)* ; Cantata *(ken-ta'tơ)*.
— **thơ** : To compose *(com-pôz')* a lyrical *(li'ri-cơl)* poem *(pô'âm)* ; To hum *(hăm)* a verse *(vơrs)* / Ông ấy ngồi ở gốc cây và — thơ : He sits at the foot of a tree and hums a few verses || Gulf *(găl f)* ; Bay *(bê)* / — Hạ-Long : Bay of Hạ-Long / — Thái-Lan : Gulf of Thailand.

Vít. To shut *(shăt)* ; To bar *(bar)* / — cái chai kia lại : Shut that bottle *(bot'tơl)* / — lối : To bar a passage / Anh không thể đi qua chỗ ấy vì lối đi bị — : You cannot cross that place because it is barred *(bard)*.

Vịt. Con — : Duck *(đăk)* / — nước : Wild *(uaild)* goose *(gus)*.

— **con** : Duckling *(đăc'kling)* / Thịt — : Duck's flesh / Cháo — : Duck stew *(stiu)* / — mái [cái] : Duck.

— **trống** [đực] : Drake *(đrêk)* / Nuôi — : To keep *(kiip)* ducks.

— **kêu** : The duck quacks *(queks)* / Tiếng — kêu : Quack || Cái — đựng nước mắm : Sauce *(sos)* container *(con-tê'nơr)* || Tin — : (nhảm) False *(fols)* news *(niuz)* / Đó chỉ là tin — : That's only a false news || Như — nghe sấm : Not to understand *(ăn-đơr-stenđ')* anything at all *(ol)*.

Vo. — **tròn lại** : To roll *(rôl)* up / Sao ông lại — tròn cái áo của tôi : Why do you roll up my coat ?.

— **gạo** : To wash *(uosh)* the rice before cooking / Nó không — gạo kỹ : He has not washed the rice carefully || Kêu — — : To buzz *(băz)* ; To hum *(hăm)* / Ong kêu — — : The bees are humming.

Vó. Hoof *(huf)* / — ngựa : Horse's *(hor'suz)* hoofs / Tôi nghe thấy — ngựa đập trên mặt đất : I hear the horse's hoofs beating on the ground ||

— **đánh ca** : Fishing-net *(fis' shing-net)* / Cất — : To lift up the fishing-net / Cuốn — đi mất : To run *(răn)* away *(ơ-uê')*.

Vò. Round *(raọnđ)* vase *(vês)* made of terra-cotta ; Pot.

— **chĩnh** : Small *(smol)* vase / — gạo : Pot of rice *(rais)* / Một — mắm : A pot of sauce *(sos)* || To roll between *(bi-tuyn')* the fingers, between the hands ; To crumple / Đừng — tờ giấy mà tôi đã đưa anh : Do not crumple the paper I handed to you / — viên : To roll *(rôl)* into pills / Giày — : To trample *(trem'-pơl)* down ; To despise *(đis-paiz')*.

— **lúa** : To pick out the grain *(grên)* || Rối như tơ — : To be entangled *(en-teng'gơlđ)* / Công việc của tôi bị rối như tơ — : My business is in a mess *(mes)* || — đầu : To wash *(uosh)* one's head *(hed)* ; To caress *(cơ-res')* the head of / Bà ấy — đầu đứa bé và cười : She caresses the baby's head and laughs / — áo : To wash the clothes by rubbing *(răb' bing)* || Con tò — : Wasp *(uosp)* / Cửa tò — : Arch / Mái tò — : Vault *(volt)*.

Vỏ. — **cây** : Bark *(bark)* / — hoa quả : Peel *(piil)*.

— **non** : Soft bark / — bào : Chip / — bánh : Crust *(crăst)*; Bread *(bred)* crust / Lột — : To strip off *(of)* the bark / Bóc — : To peel off / — đậu : Pod *(pod)* ; Shell.

— **trấu** : Husk *(hăsk)* / — sò : Shell || — gươm : Sheath *(shi-i'TH)* ; Scabbard *(skeb'bâd)* / — tên : Quiver *(qui'vơr)*.

Võ. (Gầy) : Very thin ; Skinny *(skin'ni)* / — vàng : Languid / Vò — một mình : To be alone *(ơ-lôn')* || — Anh : Boxing *(bok'sing)* / — Nhật : Jiu-jitsu *(jujit'su)* / Tập —: To drill *(dril)* || Nghề — : Military *(mil'li-tơ-ri)* art / Trường — bị : Military school *(sku-l)* / — tướng : Captain *(kep'tân)* ; Warrior *(uor'ri-ơr)* ; Military commander.

— **quan** : Officer *(of'fi-sơr)*.

— **khí** : Weapon, arms.

— **trang** : Equipment ; armament ; to arm.

— **vẽ** : To have a superficial knowledge.

Vọ. Chim — : Night *(nait)* bird *(bơ-d)* / Cú — : Owl *(ao-l)*. Mũi — : Crooked *(cruk'kưd)* nose *(nôz)*.

Vóc. (thân) Body *(bo'di)* / Hình — : Figure *(fig'ghơr)* ; Stature || (đoạn) : Greenish-blue *(griin'nish - blu)* silk satin *(set'tin)* / Tấm — : Piece *(pi-is)* of silk satin / Màu — : Greenish-blue colour *(că'lơr)* / — đại hồng : Rose silk || — trong miệng gấm trong lòng : Nice *(nais)* words and good sentiments.

Vọc. To stir *(stơr)* with the hand || — vạch : A little *(lit'-tơl)* / Nó biết — vạch : He knows a little.

Voi. Con — : Elephant *(el'li-fânt)* / — rừng : Wild *(uaild)* elephant / Vòi — : Elephant's trunk *(trăng-k)* / Ngà — : Ivory *(ai'vơ-ri)* tusk / Đi — : To go on elephant's back *(bek)* / Cưỡi — : To ride *(raid)* on elephant's back / Bị — dầy : To be trampled *(trem'pơld)* by an elephant / Bị — vật : To be killed by the elephant / Cá — : Whale *(huê-l)* / Cá — con : Young *(yăng)* whale / Tầu đánh cá — : Whale-boat *(bôt)* / Người đánh cá — : Whale-man *(mân)* ; Whaler.

Vòi. — **vol** : Elephant's trunk *(trăngk)* / [sàu, trùng] Antenna *(ăn-ten'nâ)* / — muỗi : Mosquito's *(mos-ki'lôz)* antenna.

— **ấm** : Teapot *(ti-pot)*-mouth-piece *(maoth-piis)*.

— **nước** : Spout *(spaot)* ; Water-spout || Măng — : Young bamboo shoot *(shut)*.

Vọi. Cao vôi — : Very *(ve'ri)* high *(hai)* / Hình cao vòi — : Colossal *(cơ-los'sơl)* figure *(fig'gơr)* / Đường xa vòi — : Very long road.

Vòm. Belvedere *(bel-vơ-đi'ơr)* ; Turret *(târ'rât)* ; Mirador *(mir-rơ-đor')* / Ngồi ở — : To sit in the mirador / Ở trong — máy bay có súng liên thanh : In the aeroplane turret there is a machine-gun *(mơ-shin'găn)*.

Von. Sharp ; Pointed *(poin'-tưđ)* / Chon — : High and pointed.

— **hai đầu** : Sharp at two ends *(enđz)*.

Vón. — **lại** : To stick together *(tu-ghe'THơr)* ; To be coherent *(cô-hi'rânt)* / Tôi vừa đổ nước vào cốc thì bột đó — lại : As soon as I pour water into the glass, the flour sticks together.

Vỏn. — **vẹn** : Just ; Exactly *(ek-zect'li)* / Nó có — vẹn ba nghìn bạc : He has exactly three thousand *(thao'zânđ)* dollars.

Vong. (mất) To lose *(luz)* ; To die *(đai)* / — mạng : To lose one's *(uănz)* life *(laif)* / — bại : To be ruined *(ru'inđ)*.

— **hồn** : The dead's *(đeđz)* souls *(sôlz)* / — quốc : Dominated *(đom'mi-nê-tưđ)*. Kẻ — quốc : Dominated people *(pi'pưl)* / — bản : Deracinated *(đi-re'si-nê-tưđ)* / Đồ — bản : Deracinated fellows *(fel'lôz)* / — nhân : Exile *(ek'sail)* / — ân : Ungrateful *(ăn-grêt'ful)* / Đồ — ân : Ungrateful fellow *(fel'lô)*.

Vòng. — **tròn** : Circle *(sơr'-cơl)* / — đeo cổ : Necklace *(neck'lâs)*.

— **đeo tay** : Bracelet *(brês'lât)* / Một — : A round *(raonđ)* ; A tour *(tu'ơr)* / — bán nguyệt : Semicircle *(sem'mi-sơ-cơl)*.

— **nguyệt** : Arch *(a-ch)* ; Curve *(cơrv)* / — ngoài : Exterior *(eks-ti'ri-ơr)* circle / — cong : Curved *(cơ-vđ)* / Đi — quanh : To go round / Anh nên chạy bốn — : You must run four rounds / — xích đạo : Equator *(i-quê'tơr)* / — hoàng đới : Zodiac *(zô'đi-ek)* / Đứng tròn — : To stand around ; To form *(form)* a circle around / Đứng — xung quanh : To surround *(sơr-raonđ)* / Ngồi — tròn : To sit around *(ơ-raonđ')* / Thoát — : To escape *(es-kêp)*.

Võng. Palanquin ; Palankeen *(pe-lân-kiin')* ; Net / Giăng — : To stretch the net / Đi — : To go on palanquin / Phu — : Palanquin porter *(por'-tơr)* / Chúng tôi đến đó bằng — : We come there on palanquin / Họ sẽ — ông qua vũng nước này : They will carry *(ker'ri)* you on palanquin over this puddle / Người ta thường — những ông già lên đồi : Old men are often carried on palanquin up the hill || — xuống : Bent *(bent)* / Cái này — xuống : This is bent.

Vọng. Hy — : Hope *(hôp)* ; (đ. t.) To hope ; To expect *(ekspect')* / Sự thất — : Despair *(đis-per')* ; Hopelessness *(hôp'lâs-nâs)* / Ông ấy hy — được đi ngoại quốc : He hopes to go abroad / Tôi mất hết hy — : I have lost all my hope / Tôi bị thất — : I am disappointed *(đis-ơp-poin'tưđ)*.

— **tưởng** : To long *(loong)* for eagerly *(i'gơr-li)* ; To look forward *(for'uơđ)* impatiently / Khát — : To desire *(đi-zai'ơr)* earnestly *(ơ'nâst-li)* / Viễn — : Vague hope / Trọng — : Excellent *(ek'sơ-lânt)* ; Noble *(nô'bơl)* || Tiếng — : Echo *(ek'kô)* ; (đ. t.) To echo / Tiếng kêu — lại : The cry *(crai)* echoes back || — bái : To prostrate *(pros'trêt)* oneself / Ông bà ấy — bái trước bàn thờ : They prostrate themselves before the alter *(ol'tơr).*

Vót. — **nhọn** : To sharpen *(shar' pân)* with a knife *(naif).*

— **bút chì** : To sharpen à pencil || Cao — : Very high *(hai)* / Quả núi cao chót — : The mountain is very high

Vọt. Roi — : Cane *(kên)* ; Rod *(rođ)* / Trẻ ngoan thường sợ roi sợ — : Good children are often afraid of canes.

— **ra** : To gush *(găsh)* out ; To spout *(spaot)* out / Máu — ra : The blood *(blăđ)* gushes *(shưz)* out / Nước — vào cả mặt tôi : The water spouted out to my face / Bay — lên trời : To soar *(sor)* up into the air / Sợ hãi, con chim bay — lên trên không : Being afraid, the bird soars up into the air.

Vô. (không) : No *(nô)* ; Without *(ny-THaot')* ; To be deprived *(đi-praivđ')* of / — ơn bạc nghĩa : Ungrateful *(ăn - grêt'ful)* ; Unfaithful *(ăn-fêth'ful)* /— tâm : Heartless *(hart'lâs)*

— **tình** : Without affection *(âf-fec'shân)* ; Thoughtlessly *(thot'lâs-li)* ; Inconsiderately *(in-cân-siđ'đơ-rât-li).*

— **ý** : Careless *(ker'lâs)* / Anh — ý lắm : You are very careless / — phép : Impolite *(im-pô-lait')* / Ở nước này như thế là — phép : In this country, this in considered impolite / — sự : Safely *(sêf' li)* ; In safety *(sèf'ti)* / Tôi đã tới Saigon — sự : I have arrived safely at Saigon.

— **giá** : Priceless *(prais'lâs)* / — phúc : Unfortunate *(ăn-for'chu-nât)* ; Unhappy *(ăn-hep'pi)* / Thật là — phúc cho gia đình nó : It is a misfortune for his family.

— **ích** : Useless *(yus'lâs)* / — nhân đạo : Inhuman *(in-hiu' mân)* ; Insensible *(in-sen'si-bơl)* / — tang chứng : Without proof *(pruf)* ; Without trace *(três)* / — khí lực : Without force *(fors)* / — song : Incomparable *(in-câm-pe'râ-bơl)* ; Matchless *(metch'lâs)* ; Unequal *(ăn-i'kuơl).*

— **số** : Countless *(caont'lâs)* ; Innumerable *(in-niu'mơ-rơ-bơl)* ; Numberless *(năm'bơr-lâs)* / — biên : Immensely *(im-men's-li)* ; Without limit *(lim'mit)* ; Boundless.

— **cùng — tận** : Infinitely *(in-fi'nit-li)* / — **lý** : Unreasonable *(ăn - ri'zâ - nơ - bơl)* / — **dụng** : Useless *(yus'lâs)* / — **cương** : Boundless *(baond'-lâs)* / — **liêm sỉ** : Shameless *(shêm'lâs)*.

— **hình** : Invisible *(in - vi'zi - bơl)* ; Shapeless *(shêp'lâs)*.

Vồ. To catch *(ket'ch)* ; To jump *(jămp)* on / Con mèo — con chim : The cat jumped on the bird || Cái — : Mallet / Đập đất bằng — : To break the earth with a mallet.

Vổ. To come *(căm)* out / — răng : The teeth *(tiith)* come out ; The teeth jut *(jăt)* out / Ông ấy — răng : His teeth jut out.

Vỗ. — **tay** : To clap *(clep)* hands *(hendz)* / — vai : To pat *(pet)* on the shoulder *(shôl'đơr)* / — về : To caress *(cơ res')* / Lời — về : Consolation *(con-sơ-lê'shân)* / — cánh : To flap *(flep)* the wings *(uynh z)* / Gà — cánh như sắp bay : The cock flaps its wings as if it were about to fly.

— **nợ** : To deny *(đi-nai')* a debt *(đet)* / — công : To refuse *(ri-fiuz')* to pay the salary *(sel'lơ-ri)* / — ơn : To forget *(for-ghet')* a service *(sơ'vis)* done by somebody.

Vốc. (bốc) : To empty *(em'ti)* ; To pick up : To gather *(ghe' (THơr)* up with one's fingers *(fing'gơrz)* / Một — : A pinch / Một — thuốc lào : A pinch of tobacco.

Vôi. Lime *(lai'm)* / — đá : Lime-stone *(stôn)* / Nước — : Lime-water *(uo'tơr)* / — chưa tôi : Quicklime *(quik-laim)*.

— **bột** : Powder *(pao'đơr)* lime / — làm hồ : Lime for the mortar *(mor'tơr)* / Quét — : To whitewash *(huait'uosh)* / Bình —: Lime-pot *(-pot)*.

Vội. Urgent *(ơr'jânt)* ; In a hurry *(hơ'ri)* ; To hasten *(hês'sưn)* ; To be in a hurry / Việc — : Urgent affair *(âf-fer')* / Sao anh — thế ?: Why are you in such a hurry ? / Làm — vàng hấp tấp : To do hastily *(hês'ti-li)* / — tin : Credulous *(cređ'điu-lâs)* / Anh — tin quá : You are too credulous / — gì ? : What's there to hurry about.

Vốn. Capital *(kep'pi-tơl)* / — của công-ty này là 5 triệu đồ-la : The capital of this company is five million dollars / Giá — : Cost price / Trả — : To give back the capital / Lỗ — : To lose *(luz)* one's capital ||
(bản) : Naturally *(ne'chơ-rơl-li)* / — tôi là dốt : I am only a stupid fellow / — thật : Certainly *(sơr'tân-li)* / — là : Naturally ; Really *(ri'ơl-li)* / — bởi : Because *(bi-coz')*.

Vông. Cây — : Coral *(co'rơl)* tree ; Ornament *(or'nơ-mânt)* tree / Trống tầm — : Tambourine *(tem-bơ-riin')*

Vồng. — cây : Flower - bed *(flao'ơr-bed)* / Đánh — : To make flower-beds / — khoai : Potato-bed / — rau : Vegetable bed.

— **lên** : To rise *(raiz)* up on one side / Cầu — : Rainbow *(rên'bô)*.

Vổng. — lên : To swell *(suel)* up ; To rise up.

Vơ. To take *(têk)* ; To seize *(siiz)* / Ăn trộm — đồ : The thieves have stolen *(stô'lân)* all || Đi bơ — : To loiter *(loi'tơr)* about / Chơ — : Alone *(ơ-lôn')* ; Forsaken *(for-sê'kân)* / Bơ — đất khách : Alone in a foreign *(fo'rưn)* country.

Vớ. To seize *(siiz)* ; To take *(têk)* / Bị hổ — được : To be seized by the tiger / — hụt : Not to seize in time / Tôi — hụt cái pháo : I did not seize the buoy in time.

Vờ. To pretend *(pri-tend')* / Tôi — không biết : I pretend not to know *(nô)* it / Anh — khéo lắm : You pretend very well || Vật — : To stagger *(steg'gơr)* ; To reel *(riil)* ; To sway *(suê)* / Cái cờ vật — trước gió : The flag is swaying before the wind.

Vở. Copy-book *(cop'pi-buk)* ; Exercise *(ek'sơ-saiz)* - book / Đóng — : To stitch up sheets of paper / Bài — : Composition *(com-pơ-zi'shân)*.

Vỡ. To break *(brêk)* ; To burst *(bơrst)* ; To crack *(crek)*.
— **đầu** : To crack one's head / Nó đánh vỡ cái cốc : He broke the glass / Làm — lở : To do with impetuosity *(im-pe-tiu-os'si-ti)* / — tổ : To disperse *(dis-pơrs')* / — làm hai:

To crack into two / — nợ : To be bankrupt (*bengk'krâpt*). — tiếng : The voice breaks / Đổ — : To fall (*fol*) down and break up || To begin (*bighin'*) / — việc : To begin to work / Học — lòng : To begin to learn (*lơrn*) ; To begin one's study (*stă'đi*) / — da : To grow (*grô*) up.

Vợ. Wife (*uaif*) / — lẽ : Concubine (*con'kiu-bain*) / Cưới — : To marry (*mer'ri*) / — chính : Legal (*li'gơl*) wife / Nó có — chưa ? : Is he married (*mer'riđ*) ? / Ông ấy đã ly dị — : He has divorced (*đi vorst'*) his wife.

Vơi. Not full (*ful*) ; Almost (*ol'môst*) full / Cốc rượu này còn — ông phải đổ đầy vào : This glass is not yet full, you must fill it / Chơi —: In danger (*đên'jơr*) ; Perilous.

Với. With (*uyTH*) ; Together (*tu-ghe'THơr*) ; Towards (*tô'uơrđz*) / Ở đây — tôi ! : Stay here with me / Ông có đi — tôi không ?: Will you come with me ? / Sáng nào chúng tôi cũng đi học — nhau : Every morning we go to school together / Chúng tôi giao kết — nhau : We make (*mêk*) a deal (*điil*) with each other || To reach (*riich*) ; To hold (*hôlđ*) out one's hand to take / Tôi không — được cái mũ : I can't reach the hat.

Vời. To beckon (*bec'cân*) to ; To send (*senđ*) or / Vua — ông ấy vào : The emperor sent for him / Xa — : Very far (*far*) ; Very distant (*đis' tânt*) / Cách —: Very far from each other.

Vợi. (làm cho nhẹ) : To lighten (*lai'-tưn*); To relieve (*ri-liiv'*) || To save (*sêv*) || Rest ; Leisure (*le'zhơr*) / — việc : Free (*fri*) ; Idle (*ai'đưl*) / Dạo này tôi đã — công việc : I have been free lately / Ở — : To do (*đu*) nothing.

Vờn To bound (*baond*) ; To leap (*liip*) while playing / Hổ — : The tiger leaps while playing.

Vởn. Lội — vơ : To swim (*suym*) quietly (*quai'ât-li*) / Đi — vơ : To walk freely (*fri'li*) ; to loiter.

Vớt. To draw (*đro*) out of the water ; To save (*sêv*) out of the water / — tôm : To catch *(ketch)* shrimps / — bọt : To scour *(scao'ơr)* / — xác chết trôi : To draw up a drowned person || Cứu — : To deliver *(đi liv'vơr)* ; To save / Nói — : To speak *(spiik)* for the sake *(sêk)* of / Xin các ngài hãy cứu — lấy tôi : Please help me ; Please save me !

Vợt. Cái — : [lưới con] Small *(smol)* net ; Landing-net *(len' đing-net)* / — tôm, cá : To catch shrimps and fish || Cái — (đánh bóng) : Racket *(rek' kưt)*.

Vu. (bỏ vạ) To calumniate *(cơ-lăm'ni êt)* / Sự — khống : Calumny *(kel'lâm-ni)*, slander / Ông ấy đã — oan cho tôi : He has calumniated *(-tưđ)* me / — quí (đi về) : To return *(ri-tơrn')* ; To go back *(bek)*/ Lễ — qui : Wedding *(uеđ'-đing)* ceremony *(se'ri-mơ-ni)* || Đất hoang — : Uncultivated *(ăn-căl'ti-vê-tưđ)* land || Tiếng — — : Hum *(hăm)* of the bees *(biiz)* ; Buzz *(băz)*.

Vú. Breast *(brest)* / (súc vật) Udder *(ăđ'đơr)* / — em : Nurse / Tôi cần một — em để trông nom con tôi : I need a nurse *(nơrs)* to look after my baby.

Vù. Kêu — — : To roar *(ror)* / Tiếng kêu — — của động cơ : The roar of the motor.

Vũ. (Võ) Military *(mil'li-tơ-ri)* profession *(prơ-fes'shân)*.

— **sĩ** : Brave *(brêv)* ; Courageuos *(cơ-rê'jâs)*.

— **nữ** : Dancing-girl / Nhà khiêu — : Dancing-bar / (múa) : To dance *(đans, đens)* / Ca — : Songs and dances.

— **trụ** : Universe *(yu'ni-vơrs)* ; The whole *(hôl)* world.

— **thủy** : Rain water / Phong — : Wind and rain || Anh — (con vẹt) : Parrot *(per'rât)*.

Vụ. — **gặt** : Harvest *(har' vâst)* / Chúng tôi về quê trước — gặt : We go to the country before the harvest.

— **tại** : Neglectfully *(ni-glect'-ful-li)* / Anh làm việc — tại lắm : You work very neglectfully / Nông — : Agriculture *(â-gri-căl'chơr)* / Thương — : Commerce *(com'mơrs)* || [con quay] : Top / Đánh — : To play with a top.

Vua. King / Làm — : To be king / Lệnh — : King's order / Ngôi — : Royalty *(roi'ơl-ti)* ; Throne *(thrôn)* / Đạo — tôi : The duty *(điu'ti)* of the king and subjects ||

— bếp : (ông Táo) Household *(haoz'hôlđ)* god *(gođ)*.

Vúc. **— vắc** : To saunter *(son' tơr)* ; To behave *(bi-hêv')* foolishly.

Vục. To draw *(đro)* up / — nước : To draw up water || To bend / — mặt xuống : To bend the head / Ngồi — mặt xuống : To sit with one's head bent.

Vui. Joyful *(joi'ful)* ; Amusing *(ơ-miu'zing)* ; Gay *(ghê)* / Mặt – vẻ : Smiling *(smai' ling)* face / Làm — : To make joyful / — chơi : To amuse oneself *(oăn'self)* / Sự — vẻ : Joy *(joi)* / — gượng : Affected *(âf-fec'tưđ)* joy / Sự — thú : Pleasure *(ple'zhơr)* / — thầm : Secret *(si'crât)* joy / Nó — lắm : He is very pleased / Tính — : Gay character.

Vùi. **— đất** : To cover *(căv'-vơr)* with earth *(ơrth)* ; To bury *(ber'ri)*.

— dưới tro nóng : To bury under hot ashes *(esh'shưz)* / **— lửa** : To cover the fire / — đầu : Overwhelmed *(ô'vơr-huel-mđ)* with work.

— xác chết : To bury a corpse *(corps)* / — củ khoai này xuống gio : Put the potato under the ashes.

Vũm. Hollow *(hol'lô)* ; Concave *(con'kêv)* / Nắp — : Concave lid.

— miệng : To tighten *(tai'-tân)* the lips.

Vun. To heap *(hiip)* up ; To gather *(ghe'THơr)* ; To accumulate ; *(âc-kiu'miu-lêt)* / — đắp : To heap up / — trồng : To cultivate *(căl'ti-vêt)* / — đống : To accumulate ; To pile *(pail)* up / — vồng : To ridge *(riđj)*.

Vùn. **— lên** : To rise *(raiz)* up; To grow *(grô)* bigger ; To swell *(su-el)* / Sóng — lên : The waves swell up.

Vụn. Particle *(par' ti - cơl)* ; Crumb *(crăm)* ; Piece *(piis)*/ Bẻ — ra : To break *(brek)* into small *(smol)* pieces / Củi — : Twig *(tuyg)* / Cá — : Small tiny *(tai'ni)* fish / Vỡ — : To dash *(đesh)* to pieces.

Vung. Lid *(liđ)*; Cover *(căv'-vơr)* / Lấy — mà đậy : Put the lid over it / Bỏ — ra : Take *(têk)* off the lid ||

— **tay** : To swing *(suyng)* the arms / — gậy : To turn a stick.

Vùng. To move *(muv)* suddenly *(sădʼđân li)* ; To hasten to do.

— **vẫy** : To be restless *(rest' lâs)* ; To move about furiously.

— **vằng** : Angrily *(eng'gri-li)* / Nó — vằng không chiu đi : He is angry and refuse to go further / Nó — ngồi dậy : He hastens to sit up / — chạy : To hasten to run away || [miền] : Region *(ri' jân)* ; Country *(căn'tri)* ; Locality *(lô-ke'li-ti)* / Ở — này có ít nhà cửa : There are few houses in this locality / — này có những sản-phẩm gì ? : What are the products *(prô' đâcts)* on this region ?

Vũng. — **nước** : Puddle *(păđ' đơl)* ; Lagoon *(lơ-gun')* ; Pool *(pul)*.

— **bùn** : Muddy puddle / — tầu : Bay *(bê)* / — nước mưa : Puddle of rain-water.

Vụng. — **về** : Clumsy *(clăm'-zi)* ; Awkward *(ok'uơrđ)* / Nó — lắm : He is very clumsy / — tính : Silly *(sil'li)* ; Stupid *(stiu'piđ)* / Nói — : To speak improperly *(im-prop' pơr-li)* ; To speak incorrectly *(in-cor-rekt'li)*

— **trộm** : Secretly *(si'crât-li)* ; Stealthily *(stel'thi-li)* / Sao anh làm — trộm như thế ? : Why did you do it so stealthily ? / Ăn — : To eat stealthily.

Vuối. With *(vyTH)* ; Also *(ol' sô)* / — tôi : With me / Đến đấy — nó : Come there with him. (Xch. Với).

Vuông. Square *(sque-r)* / Cái bàn này — : This table is square / Ba — bẩy tròn : Peace *(piis)* and prosperity *(pros-pe'ri-ti)*.

— **chành chạnh** : Perfectly square / Vườn — : Square garden / Thước — : Square meter *(mi'tơr)* / Khăn — : Shawl *(shol)*.

Vuốt.— **ve** : To caress *(cơ-res')* / — râu : To caress the beard *(bi'ơrđ)*.

— **mũi** : To feel *(fiil)* the nose/ — tóc : To gloss *(glos)* the hair *(her)* / — ra cho thẳng : To straighten *(strét'tân)* out / — sáp : To wax *(ueks)* / — giận : To calm *(cam)* the anger *(eng'gơr)* || [móng súc vật] : Claw *(clô)*.

— **hùm** : Tiger's *(tai'gơrz)* claw.

Vút. Chạy — : To run *(răn)* swiftly / Nó chạy — qua mặt : He runs swiftly past / Nó đi — qua : He passes very swiftly.

Vụt (đánh) : To whip *(huyp)* ; To flog *(flog)* / Tại sao nó — anh ? : Why did he whip you ? || (Xch. Vút).

Vừa. Mediocre *(mi'đi-ô-cơr)* ; Middling *(miđ'đling)* ; Suitable *(siul'tơ-bơl)* ; Proper *(prop'pơr)* / — vặn : Sufficient *(sâf-fi'shânt)* / — — Moderately *(mo'đơ-rât-li)* / — ý : To please the taste of || Both *(bôlh)* / Nó — ăn — nói : He both eats and speaks / — dứt tiếng : As soon as he stops speaking / Tôi — trông thấy ông ấy : I have just *(jăst)* seen him / Nó — ăn cơm với tôi : He has just taken dinner with me.

Vữa. (Hồ) : Mortar *(mor'tơr)* / Không đủ — để xây cái tường này : There is not enough mortar to build this wall / Hồ này bị — và không dùng được nữa : This paste is spoilt and cannot be used any longer / Đồ ăn — : Rotten food / Thịt — : Tainted meat.

Vựa. Barn *(ba-n)* / Người ta trữ ngũ cốc trong — này : Cereals *(si'ri-ơlz)* are housed in this barn / — lúa : Granary *(gren'nơ-ri)* / — cá : Fish-garth *(garth)*.

— **hàng** : Store-house *(stor' haos)* ; Godown *(gô'đaon)*.

— **dầu** : Oil depot *(đep'pô)* / Chủ — : Granary owner *(ôn' nơr)*.

Vực. — **sâu** : Deep *(điip)* pit ; Abyss *(ơ-bis')* / Hồ — : Deep lake *(lêk)* / — sông : The deep part of the river.

— **biển** : The deep part of the ocean *(ô'shân)* ; The depths / Chìm xuống — : To sink *(sink)* to the depths || Bênh — : To defend *(đi-fenđ')* ; To help To protect / Sự bênh — : Protection *(prơ-tec' shân)* || — dạy: To help to get up / — lên : To lifp up || (đầy

đến miệng) : Full *(ful)* up to the brim *(brim)* / — bát : Bowlful *(bôl'ful)* / Lưng — : Half-filled *(haf-fild)* / Bữa lưng bữa — : Poor *(pu-ơr)* ; Indigent *(in'đi-jânt)*.

Vừng. Cây — : Flax-plant *(fleks-plant)* ; Sesame / — hạt : Linseed *(lin-siid')* / Dầu — : Linseed-oil, Gingili-oil.

Vững. Firm *(fơrm)* ; Solid *(sol'lid)* ; Constant *(cons'-tânt)* ; Stable *(stê'bơl)* / — vàng : Firmly *(-li)* / Tôi tin — vàng : I firmly believe *(bi-liiv')* / — chân : To be firm on one's legs / — bền : Lasting *(las'ting)* ; Durable *(điu'râ-bơl)*.

— lòng : Firm ; Constant / Đi cho — : Walk firmly / Cầm cho — : Hold *(hôld)* firm.

Vươn. **— ra** : To stretch *(stret-ch)* out / Nó — mình : He stretches himself out / — vai : To stretch out one's arms / Dài — : Very long.

Vườn. Garden *(gar'đân)* / — bách thảo : Botanical *(bô-ten'ni-cơl)* garden / — bách thú : Zoological *(zô-ơ-lo'ji-cơl)* garden.

— nho : Vineyard *(vin'yard)* / — hoang : Deserted garden / Tôi muốn thuê một cái nhà có — : I want to rent a house with a garden / Người làm — : Gardener *(gar'đơ-nơr)* / — tư : Private *(prai'vât)* garden / — công : Public *(păb'-lic)* garden / Làm — : To till a garden.

Vượn. Con — : Gibbon *(ghib'bân)* ; Monkey *(măng'ki)* / Tay dài như tay — : With long arms like those of a gibbon.

Vương. (Vua) : King ; Emperor *(em'pơ-rơr)* ; Sovereign *(sov'vơ-rân)* ; Prince *(prins)* / — phủ : King's palace / Dòng — tước : Royal *(roi'ơl)* family *(fe'mi-li)* / Quỷ — : Devil *(đev'vưl)* ; Chief *(chiif)* of the devils || — vãi ra đất : To let fall *(fol)* on the ground.

Vướng. To be caught *(col)* by ; To cling to / Áo tôi — cái đinh : My coat is caught by a nail / Cái dây — chân tôi : The rope clings to my foot.

Vượng. Thịnh — : Prosperous *(pros'pơ-râs)* ; Sự thịnh — :

Prosperity *(pros - pe'ri - ti)* / Một nền kỹ nghệ thịnh — : A prosperous industry *(in'-đâs-tri)*.

Vượt. To get away *(ơ-uê')* ; To escape *(es-kêp')* / — qua : To cross *(cros)* over / — biển : To sail *(sêl)*, to travel *(trev' vơl)* across the sea *(sii)* / — ra : To get out ; To leave. — **ngục** : To escape from the prison *(pri'zân)*.

— **khỏi** : To get away from / — khỏi tay quân thù : To get away from the hands of the enemy.

Vưu. (sán) Con — : Tapeworm *(têp'uơrm)*.

X

Xa. Far / Ở — : To be far from / Tôi ở — nhà trường : I live far from the school / — lắm : It is very far / Ông đi — bao nhiêu ? : How far did you go ? / Tôi không muốn — anh : I don't want *(uont)* to be far from you / Khác — nhau : It's far different / Cái này khác — cái kia : This is far different from that || [xe] Car ; Carriage *(ke'ruj)* / Chiến — : Tank *(tengk)* / Hỏa — : Railway *(rêl'uê)* ; Train *(trên)* || — xỉ : Luxurious *(lăk-ziu'ri-âs)* / Ăn mặc — xỉ : To dress sumptuously *(sămp'chiu-âs-li)* / — xỉ phẩm : Luxurious articles.

Xà. (Con rắn) : Serpent *(sơr' pânt)* ; Snake *(snêk)* || Cái — nhà : Beam *(bi-m)* ; Girder *(gơr'đơr)* / — ngang : Transversal *(trenz - vơ ' sơl)* beam / — dọc : Longitudinal *(lon-ji-tiu'đi-nơl)* beam / — mâu : Lance *(lens)* / — tích : Chain *(chên)* / — cừ : Nacre *(nê'cơr)* ; Mother-of-pearl. ||

— **phòng** : Soap *(sôp)* / — phòng thơm : Toilet soap.

— **beng** : A lever.

— **cạp** : Gaiter ; legging.

— **lim** : Cell.

Xá. Ký túc — : Boarding-school *(bor'ding-sku-l)*.

— **tội** : To pardon *(par'đân)* ; To absolve *(eb-zolv')* / Ân — : Indulgence *(in-dăl'jâns)*; Amnesty.

Xả. — **thân** : To sacrifice *(sek' kri fais)* one's life *(lai'f)*.

Xã (làng) : Village *(vil'lưj)* / — đoàn : A body of men.

— **giao** : Worldly relations / — hội : Society *(sô-sai'ơ-ti)*/ Đảng — hội : Socialist Party/ — thuyết : Editorial *(eđ-đi-lô'ri ơl)* / — trưởng : Village-chief,

Xạ (bắn) : To shoot / Có chất phóng — : Radio-active *(rê' điô-ek'tiv)* / Người thiện — : A good shot.

Xác. (thân) : Corpse / — thịt : Flesh / Về phần — : Concerning the body / Chết là hồn — lìa nhau : Death is the separation of the soul *(sôl)* from the body / Cất — [chôn] : To bury *(be'ri)* / — xơ : Wretched *(ret'chưđ)*.

— **thực** : Certain *(sơr'lưn)*, sure *(shu'ơ)* / — định : Definite *(def f-nit)*, affirmative / — nhận : To confirm *(con-fơrm')* / Cái tin này đã được — nhận : This news has been confirmed / Bằng cư — thực : Positive proof.

Xách. To carry with the hand / — lên : To raise *(rêz)* / Một — nặng : A heavy load *(lôđ)* || — mé : Impolite *(im-pơ-lait')* / Nói — mé : To talk insolently.

Xài. (tiêu tiền) : To spend money *(măn'ni)* / Vừa đủ — : To have just enough to spend/ Nó có bao nhiêu — hết bấy nhiêu : He spends all he has- Hay — phí : To be spendthrift.

Xái. — **thuốc phiện** : Opium-residue *(re'zi-điu)* / Hút — : To smoke opium-residue.

Xam. (trộn lẫn, pha) : To mix *(miks)* / Ăn — : To eat different kinds of food / Nói — : To mix oneself up in a conversation / Làm — việc : To do several pieces of work at the same time.

Xám. (màu) Grey *(grê)* ; Ashy colour *(es'shi că'lơr)*.

— **mặt lại** : To turn pale *(tơrn-pêl)*.

Xán. — **lạn** : Very bright (*brait*), brilliant *(bril'li-ânt)*.

Xanh. (lục) Green *(gri-n)* ; (lam) Blue *(blu)* ; (vẻ mặt) Pale *(pêl)* / Màu — của lá cây : Verdure *(vơr'điu-r)* / Màu — ngoài đồng cỏ : The verdure of the meadows *(me'đôz)*.

— **lá cam** : Bright green / — lè : Very green.

— **da trời** : Sky blue / — nhạt : Light blue || Tuổi xuân — : Childhoord *(chaild'hud)* || Cái — : (chảo, vạc) Large pan *(pen)*.

Xao. — **xuyến** : Stirred *(slơrđ)* Noisy *(noi'zi)*, Tumultuous *(tiu-mâl-tiu-âs)*, Uproarious *(ăp-ro'ri-âs)*/ — nhãng (quên): To forget / Tinh — nhãng (hay quên, đãng trí) : To be absentminded *(eb'sânt-main'đưđ)*.

Xào. To fry *(frai)* / — rau : To fry vegetables / — khô : To fry without water || — xạc : (Xch Xao xuyến).

Xảo. (sự giỏi) Cleverness *(kle'vơ-nâs)* ; [sự tinh quái] : Cunningness.

— **quyệt** : Crafty *(kraf'li)*, Cunning *(căn'ning)* / Người — ngôn : A fine talker *(to'kơr)* || Đấu — : To compete *(câm-pi't)* at an exhibition / Cuộc đấu — : An exhibition.

Xáo. Làm — lộn : To mix up ; To put upside down /

— **đất** : To turn up the earth *(ơrlh)* / Cuốc — : To dig || Nước — : Sauce *(so-s)* / Ba voi không được bát nước — : To talk much for nothing.

Xáp. — **lại** : To draw near *(đro-ni'ơ)*, To approach *(ơ-prôch')*.

— **mặt** : To meet somebody face to face.

— **trận** : To come hand to hand / Ngồi — lại mà ăn : To sit around the table for one's meal *(mi-l)*.

— **nhập** : To annex *(ơ-ncks')*.

Xát. To knead *(ni-đ)* ; To rub *(răb)* / — muối vào : To salt ; To rub salt to / — thuốc : To rub with a lotion / Mạt — nhau : To quarrel *(kuo'rơl)* ; To insult *(in-sălt')* each other / Xô — / To dispute *(đis-piu-t')* ; To fight / Nói xan — : To scold *(scôld)*/ Tôi ngồi — tường : I sit just next to the wall.

Xàu. (Buồn) Sad *(sed)* ; Sorry *(so'ri)* / Nỗi ưu —: Sadness ; Sorrow *(so'rô)* / Mặt — To become sad.

Xay. To grind *(graind)* / — bột : To grind flour *(flao'ơr)*, To grind into powder *(pao' đơr)* / — cà-phê : To grind coffee / — lúa : To decorticate rice *(rais)* / Cối — : Mill.

Xảy. (đột nhiên) : Suddenly *(săđ'đưn li)* ; All at once / — ra : To happen *(hep'pưn)*/ Có gì — ra trong khi tôi đi vắng không ? : Has anything happened during my absence?/ Việc này — ra thế nào ? : How did this happen ?.

Xắn. — **tay áo** : To fold up the sleeves *(sli-vz)* / — quần : To fold up the trouser-legs || — ra : To pull out.

— **rễ cây** : To pull up the roots of a tree.

Xăng. Lăng — : All mixed up ; Entangling *(en-teng'ling)*.

Xằng. — **xịt** : In disorder ; Untidy *(ăn-tai'đi)*; Profligate/ Làm — : To behave *(bi-hêv')* without decency *(đi'sân-si)*/ Nó — : To say indecently ; To speak too freely without thinking / Xi — ; Lằng — : Middling.

Xẵng. Nói — : To speak at random, to speak rudely.

Xắp. Nước xăm — mắt cá chân : Water till the ankle *(eng' cul)*.

Xắt. (Cắt ra) : To chop ; to cut into pieces.

Xấc. Insolent *(in'sơ-lânt)* ; Impudent *(im piu'đànt)* / Đứa — láo : An insolent fellow *(fel'lô)* / Có vẻ — : To look insolent / Nói — : To speak insolently.

Xâm. — **lăng** : To invade *(in-vêđ')* / Cuộc — lăng : Invasion / Quân — lăng : Invader *(in-vê'đơr)* / — chiếm ; To encroach upon *(en-krôch' ơ-pon')* ; To usurp *(yu-zơrp)*.

— **đoạt** : To take by force / — phạm : To harm.

Xẩm. Itinerant blind singer ; a wait *(uêt)*.

Xấp. — **xỉ** : Nearly *(ni'ơr-li)* ; Almost *(ol' môst)* || Một — (tấm) vải : A piece of cotton cloth || Cái — xải : Symbal *(sim'bơl)* || [Xch. xếp ; gấp].

Xâu. — **kim** : To thread *(thređ)* a needle / — giây qua : To pass a string through *(thru)* / — lại với nhau : To string together / Một — : A chaplet *(chep'lưt)* / Một — cá : A skewer *(skiu'ơ)* of fish.

— **xé** : To fight *(fai-t)* each other.

Xấu. (không đẹp) Ugly *(ăg'li)*, bad looking ; (tồi) Bad *(beđ)* ; (ác) Wicked *(uyk'kưđ)* / Coi — lắm : Very ugly-looking / — gớm ghếc : That's a horror *(ho'rơ)* / Trời — quá : The weather is very bad ; it is bad weather / — hổ : To be ashamed *(ơ-shệmđ')* ; to feel shameful *(shêm'ful)* ; (thẹn) To be shy *(shai)* / Nói dối thì — : It is a shame to tell a lie *(lai)* / — tính : Bad character *(ke'râc-tơ)* / — nết : Bad manners *(men'nơrz)* Kẻ — người tốt : The good and the wicked / — tiếng nhơ danh : Very bad reputation *(rep-piu-tê'shân)* / — số : Bad luck *(lăk)* ; To be unlucky / — bụng : Wicked ; to have no heart *(hart)* ; to have no pity / Nói — : To speak ill of ; To speak unfavourably of ; to disgrace *(đis-grês')* / Cô ấy không — nhưng vô duyên : She is not ugly but ungraceful / Cây — sinh quả : A bad tree bears bad fruit *(frut)*.

Xe. Car / — ngựa : Coach *(cô-ch)* / — tay ; — kéo : Rickshaw *(rik'sho)* / — hơi ; ô-tô : Motor-car *(mô'tơr-car)* / — điện : Tram *(trem)* / Đường — điện : Tramline / — đạp : Bicycle *(bai'si-cưl)* / — síc-lô : Tricycle *(trai'si-cưl)* / — mô-tô ; — binh-bịch : Motorcycle *(sai'cưl)* / — thiết giáp : Armoured car *(ar'mơrđ-car)* / — du-lịch : Tourist-car / — bốn bánh : Four-wheeled carriage *(ke'rưj)* / — cam-nhông : Truck *(trăk)* ; motor-van *(-ven)* / Thợ chữa — : Wheelwright *(huy-l'rait)* / Nó — củi đến nhà tôi : He carries firewood to my house.

Xe lửa (xe hỏa)

Ga — lửa ; Railway station *(rêl'uê-stê'shân)* / Công-ty — hỏa : Railway company *(căm'pơ-ni)* / Vé — hỏa : Railway ticket *(tik'kưt)* / Thời-khắc-biểu (bản biên giờ — hỏa chạy hay đến) : Time-table *(tai-m'tê'-bưl)* / Chỗ — hỏa tranh nhau : Railway crossing / — chở hành-lý : luggage-van *(läg'gưj-ven)* / — chở hành khách : Carriage *(ke'rưj)* / — than : Tender *(ten'đơ)*.

Ở nhà ga

Đưa tôi đến nhà ga : Take me to the railway-station / Nhà ga ở đâu ? : Where is the railway - station ? : Bác phu, làm on mang các va-li này ra buồng đợi : Porter, please take these suit-cases *(siu-t-kê'sưz)* to the waiting - room / Chỗ bán vé ở đâu ? : Where is the booking-office ? / Cho tôi một cái vé hạng nhất đi Ba-lê : Give me a first-class ticket to Paris / Cho tôi một cái vé tốc - hành đi Luân đôn : Give me an express ticket to London *(lăn'đân)* / Cho tôi một cái vé cu-sét : Give me a berth *(bơrth)* ticket / Tất cả bao nhiêu tiền ? : How much all together *(tu-ghe'-THơ)* / Một cái vé khứ hồi đi New York : A return ticket to New York / Xe tốc hành : Express train / — thường : Ordinary *(or'đi-nơ-ri)* train / — này có đi Vinh không ? : Does this train go to Vinh ? / — đi Yokohama khởi hành mấy giờ ? : At what time does the train for Yokohama leave ? / Mấy giờ thì xe tới Luân-đôn ? : At what time will the train arrive in London *(lăn'đân)* / Ga này tên là gì ?: What is the name of this station

Lúc tới

Ta sắp tới : We shall soon arrive *(ơ-raiv')* / Buồng chỉ dẫn ở đâu ? : Where is the Information Bureau / Tôi có hai cái hòm ở toa hành-lý : I have two trunks *(trängks)* in the luggage-van / Làm ơn gửi hành-lý tôi đến khách sạn Ritz : Please have my luggage sent to Ritz Hotel.

Xe. — **chỉ**, — sợi : To spin / Kết tóc — tơ [lấy nhau] : To get married *(me'riđ)* / — gai : To twist hem / Cái — để đanh chỉ : Spinning-wheel *(huy-l)*.

Xé. To tear *(te-r)* / — vụn ra : To tear into small pieces.

— **dọc** : To tear lengthwise *(length'uaiz)*.

— **ngang** : To tear breadthwise *(bredth'uaiz)* / Cấu — : To tear with the claws *(clo-z)* / Cay — miệng : Very hot.

Xẻ. To cleave *(kli-v)* ; To split ; To slit ; [cưa] To saw *(so)* : (cắt) To cut / (Mổ) —

ra làm hai miếng : To cut into two /

— **ván** : To saw boards / — rãnh : To dig a trench / Thợ — : Pit-sawyer *(so'yơr)*.

Xem. To see ; To look ; To consider *(con-si'đơr)*.

— **qua** : To look over, To glance.

— **cho rõ** : To see clearly *(kli' ơ-li)* ; To see distinctly.

— **xét** : To consider / — ra : It seems / Cho tôi —: Let me see ; show me / Ông — thấy gì ? : What do you see ? / Tôi không — thấy gì cả : I can't see anything at all / — đi — lại : To examine carefully *(ek-zem'min-ker'ful-li)*.

— **lễ** (Mi sa): To hear *(hi'ơr)* mass / — bói : To consult *(căn-sălt')* a fortune-teller / — kịch : To attend a play / — tiếp trang sau : Please turn over / Đi — chớp bóng : To go to cinema *(sin'nơ-mơ)*.

Xen. To place *(plês)* ; To put ; To introduce *(in-trơ-dius')* / — cái này vào giữa : Insert this in the middle *(miđ'đơl)*/ Nói — vào : To mingle oneself with the conversation / Đứng — vào : To stand *(stenđ)* in.

Xén. To cut *(căt)* ; To clip ; To shear *(shi'ơr)* ; To trim.

— **râu** : To pare *(per)* the beard *(bi'ơrđ)*.

— **tóc** : To cut the hair.

— **sách** : To pare *(per)* a book.

— **lông cừu** : To shear a sheep || Hàng — (tạp hóa) : Haberdashery *(heb'bơr-đesh-shơ-ri)* / Người bán hàng — : Haberdasher ; Pedlar *(peđ'đlơr)*.

Xẻn. Dè — : To be thrifty *(thrif'ti)* ; To be economical *(i-cơ-nom'mi-cơl)* / Anh phải dè — thì mới để dành được : You must be thrifty in order to save some money.

— **quá** : Too thrifty ; Miserly *(mai'zơr'li)* / Anh — quá : You are too miserly.

Xéo. (cút) Scram *(scrim)* / — đi chỗ khác : Get *(ghet)* away *(ơ-uê')* ; go away ! || Rầy —: To tramp *(tremp)* ; To trample *(trem'pơl)* ; To tread heavily *(he'vi-li)* on / Oblique *(ob-blik')* ; Slanting *(slen' ting)* / Khăn — : Sort of Vietnamese turban *(tơr'bân)*.

Xèo. Kêu — — : To crackle *(crek'kơl)* / Tiếng kêu — —: Crackling / Bánh — : Fried pie *(pai)* / Lèo — : Little *(lit'tơl)* ; A small quantity *(quon'ti-ti)*.

Xẻo. To cut *(căt)* off a bit / — từng miếng : To cut off piece by piece / — tai : To cut off the ear.

Xẹo. Slanting *(slen'ting)* ; Oblique *(ob'bliik')* / — xọ : To get out of shape *(shêp)*; To be worn *(uơn)* out ; To wear *(uer)* out / Nhà tôi — xọ rồi : My house has gone to ruin / Viết — : To write *(rait)* badly ; To write wrongly *(roong'li)* / Chữ viết — : Scrawl *(scrol)* / Làm lẹo — : To swindle *(suyn'đơl)*.

Xép. Passage *(pes'sâj)* || Long and narrow *(ner'rô)* / Ruộng — : Long and narrow field || Lép — : To plash *(plesh)* slightly *(slait'li)* || Bép — : Talkative *(tok'kơ-tiv)* ; Prating *(prê'ting)* / Người bép — : Chatterer *(chet'tơ-rơr)*.

Xẹp. Flat *(flet)* ; Depressed *(đi-prest')* ; Pressed down.

— **xuống** : To sink ; To flatten *(flet'tân)*.

Xét. To judge *(jădj)* ; To examine *(ek-zem'min)* ; To consider *(cân-si'đơr)* / — **đoán** : To estimate *(es'ti-mêt)* / — rõ : To judge *(jădj)* clearly *(cli'ơr-li)*.

— **mình** : To examine one's conscience *(con'shi-sân)*.

— **thấu** : To study *(stă'đi)* thoroughly *(thă'rơ-li)*.

— **lương tâm** : (Xch. Xé mình).

Xê. — **ra** : Get out of the way *(uê)* ; Stand *(stend)* aside *(ơ-said')* / — vào : To move *(muv)* nearer ; To approach *(ơ-prôch')* / Ngồi — vào : To sit further *(fơr'THơr)* in / — xuống : To raise *(rêz)* a little ; To move *(muv)* up / Đứng — lại đây : Come *(căm)* here / Kéo — lại : To draw *(đro)* nearer.

Xế. To incline *(in-clain')* at sunset *(săn'set)*.

— **chiều** : Near evening *(iv'-ning)* || Tài — : Car-driver *(đrai'vơr)*.

Xể. (rách) Torn *(torn)* ; In rags *(regz)* ; Stripped *(stript)*.

— **mặt** : Scratched *(skel cht)* face / Đánh — vai : To bruise *(bruz)* the shoulders with blows *(blôz)*.

Xệ. Big ; Stout *(staol)* / — môi : Having thick lips *(lips)*.

— **bụng** : Big-bellied *(bel'liđ)*/ — cánh : Heavywinged *(he' vi-uynhđ)* / — vai : Having one shoulder lower *(lờ'ơr)* than the other / Gánh nặng — vai : Heavy loads lower the shoulder.

Xếch. Oblique *(ob - bliik')* ; Slanting *(slen'ting)* || To set aside *(ơ-saiđ')* ; To separate *(sep'pơ-rêt)* / Kêu — mé : To call *(col)* impolitely *(im-pô-lail'li)* / Sao anh gọi ông ấy — mé như thế ?: Why did you call him so impolitely ?

Xênh. Đi — xang ; To swing *(suyng)* ; To sway *(suê)* while walking.

Xếp. To fold *(fôlđ)* ; To pleat *(pliit)* / — lại : To fold up / Làm ơn — cái này lại : Please fold this up / Nhà — : Tent *(tent)* / Ghế — : Folding-chair / Giường — : Folding-bed / — cánh : To fold up its wings / — quần áo : To pack up the clothes.

— **hành lý** : To pack *(pek)* up the luggage *(lăg'gâj)*.

— **thứ tự** : To put in order *(or'đơr)* / Thu — : To arrange *(ơr-rênj')*.

Xếu. (Nghiêng) To incline *(in-clain')* ; To bend ; To reel *(riil)*.

— **mếu** : To make a wry *(rai)* face when crying.

Xệu. — **xạo** : To reel *(riil)* ; To shake *(shêk)* / Nó đi — xạo : He reels *(riilz)* while walking.

Xi. — **hào** (chim cú) : Owl *(ao-l)* / (để đánh gỗ) : Polish *(pol'lish)* / — đánh giầy : Shoe-polish.

— **moong** : Cement.

Xí. (chiếm) To appropriate *(â-prô'pri-ết)* to oneself.

— **được** : To find *(fainđ)* and appropriate to oneself.

— **phần** : To choose *(chuz)* one's part *(part)*.

— **chỗ** : To take *(têk)* ; To choose one's place || Nhà — : Water-closet *(uo'tơr-clô'zât)*/ Tôi vào nhà — : I go to W.C. *(đăb'bliu-si)*.

Xì. To escape *(es-kêp')* / Hơi — ra : The vapour air escapes.

— **xào** : To whisper *(huys'pơr)*.

— **xằng** : Well-off *(uel-of)* ; Neither *(nai'THơr)* rich nor poor *(pu'ơr)* ; Neither good nor bad || Hàn — : To weld *(uelđ)*.

Xỉ. (răng) Teeth / Lồi — : The teeth jut *(jăt)* out || (tuổi) Age *(êj)* / Niên — : Old *(ôld)* || Xa — : Spendthrift *(spent' thrift)* ; Prodigal *(pro'đi-gơl)* ; Wasteful *(uêst'ful)* ; Lavish *(lev'vish)* / Không nên xa — quá : Be not too wasteful / Nó nghèo khổ là do ở sự xa — : He is poor owing to his prodigality *(pro-đi ghe'li-ti)* ||

— **vả** : To curse *(cơrs)* ; To insult / — báng : To despise *(đis-paiz')* and abuse *(ơ-biuz)*/ Sự liêm — : Modesty *(mo' đâs-ti)* ; Pudency *(piu'đân-si)* / Vô liêm — : Shameless *(shêm'lâs)*.

Xỉa. — **răng** : To pick the teeth / Tăm — răng : Toothpick *(tulh-pik)* || Đếm — : To have regards *(ri-gardz)* for / Ông không đếm — đến tôi : You have no regards for me || — xói : To prick / Nó nói — vào mặt tôi : He speaks in my face.

Xích. (đỏ) : Red *(ređ)* / — hóa : To turn *(tơ-n)* red ; To make red || Hoa — thược : Peony *(pi'ơ'ni)* || Đường — đạo : Equator *(i-quê'tơr)* ||

— **ra một chút** : To set a little away / — vào : To approach *(ơ-prôch)* ; To draw *(dro)* near || Cái — : Chain *(chên)* / — vàng : Gold *(gôld)* chain.

— **chó** : To fasten *(fas'sàn)* a dog / — giắt chó : Trace *(três)* / Đóng — : To chain *(chèn)*.

— **mích** : Misunderstanding.

Xiêm. Skirt *(skơ-t)* ; Underwear *(ăn'đơr-uer)* / Thay — đổi áo : To change *(chênj)* clothes || Nước — : Siam *(sai' em)* ; Thailand *(thai'lând)* / Người — : The Siamese *(sai-ơ miiz')*.

Xiên. Slanting *(slen'ting)* ; Inclined *(in claind')* ; Italic / Bước — xẹo : To walk *(uok)* unsteadily *(ăn-ste'di li)* || Cái — : Fork / Đâm — : To thrust *(thrăst)* with a fork.

Xiến. Xao — : Agitated *(e'ji-tê-tưđ)* ; Troubled *(trăb' bơld)* / Xao — trong lòng : To be worried *(uơr'riđ)* / Nói xao — : To speak *(spiik)* with a touching *(tă'ching)* tone.

Xiềng. Chain *(chên)* ; Fetter *(fet'tơr)* ; Shackle *(shek' kơl)*.

— **lại** : To fetter / Mang — : To be chained / Tháo — : To unchain *(ăn chên')* / Bẻ — và trốn : To break the chain and escape *(es-kêp')*.

Xiểng. — **liểng** : To reel *(riil)*; To be unsteady *(ăn-stê'-đi)* / Thua liểng — : To lose *(luz)* very much in gambling *(ghem' bling)* || (Xch. Xưởng).

Xiết. That may be counted *(caon'tưđ)* / Chẳng — : Innumerable *(in-niu'mơ-rơ-bưl)* ; Countless *(caont'lăs)* / Nói làm sao — : Inexpressible *(in-eks-pres'si'bưl)* ; Unspeakable *(ăn-spi'kơ-bưl)* ; Beyond *(bi-yonđ)* expression *(eks-pres'-shân)* ; Indescribable *(in-đis-crai'bơ bưl)* / Lo sợ — bao : How much anxiety.

— **qua** : To cross *(cros)* swiftly / Nước chảy — qua : The water flows swiftly ; The current *(cơr'rânt)* is swift || (Nghiền) : To press *(pres)* hard ; To pound *(paonđ)* ; To pulverize *(păl'vơ-raiz)* / — đỗ : To crush *(crăsh)* beans *(biinz)*.

Xiêu. Inclined *(in-claind')* ; Bent ; To incline ; To bend / Cái nhà kia — về bên Đông : That house inclines to the East ; That house is inclined to the East.

— **ngã** : To fall *(fol)* ; To tumble *(tăm'bơl)* down *(đa-on)*.

— **lạc** : To be lost / Tàu bị — lạc : The ship is lost.

Xin. To ask *(ask)* ; To beg *(beg)* ; To pray *(prê)* / Tôi — ông một it tiền : I ask you for some money / Tôi — ông làm việc đó : I beg you to do it / Nài — : To ask earnestly *(ơ'nâst-li)*/ — phép: To ask for permission / — lỗi : To beg the pardon *(pa' đân)* of ; To apologize *(ơ-pol' lơ-jaiz)* ; To ask for excuse.

— **lỗi ông** : I beg your pardon ; Excuse *(eks'kiuz)* me.

— **cứu** : To ask for help / — giúp : To appeal *(ơ-piil')* to somebody for help /— bớt : To ask for reduction / Đi — : To beg / Người ăn — : Beggar *(beg'gơr)*.

Xỉn. Bủn — : Miserly, avaricious.

Xinh. Pretty *(pril'ti)* ; Good-looking *(guđ'luk-king)* ; Nice.

— **quá** : How pretty it is ; / Trông cậu ấy — trai lắm : He looks very handsome || Làm — làm đẹp : To beautify *(biu' ti-fai)* ; To adorn *(ơ-đorn')* oneself || — xang : Elegantly.

Xình — xoàng : Simple *(sim' pưl)* ; Modest *(mo'đâst)*.

Xít. Con bọ — : Earth-bug *(ơ-th-băg)* / Hôi như bọ — : As ill-smelling *(il-smel'ling)* as an earth-bug || Đứng — lại : To stand closer to || — đu : To play at see-saw *(sii-so)* || To exaggerate *(ek-zeg'jơ-rêt)* / Ít — ra nhiều : To exaggerate the least things.

Xịt. [bảo người ta yên] — ! — ! Đừng nói nữa : Hush ! *(hăsh)* Hush ! Stop speaking.

Xiu. Nhỏ — : Very small *(smol)* / Tay nó nhỏ — : His hands are very small / Chân nhỏ — : Tiny *(tai'ni)* feet.

Xìu. Ỉu — : Very soft *(soft)* ; Flexible *(flek'si-bơl)*.

Xịu. — **mặt** : The face *(fês)* darkens *(đa'kânz)* / Nó — mặt : His face darkens.

Xó. Một — : A corner *(co'nơr)* / Trong các — : In every angle.

Xỏ. — **kim** : To thread *(thred)* a needle *(nii'đơl)* / Cụ ấy không thể — kim được vì mắt kém : He cannot thread the needle owing to the weakness *(uyk'nâs)* of his eyes || Quân — lá : Rascal *(res' cơl)*.

Xoa. To rub *(răb)* / — nhè nhẹ : To rub gently *(jent-li)*.

— **mạnh hơn** : Rub it harder *(ha'đơr)*.

Xóa. To erase *(i-rêz')* ; To rub *(răb)* out *(aot)*.

— **cái này đi** : Rub this out.

Xoạc. (rách) Torn *(torn)* ; Split / Quần — : The trousers are torn / Cái áo này — : This coat is split.

Xoai. — **xoải** : Declivily, inclination, ascent ; sloping.

Xoài. Quả — : Mango *(meng , gô)*.

Xoàng. Ordinary *(or'di-nơ-ri)* ; Common *(com'mân)* ; Not so good *(gud)* / Cái này — : This is not so good.

Xoảng. Kêu loảng — : To rattle *(rel'tơl)*.

Xoạng. Sờ — : To grope *(grôp)* about ; To fumble *(făm'-bơl)* || Đi xuệnh — : To walk *(uok)* with legs apart *(ơ-part)*.

Xoát. Kiểm — : To examine *(ek - zem'min)* ; To inspect *(ins-pect')* / Tôi phải — vé : I have to examine tickets / Sự kiểm — : Examination ; Inspection *(ins-pec'shân)* || Xuýt — : Nearly *(ni-ơr-li)* ; Almost *(ol'môst)* / Xuýt — thế : About *(ơ-baot')* that.

Xoay To turn *(tơrn)* / — cái bánh xe : Turn the wheel *(huyl)*.

— **cái bàn lại** : Turn back *(bek)* the table

— **sở** : (giỏi) : Clever *(cle'vơr)*; Shifty *(shif'ti)* ; To shift for oneself / Ông ấy chịu — sở lắm : He is very shifty

Xoáy — **ốc** : To drive *(đraiv')* in a screw *(scru)* / Cái — ốc : Screwdriver *(đrai'vơr)* || (ăn cắp) To steal *(stiil)* / Nó đã — mất bút của ông : He has stolen *(stô'lân)* your fountain-pen.

Xoăn. Curly *(cơ'li)* / Tóc — : Curly hair ; Tóc nó — : His hair is curly.

Xoắn. — **xíu** : To embarrass *(em ber'râs)* ; To annoy *(ân-noi')* / — theo : To follow *(fol'lò)* close.

— **tóc** : To seize *(siiz)* the hair || Đau — : To have a bad stomach-ache *(slăm'mâk-êk)*.

Xoẳn. Completely *(com-plit'li)* ; Thoroughly *(thă'rơ-li)* ; Entirely *(en-tai'ơ-li)* / Hết — : Completely finished *(fi'nisht)*; Thoroughly exhausted *(ek-zos'tưđ)*.

Xóc. Shake *(shêk)* ; Jerk *(jơ-k)* ; Tôi không chịu được xe — : I cannot bear *(ber)* the jerk of the car / Xe — quá : The car shakes too much || Đánh — đĩa : To play *(plê)* dice *(đai-s)* || Đòn — : Flail *(flêl)* with sharp ends.

— **xáo** : To move *(muv)* about / Đừng — xáo : Don't move about || — áo : To adjust *(âđ-jăst')* the clothes

Xọc. [đâm] : To thrust *(thrăst)*; To pierce *(pi'ơrs)*.

— **gươm** : To thrust the sword *(sorđ)* into / Bị gậy đâm — vào cổ : To have a stick thrust into the neck.

Xoe. Xum — : To show *(shô)* off *(of)* ; To boast *(bôst)* ; To be proud *(praođ)*.

Xòe. To spread *(spređ)* ; To stretch out ; To hold *(hôlđ)* out / — tay : To straighten *(strêt'tân)* out the hand.

— **cánh** : To stretch out the wings || Rối — : Much *(măch)* embarrassed *(em-ber'râst)* ; Much troubled.

Xoen. Nói — **Xoet** : To speak *(spiik)* boastfully *(bôst'ful-li)*.

Xoét. [Xch. Xoen] To chat, to babble.

Xoẹt. Wink *(uyng-k)* of an eye *(ai)* / Một — : In the wink of an eye ; In a jiffy *(jif'fi)*.

Xoi. To hollow, to excavate ; to sink.

— **mói**, — móc : To reveal people's faults.

Xóm. Hamlet *(hem'lât)* / Hàng — : Neighbourhood *(nê'bơr-huđ)* / Người hàng — : Neighbour / Đi dạo — : To take a ramble *(rem'bơl)* in the hamlet.

Xõm. (gầy) : Fleshless, ; stripped of flesh ; very thin.

Xon. Chạy — — : To run *(răn)* very fast.

Xong Over *(ô'vơr)* ; Finished *(fin'nisht)* ; Done *(dăn)* with ; To achieve *(ơ-chiiv')* ; To do with / — việc : To achieve *(ơ-chiiv')* a work ; To do with a work / Chưa — : Not yet finished || — xuôi : Per fect *(pơr'fect)* ; Well done.

Xót. — **xa** : Suffering ; to have compassion for.

Xô. To rush quickly || Cái — : A pail *(pêl)*.

— **bồ** : Mixtiure.

— **đẩy** : To push.

— **xát** : To fight.

Xổ. To precipitate, to rush forward.

Xốc. — **xếch** : Badly *(beđ'li)* / Sao anh ăn mặc — xếch thế ?: Why are you so badly dressed ?.

— **vác** : To work hard.

Xộc. — **xệch** : (yếu, lỏng) : Shaky *(shê'ki)* / Cái bàn này — xệch : This table is shaky.

Xôi. Cooked *(cukt)* gluant *(glu'ânt)* rice *(rais)* / Mời ông xơi — : Please take some cooked gluant rice.

Xổm. Ngồi — : To sit down upon the hams or heels.

Xôn. — **xao** : Noisy *(noi'zi)* ; Panic-stricken *(pen'nik strik'kân)* Làm xôn xao : To cause *(coz)* a panic.

Xộn. Lộn — : Disorder *(đis-or'đơr)* ; Confusion *(con-fiu'zhiân)* / Làm lộn — : To throw *(thrô)* into confusion ; To cause *(coz)* disorder.

Xông. — **lên** : To rise *(raiz)* / — ra : To give *(ghiv)* out / Khói — lên : The smoke *(smôk)* rises *(-rusưz)* / Cái kia — ra một mùi khó ngửi : That gives out a bad smell *(smel)* || (đánh) — vào : To fall *(fol)* upon *(ơ-pon')* / — vào quân địch : To fall upon the enemy *(en'ni-mi)* || Tính — pha mạo hiểm : Adventurous *(ađ-ven'chu-râs)*.

Xống. (váy) : Petticoat ; skirt.

Xốp. Spongy.

Xốt. — **xột** : Immediately.

Xơ. — **xác** : Lean, thin ; wretched ; ragged.

Xờ. (Bà xờ) Sister.

Xơi. (ăn, uống) : To take *(têk)* / Mời ông — cơm với tôi : Please take dinner with me / Mời ông — nữa : Please take some more / Ông Cương đang — cơm : Mr. Cương is taken his dinner.

Xới. To take *(têk)* out with a spoon *(spun)* ;

— **cơm ra** : Take out the rice.

Xu. Một — : One *(uăn)* cent *(sent)* || — hướng : Tendency *(ten'đân-si)* ; Inclination *(in-cli-nê'shân)* ; Bent of the mind *(mainđ)* / — nịnh : To flatter *(flet'tơr)*,

— **phụ** : To be in favour *(fê' vơr)* of / — vấn : To come *(căm)* and see *(sii)* ; To come on a visit /

— **lợi** : To aim *(êm)* at profit *(prof'fit)*.

Xú. (Việc xấu. đồ xấu) Bad *(beđ)* / — ác : Very ugly *(ăg' li)* / — danh : Notorious *(nơ-tô'ri-âs)* fame / — diện : Ugly face *(fês)* / — khí ; Bad smell.

Xũ. Hàng — : Coffin - maker *(cof'fưn-mê'kơr)*.

Xua. — **đuổi** : To chase *(chêz)* away *(ơ - uê')* ; To drive *(đraiv)* away.

Xuân. Mùa — : Spring / — bất tái lai : Spring does not come back / — cảnh : View *(viu)* in Spring.

— **nhật** : Spring day / — nữ : Beautiful young lady.

— **tình** : Passion.

— **xanh** : The morning of life.

Xuẩn. (ngu) Silly *(sil'li)* ; Stupid *(stiu'piđ)* / Quân ngu — : Stupid fellow *(fel'lô)*.

Xuất. To produce *(prơ-đius')*/ Sự xuất — : Production.

— **bản** : To publish *(păb'blish)* / Nhà — bản : Publisher *(— shơr)* / — cảng : To export *(eks-port')*.

— **chinh** ; To go to war *(uor)* / — chúng : Superior *(su-pi'ri-ơr)* to all *(ol)* / — dương : To go abroad *(ơ-brod)* ; To go to a foreign *(fo'rân)* country /

— **gia** : To join the religious *(ri-li'ji-âs)* order.

— **giá** : To marry *(mer'ri)* a husband *(häs'bând)*.

— **hành** : To leave *(liiv)* one's house *(haos)*

— **hiện** : To appear *(ơ-pi'ơr)*/ — lực : To do one's best ; To do with all one's efforts *(ef'fơrts)*.

— **phẩm** : Products *(pro'đâcts)* — sắc : Uncommon *(ăn-com'mân)*; Unusual *(ăn-yu'zhu'ơl)*.

Xúc. Tiếp — : To get into contact *(con'lect)*.

— **cảm** : To be moved *(muvd)*; Touched *(tăcht)*.

— **giác** : Antenna *(ân-ten'nơ)*.

— **tiến** : To press *(pres)* forward *(for'uârđ)*.

— **động** : (Xch. Xúc cảm).

— **phạm** : To offend ; to harm.

— **siểm** : To excite, to stir up.

— **xích** : Sausage.

Xuề. — **xòa** : Simple *(sim'pưl)*; Easy *(i'zi)* to deal *(điil)* with / Ăn mặc — xòa : To be dressed *(đrest)* simple.

Xui. — **giục** : To prompt *(prom-t)* ; To drive *(đraiv')* ; To urge *(ơrj)* ; To incite *(in-sait')* / Nó — tôi làm việc đó : He prompted me to do it.

— **khiến** : To excite, to set up.

— **xiểm** : To suscitate, to raise up.

Xúi. Unlucky.

Xum. — **xoe** : To afford matter for ; to cajole.

Xúm. — **đông lại** : To group, to gather round.

Xung. — **đột** : To fight *(fait)*/ — khắc : To disagree *(đis-ơ-grii')* with ; To differ *(đif'fơr)* in opinion *(ơ-pi'ni-ân)*.

— **kích** : To engage *(en-ghêj')* in a furious *(fiu'ri-âs)* battle *(bet'tơl)* / — phong : To fight hand to hand *(hend)* ; To charge *(charj)* ; To rush *(răsh)* on an attack *(ât-tek')*.

Xúng. — **xính** : Ample.

Xuôi. — **gió** : Fair *(fer)* wind / — nước : Down-stream *(đaon-striim)* || Xong — : To succeed *(sâc-siid')* / Việc đó có — không ? Does that susceed?.

Xuối. — **nước** : Stream *(strim)* ; Brook *(bruk)*.

Xuống. To go down *(đaon)* ; To descend *(đis-senđ')*.

— **ngựa** : To dismount *(đis-maont')* from a horse.

— **thang** : To go down the stairs *(sterz)*.

— **xe** : To alight *(ơ-lait')* from a car.

— **tàu** : To go on board *(borđ)* a ship.

— **ơn** : To bestow *(bis-tô)* grace *(grês)* on.

Xuổng. Cái — : A shovel.

Xụp. To fall down ; to tumble down ; to collapse.

Xụt. — **xịt** : Whine, whining ; to snivel.

— **xùi** : To whimper ; (khóc) to sob.

Xuyên. — **sơn** : To tunnel ; to go through a mountain.

— **tạc** : To make up ; To invent *(in-venl')*.

— **tâm** : To go through the centre.

— **qua** : To go though *(thru)* ; To pierce *(pi'ơrs)*.

Xuyến. [vòng đeo tay] : Bracelet *(brês'lât)* / Tôi không thích đeo — : I don't like to wear *(uer)* bracelet.

Xuýt. Almost *(ol-môst')* ; Nearly *(ni'ơr'li)* / Tội — nhỡ xe lửa : I nearly missed the train.

— **xoát** : Nearly, almost ; approximately.

Xứ. — **sở** : Place *(plês)* ; Country *(căn'tri)* / Nhà — : (khu đạo) : Parish *(per'rish)*/ Người bản — : Native *(nê'tiv)* / Cha — : Parish-priest *(pri-ist)*.

Xử. — **xét** : To judge *(jăđj)* / Ông phải tự — : You must judge for yourself /

— **hình** : To condemn *(condemn')*.

— **tử** : To condemn to death *(đe-th)*.

— **hòa** : To reconcile *(rek'kân-sail)*.

— **quyết** : To execute *(ek'sikiut)*.

— **thế** : To deal *(diil)* with the situation.

— **trảm** : To behead *(bi-heđ')*/

— **bắn** : To shoot *(shut)* / to death.

Xưa. Ngày — : In old *(ôlđ)* days *(đêz)* / — **kia** : Formerly *(for'mơ-li)*.

Xức. Phép — dầu Thánh : Extreme *(eks-triim')* Unction *(ăng'shân)*.

Xưng. — **ra** : To confess *(con-fes')*.
— **tội** : To confess one's sins.
— **danh** : To call *(col)* oneself by the name *(nêm)* of ; To present *(pri-zent)* oneself / — vương : To proclaim *(prơ-clêm')* emperor *(em'pơ-rơr)*.
Xứng. — **đáng** : To be worthy *(uơr'thi)* of ; To deserve *(đi-zơrv')* / — đôi : well-matched.
— **hợp** : Suitable.
Xược. Láo — : Insolent *(in'sơ'lânt)*.
Xương. Bone *(bôn)* / — sống : Backbone *(bek'bôn)*.
— **sườn** : Rib / — ống chân : Shin-bone *(shin bôn)*.
— **cá** : Fish-bone *(fish-bôn)* / Cẩn thận kẻo hóc — : Be careful *(ker'ful)* of the bones.
Xướng. Ca — (hát) : To sing / — danh : To make a roll-call *(rô-col)* / — họa : To answer *(an'sơr)* in verses *(vơ'sưz)* / — danh sách : To call out the names.
Xưởng. Factory *(fec'tơ-ri)* ; Manufacture *(me-niu-fec'chơr)*.
— **khí giới** : Munition *(miu-ni'shân)* factory.
— **tơ lụa** : Silk factory / — dệt chiếu : Mat *(met)* manifacture / Thợ làm ở — : Factory hand *(hend)*.

Y

Y. — **như** : Exactly like, as / — như nhau : To look alike *(ơ-lai'k)* / Đứa trẻ này — như cha nó : This boy looks exactly like his father.
—**phục** : Clothings *(clô'thing-z)* / — sĩ : Doctor *(đoc'tơ)*.
Ý. — **muốn** : Will, wish / — kiến : Idea *(ai-điơ')*. opinion *(ô-pi'ni-ân)* / — kiến ông thế

nào? : What is your opinion/. Chủ — : Intention *(in-ten'shân)* / Vô — : Inattentive *(in ơ-ten'tiv)*, Careless *(ker'lâs)* / Sao mày vô — thế ? : Why are you so careless ? || Nước — : Italy *(i'tơ-li)* / Người — : Italian *(i-te'li-ân)*.

— **tưởng** : Idea ; perception, notion.

— **vị** : Interesting.

Yếm. Corsage; breast-supporter.

— **dãi** : Bib. slabbering-bib.

— **thế** : Pessimism (n.) ; pessimitic (adj)

Yên. — **ngựa** : Saddle *(sed'đơl)* || [Xch. An].

— **ắng** : Calm ; quiet.

— **hàn** : Peaceful, undisturbed.

— **lặng** : Quietly.

— **ổn** : Security.

— **phận** : To be pleased with one's lot.

— **trí** : To be convinced ; to be persuadet that.

Yến. (đề ăn) : Swallow - nest *(soa'lô-nest)*. ||

— **hội** : Banquet, feast.

Yết. — **kiến** : To ask for audience *(o'đi-âns)*.

— **thị** : A notice *(no'tis)* / Dán — thị : To stick up a bill / Cấm dán — thị : Stich no bill / Tờ — thị đó nói gì đấy?: What does it say on that notice ?.

Yêu. To love *(lơv)* / Ông ấy — cô kia : He loves that young lady / Hai anh em — nhau : The two brothers love each other / Người — : Lover *(lâv'vơr)* ; Sweetheart *(suýt-hat)*.

— **cầu** : To request, to ask, to beg,

— **chuộng** : To be fond of, to love, to like.

— **dấu** : To love dearly, to cherish.

— **kiều** : Amiable, graceful.

— **quái** : Monster.

— **sách** : to necessitate, to exact, to require.

— **thuật** : Sorcery, witchcraft, enchantment.

— **tinh** : Ogre ; Ogress.

Yếu. (ốm) : Ill / (không khoẻ) : Weak *(uyk)* / Anh — quá : You are too weak / Sao anh — luôn thế ? : Why are you ill so often *(of'fân)*?

— **điểm** : Weighty question ; main point.

— **thế** : Weak authority; weakness.

— **tố** : Essential element.

Yểu. Chết — : To die *(đai)* at an early *(ơ'li)* age.

— **điệu** : Graceful ; stylish.

— **tướng** : Having delicate health ; weak - looking.

ZH

SYNONYMS AND ANTONYMS

(Chữ đồng-nghĩa và chữ phản nghĩa)
(Chữ trong ngoặc là chữ phản nghĩa)

A

Abandon, leave, forsake, desert. *(Keep, cherish).*

Abandoned, deserted, forsaken. *(Cared for virtuous).*

Abasement, degradation, fall, degeneracy. *(Honor).*

Abash, bewilder, disconcert discompose. *(Embolden),*

Abbreviate, shorten, abridge curtail *(Extend).*

Abdicate, give up, resign renounce, abandon.

Abet, help, encourage, instigate, incite *(Deter, emvede).*

Abhor, dislike intensely, view with horror. *(Love).*

Ability, capability, talent; capacity. *(Incompetency).*

Abject, groveling, low, base, ignoble. *(Noble).*

Abjure, recant, forswear, recall. *(Maintain).*

Abolish, quash, destroy, revoke. *(Establish, enforce)*

Abominable, hateful, detestable. *(Lovable).*

Abortive, fruitless, ineffectuel idle. *(Effectual).*

Abscond, run off, steal away, decamp, bolt.

Absolute, entire, complete, unconditional. *(Limited).*

Abuse, *v.*, asperse, revile, reproach. *(Praise, protect).*

Abuse, *n.*, scurrility, ribaldry. *(Praise, protection).*

Accede, assent to, consent, comply with. *(Protest)*

Accelerate, hasten, hurry, expedite. *(Retard).*

Accomplice, confederate, accessory. *(Adversary)*.

Accomplish, do, effect, finish, execute, perfect. *(Fail)*.

Accord, grant allow, admit, concede. *(Deny)*.

Accost, salute, address, speak to, stop, greet.

Account, narrative, description, narration, relation.

Accountable, punishable, answerable, responsible.

Accumulate, bringtogether, collect. *(Scatter, dissipate)*.

Accurate, correct, exact, precise.*(Erroneous, careless)*.

Achieve, do, accomplish, effect, execute, gain, win.

Achievement, feat, exploit, accomplishment. *(Failure)*.

Acknowledge, admit, confess, own, grant. *(Deny)*.

Acquaint, inform, enlighten, notify. *(Deceive)*.

Acquaintance, familiarity, intimacy *(Unfamiliarity)*.

Acquit, pardon, forgive, discharge. *(Condemn, convict)*

Act, do, operate, make, perform, play, enact.

Action, deed, achievement, feat, exploit.

Active, lively, sprightly, alert. *(Lazy, passive)*.

Actual, real, positive, genuine, certain. *(Fictitious)*.

Acute, shrewd,intelligent, penetrating, keen. *(Dull)*.

Adapt, accommodate. suit, fit, conform.

Addicated. devoted, wedded, attached, given up to,

Addition, increase. *(Subtraction, separation)*.

Address, speech, discourse, appeal, oration.

Adjacent, near to, adjoining, contiguous. *(Distant)*.

Adjunct, appendage, appendency, dependency.

Admirable, striking, surprising, wonderful. *(Detestable)*.

Agreeable, pleasant, pleasing. *(Disagreeable)*.

Alternating, intermittent *(Continual)*,

Ambassador, envoy, plenipotentiary, minister.

Amend, improve, correct, better *(Impair)*

Appropriate, assume, arrogate, usurp.

Arise, flow, spring, proceed, rise, issue.

Artful, disingenuous, sly, tricky, insincere. *(Candid)*.

Artifice, trick, stratagem, finesse.

Association, combination, company, society.

Audacity, boldness, effrontery, hardihood. *(Meekness.)*

Austere, rigid, rigorors, severe, stern. *(Dissolute)*

Avaricious, niggardly miserly. *(Generous.)*

Aversion, antipathy, dislike, hatred: *(Affection)*.

Axiom, adage, aphorism, apothegm, byword, proverb.

B

Babble, chatter, prattle prate.

Bad, wicked, evil. *(Good,)*

Baffle, confound, defeat, disconcert. *(Aid, abet.)*

Beastly, brutal, sensual, bestial.

Becoming, decent, fit, seemly, suitable *(Unbecoming.)*

Beg, beseech, crave, entreat, implore *(Give.)*

Behavior, carriage, conduct, deportment, demeanor.

Beneficent, bountiful, generous. *(Covetous, miserly.)*

Benefit, favor, advantage, kindness, civility. *(Injury.)*

Benevolence, beneficence, benignity. *(Malevolence.)*

Blame, censure, condemn, reprove. *(Praise)*

Blemish, flaw, speck, spot, stain. *(Ornament.)*

Blot, cancel, efface, expunge, erase, obliterate.

Bold, brave, daring, fearless, intrepid. *(Timid.)*

Border, brim, brink, edge, margin, rim, verge.

Bound, circumscribe, confine, limit, restrict.

Bravery, courage. valor. *(Cowardice)*

Breeze, blast, gale, gust, hurricane, tempest.

Brittle, fragile, breakable *(Solid.)*

Burial, interment, sepulture. *(Resurrection.)*

Business, avocation, employment, profession.

Bustle, stir, tumult, fuss. *(Quiet.)*

C

Calamity, disaster, misfortune. *(Good fortune.)*

Capable, able, competent. *(Incompetent.)*

Captious, fretful, cross, peevish. *(Good-natured.)*

Caress, kiss, embrace. *(Spurn, buffet.)*

Carnage, butchery, massacre, slaughter.

Cause, motive, reason. *(Effect, consequence.)*

Censure, animadvert, criticize. *(Praise.)*

Certain, secure, sure. *(Doubtful.)*

Cessation, intermission, rest, stop. *(Continuance.)*

Chance, fate, fortune. *(Design.)*

Changeable, fickle, inconstant. *(Unchangeable.)*

Character, reputation, repute, standing.

Chastity, purity, continence, virtue *(Lewdness.)*

Cheerful, gay, merry, sprightly. *(Mournful.)*

Chief, chieftain, head, leader. *(Subordinate.)*

Clear, bright, lucid, vivid. *(Opaque.)*

Clever, adroit, dexterous, expert. *(Stupid.)*

Clothed, clad, dressed. *(Naked.)*

Coarse, rude, rough, unpolished. *(Fine.)*

Coax, cajole, fawn, wheedle.

Colorable, ostensible, plausible, specious.

Combination, cabal, conspiracy, plot.

Commodity, goods, merchandise, ware.

Common, mean, ordinary. *(Uncommon, extraordinary.)*

Compassion, sympathy, pity *(Cruelty, severity.)*

Compel, force, oblige, necessitate. *(Coax, lead.)*

Compensation, amends, recompense, remuneration.

Compendium, compend, abridgment. *(Enlargement.)*

Complain, lament, murmur, regret, repine. *(Rejoice).*

Comply, accede, conform, submit. *(Refuse.)*

Comprehend, comprise, include. *(Exclude, mistake.)*

Comprise, comprehend, contain, embrace.

Conclusion, inference, deduction.

Condemn, censure, blame. *(Justify, exonerate.)*

Conduct, direct, guide, lead, govern, manage.

Confirm, corroborate, approve, attest. *(Contradict.)*

Conflict, combat, contest, contention. *(Peace, quiet.)*

Confute, disprove, refute, oppugn. *(Approve.)*

Conquer, overcome, subdue, surmount. *(Defeat.)*

Consequence, effect, event, issue, result. *(Cause.)*

Consistent, constant, compatible. *(Inconsistent.)*

Constancy, firmness, stability, steadiness. *(Fickleness.)*

Contaminate, corrupt, defile, pollute, taint.

Contemn, despise, disdain, scorn. *(Esteem.)*

Contemptible, Despicable, paltry, pitiful. *(Noble.)*

Contend. contest, dispute, strive, combat.

Continual, constant, incessant. *(Intermittent.)*

Continuance, continuation, duration. *(Cessation.)*

Contradict, deny, gainsay, oppose. *(Confirm.)*

Cost, charge, expense, price.

Covetousness, avarice, cupidity. *(Beneficence.)*

Cowardice, fear, timidity. *(Courage.)*

Crime, sin, vice, misdemeanor. *(Virtue.)*

Criminal, convict, culprit, felon, malefactor.

Crooked, bent, curved, oblique. *(Straight)*

Cruel, barbarous, brutal, inhuman, savage. *(Kind.)*

Cultivation, culture, refinement.

Cursory, desultory, hasty, slight *(Thorough.)*

ZH

ZH ZH

D

Danger, hazard, peril. *(Safety.)*

Deadly, fatal, destructive, mortal.

Dear, beloved, precious, costly. *(Despised, cheap.)*

Decay, decline, consumption. *(Growth.)*

Deceive, delude, impose upon, overreach, gull.

Deceit, cheat, imposition, trick, sham. *(Truthfulness.)*

Decide, determine, settle, adjudicate, terminate.

Decipher, read, spell, interpret, solve.

Decision, determination, conclusion *(Vacillation.)*

Declamation, oratory, elocution, harangue.

Declaration, avowal, manifestation, statement.

Decrease, diminish, lessen, reduce. *(Growth.)*

Dedicate, devote, consecrate, offer, apportion.

Deed, act, action, commission, document.

Deem, judge, consider, think, suppose.

Deface, mar, spoil, injure, disfigure. *(Beautify.)*

Default, lapse, forfeit, commission, absence.

Defect, imperfection, flaw. *(Beauty, improvement.)*

Defer, delay, postpone, put off. *(Force, expedite.)*

Deficient, short, wanting, incomplete. *(Complete.)*

Defile, *v*, pollute, corrupt, sully. *(Beautify)*

Define, fix, settle, determine, limit

Defray, meet, liquidate, pay, discharge.

Deliberate, *v*., consider, meditate, consult, ponder.

Deliberate, *a.*, purposed, intentional *(Hasty)*

Delicacy, daintiness. *(Boorishness, indelicacy.)*

Delicate, tender, fragile, dainty. *(Coarse.)*

Delicious, sweet, palatable *(Nauseous)*

Delight, enjoyment, pleasure, transport. *(Annoyance)*

Deliver, liberate, free, pronounce. *(Retain.)*

Demonstrate, prove, show, exhibit, illustrate.

Depart, leave, quit, decamp, retire. *(Remain.)*

Deprive, strip, bereave, despoil, rob, divest.

Depute, appoint, commission, charge, anthorize.

Derision, scorn, contempt, contumely, disrespect.

Derivation, origin, source, beginning, cause.

Desecrate, profane, secularize, misuse. *(Keep holy).*

Design, *n.*, delineation, sketch, drawing, contrivance.

Desirable, expedient, advisable, valuable, proper.

Desist, cease, stop, discontinue. *(Continue, persevere).*

Desolate, bereaved, forlorn, waste. *(Pleasant, happy).*

Desperate, wild, daring, audacious, determined.

Despised, degraded, worthless. *(Admired).*

Destructive, detrimental, hurtful, noxious, *(Creative).*

Desuetude, disuse, discontinuance *(Maintenance)*

Desultory, rambling, discursive, loose. *(Thorough).*

Detail, *n.*, particular, specification, minutiæ.

Detail, *v.*, particularize, enumerate. *(Generalize).*

Deter, warn, stop, dissuade, terrify. *(Encourage).*

Detriment, loss, harm, injury. *(Benefit).*

Develop, unfold, amplify, expand, enlarge.

Device, artifice, expedient, contrivance.

Devoid, void, wanting, destitude. *(Full, complete).*

Devoted, attached, fond, absorbed, dedicated.

Dictatorial, imperative, imperious. *(Submissive).*

Different, various, manifold, diverse. *(Similar).*

Difficult, hard, intricate, involved. *(Easy)*.

Diffuse, discursive, prolix, diluted.

Dignify, aggrandize, elevate, advance. *(Degrade)*.

Dilate, stretch, widen, expand, distend, enlarge.

Dilatory, tardy, procrastinating, lagging. *(Prompt)*.

Diligence, care, assiduity, attention. *(Negligence)*.

Diminish, lessen, reduce, contract. *(Increase)*.

Discern, descry, observe, recognize, perceive

Discover, make, known, find, invent, contrive.

Discreditable, shameful, disgraceful. *(Creditable)*.

Discreet, cautious. prudent, wary. *(Indiscreet)*.

Discrepancy, disagreement, difference. *(Agreement)*.

Discrimination, acuteness, judgement, caution.

Disgrace, *n*, disrepute, reproach, dishonor. *(Honor)*.

Disgrace. *v.*, debase, degrade, defame. *(Exalt)*.

Disgust, dislike, distaste, loathing. *(Admiration)*.

Dismay, *n.*, terror, dread, fear, fright *(Assurance)*.

Dismiss, send off, discharge, discard. *(Retain)*.

Dispel, scatter, drive away, disperse. *(Collect)*.

Dispose. arrange, place, order, give, bestow.

D.spute, *v.*, argue, contest, contend *(Assent)*.

Dispute. argument, debate, disagreement. *(Harmony)*.

Dissent, disagree, differ, vary. *(Assent)*.

Distinct, clear, plain, obvious. *(Obscure, indistinct)*.

Distinguished, famous, glorious. *(Obscure, ordinary)*.

Distract, perplex, bewilder. *(calm, concentrate)*.

Distribute. allot, share, dispense, deal. *(Collect)*.

Disturb, derange, discompose, rouse. *(Pacify, quiet)*

Disuse, discontinuance, abolition, desuetude. *(Use)*.

Divine, godlike, holy, heavenly, minister.

Do, effect, perform, accomplish, finish, transact.

Docile, tractable, complaint, tame. *(Stubborn)*

Doctrine, tenet, article of belief creed.

Doleful, dolorous, dismal, piteous. *(Joyous)*.

Doubt, *n*., uncertainty, suspense *(Certainty)*

Dread; *n* , fear, horror, terror. *(Boldness, assurance)*.

Dreadful, fearful, frightful, socking, horrible.

Drift, purpose, menaning, tendency, direction.

Droll, funny, laughable, comic, queer. *(Solemn)*.

Drown, inundate, swamp, submerge.

Due, owing to, attributable to, proper, debt, right.

Dull, stupid, gloomy, sad, dismal. *(Bright)*.

Dunce, simpleton, fool, idiot. *(Sage)*.

Durable, lasting, permanent, continuing *(perishable)*.

Dwell, stay, stop, abide, sojourn, linger.

Dwindle, pine, waste, diminish, fall off *(Grow)*.

E

Eager, hot, ardent, impassioned, impatient. *(Diffident)*.

Earn, acquire, obtain, win, gain, achieve.

Earnest, *a*., ardent, serious, grave, warm. *(Trifling)*.

Ease, *v* , calm, alleviate, allay, rid. *(Annoy, worry)*.

Eccentric, irregular, singular. *(Regular, ordinary)*.

Economical, sparing, saving, provident. *(Wasteful)*.

Edge, border, brink, rim, brim, verge.

Efface blot out, expunge, obliterate, cancel.

Effect, *n*., consequence, result, issue, operation.

Effect, *v*., accomplish, fulfill, realize, complete.

Effective, efficient, operative. *(Vain, ineffectual)*.

Efficacy, efficiency, energy, agency.

Eliminate, drive out, expel, thrust out.

Eloquence, oratory, rhetoric; declamation.

Elucidate, make plain, explain, illustrate.

Elude, evade, escape, avoid shun.

Embarrass, perplex, entangle, trouble. *(Assist)*.

Embellish. adorn, decorate, bedeck. *(Disfigure)*.

Embolden, inspirit, aninate, encourage *(Discourage.)*

Emit, give out, throw out, exhale, vent.

Emotion, perturbation,agitation tremor.

Encompass, *v*, encircle, surround, gird, beset.

Encounter, attack, conflict. combat, action.

Encourage, countenance, sanction, support. *(Deter)*.

End. *n*., aim, object, purpose, result, conclusion.

Endeavor, attempt, try, essay, strive, aim.

Endurance, continution, duration, fortitude.

Endure, *v*., last, continue, support, bear. *(Perish)*.

Enemy, foe, antagonist adversary. *(Friend.)*

Energetic, industrious, effectual, nervous. *(Lazy)*.

Engage, employ, busy, occupy, invite, engross.

Engross, absorb, take up, engage, mobilize.

Engulf, swallow up, absorb, imbibe, bury,

Enjoin, order, ordain, appoint, prescribe.

Enjoyment, pleasure *(Grief, sorrow, sadness)*.

Enlighten, illuminate, inform. *(Befog, becloud)*.

Enliven, cheer, vivify, stir up, inspire. *(Sadden, quied)*.

Enmity, animosity, maliciousness. *(friendship)*.

Enormous, gigantic, colossal, vast *(Insignificant)*.

Enough, sufficient, plenty, abundance. *(Want)*.

Enraged, infuriated, wrathful. *(Pacified)*.

Enrapture, enchant, fascinate, charm. *(Repel)*.

Enroll, enlist, list, register, record.

Enterprise, undertaking, endeavor, venture, energy.

Enthusiasm, earnest, devotion. *(Ennui, lukewarmness)*.

Enthusiast, fanatic, visionary.

Eradicate, root out, extirpate, exterminate.

Erroneous. incorrect, inaccurate, inexact *(Exact)*.

Establish build up, confirm. *(Overthrow)*.

Estimate, appraise, appreciate, compute, rate.

Estrangement, abstraction, alienation.

Eternal, endless, everlasting. *(Finite)*.

Evade, equivocate, prevaricate.

Exact, nice, particular, punctual. *(Inexact)*.

Exalt, ennoble, dignify, raise. *(Humble)*.

Examination, investigation, inquiry, search.

Exceed, excel, outdo, surpass. *(Fall short)*.

Exceptional, uncommon, rare. *(Common)*.

Excite, awaken, provoke, rouse, stir up. *(Lull)*.

Excursion, jaunt, ramble, tour trip.

Exempt, free cleared. *(Subject)*.

Exhaustive, thorough, complete. *(Cursory)*.

Experiment, proof, trial, test.

Explain, expound, interpret, illustrate.

Extend, reach, stretch. *(Abridge)*.

Extravagant, lavish, profuse. *(Parsimonious)*.

ZH

ZH ZH

F

Fable, apologue, novel, romance, tale.

Facetious, pleasant, jocular, jocose. *(Serious).*

Fail, fall short, be deficient. *(Accomplish).*

Faint, feeble, languid. *(Forcible).*

Fair, equitable, honest, reasonable. *(Unfair).*

Faith, creed. *(Unbelief, infidelity).*

Faithful, true, loyal constant. *(Faithless).*

Faithless, perfidious, treacherous *(Faithful).*

Fall, drop, droop, sink, tumble. *(Rise).*

Famous, celebrated, renowned. *(Obscure).*

Faciful, capricious, fantastical, whimsical.

Fast, rapid quick fleet, expeditious *(Slow).*

Fatigue, weariness lassitude. *(Vigor).*

Fear, timidity, timorousness. *(Bravery)*

Feeling, sensibility, susceptibility. *(Insensibility).*

Ferocious, fierce, savage, wild. *(Mild).*

Fertile, fruitful, prolific, plenteous. *(Sterile).*

Fiction, falsehood, fabrication. *(Fact).*

Figure, allegory, emblem, metaphor, picture.

Fin, descry, discover, espy. *(Lose, overlook).*

Fine, *n*, forfeit, forfeiture, mulct, penalty.

Firm, constant, solid, steadfast. *(Weak).*

First, foremost, chief, earliest. *(Last).*

Fit, accommodate, adapt, adjust, suit.

Flame, blaze, flare, flash, glare.

Flexible, pliant, pliable, ductile. *(Inflexible).*

Flourish, prosper, thrive. *(Decay).*

Fluctuating, wavering, hesitating. *(Firm, decided).*

Fluent, flowing, glib, voluble, ready. *(Hesitating).*

Folks, persons, people, individuals.

Folly, silliness, imbecility, weakness. *(Wisdom).*

Fond, enamored, attached, affectionate *(Distant).*

Fondness, affection, attachment, love. *(Aversion).*

Foolhardy, venturesome, incautious. *(Cautious).*

Fop, dandy, dude, beau, puppy. *(Gentleman).*

Forbear, abstain, refrain, withhold.

Force, *n.*, strength, vigor, energy, violence.

Forecast, forethought, foresight, premeditation.

Forego, quit, relinquish, let go, waive.

Foregoing, antecedent, anterior, prior, former.

Forerunner, herald, harbinger, precursor, omen.

Foresight, forethought, forecast, premeditation.

Forgive, pardon, remit, absolve, excuse.

Forlorn, forsaken, abandoned, desolate, lone

Form, *n.*, ceremony, solemnity. observance, rite.

Form, *v.*, make, create, produce, arrange.

Formal, ceremonious, precise. *(Informal, natural).*

Former, antecedent, anterior, foregoing.

Forsaken, abandoned, forlorn, desolate, lone.

Forthwith, immediately, directly, instantly. *(Anon).*

Fortitude, endurance, resolution. *(Weakness).*

Fortunate, lucky, happy, auspicious. *(Unfortunate).*

Fortune, chance, fate, luck, doom.

Foster, cherish, nurse, tend. *(Neglect).*

Foul, impure, nasty, filthy, dirty. *(Pure, clean).*

Fractious, cross, captious, touchy. *(Tractable).*

Fragile, brittle, frail, delicate. *(Strong).*

Fragments, pieces, scraps, leavings, ships.

Frailty, weakness, falling, fault. *(Strength)*.

Frame, *v.*, construct, invent, coin, forge, make.

Franchise, right, exemption, immunity, suffrage.

Frank, artless, candid, sincere. *(Tricky, insincere)*.

Frantic, distracted, mad, furious *(Quiet, subdued)*.

Fraud, deceit, deception, duplicity, cheat *(Honesty)*.

Ferak, fancy, humor, vagary. *(Purpose, resolution)*.

Free, *adj.*, liberal, bountiful. *(Slavish, stingy)*.

Free, *v*, release, set free, deliver. *(Enslave, bind)*.

Freedom, liberty, independence, licence. *(Slavery)*.

Frequent, often, common, general. *(Rare)*.

Fret, gall, chafe, agitate, irritate.

Friendly. amicable, social. *(Distent, reserved)*.

Frightful, fearful, dreadful, dire, horrible, horrid.

Frivolous, trifling, trivial, petty. *(Serious, earnest)*.

Fruitful, fertile, productive. *(Barren, sterile)*.

Fruitless, vain, useless, idle, abortive, bootless.

Frustrate, defeat, foil, balk, disappoint.

Fulfill. accomplish, effect, complete.

Fulsome, coarse, gross, sickening. *(Moderate)*.

Furious, violent, boisterous, vehement. *(calm)*.

Futile, trifling, trivial, frivolous. *(Effective)*.

ZH
ZH ZH

G

Gain, *n.*, profit, advantage, benefit. *(Loss).*

Gallant, brave, bold, courageous, fine, fearless

Galling, chafing, irritating, vexing. *(Soothing).*

Game, play, pastime, diversion, sport.

Gang, band, horde, company, troop, crew.

Garnish, embellish, beautify, deck, decorate.

Gaudy, showy, flasby, tawdry, gay. *(Somber).*

Gaunt, emaciated, scraggy, skinny. *(Well-fed).*

Gay, cheerful, merry, lively, jolly. *(Solemn).*

Generate, form, make, beget, produce.

Generation, formation, race, breed, stock, age

Generous, beneficent, noble, honorable. *(Niggardly).*

Genial, cordial, hearty, festive *(Distant, cold).*

Genius, intellect, invention, talent, nature.

Genteel, refined, polished, fashionable, *(Boorish).*

Gentle, placid, bland, mild, meek. *(Rough, uncouth).*

Genuine, real, true, unaffected, sincere. *(False).*

Gesture, attitude, action, posture.

Ghastly, pallid, wan, hideous, grim.

Ghost, specter, sprite, apparition, phantom.

Gibe, scoff, sneer, jeer, mock, deride.

Giddy, unsteady, lighty, thoughtless. *(Steady).*

Gift donation, benefaction, boon. *(Purchase).*

Gigantic, colossal, huge, enormous. *(Diminutive).*

Glad, pleased, cheerful, joyful. *(Sad).*

Gleam, glimmer, glance, glittler, shine flash.

Glee, gayety, merriment, mirth, joy. *(Sorrow).*

Glide, slip, slide, run, roll, on.

Glimmer, *v.*, gleam, flicker, glitter.

Glimpse, glance, look, glint.

Glitter, gleam, shine, glisten, radiate.

Gloom, cloud, dimness, sadness. *(Light, joy).*

Gloomy, lowering, lurid. sad, glum. *(Bright, clear).*

Glorify, magnify, celebrate, adore, exalt.

Glorious famous, noble, exalted. *(Infamous).*

Glory, honor, fame, renown. *(Infamy).*

Glut, gorge, stuff, cram, cloy, satiate.

Go, depart, proceed, move, budge, stir.

Godly, righteous, devout, holy, religious.

Gorge, glut, fill, cram, stuff, satiate.

Gorgeous, superb, grand, magnificent. *(Plain, simple).*

Govern, rule, direct, manage, command.

Government, rule, state, control, sway.

Graceful, becoming, comely, elegant. *(Awkward).*

Gracious, merciful, kindly, beneficent.

Gradual, slow, progressive. *(Sudden.)*

Grand, majestic, stately, dignified, lofty. *(Shabby).*

Grant, bestow, impart, give, yield, invest.

Graphic, forcible, telling, vivid, pictorial.

Grateful, agreeable, pleasing, thankful. *(Harsh).*

Gratification, enjoyment, *(Disappointment).*

Grave, *a.*, serious, sedate, pressing, heavy. *(Giddy).*

Great, big, huge, large, majestic, vast. *(Small).*

Greediness, avidity, eagerness, voracity. *(Generosity).*

Grieve, mourn, lament, pain, hurt. *(Rejoice).*

Grievous, painful, afflicting, heavy, baleful.

Grisly, terrible, hideous, grim, dreadful. *(Pleasing).*

Gross, coarse, outrageous, indelicate. *(Delicate)*.

Group, assembly, cluster, collection, order class.

Grovel, crawl, cringe, fawn, sneak.

Grow, increase, vegetate, expand. *(Decay, diminution)*.

Growl, grumble, murmur, complain.

Grudge, malice rancor, spite, aversion.

Gruff, rough, rugged, rude, surly. *(Pleasant)*.

Guile, deceit, fraud *(Candor)*.

Guiltless, harmless, innocent.

H

Hail, accost, address, greed, salute, welcome.

Happiness, beatitude, bliss, felicity. *(Unhappiness)*.

Harm, injury, hurt, wrong, infliction. *(Benefit)*.

Harmless, safe, innocuous, innocent. *(Hurtful)*.

Harsh, rough, rigorous, severe, gruff. *(Gentle)*.

Hasten, accelerate, dispatch, expedite. *(Delay)*.

Hasty, hurried, ill-advised, *(Deliberate)*.

Hateful, odious, detestable, *(Lovable)*.

Hatred, enmity, ill-will, rancor. *(Friendship)*.

Haughtiness, arrogance, pride. *(Modesty)*.

Haughty, arrogant disdainful, proud.

Hazard, risk, venture.

Healthy, salubrious, salutary. *(Unhealthy)*.

Hearty, *a.*, cordial sincere, warm. *(Insincere)*.

Heavy, burdensome, penderous, weighty. *(Light)*.

Heighten, enhance, exalt, elevate, raise.

Heinous, atrocious. flagitious, flagrant. *(Venial)*

Help, aid, assist, relieve, succor. *(Hinder)*.

Heretic, sectary, sectarian, nonconformist.

Hesitate, falter, stammer, stutter.

Hideous, grim ghastly, grisly. *(Beautiful)*.

High, lofty, tall, elevated. *(Deep)*.

Hinder, impede, obstruct, prevent. *(Help)*.

Hint, allude, refer, suggest, intimate.

Holiness, sanctity, piety, sacredness.

Holy, devout, pious, religious.

Honesty, integrity, probity, uprightness. *(Dishonesty)*.

Honor, *v.*, respect, reverence, esteem. *(Dishonor)*.

Hope, confidence, expectation, trust.

Hot, ardent, burning, fiery. *(Cold)*.

However, nevertheless, notwithstangding, yet.

Humble, degarde, humiliate, mortify. *(Exalt)*.

Hurtful, noxious, pernicious. *(Beneficial)*

Husbandry, cutivation, tillage-

Hypocrite, dissembler, imposter, canter.

Hypothesis, theory, supposition.

I

Ideal, imaginary, fancied, *(Actual.)*

Ignominious, shameful, scandalous. *(Honorable)*.

Ignorant, unlearned, illiterate. *(Knowing)*.

Ill-will, enmity hatred, antipathy. *(Good-will)*.

Illegal, unlawful, illicit, contraband. *(Legal)*.

Illimitable, boundless, unlimited, infinite.

Illiterate, unlettered, untaught. *(Learned, educated)*.

Illusion, fallacy, deception, phantasm.

Illusory, imaginary, chimerical, visionary. *(Real)*.

Illustrate, explain, elucidate clear.

Illustrious, celebrated, noble, eminemt. *(Obscure)*

Imaginary, ideal, fanciful, illusory. *(Real)*.

Imagine, conceive, fancy, apprehend, think.

Imitate. copy, ape, mimic, mock.

Immediate, pressing, instant, next, proximate.

Immense, vast, enormous, huge, prodigious.

Impair, injure, diminish, decrease.

Impart, reveal, divulge, disclose, afford.

Impartial, just, equitable, unbiased. *(Partial)*.

Impediment, obstruction, hindrance, barrier. *(Aid)*.

Impel, animate, induce, incite. *(Retard)*.

Impending, imminent, threatening.

Imperative, commanding, despotic, authoritative.

Imperil, endanger, hazard, jeopardize.

Impertinent, intrucive, meddling, rude.

Impetuous, violent, furious, vehement. *(Calm)*.

Impious, profane, irreligious, godless. *(Reverent)*.

Imply, involve, comprise, infold, signify,

Importence, signification, avail, moment.

Imposing, impressive, striking, noble. *(Insignificant)*

Impotence, weakness, incapacity, infirmity *(Power)*.

Impotent, weak, feeble, helpless, infirm. *(Strong)*.

Impressive, stirring, forcible, affecting, moving.

Imprison, incarcerate, shut, up, confine. *(Liberate)*.

Improve, amend, better, reform, mend. *(Deteriorate)*.

Impudence, assurance, impertinence, confidence.

Impulsive. rash, hasty, violence. *(Deliberate)*.

Imputation, blame, censure, reproach, charge.

Incite, instigate, excite, provoke, stimulate.

Incline, *v.*, slope, lean, slant, tend.

Inclose, surround, shut in, fence in.

Include, comprehend, comprise, contain, take in.

Incompetent, incapable, unable. *(Competent)*

Increase, augmentation, accession. *(Decrease)*.

Indefinite, vague, uncertain, loose. *(Definite)*

Indifference, apathy. *(Application, assiduity)*.

Indignation, anger, wrath, ire, resentment.

Indignity, insult, affront, outrage.

Indiscriminate, promiscuous. *(Select, chosen)*.

Indisputable, undeniable, incontestable, sure.

Indulge, foster, cherish, fondle. *(Deny)*.

Ineffectual, vain, useless, unavailing *(Effective)*.

Inequality, disparity, disproportion. *(Equality)*

Inevitable, unavoidable, not to be avoided, certain.

Infamous, scandalous, shameful. *(Honorable)*.

Infernal, diabolical, devilish, hellish.

Infest, annoy, plague, harass, disturb.

Infirm, weak, feeble, enfeebled. *(Robust)*.

Inflame, anger, irritate, enrage. *(Allay soothe)*.

Influence, credit, favor, reputation.

Infringe, invade, intrude, violate.

Ingenuous, artless, candid, generous. *(Crafty)*.

Inhuman, cruel, brutal, savage. *(Humane)*.

Injure, damage, hurt, spoil. *(Benefit)*.

Injustice, wrong, iniquity, grievance. *(Right)*.

Innocuous, harmless, safe, innocent. *(Hurtful)*.

Inquiry, investigation, examination, disquisition.

Inquisitive, prying, peeping, curious, peering.

Insane, mad, deranged, dilirious. *(Sane)*.

Insinuate, hint, intimate, suggest.

Insipid, dull, mawkish, tasteless. *(Bright, sparkling)*.

Inspire, animate, exhilarate, enliven,

Instability, mutability. *(Stability, firmness).*

Instigate, stir up, persuade, animate, incite.

Instil, implant, inculcate, infuse.

Instrumental, conducive, assistant, helping.

Insufficiency, inadequacy, incompetency, lack

Insult, affront, outrage, indignity. *(Honor).*

Integrity, uprightness, honesty, probity. *(Dishonesty).*

Intellectual, mental, ideal, metaphysical. *(Brutal).*

Intelligible. clear, obvious, distinct. *(Abstruse).*

Intemperate, immoderate, excessive. *(Temperate).*

Intense, ardent, earnest, glowing, burning.

Intercourse. commerce, connection, intimacy.

Interfere, meddle. intermeddle, interpose.

Intermiable, endless, interminate, infinite.

Interpose, intercede, arbitrate, interfere.

Intolerable, insufferable, insupportable.

Intrigue, plot, cabal, conspiracy, combination.

Intrincic, real, true, genuine, sterling.

Invective, abuse, reproach, railing.

Investigation, examination, search, inquiry.

Inveterate, confirmed, chronic. *(Inchoate).*

Invidious, envious, hateful, odious.

Invigorate, brace. nerve, fortify. *(Enervate).*

Invincible, unconquerable, insurmountable.

Involve, implicate, compromise, envelop.

Irony, sarcasm, satire, ridicule.

Irrational, foolish, silly; inbecile. *(Rational).*

Irregular, eccentric, anamolous. *(Regular).*

Irreproachable, blameless, spotless.

Irresistible, resistless, irrepressible.

Irritable, excitable, irascible, susceptible.

ZH

ZH ZH

J

Jade, harass, weary, tire, worry.

Jangle, wrangle, conflict, disagree.

Jarring, conflicting, discordant.

Jaunt, ramble, excursion, trip.

Jealousy, suspicion, envy.

Jeopard, hasard, peril, endanger.

Journey, travel, tour, passage.

Joyful, glad, rejoicing, exultant. *(Mournful)*.

Judge, justice, referee, arbitrator.

Judgment, discermnent, discrimination.

Justice, equity, right *(Injustice)*.

Justness, accuracy, correctness.

K

Keep, preserve, save. *(Abandon)*.

Kill, assassinate, murder, slay.

Kindred, affinity, consanguinity.

Knowledge, erndition, learning. *(Ignorance)*.

ZH
ZH ZH

L

Labor, toil, work, effort. *(Idleness).*

Lament, mourn, grieve, weep. *(Rejoice),*

Language, dialect, idiom, speech.

Lascivious, loose, unchaste, lustful. *(Chaste)*-

Last, final, latest, ultimate. *(First).*

Laughable, comical, droll, ludicrous. *(Serious).*

Lawful, legal, legitimate, licit. *(Illegal).*

Learned, erudite, scholarly. *(Ignorant).*

Leave, *n.*, liberty, permission, license. *(Prohibition).*

Life, existence, animation, spirit. *(Death.)*

Lifeless, dead, inanimate.

Lift, erect, elevate, exalt. *(Lower).*

Light, clear, bright. *(Dark)*

Lightness, flightiness, giddiness, levity, *(Seriousness).*

Likeness, resemblance, similarity. *(Unlikeness.)*

Linger, lag, loiter, tarry. *(Hasten)*

Loud, clamorous, high-sounding, noisy. *(Low)*

Lunacy, derangement, insanity, mania *(Sanity).*

Luster, brightness, brilliancy. splendor.

Luxuriant, exuberant, *(Sparse).*

ZH
ZH ZH

M

Machination, plot, intrigue, cabal, *(Artlessness)*.

Mad, crazy, insane, violent. *(Sane, rational)*.

Magistorial, august, dignified, majestic.

Make, form, create, produce. *(Destroy)*

Malediction, anathema, curse, imprecation.

Malevolent, malicious, virulent. *(Benevolent)*.

Malice, rancor, ill-feeling, grudge. *(Benignity)*.

Manacle, *v.*, shackle, fetter, chain. *(Free)*.

Manage, contrive, concert, direct

Mangle, tear, lacerate, maim.

Mania, madness, insanity, lunacy.

Manifest, *a.*, clear, plain, evident. *(Hidden)*.

Manifold, several, sundry, various.

Manly, masculine, vigorous brave. *(Effeminate)*.

Manner, habit, custom, way, air.

Manners, morals, habits, behavior, carriage.

Martial, malitary, warlike. soldier-like.

Marvel, wonderful, miracle, prodigy.

Marvelous, wondrous, wonderful, amuzing.

Massive, bulky, heavy, weighty. *(Flimsy.)*

Matchless, incomparable, inimitable. *(Common)*

Material, corporeal, bodily, physical. *(Spiritual)*.

Maxim, adage, proverb, saw.

Mean, *a.*, stingy, low, vile. *(Generous.)*

Mean, *v.*, design, purpose, intend.

Meaning, signification, sense, purport.

Medium, organ, channel, means.

Medly, mixture, variety, diversity.

Meek, unassuming, mild, gentle, *(Proud)*.

Mellow, ripe, mature, soft. *(Immature)*.

Memodious, tuneful, musical, silver. *(Discordant)*.

Mention, tell, name, communicate.

Merciful, compassionate, lenient, kind. *(Cruel)*.

Merciless, hard-hearted, cruel, pitiless. *(Kind)*.

Migratory, strolling, wandering. *(Permanent)*.

Mindful, observant, attentive, heedful. *(Heedless)*.

Mischief, injury, harm, damage· *(Benefit)*

Miscreant, caitiff, villain ruffian.

Miserable, unhappy, wretched, distressed. *(Happy)*.

Miserly, stingy, niggardly, gripping.

Misery, woe, destitution, penury. *(Happiness)*

Mitigate, alleviate, relieve, diminish. *(Aggravate)*.

Modest, chaste, virtuous. bashful. *(Immodest)*.

Moist, vet, damp, dank, humid. *(Dry)*.

Monstrous, shocking, dreadful, horrible, huge.

Monument, memorial, record, remembrancer.

Mood, humor, disposition, vein, temper.

Morbid, sick, ailing, sickly. *(Normal, sound)*.

Morose. gloomy, sullen, surly, fretful. *(Joyous)*.

Motionless, still, stationary, torpid. *(Aetive, moving)*.

Mount, arise, rise, ascend, soar, climb.

Muse, *v*, meditate, contemplate, reflect, think.

Music, harmony, melody, symphony.

Musical, tuneful, melodious, dulcet, sweet.

Musty, stale, sour, fetid. *(Fresh, sweet)*.

Mutinous, insurgent, seditious. *(Obedient, orderly)*.

Mutual, reciprocal, interchanged *(Sole, solitary)*.

ZH

ZH ZH

N

Naked, nude, bare, uncovered, rude. *(Covered, clad).*

Name, *v.*, denominate, style, designate, term, call.

Name, *n.*, appellation, designation, title, reputation.

Nasty, filthy, foul, dirty, impure, gross, vile.

Nation, people, community, realm, state.

Native, indigenous, inborn, vernacular.

Natural, original, regular. *(Unnatural, forced).*

Near, nigh, close, adjacent, intimate. *(Distant).*

Necessary, needful, expedient, essential. *(Useless).*

Necessitate, compel, force, oblige.

Necessity, need, occasion, exigency, urgency.

Need, *n.*, necessity, distress, proverty, want.

Nervous, timid,timorous, shaky.

News, tidings, intelligence, information.

Nice, exact, accurate, good. *(Careless, coarse).*

Nimble, active, brisk, lively, alert. *(Awkward).*

Noble, exalted, elevated, illustrious. *(Low).*

Notable, plain, evident, remarkable *(Obscure).*

Noted, distinguished, remarkable, eminent. *(Obscure).*

Notify, *v.*, publish, acquaint, apprise, declare.

Notion, conception, idea, belief, opinion.

Notorious, conspicuous, open, obvious. *(Unknown).*

Nourish, nurture, cherish, foster. *(Starve, famish).*

Novel, modern, new, fresh, recent, rare. *(Old).*

Noxious, hurtful, deadly, poisonous. *(Beneficial)*.

Nullify, annul, vacate, repeal, cancel *(Affirm)*.

Nutrition, food, nutriment, nourishment.

O

Obdurate, hard, callous. *(Tractable, yielding)*.

Obedient, compliant, submissive. *(Obstinate)*.

Obese, corpulent, fat, adipose, fleshy. *(Attenuated)*.

Object, *n.*, aim, end, purpose, design, mark.

Object, *v.*, oppose, except to, contravene. *(Assent)*.

Obnoxious, offensive. *(Agreeable)*.

Offense, affront, misdeed, transgression, trespass.

Offensive, insolent, abusive, obnoxious. *(Inoffensive)*.

Opaque, dark. *(Bright, transparent)*.

Open, candid, unreserved, clear, fair. *(Hidden, dark)*.

Opinion, notion, view, judgment, sentiment.

Oppose, resist, withstand, thwart. *(Give way)*.

Order, method, rule, system, regularity. *(Disorder)*.

Origin, cause, occasion, source. *(End)*.

Outward, external, outside, exterior. *(Inner)*.

Overbalance, outweigh, preponderate.

Overrule, supersede, puppress.

Overturn, invert, reverse. *(Establish, fortify)*.

Overwhelm, crush, defeat, vanquish.

ZH
ZH ZH

P

Pain, suffering, qualm. agony, anguish. *(Pleasure)*.

Part, division, portion, share, fraction. *(Whole)*.

Particular, exact, distinct, singular, odd. *(General)*.

Peace, calm, quiet, tranquillity. *(War, riot, trouble)*.

Peaceable, pacific, peaceful, quiet. *(Troublesome)*.

Penetration, acuteness, sagacity. *(Dullness)*.

People, nation, persons, folks.

Perceive, note, observe, discern, distinguish.

Perception, conception, notion, idea.

Peril, danger, pitfall, snare. *(Safety)*.

Persuade, allure, entice, prevail upon.

Physical, corporeal, bodily, material. *(Mental)*.

Picture, engraving, print, representation, image.

Pity, compassion, sympathy. *(Cruelly)*.

Place, *n.*, spot, site, position, post, station.

Plain, open, manifest, evident. *(Secret)*.

Play, game, sport, amusement, *(Work)*.

Pleasure, charm, delight, joy. *(Plain)*.

Plentiful, abundant, ample, plenteous. *(Scarce)*.

Positive, absolute, decided, certain. *(Negative)*.

Poverty, penury, indigence, need, want. *(Wealth)*.

Power, anthority, force, strength, dominion.

Powerful, mighty, potent. *(Weak)*.

Pretense, *n.*, pretext, subterfuge.

Prevailing, predominant. *(Isolated, sporadic)*.

Previous, antecedent, preparatory. *(Subsequent)*.

Pride, vanity, conceit. *(Humility)*.

Principle, ground, reason, motive, maxim, rule.

Privilege, immunity, advantage, favor, right

Probity, rectitude, honesty, sincerety. *(Dishonesty)*.

Proplematical, uncertain, questionable. *(Certain)*.

Prodigious, huge, enormous vast. *(Insignificant)*.

Profession, business, trade, occupation, office.

Proffer, volonteer, offer, propose, tender.

Profligate, abandoned, dissolute. *(Virtuous)*.

Prolix, diffuse, long, prolonged. *(Concise, brief)*.

Prominent, eminent, marked, leading. *(Obscure)*.

Promiscuous, mixed, unarranged, mingled. *(Select)*.

Prop, *v*, maintain, sustain, support, stay.

Propagate, spread, circulate, diffuse. *(Suppress)*.

Proper, legitimate, right, just, meet. *(Wrong)*.

Prosper, floursish, succeed, advance. *(Fail)*.

Proxy, agent, representative, delegate, deputy.

Prudence, carefulness, judgment. *(Indiscretion)*.

Prurient, craving, hankering, longing.

Punctilious, nice, particular, formal. *(Negligent)*.

Puntcual, exact, precise, nice, prompt. *(Dilatory)*.

Putrefy, rot, decompose, corrupt, decay.

ZH

ZH ZH

Quaint, artful, curious, fanciful, odd, singular.

Qualified, competent, fitted, adapted. *(Incompetent)*.

Querulous, doubting, complaining. *(Patient)*.

Quibble, cavil, evade, equivocate, shuffle.

Quote, note, repeat, cite, adduce.

R

Rabid, mad, furious, raging, frantic. *(Rational.)*

Race, course, match, pursuit, family, house.

Rack, agonize, wring, torture, harass. *(Soothe.)*

Radiance, splendor, brilliance, luster. *(Dullness.)*

Radical, organic, innate. *(Superficial, moderate.)*

Rancid, fetid, rank, stinking, sour. *(Fresh, sweet.)*

Rancor, malignity, antipathy, ill-will *(Forgiveness.)*

Rank, order, degree, dignity, consideration.

Ransack, rummage, pillage, explore, plunder.

Rant, bombast, fustain, cant.

Rapacious, ravenous, greedy, grasping. *(Generous)*.

Rapt, transported, ravished, charmed. *(Distracted)*.

Rapture, ecstasy, transport, bliss. *(Dejection)*.

Rascal, scoundrel, rogue, vagabond, scamp.

Rate, value, compute, appraise, estimate, abuse.

Ratify, confirm, establish, sanction. *(Protest, oppose)*.

Ravage, overrun, desolate, despoil, destroy.

Ravish, enrapture, enchant, charm, abuse.

Reach, touch, stretch, attain, gain, arrive at.

Ready, prepared, ripe, prompt, handy. *(Slow, dilatory)*.

Real, actual, literal, practical, true. *(Unreal)*.

Reason, *n.*, motive, design, end, proof, cause, purpose.

Rebellion, insurrection, revolt.

Recant, recall, abjure, retract, revoke.

Recede, retire, retreat, withdraw, ebb.

Reception, receiving, levee, receipt, admission.

Recreration, sport ,pastime, amusement, play.

Reduce, abate, decrease, shorten, conquer.

Refined, polite, polished, purified. *(Boorish)*.

Reflect, consider, congitate, think, muse.

Reformation, improvement, reform. *(Corruption)*.

Refuge, protection, harbor, shelter, retreat.

Refute, disprove, falsify, negative *(Affirm)*.

Regard, *v* , mind, heed, notice, view, consider, respect.

Regular, orderly, uniform, ordinary. *(Irregular)*.

Regulate, methodize, arrange, govern. *(Disorder)*.

Reimburse, refund, repay, satisfy, indemnify.

Relevant, fit, proper, suitable, apt. *(Irrelevant)*.

Reliance, trust, hope, dependence. *(Suspicion)*.

Relief, succor. aid, help, redress, alleviation.

Relinquish, give up, forsake, resign, quit. *(Retain)*.

Remorseless, pitiless, cruel. *(Merciful, humane)*.

Reproduce, propagate, imitate, represent, copy.

Repudiate, disown, discard, renounce. *(Acknowledge).*

Repugnant, antagonistic, distasteful. *(Agreeable).*

Revenue, produce, income, fruits, wealth.

Reverance, *n.*, honor, respect, awe. *(Execration)*

Rich, wealthy, affluent, copious, ample. *(Poor).*

Road, way, highway, route, course, path, anchorage.

Roam, ramble, rove, stray, wander, stroll.

Rout, *v.*, discomfit, beat, defeat, scatter.

Rumor, hearsay, talk, fame, report, bruit.

Ruthless, cruel, savage, inhuman. *(Considerate).*

S

Sage, secure, harmless. *(Perilous, dangerous).*

Sanction, confirm, encourage, ratify. *(Disapprove).*

Saucy, impertinent, rude, impudent, insolent. *(Modest).*

Scandalize, shock, disgust, offend, vilify, slander.

Scanty, bare, pinched, insufficient, meager. *(Ample)*

Scatter, strew, spraed, dispel. *(Collect).*

Sensible, wise, intelligent, sober, sound. *(Foolish).*

Several, sundry, divers, many, various.

Shake, tremble, shudder, shiver, quiver, quake

Shallow, superficial, flimsy, slight. *(Deep, thorough).*

Shameful, degrading, scandalous. *(Honorable).*

Shameless, immodest, impudent, indecent, brazen.

Share, portion, lot, division, quantity, quota.

Sharp, acute, keen. *(Dull)*.

Shine, glare, glitter, radiate, sparkle.

Show, *v*., indicate, mark, point out, display.

Show, *n*, appearance, pretense, profession, sight.

Sick, diseased, sickly, morbid. *(Healthy)*.

Significant, *a*. expressive material. *(Insignificant)*.

Signification, import, sense, meaning.

Silence, speechlessness, dumbness. *(Noise)*.

Silent, dumb, mute, speechless. *(Talkative)*.

Simile, comparison, similitude.

Simulate, dissimulate, dissemble, pretend.

Situation, condition, plight, state, position.

Slavery, servitude, enthrallment, *(Freedom)*.

Sleep, doze, drowse, nap, slumber.

Sleepy, somnolent. *(Wakeful)*.

Slow, dilatory, tardy. *(Fast)*.

Smooth, even, level, mild. *(Rough)*.

Soak, drench, imbrue, steep.

Social, sociable, friendly, communicative. *(Unsocial)*.

Soft, gentle, meek, mild, *(Hard)*.

Solicit, importune, urge.

Solitary, sole, only, single.

Sorry, grieved, poor, paltry. *(Glad, respectable)*.

Soul, mind, spirit. *(Soul is opposed to body)*.

Space, room.

Sparse, scanty, thin. *(Luxuriant)*.

Speak, converse, talk, say, tell, confer.

Special, particular, specific. *(General)*.

Sporadic, isolated, rare. *(General, prevalent)*

Spread, disperse, diffuse, expand, scatter.

Spring, fountain, source.

Stagger, reel, totter.

Stain, soil, discolor, spot, sully, tarnish.

State, commonwealth, realm.

Sterile, barren, unfruitful. *(Fertile)*.

Stifle, choke, suffocate, smother.

Stormy, rough, boisterous, tempestuous. *(Calm)*.

Strait, *a*., narrow, confined.

Stranger, foreigner. *(Friend)*.

Strong, robust, sturdy, powerful *(Weak)*.

Stupid, dull, foolish, obtsuse, witless. *(Clever)*.

Subject, exposed to, liable, obnoxious. *(Exempt)*.

Subject, inferior, subordinate. *(Superior to, above)*.

Subsequent, succeeding, following. *(Previous)*.

Suit, accord, agree. *(Disagree)*.

Superficial, flimsy, shallow. *(Thorough)*.

Superfluous, unnecessary, excessive. *(Necessary)*.

Surround, encircle, encompass, environ.

Sustain, maintain, support.

Symmetry, proportion.

System, method, plan, order.

Systematic, orderly, regular methodical. *(Chaotic)*.

T

Talkative, garrulous, communicative. *(Silent)*.

Tax, custom, duty, impost, excise, toll.

Tax, accessment, rate.

Tease, taunt, tantalize, torment. vex.

Temporary, *a.*, fleeting, transient. *(Permanent)*.

Tenacious, pertinaceous, retentive.

Tendency, aim, drift, scope.

Tenet, position, view, conviction, belief.

Term, boundary, limil, period, time.

Thankful, grateful. obliged. *(Thankless)*.

Thankless, ungracious, profitless, unthankful.

Thaw, melt, dissolve, liquefy. *(Freeze)*.

Theft, robbery, depredation, spoliation.

Theme, subject, topic. text, essay.

Therefore, accordingly, consequently, hence.

Thick, dense, close, compact, solid. *(Thin)*.

Thin, slim, slender, slight, flimsy, lean.

Think, cogitate, consider, reflect, regard, opine.

Thought, idea, conception, imagination, fancy.

Thoughtful, considerate, careful. *(Thoughtless)*.

Thoughtless, inconsiderate, rash, precipitate.

Tie, n., band, ligament, ligature.

Tie, *v.*, bind, restrain, restrict, join. *(Loose)*.

Time, duration, season, period, era, age.

Tolerate, allow, admit, receive, suffer. *(Oppose)*.

Top, summit, apex, head, crown, *(Bottom, base)*.

Torrid, burning hot, parching, scorching, sultry.

Tortuous, twisted, winding, crooked, indirect.

Torture, torment, anguish agony,

Touching, tender, affecting, moving, pathetic.

Tractable, docile, manageable, amenable.

Traditional, oral, uncertain, transmitted.

Traffic, trade, exchange, commerce, intercourse.

Trammel, *n.*, fetter, shatter. clog, bond, chain.

Tranquil, still, peaceful, quiet. *(Noisy, boisterous)*.

Transaction, negotiation, occurence, affair.

Trash, nonsence, twaddle, trifles.

Travel, trip, ramble, excursion. tour, voyage.

Treacherous, traitorous.*(Trustworthy, faithful)*.

Trite, stale, old, ordinary, hackneyed. *(Novel)*.

Triumph, ovation, victory, conquest. *(Failure, defeat)*.

True, genuine, actual, sincere, real, correct.

Tumultuous,turbulent, riotous, confused. *(Orderly)*.

Tune, tone, air, melody, strain.

Turbid, foul, thick, muddy, impure, unsettled,

Type, emblem, symbol, figure, sign, kind.

Tyro, novice, beginner, learner.

U

Ugly, unsightly, plain, homely, hideous *(Beautiful)*.

Umbrage, offense, dissatisfaction, displeasure.

Umpire, referee, arbitrator, judge.

Unanimity, accord, agreement, unity. *(Discord)*.

Unanimous, agreeing, likeminded.

Unbridled, wanton, licentious, loose, lax.

Uncivil, discourtious, disrespectful, rude. *(Civil)*.

Unclean, dirty, foul, filthy, sullied. *(Clean)*.

Unconcerned, careless, indifferent. *(Anxious)*.

Uncouth, strange, old, clumsy, ungainly. *(Graceful)*.

Uncover, reveal, strip, expose, invest. *(Hide)*.

Under, below, underneath, lower, inferior, *(Above)*.

Undertake, engage in, embark in, agree, promise.

Undo, annul, frustrate, unfasten, destroy.

Uneasy, restless, disturbed, unquiet. *(Quiet)*.

Unequal, uneven, not alike, irregular. *(Even)*.

Unequaled, matchless, unique, novel, new.

Unfit, *a.*, improper, unsuitable, imcompetent. *(Fit)*.

Unfit, *v.*, disable, disqualify, incapacitate. *(Fit)*.

Ungainly, clumsy, awkward, uncouth. *(Pretty)*.

Unhappy, miserable, distressed, painful. *(Happy)*.

Uniform, regular, symmetrical, even, alike. *(Irregular)*.

Universal, general, all, entire, total. *(Sectional)*.

Unreasonable, foolish, silly, absurd.

Unrivaled, unequaled, unique, *(Mediocre)*.

Unroll. unfold, open, discover.

Unruly, ungovernable, refractory. *(Tractable, docile)*.

Unusual, rare, unwonted, singular. *(Common)*.

Uphold, maintain, defend, sustain. *(Desert, abandon)*.

Upright, vertical, just, erect, fair. *(Pronce, horizontal)*.

Urge, incite, impel, push, drive, solicit.

Urgent, pressind, important, serious. *(Unimportant)*.

Use, *n*., usage, practice, habit, utility. *(Disuse, desuetude)*.

Use, *v*., employ, exercise, occupy, inure. *(Abuse)*.

Usual, ordinary, common, habitual, general. *(Unusual)*.

Usurp arrogate, seize, appropriate, assume.

Utmost, farthest, remotest, uttermost, greatest.

Utter, *a*., extreme, excessive, sheer, mere. pure.

Utter, *v*., speak, articulate, express, issue.

Utterly, totally, completely, wholly, quite, entirely.

V

Vacant, empty, unfilled, unoccupied *(Occupied)*.

Vagrant, *n*., wanderer, beggar, vagabond, rogue.

Vague, unsettled, undetermined, indefinite. *(Definite)*.

Valiant, brave, bold, valorous, gallant. *(Cowardly)*.

Valor, courage, gallantry, boldness. *(Cowardice)*.

Value *v*., appraise, assess, estimate. *(Despise, condemn)*.

Vanish, disappear, fade, melt, dissolve.

Vanity, emptiness, conceit, selfconceit, effectednees.

Vapid, dull, flat, insipid, stale, tame. *(Sparkling)*.

Vapor, fume, smoke, misk, fog, steam.

Variety, difference, diversity, change. *(Monotony)*.

Vast, spacious, boundless, mighty, huge. *(Confined)*.

Vaunt, boast, brag, puff, flourish, parade.

Venerable, grave, sage, wise, old, reverened

Venial, pardonable, excusable. *(Grave, serious).*

Venom, poison, virus, spite, malice, malignity.

Veracity, truth, credibility, accuracy. *(Falsehood).*

Verbal, oral, spoken, literal, parole.

Verdict, judgment, finding, decision, answer.

Vexation, chagrin, mortification. *(Pleasure).*

Vibrate, oscillate, swing, sway, wave, thrill.

Vicious, corrupt, depraved, bad, *(Virtuous, gentle).*

Victuals, viands, bread, meat, repast, provisions.

View, prospect, survey.

Virtuous, upright, honest, moral. *(Profligate).*

Vision, apparition, ghost, phantom, specter

Voluptuary, sensualist.

Vote, suffrage, voice.

Vouch, affirm, asseverate, aver, assure.

W

Wait, await, expect, look for, wait for.

Wakeful, vigilant, watchful, *(Sleepy).*

Wander, range, ramble, roam, rove, stroll.

Want, lach, need. *(Abundance)*

Wary, circumspect, cautious. *(Foolhardy).*

Wash, clean; rinse; wet; moisten; stain.

Waste, *v.*, squander; dissipate, lavish, wither.

Wasteful, extravagant profligate. *(Economical).*

Wave, breaker, billow, surge.

Way, method, plan, system, means, road, route.

Weak, feeble, infirm, *(Strong).*

Wearisome, tedious, tiresome. *(Interresting).*

Weary, harass, jade, tire, fatigue. *(Refresh).*

Well-being, happiness, prosperity, welfare.

Wicked, iniquitous, nefarious. *(Virtuous)*.

Will, wish, desire.

Win, get, obtain, gain, procure, effect. *(Lose)*.

Winning, attractive, charming. *(Repulsive)*.

Wisdom, prudence, foresight, sagacity. *(Foolishness)*.

Wit, humor, satire, fun, raillery.

Wonder, *n.*. marvel, miracle, prodigy.

Word, *n.*, expression, term.

Work, labor, task, toil. *(Play)*.

Worthless, valueless *(Valuable)*.

Writer, author, penman.

Wrong, injustice, injury. *(Right)*.

Yawn, gape, open, wide.

Yearn, hanker after, long for, desire, crave.

Yell, bellow, cry out, scream.

Yellow, golden, saffron like.

Yelp, bark, sharp cry, howl.

Yet, besides, however, still, at last, so far.

Yield, bear, give, afford, impart, *(Withdraw, retain)*.

Yielding, conceding, producing. supple. *(Firm, stiff)*.

Yore, long ago, long since. *(Recently, to-day)*.

Youth, boy, lad; minority. *(Old, ancient, olden)*.

Z

Zeal, energy, fervor, ardor. *(Indifferrence, torpor)*.

Zealous, warm, ardent, fervent. *(Bold, indifferent)*.

Zenith, height, point; maximum *(Depth, minimum)*

Zephyr, west wind, gentle wind. *(Gale, furious wind)*.

Zero, nothing, naught, cipher. *(Something)*.

Zest, flavor, gusto, pleasure. *(Distaste, disgust)*.

ENGLISH-VIETNAMESE
DICTIONARY

LÊ-BÁ-KÔNG

ENGLISH-VIETNAMESE DICTIONARY

ENGLISH - VIETNAMESE

A

A *(ở hoặc ề), art.* Một (chiếc, người, con v.v.)

Aback *(ơ-bek'), adv.* Lùi lại ; quay về đằng sau.

Abaft *(ơbaft') pre. & adv.* Ở đàng sau; về cuối tàu (thuyền).

Abandon *(ờ-ben'đân), vt.* Bỏ rơi, chịu thua.

Abase *(ờ-bês'), vt.* Hạ xuống ; làm nhục.

Abash *(ơ-besh'), vt.* Làm cho luống cuống, rối chí hay xấu hổ.

Abate *(ờ-bêt'), vt.* Rút bớt, giảm bớt.

Abatis *(eb'bơ-tis), n.* Hàng rào cây chặt đổ có cành nhọn hướng ra ngoài.

Abbey *(eb'bi), n.* Tu-viện, đạo-viện.

Abbreviation(*eb-bri-vi-ề'-shân*) *n.* Sự tóm tắt ; chữ tắt.

Abdicate *(eb'đi-kêt), vt.* Thoái vị,nhường ngôi ; ủy nhượng.

Abdomen *(eb - đồ' men), n.* Bụng dưới.

Abduct *(eb-đăct'), vt.* Bắt đi, ép đi ; bắt cóc.

Abeam *(ơ-bi-m'), adv.* (Hải) ngang với sườn tàu (thuyền).

Abed *(ờ-beđ'), adv.* Trong giường.

Aberration *(eb'bơ-rê'shân), n.* Sự lìa khỏi đường chính ; khác thường ; tinh-thần tán-loạn.

Abet *(ơ-bet'), vt.* Phấn khởi ; xui-giục.

Abeyance *(ơ-bê'âns), n.* Sự tạm đình-chỉ, tạm không hoạt-động.

Abhor *(eb-hor') vt.* Khinh, ghét.

Abide *(ờ-baiđ'), vt.* Đợi, chịu đựng ; an định.

Ability *(ờ-bil'li-ti), n.* Năng-lực, tài-cán, tài-năng.

Abject *(eb'jekt, eb-jekt'), a.* Hèn hạ ; đê-hèn, ty-tiện.

Abjure *(eb-jur'), vt.* Thề bỏ ; tuyên bố không theo ; nhất định không nhận.

Ablaze *(ờ blêz'),* *adv.* & *a.* Đang bốc cháy ; nhiệt tâm.

Able *(ê'bưl),* *a.* Có năng lực, tài-năng.

Able-Bodied *(-bođ'điđ),* *a.* Cường-tráng, khỏe.

Ablution *(âb-bliu'shân),* *n.* Sự rửa ; sự làm cho sạch.

Abnegate *(eb'ni-ghêt),* *vt.* Không nhận, phủ nhận ; cự tuyệt.

Abnormal *(eb-no'mơl),* *a.* Khác thường, dị thường, bất qui tắc.

Aboard *(ờ-bô đ'),* *adv.* Trên tàu.

Abode *(ờ bôđ'),* *n.* Nhà ở ; chỗ ở ; trụ sở.

Abolish *(ờ bol'lish),* *vt.* Bỏ đi, thủ tiêu

Abolition *(eb-bơ-li'shân),* *n.* Sự bỏ đi, phế-chỉ.

Abolitionist *(eb-bơ-lis'shân-nist),* *n.* Người chủ-trương bỏ chế-độ nô-lệ.

Abominable *(ơ-bom'mi-nơ-bưl),* *a.* Đáng ghét, đáng tởm.

Abominate *(ơ-bom'mi-nêt),* *vt.* Ghét, tởm.

Abomination *(ơ-bom-mi-nê'-shân),* *n.* Sự đáng ghét.

Aborigines *(eb - bơ - rij' ji-niz),* *n. pl.* Dân cư đầu tiên của một nước.

Abortion *(ơ-bor'shân),* *n.* Sự đẻ non, tiểu-sản ; vật, việc chưa thành tựu.

Abortive *(ơ-bor'tiv),* *a.* Đẻ sớm, ra đời sớm quá ; vô hiệu quả.

Abound *(ơ - baonđ'),* *vi.* Có nhiều, sản xuất nhiều.

About *(ơ-baot'),* *adv.* & *prep.* Tứ phía, quanh ; ước chừng ; về vấn đề.

Above *(ơ-băv'),* *adv.* & *prep.* Ở trên, ở địa-vị cao hơn.

Aboveboerd *(ơ - băv'bôrđ),* *adv.* Ở trên bàn ; rõ rệt, công-khai ; quang-minh, chính-đại.

Abrasion *(eb-rê'shân),* *n.* Sự mài, rũa : chỗ bị mài.

Abreast *(ơ brest')* *adv.* Cạnh nhau ; bằng nhau ; tiến bộ bằng nhau.

Abridge *(ơ-brij'),* *vt.* Làm ngắn đi, rút bớt, giảm thieu.

Abridgment *(ơ-brij'mânt),* *n.* Xch **Abridge**.

Abroad *(ơ-brođ'),* *adv.* Ở ngoài, ở xa ; ở ngoại-quốc.

Abrogation *(eb-rơ-ghê'-shân),* *n.* Sự bỏ đi, thủ tiêu.

Abrupt *(âb-răpt'),* *a.* Dốc ; hiểm-trở ; đường đột.

Abscess *(eb'ses),* *n.* Mụn mưng mủ ; chỗ sưng.

Abscond *(eb scond')*, *vi.* Lẩn trốn đi.

Absence *(eb'sâns)*, *n.* Sự vắng mặt ; không chú ý, không lưu-tâm.

Absent *(eb'sânt)*, *a.* Xch **Absence.**

Absentee *(eb - sân - ti')*, *n.* Người vắng mặt.

Absentminded *(eb' - sânt - main'đưđ)*, *a.* Đãng-trí.

Absolute *(eb'sơ-liut)*, *a.* Tuyệt đối ; hoàn toàn ; chuyên-chế.

Absolve *(eb-solv')*, *vt.* Tha tội ; miễn nghị.

Absorb *(eb sorb')*, *vt* Hút vào ; chuyên tâm.

Absorption *(eb sorp'shân)*, *n.* Xch. **Absorb.**

Abstain *(eb-stên')*, *vi.* Tự cai, chừa ; kiêng.

Abstinence *(eb'sti-nâns)*, *n.* Kiêng không ăn uống ; chừa rượu.

Abstinent *(eb'sti-nânt)*, *a.* Xch. **Abstinence.**

Abstract *(eb'strect)*, *a.* Trừu tượng ; xa vời.

Abstract *(eb-strect')*, *vt.* Rút ra ; ăn trộm.

Abstruse *(eb-strus')*, *a.* Khó hiểu ; ám-muội.

Absurd *(eb-sơđ')*, *a.* Vô lý, vô ý-nghĩa ; đáng phì cười.

Abundance *(ơ-băn'đâns)*, *n.* Sự nhiều, phong-phú, thịnh-vượng.

Abundant *(ơ-băn'đânt)*, *a.* Xch. **Abundance.**

Abuse *(ơ-biuz')*, *vt.* Lạm dụng ; cư-xử tàn-nhẫn.

Abut *(ơ-băt')*, *vi.* Tiếp giới, tiếp cận.

Abyss *(ơ-bis')*, *n.* Vực xâu, vực thẳm.

Academy *(ơ-keđ'đi-mi)*, Hàn-lâm-viện ; trường cao-cấp ; hội nghiên-cứu

Accede *(ek-siđ')*, *vi.* Được chức, được địa-vị ; nhận.

Accelerate *(ek-sel'lơ-rêt)*, *v.* Nhanh thêm, gia tốc.

Accelerator *(-rê'tơ)*, *n.* Người thúc ; vật thêm tốc-độ.

Accent *(ek'sânt)*, *n.* Dấu chỉ giọng đọc ; giọng nói.

Accept *(ek-sept')*, *vt.* Nhận ; biểu đồng-ý.

Acceptance *(ek-sep'tâns)*, *n.* Xch. **Accept.**

Access *(ek'ses, ek-ses')*, *n.* Sự tiến tới, tiến gần, đường tiến.

Accessible *(ek-ses'si-bưl)*, *a* Dễ tiến lại gần ; tính ôn-hòa.

Accession *(ek-ses'shân)*, *n.* Sự, vật thêm vào ; sự lên ngôi, nhậm-chức.

Accessory *(ek-ses'sơ-ri), a.* Phụ, phụ-thuộc ; b-ổtrợ.

Accident *(ek'si-đânt), n.* Tai-nạn, việc chẳng lành ; sự biến ; tai-họa ; việc sẩy ra ngẫu-nhiên.

Acclamation*(ek-klơ-mê'-shân), n.* Hoan-hô hò reo.

Acclimate *(ơ-clai'mưt, ek'-kli-mêt), v.* (Làm cho) quen thủy thổ.

Acclivity *(ơ-cliv'vi-ti), n.* Đường dốc.

Accolade *(ek - kơ - lêđ', -lađ'). n.* Sự ôm nhau hôn ; sự ban thưởng.

Accommodate *(ơ - com ' mơ - đêt), vt.* Làm cho thích hợp ; hòa-giải ; cung cấp những sự cần.

Accommodation *(- đê ' shân), n.* Xch. **Accommodate**

Accompaniment *(ơ-căm'pâ-ni-mânt), n.* Xch. **Accompany.**

Accompany *(-ni), vt.* Đi theo, tiễn-hành ; hòa-nhạc, hợp tấu.

Accomplice *(ơ-com'plis), n.* Kẻ đồng-mưu.

Accomplish *(-plish), vt.* Làm xong, hoàn-thành.

Accomplishment *(-mânt), n.* Xch **Accomplish.**

Accord *(ơ-cor'đ), vt.* Tương hợp, ăn hợp. — *n.* Đồng ý ; (âm) hòa-âm ; hòa-điệu.

Accordingly *(ơ-cord ' đing-li), adv.* Y theo ; vì vậy.

Accordion *(ơ-cor'đi-ân), n.* Đàn ác-co-đi-ông.

Accost *(ơ-cost'), vt.* Nói trước.

Account *(ơ-caont'), vt* Đánh giá ; xét. — *vi.* Kể lại. — *n.* Lý do ; lời kể lại ; sổ tiền.

Accountant *(ơ-caon'lânt), n.* Hội-kế-viên.

Accredit *(ơ-kređ'đit), vt.* Tín-nhiệm ; tín-phục ; ủy-nhiệm, cho quyền.

Accretion *(ơ - kri ' shân), n.* Sự mọc lên, lớn lên ; sự thêm ; vật thêm vào.

Accrue *(ơ-cru'), vi.* Tăng thêm.

Accumulate *(ơ - kiu' mu - lêt'), vt.* Tích lại, chất đống.

Accumulation *(- lê' shân),* Xch. **Accumulate.**

Accuracy *(ek'kiu-rơ-si), n.* Sự đúng, chính-xác.

Accurate *(- rât), a.* Đúng, chính-xác.

Accursed *(ơ cơr'sưđ ,ơ-cơrst') a.* Đáng rủa ; khốn-nạn.

Accusation *(ek-kiu - zê' shân), n.* Sự tố-cáo ; tội-trạng ; phỉ-báng.

Accuse *(ơ-kiuz'), vt.* Tố-cáo ; buộc tội.

Accustom *(ơ-căs'tâm), vt.* Làm cho quen.

Ace *(ês), n.* Con bài xì ; phi-công đại tài.

Acerbity *(ơ-sơr'bi-ti)*, *n.* Sự chua chát ; hà-khắc.

Acetate *(es'si-têt)*, *n.* (hóa) A-cêt-tát.

Ache *(êk)*, *vi.* Đau. — *n.* Chứng đau.

Achieve *(ơ-chiv')*, *vt.* Làm xong, hoàn thành ; đoạt được.

Acid *(es'siđ)*, *n.* (hóa) A-cit.

Acidosis *(es-si-đô'sis)*, *n.* Bệnh thiếu chất kiềm trong máu và thớ thịt.

Acidulate *(ơ-siđ'điu-lêt)*, *vt.* Làm cho hơi chua.

Acknowledge *(ek - nol' lej)*, *vt.* Nhận biết ; nhận là thật ; thừa nhận.

Acme *(ek'mi)*, *n.* Điểm cao nhất, tột điểm ; chỗ đỉnh.

Acolyte *(ek'kơ-lait)*, *n.* Người tùy-tòng, theo hầu ; người phụ việc.

Aconite *(ek'kơ-nait)*, *n.* (thực) Loại lá điều đầu (rất độc)

Acorn *(ê'corn, ê'cơn)*, *n.* Quả dẻ rừng.

Acoustics *(ơ cus'tiks)*, *n.* Âm-học, âm-hưởng-học.

Acquaint *(ơ quênt')*, *vt.* Làm cho biểu, làm cho quen với ; thông cáo.

Acquaintance *(-tâns)*, *n* Sự quen biết, người quen.

Acquiesce *(ek'qui - es)*, *vi.* Bằng lòng, mãn ý, đồng ý, nhận.

Acquiesence *(- sâns)*, *n.* Xch. **Acquiesce.**

Acquire *(ơ-quai'ơ)*, *vt.* Dùng sức mình mà kiếm được ; hay mua được.

Acquisition *(ek-qui-zi' shân)*, *n.* Vật mua hay hưởng được.

Acquit *(ơ - quit')*, *vt.* Trang trải nợ ; tha ; miễn trừ ; tự-xử.

Aquittal *(- tơl)*, *n.* Xch. **Acquit.**

Acre *(ê'cơ)*, *n.* Một mẫu Anh (4840 mã vuông).

Acrid *(ek'riđ)*, *a.* Cay đắng, chua chát.

Acrimoy *(ek' kri-mơ ni,-mô-ni)*, *n.* Vị hăng chát ; tính khắc-nghiệt.

Acrobatic *(ek-krơ-bel'lik)*, *a.* Chỉ về thuật leo giây, nhào lộn, diễn võ.

Acropolis *(ơ - krop' pơ - lis)*, *n.* Vệ thành của đô-thị Hi-lạp.

Across *(ơ-cros')*, *adv. & prep.* Ngang qua.

Act *(ect)*, *n.* Hành-động ; quyết-định : màn kịch. — *v.* Hành-động ; diễn kịch.

Acting *(ek'ting)*, *p. a.* Chấp hành ; thay mặt cho ; đại lý.

Actinic *(ek-tin'nik)*, *a.* Thuộc về tính phóng-xạ của ánh sáng gây ra sự biến-hóa hóa-học (như trên phim ảnh) ; có hóa quang.

Action *(ek'shân)*, *n.* Động tác ; hoạt động ; bản tố tụng ; cử chỉ ; hoạt-động quân-sự.

Active *(ek'tiv)*, *a.* Hoạt động ; lanh lẹn ; (văn) chủ động.

Activity *(ek ti'v'vi-ti)*, *n.* Sự hoạt-động ; sự, vật hoạt-động ; sức hoạt động

Actor *(ek'tơ)*, *n.* Người hành sự ; người diễn kịch ; kép hát.

Actress *(ek'tres)*, *n.* Đào hát.

Actual *(ek'chu-ơl)*, *a.* Có thực ; hiện hành : hiện tại.

Actuate *(ek'chu-êt)*, *vt.* Làm cho hoạt động, động tác.

Acumen *(ơ-kiu'men)*, *n.* Sự hiểu thấu, tinh tường.

Acute *(ơ-kiut')*, *a.* Nhọn ; kịch liệt ; (giọng) cao the thé.

Adage *(eđ'đâj)*, *n.* Cổ ngữ thông dụng ; châm ngôn.

Adagio *(ơ-đa'jô)*, *a.* & *adv* Chậm ; từ từ.

Adamant *(eđ'đơ-mânt)*. *n.* Đá rất rắn ; kim-cương ; sự rắn lắm. — *a.* Rất rắn.

Adapt *(ơ-đept')*, *vt.* Làm cho thích hợp, làm cho vừa.

Add *(eđ)*, *v.* Thêm ; tăng gia ; cộng ; nói thêm ; thêm lời.

Adder *(eđ'đơ)*, *n.* Một thứ rắn độc (bên Âu-châu).

Addict *(ơ-đict')* *vt.* Chuyên tâm ; làm quen.

Addition *(ơ-đi'shân)*, *n.* Sự tăng gia ; phép cộng ; vật thêm vào.

Additional *(- nơl)*, *a.* Thêm, phụ vào, thêm vào.

Address *(ơ-đres')*, *vt.* Nói với ; Cầu hôn. — *n.* Địa chỉ ; bài diễn thuyết ; tài nói hay.

Adduce *(ơ - đius')*. *vt.* Dẫn chưng.

Adenoid *(eđ'đi-noiđ)*, *n.* Thịt thừa trong mũi, gần họng.

Adept *(ơ-đept')*, *n.* Người tinh thông ; khéo léo ; giỏi.

Adequate *(eđ' đi - quát)*, *a.* Hợp cách ; đầy đủ ; sung túc.

Adhere *(eđ hir')*, *vi.* Dính ; kết hợp ; liên-hợp.

Adieu *(ơ-điu')*, *interj.* & *adv.* Biệt ly.

Adjadent *(ơ-jê' sânt)*, *a.* Ở gần, ở cạnh, kề bên, tiếp cận, lân cận.

Adjective *(ej ' jek - tiv)*, *n.* (văn) Tĩnh tự ; hình-dung-tự.

Adjoin *(ơ-join')*. *vt* Nối ; tiếp liền với ; phụ thêm. — *vi.* Ở gần.

Adjourn *(ơ - jơn')*, *vt.* Hoãn lại ngày khác.

Adjudge *(ơ jăj')*, *vt.* Phán quyết, phán đoán ; định tội.

Adjunct *(ej'jăngt)*, *a.* Liên hợp ; phụ thuộc. — *n.* Vật phụ thuộc.

Adjure *(ơ jur')*, *vt.* Phản, ra lệnh ; thề ; cầu nguyện ; xin.

Adjust *(ơ-jăst')*, *vt.* Điều hòa ; điều đình ; thanh toán ; làm cho thích hợp.

Adjutant *(ej ' ju - tânt).* *n.* Người giúp ; ông quản binh.

Administer *(eđ-min ' nis-tơ)*, *vt.* Quản lý, chỉ dẫn ; cung cấp ; cai trị.

Admirable *(eđ ' mi - rơ - bưl)*, *a.* Đáng ngắm ; đáng khen.

Admiral *(eđ'mi-rơl)*, *n.* Hải quân đô-đốc.

Admiralty *(ti)*, *n* Chức, quyền đô-đốc ; bộ hải-quân ; pháp-luật về hải-quân.

Admiration *(eđ - mi-rê ' shân)*, *n.* Sự khen-ngợi ; sự kỳ-lạ ; vật kỳ-lạ ; cảm-phục.

Admire *(eđ - mai'ơ)*, *vt* Cảm phục, suy ngắm ; ngắm.

Admission *(ăđ - mi'shân)*, *n.* Sự cho phép vào ; thừa nhận ; nhận là thực.

Admit *(eđ - mit')*, *vt* Xch. **Admission.**

Admittance *(- tâns)*, *n* Sự cho phép ; sự cho phép vào.

Admonish *(eđ - mon'nish)*, *vt.* Cảnh - cáo ; chỉ dẫn, khuyên răn.

Amonition *(eđ-mơ-ni'shân)*, *n.* Xch. **Admonish.**

Ado *(ơ-đu')*, *n.* Đa sự ; việc phiền - phức ; sự hỗn - loạn.

Adobe *(ơ-đồ'bi)*, *n.* Gạch phơi nắng ; nhà làm bằng gạch này.

Adolescence *(eđ-đơ-les'-sâns)* *n.* Thời kỳ thanh-niên, lúc dậy thì.

Adolescent *(- sânt)*, *a.* Lúc đang trưởng thành. — *n.* Người thiếu-niên.

Adopt *(ơ-đopt')*, *vt.* Nhận đứa bé làm con nuôi, lập tự ; dùng, lấy làm.

Adoration *(eđ-đơ-rê'sâns)*, *n.* Sự sùng bái ; hâm mộ.

Adore *(ơ-đôr')* *vt.* Sùng bái ; yêu-quí ; thích lắm.

Adorn *(ơ - đorn')*, *vt.* Trang hoàng ; bầy biện.

Adrift *(ơ - đript')*, *adv* & *a.* Nổi, trôi lềnh-bềnh.

Adulation *(eđ - điu - lê'shân)*, *n.* Sự nịnh hót, tâng bốc.

Adult *(ơ-đăll')*, *n* &. *a.* Trưởng thành ; thành-niên.

Adulterer *(ơ - đăl'tơ - rơ)*, *n.* Kẻ gian-thông, ngoại tình.

Adultery *(ơ - đăl'tơ - ri)*, *n.* Ngoại tình, gian-thông.

Ad valorem *(eđ - vơ - lô'rem)*, Chiếu theo giá tiền.

Advance *(âđ-vans')*, *n.* Tiền trả trước ; sự tiến ; tiến-bộ ; sự tăng tiền.

Advantage *(âđ - van'lâj)*, *n*, Tiện-lợi ; lợi ích, cơ hội tốt, ưu-thế.

Advantageous *(âđ - vân - tê' - jâs)* *a.* Chiếm phần ưu-thế, có lợi.

Adventure *(âđ - ven' chơ)*, *n.* Cuộc mạo-hiểm ; cuộc đầu-cơ. — *v.* Mạo-hiểm.

Adventurous *(-râs)*, *a.* Xch. **Adventure**.

Adverb *(eđ'vơb)*. *n.* (văn) Trạng-tự.

Adversary *(eđ'vơ - sơ - ri)*, *n.* Người phản đối, đối-lập, đối-địch ; địch-thủ.

Adverse *(âđ-vơs', eđ'vơs)*, *a.* Phản-kháng, phản đối ; tương-phản ; thù-địch.

Adversity *(âđ - vơr'si - ti)*, *n.* Sự không may, bất hạnh ; sự đau đớn

Advert *(âđ-vơrt')*, *vi.* Chú ý, quan tâm ; ám chỉ.

Advertise *(eđ'vơ - taiz)*, *vt.* Cho biết ; quảng-cáo.

Advertisement *(âđ - vơ'tiz - mânt)*, *n.* Cái quảng-cáo.

Advice *(âđ - vais')*, *n.* Lời khuyên ; báo-cáo.

Advisability *(-ơ-bil'li-ti)*, *n.* Tính hợp thời, thích-nghi.

Advisable *(-zơ-bưl)*, *a.* Đáng khuyên ; đáng làm.

Advise *(âđ-vaiz')*, *vt.* Khuyên ; nhắn nhủ. — *vi.* Hỏi ý-kiến.

Advocate *(eđ'vơ - kât)*, *n.* Trạng sư, thày kiện. — *vt.* *(-kêt)*. Cãi cho ; ủng hộ.

Adze *(eđz)*, *n.* Cái cuốc.

Aegis, egis *(i'jis)*, *n.* Cái mộc để đỡ ; sự che chở ; sự bảo-hộ.

Aeon, eon *(i'ân)*, *n.* Một thời gian lâu ; một đời người ; một thế-hệ.

Aërial *(ơ-i'ri-ơl, e'ri-ơl)*, *a.* Thuộc về không khí ; không thật ; cao giữa không trung.

Aeriform *(ê'ơ ri - form)*, *a.* Thuộc tính không khí, khí-thể ; không thật.

Aerodrome *(e'ơ - rơ - đrôm), e'rơ-)*, *n.* Trường bay.

Aerogram *(- grem)*, *n.* Vô tuyến-điện tín.

Aeronaut *(ê'ơ-rơ-not, ê'rơ-not)*, *n.* Nhà phi-hành.

Aeronautics *(-no'liks)*, *n.* Môn học về hàng không.

Aeroplane *(ê'ơ-rơ-plên, e'rơ-plên)*, *n.* Máy bay.

Æsthetics *(es - thel'tiks)*, *n.* Khoa thẩm mỹ, mỹ-học

Afar *(ơ-far')*, *adv.* Ở xa ; từ xa.

Affable *(ef'fơ - bưl)*, *a.* Dễ tính ; lịch thiệp ; khoan dung ; dịu dàng.

Affair *(fe'ơ)*, *n.* Việc, công việc ; việc buôn bán, sự-vụ.

Affect *(ơ-fect')*, *vt.* Ưa, thích ; ảnh hưởng tới.

Affectation *(ef-fek-tê'shân)*, *n.* Giả mạo ; sự lấy điệu bộ, làm dáng

Affected *(ơ-fec'ted, -tưđ)*, *a.* Giả dối, không tự nhiên ; có bệnh ; cảm động.

Affection *(ơ - fec' shân)*, *n* Cảm động ; ảnh hưởng ; thiện ý ; lòng yêu.

Affectionate *(-nât)*, *a.* Thân ái, thân mến.

Affiance *(ơ fai'âns)*, *vt.* Định hôn, hứa hôn.

Affidavit *(ef-fi-đê'vit)*, *n.* Tờ khai (đúng sự thật trước mặt nhà đương-cục).

Affiliate *(ơ-fil'li-êt)*, *v.* Liên hợp, kết hợp ; làm hội viên

Affinity *(ơ-fin'ni ti)*, *n.* Chỗ thân thích ; (hóa) sức hóa-hợp ; sự kết hợp tinh thần.

Affirm *(ơ - fơm')*, *v.* Nhận ; phê - chuẩn ; xác nhận ; nói chắc.

Affirmative *(ơ-fơm'mơ-tiv)*, *a.* Xác - định ; thị - nhận.

Affix *(ơ-fiks')*, *vt.* Đính vào ; gắn liền : đóng (dấu) ; nối liền ; liên-hiệp.

Afflatus *(ơ - flê'tâs)*, *n.* Một cơn gió ; sự thần thông.

Afflict *(ơ-flict')*, *vt.* Làm cho đau đớn ; làm cho buồn.

Affliction *(ơ - flic'shân)*, *n.* Xch. **Afflict.**

Affluence *(ef'flu-âns)*, *n.* Sự phong phú ; có nhiều.

Afford *(ơ-fô đ', ơ-fo-đ')*, *vt.* Sinh sản ; cung cấp ; đem lại ; có đủ sức để, có thể.

Affray *(ơ frè')*, *n.* Cuộc cãi nhau ầm ỹ ; sô sát ; đánh nhau.

Affright *(ơ-frait')*, *vt.* & *n.* Làm cho hoảng hốt, dọa.

Affront *(ơ-frănt')*, *vt.* Cư xử tệ ; làm nhục.

Afire *(ơ-fai'ơ)* *a.* Đang cháy.

Afloat *(ơ - flôt')*, *a.* Nổi trên mặt nước ; trên tàu.

Afoot *(ơ-fut')*, *adv.* &. *a.* Đi chân, bộ-hành ; đang hành-động ; xôn xao.

Aforesaid *(ơ-fôr'sed)*, *a.* Nói trước, thuật từ trước.

Aforetime *(ơ-fôr'taim)*, *adv.* Trước đây.

Afraid *(ơ frêđ')*, *a.* Sợ, hãi, e - dè.

Afresh *(ơ fresh')*, *adv.* Lại ; lần nữa ; mới.

After *(af'tơ)*, *adv.* & *prep.* Sau ; theo đuổi ; ở hạ cấp.

Afternoon *(- nun)*, *n.* Buổi trưa (sau ngọ)

Afterward *(-wơd)*, *adv.* Sau này.

Again *(ơ-ghên',ơ-ghen')*, *adv.* Lại, lần nữa ; ngoài ra.

Against *(ơ-ghênst', ơ-ghenst')*, *prep.* Chống lại, phản đối ; tương phản.

Age *(êj)*, *n.* Tuổi ; đời, thọ mệnh ; tuổi già ; thời đại.

Aged *(êjđ, êj'jâđ)*. *a.* Già ; lão-niên.

Agency *(ê'jân-si)*, *n.* Động-tác-lực ; chủ-động-lực ; chức vụ người đại-lý.

Agent *(ê'jânt)*, *n.* Người chủ-động ; người đại-lý, đại biểu.

Agglomerate *(ơ-glom'mơ-rêt)*, *v.* Hợp thành khối ; tụ lại ; đoàn kết.

Aggrandise *(eg'rân - đaiz, ơ'-gren'đaiz)*, *vt.* Làm cho to, phóng đại.

Aggravate *(eg'grơ-vêt)*, *vt.* Làm cho tệ hơn ; chọc tức.

Aggregate *(eg'gri - gât)*, *a.* Tập-hợp ; tập hợp mà thành ; — *n.* Tổng số.

Aggression *(ơ-gres'shân)*, *n.* Sự gây sự ; tấn công ; xâm lược ; công-kich.

Aggrieve *(ơ - griiv')* *vt.* Làm cho đau đớn; làm cho khổ tâm.

Aghast *(ơ - gast')*, *a.* Hoảng, sợ, hãi ; tỏ vẻ sợ.

Agile *(ej'jil, -jail)*, *a.* Lanh-lẹn ; nhanh nhảu ; hoạt-động ; hoạt bát.

Agitate *(ej - ji - têt)*, *vt.* Lay động ; khích động ; bầy mưu.

Agitation *(êj - ji - tê'shân)*, *n.* Sự rung động ; sự phiến-động ; sự phiền muộn.

Agnostic *(eg - nos' tik)*, *n* Người theo thuyết bất-khả-tri.

Ago *(ơ gô')*, *adv.* & *a.* Qua rồi ; cách đây ; trước ; thuộc về dĩ-vãng.

Agog *(ơ - gog')*, *a.* Hâm - mộ ; ước vọng ; ước tưởng.

Agony *(eg'gơ-ni)*, *n.* Nỗi thống khổ ; cơn hấp hối.

Agrarian *(ơ - gre'ri - ân)*, *a.* Thuộc về ruộng đất. — *n.* Người chủ-trương điền-địa quân-phân.

Agree *(ơ-gri')*, *vi* Bằng lòng với ; đồng ý, nhất trí ; ước định ; hợp với,

Agreeable *(ơ-gri'ơ-bưl)*, *a.* Dễ thương, thích ý ; hợp ý ; thích hợp.

Agreement *(- mânt)*, *n.* Sự đồng ý ; hợp-đồng, khế ước ; thỏa-ước.

Agriculture *(eg-gri-căl'-chơ)*, *n.* Nghề nông.

Aground *(ơ-graonđ')*, *adv.* & *a.* Ở trên đất ; trên bờ.

Ague *(ê'ghiu)*, *n.* (y) Bệnh sốt rét rừng.

Ahead *(ơ-heđ')*, *adv. & a.* Ở trước ; hướng về đàng trước.

Aid *(êđ)*, *v.* Giúp bang trợ. — *n.* Việc cứu tế, bang trợ ; người giúp

Aid-de-camp *(êđ'đi-kemp, eđ'-đờ căng')*, *n.* Võ quan tùy tòng.

Ail *(êl)*, *vt.* Làm cho đau đớn hoặc bất an, làm khó chịu.

Aileron *(ê'lơ - ron)*, *n.* Đầu cánh ; vây cá (để ăn).

Ailment *(êl'-mânt)*, *n.* Bệnh ; sự khó chịu trong mình.

Aim *(êm)*. *vi.* Nhắm ; hướng về, — *n.* Mục đích ; sự nhắm bắn.

Air *(er)*, *n.* Không khí ; điệu nhạc ; thái độ — *vi.* Để ngoài không khí.

Air conditioning, Sự lọc không khi ; sự làm cho mát.

Aircraft *(er'craft)*, *n.* Máy bay ; phi cơ ; khí cầu.

Airship *(er'ship)*, *n.* Phi cơ lớn, phi đĩnh.

Airtight *(-tait)*, *a.* Không khí không vào được.

Airy *(e'ri)*, *a.* Thuộc không khi ; không thật ; sáng sủa ; đẹp ; hoạt động.

Aisle *(ai-l)*, *n.* Lối đi ở bên nhà thờ ; bên cánh nhà thờ.

Ajar *(ơ-jar')*, *adv.* Bất hòa ; nửa mở, hơi hé ra.

Akin *(ơ-kin')*, *a.* Đồng chủng ; đồng loại ; thuộc (có) tính tương cận.

Akimbo *(ơ-kim'bô)*, *a. & adv.* Cong ; chống tay vào hông.

Alabaster *(el'lơ - bas - tơ)*, *n.* Một thứ thạch cao hoa.

Alacrity *(ơ - lek'kri - ti)*, *n.* Tính vui vẻ ; sự hoạt bát.

Alarm *(ơ-larm')*, *n.* Tiếng báo cấp cưu ; còi báo nguy ; sự hốt hoảng.

Alas *(ơ-las')*, *interj.* Than ôi! Thương thay !

Albatros *(el'bơ-tros)*, *n.* Chim hải-âu.

Albeit *(ol'bi'it)*, *conj* Dù vậy, dù rằng.

Album *(êl'bâm)*, *n.* Tập ảnh, quyển an bom ; tập tranh của họa-sĩ.

Albumen *(el-biu'men)*, *n.* Chất lòng trắng trứng.

Albumin *(el-biu-min)*. *n.* Chất đản bạch.

Alcohol *(el'cơ-hol)*, *n.* Rượu nặng ; cồn.

Alcoholic *(el - cơ - hol'lik)*, *a.* Có chất cồn.

Alcove *(el'côv)*, *n.* Buồng nhỏ ; buồng ngủ, phòng the.

Alderman *(ol' đơ - mân)*, *n.* Nghị viên thành phố.

Ale *(êl)*, *n.* Rượu bia vàng.

Alembic *(ơ-lem'bik)*, *n* Nồi cất rượu, nồi chưng.

Alert *(ơ-lơt')*, *a* Lưu tâm, để ý ; lanh lẹnh. — *n.* Hiệu báo động.

Algebra *(el-ji-brơ)*, *n* Đại số học.

Alias *(ê'li-âs)*, *adv.* Biệt xưng là — *n.* Biệt danh ; tên giả.

Alibi *(el'li bai)*, *n.* Sự không thể phạm tội vì ở nơi khác trong khi việc sẩy ra ; sự phạm tội trường-ngoại.

Alien *(êl'li-ân)*, *a.* Thuộc về ngoại quốc. — *n.* Người khác họ, người ngoài.

Alienate *(ê'li-ân-nêt)*, *vt.* Nhường cho ; làm rối loạn.

Alighf *(ơ-lait')*, *vi.* Nhảy xuống ; xuống xe, xuống ngựa.

Alight, *a.* & *adv.* Đang cháy.

Align, Aline *(ơ-lain')*, *vt.* Xếp thành hàng.

Alike *(ơ-laik')*, *a.* Giống nhau, đồng hạng — *adv.* Cùng một thai-độ, giống nhau.

Aliment *(el'li-mânt)*, *n* Đồ ăn ; sinh kế.

Alimentary *(-men'tơ-ri)*, *a.* Thuộc về đồ ăn ; có chất bổ.

Alimony *(-mơ-ni,-mô-ni)*, *n.* (luật) Tiền người đàn bà được hưởng khi ly-hôn với chồng.

Alive *(ơ-laiv')*, *a.* Hoạt-động ; còn sống ; tồn tại ; bất diệt ; dễ cảm thấy.

Alkali *(el'cơ-lai, -li)*, *n.* (hóa) Chất al-ca-li ; diêm chất.

Alkaloid *(el ' kơ - loiđ)*, *n.* Thực-vật kiềm-chất.

All *(o-l)*, *a.* Tất cả ; toàn thể; toàn bộ. – *adv.* Hoàn toàn — *n.* Toàn thể ; tất cả mọi người.

Allay *(ơ-lê')* *vt.* Làm cho dịu ; làm cho bớt đau.

Allegation *(el - li - ghê' shân)*, *n.* Sự biện bạch ; trực trần ; nói rõ hẳn.

Allege *(ơ-ejl')*, *vt.* Nói rõ ; nói thẳng ra ; biện bạch ; bắt quả tang.

Allegory *(el' li-gô-ri, -gơ-ri)*, *n.* Vi dụ ; ngụ ngôn,

Alleviate *(ơ - li' vi - ât)*, *vt.* Làm cho nhẹ.

Alley *(el' li)*, *n.* Ngõ hẻm, đường nhỏ ; một thứ đá vân.

Allied *(ơ-laiđ')*, *a.* Đồng minh, liên hiệp.

Alligator *(el'li - ghê-tơr)*, *n.* Cá sấu mồm ngắn và rộng (ở Mỹ).

Alliteration *(ơ - lit tơ-rê' - shân)*, *n.* Phép điệp-vận ; đầu vận.

Allocate *(el'lơ-kêt), vt.* Phân phái; cấp cho.—*n* **Allocation**

Allot *(ơ-lot'), vt.* Phân phát; phân phối.

Allow *(ơ-lao'), vt.* Cho phép; thừa nhận, giảm (giá); tăng (phụ cấp).

Alloy *(ơ-loi', el'loi), n.* Hợp kim; vật hóa-hợp; vật hỗn-hợp.

All right *(ơ-l'rait'),* Được rồi! Tốt lắm!

Allround *(ol-raond), a.* Có tài về đủ phương diện, đủ môn

Allspice *(ol'spais), n.* Quả ớt; bột ớt (để thêm vào món ăn).

Allude *(ơ-liud'), vi.* Ám chỉ, ám thị.

Allure *(ơ-liu'r) v.* Cám dỗ; lôi kéo.

Allusion *(ơ-liu'zhân) n.* Lời ám chỉ, ám thị.

Alluvium *(ơ-liu'vi-âm), n.* Đất bồi, đất phù-sa.

Ally *(ơ-lai'), v.* Liên-hiệp, kết hợp.— *n.* Nước đồng minh, người liên-minh.

Almanac *(ol'mơ-nek), n.* Cuốn lịch.

Almighty *(ol'mait'ti), a.* Toàn năng, vạn năng.

Almond *(a'mând', em' mând), n.* Cây hay quả hạnh nhân.

Almoner *(el'mân-nơr, a'-), n.* Người thay mặt người khác phát của bố thí.

Almost *(ol'môst), adv.* Hầu hết; gần cả.

Alms *(amz), n.* Tiền bố thí, vật tế-bần.

Alms-House *(amz'haos), n.* Nhà tế bần.

Aloe *(el'lô), n.* (thực) Cây dứa rừng; cây lô-hội.

Aloft *(ơ loft), adv.* Ở chỗ cao; ở giữa giời; ở trên đỉnh.

Alone *(ơ-lòn'). adv.* Một mình, đơn-độc; chuyên về.

Along *(ơ-loong), adv.* Theo giọc; hướng về đằng trước, cùng với.

Alongside *(ơ-loong'said), adv. & prep.* Theo giọc, ở cạnh nhau.

Aloop *(ơ-lu-f'), a.* Ở nơi xa; tự nơi xa; cách xa.

Aloop *(ơ-lup'), adv.* Ở xa; từ xa; cách xa; thờ ơ, lãnh-đạm.

Aloud *(ơ-laod'), adv.* To tiếng, lớn tiếng.

Alpine *(el'pain,-pin), a.* Chỉ về hay giống núi Alps(núi cao).

Alpinist *(el'pi-nist), n.* Người trèo núi.

Alphabet *(el'fơ bet), n.* Bộ chữ cái.

Already *(ol'ređ'di), adv.* Rồi, đã qua.

Also *(ol'sô), abv,* & *conj.* Cũng vậy, cũng thế ; nữa.

Altar *(ol'tơ), n.* Bàn thờ.

Alter *(ol ' tơ), v.* Cải biến ; thay đổi.

Alteration *(ol-tơ-rê'shân), n.* Xch. **Alter.**

Altercation *(ol - tơr - kê ' - shơn), n.* Cuôc cãi nhau, đấu khẩu, tranh luận.

Alternate *(ol'tơ-ni, el', ol-tơ' nưt,el-), a.* Cứ cách một cái.

Although *(ol - THô ')*. *conj.* Tuy rằng, tuy nhiên.

Altimeter *(el-tim' mi-tơ, el'-li-mi-tơ), n.* Máy tính độ cao.

Altitude *(el' ti - tiuđ), n.* Sự cao ; độ cao.

Alto *(el'tô), n.* (âm) Giọng an-tô, trung tâm.

Altogether *(ol-tu ghe-'THơ), adv.* Không trừ ; hoàn toàn ; tất cả.

Altruism *(el' tru-i, zưm), n.* Chủ-nghĩa lợi-nhân ; vị tha (giúp kẻ khác).

Alum *(el'lâm), n.* Phèn chua.

Alumium *(ơ-liu' minơm), n.* Chất a-lu-min, nhôm.

Alumnus *(ơ-lăm'nơs), n.* Sinh viên tốt-nghiệp.

Always *(ol' ươz, - wiz) adv* Luôn luôn, nhất luật.

Am *(em), The first person sing. pres. ind. of the verb* **BE.**

Amalgamate *(ơ-mel' gơ-mêt),* v. Trôn thủy ngân với loại kim khác ; hỗn hợp.

Amanuensis *(ơ-mel - niu-en ' sis), n.* Người chép ; thư-ký.

Amass *(ơ-mes'), vt.* Thu lại, thành khối hay trồng; tích lại.

Amateur *(em-mơ-tơ', em' mơ tơ, em'mơ-chơ), n.* Kẻ ham thích ; tài-tử.

Amaze *(ơ-mêz'), vt.* Làm cho hoảng. — *n.* Sự ngạc nhiên.

Ambassador *(em-bes' sơ-đơ), n.* Đại-sứ , sứ-giả.

Amber *(em'bơ), n.* Hồ-phách ; màu hồ-phách.

Ambidextrous *(em' bi-deks' - strơs), a.* Dùng cả hai tay ; có hai lòng.

Ambient *(em'bi-ơnt), a.* Vây tứ phía ; bao vây.

Ambiguity *(em bi - ghiu' ư-ti), n.* Sự hàm hồ.

Ambigous *(em-big' ghiu- âs), a.* Không rõ, hàm hồ.

Ambition *(em-bi'shân), n.* Dã tâm ; tham vọng ; hùng tâm.

Amble *(em'bưl)*, *n.* Giáng (ngựa) đi khoan-thai.

Ambrosia *(em-brô'zhi-ơ)*, *n.* Đồ ăn của thần thánh.

Ambulance *(em'biu'lâns)*, *n.* Xe cứu thương.

Ambush *(em'bush)*, *n.* Cuộc phục-kích ; cuộc đánh úp.

Ameliorate *(ơ-mi' li-ơ - rêt)*, *v.* Làm cho khá hơn ; cải lương, cải thiện.

Amend *(ơ-mend')*, *vt.* Sửa đổi; làm cho khá hơn, cải thiện.

Amends *(ơ-mendz')*, *n.* Tiền bồi thường.

Amenity *(ơ-men'ni-ti, ơ-mi'-)*, *n.* Sự vui vẻ ; tao nhã ; lịch-sự.

American *(ơ-me'ri-cân)*, *a.* & *n.* Người Mỹ. — *v.* **Americanize** *(-naiz)*, Mỹ-hóa

Amethyst *(em' mi-thist)*, *n.* Ngọc tím.

Amiable *(ê'mi-ơ-bưl)*. *a.* Từ tè, đáng mến.

Amidst *(ơ-midst')*, **Amid** *(ơ-mid')*, *prep.* Ở giữa.

Amiss *(ơ-mis)*, *adv.* Lạc loài ; bất chính ; không đáng.

Amity *(em'mi ti)*, *n.* Tình bằng hữu, tình hữu-nghị.

Ammonia *(ơ-mô'ni-ơ,-môn-yơ)*, *n.* Am-mô-nhác, nước đái quỉ.

Ammunition *(em - miu - ni' - shân)*, Đạn dược, quân hỏa.

Amnesia *(em-ni'zhi ơ,-ơ)*, *n.* (y) Chứng kiện - vong, tính hay quên.

Amnesty *(em'nes-ti)*, *n* Cuộc đại-xá, àn-xá.

Among *(ơ - măng')*, *prep.* Ở giữa đám ; trong số ; giữa.

Amongst *(ơ-măngst')*, *prep.* Xch. **Among**.

Amorous *(em mơ-râs)*, *a.* Đa tình ; có tình, say mê.

Amorphous *(ơ-mo ' fâs)*, *a.* Không có hình.

Amortize *(ơ-mor'taiz-tiz)*, *vt.* Hoàn dần ; trả (giả) dần.

Amount *(ơ-maont')*, *n.* Số tiền; tổng số. — *vi.* Tới số.

Ampere *(em'pi-r, em-per')*, *n.* Am-pe (điện-học).

Amphibious *(em-fib'bi-âs)*, *a.* Vừa ở dưới nước vừa ở trên cạn.

Amphitheater *(em'fi-thi'ơ-tơ)*, *n.* Hí trường ; giảng đường.

Ample *(em'pưl)*, *a.* To ; quảng đại ; phong túc ; rộng.

Amplify *(em'pli-fai)*, *vt.* Làm cho to, rộng thêm.

Amputate *(em ' piu - têt)*, *vt.* Cưa hay cắt chân, tay.

Amuse *(ơ-miuz')*, *vt.* Làm cho vui. — *a.* **Amusing**, vui.

Amusement *(- mânt)*, *n.* Sự vui thích ; trò vui đùa.

An *(ân, en)*, *art.* Một cái (người, con, chiếc v. v.).

Anachronism *(ơ-nek' krơ-ni-zưm)*, *n.* Sự sai ngày tháng ; sự, vật quá thời.

Anaconda *(en-nơ-con' đơ)*, *n.* Con rắn to, con trăn.

Analogous *(ơ-nel' lơ-gâs)*, *a.* Giống nhau ; tương tự.

Analogy *(o-nel' lơ-ji)*. *n.* Sự giống, tương tự.

Analysis *(ơ-nel'li-sis)*, *n.* Sự phân - tích, giải - tích ; yếu - lược, yếu-mục.

Analyze *(en'nơ-laiz)*, *vt.* Phân tích.

Anarchism *(en' nơr-ki-zưm)*, *n.* Thuyết, chu - nghĩa vô chính phủ.

Anarchy *(en'nơ-ki)*, *n.* Tình-trạng hỗn loạn, vô chính-phủ.

Anatomy *(ơ - net' tơ - mi)*, *n.* Giải-phẫu-học.

Ancestor *(en' ses-tơ)*, *n.* Tổ-tiên ; tiền-nhân, ông cha.

Ancestral *(en - ses' trơl)*, *a.* Thuộc về tổ-tiên.

Anchor *(eng'cơ)*, *n.* Cái neo. — *v.* Thả neo.

Ancient *(ên'shânt)*, *a.* Cổ xưa — *n.* Người thượng cổ.

And *(end*, bọc nhanh : *ând, ân)*, *conj.* Và. — And so on, v. v.

Andiron *(enđ'ai'ơrn)*, *n.* Cái giá củi.

Anecdote *(en' nek-dôt, - nik -)* *n.* Chuyện vặt, dật-sử, giai thoại.

Anemia, Anaemia *(ơ-ni'mi-ơ)*, *n.* (y) Chứng thiếu máu.

Anemone *(ơ-nem' mơ-ni)*, *n.* (thực) Cây bạch-đầu-ông, cây thu-mẫu-đơn

Anesthesia, Anathesia *(en-nâs-thi'zhi-ơ,z-hơ)*, *n.* Sự tê mê, không biết đau.

Anesthetic, Anaesthetic *(-thet'tik)*, *a.* Làm cho tê-mê. — *n.* Thuốc mê, tê.

Anew *(ơ-niu')*, *adv.* Lần nữa, lại ; mới.

Angel *(ên'jơl)*, *n.* Thiên-thần ; thần tiên; người đẹp.

Anger *(eng' gơ)*, *n.* Cơn tức, giận, thịnh nộ.

Angle *(eng'gưl)*, *n.* Góc ; độ góc; cái lưỡi câu. – *vi.* Câu cá.

Angler *(eng'glơ)*, *n.* Người câu cá

Angleworm *(eng' gưl-wơm)*, *n.* Một thứ giun đất.

Angling *(eng'ling)*, *n.* Môn câu cá.

Angrily *(eng'gri-li)*, *adv.* Một cách tức giận.

Angry *(eng'gri), a.* Tức giận, cáu, bực mình.

Anguish *(eng' guish), n.* Sự đau đớn, đau lòng

Angular *(eng ' ghiu - lơ) a.* Thuộc về góc, có góc.

Animal *(en'ni-mơl), n.* Động vật ; cầm-thú. — *a.* Chỉ về súc vật, cầm thú, động-vật.

Animate *(en'ni-mât), a.* Linh hoạt ; đầy sinh khi.

Animosity *(en-ni- mos' si-ti). n.* Lòng oán-hờn, thâm thù.

Ankle *(eng'cưl),n.* Mắt cá chân.

Annals *(en'nơlz), n. pl.* Sử chép từng năm ; lịch-sử ; niên-giám.

Anneal *(ơ-ni-l'), vt.* Nung.

Annex *(en'nehs, ơ-neks'). n.* Phần phụ ; chi-điếm ; — *vt.* Phụ vào.

Annihilate *(ơ-nai'i-lêt, -hi-lêt), vt.* Hủy bỏ ; tiêu-diệt.

Anniversary *(en-ni-vơ'sơ-ri), n.* Ngày kỷ-niệm.

Anno Domini *(en-nô đom'mi-nai).* Kỷ-nguyên Giê-su.

Annotate *(en'nơ-têt); vt.* Chú thích.

Announce *(ơ - naons '), vt.* Tuyên-bố, công-bố ; báo cho biết.

Announcement *(- mânt), n.* Bản bá-cáo ; tuyên-bố.

Annoy *(ơ-noi'), vt.* Làm phiền-phức, làm khó chiu, quấy rối.

Annual *(en'nhu-ơl), a.* Hằng năm ; từng năm.

Annul *(ơ-năl'), vt.* Bỏ hủy, thủ-tiêu.

Anoint *(ơ-noint'), vt.* Sức dầu, đổ dầu lên đầu.

Anonimous *(ơ-non'ni-mâs), a.* Vô - danh, ẩn - danh, không biết tên.

Another *(ơ - nă' THơ). a.* & *pron.* Một cái nữa, khác.

Answer *(an'sơ), n.* Lời đáp, câu trả lời. — *vi.* Đáp ; thích dụng, phù hợp.

Ant *(ent), n.* Con kiến.

Antagonist *(ev-teg' gơ-nist), n.* Người phản-kháng ; kẻ đối-địch ; địch-thủ.

Antarctic *(en-tark'tic), a.* Chỉ về Nam-cực

Antecedent *(en-ti-si'dânt), n.* Việc trước;(văn) Tiên hành từ.

Antedate *(en-ti-dêt, en'-), vt.* Đề ngày trước ngày thực ; đến trước ; dự bị trước.

Antediluvian *(en-ti-đi-liu' vi-ân), a.* Trước kỳ đại hồng thủy ; cổ lắm.

Antelope *(en'ti-lôp), n.* Con sơn dương.

Antenna *(en-ten' nơ), n.* Râu, vòi, sừng côn-trùng ; dây ăng-ten (để bắt sóng điện).

Anterior *(en-ti'ri-ơ)*,*a.* Trước, phần trước.

Anteroom *(en'tirum)*, *n.* Buồng trước ; buồng đợi.

Anthem *(en'thâm)*, *n.* Bài hát mừng ; bài thánh ca.

Anther *(en'thơr)*, *n.* Cái bao bọc phấn ở đầu nhụy-hoa.

Anthology *(en-thol'lơ-ji)*, *n.* Văn-tuyển ; thi-tập.

Anthracite *(en'thrơ-sait)*, *n.* Thứ than đốt không khói,than đá gầy.

Anthrax *(en'threks)*, *n.* Một thứ nhọt, ung (trên da mục súc).

Anthropology *(en-thrơ-pol' lơ-ji)*, *n.* Nhân-loại-học.

Anticipate *(en-tis'si-pêt)*, *vt.* Làm trước, lấy trước; xử dụng trước ; nghĩ trước.

Anticlimax *(en-ti-clai'meks)*, *n.* Câu văn mà ý kém quan-trọng về cuối.

Antidote *(en'ti-đôt)*, *n.* Thuốc giải độc ; vật để dự phòng hoặc bài trừ.

Antimony *(en-ti-mô-ni)*, *n.* Chất an-ti-mon.

Antipathy *(en-tip'pơ-thi)*, *n.* Tính tự nhiên không hợp nhau, ác cảm, hiềm ky.

Antipodes *(en-tip'pơ-diz)*, *n. pl.* Người ở hai bên trái đất ; sự-vật tương-phản.

Antiquarian *(en-ti-que'ri-ân)*, *n.* Người buôn đồ cổ.

Antiquated *(en'ti-quêt-ted,-tưđ)*, *a.* Cổ, cũ ; hết thời.

Antique *(en-ti-k')* *a.* Xưa, cổ. — *n.* Vật cổ lắm.

Antiquity *(en-tik'qui-ti)*, *n.* Thời cổ, đồ cổ.

Antiseptic *(en-ti-sep'tik)*, *a.* Sát trùng—*n.* Thuốc sát trùng.

Antithesis *(en-tit'thi-sis)*, *n.* Sự tương-phản về chữ hay quan-niệm ; phản đối ; sự-vật tương-phản.

Antitoxin *(en-ti-tok'sin)*, *n.* Thuốc chống chất độc.

Antler *(ent'lơ)*, *n.* Cái sừng (nai, hươu).

Antonym *(en'tơ-nim)*, *n.* Tiếng trái nhau, chữ phản nghĩa.

Anvil *(en'vil)* *n.* Cái (hay hòn) đe (để đập sắt).

Anxiety *(eng-zai'ơ-ti)*, *n.* Sự lo sợ, sốt ruột ; nóng lòng.

Anxious *(eng'shâs)*, *a.* Lo sợ, ưu sầu, nóng ruột.

Any *(en'ni)*, *a.* & *pron.* Bất luận cái nào.

Anybody *(en'ni-bođ-đi, -bảđ-đi)*, *pron.* Dù ai, bất luận là ai.

Anyhow *(en'ni-hao)*, *adv.* Dù sao, dù thế nào.

Anything *(en'ni-thing)*, *pron.* Bất cứ cái gì.

Anyway *(en'ni-uê)*, *adv.* Dù sao, dù thế nào.

Anywhere *(-hue-r)*, *adv.* Bất luận đâu, bất cứ chỗ nào.

Anywise *(-waiz)*, *adv.* Bất cứ thế nào, cach nào.

Anus *(ê-nâs)*, *n.* Lỗ đít, giang môn, hậu môn.

Aorta *(ơor'tơ)*, *n.* Đại-động mạch-quản (mạch máu lớn).

Apace *(ơ-pês')*, *adv.* Vội bước, nhanh.

Apart *(ơ part')*, *adv.* Cách xa, riêng biệt ; tách ra.

Apartment *(ơ-part'mânt)*, *n.* Một gian nhà.

Apathetic *(ep-pơ-thet'tik)*, *a.* Ngớ-ngẩn ; vô tình ; tri-độn.

Apathy *(ep'pơ-thi)*, *n.* Xch. **Apathetic.**

Ape *(êp)*, *n.* Con đười ươi ; con khỉ lớn ; kẻ bắt chước.

Aperture *(ep'pơ-chơ)*, *n.* Chỗ hở, chỗ nứt ra ; cái lỗ.

Apex *(ê'peks)*, *n.* Đầu nhon ; chỗ đỉnh.

Apiculture *(e'pi-căl chơ)*, *n.* Nghề nuôi ong

Apiece *(ơ-pis')*, *adv.* Mỗi cái riêng ra ; mỗi cái, từng cái

Apologist *n.* Người biện bạch ; người xin lỗi.

Apologize *(ơ-pol'lơ jaiz)*, *vi.* Biện-bạch ; xin lỗi.

Apology *(ơ-pol'lo-ji)*, *n.* Lời biện bạch ; biện giải, xin lỗi.

Apoplexy *(ep-pơ-plek'si)*, *n.* Bệnh trung phong.

Apostasy *(ơ-pos'tơ-si)*, *n.* Sự bỏ đạo ; bỏ đảng.

Apostle *(ơ-pos'sưl)*, *n* Vị tông đồ ; người truyền đạo.

Apostrophe *(ơ-pos'trơ-fi)*, *n.* Phép hô-khởi ; dấu phẩy (').

Apothecary *(ơ-po'thi-cơ-ri)*, *n.* Người chế thuốc.

Apothegm *(ep'pơ-them)*, *n.* Câu cách-ngôn ; trâm-ngôn.

Appall, Appal *(ơ-po-l')*, *vt.* Làm cho sợ, kinh hãi,

Apparatus *(ep-pơ-rê'tâs,-ret'-târ)*, *n.* Đồ dùng ; khí cụ ; bộ đồ dùng (trong phòng thí-nghiệm).

Apparel *(ơ-pe'rơl)*, *n.* Quần áo, y-phục.

Apparent *(-pe'rânt)*, *a.* Dễ xem thấy, rõ ràng ; hiển nhiên ; bề ngoài.

Apparition *(ep-pơ-ri'shân)*, *n.* Sự xuất hiện ; sự ma quỉ hiện hình.

Appeal *(ơ pi-l')*, *vi.* Kêu gọi ; mời ; triệu-tập — *n.* Lời kêu gọi, hô-hào.

Appear *(ơ-pi'ơ)*, *vi.* Xuất hiện; ra tòa ; có vẻ ; xuất bản.

Appearance *(- râns)*, *n.* Sự xuất-hiện ; bề ngoài.

Appease *(ơ-pi-z')*, *vt.* Làm cho yên ; làm cho dịu, bình định.

Append *(ơ pend')*, *vt.* Treo ; thêm, phụ-gia.

Appendage *(ơ - pen'đưj)*, *n.* Vật thêm vào ; vật phụ thuộc ; bộ-phận phụ-thuộc.

Appendicitis *(ơ - pen - đi - sai'-tis)*, *n.* Bệnh thừa ruột.

Appendix *(ơ - pen' diks)*, *n.* Phần phụ-lục; vật mọc thừa ra.

Appertain *(ep - pơ - tên')*, *vi.* Thuộc về.

Appetite *(ep'pi-tait,)*, *n.* Sự thèm ăn, ngon miệng

Applaud *(ơ - plo - đ')*, *v.* Tán dương, hoan hô ; khen.

Applause *(ơ-plo z')*, *n.* Xch. **Applaud.**

Apple *(ep'pưl)*, *n.* Quả táo ; cây táo.

Applicable *(ep'pli-cơ-bưl, ơ-plik'kơ-bưl)*, *a.* Có thể ứng dụng ; thích dụng, áp-dụng được.

Applicant *(ep' pli - cânt)*, *n* Người xin, người thỉnh-cầu ; người mưu sự.

Application *(ep-pli-kề'shân)*, *n.* Sự áp-dụng, ứng dụng ; sự chuyên tâm, chú-ý ; lời hay thư thỉnh-cầu.

Applied *(ơ-plaiđ')*, *a.* Ứng-dụng, thực-dụng.

Apply *(ơ-plai')*, *vt.* Xch. **Application.**

Appoint *(ơ-point')*, *vt.* Định ; qui-định, quyết-định ; cắt cử ; chỉ-định.

Appointment *(-mânt)*, *n.* Xch. **Appoint.**

Apportion *(ơ - pôr'shân)*, *vt.* Phân-phái, phân-phối

Apposition *(ep-pơ-zi'shân)*, *n.* Sự đóng dấu vào ; (văn) đồng-vị.

Appraise *(ơ - prêz')*, *vt.* Định giá ; đánh giá.

Appreciate *(ơ-pri'shi-êt)*, *vt.* Lượng giá-trị, định xét ; ưa thích, tán thưởng ; tán thành, khen.

Appreciation *(ơ - pri - shi - ề' - shân, -si-)*, *n.* Xch. **Appreciate**

Apprehend *(ep-pri-henđ')*, *vt.* Bắt ; e sợ ; giải-thích. — *vi.* Hiểu ; sợ.

Apprehension *(-hen'shân)*, *n.* Sự bắt ; ý-kiến, quan-niệm ; mối lo ngại.

Apprentice *(e - pren' tis)*, *n.* Người học việc ; tập sự.

Apprize, **Apprise** *(ơ - praiz')*, *vt.* Cho biết ; báo cáo.

Approach *(ơ - prôch')*, *v.* Lại gần, tiến tới. — *n.* Sự tiến lại gần.

Approbation *(ep-prơ-bê'shân)*, *n.* Sự tán thành ; chuẩn-y.

Appropriate *(ơ-prô'pri-ưt)*, *a.* Để riêng ra ; thuộc riêng ; thích đáng, thích hợp.

Approve *(ơ-pruv')*, *v.* Tỏ ra, chứng minh ; nhận, phê-chuẩn ; tán thành.

Approximate *(ơ-prok'simưt)*, *a.* Gần ; phỏng độ, ước chừng, đại-khái.

Appurtenance *(ơ-pơr'ti-nâns)*, *n.* Vật phụ-thuộc.

Apricot *(ê'pri-cot, ep'pri-cât)*, *n.* Quả mơ ; cây mơ.

April *(ê'prơl)*, *n.* Tháng tư dương lịch.

Apriori *(ê-pri-ô'ri ; ê-prai-ô'-ri)*. Tiên-nghiệm ; diễn-dịch.

Apron *(ê'prân, ê'pơn)*, *n* Ao khoác ngoài.

Apropos *(ep-prơ-pô')*, *adv.* Hợp thời, ứng thời ; thích hợp ; phải chỗ.

Apse *(eps)*. *n.* Bộ phận hình bán-viên lồi ra ngoài.

Apt *(ept)*, *a.* Thích hợp ; thích đáng ; xứng ; đủ sức.

Aptitude *(ep'ti-tiud)*, *n.* Tài năng ; sự thích hợp, đáng ; đủ sưc, giỏi.

Aquamarine *(ek-kuơ-mơ-rin', ê'-)*, *n.* Một thứ ngọc màu tím lam.

Aquarium *(ơ-que'ri-âm)*, *n.* Bể, hồ nuôi cá.

Aquatic *(ơ-quet'tik, ơ-kuo'tik)*, *a.* Thuộc về nước ; sinh trong nước.

Aqueduct *(ek'qui-đăct)*, *n.* Máng nước ; cống nước.

Aquiline *(ek'qui-lain-lin)*, *a.* Cong (giống như mỏ quạ)

Arable *(e'rơ-bưl)*, *a.* (Đất) Nhiều mầu mỡ, có thể cấy khẩn được ; tiện cho mùa màng

Arbiter *(ar'bi-tơ)*, *n.* Người trọng-tài ; người có quyền, quyết định.

Arbitrate *(ar'bi trêt)*, *vt.* Làm trọng-tài ; đoán-định.

Arbor, Arbour *(ar'bơ)*, *n.* Vòm cây.

Arc *(ark)*, *n.* (Toán) Cung ; vật hình cung ; (điện) Hồ-quang.

Arcade *(ar-kêđ')*, *n.* Cửa tò vò ; hành lang.

Arch *(arch)*, *n.* Cửa vòng cung-nhịp cầu. — *a.* Chính, thủ-yếu ; tinh khôn.

Archbishop *(-bi'shâp)*, *n.* Vị tổng-giám-mục.

Archdeacon *(-đi'cân)*, *n.* Vị phó-chủ-giáo

Archer *(ar'chơ)*, *n.* Linh bắn cung, cung-thủ.

Archipelago *(ar-ki pel'lơ-gô)*, *n.* Bể có nhiều đảo.

Architect *(ar'ki-tect)*, *n.* Kiến-trúc-sư.

Architecture *(-chơ)*, *n.* Khoa kiến-trúc.

Archives *(ar'kaivz)*, *n. pl.* Sở lưu-trữ công-văn ; văn khố ; văn-thư, công-văn.

Arctic *(ark'tik)*, *a.* Thuộc về Bắc cực. — *n.* Một thứ giấy không thấm nước ; Bắc-Băng-dương.

Ardent *(ar' đânt)*, *a*, Nóng, bừng cháy ; nhiệt liệt.

Ardor, **Ardour** *(ar'đơ)*, *n.* Sức nóng lắm ; nhiệt-tâm ; nhiệt-thành.

Arduous *(ar'điu-âs)*, *a.* Hiểm trở ; khó khăn, gian lao ; chăm chỉ.

Are *(ar)*. *Present indicative plural of* Be.

Area *(ê'riơ, e'ri-ơ)*, *n.* Bình diện ; diện-tích ; khu vực ; vườn nhỏ, cái sân giữa nhà và đường đi.

Argosy *(ar'gơ-si)*, *n.* Tầu buôn lớn ; chiến - hạm ; hạm - đội.

Argon *(ar'gon,-gân)*, *n.* Chất á.

Argue *(ar'ghiu)*, *vi.* Cãi , nghị luận ; tranh luận ; — *vt.* Chứng minh.

Argument *(- mânt)*, *n.* Xch. Argue.

Aria *(a'ri-ơ, e'ri-ơ)*, *n.* Điệu nhạc ; khúc nhạc độc ca.

Arid *(e'riđ)*. *a.* Khô khan, nhạt nhẽo ; son-sẻ.

Aright *(ơ - rait')*, *adv.* Chính xác, không sai, đúng.

Arise *(ơ-raiz')*, *vi.* Lên ; phát sinh, phát khởi ; tiến hành.

Aristocracy *(e-ris-tok'krơ-si)*, *n.* Chính - trị quí - tộc ; bọn quí tộc, bọn quí phái.

Arithmetic *(ơ-rith'mi-tik)*, *n.* Số-học, toán-thuật.

Ark *(ark)*, *n.* Chiếc thuyền lớn của No e ; cái hòm đựng pháp-điển của người Do-thái.

Arm *(arm)*, *n.* Cánh tay — *v.* Võ trang ; phòng vệ.

Armada *(ar-mê'đơ,-ma'-)*, *n.* Một hạm-đội chiến-hạm.

Armature *(ar'mơ-chơr)*, *n.* Bộ áo giáp ; vật bao bọc ; (lý) phát - điện - tử.

Armchair *(arm'cher)*, *n.* Ghế bành, ghế fô-tơi.

Armistice *(ar'mi-stis)*, *n.* Cuộc hưu chiến ; ngày đình chiến ; cuộc hoãn chiến, ngừng bắn tạm thời.

Armlet *(arm'let, -lưt)*, *n.* Cái băng vải đeo ở cánh tay.

Armor, **Armour** *(ar'mơ)*, *n.* Bộ áo giáp ; lần thiết giáp.

Amory, **Armoury** *(ar'mơ-ri)*, *n.* Bộ áo giáp ; kho võ-khí ; xưởng võ-khí.

Armpit *(arm'pit)*, *n* Cái nách.

Arms *(armz)*, *n. pl.* Vũ khí ; quân công; quân vụ ; dấu riêng (của gia-tộc, trường-học v.v ..)

Army *(ar'mi)*, *n.* Quân đội ; lục quân ; bộ quân.

Aroma *(ơ-rô'mơ)*, *n.* Mùi thơm, hương thơm ; mùi.

Around *(ơraond')*, *adv.* & *prep.* Tứ phía, ở chung quanh.

Arouse *(ơ-raoz')* *v.* Xui giục ; khích động ; lay động.

Arraign *(ơ-rên')*, *vt.* Cáo tội trước tòa.

Arrange *(ơ - rênj')*, *vt.* Xếp đặt ; sửa soạn ; chuẩn bị.

Arrears *(ơ ri'-ơrz)*, *n. pl.* Đàng sau.

Arrest *(ơ - rest')*, *n.* & *vt.* Ngừng ; giữ, bắt giam.

Arrival *(ơ-rai'vơl)*, *n.* Sự tới nơi ; người tới nơi ; chuyến hàng mới tới.

Arrive *(ơ-raiv')*, *vi.* Tới ; đạt tới mục-đích.

Arrogant *(e'rơ-gânt)*, *a.* Kiêu căng ; tự-phụ.

Arroyo *(ơ - roi'ô)*, *n.* Ngòi, kênh, lạch ; đường khe nhỏ

Arrow *(e'rô)*, *n.* Mũi tên.

Arsenal *(ar'sơ-nơl)*, *n.* Xưởng hay kho võ khí.

Arsenic *(ar'sơ-nik, ars'nik)*, *n.* (hóa) A-sen.

Arson *(ar'sơn)*, *n.* Sự phóng hỏa ; tội cố ý đốt nhà người hay của mình.

Art *(art)*, *n.* Tài khéo ; nghệ thuật, kỹ thuật ; mỹ thuật.

Artery *(ar'tơ - ri)*, *n.* Động mạch ; đường lớn

Artful *(art'ful)*, *a.* Giỏi ; khéo léo ; quỷ-quyệt.

Arthritis *(ar - thrai' tis)*, *n.* Bệnh xưng khớp xương.

Article *(ar'ti - cơl)*, *n.* Điều khoản ; sự kiện ; bài báo ; (văn) mạo-tự.

Articulate *(ar'tik'kiu-lât)*, *a.* Nối lại ; rõ từng vần ; giải nghĩa rõ ràng. — *v.* Đọc rõ từng vần.

Artifice *(ar'ti-fis)*, *n.* Xảo-kế, quỉ kế.

Artificial *(ar-ti-fi' shơl)*, *a.* Nhân tạo: giả; không tự nhiên.

Artillery *(ar-til'lơ-ri)*, *n.* Đại bác ; pháo binh.

Artisan *(ar'ti-zân, ar-ti-zen')*, *n* Thợ giỏi, thủ-công.

Artist *(ar'tist)*, *n.* Nghệ - sĩ, nhà mỹ-nghệ.

As *(ez, đọc nhanh : âz)*, *adv.* Như bằng. — *conj.* Trong khi ; vì ; mà.

Asbestos *(es-bes' tôs, ez-)*, *n.* Thạch-ma.

Ascend *(ơ-send')*, *v.* Đi lên, lên trên, thăng.

Ascension *(ơ-sen'shân)*, *n*. Sự lên trên (tôn)Lễ Thăng-Thiên.

Ascent *(ơ-sent')*, *n* Sự bay đường lên trên ; đồi cao.

Ascertain *(es-sơ-tên')*, *vt*. Cố biết đích xác, biết chắc.

Ascetic *(ơ - set'tik)*, *a*. Khổ hạnh, tiết dục. — *n*. Người tu khổ hạnh, ép-mình.

Asceticism *(ơ-set'ti-si-zưm)*, *n*. Đời người tu khổ hạnh, chủ-nghĩa tiết dục.

Ascribe *(âs-craib')*, *vt*. Buộc cho ; đổ cho : qui công.

Ashamed *(ơ shêmd')*, *a*. Xấu hổ, hổ then.

Ashes *(es'shes. es'shuz)*, *n. pl*. Gio (tro), tàn than.

Ashore *(u-shôr')*. *adv*. Về phía bờ biển ; trên bờ bể.

Asiatic *(ê'zhi-et'tik, ê'shi-)*, *a*. Thuộc về Á-châu — *n*. Người A-châu,

Aside *(ơ-said')*, *adv*. Ở một bên ; riêng ra ; cách biệt.

Asinine *(es'si-nain)*, *a*. Ngu-si, đần độn.

Ask *(ask)*, *vt*. Hỏi ; thỉnh cầu ; yêu cầu ; đòi ; mời.

Askew *(ơ-skiu')*, *adv*. Ngang ; không thẳng ; bất chính

Aslant *(ơ-slant')*, *adv*. Nghiêng; ngả, tréo. – *prep*. Ngả về.

Asleep *(ơ-sli-p')*, *a*. & *adv*. Đang ngủ ; không hoạt bát.

Asp *(esp)*, *n*. Một giống rắn độc nhỏ (ở Ai-cập)

Aspargaus *(âs-pe'rơ-gâs)*, *n*. Măng tây.

Aspect *(es'pect)*, *n*. Phương hướng ; hình dáng, quang-cảnh; phương diện.

Asperity *(espe'ri-ti)*, *n*. Tính rap, gồ ghề ; cộc cằn, thô-lỗ.

Aspersion *(âs-por'shân,-zhân)*, *n*. Sự vẩy, rẩy, tưới nước.

Asphalt *(es'fott, es'fell)*, *n*. Dựa (nhựa) giải đường, nhựa lịch-thanh.

Asphyxiate *(es-fik'si êt)*, *vt*. Làm nghẹt thở, làm ngạt.

Aspic *(es'pik)*, *n*. Thịt đông có trứng.

Aspiration *(es-pi-rê'shân)*, *n*. Hơi thở ; nguyện vọng.

Aspire *(âs-pai'ơ)*, *vt*. Mong muốn, hy vọng ; bay lên cao.

Aspirin *(es'purin)*, *n*. Thuốc áp-pi-rin (trị cảm, sốt, v. v.).

Ass *(as, es)*, *n*. Con la, con lừa ; người đần độn.

Assail *(ơ-sêl')*, *vt*. Xông vào đánh, xung đột.

Assassin *(ơ-ses'sin)*, *n*. Kẻ sát nhân, kẻ ám sát.

Assassinate *(ơ-ses'si-nêt)* *vt*. Giết, ám sát.

Assault *(ơ-solt')*, *n*. Cuộc xung đột, đột kích. — *vt*. Công-kích ; đánh.

Assay *(ơ-sê'es'sê)*, *n*. Sự định lượng, phân tích của kim-thuộc. – *v*. Phân tích (chất kim thuộc).

Assemble *(ơ-sem'bưl)*, *vt.* Họp, hội tập, tụ-tập ; lắp vào nhau.

Assembly *(ơ-sem'bli)*, *n.* Cuộc tập hợp, hội họp ; hội nghị ; lệnh họp quân đội.

Assent *(ơ-sent')*, *vi*, Thừa nhận, biểu đồng ý, tán đồng. — *n.* Sự đồng ý.

Assert *(ơ - sơt ')*, *vt.* Chủ trương ; biện-hộ ; nói chắc

Assertion *(- shân)*, *n* Xch. **Assert**.

Assess *(ơ-ses')*, *vt.* Định số lượng ; định tiền thuế, đánh thuế.

Assets *(es'sets)*, *n. pl.* Cả tài sản ; tư sản, vốn.

Asseveration *(ơ - sev - vơ - rê'-shân)*, *n.* Lời nói xác-định ; lời thề.

Assiduity *(es-si - điu' i-ti)*, *n.* Sự chuyên tâm chăm-chỉ.

Assiduous *(ơ-sid'điu âs)*, *a.* Chuyên tâm ; chú ý ; cố gắng ; chăm chỉ, chịu khó.

Assign *(ơ sain')*, *vt.* Phân phái; chỉ rõ ; nhường tài sản.

Assignee *(es-si-ni')*, *n.* Người bị luật-pháp tịch-thu gia-sản.

Assignor *(-nor')*, *n.* Người nhường tài-sản cho chủ nợ.

Assimilate *(ơ-sim'mi-let)*, *v.* Làm cho giống nhau ; thâu thập ; đồng hóa.

Assist *(ơ-sist')*. *v.* Giúp ; bang trợ.

Assistance *(ơ-sis'tâns)*, *n.* Sự giúp đỡ, cứu trợ.

Assize *(ơ-saiz')*, *n.* Phiên tòa đại hình ; nơi hay thời gian khai-mạc phiên tòa đại hình.

Association *(ơ-sô-si-ê'shân)*, *n.* Sự liên-hiệp ; hội, đoàn thể ; môn bóng tròn (túc cầu).

Assort *(ơ-sort')*, *vt.* Chia ra từng loại riêng, phân loại.— *vi.* Phối hợp.

Assume *(ơ-siu-m')*, *vt.* Lấy ; lấy vẻ ; cho là ; giả-định.

Assumption *(ơ-sămp'shân)*, *n.* Lễ Thanh mẫu thăng thiên ; sự ức đoan ; kiêu căng

Assurance *(ơ-shu'râns)*. *n.* Sự nói chắc ; bảo hiểm, an-toàn ; tự tin.

Assure *(ơ-shu'ơ)*, *vt.* Xch. **Assurance**.

Asterisk *(es'tơ-risk)*, *n.* Dấu hình sao, dấu sao.

Astern *(ơ-stơn')*, *adv.* Hướng về đằng sau ; ở đàng sau tầu.

Asthma *(ez'mơ, es'mơ, esth'mơ)*, *n.* Bệnh hen, suyễn

Astigmatism *(u-stig'mơ-tiz-zưm)*, *n* Chứng loạn thị.

Astir *(ơ-stơ')*, *a.* & *adv.* Náo-động, nhộn-nhịp ; hoạt-động.

Astonish *(âs-ton'nish)*, *vt.* Làm cho ngạc nhiên.

Astound *(âs'taond')*, *vt.* Làm cho ngạc nhiên.

Astray *(ơ-strê')*, *adv.* Lạc-loài ; lang thang ; sai đường,

Astride *(ơ-straid')*, *adv.* Giang chân, mỗi chân một bên.

Astringent *(âs-trin'jânt)*, *a.* Có tính rút thu lại. — *n.* Thuốc làm cho thu lại.

Astrology *(âs-trol'lơ-ji)*, *n.* Chiêm-tinh học.

Astronomy *(âs-tron'nơ-mi)*. *n.* Thiên-văn-học.

Astute *(es-tiut')*, *a.* Xảo quyệt, điêu.

Asunder *(ơ săn'đơ)*, *adv.* Lìa nhau, tách ra.

Asylum *(ơ sai'lâm)*, *n.* Nhà từ thiện ; nhà ẩn náu ; nhà thương cho kẻ tàng tật,

At *(et ; đọc nhanh : ât)*, *prep.* Ở, tại ; vào lúc ; theo ; với giá tiền là.

Atheist *(ê'thi-isl)*, *n.* Người theo vô-thần-luận.

Athirst *(ơ-thơst')*, *a.* Khát

Athlete *(eth'li-t)*, *n.* Người vận động, lực sĩ.

Athletic *(eth-let'tik)*, *a.* Thuộc về vận động ; khỏe.

Athletics *(eth-let'tiks)*, *n.* Môn vận động ; khoa thể thao.

Athwart *(ơ thuo-t')*, *adv.* & *prep.* Ngang, ngang qua.

Atlantic *(et-len'tik)* *a.* Thuộc về Đại-Tây-Dương.

Atlas *(et'lâs)*, *n.* Địa-đồ, tập địa-đồ.

Atmosphese *(êt'mâs-fi-ơ)*, *n.* Bầu không khí ; thế lực chung quanh.

Atoll *(et'tol, ơ-tol')*, *n.* Một đảo san hô chung quanh vũng bể.

Atom *(et'tâm)*, *n.* Nguyên tử ; cái gì rất nhỏ

Atomic *(ơ-tom'mik)*, *a.* Nguyên tử.

Atone *(ơ-ton')*, *v.* Đền tội.

Atrocious *(ơ-trô'shâs)*, *a.* Hung bạo, tàn nhẫn.

Atrocity *(ơ-tros'si-ti)*, *n.* Việc tàn nhẫn.

Attach *(ơ-tech')*, *vt.* Buộc trói, thắt ; kết hợp ; cử vào.

Attaché *(et-tơ-shê'.-ơtesh'shơ)*, *n.* Tùy-viên.

Attack *(ơ-tek')*, *v.* Công kích ; tấn công ; kích bác.—*n.* Cuộc tấn công.

Attain *(ơ-tên')*, *v.* Đi tới ; làm xong hoàn thành.

Attaint *(ơ-tênt')* *vt.* Rút công quyền ; làm cho bẩn.

Attar *(et'lơr)*, *n*. Dầu thơm ; nước hoa.

Attempt *(ơ-tempt')*, *vt*. Thử, cố ; mưu sát ; đánh. – *n*. Sự cố gắng; thí nghiệm; mưu sát.

Attend *(ơ-tend')*, *vt*. Săn sóc, quản-lý ; hộ vệ ; dự. — *vi*. Chú ý.

Attendance *(-đâns)*, *n*. Sự săn sóc; người theo sau.

Attendant *(-đân)*, *n*. Người tùy tòng ; vật đi cùng.

Attention *(ơ-ten'shân)*, Sự chú ý ; lưu ý, chăm chú.

Attenuate *(ơ-ten'niu-êt')*, *v*.. Làm cho mỏng ; giảm bớt ; giảm khinh.

Attest *(ơ-test')*, *vt*. Làm chứng; chưng-minh ; nhận thực.

Attic *(et'lik)*, *n*. Buồng con ngay dưới mái nhà.

Attire *(ơ-tai'ơ)*, *vl*. & *n*. Mặc quần áo đẹp.

Attitude *(et'ti-tiu-đ)*, *n*. Dáng điệu ; thái-độ.

Attorney *(ơ-tor'ni)*, *n*. Luật-sư; thày kiện.

Attract *(ơ-trect')*, *vt*. Lôi cuốn; hấp dẫn ; mời.

Attraction *(-shân)*, *n*. Xch. **Attract.**

Attractive *(-tiv)*, *a*. Đẹp ; có sức hấp-dẫn.

Attribute *(ơ-trib'biut)*, *vt*. Đổ cho ; quy công cho.—*(et'tri-biut)*, *n*. Thuộc-tinh.

Attrition, *(ơ-tris'shân)*, *n*. Sự cọ, xát nhau.

Auburn *(or'bơn)*. *a*. & *n*. Màu nâu hơi đỏ.

Auction *(o-k'shân)*, *n*. Cuộc bán đấu giá.

Audacious *(o-đê'shâs)*, *a*. Gan dạ, dũng cảm ; vô lễ.

Audible *(ơ'đi-bưl)*. *a*. Có thể nghe được.

Audience *(o'đi-âns)*, *n*. Sự nghe ; cuộc tiếp kiến thính giả ; thính giả.

Audit *(o'đit)*, *n*. Việc thanh toán ; kiểm tra cho rõ.

Auditor *(ơ'đi-tơ)*, *n*. Thính-giả „ người kiểm-tra sổ-sach.

Auger *(o'gơ)*, *n*. Cái dùi thợ mộc.

Aught *(o-t)*, *n*. Bất cứ cái gì; con số không.— *adv*. Bất cứ the nào.

Augment *(og-ment)*, *v*. Thêm tang.

Augury *(o'ghiu-ri)*, *n*. Sự đoán trước ; điềm.

August *(o'gâst)*, *n*. Thang tám dương lịch. — *(o'găst')*. *a* Uy-nghiêm ; cao-thượng.

Aunt *(ant)*, *n*. Cô, thím, mợ, bác gái, dì.

Auricle *(o'ri-cưl)*, *n.* Vành tai; nhĩ tai (bộ phận trái tim nhận máu).

Aurist *(o'rist)*, *n.* Người chữa bệnh tai, nhĩ khoa bác sĩ

Aurora *(o-rô'rơ)*,*n.* Rạng đông, bình minh ; cực quang.

Auspice *(os'pis)* *n.* Điềm; phép bói chim ; quyền bảo trợ.

Auspicious *(os-pis'shâs)*, *a.* Có điềm tốt ; hưng thịnh.

Austere *(os-ti'ơ)*, *n.* Đắng chát ; gian khổ ; nghiêm khắc.

Authentic *(o-then'tik)*, *a.* Thật, chính thực, xác thực.

Authenticity *(o-then-tis'si-ti)*, *n.* Xch. **Authentic.**

Author *(o'thơ)*, *n.* Tác-giả ; người phát khởi ; người sáng tác.

Authoritative *(o-tho'ri-tê-tiv)*. *a.* Có quyền-lực ; độc đoán.

Authority *(o-tho'ri-ti)*, *n.* Pháp-quyền ; quyền-hành ; nhà đương cục.

Authorize *(o'thơ-raiz)*, *vt.* Cho phép ; phê chuẩn.

Autobiography *(o'tơ-bai-og'-grơ-fi ; –bi-)*, *n.* Tự-truyện.

Autocrat *(o'to-cret)*, *a.* Vua độc tài, quân chủ chuyên-chế.

Autograph *(o'tơ-ghref)*, *n.* Chữ tự viết lấy ; nguyên-cảo.

Automatic *(o-tơ-met'tik)*, *a.* Tự-động ; không định

Automaton *(o-tom-mơ-tân)*, *n.* Người đần độn. không biết suy nghĩ chỉ đâu đánh đấy ; người máy.

Automobile *(o-tơ-mơ-bil', -mô-bil')*, *n.* Xe ô-tô, xe hơi, tự động xa.

Autumn *(o'tâm)*, *n.* Mùa thu

Auxiliary *(og-zil'lơ-ri)*, *a.* Giúp đỡ, bổ trợ. — *n.* (văn) Trợ-tự-động.

Avail *(ơ-vêl')*, *vi.* Hữu dụng ; có hiệu quả. — *vi.* Lợi dụng; thừa cơ.

Available *(ơ-vêl'lơ-bưl)*, *a.* Lợi dụng được ; dùng được ; có ích.

Avalanche *(ev'vơ-lanch)*, *n.* Khối tuyết băng.

Avaricious *(ev-vơ-ri'shâs)*, *a.* Tham lợi ; biển lận.

Avatar *(ev-vơ-ter')*, *n.* Sự hóa-thân, hiện-thân của thần-thánh ; sự biến đổi.

Avenge *(ơ-venj')*, *vt.* Báo thù, phục thù.

Avenue *(ev'vơ-niu)*, *n.* Lối ra ; đường rộng (có cây hai bên),

Average *(ev'vơ-rưj)*, *n.* Số trung bình ; sự thông thường, phổ thông.

Averse *(ơ - vơs')*, *a.* Ghét : không bằng lòng ; phản-đối.

Aversion *(ơ-vơ'zhân)*, *n.* Lòng ghét, hiềm khích ; sự vật đáng ghét.

Avert *(ơ-vơt')*, *vt.* Lìa khỏi ; tránh, phòng.

Aviary, *(e'vi-e-ri, -ơ-ri)* *n.* Chuồng chim

Aviation *(ê-vi-ê'shân, e-vi-)*, *n.* Thuật hàng-không, môn học về hàng-không.

Aviator *(ê'vi-êtơ, e-vi-)*, *n.* Phi-công, nhà phi hành.

Avoid *(ơ-voiđ')*, *vt.* Thủ-tiêu, phế chỉ ; tránh ; tránh mặt.

Avoirdupois *(ev'vơ-đâ-poiz')*, *n.* Trọng-lượng.

Avow *(ơ-vao')*, *vt.* Nói công khai ; nói rõ ; nhận ngay.

Await *(ơ-uêt')*, *vt.* Đợi ; chuẩn-bị để đợi.

Awake *(ơ-nêk')*, *v.* Tỉnh dậy ; đánh thức. — *a.* Thức tỉnh.

Award *(o - wo đ')*, *vt.* Tặng thưởng. — *n.* Phần-thưởng.

Aware *(ơ - ue'r)*, *a.* Biết.

Away *(ơ-uê')*, *adv.* Lìa khỏi, xa khỏi ; tiêu diệt ; không còn ; liên miên.

Awe *(o)*, *n.* Nỗi sợ hãi ; kính nể. — *vt.* Làm cho sợ.

Awful *(o'ful)*, *a.* Hãi hùng, khủng-khiếp ; buồn ngắt.

Awhile *(ơ-huail')*, *adv.* Trong một thời gian ngắn.

Awkward *(o-k'wơđ)*, *a.* Không khéo léo, vụng-về ; phiền phức.

Awl *(o l)*, *n.* Cái dùi của thợ giầy.

Awning *(o'ning)*, *n.* Miếng vải che, mui vải ; nơi trú ẩn.

Awry *(ơ-rai')*, *adv.* & *a.* Ngang ; bất chính không thẳng ; không thật.

Ax, **Axe** *(eks)*, *n.* Rìu, búa đẽo gỗ ; búa cán dài dùng để khi ra trận.

Axial *(ek'si-ơl)*, *a.* Thuộc về trục.

Axiom *(ek'si-âm)*, *n.* Công-lý ; nguyên-lý ; nguyên-tắc ; lý tự minh ; định-lý.

Axis *(ek'sis)*, *n.* Trục ; phe trục (Đức-Ý-Nhật).

Axle *(ek'sưl)*, *n.* Cái trục.

Axle-Tree *(ek'sưl-tri)*, *n.* Cái trục.

Aye, **Ay** *(ai)*, *adv.* Vâng. — *n.* Phiếu thuận, phiếu đồng ý.

Azure *(ez'zhơ, ê'zhơ)*, *n.* Màu xanh biếc ; bầu trời. — *a.* Xanh biếc.

B

Baa *(ba), vi.* Kêu be-be (như cừu). — *n.* Tiếng kêu be-be.

Babble *(beb'bưl), vi.* Kêu ríu rít; nói huyên thuyên, hay nói.

Babe *(bêb), n* Đứa hài nhi, đứa bé mới sinh.

Babel *(bê'bơl,-bưl), n.* Tháp Babel là nơi ngôn-ngữ bất đồng ; nơi ồn - ào.

Baboon *(be-bun'), n.* Một giống đười-ươi lớn có mõm như mõm chó.

Baby *(bê'bi), n.* Đứa bé, đứa hài nhi. — *vt.* Âu-yếm.

Babyhood *(-huđ), n.* Tuổi thơ-ấu.

Bacchanalia *(bek-kơ-nêl'-liơ), n.* Ngày lễ Thần-Rượu ; bữa tiệc say sưa.

Bachelor *(be'chơ-lơ), n.* Cử-nhân ; học-sĩ ; đàn ông chưa vợ.

Bacillus *(bơ-sil' lâs), n.* Vi-khuẩn (hình dài như chiếc đũa).

Back *(bek), n* Cái lưng ; đàng sau. — *adv.* Sau ; lại ; qua rồi. — *vt.* Ủng hộ.

Backbite *(-bail), v.* Cắn trộm ; nói xấu sau lưng.

Backbone *(bek'bôn), n.* Xương sống ; sự kiên-cố.

Backward *(bek'wơrđ). adv.* Hướng về đằng sau ; lùi. — *a.* Lạc hậu ; hậu tiến.

Bacon *(bê' cân), n.* Thịt mỡ muối.

Bacteria *(bek-ti'ri-ơ), n. pl.* Vi-trùng.

Bacteriology *(bek-ti-ri-ol' lơ-ji), n.* Vi-trùng-học.

Bad *(beđ) a.* Xấu, tồi ; có hại ; không hợp lý ; không thích đáng.

Badge *(bej) n.* Dấu hiệu ; huy chương.

Baffle *(bef'fưl), vt.* Làm cho hỏng việc, làm cho thất bại ; làm cho rối.

Bag *(beg), n.* Cái túi, bị. — *vi* Phồng ra.— *vt.* Bỏ vào bị.

Baggage *(beg'gưj)*, *n.* Hành-lý, đồ dùng của quân đội ; đàn bàn lãng-mạn.

Bagpipe *(beg'paip)*, *n.* Kèn bị ; kèn mục-tử.

Bail *(bêl)*, *n.* Cái gáo để múc nước ; tiền hay người bảo đảm.

Bail *(bêl)*, *vt.* Múc nước ra ; bảo đảm.

Bailiff *(bêl'lif)*, *n.* Người quản gia ; mõ tòa ; thừa phái lại.

Bait *(bêt)*, *n.* Cái mồi ; vật quyến rũ. — *vt.* Đuổi ; buộc mồi vào.

Baka *(ba'ka)*, *n.* Phi cơ nhỏ có chứa đầy chất nổ.

Bake *(bêk)*, *vt.* Bỏ lò ; nung. — *n.* Sự bỏ lò, sự nung.

Baker *(bê'cơ)*, *n.* Người làm hay bán bánh mì và bánh ngọt.

Bakery *(-ri)*, *n.* Nhà làm bánh mì.

Balance *(bel'lâns)*, *n.* Cái cân ; sự thăng bằng. — *vt.* Cân ; cân nhắc.

Balcony *(bel'cơ - ni)*, *n.* Bao lơn.

Bald *(bo lđ)*, *a.* Hói, không có tóc ; không có quần áo.

Baldric *(bol' đrik)*, *n.* Thắt lưng da để đeo kiếm, kèn v.v.

Bale *(bêl)*, *n.* Sự xấu ; nỗi đau khổ ; một kiện hàng.

Balk *(bo - k)*, *n.* Sự cản-trở ; thất bại ; thất vọng. — *vt.* Cản trở.

Ball *(bo-l)*, *n.* Quả ba-lông ; quả địa cầu ; hòn đạn ; tiệc khiêu vũ.

Ballad *(bel'lâđ)*, *n.* Bài hát ngắn.

Ballast *(bel'lâst)*, *n.* Đá, sỏi đổ đường ; vật nặng để dằn thuyền, dằn khí-cầu.

Ballerina *(bel - lơ - ri'nơ)*, *n.* Một người vũ-nữ.

Ballet *(bel'lê, be-lê')*, *n.* Bài múa, vũ-khúc ; vũ-đoàn.

Balloon *(bơ-lun')*, *n.* Khí-cầu.

Ballot *(bel'lât)*, *n.* Giấy phiếu kín ; cách bỏ phiếu kín ; tổng số phiếu.

Baluster *(bel'lâs-tơ)*, *n.* Cột chống rào sắt.

Balustrade *(bel'lâs - trêđ)*, *n.* Lan-can có rào sắt.

Bamboo *(bem - bu')*, *n.* Tre.

Ban *(ben)*, *vt.* Cấm chỉ ; rủa. — *n.* Cáo thị : việc cấm chỉ.

Banana *(bơ-na'nơ, bơ-nen'nơ)*, *n.* Quả chuối.

Band *(bend)*, *n.* Vải băng ; bọn, tốp, đội ; đội âm-nhạc.

Bandage *(ben' đưj)*, *n.* Băng vải để buộc thương-tích.

Bandbox *(bend'boks)*, *n.* Hộp gấy các-tông để đựng mũ.

Bandit *(ben'đit)*, *n.* Giặc, cướp.

Bandstand *(bend' stend)*, *n.* Cái bục để đội nhạc đứng, cái ki-ót.

Baneful *(bên'ful)*, *a.* Độc, có chất độc ; có hại.

Bang *(beng)*, *v.* Đập ầm-ầm ; cắt cụt đi. — *n.* Tiếng ầm-ầm, sự tai hại.

Bang *(beng)*, *n.* Chỗ tóc đàng trước cắt ngắn.

Bangle *(beng' gưl)*, *n.* Vòng xuyến.

Banish *(ben'nish)*, *vt.* Trục xuất ; đuổi ra khỏi.

Banjo *(ben'jô)*, *n.* Đàn băng-dô.

Bank *(bengk)*, *n.* Bãi cát ; bờ sông ; ngân hàng ; nhà băng ; nhà cái.

Bank-Note *(-nôt)*, *n.* Giấy bạc.

Bankrupt *(-răpt)*, *n.* Người vỡ nợ. — *vt.* Làm cho vỡ nợ, phá sản.

Bankruptcy *(-si)*, *n.* Sự phá sản, tình-trạng bị vỡ nợ.

Banner *(ben'nơ)*, *n.* Cờ hiệu ; cờ đuôi nheo.

Banns *(benz)*, *n. pl.* Sự công bố ; bá cáo về việc kết hôn ; bài rao cưới.

Banquet *(beng'quet, -quât)*, *n.* Tiệc ; ngày hội.

Banter *(ben'tơ)*, *vt.* Đùa cợt, nói chơi. — *n.* Lời đùa cợt.

Banyan *(ben'yân)*, *n.* (thực) Cây đa,

Baptism *(be'ti - zưm)*, *n.* Lễ rửa tội (đạo Cơ-đốc).

Baptize *(bep-taiz')*, *vt.* Rửa tội (đạo Cơ-đốc).

Bar *(bar)*, *n.* Một thanh, thỏi ; (âm) nhịp ; vành móng ngựa ở tòa-án.

Barb *(barb)*, *n.* Móc ; gai. — *vt.* Làm cho có gai.

Barbarain *(bar-be'ri-ân)*, *n.* Người dã man ; người vô giáo-hóa.

Barbarous *(bar'bơ - râs)*, *a.* Không thanh-lịch ; dã-man ; tàn-ác, man-di, mọi-rợ.

Barber *(bar'bơ)*, *n.* Thợ cắt tóc và cạo râu.

Bare *(ber)*, *a.* Trần truồng ; trụi ; đơn-giản.

Barefoot *(ber'fut)*, *a.* & *adv.* Chân không.

Barely *(ber' li)*, *adv.* Trần - truồng ; không giấu - giếm ; khó lòng ; suýt không.

Bargain *(bar'gưn)*, *n.* Khế - ước mua bán ; sự mặc cả. — *vi.* Mặc cả.

Barge *(barj)*, *n.* Du thuyền ; cái thuyền ; thuyền đáy to.

Bark *(bark)*, *n.* Vỏ cây ; tiếng sủa ; cái thuyền buồm. — *vi.* Sủa ; la ó.

Barley *(bar' li)*, *n.* Lúa đại-mạch.

Barmaid *(bar'mêđ) n.* Cô gái bán rượu.

Barn *(barn)*, *n.* Vựa lúa, nhà để lúa; chuồng ngựa.

Barometer *(bơ-rom'mi-tơ)*, *n.* Phong-vũ-biểu.

Baron *(be'rân)*. *n.* Nam-tước; người quý phái.

Baroness *(- nes.* — *nưs)*, *n* Vợ ông nam-tước.

Baronet *(be'rơ-net, - nưt)*, *n.* Tòng nam-tước.

Barracxs *(be ' râks)*, *n. pl.* Trại lính; giấy nhà lớn.

Barrage *(bơ-raj', be'razh)*, *n.* Sự chắn ngang đường; hàng rào.

Barrel *(be'rơl) n.* Thùng lớn; lòng (nòng) súng.

Barrel - organ *(- o ' gân)*, *n.* Cái đàn-thùng.

Barren *(be' rân)*, *a.* Không sinh-sản; không có quả; vô hiệu quả.

Barrette *(ba-ret',bơ-)*, *n.* Cặp tóc đàn bà.

Barricade *(be - ri - kêđ')*, *n.* Chướng ngại vật; vật chồng giữa đường để chặn quân-địch.

Barrier *(be'ri-ơ)*, *n.* Hàng rào; chướng-ngại-vật.

Barrister *(be'ris-tơ)*, *n.* Luật-sư *(tòa thượng thẩm)*.

Barrow *(be'rô)*, *n.* Xe cút-kít.

Barter *(bar'tơ)*, *v.* & *n.* Giao-dịch; buôn bán.

Base *(bês)*, *n.* Cái đáy; căn-cứ; căn bản; (hóa) ba-dơ. — *a.* Đê hèn.

Baseball *(-bo - l')*, *n.* Môn bóng ba-dờ-bon.

Baseboard *(-bo-đ')*, *n.* Tấm ván đáy.

Basely *(-li)*, *adv.* Một cách đê-tiện, hèn-kém.

Basement *(-mânt)*, *n.* Tầng nhà ở dưới đất, nhà hầm.

Bashful *(besh' ful)*, *a.* Thẹn, e-lệ, xấu hổ.

Basin *(bê'sưn)*, *n.* Cái chậu; cái ao; lưu vực.

Basis *(bê'sis)*,*n.* Căn-cơ; thành-phần chủ - yếu; căn - bản; nguyên-lý.

Bask *(bask)*, *v.* Nằm sưởi; tắm nắng, phơi nắng.

Basket *(bas'ket,- kưt)*, *n.* Cái rổ; vật đựng trong rổ.

Bastard *(bes' tơrđ)*, *n.* Con đẻ hoang. — *a.* Thoái hóa, suy đồi; bất hợp pháp.

Baste *(bêst)*. *vt.* Khâu lược; phết mỡ, phết dầu.

Bat *(bet)*, *n.* Cái gậy; cái côn; con dơi.

Batch *(betch)*, *n.* Một chuyến bánh lấy ở lò ra ; một lô, một chuyến.

Bate *(bêt)*, *v.* Giảm ít đi, trừ ; làm cho thấp ; làm nhẹ.

Bath *(bath)*, *n.* Việc tắm ; nhà tắm ; thùng tắm.

Bathe *(bêTH)*, *v.* Tắm ; làm cho ướt ; bao vây bằng nước.

Baton *(bet' tân, ba-toong')*, *n.* Cái gậy ; cái gậy để bắt nhịp.

Battalion *(bơ-tel'li-ân)*, *n.* Đại-đội ; quân đội.

Batter *(bet'tơ)*, *v.* Đập liền tay ; phá. — *n.* Món ăn sền-sệt *(nửa đặc)*.

Batteringram *(bet ' tơring - rem)*, *n.* Khí-cụ xưa để phá thành-trì.

Battery *(bet'tơ-ri)*, *n.* Sự đánh người trái phép ; pháo-đài ; bộ pin.

Battle *(bet'tul)*, *n.* Một trận, cuộcgiao-chiến.--*vi.*Giao-chiến.

Battle — ship *(-ship)*, *n.* Thiết-giáp-hạm ; chiến-hạm.

Bay *(bê)*, *n.* Cái vịnh ; cái buồng để lúa.— *a.*Màu nâu.— *vi.* Sủa.

Bayonet *(bê' ơ-net, - nưt)*, *n.* Lưỡi lê. - *vt.*Đâm bằng lưỡi lê.

Bay window *(bê-uyn'đô)*, *n.* Lỗ cửa sổ ; cửa sổ lùi vào trong tường.

Bazaar *(bơ-zar')*, *n.* Thương-trường ; hội-chợ.

Bazooka *(bơ-zu'cơ)*, *n* Súng ba-du-ca để phá xe thiết giáp.

Be *(bi)*, *vi.* Là, ở ; tồn-tại ; có nghĩa ; thuộc về.

Beach *(bi-ch)*, *n.* Bờ biển ; bãi cát ở bờ bể.

Beacon *(bi'cân)*, *n.* Dấu hiệu, ngọn lửa để báo-hiệu ; đăng tháp.

Bead *(bi-đ)*, *n.* Hạt ; hòn, viên ; bong bóng trong rượu mùi.

Beadle *(bi'đưl)*, *n.* Người gác cửa ; người quản-lý trong nhà thờ.

Beagle *(bi'gưl)*, *n.* Một giống chó săn chân ngắn và nhỏ.

Beak *(bi-k)*, *n.* Cái mỏ *(chim)*.

Beaker *(bi'cơ)*, *n.* Cái chén miệng rộng ; chén dùng trong các cuộc thí nghiệm hóa-học.

Beam *(bi-m)*, *n.* Cột gỗ ; sà nhà ; tia sáng, quang tuyến.— *v.* Phát ra, loé ra.

Bean *(bi-n)*, *n.* Đậu ; hạt (cà-fê); cây đậu.

Bear *(be'ơ)*. *n.* Con gấu ; người hung-tợn—*v.* Mang ; chịu ; đẻ, sinh sản.

Beard *(bi'ơđ)*, *n.* Râu. — *vt.* Kéo râu ; thách.

Bearer *(be'rơ)*, *n.* Người mang hay vác ; người cầm.

Beast *(bi-st), n.* Sức vật, loài thú ; người ti-tiện.

Beat *(bi-t), vt.* Đập, đánh ; thắng, đánh bại ; (âm) đánh nhịp.

Beatific *(bi-ơ-tif'fik), a.* Làm cho sung sướng lắm.

Beat time, Đánh nhịp.

Beaten *(bi'tưn), p. a.* Bị thua, bị bại ; bị đập.

Beau *(bô), n.* Người đàn ông diện theo thời trang ; đàn ông ve vãn phụ-nữ.

Beautiful *(biu'ti-ful), a* Đẹp, mỹ-lệ, tráng-lệ.

Beauty *(biu'ti), n.* Sắc đẹp ; điểm đẹp ; người đẹp.

Beaver *(bi'vơ), n.* Con hải-ly, bộ lông con hải-ly.

Because *(bi-coz') conj.* Vì, nhân vì, vì rằng.

Beckon *(bek'kân), v.* Ra hiệu, vẫy, gật đầu.

Becloud *(bi'claođ'), vt.* Làm cho âm-u.

Become *(bi-căm'), vi.* Biến thành, thành ra. — *vt.* Thích hợp ; gọn.

Becoming *(bi-căm' ming), a.* Thích hợp ; phải phép.

Bed *(beđ), n.* Cái giường ; luống hoa ; đáy (sông, bể). — *vi.* Vào giường

Bedbug *(beđ'băg), n.* Con rệp.

Bedchamber *(-chêm' bơ), n.* Buồng ngủ.

Bedclothes *(-clôTHz,-clôz), n.* Khăn giải giường.

Bedding *(beđ'đing); n.* Nói chung ; các khăn giải giường.

Bedew *(bi-điu'), vt.* Làm cho ẩm vì sương (về buổi sáng sớm).

Bedim *(bi-đim'), vt.* Làm cho âm u.

Bedroom *(beđ'rum), n.* Buồng ngủ.

Bedstead *(beđ'sted,-stiđ), n.* Khung giường.

Bee *(bi), n.* Con ong ; (Mỹ quốc) Hữu-lân hiệp-hội.

Beech *(bi-ch), n.* Cây dẻ gai.

Beef *(bi-f), n.* Con bò ; thịt bò.

Beefsteak *(biif'stêk), n.* Bí-Tết (thịt bò nướng tái).

Beehive *(bi'haiv), n.* Tổ ong.

Beeline *(bi' lain), n.* Đường thẳng, trực tiếp ; đường thẳng cánh chim bay.

Beer *(bi'ơ), n* Rượu bia, rượu bọt.

Beeswax *(biz'ueks), n.* Sáp ong.

Beet *(bi-t) n.* Củ cải ngọt.

Beetle *(bi'tưl), n.* Con bọ-hung.

Befall *(bi-fol')*, *v.* Sẩy ra ; đến cùng ; giáng xuống.

Befit *(bi-fit)*. *vt.* Thích hợp. thích nghi.

Before *(bi-fôr', for')*, *adv.* Trước ; sớm hơn. — *prep.* Ở đàng trước ; trước

Beforehand *(-hend)*, *adv.* Trước khi, trước kỳ.

Befriend *(bi frend')*, *vt.* Giúp; xử chí như một người bạn với.

Beg *(beg)*, *vt.* Xin ; cầu xin, thỉnh cầu.—*vi.* Ăn xin; thỉnh nguyện.

Beget *(bi-ghet')*.*vt.*Sinh,đẻ,sản.

Beggar *(beg'gơ)*, *n.* Người ăn xin, kẻ hành khất.— *vt.* Làm cho nghèo.

Beggary *(beg'yơ-ri)*, *n.* Cảnh cùng bần, nghèo lắm.

Begin *(bi-ghin')* *vi.* Bắt đầu ; khởi thủy ; phát sinh.

Begone *(bi-gon')* *interj.* Cút đi ! Xéo đi !

Begrudge *(bi-grăj')*, *vt.* Hậm-hực ; ghen tức.

Beguile *(bi-gail')* *vt.* Dối, lừa ; làm mê-hoặc ; làm cho qua.

Behalf *(bi-haf')* *n.* Bên, phần ; lợi ích ; việc.

Behave *(bi-hêv')*, *v.* Cư xử, hành-động.

Behavior, Behaviour *(bi-hê'vi-ơ)*, *n.* Hạnh-kiểm ; hành vi, cử chỉ.

Behead *(bi-hed')*, *vt.* Chém đầu.

Behind *(bi-kaind')*, *adv.* & *prep.* Sau; ở đằng sau; muộn; ở dưới.

Behold *(bi-hôld)*, *vt.* Xem ; ngắm. — *interj.* Kìa trông !

Beholder *(-đơ)*, *n.* Người xem, người ngắm.

Belch *(belch)*. *v.* Ợ ; nôn, mửa ; phun ra, tuôn ra.

Belfry *(bel'fri)*, *n.* Tháp chuông ; buồng chuông.

Belief *(bili-f')*, *n.* Lòng tin, tín nhiệm ; tin ngưỡng ; điều tin ; tín điều.

Believe *(bi-liv')*, *v.* Tin ; tin tưởng ; phán đoán.

Bell *(bel)*, *n.* Cái chuông.—*vt.* Buộc chuông vào. — *vi.* Kêu be-be.

Belle *(bel)*, *n.* Con gái đẹp, mỹ-nữ.

Belligerent *(be-li'jơ-rânl)*, *a.* Hiếu chiến ; đang giao chiến.

Bellows *(bel'lôz,-lâs)*, *n.* Ống bễ ; ống thổi.

Belly *(bel'li)*, *n.* Cái bụng,— *v.* Phồng ra.

Belong *(bi-loong')*, *vi.* Thuộc về ; thuộc quyền sở hữu ; phụ thuộc.

Belongings *(bi-loong'ghingz)*, *n. pl.* Vật thuộc; tài sản; động sản; bà con.

Beloved *(bi-lăv'vưđ,-lăvđ')*, *a.* Thân thiết, đáng yêu lắm.—*n.* Người yêu dấu.

Below *(bi-lô')*, *adv & prep* Ở dưới; kém.

Belt *(bell)*, *n.* Thắt lưng, cái đai. —*vt.* Đeo giây đai.

Bemoan *(bi-môn')*, *v.* Than khóc.

Bench *(bench)*, *n.* Ghế dài; tòa án; ghế thợ mộc.

Bend *(benđ)*, *v.* Uốn cong; cụp xuống; cúi xuống. — *n.* Chỗ cong.

Beneath *(bi-ni-th',-TH)*, *adv. & prep.* Ở dưới.

Benediction *(ben-ni-đik'shân)*, *n.* Sự ban phúc; lễ chầu Thánh-Thể.

Benefactor *(ben-ni-fek'tơ)*, *n.* Người làm ơn, người thi-ân, ân-nhân.

Beneficence *(bi-nef'fi-sâns)*, *n.* Việc từ-thiện.

Beneficial *(ben-ni-fi'shơl)*, *a.* Giúp ích; có lợi.

Benefit *(ben'ni-fit)*, *n.* Lãi; ơn; việc thiện—*v.* Làm ơn, làm lợi; được lợi.

Benevolence *(bi-ne' vơ-lâns)* *n.* Lòng nhân-từ, từ thiện; việc thiện.

Benign *(bi nain')*, *a.* Nhân-từ; tử-tế; hòa-thuận.

Bent *(bent)*, *a.* Cong; khom lưng. — *n.* Thiên-kiến; sức chịu đựng.

Benumb *(bi-năm')*. *vt.* Làm cho tê-tái.

Benzine *(ben'zin, ben-zin')*, *n.* (hóa) Chất ben-den.

Benzoate *(ben'zơ-êt)*, *n.* (hóa) Ben-zô-át, an-tức-toan-diêm.

Bequeath *(bi-qui-TH')*, *vt.* Để lại, di-tặng; truyền xuống *(cho)*.

Bequest *(bi-quest')*, *n.* Xch. **Bequeath.**

Bereave *(bi-ri-v')*, *vt.* Truất; làm mất; lấy mất.

Bereavement *(- mânt)*, *n.* Xch. **Bereave.**

Beri - Beri *(be'ri - be'ri)*. *n.* Bệnh thũng, bệnh phù.

Berry *(be'ri)*, *n.* Quả dâu; hạt *(càfê)*.

Berth *(bơ-th)*, *n.* Chỗ tầu bỏ neo; chỗ được chia cho; giường nhỏ dưới tàu.

Beryl *(be' ril)*, *n.* Lục-ngọc-thạch, ngọc-thạch xanh.

Beseech *(bi-si-ch')*, *vt.* Xin, thỉnh-cầu; nài xin.

Beset *(bi-set').* *vt.* Quấy nhiễu; bao vây.

Beside *(bi-'aid') adv. & prep.* Gần ; bên cạnh ; ngoài.

Besides *(bi-saidz), adv. & prep.* Ngoài ra ; hơn nữa.

Besiege *(bi-si-j'), vt.* Bao vây *(bằng quân đội).*

Bespatter *(bi-spet'tơ), vt.* Vẩy, tung tóe *(cho bẩn).*

Best *(best), a. & adv.* Tốt nhất ; khá nhất ; có ich nhất.

Bestir *(bi-stơ') vt.* Cổ-động ; làm cho xôn-xao, náo-động.

Bestow *(bi-stô'), vt.* Cho, tặng.

Bestrew *(bi-stru'), vt.* Rải rác ; phủ.

Bestride *(bi-straid'), vt.* Ngồi hay đứng hai chân để hai bên.

Bet *(bet), n. & v.* Đánh cuộc.

Betide *(bi-taid'), v.* Sẩy ra ; phát sinh.

Betimes *(bi-taimz'), adv.* Vừa dịp ; cập thời ; sớm.

Betray *(bi-trê'), vt.* Thông với quân-địch ; phản bội ; bán (nước) ; tiết-lộ ; tỏ rõ.

Betroth *(bi-troth',-trôTH'), vt.* Đính-hôn.

Better *(bet'tơ), a.* Tốt hơn. khá hơn ; to hơn—*vt.* Hơn, khá hơn — *n.* Người đánh cuộc.

Between *(bi-tuy-n,). prep* Len vào giữa ; giữa.

Betwixt *(bi tuykst'), prep.* Xch. **Between.**

Beverage *(bev'vơ-rưj), n.* Món uống *(sữa, rượu v.v.)*

Beware *(bi-uer'), v* Đề phòng, để ý.

Bewilder *(bi-uyl'đơ), vt.* Làm cho rối loạn ; làm cho ngơ ngác.

Bewitch *(bi-uytch'), vt.* Ảnh hương bằng bùa mê ; làm cho mê-man.

Beyond *(bi-yond'), adv.&prep.* Ở bên kia; quá; xa hơn; trên.

Bias *(bai'âs), n.* Đường ngang, chéo góc ; khuynh-hướng. — *vt.* Làm cho có thiên-kiến.

Bib *(bib), n.* Cái yếm rãi.

Bible *(bai'bưl), n.* Thánh-kinh; cuốn thánh-thư.

Biceps *(bai'seps), n.* Bắp thịt cánh tay trên

Bicycle *(bai'sik-kưl), n.* Xe đạp. —*vi.* Cưỡi xe đạp.

Bid *(bid), vt.* Đặt giá ; bảo ; mời ; nói.—*vi.* Đặt giá. — *n.* Sự đặt giá tiền.

Bide *(baid), vi.* Tiếp tục.—*n.* Đợi ; kháng-cự ; chịu đựng.

Biennial *(bai-en'ni-ơl), a.* Cứ hai năm một lần ; lâu hai năm.

Bier *(bi'ơ), n.* Đòn đám ma, kiệu khiêng áo-quan.

Big *(big), a.* To, lớn ; có chửa (thai).

Bigamy *(big'gơ-mi), a.* Sự lấy hai vợ.

Bigotry *(big'gơt-tri), n.* Tính cố-chấp; mê-tín; tâm-lý người mê-tín.

Bilateral *(bai-let'lơ-rơl), a.* Tay đôi; có ảnh-hưởng đến hai bên.

Bile *(bail), n.* Mật *(trong gan)*; tính không vui vẻ.

Bilingual *(bni-ling'gươl), a.* Có, bao-hàm, hay dùng tới ngôn-ngữ của hai nước.

Bill *(bil), n.* Cái mỏ *(chim)*; hóa-đơn, fắc-tuya; kỳ phiếu; giấy bạc: (luật) tố-trạng.

Billiards *(bil'liơdz). n.* Môn bi-a.

Bill of fare *(-fer), n.* Thực đơn, đơn kê các món ăn.

Billow *(bil'lơ), n.* Làn sóng; sóng lớn.

Bin *(bin), n* Thùng; hộp

Bind *(baind), vt.* Buộc; giữ; đóng (sách); bắt buộc.

Binocular *(bai-nok'kiu-lơ,bin-), n.* Ống nhòm. — *a* Dùng hai mắt.

Biography *(bai-og'grơ-fi, bi-), n.* Tiểu sử, truyện ký.

Biology *(bai-ol'lơ-ji), n.* Sinh vật-học.

Biped *(bai'ped), n.* Vật có hai chân (như người).

Biplane *(bai'plên), n.* Phi cơ hai tầng cánh.

Birch *(bơ-ch), n.* Cái roi; cây phong.

Bird *(bơd), n.* Con chim; điều loại.

Bird's nesting, Sự đi phá hay kiếm tổ chim.

Birth *(bơrth), n.* Sự sinh, đẻ; vật sinh-sản được; gia-hệ; bản tính.

Biscuit *(bis'kit), n.* Bánh bit-qui.

Bisect *(bai-sect'), vt.* Chia làm hai bộ phận; (toán) chia làm hai.

Bishop *(bis'shâp), n.* Vị giám-mục, chủ-giáo.

Bison *(bai'zưn,-zân), n.* Con bò rừng ở Bắc-Mỹ.

Bit *(bit), n.* Miếng nhỏ; cái hàm thiết ngựa; đồng tiền nhỏ.

Bitch *(bich). n.* Chó cái; con cáo cái.

Bite *(bait), vt.* Cắn; cắt: ăn mòn.—*n.* Một miếng.

Bitter *(bit'tơ), a.* Đắng; cay đắng, thống khổ. — *v.* Làm cho đắng.

Bivalve *(bai'velv), n.* Con xò, hến.

Bivouac *(biv'uek,bi'vu-ek), n.* Trại quân cắm ngoài trời. — *vi.* Cắm trại.

Black *(blek)*, *a.* & *n.* Đen ; âm u ; tà ác.—*vt.* Làm cho đen.

Blackberry *(-be-ri'-bơ-ri)* *n.* Quả hay cây dâu đen.

Blackbird *(- bơ đ)*, *n.* Chim sáo.

Blackboard *(-bô-đ,-bo-đ)*, *n.* Bảng đen.

Blacken *(blec'cân)*, *vt.* Làm cho đen. — *vi.* Trở nên đen.

Blacklead *(- leđ)*, *n.* (hóa) Chì đen.

Blackleg *(-leg)*, *n.* Tay đánh bạc bịp ; đứa xỏ lá.

Blackmail *(-mêl)*, *n.* Sự hăm dọa để tống tiền.

Blacksmith *(-smith)*, *n.* Thợ rèn.

Bladder *(bleđ'đơ)*, *n.* Bị (bao) nước ; bị hơi ; bọng nước đái.

Blade *(blêđ)*, *n.* Lá cỏ ; lưỡi. dao ; lưỡi kiếm ; đứa liều lĩnh.

Blame *(blêm)*, *vt.* Đổ lỗi cho ; kiếm chuyện. — *n.* Lỗi.

Blandish *(blen'đish)*, *v.* Nịnh, tâng bốc ; vuốt ve.

Blank *(blengk)*, *a.* Bỏ trống trống không, vô kết quả. — *n.* Chỗ trống.

Blanket *(bleng'ket, -kât)*, *n.* Cái chăn. — *vt.* Phủ chăn.

Blaspheme *(bles - fi - m')*, *v.* Nguyền rủa (thần thánh).

Blasphemy *(bles' fi - mi)*, *n.* Sự nguyền rủa thần thánh.

Blast *(blast)*, *n.* Cơn gió mạnh ; tiếng kèn ; sự phá tung. — *v.* Phá.

Blaze *(blêz)*, *n.* Ngọn lửa sáng ; sức nóng dữ tợn. — *vi.* Sáng bừng lên.

Bleach *(bli-ch)*, *v.* Lam cho trắng ; tẩy trắng.

Bleak *(bli-k)*, *a.* Lạnh lẽo, lạnh buốt.

Bleat *(bli-t)*, *vi.* Kêu be be, — *n.* Tiếng kêu be-be.

Bleed *(bli-đ)*, *vi.* Chẩy máu ; chẩy nhựa (cây).

Blemish *(blem'mish)*, *vt.* Làm hại ; làm mờ — *n.* Vết nhơ.

Blench *(blench)*, *vi.* Co lại ; lùi lại ; thất sắc.

Blend *(blenđ)*, *v.* Trộn với, hỗn hợp. — *n.* Sự hỗn hợp.

Bless *(bles)*, *vt.* Ban ơn, ban phúc ; cầu phúc ; gìn giữ.

Blind *(blainđ)*, *a.* Mù ; mù quáng ; khó trông ; khó hiểu. — *n.* Cái màn che.

Bliss *(blis)*, *n.* Sự hớn hở, vui mừng ; thiên phúc.

Blister *(blis'tơ)*, *n.* Bong bóng nước ; cái mụn — *v.* Làm cho đau.

Blithe *(blaiTH)*, *a.* Vui vẻ, hớn hở ; khoái trí.

Block *(blo-k)*, *n.* Một cục ; giẫy (nhà) ; sự cản trở, *vt.* Cản trở.

Blockade *(blok-kêđ')*, *n.* Cuộc phong tỏa ; làm nghẽn.

Blockhead *(blok-hed)*, *n.* Đứa ngu ngốc.

Blond, Blonde *(blond)*, *a.* Vàng hung hung, màu râu ngô.

Blood *(blăd)*, *n.* Máu ; sự đổ máu, lưu huyết ; họ hàng.

Bloodhound *(-haond)*, *n.* Chó săn, chó đánh hơi giỏi.

Bloodshed *(-shed)*, *n.* Cuộc đổ máu, lưu huyết.

Bloodthirsty *(-thơs'ti)*, *a.* Khát máu ; tàn ác.

Bloom *(blum)*, *n.* Hoa ; kỳ khai hoa ; tuổi thanh xuân.— *vi.* (hoa) Nở.

Blossom *(blos'sâm)*, *n.* Hoa ; kỳ khai hoa ; nụ hoa.

Blot *(blot)*, *n.* Vết, điểm ; vết bẩn. — *vt.* Thấm ; làm bẩn.

Blotter *(blot'tơ)*. *n.* Giấy thấm.

Blouse *(blaoz), blaos)*, *n.* Áo bơ-lu-dông.

Blow *(blô)*, *v.* Thổi ; thở ; (hoa) nở.— *n.* Hơi thổi ; quả đấm.

Blue *(blu)*. *a.* & *n.* Xanh (lam).

Blue jacket *(-lek' ket, kât)*, *n.* Lính thủy.

Bluff *(blăf)*, *a.* Bề mặt bèn bẹt. — *n.* Bờ cao và giốc.

Bluff, *vi.* Dương vây, chộ; lừa, bịp. — *n.* Sự hay lời dương vây hão.

Bluish *(blu'ish)*, *a.* Xanh xanh, hơi xanh.

Blunder *(blăn'đơ)*, *n.* Lỗi lớn, sự nhầm lớn. — *vi.* Lầm, hành động vụng về.

Blunt *(blănt)*, *a.* Ngu, đần ; cùn. — *v.* Thành ra ngu.

Blur *(blơ)*. *v.* Làm mờ đi. — *n.* vết bẩn.

Blurt *(blơrt)* *vt.* Nói buột ra.

Blush *(blăsh)*, *n.* Sự hổ thẹn, bẽn lẽn. — *n.* Hổ thẹn ; thành ra đỏ.

Boa *(bô'ơ)*, *n.* Con trăn ; khăn quàng cổ dài và tròn.

Boar *(bô-r,bo-r)*, *n.* Lợn đực ; lợn rừng.

Board *(bô-đ, bo-đ)*, *n.* Tấm ván; cái bàn ; hội đồng.

Boarder *(bô r'dơ, bo' -)*, *n.* Người ở trọ; lưu-trú học-sinh.

Boast *(bôst)*, *v.* & *n.* Vây, khoe-khoang, tự-phụ.

Boat *(bôt)*, *n.* Cái thuyền. —*vt.* Xếp hay chở bằng thuyền.

Boat house, *n.* Nhà hình cái thuyền.

Boatswain *(bô'zưn, bôt'suên)*, *n.* Người quản-đốc thủy-thủ.

Bobbed hair, Kiểu tóc cắt ngắn.

Bodice *(bod'dis)*, *n.* Áo cánh đàn bà.

Body *(bod'đi)*, *v.* Thân-thể ; bộ-phận chính ; đoàn-thể ; khối.

Bodyguard *(-gard)*, *n.* Vệ-sĩ, vệ-binh.

Boil *(boil)*, *vi.* Đun sôi, sôi lên. — *vt.* Đun, luộc. — *n.* Cái mụn bỏng.

Boiler *(boi'lơ)*, *n.* Cái nồi ; cái nồi nước.

Boisterous *(bois'tơ-râs)*, *a.* Hỗn-độn ; ầm-ỹ ; xôn-xao.

Bold *(bôlđ)*, *a.* Bạo, dũng-cảm ; liều ; hỗn-láo ; dốc.

Boll *(bôl)*, *vi.* (thực) Vỏ bao hột.

Bolt *(bôlt)*, *n.* Tầm sét ; cái then cửa ; tấm vải. — *vt.* Nuốt chửng ; cài then.

Bolter *(bôl'tơ)*, *n.* Cái rây.

Bomb *(bom)*, *n.* Quả bom, trái-phá, — *vt.* Ném bom.

Bombard *(bom-barđ', băm-)*, *vt.* Oanh tạc, ném bom ; đánh mạnh.

Bombastic *(bom-bes'tik)*, *a.* Đại-cà-sa ; nghe kêu lắm.

Bombshell *(bom-shel)*, *n.* Quả bom.

Bonafide *(bô'nơ-fai'đi)*. Chân thực, không man trá.

Bond *(bonđ)*, *n.* Sự giàng buộc ; sức đoàn-kết ; hợp-đồng ; trái-phiếu.

Bondage *(bon' đưj)*, *n.* Sự cưỡng-bách làm nô lệ ; vòng nô-lệ.

Bondmaid *(bonđ'mêđ)*, *n.* Nữ nô.

Bone *(bôn)*, *n.* Xương — *vt.* Lọc xương,

Bonfire *(bon'fai-ơ)*, *n.* Lửa trại.

Bonnet *(bon'net, -nưt)*, *n.* Mũ len ; mũ đàn bà.

Bonus *(bô'nâs)*, *n.* Vật hay tiền thưởng ; hoa hồng.

Book *(buk)*, *n.* Cuốn sách ; tập. — *v.* Vào sổ ; giữ chỗ trước, mua vé (Xem hát chớp bóng, đi xe lửa v.v.).

Booking-office *(-of'fis)*, *n.* Bàn giấy bán vé.

Bookkeeper *(buk-kip'pơ)*, *n.* Người giữ sổ-sách.

Bookkeeping *(-ping)*, *n.* Môn kế-toán ; môn giữ sổ-sách.

Booklet *(buk'let, -lưt)*, *n.* Tập sách nhỏ.

Bookstall *(buk-sto-l)*, *n.* Gian hàng bán sách.

Bookworm *(buk' wơrm)*, *n.* Mọt sách ; người mê sách quá.

Boom *(bum)*, *n.* Tiếng kêu ầm ầm.

Boomerang *(bu-m'ơ-reng)*, *n.* Một thứ vũ khí của người Úc-châu.

Boon *(bun)*, *n*. Điều lợi ích ; vật tặng. — *a*. Vui vẻ, hoan-hỉ, tính tình vui vẻ.

Boor *(bur)*, *n*. Người thô-bỉ ; người ngớ ngẩn, buồn cười.

Boot *(but)*, *n*. Giầy ống, giầy cao cổ. — *vt*. Đi giầy ống.

Bootjack *(-jik)*, *n*. Một thứ máy để cởi giầy.

Booty *(bu'ti)*, *n*. Chiến lợi phẩm ; lãi to.

Borax *(bô'râks)*, *n*. Bô - rát natri.

Border *(bor'đơ)*, *n*. Dìa, viền ngoài ; biên giới. — *vt*. Tiếp cận — *vi*. Tiếp nhau.

Bore *(bô-r)*, *vt*. Đục, xuyên ; làm phiền. — *n*. Cái lỗ ; người quấy nhiễu.

Borne *(bôrn)*, *pp*, *of*. **Bear**. Mang, chở.

Borrow *(bo'rô)*, *vt*. Mượn ; chép, bắt chước.

Bosom *(bu'zâm)*, *n*. Ngực. — *a*. Thuộc về ngực ; thân mật.

Boss *(bos)*, *n*. Ông chủ, cai, đốc công ; người kiểm điểm các phiếu bầu.

Botanist *(bot'tơ-nist)*, *n*. Thực vật học giả, người khảo về cây cỏ.

Botany *(bot'tơ-ni)*, *n*. Thực-vật-học.

Both *(bôth)*, *a*. & *pron*. Cả hai. — *conj*. Cũng, vừa . . . vừa.

Bother *(bo' THơ)*, *v*. & *n*. Quấy nhiễu, làm phiền.

Bottle *(bot'tưl)*, *n*. Cái chai ; vật trong chai. — *vt*. Đóng vào chai.

Bottom *(bot'tâm)*, *n*. Cái đáy ; đáy sông ; lòng kiên-nhẫn.

Bough *(bao)*, *n*. Cành lớn.

Boulder *(bôl'đơ)*, *n*. Tảng đá tròn *(vì nước làm mòn)*.

Bounce *(baons)*, *v*. &. *n*. Nẩy *(như quả ba-lông)* ; chồm.

Bound *(baond)*, *n*. Giới hạn ; hạn chế ; lãnh thổ – *vt*. Hạn chế. — *vi*. Tiếp liền.

Bound, *a*. Sẵn sàng ; chuẩn-bị để đi ; bó buộc ; đóng thành sách.

Boundary *(baon' đơ - ri)*, *n*. Giới-hạn ; biên-giới.

Bounteous *(baon' ti - âs)*, *a*. Đại lượng ; khoan hồng ; đầy đủ, nhiều, sung túc ; được mùa.

Bounty *(baon'ti)*, *n*. Lòng đại lượng; khoan hồng; tiền thưởng.

Bouquet *(bu-kê')*, *n*. Bó hoa ; mùi thơm; hương vị của rượu.

Bow *(bao)*, *v*. Cúi đầu ; khom người ; cong. — Sự hay cái cúi đầu.

Bow *(bô)*. *n*. Vật cong ; cái cung. — *a*. Vòng cung.

Bowels *(bao'ơlz)*, *n, pl.* Bộ ruột ; nhân tâm ; lòng thương.

Bower *(bao'ơ)*, *n.* Túp lều ; cái buồng riêng.

Bowl *(bôl)*, *n.* Cái bát ; vật đựng trong bát ; quả bóng gỗ ; cái bầu *(điếu)*.

Bowleg *(bơ'leg)*, *n.* Chân cong, chân vòng kiềng.

Bowman *(bô'mân)*, *n.* Cung thủ, người bắn cung.

Box *(boks)*, *n* Cái hộp ; quả đấm. — *v.* Đấm.

Boxer *(bok'sơ)*, *n.* Người đấu quyền Anh.

Box-office *(-of'fis)*, *n.* Chỗ bán vé *(ở rạp hát)*.

Boy *(boi)*, *n.* Con giai ; người bồi.

Boycott *(boi'cot)*, *vt.* Tẩy chay. — *n.* Sự tẩy chay, đồng minh tuyệt giao.

Brace *(brês)*, *n.* Một đôi, cặp ; giây đeo. — *vt.* Làm cho tỉnh lại.

Bracelet *(brês'let, -lưt)*, *n.* Vòng, xuyến.

Bracken *(brek'kôn)*, *n.* Cây dương-xỉ.

Bracket *(brek-ket,-kưt)*, *n.* Cây giá lồi ra ; dấu ngoặc.— *vt.* Vào ngoặc.

Brag *(breg)*, *vi.* Nói khoe khoang ; tự phụ. — *n.* Tính hay người khoe khoang.

Braggart *(breg'gơrt)*, *n.* Người hay khoe khoang. — *a.* Khoe khoang.

Brahma *(bra'mơ)*, *n.* Thần Ba-la-môn ; Chúa tạo vật.

Braid *(brêđ)*. *vt.* Đan, kết với nhau ; viền — *n.* Đồ đan ; cái đai.

Brain *(brên)*, *n.* Óc ; trí thông minh.—*vt.* Làm tung óc.

Brake *(brêk)*, *n.* Cái hãm ; cái bừa. — *vt.* Hãm lại.

Bramble *(brem'bưl)*, *n.* Một thứ cây có gai, cây ngấy.

Bran *(bren)*, *n.* Cám.

Branch *(banch)*, *n* Cái cành ; chi nhánh ; chi-bộ ; ngành.— *a:* Tách ra.

Brand *(branđ)*. *n.* Củi cháy dớ ; nhãn hiệu. — *vt.* Ghi dấu hiệu.

Brandy *(bren'đi)*, *n.* Rượu nặng. — *vt* Pha với rượu.

Brass *(bras)*, *n.* Đồng thau.

Bravado *(brơ-va'đô)*, *n.* Lời thách, dọa nạt ; cử chỉ khiêu khích.

Brave *(brêv)*, *a.* Can đảm, dũng cảm ; đẹp. — *n.* Người dũng cảm.

Bravery *(brêv'vơ-ri)*, *n.* Tính can-đảm, dũng khí ; vật đẹp.

Bravo *(bra'vô)*, *interj.* Hoan hô ! Tuyệt !

Brawl *(bro'l)*, *n.* Cuộc cãi nhau ầm-ỹ ; cuộc đấu khẩu.

Bray *(brê)*. *n.* Tiếng kêu (của con lừa).—*v.* Kêu *(như lừa)*.

Brazen *(brê'zưn)*, *a.* Giống nhau hay làm bằng đồng thau; trơ trẽn.

Brazier, Chảo đồng to.

Breach *(bri'ch)*, *n.* Sự đánh gẫy ; chỗ hở, hổng ; sự vi-phạm ; tuyệt giao.

Bread *(bred)*, *n.* Bánh mì ; đồ ăn.

Breadth *(bredth)*, *n.* Bề rộng, bề ngang.

Brerk *(brêk)*, *v.* Đánh gẫy, vỡ ; phá tan ; vợ nợ. — *n.* Giờ nghỉ ; sự đánh vỡ.

Breakdown *(-đaon)*, *n.* Sự đổ sụp, thất bại ; một điệu khiêu vũ ; sự xe (ô-tô) chết máy.

Breakfast *(brek'fâst)*, *n.* Bữa ăn sáng. —*vi.* Ăn sáng.

Break into, *vi.* Lẻn vào nhà *(trộm)*.

Break out, *vi.* Bùng nổ, nổ tung.

Breast *(brest)*, *n.* Ngực. — *vt.* Kháng cự hăng hái.

Breastplate *(-plêl)*, *n.* Miếng giáp che ngực.

Breath *(breth)*, *n.* Hơi thở ; cơn gió nhẹ ; khí lực.

Breathe *(bri-TH)*, *v.* Thở ; thổi nhẹ ; nghỉ lấy hơi.

Breech *(bri-ch)*, *n*: Chỗ sau ; đít lòng súng, qui lát.

Breeches *(bri'chưz)*, *n.* *pl.* Quần đàn ông.

Breed *(bri-đ)*, *v.* Sinh-sản ; nuôi ; huấn luyện—*n.* Giống ; loại.

Breeze *(bri-z)*, *n.* Cơn gió hiu, cơn gió nhẹ.

Brethren *(bre'THrưn)*, *n.* *pl.* Đồng bào ; anh em.

Brevity *(brev'vi ti)*, *n.* Sự vắn tắt, rút ngắn.

Brew *(bru)*, *vt.* Làm rượu bia ; đồ mừu.

Brewer *(bru'ơ)*. *n.* Người làm rượu bia.

Brewery *(-ri)*, *n.* Xưởng hay nơi làm rượu bia.

Briar *(brai'ơ)*, *n.* Cây gai.

Bribe *(braib)*, *n.* Tiền đút lót. hối lộ.—*v.* Đút lót, hối lộ.

Bribery *(braib'bơ-ri)*, *n.* Việc hối-lộ.

Brick *(brik)*, *n.* Hòn gạch : một miếng, đứa tốt.

Bricklayer *(-lê-ơ)*, *n.* Thợ nề ; thợ lát gạch.

Bride *(braiđ)*, *n.* Cô dâu.

Bridegroom *(-grum)*, *n.* Chú rể, tân lang.

Bridesmaid *(-mêđ)*, *n.* Cô phù dâu.

Bridge *(brij)*, *n.* Cái cầu ; cầu tầu ; môn bài bridge.

Bridle *(brai'đưl)*, *n.* Cương ngựa ; sự kìm-hãm.

Brief *(brif)*, *a.* Ngắn, vắn tắt, tóm tắt.

Bright *(brait)*, *a.* Sáng ; thông minh ; chói lọi.

Brilliance *(bril'li-âns)*, *n.* Vẻ sáng sủa.

Brilliant *(bril'li-ânt)*, *a.* Sáng ; trội.

Brim *(brim)*, *n.* Mép ; bờ ; vành (mũ) ; miệng (chén). — *v.* Đổ đầy.

Brine *(brain)*, *n.* Nước muối ; nước mắt ; bể lớn.

Bring *(bring)*, *vt.* Mang lại ; làm thành ; (luật) khởi tố.

Brink *(bringk)*, *n.* Bờ, mép.

Brisk *(brisk)*, *a.* Hoạt động ; nhanh nhẩu. — *v.* Làm cho hoạt bát.

Bristle *(bris'sưl)*, *n.* Lông cứng. — *vi.* Dựng thẳng.

British *(brit'tish)*, *n.* &. *a.* Nước Anh, dân Anh.

Briton *(brit'tưn)*, *n.* Người Anh.

Brittle *(bri'tưl)*, *a.* Giòn ; dễ vỡ.

Broad *(bro-đ)*, *a.* Rộng ; rõ ; hoàn toàn ; rộng lượng.

Broadcast *(-cast)*, *v.* &. *a.* Truyền bá ; truyền thanh.

Broil *(broil)*, *v.* Nướng.

Broker *(brô'cơ)*, *n.* Người trung-gian (để kiếm lời).

Bromide *(brô'maiđ, -miđ)*, *n.* (hóa) Bờ-rôm-mua.

Bromine *(brô-min)*, *n.* (hóa) Bờ-rôm-min.

Bronchitis *(bron-kai'tis)*. *n.* Bệnh ho ; bệnh sưng khí-quản; bệnh khái huyết.

Bronchus *(broong'kâs)*, *n.* Ống dẫn hơi trong phổi.

Bronze *(bronz)*, *n.* Đồng đỏ ; tượng đồng ; màu đồng.

Brooch *(bruch, brô-ch)*, *n.* Cái trâm (cài đầu ; cài áo).

Brood *(bruđ)*, *n.* Gà, vịt mới nở ; loại. — *v.* Ấp (trứng).

Brook *(bruk)*, *n.* Sông con ; lạch nước — *vt.* Chịu đựng.

Broom *(brum)*, *n* Cái chổi ; một thứ cỏ để làm chổi.

Broth *(broth)*, *n.* Nước canh ; nước dùng ; cháo loãng.

Brother *(bră'THơ)*, *n.* Anh, em ; đồng bào ; đồng nghiệp.

Brother-in-law *(-lo)*, *n.* Anh, em rể.

Brow *(brao)*, *n.* Lông mày ; cái trán ; mép (của cái dốc).

Brown *(baon)*, *a.* &. *n.* Màu nâu ; phẩm nâu.

Bruise *(bruz)*, *v.* Đánh giập ; đấm.—*n.* Chỗ bị giập hay bị đấm.

Brush *(brăsh)*, *n.* Bàn chải ; cái đuôi cáo. — *v.* Chải ; cọ.

Brushwood *(-wuđ)*, *n.* Bụi rậm ; cành con.

Brutal *(bru'tơl)*, *a.* Như cầm thú ; ác, tàn nhẫn.

Brutality *(bru-tel'li-ti)*, *n.* Tính tàn ác ; hành động độc ác, hành-vi như dã-thú.

Brute *(brut)*, *n.* Thú vật ; người tàn nhẫn. — *a.* Không suy nghĩ ; vô tri giác.

Bubble *(băb'bưl)*, *n.* Bong bóng ; kế hoạch mơ hồ. — *vi.* Thành bong bóng.

Buck *(băk)*, *n.* Con đực (hươu, dê v.v.) ; (lóng) đồng bạc.— *vi* Nhẩy nhanh.

Bucket *(buk'ket,-kưt)*, *n.* Cái thùng.

Buckle *(băk'kưl)*, *n.* Cái vòng ; cái móc. — *v.* Móc lại.

Buckwheat *(bak'huy-t)*. *n.* Lúa hạt tam giác.

Bud *(băđ)*, *n.* Lộc, mầm (cây). —*vi.* Nẩy lộc.

Buddha *(buđ'đơ)*, *n.* Phật. — **Buddhism** *(buđ'đi-zưm)*.

Budget *(băj'jet,-jưt)*, *n.* Kho tích trữ ; ngân sách.

Buff *(băf)*, *n.* Da bò ; y phục binh sĩ ; màu cam nhạt.

Buffalo *(băf'fơ-lô)*, *n.* Trâu bò rừng (ở Mỹ-châu).

Buffoon *(bă-fun',bơ-)*, *n.* Người trêu ghẹo ; chàng hề.

Bug *(băg)*, *n.* Con rận; con rệp.

Bugle *(biu'gưl)*, *n.* Tù-và (đi săn) kèn đồng (cờ-le-rông).

Build *(bilđ)*, *vt.* Xây dựng ; làm ; chế tạo.

Builder *(-đơ)*, *n.* Người xây nhà : chim làm tổ.

Building *(-đing)*, *n.* Việc kiến thiết ; nhà lớn.

Bulb *(bălb)*, *n.* Bóng đèn ; (thực) củ tròn ; cái bong bóng.

Bulge *(bălj)*, *v.* Chỗ lồi ra, nhô ra.—*v.* Lồi ra, phồng.

Bulk *(bălk)*, *n.* Thể tích ; sự to lơn : chất lượng ; phần chính.

Bulky *(-ki)*, *a.* To ; cồng-kềnh.

Bull *(bul)*, *n.* Sự nhầm lẫn trong lời nói ; bò đực ; chỉ thị của Giáo Hoàng.

Bullet *(bul'let,-lưt)*, *n.* Viên đạn,

Bulletin *(bul'lơ-tin, -tưn)*, *n.* Công báo ; tạp chí.—*vt.* Công bố.

Bullfinch *(bul'finch)*, *n.* Chim sơn thước.

Bullion *(bul'liân)*, *n.* Vàng hay bạc thoi ; sợi chỉ vàng.

Bullock *(bul'lâk)*, *n.* Bò đực.

Bully *(bul'li)*, *n.* Đứa bắt nạt. —*a.* Tuyệt.—*vt.* Bắt nạt.

Bulrush *(bul'răsh)*, *n.* Cói, sậy.

Bulwark *(bul'work)*, *n.* Vệ thành ; vật phòng vệ ; thành tầu.

Bump *(bămp)*, *v.* chạm vào, đẩy, va. — *n.* Cái đẩy ; cái bướu.

Bumper *(băm'pơ)*, *n.* Cốc đầy; vật to.

Bunch *(bănch)*, *n.* Một chùm ; một tốp. — *v.* Thành chùm.

Bundle *(băn'đưl)*, *n.* Bó, gói, bao.—*v.* Buộc thành bó.

Bungalow *(băng'gơ-lô)*, *n.* Nhà một tầng ; bình ốc.

Bunk *(băngk)*, *n.* Giường nhỏ dưới tầu.—*vi.* Đi ngủ.

Buoy *(boi, bu'i)*, *n.* Cái phao.— *v.* Nổi ; giữ khỏi chìm.

Buoyancy *(boi'ân-si, bu')*, *n.* Tính không chìm ; tính hoạt-bát, nhanh-nhảu.

Buoyant *(boi'ânt,bu')*, *a.* Nổi ; có sức làm cho nổi.

Burden *(bơr'đưn)*, *n.* Điệp khúc ; bài hát hợp xướng ; yếu điểm ; gánh nặng.

Bureau *(biu'rô,biu-rô')*, *n.* Bàn giấy, văn-phòng ; sở.

Burglar *(bơr'glơ)*, *n.* Người trộm *(đêm)*.

Burglary *(-ri)*, *n.* Tội ăn trộm đêm ; việc trộm cắp.

Burial *(be'riơl)*, *n.* Việc chôn cất, an-táng.

Burlesque *(bơr-lesk')*, *a.* Hoạt-kê, làm cho phì cười.

Burn *(bơrn)*, *vi.* Cháy ; phát nóng.—*vt.* Đốt.—*n.* Vết bỏng.

Burr, Bur *(bơr)*, *n.* Giọng đọc chữ R ; tiếng kêu vù vù.

Burrow *(bơ'rô)*, *n.* Lỗ thỏ ; chỗ ẩn thân. — *v.* Khoét.

Bursar *(bơ'sơ)*, *n.* Hội-kế-viên của trường học ; người bỏ tiền ra.

Burst *(bơrst)*, *vi.* Nổ tung — *n.* Sự nổ tung ; lỗ vỡ.

Bury *(be'ri)*, *vt.* Chôn ; vùi xuống đất.

Bus *(băs)*, *n.* Ô-tô hàng ; xe ngựa công cộng.

Bush *(bush)*, *n.* Bụi rậm ; đất chưa khai khẩn.

Bushel *(bus'shơl)*, *n.* Một đấu Anh.—*v.* Sửa lại quần-áo.

Busily *(biz'zi-li)*, *adv.* Một cách bận-bịu.

Business *(biz'nes,nưs)*, *n.* Công việc ; nghề nghiệp ; chức vụ ; công xưởng,

Bust *(bâst)*, *n.* Tượng bán thân, tượng nửa người.

Bustle *(băs'sưl)*, *n.* Sự vội vã. — *vi.* Vội vã, hấp-tấp.

Busy *(bi'zi)*, *a.* Bận việc ; luôn luôn hoạt-động ; náo nhiệt.— *v.* Chuyên-tâm.

But *(băt)*, *prep.* Trừ ; chỉ. — *conj.* Nhưng mà.

Butcher *(bat'chơ)*, *n.* Người bán thịt ; kẻ sát nhân. — *vt.* Tàn sát.

Butler *(băt'lơ)*, *n.* Người bồi nhất, trưởng nô-bộc.

Butt *(băt)*, *n.* Thùng rượu lớn ; dàng đầu lớn; đích để tập bắn.

Butter *(băt'tơ)*, *n.* Bơ. — *vt.* Phết bơ.

Buttercup *(-căp)*, *n.* Hoa nút vàng.

Butterfly *(-flai)*, *a.* Con bướm, vật hình con bướm.

Buttermilk *(-milk)*, *n.* Nước sữa.

Button *(băt'tưn)*, *n.* Cái khuy. — *vt.* Cài khuy.

Button-hole *(hôl)*, *n.* Lỗ khuy. — *vt.* Khoét lỗ khuy.

Buttress *(băt'trâs)*, *n.* Cái trụ chống đỡ một bức tường nặng.

Buyer *(bai'ơ)*, *n.* Người mua.

Buzz *(băz)*, *vi.* Kêu vù vù như ong.—*vt.* Phao đồn.—*n.* Tiếng vù vù.

By *(bai)*, *prep.* Gần ; bằng ; ở; qua ; theo. — *adv*, Gần.

Bygone *(bai'gon)*, *a.* & *n.* Qua rồi ; quá khứ ; dĩ vãng.

By-law *(bai'lo)*, *n.* Nghị-định; luật-lệ.

Bypath *(bai'path)*, *n.* Đường riêng.

Bystander *(bai'stend-đơ)*, *n.* Người đứng gần ; kẻ bàng-quan.

Byway *(bai'uê)*, *n.* Lối ít khi đi qua ; bên đường.

Byword *(bai'wơrđ)*, *n.* Cách-ngôn ; dụ-ngôn ; điều bị chế giễu.

C

Cab *(keb)*, *n.* Xe ngựa độc mã; xe ô-tô tắc-xi.

Cabbage *(keb'bưj)*, *n.* Cải bắp.

Cabin *(keb'bin)*, *n.* Nhà nhỏ; buồng dưới tầu.

Cabinet *(bek'bi-net)*, *n.* Tủ nhỏ; buồng nhỏ; nội cac.

Cable *(kê'bưl)*, *n.* Giây thép lớn; điện tín. — *v.* Gửi điện tín

Cacao *(cơ-ca'ô, cơ kê'ô)*, *n.* Trái hay cây ca-cao; bột ca-cao.

Cactus *(kek'tâs)*, *n.* Cây xương rồng

Cad *(keđ)*, *n.* Tiểu nhân; kẻ đê tiện.

Cadaverous *(kơ đev'vơ-râs)*, *a.* Như chết; nhợt nhạt.

Cadence *(kê'đâns)*, *n.* Điệu nhịp; sự xuống giọng ở cuối câu.

Cadet *(kơ-đet)*, *n.* Em giai; con giai nhỏ; sinh-viên trường võ-bị.—**Cadetship**, *n.*

Cadmium *(keđ'mi-âm)*, *n.* (hóa) Cát-mi.

Cafe *(ka-fê')*, *n.* Tiệm cà-phê tiệm ăn.

Cage *(kêj)*, *n.* Cái lồng; cái chuồng. — *vt.* Nhốt vào lồng.

Cake *(kêk)*, *n.* Bánh ngọt; một bánh (sà-phòng).

Calamitous *(kơ-lem'mi-tâs)*, *a.* Xch. **Calamity**.

Calamity *(kơ-lem'mi-ti)*, *n.* Sự khổ; sự rủi, tai nạn.

Calcareous *(kel-kê'ri-âs)*, *n.* Có chất đá vôi.

Calcium *(kel'si-âm)*, *n.* (Hóa) Cal-ci.

Calculable *(kel'kiu-lơ-bưl)*, *a.* Tính được.

Calculate *(kel'kiu-lêt)*, *vt.* Tính; tính toán.

Caldron *(kol'đrân)*, *n.* Nồi lớn.

Calendar *(kel'lân-đơ)*, *n.* Cuốn lịch.

Calf *(caf)*, *n.* Con bê, bò con; da bò con; bắp chân.

Caliber *(kel'li-bơ)*, *n.* Khẩu kính (của khẩu súng); tài năng, trình-độ học-thức khá.

Calico *(kel'li-cô)*, *n.* Vải hoa, vải bông in hoa.

Calipers *(kel'li-pơrz)*, *n.* Cái com-pa cong.

Caliph, Calif *(kê'lif, kel'lif)*, *n.* Người nối-nghiệp (vị tiên tri Mô-ha-mét).

Call *(co-l)*, *v.* Gọi. — *n.* Lời kêu gọi ; sự yêu cầu, thỉnh cầu ; sự đến thăm.

Calligraphy *(kơ-lig'-grơ-fi)*, *n.* Thuật viết chữ.

Callous *(kel'lâs)*, *a.* Chai da ; không cỏ cảm giác.

Calm *(ka-m)*, *a.* Bình yên ; bình tĩnh. — *v.* Làm cho yên tĩnh.

Calumnious *(kơ-lăm'ni-âs)*, *a*; Xch. **Calumny**.

Calumny *(kel'lâm-ni)*, *n.* Lời vu-khống ; phỉ báng.

Calyx *(kê'liks, kel'liks)*, *n.* (thực) Vỏ hoa

Camel *(kem'mơl)*, *n.* Con lạc-đà.

Cameo *(kem'mi-ô)*, *n.* Đá chạm làm nữ-trang.

Camera *(kem'mơ-rơ)*, *n.* Máy ảnh ; máy chụp hoạt ảnh,

Camouflage *(ka-mu-flaj')*, *n.* Thuật che đậy ; giả trang, trá hình.—*v.* Giả trang.

Camp *(kemp)*, *n.* Dinh, trại ; chỗ cắm trại. — *v.* Cắm trại.

Campaign *(kem-pên')*, Trận chiến-tranh ; cuộc vận động. — *vi.* Tòng quân.

Camphor *(kem'fơ)*, *n.* Long não.

Campus *(kem'pâs)*, *n.* Đất ở trường đại-học có tường bao bọc chung quanh.

Can *(ken)*, *n.* Hộp sắt, ống bơ. — *vt.* Đóng hộp — *v. def.* Có thể ; biết ; khả dĩ. (past : **Could**).

Canal *(kơ-nel')*, *n.* Cái kênh (kinh) ; sông đào ; rãnh.

Canary *(kơ-ne'ri)*, *n.* Chim tước ; chim bạch yến ; một thứ rượu.

Cancel *(ken'sơl)*, *vt.* Bỏ ; thủ tiêu, phế chỉ.

Cancer *(ken'sơ)*, *n.* (y) Ung thư ; (thiên) Chòm sao Giải.

Candid *(ken'điđ)*, *a.* Công bằng, không thiên vị.

Candidate *(ken'đi-đêt)*, *n.* Thí-sinh ; người ứng-cử.

Candle *(ken'đưl)*, *n.* Cây nến

Candor *(ken đơ)*, *n.* Sự công bằng, vô tư ; thẳng thắn.

Candy *(ken'đi)*, *n.* Kẹo. — *vt.* Nấu với đường.

Cane *(kên)*, *n.* Cây mây ; roi mây, cái gậy. — *vt.* Đánh bằng roi.

Canine *(kê'nain, kơ-nain', ken'-nin)*, *a.* Thuộc về khuyển loại. — *n.* Con chó.

Canister *(ken'nis-tơ)*, *n.* Hộp nhỏ đựng chè hay cà - phê.

Canker *(keng'kơ)*, *n.* Mụn lở ; bệnh hạ cam. — *vt.* Ăn mòn.

Cannibal *(ken'ni-bơl)*, *n.* Kẻ ăn thịt người.

Cannon *(ken' nân)*, *n.* Đại bác. - **Cannon ball.**

Cannonade *(-nêd)*, *n.* Sự bắn đại bác. — *vt.* Tấn công bằng đại bác.

Cannot *(ken'not)*, Không thể được.

Canoe *(kơ - nu')*, *n.* Thuyền nhỏ ; thuyền độc-mộc.

Canon *(ken' nân*, *n* Quy-tắc về tôn-giáo ; định-luật ; truyện các thánh. — **Canonize.** *vt.* Phong thánh.

Canon *(ken'nân)*, **Canyon**, *n.* Thung-lũng sâu.

Canopy *(ken'nơ - pi)*, *n.* Cái lọng, tàn kiệu.

Cantilever *(ken'ti - li - vơ)*, *n.* Quăng can

Canto *(ken'tô)*, *n.* Đoạn chính của bài thơ dài.

Canvas *(ken'vâs)*, *n.* Vải dày để làm buồm hay đệm ; miếng vải để họa.

Canvass *(ken' vâs)*, *vt.* Suy xét cẩn thận ; thảo luận ; vận động.

Caoutchouc *(kao'chuk', ku' - chuk)*, *n.* Cao su.

Cap *(kep)*, *n.* Mũ lưỡi trai ; mũ nỉ — *vt.* Phủ cái đỉnh.

Capability *(kê-pơ-bil'li-ti)*, *n.* Năng lực.

Capable *(kê' pơ - bưl)*, *a.* Có năng lực, tài năng.

Capacity *kơ-pes'si-ti)*, *n.* Dung tích ; tài trí ; năng lực.

Cape *(kêp)*, *n.* Mũi đất; áo quàng.

Caper *(kê' pơ)*, *n.* Sự nhẩy múa ; một thứ rau. — *vi.* Nhẩy múa.

Capillary *(kơ-pil'lơ-ri, kep'-pi-lơ-ri)*, *a.* Thuộc về tóc ; mao-quản.

Capital *(kep'pi-tơl)*, *n.* Chữ hoa ; vốn, tư bản ; thủ đô ; đầu cột. — *a.* Chính chủ yếu.

Capitalist *(-list)*, *n.* Tư-bản-gia.

Capitation *(kep-pi-tê'shân)*, *n.* Thuế thân.

Capitulate *(ke-pit'chu-lêt)*, *vi.* Đầu hàng.

Caprice *(kơ - pris')*, *n.* Tính bất thường ; tính yêu nhất thời, chóng chán.

Capricious *(kơ - pri'shâs)*, *a.* Xch. **Caprice**

Capsize *(kep-saiz')*, *v.* Lật úp (tàu thuyền).

Capstan *(kep'stân)*, *n.* Máy trục đứng.

Capsule *(kep' siu - l)*, *n.* Bọc thuốc ; túi nhỏ ; vỏ bao hột.

Captain *(kep'lưn)*, *n.* Lãnh-tụ ; đại-úy ; thuyền trưởng ; người đứng đầu.

Captive *(kep'tiv)*, *n.* Tù nhân ; tù binh. — *a.* Bị giữ tù.

Capture *(kep'chơ)*, *n.* Sự bắt ; chiếm ; chiến lợi phẩm ; — *vt.* Bắt ; chiếm.

Car *(car)*, *n.* Xe ; xe ô-tô.

Caravan *(ke-rơ-ven', ke' rơ - ven)*, *n.* Đội du-hành ; xe chở hàng.

Carbolic *(kar-bol'lik)*, *a.* (hóa) Có chất phê-nol.

Carbon *(kar'bân,-bon)*, *n.* Các-bon ; than.

Carbonate *(kar' bơ - nêt)*, *n.* (hóa) Cac-bon-nat.

Carbon - paper *(car'bân-pê'-pơ)*, *n.* Giấy các-bon.

Carburetor. Carburettor *(kar-biu-rê'tơ)*, *n* Thán-hóa-kế.

Carcass, Carcase *(kar'kâs)*, *n.* Xác, thây, tử-thi.

Card *(card)*, *n.* Bàn chải len hay tơ ; cái thiếp ; lá bài.

Cardboard *(-bôrd, -bo-d)*, *n.* Giấy bìa ; giấy các-tông.

Cardiac *(car' di-ek)*, *a* Thuộc về tim, tâm.

Cardigan *(car'đi-gân)*, *n.* Một thứ áo tây đan xấu.

Cardinal *(kar'đi-nơl)*, *a.* Chủ-yếu. — *n.* Đức Hồng-y.

Care *(ker)*, *n.* Sự trông nom ; quản-lý ; sự chú-ý. — *vi.* Chú ý, săn-sóc.

Career *(kơ - ri' ơ)*, *n.* Công nghiệp ; nghề nghiệp ; sự chạy nhanh.

Careful *(ker'ful)*, *a.* Cẩn-thận.

Cargo *(kar'gô)*, *n.* Hàng hóa chở trong tầu.

Caricature *(ke'ri-kơ-chơ)* *n.* Bức vẽ hoạt-kê.

Carnage *(kar'nưj)*, *n.* Cuộc chém giết, tàn sát.

Carnal *(kar'nơl)*, *a.* Thuộc về xác-thịt, vật-chất.

Carnival *(kar'ni-vơl)*, *n.* Lễ vui chơi trước mùa chay.

Garnivorous *(kar'niv'vơ-râs)*, *a.* Ăn thịt ; loài ăn thịt.

Carol *(ke' rơl)*. *n.* Bài hát mừng. — *v.* Ca-tụng.

Carp *(carp)*, *n.* Cá chép. — *vi.* Kiếm chuyện.

Carpenter *(kar'pân-tơ)*, *n.* Thợ mộc, — *n.* **Carpentry**.

Carpet *(kar'pet,-pưt)*, *n.* Cái thảm. — *vt.* Phủ thảm.

Carriage *(ke'rưj)*, *n.* Sự chở ; cước chở hàng ; thái - độ ; xe chở hành khách.

Carrier *(ke' ri-ơ)*, *n.* Người chở hàng ; người đưa tin ; hàng không-mẫu-hạm.

Carrot *(ke'rât)*, *n.* Củ cà-rốt.

Carry *(ke' ri) vt.* Mang, chở ; dẫn. — *n.* Tầm súng.

Cart *(kart)*, *n.* Xe bò ; xe chở hàng hóa.—*v.* Chở bằng xe bò.

Cartage *(kar'lưj)*, *n.* Tiền cước chở bằng xe bò.

Cartilage *(kar'ti-lưj)*, *n.* Lớp thịt dai ở đầu xương.

Cartoon *(kar-tun')*, *n.* Bức vẽ ; bức vẽ châm biếm.

Cartridge *(kar ' trij)*, *n.* Vỏ đạn; bì đạn ; một cuộn phim.

Carve *(karv)*, *vt.* Trạm, khắc. — *vi.* Cắt thịt.

Cascade *(kes-kêđ')*, *n.* Thác nước.

Case *(kôs)*, *n.* Trường hợp ; tình-trạng ; (văn) Cách, vị ; cái hộp, tủ.

Casement *(kês'mânt, kêz'-)*, *n.* Cửa sổ kinh.

Cash *(kesh)*, *n.* Tiền mặt, hiện kim. — *vt.* Trả hay lấy tiền ngay.

Cashier *(ke'shơ)*, *n.* Hội-kế-viên ; thủ-quĩ.

Cask *(kask)*, *n.* Cái thùng lớn.

Casket *(kas'ket'-kưt)*, *n.* Hộp nhỏ ; quan tài đắt tiền.

Cast *(kast)*, *vt.* Ném, tung, quẳng ; lột *(da)*. — *n.* Khuôn.

Cast anchor *(eng' kơ)* Thả neo.

Castaway *(kast' ơ - uê)*, *n.* Người bị đắm tàu.

Caste *(kast)*, *n.* Giai-cấp.

Castle *(kas'sul)*, *n.* Thành-trì ; lâu đài. — *vt.* Nhốt vào lâu đài.

Castrate *(kes'trêt)*, *vt.* Thiến.

Casual *(kez'zhuơl)*, *a.* Sẩy ra ngẫu nhiên, tạm, lâm - thời.

Casualty *(-li)*, *n.* Việc ngẫu nhiên ; tai nạn ; sự thiệt hại.

Cat *(ket)*, *n.* Con mèo.

Catacomb *(ket'lơ-côm)*, *n.* Mộ hầm, hầm mộ.

Catalepsy *(kct'tơ - lep-si)*. *n.* Bệnh chết giả.

Catalogue *(ket ' tơ - log)*, *n.* Cuốn ca-ta-lô, cuốn mẫu hàng.

Catapult *(ket'tơ-păll)* *n.* Một thứ khí giới đời xưa dùng để bắn đá, bắn tên.

Cataract *(ket'lơ rect)* *n.* Thác lớn ; bệnh mù.

Catarrh *(kơ-tar')*, *n.* Chứng sổ mũi.

Catastrophe *(kơtes'tro-fi). n.* Tai biến ; chỗ kết cục một vở kịch hay cuốn tiểu thuyết.

Catch *(kech), vt.* Bắt ; hiểu. — *n.* Sự bắt.

Catchpenny *(sech'pen-ni). a.* Câu xu, làm tiền.

Catechism *(ket'ti ki-zưm), n.* Bổn ; sách dạy bổn.

Category *(ket'li-gơ-ri,-gô ri), n.* Loại hạng.

Caterpillar *(ket'tơ-pil-lơ), n.* Con sâu ; giây xích.

Cathedral *(kơ-thi' drơl), n* Nhà thờ lớn.

Catholic *(ke'thơ-lik), a.* Phổ-thông ; đại-lượng ; thuộc về Công giáo. — *n.* Người Công-giáo.

Cattle *(ket'tưl), n.* Gia-súc, mục súc ; trâu bò.

Caucasian *(ko kê'shân,-zhân, -ke'), a.* Thuộc giống người da trắng.

Causality *(ko-zel'li-ti). n.* Tính nguyên nhân, nhân quả.

Cause *(ko-z), n.* Nguyên nhân ; vật chủ-động ; chủ - trương. — *vt.* Gây ra.

Caustic *(ko-s'tik), a.* Ăn da ; hà khắc. — *n.* Vật, chất có tính ăn mòn.

Caution *(ko' shân). n.* Lời cảnh-cao ; tính cẩn thẩn. — *vt.* Cảnh cáo.

Cautious *(ko'shâs), a.* Cẩn thận, lo xa.

Cavalcade *(kev-vơl-kêđ'), n.* Đoàn kỵ mã ; cuộc đi chơi cả đoàn bằng ngựa.

Cavalier *(kev-vơl-li'ơ), n* Võ sĩ ; quân nhân đẹp-giai.

Cavalry *(kev' vơl - ri). n.* Đội kỵ-binh

Cave *(kèv). n.* Cái hang.— *vt.* Khoét.

Cavern *(kev'vơn), n.* Hang lớn.

Cavity *(kev'vi ti), n.* Chỗ lõm vào.

Caw *(co). vi.* Kêu (như quạ). — *n.* Tiếng kêu (của quạ).

Cease *(si's), vi.* Ngừng, đình chỉ. — **Cease fire**. Ngừng bắn.

Cede *(si-đ). vt.* Nhượng bộ ; chia.

Ceiling *(si'ling). n.* Cái trần nhà.

Celebrate *(sel'li-brêt), vt* Cử hành lễ ; ăn mừng.

Celebrated *(-ted,-tưd). a.* Có danh tiếng, lừng danh.

Celestial *(si - les ' chơl), a.* Thuộc về trên trời, thần-thánh ; thuộc về thiên-đường.

Celibate *(sel'li-bêt). n.* & *a.* Người độc thân *(chưa vợ hay chồng)*.

Cell *(sel), n.* Buồng nhỏ ; xà-lim ; ác-qui điện ; tế bào.

Cellar *(sel'lơ)*, *n.* Cái hầm ; kho nhỏ

Cello *(chel'lô)*, *n.* Đàn vi-ô-lông-xen.

Celt *(selt, kelt)*, *n.* Người Celt *(ở bên nước Anh)*.

Cement *(si-meut')*, *n.* Xi-măng ; hồ, keo. — *vt.* Dính

Cemetery *(sem'mi-tri,-tơri)* *n.* Nghĩa-địa, nghĩa-trang

Censor *(sen' sơ)*, *n.* Người kiểm-duyệt báo-chí.

Censure *(sen'shơ)*, *n.* Sự chê-bai; phỉ báng.—*vt.* Chê; đổ lỗi

Census *(sen'sâs)*, *n.* Sự điều-tra nhân số.

Cent *(sent)*, *n.* Đồng xu. — **Per cent.** Phần trăm

Centenary *(sen' ti-ne ri, sen-ti'nơ-ri)*, *a.* & *n.* Một trăm năm ; bách chu-niên.

Center. **Centre** *(sen'tơ)*, *n.* Trung-tâm-điểm. — *vt.* Đưa vào giữa.

Centigrade *(sen' ti-grêđ)*, *a.* Bách phân.

Centipede *(sen ' ti - pi - đ)*, *n.* Con rết.

Central *(sen'trơl)*, *a.* Trung-ương; chủ yếu; gần trung tâm.

Centrifugal *(sen-trif'fiu-gơl)*, *a.* Ly-tâm.

Centripetal *(sen-trip' pi-tơl)*. *a.* Hướng tâm.

Centuple *(sen'tu-pưl)*, *a.* Gấp trăm lần.

Century *(sen'chơ-ri)* *n.* Thế-kỷ; đoàn 100 người.

Ceremics *(si - rem' mick)*, *n.* Nghề làm đồ gốm ; làm ngói.

Cereal *(si' ri - ơl)*, *n.* Mễ cốc *(gạo, đỗ v v...)*

Ceremony *(se' ri-mân-ni, -mô-ni)*, *n.* Nghi-thức, lễ-nghi.

Certain *(sơ'tưn)*, *a.* Rõ ; chỉ-định ; chắc-chắn.

Certainly *(-li)*, *adv.* Xch. **Certain.**

Certainty *(-ti)*, *n.* Việc *(sự)* đích-xác, chắc-chắn.

Certificate *(sơ-tif' fi-cưt)*, *n.* Giấy chứng thực ; chứng minh thư ; văn bằng.

Certify *(sơ'ti-fai)*, *vt.* Chứng thực, nhận-thực ; bảo chứng.

Certitude *(sơ' ti-tiu-đ)*, *n.* Sự chắc-chắn ; đích-xác, đích thực.

Cerulean *(si-ru'li-ân)*, *a.* Màu xanh da trời, màu thanh thiên.

Cessation *(se-sê'shân)*, *n.* Sự đình - chỉ ; gián-đoạn.

Cession *(sez ' zhân)*, *n.* Sự nhượng lại tài-sản hay đồ vật cho người khác.

Cesspool *(ses'pu-l)*, *n.* Hồ chứa nước bẩn.

Chafe *(chêf)*. *v.* Cọ ; làm cho tức.

Chaff *(chaf)*, *n.* Chấu (ở hạt thóc) ; lời đùa cợt. — *v.* Đùa cợt.

Chaffer *(chef'fơ)*, *v.* Mặc cả.

Chaffinch *(chef'finch)*, *n.* Một thứ chim họa-mi.

Chagrin *(shơ-grin')*, *n.* Nỗi buồn ; vẻ ưu-sầu.

Chain *(chên)*, *n.* Giây xiềng-xích ; một chuỗi.- *vt.* Xích lại

Chair *(cher)*, *n.* Cái ghế ; chức vị ; ông chủ-tịch.

Chairman *(cher,mân)*, *n.* Ông chủ-tịch; hội-trưởng.

Chais *(shêz)*, *n.* Một thứ xe ngựa có mui gấp.

Chalcedony *(kel-sed'đơ-ni kel' si-đô-ni)*, *n.* (Tính biến-hóa của) Thạch-anh.

Chalet *(she lê', shel' lâ)*, *n.* Một thứ kiểu nhà xây như nhà ở bên Thụy-Sĩ.

Chalk *(cho-k)*, *n.* Phấn (viết bảng). — *vt.* Bôi phấn.

Challenge *(chel'lưnj, -lenj)*, *n* Sự thách ; phản-đối — *vt.* Thách ; phản-đối.

Chamber *(chêm'bơ)*, *n.* Cái buồng ; phòng ; nghị-hội ; thương-hội.

Chambermaid *(-mêđ)*, *n.* Đầy tớ gái coi việc dọn-dẹp buồng.

Chamois *(shơ-moa', shem'mi)*, *n.* Một thứ nai lông mịn ; da mịn.

Champagne *(snem-pên')*, *n.* Rượu xâm-banh.

Champion *(chem'pi-ân)*, *n.* Chiên-sĩ ; người bênh vực ; người vô-địch, quán-quân.

Chance *(chans)*, *n.* Sự xảy ra ; may rủi ; cơ hội.—*vi.* Sẩy ra. — *vt.* Mạo hiểm.

Chancel *(chan'sơl)*, *n.* Cung thánh (trong nhà thờ).

Chancellor *(chan'sơ-lơ)*, *n.* Đại-pháp quan ; tể-tướng ; chưởng ấn.

Chancery *(-ri)*, *n.* Chức, hay triều-đình của tể-tướng.

Chandelier *(shen-đơ-li'ơ)*, *n.* Chân nến ; đèn cây ; đèn treo giữa nhà thờ.

Chandler *(chan-đlơ)*, *n.* Người làm hay bán nến(sáp đèn cây).

Change *(chênj)*, *v.* Thay, đổi ; biến hóa. — *n.* Sự thay đổi ; tiền lẻ ; tiền trả lại.

Changeable *(-jơ-bưl)*, *a.* Đổi được ; bất định.

Changeling *(chênj'ling)*, *n.* Đứa trẻ bị đánh đổi khi mới sinh ra.

Channel *(chen'nơl)*, *n.* Eo-bể ; lối đi ; (viết hoa) Bể Măng-sơ (Manche).

Chant *(chant)*, *n.* Bài hát ; khúc nhạc ngắn. — *v.* Hát.

Chanticleer *(chen-ti-cli ơ)* *n.* Con gà sống (trống).

Chaos *(kê'os)*, *n* Sự rối loạn, lộn sộn.

Chaotic *(kơ-ot'tik)*, *a.* Xch. **Chaos.**

Chap *(chep)*, *n.* Người, đứa ; chỗ nứt ; cái hàm.— *v.* Làm nứt.

Chapel *(chep'pơl)*, *n.* Đền thờ; điện thờ.

Chaperon *(shep' pơ - rôn)*, *n.* Đàn bà đứng tuổi đi kèm để giữ gìn các cô chưa chồng. — *vt.* Đi kèm.

Chaplain *(chep'pưn)* *n* Cha tuyên-úy (trong quân đội).

Chapman *(chep'mân)*, *n.* Lái buôn ; người bán hàng rong.

Chapter *(chep'lơ)*, *n.* Chương ; hội-đồng tu-sĩ.

Char *(char)*, *n.* Cháy sém. — **Charred** *(chađ)*, *a.*

Character *(ke'rek-tơ,-rik-)*, *n.* Dấu ; chữ in ; cách viết ; đặc tính ; phẩm tính.

Characteristic *(ke-rek-tơ-ris' -tik-)*, *a.* Có đặc tính, đặc sắc.

Characterize *(ke'râk-tơ-raiz)*, *vt.* Nói rõ đặc tính, đặc điểm ; biểu thị hay định rõ.

Charcoal *(char'kôl)*, *n.* Than ; than tàu.

Charge *(charj)*, *vt.* Làm cho nặng ; cho huấn lệnh, — *n.* Gánh nặng, tiền trả ; cuộc tiến quân, xung-phong.

Charger *(char'jơ)*, *n.* Đĩa to đựng thịt ; ngựa dùng ra trận.

Chariot *(che'ri-ât)*, *n.* Xe ngựa bốn bánh ; chiến-xa.

Charitable *(che'ri-tơ-bưl)*, *a.* Từ-thiện, nhân-từ ; khoan-dung.

Charity *(che' ri - ti)*, *n.* Lòng bác ái, nhân từ ; việc bố thí làm phúc.

Charm *(charm)*, *n.* Thần chú, bùa ; vật làm ta say mê. — *vt.* Làm cho mê.

Charming *(char'ming)*, *a.* Có sức quyến rũ ; đẹp lắm.

Charnel *(char'nơl)*, *n.* Mộ địa ; chỗ chôn, nơi an táng.

Chart *(chart)*. *n.* Địa đồ. — *vt.* Làm thành bức địa đồ.

Charter *(char'tơ)*, *n.* Hiến-chương ; đặc hứa-trạng.

Charwoman *(char'wu-mân)*, *n.* Đàn bà đi rửa nhà thuê.

Chase *(chês)*, *vt.* Đuổi ; săn. — *n.* Sự đuổi ; săn ; vật săn được.

Chasm *(ke'zưm)*, *n.* Khe, lỗ, chỗ nứt ra.

Chassis *(shes'si,-sis)*. *n.* Khung dưới xe ô-tô.

Chaste *(chêst)*. *a.* Trong sạch, trinh-bạch.

Chasten *(chês'sưn)*, *vt.* Trừng phạt.

Chastise *(ches-taiz')*, *vt.* Phạt, nghiêm-trị.

Chastity *(ches'ti-ti)*, *vt.* Sự trinh-khiết, trong sạch.

Chat *(chet)*, *vi.* Nói gẫu, nhân đàm. — *n.* Chuyện gẫu.

Chateau *(sha-tô',she')*, *n.* Lâu đài ; biệt thự.

Chattel *(chet' tưl)*, *n.* Động sản.

Chatter *(chet'tơ)*, *vi* Nói líu la líu lô ; nói ba-hoa.

Chauffeur *(shô'fơ, shơ-fơ')*, *n* Người tài-xế, lái xe.

Cheap *(chi-p)*, *a.* Rẻ tiền ; không có giá trị.

Cheapness *(nes,-nâs)*, *n.* Xch. **Cheap.**

Cheat *(chi-t)*; *n.* Sự lừa lọc ; kẻ đi lừa. — *v.* Lừa ; xỏ lá.

Check *(chek)*, *n.* Sự đình-chỉ ; dấu kiểm soát ; ô vuông.—*vt.* Đình-chỉ ; kiểm soát.

Checkers *(chek' kơrz)*. Môn chơi cờ (có 64 ô).

Cheek *(chi-k)*, *n.* Cái má ; (lóng) lời nói ương ngạnh ; bất nhã. — *a.* **Cheeky**, Ương.

Cheep *(chi'p)*. *v.* Hót ríu rít như chim ; ló mắt nhìn.

Cheer *(chi'ơ)*. *n.* Tình - cảm ; lời hoan-hô. — *v.* Hoan-hô ; làm cho vui. — **Cheer up**! Cố lên !

Cheerful *(-ful,)* *a.* Vui - vẻ, tưng-bừng ; náo-nhiệt.

Cheese *(chi-z)*, *n.* Phó mát.

Chef *(shef)*, *n.* Người đầu bếp.

Chef d'œuvre *(shê - đơv' vrơ)* *n.* Tác-phẩm có tiếng.

Chemical *(kem' mi - kơl)*. *a.* Thuộc về hóa học. — *n.* Hóa-phẩm.

Chemise *(shơ-miz',shơ-)*, *n.* Áo lót của đàn bà.

Chemist *(kem'mist)*, *n.* Hoa-học gia ; người bào chế.

Chemistry *(kem'mis-tri)*, *n.* Hoa hoc.

Cheque *(chek)*, *n.* Ngân-phiếu ; chi-phiếu.

Cherish *(che ' rish)*, *vt.* Âu-yếm ; ấp-ủ ; nâng-niu.

Cherry *(cher'ri)*, *n.* Quả hay cây anh đào.

Cherub *(che ' râb)*, *n.* Thiên-thần hạng cao ; trẻ con ngộ-nghĩnh, trẻ con đẹp.

Chess(*ches*), *n*. Cờ (môn chơi).

Chest (*chest*), *n*. Cái hòm lớn ; ngực.

Chestnut (*ches'năt,-nât*), *n*. Hạt dẻ ; màu hạt dẻ.

Chevalier (*chơ vơ-li'ơ*), *n*. Võ sỹ, hiệp-sĩ.

Cheviot (*shev'vi-ât, chev'-*), *n*. Vải chéo go; vải dày, vải bông nặng.

Chevron (*shev'rân*), *n*. Lon chéo ở áo lính.

Chew (*chu, chiu*), *v*. Nhai ; ngẫm nghĩ.

Chewing-gum (*chu'ing-găm*), *n*. Kẹo cao-su.

Chicanery (*shi kên'nơ-ri*), *n*. Sự lừa đảo.

Chick (*chik*), *n*. Gà con ; đứa bé.

Chicken (*chic'kưn, -ken*), *n*. Gà hay chim non.

Chicory (*chik'kơ-ri*), *n*. Rau hay rễ cải đắng.

Chide (*chaid*), *v*. Mắng, trách ; chửi.

Chief (*chi f*), *a*. Chính, chủ yếu ; cao-cấp nhất. — *n*. Thủ-lãnh, lãnh-tụ.

Chiefly (*-li*), *adv*. Nhất ; đặc biệt ; phần lớn.

Chieftain (*chi-f'tưn*), *n*. Lãnh-tụ, thủ lĩnh.

Chilblain (*chil'blên*), *n*. Mụn ; chỗ nẻ.

Child (*chaild*), *n*. Đứa bé con, nhi đồng.

Children (*chil'đrưn*), plural of **Child**.

Chill (*chil*), *n*. Sợ giá, lạnh ; làm nhược ý khí. — *a*. Lạnh buốt. — *v*. Làm cho lạnh.

Chime (*chaim*), *n*. Hồi chuông ; âm nhạc. — *v*. Rung lên một hồi chuông.

Chimera (*kai-mi'rơ,ki-*). *n*. Sự không tương, mơ hồ, tưởng-tượng quái gở.

Chimerical (*kai-me'ri-cơl,ki-*), *a*. Hão-huyền ; viển-vông, tưởng tượng.

Chimney (*chim'ni*),*n*. Ống khói.

Chimney-stack (*-stek*), *n*. Ống khói (trên mái nhà).

Chimney-sweep (*suy-p*), *n*. Người quét ống khói.

Chimpanzee(*chim-pen'zi,chim-pen-zi'*), *n*. Đười ươi đen.

Chin (*chin*), *n*. Cái cằm.

China (*chai'nơ*), *n*. Đồ bằng sứ; (viết hoa) nước Trung-hoa.

Chinese (*chai'niz'*), *n*. & *a*. Người hay tiếng Trung-Hoa.

Chink (*chingk*), *n*. Chỗ nứt, nẻ; khe hở ; (lóng) người Tàu.

Chip (*chip*), *n*. Chặt ; đẽo.— *n*. Miếng gỗ nhỏ ; miếng bé

Chipper (*chip'pơr*), *a*. (Mỹ). Hoạt-bát ; sống đàng hoàng. và vui vẻ.

Chirp *(chơrp)*, *n.* & *v.* Kêu chim-chíp.

Chirrup *(chi'râp)*, *n* Xch. Chirp.

Chisel *(chi'zưl)*, *v.* Giũa đẽo. — *n.* Cái giũa.

Chit *(chit)*, *n.* Bông (mà ta ký để ăn chịu tại các tiệm giải-khát hay cao lâu).

Chitchat *(chit'chet)*, *n.* Chuyện vu-vơ, nhàn-đàm.

Chivalrous *(shiv'vơl-râs)*, *a.* Có vẻ võ-sĩ ; dũng-cảm ; hào-hiệp.

Chivalry *(shiv'vơ-ri)*, *n* Võ-sĩ-đạo, hiệp-sĩ-đạo ; hiệp-sĩ-đoàn.

Chloral *(klô'rơl, klơ'rel')*, *n.* Chất cờ-lo

Chloride *(klô'raid, -rid)*, *n.* (hóa) Cơ-lo-rua.

Chlorine *(klô'rin)*, *n.* (hóa) Cơ-lo.

Chloroform *(klô'rơ-form)*, *n.* Cơ-lo-ro-fóoc thường dùng làm thuốc mê.

Chocolate *(chok'kơ-lưt, chok'-lưt)*, *n.* Kẹo súc-cu-la.

Choice *(chois)*, *n.* Sự chọn lọc. — *a.* Tốt nhất.

Choir *(quai'ơ)*, *n.* Ban hát ; chỗ ban hát ngồi trong nhà thờ.

Choke *(chôk)*, *vt.* Làm nghẹn thở ; làm tắc.

Cholera *(kol'lơ-rơ)*, *n.* (y) Bệnh dịch tả ; thổ tả.

Choleric *(kol'lơ-rich)*, *a* Chỉ về bệnh dịch tả ; tức lắm.

Choose *(chuz)*, *v.* Chọn lọc, tuyển.

Chop *(chop)*, *vt.* Chặt, bổ (củi). —*n.* Miếng (thịt) nhỏ; cái hàm.

Chopstick *(chop,stik)*, *n.* Đũa.

Choral *(cô'rơl)*, *a.* Thuộc về hợp xướng ; thuộc về ca đội.

Chord *(kord)*, *n.* Giây đàn ; (toán) giây cung; (âm) hòa âm.

Chorister *(co'ris-tơr)*, *n.* Người ca hát ; người hát trong ca đội.

Chorus *(kô'râs)*, *n.* Ban đồng ca ; bài hát hợp-xướng.

Chowder *(chao'dơ)*, *n.* Súp nấu với cá hay chân giò và hành.

Christ *(kraist)*, *n.* Chúa Ki-tô.

Christen *(kris'sưn)*, *vt.* Rửa tội ; đặt tên thánh cho.

Christian *(kris'chàn,-tiân)*, *a.* & *n.* Người đạo Cơ-đốc.

Christianity *(kris-ti-en'ni-ti, kris-chi-)*, *n.* Đạo Cơ-đốc.

Christmas *(kris'mâs)*, *n.* Lễ Thiên-Chúa giáng-sinh.

Chromatic *(krơ-met'tik)*, *a.* Chỉ về màu ; (âm) nửa âm-dài.

Chromium *(krô'mi-âm)*, *n.* (hóa) Cơ-rôm.

Chronic *(kron'nik)*, *a.* Lâu ; trường cửu ; kinh niên.

Chronicle *(kron'ni-kưl)*, *n.* Lịch sử ; sổ biên các việc sẩy ra.—*vt.* Ghi.

Chronology *(krơ-nol'lơ ji)*, *n.* Niên-đại-học.

Chronometer *(krơ-nom'mi-tơ)*, *n.* Đồng-hồ rất đúng.

Chrysanthemum *(kris'sen'thi-mâm)*, *n.* Hoa cúc.

Chubby *(chăb'bi)*, *a.* Phị, phính, béo ; tròn-trĩnh.

Chuck *(chăk)*. *vt.* Ném hay tung lên nhè nhẹ.

Chuckle *(chăk'kưl)*. *n. & vi.* Cười khúc-khích.

Chum *(chăm)*, *n.* Bạn học, bạn thân.

Chump *(chămp)*, *n.* Đứa ngu ngốc.

Church *(chơrch)*, *n* Nhà thờ, giáo-đường ; giáo-hội.

Churchyard *(-yard)*, *n.* Nghĩa-trang, nghĩa-địa.

Churl *(chơrl)*, *n.* Người nhà quê ; người quê mùa.

Churn *(chơrn)*, *n.* Máy làm bơ. —*v.* Làm bơ ; khuấy mạnh.

Chute *(shut)*, *n.* Thác nước ; chỗ dốc.

Cicada *(si-ka'đơ,-kê-)*. *n* Con ve-sầu.

Cider *(sai'đơ)*. *n.* Rượu táo.

Cigar *(si-gar')*, *n.* Điếu thuốc xì gà.

Cigarette *(sig-gơ-ret')*, *n.* Thuốc lá, thuốc cuốn.

Cinch *(sinch)*, *n.* Đai da để buộc yên ngựa ; (lóng) việc ngon xơi.

Cinchona *(sin-kô'nơ)*, *n.* Vỏ cây canh-ki-na.

Cinder *(sin'đơ)*, *n.* Tro (gio), tàn lửa ; củi cháy dở.

Cinema *(si'nơ-mơ)*, *n.* Xi-nê ; thuật hay máy chớp bóng (chớp ảnh).

Cinematograph *(sin-ni-me'tơ-gref)*, *n.* Xch. **Cinema.**

Cinnamon *(si'nơ-mân)*, *n.* Quế; cây quế.

Cipher *(sai'fơ)*, *n.* Con số ; số không (dê-rô).—*vt.* Đánh số viết bằng số.

Circle *(sơ'kưl)*, *n.* Hình tròn ; vành ; đoàn, hội ; phạm-vi, giới hạn ; giới.

Circuit *(sơ'kit)*, *n.* Đường vòng ; mạch (điện).

Circuitous *(sơ-kiu'i-tâs)*, *a.* Quanh co, khúc khuỷu ; vắng vẻ.

Circular *(sơ'kiu-lơ)*, *a.* Tròn, vòng.—*n.* Bản thông-cáo.

Circulate *(sơ'kiu-lêt)*, *v.* Đi lại, lưu thông ; tuần hoàn.

Circulation *(-lê'shân)*, *n.* Sự đi lại, lưu thông, tiền-tệ.

Circumcise *(sơ'câm-saiz)*, *vt.* Cắt da quanh quy-đầu.

Circumference *(sơ-kăm'fơ-râns)*, *n.* Đường tròn xung quanh, chu-vi.

Circumscribe *(sơ-kâm-skraib')*, *vt.* Đặt giới-hạn ; vẽ ngoại tiếp.

Circumspect *(sơ'câm'spekt)*, *a.* Thận trọng, dè dặt

Circumstance *(sơ'kâm-stens)*, *n.* Cơ hội ; cảnh ngộ ; trường hợp.

Circumstantial *(sơ-câm-sten'-shâl)*, *a.* Rõ chi tiết ; tùy cơ.

Circumvent *(sơ-câm-vent')*, *vt.* Lung lạc ; cho vào tròng.

Circus *(sơ'kâs)*, *n.* Đầu các ngả đường ; gánh xiếc.

Cistern *(sis'tơn)*, *n.* Bể nước mưa ; chỗ đất chũng.

Citadel *(sit'tơ-đơl)*, *n.* Thành-trì ; vệ thành.

Citation *(sai-tê'shân, si-)*, *n.* Trát đòi ; sự dẫn-chưng ; sự biểu dương,

Cite *(sait)*, *vt.* Kể, nói lại ; gọi ra trước tòa-án.

Citizen *(sit'ti-zân)*, *n.* Người công-dân ; người ở thành-thị.

Citizenship *(-ship)*, *n.* Thân phận người dân.

Citric *(sit'trik)*. a. Thuộc về chất chanh.

Citron *(sit'trân)*. *n.* Quả chanh.

City *(sit'ti)*. *n.* Thành-thi, đô-thị ; khu.

Civic *(siv'vik)*, *a.* Thuộc về dân chúng, của công-dân.

Civics *(siv'viks)*, *n.* Giáo-dục công-dân ; công dân-học.

Civil *(siv'vưl)*, *a.* Thường dân ; quốc nội ; về dân sự

Civilian *(si-vil'li-ân)*, *n.* Người dân ; dân đen.

Civility *(si-vil'li-ti)*, *n.* Lịch sự, tao nhã ; văn minh.

Civilization *(siv-vi-li-zê'shân ; -lai-)*, *n.* Sự giáo-hóa, khai-hóa ; vắn-minh.

Civilize *(siv'vi-laiz)*, *vt.* Truyền ba văn-minh.

Clad *(cleđ)*, *part.* Mặc quần áo.

Claim *(clêm)*, *vt* Hỏi, khiếu nại ; yêu cầu

Clamber*(clem'bơ)*, *v.* Leo, trèo.

Clammy *(klem'mi)*. *a.* Ẩm ướt, mềm, quánh ; nhầy nhớt.

Clamor *(clem'mơ)*, *n.* Tiếng kêu gào, la ó, thét ; gầm.

Clamp *(klemp)*, *n.* Móc sắt.— *vt.* Móc lại.

Clan *(klen)*, *n.* Phường, phe, tụi, lũ.

Clandestine *(clen-des'tin)*, *a.* Kín đáo ; bí-mật.

Clang *(kleng)*, *n.* Tiếng kêu lẻng kẻng. — *v.* Kêu lẻng kẻng.

Clangor, **Clangour** *(-gơ)*, *n.* Xch. **Clang.**

Clap *(clep)*, *v.* Va, vỗ ; vỗ tay.

Claret *(cle'ret)*, *n.* Rượu nho ; màu đỏ tía

Clarify *(cle'ri-fai)*, *v.* Lọc hay làm cho trong.

Clash *(clesh)*, *n.* Tiếng, hay sự va nhau. — *vi.* Sát, cọ ; va vào nhau.

Clasp *(clasp)*, *n.* Cái móc ; cái ôm. — *vt.* Cặp, tóm lấy.

Class *(clas)*,*vt.* Phân-loại. — *n.* Lớp ; loại ; giờ học ; giai-cấp. —**Class-room**, buồng học

Classic *(cles' sik)*, **Classical** *(-cơl)*, *a.* Cổ-điển ; giáo khoa.

Classification *(cles-si-fi-kê' shân)*, *n.* Phân hạng, loại.

Classify *(cles'si-fai)*, *vt.* Xếp đặt ra từng hạng hay loại.

Classmate *(clas'mêt)*, *n.* Bạn đồng học.

Clatter *(clet'tơ)*, *n.* Tiếng kêu lạch-tạch. — *vi.* Làm thành tiếng động.

Clause *(clo-z)*, *n.* Ước, khoản; (văn) mệnh-đề.

Claw *(clo)*, *v.* Xé hay cào bằng móng. — *n.* Móng vuốt của loài cầm thú.

Clay *(clê)*, *n.* Đất sét.

Clean *(cli-n)*, *a.* Sạch sẽ.— *vt.* Lau sạch.

Cleaner *(-nơ)*, *n* Người lau chùi, hay tẩy quần áo.

Cleanse *(klens)*, *vt.* Làm cho sạch ; lau chùi.

Clear *(cli'ơr)*, *vt.* Làm cho sạch — *a.* Sáng rõ ; trong ; rõ.

Clear-up, *vt.* Làm cho sạch, cho rõ —*vi.* Sáng rõ; (mây)tan.

Clearance *(cli'ơ-râns)*, *n.* Sự làm cho rõ. — *n.* Việc thanh-toan ; sức chiếu của ánh sáng.

Cleave *(kli-v)*, *vi.* Nứt, vỡ, toạc ; bám lấy.

Clement *(clem'mânt)*, *a.* Nhân từ ; khoan hồng ; ôn hòa.

Clench *(clench)*, *n.* Vật bắt chặt lấy.—*vt.* Buộc chắc chắn; nắm chặt.

Clergy *(clơ'ji)*, *n.* Đoàn-thể giáo sĩ, tăng-lữ.

Clergyman *(-mân)*, *n.* Giáo sĩ, tăng đồ ; thày tu.

Clerical *(kle'ri-cơl)*, *a.* Thuộc về giáo-đồ, giáo sĩ, tăng lữ ; hay công chức.

Clerk *(clơk, clark)*, *n.* Người thư ký ; (Mỹ) người bán hàng.

Clever *(clev'vơ)*, *a*. Khéo-léo ; giỏi.

Clew, Clue *(klu)*, *n*. Cái dòng-dọc buộc buồm để kéo lên kéo xuống ; manh mối.

Clich *(clik)*, *v*. Làm cho kêu lích-tích.— *n*. Tiếng tích-tắc.

Client *(clai 'ânt)*, *n*. Khách hàng.

Cliff *(clif)*, *n*. Hòn đá to ; bờ bể cao.

Climate *(clai'mât)*, *n*. Khí hậu.

Climax *(clai'meks)*, *n*. Điểm cao nhất, tột điểm.

Climb *(claim)*, *n* Sự trèo ; chỗ tréo. — *v*. Leo, trèo.

Climber *(-mơ)*, *n*. Người ở núi ; người leo núi.

Clinch *(klinch)* *vt*. Đóng chặt lại ; chứng-thực, xác-nhận ; nắm chặt.

Cling *(cling)*, *vi*. Gián. ghim lại ; đeo đẳng, bám lấy.

Clinic *(klin'nik)*, *n*. Khoa y-học lâm - sản ; bệnh - viện, dưỡng-đường.

Clip *(clip)*, *a*. Ôm, bế; cắt xén; bám lấy.

Clipper *(klip'pơ)*, *n*. Thợ sén, cắt ; thuyền buồm vững chắc và chạy nhanh.

Clipping *(klip'ping)*, *n*. Rẻo, (miếng) sén ra ; bài báo cắt ra.

Clique *(kli-k)*, *n*. Một bọn ít người, tụi, nhóm.

Cloak *(clôk)*, *vt*. Che ; giấu.— *n*. Áo khoác ngoài (bành tô).

Cloak-room *(-rum)*, *n*. Phòng để áo.

Clock *(clok)*, *n*. Đồng hồ treo, đồng hồ lớn.

Clockwise *(klok' uaiz)*, *adv*. Như kim đồng hồ chuyểnđộng.

Clod *(clođ)*, *n*. Tảng đất ; người ngu đần.

Clog *(clog)*, *n*. Gánh nặng ; guốc.

Cloister *(klois'tơ)*, *n* Nhà tu kín ; tu-viện ; đời tu hành.— *vt*. Tách khỏi cõi trần.

Close *(clôs)*, *a*. Đóng lại ; hẹp gần ; thân thiết ; bí (hơi).

Close *(clôz)*, *n*. Chỗ kết, chung; kết. — *vt*. Đóng lại ; kèm theo, rút lại ; hợp quần.

Closet *(cloz ' zet)*, *vt*. Nói chuyện kín.—*n*. Buồng; phòng nhỏ. — **Water-closet** *(w.c.)* Nhà tiêu.

Closure *(clô'zhơ)*, *n*. Sự kết thúc ; vật bao vây.

Clot *(clot)*, *v*. Kết lại, đông lại. — *n*. Cục máu hay sữa đông (rón) lại.

Cloth *(cloth)*, *n*. Vải dạ ; cái khăn.

Clothe *(cl'ôTH)*, *vt*. Mặc quần áo.

Clothes *(clôTHz)*, *n. pl.* Quần áo ; y-phục.

Cloud *(claođ)*, *vt.* Làm cho âm-u — *n.* Mây.

Cloudburst *(klaođ' bơrst)*, *n.* Một trận mưa rào bất thình lình.

Cloven *(clô' vưn)*, (part. của Cleave). Dính ; toạc, vỡ.

Clown *(claon)*, *n.* Người thôn quê ; anh hề.

Club *(clăb)*. *n.* Hội chơi, câu-lạc bộ ; cái côn, chùy, gậy ngắn, dùi.

Clue, Clew *(clu)*, *n.* Cuộn chỉ con ; việc rắc rối.

Clumsy *(clăm'zi)*, *a.* Vụng về ; không khéo léo.

Cluster *(clăs'tơ)*, *n.* Một bó ; đám. – *v.* Tụ họp lại.

Clutch *(klăch)*, *vt.* Cầm, nắm, giữ, — *n.* Ổ gà con.

Clutter *(klăt'tờ)*, *n.* Tiếng ồn ào om sòm.

Coach *(côch)*, *vt.* Luyện tập dạy tư. — *n.* Cái xe ngựa ; huấn luyện viên.

Coadjutor *(cơ-ej'ju-tơ, cô-ơ-ju' tơ)*, *n.* Phó giáo-chủ ; người giúp việc.

Coagulate *(cô-eg'ghiu-lêt)*, *v.* Đông, đặc lại.

Coal *(côl)*, *vt* Tiếp-tế than. — *n.* Than, than đá

Coalesce *(cô-ơ-les')*, *vi.* Hợp lại, kết lại, kết hợp.

Coal oil *(côl-oil)*, *n.* Dầu tây (để thắp đèn),thán du, hỏa du,

Coalescence *(-sàns)*, *n.* Sự liên kết, hợp lại.

Coalfield *(côl' fi-lđ')* *n.* Mỏ than ; mỏ than nổi.

Coalition *(cô ơ-lis-shân)*, *n.* Sự đoàn kết; liên-hiệp ; đồng minh.

Coarse *(kôrs)*, *a.* Thô bỉ ; to.

Coast *(côst)*, *vi.* *(thuyền)* Đi men bể. — *n.* Bờ bể.

Coast guard *(côst-gard)*, Lính tuần phòng hải-ngạn, hải - tuần.

Coat *(côt)*, *n.* Áo lông ; áo ngắn ; lượt sơn, bụi v. v...

Coax *(côks)* *vt.* Mơn trớn, vỗ về, vuốt ve ; nịnh hót.

Cobalt *(cô'bolt)*, *n.* (hóa) Cô-bal ; chất kim loại dùng làm thuốc ruộm.

Cobbler *(cob'blơ)*. *n.* Người chữa giầy, người vụng - về.

Cobra *(cô'brơ)*, Rắn độc ở bên Phi-châu.

Cobweb *(cob'web)*, *n.* Mạng nhện.

Cocaine *(cô-kên', cô'kên, cô'-kê-in)*, *n.* Cô ca ; thuốc phiện trắng.

Coccyx *(cok'siks)*, *n.* Xương cụt.

Cock *(cok)*, *n.* Đống cỏ khô ; định-phong kế ; con gà sống (trống).

Cockatoo *(cok-kơ-tu',cok'-)*, *n.* Một thứ vẹt ở Úc-châu màu sắc rực rỡ.

Cockeye *(cok'ai)*, *n.* Mắt lác. *a.* **Cockeyed**, Lác mắt.

Cockpit *(cok'pit)*. *n.* Chỗ gà chọi nhau ; chỗ phi - công ngồi.

Cockroach *(cok'rôch)*, *n.* Con dán.

Cocoa *(cô'cô)*, *n.* Cacao ; súc-cù-là.

Cocoanut *(cô'cơ-năt)*, *n.* Quả dừa.

Cocoon *(cô-cun')*, *n.* Kén (tằm).

Cod *(cod)*, *n.* Cá thu — **Cod liver oil**, Dầu cá thu.

Code *(côd)*, *n.* Tập hay bộ luật ; điều lệ ; quy tắc ; chữ bí mật.

Coeducation *(cô - ed - điu - kê' shân)*, *n.* Sự dạy học chung cả con giai lẫn con gái.

Coefficient *(cô-efis'shânt)*, *n.* Hệ-số.

Coerce *(cô-ơrs')* *vt.* Cầm, ngăn lại ; dẹp, đàn áp

Coeval *(cơ-i'vơl)*, *a.* Cùng một tuổi, đồng tuế.

Coffee *(cof-fi)*, *n.* Cà-phê.

Coffer *(cof'fơ)*, *n.* Cái hòm, dương, tủ.

Coffin *(cof'fin)*, *n.* Áo quan ; quan tài

Cog *(cog)*, *n.* Răng bánh xe ; cái mộng (gỗ).

Cogitate *(coj'ji-têt)*, *v.* Suy nghĩ, ngẫm nghĩ.

Cognate *(cog'nêt)*, *a.* Liên-hiệp ; tương tự ; cùng một bản chất.

Cognition *(cog-ni'shân)*, *n.* Sự hiểu biết.

Cognizance *(cog'ni-shân, con'ni-zâns)*. *n.* (Luật) Dấu hiệu riêng ; sự hiểu biết.

Cogwheel *(cog'huy-l)*, *n.* Răng bánh xe.

Cohere *(cô-hi'ơ)*, *vi* Dán vào nhau ; kết lại với nhau

Coherent *(cơ-hi'rânt)*. *a.* Dính liền ; liên lạc. *n* – **Coherence**.

Cohesion *(-hi'zhân)*, *n.* Xch. **Cohere**.

Coil *(coit)*, *v.* Cuốn (quấn) lại. — *n.* Bó, cuộn (thừng, giây).

Coin *(coin)*, *n.* Tiền đồng. — *vt.* Sáng chế (chữ mới).

Coinage *(-nâj)*, *n.* Sự đúc tiền.

Coincide *(cỏ-in-saiđ')*, *vi.* Sẩy ra cùng một lúc ; hợp nhau.

Coincident *(cơ-in'si-đânt)*, *a.* Sự phù hợp ; cùng sẩy ra ; ngẫu-nhiên.

Coke *(côk)*, *n.* Than luyện.

Cold *(eôld)*, *n.* Sự lạnh lẽo ; (y) cảm. — *a.* Lạnh, rét.

Colic *(col'lik)*, *n.* Bệnh đau bụng.

Collaborate *(cơ-leb'bơ-rêt)*, *n.* Hợp tác, cộng tác.

Collapse *(cơ-leps')*, *n.* Sự đổ xụp; thất bại. — *vi.* Dận xuống ; đổ xụp.

Collar *(col' lơ)*, *n* Khăn quàng ; cổ cồn ; giây da quanh cổ chó.

Collateral *(cơ'lel'lơ-rơl)*, *a.* Phụ thuộc ; thuộc về bàn hệ; bề cạnh.

Collation *(cơ-lê'shân)*. *n.* Sự đối chiếu ; bữa ăn lót dạ.

Colleague *(col'li-g)*, *n.* Bạn đồng-sự ; đồng-nghiệp.

Collect *(cơ-lect')* *vt* Thu lại, gop nhặt. — *vi.* Tụ hợp.

Collection *(-shân)*, *n.* Sự sưu tầm ; một bộ ; sự thu lại.

Collective *(-tiv)*, *a.* Họp lại ; tập hợp.

College *(col' lel, - lảj)*, *n.* Trường đại-học ; trung-học.

Collide *(cơ-laid')*, *vi.* Va phải; đụng chạm.

Collier *(col'li-ơ)*, *n.* Thuyền chở than ; người buôn than ; thợ mỏ than.

Colliery *(-ri)*, *n.* Mỏ than.

Collision *(cơ-li'zhân)*, *n.* Sự đụng chạm ; sự xung đột ; phản đối

Colloquial *(cơ-lồ' qui-ơl)*, *a.* Thân thiện ; thường đàm.

Collusion *(cơ-liu'zhân)*, *n.* Sự thông đồng, âm mưu, mưu hại .— *a.* **Collusive.**

Colon *(cô'lân)*, *n.* Dấu hai chấm (:)

Colonel *(cơ'nơl)*, *n.* Đại - tá (sĩ quan) ; đoàn-trưởng.

Colonial *(cơ - lôn' ni - ơl)* *a.* Thuộc về thuộc địa ; thuộc-về thực dân.

Colony *(col'lơ-ni)*, *n.* Thuộc-địa ; thực-dân địa.

Color *(căl'lơ)*, *vt.* Bôi màu. — *vi.* Có màu ; biến sắc. — *n.* Màu sắc (**Colour**).

Colossal *(cơ-los'sơl)*, *a.* Vĩ đại; đồ sộ.

Colt *(colt)*, *n.* Ngựa con.

Column *(cal' lâm)*, *n.* Cột ; đội quân.

Columnist *(col'lâm nist,-lâm-mist)*, *n* Nhà viết báo chuyên môn viết các mục trong tờ báo.

Comb *(cồm)*,*vt.* Chải bằng lược. — *n.* Cái lược ; mào (gà).

Combat *(com ' bet), n. & vi.* Chiến đấu, đánh nhau.

Combine *(câm-bain'), vt.* Hợp lại, nối ; liên hiệp.

Combustion *(câm-băs'chân), n.* Sự nung nấu ; đốt chảy.

Come *(căm), vi.* Đến, tới ; xuất hiện.

Comedy *(com'mi-đi), n.* Hài kịch, hí-kịch ; khôi hài

Comely *(căm'li), a.* Đẹp giai ; kiều-diễm.

Comestible *(cơ - mes' ti-bưl), a.* Có thể ăn được. —*n.* Thực-phẩm, đồ ăn.

Comet *(cồm'met), n.* Sao chổi, tuệ tinh.

Comfort *(căm'fơt), n.* Sự an-ủi. — *vt.* Làm cho mạnh-mẽ; tráng kiện ; sự an-nhàn, ấm-cúng.

Comfortable *(căm'fơ-tơ-bưl), n.* Chăn bông. — *a.* Tiện lợi; ấm cúng ; dễ chịu.

Comic *(com'mik), a.* Thuộc về hài kịch, khôi hài, làm cho cho ta cười.

Comity *(com'mi-ti), n.* Cách lịch sự ; vẻ nhã nhặn ; sự lễ độ.

Comma(*com'mơ*) *n.*Dấu phẩy(,).

Command *(cơ-mand'), n.* Mệnh-lệnh ; tài năng.— *vt.* Chỉ huy. đốc quân ; sai khiến.

Commandeer (*com-mân-đi'ơ), vt.* Trưng tập, trưng thu.

Commander-in-chief *(cơ-man' đơ in-chi-f), n.* Tổng tư-lệnh, đại nguyên-soái.

Commandment *(-mânt), n.* Sự chỉ huy ; (tôn) giới dăn.

Commando *(cơ man'đô),n.* Đội com-măng-đô; đội xung-phong.

Commemorate *(cơ-mem' mơ-rêt)*,*vt.* Làm lễ, cử hành, truy-niệm.

Commence *(cơ-mens'), v.* Bắt đầu, khởi thủy.

Commend *(cơ-menđ'), vt.* Ủy-thác ; khen ; thuê mướn, cho thuê ; dặn dò.

Commensurate *(cơ-men'shu-rât), a.* Cân đối.

Comment *(com'ment,cơ-ment), vi* Phê-bình. — *n.* Lời chú thích, dẫn giải ; bình luận, bài phê bình.

Commerce *(com-mơs), n.* Buôn bán, giao dịch, thương mại.

Commercial *(cơ-mơ'shơl), a.* Thuộc về buôn bán.

Commissar *(com'mi-sar), n.* Ủy-viên ; nhân-dân ủy-viên (ở Liên-Sô).

Commissariat *(-se'ri-et)*, *n.* Ủy-viên-đoàn (Liên-Sô) ; quân nhu-cục.

Commissary *(com'mis-sơ-ri)*, Ủy-viên ; ty-trưởng.

Commission *(cơ-mis-shân)*, *vt.* Ủy-nhiệm.— *n.* Công việc ủy thác ; tiền hoa hồng.

Commissioner *(cơ-mis' shân nơ)*, *n* Ủy-viên ; đặc-sứ.

Commit *(cơ-mit')*, *vt.* Ủy thác, ủy-nhiệm ; phạm.

Committee *(cơ-mit'ti)*, *n.* Ủy ban ; hội đồng ; hội nghị.

Commodity *(cơ-mod'đi'li)*, *n.* Sự thuận tiện ; (pl) hàng hóa.

Commodore *(com'mơ-đôr)*, *n.* Hải-quân phó thiếu - tướng, phó đô-đốc.

Common *(com'mân)*, *n.* Công-địa. — *a.* Thường ; hạ lưu ; chung chạ.

Common-wealth *(com' mân - uelth)*. *n.* Nước cộng-hòa ; quốc-dân.

Commotion *(cơ-mô'shân)*, *n.* Sự rung chuyển ; biến-động, chấn động.

Commune *(com'miu-n)*. *n.* Phái bình-dân, hạng hạ lưu ; thị hương (ở Pháp).

Communicate *(cơ-miu-ni-kêt)*, *vi.* Giao thông; thông đạt,—*vt.* Thông-tri, cho biết; chuyền đi.

Communication *(-kê'shân)*, *n.* Xch. Communicate.

Communion *(cơ miu'ni-ân)*, *n.* Tình hữu nghị;sự chung quyền buôn bán ; (tôn) Thánh-thể.

Communique *(cơ-miu-ni-kê', -miu'-)*. *n.* Tờ thông tư, thông cáo, thông đạt.

Communist *(com'miu-nist)*, *n.* Người Cộng-sản.

Community *(cơ-miu'ni-ti)*, *n.* Xã-hội ; người đồng bang.

Commute *(cơ-miu-t')*, *vt.* Đổi bớt ; hoán giảm, giảm bớt.

Compact *(câm-pect')* ; *a.* Chắc chắn ; giây. — *vt.* Đóng.

Companion *(câm-pen'ni ân)*, *n.* Bạn bè, đồng chí.

Company *(căm'pơ-ni)*, *n.* Hội công ty ; đội, trung đội; đoàn.

Comparative *(câm'pe'rơ-tiv)*, *a.* So-sánh ; (văn) tỷ-giảo.

Compare *(câm-per')*, *vt.* So sánh, đối chiếu.

Camparision *(câm-pe' ri-sân)*, *n.* Trạng-thái tỷ-giảo ; sự so-sánh.

Compartment *(câm-part'mânt)* *n.* Căn, gian (nhà).

Compass *(căm'pâs)*, *n.* Chu-vi ; sự xếp đặt đúng kích thước ; cái địa-bàn. — *n. p.* Cái com-pa.

Compassion *(câm-pes'shân)*, *n.* Lòng thương, tội-nghiệp, trắc ẩn.

Compatible *(câm-pet'li bưl)*, *a* Tương hợp, tương thích.

Compatriot *(câm-pel'lri-ât, -pel'-)*, *n.* Người đồng hương, đồng bào.

Compel *(câm - pel')*, *vt.* Bắt buộc ; ép uổng, áp chế

Compensate *(com' pen - sêt)*, *vt.* Đền bù, bồi thường.

Compete *(câm-pi-t')*, *vi.* Cạnh tranh ; bàn cãi.

Competent *(com'pi-tânt)*, *a.* Xứng hợp ; hợp cách.

Competition *(com pi-tis'-shân)* *n.* Sự tranh dành.

Competitor *(câm'pet'ti-tơ)*, *n.* Người tranh dành với ai ; địch thủ ; người cạnh tranh ; thi với.

Compile *(câm-pail')*, *vt.* Biên tập ; biên soạn.

Complacence *(câm-plê'sâns)*, *n.* Sự vui lòng, toại mãn, thỏa mãn.

Complain *(câm-plên)*, *v.* Phàn nàn, ta thán.

Complaint *(-plênt')* *n.* Lời than phiền, nỗi bực mình ; khó chịu.

Complaisance *(câm-plê'zâns ; -sâns)*, *n.* Tính hay làm đẹp lòng người, khoan hồng.

Complement *(com'pli-mânt)*, *n* Sự bổ khuyết, bổ túc.

Complete *(câm-pli-t')* *vt.* Hoàn thành. — *a* Đầy đủ

Complex *(com'pleks)*, *a* Rắc rối, phức tạp, cầu kỳ.

Complexion *(câm-plek'shân)*, *n* Bề ngoài ; vẻ mặt.

Compliance *(câm-plai'âns)*, *n.* Tính hay chiều người ; ân-cần, dễ dãi.

Complicate *(com'pli-cât)*, *a.* Phiền phức ; rắc rối.

Complicity *(câm-plis'si-ti)*, *n.* Đồng mưu ; hợp tác.

Complimnet *(- mânt)*, *n.* Lời khen ; chúc tụng, chúc từ.

Comply *(câm-plai')*, *vi.* Chiều lòng, chiều ý; hợp với.

Component *(câm-pô'nânt)*, *a.* Thiết lập, cấu tạo.

Comport *(câm-pô-t')*, *v.* Mang, chở : bằng lòng, chuẩn y.

Compose *(câm pôz')*, *vi.* Làm văn ; tác nhạc. — *vt.* Làm thành ; sáng tác, đặt ra.

Composite *(câm-pôz'zit, com'-pơ-zit)*, *a.* Phức hợp ; hợp thành.

Composition *(com-pơ-zis'shân)*, *n.* Bài luận ngắn; sự sáng tạo, làm ra.

Compositor *(câm-poz'zi-tơr)*, *n.* Thợ sắp chữ in.

Comptroller *(cân-trôl'lơ)*, *n.* Người kiểm-soát.

Compusure *(câm-po'zhơ)*, *n.* Sự yên lặng, êm đềm.

Compound *(câm-paond') (com' paond)*, *v.* & *a.* Phức hợp, hỗn hợp, kép.

Comprehend *(com-pri-hend')*, *vt.* Hiểu biết; gồm.

Compress *(com'pres)*, *n.* Băng vải.—*(câm-pres')*, *vt.* Ép.

Comprise *(câm-praiz')* *vt.* Bao gồm, bao quát.

Compromise *(com'prơ-maiz)*, *n.* Sự nguy cấp; sự điều đình, dàn xếp, hòa giải.

Compulsion *(câm-păl'shân)*, *n.* Sự bắt buộc; áp bức.

Compute *(căm-piut')*, *vt.* Tính toán, trù tính.

Comrade *(câm râd,-red)*, *n.* Bạn, đồng-trí.

Con *(con)*, *vt.* Học tập, học thuộc. — *adv.* Phản đối. — *n.* Phiếu (hay người) phản đối, đối lập.

Concave *(con'kê)*, *n.* & *a.* Lõm, chũng (lòng chảo).

Conceal *(cân-si-l')*, *vt.* Chốn, lẫn; cất đi, giấu đi.

Concede *(-si-đ')*, *vt.* Nhượng bộ; thừa nhận.

Conceit *(-si-t')*, *n.* Tính tự đại; quan niệm, ý tưởng.

Conceive *(-si-v')*, *vi.* Chửa; có ý-tưởng.—*vt.* Hiểu biết, nhận định, nghĩ ra

Concentrate *(con'sân-trêt)*, *a.* Làm đông lại; tập chung.
Concentration *(trê'shân)*.

Concentric *(cân-sen'trik)*, *a.* Đồng tâm,cùng một trung-tâm.

Concept *(con'sept)*, *n.* Ý kiến, tư tưởng, ý tưởng, quan niệm.

Concern *(cân-sơn')*, *n.* Việc; sự quan tâm.—*vt.* Có can hệ đến, liên can.

Concerning *(-ning)*, *prep.* Xch. **Concern**.

Concert *(con'sơt)*. *n.* Sự hay buổi hòa nhạc; hiệp nghị.

Concert *(cân'sơt)* *vt.* Bàn tính. —*vi.* Liên hiệp.

Concerto *(cân-cher'lô, cân-sơr' tô)*, *n* Bản nhạc để hòa.

Concession *(cân-ses'shân)*, *n.* Sự nhượng quyền, nhượng bộ.

Conciliate *(cân sil'li-êt)*, *vt.* Điều đình, hòa giải.

Concise *(cân-sais')*, *a.* Gọn gàng, vắn tắt và rõ.

Conclave *(coc'klêv, coong-), n.* Hội tuyển - cử giáo - hoàng ; hội-nghị bí-mật.

Conclude *(cân-cluđ), vi.* Hết. —*vt.* Quyết định, kết luận.

Conclusion *(cân-clu'zhân), n.* Xch. **Conclude.**

Concord *(con'cord,coong'-), n.* Sợ đồng lòng, đồng ý.

Concourse *(con'côrs,coong'-), n.* Sự đồng quy ; Sự tụ tập.

Concrete *(con-cri't, cân-cri-t'), a.* Đông đặc ; cụ thể. – *n.* Chất bê-tông, xi-măng cốt sắt.

Concubine *(coong'kiu-bain), n.* Thiếp, nàng hầu, vợ lẽ.

Concupiscence *(con-kiu'pi-sâns), n.* Sự, lòng vật dục, đam mê, dâm dục.

Concur *(cân-cơ'), vi.* Đồng ý ; hiệp lực.

Concurrent *(cân-că'rânt), a.* Xch. **Concur.**

Concussion *(cân-căs'sânt), n.* Sự lay động, chuyển động, chấn động.

Condemn *(cân-đem'), vt.* Kết án, xử phạt ; đầy đọa.

Condense *(con-đens'), vt.* Làm cho gọn - gàng ; đông đặc ; ngừng.

Condescend *(con-đi-senđ'), vi.* Nể, chiều ý ; cúi.

Condiment *(con'đi-mânt), n.* Sự cho đồ gia-vị vào món ăn ; đồ gia vị.

Condition *(cân-đi'shân), n.* Điều kiện ; địa vị ; thân phận, tình trạng.

Condole *(cân-đôl'), n.* Làm cho đau đớn ; phiền muộn.

Condone *(cân-đôn'), vt.* Tha thứ, bỏ qua.

Condor *(con'đơr,-dor), n.* Chim thần-ưng thường thấy ở Nam-Mỹ.

Conduce *(-đius), vi.* Lái, đưa, dẫn đến.

Conduct *(con'đăct), n.* Sự hướng-dẫn ; cách cư xử, hành vi.

Conduct *(cân-đăct'), vt.* Chỉ dẫn ; cư xử.

Conductor *(cân-đăc'tơ), n.* Người hướng dẫn ; người ban vé xe điện hay ô-tô hàng.

Conduit *(con'đit). n.* Máng nước ; ống dẫn nước.

Cone *(côn), n.* Hình nón, viên chùy.

Confection *(cân fek'shân), n.* Sự điều chế ; kẹo, mứt.

Confectioner *(-nơ), n.* Người làm hay bán kẹo mứt.

Confederacy *(cân-feđ'đơ-rơ-si), n.* Liên-bang.

Confer *(càn-fơ')*, *vt.* Cho ; đối chiếu—*vi.* Thương nghị, thảo luận.

Conference *(con'fơ râns)*, *n.* Buổi diễn-thuyết ; hội nghị, cuộc thương nghị.

Confess *(cân-fes')*, *v.* Thú ra, xưng ra ; xám hối.

Confession *(cân-fes'shân)*, *n.* Sự thú nhận ; xưng tội ; xám hối.

Confetti *(cân-fet'li)*, *n.* Miếng giấy hay miếng giẻ để tung ở các cuộc lễ vui.

Confide *(-faiđ')*, *vt.* Nói kín ; ủy thác. — *vi.* Đặt lòng tin, tin cậy.

Confidence *(con'fi-đâns)*, *n.* Lòng tin cậy.

Confidential *(-đen'shơl)*, *a.* Riêng ; kín, bí mật.

Confidently *(con'fi-đânt-li)*, *a.* Xch. **Confidential**

Confine *(cân-fain)*, *vt.* Giam hãm ; mắc nghẽn.

Confirm *(-fơrm')*, *vt.* Làm cho chắc chắn ; xác nhận.

Confirmation *(con-fơ-mê'shân)*, *n.* Sự chứng thực, xác nhận ; lễ kiên-tín, lễ thêm-sức.

Confiscate *(con'fis-kêt,con-fis'-)*, *vt.* Tịch thu.

Conflagration *(con-flơ-grê'-shân)*, *n.* Đại hỏa tai.

Conflict *(con'flict)*, *n.* Cuộc xung đột — *(conflict')*. — *vi.* Chiến đấu.

Conform *(cân-form')*, *vi.* Hợp nhau. — *vt.* Làm cho xứng, hợp.

Confound *(con-faonđ', cân-)*, *vt.* Nhầm lẫn, lẫn lộn ; làm cho luống cuống.

Confront *(-frănt-)*, *vt.* Đối chất, đương đầu với.

Confuse *(cân-fiuz')*, *vt.* Nhầm lẫn ; hỗn-hợp.

Congeal *(-ji-l')*, *n.* Đông lại.— *vt.* Làm lạnh buốt.

Congenial *(cân-ji'ni-ơl)*, *a.* Đồng tình ; thích hợp.

Congest *(cân-jest')*, *vt.* Chất đống, chồng đống ; làm ứ huyết.

Congratulate *(cân-gret'tiu-lêt)*, *vt.* Khen ngợi, chúc mừng.— *n.* **Congratulation** *(-lê'shân)*, Lời chúc.

Congregate *(coong'gri-ghêt)*, *v.* Thu lại ; triệu tập.

Congregation *(-ghê'shân)*, *n.* Sự tụ họp ; cử tọa.

Congress *(coong'gres)*, *n.* Hội nghị ; quốc hội.

Congruence *(coong'gru-âns)*, *n.* Sự đồng lòng, sự điều hòa, hòa hợp.

Congruity *(cân-gru'i ti)*, *n.* Sự đáng ; thích hợp.

Conic *(cô'nic)*, **Conical** *(-col)*, *a.* Có hình nón.

Conjecture *(cân-jek'chơr)*, *n.* Sự phỏng đoán, ước lượng, ức đoán.

Conjugal *(con'ju-gơl)*, *a.* Thuộc về vợ chồng.

Conjugate *(con'ji-ghêt)*, *vt.* Chia (động-từ), biến thể.

Conjunction *(cân jăng'shân)*, *n.* Sự nối tiếp ; (văn) liên tự.

Conjure *(căn'jơ)*, *vt* Gọi hồn ; làm trò quỉ thuật : câu.

Connect *(cơ-nect')*, *v.* Nối tiếp, nối liền ; kết hợp.

Connection, **Connexion** *(cơ-nek'shân)*, *n.* Sự nối liền, sự liên can ; liên lạc.

Connive *(cơ-naiv')*, *vi.* Vờ vờ không xem thấy sự nhầm ; thông đồng.

Conquer *(coong'cơ)*, *vi.* Thắng — *vt.* Chinh phục.

Conscience *(con'shâns)*, *n.* Sự biết, ý thức ; lương tâm.

Conscientious *(con-shi-en'shâs)*, *a.* Có lương tâm ; cẩn thận, thận trọng.

Conscious *(con'shâs)*, *a.* Tín ngưỡng ; tỉnh, biết.

Consecrate *(con'si-crêt)*, *vt.* Dâng biếu; coi như thần thánh.

Consecration *(-shân)*. *n.* Sự dâng, biếu, cúng ; tâng làm thần thánh.

Consecutive *(cân sec'kiu-tiv)*. *a.* Liền, liên tiếp ; theo thứ-tự.

Consent *(cân-sent')*, *n.* Sự bằng lòng — *vi* Bằng lòng.

Consequence *(con'si-quens.-quâns)*, *n.* Kết quả.

Consequently *(-queni-li)*, *adv.* Vậy thì, như vậy.

Conservation *(con-sơ-vê'shân)* *n.* Sự giữ lại ; duy trì.

Conservative *(cân-sơ-vơ-tiv)*, *a.* Bảo thủ.

Conservatory *(cân-sơr'vơ-tô-ri, -tơ-ri)*, *n.* Trường âm nhạc ; học hiệu ; nhà ươm cây

Conserve *(cân-sơrv')*, *vt.* Dìn giữ, duy trì, bảo tồn.

Consider *(cân-sid'đơ)*, *v.* Coi như là ; ngắm nghía.

Considerable *(-rơ-bưl)*, *a.* To tát, lớn lao; quan trọng.

Consideration *(rê'shân)*, *n*, Sự xem xét, để ý.

Consign *(cân-sain')*, *vt.* Gửi ; ký thác ; ra lệnh cho.

Consignment *(cân-sain'mânt)*. *n.* Sự gởi hàng ; thư ủy-thác.

Consist *(con-sist')*, *vi.* Gồm có.

Consistence *(-sis'tâns)*, *n.* Sự chắc chắn, kiên cố.

Console *(cân-sôl')*, *vt.* An ủi ; dỗ dành, khuyên giải.

Consolidate *(cân-sol'li-đêt)*, *a.* Đoàn - kết. — *vt.* Củng cố ; làm cho vững vàng.

Consonant *(con'sơ-nânt)*, *a.* Êm tai, hòa âm. — *n* (văn) Chữ phụ âm.

Consort *(con'sort)*, *n.* Người vợ, chồng ; người đồng thuyền.

Consort *(cân-sort')*, *vi.* Liên hợp ; lấy vợ ; lấy chồng.

Conspicuous *(cân-spik'kiu-âs)*, *a.* Được để ý tới, rõ ; lộ hẳn ra. — **Conspicuousness**. *n.*

Conspiracy *(- spi' rơ - si)*, *n.* Cuộc âm mưu ; đảo chính

Conspire *(-spai'ơ)*, *vi.* Âm - mưu ; kết đảng.

Constable *(cân' stơ - bưl)*, *n.* Cảnh-binh, công-an-viên

Constancy *(con'stân-si)*, *n.* Sự bền lòng ; kiên gan.

Constant *(con'stânt)*, *a.* Vững chắc ; bền lòng ; liền.

Constellation *(con-stơ-lê'shân)*, *n.* Chòm sao.

Consternation *(- nê' shân)*. *n.* Sự kinh-ngạc, thất-kinh.

Constipate *(con'sti-pêt)*, *vt.* Táo, bón, làm bí đại tiện.

Constituent *(cân-sti-t'tiu-ânt)*, *a.* Thiet lập ; cấu tạo ; có quyền tuyển cử.

Constitute *(con'sti-tiu-t)* *vt.* Thiết-lập ; thiết định ; cấu thành, ủy nhiệm.

Constitution *(con-sti-tiu'shân)*, *n.* Hiến pháp ; sự thiết lập ; cấu tạo ; thể chất, tính-tình.

Constrain *(cân - strên')*, *v.* Cưỡng ép, bắt buộc ; hạn chế.

Constraint *(-strênt')*, *n.* Xch. **Constrain**.

Constrict *(-strict')*, *vt.* Buộc ; kéo lại, ép lại.

Construct *(cân-străct')*, *vt.* Xây dựng, kiến thiết ; làm.

Construe *(con'tru,cân-stru')*, *vt.* Phân giải ; giảng nghĩa ; phiên dịch ; thuyết minh.

Consul *(con'sơl)*, *n.* Lãnh-sự ; quan chấp chính.

Consulate *(con' siu - lât)*, *n.* Chức lãnh-sự ; lãnh sự quán. — **Consulship**, *n.* Chức - vụ lãnh-sự.

Consult *(cân-sălt')*, *v.* Hỏi ý kiến ; tra cứu ; thăm dò.

Consume *(-suym')*, *vi.* Tiêu đi ; tiêu diệt. — *vt.* Tàn phá, thiêu hủy ; tiêu thụ. — **Consumer** *(-mơ)*, *n.*

Consummate *(cân-săm'mưt)*, *a.* Làm trọn, hoàn thành ; hoàn-toàn.

Consumption *(cân-sămp'shân)*, *n.* Sự tiêu thụ ; tiêu diệt ; bệnh ho lao — **Consumptive** *a. & n.*

Contact *(con'tect)*, *n.* Sự đụng chạm ; giao dịch.

Contagion *(cân-tê'jân)*, *n.* Sự truyền nhiễm ; hay lây.

Contain *(cân-tên')* *vt.* Chứa, đựng, bao, gồm.

Contaminate *(-tem'mi-nêt)*, *vt.* Làm bẩn ; ô-uế ; lây.

Contemplate *(con'.tem - plêt)*, *vt.* Trầm tư, suy nghĩ, xem xét ; ngắm nghía. — **Contemplation**, *n.*

Contemporary *(cân-tem'pơ-rơ-ri)*. *a.* Cùng thời-đại.

Contempt *(cân-tempt')* *n.* Sự khinh bỉ; (luật) sự cố ý không tuân lệnh tòa án.

Contemptuous *(-temp'chu-âs)*, *a.* Tỏ vẻ khinh-bỉ.

Contend *(cân-tent)*, *n.* Tranh dành. — *vi.* Chủ-trương.

Content *(cân-tent')*, *n.* Vật chứa đựng trong ; phạm-vi ; cỡ ; diện-tích. — *a.* Bằng lòng.

Contention *(- shân)*, *n.* Sự tranh dành ; tranh điềm.

Conterminous *(con-tơ'mi-nâs)* *a.* Cùng giới hạn.

Contest *(cân-test')*, *vt.* Phản đối ; tranh-luận ; cạnh tranh. —*(con-test)*, *n.* Cuộc thi đua.

Context *(con-tekst)*, *n.* Văn mạch — **Contextual**, *a.*

Contiguity *(cân-tig'ghiu ti)*, *n.* Sự tiếp-liên ; liên-miên.

Continence *(con'ti-nâns)*, *n.* Tính tự-chế; khắc kỷ.

Continent *(-nânt)*, *a.* Tự chế. — *n.* Đại lục ; châu.

Contingent *(cân-tin'jânt)*, *a.* Có thể ; ngẫu nhiên. — *n.* Số lính (mỗi nơi phải cấp.)

Continual *(-nu-ơl)*, *a.* Liên-tiếp; sẩy ra đều đều.

Continue *(cân-tin'niu)*, *v.* Tiếp tục ; liên tục.

Contort *(-tort)*, *vt.* Vặn ; bẻ cong lại.

Contour *(con'tur, con-tur')*, *n.* Đường vẽ ngoài-hình.

Contraband *(con'trơ-benđ)*, *n.* Việc buôn lậu ; hàng lậu. — *a.* Lậu ; cấm chỉ.

Contract *(cân-trect')*, *vt.* Lập bằng khế ước ; đính hôn ; giảm đi ; co lại. — *vi.* Lập hợp đồng.

Contract *(con' trect)*, *n.* Khế ước ; hợp đồng.

Contractile *(cân-trek'til)*, *a.* Có thể co lại, rút lại được.

Contraction *(cân-trek'shân)*, *n.* Sự giảm bớt.

Contractor *(-tơ)*, *n.* Người thầu khoán.

Contradict *(con-trơ-đict)*, *vt.* Nói trái lại ; phủ-định.

Contradistinct *(-đis-tingkt)*, *a.* Đối biệt.

Contralto *(cân-trel'tô)*, *n.* Tiếng nhẹ nhẹ của đàn bà ; người hát bè này.

Contrary *(con'trơ-ri)*, *a.* Trái ngược ; mâu thuẫn. — *n.* Sự tương phản. — **Contrarily**, *adv.*

Contrast *(cân-trast')*. *v.* Đối chiếu.—*(con'trast).n.* Sự khác nhau ; sự đối chiếu ; vật khác nhau.

Contravene *(con-trơ-vi n')* *vt.* Phạm luật ; phản đối.

Contribute *(cân-trib'biut)*, *vt.* Góp vào.—*vi.* Giúp cho thành; gửi bài (cho tờ báo).

Contrite *(con'trait)*, *a.* Hối hận, ăn năn tội. **Contrition.**

Contrivance *(cân-traiv'vâns)*, *n.* Sự sáng kiến ; chương trình ; kế hoạch.

Contrive *(cân-traiv')*, *vt.* Mưu đồ.—*vi.* Nghĩ mưu.

Control *(cân-trôl')*, *vi.* Điều khiển, chi-phối.—*n.* Sự quản-lý. — **Self-control**, Sự tự chủ.

Controller *(-lơ)*, *n.* Người đi kiểm-tra.

Controversy *(con'trơ-vơ-si)*, *n.* Cuộc tranh-luận.

Contumacy *(con'tiu-mơ-si)*, *n.* Tính bướng bỉnh, chống lại mệnh-lệnh. — **Comtumacious** *(-mê'shâs)*, *a.*

Contuse *(cân-tiuz')*, *vt.* Đánh đập.—**Contusion**, *n.*

Contusion *(cân-tiu'zhân)*, *n.* Giập xương.

Convalescence *(con-vơ-les'sâns)*, *n.* Thời kỳ phục lại sức khỏe, dưỡng sức.—**Convalescent**, *a.*

Convenience *(cân-vi-nhi'âns)*, *n.* Sự tiện lợi ; an nhàn.

Convent *(con'vânt)*, *n.* Nhà tu ; trường học bà mụ.

Convention *(cân-ven'shân)*, *n.* Cuộc hội họp ; hội nghị ; hiệp định.—**Conventional** *a.* Đúng phương pháp.

Converge *(cân-vơ-j')*, *vi.* Tụ lại một điểm ; tụ họp.

Convergence *(-jâns)*, *n.* Sự tụ lại một điểm.

Conversable *(cân-vơ'sơ-bul)*, *a.* Dễ giao thiệp.

Conversant *(-sânt), a.* Thạo, quen ; tinh-thông.

Conversation. *(con - vơ - sê' - shân), n.* Cuộc đàm thoại, nói chuyện.

Converse *(cân vơs'), vi.* Trò chuyện.

Converse *(con'vơs), n.* Cuộc giao-tế ; hội thoại. — *a.* Quay lại, tương phản, phản đối.

Convert *(cân·vơt'), vt.* Đổi tín-ngưỡng ; biến hóa, đổi chuyển, đổi ý định.

Convex *(con'veks), n. & a.* Lồi ra.—**Convexity**, *n.*

Convey *(cânvê'), vt.* Mang, đem ; vác chở.

Convic *(con'vict), n.* Tội ; tội nhân. — *(cân-vict'), vt.* Định tội, kết tội.—*n.* **Conviction**, *n.* Sự chắc chắn.

Convince *(cân-vins') vt.* Thuyết phục ; biện thuyết.

Convoke *(cân·vôk'), vi.* Triệu tập. đòi lại, triệu đến.

Convoy *(con-voi',cân-), vt.* Hộ tống. — *n.* *(con'voi),* Người hay tàu hộ tống.

Convulsion *(-văl'shân), n.* Sự co quắp ; quằn quại

Coo *(cu), n.* Tiếng chim bồ câu kêu gù gù.

Cook *(cuk). n.* Người nấu bếp. — *vt.* Nấu nướng.

Cookery *(cơk'kơ-ri), n.* Nghề lam đồ bếp ; nấu nướng ; nhà bếp.

Cool *(cu-l), a.* Mát ; yên tĩnh. —*v.* Nguội dần.

Cooler *(cu'lơr), n.* Bình giữ đồ uống cho được mát.

Coolie *(cu'li), n* Người phu ; người cu-li.

Coop *(cu·p), n.* chuồng gà vịt. —*vt.* Nhốt vào chuồng.

Cooper *(cu-pơ), n.* Thợ đóng thùng.

Cooperate *(cơ-op'pơ rêt), vi.* Hợp tác ; hiệp lực.

Cooperative *(cơ-op'pơ-rê-tiv, rê), a.* Hợp tác ; thuộc về hợp tác xã.

Coordinate *(cơ-or'đi-nât), a.* Ngang bằng, sánh ngang.

Copartner *(cơ-part'nơ), n.* Hội viên ; người công ty với.

Cope *(côp), vi.* Tranh đấu, cạnh tranh ; đuổi kịp.

Copious *(cô'pi-âs), a.* Hậu hĩnh.

Copper *(cop'pơ), n.* Đồng ; đồng xu ; phong phú.

Copra *(cop'prơ, cô'prơ), n.* Nhân dừa phơi khô.

Copy *(cop'pi), v.* Chép lại, sao lại ; bắt chước.

Copy *(cop'pi), n.* Bản sao ; số (báo) ; bản (sách).

Copyright *(- rait)*, *n.* Bản quyền : trứ-tác quyền.

Coquet, coquette *(cơ-ket')* *vi.* Làm dáng, làm đỏm ; chiều chuộng ai, tán tỉnh. — Người lang lơ.

Coral *(co' rơl)*, *n.* San hô. **Coral-line**, *a.*

Cord *(cord)*, *n.* Giây thừng. — *vt.* Buộc bằng thừng.

Cordial *(cor'đi-ơt, cơr'jơl)*, *a.* Thân ái ; thân mật.

Core *(côr)*, *n.* Hột, lõi quả ; trung tâm điểm

Cork *(cork)*, *n.* Chất bấc ; nút bấc. — **Corky**. *a.*

Corkscrew *(-scru)*, *n.* Cái mở nút chai.

Cormorant *(cor'mơ-rânt)*, *n.* chim cốc.

Corn *(corn)*, *n.* Hạt hay cây lúa mì. — **Cornflour** *n.*

Corner *(cor'nơ)*, *n.* Góc, cạnh. — *vt.* Rồn vào góc.

Corner-seat *(-si t')*, *n.* Chỗ ngồi ở góc.

Cornet *(cor'net, cor-net')*, *n* Một thứ kèn tơ-rom-pét.

Corollary *(co'rơ-le-ri, cơ-rol' lơ-ri)*, *n.* Hệ luận.

Corona *(cơ-rô'nơ)*, *n.* Tia sáng quanh mặt giời, quầng.

Coronation *(co-rơ-nê'shân)*, *n.* Lễ đăng quang.

Coroner *(co'rơ-nơ)*, *n.* Nhân viên điều tra về cái chết không phải phép.

Corporal *(cor'pơ-rơl)*, *a.* Về nhục-thể, xác thịt.—*n.* (quân). Chức cai, tiểu-đội-trưởng.

Corporation *(cor-pơ-rê'shân)*, *n.* Đoàn thể, hội.

Corporeal *(co-pô'ri-ơl)*. *a.* Có hình thể ; thuộc về thân thể ; cụ thể ; xác-thịt.

Corps *(côr)*, *n* Một cơ, đội (lính) ; đoàn thể.

Corpulence *(cor'piu-lâns)*. *n.* Sự to béo, to lớn lực lưỡng.

Corpse *(corps)*, *n.* Xác người chết, thi-thể.

Corpuscle *(cor' păs - sul)*, *n.* Huyết cầu ; vật nhỏ li ti.

Correct *(cơ-rect')*, *vt.* Chữa, sửa, soát. — *a.* Đúng.

Correlative *(cơ-rel'lơ-tiv)*, *a.* Hỗ tương, tương quan, tương giao.

Correspond *(co-ri-spond')*, *vi.* Tương hợp ; vừa ; giao dịch bằng thư từ ; thông tin cho ; tương-đương với.

Correspondence *(- dâns)*, *n.* Xch. **Correspond**.

Corridor *(cor'ri-đor,-đôr)*, *n.* Hành lang ; khe, đường hẻm.

Corrode *(cơ-rôd')*, *vt.* Ăn mòn ; ăn rỗng. — *n.* **Corrosion**.

Corrugate *(co'riu-ghêt,-ru-), v.* Nhăn, chun, nhấp nhô.

Corrupt *(cơ-răpt')* *vt.* & *a.* Hư hỏng, đồi bại, thối nát.

Corset *(cor'set, -sưt), n.* Áo nâng ngực đàn bà.

Corvette *(cor-vet'), n.* Hải-phòng-hạm.

Cosmetic *(coz-met'tik), n.* Sáp bôi cho mượt tóc. mịn da ; mỹ-phẩm.

Cosmopolitan *(coz-mơ-pol'li-tân), a.* Thuộc về khắp mọi nơi ; khắp hoàn cầu.

Cosmos *(coz'mos,-mâz), n.* Vũ-trụ, thế giới.

Cost *(cost), n.* Giá tiền ; tiền tiêu. — *vt.* Đáng giá.

Costermonger *(cos-tơ-măng' gơ), n.* Người bán rau.

Costume *(costium, cos-tium'), n.* Quần áo, y phục.

Cot *(cot), n.* Giường nhỏ, giường trẻ con ; cái nôi.

Cottage *(cot'tâj), n.* Nhà lá, lều rơm, nhà nhỏ.

Cotton *(cot'tưn), n.* Bông ; vải bông. — **Cottony**, *a.*

Couch *(cao-ch), vi.* Nằm. — *n.* Cái giường ; ghế dài.

Cough *(cof), n.* Bệnh ho. —*vi.* Ho. — *vt.* Ho ra.

Could *(cud),* (preterite của **can**). Có thể, được, biết.

Council *(caon' sưl), n.* Hội đồng ; hội nghị.

Council-chamber *(- chêm'bơ), n.* Phòng hội đồng.

Councillor *(caon' sư - lơ), n.* Nghị viên ; cố vấn.

Counsel *(caon' sơl), n.* Lời khuyên-răn ; trạng-sư.

Count *(caont), n.* Sự đếm ; ông bá-tước. — *vt.* Đếm.

Countenance *(caon'ti-nâns), n.* Vẻ mặt, nét mặt.

Counter *(caon'tơ), n.* Quầy hàng ; bàn tính.

Counter-balance *(-bel'lâns), vt.* Làm thăng bằng.

Counterfeit *(-fit),* n. Vật giả mạo. — *v.* & *a.* Giả mạo.

Countermand *(caon'tơ-mand), vt.* Rút lại ; cải lệnh ; thủ tiêu.

Counter-pane *(-pên), n.* Khăn giường nhỏ.

Counter-sign *(-sain), vt.* Ký thêm, ký phụ.

Countess *(caon' tes),* Bà bá-tước.

Country *(căn'tri), n.* Miền ; nước, quốc-gia ; thôn quê.

Country-side *(-said), n.* Miền quê ; nơi thôn dã.

County *(caon'ti), n.* Khu, địa hạt của bá-tước.

Coup *(cu)*, *n* Cuộc đảo chính ; thủ-đoạn phi-thường.

Couple *(căp'purl)*, *n.* Một đôi (2 cái). — *v.* Nối, buộc lại.

Coupon *(cu'pon, kiu'pon)* *n.* Cái vé (bông) ; phiếu lợi-tức.

Courage *(cã'rôj)*, *n.* Lòng can đảm, bạo dạn, gan dạ.

Course *(côrs, cors)*, *vt.* Đuổi ; chạy qua. — *n.* Sự tiến hành, đi, chạy ; lớp học. — **of course.** Dĩ nhiên.

Court *(côrt, cort)*, *v.* Tán tỉnh, ve vãn. — *v.* Cái sân ; tòa-án triều đình. — **in court**. Trước tòa.

Courteous *(cơr'ti-âs)*, *a.* Lịch sự, lễ độ, tao nhã.

Courtesy *(cơ' ti-zi)*, *n.* Cách lịch sự, nhã nhặn, lễ phép.

Court — martial *(- mar'shơl)*, *n.* Tòa-án, quân-sự.

Court of justice *(-jăs'tis)*. *n.* Tòa-án pháp-đình.

Courtier *(côr'ti-ơr)*, *n.* Triều thần, đình thần ; đứa nịnh-thần.

Courtyard *(-yard)*, *n.* Cái sân ; sân đình.

Cousin *(căz'zưn)*, *n.* Anh, chị, em họ.

Covenant *(căv' vơ - nânt)*, *v.* Đính ước. — *n.* Hiệp ước.

Cover *(căv'vơ)*, *n.* Cái nắp ; bìa sách. — *vt.* Phủ, che, đậy.

Covet *(căv'vet,-vât)*, *v.* Thích, thèm thuồng, khao khát.

Cow *(cao)*, *vt.* Dọa nạt. — *n.* Con bò cái, bò sữa.

Coward *(cao'ơđ)*, *a.* & *n.* Hèn nhát. **Cowardice**, *n.*

Cowl *(caol)*, *n.* Mũ chùm đầu, khăn chùm đầu.

Cowlick *(cao'lik)*, *n.* Mái tóc.

Coxcomb *(coks' côm)*, *n.* Kẻ kiêu-hãnh ; anh hề ; khăn đỏ.

Coy *(coi)*. *a.* Nhũn nhặn, khiêm tốn ; nhút nhát.

Cozen *(căz'zưn)*. *v.* Đánh lừa, lừa đảo.

Cozy *(cô'zi)*, *a.* Ấm cúng, ấm-áp. — **Coziness**, *n.*

Crab *(creb)*, *n.* Con cua bể ; quả táo chua.

Crack, *(crek)*, *n.* & *vi.* Nổ lách tách, tiếng kêu lép bép.

Cracker *(-kơ)*, *n.* Pháo ; một thứ bánh bít-qui.

Cradle *(crê'đưl)*, *n.* Cái giường của trẻ con nằm ; cái nôi.

Craft *(craft)*, *n* Tài, nghề nghiệp ; mánh khóe.

Craftsman *(- man)*, *n.* Nhà tiểu công-nghệ ; công-nhân ; thợ.

Crafty *(-craf'ti)*, *a.* Giảo trá, gian, quỷ quyệt.

Cram *(crem)*, *vt.* Ăn tham ; sửa soạn vội vàng.

Cramp *(kremp)*, *n.* Chứng co thịt, rút gân, chuột rút.

Crane *(crên)*, *n.* Cái trục bàng ; con hạc (chim).

Crank *(krengk)*, *n.* Ma-ni-ven, tay quay ; quái tưởng; ảo tưởng.

Cranny *(cren'ni)*, *n* Chỗ nứt, nẻ.

Crash *(cresh)*, *n.* &. *v.* Vỡ tan tành ; vỡ trăm mảnh.

Crater *(krê'tơr)*, *n.* Miệng núi lửa, hỏa-sơn-khẩu.

Crave *(crêv)*, *v.* Cầu xin, ao-ước, mong mỏi ; cầu.

Craven *(krê' vưn)*, *n.* Nhút nhát, hèn kém.

Crawl *(cro-l)*, *vi.* Bò, bò lê ; tiến chậm.

Craze *(crêz)*, *vt.* Làm cho điên. — *n.* Cơn điên.

Crazy *(crê'zi)*, *a.* Điên cuồng. — **Crazily**, *adv.*

Cream *(cri-m)*, *n.* Kem ; váng sữa ; cái tinh-túy.

Crease *(cri-s)*, *n.* Đường pli (gấp) ; pli (nếp) quần.

Create *(cri-êt')*, *vt.* Xây dựng ; sáng lập ; tạo nên.

Creature *(cri' chơ)*, *n.* Tạo vật ; người ; thằng, đứa.

Credential *(cri-đen'shơl)*, *n.* Ủy nhiệm trạng ; quốc thư. — *a.* Tín-nhiệm.

Credible *(cređ'đi-bưl)*, *a.* Có thể tin được.

Credit *(cređ'đit)*, *n.* Sự tin tưởng, sự tin dùng ; quỹ.

Creditor *(kređ'đi-tơr)*, *n.* Trái chủ, chủ nợ.

Credulous *(cređ'điu - lâs)*, *a* Hay tin, dễ tin, cả tin.

Creed *(cri-đ)*, *n.* Tín điều ; kinh tin-kính.

Creek *(cri - k)*, *n.* Cái lạch nước ; vịnh nhỏ.

Creep *(cri-p)*, *vi.* Bò ; luồn cúi ; quỵ lụy. — **Creepy**, *a.*

Creeper *(cri'pơ)*, *n.* Loại bò sát ; cây leo.

Cremate *(kri'mêt, kri-mêt')*, *vt.* Thiêu ; hỏa tang.

Crescent *(cres'sânt)*, *n.* Đường lượn khúc ; hình lưỡi liềm ; trăng mới. — *a.* Thêm lên ; có hình trăng mới

Cress *(kres)*, *n.* Rau cải xoong.

Crest *(crest)*, *n.* Đỉnh núi ; mào gà ; nóc nhà.

Crestfallen *(-fo'lưn)*, *a.* Mất tinh thần, chán nản.

Cretaceous *(kri - tê'shâs)*, *a.* Thuộc về trai ốc ; có nhiều chất phấn.

Crevice *(crev'vis)*, *n.* Chỗ nứt, nẻ.

Crew *(cru)*, *n*. Lũ, bọn, tụi ; toàn thể thủy thủ.

Cricket *(cric'ket,-kât)*, *n*. Con châu-chấu , một môn bóng.

Crime *(craim)*, *n* Tội phạm ; trọng tội ; tội ác.

Criminal *(crim' mi - nơl)*, *a*. Thuộc về tội phạm. — *n*. Người phạm tội. — **Criminality** *(-nel'li-li)*, *n*.

Criminology *(krim-mi-nol'-lơ-ji)*, *n*. Hình-luật-học, hình-pháp-học.

Crimson *(crim'zưn)*, *a*. & *n*. Đỏ xẫm ; đỏ tía.

Cripple *(crip' pưl)*, *vt* Làm cho què. — *n*. Người què quặt ; người tàng tật.

Crisis *(crai'sis)*, *n*. Cơn khủng hoảng ; sự giở chứng.

Crisp *(crisp)*, *v*. Làm răn lại, soắn lại — **Crisply**, *a*.

Criterion *(krai - ti'ri - ân)*, *n*. Tiêu chuẩn ; mô phạm.

Critic *(crit'tik)*, *n*. Người phê bình, chỉ trích.

Critical *(-cơl)*, *a*. Thuộc về lời bình - phẩm ; nguy cấp.

Criticism *(crit'ti-si-zưm)*, *n*. Sự phê bình, bình luận.

Criticise, **criticize** *(crit' - ti - saiz)*, *v*. Phê bình ; bắt bẻ.

Croak *(krôk)*, *v*. Kêu (tiếng ếch) ; kêu gào, la lối om sòm.

Crochet *(crơ - shê')*, *n*. Cái móc đan.

Crockery *(crok'kơ-ri)*, *n*. Đồ bát đĩa ; đồ sành.

Crocodile *(crok'kơ - đail)*. *n*. Con cá sấu.

Crook *(kruk)*, *n*. Chỗ gấp ; chỗ cong ; (lóng) thằng ăn cắp, thằng bợm.

Crooked *(cruk'keđ, - kâđ)*, *a*. Cong, gập ; không thẳng thắn.

Croon *(krun)*, *v*. Hát trầm trầm.

Crop *(crop)*, *n*. Diều chim ; vụ lúa ; sản phẩm.

Croquet *(crơ-kê')*, *n*. Tên một môn bóng.

Cross *(cros)*, *n*. Chữ thập ; thập tự giá. — *v* Đi qua ; làm dấu thập tự. — To **Cross out**, Xóa.

Cross-examination *(-eg-zem-mi - nê' shân)*, *n*. Cuộc phản vấn ; chất vấn ; tra hỏi ; hỏi đi hỏi lại.

Cross-examine *(- eg - zem' - min)*, *vt*. Phản vấn ; chất vấn.

Cross-eye *(kros - ai)*, *n*. Mắt lác. — *a* **Cross-eyed**, Lác mắt.

Crossing *(cros'sing)*, *n*. Ngã tư ; giao điểm ; sự đi qua.

Crossroad *(- rôđ)*, *n*. Con đường tréo ; chỗ ngã tư.

Crosswise *(-uaiz)*, *adv*. Ngang ; tréo như chữ thập.

Croup *(kru-p)*, *n.* Bệnh làm cho ho và khó thở.

Crow *(crô)*, *n.* Quạ khoang ; tiếng gà gáy. — *vi.* Gáy.

Crowd *(craod)*, *vi* Chen chúc. — *n.* Đám đông.

Crown *(craon)*, *n.* Vòng hoa ; vương quyền ; cái đỉnh ; lòng mũ. — *vt.* Tâng lên làm vua.

Crucible *(cru'si bưl)*, *n.* (hóa) Lò đúc ; nồi nấu.

Crucifix *(-fiks)*, *n.* Hình Chúa Giê-su chịu chết trên thập giá ; cây thánh giá.

Crucify *(-fai)*, *vt.* Đóng đanh trên thập giá.

Crude *(crud)*, *a.* Sống ; sống sượng ; chưa thành hẳn.

Cruel *(cru'el, -ơl)*, *a.* Dữ tợn, hung dữ, tàn bạo.

Cruet *(cru'el)*, *n.* Lọ thủy-tinh nhỏ để đựng dấm, hạt-tiêu v. v.

Cruise *(kru-z)*, *vi.* Đi chơi bể, tuần - dương. — *n.* Việc tuần-dương.

Cruiser *(cru' zơ)*, *n.* Tuần-dương-hạm.

Crumb *(crăm)*, *n.* Vụn hay ruột bánh mì.

Crumble *(krăm'bưl)*, *v.* Làm vụn ra ; làm mục ra.

Crunch *(krănch)*, *v.* Nhai kêu rau ráu.

Crusade *(cru-sêd')*, *n.* Cuộc viễn-chinh của thập-tự-quân ; chiến tranh để bênh-vực công-lý. — *n.* **Crusader**.

Crush *(crăsh)*, *vt.* Đè bẹp, gí bẹp, ép ; nghiền nát.

Crust *(crăst)*, *n.* Vỏ bánh mì ; cái vỏ cứng.

Crutch *(crăch)*, *n.* Cái nạng chống để đi.

Crux *(krăks)*, *n.* Điểm khủng hoảng ; việc nan giải,

Cry *(crai)*, *n.* Tiếng kêu, khóc. — *vi.* Kêu ; hò ; khóc.

Cryptogram *(crip'tơ - grem)*, *n.* Thơ viết bằng lối chữ bí mật.

Crystal *(cris'tơl)*, *n.* Pha lê ; thủy tinh.

Cub *(căb)*, *n.* Gấu con, sư tử con, chó sói con, hổ con.

Cube *(kiub)*, *n.* Hình lập phương ; số khối, tam thừa.

Cuberoot *(- rut)*, *n.* Căn số bực ba.

Cubic *(kiu'bik)*, *a* (Có hình) Lập phương ; bực ba.

Cuckold *(căc'câld)*. Người có vợ ngoại tình : người bị mọc sừng.

Cuckoo *(cuc'cu)*, *n.* Chim gáy.

Cucumber *(kiu' căm - bơ)*, *n.* Dưa chuột.

Cud *(căd)*, *n.* Đồ ăn của giống vật ợ lên để nhai lại.

Cuddle *(cǎđ' đưl), vt.* Ôm ấp. — *vi.* Nằm ẩn trong.

Cudgel *(cǎj'jơl), n.* Gậy ngắn, cái dùi.

Cue *(kiu), n.* Đuôi, phần cuối; gậy để đánh bi-a.

Cuff *(cǎf), n.* Cổ tay áo; cái tát, quả đấm.

Cufflinks *(- lingks), n.* Cái xích nhỏ để cài cổ tay áo.

Culinary *(kiu'li-ne-ri,-nơ-ri), a.* Thuộc về bếp nước.

Culminate *(cǎl'mi-nêt), vi.* Lên tới chỗ cao nhất.

Culprit *(cǎl' prit), n.* Người có lỗi, có tội, phạm tội.

Cultivate *(cǎl'li-vêt), vt.* Giồng gịọt, cầy cấy ; bồi bổ.

Culture *(cǎl'chơ), n.* Sự cầy cấy ; giáo-dục ; văn-hóa.

Cumulate *(kiu'miu-lêt), vt.* Chồng chất , tich, chứa lại.

Cunning *(cǎn'ning), a.* Khéo léo, khôn ngoan ; xảo quyệt·

Cup *(cǎp), n.* Cái chén ; cái tach ; giải thưởng.

Cupboard *(cǎb'bơd), n.* Cái tủ để bát đĩa, cái chạn.

Cupidity *(kiu-piđ' đi-ti), n.* Lòng gian tham ; máu tham.

Cur *(cơr), n.* Con chó dữ ; đứa khốn nạn.

Curate *(kiu'rât), n.* Thày trợ tế ; cha phó xứ.

Curative *(kiu'rơ-tiv), a.* Chạy chữa : chữa bệnh.—*n.* Thuốc.

Curb *(cơrb), n.* Giây buộc hàm thiết ngựa ; sự kim hãm.

Curd *(cơrđ), n.* Sữa đặc ; đậu phụ. — *v.* Đặc lại.

Curdle *(cơr'đưl), vt.* Làm đông lại ; đặc lại ; vón.

Cure *(kiu-r) n.* Sự điều trị, chữa ; săn sóc — *vt.* Chữa.

Curfew *(cơ'fiu), n.* Giờ tắt đèn ; giờ giới nghiêm.

Curio *(kiu'ri-ô), n.* Bảo vật ; đồ cổ.

Curiosity *(kiu-ri-os'si ti), n.* Tính tò mò ; vật lạ.

Curious *(kiu'ri-âs), a.* Tò mò, thóc mách ; lạ.

Curl *(cơrl), n.* Chỗ tóc quăn ; cuộn.—*vt.* Uốn quăn, xoăn lại.

Curly *(cơ'li), a.* Xoắn, quăn.

Currant *(cǎ'rânt), n.* Quả linh-dương (một thứ nho to).

Currency *(cǎ'rân-si), n* Sự đi lại, lưu hành ; tiền tệ.

Current *(- rânt), n.* Luồng, dòng ; sự lưu hành ; điện lưu. — *a.* Hiện tại ; thông dụng.

Curriculum *(cơ-rik'kiu-lâm):* *n.* Lớp học ; khóa học.

Curry *(cơ'ri)*, *n.* Bột cà-ri ; món cà-ri. — *vt.* Trải ; vuốt ve ; nịnh để cầu lợi.

Curse *(cơrs)*, *v.* & *n.* Chửi rủa nguyền, thóa mạ.

Curtail *(că-têl')*, *vt.* Thu ngắn lại ; ngừng, đình chỉ

Curtain *(cơ'tin'-tân)*, *n.* Cái màn. — *vt.* Che màn.

Curtsy, curtsey *(cơrt'si)*, *n.* Sự cung kính, chào.

Curve *(cơrv)*, *n.* Đường cong ; Chỗ lượn khúc.--*v.* Làm cong.

Cushion *(cus'shân)*: *n.* Cái gối ; đệm nhỏ.

Custody *(căs'tơ-đi)*, *n.* Sự chú ý ; sự bắt bớ, giam.

Custom *(căs'tâm)*. *n.* Phong tục ; thói quen ; (pl). Thương. chính, nhà đoan ; quan thuế

Customer *(- mơ)*, *n.* Khách hàng ; bạn hàng.

Customs-house *(-haos)*, *n.* Nhà đoan sở thương chính.

Cut *(căt)*, *n.* Vết cắt ; rãnh ; kiểu cắt (áo). — *vt.* Cắt, gọt, giảm bớt.

Cute *(kiut)*, *a.* Xinh ; láu lỉnh; kháu.

Cutlery *(căt'tơ-ri)*, *n.* Nghề làm hay bán dao ; dao.

Cutter *(căt'tơ)*, *n.* Xe lướt tuyết ngựa kéo ; tầu nhỏ ; người cắt.

Cut throat *(cắt'thrôt)*. *n.* Kẻ giết người, kẻ sát nhân ; cường tặc.

Cyanogen *(sai-en'nơ jen)*, *n.* Hơi độc có chất than.

Cycle *(sai'cưl)*, *vi.* Cưỡi xe đạp. — *n.* Xe đạp, xe máy ; vòng luân chuyền. — **Cycling**, *n.* Môn xe-đạp.

Cycloid *(sai'cloiđ)*, *n.* Hình vòng ; đường cyc-lo-it.

Cyclone *(sai'clôn)*, *n.* Gió cuốn, gió lốc ; bão.

Cyclopedia *(sai-clơ-pi'đi ơ)*, *n.* Tự-điển bách khoa.

Cylinder *(sil'lin-đơ)*, *n.* Hình trụ ; ống tròn ; xe lăn.

Cymbal *(sim'bơl)*. *n.* Cái chúm choẹ, não bạt.

Cynical *(sin'ni-kơl)*, *a.* Khinh miệt khoái-lạc ; chế diễu ; chó má.

Czar *(zar)*, *n.* Nga-hoàng.

Czarina *(za rin'nơ)*, *n.* Hoàng-hậu nước Nga.

ZH

ZH ZH

D

Dab *(đeb)*, *v.* Sờ khẽ ; Vuốt ve ; bôi nhe nhẹ.— *n.* Vết vấy bùn ; cái vuốt ve.

Dabble *(đeb'bưl)*, *vt.* Vẫy nước. — *vi.* Vỗ nước ; làm cầu thả.

Dad *(đeđ)*, **daddy** *(-đi)*, *n.* Bố, cha, thầy, ba.

Daffodil *(đef'fơ-đil)*, *n.* Cây thủy tiên.

Dagger *(đeg'gơ)*, *n.* Dao găm ; (ấn loát) dấu thập.

Daily *(đê'li)*, *adv.* & *a.* Hàng ngày. — *n.* Báo hàng ngày.

Dainty *(đên'ti)*, *a.* Ngon lành ; tao nhã, thanh lịch.

Dairy *(đê'ri,đe'ri)*, *n.* Sở làm sữa, làm bơ.

Dairy-maid *(mêđ)*, *n.* Đàn bà làm việc ở trại làm sữa.

Daisy *(đê'zi)*, *n.* Hoa cúc trắng.

Dale *(đêl)*, *n.* Thung lũng nhỏ.

Dam *(đem)*, *n.* Rào ; đập ngăn nước. — *vt.* Chắn lại.

Damage *(đem'mâj,-mij)*, *n.* Sự thiệt hại, sự tổn thương.

Dame *(đêm)*, *n.* Người đàn bà (đã đứng tuổi).

Damn *(đem)*, *vt.* Đầy ải ; kết tội. — *vi.* Chửi, rủa.

Damp *(đemp)*, *a.* Ẩm ướt. — *n.* Sự ẩm thấp ; nản lòng.

Damsel *(đem-zơl)*, *n.* Con gái chưa chồng

Dance *(đans)*, *n.* Tiệc hay bài khiêu-vũ, nhẩy. — *v.* Nhẩy, khiêu-vũ. — **Dancing**, *n.* Môn khiêu vũ.

Dandelion *(đen' đi-lai-ân)*, *n.* Hoa răng sư-tử.

Dandle *(đen' đưl)*, *vt.* Mơn trớn, ru trẻ con.

Dandruff *(đen'drâf)*, *n.* Lớp da mỏng, miếng da róc ra.

Dane (*đên*),*n.* Người Đan-mạch.

Danger *(đên'jơ)*, *n.* Sự nguy hiểm, hiểm nghèo.

Dangerous *(- râs)*, *a.* Xch. **Danger**.

Dangle *(đeng'gưl)*, *vi.* Đánh đu ; lắc lư, lủng lẳng.

Dare *(đer)*, *vi*. Dám ; liều. — *vt*. Khiêu chiến.

Daredevil *(đer'đev-vưl)*, *n*. Kẻ văng mạng ; kẻ táo gan, liều lĩnh.

Dark *(đark)*, *n*. Sự tối, âm-u ; bí-mật ; ngu. — *a*. Tối.

Darling *(đar'ling)*, *n*. Người quý mến, thân yêu.

Darn *(đarn)*, *v*. Khâu, mạng. — *n* Chỗ mạng.

Dart *(đart)*, *n*. Cái lao, cái châm. — *vt*. Ném mạnh.

Dash *(đesk)*, *vt*. Đập nát ; vỗ mạnh ; làm vội vã. — *vi*. Vội — *n*. Cái gạch ngang.

Dastard *(đes'tơrđ)*, *n*. Kẻ nhát, sợ hãi.

Data *(đệ'tơ, đa'tơ)*, *n*. pl. of **Datum**.

Date *(đêt)* *n*. Nhật-kỳ, ngày-tháng ; quả chà và.

Dative *(đê'tiv)*, *a*. & *n*. (văn) Túc-từ gián-tiếp.

Datum *(đê'tâm)*, *n*. (pl. **Data**). Đã cho, điều kiện đã biết.

Daub *(đo-b)*, *vt* Quệt, bôi.—*n*. Bức tranh hỏng.

Daughter *(đo'tơ)*. *n*. Con gái (của cha mẹ).

Daughter in - law *(- lo)*, *n*. Con dâu.

Daunt *(đont, đant)*, *vt*. Làm mất nhuệ-khí ; kiềm chế.

Dawn *(đo-n)*, *vi*. Lóe sáng ; rạng động ; mới hiện ra — *n*. Buổi tinh sương ; bình-minh.

Day *(đê)*. *n*. Ngày ; thời-đại.

Daybook *(-buk)*, *n*. Sổ vào các món chi thu hàng ngày.

Daybreak *(- brêk)*, *n*. Xch. **Dawn**.

Dazzle *(đez'zưl)*, *vt*. Làm lóe mắt. — **Dazzling**, *a*.

Deacon *(đi'cưn)*, *n* Giáo-sĩ trợ tế ; thày tu sáu chức.

Dead *(đeđ)*. *a*. Chết ; không cử động ; hoàn-toàn.

Deadlock *(-lok)*, *n*. Chỗ bế-tắc ; đình-chỉ.

Deadly *(-li)*, *a* Làm cho chết được ; ghê gớm.

Deaf *(đef)*, *a*. Điếc ; không muốn nghe. — **Deafen**, *v*.

Deal *(đi-l)*, *n*. Số lượng.— *vt*. Chia (bài).— *vi*. Đối phó với; buôn bán.

Dealer *(đi'lơ)*, *n*. Người lái, buôn.

Deal with *vt*. Giao-dịch với ; đối phó với.

Dean *(đi-n)*, *n*. Người đứng tuổi nhất ; hiệu-trưởng.

Dear *(đi-ơr)*, *n*. Người thân mến — *a*. Thân mến ; đắt tiền.

Dearth *(đơth)*, *n*. Nạn kém đói ; sự thiếu thốn.

Death *(đeth)*, *n*. Sự chết ; tiêu diệt ; tử thần.

Debate *(đi-bết')*, *vi.* Bàn soạn —*n.* Cuộc tranh-luận.

Debauch *(đibo-ch')* *vt.* Làm cho trụy-lạc. — *n.* Sự phóng đãng.

Debenture *(đi - ben' chơ)*, *n.* Văn-tự nợ.

Debit *(đeb'bit)*, *n.* Tiền nợ. — *vt.* Trừ vào.

Debt *(đet)*, *n.* Món nợ ; sự làm ơn ; ân huệ.

Debtor *(đet'tơ)*, *n.* Người mắc nợ.

Decade *(đek'kêđ,đek'kâđ)*, *n.* Thời hạn mười năm.

Decadence *(đi - kê' đâns)*, *n.* Sự sa sút, đồi bại ; đốn mạt.

Decapitate *(đi-kep' pi-têt)*, *vt.* Chặt đầu ; hành hình.

Decay *(đi-kê')*, *vi.* Mục nát, hỏng ; giảm bớt.

Decease *(đi-si-s')*, *n.* Sự chết. — *vi.* Chết — **Deceased**, *a.*

Deceit *(đi-si-t')*, *n.* Sự đánh lừa ; lường gạt.

Deceive *(đi-si-v')*, *n.* Sự đánh lừa. – **Deceiver**, *n.*

Decelerate *(đi-sel'lơ-rêt)* *v.* Làm cho nhẹ, thấp xuống, chậm đi.

December *(đi - sem' bơ)*, *n.* Tháng chạp (dương-lịch),

Decency *(đi'sân-si)*, *n.* Lễ độ ; vẻ đoan-trang.

Decent *(đi' sânt)* *a.* Lịch-sự, đoan trang, nhũn nhặn.

Deception *(đi - sep' shân)*, *n.* Xch. **Deceit.**

Decide *(đi-sait')*, *v.* Quả quyết ; nhất định.

Decimal *(đes'si-mơl)*, *a.* Phần thập phân.

Decimate *(đes'si-mêt)*, *vt.* Làm cho chết nhiều ; cứ mười giết một ; cứ 10 lấy 1.

Decipher *(đi-sai'fơ)*, *vt.* Đọc ám-hiệu ; giải thích.

Decision *(đi-sai'zhân)*, *n.* Sự định đoạt ; quyết định.

Decisive *(đi-sai'siv)*, *a.* Quyết-liệt ; quyết-định.

Deck *(đek)*, *n.* Sân hay boong tầu ; cỗ bài.— *vt.*Trang hoàng.

Deckchair *(-cher)* *n.* Ghế trên boong tầu.

Declaim *(đi-klên)*, *v.* Nói to ; diễn thuyết. — *n* **Declamation.**

Declaration *(đek-klơ-rê'shân)*, *n.* Bản tuyên ngôn ; lời khai. — **Declarative**, **Declaratory**, *a.*

Declare *(đi-kle'ơ)*, *v.* Khai ; tuyên bố, tuyên ngôn.

Declension *(đi-klen'shân)*, *n.* Lúc xuống ; thời tàn ; sự cự-tuyệt ; (văn) sự biến hóa của chữ.

Decline *(đi-klain')*, *vi.* Quay xuống ; cự tuyệt ; sa sút ; suy đồi. — **Declination** *(đek-kli-nê'shân)*, *n.*

Declivity *(đi-kliv'vi-ti)*, *n.* Chỗ giốc xuống ; sườn núi giốc.

Decode *(đi-cođ')*, *v.* Dịch ra những tiếng thường.

Decollete *(đê-col'lơ-tê)*, *a.* Để hở cổ và vai.

Decompose *(đi-câm-pôz')*, *v.* Phân - tích ; làm hư, mủn thối. — **Decomposition**. *n.*

Decorate *(đek' kơ - rêt)*, *vt.* Trang hoàng;tặng huy-chương.

Decoration *(-rê'shân)*, *n* Xch. **Decorate**.

Decoy *(đi-coi')*, *n.* Mồi bả, cạm bẫy. —*vt.* Nhử mồi,dương bẫy.

Decrease *(đi-criis')*, *v.* Giảm bớt ; hạ xuống.

Decree *(đi-cri')*, *n.* Sắc lệnh. chiếu chỉ. — *v.* Ra mệnh lệnh.

Decrepit *(đi-crep'pit)*, *a.* Già. yếu đuối.

Dedicate *(đeđ' đi - kêt)*, *vt.* Cung biếu ; đề tặng ; biếu.

Deduce *(đi-đius')* *vt.* Suy luận, suy đoán ; diễn giải.

Deduct *(đi-đăct')*, *vt.* Giảm bớt ; trừ đi. **Deduction**, *n.*

Deed *(đi-đ)*, *n.* Việc làm ; hành vi, hành động.

Deem *(đi-m)*, *vt.* Nghĩ ; ngờ cho là ; cho là.

Deep *(đi-p)*, *a.* Sâu ; thâm trầm; (ngủ), say. — *n*, **Depth**.

Deer *(đi'ơr)*, *n.* Con hoẵng, con hươu, con nai.

Default *(đi folt')*, *n.* Sự thiếu, thiếu hụt ; sự vắng mặt.

Defective *(đi-fek'tiv)*,*a.* Không đúng cach, bất hợp pháp, hỏng, hư.

Deflate *(đi-flêt')*, *v*, Làm cho bẹp xuống ; làm cho sì hơi.

Deft *(đeft)*. *a.* Khéo léo, tài giỏi.

Delay *(đi-lê')*, *n.* Kỳ hạn ; sự trì-hoãn. — *v.* Trì-hoãn.

Delectable *(đi-lek'tơ-bưl)*, *n.* Khoái lạc, khoái trí.

Delegate *(đêl'li-gât)*, *n.* Đại-biểu. — *(-gpêt)* *vt.* Cử-đại-biểu ; ủy quyền, ủy thác.

Deleterious *(đel-li-ti'ri-âs)*, *a.* Có hại ; độc.

Deliberate *(di-lib'bơ-rât)*, *a.* Có suy nghĩ, không hấp tấp. — *v.* Cân nhắc kỹ càng.

Delicacy *(đel'li-cơ-si)*, *n.* Sự ngon lành, tinh sảo.

Delicate *(đel'li-cât)*, *a.* Khéo léo ; sắc sảo ; mỏng mảnh.

Delicious *(đi-lis'shâs)*, *a.* Làm cho vui sướng, vui thú, ngon ngọt ; thơm tho.

Delight *(đi-lait')*, *n.* Sự vui thú lắm. — *vt.* Làm cho vui lòng. — **Delighful, Delightsome,** *a.*

Delineate *(đi-lin'ni-êt)*, *vt.* Kẻ, vạch ; phác họa.

Delinquency *(đi-ling'quâu-si)*, *n.* Tội phạm, lỗi.

Deliquesce *(đil'li-kues)*, *vi.* chảy rữa ga, chảy dần dần thành ra lỏng,

Delirious *(đi-li'ri-âs)*, *a.* Mê sảng ; điên cuồng.

Delirium *(đi-li'ri âm)*, *n.* Sự mê sảng ; điên cuồng.

Deliver *(đi-liv'vơ)*, *vt.* Phát ra ; buông, thả, tha; giao hàng.

Delivery *(-li'vơ-ri)*. *n.* Sự nói ra ; sự giải-phóng.

Dell *(đel)*,, *n.* Thung lũng nhỏ.

Delta *(đel'tơ)*, *n.* Trung châu, đồng bằng.

Delude *(đi liu-đ')*, *vt.* Đánh lừa, lừa dối, lừa gạt. — *n.* **Delusion.**

Deluge *(đel'liuj)*, *n* Nạn đại hồng thủy, trận lụt mưa to.

Delusion *(đi liu'zhân)*, *n.* Sự đánh lừa ; sự hiểu-nhầm.

Demagogic *(đem-mơ go'jik)*, *a.* Phỉnh dân, mị dân.

Defame *(đi'fêm')*, *vt.* Phỉ báng, gièm pha.

Defeat *(đi-fiit')*, *vt.* Làm cho vô hiệu ; đánh bại

Defect *(đi-fect')*, *n.* Sự thiếu ; tật xấu ; chỗ hỏng.

Defend *(đi fend')*. *vt.* Giữ gìn, bảo vệ ; phòng thủ ; bênh vực.

Defendant *(đi fen'đânt)*, *n.* Bị cáo.

Defense *(đi'fens')*, *n.* Sự bảo vệ, phòng thủ ; kháng cự.

Defer *(đi-fơ')*, *vt.* Hoãn lại — *vi.* Chiều ý, thuận lòng.

Defiance *(đi fai'âns)*, *n.* Sự khiêu-khích ; khiêu-chiến.

Deficiency *(đi-fi'shân-si)*, *n.* Sự thiếu, hụt ; khuyết điểm.

Deficit *(đef'fi-si)*, *n.* Sự thiếu hụt.

Defile *(đi-fail')*, *v.* Xếp hàng đi.—*n.* Lối đi dài.

Define *(di-fain')*, *vt.* Định giới hạn ; định nghĩa.

Definite *(đef'fi-nit)*. *a.* Xác định, nhất định ; có hạn.

Definition *(-nis'shân)*, *n.* Sự định nghĩa ; xác định.

Deform *(đi-form')*, *vt.* Làm méo mó, lệch lạc.

Defraud *(đi'frođ')*, *vt.* Lừa dối, bịp. *n.* **Defrauder.**

Defray *(đi-frê')*, *vt.* Trả tiền phí tổn ; trả nợ.

Defy *(đi-fai')*, *vt.* Thách, chấp; không sợ.

Degeneracy *(đi-jen'nơ-rơ-si)*, *n.* Sự thoái hóa ; trụy lạc.

Degenerate *(đi-jen'nơ rât)*, *n.* *& a.* Suy đồi ; đồ đốn.

Degrade *(đi-grêt)*, *vt* Làm giảm giá ; hạ chức ; thóa mạ.

Degree *(đi-gri)*, *n.* Độ ; bậc ; học-vị.

Deify *(đi'i-fai)*, *vt.* Tôn sùng như thánh, phong thần.

Deign *(đên)*, *vi.* Coi là đáng ; thèm.

Deity *(đi'i-ti)*, *n.* Thần tính ; một vị thần.

Demand *(đi-mand')*, *vt.* Yêu cầu, cần tới.—*n.* Sự yêu cầu.

Demarcation *(đi-mar-ke'shân)*. *n.* Sự phân giới-hạn ; định quyền-hạn.

Demean *(đi-miin')*, *vt.* Hành động ; cư xử ; làm cho hèn mạt.

Demeanor *(đi-mi'nơ)*, *n.* Cử chỉ ; hành vi.

Demerit *(đi-me'rit)*, *n.* Điều lầm lỗi, khuyết điểm.

Demilitarize *(đi-mil'li-tơ-raiz)*, *vt.* Rút quân và bỏ những tổ chức quân sự.

Demobilize *(đi-mô'bi-laiz)*, *vt.* Giải ngũ; giải tán quân đội.

Demobilization *(-zê'zhân)*, *n.* Sự giải ngũ.

Democracy *(đi-mok'krơ-si)*. *n.* Chế độ hay chủ nghĩa dân chủ ; nước dân-chủ ; đảng Dân-chủ (Mỹ).

Democratic *(đem mơ-kret'tik)*, *a.* Dân-chủ.

Demolish *(đi - mol'lish)*, *vt.* Phá, phá tan, phá hủy.

Demolition *(đem-mơ-li'shân)*, *n.* Sự tàn phá, phá hủy.

Demon *(đi'mân)*, *n.* Quỷ ; quỷ thần ; tà ma.

Demonology *(đi-mân-nol'lơ-ji)*, *n.* Ma-quỷ-học ; ma-quỷ-thuyết.

Demonstrate *(đem'mân-strêt)*, *vt.* Chứng minh ; bày tỏ. — **Demonstration** *(strê'shân)*, *n.*

Demoralize *(đi-mo'rơl-laiz)*, *vt.* Làm cho đồi bại, làm mất tinh thần. — **Demoralization**, *n*

Den *(đen)*, *n.* Cái hang, sào huyệt của mãnh thú ; ổ.

Denial *(đi-nai'ơl)*, *n.* Sự từ chối, khước từ ; sự chối.

Denizen *(đen'ni-zen,-zân)*, *n.* Người cư-trú, vật ở đó.

Denominate *(đi-nom'mi-nêt)*, *vt.* Gọi tên. — *a.* Có tên ; cụ thể. **Denomination** *(-nê'shân)*, *n.*

Denominator(*đi-nom'mi-nê-tơ*), *n*. Mẫu số.

Denote (*đi-nôt'*), *vt*. Chỉ thị, biểu-thị, chỉ rõ, tỏ rõ.

Denouement (*đơ-nu'măng*), *n*. Đoạn cuối ; kết cục ; kết cấu.

Denounce (*đi-naons'*), *vt*. Tố cáo, phát giác.

Dense (*đens*), *a*. Chặt ; chắc ; dầy ; trù mật.

Density (*đen'si-ti*), *n*. Tỷ trọng, mật độ ; tính đặc.

Dental (*đen'tơl*), *a*. Chỉ những âm do lưỡi đập vào răng mà phát ra ; thuộc về răng, nha-khoa.

Dentist (*đen'tist*), *n*. Thày chữa răng, nha-khoa y-sĩ.

Denude (*đi-niu-đ'*), *vt*. Lột trần ; làm trụi.—*n*. **Denudation.**

Deny (*đi-nai'*),*vt*. Không nhận, từ chối, từ bỏ.

Depart (*đi-part'*), *vi*. Đi ; dời bỏ ; chết, từ trần.

Department (*-mânt*), *n*. Gian hàng ; bộ ; quận, khu-vực.

Departure (*-chơ*), *n*. Sự ra đi ; sự chết.

Depend (*đi-pend'*), *vi*. Theo, tùy theo ; lệ thuộc.

Dependent (*-đânt*), *a*. Phụ thuộc ; phục tòng — *n*. Thuộc địa.—*n*. **Dependence.**

Depict (*đi-pict'*), *vt*. Vẽ họa ; miêu tả. — *n*. **Depiction.**

Deplete (*đi-pliit'*), *vt*. Làm cho nhỏ bé, bớt, kém đi ; giảm huyết, phóng huyết.

Deplore (*đi-plo'r*), *vt*. Than khóc, tiếc. — *a*. **Deplorable.**

Deponent (*đi-pô'nânt*), *n*. Người cung khai.

Deport (*đi-pôrt'*). *vt*. Cư xử ; đày lưu, phát lưu.

Deposit (*đi-poz'zit*), *vt*. Đặt xuống ; gửi tiền ; ký thác.

Depot (*đi-pô'*). *n*. Kho hàng ; trại huấn luyện.

Deprave (*đi-prêv'*), *vt*. Làm biến tính ; làm hư hỏng, làm suy đốn.

Deprecate (*đep'pri-kêt*), *vt*. Chê, không tán thành ; phản-đối.

Depreciate (*đi-pri'shi-êt*), *v*. Giảm giá, gièm pha.

Deprive (*đi-praiv'*), *vt*. Lấy đi, cướp đi, tước-đoạt.

Depth (*đepth*), *n*. Chiều sâu, độ sâu.

Deputy (*đep'piu-ti*), *n*. Đại biểu; nghị viên, nghị sỹ; người đại-lý. — *vt*. **Depute.** Cử.

Derail (*đi-rêl'*), *v*. Xe lửa trật bánh ; bẩy đường sắt.

Derange (*đi-renj'*), *vt*. Quấy rối ; làm hỏng.

Derelict *(đe'rơ-likt), n.* Tầu hay thuyền bỏ không. — *a.* Bất trung.

Derision *(đi-ri'zhân), n.* Sự chế nhạo, nhạo báng.

Derivation *(đe-rivê'shân), n.* Sự khởi nguyên ; gốc.

Derive *(đi-raiv'); vt.* Rút tự nguồn chính mà ra.

Derrick *(đe'rik), n.* Máy trục các hàng nặng ; máy lấy dầu.

Descend *(đi-send'), vi.* Xuống; rơi xuống, hạ xuống.

Descendant *(- đânt), a.* Xuống, triều xuống.—*n.* Con cháu, tử tôn. — **Descendent.** *a.*

Descent *(đi-sent'), n.* Sự xuống, sự hạ thấp xuống ; chỗ xuống; cuộc đột-kích ; sườn đồi.

Describe *(đi-scraib'), vt.* Thuật miêu tả (mô tả).

Description *(đi-skrip'shân), n.* Sự tả, miêu tả ; loại , chủng, thứ ; bản mục lục, toát yếu.

Desert *(đez-zơt), n.* Sa mạc ; hoang địa. — *a,* Hoang vu.

Desert *(đi-zơt'), vt.* Bỏ ; bỏ trốn, đào ngũ ; xa.

Deserve *(đi-zơv'), v.* Đủ tư cách ; đáng.

Desideratum *(đi-sid-đơ-rê'-tâm), n.* Việc cầu chưa được ; vấn đề giải quyết chưa xong.

Design *(đi-zain'), vt.* Chỉ thị ; quyết định.—*vi.* Phác họa hay thi hành một chương trình. — *n.* Kiểu.

Designate *(đez'zi-nêt), a.* Chỉ ; chỉ danh ; chỉ định.

Desirable *(đi-zai'rơ-bưl), a.* Làm vừa ý ; dễ thương ; đáng ước mong.

Desire *(đi-zai'ơ), vt.* Muốn ; ham, ưa ; ước ao.

Desirous *(đi-zai'râs). a.* Ước ao, thèm muốn.

Desk *(đesk), n.* Cái bàn ; bàn viết, bàn giấy ; bàn đọc.

Desolate *(đes'sơ-lât), a.* Hoang tàn ; vắng vẻ, quạnh hiu.

Despair *(đi sper'), vi. & n.* Hết hy vọng, tuyệt vọng.

Desperado *(đes-pơ-rê'đô,-ra'-), n.* Người tuyệt vọng ; người liều-lĩnh.

Desperate *(đes'pơ-rât). a.* Thất vọng, tuyệt vọng.

Despicable *(đes'pi-cơ-bưl, đes-pik'), a.* Đáng khinh bỉ.

Despise *(đi spaiz'), vt.* Khinh bỉ, khinh miệt.

Despite *(đi-spait'), n.* Sự hờn giận. — *prep.* Dù.

Despot *(đes'pot), n.* Quân chủ chuyên chế, độc tài.

Despotic *(đes - pot'tik), a.* Chuyên chế, áp chế.

Dessert *(đi zơt')*, *n.* Đồ tráng miệng (sau bữa cơm).

Destination *(đes-ti-nê'shân)*, *n.* Chỗ đưa đến ; đích.

Destiny *(đes'ti-ni)*, *n.* Vận mệnh ; thiên vận ; số phận.

Destitute *(đes'ti-tiut)*, *a.* Thiếu thốn ; không đủ.

Destroy *(đi-stroi')*, *vt.* Phá hoại ; phá hủy, tiêu diệt.

Destroyer *(đi-troi'ơ)*, *n* Kẻ phá hoại ; khu trục hạm (một thứ tầu chiến chạy rất nhanh).

Desuetude *(đes'suy-tiu-đ,đi'-)*, *n.* Sự cũ rích, không thích hợp ; phế chỉ, bỏ đi.

Desultory *(đes'sâl-tô-ri,-tơ-ri)*, *a.* Đứt quãng ; nhát gừng : lạc đề ; không mục đích.

Detach *(đi-tech')*, *vt.* Thảo ; cởi ; mở, gỡ ra, lìa ra.

Detachment *(-mânt)*, *n.* Sự siêu-thoát ; thoát ly ; quân phái đi ; phân đội.

Detail *(đi-têl')*, *n.* Tế mục ; tiểu tiết ; chi tiết.

Detain *(đi-tên')*, *vt.* Giữ ; cầm giữ ; giữ kín ; bắt giam.

Detect *(đi-têct')*, *vt.* Tìm thấy ; phát minh ; khám phá.

Detective *(- tiv)*, *n.* Người trinh-thám ; thám-tử.

Detention *(đi-ten'shân)*, *n.* Sự giữ ; cầm giữ ; cấm cố.

Deter *(đi-tơ')*. *vt.* Xoay hướng; khuyên can ; làm nản lòng.

Deteriorate *(đi-ti'ri-ơ-rêt)*, *vi* Hỏng ; trở nên tồi.

Determine *(đi - tơ' min)*, *vt.* Quyết định ; hạn định ; xác định. — *vi.* Quyết tâm ; hạn-định.— *n.* **Determination.**

Dethrone *(đi-thrôn')*, *vt.* Truất ngôi, phế vị ; làm mất sự - ưu thắng.

Deuce *(điu-s)*, *n.* Con súc sắc có sáu mặt có một mặt nhị ; sự rủi ; mẹ kiếp !

Devastate *(đev'vâs-têt)*, *vt.* Tàn phá, phá hủy.

Develop *(đi-vel'lâp)*, *vt.* Mở mang, phát triển ; rửa (fim).

Deviate *(đi'vi-êt)*, *vi.* Đi lệch ; đi sai chính - đạo ; chuyển hướng ; khuynh hướng.

Device *(đi-vais')*, *n.* Kế hoạch ; phương pháp ; mưu kế.

Devil *(đev'vưl)*, Quỉ, ma quỉ, tà thần, yêu quái.

Devise *(đi-vai'z)*, *v.* Nghĩ ra ; sáng chế ; sáng tác.

Devote *(đi-vôt')*, *vt.* Hiến ; dâng ; chuyên tâm về.

Devotion *(-vô'shân)*, *n.* Sự tín ngưỡng ; sùng bái.

Devour *(đi-vao'ơ)*, *vt.* Ăn sống nuốt tươi ; đọc vội.

Devout *(đi-vaot')* *n, a.* Mộ đạo, sùng đạo ; đầy nhiệt - tâm ; trung thành.

Dew *(điu)*, *n.* Sương ; giọt sương.— *vt.* Ẩm sương.

Dexterity *(đeks-te' ri-ti), n.* Sự khéo tay, tài giỏi.

Dexterous *(đeks' tơ-râs), a.* **Dextrous**, Khéo léo ; giỏi ; có tài.

Diadem *(đai'ơ-dem), a.* Mũ của vua, vương miện.

Diagnosis *(đai-âg-nô'sis), n* Phép chuẩn-đoán, chuẩn-bệnh coi bệnh. — *a.* **Diagnostic.**

Diagonal *(đai-eg' gơ-nơl), a. & n.* Đối giác tuyến ; đường chéo. — **Diagonally** *(-li), adv.* Chéo.

Diagram *(đai'ơ-grem), n.* Đồ hình, đồ biểu ; hình vẽ.

Dial *(đai'ơl), n.* Mặt đồng hồ ; mặt thời-biểu.

Dialect *(đai'ơ-lect), n.* Thổ ngữ ; tiếng nói địa phương.

Dialogue *(đai'ơ-log), n.* Cuộc nói chuyện ; đàm thoại, đối thoại ; đoạn văn vấn-đáp — *v.* Nói chuyện, thuật, hay viết theo lối vấn đáp.

Diameter *(đai'em'mi-tơ), n.* Đường kính ; trực kính.

Diamond *(đai' ơ-mând), n.* Kim cương ; dao cắt kính.

Diapason *(đai-ơ-pê'zân), n.* (âm) Âm-thoa.

Diaphragm *(đai'ơ-frem), n.* Hoành-cách-mô ; màng.

Diarrhœa *(đai-ơ-ri' ơ), n.* Bệnh tháo dạ, bệnh đi tướt.

Diary *(đai'ơ-ri), n.* Sổ nhật ký.

Dice *(đais), n. pl.* Con súc-sắc (có 6 mặt).

Dictate *(đik-têt'), v.* Đọc cho người khác viết ; truyền lệnh. — **Dictation** *(-tê-shân), n.* Chính tả.

Dictator *(-tê'tơ), n.* Nhà độc tài ; người chuyên chế.

Diction *(đik'shân), n.* Cách đọc; cách nói ; phép dùng chữ.

Dictionary *(-nơ-ni), n.* Tự-điển ; tự-vựng.

Dictum (*đik'tâm*), *n.* Cách-ngôn.

Didactic *(đai-đek'tik,đi-), a.* Thuộc về giáo huấn, giáo-khoa, giáo-thụ.

Die *(đai), vi.* Chết, mất, từ trần, băng hà (vua).

Diet (*đai'et,-ât*), *n.* Quốc-hội ; sự ăn kiêng.

Differ *(đif'fơ), vi.* Bất đồng ý kiến ; khác với ; trái với.

Difference *(-râns), n.* Sự khác nhau, sai nhau.

Different *(-rânt), a.* Khác ; không giống nhau.

Differential *(đif-fơ-ren'shơl), n.* Sự hơi khác nhau. — *a.* Khác nhau; biểu-thị sự sai dị.

Difficult *(đif'fi-câlt), a.* Khó ; gian nan, vất vả, gay go.

Difficulty *(-ti), n.* Sự khó khăn, gian lao, vất vả.

Diffidence *(đif' fi - đâns)*, *n.* Sự không tự tin, lòng nghi ngờ, ngờ vực.

Diffuse *(đi - fiuz')*, *vt.* Làm tràn ra ; truyền bá.

Diffusion *(- z h â n)*, *n.* Sự truyền bá, phổ cập ; phổ thông.

Dig *(đig)*, *vt.* Đào ; cuốc ; quật ; bới đất tìm tòi.

Digest *(đi-jest', đai-)*, *vt.* Xếp đặt ; hiểu được ; tiêu hóa — *n.* Toát yếu ; đoạn văn viết ngắn lại.

Digit *(đij'jit)*, *n.* Ngón tay ; ngón chân ; con số (1 đến 9).

Dignified *(đig' ni - faiđ)*, *a.* Tôn-kính ; nghiêm trang.

Dignitary *(đig'ni- te - ri, - tơ-ri)*, *n.* Bậc quyền quí, bậc quyền cao chức trọng.

Dignity *(đig'ni-ti)*, *n.* Chức vị ; vẻ trang nghiêm.

Dike *(đaik)*, *n.* Đê. — *vt.* Đắp đê ; đắp đập.

Dilapidated *(đi - lep' pi - đết - teđ,-tưđ)*, *a.* Đổ nát, hư hỏng ; suy nhược ; lãng-phí

Dilemma *(đi-lem'mơ, đai-)* *n.* Tình trạng tiến thoái lưỡng nan.

Diligence *(đil'li - jân)*, *n.* Sự siêng năng ; cần mẫn.

Diligent *(- jânt)*, *a.* Siêng năng ; cần mẫn ; chăm chỉ.

Dilute *(đi-liut', đai-)*, *vt.* Hòa với nước ; pha loãng ra.

Dim *(đim)*, *a.* Tối tăm ; mờ tối ; lờ mờ. — **Dimness**, *n.*

Dime *(đaim)*, *n.* Một đồng tiền giá một phần mười đồng đô-la, 1 hào.

Dimension *(đi-men'shân)*, *n.* Sự lớn nhỏ ; kích thước.

Diminish *(đi - min' nish)*, *vt.* Giảm bớt ; giảm bớt thế lực.

Dimple *(đim'pưl)*, *n.* Lỗ núng đồng tiền, má lõm đồng tiền.

Din *(đin)*, *n.* Sự om sòm ; ầm ỹ. — *vi.* Làm điếc tai ; rức óc.

Dine *(đain)*, *vi.* Ăn cơm chiều. — *vt.* Ăn cơm ; tiếp cơm.

Dingy *(đin'ji)*, *a.* Mờ mờ ; bẩn ; tối — *adv.* **Dingily**.

Dinner *(đin'nơ)*, *n.* Bữa cơm chiều ; tiệc.

Dining-car *(đai'ning-car)*, *n.* Toa ăn uống.

Dinosaur *(đai'nơ-sor)*, *n.* Một loài bò sát khổng lồ(đi-nô-gio).

Dint *(đint)*, *n.* Chỗ lõm vào ; một truỷ mạnh, sức lực, sức mạnh.

Diocese *(đai'ơ - siis - sis)*, *n.* Giáo-quản-khu, địa-phận.

Dip *(đip)*, *vt.* Nhào xuống nước ; nhúng vào nước.

Diphtheria *(đif-thi'ri-ơ)*, *n.* Bệnh bạch-hầu.

Diphthong *(đif' thoong)*, *n.* Nhị-trùng-âm (như: oi ai v.v.).

Diploma *(đi-plô'mơ), n* Chứng thư ; văn bằng.

Diplomacy *(- si), n.* Thuật ngoại-giao ; thuật xã-giao.

Diplomat *(đip' plơ - met), n.* Nhân viên bộ ngoại-giao ; nhà ngoại - giao. — **Diplomatic** *(-met'tik), a.*

Dire *(đai'ơ), a.* Ghê gớm, dữ tợn ; tột bực, cực độ.

Dipterous *(đip'tơ-râs), a.* Có hai cánh.

Direct *(đi-rect',đai-), a.* Thẳng, trực tiếp. — *vt.* Điều khiển, ban lệnh.—**Directness.** *n.*

Direction *(-shân), n.* Phương hướng, chiều, nẻo, lối ; sự-chi-phối ; sự chỉ-huy.

Director *(-tơ), n.* Trưởng ban ; Giám-đốc ; quản lý.

Directory *(đi-rek'tơ-ri,đai-), n.* Viện chấp chính ; sổ tên người và đia chỉ.

Dirigible *(đi'ri-ji-bưl), a.* Có thể sai khiến ; dẫn đạo được. — *n.* Khí cầu máy.

Dirk *(đơrk), n.* Cái lao ngắn ; dao gám.

Dirt *(đơrt), n.* Sự bẩn thỉu ; sự nhơ nhớp ; bùn, phân.

Dirt-pie *(-pai), n.* Bùn nặn thành miếng

Dirty *(đơ'ti),a.* Bẩn, nhơ nhớp; hèn hạ, thấp hèn.

Disable *(đis-ê'bưl), vt.* Làm cho què ; làm hư hỏng ; làm cho không thích đáng.

Disagree *(dis-ơ-gri') vi.* Khác ý, bất đồng ý kiến.

Disappear *(-pi'ơ) vi.* Mất đi, biến đi ; lặn đi.

Disappoint *(-point'), vt.* Làm chán nản, làm thất vọng, bực.

Disapprove *(-pruv'), vt.* Chê ; không tán thành.

Disarm *(đis-arm'), vt.* Lột khí giới, giải giáp. — *n.* **Disarmament.**

Disaster *(điz-as'tơ), n.* Tai biến, tai họa ; tai hại.

Disastrous *(-trâs), a.* Làm tai hại ; bất hạnh; tàn khốc.

Disband *(đis-benđ'), vt.* Giải tán — *vi.* Giải ngũ ; tản mát.

Disburse *(- bơrs'), vt.* Xuất tiền để trả ; tiêu tiền.

Discard *(-caađ'), vt.* Để riêng ra ; chia rẽ ; bỏ đi

Discern *(đi-zơrn', -sơrn'), vt.* Phân biệt. — *a.* **Discernible** — *n.* **Discernment**

Discharge *(-charj'), vt.* Rỡ hàng; tha bổng; bắn súng;đuổi.

Disciple *(đi-sai'pưl), n.* Học trò ; đệ tử ; môn đệ.

Discipline *(đis'si-plin), n.* Qui luật ; kỷ luật ; trật tự,

Disclose *(đis-clôz'), vt.* Mở ra ; tìm thấy ; bầy tỏ.

Discontent *(đis-con-tent')*, *a.* Không bằng lòng.

Discount *(đis'caont)*, *vt.* Rút bớt — *n.* Tiền chiết-khấu.

Discourage *(đis - kă' râj)*, *vt.* Làm chán nản, mất hứng.

Discourse *(đis-côrs)*, *n.* Bài diễn thuyết.

Discover *(căv'vơ)*, *vt.* Mở ra ; tìm thấy ; phát minh.

Discovery *(-ri)*, *n.* Sự tìm thấy ; sự phát minh.

Discredit *(đis - kređ' đit)*, *vt.* Làm mất tín nhiệm, không tin được.

Discreet *(đis-criit')*, *a.* Kín đáo ; biết giữ bí-mật.

Discriminate *(-crim'mi-nêt)*, *vt.* Nhận xét rõ rệt, phân biệt. — *a.* Rõ rệt. — **Discrimination**, *n.* Sự phân biệt.

Discuss *(đis'căs)*, *vt.* Bàn bạc ; thảo luận ; tranh-luận.

Disdain *(-đên')* *v.* Khinh bỉ ; khinh miệt ; không thèm.

Disease *(đi-ziiz')*, *n.* Bệnh. — *vt.* Bệnh làm đau đớn.

Disfranchise *(đis-fren'chaiz)*, *vt.* Làm mất quyền bầu cử, hay tuyển cử.

Disgrace *(- grês')*, *n.* Tình trạng rủi ro, bị sỉ nhục, xấu hổ. — *vt.* Làm mất danh-dự, làm giảm giá trị,

Disguise *(-gaiz')*, *n.* Sự cải-trang, giả trang ; mặt nạ.

Disgust *(-găst')* *n.* Lòng ghét, không ưa ; oán hận.

Dish *(đish)*, *n.* Đĩa ; món ăn ; bát đĩa, vật hình đĩa.

Dishonest *(đis-on'nest, - nâst)*, *a.* Giả dối ; gian phi.

Disinfect *(đis-in'fect')*, *vt.* Tẩy uế, trừ độc, trừ xú khí.

Disintegrate *(đis-in'ti'grêt)*, *vt.* Làm tơi ra, tan ra.

Disinterested *(đis-in' tơ-res-tet,-ris-tưđ)*, *a.* Không dính dáng ; không vụ lợi.

Disk *(đisk)*, *n.* Đĩa (để tập thể-dục). — **Disc**.

Dislocate *(đis'lơ-kêt)*, *vt.* Chia xẻ ; đảo lộn ; làm sai khớp (xương). — **Dislocation** *(-kê' shân)*, *n.*

Dislodge *(đis-lij')*. *v.* Đuổi khỏi nhà hay chỗ ở ; đi chỗ khác.

Dismal *(điz'mơl)*, *a.* Ảm đạm; tối tăm, mờ mịt ; buồn tẻ.

Dismay *(đis-mê')*, *vt.* Làm khiếp sợ, lo sợ. — *n.* Vẻ sợ,

Dismiss *(-mis')*, *vt.* Cho đi ; đuổi đi ; cách chức.

Dismount *(-maont')*, *vi.* Xuống, đi xuống, xuống ngựa. — *vt.* Tháo ra.

Disobey *(đis-ơ-bê')* *v.* Không vâng lời, trái lệnh.

Disobedience *(-bi'đi-âns), n.* Sự bất phục tòng.

Disorder *(đis-or'đơ), n.* Tình trạng lộn-xộn, hỗn-loạn, vô trật-tự. — *vt.* Làm lộn-xộn, làm mất trật tự.

Dispatch *(- pech'), vt.* Gửi ; giết ; làm mau — *n.* Tin tức.

Dispel *(đis-pel'), vt.* Làm tiêu tán, làm tan đi ; đuổi đi.

Dispensable *(-pen'sơ-bưl), a.* Có thể tha cho, miễn.

Dispensary *(-pen'sơ-ri), n.* Nhà thương ; nơi phát thuốc. — **Dispence**, *vt.* Chia ra, phân phối.

Disperse *(-pơs'), vt.* Làm cho tán loạn, tan tác.

Dispirit *(đis-pi'rit), vt.* Làm ngã lòng, nản lòng, thất vọng.

Displace *(đis-plês'). vt.* Đổi chỗ, dời chỗ, xoay chiều.

Display *(-plê'), vt.* Trình bày, phô ra, bày ra — *n.* Triển lãm ; phô trương ; biểu lộ, biểu thị.

Disposal *(-pô'zơl), n.* Cách xếp đặt ; quyền xử-dụng.

Dispose *(-pôz') vt.* Bày, xếp đặt. — *vi.* Trừ khử.

Diposition *(-pơ-zi'shân), n.* Sự xếp đặt ; khuynh hướng ; tâm tình.

Disprove *(đis-pruv', đis'pruv), vt.* Bài bác, bác bỏ.

Dispute *(-piut'), n.* Cuộc cãi cọ. — *v.* Tranh luận.

Disqualify *(đis-kuol'li-fai), vt.* Loại ra ngoài cuộc, bất hợp cách. — *a.* **Disqualified.**

Disregard *(- ri - gard'), vt.* Không chú ý, cẩn thận.

Dissatisfy *(-set'tis-fai), vt.* Làm mất lòng, mếch lòng.

Dissect *(đi-sect'), vt.* Mổ xẻ ; giải phẫu, phân tách.

Dissent *(-sent). vi.* Ý kiến bất hợp. — *n.* Bất hòa.

Dissenter *(-tơ), n.* Người phản đối ; người theo dị thuyết ; người theo Quốc - giáo, đạo tin lành.

Dissipate *(đis'si-pêt), vt.* Làm tiêu tán ; phung phá.

Dissolute *(- sơ-liut), a.* Vô phẩm cách ; dâm đãng.

Dissolve *(đi-zolv'), vt.* Làm tan ra ; giải tán ; tiêu diệt.

Dissuade *(đi-suêđ'), vt.* Can ; Khuyên can.—*n.* **Dissuasion.**

Distaff *(đis'taf), n* Con quay để kéo sợi ; nữ-công.

Distance *(-tâns), n.* Quãng đường ; khoảng cách. — *vt.* Vượt xa.

Distant *(- tânt), a.* Xa ; xa cách, xa xôi, xa khơi.

Distill *(đis-til'), vt.* Chưng cất ; cất rượu ; chảy ra.

Distinct *(-tingkt')*. *a*, Khác, riêng biệt ; rõ ràng.

Distinction *(-shân)*, *n*. Sự phân biệt ; biệt cách.

Distinctly *(-li)*, *adv* Rõ ràng, minh bạch, phân minh.

Distinguish *(-ting'guish)*, *v*. Phân biệt, phân hạng.

Distort *(-tort)*, *vt*. Xoay vặn ; leo quanh ; làm cho sai.

Distract *(đis-trekt')* *vi*. Phân ly ; làm phát cuồng ; làm cho không chú ý.

Distress *(-tres')*, *v*. Lòng buồn rầu, âu sầu ; cảnh khổ, tình trạng nguy nan.—*v* Làm phiền não, buồn rầu.

Distribute *(đis-trib'biut)*, *vt*. Chia, phân ; phân phát.

District *(đis' trict)*. *n*. Khu ; miền ; khu vực ; huyện.

Disturb *(đis-tơb')*. *vt*. Quấy rối, làm phiền lòng ; rối loạn.

Ditch *(đitch)*, *n*. Rãnh ; hố.—*vt*. Làm hào, rãnh vây xung quanh. — *vi*. Đào hào, rãnh.

Ditto *(đit'tơ)*, *adv*. Cũng như trên.

Diurnal *(đai-ơ'nơl)*, *a*. Hàng ngày ; thuộc về ban ngày.

Dive *(đaiv)*, *n*. & *v*. Nhào xuống nước, lặn xuống nước.

Diverge *(đi-vơj')*. *vi*. Rẽ ra ; phân chia ; tách ra.

Diverse *(di-vơs',đai'vơs)*, *a*. Không giống nhau.

Diversify *(-vơ' si-fai)*, *vt*. Thay đổi làm cho khác nhau.

Divert *(đi-vơt' ,đai-)*, *vt*. Làm lảng đi ; khuyên can, làm khuây khỏa, tiêu khiển, an ủi.

Divest *(đai-vest', đi-)*, *vt*. Lột (da, quần áo), bóc (vỏ cây) ; truất quyền.

Divide *(đi-vaiđ')*, *v*. Chia ra, phân ly, tách ra ; phân hạng.

Dividend *(điv'vi-đenđ)*, *n*. Số bị chia ; thực số (toán học) ; phần lãi của cổ phần (thương-mại) ; phần chia cho chủ nợ.

Divine *(đi-vain')*, *a*. Thuộc về thần thánh.

Divinity *(đivin'ni-ti)*, *n*. Thần tính ; thần đức ; thần học.

Divisible *(đi-viz' zi-bưl)*. *a*. Chia đúng ; khả phân.

Division *(đi-vi'zhân)*, *n*. Sự chia, phân ly ; mối bất hòa ; tính hay phép chia ; sư đoàn; (hải) phân-hạm-đội.

Divisor *(-vai'zơ')*, *n*. Số chia ước số.

Divorce *(đi-vôrs',vors')* *n*, Sự ly-hôn, ly-dị. — *vt*. Ly hôn, ly dị. — *vt*. (vợ chồng) Bỏ nhau ; tuyệt-duyên.

Divulge *(đi-vălj')*, *vt.* Lộ ra, bộc lộ, phát giác.

Dizzy *(điz'zi)*, *a.* Dại ; làm chóng mặt, choáng váng

Do *(đu)*, *vt.* Làm ; thi hành. — *vi.* Hành động ; xử.

Docile *(đos'sil)* *a.* Dễ bảo, dễ dạy, ngoan ngoãn.

Dock *(đok)*, *vt.* Cắt ngắn ; lái tầu vào xưởng chữa tầu. — *vi.* Và xưởng đóng tầu. — *n.* Chỗ ở tòa-án để tội-nhân ngồi ; xưởng chữa tầu.

Docket *(đok' ket, - kưt)*, *n.* Nhãn-đề ; nghi lễ, nghi thức ; lễ mạo.

Dockyard *(đok ' yard)*, *n.* Xưởng đóng tầu.

Doctor *(đok'tơ)*, *n.* Bác-sĩ ; nhà bác-học ; chức danh dự bác sĩ ở Hàn-lâm-viện. — *vi.* Làm thuốc.

Doctrine *(-trin)*, *n.* Đạo ; chủ-nghĩa, học thuyết.

Document *(-kiu-mânt)*, *n.* Giấy má, tài liệu ; văn thư. — *vt.* Dạy ; cho tài liệu.

Dodge *(đoj)*, *v.* Tránh.

Doe *(đô)*, *n.* Con hoẵng cái. — **Doeskin**, *n.* Da hoẵng.

Dog *(đog)*, *n.* Chó ; giá để củi trong lò sưởi ; người đều giả. — *vt.* Quấy nhiễu ; rình ; do thám.

Dogma *(đog'mơ)*, *n.* Giáo-lý, giáo nghĩa giáo điều.

Dogmatic *(đog - met' tik)*, *a.* Thuộc về giáo-lý ; độc-đoán.

Dogrose *(đog'rôz)*, *n.* Cây dã tường vi ; hoa mõm chó,

Dole *(đôl)*, *n.* Của bố thí ; một phần. — *vt.* Phân phát (của bố thí).

Doll *(đol)*, *n.* Con búp-bê ; hình nhân.

Dollar *(đol'lơ)*, *n.* Đồng Mỹ kim (đô-la) ; đồng bạc.

Dolphin *(đol'fin)*, *n.* Cá heo, cá lợn.

Domestic *(đơ-mes'tik)*, *a.* Ở trong nhà, thuộc về gia-đình, gia-tộc, chỉ về một quốc-gia. — *n.* Đầy tớ gái.

Dominate *(đom' mi-nêt)*, *vt.* Thống trị ; áp bức ; đè nén.

Domineer *(đom-mi-ni' ơ)*, *v.* Thống trị, thống ngự; áp chế.

Dominion *(đơ-mi' nhi-ân)*. *n.* Tự-trị-lãnh,

Domino *(đom'mi-nô)*, *n.* Khăn trùm của giáo-sĩ, quần áo mặc trong cuộc khiêu-vũ ; mặt nạ ; bài cầu.

Donation *(đơ nê'shân)*, *n.* Sự tặng, biếu, vật tặng.

Donkey *(đoong'ki)*, *n.* Con lừa; người đần độn, dốt nát.

Done with. Chết ; làm xong.

Doom *(đu-m)*, *n.* Luật lệnh ; pháp luật ; thẩm phán ; vận mệnh, số phận. —*vt.* Xử phạt; định số phận ; kết án.

Doomsday *(dumz'đê)*, *n.* Ngày xét-xử cuối cùng.

Door *(đor,đôr)*, *n.* Cửa ; cổng ; cánh cửa ; ngưỡng cửa.

Dope *(đôp)*, *n.* (lóng) Thằng ngốc, đứa ngớ ngẩn; tin tức. —*vt.* Làm cho say thuốc.

Dormitory *(đor'mi-tơ-ri)*, *n.* Nhà ngủ (lớn).

Dormouse *(đor'maos)*,*n.* Giống sơn thử ; chuột rừng.

Dorsal *(đor'sơl)*, *a.* Thuộc về lưng.

Dose *(đồs)*, *n.* Liều thuốc —*vt.* Cho thuốc ; định phân lượng ; chế thuốc. — *vi.* Dùng thuốc.

Dot *(đot)*, *n.* Của hồi môn ; mũi kim; cái chấm ; điểm. —*vt.* Chấm để đánh dấu ; chấm điểm vào.

Dote *(đôt)*, *vi.* Nói lẩn thẩn ; nói chuyện vô lý.

Double *(đăb'bưl)*. *a.* Đôi, gấp đôi, kép. — *n.* Đôi, hai lần ; bản phụ, bản sao, phó bản.

Doubt *(đaot)*, *vi.* Ngờ, hồ nghi. — *n.* Mối ngờ, điều ngờ, mối hồ nghi.

Dough *(đô)*, *n.* Bột nhồi.

Dove *(đăv)*, *n.* Chim bồ câu mái.

Dovetail *(-têl)*, *n.* Mộng đuôi én.— *vt.* Nối lại.

Dowager *(đao'ơ-jơr)*, *n.* Người quả-phụ được hưởng-dụng tài sản của chồng ; một bà đứng tuổi.

Dowdy *(đao'đi)*, *a.* Ăn mặc lôi thôi. — *n.* Đàn bà ăn mặc lôi thôi, lốc sốc.

Dower *(đao'ơ)*, *n* Của của chồng chết để cho vợ ; của hồi môn ; tặng vật.— *vt.* Cho của hồi môn.

Down *(đaon)*, *adv.* Phần dưới, ở dưới ; xuống. — *a.* Thấp cạn ; từ trên xuống dưới, thấp hèn.— *n.* Sự ngã, sự rơi, sự suy vi ; lông tơ ; cái đồi con.

Downcast *(- cast)*, *a.* Rớt xuống ; thất vọng.

Down-hearted *(-har'tưđ)*, *a.* Thất vọng, nản chí.

Downpour *(đaon'pôr)*, *a.* Mưa rào ; sự đổ trút xuống.

Down-stairs *(ste'ơz)*, *a.* & *adv.* Dưới cầu thang

Downward *(-wơđ)*, *adv.* & *a.* Từ trên xuống dưới.

Dowry *(đao'ri)*, *v.* Của hồi-môn của vợ cho chồng ; thiên-tài.

Dozen *(đăz' zưn)*, Mười hai cái, một tá.

Draft *(đraft)*, *vt.* Vẽ, viết. — *n.* Bản thảo ; bản ráp.

Draftsman, draughtsman *(đrafts'mân)*; *n.* Người vẽ mẫu (nhà, máy, v.v.)

Drag *(đreg)*, *vt.* Kéo, dắt, dẫn. — *vi.* Đi chậm.— *n.* Máy hãm ; máy vét sông ; móc treo đồ.

Dragon *(đreg'gân)*, *n.* Con rồng ; cắc kè bay ; người hung bạo.

Dragonfly *(- flgi)*, *n.* Con chuồn chuồn.

Drain *(đrên)*, *vt.* Để cho nước chảy ra ; đổ ra. —*vi.*Chẩy ra. —*n.* Sự chẩy giọt ; rãnh, hào để nước chảy.

Drake *(đrêk)*, *n.* Con vịt đực ; cỗ súng nhỏ.

Drama *(đra'mơ)*, *n.* Kịch bản; thảm kịch, bi kịch.

Dramatic *(đrơ - met' tik)*, *a.* Thuộc về bản kich; có vẻ như kịch ; bi tráng, thê thảm, — **Dramatically**, *adv*

Dramatist *(đrem'mơ-tist)*, *n.* Nhà soạn kịch.

Draper *(đrê' pơ)*, *n.* Người buôn vải. — **Drapery**, *n.*

Drastic, *(đres'tik)*, *a.* Cương quyết ; mạnh ; nghiêm.

Draught *(đraft)*, *n.* Sự keo ; sự vẽ ; gió lùa ; tầm nước của tầu, thuyền ; thuốc nước.

Draw *(đro)*, *vt.* Kẻ ; vẽ ; vạch ; lĩnh lương ; nhổ (răng) ; kéo ; kéo theo. — *vi.* Kéo ; lôi, rút ngắn lại.

Drawback *(đro' bek)*, *n.* Sự ngăn trở, cản trở ; sự bất lợi ; nhược điểm.

Drawbridge *(đro'drij)*, *n.* Cầu kéo.

Drawer *(đro'ơ)*, *n.* Người kéo ; ngăn kéo ; *(pl.)* quần đùi.

Drawl *(đrol)*, *v* Nói kéo dài giọng ra ; ấp úng. — *n.* Lời nói như thế.

Drawing - room *(-rum)*, *n.* Phòng tiếp khách.

Dread *(đređ)*, *n.* Sự kinh hãi — *v.* (làm) sợ hãi ; dọa.

Dreadnought *(-not)*, *n.* Chiến-hạm bọc thiết-giáp dày.

Dream *(đriim)*, *n. & v.* Mộng ; chiêm bao ; giấc mơ.

Drear *(đri'ơr)*, *a.* Buồn, ưu sâu ; thảm đạm.

Dredge *(đrej)*, *n.* Máy vét sông. — *vi.* Vét sông.

Dregs *(đregz)*, *n. pl.* Cặn bã, đồ thừa, vật thừa.

Drench *(drench)*, *n.* Đồ uống. — *vt.* Ngâm vào nước.

Dress *(đres)*, *vt*. Mặc quần áo cho; trang điểm ; buộc (vết thương); gia vị ; treo cờ. — *vi*. Mặc quần áo.

Dressmaker, *n*. Thợ may y phục đàn bà.

Dress up, *v*. Trang điểm, trang-sức, diện.

Dress a window, *vt*. Trang hoàng một mặt hàng.

Dribble *(đrib' bưl)*, *vi*. Rơi từng hạt một.— *n*. Lạch nước nhỏ.

Drift *(đrift)*, *n*. Đống (tuyết) ; gió lốc ; mưa đá ; khuynh hướng ; xu hướng ; mục đích — *vt*. Xô đẩy ; đuổi đi ; xếp đống. — *vi*. Trôi nổi ; thành đống.

Drill *(đril)*, *n*. Cái khoan ; sự tập tành ; cái máy khoan, vải dày.— *v*. Khoan, dùi. — **Deriller**, *n*. Người huấn-luyện.

Drink *(đringk)*. *n*. Đồ uống. — *v*. Uống. — *n*. **Drinker**.

Drip *(đrip)*, *v*. Bắn rơi, toé từng hạt, nhỏ (giỏ) giọt.— *n*. Vật nhỏ giọt xuống.

Drive *(đraiv)*, *vt*. Xô đẩy ; đóng (đinh) ; lái (xe). —*vi*. Đi bằng xe. — *n*. Cuộc đi chơi bằng xe ; đường để lái xe.

Drivel *(đriv'vưl)*, *vi*. Chẩy nước rãi ; nói như ra dại.

Driver *(đrai'vơ)*, *n*. Tài xế ; người đánh xe ngựa.

Drizzle *(đriz'zưl)*, *vt*. Mưa phùn. — *n*. Cơn mưa bụi.

Drollery *(đrôl'lơ-ri)*, *n*. Điều nói chơi, buồn cười.

Dromedary *(đrăm'mi-đơ-ri)*, *n*. Lạc-đà một bướu.

Drone *(đrôn)*, *n*. Ong đực ; người lười biếng ; tiếng kêu vo vo. — *v*. Kêu vo vo ; sống lười biếng.

Droop *(đrup)*, *vi*. Hao mòn ; nghiêng mình. — *vt*. Để rơi.

Drop *(đrop)*, *n*. Giọt ; sự rớt; miếng bảo thạch đeo ở hoa tai ; kẹo viên thơm —*vt*. Bỏ rơi ; bỏ thư ; bỏ xuống (màn) ; bỏ đi ; ngừng ; đình chỉ. — *vi*. Rơi ; rơi từng giọt.

Dropsy *(đrop'si)*, *n*. Bênh phù-thũng.

Drought *(draot)*, *n*. Thời tiết nắng khô ; kỳ đại hạn.

Drown *(đraon)*, *vt*. Ngập, dìm xuống nước. — *vi*. Chết đuối. — **Drowndead**, *a*. Chết đuối.

Drowsy *(đrao'zi)*, *a*. Buồn ngủ, — *v*. **Drowse**, Ngủ.

Drug *(đrăg)*, *n*. Thuốc ; thuốc bào chế; dược phẩm.—*vt*. Cho bệnh-nhân nhiều thuốc quá.

Drum *(đrăm)*, *n.* Trống cái ; tiếng trống cái ; màng trống. —*vi.* Đánh trống. — *vt.* Đánh trống gọi. — *n.* **Drummer.**

Drunk *(đrăngk)*, *a.* Say rượu ; chếnh choáng say.

Drunkard *(đrăng' kơđ)* *n.* Người say, nghiện rượu.

Drunkenness *(-kân nâs, -nes)*, *n.* Thói hay say.

Dry *(đrai)*, *a.* Khô ; khô khan. — *vt.* Phơi khô, sấy khô — *vi.* Khô. — *n.* **Dryness.**

Dubious *(điu'bi-âs)*, *a.* Nghi ngờ ; có kết quả chưa rõ rệt.

Duchess *(đă'ches,-châs)*, *n.* Bà công tước.

Duck *(đăk)*, *n.* Vịt ; vải bố (dày) ; sự nhẩy xuống nước. — *vt.* Lặn xuống ; cúi xuống.

Duckling *(-ling)*. *n.* Vịt con.

Ductile *(đăk'til)*, *n.* Có thể kéo thành chỉ được ; dễ bảo. — *n.* **Ductility.**

Due *(điu)*, *a.* Mắc nợ ; đúng giờ tới ; vừa. — *n.* Món nợ.

Duel *(điu'ơl)*, *n.* Cuộc quyết đấu ; thách đấu.

Dugout *(đăg'aot)*, *n.* Cái thuyền khoét bằng gỗ ; chỗ trú-ẩn trong hang.

Duke *(điuk)*, *n.* Tước công quận công, — **Dukedom**, *n.*

Dull *(đăl)*, *a.* U-ám ; ngu-ngốc ; buồn tẻ, nhạt nhẽo ; mờ.

Duly *(điu'li)*, *adv.* Đúng ; chính đáng.

Dumb *(đăm)*, *a.* Câm ; lặng thinh, ngu ngốc.

Dumbbell *(-bel)*, *n.* Quả tạ đôi.

Dumfound Dumbfound *(đăm - faonđ)*, *vt.* Làm điếc tai ; làm choáng váng ; ngơ ngác.

Dummy *(đăm'mi)*, *n.* Người câm ; người bù nhìn ; hình nhân ; người không có chủ kiến — *a.* Câm ; giả.

Dump *(đămp)*, *vt.* Đổ ập ra ; đổ lật ra. — *n.* Nơi tạm chứa quân nhu hay hàng hóa.

Dumpling *(đămp'ling)*, *n.* Bột chín ; bánh viên có nhân.

Dunce *(đăns)*, *n.* Người dốt, người ngu ngốc.

Dune *(điu-n)*, *n.* Đống, đụn cát ở bãi bể hay ở sa-mạc.

Dung *(đăng)*, *n.* Phân loài cầm thú. — *vt.* Bón phân.

Dungeon *(đăn'jàn)*, *n.* Ngục tối ; ám ngục.

Dupe *(điu-p)*, *n.* Kẻ dễ bị lừa. — *vt.* Đánh lừa.

Duplex *(điu' pleks)*, *a.* Chỉ những bộ phận kép, gấp đôi.

Duplicate *(-pli-cât)*, *a.* Đôi — *n.* Hai lần, bản sao.

Duplicity *(điu-plis'si-ti)*, *n*. Sự hai lòng ; ác tâm, ác ý.

Durble *(điu'rơ-bưl)*, *a*. Bền ; vững bền ; dai.

During *(điu'ring)*, *prep*. Trong, trong khoảng (khi).

Dusk *(đăsk)*, *n*. Hoàng-hôn ; bóng tối ; chỗ tối ; màu sẫm. —*v*. Làm thành tối tăm, mờ mịt—*a*. **Dusky**.

Dust *(đăst)*, *n*. Bụi ; rác ; di hài người chết đốt ra tro ; tình trạng kém hèn.—*vt*. Phủi bụi, phủ bụi.—*a*. **Dusty**.

Dust-bin *(-bin)*, *n* Thùng rác. — *n*. **Dust-cart**, Xe rác.

Dustman *(-mân)*, *n*. Phu hót rác ở ngoài đường.

Dutiable *(điu'ti-ơ-bưl)*, *a*. Phải chịu thuế.

Dutiful *(-fut)*, *a*. Kính cẩn ; vâng lời ; nhu mì.

Duty *(điu'ti)*, *n*. Bổn phận ; nhiệm vụ ; thuế nhập cảng.

Dwarf *(đuo-f)*, *n* & *a*. Người lùn. — *vt*. Làm nhỏ lại. —*vi*. Bé lại, — *a*. **Dwarfish**.

Dwell *(đuel)*, *vi*. Ở, cư trú, ở lại.

Dwelling *(-ling)*, *n*. Nhà ở ; chỗ ở.

Dwindle *(đuyn'đưl)*, *vi*. Bớt, giảm bớt ; làm kém đi.

Dye *(đai)*, *vt*. Nhuộm (ruộm).— *n*. Thuốc ruộm.

Dyestuff *(-slăf)*, *n*. Thuốc nhuộm (ruộm), phẩm.

Dynamic *(đai-nem'mic,đi-)*, *a*. Thuộc về động lực ; hăng hái

Dynamics *(-miks)*, *n*. Động-học ; lực-học.

Dynamite *(đai'nơ-mait)*, *n*. Cốt mìn. — *v*. Bắn cốt mìn.

Dynamo *(đai'nơ-mô)*, *n*. Phát điện-cơ, đy na-mô.

Dynasty *(đin'nâs-ti, đai')*, *n*. Triều vua ; triều đại.

Dysentery *(đis'sưn-tơ-ri)*, *n*. Bệnh kiết, xích ly.

Dyspepsia *(đis-pep'si-ơ,-shơ)*, *n*. Chứng khó tiêu.

ZH
ZH ZH

E

Each *(i-ch)*, *a.* Mỗi. — *pron.* Mỗi người (cái, chiếc v.v...).

Eager *(i'gơ)*, *a.* Có nhiệt tâm, hăng hái ; tham lam, khát vọng ; nóng nẩy, bồn chồn ; không nhẫn nại.

Eagle *(i'gưl)*, *n.* Chim ưng ; phượng hoàng.

Ear *(i'ơr)*, *n.* Tai ; bông lúa ; cái quai ; đồng 10 mỹ-kim.

Eardrum *(-drăm)*, Màng trống ở tai.

Earl *(ơrl)*, *n.* Bá-tước (bên nước Anh).

Early *(ơr'li)*, *a.* Lúc đầu, trước nhất ; cũ ; sớm.

Earmark *(i'ơr-mark)*, *n.* Sự đánh dấu ở tai ; dấu hiệu ; ký hiệu.—*vt.* Đánh dấu.

Earn *(ơrn)*, *vt.* Được ; kiếm được ; đáng, có giá trị.

Earnest *(ơr'nest,-nâst)*, *a.* Hăng hái ; đứng đắn.

Earth *(ơrth)*, *n.* Trái đất ; mặt đất ; lục địa ; hang (của cáo). — *a.* **Earthly**.

Earthquake *(quêk)*, *n.* Trận động đất.

Earthworm *(-wơrm)*, *n.* Con giun (đất) ; kẻ hèn hạ.

Ease *(i-z)*, *n.* Sự dễ dàng ; vui vẻ.—*vt.* Làm cho dịu.

Easel *(i'zơl)*, *n.* Cái giá bảng gỗ ; giá bảng ; giá vẽ.

Easily *(i'zi-li)*, *adv.* Một cách dễ dàng.

East *(i-st)*, *n.* Phương đông ; miền đông.—*a.* **Eastern**.

Easter *(iis'tơ)*, *n.* Lễ Phục-sinh (Công-giáo).

Eastward *(-wơrd)*, *adv.* Về phương đông.

Easy *(i'zi)*, *a.* Dễ dàng ; tiện nghi ; hiền lành ; nhu nhược.

Eat *(i-t)*, *vt.* Ăn ; gặm ; nhấm.

Eaves *(i-vz)*, *n. pl.* Ven mái nhà ; mái hiên.

Eavesdrop *(iivz'drop)*, *vi.* Nghe một cách bí mật, nghe lỏm. — *n.* **Eavesdropper**.

Ebb *(eb)*, *vi.* Suy vi ; chảy ra. — *n.* Nước thủy triều xuống.

Ebony *(eb'bơ-ni)*, *n.* Gỗ mun ; gụ.

Ebullition *(eb-biu-lis'shân)*, *n.* Sự xôi ; kịch phát, hưng phấn; sự xôn-xao.

Eccentric *(ek sec'trik)*, *n.* Trung tâm khác nhau ; căn bản ; kỳ dị ; phi thường ; thuộc về một mình.

Eccentricity *(ek'sen-tris'si-ti)*, *n.* Xch. **Eccentric.**

Ecclesiatic *(e-kli-zi-es'tik,i-)*, *n.* Giáo đồ, giáo sỹ, nhà truyền giáo. — *a.* Thuộc về giáo hội, tôn giáo.

Echo *(-ek'kô)*, *n.* Tiếng vang, tiếng dội. — *vt.* Vang lại.

Eclipse *(i-clips')*, *n.* Nhật thực ; nguyệt thực.

Ecliptic *(i-klip'tik)*, *n.* Sự xâm thực (nhật thực, nguyệt thực); đường hoàng-đạo.

Economic *(i - kơ - nom'mik)*, *a.* Thuộc về kinh - tế ; tiết-kiệm.

Economics *(-miks)*, *n.* Kinh tế học.

Economize *(i-kon'nơ maiz)*, *v.* Để dành, tiết kiệm.

Economy *(-mi)*. *n.* Kinh tế, tiền để dành.

Ecstasy *(ek'stơ-si)*, *n.* Cơn cuồng; cơn thích quá.

Eczema *(ek'zi-mơ)*, *n.* Bệnh chốc lở, phong lở.

Eddy *(eđ'đi)*, *n.* Xoáy nước ; gió lốc. — *vi.* Cuốn; xoáy.

Eden *(i'đưn)*, *n.* Bồng lai ; địa đàng ; thiên đàng.

Edge *(ej)*, *n.* Bờ ; mép; lưỡi (dao, cuốc) ; cạnh; gáy (sách).

Edible *(eđ'đi-bưl)*, *a.* Ăn được. — *n.* Vật ăn được.

Edict *(i'đict)*, *n.* Pháp lệnh ; mệnh lệnh.

Edification *(eđ-đi-fi-kê'shân)*, *n.* Sự giáo-hóa ; sự tiến đức.

Edifice *(eđ'đi-fis)*, *n.* Tòa ; lầu ; lâu đài.

Edit *(eđ'đit)*, *vt.* Xuất bản ; san-hành ; xem lại và sửa-soạn để xuất-bản.

Edition *(i-đi'shân)*, *n.* Sự, nghề xuất-bản.

Editor *(eđ' đi - tơ)*, *n.* Người xuất-bản ; người chủ bút.

Editorial *(eđ-đi-tô' ri-ơl)*, *a.* Do bộ biên tập thảo, viết ; thuộc về chủ-bút. — *n.* Bài xã thuyết, xã luận.

Educate *(eđ'điu-kêt)*, *vt.* Dạy bảo ; giáo huấn.

Education *(- kê ' shân)*, *n.* Phương pháp hay việc giáo dục.

Educator *(ed'diu-kê-tơ)*, *n.* Nhà giáo-dục.

Eel *(i-l)*, *n.* Con lươn ; con chạch.

Efface *(e-fês',i-)*, *vt.* Lau, xoa, chùi ; làm lu mờ.

Effect *(i-fect')*, *n.* Kết quả ; tác dụng ; hiệu quả ; hiệu lực; hàng hóa ; tài sản.

Effective *(-tiv)*, *a.* Có kết quả ; có hiệu quả.

Effeminacy *(i-fem'mi-nơ-si)*, *n.* Tính nhu nhược.

Effervesce *(ef-fơ-ves')*, *vi.* Sự sôi sùng sục.

Efficacy *(ef'fi-cơ-si)*, *n.* Hiệu lực ; công hiệu.

Efficiency *(e-fis'shân-si, i-)*, *n.* Công-hiệu, hiệu-lực.

Efficient *(shânt)*, *a.* Có kết quả, hiệu quả ; có ích.

Effigy *(ef'fi-ji)*, *n.* Ảnh hưởng; tiếu tượng ; ấn tượng ; hình-ảnh.

Effluence *(ef'fliu-âns)*, *n.* Sự xông lên, bốc lên ; chảy ra, lưu xuất.

Effort *(ef'fơrt)*. *n.* Sự gắng sức, cố sức, nỗ lực.

Effrontery *(e-frăn'tơ-ri, -i-)* *n.* Tính, thói trơ-trẽn, trơ-tráo.

Effusion *(e-fiu'zhân, -i-)*, *n.* Sự chảy lênh láng ; thổ lộ, biểu lộ.

Egg *(eg)*, *n.* Quả trứng. — To lay eggs. Đẻ trứng.

Eggplant *(-plent)*, *n.* Cây cà ; trái cà.

Egoism *(i'gơ-i-zưm,eg'-)*, *n.* Lòng vị kỷ ; vị kỷ chủ nghĩa.

Egregious *(i-gri'jâs,-jiâs)*, *a.* Rõ rệt, rành rành ; hiển nhiên ; có tiếng là xấu.

Eider *(ai'đơ)*, *n.* Nhạn biển ở Bắc hải.

Eight *(êt)*, *n.* Tám.

Either *(ai' THƠ,i')*, *pron.* Người này hoặc người kia,một trong hai, cả hai ; không cái (người) nào ; cũng.

Ejaculate *(i-jek'kiu-lêt)*, *vt.* Phun ra ; lam bắn, vọt ra ; thốt ra.

Eject *(i-fect')*, *vt.* Ném trả lại ; đẩy ra, đuổi ra.

Elaborate *(i-leb' bơ-rât)*, *a.* Phức tạp. — *vt.* Luyện, dụng tâm kinh doanh ; khổ sở làm thành.

Elapse *(i-leps')*, *vi.* Chôi qua (thời giờ).

Elastic *(i-les'tik)*, *a.* Chun, dẻo dang, mềm rẻo.

Elate *(i - lêt')*, *vt.* Tán tụng, phấn khởi, kích-thích.

Elbow *(el'bô)*, *n.* Khuỷu tay. —*vt.* Thích bằng khuỷu tay.

Elder *(el'dơ)* *n.* Người hơn tuổi. — *a.* Hơn tuổi ; anh.

Eldest *(el'dest,-dâst)*, *a.* Người nhiều tuổi hơn cả.

Elect *(i-lect')*, *a.* Trúng truyền. — *vt.* Chọn, tuyển cử.

Election *(-shân)*, *n.* Sự lựa chọn, cuộc tuyển cử

Elective *(-tiv)*, *a.* Bầu cử ; thuộc về tuyển cử.

Electric *(-trik)*, *a.* Thuọc vẻ điện, điện khí.

Electrical *(-kơl)* *a* Thuộc về điện, điện khí.

Electrician *(i-lek-tri'shân)*. *n.* Người thợ điện.

Electricity *(-tris'si-ti)*. *n.* Điện khí ; điện học.

Electrocute *(i-lek' trơ - kiut)*, *vt.* Giết bằng điện, cho điện giật chết.

Electrode *(i-lek'trôd)*, *n.* Điện cực.

Electrolysis *(i-lek-trol'li-sis)*, *n.* Điện giải ; điện tích.

Electrolyte *(i-lek'trơ-lait)*, *n.* Chất điện tích.

Electromagnet *(i-lek'trơ-meg' net)*, *n.* Điện từ thiết.

Electron *(i-lek' trân)*, *n.* Điện tử.

Electroplate *(- plêt)*. *vt.* Mạ điện. — *n.* Vật mạ điện.

Electrotype *(-taip)*, *n.* Bản khắc bằng điện để in.

Elegance *(el'li-gâns)*, **Elegancy** *(-si)*. *n.* Tính cách tao nhã, diện, mỹ miều. — **Elegant** *(-gânt)*, *a.*

Elegy *(el'li-ji)*, *n.* Thơ sầu, bi ca, ai ca.

Element *(el'li-mânt)*, *n.*. Yếu tố, nguyên tố ; phần tử

Elementary *(el'li-men' tơ-ri)*, *a.* Thuộc về nguyên-tố, yếu tố ; sơ bộ, sơ đẳng.

Elephant *(el'li-fânt)*, *n.* Con voi.

Elevate *(el'li-vêt)*. *vt.* Nâng cao, dơ cao ; cất cao.

Elevator *(el'li-vê-tơ)*. *n.* Cử cân ; thang may ; may cất cao.

Eleven *(i-lev'vưn)*, *a.* Mười một.

Elf *(elf)*, *n.* Thần tiên ; ma quỉ, yêu quỉ , quỉ quái.

Elicit *(i-lis'sit)*, *vt.* Kéo ra, làm cho ra ; rút ra ; dẫn ra.

Eligible *(el'li-ji-bưl)*, *a.* Có tư cách ứng cử ; được chọn.

Eliminate *(i-lim' mi-nêt)*, *vt.* Loại trừ, trừ đi ; thải ra.

Elixir *(i - lik' sơ)*, *n.* Rượu thuốc làm cho sống lâu.

Elk *(elk)*, *n.* Một giống nai (ở Bắc Mỹ-châu).

Ellipse *(e-lips',i-)*, *n.* (toán) Hình bầu dục.

Ellipsis *(-sis)*, *n.* (văn) Phép lược văn, lược từ.

Elm *(elm)*, *n.* Cây du ; du thụ ; gỗ cây này.

Elocution *(el-lơ-kiu'shân)*, *n.* Cách ăn nói; cách diễn thuyết.

Elongate *(i-loong' ghêt)*, *vt.* Trải ra, kéo dài ra.

Elope *(i-lôp')*, *vi.* Trốn, đào tầu ; theo (trai).

Eloquence *(el'tơ-quâns)*, *n.* Tài hùng biện ; khẩu tài.

Eloquent *(-quânt)*, *a* Có tài hùng biện.

Else *(els)*, *a.* Cách khác ; nếu không thế ; khác.

Elsewhere *(els-huer)*, *adv.* Ở chỗ khác ; nơi khác.

Elucidate *(i-liu'si-đêt)*, *vt.* Cắt nghĩa, giải nghĩa ; làm cho sáng sủa.

Elude *(-liuđ')*, *vt.* Tránh ; tránh khỏi ; chạy trốn.

Elusive *(i-liu'siv)*. *a.* Giả dối, lừa dối ; hư vô, hão huyền ; khó hiểu.

Elysium *(i-liz'zhi-âm)*, *n.* Chốn bồng lai tiên cảnh; nơi cực lạc.

Emaciate *(i-mê'shi-êt)*,*vt.* Làm cho còm cõi, làm cho gầy mòn.

Emancipate *(i-men'si-pêt)*, *vt.* Giải phóng ; phóng thích.

Embalm *(em-bam')* *vt.* Xông, ướp hương ; ướp xác.

Embank *(em-bengk')*, *vt.* Đắp đê, đắp đập, be bờ.

Embankment *(em-bengk'mânt)* *n.* Sự đắp đất ; bờ dốc, hầm hố.

Embargo *(em-bar'gô)*, *n.* Lệnh cấm tầu ra ; lệnh cấm thông thương. — *vt.* Ra lệnh cấm tầu ra vào.

Embark *(em-bark')*, *v.* Cho xuống, xếp xuống tầu ; xuống tầu ; bắt tay vào.

Embarrass *(em-be'râs)*, *vt.* Làm khó, rầy rà, phiền.

Embassy *(em'bâ-si)*, *n.* Chức đại sứ ; đại sứ quán.

Embellish *(em-bel'lish)*, *vt.* Làm cho đẹp thêm, tô điểm.

Ember *(em'bơ)* *n.* Than đỏ, than hồng ; tro.

Embezzle *(em-bez'zưl)*, *vt.* Lừa đảo để chiếm.

Emblem *(em'blem,-blâm)*, *n.* Bức họa ngụ ý ; tượng trưng.

Embodiment *(em-bođ'đi-mânt)*, *n.* Xch. **Embody**.

Embody *(em-bođ'đi)*, *vt.* Làm cho có nhục thể.

Embolden *(em-bôl'đân)*, *vt.* Làm cho bạo dạn, làm cho phấn khởi.

Emboss *(em-bos')*, *vt.* Làm hình nổi lên trên bát đĩa, hay giấy.

Embrace *(em-brês')*, *vt* Ôm, hôn ; vây quanh.

Embroider *(em-broi'đơ)* *v.* Thêu ; làm đẹp thêm ra.

Embroil *(em-broil')*, *vt.* Làm rối ren, lộn xộn. — *n.* **Embroilment.**

Embryo *(em'bri-ô)*. *n.* Phôi thai ; mầm gốc, nguồn.

Embryology *(em bri-ol'lơ-zi)*, *n.* Thai-sinh-học, phôi-sinh-học.

Emend *(i-mend')*, *vt.* Sửa chữa; đính chính.

Emerald *(em' mơ - râld)*, *n.* Ngọc - bích ; bảo thạch. — *a.* Màu lục (xanh biếc).

Emerge *(i-mơj')*, *vi.* Nổi lên ; nhô ra ; lộ ra ; hiện ra.

Emergency *(- jân - si)*, *n.* Trường hợp bất ngờ.

Emigrant *(em'mi-grànt)*, *n.* Người di trú, di dân.

Emigrate *(grêt)*, *vi.* Di trú ; kiều cư ; đi ngoại quốc.

Eminence *(em'mi-nâns)*, *n.* Chỗ cao ; địa vị cao.

Eminent *(-nânt)*, *a.* Cao, chỗ cao ; tuyệt ; siêu quần.

Emissary *(em'mi se-ri,-sơ-ri)*, *n.* Mật-sứ ; gián-điệp.

Emit *(i-mit')*, *vt.* Ném ; bốc hơi ; lên hơi, phát hơi.

Emolument *(i-mol'liu'mânt)*, *n.* Lương bổng, bổng lộc, tiền công.

Emotion *(i-mô'shân)*, *n.* Mối cảm khích ; cảm động.

Emperor *(em'pơ-rơ)*, *n.* Vua, hoàng đế ; thiên hoàng.

Emphasis *(em'fơ-sis)*, *n.* Sự nhấn mạnh ; nghị lực.

Emphasize *(-saiz)*, *vt.* Nhấn mạnh ; đọc mạnh.

Emphatic *(em - fet' tik)*, *a.* Mạnh, nhấn mạnh; đại cà sa.

Empire *(em'pai-ơ)*, *n.* Đế quốc, đế chế.

Empirical *(em-pi'ri-cơl)*. *a.* Theo, dựa theo kinh-nghiệm. — *n.* Lang băm.

Employ *(em-ploi')*, *vt.* Dùng ; thuê, thuê người làm.

Employee *(em-ploi'iem-ploi-i')*, *n.* Người làm công, làm thuê.

Employer *(em ploi'ơ)*, *n.* Chủ thuê mướn.

Employment *(-mânt)*, *n.* Cách dùng ; việc làm.

Emporium *(em-pô'ri-âm)*, *n.* Thương trường.

Empower *(- pao'ơ)*, *vt.* Cho phép ; cho toàn quyền.

Empress *(em'pres,-prâs)*, *n.* Hoàng hậu ; nữ hoàng.

Emptiness *(emp-ti-nâs,-nes)*, *n.* Sự trống rỗng.

Empty *(emp'ti)*, *vt.* Làm cho rỗng ; đổ ra. —*a.* Rỗng.

Emulate *(em'miu-lêt)*, *vt.* Ganh đua, đua tranh ; cố gắng, tranh đấu.

Emulsion *(i - măl' shân)*, *n.* Nước trắng như nước sữa, nhũ tương.

Enable *(en-ê'bưl)*, *vt.* Khiến cho có thể ; cho phép.

Enact *(en-nect')* *vt* Chế định, đưng vai ; thay mặt.

Enamel *(en-nem'mơl)*, *n.* Men (đồ sứ răng).

Encamp *(en-kemp')*, *vi.* Đóng trại.— *vt.* Chiếm cứ.

Enchant *(-chant')*, *vt.* Bỏ bùa ; làm cho say mê.

Enchantress *(-três,-trâs)*, *n.* Người phù thủy đàn bà ; người làm cho người ta say mê.

Encircle *(en-sơ'cưl)*, *vt.* Buộc quanh mình ; vây.

Enclosure *(en - clô' zhơ)*, *n.* Hàng rào ; tường quanh.

Encompass *(en-căm'pâs)*, *vt.* Quây xung quanh ; bao bọc.

Encore *(ăng-kor')*, *interj.* Lần nữa.

Encounter *(en-caôn'tơ)*, *v.* & *n.* (Sự) gặp nhau.

Encourage *(en - că' rưj)* *vt.* Khuyến khích ; phấn khởi.

Encroach *(en-crôch')*, *vi.* Xâm lấn ; xâm chiếm.

Encumber *(en-căm'bơ)*. *vt.* Làm trở ngại, cản trở mối súc động hay một việc ; làm cồng kềnh.

Encyclical *(en-sai'kli-cơl,-sik'-)* *a.* Thuộc về chỉ-dụ của giáo-hoàng ; thuộc về thông cáo.

Encyclopedia *(en-sai-clơ-pi'đi-ơ)*, *n.* Bách khoa toàn thư — **Encyclopedic** *(-đik)*, *n.*

End *(end)*, *v.* Hết, kết thúc.— *n.* Chỗ cuối ; mục đích.

Endeavor *(en-đev'vơ)*, *n.* Sự cố gắng — *v.* Cố.

Endorse *(en-đors')*, *vt.* Khoác lên lưng ; duyệt y.

Endow *(en-đao')*, *vt.* Cho của hồi môn ; cúng tiền.

Endue *(en-điu')*, **Indue** *(in-điu')*, *vt.* Phú cho đặc tính hay tài năng.

Endurable *(en-điu'rơ-bưl)*, *a.* Có thể chịu được.

Endurance *(-râns)*, *n.* Tình trạng đau đớn, đau khổ ; tính nhẫn nại ; sự chống cự ; sự chịu đựng.

Endure *(en-điu'ơ)*, *vt.* Nhịn được, nhẫn nhục.

Enemy *(en'ni-mi)*, *n.* Kẻ thù ; quân địch ; bên địch.

Energy *(en'nơ-ji)*, *n.* Sức mạnh ; năng lực ; nghị lực.

Enervate *(en'nơr-vêt)*, *vt.* Làm cho kiệt sức, uể oải, mệt mỏi.

Enforce *(en-fôrs',-fors)*, *vt.* Bắt buộc ; cưỡng bách.

Enfranchise *(-fren'chaiz)*, *vt.* Buông thả ; cho quyền công dân. — **Enfranchisement**, *n.*

Engage *(-ghêj')*, *vt.* Hứa ; ước hẹn ; giao ước ; đính hôn. —*vi.* Bắt đầu ; xui ; buộc : giao chiến.

Engagement *(en-ghêj'mânt)*, *n.* Sự giao kết ; sự hẹn ; sự làm thuê ; sự mộ lính.

Engender *(en-jen'đơ)*, *vt.* Sinh ra, sản ra, phát sinh.

Engine *(en'jin)*, *n.* May ; động cơ ; đầu tầu hỏa.

Engineer *(en-ji-ni'ơ)*, *n.* Kỹ sư.—*vt.* Điều khiển.

Engineering *(-ring)*, *n.* Kỹ thuật của, hay nghành kỹ sư.

English *(ing'glish)*, *n.* & *a.* Người, nước, tiếng Anh.

Engrave *(en-grêv')*, *vt.* Khắc ; trạm ; in sâu vào.

Engulf *(-gălf')*, *vt.* Ngốn ; nuốt chửng ; chìm đắm.

Enhance *(en-hans',-hens')*, *vt.* Trả giá hơn ; tăng gia ; tăng tiến.

Enigma *(i-nig'mơ)*, *n.* Lời bí ẩn ; ẩn ngữ ; câu đố.

Enigmatic *(i-nig'met'tik, en-)*, *a.* Bí ẩn, khó hiểu ; giống như câu đố.

Enjoy *(en-joi')*, *vt.* Hưởng ; thưởng thức ; vui thích.

Enkindle *(-kin'đưl)*, *vt.* Đốt bén cháy ; kích thích.

Enlighten *(-lait'tưn)*, *vt.* Soi sáng ; làm cho tỉnh ngộ.

Enlist *(-list')*, *vt.* Biên vào sổ ; trưng tập ; bắt đầu quân.

Enliven *(en-lai'vưn)*, *vt.* Làm cho vui thích, làm cho hoạt động ; làm cho sống lại.

Enmity *(en'mi-ti)*, *n.* Lòng, mối oán hận ; cừu địch.

Ennui *(an-nuy')*, *n.* Mối buồn bực, điều khó chịu.

Enormity *(i-nor'mi-ti)*, *n.* Sự to lớn, kếch sù ; quá khổ ; tội tầy đình.

Enormous *(i-nor'mâs)*, *a.* To lắm, lớn lắm ; cự đại.

Enough *(i-năf')*, *a. & adv.* Đủ ; kha khá ; vừa ý.

Enrage *(en-rèj')*, *vt.* Chọc tức ; kích thích.

Enrich *(-rich')*, *vt.* Làm giầu có ; trang sức ; bồi bổ.

Enroll, Enrol *(en rôl')*, *vt.* Biên vào sổ ; trước bạ.

Enroute *(ang-rut')*, Lên đường, trên đường đi.

Ensign *(en'sain, en'sin)*, *n.* Cờ ; dấu hiệu ; (hải) thiếu úy.

Enslave *(en-slêv')*, *vt.* Bắt làm nô lệ ; bắt phải lệ thuộc.

Ensue *(en-siu')*, *vi.* Theo, tiếp theo ; bởi đó.

Entangle *(-teng'gul)*, *vt* Làm rối, lộn sộn.

Enter *(en'tơ)*, *vt.* Đi vào ; ghi vào ; nhập cuộc.

Enterprise *(-praiz)*, *u.* Sự quyết định làm ; sự-nghiệp.

Entertain *(-tên')*, *vt.* Tiếp đãi ; nhận ; nuôi trong lòng.

Enthrall, Enthral *(en-throl')*, *vt.* Bắt làm tôi tớ ; ức hiếp, ức chế ; làm say sưa, làm cho mê.

Enthrone *(en thrôn')*, *vt.* Tôn lên ngôi vua.

Enthusiasm *(en-thiu'zi-ez-zưm)*, *n.* Nhiệt tâm.

Enthusiatic *(-es'lik)*, *a.* Có lòng hâm mộ ; nhiệt thành.

Entice *(en-tais')*, *vt.* Kéo theo ; quyến rũ ; làm cho thèm.

Entire *(en-tai'ơ)*, *a.* Nguyên ; toàn thể ; toàn vẹn.

Entitle *(-tai'tưl)*, *vt.* Đề tên ; cho chức ; gọi là được.

Entity *(en'ti-ti)*, *n.* Bản chất, thực thể ; thực tại, thực hữu.

Entomology *(en - tơ - mol'lơ - ji)*, *n.* Côn trùng học. — *a.* **Entomolonical.**

Entourage *(an-tu-razh')*, *n.* Đoàn tùy tùng, người chung quanh.

Entrails *(en'trơlz, en'trêlz)*, *n. pl.* Bộ ruột ; bộ lòng.

Entrance *(en'trâns)*, *n* Sự vào ; lối vào ; buổi đầu.

Entreat *(en-triit)*, *vt.* Kêu, van ; kêu xin ; khẩn cầu.

Entry *(en'tri)*, *n.* Sự vào ; việc vào sổ ; lối vào.

Entwine *(en-tuain')*, *vt.* Bện chằng với nhau.

Enumerate *(i-niu'mơ rêt)*, *vt.* Đếm ; liệt kê.

Enumeration *(-rê-shân)*, *n.* Sự liệt kê ; sự đếm.

Enunciate *(i-năn'shi êt, -si-), vt.* Trần thuật ; nói ra.

Envelop *(en-vel'lâp), vt.* Bao bọc, bao phủ ; che, phủ ; bao gồm.

Envelope *(en'vơ-lôp), n.* Phong bì ; vỏ ; bao.

Environ *(en-vai'rân), vt.* Vây quanh ; bọc xung quanh.

Envoy *(en'voi), n.* Sứ thần ; sứ giả ; phai viên ; ủy viên.

Envy *(en'vi),n.* Tính ghen ghét; đố kỵ. — *vt.* Ganh tỵ.

Epaulet *(ep'pơ-let), n.* Vai áo quan binh ; cái độn vai.

Ephemeral *(ơ-fem'mơ-rơl), a.* Không lâu, không bền, phù du, phù vân.

Epic *(ep'pik), n.* Anh hùng ca. — *a.* Hùng tráng (thơ).

Epicure *(ep'pi-kiu r), n.* Người mê ăn ngon mặc đẹp.

Epidemic *(ep-pi-đem'mik), a.* Thuộc về bệnh dịch ; truyền nhiễm. — *n.* Bệnh truyền nhiễm.

Epigram *(ep'pi-grem), n.* Thơ trào phung ; lời châm chích bóng bẩy.

Epilepsy *(ep'pi-lep-si), n.* Bệnh trúng phong.

Epilogue *(ee'pi-lơg), n.* Kết luận ; câu kết ; kết cục.

Episcopacy *(i-pis'cơ-pơ-si), n.* Chức giám-mục ; đoàn chủ-giáo ; chế-độ chủ-giáo thống-trị.

Epistle *(i-pis'sưl), n.* (tôn) Bức thư chung.

Episode *(ep'pi-sôđ), n.* Đoạn văn ; một đoạn, một phần.

Epitaph *(ep'pi-taf), n.* Chữ đề trên bia mộ ; mộ chí.

Epithet *(ep'pi-thet), n.* Hình-dung-từ.

Epoch *(ep'pâk, i'pok), n.* Kỳ ; thời kỳ ; thời đại.

Equable *(ek'kuơ-bưl, i'-), a.* Nhất luật ; không thay đổi ; bình thản.

Equal *(i'kuơl). a.* Giống nhau ; bằng nhau ; bình đẳng.

Equality *(i-kuo'li-ti),* Quan hệ của hai vật ngang nhau, bằng nhau ; sự bình đẳng.

Equation *(i-quê'shân). n.* Phương trình thức; đẳng thức

Equator *(-tơ), n.* Xích đạo ; xích đạo tuyến.

Equestrian *(i-kues'tri-ân), a.* Thuộc về thuật kỵ mã, cỡi ngựa. — *n.* Người cỡi ngựa.

Equidistant *(i'qui-đis'tânt), a.* Cách đều.

Equilateral *(i-qui-let'tơ-rơl), a.* Có cạnh bằng nhau.

Equilibrate *(i-qui-lai'brêt), vt.* Khiến thăng bằng.

Equilibrium *(-lib'bri-âm). n.* Thế thăng-bằng ; quân bình.

Equinox *(i'qui-noks, ek'-), n.* Phân điểm ; xuân-phân hoặc thu-phân (lúc ngày đêm bằng nhau).

Equip *(i-quip'). vt.* Sắm sửa ; cung cấp dụng cụ

Equipement *(i-quip'mânt), n.* Sự chuẩn bị ; đồ dùng ; quân nhu.

Equity *(ek'qui-ti),n.* Đức công-bình, vô tư.

Equivalent *(i-quiv'vơ-lânt), a.* Tương đương ; đáng giá.

Equivocal *(i-qui'vơ-cơl), a.* Có hai ý hai nghĩa ; tối nghĩa; khả nghi, đang nghi.

Era *(i'rơ), n.* Kỷ nguyên ; thời đại ; niên đại.

Eradicate *(i-ređ'đi-kêt), vt.* Nhổ cả rễ ; trừ tuyệt. phá hủy.

Erase *(i-rêz'), vt.* Xóa ; tẩy đi; gạch đi, — **Eraser**, *n.*

Ere *(er), adv. conj. & prep.* Trước, trước khi.

Erect *(i-rect'), a* Đứng thẳng, — *vt.* Xây dựng, lập.

Ermine *(ơr'min), n.* Một giống chồn trắng (súc vật).

Erode *(i-rôđ'), vt.* Gặm mòn ; ăn rỗng ; nhấm.

Erosion *(i-rô'zhân), n.* Sự gặm mòn, soi mòn ; sự nở ra.

Erotic *(i-rot'tik), a.* Thuộc về luyến ái, tình ái ; dâm ô ; đa tình.

Err *(er). vi.* Đi lang thang ; phiêu lưu ; nhầm.

Errand *(e'rânđ). n* Tin tức ; sự giúp việc vặt.

Errant *(e'rânt). a.* Đi lang thang ; phiêu bạt ; không có định sở.

Error *(er'rơ), n.* Sự nhầm lẫn ; điều sai.

Erudition *(e'ru-đis'shân), a.* Sự thông thái, tính bác-học.

Eruption *(i-răp'shân), n.* Sự phun ra; nổi lên.

Escalator *(es'cơ-lê-tơ), n.* Cầu thang máy. cầu thang tự-động chuyền.

Escapade *(es-cơ-pêđ', es'cơ-pêđ), n.* Sự lẩn trốn ; đào tẩu, đào vong.

Escape *(ep-kêp',is-), n.* Sự trốn ; sự đào thoát.

Escort *(es'cort), vt.* Đi theo, hộ vệ, hộ tống.

Esophagus *(i-sof'fơ-gàs), n.* Cuống họng ; thực quản.

Esoteric *(es-sơ-te'rik), a.* Thuộc về bí truyền ; bí mật ; riêng, tư.

Especial *(es-pe' shâl,is-)*, *a.* Đặc biệt ; đặc cách.

Espionage *(es'pi-ơ-nij,es-pi'ơ-nij)*, *n.* Nghề trinh - thám, gián điệp.

Espouse *(es - paoz')*, *vt.* Lấy chồng, lấy vợ ; kết hôn.

Esquire *(es-quai'ơ,is-)*, *n.* Kỵ sĩ hầu nhà quý phái ; vị công tử (quý tộc), chưa được phong kỵ sĩ ; ông.

Essay *(es'sê)*, *n.* Sự thử, thí nghiệm ; bài luận.

Essence *(es'sâns)*. *n.* Bản chất; tinh túy ; nước hoa.

Essential *(e sen ' shơl. i -)*, *a.* Quan trọng nhất, chính.

Establish *(es-teb'lish,is)*, *vt.* Đặt, dựng, thiết lập.

Established *(-lisht)*, *a.* Gây dựng. thiết lập.

Establishment *(es - teb' blish-mânt)*. *n.* Sự thiết lập công sở ; xưởng, nhà máy ; trụ-sở.

Estate *(es-têt',is-)*, *n.* Tài sản ; đồn điền ; địa vị.

Esteem *(es tiim',is-)*, *n.* Mến, quý trọng ; đánh giá.

Estimate *(es'-ti-mêt)*, *vt.* Đánh giá ; xét đoán.

Estuary *(es'chnơ-ri)*, *n.* Cửa sông, hà khẩu.

Etcetera *(i-set'lơ-rơ)*. Vân vân (*viết tắt* : etc.).

Etch *(etch)*, *vt.* Vẽ phác, phác họa ; chạm trổ.

Eternal *(i-tơ'nơl)*, *a.* Vô cùng, bất diệt, vĩnh cửu.

Ether *(i'thơ)*, *n.* Tinh-khí ; nước ê-te.

Ethereal *(i-thi'ri-ơl)*, *a.* Thuộc về trên giời ; nhẹ.

Ethical *(e'thi-cơl)*. *a.* Thuộc về luân lý, đạo đức.

Ethics *(e'thiks)*, *n.* Luân lý học ; đạo đức.

Ethnology *(eth-nol'lơ-ji)*, *n.* Khoa nhân-chủng-học.

Etiolate *(i-ti-ơ-lêt)*, *v.* Làm cho nhợt-nhạt (như thiếu máu).

Etiquette *(et'ti-ket)*, *n.* Nhãn hiệu ; phong tục.

Etymological *(et-ti-mơ-loj'ji-cơl)*, *a.* Thuộc về nguồn gốc của chữ ; từ-nguyên.

Eucharist *(yu ' cơ - rist)*, *n.* Thánh thể (bánh thánh. rượu thánh).

Eugenics *(iu - jen' niks)*, *n.* Khoa khảo-cứu những điều-kiện cải-thiện nhân - chủng.

Eulogize *(iu'lơ-jaiz)*, *vt.* Khen

Eulogy *(iu'lơ ji)*, *n.* Lời khen, tán tụng, tán dương.

Eunuch *(iu'nâk)*. *n* Nội thần ; thị thần, quan thị.

Euphemism *(yu'fi-mi-zưm)*, *n.* Phép uyển-ngữ ; uyển-từ (làm cho lời văn mềm-mại).

Euphony *(iu'fơ-ni)*, *n.* Âm-điệu hòa-hài (dễ nghe).

European *(yu-rơ-pi'ân)*, *a.* Thuộc về châu Âu.—*n.* Người châu Âu.

Evacuate *(i-vek' kiu-êt)*, *vt.* Làm cho rỗng ; bài tiết ; rút ra khỏi. — *n.* **Evacuation.**

Evangelism *(i-ven'jơ-li-zưm)*, *n.* Thuyết-giáo về Phúc-âm.

Evaporate *(i-vep'pơ-rêt)*, *vi.* Bốc hơi, lên hơi.

Evasion *(i-vê'zhân)*, *n.* Sự trốn thoát ; sự tránh.— *a.* **Evasive.**

Eve *(iiv)*, *n.* Chiều, buổi tối hôm trước.

Even *(i'vưn)*, *a.* Bằng nhau, (số) chẵn. — *adv.* Ngay cả.

Evening *(iiv-ning)*, *n.* Buổi tối ; chiều.

Event *(i-vent')*, *n.* Sự tình ; biến cố ; kết quả ; sự sảy ra.

Eventual *(-chuơl)*, *a.* Sau này; ngẫu nhiên ; bất thần.

Ever *(ev'vơ)*, *a.* Luôn luôn, mãi mãi, bất tuyệt.

Every *(ev'ri,ev'vơ-ri)*, *a.* Mỗi ; mọi (cái) ; hàng (ngày v.v.).

Evergreen *(ev'vơ-griin)*, *a.* Xanh. — **Ever changing**, *a.* Đổi luôn luôn.

Everlasting *(-las'ting)*, *a.* Bất diệt ; còn mãi mãi.

Everywhere *(-hue-r')*, *adv.* Bất cư ở đâu ; khắp nơi.

Evict *(i-vict')*, *vt.* Hoành đoạt, chiếm đoạt, thu đoạt ; tống, đuổi ra.

Evidence *(ev'vi-đâns)*, *n.* Chứng cớ ; sự minh-bạch.

Evident *(-đânt)*, *a.* Rõ ràng, rõ rệt. — **Evidently**, *adv.*

Evil *(i'vưl)*, *a.* Xấu ; ác ; tà ác ; bất hạnh.

Evoke *(i-vôk')*, *vt.* Gọi, triệu ; truy niệm ; dẫn khởi ; gợi ra.

Evolution *(ev-vơ-liu'shân)*, *n* Sự tiến hóa, tiến triển.

Ewe *(iu.yô)*, *n.* Con cừu cái.

Ewer *(yu'yơ)*, *n.* Cái liễn.

Ewer *(yu'ơr)*, *n.* Bình đựng nước miệng rộng.

Exact *(eg-zect',ig-)*. *vt.* Bắt buộc. — *a.* Đúng ; hợp.

Exaggerate *(eg-zej'jơ-rêt)*. *vt.* Nói quá sự thật, thêu dệt.

Exalt *(eg-zolt',ig-)*, *vt.* Tán dương. phấn khởi.

Examination *(eg-zem-mi-nê'-shân)*, *n.* Sự xem xét ; kỳ thi. — **Examine** *(eg-zem'mi, ig-)*, *vt.* Xem xét ; khảo-sát, điều tra ; tra xét tỷ mỉ. — *n.* **Examiner.** Giám-khảo.

Example *(eg-zam'pưl,ig-)*, *n.* Gương mẫu ; ví dụ, tỷ dụ.

Exasperate *(eg-zes'pơ-rêt,ig-)*. *vt.* Làm cho nổi giận, nổi khủng. — *n.* **Exasperation.**

Excavate *(eks'cơ-vêt), vt.* Đào ; khai quật.

Exceed *(ek-siid',ik-), vt.* Quá ; thừa ra ; thặng dư.

Exceeding *(-đing), a.* Quá,cực độ, phi thường.

Excel *(ek-sel'), vt.* Vượt, hơn. — *vi.* Giỏi hơn, tốt hơn.

Excellence *(ek'sơ-lâns), n.* Tính tốt lắm, ưu tú, tuyệt diệu, xuất chúng.—**Excellent** *(-lânt), a.*

Excelsior *(ek sel'si-or, -ơr), a.* Cao hơn nữa ; hướng về trên.

Except *(ek-sept', ik-), vt.* Trừ ra, trừ ngoại. — *prep.* Trừ.

Excerpt *(ek'sơrpt'), n.* Đoạn trích ra trong sách.

Excess *(ek-ses', ik-), n.* Điều quá độ, thái quá.

Exchange *(eks-chênj', iks-), n.* Sự đổi ; giao dịch, mậu dịch.

Exchequer *(eks-chek'kơr, eks'-chek-kơ), n.* Ngân khố ; bộ tài chính.

Excise *(ek-saij', ek-sais'), n.* Thuế hàng hóa.

Excite *(ek-sait', ik-), vt.* Kích thích ; sui-giục.

Exclaim *(eks-clêm'), vi.* Kêu to, hô to ; thét lên ; nói to.

Exclude *(eks-clud'), vt.* Đuổi loai, thải, trừ ; cự tuyệt.

Exclusion *(clu'shân), n.* Sự trừ ra ; loại.

Exclusive *(-clu'siv), a.* Không cho vào;độc chiếm; độc quyền.

Excommunicate *(eks-com-miu' ni-kèt), vt.* Trục-xuất ra ngoài giáo-hội.

Excrement *(eks'kri-mânt), n.* Cứt, phân ; phế vật.

Excrescence *(eks-kres'sâns, iks-), n.* Bướu, u ; mụn.

Exculpate *(eks'căl-pêt,eks-căl'-pêt), vt.* Giải tội, gỡ tội ; biện bạch.

Excursion *(eks-cơ'zhân), n* Cuộc đi chơi ; sự lạc-đề.

Excuse *(eks-kius'), n.* Sự tạ lỗi, xin lỗi.—*vt.* Tha lỗi.

Execrate *(ek'si-krêt), vt.* Ghét bỏ, ruồng bỏ, ghét độc ghét địa ; rủa.

Execute *(ek'si-kiut), vt.* Thi hành ; hành hình.

Executor *(eg-zek'kiu-tơr, ig-, ek-sek'-), n* Người chấp hành di chúc, người thi-hành.

Executive *(eg-zek'kiu-tiv), a.* Chấp hành ; thi hành.

Exemplify *(eg-zem'pli-fai), vt.* Diễn giảng bằng thí dụ.

Exempt *(eg zempt'), vt.* Tha cho khỏi, miễn trừ.

Exercise *(ek'sơ-saiz), n.* Sự luyện tập ; bài tập.

Exert *(ek-zơrt',ig-), vt.* Ra sức, nỗ lực.—**Exertion**, *n.*

Exhale *(eks-hêl', eg'zêk), v.* Bốc hơi : thở ra.

Exhaust *(eg-zost',ig-), vt.* Tá cạn ; dùng hết ; làm bao.

Exhibit *(eg-zib bit), vt.* Trình bày ; phô diễn.

Exhibition *(ek-si-bis'shân), n.* Cuộc triển lãm;sự phô trương.

Exhilarate *(eg-zil'lơ-rêt, ig-), vt.* Làm cho vui thích ; khoái tra.

Exhort *(eg-zort',ig-), v.* Khuyên nhủ, khích lệ ; cảnh cáo.

Exhume *(ek-nium, eg-zium), vt.* Đào lên.

Exigency *(ek'si-jân-si), n.* Sự yêu sách ; nhu cầu, đòi hỏi ; việc khẩn cấp.

Exile *(ek'sail',eg-zail',)n.* Người bị đi đầy, sự đi đầy; lưu vong.—*vt.* Đi đày; xử tội phạt đi đày.

Exist *(eg-zist', ig-), vi.* Có, tồn tại ; sống, sinh tồn.

Existence *(-tâns), n.* Sự hiện có : sự sinh tồn.

Exit *(ek'sit,eg'zit), n.* Lối đi ra; sự chết.

Exodus *(ek'sô-đâs),* Sự di cư, tản cư ; sự trẩy đi.

Exonerate *(eg-zon'nơ-rêt,ig-), vt.* Cất gánh nặng, miễn cho ; tha cho.

Exorable *(ek'sơ-rơ-bul), a.* Có thể cam động, hay lay chuyển bằng lời nài xin.

Exorbitant *(egzor'bi-tânt) a.* Thái qua, quá độ ; vô chừng, vô mực.

Exorcise *(ek'sor-saiz), vt.* Trừ tà, bạt yêu.

Exotic *(eks-sot'tik, eg-zot'tik), n.* Ở ngoại quốc đem lại, ngoại lai.—*n.* Vật ở ngoại quốc đem lại.

Expand *(eks-pend'), vt.* Rải ra, mở mang; dẫn ra.

Expanse *(eks-pens',iks-), n.* Khoảng rộng, mặt rộng.

Expatiate *(eks-pê'shi-êt), vi.* Nói hay viết dài dòng văn tự.

Expatriate *(eks-pê'tri-ưt), n.* Đi đày ; cảnh xa tổ quốc.

Expect *(eks-pect'), vt.* Đợi mong, hy vọng ; cậy nhờ.

Expectation *(-tê'shân), n.* Sự đợi chờ, trông mong; hy vọng.

Expectorate *(-tơ-rêt), v.* Khạc nhổ.

Expediency *(eks-pi'đi-ân-si), n.* Sự thích hợp ; tiện-nghi chủ-nghĩa.

Expedient *(-ânt). a.* Thích hợp, vừa vặn, vừa khéo. —*n.* Phương-pháp thích-hợp.

Expedite *(eks'pi-đait)*. *vt.* Làm cho mau, vội vàng, cấp tốc.

Expedition *(eks-pi-đis'shân)*, *n.* Sự gửi ; hàng hóa gửi ; cuộc viễn du ; viễn chinh ; cuộc thám hiểm.

Expel *(eks-pel',iks-)*, *vt.* Đuổi ; loại ra ; xóa tên.

Expenditure *(-pen'đi-chơ)*, *n.* Sự tiêu ; món tiêu.

Expense *(-pens')*, *n.* Tiền tiêu; món tiêu.

Expensive *(-siv)*, *a.* Đắt ; tốn tiền, hao tổn.

Experience *(eks-pi'ri-âns)*, *n.* Kinh-nghiệm, từng trải, lịch-duyệt. — **Experienced** *(-ri-ânst)*, *a.* Có kinh nghiệm.

Experiment *(-pe'ri-mânt)*, *n.* Sự thực nghiệm, thí nghiệm. — **Experimental** *(-men'tơl)*, *a.* Thực-nghiệm.

Expert *(eks-pơrt', eks'pơrt)*, *a.* Tinh thông, lão luyện. — *n.* Nhà chuyên môn lão luyện, tay thiện xạ.

Expiate *(eks'pi-êt)*, *vt.* Tạ tội ; đền ; chuộc tội. — **Expiation** *n.* Sự tạ tội.

Expire *(ek-spai'ơ,ik-)* *vi* Thở ra ; chết ; hết (hạn).

Explain *(eks-plên', iks-)*, *vt.* Cắt nghĩa, giải thích.

Explanation *(eks-plơ-nê'-chân)*, *n.* Xch. **Explain.**

Expletive *(eks'pli-tiv,eks-pli tiv)*, *n.* Lời thề, nguyền ; lời hay chữ đệm thêm hư-tự. — *a.* Thêm vào ; thừa.

Explicit *(ek-plis'sit, iks-)*, *a.* Chỉ rõ, minh bạch, tường minh.

Explode *(eks-plôđ', iks-)* *vt.* Làm nổ tung ; vỡ ra.

Exploit *(eks'ploit,eks-ploit')*, *n.* Vũ công, chiến công.

Explore *(eks-plôr', iks-)* *vt,* Thám hiểm ; nghiên cứu.

Explosion *(-plô'zhân)*, *n.* Sự nổ ; tiếng nổ.

Explosive *(-siv)*, *a.* Thuộc về sự nổ — *n.* Thuốc nổ.

Exponent *(eks'pô-nânt)*, *n.* Số mũ (toán học), người thông ngôn, người giảng giải.

Export *(eks-port', eks'pôrt)*, *vt.* Xuất cảng.

Expose *(-pôz')*, *vt.* Bày ; thuyết minh, bày tỏ.

Exposition *(-pơ-zi'shân)*, *n.* Sự trưng bày ; hội chợ.

Exposure *(eks'pô'zhơ)*, *n.* Sự trống trải ; hở.

Expound *(eks-paonđ',iks-)*, *vt.* Cắt nghĩa, giải nghĩa ; lập (thuyết).

Express *(eks-pres'iks-)*, *a.* Rõ ràng, minh bạch ; nhanh. — *vt.* Nói ra ; phát biểu tư tưởng.

Expression *(- shân)*, *n.* Lời nói, câu văn, từ ngữ ; cách phát biểu, phô diễn ; cách thức.

Expulsion *(-păl'shân)*, *n.* Sự đuổi ra, loại ra, khai trừ

Exquisite *(eks'qui-zit)*, *a.* Ngon; tốt, đẹp lắm, ưu tú.

Extemporaneous *(eks-tempơ-rê'ni-âs)*, *a.* Làm ngay.

Extemporary *(eks-tem'pơ-re-ri,-rơ-ri)*, *a* Thình lình, bất thần ; lâm thời.

Extempory *(eks-tem'pơ-ri)*,*adv.* Một cách lâm thời ; ưng khẩu.

Extend *(eks-tend',iks-)*, *vt.* Mở ra, phóng ra, kéo dài ra.

Extensive *(-ten'siv)*, *a.* Rộng, rộng rãi ; lớn.

Extent *(eks-tent',iks-)*, *n.* Cỡ ; khoảng rộng ; diện tích.

Extenuate *(eks-ten'niu-êt)*, *vt.* Giảm bớt, rút bớt.

Exterior *(eks-ti'ri-ơ)*, *n.* & *a.* Ngoài ; mặt ngoài.

Exterminate *(-tơ'mi-nêt)*, *vt.* Tiêu diệt, trừ diệt.

External *(-tơ'nơl)*, *a.* Ở ngoài; ngoại diện.

Extinct *(eks-tingkt', iks-)*, *a.* Mất đi, biến đi ; tắt.

Extinguish *(-ting'guish)*, *vt.* Tắt ; tiêu-diệt ; chết.

Extirpate *(ek'sto-pêt,eks-tơ'-)* *vt.* Nhổ rễ ; tuyệt trừ.

Extol, Extoll *(eks-tol',-tôl')*, *vt.* Khen ngợi.

Extort *(eks'trơt',iks-)*, *vt.* Ép lấy ; cưỡng đoạt.

Extra *(eks'trơ)*, *a.* Thừa ; quá ; đặc biệt. — *adv.* Hơn.

Extract *(eks-trect')*, *n.* Tinh chất rút ở một vật ra ; đoạn văn trích ra ; bản sao. — *vt.* Trích ra ; rút ra.

Extraordinary *(eks-tror'đi-nơ-ri)*, *a.* Phi-thường.

Extravagance *(eks - trev' vơ-gâns)*, *n.* Lời nói vô lý ; quá độ, điên cuồng. — **Extravagant** *(-gânt)*, *a.* Quá độ.

Extreme *(eks-triim')*, *a.* Cực, cực độ ; phi thường,

Extremist *(-mist)*, *n.* Người theo chủ-nghĩa cực-đoan.

Extremity *(eks-trem'mi-ti,iks-)* *n.* Cực độ ; cuối cùng ; phần cuối của tay chân.

Extrinsic *(eks-trin'sik)*, *a.* Ở ngoài tới, ngoại lai.

Exuberant *(eg-ziu'bơ-rânt,ig-)* *a.* Dư dật, sung túc, phong phú.

Exude *(eks-siđ',eg-ziuđ'.ig-)*, *v.* Rỉ ; chảy, toát ra (mồ hôi).

Exult *(eg-zălt',ig-)*, *vi.* Mừng quýnh, hớn hở, khoan khoái — *a.* **Exultant.**

Exultation *(ek-săl-tê'shân)*, *n.* Sự mừng quýnh.

Eye *(ai)*, *n.* Mắt ; cái lỗ nhỏ ; lỗ kim.

Eyeball *(ai'bo-l)*, *n.* Con ngươi mắt.

Eyebrow *(ai'brao)*, *n.* Mày, lông mày.

Eyeglass *(-glas)*, *n.* Kính mắt cặp ở mũi, cầm tay.

Eyelash *(-lạsh)*, *n.* Lông my.

Eyelet *(ai'let,-lưl)*, *n.* Lỗ xỏ giây, lỗ xỏ thừng.

Eyelid *(-lid)*, *n.* Mi mắt.

Eyewitness *(-uyt' nes,-nâs)*. *n.* Người mục-kích.

F

Fable *(fê'bưl)*, *n.* Ngụ ngôn ; thần thoại — *vt.* Bịa truyện.

Fabric *(feb'brik)*, *n* Vật cấu tạo ; vải ; cái khung.

Fabulous *(fe'biu-lâs)*. *a.* Hư không ; hoang đường.

Face *(fês)*, *n.* Mặt ; cục diện. — *vt.* Đương đầu với ; quay ra.

Facetious *(fơ-si'shâs)*, *a.* Hay khôi hài, hài hước.

Facial *(fê'shơl)*, *a.* Thuộc về mặt. — *n.* Sự xoa mặt.

Facilitate *(fơ-sil' li-têt)*, *vt.* Làm cho dễ, thuận tiện

Facility *(fơ-sil'li-li)*, *n.* Sự dễ, dản dị ; tiện.

Facing *(fês'sing)*, *n.* Đồ trang sức ; rơ-ve áo.

Facsimile *(fek-sim'mi-li)*, *n.* Bản sao. — *vt.* Chép ; mô tả.

Fact *(fekt)*, *n.* Việc làm ; sự nghiệp ; sự thực.

Faction *(fek'shân)*, *n.* Đảng phái ; cuộc đảng-tranh.

Factitious *(fek-tis'shâs)*, *a.* Nhân tạo ; không tự nhiên, kiểu sức, kiểu cách.

Factor *(lo)*, *n.* Yếu tố ; nguyên động lực ; người đại-lý của nhà buôn ; (toán) số nhân.

Factory *(fek'lơ'ri)*, *n.* Sở đại lý ; xưởng chế tạo.

Factotum *(fek - tô ' tâm)*, *n.* Người việc gì cũng làm ; quản gia.

Faculty *(fek'kât-ti)*, *n.* Ngành học ở trường đại học ; năng lực; tác dụng;tài năng,tư chất.

Fad *(fed)*, *n.* Người điên ; sự môn say mê ; sự cuồng nhiệt.

Fade *(fêd)*, *vi.* Khô héo ; phai lạt, tàn héo ; mờ đi.

Fag *(feg)*, *n.* Học bộc (để học sinh lớn sai).

Fagot, faggot *(feg'gât)*, *n.* Bó củi. — *vt.* Buộc bó.

Fail *(fêl)*. *vi.* Yếu mềm ; thất bại ; thiếu, non, không vững ; vỡ nợ ; trượt (thi).

Failure *(fê'liơr)*, *n.* Khuyết điểm; sự thất bại ; thi trượt.

Fain *(fên)*, *a.* Sung sướng ; cực lạc ; thích. — *adv.* Vui lòng, sung sướng.

Faint *(fênt)*, *a.* Yếu ; suy nhược. — *vi.* Ngất.

Fair *(fe'ơ)*, *a.* Đẹp ; êm đềm ; khá ; đỏ hoe (tóc).

Fairy *(fe'ri)*, *n.* Nàng tiên ; tiên nữ ; tiên cô.

Faith *(fêth)*, *n* .Lòng tin ; tin nhiệm ; tín ngưỡng.

Fake *(fêk)*, *vt.* Đánh lừa, làm, giả, làm gian ; vờ vịt.

Fall *(fol)*, *n.* Mùa thu. — *vi* Rơi, ngã ; thua, thất thủ.

Fallacious *(fơ - lê' shâs)*, *a.* Đánh lừa, dối trá, gian-dối.

Fallacy *(fel'lơ-si)*, *n.* Tính giả-dối, giả đạo đức ; lý-luận giả-dối. — *a.* **Fallacious.**

Fallible *(fel'lơ-bưl)*, *a* Có thể lầm lỗi, nhầm lẫn.

Fallingstar *(-star)*, *n.* Sao đổi ngôi.

False *(fo-ls)*, *a.* Giả ; không trung hậu ; lừa dối.

Falsehood *(-hud)*, *n.* Tính giả, lừa đảo.

Falter *(fol'lơr)*, *vi.* Do dự, ngần ngừ ; ấp úng.

Fame *(fêm)*, *n.* Danh giá ; tiếng tăm ; thanh danh.

Familiar *(fơ-mil'li-ơ)*, *a.* Thân thiết, thân mật.

Family *(fem'mi-li)*, *n.* Nhà, gia-đình, gia-tộc.

Famine *(fem'min)*, *n.* Nạn đói kém ; cảnh cơ cực.

Famish *(fem'mish)* *vt.* Làm cho đói. — *vt.* Chết đói.

Famous *(fê'mâs)*, *a.* Có tiếng, lừng danh, trứ danh.

Fan *(fen)*, *n.* Cái quạt ; người ham mê. — *vt.* Quạt.

Fanatic *(fơ-net'tik)*, *a.* & *n.* (người) Cuồng tín, quá khích.
Fanaticism *(-ti-si-zưm)*, *n.*

Fancier *(fen'si-ơr)*, *n.* Người thích,người mê (nuôi súc vật).

Fancy *(fen'si)*, *n.* Tính tưởng tượng, tính ngông -- *vi.*Tưởng tượng. — *a.* Ngông, loè loẹt, hoa hoét.

Fane *(fên)*, *n.* Đên, miếu ; điện; nhà thờ ; lễ đường.

Fang *(feng)*, *n.* Móc treo đồ vật ; răng nanh dài.

Fantastic *(fen-tes'tik)*, *a.* Kỳ dị ; huyền hoặc.

Fantasy, **Phantasy** *(fen'tơ-si, -zi)*,*n.* Không tưởng; ảo-tưởng; ý muốn nhất thời ; một phát minh kỳ-dị.

Far *(far)*, *adv.* & *a.* Xa, xa cách ; xa xôi.

Farce *(fars)*, *n.* Trò hề, trò khôi hài. — *a.* **Farcical.**

Fare *(fer)*, *n.* Suất vé. — *vi.* đi ; ăn ; ở ; sẩy ra.

Farewell *(fer'uel)*, *n.* Lời chào nhau khi ly biệt.

Farina *(fơ-ri'nơ, fơ-rai'nơ)*, *n.* Bột lúa (mạch) ; một bữa ăn chỉ dùng có bánh pút-đinh và mễ-cốc.

Farm *(farm)*, *n.* Trại ; địa sản — **Farming**, *n.* Nghề nông.

Farmer *(far' mơ)*, *n.* Người chủ trại, nhà nông.

Farrier *(fe'ri-ơ)*, *n.* Thợ bịt móng ngựa.

Farrow *(fe'rô)*; *n.* Ổ lợn con. — *vt.* Đẻ (thú vật, lợn con).

Farsighted *(far'sait'tưđ,-teđ)*, *a.* Viễn-thị ; nhìn xa ; sáng suốt, minh mẫn.

Farther *(far'THơ)*, *a.* Xa hơn nữa. — *adv.* Hơn nữa.

Farthermost *(- môst)*, *a.* Xa nhất ; xa-xôi quá.

Farthest *(far'THâst)*, *a.* Xa nhất. — *adv.* Ở xa nhất.

Farthing *(far'THing)*, *n.* Một đồng chinh (Anh).

Fascinate *(fes'si-nêt)*, *vt.* Làm mê, dụ hoặc.

Fascination *(-nê'shân)*, *n.* Sự làm mê say.

Fascist *(fes' shist, - sist)*, *n.* Người theo chủ nghĩa Phát-xít, độc tài.

Fashion *(fes' shân)*, *n.* Cách, kiểu ; thời trang.

Fashionable *(fes'shân-nơ-bưl)* *a.* Hợp thời, sang.

Fast *(fast)*, *a.* Nhanh ; vững chắc. — *vi.* Ăn chay.

Fasten *(fas'sưn)*, *vt.* Treo, đinh ; buộc.— *vi.* Chuyên tâm

Fastidious *(fes-tiđ'đi-âs)*, *a.* Dễ bị chán nản ; vô vị ; khó chiều ý.

Fat *(fet)*, *a.* To, to béo. — *n.* Mỡ ; phần mỡ-màng nhất.

Fatal *(fê' tơl)*, *a.* Đã định trước ; có số ; hại, rủi.

Fate *(fêt)*, *n.* Vận, số phận ; vận mệnh.

Father *(fa'THơ)*, *n.* Cha ; Chúa Trời ; tổ tiên.

Father-in-law *(-lo)*, *n.* Cha chồng, cha vợ, ông nhạc.

Fatherland *(-lend)*,*n.* Tổ quốc; quê hương.

Fathom *(fe'THâm)*, *n.* Thước xưa bằng 1m949.— *vt.* Dò, tìm.

Fatigue *(fơ-tiig')*, *n.* Cảm giác hay mỏi mệt ; sự mệt.

Fatuous *(fet'chiu-âs)*, *a.* Khờ dại, ngu ngốc. — *n.* **Fatuousness**, Sự khờ dại.

Faucet *(fo'set, -sưt)*, *n.* Máy nước ; vòi nước ; cái nút.

Fault *(fo-lt)*, *n.* Điều sai lầm, lầm lỗi. — **Faulty**, *a.*

Faun *(fo-n)*, *n.* (Đạo La-Mã) Người nửa dê nửa người; mục thần.

Favor, Favour *(fê'vơ)*, *n,* Ơn, đặc ân ; sự ưu đãi.

Favorable *(-rơ-bưl)*, *a,* Tốt, thuận tiện, suôi (gió).

Favorite *(fê'vơ-rit)*, *a.* Thích, được yêu nhất. — *n.* Người hay vật được ưa thích nhất ; món sở trường.

Favoritism *(fê'vơ-ri-ti-zưm)*, *n.* Sự thiên vị, tư vị.

Fawn *(fo-n)*, *n.* Hươu nai con — *v.* Nịnh hót.

Fear *(fi'ơ)*, *v.* & *n.* (Sự) sợ hãi, lo sợ. — **Fearful**, Ghê gớm.

Feasibility *(fi-zi-bil'li-ti)*, *n.* Năng lực.

Feast *(fiist)*, *n.* Tiệc lớn ; yến tiệc. — *v.* Ăn mừng.

Feat *(fi-t)*, *n.* Công việc ; chiến công ; công trạng, công nghiệp ; võ nghệ ; tài nghệ.

Feather *(fe' THơ)*, *n.* Lông chim (vũ). — *a.* **Feathery**.

Feature *(fi'chơ)*, *n.* Đặc sắc ; dấu hiệu, tính tình.

Febrile *(fi'bril,feb'-)*, *a.* Thuộc về bệnh sốt.

February *(feb'bru-ơ-ri)*, *n.* Tháng hai (dương lịch).

Fecund *(fi'cânđ,fek'-)*, *a.* Phì nhiêu;đầy kết quả; sinh nhiều.

Federal *(feđ'đơ-rơl)*, *a.* & *n.* Liên bang ; chỉ những người thuộc về Liên-bang-đảng trong cuộc Nam Bắc phân tranh ở nước Mỹ.

Federation *(-rê'shân)*, *n.* Liên bang, liên minh.

Fee *(fii)*, *n.* Tiền tạ lễ ; tiền học. — *vt.* Giả tiền.

Feeble *(fi'bưl)*, *a.* Yếu đuối, yếu mềm, yếu ớt.

Feed *(fiiđ)*, *n.* Đồ ăn. — *vt.* Cấp dưỡng, nuôi.

Feel *(fiil)*, *vt,* Cảm thấy cảm giác. — *n.* Sự cảm thấy.

Feeling *(-ling)*, *n.* Tình cảm ; sự sờ, mó ; trí giác, cam giác.

Feign *(fên)*, *vt.* Giả vờ. — *vi.* Nói dối, giả dối.

Feint *(fênt)*, *n*. Sự giả vờ ; giả cách.—**Feint** *vi*.

Felicitate *(fi-lis'si-têt)*, *vt*. Khen ngợi, chúc mừng.

Felicity *(fi-lis'si-ti)*, *n*. Hạnh phúc, thuận cảnh.

Feline *(fi'lain)*, *a*. Thuộc về giống mèo ; nham hiểm.

Fell *(fel)*, *vt*. Đánh ngã ; chặt cây.—*a*. Ác.

Fellow *(fel'lô)*, *n*. Bạn bè ; đồng bào ; gã, đứa.

Fellow-ship *(-ship)*, *n*. Hội ; nghiệp đoàn ; học bổng.

Felon *(fel'lân)*, *n*. Kẻ sát nhân, tội nhân.

Felony *(-ni)*, *n*. Trọng tội ; tội sát nhân. — *a*. **Felonious**.

Felt *(felt)*, *n*. Phớt, dạ ; mũ phớt.—**Felt hat**, Mũ dạ.

Female *(fi'mêl)*, *a*. Thuộc về giống cái. —*n*. Đàn bà.

Feminine *(fem'mi-nin)*, *a*. Thuộc về giống cái.

Fence *(fens)*, *n*. Hàng rào ; kiếm thuật. — *vt*. Đấu kiếm.

Fender *(fen'đơ)*, *n*. Bức chắn để trước lò sưởi ; bức chắn ở trước bánh xe ô tô.

Ferment *(fơ'ment)*, *n*. Men ; sự náo động.

Ferment *(fơ-ment')*, *vi*. Lên men, bốc men ; náo động.

Fern *(fơrn)*, *n*. Cây dương xỉ, cây đuôi chuồn.

Ferocious *(fi-rô'shâs)*, *a*. Hung dữ ; độc ác.

Ferocity *(fi-ros'si-ti)*, *n*. Tính dữ tợn, hung ác ; sự dã man.

Ferry *(fe'ri)*; *vt*. Đưa qua phà. —*n*. Phà ; tàu bé.

Fertile *(fơ'til, fơ'tail)*, *a*. Tốt, phì nhiêu ; hay sinh.

Fertilize *(fơ'ti-laiz)*, *vt*. Làm thành phì-nhiêu.

Ferule *(fe'rul, -riul, -ril)*, *n*. Thước kẻ dùng để đánh học trò. — *vt*. Phạt học trò bằng thước kẻ.

Fervent *(fơ'vânt)*, *a*. Đầy nhiệt tâm, nhiệt thành.

Fervor, **Fervour** *(fơ'vơ)*, *n*. Lòng nhiệt thành, sự sốt sắng; sức nóng.

Fester *(fes'tơr)*, *vi*. Làm cho lở loét.—*n*.Mụn đầy nhữngmủ.

Festival *(fes'ti-vơl)*, *a*. Vui mừng.—*n*. Ngày lễ.

Festive *(fee'tiv)*, *a*. Vui mừng, khoái lạc ; thuộc về ngày lễ.

Festoon *(fes-tn-n')*, *n*. Dây hoa, tràng hoa. — *vt*. Chăng dây hoa.

Fetch *(fech)*, *vt*. Tìm ; đi tìm ; lấy ; tới.—*a*. **Fetching**, Đẹp.

Fetid *(fet'tid, fi')*, *a*. Nặng mùi, thủm, thối, hôi.

Fetish, **Fetich** *(fi'tish, fet'-tish)*, *n*. Người hay vật được sùng bái tôn thờ.

Fetter *(fet'lơ), vt.* Buộc bằng xích. — *n.* Cái xích.

Feud *(fiuđ), n.* Cái ấp ; cuộc cãi nhau.

Feudal *(fiu'đơl), a.* Thuộc về phong kiến.

Feudalism *(-li-zưm), n.* Phong-kiến chế-độ.

Fever *(fi'vơ), n.* Bệnh sốt (rét) ; hàn nhiệt.

Few *(fiu), n.* Ít ; một số ít, vài (cái, người v.v.).

Fiancé *(fi-an-sê'), n.* Chồng chưa cưới, vị-hôn-phu.

Fiancée *(fi-an-sê'), n.* Vợ chưa cưới, vị-hôn-thê.

Fiasco *(fi-es'kô), n.* Cuộc thất bại hoàn toàn.

Fiat *(fai'et,-ât), n.* Mệnh lệnh, hiệu lệnh.

Fib *(fib), n.* Sự lừa đảo lặt vặt, nhỏ mọn.—*vi.* Bịp.

Fibre, Fiber *(fai'bơ), n.* Sơ (thớ), chỉ; tơ, sợi.—**Fibrous**, *a.*

Fickle *(fik'kưl), a.* Nhẹ dạ, hay đổi lòng.

Fiction *(fik'shân), n.* Điều tưởng tượng ; hoang đường.

Fictitious *(fik-tis'shân), a.* Tưởng tượng.

Fiddle *(fiđ'đưl), n.* Đàn vi-ô-lông.—*v.* Chơi đàn ấy.

Fidelity *(fi-đel'li-ti, fai-), n.* Lòng trung thành.

Fiduciary *(fi-điu'shi-ơ-ri), a.* Tín dung ; có thể tín nhiệm ; giữ làm tin.

Fief *(fi-f), n.* Phong thổ (thời phong kiến ở Pháp) ; cái ấp nhỏ.

Field *(fiilđ), n.* Cánh đồng ; bãi đất rộng ; chiến trường.

Field marshal *(-mar'shơl), n.* Nguyên súy, thống chế.

Fiend *(fiinđ), n* Quỷ ; quỷ thần, ma quỷ ; kẻ độc ác.

Fierce *(fi'ơs), a,* Dữ tợn, hung ác, tàn bạo.

Fiery *(fai'ri,fai'ơ-ri), a.* Nóng ; nẩy lửa.

Fife *(faif). n.* Ong địch, sáo. —*v.* Thổi sáo.

Fifteen *(fif-tiin'), a. & n.* Mười lăm.

Fifth *(fifth), a.* Thứ năm ; ngày mồng năm.

Fifty *(fif'ti), a.& n.* Năm mươi.

Fig *(fig), n.* Cây hay quả sung ; quả vả.

Fight *(fait), vt.* Tranh đấu, chiến đấu, đánh nhau.

Figurative *(fig'ghiu-rơ-tiv), a,* Biểu hiệu ; tượng trưng ; bóng bảy.

Figure *(fig'gơ), n.* Bề ngoài ; thân hình ; dung mạo ; con số ; hình vẽ.—*vt.* Hình dung ; mô tả ; viết số ; tính.

Figure-head (*fig'gơr, -ghiu-r-*), *n.* Hình ở mũi tầu ; người đứng đầu làm vì, bù-nhìn.

Filament (*fil'lơ-mânt*), *n.* Sợi nhỏ, giây nhỏ, tơ.

File (*fail*), *n.* Cái dũa ; giấy má, hồ sơ. — *vt.* Dũa. — *vi.* Xếp hàng.

Filial (*fil'li-ơl*), *a.* Thuộc về đạo làm con ; có hiếu.

Filibuster (*fil'li-băs-tơr*), *n.* Kẻ cướp bể, hải tặc. — *vi.* (chính-trị) Kéo dài.

Filipino (*fil-li-pi'nô*), *n.* Người Phi-luật-tân.

Fill (*fil*), *vt.* Rót đầy, xếp đầy, đổ đầy; viết vào.

Fillet (*fil'let, fil'lưt, fil'lêt*), *n.* Cái băng nhỏ ; thịt phi-lê.

Film (*fil'lưm*), *n.* Phim ảnh; lần da mỏng ; cái màng mỏng.— *vt.* Bôi, phết một lớp nhựa lên ; quay phim.

Filter (*fil'tơ*), *n.* Vải, giấy, hay bình lọc —*vt.* Lọc.

Filth (*filth*), *n.* Rác đồ bẩn thỉu,—**Filthy**, *a.* Bẩn.

Filtrate (*fil'trêt*), *vt.* Lọc. — *n.* Chất lỏng lọc rồi.

Fin (*fin*), *n.* Vây cá ; bộ phận dùng để lội nước.

Finch (*finch*), *n.* Giống chim mai-hoa

Final (*fai'nơl*), *a.* Ở cuối, chung kết ; kết quả ; qủyết định.

Finally (*-li*), *adv.* Sau hết, sau cùng.

Finance (*fai-nens',fi-*), *n.* Tiền của ; tài chính.—*n.* Cấp tiền cho.

Financial (*-shơl*), *a.* Thuôc về tài chính.

Financier(*fin-nân-si'ơ,fai-nen-si'ơ*), *n.* Nhà tài chính ; người quản lý tài-chính.

Find (*faind*), *vt.* Thấy, tìm ra ; phát minh.—*n.* Vật mới tìm ra.

Fine (*fain*), *n.* Tiền phạt —*a.* Đẹp, ưu mỹ.

Finger (*fing'gơ*), *n.* Ngón tay. —*v.* Sờ bằng ngón tay.

Finish (*fin'nisk*), *vt.* Làm xong. —*n.* Kết quả.

Finite (*fai'nait*), *a.* Có hạn hữu hạn, có chừng.

Fiord, Fyord (*fiord*), *n.* Vịnh nhỏ.

Fir (*fơ*), *n.* Cây thông.

Fire (*fai'ơ*), *n.* Lửa ; nạn cháy nhà, hỏa hoạn.—*vt.* Bắn súng.

Fire-alarm (*-ơlarm'*), *n.* Còi báo hiệu cháy nhà.

Fire-arm (*fai'ơ-arm*), *n.* Hỏa khí, súng.

Firebrand *(fai'ơ-brend)*, *n.* Củi đang cháy dở ; kẻ xui-giục xung-đột.

Fire-brigade *(-bri-ghêd)*, *n.* Đội binh cứu hỏa.

Firecracker *(-crec'cơ)*, *n.* Pháo (thăng thiên).

Fire-engine *(-en'jin)*, *n.* Máy bơm hay xe cứu hỏa.

Fire-escape *(- es - kêp')*, *n.* Thang để thoát thân khi nhà cháy.

Firefly *(fai'ơ-flai)*, *n.* Con đom-đóm.

Fireman *(-mân)*, *n.* Lính cứu hỏa, lính chữa cháy.

Fireplug *(-plăg)*; *n.* Máy nước riêng để vòi rồng cứu hỏa dùng.

Fire-station *(fai'ơ-stê-shân)*, *n.* Sở cứu hỏa, chữa cháy.

Firewood *(-wud)*, *n.* Củi đốt.

Fireworks *(-wơrks)*, *n.* Pháo thăng thiên ; pháo.

Firm *(fơrm)*, *n.* Hãng buôn.— *a.* Vững chắc, bền.

Firmament *(fơ'mơ-mânt)*, *n.* Bầu trời, trời.

First *(fơrst)*, *a.* Thứ nhất. — *adv.* Lần đầu ; ưu tiên.

First aid *(-êd)*, Sự cấp-cứu, cứu thương.

First-rate *(-rêt)*, *a.* Hảo hạng, tốt nhất, bực nhất.

Fiscal *(fis'cơl)*, *a.* Thuộc về tài chính.

Fish *(fish)*, *n.* Cá.—*vi.* Câu cá ; kiếm ra.—*n* **Fisher.**

Fisherman *(fis'shơ-mân)*, *n.* Người câu cá, đánh cá.

Fishing-rod *(fis'shing-rod)*, *n.* Cần câu.

Fishing-line *(-lain)*, *n.* Giây câu.

Fishmonger *(-măng'gơ)*, *n.* Người bán cá.

Fissure *(fis'shơ)*, *n*, Kẽ nẻ, chỗ nứt ; đường nẻ ; khe.

Fist *(fist)*, *n.* Nắm tay, quả đấm.

Fit *(fit)*, *a.* Tốt, đúng, thích hợp vừa.—*vt.* Làm cho thích hợp, vừa ; lắp vào.—*vi.* Vừa khít. —*n.* Cơn ; cơn động kinh ; sự rồn rập nhất thời.

Fitful *(fit'ful)*, *a.* Sôi nổi, bất thường, hay thay đổi.

Fitting *(fit'ting)*, *a.* Vừa, thích đáng. — *n.* Vật để lắp vào.

Five *(faiv)*, *a.* & *n.* Năm.

Fix *(fiks)*, *vt.* Buộc, giữ chặt, dàn xếp dựng.

Fizzle *(fiz'zơl)*, *vi.* Cháy sèo sèo ; thất bại một cách rất hổ thẹn.—*n.* Tiếng sèo-sèo.

Flabby *(fleb'bi)*, *a.* Yếu và mềm ; nhu nhược ; nhũn ; không vững.

Flaccid (*flek'sid*), *a.* Mềm nhũn ; yếu ớt, nhu nhược.

Flag (*fleg*), *vt.* Treo lòng thòng ; hao mòn. —*n.* Cờ.

Flagitious (*flơ-jis'shâs*), *a.* Hung ác, tàn ác ; nham hiểm.

Flagrant (*flê'grânt*). *a.* Ác hiển nhiên ; rõ ràng ; có tiếng ác-độc.

Flagship (*-shp*), *n.* Tư lệnh hạm (chở vị chỉ-huy hạm-đội).

Flagstaff (*-staf*), *n.* Cột cờ.

Flail (*flêl*), *n.* Cái đòn (vồ) đập lúa.

Flak (*flek*), *n.* Súng bắn phi-cơ.

Flake (*flêk*), *n.* Miếng (mỏng), cục, bông (tuyết).

Flame (*flêm*), *n.* Lửa, ngọn lửa ; nhiệt tâm.

Flamingo(*flơ-ming'gô*),*n.*Chim hồng hạc.

Flange (*flenj*), *n.* Cương ngựa. —*vt.* Buộc cương ngựa.

Flank(*flengk*),*n.* Cạnh, bên, mé.

Flannel (*flen'nơl*), *n.* Nỉ, nỉ mỏng (vải len).

Flap (*flep*), *vt.* Đánh nhè nhẹ ; lay động ; vỗ (cánh). — *n.* Cái đập nhẹ ; miếng mỏng ; tiếng phành-phạch.

Flare (*fler*). *vi.* Lóe ra ; sáng chói ; lan ra. — *n.* Ánh sáng chớp nhoáng ; sự lan ra.

Flash (*flesh*). *n.* Chớp, tia sáng. — *v.* Lóe ; nổ.

Flask (*flask*), *n.* Chai ; bình thủy tinh.

Flat (*flet*), *n.* Gian nhà. — *a.* Bằng nhau ; vô vị ; tẹt, bẹt.

Flatfish (*flet'fish*), *n.* Một thứ cá mình dẹp hai mắt to ở trên (cá bơn).

Flatiron (*flet'ai-ân*), *n.* Bàn là.

Flatter (*flet'lơ*), *vt.* Vuốt ve, nịnh hót — *n.* **Flattery.**

Flaunt (*flont, flant*), *v.* Đi nghênh ngang, vênh váo ; thao diễn.

Flavor (*flê'vơ*), *n.* Vị giác ; mùi thơm, vị thơm.

Flax (*fleks*), *n.* Cây gai ; vải gai.

Flay (*flê*), *v.* Lột da ; phê bình khắt khe.

Flea (*fli*), *n.* Bọ chét, bọ chó.

Fleck (*flek*), *n* Vết bẩn, chấm. —*vt.* Làm thành vằn, vết.

Fledge (*flej*), *vt.* Thêm lông.

Fledgling. **Fledgeling** (*flej'-ling*), *n* Chim con lông mới bắt đầu mọc.

Flee (*fli*), *vi.* Thoát nguy hiểm, chạy trốn.

Fleece (*fli-s*), *n* Lông (cừu). —*vt.* Xén lông.

Fleer (*fli-ơr*), *vi.* Chế cười. chế nhạo ; bất cần, mặc kệ.

Fleet *(fli-t)*, *a.* Nhanh, mau.—*vi.* Đi qua nhanh chóng. —*vt.* Đi qua — *n.* Hạm đội, đoàn tầu.

Flesh *(flesh)*, *n.* Thịt ; nhân loại ; loài vật.—*a:* **Fleshy**.

Flexible *(flik'si-bơl)*. *a.* Mềm, uốn được.—*n.* **Flexibility**.

Flicker *(flik'kơr)*, *vi.* Chập chờn ; (ánh sáng) rung rung.

Flier. **Flyer** *(flai'ơ)*, *n.* Phi công ; máy bay.

Flight *(flait)*. *n* Sự bay, phi hành ; cuộc tẩu thoát.

Flimsy(*flim'zi)*, *a.* Lùng nhùng; không chắc ; không thật.

Flinch *(flinch)*, *vi.* Kéo lùi lại ; co lại, rụt lại (vì sợ đau).

Fling *(fling)*, *vt.* Ném, quăng, liệng.—*n.* Sự ném.

Flint *(flint)*, *n.* Hòn sỏi, đá sỏi, đá vụn.—**Flinty**, *a*

Flipper *(flip'pơ)*, *n.* Bơi chèo ; vây cá ; chân sòe ra (của hải cẩu).

Flirt *(flơrt)*, *vt.* Chim chuột, ve vãn; giần giật.—*n.* Kẻ lả lơi.

Float *(flốt)*, *vi.* Nổi.—*n.* Phao để câu, phao.

Flock *(flok)*, *n.* Bầy, đàn, toán. —*v.* Tụ bọp.

Floe *(flô)*, *n.* Tảng băng, băng tuyết.

Flog *(flog)*, *vt.* Đánh bằng roi. — *n.* Người đánh bằng roi.

Flood *(flăd)*, *n.* Nạn lụt, thủy tai.—*n.* Tràn ngập.

Floor *(flôr,flo-r)*, *n.* Sàn nhà, từng gác.—*vt.* Lợp ván.

Flop *(flop)*, *vi.* Hất lên cụp xuống nhẹ nhẹ ; đạp nhẹ nhẹ ; rơi hay ngã một cách vụng về.

Florid *(flo'rid)*, *a.* Văn hoa, hoa mỹ ; thắm tươi ; sáng sủa,

Florin *(flo'rin)*, *n.* Tiền trị giá 2 shillings.

Florist *(flô'rist, flo'rist)*, *n*, Người giồng hay bán hoa.

Flotation *(flơ-lê'shân)*, *n.* Tình trạng một vật nổi lềnh bềnh.

Flotilla *(flơ-til'lơ)*, *n.* Tiểu hạm đội.

Flounce *(flaons)*, *n.* Viền bằng đăng ten ; tà váy.

Flour *(flao'ơ)*, *n.* Bột. — *vt.* Làm thành bột.

Flourish *(flă'rish)*, *n* Sự phát triển ; gạch mực ở dưới chữ ký.—*vt.* Phát triển, tăng tiến, phát đạt, thịnh vượng.

Flow *(flô)*, *vi* Chẩy ; chẩy ri rỉ.

Flower *(flao'ơ)*, *n.* Cái hoa ; phần-tử tinh-hoa.—*vi.* Thịnh vượng.

Flower-girl *(-gơl)*, *n.* Cô bán hoa.

Fluctuate *(flăk' chiu-êt), vi.* Nổi lềnh bềnh, lúc lắc, lên xuống. — *n.* **Fluctuation.**

Flu *(flu), n.* Bệnh cúm ; bệnh thấp.

Flue *(flu), n.* Ống khói lò sưởi.

Fluency *(flu' ân-si), n.* Sự dễ dàng ; lưu loát.

Fluent *(flu-ânt), a.* Dễ dàng ; trôi chảy, lưu loát, hoạt bát.

Fluid *(flu'id), n.* Lưu chất, chất lỏng.

Fluke *(flu-k), n.* Phần mà mỏ neo cắm xuống đất ; cá bơn ; (lóng) sự may hú họa; sự may ngẫu - nhiên (như chó ngáp phải ruồi).

Fluorescence *(flu'ơ-res'sâns), n.* Sự, tính huỳnh quang.

Fluorine *(flu'ơ-rin), n.* Huỳnh thạch.

Flurry *(flơ'ri), n.* Sự chuyển động trong không khí ; cơn mưa nhỏ ; sự rối loạn ; sự vận chuyển.

Flush *(flăsh), n.* Sắc đỏ ; sự chảy nhanh ; quá đà. — *vt.* Khuyến khích. — *vi.* Thẹn đỏ mặt ; chảy mạnh.

Flute *(flut), n.* Ống sáo ; ống địch ; cái rãnh nhỏ.

Flutter *(flăt'tơ), n.* Mối cảm động ; tiếng vỗ cánh ; sự chuyển động, rung động. — *vi.* Vỗ cánh, rung động.

Fluttering heart, Trái tim thồn thức.

Flux *(flăks), n.* Sưng lên ; sự chầy ; thủy triều ; lưu động ; biến động, thông lượng.

Fly *(flai) n.* Con ruồi ; xe thuê ; vải dày. — *vi.* Bay ; tầu thoát; biến mất ; tiêu tiền (như rác). — *a.* (tiếng lóng) Nhọn, sắc.

Foal *(fôl), n.* Ngựa con. — *v.* (ngựa) đẻ.

Foam *(fôm), n.* Bọt, bọt nước. — *vi.* Nổi bọt, sủi bọt.

Fob *(fob), n.* Giây hay là cái băng đồng hồ ; túi con đựng đồng hồ.

Focal *(fô'cơl), a.* Thuộc về thành-ảnh-điểm.

Focus *(fô'câs), n.* Tiêu-điểm ; thành-ảnh-điểm.

Fodder *(fod'đơ), n.* Cỏ rơm cho súc vật ăn.

Foe *(fô), n.* Kẻ địch, người thù, địch quân.

Fog *(fog), n.* Sương mù. — *vt.* Mờ hơi sương. — *a.* **Foggy.**

Fogy *(fô'ghi), n* Người có tư tưởng cổ lỗ hay lạc-hậu.

Foil *(foil), n.* Miếng kim khí dát mỏng (lá vàng, lá thiếc); sự thất bại ; gươm cùn (dùng để tập đấu kiếm).

Foist *(foist), vt.* Thêm, xen vào ; coi, kể (vật giả) như là thật.

Fold *(fôld)*, *vt.* Xếp ; gấp. — *n.* Nếp gấp ; cánh cửa ; bọn, bầy, đàn.

Foliage *(fô'li-âj)*. *n.* Lá cây.

Folio *(fô'li-ô)*, *n.* Trang (sách). — *vt.* Đánh số trang.

Folk *(fôk)*, *n.* Người, nhân vật ; xã hội ; cha mẹ.

Follicle *(fol'li-cưl)*, *n.* Bao, noãn ; tiểu nang.

Follow *(fol'lô)*, *vt.* Đi theo ; tuân lệnh ; tra cứu ; quan sát ; bắt chước ; thực hành — *vi.* Bởi đó ; kết liễu.

Follower *(-ơ)*, *n.* Môn đồ, đệ tử ; người theo ; tín đồ.

Folly *(fol'li)*, *n.* Chứng điên, điên cuồng ; bậy bạ.

Foment *(fơ-ment')*, *vt.* Phiến động, phiến loạn ; sui giục ; đắp nước nóng lên.

Fond *(fond)*, *a.* Âu yếm, thân ái, ưa thích.

Fondle *(fon-đưl)*, *vt.* Nâng niu, mơn trớn ; chiều chuộng.

Food *(fud)*, *n.* Lương thực, đồ ăn, thức ăn.

Food-stuffs *(-stäls)*, *n.* Chất ở trong đồ ăn ; đồ ăn.

Fool *(ful)*, *a.* & *n.* (Đứa) Ngu đần, dại dột, ngốc, dở hơi, khờ dại. — *vt.* Lừa gạt ; cười, chế nhạo.

Foolhardy *(fu-l'har-đi)*, *a.* Táo bạo, cả gan ; liều lĩnh, hữu dũng vô mưu

Foollery *(-lơ-ri)*, *n.* Sự điên cuồng, rồ dại.

Foolish *(-lish)*, *a.* Ngu ngốc ; dở hơi, khờ dại.

Foolscap *(fu-lz'kep)*, *n.* Tờ giấy khổ 13×16 hay 17 đốt (inches) (khổ giấy đánh máy).

Foot *(fut)*, *n.* Bàn chân ; một thước Anh (30.48cm) ; bộ binh. — *vi.* Đi bộ. — *vt.* Dẫm, đạp ; sửa lại gót.

Football *(-bol)*, *n.* Môn túc cầu ; quả bóng tròn.

Footing *(fut' ting)*, *n.* Điểm tựa ; vết chân ; địa-vị ; sự quan hệ ; tổng kết.

Footless *(fut'les,-lâs)*, *a.* Không có kết quả ; không có nền tảng ; ngu đần.

Footlights *(-laits)*, *n.* Đèn pha ở chân sân khấu.

Footman *(-mân)*, *n.* Người cuốc bộ ; lính hầu.

Footnote *(-nôt)*, *n.* Lời ghi chú chép ở dưới trang giấy.

Fop *(fop)*, *n.* Kẻ ngu đần, dốt nát.

For *(for)*, *prep.* Để ; trong khi ; cho, hộ ; bênh ; vì.

Forbear *(for-ber)*, *vt.* Ngừng ; chịu đựng ; bỏ.

Forbearance *(-râns)*, *n.* Tính kiên nhẫn ; sức chịu đựng.

Forbid *(-bid')*, *vt.* Chống cự ; cấm ; ngăn trở.

Force *(fors)*, *n.* Sức mạnh, lực lượng ; quân lực.

Forceps *(for' seps)*, *n.* Cái kìm (để nhổ rắng, giải phẫu v.v.).

Fore *(fôr, for)*, *a* Đằng trước, phía trước.

Fore-arm *(-arm)*, *n.* Cánh tay trước. — *vt.* Đề phòng trước.

Forecast *(-cast')*, *n.* Sự tiên liệu. — *vt.* Tính trước.

Forecastle *(-cas'-sul)*, *n.* Chỗ ở của thủy-thủ ; đài gác của linh thủy.

Forefather *(fa-THơ)*, *n.* Ông cha ta ; tổ tiên.

Forefinger *(fòr'fing-gơr)*, *n.* Ngón tay trỏ.

Forehead *(fo'rưđ, -rеđ)*, *n.* Cái trán.

Foreign *(fo'rin)*, *a.* Ngoại quốc, hải ngoại.

Foreigner *(- nơ)*, *n.* Người ngoại quốc, ngoại kiều.

Foreman *(fôr'màn)*, *n.* Người đốc công, người cai.

Forenoon *(-nun')*, *n.* Buổi sáng, sớm mai.

Forensic *(fơ-ren'sik)*; *a.* Tiện để tranh luận hay bàn cãi.

Forerun *(- răn')*, *vt.* Chạy trước ; báo trước.

Forerunner *(-nơ)*, *n.* Người đi trước ; tiên phong.

Foresee *(fôr-si)*, *vt.* Dự phòng, liệu trước, đoán trước.

Foresight *(-sait)*, *n.* Sự lo trước, tiên kiến, lo xa.

Forest *(fo'rest)*, *n.* Rừng, sơn lâm. — **Forestry** *n.*

Forestall *(fôr-sto-l')*, *vt.* Làm trước (kỳ hẹn) ; xuất hiện trước.

Forestry *(fo'res-tri, -ris-)*, *n.* Lâm-học ; học về cách xem xét rừng núi.

Foretell *(fôr - tel')* *vt.* Nói trước, báo trước ; dự đoán.

Forethought *(fôr ' thot)*, *n.* Tiên tri, lo trước, lo xa.

Forever *(for'ev'vơ)*, *adv.* Luôn luôn, mãi mãi.

Forevermore *(-môr)*, *adv.* Đời đời, vĩnh viễn.

Forfeit *(for'fit)*, *n.* Tiền phạt ; hình phạt. — *a.* Bị xung công ; bị mất. — *vt.* Lam trái ; mất, thiếu ; đoạt mất.

Forge *(forj)*, *n.* Lò rèn. — *vt.* Rèn luyện ; làm giả (tiền). — *vi.* Làm giả ; tiến hành — **Forging**, *n.*

Forgery *(forj'jơ-ri)*, *n.* Sự giả mạo, làm giả.

Forget *(for-ghe't)*, *v.* Quên, không để bụng.

Forgive *(for-ghiv')*, *vt.* Tha thứ, dung thứ.

Forgo *(for-gô')*, *vt.* Từ bỏ, chối từ ; kiêng.

Fork *(fork)*, *n.* Cái dĩa. — *vi.* Chia làm nhiều ngành.

Forlorn *(fơr-lơrn')*, *a.* Bỏ hoang ; ngã lòng ; mất ; tuyệt vọng.

Form *(fơrm)*, *n.* Hình, hình trạng, hình thể ; lớp học. — *vt.* Làm thành ; sinh ra — *vi.* Thành hình.

Formal *(for'mơl)*, *a.* Theo hình thức ; trịnh trọng.

Formalism *(for'mơl-li-zưm)*, *n.* Hình-thức chủ-nghĩa ; sự câu-nệ hình-thức.

Formality *(fo-mel' li-ti)*, *n.* Hình thức ; bề ngoài.

Formation *(for-mê'shân)*, *n.* Sự tạo thành ; huấn luyện ; sinh thành , đoàn (phi cơ).

Former *(for'mơ)*, *n.&a.* Trước; đã qua, cũ.

Formerly *(-li)*, *adv.* Ngày xưa, ngày trước, trước đây.

Formidable *(for' mi-đơ-bưl)*, *a.* Dữ tợn ; phi thường,

Formula *(for'miu-lơ)*, *n.* Định thức ; công thức.

Formulate *(for'miu-lêt)*, *vt.* Làm theo thể thức ; bầy tỏ một cách chính-xác.

Fornication *(for-ni-kê'shân)*, *n.* Tội gian dâm, tà dâm, thông dâm ; (tôn) sự thờ bụt thần, tượng đá. v.v.

Forsake *(for-sêk')*, *vt.* Bỏ, bỏ đi, bỏ mặc.

Fort *(fôrt,fort)*, *n.* Pháo đài, đồn luỹ, thành.

Forth *(fôrth,forth)*, *adv.* Đằng trước, ở ngoài, đằng xa.

Forthcoming *(-căm-ming)*, *a.* Sắp sảy ra.

Fortieth *(for'ti-âth)*, *a.* Thứ bốn mươi. — **Forty**, *a.* 40.

Fortify *(for'ti-fai)*, *vt.* Làm cho mạnh thêm, tăng cường.

Fortitude *(for'ti-tiuđ)*, *n.* Can đảm ; chịu đựng sự nguy hiểm.

Fortnight *(fort'nait, nit)*, *n.* Nửa tháng.

Fortress *(for'tres)*, *n.* Pháo đài ; đồn ; thành lũy.

Fortunate *(for'chiu-nât)*, *a.* Sung sướng ; may mắn.

Fortune *(for'chun)*, *n.* Sự may rủi ; vận mệnh ; của cải ; tài sản.

Forty *(for'ti)*, *a.* Bốn mươi.

Forum *(fô'râm)*, *n.* Quốc-dân hội-nghị-trường ở cổ La mã ; tòa-án, pháp-đình.

Forward *(for'wơrd)*, *a.* Đằng trước ; vội vàng.

Fossil *(fos'-sil)*, *a.* & *n.* Hóa thạch ; hủ lậu, quá thời.

Fossilize *(-laiz)*, *v.* Hóa hủ lậu.

Foster *(fos'tơ)* *vt.* Nuôi dưỡng; khuyến khích.

Foul *(faol)*, *a.* Bẩn, nhơ nhớp, ô uế ; tục tằn.

Foulard *(fu-lard')*, *n.* Một thứ lụa mỏng và mềm ; vải.

Found *(faond)* *vt.* Thành lập, sáng lập.

Foundation *(dê'shân)*, *n.* Căn bản, cơ sở, nền tảng.

Founder *(faon' dơ)*, *vt.* Bắt làm mệt qua (ngựa). — *vi.* Thất bại — *n.* Người sáng lập.

Foundling *(faond'ling)*, *n.* Đứa trẻ con tìm thấy, con kiếm (nhặt) được.

Foundry *(faon'dri)*, *n.* Lò đúc (kim khí).

Fountain *(faon'tưn)*, *n.* Máy móc ; suối ; tia nước.

Four *(fôr, fo-r)*, *a.* & *n.* Bốn. **Forty** *(for'ti)*, *a.* 40.

Fowl *(faol)*, *n.* Gia cầm ; chim, gà, vịt.

Fox *(foks)*, *n.* Con cáo ; người qủy quyệt. — *a.* **Foxy**.

Fraction *(frek'shân)*, *n.* Phần, bộ phận ; phân-số.

Fracture *(frek'chơr)*, *n.* Sự đập vỡ, bẻ gẫy ; sự gẫy xương.

Fragile *(frej'jil)*, *a.* Mỏng mảnh, dễ vỡ, dễ gẫy.

Fragment *(freg ' mânt)*, *n.* Miếng, mảnh vỡ ; đoạn văn.

Fragmentary *(freg'mân-tơ-ri, -te-ri)*, *a.* Rời từng mảnh, từng mảnh ; không hoàn toàn.

Fragrance *(frê'grâns)*, *n.* Mùi, hơi thơm.

Fragrant *(-grânt)*, *a.* Thơm, co mùi thơm bát ngát.

Frail *(frêl)*, *a.* Yếu mềm ; mỏng mảnh ; yếu đuối.

Frailty *(frêl'ti)*, *n.* Mảnh dẻ yếu đuối, không chắc chắn ; nhu nhược ; không hoàn mỹ.

Frame *(frêm)*, *n.* Cái khung ; cột kèo (nhà) ; hòm (xe) ; hình thể ; tâm trạng. — *vt.* Gây dựng.

Framework *(-wơrk)*, *n.* Cột kèo ; cái khung.

Franc *(frengk)*, *n.* Đồng phật lăng.

Franchise *(fren'chaiz)*, *n.* Đặc quyền ; quyền đầu phiếu.

Frank *(frengk)*, *a.* Rõ ràng ; ngay thẳng.

Frankincense *(flengk'in-sens)* *n.* Hương, nham, trầm.

Frantic *(fren'tik)*, *a.* Bị mê hoảng như điên như dại, nhiệt cuồng.— *adv.* **Frantically.**

Fraternal *(frơ tơ' nơl)*, *a.* Thuộc về tình huynh đệ.

Fraternity *(frơ-tơr'ni-ti)*, *n.* Tình anh em, tình đồng bào ; đồng chí ; đoàn thể.

Fraternize *(fret'lơ-naiz)*, *vi.* Kết làm anh em.

Fraud *(fro đ)*, *n.* Mưu gian ; điều xỏ lá ; sự lừa bịp.

Fraudulent *(froc'điu-lânt)*, *a.* Gian lậu ; dối ; bịp bợm.

Freak *(fri-k)*, *n.* Câu hóm hỉnh ; vật kỳ quái, lạ lùng ; ảo-tưởng ; tính hay thay đổi.

Freckle *(frec' cưl)*, *n.* Tàn hương ở trên da.

Free *(fri)*, *a.* Tự do ; không phải trả tiền. — *vt.* Thả.

Freedom *(fri'dâm)*, *n.* Tự do ; quyền tự chủ.

Freemason *(fri'mê-sưn)*, *n.* Hội-viên hội Tam điểm (hay Cộng-tế).

Freeze *(fri-z)*, *vt.* Làm đông lại.—*vi.* Kết băng.

Freight *(frêt)*, *n.* Hàng hóa ; tiền cước. — *vt.* Xếp hàng.

French *(french)*, *n.* & *a.* Tiếng Pháp, dân Pháp

Frenzy *(fren'zi)*, *n.* Cơn giận ; cuồng loạn.

Frequence *(fri'quâns)*, *n.* Sự sẩy ra nhiều lần.

Frequent *(-quânt)*, *a.* Hay có, thường có ; luôn luôn.

Frequent *(fri-quent')*, *v.* Nặng tới lui, hay đến.

Frequently *(fri'quânt-li)*, *adv.* Luôn luôn, hay.

Fresco *(fres'cô)*, *n.* Thuật vẽ tường ; bức vẽ ở tường ; bức bích họa.

Fresh *(fresh)*, *a* Mát mẻ ; tươi; mới ; hăng hái.

Freshman *(fresh'mân)*, *n.* Sinh viên mới học năm đầu ở trường đại học.

Fret *(fret)*, *n.* Phím (đàn) ; đường viền — *vt.* Ăn mòn ; viền ; quấy rối.

Fretfut *(-ful)*, *a.* Sợ hãi, xao xuyến.

Friar *(frai'ơr)*, *n.* Thầy dòng, tu sĩ. — *n.* **Friary**, Nhà tu.

Fricassee *(frik - kơ - si')*, *n* Thịt băm trộn nước sốt mỡ ; đồ lộn xộn.

Friction *(frik'shân)*, *n* Sự cọ ; đụng chạm bất hòa.

Friday *(frai'đe,-di)*, *n.* Thứ sáu (trong tuần lễ).

Friend *(frend)*, *n.* Bạn, bằng hữu ; bà con.

Friendship *(-ship)*, *n.* Tình bằng hữu, bè bạn.

Frigate *(frig'gưt)*, *n.* Tàu buồm ngày xưa ; chiến hạm nhỏ.

Fright *(frait)*, *n.* Mối ghê sợ, kinh hãi.—**Frightful**, *a.*

Frighten *(-tưn)*, *vt.* Làm cho sợ hãi, kinh khủng.

Frigid *(frij'jid)*, *a.* Lạnh ; lãnh đạm ; dửng dưng

Frill *(fril)*, *n.* Đường viền bông ; diều chim.

Fringe *(frinj)*, *n.* Tua ; viền có tua ; gấu áo ; viền mép.

Frisk *(frisk)*, *n* Sự nhẩy nhót ; thích chí.—*vi.* Nhẩy nhót.

Frisky *(-ki)*, *a.* Vui vẻ, khoái hoạt.

Frivolous *(fri'vơ-lâs)*, *a.* Không quan trọng ; nhỏ mọn.

Fro *(frô)*, *adv.* Đằng sau. — **To and fro**, Đi đi lại lại.

Frock *(frok)*, *n.* Áo trẻ con ; áo thày tu.

Frog *(frog)*, *n.* Nhái, ếch nhái ; khuy móc.

Frolic *(frol'lik)*, *n.* Trò tinh-nghịch.—*a.* Vui đùa.

Frolicsome *(-sâm)*, *a.* Vui vẻ, tinh hay đùa cợt.

From *(from)*, *prep.* Từ, từ khi ; trích trong.

Front *(frănt)*, *n.* Đằng trước ; trước mặt ; cái trán.

Frontier *(frăn'tiơ, fron'-)*, *n.* Biên giới, biên cương.

Frontispiece *(frăn'tis-piis, fron'-)*, *n.* Bức họa (vẽ) ở đầu cuốn sách.

Frost *(frost)*, *n.* Sương muối ; rét, đông giá,—**Frosty**, *a.*

Froth *(froth)*, *n.* Bọt nước. bọt mép. — *vi.* Sùi bọt.

Frothy *(-thi)*, *n.* Có bọt nước ; (lời nói) vẩn vơ.

Frown *(fraon)*. *v.* Chau mày, —*n.* Sự chau mày.

Frowzy *(frao'zi)*, *v.* Lộn sộn, bẩn thỉu, hèn mạt ; hôi thối khó ngửi.

Frozen *(frô'zưn)*, *a.* Đông giá lại, kết băng.

Frugal *(fru'gơl)*, *a.* Cần kiệm, tiết kiệm.

Frugality *(fru-ghel'li-ti)*, *n.* Tinh tiết-kiệm.

Fruit *(frut)*, *n.* Quả ; kết quả ; hiệu quả. — **Fruitful**, *a.*

Fruition *(fru-is'shân)*, *n.* Sự được hưởng, hưởng thụ, sự kết quả.

Frustrate *(frăs'trêt)*, *vt.* Làm cho vô hiệu.

Frustration *(frăs'trê-shân)*, *n.* Xch. **Frustrate**.

Fry *(frai)*, *vt.* Rán. — *n.* Cá nhỏ ; vật nhỏ mọn.

Fuddle *(făđ'đưl).vt.* Làm cho chếnh choáng; bôi xám.

Fudge *(făj). n.* Kẹo trong có sô-cô-la và hạt lạc; sự láo toét.

Fuel *(fuy'ơl), n.* Vật dùng để đốt (như củi, than).

Fugitive *(fiu'ji-tiv), a.* Trốn tránh.—*n.* Người chạy trốn.

Fugue *(fiu-g), n.* Một bản nhạc có điệu nhạc nhắc đi nhắc lại về đề mục.

Führer *(fruy'ơr). n.* Kẻ lãnh đạo, cầm đầu, tể tướng, quốc trưởng.

Fulcrum *(făl'crâm), n.* Chỗ dựa; điểm tựa.

Fulfill. Fulfil *(ful'fil), vt.* Làm đầy đủ.

Full *(ful), a.* Đầy, chặt, đông, lai láng. - **Fully,** *adv.*

Fulminate *(făl'mi-nêt), v.* Đánh (sét); nổ; nạt nộ.

Fumble *(făm'bưl), v.* Sờ soạng một cách vụng về.

Fume *(fiu-m), n.* Khói thơm. —*vi.* Bốc khói; tức giận.

Fumigate *(fiu'mi-ghêt), vt.* Hơ khói, xông (hun) khói để giết vi-trùng.

Fun *(făn), n.* Sự nô đùa, thú vị.—**Fur fun,** Đề đùa.

Function *(făng'shân), n.* Chức nghiệp; công tác.

Functionary *(făngk'shân-nơri, neri), n.* Công chức, chức viên; người chấp-hành chức-vụ.

Fund *(fănđ), n.* Sự tồn tích; vốn liếng; *(pl)* quỹ.

Fundamental *(făn-đơ-men'tơl), a.* Cỗi rễ; căn bản.

Funeral *(fuy'nơ-rơl), n.* Đám ma, đám tang.

Funk *(făngk). vi.* Rụt lại vì sợ. — *n.* Sự sợ sệt.

Funnel *(făn'nơl), n.* Cái phễu; ống khói tầu.

Funny *(făn'ni), a.* Buồn cười, ngộ-nghĩnh; kỳ-dị.

Fur *(fơr), n.* Bộ lông thú vật; áo lông — **Fur-coat,** *n.*

Furious *(fiu'ri-às), a.* Dữ dội; giận dữ; quá chừng.

Furl *(fơrl), v.* Cuốn buồm; ghì buộc cho chặt.

Furlong *(fơ'loong). n.* Một thải (220 mã; 201 m. 16).

Furlough *(fơ'lô), n.* Sự nghỉ; phép nghỉ.

Furnace *(fâ'nâs). n.* Lò, bếp, hỏa lò.

Furnish *(fơ'nish), vt.* Cung cấp cho; xếp đồ đạc.

Furniture *(-ni-chơ), n.* Đồ đạc (bày trong nhà).

Furrier *(fơ'riơ), n.* Người thuộc hay bán da, lông.

Furrow *(fă'rô)*, *n.* Luống cầy. — *vt.* Cầy luống.

Further *(fơ'THơ)*, *a.* Ở bên kia ; khác. — *adv.* Hơn nữa.

Further-more *(-môr)*, *adv.* Vả lại, vả chăng.

Furthest *(fơ'THâst)*, *a.* Xa nhất. — **Further.** Xa hơn.

Furtive *(fơ'tiv)*, *a.* Trộm vụng; gian phi ; xảo quyệt.

Fury *(fiu'ri)*, *n.* Cơn thịnh nộ ; dùng mạnh ; tức.

Fuse *(fiuz)*, *v.* Làm chảy ra. — *n.* Hỏa tiễn ; mồi lửa.

Fusel *(fiu'zơl)*, **Fusel oil**, *n.* (hóa) Rượu a-myl-lic.

Fuselage *(fiu'zơ'lij)*, *n.* Thân tàu bay.

Fusillade *.(fiu-zi-lêđ')*, *n.* Loạt súng nổ.

Fusion *(fiu'zhân)*, *n.* Sự nóng chảy ; hợp lại.

Fuss *(făs)*, *n.* Tiếng ầm ầm, om sòm, sôn sao. — *vi.* Sôn sao về việc nhỏ mọn.

Futile *(fiu'til)*, *a.* Vụn vặt ; vô ích ; vô giá trị.

Future *(fiu'chơ)*, *a.* & *n.* Tương lai ; tiền đồ ; vị lai.

Futurism *(fiu'chơ-ri-zưm)*, *n.* Vị-lai chủ-nghĩa

G

Gab *(gheb)*, *n.* & *v.* Chuyện ba-hoa, chuyện gẫu.

Gabardine *(gheb-bơ-đin',gheb'-)* *n.* Vải ga-ba-đin, tréo go len ; áo bằng vải ấy.

Gabble *(gheb'bưl)*, *v.* Nói lắp bắp ; nói, kêu oang-oác.

Gad *(ghed)*, *vi.* Chạy đây đó, đi lang thang, đi bát phố.

Gaff *(ghef)*, *n.* Sào móc ; câu móc bàng sắt.— *vt.* Móc ; xiên.

Gag *(gheg)*, *n.* Vật nhét vào mồm. — *vt.* Bịt miệng.

Gage *(ghêj)*, *n.* Vật làm tin ; sự hứa ; sự thách đánh.

Gaiety, Gayety *(ghê'ơ-ti)* *n.* Sự vui vẻ ; hoan hỉ ; hài hước. — *a.* **Gay.**

Gain *(ghên)*, *n.* Tiền lời, lãi. — *vt.* Kiếm được, được lãi.

Gainsay *(-sê)*, *vt.* Cãi lại ; kháng nghị ; phản đối.

Gait *(ghêt)*, *n.* Cách đi, dáng đi ; điệu bộ.

Gaiter *(ghế'tơ)*, *n.* Cái ghệt (che ống chân).

Gala *(ga'la)*, *n.* Quần áo sang trọng ; cuộc vui ; ngày lễ.

Galaxy *(ghel'lâk-si)*, *n.* Ngân-hà ; cuộc hội họp các người qúi phái.

Gale *(ghèl)*, *n* Cơn bão ; mưa rào (ở ngoài bể).

Gall *(go-l)*, *n.* Mật ; chỗ da bị sây sát ; mối thù.

Gallant *(ghel' lânt)*, *a.* Dũng cảm.—*(gơ-lent')*, *n.*Nhân tình.

Gallbladder *(-bleđ'đơ)*, *n.* Túi mật đắng.

Gallery *(ghel'lơ-ri)*, *n.* Phòng triển - lãm ; tàng cao nhất trong rạp hát.

Galley *(ghel'li)*, *n.* Thuyền lớn.

Gallon *(ghel'lân)*, *n.* Một thứ lít Anh (4 lít 543).

Gallop *(ghel'lâp)*, *n.* Nước phi của ngựa.— *vi.* Phi ngựa.

Gallows *(ghe'lôz,-lâs)*, *n.* Cột xử giảo (treo cổ).

Galvanic *(ghel-ven' nik)*, *a.* Thuộc về lưu-điện.

Galvanism *(ghel'vơ - ni-zưm)*, *n.* Lưu điện học, hỏa điện học.

Galvanize *(-naiz)*, *vt.* Mạ điện.

Gamble *(gem'bưl)*, *vi.* Chơi cờ bạc, đánh bạc.

Gambol *(ghem ' bơl)*, *n.* Sự nhầy nhót. — *vi.* Nhầy cỡn.

Game *(ghêm)*, *n.* Trò chơi ; con vật săn được.

Game-bag *(-beg)*. *n.* Túi đi săn(để đựng cácvật săn được).

Gamester *(ghêm ' stơr)*, *n.* Người chơi bời, cờ bạc, ham chơi

Gander *(ghen ' đơ)*, *n.* Con ngỗng đực.

Gang *(gheng)*. *n.* Một bộ ; toán, bọn, tốp, lũ.

Gangster *(gheng'stơ)*, *n.* Nhân viên đảng cướp lớn.

Gangway *(-uê)*, *n.* Lối đi ; cầu phao (ở tầu). — *vi.* Đi.

Gaol *(jêl)*, *n.* Nhà tù, đề lao. — *vt.* Bỏ tù. — **Jail**, *n.*

Gap *(ghep)*, *n.* Lỗ hổng ; thung lũng nhỏ.

Gape *(ghêp,ghep,gap)*, *v.* Há hốc mồm. — *n.* Sự há hốc ; chỗ hở.

Garage *(gơ-raj')*, *n.* Nhà chứa xe hay phi cơ.

Garb *(garb)*. *n.* Quần áo, y-phục. — **Garbadine**, Vải len.

Garbage *(gar'bij)*, *n.* Ruột và xương con vật còn ở lại hàng thịt ; vật bỏ đi.

Garden *(gar'đưn)*, *n.* Vườn, vườn hoa.—*n.* **Gardening.**

Gardener *(-nơ)* *n.* Người làm vườn.

Gargle *(gar'gưl)*, *n.* Nước súc miệng.—*v.* Súc miệng.

Garland *(-lând)*, *n.* Tràng hoa hay lá để trang hoàng.

Garlic *(-lik)*, *n.* Tỏi.

Garment *(gar'mânt)*, *n.* Quần áo ; y phục.

Garnish *(-nish)*, *vt.* Sắm, bầy; trang sức ; làm cho đẹp.

Garret *(ghe'ret,-rât)*, *n.* Buồng dưới nóc nhà.

Garrison *(ghe'ri-sưn)*, *n.* Đồn lính ; quân đội.

Garrulous *(ghe'riu-lâs,-ru-)*, *a.* Hay nói huyên thuyên ; lắm điều, lắm mồm.

Garter *(gar'lơ)*, *a.* Nịt treo (ở quanh chân).

Gas *(ghes)*, *n.* Hơi, khí ; (Mỹ) ét săng.

Gaseous *(ghes'si-âs)*, *a.* Thuộc về hơi, khí ; có hơi.

Gas-meter *(-mi'tơ)*, *n.* Máy tính hơi.

Gasoline *(ghes'sơ-lin)*, *n.* Dầu săng, ét săng.

Gasp *(gasp)*, *v.* Thở hồn-hển, thở một cách nặng nhọc.

Gastric *(ghes'trik)*, *a.* Thuộc về dạ dày.

Gastronomy *(ghes-tron'nơ-mi)*, *n.* Sự biết ăn của ngon.

Gate *(ghèt)*, *n.* Cửa, cổng ; cửa song sắt,

Gather *(ghe'THơ,)*, *vt.* Thu nhặt ; hái ; tập hợp.

Gatherer *(-rơ)*, *n.* Kẻ đi thu lượm, hái.

Gaudy *(go'đi)*, *a.* Tráng lệ ; hoa mỹ ; diện ; bảnh,

Gauge *(ghêj)*, *n.* Máy đo ; độ lượng.—*vt.* Đo đúng.

Gauze *(go-z)*, *n.* Vải the, sa ; lụa mỏng.

Gay *(ghê)*, *a.* Vui vẻ, tươi tỉnh; hoa lệ.—**Gayety**, *n.*

Gaze *(ghêz)*, *vi.* Nhìn chòng chọc, nhìn mơ màng.

Gazette *(gơ-zet')*. *n.* Nhật-báo ; công-báo.

Gazetteer *(ghez-zơ-ti'ơ)*, *n.* Địa-danh tự-điển ; tự-vị địa dư.

Gear *(ghi'ơ)*, *n.* Quần áo ; dụng cụ ; bộ bánh xe răng cưa.

Gee *(ji)*, *interj.* Quay về bên phải ; ô thích quá.

Gelatin, **Gelatine** *(jel'lơ-tin)*, *n.* Keo.

Gem *(jem)*, *n.* Ngọc; bảo thạch; vật quý.

Gendarme *(zhan-đarm')*, *n.* Hiến binh.

Gender *(jen'đơ)*, *n.* Giống tính ; thuộc.

Genealogy *(jen-ni-el'lơ-ji,-ji)*, *n.* Gia hệ ; gia phả.

Genecology *(jin-ni-kol'lơ-ji)*, *n.* Khoa chữa bệnh đàn bà.

General *(jen'nơ-rơl)*, *a.* Toàn thể, đại khái ; tổng.—*n.* Viên tướng. — **Generalissimo**, *n* Thống chế.

Generalize *(-laiz)*, *vt.* Làm, gọi tổng-quát ; phổ-biến.

Generally *(-li)*, *adv.* Thường ; thông thường.

Generate *(jen'nơ-rêt)*, *vi* Sinh ra ; sản xuất.

Generation *(-rê'shân)*, *n.* Sự sinh-sản ; thời-đại.

Generic *(jin-ne'rik)*, *a.* Thuộc về chủng loại ; cùng loại ; phổ thông ; thông hữu.

Generosity *(jen-nơ-ros'si-ti)*, *n.* Lòng khoan-hồng ; quảng đại ; rộng lượng.

Generous *(jen'nơ-râs)*, *a.* Khoan-hồng, quảng-đại, hào-hiệp ; rộng-lượng.

Genesis *(jen'ni-sis)*, *n.* Đoạn đầu của cựu ước-kinh ; khởi nguyên, nguyên thủy.

Genial *(ji'ni-ơl)*, *a.* Thuộc về sinh-sản.

Genital *(jen'ni-tơl)*, *a.* Thuộc về sinh-dục.

Genitive *(jen'ni-tiv)*, *a.* & *n.* Thuộc về, thuộc-cách, chủ-hữu-vị.

Genius *(ji'ni-âs)*, *n.* Thần tiên ; người có thiên tài, bậc vĩ-nhân ; thiên tài ; đặc tính [pl. **Genii** *(-ni-ai)*].

Genteel *(jen-tiil')*, *a.* Tao nhã, lịch sự.

Gentile *(jen-tail)*, *a.* Không phải người Do-Thái.

Gentle *(jen'tưl)*, *a.* Mềm mại ; tử tế ; đáng yêu.

Gentleman *(-mân)*, *n.* Người quý-phái ; quân tử.

Gentry *(-tri)*, *n.* Tiểu quý tộc, trung-lưu.

Genuine *(jen'niu-in)*, *a.* Thật, đúng , chân chính.

Genus *(ji-nâs)*, *n.* Loại, hạng.

Geography *(ji-og'grơ-fi)*, *n.* Địa-dư, địa-lý-học.

Geologic *(ji-ơ-loj'jik)*, *a.* Thuộc về địa-chất-học.

Geology *(ji-ol'lơ-ji)*, *n.* Địa-chất-học.

Geometric *(ji-ơ-met'trik)*, *n.* Thuộc về hình-học.

Geometry *(ji-om'mi-tri)*, *n.* Hình-học, kỷ-hà-học.

Geranium *(ji-rê'ni-âm)*, *n.* Hoa mống rồng.

Germ *(jơrm)*, *n.* Chồi, mầm ; cán-nguyên ; tinh-trùng.

German *(jơ'màn)*, *a.* Thuộc về nước Đức. — *n.* Người, tiếng Đức. — **Germanic** *(jơ-men'nik)*, *a.* Nhật-nhĩ-man.

Germinate *(jơ'mi-nêt)*, *vi.* Đâm mầm, nẩy chồi.

Germicide *(jơr'mi-said)*, *n.* Bất kỳ cái gì phá hoại sự nẩy mầm ; thuốc sát trùng (khuẩn).

Gestapo *(ghes'ta-pô)*, *n.* Đội công-an đặc-vụ của Đức quốc xã.

Gerund *(jơ'rând)*, *n.* [văn] Danh-từ có **ing** sau.

Gesticulate *(jes-tik'kiu-lêt)*, *vt.* Khoa chân múa tay khi nói. – **Gesticulation** *(-lê'shân)*, *n.*

Gesture *(jes'chơ)*, *n.* Sự cử động chân tay, điệu bộ.

Get *(ghet)*, *vi* Được ; thu nhận ; tiếp đãi ; đặt thành; đi; đứng ; hiểu ; mua ; thành ra.

Geyser *(gai'zơ, ghi'-)*, *n.* Máy đun nước ; suối phun nước nóng.

Ghastly *(gas'li)*, *a.* Rùng rợn, gớm ghê.

Ghost *(gôst)*, *n.* Linh hồn ; ma quỷ ; thánh thần.

Ghoul *(gu-l)*, *n.* Ma cà rồng (ma ăn thịt người và ăn cắp mả).

Gi, G.I. *(ji-ai)*, *n.* Thuộc về lính —*n.* [lóng] lính quèn.

Giant *(jai'ânt)*, *a.* & *n.* Khổng lồ, vĩ đại.

Gibbon *(ghib'bân)*, *n.* Con vượn.

Giblets *(jib'blets, -blâts)*, *n.* Bộ lòng (gà, vịt, chim).

Giddy *(ghid'di)*, *a.* Chóng mặt ; lơ đễnh. — *n.* **Giddiness.**

Gift *(ghift)*, *n* Vật tặng, đồ biếu ; thiên tài.

Gig *(ghig)*, *n.* Xe ngựa hai bánh ; xuồng nhỏ.

Gigantic *(jai-ghen'tik)*, *a.* To lắm, khổng lồ.

Giggle *(ghig'gưl)*, *v.* Cười hi-hi, cười một cách trơ-trẽn.

Giggle *(ghig'gưl)*, *vi.* Cười nửa miệng, chế nhạo.

Gild *(ghild)*, *vt.* Mạ vàng ; thếp vàng, bọc vàng.

Gill *(ghil)*, *n.* Diều chim ; mang (cá).—*(jil)*, Đấu đong nước (độ 0 lit. 142)

Gilt *(ghilt)*, *a.* Mạ vàng. — *n.* Lớp mạ vàng.

Gin *(jin)*, *n.* Một thứ rượu nặng ; con hạc ; máy cán bạt bông ; cạm, bẫy. — *vt.* Cạm, bẫy, cán hại.

Ginger *(jin'jơ)*, *n.* Cây gừng, củ gừng.

Gingerly *(jin'jơ-li)*, *adv.* Một cách cẩn-thận lắm ; e-dè. — *a.* Cẩn-thận.

Ginseng *(jin'seng)*, *n.* Sâm (rễ cây làm thuốc).

Gipsy *(jip'si)*, *n.* Người Bô-ê-miêng, du-dân.—**Gypsy**, *n.*

Giraffe *(ji-raf')*, *a.* Con hươu cao cổ.

Gird *(gơđ)*, *vt.* Cuốn, quấn ; vây quanh.

Girder *(gơ'đơ)*, *n.* Đòn ngang ; đòn gánh.

Girdle *(gơ'đưl)*, *n.* Thắt lưng; cái đai.

Girl *(gơl)*, *n.* Người con gái, thiếu nữ ; người yêu.

Girth *(gơrth)*, *n.* Nịt, đai da buộc yên ngựa; thước đo thân người ; thắt lưng ; chu vi.

Gist *(jist)*, *n.* Căn bản. chân lý ; yếu-điểm ; chủ-ý.

Give *(ghiv)*, *vt.* Cho ; trả, hoàn lại ; truyền cho.

Give up *vi.* Nhường ; bỏ ; chịu thua ; bỏ cuộc.

Glacial *(glê'shơl)*, *a.* Lạnh buốt, thuộc về băng

Glacier *(glê'shơ,-gles'-)*, *n* Băng-hà, sông tuyết.

Glad *(gleđ)*, *a.* Sung sướng, hoan-hỷ ; hoa mỹ ; vui vẻ.

Glade *(glêđ)*, *n.* Chỗ rừng thưa.

Gladiator *(glêđ'đi-ê-tơ)*, *n.* Đấu thủ (về thời cổ La-Mã).

Glamour, Glamor *(glem'mơr)*, *n.* Trò quỷ thuật, người làm trò quỷ thuật ; cái bùa.

Glance *(glens)*, *vi.* Liếc nhìn ; sáng lóng lánh.

Gland *(glenđ)*, *n.* Hạch ; tuyến.

Glare *(gle'ơ)*, *v.* Sáng loáng ; nhìn chầm chầm.

Glass *(glas)*, *n.* Kính ; cốc thủy tinh, pha-lê.

Glassware *(-ne'ơ)*, *n.* Đồ thủy tinh.

Glaze *(glêz)*, *vt.* Lắp kính ; đánh cho bóng.

Glazier *(glê'zhơ, -zi-ơ)*, *n.* Người thợ lắp kính.

Gleam *(gliim)*, *vi.* Tỏa ánh sáng —*n.* Ánh sáng.

Glean *(gliin)*, *vt.* Nhặt nhạnh ; mót (lúa).

Glee *(gli)*, *n.* Sự vui vẻ, hớn hở, khoan khoái.

Glen *(glen)*, *n.* Thung lũng nhỏ.

Glib *(glib)*, *a.* Trôi chảy, lưu loát ; dễ dãi.

Glide *(glaiđ)*, *vi.* Trượt, tượt ; lướt qua.—**Glider**, *n.*

Glider *(glai'đơr)*, *n.* Máy lượn ; máy bay không có động cơ.

Glimmer *(glim'mơ)*, *vi.* Hơi lóe sáng.—*n.* Ánh sáng mờ.

Glimpse *(glimps)*, *n.* Sự liếc, nhìn thoáng qua.

Glister *(glis'tơ)*, *vi.* & *n.* Xch. **Glitter.**

Glitter *(glit'tơ) vi.* Sáng, chói lọi. — *n.* Anh sáng rực.

Globe *(glôb)*, *n.* Quả cầu ; cái bầu.

Globule *(glob'biu-l)*, *n.* Viên nhỏ, hòn nhỏ, tiểu-cầu.

Gloom *(glu-m)*, *n.* Sự tối, bóng tối.

Glorify *(glo'ri-fai)*, *vt.* Khen ngợi, ca tụng.

Glorious *(-âs)*, *a.* Vẻ vang, vinh dự ; rực rỡ.

Glory *(glô'ri) n.* Danh dự, thanh danh ; vinh quang.

Gloss *(glos) n.* Nước bóng ; bề ngoài ; lời chú giải.

Glossary *(glos'sơ-ri)*, *n.* Ngữ vựng ; ngữ giải.

Glove *(glăv)*, *n.* Bí tất tay ; đôi găng .— **Glover**, *n.*

Glow *(glô)*, *vi.* Cháy đỏ ; nóng. — *n.* Sức nóng ; nhiệt tâm.

Glow-worm *(-ươm)*, *n.* Con đom đom (côn trùng) ; dun đất.

Glucose *(glu'côs) n.* [hóa] Chất glu-côt (một thứ đường).

Glue(*glu*),*n.* Hồ, cồn keo để dán.

Glutton *(glăt'tơn)*, *n.* Người hám an, tham ăn,

Glycerine *(glis'sơ-rin)*. *n.* Chất gờ-li-sê-rin.

Gnat *(net)*, *n.* Muỗi truyền độc,

Gnaw *(no)*, *vt.* Gậm, nhấm. — *vi.* Mòn.

Go *(gô)*, *vi.* Đi, ra đi — **Go on**, Tiếp-tục ; cứ đi.

Goal *(gôl)*. *n.* Đích ; mục tiêu ; thành (về môn bóng tròn).

Goat *(gôt)*, *n.* Con dê cái ; sơn dương.

Gob *(gob)*. *n.* [lóng Mỹ] Lính thủy (thuộc hải quân Mỹ).

Gobble *(gob' bơl)*, *vt.* Nuốt chửng, ngốn ; kêu (gà tây).

Gobetween *(gô-bi-tuyn')*, *n.* Người trung gian, hòa - giải.

Goblet *(gob'blet,-blơt)*, *n.* Chén vại, cốc vại ; cốc đựng rượu có chân.

Goblin *(gob'blin)*, *n.* Đứa tinh ma, quỉ quái, tinh nghịch.

Gocart *(gô'cart)*, *n.* Xe của trẻ con.

God *(god)*, *n.* Trời ; đức Chúa trời ; Thượng-đế

Goddess *(gôd'des)*, *n.* Nữ thần, tiên nữ.

Godly *(god'li) a.* Kính tín, thành kính ; như thánh.

Goggles *(gog'gơlz)*, *n.* Kính lớn đeo mắt.

Gold *(gôld) n.* Vàng ; tiền vàng ; màu vàng.

Goldfinch *(- finch)*, *n* Một giống chim kim thước.

Goldsmith *(- smith)*, *n.* Thợ kim hoàn, thợ vàng.

Golf *(golf)*, *n.* Một môn bóng. bóng « gôn ».

Gondola *(gon ' dô - lơ)*. *n.* Thuyền con ở thành Vơ-ni (Ý).

Gong *(goong)*, *n.* Cái chiêng, cái cồng.

Good *(guđ)*, *a.* Tốt , ngoan ; hay ; thánh thiện.

Goods *(guđz)*, *n.* Hàng hóa ; động sản.

Goodby, Goodbye *(-bai)*. *interj.* Lời chào xin cáo biệt.

Goodnature *(-nê ' chơ)*, *n.* Tính ôn hòa, tử tế

Good will *(-uyl)*, *n* Thiện ý ; bạn hàng ; lòng tin-cẩn.

Goose *(gu-s)*. Con ngỗng [pl. **Geese** (ghi-s)]

Gooseberry *(gu-z'be-ri,-bơ-ri)* *n.* Quả phúc bồn tử dùng làm mứt.

Gore *(gôr)*, *n*. Máu ; máu đông lại ; miếng vải hình tam giác.

Gorge *(gorj)*, *n.* Bụng ; thung lũng hẹp — *v.* Ăn tham.

Gorgeous *(gor'jâs)*, *a.* Lộng lẫy rực rỡ.

Gorilla *(gơ-ril'lơ)*, *n.* Con khỉ độc, đười ươi.

Gormandize *(gor'mân-đaiz)*, *vi.* Ăn tham, phàm ăn.

Gosling *(gos ' ling)*, *n.* Con ngỗng con.

Gospel *(gos'pơl)*, *n.* Sách phúc âm, kinh thánh.

Gossip *(gos'sip)*, *v.* & *n.* Chuyện gẫu, nhàn đàm.

Gouge *(gaoj)*. *n.* Cái đục vụm (dùi).— *vt.* Đục bằng đục vụm.

Gourd *(gôrđ)*, *n.* Quả bầu ; cái nậm.

Gourmet *(gur-mê)*, *n.* Người sành ăn sành uống.

Gout *(gaot)*. *n.* Bệnh tê liệt ; bệnh phong.

Govern *(găv'vơn)*. *vt.* Cầm lái ; quản lý ; cai trị ; chi phối.

Government *(- mânt)*. *n.* Sự thống trị ; chính phủ.

Governor *(-nơ)*, *n.* Người cai trị ; tổng đốc ; thủ hiến.

Gown *(gaon)*, *n.* Áo dài (mặc ở trong nhà) ; áo thụng.

Grab *(greb)*, *v.* Vồ lấy ; tóm lấy. — *n.* Sự vồ lấy.

Grace *(grês)* *v.* Ơn ; cái duyên ; lộc trời ; vẻ đẹp.

Gracious *(grê'shâs)*, *a.* Khoan hồng, quảng đại.

Gradation *(grơ-đê'shân)*, *n* Bậc ; sự biến-thiên dần-dần. sự tiệm tiến ; đẳng cấp ; trình độ.

Grade *(grêđ)*, *n.* Cấp, bậc, trật; [toán] gờ-rát.

Gradient *(grê' đi - ânt)*, *n.* Quãng đường dốc ; bậc cầu thang.

Gradual *(gređ'điu-ơl)*, *a.* Dần dần ; từ từ.

Graduate *(gređ'điu-ât)*, *vt.* Chia bậc ; đỗ bằng. — *n.* Sinh viên tốt nghiệp. — **Graduation**, *n.*

Graft *(grafl)*, *vt.* Ghép, tiếp ; thêm vào.

Grain *(grền)*, *n.* Hạt ; đơn vị trọng-lượng (0gam064).

Grammar *(grem'mơ)*, *n.* Văn-phạm ; văn-pháp.

Granary *(gren'nơ-ri)*, *n.* Vựa lúa, vựa thóc.

Grand *(grenđ)*, *a.* Hùng tráng, vĩ đại, cao thượng.

Grandeur *(gren'jơr)*, *n.* Vẻ vĩ-đại, huy-hoàng.

Grange *(grềnj)*, *n.* Cái trại, ấp; điền địa ; hội nhà nông.

Granite *(gren'nit)*, *n.* Đá hoa-cương, đá cát.

Grant *(grant)* *vt.* Cho ; nhận, ưng chuẩn.

Granular *(gren'niu-lơ)*, *a.* Có hạt nhỏ, như hạt nhỏ.

Grape *(grêp)*, *n.* Hạt nho, cây nho.

Grapevine *(- vain)*, *n.* Cây nho ; dàn nho.

Graphic *(gref'fik)*, *a.* Thuộc về hội-họa ; đồ-thị.

Graphical *(gref'fi-cơl)*, *a.* Đồ biểu ; đồ thị ; mô-tả linh-hoạt.

Graphite *(gref'fait)*, *n.* Than chì.

Graphophone *(gref'fơ-fôn)*, *n.* Máy lưu-âm.

Grapnel *(grep'nơl)*, *n.* Neo nhỏ có nhiều móc.

Grapple *(grep'pưl)*, *n.* Cái móc ; mỏ neo nhỏ ; sự ôm.

Grasp *(grasp)*, *n.* Sự ghì chặt. — *vt.* Nắm lấy ; túm chặt.

Grass *(gras)*, *n.* Cỏ ; bãi cỏ xanh. — **Grassland**, *n.*

Grasshopper *(- hop' pơ)*, *n.* Con châu-chấu ; cào cào.

Grateful *(grêt'ful)*, *a.* Biết ơn, cám ơn, nhớ ơn, có hiếu.

Gratification *(gret ' ti-fi-kê' shân)*, *n.* Sự vừa lòng.

Gratify *(gret'ti-fai)*, *vt.* Làm vừa lòng ; toại ý.

Grating *(grêt'ting)*, *n.* Cửa song sắt ; rào sắt.

Gratitude *(gret'ti-tiuđ)*, *n.* Sự biết ơn, nhớ ơn.

Gratuity *(grơ-tiu'i-ti)*, *n.* Đồ biếu ; tiền thưởng.

Grave *(grêv)*, *a.* Trầm trọng ; nghiêm trang. — *n.* Cái mả.

Gravel *(grev'vơl)*, *n.* Sỏi, sạn ; bệnh thạch lâm.

Graveyard *(-yarđ)*, *n.* Nghĩa-địa, bãi tha ma.

Gravitate *(grev' vi - têt)*, *vi.* Châu về ; xoay về.

Gravitation *(-tê'shân)*, *n.* Sự hấp dẫn ; dẫn hướng.

Gravity *(-ti)*, *n.* Sức nặng, trọng-lực ; tính nghiêm.

Gray, Grey *(grê)*, *a.* Xám ; u ám ; già - dặn.

Graybeard *(grê'bi-ơrđ)*, *n.* Người già cả ; người khôn khéo, người có kinh-nghiệm.

Graze *(grêz)*, *v.* (cho) Ăn cỏ ; cạo nhẵn ; lướt qua.

Grease *(gri-s)*, *n.* Mỡ. — Bôi mỡ, lau dầu.

Greasy *(gri'zi,-si)*, *a.* Có dính mỡ, lầy-nhầy.

Great *(grêt)*, *a.* To, lớn ; vĩ-đại ; trọng yếu.

Greed *(gri-đ)*, *n.* Lòng tham lam ; tham ăn.

Greedy *(gri - đi)*, *a.* Thèm thuồng ; tham ăn.

Green *(gri - n)*, *n.* Mầu xanh ; bãi cỏ ; (pl.) Rau.

Greenhouse *(-haos)*, *n.* Nhà thủy tinh để trồng cây,

Greenback *(griin'bek)*, *n.* Tờ giấy bạc Mỹ in màu xanh.

Greet *(gri-t)*, *vt.* Chào ; tung hô, hoan-hô. — *n.* **Greeting.**

Gregarious *(gri-ghe'ri-âs)*, *a.* Sống thành đoàn ; thuộc về quần chúng.

Grenade *(grơ-nêđ')*, *n.* Lựu đạn ; tạc đạn.

Grey *(grê)*, *a.* Xch. **Gray.**

Greyhound *(grê'haonđ)*, *n.* Chó săn thỏ(đánh hơi rất giỏi).

Grid *(griđ)*, **Gridiron** *(-ai-ân)*, *n.* Sắt để nướng thịt.

Grief *(gri-f)*, *n.* Sự phiền muộn, sự buồn rầu.

Grievance *(gri'vâns)*, *n.* Sự bất bình ; nỗi khổ.

Grieve *(gri-v)* *vt.* Làm cho buồn rầu. — *vi.* Đau đớn.

Grievous *(gri' vâs)*, *a.* Làm buồn phiền ; dữ tợn ; nặng.

Grill *(gril)*, *vt.* Nướng nung, rang. — **Grill-room**, Tiệm ăn.

Grim *(grim)*, Dữ tợn, hung, cường bạo.

Grimace *(gri-mês')*, *n.* Nét nhăn (mặt). — *vi.* Nhăn mặt

Grin *(grin)*, *v.* Mỉm cười ; nhe răng cười. — *n.* Sự nhe răng cười.

Grind *(grainđ)*, *vt.* Tán, nghiền, mài ; hà-hiếp.

Grindstone *(-stôn)*, *n.* Cối đá xay ; hòn đá mài.

Grip *(grip)*, *n. & v.* Nắm chặt.

Gristle *(gris ' sưl)* *n.* Sụn (xương mềm).

Grisly *(griz'li)*, *a.* Ghê tởm, đáng ghét ; xấu xa.

Groan *(grôn)*, *n.* Tiếng rền-rĩ. — *vi.* Rền rĩ, than vãn.

Grocery *(grô'sơ-ri)*, *n.* Hàng thực-phẩm ; đồ gia-vị.

Grog *(grog)*, *n.* Món uống pha rượu nặng với nước lã ; rượu nặng.

Groin *(groin)*, *n.* Bẹn, háng ; [kiến]cạnh sắc của bờ nóc nhà.

Groom *(grum)*, *n.* Đứa bé coi chuồng ngựa ; chú rể.

Groove *(gruv)*, *n.* Khe, rãnh. — *vt.* Khoét.

Grope *(grôp)*, *v.* Mò mẫm, do-dẫm, lần mò.

Gross *(gros)*, *a.* To nặng ; thô.— *n.* 12 tá (144).

Grotesque *(grơ-tesk')*, *a.* Kỳ dị, kỳ khôi ; tức cười.

Grotto *(grot ' tô)*, *n.* Hang, động, huyệt.

Ground *(graond)*, *n.* Đất ; đáy ; lý do. — *vt.* Thiết lập.

Group *(grup)*, *n.* Bầy, bọn, lũ, tụi. — *v.* Tụ lại, họp.

Grouse *(graos)*, *n.* Gà rừng, gà gô.

Grove *(grôv)*. *n.* Khóm; cụm cây ; miễu nhỏ.

Grovel *(grov'vưl, grăv'vưl)*, *vi.* Bò sát xuống đất ; đầm ; nằm xấp ; luồn lọi, quỵ lụy.

Grow *(grô)*. *vt.* Trồng. — *vi.* Mọc, lớn lên ; trở nên.

Growl *(graol)*, *v.* Cằu nhằu. — *n.* Tiếng kêu ăng-ẳng.

Growth *(grôth)*, *n.* Sự lớn lên; sản phẩm.

Grub *(grăb)*, *vi.* Đào rễ ; khai khẩn ; làm việc nặng nhọc.

Grudge *(grăj)*, *n.* Thù hằn, oán thù. — *vt.* Ghét.

Gruel *(gru'ơl)*, *n.* Cháo bột.

Gruff *(grăf)*, *a.* Thô tục ; (mặt) nhăn nhó. — **Gruffness**, *n.*

Grumble *(grăm'bưl)*, *vi.* Cằu nhằu, lầm bầm.

Grunt *(grănt)*, *v.* Kêu ủn-ỉn (như lợn) ; than phiền.

Guarantee *(ghe-rân-ti')* *vt.* Đảm bảo, bảo lĩnh.

Guarantor *(ghe-rân-tơ, -tor)*, *n.* Người đảm bảo.

Guaranty *(-ti)*, *n.* Sự bảo lĩnh, bảo đảm.

Guard *(gard)*, *v.* Canh phòng, — *n.* Vệ-binh, vệ-sĩ.

Guardian *(gar ' đi - ân)*, *n.* Người giữ gìn, người coi sóc; người gác ; kẻ nối tự.

Guava *(goa'vơ)*, *n.* Cây hay quả ổi.

Guerilla *(ghe-ril'lơ)*, *n.* Quân du kích.

Guess *(ghes)*, *vt* Đoán, phỏng ước. — *n.* Sự ước đoán.

Guest *(ghest)*, *n.* Khách mời ; du khách.

Guide *(gaid)*, *n.* Người hướng đạo;sách chỉ nam.—*vt.*Chỉ dẫn.

Guild *(ghild)*, *n.* Đoàn thể, nghiệp-hội.

Guillotine *(ghi'lơ-tiin)*, *n.* Máy chém đầu.

Guilt *(ghilt)*, *n.* Sự có tội, phạm tội ; tội. — **Guilty**, *a.*

Guilty *(ghil'ti)*, *a.* Phạm tội, có tội, can tội.

Guinea *(ghi'ni)*, *n* Đồng vàng Anh (21 Shillings).

Guinea-pig *(-pig)*, *n.* Chuột bạch (để thí-nghiệm).

Guise *(gaiz)*, *vi.* Thói quen ; cử chỉ ; vẻ ; hình dáng.

Guitar *(ghi-tar')*, *n.* (Đàn) Lục huyền cầm.

Gulf *(găl f)*, *n.* Cái vịnh ; hang sâu.

Gull *(găl)*, *n.* Chim hải âu.

Gully *(găl'li)*, *n.* Đường khe, đường trũng.

Gulp *(gălp)*, *n.* Một miếng to ; miếng đầy.— *vt.* Nuốt chửng.

Gum *(găm)*, *n.* Nhựa cây ; cái lợi (ở răng).

Gun *(găn)*, *n.* Khí giới ; súng ; súng tay.—**Gunner**, *n.*

Gunboat *(-bôt)*, *n.* Pháo hạm.

Guncotton *(-cot'tưn)*, *n.* Bông thuốc súng.

Gunner *(găn'nơ)*, *n.* Lính bắn súng, pháo binh.

Gunnery *(-ri)*, *n.* Khoa học về bắn súng ; sự tập bắn.

Gunpowder *(găn'pao-đơ)*, *n.* Thuốc súng.

Gunsmith *(-smith)*, *n.* Người buôn hay làm súng.

Gunwale *(găn'uơl)*, *n* Mép, mạn tàu (tầu).

Gurgle *(gơr'gưl)*, *n.* Tiếng ùng úc, tiếng như nước chảy xuống đá.

Gush *(găsh)*, *vi.* Phun, vọt tuôn ra.—*n.* Sự phun ra.

Gust *(găst)*, *n.* Cơn gió ; sự phát cáu (giận) — **Gusty**, *a.*

Gut *(găt)* *n.* Ruột ; ruột khô ; đường dẫn nước nhỏ.

Gutter *(găt'tơ)*, *n.* Ống máng ; rãnh nước.

Guttural *(găt'tơ-rơl)*, *a.* Thuộc về hầu, họng. — *n* Hầu-âm (tiếng phát ra tự họng)

Guy *(gai)*, *n.* Đứa, gã, thằng ; cái thừng, xích.

Gymnasium *(jim-nê'zi-âm)*, *n.* Trường thể-dục.

Gymnastics *(jim-nes'tiks)*, *n.* Sự tập thể-dục ; thể-dục.

Gypsum *(jip'sâm)*, *n.* Thạch cao.

Gypsy *(jip'si)*. *n* Xch. **Gipsy**.

Gyrate *(jai' rêt, jai - rêt')* *vi.* Quay nhiều vòng, quay tít.

Gyroscope *(jai' ro-scôp)*, *n.* [lý] Con quay ; địa-cầu du chuyển-nghi.

H

Habeas corpus *(hê'bi-âs-cor' pâs)*, (luật) Cái trát (lệnh) đòi phải đem người bị bắt ra trước tòa án để xét xem người ấy có tội hay không.

Haberdasher *(hẹb'bơ-đes-shơ)*, *n.* Người bán tạp hóa.

Habit *(heb'bit)*, *n.* Thói quen ; tục lệ : quần áo.

Habitable *(heb'bit - tơ-bưl)*, *a.* Có thể ở được.

Habitation *(-tê'shân)* *n.* Chỗ ở, nhà ở ; sự cư-trú.

Habitual *(hơ - bi ' chuơl)*, *a.* Thành thói quen, thường lệ.

Hack *(hek)*, *vt.* Bổ, chặt không đều. — *vi.* Ho vặt. — *n.* Ngựa cho thuê ; xe ngựa cho thuê.

Hackney *(hek'ni)*, *n.* Ngựa để cưỡi hay để kéo xe ; xe ngựa hòm cho thuê.

Hades *(hê'đi-z)*, *n.* Thần ở âm phủ, hạ giới ; quỉ vương.

Hæmoglobin *(hi-mơ-glô'bin)*, *n.* Huyết cầu tố.

Hag *(heg)*, *n.* Mụ phù thủy ; bà già xấu, hay ác.

Haggard *(heg'gơrđ)*, *a.* Dữ tợn, yếm thế ; tiều tụy ; có vẻ khổ sở, đau đớn.

Haggle *(heg'gưl)*, *vi.* Mà cả ; cắt ; tranh luận.

Hail *(hêl)*, *n.* Mưa đá ; lời chào, tung-hô ; kêu gọi.

Hailstone *(-stôn)*, *n.* Hạt mưa đá.

Hair *(he-r)*, *n.* Tóc; lông; bờm. — **Hairy**, *a.* Nhiều tóc.

Hale *(hêl)*, *a.* Khỏe mạnh, mạnh mẽ, tráng kiện. — *vt.* Kéo ; lôi.

Half *(ha-f)*, *n.* Nửa. — *a.* Nửa; không hoàn-toàn.

Halfback *(haf' bek)*, *n.* [túc-cầu] Nội-ứng.

Half-breed *(-brid)*, *n.* Người lai ; vật lai.

Halfhearted *(haf' har ' tưd, -ted)*, *a.* Bủn xỉn ; không nhiệt tâm ; nhạt nhẽo.

Halfpenny *(hếp'pân-ni, hếp'-ni)*, *n.* Đồng tiền năm phần trăm phật lăng ; đồng nửa xu; đồng chinh (Anh).

Half-timbered *(-tim'bơd)*, *a.* Làm bằng nửa gỗ.

Half-track *(- trek)*, *n.* Giây xích xe thiết giáp ; xe thiết giáp chở được 13 người.

Halfway *(haf-uê)*, *a.* Nửa đường, giữa đường ; một bộ phận, một phần thôi.

Hall *(ho-l)*, *n.* Cái phòng ; tiền đình ; thị-sảnh.

Halloo *(hơ-lu')*, *n.* Tiếng hò reo, la-ó. — *v.* Gọi.

Hallow *(hel' lô)*, *vi.* Thánh-hóa ; để dùng riêng về việc thần thánh ; tôn sùng như thánh.

Hallporter *(-po'tơ)*, *n.* Người gác thị-sảnh ; cổng

Hallucination *(hơ-liu - si-nê' shân)*, *n.* Ảo giác (không thật.

Halo *(hê'lô)*, *n.* Cái quầng (quanh mặt trăng).

Halt *(holt)*, *n.* Sự dừng lại, đình chỉ. — *v.* Ngừng lại ; đi khập khiễng ; lưỡng lự, băn-khoăn.

Halter *(hol'tơ)*, *n.* Giây tròng buộc ở cổ súc vật.

Ham *(hem)*, *n.* Đùi lợn muối ; cái đùi ; dăm-bông.

Hamburger *(hem'bơ-gơ)*, *n.* Bánh chả thịt.

Hamlet *(hem'let, -lât)*, *n.* Thôn nhỏ, xóm ; làng.

Hammer *(-mơ)*, *n.* Cái bua ; cò súng. — *v.* Đập mạnh.

Hammock *(-mâk)*, *n.* Cái võng.

Hamper *(-pơ)*, *n.* Cái thúng, rổ, rá ; làn mây.

Hand *(hend)*, *n.* Bàn tay ; kim đồng hồ ; nét chữ.

Handbill *(-bil)*, *n.* Truyền đơn; giấy quảng cáo nhỏ.

Handcuff *(-căf)*, *n.* Cái khóa tay, còng, cùm — *vt.* Xích tay.

Handicap *(hep'đi-kep)*, *n.* Sự bình quân ưu liệt; sự sưng bình ; bất lợi, thiệt-thòi.

Handicraft *(-kraft)*, *n.* Nghề, thủ công, công nghệ.

Handiwork *(hen'đi-uơrk')*, *n.* Thủ công ; việc làm, công việc.

Handkerchief *(heng'kơ-chif)*, *n.* Khăn tay, mùi-xoa.

Handle *(hen'đưl)*, *n.* Cán (dao). — *vt.* Cầm ; xử dụng.

Handmaid *(henđ'mêđ)*, *n.* Đầy tớ gái ; con sen, con ở ; người giúp việc.

Handsome *(hen'sâm)*, *a.* Đẹp (giai) ; hào hiệp ; to.

Handspike *(henđ'spaik)*, *n.* Thanh gỗ dùng làm đòn bẩy.

Handwriting *(henđ'rait-ting)*. *n.* Chữ viết, văn-tự, bút tích.

Handy *(hen'đi)*. *a.* Tiện lợi ; khéo léo ; dễ điều-khiển.

Hang *(heng)*, *vt.* Treo ; xử giảo.— *vi.* Lủng lẳng ; chú ý.

Hangar *(heng'gơ, heng'gar)*, *n.* Nhà để xe hay phi-cơ.

Hanger-on *(-on)*, *n.* Người ăn nhờ, ăn bám.

Hansom *(hen'sâm)*, *n.* Xe ngựa có hai bánh.

Hansom-cab *(-keb)*, *n.* Xch. **Hansom.**

Haphazard *(hep'hez-zơđ)*, *n.* Sự tình cờ, ngẫu nhiên.

Happen *(hep'pưn)*, *vi.* Sẩy ra ; ngẫu nhiên.

Happily *(hep'pi-li)*, *adv.* Một cách may mắn, có phúc.

Happiness *(-nes)*, *n.* Sự sung-sướng, hạnh phúc.

Happy *(hep'pi)*, *a.* Sung-sướng, may mắn, có phúc.

Harangue *(hơ-reng')*, *n.* Lời hô hào, cổ võ.

Harass *(he' râs)*, *vt.* Quấy nhiễu, làm phiền.

Harbinger *(har' bin-jơ)*, *n.* Người tiền phong.

Harbor *(har'bơ)*, *n.* Hải-cảng, —*vt.* Cho trú ngụ.

Hard *(harđ)*, *a.* Rắn ; khó ; dữ tợn ; bất công.

Harden *(har' đưn)*, *vt.* Làm cho rắn lại ; chắc chắn.

Hardhearted *(harđ' har' tưđ, -teđ)*,*a.* Không có cảm tình; ác.

Hardly *(-li)*, *adv.* Một cách khó khăn ; khó mà.

Hardship *(-ship)*, *n.* Nỗi khổ, nỗi đau đớn.

Hardy *(har'đi)*, *a.* Dũng cảm, can đảm ; biết chịu đựng.

Hare *(he-r)*, *n.* Con thỏ rừng.

Harem *(hê'rem, he'rem)*, *n.* Nhà riêng của đàn bà.

Hark *(harđ)*, *vi.* Nghe. —*interj.* Hãy nghe.

Harlequin *(har'li-quin,-kin)*, *n.* Thằng hề bận quần áo loang lổ.

Harlot *(har'lât)*, *n.* Gái giang hồ, đĩ điếm.

Harm *(harm)*, *n.* Sự xấu ; dở ; tổn hại. — *vi.* Làm hại.

Harmonic *(har-mon'nik)* *a.* Điều-hòa ; hòa-âm.

Harmonics *(-niks), n.* Nhạc-âm-học.

Harmonious *(har-mô' ni-âs), a.* Êm tai ; hòa hợp.

Harmonize *(har'mơ-naiz), vt.* Điều hòa, hòa hợp.

Harmony *(-ni)* ; *n.* Hòa thanh, hòa âm ; hòa thuận.

Harness *(har' nes, - nâs), n.* Yên ngựa ; chiến bào.

Harp *(harp), n.* Đàn hát ; thụ cầm. — *vi.* Lải nhải.

Harpoon *(har ' pun), n.* Cái xiên, lao (dùng để đâm cá).

Harrow *(hê'rô), n.* Cái bừa. — *vt.* Bừa ; làm cho buồn.

Harsh *(harsh), a.* Gồ ghề ; thô tục ; phũ phàng

Hart *(hart), n.* Con hươu ; con hươu đực đỏ.

Harvest *(har ' vâst), n.* Mùa màng, mùa gặt ; thóc lúa.

Hash *(hesh), n.* Chả thịt băm; vật hỗn hợp.

Hassock *(hes'sâk), n.* Cái đệm con ; cái gối nhỏ.

Haste *(hêst), n.* Sự vội vàng, gấp rút, cấp tốc.

Hasten *(hês ' sưn), v.* Làm nhanh, làm gấp, vội vàng.

Hat *(het), n.* Cái mũ. — **Hatband** *(-bend), n.* Cái giải mũ.

Hatch *(hech), n.* Sự nở ; lứa trứng ấp.— *vt.* Ấp trứng. — *vi.* (trứng) Nở.

Hatchet *(het'chât), n.* Cái rìu nhỏ.

Hate *(hêt), vt.* Ghét. oán, giận. — *n.* Lòng ghét,—*a.* **Hateful.**

Hatred *(hê'tred,-trâd), n.* Sự ghét, oán giận, căm hờn.

Hatter *(het'lơ), n.* Thợ làm hay bán mũ.

Haughty *(ho'ti), a.* Tự kiêu, ngạo-mạn ; làm bộ.

Haul *(ho-l), n.* Sự kéo, lôi ; sự chuyên chở. — *v.* Kéo.

Haunt *(hont,hant), n.* Sự lui tới ; nơi hẹn. — *vt.* Thường tới ; ám ảnh. – **Haunted**, *a.* Bị ám ảnh.

Have *(hev), vt.* Có ; làm chủ ; sai khiến ; phải.

Haven *(hê'vưn), n.* Hải-cảng ; nơi an thân.

Haversack *(hev'vơ-sek), n.* Túi rết để đựng lương-thực khi đi đường.

Havoc *(hev'vâk), n.* Sự tàn phá ; sự tai hại, thiệt hại.

Hawk *(ho-k),a.* Con chim ưng; thằng bịp.— *vt.* Rao hàng.

Hawker *(ho' kơ), n.* Người bán hàng rong.

Hawthorn *(hor'thorn), n.* Cây bạch-tú ; cây sim,

Hay *(hê), n.* Cỏ khô.— *vi.* Cắt cỏ. — **Make hay**, Phơi cỏ.

Hayloft *(-loft), n.* Gác cỏ khô, nơi chứa cỏ khô.

Haystack *(hê'stek)*, *n.* Đống rơm rạ. — **Hayrick**, *n.*

Hazard *(hez'zơđ)*, *n.* Sự ngẫu nhiên, tình cờ ; nguy.

Haze *(hêz)*, *n* Sương mù, sương sa ; hơi nước ; sự mờ tối. — *vt.* Chơi xỏ. — *a.* **Hazy.**

Hazel *(hê'zưl)*, *n.* Cây hạt dẻ, lạc tây. — *n.* **Hazel-nut.**

He *(hi)*, *pron.* Nó, hắn, y, thằng ấy, ông ấy. — *a.* Đực.

Head *(heđ)*, *n.* Cái đầu ; viên giám đốc ; lãnh tụ.

Headache *(heđ'êk)*, *n.* Bệnh rức đầu.

Heading *(heđ'đing)*, *n.* Nhan đề, đề mục, sự làm đầu.

Headlight *(heđ'lait)*, *n.* Đèn trước đầu ở ô tô hay tầu hỏa.

Headline *(heđ'lain)*, *n.* Dòng hay nhan đề ở đầu mục tờ báo.

Headlong *(-loong)*, *adv* & *a.* Vội vàng, gấp rút ; thẳng.

Headmaster *(heđ'mas-tơr)*, *n.* Người đứng đầu ; viên giám đốc ; hiệu-trưởng.

Headquarters *(- kuo' tơz)*, *n.* Tổng-hành-dinh (doanh).

Heal *(hi - l)*, *v.* Khỏi bệnh, bình-phục ; chữa.

Health *(helth)*, *n.* Sức khỏe ; lời chúc hạnh-phúc.

Healthy *(hel' thi)*, *a.* Khỏe mạnh, mạnh giỏi.

Heap *(hi-p)*, *n.* Đống — *vt.* Chất đống, chồng chất.

Hear *(hi' ơ)* *v.* Nghe, nghe thấy ; chú ý ; được tin.

Hearken *(har'kưn)*, *vi.* Nghe, để ý nghe ; đoái thương tới.

Hearsay *(hi'ơ-sê)*, *n.* Tin đồn, đồn-ngôn ; truyền thuyết.

Hearse *(hơrs)*, *n.* Cái xe đám ma, linh cữu.

Heart *(hart)*, *n.* Quả tim ; tâm hồn, tình cảm ; trung tâm.

Hearth *(harth)*, *n.* Cái lò, cái bếp ; gia quyến.

Heartily *(har'ti-li)*, *adv.* Vui lòng, nhiệt-tâm ; hớn hở.

Hearty *(har'ti)*, *a.* Thân mật, thân thiết ; khỏe mạnh.

Heat *(hi-t)*, *n.* Sức nóng, nhiệt, lượng. — *vt.* Đun ; đốt.

Heathen *(hi' THưn)*, *a.* & *n.* (Người) theo tà giáo, dị-giáo.

Heather *(he' thơ)*, *n.* Cây thạch-lâm (thứ cây thấp).

Heave *(hi-v)*, *n.* Sự gắng sức ; nâng lên. — *vi.* Nâng lên.

Heaven *(hev' vưn)*, *n.* Trời ; thiên đàng ; nơi cực lạc.

Heavy *(he'vi)*, *a.* Nặng ; kịch liệt ; âm u ; (mưa) to.

Hebrew *(hi' bru)*, *n.* Người Do-thái (Hi-bá-lai).

Hedge *(hej)*, *n.* Bờ rào, hàng rào, bờ giậu ; giới-hạn.

Hedgehog *(-hog)*, *n*. Con dím (nhím).

Heed *(hi-đ)*, *n*. Sự chú ý — *vt*. Để ý tới, lưu tâm.

Heel *(hi-l)*, *n*. Gót chân ; gót giầy. — *vt*. Thêm gót.

Heifer *(hef'fơ)*, *n*. Bò cái non.

Height *(hait)*, *n*. Chiều cao ; độ cao ; chỗ cao nhất.

Heighten *(hait'lưn)*, *vt*. Nâng lên, làm tăng lên.

Heinous *(hê'nâs)*, *a*. Dữ tợn, tàn nhẫn, khốc liệt.

Heir *(er)*, *n*. Người thừa kế, người ăn thừa tự.

Heiress *(e'res)*, *n*. Người đàn bà ăn thừa tự.

Heirloom *(er-lu-m)*, *n*. Đồ đạc trong gia đình truyền lại.

Helicopter *(hel-li-cop'tơ)*, *n*. Phi cơ trực thăng.

Helium *(hi'li-am)*, *n*. [hóa] Hê-li (thứ hơi rất nhẹ)

Hell *(hel)*, *n*. Địa ngục ; hỏa ngục ; âm phủ. — *a*. **Hellish**

Hellenic *(he-len'nik, - li'nik)*, *a*. Thuộc về nước Hy-Lạp.

Helm *(helm)*, *n*. Bánh lái thuyền hay tầu ; (văn cổ) mũ sắt.

Helmet *(hel'met, - mât)*, *n*. Cái mũ (sắt, nút, trai, v. v.).

Help *(help)*, *vt*. Giúp đỡ, cứu tế ; nhịn được ; mời ăn.

Helter-skelter *(hel'tơ - skel'-tơ)*, *adv*. Hỗn độn, lộn sộn.

Hem *(hem)*, *n* Đường viền — *vt*. Viền ; bao vây

Hemisphere *(hem'mi-sfiơ)*, *n*. Bán cầu.

Hemispherical *(- sfe'ri - cơl)*, *a*. Có hình bán cầu.

Hemoglobin *(hi - mơ - glô'bin, hem-mơ-)*, *n*. Huyết cầu tố, chất làm đỏ máu.

Hemorrhage **Haemorrhage** *(hem'mơ-rưj)*, *n*. Sự chảy máu ; băng huyết ; lưu huyet.

Hemorrhoids *(hem'mơ roidz)*, *n*. Chứng trĩ lậu.

Hemp *(hemp)*, *n*. Cây gai ; sợi gai. — *a*. **Hempen**.

Hen *(hen)*, *n*. Con gà mái ; con mái (chim).

Hence *(hens)*, *adv*. Từ đây ; từ nay ; vì vậy.

Henceforth *(-fôrth)*, *adv*. Từ đây, từ giờ, từ nay.

Henchman *(hench' mân)*, *n*. Người thân tín ; [Mỹ] kẻ mua chuộc được.

Henpeck *(hen' pek)*, *vt*. Xỏ mũi, bắt làm theo ý mình.

Her *(hơ)*, *pron*. Nó. — *a*. Của nó, của cô ấy (giống cái).

Herald *(he'râld)*, *n*. Người đi truyền tin. — *vt*. Báo.

Heraldry *(-ri).* *n.* Huy chương, huy hiệu.

Herb *(hơr, ơb), n* Cỏ (xấu); thảo loại; dược thảo.

Herbivorous *(hơr-biv'vơ-râs), a.* Thuộc về loài ăn co.

Herculean *(hơr-kiu'li-ân), a.* Có thể ví với thần Hercule; khỏe lắm.

Herd *(hơđ), n.* Đàn súc vật; đoàn thể (tín đồ).

Here *(hi'ơ), adv.* Đây; ở đời này; hiện tại.

Here-After *(-af'tơ), adv.* Từ nay về sau; sau đây.

Hereat *(-et), adv.* Vì lẽ này, do đây.

Hereby *(-bai), adv.* Đây, do đây; bằng cách này.

Hereditary *(hi-ređ'đi-tơ-ri), adj.* Thừa kế, di truyền.

Heredity *(hi-ređ'đi-ti), n.* Sự thừa kế; di-sản; di truyền.

Herein *(hi'ơ-in), adv.* Trong này; trong đây.

Hereof *(-ov), adv.* Của cái này; vì vậy.

Hereon *(-on), adv.* Trên cái này; vì đây.

Heresy *(he'ri-si), n.* Tà giáo, tà thuyết; dị đoan.

Hereto *(hi'ơ-tu), adv.* Đến đây; cho tới đây.

Heretofore *(-fôr), adv.* Cho tới nay; trước đây.

Hereunto *(-ăn-tu), adv.* Cho tới bây giờ.

Hereupon *(hi'ơ-ơ-pon'), adv.* Trên đây; vì đây.

Herewith *(-uylh), adv.* Đính theo đây, với cái này.

Heritage *(he'ri-turj), n.* Sự thừa kế; di sản; gia tài; [tôn] dân được Chúa chọn.

Hermetic *(he-met' tik), a.* Không khí không vào được.

Hermit *(hơ' mit), n.* Người sống ẩn-dật, ẩn-sĩ.

Hero *(hi'rô), n.* Vị anh hùng; vai chính (trong truyện).

Heroine *(hi-rô'in), n.* Nữ anh hùng, anh thư; vai chính.

Heron *(he'rân), n.* Giống chim lộ, con diệc (có lông mềm, cổ và chân dài.

Herring *(he' ring), n.* Cá thu nhỏ.

Herself *(hơ-sơlf'), pron.* Tự nó (giống cái), tự chị ấy.

Hesitate *(hez'zi-tèt), vt.* Ngần ngừ, lưỡng lự; ấp úng.

Hesitation *(-tê'shân), n.* Sự do dự, ngần ngừ.

Heterogeneous *(het-tơ-rơ-ji'-ni-ás),a.* Khác loài; không đều.

Hew *(hiu), vt.* Cắt, đẽo, gọt, sén, thái; mài. —*n.* **Hewer.**

Hexagon *(hek'sơ-gon, -gân), n.* Hình sáu góc, lục lăng.

Hiccup, Hiccough *(hik' kăp)*. *n.* Tiếng nấc. — *vi.* Nấc.

Hide *(haiđ), vt.* Giấu, ẩn. — *vi.* Núp. — *n.* Da (chưa thuộc).

Hideous *(hiđ' đi - âs), a.* Ghê tởm, gớm ghiếc ; xấu lắm.

Hierarchy *(hai' ơ - ra - ki), n.* Đẳng cấp ; hệ-thống.

Hieroglyphic *(hai-ơ-ơ-glif' fik), a.* Thuộc về chữ tượng hình.

High *(hai), a.* Cao ; tự kiêu ; đứng đầu.

Highwayman *(hai' uê - mân), n.* Kẻ cướp đường.

Hike *(haik), n.* Đi bộ ; đi một cách nặng nề. — *vi.* Đi bộ (xa).

Hilarious *(hai - lê' ri - âs, hi-), a.* Am-ỹ, ồn ào ; tưng bừng.

Hill *(hil), n.* Ngọn đồi, núi nhỏ , gò. — *a.* **Hilly.**

Hillock *(hil' lâk), n.* Đồi, núi nhỏ, gò.

Hilt *(hilt), n.* Cái chuôi thanh kiếm ; cán gươm.

Him *(him), pron.* Nó (giống đực), anh ấy, ông ấy.

Himself *(him-self), pron.* Tự nó (giống-đực).

Hind *(haind), n.* Đầy tớ ở trong trại ; con hươu cái.

Hind *(haind),* **Hinder** *(hain'-đơ), a.* Ở đàng sau.

Hinder *(hin' đơ), vt.* Ngăn trở ; trở ngại ; làm quẫn bách.

Hindrance *(hin' đrâns), n.* Sự ngăn trở, cản trở.

Hindu, Hindoo *(hin' đu), a.* Thuộc về Ấn-Độ. — *n.* Người Ấn-Độ. — *n.* **Hinduism.**

Hinge *(hinj), n.* Nõ bản lề ; cái bản lề. — *vt.* Đính bản lề.

Hint *(hint), vt.* Lựa lời ; ám chỉ. — *n.* Lời ám-thị.

Hip *(hip), n.* Háng, hông ; quả, cây hồng.

Hippodrome *(hip' pơ - đrôm), n.* Quần ngựa ; rạp xiếc.

Hippopotamus *(hip' pơ- pot' tơ-mâs), n.* Con hà mã; ngựa nước.

Hire *(hai' ơ), vt.* Thuê, mướn — **For Hire,** Cho thuê.

His *(hiz), a.* Của nó. — *pron.* Của nó (giống đực).

Hiss *(his), vi.* Huýt còi ; thổi sáo miệng ; sùy.

Historian *(his - tô' ri - ân), n.* Người viết sử ; sử-gia.

Historical *(his - tô' ri - cơl). a* Thuộc về lịch-sử.

History *(his' tơ ri, -tri), n.* Sự-ký, lịch-sử ; sách lịch-sử.

Hit *(hit), vt.* Đánh ; đụng chạm.

Hitch *(hich), v.* Đi giật ; bị nghẽn ; buộc. — *n.* Chỗ bế tắc.

Hither *(hi - THơ), adv.* Đây chỗ này ; tới đây.

Hitherto *(- tu), prep.* Đến đây, đến chỗ này.

Hive *(haiv)*, *n.* Tổ ong.

Hoar *(hôr)*, *a.* Trắng bạc theo tuổi, rất già ; đáng kính.

Hoard *(hôrđ)*, *n.* Kho tàng.—*vt.* Tích-trữ.—*vi.* Trữ.

Hoarding *(hôr'đing, hor-)*, *n.* Khung gỗ dán yết thị

Hoarfrost *(hôr'frost)*, *n.* Sương trắng, sương mù.

Hoarse *(hôrs, hors)*. *a* Khàn tiếng, khản cổ.

Hoary *(hôr'ri)*, *a.* Tóc trắng, tóc hoa mai ; cổ lắm.

Hoax *(hôks)*, *n* Sự đánh lừa chơi ; trò đùa nhỏ. — *vt.* Xỏ chơi.

Hobble *(hob'bưl)*, *vt.* Buộc, xích.—*vi.* Đi khập-khiễng.

Hobby *(hob'bi)*, *n.* Thú sở-thích ; môn chơi.

Hobgoblin *(hob'gob-blin)*, *n.* Quỷ sứ ; yêu tinh, quỷ quái.

Hobnail *(hob'nêl)*, *n.* Đinh to đầu ; người nhà quê.

Hobnailed shoe *(-shu)*, *n.* Giầy có đinh to đầu ở đế.

Hockey *(hok'ki)*, *n.* Môn bóng hoóc-ki.

Hod *(hođ)*, *n.* Thùng gỗ (để chứa vựa, hay than).

Hoe *(hô)*, *n* Cái hu (một thứ cuốc) ; cái mai.

Hog *(hog)*, *n.* Con lợn ; người bẩn thỉu.—*a.* **Hoggish.**

Hogshead *(hogz'heđ)*, *n.* Cái thùng lớn (63 gallons).

Hoist *(hoist)*, *n.* Máy nâng hàng.—*vt.* Kéo lên.

Hold *(hôlđ)*, *vt.* Cầm lấy ; giữ ; chứa ; thuận·—*n.* Sự giữ.

Hold-up *(hôld-ăp)*, *n* Vụ tống tiền ; cướp của ; chỗ xe dỗ.

Hole *(hôl)*; *n.* Cái lỗ.—*vt.* Đục thủng, khoét lo.

Holiday *(hôl'li-đê,-đi)*, *n.* Ngày lễ, ngày nghỉ.

Hollow *(hol'lo)*, *a.* Sâu, lõm. —*n.* Chỗ trũng, lõm.

Holly *(hol'li)*, *n.* Cây ô-rô ; cây cầu-cốt.

Holocaust *(hol'lơ-co-st)*, *n.* Lễ thiêu vật hy-sinh, vật cung hiến ; cuộc phá hủy lớn ; tàn-sát ghê gớm.

Holster *(hôl'sto)*, *n.* Xắc cốt, bao da đựng súng lục.

Holy *(hô'li)*, *a.* Tinh-khiết ; thiêng-liêng.—*n.* Nước phép.

Homage *(hom'mưj,om-)*, *n.* Sự kính trọng, tôn kính.

Home *(hôm)*, *n.* Cái nhà, nhà riêng, quê hương.

Homely *(hôm'li)*, *a.* Đơn sơ ; không kiểu cách, bình phàm.

Homesick *(-sik)*, *a.* Nhớ nhà, nhớ quê hương.

Homestead *(hôm'steđ)*, *n.* Gia trạch ; nhà ở ; nhà có vườn xung quanh.

Homicide *(hom'mi-saiđ)*, *n.* Sự giết người ; kẻ sát nhàn.

Homogeneous*(hô-mơ-ji'ni-âs)*, *a.* Đồng chủng, hay chất.

Homonym *(hom'mơ-nim)*, *n.* Chữ đồng-âm dị-nghĩa.

Honest *(on'nest, -nâst)*, *a,* Lương-thiện, thực-thà.

Honesty *(-ti)*, *n.* Tính lương-thiện, thực-thà.

Honey *(hăn'ni)*, *n.* Mật ong ; [Mỹ] người yêu.

Honeycomb *(-côm)*, *n* Tổ sáp ong ; khuôn khổ.

Honeymoon *(hăn'ni-num)*, *n.* Tuần trăng mật,

Honeysuckle *(-săc'cưl)*, *n.* Cây hoa kim ngân.

Honor, **Honour** *(on'nơ)*, *n.* Danh-dự, danh-giá.—*vl.* Tôn kính. — **Honorable**, *a.* Đáng kính. — *adv.* **Honorably**.

Honorary *(on'nơ-rơ-ri, -re-ri)*, *a.* Danh dự.

Hood *(hơđ)*, *u.* Mũ trùm đầu ; nắp đậy bộ máy ô-tô.

Hoof *(huf)*, *n.* Móng chân (ngựa, bò, trâu v.v...).

Hook *(huk)*, *n.* Cái móc ; lưỡi câu; cái liềm.—*v.* Móc.

Hookworm *(huk'uơrm)*, *n.* Một thứ bọ hay sâu có móc ở mồm.

Hoop *(hup)*, *n.* Cái vòng sắt ; vành bánh xe.

Hoot *(hu-t)*, *vt.* La ó để phản đối ; hô lên.—*n.* Tiếng la ó ; tiếng cú kêu.

Hop *(hop)*,*vi.* Nhảy nhót(chim). — *n.* Sự nhẩy.

Hope *(hôp)*, *vt.* Mong mỏi, hy-vọng.

Hopeful *(-ful)*, *a.* Đầy lòng tin tương ; đầy hy-vọng.

Hopper *(hop'pơ)*, *n.* Người nhảy ; người hay biến tâm ; phễu con ; trứng côn trùng

Horde *(hôrđ)*, *n.* Bọn, lũ, bầy; bộ lạc.

Horizon *(hơ-rai-zun)*, *n.* Chân trời ; phạm vi.

Horizontal *(hơ-ri-zon'tơl)*, *a.* Nằm ngang.

Horoscope *(ho'rơ-scôp)*, *n.* Số tử-vi.

Horn *(horn)*, *n.* Cái sừng (gạc); tù-và, còi ô-tô.

Horrible *(ho'ri-bưl)*, *n.* Ghê gớm, ghê tởm.

Horrid *(ho'riđ)*, *a.* Gớm ghê, ghê gơm ; chướng tai, xúc phạm.

Horrify *(ho'ri-fai)*, *vt.* Làm cho ghê tởm, sợ hãi,

Horror *(hơ'rơ)*, *n.* Sự kinh hãi, ghê-sợ ; vật ghê-tởm.

Horse *(hors)*, *n.* Con ngựa ; cái giá vẽ. **Horse-car**, *n.*

Horse-back *(hors-bek)*, *a.* Lưng ngựa.

Horse-power *(-pao'ơ)*, *n.* [lý] Mã lực.

Horse-Radish *(-red'dish)*, *n.* Củ cải hăng.

Horseshoe *(hors'shu)*, *n.* Sắt mong ngựa.

Horticulture *(hor'li-căl-chơ)*, *n.* Nghề làm vườn.

Hose *(hôz)*, *n.* Bí tất dài ; ống ; voi nước.

Hosier *(hô'zhơ)*, *n.* Người làm hay bán đồ đan.

Hospice *(hos'pis)*, *n.* Quán trọ cho du-khách.

Hospitable *(hos'pi-tơ-bưl)*, *a.* Thết đãi, mời khách, thiệp.

Hospital *(hos'pi-tơl)*, *n.* Nhà thương, bệnh-viện.

Hospitality *(hos'pi-tel'li-ti)*, *n.* Sự thết khách, tiếp.

Host *(hôst)*, *n.* Chủ nhà ; đội quần, đám đông ; bánh thánh.

Hostage *(hos'tưj)*, *n.* Con tin.

Hostel *(hos'tơl)*, *n.* Quán, tiệm, ô-ten, khách-sạn.

Hostess *(hos'tes, -tâs)*, *n.* Bà chu nhà ; chủ quán.

Hostile *(hos'til, -tail)*, *a.* Tỏ vẻ thù-nghịch.

Hot *(hot)*, *a.* Nóng ; sốt sắng ; hoạt động ; cay.

Hotbed *(hot'bed)*, *n.* Thửa đất có che kính để ươm cây.

Hothouse *(-haos)*, *n.* Nhà bằng kính để trồng cây.

Hotel *(hô-tel, ô-tel')*, *n.* Quán cơm ; khách sạn.

Hound *(haond)*, *n.* Chó săn ; kẻ đáng khinh.—*vi* Săn bắt.

Hour *(ao'ơ)*, *n.* Giờ.

Hourglass *(-glas)*, *n.* Đồng hồ cát để tính giờ.

House *(haos)*, *n.* Cái nhà ; gia tộc ; nghị viện.

Household *(-hôld)*, *n.* Gia đình, người trong nhà.

Housekeeper *(haos'ki-pơr)*, *n.* Người trông nom trong nhà, nội trợ, quản gia.

Housewarming *(-wor'ming)*, *n.* Tiệc ăn mừng nhà mới.

Hoose-wife *(haos'uaif)*, *n.* Bà nội trợ, nội tướng.

Hovel *(hơv'vơl, hăv'vơl)*, *n.* Lều nhỏ, nhà lụp sụp.

Hover *(hăv'vo,hov'vơ)*, *n.* Bay đi bay lại ; lượn quanh.

How *(hao)*, *adv.* Thế nào ; làm sao ; cái gì.

However *(hao-ev'vơ)*, *adv.* Song le, tuy vậy.

Howitzer *(hao'it-sơr)*, *n.* Súng ô huy, sung bắn tạc đạn.

Howl *(haol)*, *vi.* Kêu, rống, hét lớn, hú.—*n.* Tiếng hú.

Hub *(hăb)*, *n.* Cái may ơ(xeđạp).

Huckster *(hăk'stơ)*, *n.* Người lái buôn.—*v.* Buôn nhỏ.

Huddle *(hăd'đưl)*, *v.* Hỗn tập ; tụ họp lại một cách hỗn độn ; vét lại thành đống.

Hue *(hiu)*, *n.* Màu sắc ; màu ruộm ; tiếng hô.

Hug *(hăg)*, *vt.* Ôm, ghì chặt ; đỗ sát vào bờ.

Huge *(hiuj)*, *a.* To lớn, vĩ đại, kếch sù.—*n.* '**Hug ness**.

Hulk *(hälk)*, *n* Chiếc tầu nặng nề ; xác tầu.

Hull *(hăl)*, *n.* Vỏ (trứng); vỏ tầu.

Hullo *(hơ-lô')*, *interj.* Này, này ! Chào anh.

Hum *(hăm)*, *n.* Tiếng vo-vo.—*vi.* Kêu vo vo, ù ù.

Human *(hiu'mân)*, *a.* Thuộc về người ; nhân đạo.

Humane *(hiu'mên)*, *a.* Tử tế, nhân từ ; tao nhã.

Humanitarian *(hiu-men-ni-te'ri-ân)*, *n* Người theo chủ-nghĩa nhân đạo ; người từ-thiện.

Humanity *(hiu-men'ni-ti)*, *n.* Loài người ; nhân đạo.

Humble *(hăm'bưl)*, *a.* Nhún nhường, khiêm-tốn, hạ mình.

Humbug *(häm'băg)*, *n.* Sự khoái lạc ; lừa, bịp.

Humid *(hiu'miđ)*, *a.* Ẩm ướt, ướt.—**Humidity**, *n.*

Humiliate *(hiu-mil'li-êt)*, *vt.* Làm cho nhục nhã.

Humility *(hiu-mil'li-ti)*, *n.* Sự nhún nhường, tự hạ.

Humming-bird *(hăm'ming-bơrđ)*, *n.* Giống chim sâu (có lông rất đẹp).

Hummock *(hăm'mâk)*, *n.* Đồi con tròn ; một đống băng.

Humor, Humour *(hiu'mơ)*, *n.* Tài khôi hài ; tính tình.

Humorist *(hiu'mơ-rist)*, *n.* Người có tài khôi hài.

Hump *(hămp)*, *n.* Cái bướu (lồi lên ở lưng).

Hump-back *(hămp'bek)*, *n.* Người có bướu, gù.

Hunchbacked *(-bekt)*, *a.* Có bướu, gù.

Hundred *(hăn'đrâđ)*, *a.* Trăm.

Hunger *(hăng'gơ)*, *n.* Sự đói, sự thèm ; cơ-cực.

Hungry *(hăng'gri)*, *a.* Đói ; thèm, khao khát.

Hunks *(hăngks)*, *n.* Người tham lam ; người mê tiền.

Hunt *(hănt)*. *v.* Đi săn ; truy nã.—*n.* Sự đi săn.

Hunter *(-tơ)*, *n.* Người đi săn ; ngựa, chó săn.

Hurdle *(hơ'đưl)*, *n.* Hàng rào ; gỗ chắn ; vật ngăn lại.

Hurl *(hơrl)*, *vt* Phun ra, phóng ra ; ném mạnh ; tung ; thốt ra.

Hurrah *(hu'ra',-rơ)*, *n.* Tiếng hoan hô.— *v.* Tung hô.

Hurricane *(hơ'ri-kên, -kin), n.* Bão, phong ba.

Hurry *(hơ'ri), n.* Sự vội vàng, — *v* Vội vã.

Hurt *(hơrt), v.* Làm đau ; làm tổn thương.

Husband *(hăz'bând), n.* Người chồng.— *vt.* Để dành.

Husbandman *(-mân), n.* Người làm ruộng cần lao.

Husbandry *(-ri), n.* Nghề làm ruộng ; sự dành-dụm.

Hush *(hăsh), vi.* Im, không nói, nín lặng.

Husk *(häsk), n.* Cái vỏ cứng ở ngoài (vỏ lạc, vỏ dừa v.v.).

Hut *(hät), n.* Cái lều ; nhà nhỏ , túp lều tranh.

Hydrant *(hai'drânt), n.* Vòi ; khóa nước ; vòi hút nước.

Hydrate *(hai'drêt), v.* [hóa] Cho ngâm nước.

Hydraulic *(hai - đro' lik), a.* Thuộc về, bằng nước.

Hydraulics *(- liks); n.* Khoa thủy lợi học.

Hydrogen *(hai' đrơ -jân), n.* Khinh khí, khí Hyt-rô.

Hydrometer *(hai - đrom'mi - tơr), n.* Máy để đo tỷ trọng chất lỏng ; dịch-thể tỷ-trọng-kế.

Hydrostatics *(hai-đrơ - stet'-tiks), n.* Thủy-tĩnh-học.

Hydroxide *(hai-drok'said), n.* (hóa) Hyt-roc-xyt.

Hyena. hyaena *(hai-i'nơ), n.* Một giống chó sói (ở bên A-châu và Phi-châu).

Hygiene *(hai'jin,-ji-in), n.* Vệ sinh học. — *a.* **Hygienic.**

Hymeneal *(hai-mơ - ni'ơl), a.* Thuộc về hôn-nhân.

Hymn *(him), n.* Thánh ca ; quốc ca, quốc-thiều.

Hyperbola *(hai-pơ ' bô-lơ), n.* (toán) Hình hy-pe-bol.

Hyphen *(hai'fân), n.* Dấu nối hai chữ (-).

Hypnosis *(hip-nô'sis), n.* Giấc thôi miên.

Hypnotism *(hip'nơ-ti-zưm), n.* Thuật, phép thôi miên.

Hypnotize *(-taiz), vt.* Thôi-miên ; làm cho mê-man.

Hypocrisy *(hi-pok' kri-si), n.* Đạo đưc giả.

Hypocrite *(hip'pơ-krit),a.* & *n.* Người đạo đức giả.

Hypotenuse *(hai-pot' ti'niuz). n.* (toán) Đường huyền.

Hypothesis *(hai-po'thi-sis,hi- , n.* Giả-thuyết ; giả-thiết.

Hysteria *(his-ti'ri-ơ), n.* Bệnh loạn thần kinh.

I

I *(ai), n.* Chữ i, — *pron.* Tôi (chủ vị).

Iamb *(ai'emb), n.* Thơ đoản-trường thể.

Ice *(ais), n.* Nước đá, băng.— *a.* **Icy** *(ai'si),* Như băng.

Ice-axe *(-eks), n.* Cuốc nhỏ để trèo núi.

Iceberg *(-bơrg), n.* Núi nước đá (ngoài bể).

Icicle *(ai'si-cưl), n.* Cục nước đá, cục băng.

Idea *(ai-đi'ơ),* Quan niệm, ý tưởng, tư tưởng, ý kiến.

Ideal *(ai-đi'ơl), a.* Trong quan niệm : lý-tưởng—*n.* Lý tưởng.

Idealism *(ai-đi'ơl - li-zưm), n.* Chủ nghĩa lý-tưởng.

Identical *(ai-đen' ti-cơl). a.* Giống hệt, giống như in.

Identify *(-fai), vt.* Cho đồng nhất ; nhận rõ

Identity *(-ti), n* Tính đồng - nhất ; căn cước.

Ideology *(iđ-đi-ol'lơ-ji,ai-), n.* Quan niệm-học ; chủ-ý-luận.

Ides *(aiđz), n. pl.* Ngày của tháng La-Mã ; hôm 15 tháng 3, 5,7 và ngày 13 các tháng khác.

Idiocy *(iđ'đi-ơ-si), n.* Sự, tính ngu ngốc, ngu đần.

Idiom (*iđ'đi-âm*), *n.* Thành-ngữ, thổ ngữ ; đặc cách của thổ âm.— **Idiomatic** (*-met'tik), a.*

Idiosyncrasy *(iđ-đi - ơ-sing'-krơ-si), n.* Đặc tính của người ta.

Idiot *(iđ'đi-ât), n.* Người ngu ngốc, đần độn, ngu-si.

Idle *(ai'đưl), a.* Lười biếng, nhàn rỗi ; trống rỗng.

Idol *(ai'đơl), n.* Tượng thờ ; vật được thờ cúng.

Idolater *(ai - đol' lơ - tơ), n.* Người thờ phung, sùng bái.

Idolatry *(-tri), n.* Sự sùng bái, tôn sung ; say mê.

Idolize *(ai'đơl-laiz), vt.* Mê say, đắm đuối; tôn làm thần thánh, coi như thánh.

Idyl, Idyll *(ai' đi, iđ' đil) n.* Bài thơ ngắn tả cảnh quê.

If *(if)*, *conj.* Nếu, ví bằng, giả như. — **As If**, Như vẻ.

Ignite *(ig-nait')*, *vt* Châm lửa, đốt, thắp

Ignition *(ig-nis'shân)*, *n.* Sự đốt, châm lửa ; bắt đầu.

Ignoble *(ig-nô'bưl)*, *a.* Hèn hạ, đê tiện, ô trọc, khốn nạn.

Ignominious *(ig-nơ-min'ni-âs)*, *a.* Nhục nhã, ô - nhục, sỉ - nhục.

Ignorance *(ig'nơ-râns)*, *n.* Sự dốt nát, vô học.

Ignorant *(-rânt)*, *a.* Dốt nát, tối tăm ; không biết.

Ignore *(ig-nôr')*, *vt.* Không biết gì ; sao nhãng.

Ill *(il)*, *a.* Xấu, tối ; ốm, dở, đau. — *n.* Sự không hay.

Illbred *(-bred)*, *a.* Vô giáo-dục, không người dạy.

Illegal *(il-li' gơl)*, *a.* Bất hợp pháp, phi pháp, trái luật.

Illegible *(il lej'ji-bưl)*, *a.* Khó đọc ; không đọc được.

Illegitimate *(il-li-jit ' tơ-mưt)*, *a.* Bất hợp cách ; không chính thức.

Illicit *(il-lis'sit)* *a.* Không chính đáng, bất chính ; phi-pháp.

Illiterate *(il-lit'tơ-rưt)*, *n.* Dốt, mù chữ ; thất học.

Ill-mannered *(il-men'nơrd)* *a.* Vô phép, mất dạy.

Illness *(il'nes,-nâs)*, *n* Bệnh tật.

Illogical *(il-loj'ji-cơl)*. *a* Không hợp luận lý ; ; bội lý ; vô lý.

Ill-smelling *(-smel-ling)*, *a.* Khó ngửi ; thối.

Ill-treat *(il-triit')*, *vt.* Hành hạ, ngược đãi ; làm tổn thương.

Illuminate *(i-liu' mi-nêt)*, *vt.* Rọi, soi, chiếu sáng.

Illusion *(i-liu ' zhân)*, *n.* Ảo giác, ảo-ảnh, ảo mộng.

Illustrate *(il'lâs-trêt)*, *vt.* Vẽ tranh ảnh ; dẫn bằng thí-dụ.

Illustration *(-trê'shân)*, *n.* Thí dụ ; tranh ảnh,

Illustrious *(il-lăs' tri-âs)*, *a.* Vẻ vang, lừng lẫy ; nổi danh.

Image *(im'mâj,-mij)*, *n.* Hình ảnh ; bức ảnh.

Imagery *(im'mij-jơ-ri,-je-ri)*, *n.* Lời nói bóng bẩy ; ám ngữ ; phản ảnh ; hình tượng.

Imaginary *(i-mej'ji-nơ-ri)*, *a.* Tưởng tượng, ảo tưởng.

Imagine *(i-mej'jin)*, *vt.* Tưởng tượng, nghĩ ra.

Imbecile *(im'bi-sil)*, *a.* Ngu, đần độn ; ngốc.

Imbibe *(im-baib')*, *vt.* Húp, hấp thụ ; làm mê mệt.

Imbroglio *(im - brôl' yô)*, *n.* *n.* Tình - trạng rắc rối ; sự hiểu nhầm.

Imbrue *(im-bru')*, *vt.* Tẩm ; ngâm, nhúng.

Imbue *(im-biu')*, *vt.* Làm cho ứ, làm cho đặc ; nhúng ; ruộm (nhuộm).

Imitate *(im'mi-têt)*, *vt.* Bắt chước, phỏng theo.

Imitation *(-tê'shân)*, *n.* Sự bắt chước, phỏng theo

Immaculate *(i-mek kiu-lêt)*, *a.* Trinh khiết, trong sạch.

Immaterial *(im-mơ-ti'ri-ơl)*, *a.* Vô hình.

Immature *(im-mơ-tiu-r')*, *a.* Sớm, non, yếu.

Immeasurable *(i-me' zhơ-rơ-bưl)*, *a.* Mông mênh.

Immediate *(im-mi'đi-ưt,-jưt)*, Liền, ngay ; trực tiếp.

Immediately *(-li)*, *adv.* Ngay, lập tức ; tức khắc.

Immedicable *(im-med' đi-cơ-bưl)*, *a.* Không có thể, chưa được.

Immemorial *(im-mi-mô'ri-ơl)*, *a.* Thuộc về đời xưa ; xa lắc xa lơ ; thái cổ.

Immense *(i-mens')* *a.* Mông mênh, bao la ; to.

Immerse *(i-mơrs')*, *vt.* Dúng xuống, bỏ chìm xuống nước.

Immersion *(i-mơr' zhân)*, *n.* Sự dúng nước.

Immigrant *(im'mi-grânt)*, *n.* Kẻ di-trú, kiều dân.

Immigrate *(im'mi-grêt)*, *vi.* Di-trú ; di-cư ; đi nơi khác.

Immigration *(-grê'shân)*, *n.* Sự di-trú.

Imminent *(im'mi-nânt)*, *n* Cấp bách, gấp rút.

Immolate *(im' mơ - lêt)*, *vt.* Hiến sinh, hy sinh — **Immolation.**

Immoral *(im-mo'rơl)*, *a.* Trái luân-lý ; bại luân.

Immorality *(mi-mơ-rel'li-ti)*, *n.* Sự trái luân lý.

Immortal *(i-mor'tơl)* *a.* Bất tử ; bất diệt ; sống đời-đời.

Immortality *(im-mor-tel'li-ti)*, *n.* Tính bất tử.

Immovable *(im-muv'vơ-bưl)*, *a.* Đứng yên, không cựa.

Immune *(i-miu-n')*, *a.* Miễn dịch, làm cho khỏi mắc bệnh. dịch.

Immutable *(i-miu' tơ-bưl)*, *a.* Khôngthay đổi;bất di bất dịch.

Imp *(imp)*, *n.* Tiểu quỉ, tiểu yêu, ranh con.

Impact *(im'pect)*, *n.* Sự đụng-chạm, húc.

Impair *(im-per')*, *vt.* Làm hư hỏng ; kém đi ; mất giá.

Impalpable *(im-pel' pơ-bưl)*, *a.* Mịn ; mượt mát, sờ không rát tay.

Impart *(im-part'), vt.* Cho ; báo tin ; dạy ; chia cho.

Impartial *(im-par'shơl), a.* Vô tư ; không tư-vị.

Impassable *(im-pes'sơ-bưl), a.* Không thể qua được.

Impasse *(im-pas',im'pas), n.* Ngõ tắc hậu, đường cùng.

Impassible *a.* Thản nhiên không sờn lòng

Impassioned *(im-pes'shânđ), a* Hay mê ; đa tình, dễ cảm động.

Impassive *(im-pes'siv), a.* Thản nhiên,trơ trơ,không sờn lòng, không nao núng.

Impatience *(im-pê'shâns), n.* Tính không kiên nhẫn.

Impeachment *(im-piich'mânt), n.* Sự cảnh cáo, mắng.

Impeccable *(im-pek'kơ bul) n.* Không thể nhầm đưọc.

Impede *(im-piiđ'),vt.* Ngăn trở; bó buộc ; xích lại.

Impediment *(im-peđ'đi'mânt) n.* Sự ngăn trở, cản trở, chướng ngại.

Impedimenta *(im-peđ-đi-men' tơ), n. pl.* Hành lý, đồ dùng của quân đội.

Impel *(im-pel'), vt.* Thúc giục, xui giục, khuyến khích ; lôi cuốn.

Impenetrable *(im-pen'ni-trơ-bưl), a.* Không thể lay động ; khó hiểu ; lãnh đạm ; không vào được.

Imperative *(im-pe'ro-tiv), a.* Co tính cách sai khiến.

Imperceptible *(im-pơ-sep'-ti-bưl), a.* Không thể nhận thấy được. — **Imperceptibly** *(bli), adv.*

Imperfect *(im-pơr' fect), a.* Không hoàn toàn.

Imperial *(im-pi'ri-ơl) a.* Thuộc vê đế-quốc, hoàng đế.

Imperialist *(-list), n.* Người theo chủ nghĩa đế-quốc.

Imperil *(im-pe'ril), vt.* Đặt vào chỗ nguy-hiểm.

Imperious *(im - pi' ri-âs), a.* Kiêu căng, kiêu-hãnh ; cấp bách, khẩn cấp.

Impermeable *(im-pơ'mi-ơ-bưl) a.* Không thấm nuớc.

Impersonal *(im-pơ'sân-nơl), a.* Thiếu cá-tính.

Impersonate *(im-pơr'sân-nêt), vt.* Nhân-cach-hóa.

Impertinent *(im-pơ'ti-nânt), a.* Láo, hỗn, vô lễ.

Imperturbable *(im-pơr-tơr' bơ-bưl), a.* Thản nhiên, không rối trí.

Impervious *(im-pơr'vi-âs), a.* Không thấm;không thấu được

Impetuous *(im-pet'chiu-âs) a.* Nóng nẩy ; hùng dũng ; mãnh liệt.

Impetus *(im-pi'tâs), n.* Cái đà; sự thúc đẩy.

Implacable *(im - plê' cơ - bưl, -plek-) a* Không nguôi được, không giảm được.

Implement *(im' pli - mânt), n.* Dụng cụ ; đồ dùng.

Implicate *(im' pli-kêt), vt.* Ám chỉ ; bao hàm ; cuốn lại với nhau.

Implicit *(im-plis'sit), a.* Ẩn-tàng ; đủ hiểu, rõ rồi.

Implore *(im - plôr'), vt.* Van xin, năn nỉ ; cầu nguyện.

Imply *(im-plai'), vt.* Ám chỉ để hiểu ngầm.

Impolitic *(im-pol' li-tik), a.* Không chính-trị ; thất sách.

Import *(im-pôrt')vt.* Nhập cảng. —*n.* Sự nhập cảng.

Importance *(im-por'tâns), n.* Sự quan trọng.

Important *(-tânt), a.* Quan trọng, quan hệ,

Importunate *(im-por'chiu-nưt), a.* Làm phiền, quấy rối, quấy rầy.

Importune *(im-por-tiu-n', im-por' chiu - n), v.* Làm phiền, quấy rầy ; nài xin ; nói dai dẳng.

Impose *(im - pôz'), vt.* Đánh thuế. —*vi.* Lợi dụng ; lừa đảo.

Impost *(im-pôst), n.* Thuế; đầu cột.

Impostor *(im-pos'lơ), n.* Kẻ lừa đảo : kẻ giả-mạo.

Imposture *(im-pos'chơr), n.* Sự, trò hư trá, giả dối, bợm bịp.

Impossible *(im-pos-si-bưl), a.* Không thể được.

Impotence, Impotency *(im'pơ-tân-si), n.* Sự què bại ; không có uy quyền

Impotent *(im'pơ-tânt),a.* Thiếu năng lực.

Impoverish *(im-pov'vơ-rish), vt.* Làm cho nghèo nàn.

Impracticability *(im-prek-ti-cơ-bil'li-ti), n.* Sự không thể thực hành. — **Impracticable**, *a.*

Imprecate *(im' pri - kêt), v.* Chửi rủa ; nguyền ; thóa mạ.

Impregnable *(im-preg'nơ-bưl), a.* Không thể lấy, chiếm được. — **Impregnability**, *n.*

Impresario *(im-pra-sê' ri-ô), a.* Chủ gánh hát.

Impress *(im-pres'), vt.* In, ấn loát ; in vết ; làm cho cảm động ; bắt nhập ngũ.

Impression *(im-pres'shân), n.* Sự in, ấn tượng ; cảm giác.

Imprint *(im print')* *vt.* In, in sâu vào.

Imprison *(im-priz'zưn)*, *vt.* Cho vào tù, tống vào ngục.

Imprisonment *(im - priz' zân-mânt)*, *n.* Sự bỏ tù.

Improbabilty *(im-prob'bơ-bil' li-ti)*, *n.* Sự bấp bênh.

Improbable *(im-prob'bơ-bưl)*, *a.* Không chắc chắn.

Impromptu *(im - promp' tiu)*, *adj. & a.* Lập tức, tức khắc, tức thời ; không sửa soạn trước.

Improve *(im-pruv')*, *vt.* Sửa sang ; làm cho khá hơn.

Improvement *(mânt)*, *n.* Xch. **Improve.**

Improvise *(im'prơ-vaiz,-vaiz')*, *v.* Làm ngay ; ứng khẩu ; không soạn trước.

Imprudence *(im-pru'đâns)*, *n.* Tính cẩu thả.

Imprudent *(-đânt)*, *a.* Cẩu thả ; dại dột.

Impudence *(im'piu-đâns)*, *n.* Sự vô liêm-sỉ, không xấu hổ.

Impudent *(-đânt)*, *a.* Xch. **Impudence.**

Impugn *(im-piu-n')*, *vt.* Chửi ; bài bác ; thóa mạ.

Impulse *(im'păls)*, *n.* Sự súc động ; khích thích, thúc giục.

Impunity *(im-piu'ni-ti)*, *n.* Sự không bị phạt; được miễn tội.

Impure *(im-puy'ơ)*, *a.* Không trong sạch, bẩn.

Impute *(im - piut')* *vt.* Quy trách, buộc tội, trách cứ.

In *(in)* *prep. & adv* Ở trong.— *a.* Đi về phía trong.

Inanimate *(in-en'ni-mât)*. *a.* Vô tri, vô giác, vô hồn.

Inanition *(in-nơ-nis'shân, in-ne-)*, *n.* Sự ốm đói, đói ăn.

Inasmuch *(in-âz-măch)*, *conj.* Nhất là... lại, nhân vì.

In as much as *(in-âz-măch-ez)*, *adv.* Thấy rằng; vì ; cũng như.

Inaugurate *(in-o'-ghiu-rêt)*, *vt.* Khánh thành ; khai mạc ; mở đầu. — **Inauguration** *(-rê' shân)*, *n.*

Incandescent *(in - cân - đes'-sânt)*, *a.* Sáng trưng ; lóe lửa.

Incantation *(in-ken-tê'shân)*, *n.* Bùa mế ; thần chú.

Incarcerate *(in-car'sơ-rêt)*, *vt.* Tống giam, bỏ tù. — *n.* **Incarceration.**

Incarnate *(in-car'nât)*, *a.* Hóa thân, hiện thân ; có nhục thể, xác thịt. — *vt.* Hóa thân ; làm người ; cụ thể hóa.

Incarnation *(-nê'shân)*, *n.* Sự hóa thân ; cụ thể hóa.

Incendiary *(in-sen'đi-e-ri'-ơ-ri)*, *a.* Phát hỏa ; kích thích kịch liệt.

Incense *(in 'sens)*, *n.* Hương, nhang. — *vt.* Xông hương.

Incentive *(in-sen'tiv)*, *n.* & *a.* (Chất) Khích thích ; khuyến khích ; cổ vũ.

Inception *(in-sep'shân)*, *n.* Sự, thời kỳ bắt đầu, khởi thủy ; gốc tích.

Incessant *(in-sâs'sânt)*, *a.* Liên tiếp, không ngừng.

Incest *(in'sest)*, *n.* Tội loạn dân. — **Incestuous**, *a.*

Inch *(inch)*, *n.* Đốt (đơn vị đo lường của Anh dài 0th025).

Incidence *(in'si-đâns)*, *n.* [lý]. Đầu xạ.— **Angle of incidence**, Đầu xạ giác.

Incident *(in' si-đânt)*, *n.* Sự ngẫu nhiên, tình cờ.

Incidental *(in-si-đen' tơl)*, *a.* Tình cờ, bất ngờ.

Incinerat *(in-sin'nơ-rêt)*, *v.* Đốt cháy thành gio (tro).

Incipient *(in-sip' pi-ânt)*, *a.* Bắt đầu có ; bắt đầu hiện ra ; thủy hữu, thủy hiện.

Incise *(in-saiz')*,*vt.* Trích, khía, sẻ, mổ. — **Incision**, *n.*

Incision *(in-siz' zhân)*, *n.* Sự, chỗ khía, sẽ, mổ, cắt.

Incisor *(in-sai'zơ,-sơ)*, *n.* Răng cửa.

Incite *(in-sait')*, *vt.* Xui, cổ võ, khích thích.

Inclination *(in-kli-nê'shân)*, *n.* Sự cúi đầu ; khuynh hướng ; tà độ ; tà diện.

Incline *(in - clain* *vt.* Cúi ; nghiêng, ngả ; thiên về.

Include *(in-clud')*, *vt.* Gồm, kể cả ; bao hàm.

Incognito *(in-kog'ni-tô, in-kog-ni'tô)*, *a.* Ẩn danh,

Incoherent*(in cơ-hi'ơ-rânt)*, *a.* Rời rạc ; không liên lạc.

Income *(in'căm)*, *n.* Lợi tức ; tiền thu vào.

Incommode *(in-cơ - môđ')*, *vt.* Làm cho khó chịu, quấy rầy.

Incomparable *(in-com'pơ-rơ-bưl)*, *a.* Không sánh, bì kịp.

Incompatible *(in-câm - pet'li-bưl)*, *a.* Không hợp ; không thích hợp ; mâu thuẫn.

Incompetence *(-com' pi-tâns)*, *n.* Sự vô thẩm-quyền.

Incompetent *(-tânt)*, *a.* Không đủ năng lực.

Incomplite *(in-câm - plit')* *a.* Không đầy đủ.

Incomprehensible *(-pri-hen'si-bưl)*, Khó hiểu.

Inconceivable *(-cân-si'vơ-bưl)*, *a.* Không tưởng tượng được.

Incongruity *(-gru'i-ti)*, *n.* Sự bất điều hòa ; mâu-thuẫn.

Incongruous *(in-coong'gru-âs)*, *a.* Không thích hợp ; bất nhất trí ; không thích đáng.

Inconsiderable(*-siđ'đơ-rơ-bưl*), *a.* Không đáng kể.

Inconsistency *(-sis'tân-si)*, *n.* Sự không đúng, hợp, điều hòa ; sự mâu-thuẫn ; tương-phản. — **Inconsistent** *(-tânt)*, *a.*

Inconspicuous *(-spik'kiu-âs)*. *a.* Tầm thường ; không rõ rệt.

Inconstancy *(in-con'stân-si)*, *n.* Tính hay thay đổi.

Inconstant *(-stânt)*, *a.* Hay thay đổi ; không vững.

Inconvenience *(in - cân - vi' - nhiâns)*, *n.* Sự bất tiện.

Inconvenient *(-niânt)*, *n.* Bất tiện ; bất lợi.

Increase *(in-kriis')*, *vi.* Tăng lên, tăng gia, thêm.

Incredible *(-in-cređ'đi-bưl)*, *a.* Không tin dược.

Incredulous *(in-kređ'điu-lâs)*, *a.* Không tin ; nghi ngờ ; biểu thị sự bất tín.

Increment *(in'kri'mânt,ing'-)*, *n.* Sự tăng thêm, phần thêm, số thêm; lợi ích; vật sinh-sản.

Incubator *(in'kiu-bê-tơ)*, *n.* Máy ấp trứng.

Incubus *(in'kiubâs, ing'-)*, *n.* Ma ám ảnh người ngủ ; ác mộng ; sự phiền nhiễu.

Inculcate(*in-căl'kêt,in'căl-kêt*), *vt.* In vào trí não, ghi lòng tạc dạ.

Inculpate *(in-căl'pêt, in'căl-pêt)*, *vt.* Cáo tố, cáo phát ; đổ tội.

Incumbent *(in-căm'bânt)*, *a.* Tựa ; thuộc về bổn phận.

Incur *(in-cơr')*, *vt.* Chịu đựng ; chuốc vào mình.

Incursion *(in-cơr'zhân,-shân)*, Sự, cuộc xâm nhập.

Indebted *(in-đet'tưd, -ted)*, *a.* Bị mắc nợ ; hàm ơn.

Indebtedness *(-nes, -nâs)*, *n.* Sự mắc nợ ; tiền nợ.

Indecisive *(in-đi-sai'siv)*, *a.* Do dự, trù-trự ; mập-mờ.

Indeed *(in-điiđ')*, *adv.* Thật ra, quả vậy.

Indefinite *(in-đef'fi-nit)*, *n.* Vô hạn ; mập mờ, bất định,

Indelible *(in-đel'li-bưl)*, *a.* Không xóa, tẩy được.

Indemnify *(in-đem'ni'fai)*, *vt.* Bồi thường, đền.

Indemnity *(-ti)*, *n.* Tiền bồi thường, phụ cấp.

Indent *(in-đent')*, *v.* Chặt, chém ; khoét ; cắt răng cưa ; làm lồi lên lồi xuống,

Indenture *(in-đen'chơr), n.* Giao kèo mà người tập sự ký với chủ ; hình răng cưa.

Independence*(in-đi-pen'đâns), n.* Sự độc lập.

Independent *(-đânt), a.* Độc-lập, tự chủ.

Indestructibility *(-străk-ti-bil' li-ti), n.* Tính kiên cố.

Indestructible *(-străk'ti-bưl), a.* Kiên cố, vững chắc.

Index *(in'đeks), n.* Ngón tay trỏ (chỉ) ; chỉ số ; mục lục ; số mũ (toán).—[*pl.* **Indexes, Indices**].

Individualism *(in-đi-viđ'điu-ơl'li-zum), n.* Chủ nghĩa cá nhân ; lợi-kỷ chủ-nghĩa ; cá tính.

Indivisible *(-viz'zơ-bưl), a.* Không chia được.

Indolence *(in'đơ-lâns), n.* Tính uể-oải, thờ-ơ.

Indolent *(-lânt), a.* Uể-oải, thờ-ơ, không thiết.

Indomitable *(- đom' mi - tơ-bưl), a.* Không chinh-phục được.

Indoors *(in'đors), adv.* Trong nhà.

Indorse *(in-đors'), vt.* Ký tên sau tờ phiếu.

Induce *(in-đias'), vt.* Đưa, dắt, gây ra ; khiến.

Induct *(in-đăct'), vt.* Đặt lên chức vị ; cho nhậm chức ; dẫn vào.

Induction *(in-đăc'shân), n.* Sự lập ; dựng , phép quy-nạp ; cảm hứng.

Inductive *(- tiv), a.* Xch. **Induction**.

Indue*(in-điu'),***Endue***(en-điu'), vt.* Mặc quần áo ; phú cho.

Indulge *(in-đălj'), vt.* Nhường; bằng lòng. — *vi.* Chìm đắm, mê muội.

Indulgent *(-jânt), a.* Dễ dãi, chiều-chuộng.

Industrial *(in-đăs'tri-ơl), a.* Thuộc về kỹ-nghệ.

Industrialist*(in-đăs'tri-ơl-list), n.* Nhà kỹ nghệ, kỹ nghệ gia.

Industrious *(-tri-âs), a.* Tài tình ; siêng năng.

Indian *(in'đi-ân). n.* Người hay tiếng Ấn-độ.

Indiancorn *(in'điân-corn),*Ngô, lúa bắp.

India-rubber *(in'điơ-răb'bơ), n.* Cao xu ; miếng tẩy.

Indicate *(in'đi-kêt), vt.* Chỉ, trỏ ; tỏ ra.

Indicative *(in-đik'kơ-tiv), a.* Chỉ thị ; chỉ dẫn.

Indicator *(in'đi-kê-tơ), n.* Sách chỉ-nam ; kẻ điểm chỉ ; [toán] Biểu số.

Indict *(in-đait')*, *vt.* Buộc tội. — **Indictment**, *n.*

Indifference *(in đif'fơ-râns)*, *n.* Tính dửng-dưng, lãnh đạm.—**Indifferent** *(-rânt)*, *a.*

Indigenous *(in-đij'ji-nâs)*, *a.* Thuộc về bản xứ, thổ dân, thổ sản, thổ sinh.

Indigestion *(in-đi-jes'shân)*, *n.* Chưng khó tiêu.

Indignant *(in-đig'nânt)*, *a.* Giận, cáu; tồi tàn; miễn cưỡng.

Indigo *(in'đi-gô)*, *n.* Chàm; mầu chàm.

Indirect *(in-đi-rect', in-đai-rect')*, *a.* Quanh co, gián tiếp.

Indiscreet *(in-đis-criit')*, *a.* Không kín đáo; hở chuyện.

Indiscretion *(-cres'shân)*, *n.* Sự hở chuyện.

Indiscriminate *(-crim'mi-nât)*, *a.* Không nhận rõ.

Indispensable *(-pen'sơ-bưl)*, *a.* Cần thiết, cốt yếu.

Indisposition *(in-đis-pơ-zi'-shân)*, *n.* Sự khó ở, khó chịu.

Indite *(in-đait')*, *vt.* Thảo, viết; biên soạn.

Individual *(in-đi-viđ'điu-ơl)*, *n.* Cá nhân, người, kẻ.

Industry *(in'đăs-tri)*, *n.* Kỹ nghệ, công nghệ.

Inedible *(in-ed'đi-bưl)*, *a.* Không ăn được.

Inebriate *(in-i'bri-ât)*, *vt.* Làm cho say, làm cho say sưa. — *n.* Người say rượu.

Inefficiency *(in'i-fis'shân-si)*, *n.* Sự vô hiệu.

Inefficient *(in-e-fis'shânt)*, *a.* Không công hiệu.

Inequality *(in-i-kuol'li-ti)*, *n.* Sự không đều nhau; không bình đẳng.

Inequitable *(in-ek'qui-tơ-bưl)*, *a.* Không công bằng.

Inert *(in-nơrt')*, *a.* Không cử động, không hoạt động; trơ trơ.

Inertia *(in-ơr'shi-ơ)*, *n.* Sự không cử động; quán tính.

Inevitable *(in-ev'vi-tơ-bưl)*, *a.* Không tránh được.

Infallible *(in-fel'li-bưl)*, *a.* Không nhầm được.

Infamous *(in'fơ-mâs)*, *a.* Nhục nhã, đê tiện; hèn.

Infamy *(in'fơ-mi)*, *n.* Sự nhục nhã, đê hèn.

Infancy *(in'fân-si)*, *n.* Tuổi thơ-ấu; tuổi nhỏ.

Infant *(in'fânt)*, *n.* Đứa bé con, trẻ con, con nít.

Infantry *(-tri)*, *n.* Bộ binh.

Infatuate *(in-fet'chiu-êt)*, *vt.* Làm cho thán phục; làm cho mê man.

Infect *(in-fect')*, *vt.* Làm cho hư hỏng; truyền bệnh.

Infection *(-shân)*, *n.* Sự lây, truyền nhiễm.

Infectious *(in - fek' shâs)*, *a.* Hay lây, truyền nhiễm.

Infer *(in-fơr')*, *vi.* Đoán, luận, suy ra.

Inference *(-râns)*, *n* Sự suy luận, kết luận.

Inferior *(-fi'ri-ơ)*, *a.* Ở dưới, hạ cấp. — *n.* Kẻ dưới.

Inferiority *(-fi-ri-o'ri-ti)*, *n.* Sự ở dưới ; sự kém.

Infernal *(in-fơ'nơl)*, *a.* Thuộc về địa ngục.

Infertile *(in-fơr'tail)*, *a.* Không sinh sản ; nghèo nàn ; không phì nhiêu.

Infest *(in - fest')*, *vt.* Quấy nhiễu, quấy phá.

Infidel *(in'fi-đơl)*, *n.* Kẻ không tin đạo.

Infinite *(-nit)*, *a.* Vô cùng, vô hạn, vô tận.

Infinitesimal *(in-fin-ni-tes'si-mơl)*, *a.* Cực nhỏ; vi tích, ly ty.

Infinitive *(in - fin' ni - tiv)*, *n.* (văn) Vị biến cách ; động-tự nguyên mẫu hay vị-biến.

Infinity *(- ti)*, *n.* Tính vô cùng, vô chừng.

Infirm *(in fơrm')*, *a.* Tàn tật, suy-nhược.

Infirmary *(- fơ 'mơ - ri)*, *n.* Bệnh viện, nhà thương nhỏ.

Infirmity *(in - fơr' mi - ti)*, *n.* Sự suy nhược, suy yếu ; sự tàn tật.

Inflame *(in - flêm')*, *v.* Đốt cháy ; khích thích ; trở nên đau, tấy lên.

Inflammable *(in - flem' mơ - bưl)*, *a.* Dễ cháy, dễ bắt lửa ; dễ tức.

Inflate *(in - flêt')*, *vt.* Thổi phồng lên, làm cao giá.

Inflammatory *(- flem' mơ - tơ-ri)*, *a.* Nóng, dễ cháy..

Inflection *(-flek'shân)*, *n.* Sự bẻ gẫy, uốn ; uốn tiếng.

Inflexibility *(in-flek'si-bili-li-ti)*, *n.* Tính cương quyết.

Inflexible *(- flek' si - bưl)*, *a.* Không nao núng.

Inflict *(in-flict')*, *vt.* Bắt phạt, gia hình, giáng cho.

Influence *(in'flu-âns)*, *n.* Anh hưởng, thế lực.

Influential *(-en' shâl)*, *a.* Có thế lực, quyền thế.

Influx *(in'flăks)*, *n.* Sự chẩy vào, lưu nhập ; vật chẩy (trôi) vào.

Influenza *(in - flu - en' zơ)*, *n.* Bệnh cúm ; bệnh thấp.

Inform *(in-form')*, *vt.* Báo tin, cho hay ; thông tin.

Informal *(-mơl)*, *a.* Tự nhiên; không trịnh trọng.

Information *(-mê' shân)*, *n.* Tin tức, lời chỉ dẫn.

Infraction *(in-frek'shân)*, *a.* Sự vi phạm, phạm vào luật.

Infrince *(in frinj')* *vt.* Phạm, làm trái ; lấn quyền.

Infuse *(in-fiu-z')*, *vt.* Cho vào, trút vào ; truyền cho ; pha bằng nước sôi ; cổ võ ; làm cho có sinh khí ; làm cho hăng hái.

Ingenious *(in-ji' nhi-âs)*, *a.* Tài giỏi, khéo léo.

Ingenuity *(in-ji-niu'i-ti)*, *n.* Tài năng ; sự tinh xảo.

Ingenuous *(in-jen'niu-âs)*, *â.* Thật thà ; chất phác.

Ingot *(ing-gât)*, *n.* Thỏi ; nén.

Ingrate *(in-grêt, in-grêt')*, *n.* Người bội bạc, vô ơn. — *a.* Bội bạc.

Ingratitude *(-gret'ti-tiud)*, *n.* Sự vô ơn bội nghĩa.

Ingredient *(-gri'đi-ânt)*, *n.* Thành phần, phần tử ; món để pha, trộn.

Inhabit *(in-heb'bit)*, *vt.* Ở, trú ngụ.

Inhabitant *(-tânt)*, *n.* Người trú ngụ, dân cư.

Inhalation *(in-hơ-lê'shân)*, *n.* Sự hút, hít vào.

Inhale *(in-hêl')*, *vt.* Hút, hít vào.

Inherent *(in-hiơ'rânt)*, *a.* Sẵn có, vốn sẵn, theo lẽ tự nhiên; cố hữu ; bản lai ; bất khả phân ly.

Inherit *(in-he'rit)*, *vt.* Được truyền cho, kế thừa gia tài.

Inheritance *(-tâns)*, *n.* Vật hay sự thừa tự.

Inhibit *(in-hit'bit)*, *vt.* Ngăn cản, cản trở ; cấm đoán.

Inimical *(in-im'mi-cơl)*, *a.* Tỏ vẻ nghịch ; cừu địch, không ưa , phản đối.

Iniquitous *(in-nik'qui-tâs)*, *a.* Không công bình,

Iniquity *(-qui-ti)*, *n.* Sự bất công ; tàn ác.

Initial *(in-nis'shơl)*, *a.* Đứng đầu, sơ khởi. — *n.* Chữ đầu.

Initiate *(i-nis'shi-êt)*, *vt.* Khai thác, mở lòng ; truyền thụ ; truyền giáo; giới thiệu vào hội.

Initiative *(i-nis'shi-ơ-tiv,-è-tiv,-inis-shơ-tiv)*, *n.* Sự khởi sướng ; sáng lý ; quyền đề án; quyền phát nghị.

Injection *(-jek'shân)*, *n.* Sự thụt ; sự tiêm.

Injunction *(in-jăngk'shân)*, *n.* Lệnh truyền, mệnh lệnh.

Injure *(in'jur)*, *vt.* Làm đau đớn, tổn thương.

Injurious *(-ju'riâs)*, *a.* Làm hại, có hại.

Injury *(in'ju-ri)*, *n.* Sự tổn hại ; bất chính.

Injustice *(in-jăs'tis)*, *n.* Sự bất công, oan uổng.

Ink *(ingk)*, *n.* Mực (để viết).— *vt.* Bôi, phiết mực.

Inkstand *(-stenđ)*, *n.* Lọ mực, bình mực.

Inland *(in'lânđ)*, *a.* Quốc nội, trong nước.

Inlay *(in-lê')*, *vt.* Lắp vào để trang hoàng ; khảm.

Inlet *(in'let,-lât)*, *n.* Lạch nước nhỏ, dẫn nước vào.

Inmate *(in'mêt)*, *n.* Người ở cùng một nhà.

Inn *(in)* *n.* Quán trọ, hàng cơm, khách sạn.

Innate *(in'nêt,i-nêt')*, *a.* Trời phú cho ; thiên bẩm ; thiên nhiên.

Inning *(in'ning)*, *n.* Lượt đánh (trong môn bóng « baseball » và « cricket »),

Inn-keeper *(-ki'pơ)*, *n.* Chủ quán.

Innocence *(in'nơ-sâns)*, *n.* Tính ngay thật ; vô tội.

Innocent *(-sânt)*, *a.* Ngay thật ; vô tội, ngây thơ ; mộc mạc.

Innocuous *(i-nok'kiu-âs)*, *a.* Vô tội ; vô hại ; thật thà, chất phác, ngây thơ.

Innovation *(in-nơ - vê'shân)*, *n.* Sự đổi mới ; canh tân ; cải cách.

Innuendo *(in-niu-en'đô)*, *n.* Lời ám chỉ, bóng gió ; châm-trích.

Inoculation *(in'nok - kiu-lê'-shân)*, *n.* Sự tiêm, sự chủng đậu ; sự truyền cho.

Inoffensive *(-fen'siv)*, *a.* Vô hại.

Inorganic *(in-or ghen'nik)*, *a.* [hóa] Vô cớ.

Inquest *(in'quest)*, *n.* Cuộc điều tra ; khám xét ; thẩm vấn.

Inquire *(in-quai'ơ)*, *vt.* Xin ; lấy tin ; hỏi tin.

Inquiry *(-ri)*, *n.* Sự, lời hỏi, lời xin ; tra cứu.

Inquisition *(in-qui - zis'shan)*, Sự tìm tòi ; tra xét.

Inquisitive *(in-quiz'zi-tiv)* *a.* Tò mò, thóc mách

Insane *(in-sên')*, *n.* Điên rồ ; vô lý ; loạn óc

Insanity *(sen'ni ti)*, *n.* Chứng điên ; sự rồ dại.

Insatiable *(in-sê' shi - ơ - bưl,-shơ-bưl)*, *a.* Không thể no, không thể chán ; không cho là đủ.

Insatiate *(in - sê'shi - ât), a.* Không thể chán ; vô độ.

Inscrible *(in-skraib'), vt.* Ghi; ghi tên ; đề tặng ; in sâu.

Inscrutable *(in-skru'tơ-bưl), a.* Khó hiểu không thể hiểu biết được;không thể tỏ tường.

Insect *(in'sect), n.* Côn trùng, sâu bọ ; kẻ hèn.

Insecticide *(in-sek'ti-said) n.* Bột, phấn trừ trùng, sát trùng, thuốc sát trùng.

Insecurity *(in-si-kiu'ri-ti), a.* Sự không yên ổn, bất an.

Insensible *(in-sen'si-bưl), a.* Không có cảm giác, tê, mê, trơ trơ.

Insert *(in-sơrt'), vt.* Đẩy đấm, ấn vào. — *n. (in'sơrt),* Vật ấn vào.

Inside *(in-said), n. &. a.* Ở trong, phần trong.

Insidious *(in-sid'di-âs), a.* Quỷ quyệt ; xảo trá ; xỏ xiên ; đểu.

Insignia *(in-sig'ni-ơ), n.* Dấu hiệu, biểu chương.

Insignificant *(in-sig-nif'fi-cânt), n.* Không đáng kể ; vô nghĩa lý. — **Insignificance** *(-kâns), n.*

Insincerity *(in-sin-se'ri-ti), n.* Sự không thân mật.

Insipid *(in-sip'pid), a.* Vô vị, nhạt ; tẻ, không hay.

Insist *(in-sist'), vt.* Năn nỷ, nài xin ; nhấn mạnh.

Insistency *(-tân-si), n.* Sự khẩn khoản.

Insistent *(in-sist-tânt), a.* Vật nài, khẩn khoản.

Insole *(in'sôl), n.* Miếng da lót trong lòng giầy.

Insolence *(in'sơ-lâns), n.* Sự đều giả ; hỗn láo.

Insolent *(-lânt), a.* Xấc láo, vô lễ, ngạo mạn.

Insolubility *(in-sơ-liu-bil'li-ti), n.* Sự không hòa tan ; khó giảng.—**Insoluble** *(in-sol'liu-bơl), a.*

Insolvent *(in-sol'vânt), n.* Không trả nổi nợ.

Insomnia *(in-som'ni-ơ), n.* Bệnh không ngủ được.

Inspect *(in-spect'), vt.* Thanh tra, khám xét, kiểm điểm.

Inspection *(-shân), n.* Sự thanh tra.

Inspector *(-tơ), n.* Viên thanh tra, viên kiểm soát.

Inspiration *(in-spi rê'shân,-spai-), n.* Sự hút vào ; hưng thú.—**Inspire** *(in-spai'ơ), vt.* Gây cảm hứng.

Inspire *(in-spai'ơ), vt.* Hút, hít vào ; làm cho có hứng ; khuyến khích ; gây cảm hứng cho ; gợi cho.

Instability *(in-stơ-bil'li-ti), n.* Sự không chắc chắn.

Install *(in-sto-l'), vt.* Lập ; dựng ; đặt lên chức vị ; xếp chỗ ngồi cho ; đặt.

Instalment *(in-stol'mânt), n.* Tiền trả góp ; nộp dần.

Instance *(in'stâns), n.* Lời yêu cầu ; thí dụ.

Instant *(in'stânt), a.* Gấp rút, ngay lập tức.—*n.* Tháng này, một lúc.

Instantaneous *(in-stân-te'ni-âs), a.* Đột ngột.

Instead *(in-sted'), adv.* Đáng lẽ ; thay thế cho.

Instigate *(in'sti-ghêt), vt.* Khiêu khích ; khích thích.

Instill, Instil *(in-stil'), vt.* Nhỏ vào ; đổ dần dần ; thấm nhuần dần.

Instinct *(in'stingkt), n.* Bản năng, linh tính. — *a* Linh động.—**Instinctive,** *a.*

Institute *(in'sti-tiut), n.* Học viện, viện — *vt.* Xây, lập.

Institution *(in-sti-tiu'shân). n.* Sự dựng, sự thành lập ; thiết lập ; sáng lập ; chế độ ; pháp-luật ; học viện ; hội xã.

Instruct *(in-trăct'), vt.* Dạy học ; huấn luyện ; chỉ dẫn.

Instruction *(-shân), n.* Sự giáo huấn, lệnh ; chỉ thị.

Instructor *(-tơ), n.* Giáo-viên, huấn-luyện-viên.

Instrument *(in'stru-mânt), n.* Đồ dùng, lợi-khí.

Instrumental *(in-stru-men'tơl), a.* Thuộc về nhạc cụ, khí-cụ, dụng cụ ; giúp được.

Insufferable *(in-săf-fơ-rơ-bưl), a.* Không chịu được.

Insufficiency *(in-sâ-fis'shân-st). n.* Sự thiếu thốn.

Insufficient *(-shânt), a.* Thiếu thốn ; không đáng.

Insular *(in'siu-lơr), a.* Thuộc về đảo ; trí khôn thấp kém, hẹp hòi ; cô-độc.

Insulate *(in'siu-lêt), vt.* Để riêng ra ; làm cách điện,

Insulation *(-lê'shân), n.* Xch. **Insulate.**

Insult *(in'sălt), n.* Sự bêu riếu, lăng mạ, sỉ vả, chửi rủa.

Insult *(in-sălt'), vt.* Mắng, nhiếc; sỉ nhục.

Insuperable *(in-siu'pơ-rơ-bưl), a.* Không vượt qua nổi ; không thắng nổi.

Insurance *(in-shu'râns), n.* Sự hay tiền bảo hiểm.

Insure *(in-shur'), vt.* Làm cho chắc chắn ; bảo hiểm.

Insurgent *(in-sơr'jânt), n.* Kẻ phiến-loạn.

Insurrection*(in-sơ-rek'-shân)*, *n.* Cuộc phiến loạn, khởi nghĩa.

Intact *(in-tect')*, *a.* Không đụng chạm tới.

Integer *(in'-ti-jơ)*, *n.* Số nguyên.

Integral *(in'ti-grơl)*, *a.* Nguyên tuyền, trọn vẹn.

Integrate *(in'ti-grêt)*, *v.* Hợp nhất; lấy tích phân; hoàn thành; tổ cả ra, biểu thị toàn bộ.

Integrity *(in-teg'gri-ti)*, *n.* Sự toàn phần, tính ngay thẳng.

Integument*(in-teg'ghiu-mânt)*, *n.* Vỏ; bì, da ngoài.

Intellect *(in'tơ-lect)*, *n.* Trí khôn, trí tuệ.

Intellectual *(-lek'chuơl)*, *a.* Thuộc về trí thức,

Intelligence *(in-tel'li-jâns)*, *n.* Sự thông minh; tin tức.

Intelligent *(-jânt)*, *a.* Thông minh; tài giỏi.

Intelligible *(in-tel'li-ji-bưl)*, Dễ hiểu, rõ ràng.

Intend *(in-tend')*, *vt.* Có ý định, trù tính. dự định.

Intense *(in-tens')*, *a.* Mạnh, gắt-gao, ghê gớm.

Intensify *(iu-ten'si-fai)*, *v.* Làm cho thêm mạnh, nặng, thêm cường liệt.

Intensity*(in-ten'si-ti)*,*n.* Cường độ; độ; lượng; lực; sức.

Intention *(in-ten'shân)*, *a.* Sự có ý; ý định, chủ tâm.

Intentional *(-nơl)*, *a.* Theo ý định; chủ tâm.

Inter *(in-tơr')*, *vt.* Chôn, chôn vùi.

Intercede *(in-tơ-sid')*, *vt.* Xen vào; giải hòa.

Intercession *(in-tơr-ses'shân)*, *n.* Sự xin hộ; sự điều đình; hòa giải.

Interchange *(-chênj)*, *n.* Sự giao dịch — *vt.* Đổi.

Intercollegiate *(-cơ-li'ji-ât)*, *a.* Giữa các trường.

Intercourse *(in'tơ-côrs)*, *n.* Sự giao thông; giao tế.

Interdependent *(-đi-pen'đânt)*, *a.* Nhờ lẫn nhau, tương trợ. — **Interdependence** *(đâns)*, *n*,

Interdict *(in-tơr-đict')*, *vt.* Cấm; cấm đoán; cấm chỉ; đình chỉ.

Interest *(in'tơ-râst, in'trist)*, *n.* Lợi ích, tư lợi, tiền lãi.

Interested in, Quan tâm, chú ý đến.

Interesting *(-ting)*, *a.* Có lợi ích; thú-vị, hay

Interfere *(in-tơ-fi'ơ)*, *vt.* Xen vào, can thiệp.

Interim *(in'tơ-rim)*, *n.* Sự thời tạm quyền ; lúc, hồi, thời gian ; lâm thời.

Interior *(in-ti'ri-ơ)*, *a.* Ở trong , trong nước.

Interjection *(-jek'shân)*, *n.* (văn) Thán-từ ; tiếng gọi.

Interlace *(-lês)*, *v.* Kết lại với nhau ; xoắn lại.

Interlope *(in'tơ lôp)*, *vi.* Xâm nhập ; can thiệp.

Intermarry *(-mer'ri)*, *vt.* Kết hôn ; kết thân.

Intermediary *(in-tơ-mi'di-ơ-ri, -e-ri)*, *a.* Ở giữa, ở vào khoảng giữa ; trung gian.

Intermediate *(-mi'đi-ưt)*, *a.* Ở giữa. — *v.* Người trung gian.

Intermingle *(-ming'gưl)*, *vt.* Trộn lẫn, trà-trộn.

Intermission *(in - tơr - mis' - shân)*, *n.* Tính từng hồi ; từng đoạn ; sự nghỉ một chốc.

Intermittent *(-mit'tânt)*, *a.* Từng cơn ; ngừng và lại tiếp tục từng hồi.

Internal *(in-tơr'nơl)*, *a.* Ở trong, nội bộ.

International *(-nes'shân-nơl)*; *a.* Quốc tế, vạn quốc.

Interregnum *(in-tơr-reg'-nám)*, *n.* Thời kỳ không có quốc-trưởng ; sự gián đoạn.

Interpret *(in-lơr'prât, -pret)*, *vt.* Giải thích ; thông dịch.

Interpreter *(-tơ)*, *n.* Người thông ngôn.

Interrogate *(in-te'rơ-ghêt)*, *vt.* Hỏi ; giám khảo ; tra hỏi.

Interrogation *(-ghê'shân)*, *n.* Sự hỏi, câu hỏi.

Interrogative *(-rog'gơ-tiv)*, *n.* (văn) Chữ nghi-vấn.

Interrupt *(-răpt')*, *vt.* Ngắt lời ; cắt đứt, đình chỉ.

Intersect *(in-tơ-sect')*, *vt.* Cắt, chặt, ngắt.

Interval *(in'tơ-vơl)*, *n.* Khoảng giữa ; lúc ; giờ nghỉ.

Intervene *(in-tơ-viin')*, *vi.* Xen vào giữa ; sẩy ra ; can thiệp. —**Intervention** *(ven'shân)*, *n.*

Interview *(in'tơ-viu)*, *n.* Cuộc phỏng vấn. — *vt.* Phỏng vấn.

Intestinal *(in-tes'ti-nơl)*, *a.* Thuộc về ruột.

Intestine *(in-tes'tin)*, *n.* Ruột. —*a.* Ở trong làng; trong nước.

Intimacy *(in't -mơ-si)*, *n.* Sự thân mật.

Intimate *(in'ti-mưt)*, *a.* Trong thâm tám ; thân mật—*n.* Bạn tri-kỷ.

Intimidate *(in-tim'mi-đêt)*, *vt.* Đe dọa, dọa nạt ; thị uy.

Into *(in'tu)*, *prep.* Vào trong ; thành ra.

Intolerable *(in-tol'lơ-rơ-bưl)*, *a.* Không chịu nổi ; không dung - tha. — **Intolerance** *(râns)*, *n.*

Intonation *(in-lơ-nê'shân)*, *n.* Sự lựa giọng cao thấp ; điều âm-pháp.

Intoxicant *(in-tok' si-cânt)*, *n.* Chất làm cho say.

Intoxicate *(in-tôk'si-kêt)*, *vt.* Làm cho say, mê man.

Intransitive *(in-tren'si-tiv)*, *a.* (văn) Tự-động-tự.

Intrepid *(in-trep'piđ)*, *a.* Không sợ, dũng cảm, can-đảm.

Intricacy *(in'tri-cơ-si)*, *n.* Sự lộn-sộn, rắc rối.

Intricate *(in'tri-cưt)*, *a.* Rối-reng ; phức tạp.

Intrigue *(in-triig')*, *n.* Mưu-mô. — *vi.* Bày mưu lập kế.

Intrinsic *(in-trin'sik)*, *a.* Cố hữu ; thật, chính.

Introduce *(in-trơ - đius')* *vt.* Nhét vào ; giới thiệu ; gây ra. — **Introduction** *(-đăk'shân)*. *n.*

Introductory *(-tơ-ri)*, *a* Cho vào ; tiến dẫn ; lập nêu.

Introvert *(in'trơ-vơt)*, *n.* Kẻ mơ màng, không thực-tế ; người hay tự kiểm-soát.

Intrude *(in-truđ')*, *vi.* Vào tới : xâm-nhập ; lẻn vào.

Intrusion *(-tru' zhân)*, *n.* Sự xâm nhập.

Intrust *(in-trăst')*, *vt.* Tin nhận ; ủy thác.

Intuition *(in-tiu- is'shân)*, *n.* Trực giác ; linh tính.

Inundate *(in'năn-đêt)*, *vt.* Làm lụt, làm tràn ngập.

Inundation *(-đê' shân)*, *n.* Sự lụt lội, tràn ngập.

Inure *(in-iur')*, *vt.* Tập quen, làm cho quen. — *vi.* Quen ; ưng dụng.

Invade *(in-vêđ')*, *vt.* Tràn vào ; xâm lăng ; đánh.

Invalid *(in'vơ-liđ)*, *a.* Không có giá trị ; đau ốm, già.

Invalidate *(in-vel'li-đêt)*. *vt.* Phế bỏ, làm cho không hiệu lực

Invariable *(in-ve'ri-ơ-bưl)*, *a.* Không thay đổi ; bất biến ; nhất định.

Invasion *(in-vê'zhân)*, *n.* Cuộc xâm lấn, xâm lăng.

Invective *(in-vek'tiv)*, *n.* Lời thóa mạ ; sự công kích mãnh liệt.

Inveigh *(in-vê')*, *vi.* Thóa mạ, sỉ nhục. — *n.* **Inveigher**, Kẻ thóa mạ.

Inveigle *(in-vi' gưl, -vê'-)*, *vt.* Làm cho say mê, làm cho siêu lòng ; đưa vào cạm bẫy.

Invent *(in-vent')*, *vt.* Sáng chế, phát minh.

Invention *(-shân)*, *n.* Sự, vật phát minh.

Inventor *(-tơ)*. *n.* Người sáng tạo, phát minh.

Inverse *(in - vơrs', in' -)*, *a.* Ngược, nghịch, trái lại.

Invert *(in-vơrt')*, *vt.* Đảo lộn, lộn ngược.

Inverte-brate *(in-vơr'ti-brêt)*, *a*, Không có xương sống ; không cương quyết

Invest *(in-vest')*, *vt.* Mặc quần áo ; phong, ban cho ; bỏ tiền vào ngân hàng.

Investigate *(ves'ti-ghêt)*, *vt.* Điều tra, tra xét.

Investigation *(-ghê'shân)*, *n* Sự theo dõi, điêu tra.

Investiture *(in-ves'ti-chơr)* *n.* Sự phong, ban, truyền chưc , y-phục quần áo.

Investment *(in-vest'mânt)*, *n.* Sự ban chức cho ; y-phục, sự cho vay lấy lãi ; tiền bỏ ra.

Investor *(-tơ)*, *n.* Nhà tư bản. Xch. **Invest.**

Invigorate *(-vig'gơ-rêt)*, *vt.* Làm cho khoẻ thêm.

Invigoration *(-rê' shân)*, *n.* Sự thêm sức khoẻ.

Invincible *(in-vin'si-bưl)*, *a.* Không thể thắng nổi, không-bác nổi ; vô địch ; không chinh-phục được.

Invincibility *(in-vin-si-bil'li-ti)*, *n.* Tính vô địch,

Invisible *(in-viz'zi-bưl)*, *a.* Vô hình, không thấy được.

Invitation *(in-vi - tê'shân)*, *n.* Lời hay sự mời.

Invite *(in - vait')*, *vt.* Mời ; quyến dũ.

Invocation *(in-vơ-kê'shân)*, *n.* Sự kêu cầu ; lời thần chú để kêu gọi thần thánh.

Invoice *(in'vois)*, *n.* Hóa đơn, tờ fắc-tuya.

Invoke *(in-vôk')* *vt.* Gọi ; kêu, xin ; gọi hồn ; van lơn.

Involuntary *(-vol'lân-tơ-ri,-te-ri)*, *a.* Không chủ tâm.

Involve *(in-volv')*, *vt.* Bọc, gồm; ám chỉ ; kéo ; lôi cuốn.

Invulnerable *(-văl'nơ-rơl-bưl)* *a.* Không sợ bị hại.

Inward *(in 'uơrd)*, *a.* Phía trong, hướng về phía trong.

Inwards *(-uơrdz)*, *adv.* Về phía ở trong ; trong óc.

Iodide *(ai'ơ-đaid,-địd)* *a.* (hóa) I-ốt đua.

Iodine *(ai'ơ-đain,-đin)*, *n.* I-ốt, chất điền.

Ion *(ai'ơn)*, *n.* I-on ; điện tử·

Iota *(ai-ô'tơ)*, *n.* Chữ thứ 9 trong tự-mẫu Hy-lạp ; chữ I ; một số rất ít, vật rất nhỏ mọn.

Irascible *(i res'sì-bưl, ai)*, *a.* Hay (dễ) nổi giận, hay cáu.

Ire *(ai'ơr)*, *n.* Cơn tức giận cáu kỉnh, cơn thịnh nộ.

Iridescence *(i-ri-đes'sâns)*, *n.* Tính lóng lanh ngũ sắc, phát ngũ sắc.

Iridium *(ai-riđ'đi-âm)*, *n.* [hóa] Chất i-rít.

Iris *(ai'rıs)* *n.* Mống mắt, lòng đen mắt.

Irish *(ai'rish)* *n.* &. *a.* Người Ai-nhĩ-lan ; tiếng Ái-nhĩ-lan.

Irk *(ơrk)*, *vt.* Làm khó chịu.— *a.* **Irksome** *(-sâm)*.

Iron *(ai'ơn, ai'rân)*, *n.* Sắt ; bàn là. — *vt*: Là (quần áo).

Ironical *(ai ron'ni-cơl)*, *a.* Mỉa mai ; chua chát.

Irony *(ai'rơ-ni)*, *n.* Sự nói bóng gió ; mỉa mai.

Irrationnal *(ir-res'shân-nơl)*, *a.* Không hợp lý, phi lý.

Irregular *(ir-reg' ghiu-lơ)*, *a.* Không đều ; thất thường.

Irregularity *(-le'ri-ti)*, *n.* Sự không đều ; trái phép.

Irresitible *(i-ri-zis'li-bưl)*, *a.* Không thể ngăn cản nổi, chống lại.

Irresolute *(i'rez' zơ-liut)*, *a.* Chưa giải quyết ; do dự.

Irrespective *(ir-ri spek'tiv)*, *a.* Không tôn trọng.

Irrespective of, *prep, ph.* Không vì.

Irresponsibility *(-bil'li-ti)*. *n.* Sự vô trách nhiệm.

Irrevocable *(i-rev'vơ-kơ-bưl)*, *a.* Không thủ tiêu được, không thể đổi được. — **Irrevocably**, *adv.*

Irrigate *(ir'ri-ghêt)*, *vt.* Lấy nước vào; dẫn thủy nhập điền.

Irrigation *(-ghê'shân)*, *n.* Xch. **Irrigate.**

Irritable *(i'ri-tơ-bưl)*, *a.* Dễ giận, dễ cáu ; dễ khích thích.

Irritate *(ir'ri-têt)*, *vt.* Chọc tức ; làm cho ngứa.

Iruption *(i-răp'shân)*, *n.* Sự xâm nhập đột ngột.

Isinglass *(ai'zing-glas,ai'zưn-)*, *n.* Keo bong bóng cá ; vân-mẫu (miếng mỏng).

Islam *(i'lâm,iz,is-lam')*. *n.* Đạo hồi hồi, hồi giáo ; hồi giáo quốc.

Island *(ai'lânđ)*, *n.* Hòn đảo, cù lao.

Islander *(ai'lân-đơ)*, *n.* Người ở đảo.

Isle *(ail)*, *n.* Hòn đảo, cù lao.— **Islet** *(ai'let,-lưt)*, *n.*

Islet *(ai'let,-lưt)*, *n.* Hòn đảo cù lao nhỏ.

Ism *(i'zưm) n.* Học thuyết ; tư-tưởng ; chế độ ; chủ-nghĩa.

Isolate *(ai' sơ- lêt, is), vt.* Để riêng ra, để xa ra.

Isolationist *(ai-sơ-lê'shân-nist), n.* Người theo chính sách biệt lập.

Isosceles *(ai-sos' sơ-liiz), a.* [toán] Có hai cạnh đều.

Issue *(is'shiu,-shu), n* Sự chảy ra ; sự phát ra ; kết quả. — *vt.* Phát ra.

Isthmus *(is'mâs,isth'), n.* Eo đất.

It *(it). pron.* Nó (trung tính). — **Its** của nó.

Italian *(i-tel ' li-ân), n. & a.* Người hay tiếng Ý.

Italic *(i-tel'lik), n.&a.* Chữ in ngả nghiêng. — *v.* **Italicize** *(-saiz).*

Itch *(itch), n.* Sự ngứa ngáy — *vt.* Làm ngứa.

Item *(ai'tâm,-tem), adv.* Cũng vậy. — *n.* Điều, mục, khoan.

Itinerant *(in-tin'nơ-rânt,ai-). a.* Đi lang thang, tuần hành.

Itinerary *(i-tin'nơ-rơ-ri,ai-). n.* Hành trình, nhật ký hành trình; lưu động du-ký, sách du-hành chỉ nam. — *a.* Du hành.

Its *(its), pron.* Của nó (giống trung lập).

Itself *(it-self)), pron.* Tự nó (neuter).

Ivory *(ai'vơ-ri), n.* Ngà ; đồ ngà, màu ngà.

Ivy *(ai'vi), n.* Cây trường-xuân.

J

Jab *(jeb), v.* Đấm ; đâm nhanh.

Jabber *(jeb'bơ), v.* Nói líu la líu lô ; chuyện ba hoa.

Jabot *(zha-bô', zha'bô), n.* Lá sen đeo ở cổ áo trong, xõa xuống trước ngực.

Jack *(jek), n.* Máy dùng để mang các vật nặng ; cờ nhỏ dùng để làm hiệu ; con bài «dích» ; quả bóng con.

Jackal *(jek'kol), n.* Con cầu rừng, chó sói.

Jackass *(jek'kas)*, *n.* Con lừa đực ; người ngu đần.

Jacket *(jek'ket, -kât)*, *n.* Áo cộc ; áo bơ-lu-dông ; cái nắp.

Jack-o-lantern *(-len'tơrn)*, *a.* Ma-trơi.

Jade *(jêđ)*, *n.* Ngựa xấu ; ngọc thạch ; đàn bà tồi.

Jag *(jeg)*, *n.* Mũ nhọn hay chỏm nhọn ở đá.

Jagged *(jeg'gưđ,-gheđ)*, *a.* Có khía răng cưa, nhọn.

Jaguar *(jeg'war, jơ-goa')*, *n.* Con báo gấm (bên Mỹ).

Jail *(jêl)*, *n.* Nhà tù, nhà giam. — *vt.* Bỏ tù.

Jailer *(jêl-lơ)*, *n.* Ngục tối, cai ngục.

Jam *(jem)*, *n.* Mứt. — *vt.* Ép, nén, làm giập ra.

Janitor *(jen'ni-tơ)*, *n.* Người gác cổng.

January *(jen'nuơ-ri, -eri)*, *n.* Tháng giêng dương-lịch.

Japan *(jơ-pen')*, *n.* Nước Nhật bản ; sơn cánh-kiến.

Japanese *(jep-pơ-niiz)*, *n.&a.* Tiếng Nhật ; người Nhật.

Jar *(jar)*, *n.* Cái chum ; cái bình ; cái liễn.

Jargon *(jar'gân)*, *n.* Tiếng lóng ; ngôn-ngữ khó hiểu.

Jaundice *(jon'đis, jan'-)*, *n.* Bệnh đau gan, da vàng.

Jaunty *(jon'ti)*, *a.* Yểu điệu ; khỏe ; hoạt-bát.

Jaw *(jo)*, *n.* Hàm răng ; mõm.

Javelin *(jev'lin,jev'vơ-lin)*, *n.* Cái lao nhẹ.

Jay *(jê)*, *n.* Chim sáo-sậu.

Jazz *(jez)*, *n.* Điệu za thường thường nhẩy ở bên Mỹ (có dịp phách giật ngắt).

Jealous *(jel'lâs)*, *a.* Ghen ; giữ một mình.—*n.* **Jealousy.**

Jeep *(jip)*, *n.* Xe díp (ô-tô nhỏ rất thông dụng).

Jeer *(ji-r)*, *v.* & *n.* (Sự) nhạo-báng, phỉ-báng.

Jelly *(jel'li)*, *n.* Thạch (ăn) ; nước quả đông lại.

Jellyfish *(jel'li-fish)*, *n.* Giống sứa, thủy mẫu.

Jeopardy *(jep'pơ-đi)*, *n.* Nguy hiểm ; may rui.

Jerk *(jơrk)* *n.* Sự lay-động.—*vt.* Lay, động ; giật.

Jersey *(jơr'zi)*, *n.* Áo nịt, áo chẽn, một giống bò sữa da nâu.

Jest *(jest)*, *vi.&n.* (sự) Nói đùa, giễu cợt.

Jesus *(ji'zâs)*, *n.* Chúa Giê-su, chúa Ki-tô.

Jet *(jet)*, *n.* Tia ; vòi ; chất huyền.—*vt.* Tia ra.

Jet-plane *(-plén)*, *n.* Phi cơ phản lực.

Jetpropelled *(jet'prơ-peld)*, *a.* Có máy phản-lực.

Jetty *(jet'ti)*, *n.* Kè, đập dá (ngăn nước) ; màu huyền.

Jew *(ju, jiu)*, *n.* Người Do-Thái.—*a.* **Jewish.**

Jewel *(ju'ơl, jiu'-)*, *n.* Đồ châu báu ; chân kính đồng hồ.

Jewelry *(-ri)*, *n.* Nghề làm hay bán đồ châu báu ; bảo-thạch.

Jewish *(ju'ish)*, *a.* Thuộc về xứ Do-Thái.

Jiffy *(jif'fi)*, *n.* Một lát, một chốc.

Jilt *(jilt)*, *n.* Đàn bà hay thay đổi tình-nhân.

Jingo *(jing'gô)*, *n.* Người ái-quốc quá khích, bài ngoại.

Jinriksha *(jin-rik'shơ)*, *n.* Xe kéo, xe tay.

Job *(job)*, *n.* Công việc. — *vt.* Buôn bán. — *vi.* Làm khoán.

Jobber *(job'bơr)*, *n.* Người buôn bạc ; người làm công ; người trung gian.

Jockey *(jok'ki)*, *n.* Người cưỡi ngựa thi. — *v.* Xử dụng khéo.

Jocose *(jơ-côs')*, *a.* Vui thích, vui thú, thú vị.

Jocund *(jok'kând, jô'-)*, *a.* Vui vẻ, tươi tỉnh.

Join *(join)*, *vt.* Nối, tiếp ; tham gia.

Joiner *(join'nơ)*, *n.* Thợ mộc ; vật nối tiếp.

Joint *(joint)*, *n.* Chỗ nối, khớp ; sự nối, ghép ; miếng thịt lớn ; nõ bản lề.—*a.* Liên-hiệp.

Joke *(jôk)*, *v.* & *n.* (sự) Nói đùa ; giễu cợt.

Jolly *(jol'li)*, *a.* Vui vẻ, khoái-trá, vui tươi.

Jonquil *(joong'quil, jon')*, *n.* Cây trường thọ, hoa trường thọ.

Joss *(jos)*, *n.* Thần giữ nhà.

Jostle *(jos'sưl)*, *vt.* Chen vai thích cánh.

Jot *(jot)*, *n.* Một chấm ; một tý,—*vt.* Ghi chép.

Journal *(jơr'nơl)*, *n.* Báo, nhật-trình ; sổ nhật-ký.

Journalist *(-list)*, *n.* Người viết báo, ký-giả.

Journey *(jơr'ni)*. *n.* Cuộc hành trình.—*vi.* Đi xa.

Jove *(jôv)*, *n.* Mộc tinh ; chủ-thần.

Jovial *(jô'vi-ơl)*, *a.* Vui vẻ.—*n.* **Joviality** *(-el'li-ti)*

Joy *(joi)*, *n.* Sự vui vẻ, mừng-rỡ.—*vi.* Mừng.

Joyful *(joi'ful)*, *a.* Vui vẻ, vui mừng, hớn hở.

Joyous *(joi'âs)*, *a.* Vui thích, hớn hở.

Jowl *(jaol, jôl)*, *n.* Hàm dưới, cái má.

Jubilee *(ju'bi-li)*, *n.* Ngày vui ; lễ cưới ; lễ đại-xá trong đạo (50 năm một lần).

Judaism *(ju'đơ-i-zưm)*, *n.* Đạo Do-thái,

Judge *(jăj)*, *n.* Quan tòa thẩm phán.— *vt.* Xét-xử.

Judgment *(-mânt)*, *n.* Sự xét-xử, thẩm phán.

Judicature *(ju'đi-cơ-chơr)*, *n.* Chức thẩm phán ; quan tòa ; quyền tài phán.

Judicial *(ju-đis-shơl)*, *a.* Thuộc về tư-pháp, tòa-án.

Judiciary *(ju-đis'shi-ơ-ri,e-ri)*, *n.* Việc tư pháp ; bộ tư phap.

Judicious *(ju-đis'shâs)*, *a.* Chính sác có tài phán đoán ; khôn ngoan.

Jug *(jăg)*, *n.* Bình nước có quai cầm.

Juggle *(jăg'gưl)*, *vi.* Làm trò múa rối ; lẩn khéo.

Jugglery *(jăg'glơ-ri)*, *n.* Trò múa rối ; ảo thuật.

Juice *(jus)*, *n.* Nước vắt, ép ra ; nước chắt.

July *(ju-lai')*, *n.* Tháng bảy dương lịch.

Jumble *(jăm'bưl)*, *n.* Sự trà-trộn hỗn-độn ; sự hỗn hợp.

Jump *(jămp)*, *v.* Nhảy ; phù hợp. — *n.* Sự nhảy.

Jumper *(jămp'pơr)*, *n.* Áo bờ-lu-dông.

Junction *(jăng'shân)*, *n.* Chỗ nối nhau.

June *(jun)* *n.* Tháng sáu dương lịch.

Jungle *(jăng'gưl)*, *n.* Rừng cỏ rậm ; rừng rú.

Junior *(jun'nhi-ơ)*. *a.* & *n.* Trẻ tuổi hơn ; em.

Junk *(jăngk)*, *n.* Thuyền buồm; thịt bò muối ; cặn bã.

Junker *(yung'cơr)*, *n.* Người thanh niên Đức quý phái.

Junket *(jăng'kưt,-ket)*, *n.* Bữa ăn hay cuộc vui tập đoàn ; bữa tiệc ; bánh sữa. — *v.* Ăn tiệc ; du lịch.

Jurisdiction *(ju'ris-đik'shân)*, *n.* Quyền quản hạt ; phạm vi quyền hành.

Jurisprudence *(-pru'đâns)*, *n.* Án lệ ; pháp-luật-học.

Jurist *(ju'rist)*, *n.* Nhà luật học, luật gia.

Juror *(ju'rơr)*, **Juryman** *(ju'ri-mân)*, *n.* Hội viên bồi thẩm; thẩm tài.

Jury *(ju'ri)*, *n.* Ban giám định; ban giám-khảo ; bồi-thẩm.

Just *(jăst)*, *a.* Đúng, trúng, công bằng, chính trực.— *adv.* Một cách đúng ; ngay.

Justice *(jăs' tis)*, *n.* Sự công bằng, công lý ; quan tòa.

Justification *(-kê'shân)*, *n.* Sự minh oan ; sự chứng thực, chứng cớ.

Jut *(jăt)*, *v.* Đâm ra ; chia ra.

Jute *(jut)*, *n.* Cây đay.

Juvenile *(jn'vi-nil, -nail)*, *a.* Thuộc về tuổi trẻ.

Juxtapose *(jăks-lơ-pôz')*, *vt.* Để cạnh nhau.

K

Kaiser *(kai'zơ)*, *n.* Vua Đức ngày xưa.

Kaleidoscope *(cơ-lai'đơ-scôp)*, *n.* Kính vạn hoa.

Kamikaze *(ca'mi-ca'zê)*, *n.* Phi công cảm tử của nước Nhật.

Kangaroo *(keng' gơ - ru')*, *n.* Giống căng-gu-ru, đại thử.

Kayak *(ka'ek)*, *n.* Thuyền nhỏ bọc da.

Keel *(ki-l)*, *n.* Sống thuyền, sống tầu (chỗ giữa).

Keen *(ki-n)*, *a.* Nhọn, sắc ; nhanh nhẩu ; hăng hái.

Keep *(ki-p)*, *vt.* Giữ ; duy trì ; nuôi ; tiếp tục.

Keeper *(-pơ)*, *n.* Người giữ-gìn ; bảo tồn, trông coi.

Kennel *(ken'nơl)*, *n.* Cũi chó ; nhà ở bẩn thỉu.

Kerb *(kơrb)*, *n.* Mép, rỉa (vỉa hè, giếng v.v.).

Kerbstone-dealer *(-đi'lơ)*, *n.* Người bán hàng rong.

Kerchief *(kơ'chif)*, *n.* Khăn vuông (bịt đầu).

Kernel *(kơr ' nơl)*, *n.* Hạt, nhân, hạch ; yếu-điểm.

Kerosene *(ke'rơ-sin)*, *n.* Dầu tây, dầu hỏa.

Kettle *(ket'tưl)*, *n.* Siêu, ấm ; chậu ; nồi.

Key *(ki)* *n* Chìa khóa ; lời giải ; phím (đàn, kén).

Key-bugle *(-biu'gưl)*, *n.* Kèn cờ-le-rông có phím.

Keynote *(ki'nốt)*, *n.* Chủ-âm, chủ mẫu âm ; việc căn bản.

Khaki *(ka'ki)*, *n.* Màu kaki ; vải kaki.

Kick *(kik)*, *n.* Cái đá. — *vt.* Đá ; đá hậu.

Kid *(kid)*, *n.* Con dê con ; da dê ; đứa bé.

Kidnap *(kiđ'nep)*, *vt.* Lấy đi, đem đi ; bắt cóc.

Kidney *(kiđ'ni)*, *n.* Thận, cật.

Kill *(kil)*. *vt.* Giết ; tiêu diệt ; phủ nhận. — **Killer**, *n.*

Kiln *(kil,kiln)*, *n.* Lò nung (vôi).

Kilo *(ki'lô)*, *n.* Ki-lô, cân ; hay 1 cây số.

Kilometer, Kilometre *(kil'lơ-mi-tơr, ki-lom'-)*, *n.* Ki-lô-mét ; cây số.

Kilowatt *(kil'lơ-uot)*, *n.* Ki-lô-oắt (1000 oắt).

Kimono *(ki-mô'nô)*, *n.* Ao ki-mô-nô (mặc đi ngủ).

Kin *(kin)*, *n.* Họ hàng, bà con thân thiết.

Kind *(kainđ)*, *a.* Tốt, tử tế.— *n.* Loại, giống.

Kindergarten *(kin'đơ-gar'tân)*, *n.* Trường trẻ con ; ấu-trĩ-viên.

Kindle *(kin'đưl)*, *vt.* Bén lửa, nhóm lửa ; khiêu khích.

Kindred *(kin'đređ,-đrâđ)*, *n.* Họ hàng. — *a.* Đồng tộc.

Kine *(kain)*, *n. pl.* Bò.

Kinetic *(kai-net' tiks,ki-)*, *n.* [lý] Động lực học.

King *(king)*, *n.* Vua ; chúa tể ; con tướng (cờ) ; quân tây (bài xì).

Kingdom *(-đâm)* *n.* Nước có vua ; xứ.

Kinsfolk *(kinz'fôk)*. *n.* Cha mẹ ; họ hàng, bà con.

Kinship *(kin'ship)*, *n.* Họ hàng. quyến thuộc.

Kinsman *(kinz ' mân)*, *n.* Bà con, thân thích.

Kiosk *(ki-osk')*, *n* Cái đình, cái bục để nhạc đoàn ngồi.

Kiss *(kis)*, *n.* Cái hôn. — *vt.* Hôn lướt qua.

Kit *(kit)*, *n.* Mèo con ; đàn vi-ô-lông nhỏ. — **Kitten**, *n.*

Kitchen *(kit'chân,-chen)*, *n.* Nhà bếp.

Kitchen-garden *(-gar'đưn)*, *n.* Vườn rau

Kite *(kait)*, *n.* Cái diều ; con diều hâu.

Kitten *(kit'tưn)*, *n.* Mèo con.

Knapsack *(nep'sek)*, *n.* Cái túi dết, cái bao, cái bị.

Knave *(nêv)*, *n.* Thằng đểu ; con bồi (ở bài tây).

Knead *(ni'-đ)*, *vt.* Nhào, trộn ; nhồi.

Knee *(ni)*, *n.* Đầu gối ; chỗ cong, quẹo.

Kneecap *(ni'kep)*, *n.* Khớp đầu gối, xương bánh chè.

Knefl *(ni-l)*, *vi.* Quỳ ; khâm phục.

Knickers *(nik'kơz)*, *n.* Quần đùi, quần ngắn.

Knife *(naif)*, *n.* Con dao. — *vt.* Đâm; cắt bằng dao.

Knight *(nait)*, *n.* Võ sĩ, hiệp-sĩ, kỵ-sỹ.

Knight-errant *(e - rânt)*, *n.* Hiệp-sỹ ngao-du.

Knit *(nit)*, *vt.* Đan, dệt ; cau mày, nhăn.

Knob *(nob)* *n.* Đốt ; khấc ; quả đấm cửa ; cái bướu.

Knock *(nok)*, *vt.* Đánh, gõ, đập, nện.

Knock down *(-đaon)*, *vt.* Hạ, chặt ; đánh đổ.

Knocker *(nok'kơr)*, *n.* Búa ; cái dùng để đập (gõ) cửa.

Knoll *(nol)*, *n.* Đồi con, gò ; mô, nấm đất.

Knot *(not)*, *n.* Nút ; đốt. — *vt.* Thắt, buộc.

Knout *(naot, nut)*, *n.* Cái roi để đánh tội nhân.

Know *(nô)*, *vt.* Hiểu biết ; quen thuộc ; thuộc.

Knowledge *(nol'lej)*, *n.* Sự hiểu biết ; học thức.

Knuckle *(năk'kưl)*, *n.* Chỗ nối, tiếp ; đốt ngón tay.—*vt.* Đầu hàng, phục tòng.

Koran *(kô'rân, kơ-ran')*, *n.* Thánh kinh Hồi-giáo.

Korean *(kơ-ri'ân)*, *a.* & *n.* Người bay tiếng Cao-ly.

Kremlin *(krem'lin)*, *n.* Điện Kơ-rem-lin ở Mạc-tư-Khoa.

Kulak *(ku-lak')*, *n.* Nhà quyền quý bên Nga (đàn áp nông dân nghèo).

ZH

ZH ZH

L

Label *(lê'bơl)*,*n*. Tờ nhãn hiệu. —*vt*. Gián nhãn hiệu.

Labial *(lê'bi'ơl)*, *a*. Thuộc về môi ; giọng đọc bằng môi.

Labor, **Labour** *(lê'bơr)*, *n*. Công việc ; lao động, thợ thuyền.—*vi*. Làm việc.

Laboratory *(leb'bơ-rơ-tơ-ri)*, *n*. Phòng thí nghiệm.

Laborer *(lê'bơ-rơ)*, *n*. Thợ thuyền, người lao động.

Laborious *(lơ bô'ri-âs)*,*a*. Chịu khó, cần cù, gian lao.

Labyrinth *(leb'bi-rinth)*, *n*. Đường quanh co,

Lace *(lês)*. *n* Ren, đáng-ten ; dải, dây.

Lacerate *(les'sơ-rêt)*, *vt*. Làm toạc, xé ; làm đau.

Lachrymal *(lek'kri-mơl)*, *a*. Thuộc về nươc mắt, lệ.

Lack *(lek)*, *n*. Sự thiếu, hụt. —*vt* Thiếu thốn.

Lackadaisical *(lek-kơ-đê'zi-cơl)*, *a*. Bạc nhược ; uể oải.

Lackey, **Lacquey** *(lek'ki)*, *n*. Quân hầu, đầy tớ ; kẻ hèn hạ, đê hèn.

Lackluster, **Lacklustre** *(lek'-lăs-tơr)*, *a*. Mờ, lu mờ, lờ mờ.

Laconic *(lơ-con'nik)*, *a*. Giản-ước ; vắn tắt.

Lacquer *(lek'kơ)* *n*. Sơn, cánh kiến (để quang dầu đồ gỗ).

Lacteal *(lek'ti-ơl)*, *a*. Như, bằng, hay có sữa.

Lactic *(lek'tik)*, *a*. Thuộc về sữa ; ở sữa mà ra.

Lacuna *(lơ-kiu'nơ)*. *n*. Chỗ hổng, phần thiếu sót, khuyết điểm.

Lad *(leđ)*. *n*. Con giai, người trẻ tuổi.

Ladder *(leđ'đơ)*, *n*. Cái thang : bậc tiến thân.

Lade *(lêđ)*, *vt*. Chất, chứa ; lắp, nhúng.

Laden *(lêđ'đưn)*, *a*. Có nhiều, chứa nhiều, chất nặng.

Lading *(lêđ'đing)*, *n*. Sự chất hàng ; hàng hóa ; tiền cước.

Ladle *(lê'đưl)*, *n*. Cái môi (để múc canh), cái thìa.

Lady *(lê'đi)*, *n*. Bà ; phu-nhân ; vợ huấn-tước.

Lady-finger *(lê-đi-fing'gơ)*, *n*. Bánh ngọt hình ngón tay.

Lady-love *(-lâv,-lăv)*, *n*. Người đàn bà trong mộng, trong ý tưởng ; người yêu.

Lag *(leg)*, *vt*. Lôi, kéo ; kéo lê. — *n*. Sự tụt lại sau.

Lagoon *(lơ-gun')*, *n*. Vũng nước gần bể, vịnh nhỏ.

Lair *(ler)*, *n*. Sào huyệt, hang của mãnh-thú.

Laity *(lê'i-ti)*, *n*. Người thường (không đi tu) ; người không thuộc nghề-nghiệp nhất định nào.

Lake *(lêk)*, *n*. Cái hồ, màu đỏ tím.

Lamb *(lem)*, *n*. Con chiên, con cừu con.

Lambent *(lem'bânt)*, *a*. Lướt nhẹ trên mặt ; hơi sáng.

Lambkin *(lem'kin)*, *n*. Con chiên con.

Lame *(lêm)*, *a*. Khập-khiễng, què. — *vt*. Đánh què.

Lament *(lơ-ment')*, *vi*. Than thở, rền rĩ, thau thân.

Lamina *(lem'mi-nơ)*, *n*. Lát ; lá ; luỡi dao.

Lamp *(lemp)*, *n*. Cái đèn. — **Lamplight**, *n*. Ánh đèn.

Lampblack *(lemp'blek)*, *n*. Muội đèn.

Lamplighter *(-lay tơ)*, *n*. Người thắp đèn thành phố.

Lamp-post *(-pôst)*, *n*. Đèn lồng; cột đèn (ở phố).

Lampoon *(lem-pun')*, *n*. Lời văn chỉ-trích, châm-biếm.

Lamprey *(lem'pri)*, *n*. Một giống lươn có miệng to và tròn.

Lance *(lens)*, *n*. Cái giáo, cái thương. — *vt*. Đâm qua.

Lancet *(lan'set, -sưt)*, *n*. Dao mổ (nhọn và có hai lưỡi).

Land *(lenđ)*, *n*. Đất ; lục địa. — *vi*. Đổ bộ ; hạ cánh.

Landholder *(lenđ'hôl đơr)*, *n*. Địa chủ ; điền chủ.

Landing *(lenđ'đing)*, *n*. Khoang đầu thang; chặng đường bằng; sự hạ cánh ; cuộc, sự đổ bộ, lên bộ.

Landlady *(-lê-đi)*, *n*. Bà chủ nhà ; bà chủ quán.

Landlocked *(lenđ'lokt)*, *a*. Vây quanh có đất ; ở trong nước ngọt (nói về cá).

Landlord *(-lorđ)*, *n*. Chủ nhà ; chủ quán.

Landmark *(lenđ'mark)*, *n*. Ranh giới ; giới hạn ; bờ cõi.

Landscape *(lenđ'skêp)*, *n*. Phong cảnh ; cảnh vật.

Landslide *(lend'slaid)*, *n.* Chỗ đất nở hay núi nở.

Lane *(lên)*, *n.* Phố nhỏ, đường nhỏ; ngõ.

Language *(leng'guâg)*, *n.* Sự, cách nói ; ngôn ngữ.

Languid *(leng'guid)*, *a.* Bạc nhược, mòn mỏi ; uể oải.

Languish *(-guish)*, *vi.* Bạc nhược ; uể oải ; trầm-trệ.

Languor *(leng'gơr,-guơr)*, *n.* Sự bạc-nhược, suy nhược, sự uể oải.

Lank *(lengk)*, *a.* Gầy còm ; mảnh khảnh ; không có làn sóng quăn (tóc).

Lantern *(len'tơrn)*, *n.* Đèn lồng ; đèn hiệu ở bể.

Lap *(lep)*, *n.* Lòng. — *vt.* Bao phủ. — *vi.* Nằm dài ra.

Lapdog *(lep-dog)*, *n.* Chó con ôm trong lòng được.

Lapel *(lơ-pel')*, *n.* Chỗ gấp lại ở trước áo ; cái rơ-ve áo.

Lappet *(lep'pet,-pưt)*, *n* Vạt áo.

Lapse *(leps)*, *n*, Nhầm, lẫn, lỗi ; khoảng. — *vi.* Trôi, rơi.

Larboard *(lar'bôrd,-bơrd)*, *n* Mạn, phía bên tả của tầu hay thuyền.

Larceny *(lar'si-ni)*, *n.* Sự ăn cắp ; đồ ăn cắp.

Lard *(lard)*, *n.* Mỡ lợn nước ; thịt mỡ.

Larder *(lar'dơr)*, *n.* Gác-măng-giê, chạn để đồ ăn.

Large *(larj)*, *a* Lớn, nhiều, rộng ; mạnh ; to.

Largess, Largesse *(lar'jes)*, *n.* Của bố thí, làm phúc một cách rộng lượng ; tặng vật ; tiền cho.

Largo *(lar'gô)*, (âm nhạc) Một cách phóng khoáng.

Lariat *(le'ri-ât)*, *n.* Giây thòng lọng (để bắt ngựa).

Lark *(lark)*, *n.* Chim sơn ca ; trò chơi.

Larva *(lar'vơ)*, *n.* Con sâu, ròi.

Larynx *(le'ringks)*, *n.* Thanh quản (ở cuống họng).

Lascivious *(lơ-siv'vi-âs)*, *a.* Dâm dục, dâm đãng ; đĩ-thõa, lẳng lơ.

Lash *(lesh)*, *n.* Ngòi, bấc đèn ; sự làm nhục.—*vt.* Vút, quật.

Lass *(les)*, *n.* Cô con gái ; tình nhân ; đứa ở gái.

Lassitude *(les'si-tiud)*, *n.* Sự mệt nhọc, uể oải.

Lasso *(les'sô)*, *n.* Giây thòng lọng để bắt súc vật.

Last *(last)*, *a.* Sau cùng ; vừa rồi.—*vi.* Bền, lâu bền.

Latch *(lech)*, *n.* Then, chốt cửa—*v.* Khóa bằng chốt cửa.

Latchet *(let'chet, -chưt)*, *n.* Dây giầy.

Late *(lêt)*, *a*. Chậm, muộn ; cũ ; đã qua, quá cố.

Lately *(-li)*, *adv*. Đã qua ; vừa mới qua gần đây.

Latent *(lê'tânt)*, *a*. Ngấm ngầm; ẩn ; không tỏ rõ.

Lateral *(let'tơ-rơl)*, *a*. Ở bên ; chung quanh ; từ bên cạnh lại.

Latex *(lê'teks)*, *n*. Nhựa cây trắng như sữa.

Lath *(lath)*, *n*. Rui.—*vt*. Đóng rui ; đóng lát.

Lathe *(lêTH)*, *v*. Bàn tiện.—*v*. Tiện, cắt, gọt.

Lather *(lê'THơ,la'-)*, *n*. Bọt xà-phòng ; bọt nước.—*v*. Khuấy lên bọt.

Latin *(let'tin)*, *n*. Chữ hay tiếng La-tinh.

Latitude *(let'ti-tiuđ)*, *n*. Vĩ tuyến ; vĩ độ ; phạm vi.

Latter *(let'tơ)*, *a*. Cuối, trót ; mới, người sau.

Lattice-work *(let'tis-uơk)*, *n*. Lưới mắt cáo ; tấm liếp.

Laud *(lo-đ)*, *n*. Lời khen ; bài hát ca ngợi.—*vt*. Tán tụng.

Laudable *(lo'đơ-bơl)*, *a*. Đáng khen ngợi.

Laudanum *(lo'đơ-nâm, lođ'-nâm)*, *n*. Thuốc nha-phiến.

Laugh *(la-f)*, *n*. Tiếng cười.—*v*. Cười, cười vang lên.

Laughing-stock *(la'fing-stok)*, *n*. Người bị chế riễu.

Laughter *(laf'lơr)*, *n*. Tiếng cười, sự cười.

Launch *(lonch)*, *v* Ném, lao, phóng ; [hải] hạ thủy.

Launder *(lon'đơr, lan'đơr)*, *v*. Giặt và là quần áo. – *n*. *fem*. **Laundress**.

Laundry *(lon'dri)*, *n*. Sự giặt rũ ; nhà thợ giặt.

Laureate *(lo'ri-ât)*, *a*. Được vinh dự. — *n*. Người được vinh dự.

Laurel *(lo'rơl)*, *n*. Cây nguyệt quế ; sự vinh quang.

Lava *(la'vơ,le'vơ)*, *n*. Đá chảy.

Lavatory *(lev'vơ-tơ-ri)*, *n*. Buồng rửa mặt, trang sức.

Lave *(lêv)*, *v*. Rửa.—*n*. **Laver**, Chậu rửa mặt.

Lavender *(lev'vân-đơ)*, *n*. Cây sả, cam tùng hương.

Lavish *(lev'vish)*, *a*. Hoang phí. —*vi*. Tiêu hoang-phí.

Law *(lo)*, *n*. Luật ; luật pháp ; ý giời ; định luật.

Lawful *(lo-ful)*, *a*. Đúng luật, hợp pháp ; chính đáng.

Lawn *(lo-n)*, *n*. Sân cỏ ; một thứ vải đẹp.

Lawsuit *(lo'siut)*, *n*. Sự thưa kiện ; vụ kiện cáo.

Lawyer *(lo'yơr)*, *n*. Nhà luật học ; trạng sư, luật sư.

Lax *(leks)*, *a*. Không vững ; lỏng ; không nghiêm.

Laxative *(lek' sơ - tiv)*, *a.* Nhuận trường, tẩy ruột.

Lay *(lê)*, *v.* Đặt xuống, hạ ; đẻ (trứng) ; đánh (cuộc).

Layer *(lê'ơr)*, *n.* Một từng lớp : lòng sông.

Layette *(lê-et')*, *n.* Đồ dùng, quần áo, tã của trẻ con.

Lay low *(lô)*, *v.* Chôn xuống đất ; nằm vật xuống.

Layman *(lê'mân)*. *n.* Người thường, phàm nhân.

Layoff *(lê'of)*, *n.* Sự giải tán các thợ trong một thời hạn.

Layout *(lê'aot)*, *n.* Sự xếp đặt, sửa soạn ; đồ dùng, quần áo.

Lazar *(lê' zơr, lez' zơr)*, *n.* Người mắc bệnh hủi.

Laziness *(lê'zi - nes, - nâs)*, *n.* Tính lười biếng ; chơi rông.

Lazy *(lê'zi)*, *a.* Lười biếng ; chậm chạp, uể oải.

Lea *(li)*, *n.* Đồng cỏ ; bãi cỏ lớn.

Leach *(liich)*, *vt.* Nấu, giặt bằng nước lét-xi.

Lead *(led)*, *n.* Chì (kim khí); chì (để viết), than chì.

Lead *(li-đ)*, *vt.* Đưa, dắt, dẫn, rủ, quyến rũ, cầm đầu.

Leaden *(leđ' đưn)*, *a.* Bằng chì ; rẻ tiền ; chậm chạp.

Leader *(li'đơ)*, *n.* Người lãnh tụ ; người đưa đường.

Leaf *(li - f)*, *n.* Lá (cây) , tờ giấy ; cánh cưa.

Leaflet *(lif'flet, - flât)*, *n.* Một bộ phận cái lá, lá nhỏ ; tập giấy.

Leafstalk *(-stok)*, *n.* Cuống lá.

League *(li-g)*, *n.* Hội ; đảng, liên minh ; dậm Anh (gần 5 km.) ; đồng-minh-hội.

Leak *(li-k)*, *n.* Chỗ rò ; chỗ hở để nước chảy mất.

Lean *(li - n)*, *vi.* Tựa vào ; nghiêng minh. — *a.* Gầy.

Leap *(li-p)*, *n.* Bước nhảy. — *vi.* Nhảy cả hai chân một lúc.

Leapfrog *(- frog)*, *n.* Trò chơi nhảy qua lưng nhau.

Leap year *(- y' ơ)*, *n.* Năm nhuận (thêm 1 ngày).

Learn *(lơrn)*, *v.* Học, học tập ; nghe tin.

Learned *(lơr' neđ, - nâđ)*, *a.* Thông thái ; trí thức ; có học.

Lease *(li-s)*, *n.* Hợp đồng cho thuê. — *vt.* Cho thuê.

Leash *(liish)*, *n.* Dây buộc chó, xích chó — *vt.* Buộc.

Least *(li-st)*, *a.* Nhỏ, ít nhất, — *a.* Ít nhất ; kém nhất.

Leather *(le' THơ)*, *n.* Da thuộc ; đồ làm bằng da.

Leave *(li-v)*, *n.* Nghỉ phép ; từ biệt. — *v.* Từ rã, bỏ, lìa.

Leaven *(lev'vân)*, *n.* Men, bột chua. — *vt.* Thấm nhuần.

Leavings *(li'vingz)*, *n. pl.* Đồ ăn thừa ; vật thừa ấy.

Lecher *(le' chơ)*, *n.* Người chơi bơi ; trụy lạc, hiếu sắc.

Lecture *(lek'chơ)*, *n* Bài diễn thuyết ; bài diễn giải.

Led *(lêđ)*, Xch. **Lead**.

Ledge *(lej)*, *n.* Mép, bìa, bờ ; đá ngầm ; mép buồm.

Ledger *(leđ'jơ)*, *n.* Sổ cái (kế toán), tổng trương.

Lee *(li)*, *n.* Chỗ trú ẩn (gió) ; mặt thuyền gió thổi.

Leech *(liich)*, *n.* Con đỉa ; người bám kẻ khác để lấy tiền.

Leek *(li-k)*, *n.* Tỏi tây.

Leer *(li' ơr)*, *n.* Cái liếc mắt chế nhạo ; đưa mắt quỉ quyệt.

Lees *(li-z)*, *n.* Cặn, cấn, bã, (trong thùng rượu).

Leeward *(li' uơđ)*, *a.* & *n.* Theo chiều gió.

Leeway *(li' uê)*, *n.* Sự trôi giạt, xa ; chỗ trừ ra của công việc làm.

Left *(left)*, *a.* Trái, bên tay trái. — **Left - Handed**, *a.*

Leg *(leg)*, *n.* Cẳng, chân, ống chân ; chân bàn.

Legacy *(leg' gơ - si)*, *n.* Của truyền lại ; di vật.

Legal *(li' gơl)*, *a.* Hợp pháp, đúng luật ; quay về luật pháp.

Legate *(leg'gưt)*, *n.* Đại sứ của Giáo hoàng ; sứ giả ; đại sứ.

Legatee *(leg-gơ-ti')*, *n.* Người thừa thụ của di tặng : kẻ thừa kế.

Legation *(li - ghê' shân)*, *n.* Phái bộ, sứ giả.

Legend *(li'jânđ, lej'jânđ)*, *n.* Truyện hoang đường ; cổ tích. — **Legendary** *(-đơ-ri)*, *a.* Thuộc về chuyện thần tiên ; hoang đường.

Legging *(leg' ghing)*, *n.* Xà cạp (vải cuốn chân).

Leghorn *(leg'horn, leg'gơrn)*, *n.* Một giống gà (đẻ nhiều trứng).

Legible *(lej' ji - bưl)*, *a.* Rõ ràng, đọc được ; dễ đọc.

Legion *(li'jân)*, *n.* Một đội binh, đoàn binh.

Legionary *(le'jân ne-ri,-nơ-ri)*, *n.* Lính lê-dương ; lính trong quân-đoàn La-mã.

Legislate *(lej'jis-lêt)*, *vi.* Đặt ra luật ; lập pháp.

Legislature *(-lê-chơ)*, *n.* Viện lập-pháp ; nghị-viện

Legitimate *(li-jit'ti-mưt)*, *n.* Thật ; hợp pháp ; chính.

Legume *(leg'ghiu m, li-ghiu-m')*, *n.* Rau, đậu.

Leisure *(li'zhơ, le'zhơ)*, *n.* Lúc nhàn rỗi. — *a.* Nhàn.

Leman *(lem'mân, li'mân)*, *n.* Bà chủ ; cô giáo.

Lemon *(lem' mân)*, *n.* Quả chanh ; cây chanh.

Lemonade *(lem-mân-nêđ')*, *n.* Nước chanh pha đường.

Lend *(lend)*, *vt.* Cho mượn ; giúp ; chuyên tâm.

Length *(length)*, *n.* Bề dài ; chiều dài ; một đoạn.

Lengthen *(leng'thân)*, *v.* Kéo dài ra.

Lenient *(li ' nhi - ànt)*, *a.* Ôn hòa, nhân từ ; khoan hồng.

Lenity *(len'ni-ti)*, *n.* Sự ngon ngọt, dịu dàng, êm ái.

Lens *(lens)*, *n.* Thấu-kính ; mắt kính ; tinh-cầu.

Lent *(lent)*, *n.* Mùa chay (40 ngày trước lễ phục-sinh)

Lentil *(len'til, tưl)*, *n.* Giống biển-đậu, giống tiểu sài-thảo.

Leonine *(li'ơ-nain)* *a.* Thuộc về giống sư tử.

Leopard *(lep'pơrđ)*, *n.* Con báo, con báo gấm.

Leper *(lep'pơ)*, *n.* Người hủi, người mắc bệnh phong.

Leprosy *(lep' prơ-si)*, *n.* Bệnh, phong, hủi.

Lesion *(li'zhân)*, *n.* Vết thương; sự tổn hại.

Less *(les)*, *adv.* & *a.* Nhỏ hơn. ít hơn, kém.

Lessee *(les-si')*, *n.* Người thuê lại.

Lessen *(les'sưn)*, *v.* Làm nhỏ đi, giảm đi, rút bớt.

Lesson *(les'sưn)*, *n.* Bài học; lời giáo huấn.

Lessor *(les'sor, les-sor')*, *n.* Người cho thuê, cho mướn.

Lest *(lest)*, *conj.* Sợ rằng, e rằng.

Let *(let)*, *v.* Để ; cho phép, cho thuê (nhà) ; để chảy.

Letdown *(let'đaon)*, *n.* Sự yếu sức, kém sức.

Lethal *(li'thơl)*. *a.* Làm cho chết ; về sự chết.

Lethargy *(let' thơr-ji)*, *n.* Tình trạng các cơ năng gần nghỉ vận động ; ươn hèn.

Letter *(let'tơ)*, *n.* Thư, bức thư ; chữ, văn học.

Letter-box *(bok)*, *n.* Hộp thư, thùng thư.

Letterhead *(let'tơr-hed)*, *n.* Chữ in hay bản khắc ở đầu thơ, giấy viết thơ.

Lettuce *(let'tis)*, *n.* Rau diếp (để chộn sà-lách).

Leucocyte *(liu'cơ-sait)*, *n.* Bạch tế bào. bạch huyết cầu.

Levee *(lev'vi)*, *n.* Cái đê ; đập ngăn nước ; tiệc long-trọng, đại tiệc.

Level *(lev'vơl)*, *n.* Mực (nước); trình độ. — *vt.* San phẳng.

Level crossing *n.* Ngã tư đường sắt và đường cái.

Lever *(li'vơ), n.* Cái cần, cái cán, cái đòn bẫy.

Leverage *(li'vờ-rưj, lev'-), n.* Sự tăng cường lực bởi sự dùng thăng bằng, hay đòn bẫy.

Levy *(lev'vi), n.* Sự thu thuế; việc trưng binh.

Lewd *(liud), n.* tục tĩu, dâm ô; không trong sạch,

Lex *(leks), n. pl.* **Leges** *(li'-jiiz),* Luật.

Lexicography *(lek-si-cog'grơ-fi), n.* Sự soạn tự-điển, từ điển.

Lexicon *(lek'si-cân), n.* Tiểu tự điển, tự vị nhỏ.

Liability *(lai-ơ-bil'li-ti), n.* Trách nhiệm; tiền nợ.

Liable *(lai'ơ-bưl), a.* Chịu Trách nhiệm; có thể bị.

Liason *(li-e zon'), n.* Sự tư thông dâm thông; nối liền; liên-lạc.

Liar *(lai'ơ), n.* Người nói dối.

Libation *(lai-bê'shân), n.* Sự rẩy rượu cúng; rượu đổ ra.

Libel *(lai'bưl), vt.* Làm mất danh dự.—*n.* Bài báo thóa mạ.

Liberal *(lib'bơ-rơl), a.* Tự do; đại lượng.

Liberate *(lib'bơ-rêt), vt.* Giải phóng; trả tự do. —*n.* **Liberation.** — *n.* **Liberator,** Người giải phóng.

Libertine *(lib'bơ-tin), n.* Người phóng đãng, lãng mạn.

Liberty *(lib'bơ-ti), n.* Tự do; sự thân mật quá.

Librarian *(lai-bre'ri-ân), n.* Người quản lý thư viện.

Library *(lai'brơ-ri), n.* Thư viện; tủ sách.

Lice *(lais),n. pl.* Con rận, chấy.

License *(lai'sâns), n.* Phép đặc biệt; giấy phép, môn bài.

Licensee *(lai-sân-si'),n.* Người được cấp giấy phép; người có môn bài.

Licentiate *(lai-sen'shi-ât), n.* Người có bằng cử nhân; bằng đại học sỹ.

Licentious *(lai-sen'shâs), n.* Phóng túng, phóng đãng; khiếm nhã.

Lichen *(lai'kân,-kin), n.* Loại địa y, loài rêu (bám vào đá, hay cây.)

Lick *(lik), v.* Liếm; hớp.

Licorice *(lik'kơ-ris), n.* Cam thảo.

Lid *(lid). n.* Nắp; mi mắt. — **Lidless,** *a.* Không nắp.

Lie *(lai), v.* Nằm, nằm nghỉ; tựa vào; nói dối.

Lief *(liif)*, *adv*. Vui lòng, sẵn lòng.

Liege *(li-j)*, *a*. Quân chủ ; trung thành.—**Liege man**.

Lie at anchor *(eng'kơ)*, Cắm neo.

Lien *(li'ân, liin)*, *n*. Khế ước cầm đồ ; quyền đòi nợ.

Lieu *(liu)*, *n* Nơi, chốn ; chỗ, chỗ ở.

Lieutenant *(liu-ten'nânt, lef')*, *n*. Quan hai, trung úy.

Life *(laif)*, *n*. Đời sống, sự sống, sự sinh hoạt.

Life-boat *(-bôt)*, *n*. Xuồng máy, thuyền để cứu nguy.

Lift *(lift)*, *v*. Nhấc lên, chuyên chở lên.—*n*. Thang máy.

Ligament *(lig'gơ-mânt)*, *n*. Dây gân ; dây chằng.

Ligature *(lig'gơ-chơr)*, *n*. Sự thắt, buộc ; chữ kép (ấn loát).

Light *(lait)*, *n*. Ánh sáng đèn. —*a*. Sáng ; nhẹ nhàng.

Lighter *(lait'tơ)*, *n*. Xuồng ; chuyên chở hàng hóa lên hay xuống tầu ; cái bật lửa.

Lighterage *(-tơ-rưj)*, *n*. Tiền dỡ hàng ở thuyền, tầu.

Light-house *(-haos)*, *n*: Hải đăng, đèn bể, tháp đèn.

Lightning *(lait'ning)*, *n*. Chớp. —*n. pl*. Xét.

Light-sign *(lait'sain)*, *n*. Quảng cáo sáng trưng.

Lightsome *(lait'sâm)*, *a*. Vui vẻ ; không quan trọng, nhỏ mọn ; sáng.

Lignite *(lig'nait)*, *n*. Li-nhit, than đá non ; than đá.

Like *(laik)*, *v*. Thích, ưa, vừa ý.—*a*. Giống như ; bằng.

Likelihood *(laik'li-hud)*, *n*. Tính có lẽ đúng ; có lẽ thật.

Likely *(-li)*, *a*. Có lẽ thật, có thể giống được, có được.

Lilac *(lai'lâk)*, *n*. Hoa, cây tử đinh-hương ; màu tím nhạt.

Lilt *(lilt)*, *n*. Câu hát vặt ; bài vè.

Lily *(li'li)*, *n*. Hoa huệ.

Limb *(lim)* *n*. Tay chân ; cánh (chim) ; cành (cây).

Limber *(lim'bơr)*, *a*. Mềm, giẻo ; nhũn nhặn.

Limbo *(lim'bô)*, *n*. Nơi các linh hồn bị bỏ quên.

Lime *(laim)*, *n*. Vôi. — **Lime-juice**, Nước chanh.

Limelight *(-lail)*, *n*. Đèn pha rất sáng, việc trội nhất.

Limerick *(lim'mơ-rik)*, *n*. Bài thơ vớ vẩn có năm giòng

Limestone *(-stôn)*, *n*. Đá vôi. — **Lime water**, Nước vôi.

Limn *(lim)*, *vt*. Vẽ hay phác một bức ảnh, hay bức tranh.

Limit *(lim'mit), n.* Giới hạn, khuôn khổ. — *vt.* Hạn định.

Limousine *(lim-mu-ziin'), n.* Xe ô-tô hòm, xe li-mô-din.

Limp *(limp), a.* Mềm ; yếu ớt. — *vt* Đi khập khễnh.

Limpet *(lim'pet, -pưt), n* Con hà (bám vào đá, gỗ, ván thuyền v.v.).

Limpid *(lim'pid), a.* Trong suốt; trong sáng ; sáng sủa.

Linden *(lin'đân), n.* Cây to có lá hình quả tim và hoa vàng.

Line *(lain), n.* Nét vẽ, nét kẻ, đường ; giây ; hãng tầu.

Lineage *(lin'ni-ưj), a.* Giòng dõi ; chủng tộc ; gia đình.

Lineal *(lin'ni-ơl), a.* Bằng đường kẻ, theo chiều dài ; do một họ ; di lại ; truyền lại.

Lineament *(li'ni-ơ-mânt), n.* Nét mặt; dung nhan; đặc điểm, đặc sắc.

Linear *(li'ni-ơr), a.* Bằng nét vạch ; theo chiều dài ; dài và hẹp.

Lineman *(lain'mân)*, **Linesman** *(lainz'mân), n.* Phóng-viên ăn tiền theo giòng chữ ; người mắc hay chữa máy điện-thoại.

Linen *(lin'nưn), n.* Vải ; vải gai ; quần áo (mỏng).

Linen-draper *(-đrê'pơ), n.* Người bán vải vóc, tơ lụa.

Liner *(lain'nơ), n.* Tầu bể ; tầu lớn vượt đại dương.

Ling *(ling), n.* Một thứ cá bể thuộc loại cá thu.

Linger *(ling'gơ), vi.* Kéo dài ; làm chậm, do dự.

Lingerie *(layng-zhơ-ri', lan' zhơ-ri). n.* Quần áo; khăn; giẻ; quần áo lót.

Lingual *(ling'guơl) a.* Thuộc về hay có liên quan với lưỡi.

Linguist *(- guist), n* Người thạo về sinh ngữ.

Linguistics *(-guist'tiks), n.* Khoa chuyên khảo về ngôn ngữ, các thứ tiếng

Liniment *(lin' ni - mânt), n.* Thuốc xoa ; thuốc bóp (cho khỏi đau).

Lining *(lai' ning), n* Lót áo, lần trong ; đường viền.

Link *(lingk), n.* Giây xà-tích. — *v.* Buộc, giàng buộc.

Links *(lingks), n. pl.* Bãi cát ; sân đánh bóng « golf ».

Linnet *(lin'net,-nât), n.* Con chim khuyên.

Linoleum *(li-nô'li-âm), n.* Vải dầu (nước không ngấm qua được).

Linseed *(lin'si-đ), n.* Hạt gai ; vừng.

Linsey-woolsey *(lin'zi-wul'zi) n.* Vải len hay lông cừu (có pha bông).

Lion *(lai'ân), n.* Con sư tử.— **Lion-hearted** *a.* Dũng cảm.

Lioness *(-nes,-nâs), n.* Con sư tử cái.

Lip *(lip)*, *n.* Môi. — **Lipstick,** *n.* Ống môi son.

Lipstick *(lip'stik)*, *n.* Môi son.

Liquefy *(lik'qui-fai)*, *vt.* Đổi thành chất lỏng.

Liquid *(lik'quid)*. *a.* Loãng ; chảy như nước. — *n.* Chất loãng, chất lỏng.

Liquidate *(-đêt)* *v.* Tính toán, trang trải, thanh toán.

Liquor *(lik'kơ)*, *n.* Rượu mùi.

Lira *(li'ra)*, *n* Đồng tiền Ý.

Lisp *(lisp)*, *v.* Đọc âm chữ « S và Z » thành « TH » ; nói ngọng. — *n.* Tật nói ngọng.

List *(list)*, *n.* Bảng liệt kê. – *vt.* Kê vào.— **Lists** *n.* Võ trường.

Listen *(lis'sưn)*, *v.* Nghe, lắng tai nghe.

Listless *(list'les,-lưs)*, *a.* Uể oải ; trễ nải ; hờ hững, không có tinh thần.

Litany *(lit'tơ-ni)*, *n.* Kinh cầu.

Liter, Litre(*(li'tơr)*, *n.* Một lit.

Literal *(lit'lơ-rơl)*, *a.* Theo từng chữ một ; sát nghĩa.

Literary *(-rơ-ri)*, *a.* Thuộc về văn-chương.

Literate *(-rât,-rit)*, *a.* Có học vấn ; có chữ nghĩa.

Literature *(lit'tơ-rơ-chơ)*, *n.* Văn chương ; văn khoa.

Lithograph *(lit'thơ-graf)*, *n.* Bảng in bằng đá. **Lithography** *(li-lhog'grơ-fi)*, *n.* Nghề in bằng bảng đá.

Litigant *(lit'ti-gânt)*, *n.* Người đang kiện, đang tranh tụng ; người đi kiện.

Litigious *(li-tij'jâs)*, *a.* Tranh tụng, tranh chấp ; thuộc về kiện cáo.

Litmus *(lit'mâs)*. *n.* Cây qui dùng để ruộm.

Litter *(lit'tơ)*, *n.* Ổ dơm cho mục súc ; rác ; cái kiệu ; ổ (lợn con).

Little *(lit'tưl)*, *a.* Bé, nhỏ ; ít ; kém.

Liturgy *(lit'tơr-ji)*, *n.* Lễ thức, lễ điển ; cách thức lễ lậy.

Live *(liv)*, *n.* & *v.* Sống, ở. — *(laiv)*, *a.* Sống ; mạnh.

Livelihood *(laiv'li-huđ)*, *n.* Đời sống ; sinh mệnh ; sinh kế.

Livelong *(liv'loong,laiv'-)*, *a.* Lâu ; không bao giờ hết ; hoàn toàn.

Lively *(laiv ' li)*, *a.* Nhanh nhẹn, hoạt động, vui vẻ.

Liver *(liv' vơ)*. *n.* Gan. — **Liver Extract.** Nước chất ở gan ra.

Livestock *(laiv'stok)*, *n.* Gia súc (trâu, bò, lợn).

Livery *(liv'vơ-ri)*, *n*. Quần áo có dấu hiệu riêng của một ông chủ cho người làm công, hay của một hội.

Livid *(liv'viđ)*, *a*. Xám ngắt, xám xanh ; tím bầm.

Living *(liv'ving)*, *n*. Đời sống ; cách sinh hoạt.

Lizard *(liz'zơrđ)*, *n*. Con rắn thằn lằn ; con mối.

Llama *(la'mơ)*, *n*. Một thứ súc vật giống như lạc-đà để chở các đồ nặng.

Llano *(la'nô,li-a'nô)*, *n*. Miền bình-nguyên rộng mênh mông ở bên Mỹ.

Load *(lôđ)*, *n*. Gánh nặng.— *vt*. Nạp đạn ; xếp hàng vào xe.

Loadstone *(-sitôn)*. *n*. Đá nam châm.

Loaf *(lôp)*, *n*. Cái bánh mì. — *vi*. Đi lang thang.

Loafer *(lôf'fơ)*, *n*. Người đi lang thang, dông dài.

Loam *(lôm,lu-m)*, *n*. Đất thó, đất sét ; cát ; lá ủng (để bón vườn).

Loan *(lôn)*, *n*. Sự cho vay ; tiền cho vay.

Loath *(lôTH)*, *vt*. Chán ghét ; khinh tởm ; giận.

Loathsome *(-sâm)*, *a*. Ghê tởm, xấu xa, đáng ghét.

Lobby *(lob'bi)*, *n*. Hành lang ; buồng chờ. — *vt*. Vận-động các nghị-viên thông qua nghị-án.

Lobster *(lob'sto)*. *n*. Con tôm hùm, tôm rồng.

Local *(lô'cơl)*. *a*. Thuộc về một địa phương, bản xứ.

Locality *(lơ-kel'li-ti)*, *n*. Miền, xứ, địa-phương.

Locally *(lô'cơl-li)*. *adv*. Có tính cách địa-phương.

Locate *(lơ-kêt')*, *vt*. Đặt, để, ấn định, định nơi chốn.

Location *(lô-kê' shân)*, *n*. Vị trí, địa thế ; địa-phương ; chỗ ở.

Lock *(lok)*. *v*. Khóa lại. — *n*. Khoá, ổ khóa.

Locker *(lok'kơr)*, *n*. Tủ áo ; hòm rương, tủ (có khóa).

Locket *(lok' ket,-kưt)*, *n*. Mẫu ảnh nhỏ (đeo ở giây chuyền).

Lockout *(lok'aot)*, *n*. Sự đóng ; đồ dùng để đóng ; sự đình công ; nghỉ việc.

Locksmith *(lok'smith)*, *n*. Thợ khóa.

Lockup *(lok'ăp)*, *n*. Nhà tù, nhà giam.

Locomotion *(lô-cơ-mô'shân)*, *n*. Sự chuyển động.

Locomotive *(-tiv)*, *n*. Đầu máy xe lửa. — *a*. Chuyển động.

Locust *(lô'câst)*, *n.* Con châu-chấu.

Lode *(lôđ)*, *n.* Nguồn mạch ; mạch nước ; mạch mỏ.

Lodestar, Loadstar *(lôđ'star)*, *n.* Sao bắc đẩu ; sao chỉ đàng.

Lodge *(loj)*, *n.* Nhà, tầu nhỏ, — *vt.* Cho trọ.

Lodger *(loj'jơr)*, *n.* Người thuê nhà (buồng) ; người ở trọ.

Loft *(loft)*, *n.* Buồng con dưới mái nhà ; vựa để chứa lúa.

Lofty *(lof'ti)*, *a.* Cao, cao ngất ; kiêu hãnh.

Log *(log)*, *n.* Khúc gỗ, khúc cây ; đẵn củi.

Logarithm *(log'gơ-ri-thưm)*, *n.* Bảng đối số, lô-ga-rít.

Loggerhead *(log'gơr-hed)*, *n.* Đứa ngu ngốc ; tầu to chạy ở các miền ấm ở Đại tây dương ; rùa to.

Logic *(loj'jik)*, *n.* Luận lý. — *a.* Hợp lý ; nghe được.

Logician *(lơ-jis'shân)*, *n.* Nhà luận lý học.

Loin *(loin)*, *n.* Thịt dọc sống lưng, thận, bầu dục.

Loiter *(loi'tơ)*, *vi.* Đi lang thang ; đi chơi rong.

Lone *(lôn)*, *a.* Hiu quạnh ; cô độc ; độc thân.

Lonely *(lôn'li)*, *adv.* Quạnh hiu ; bơ vơ, một mình.

Lonesome *(-sâm)*, *a.* Ẩn dật, vắng vẻ.

Long *(loong)*, *a.* Dai ; lâu. — *vi.* Mong mỏi, ước ao.

Longevity *(lon-jev'vi ti)*, *n.* Sự sống lâu, thọ.

Longing *(loong'ghing)*, *n.* Lòng thèm muốn ; sự mong mỏi.

Longitude *(lon'ji-tiuđ)*, *n.* Kinh tuyến độ.

Longitudinal *(lon-ji-tiu'đi-nơl)*, *a.* Theo chiều dọc ; thuộc về kinh-độ.

Longshoreman *(loong' shôr-mân)*, *n.* Người phu khuân hàng ở bến tầu.

Look *(luk)*, *vi.* Nhìn ; có vẻ như ; giống như.

Look Like *(laik)*, *v.* Trông có vẻ ; trông giống như.

Looker-on, *n.* Khán giả người đứng xem.

Looking-glass *(- glas)*, *n.* Gương, tấm gương soi.

Lookout *(luk'aot)*, *n.* Người xem xét cẩn thận ; sự xem xét.

Loom *(lu-m)*, *n.* Khung cửi. máy dệt.

Loon *(lu-n)*, *n.* Giống chim ăn cỏ ở miền Bắc.

Loop *(lu-p)*, *n.* Khuyên - sắt, vòng sắt ; nút giây.

Loophole *(-hôl)*, *n.* Lỗ hổng để bắn súng ra ; lỗ hổng.

Loose *(lu-s)*, *a.* Lỏng ; nới rộng, — *vt.* Nới rộng, thả lỏng.

Loosen *(lu ' sưn)* *vt.* Phóng thích ; làm cho lỏng ra, cởi ra — *vi.* Lỏng ra.

Loot *(lu-t)*, *vt.* Cướp ; thổ phỉ.— *n.* Sự cướp phá.

Lop *(lop)*, *vi.* Chùng xuống ; lủng lẳng.—*vt.* Cắt; đốn; chém.

Lope *(lôp)*, *n.* Dáng đi thảnh thơi.— *vt.* Đi ung dung.

Loquacious *(lơ-quê'shâs)*, *a.* Nói nhiều, lắm mồm, lắm điều.

Lord *(lorđ)*, *n.* Nam - tước ; chúa ; chủ.

Lord-mayor *(-mer,-mê'ơ)*, *n.* Ông thị-trưởng.

Lore *(lôr)*, *n.* Sự hiểu biết ; trí thức.

Lorgnette *(lor'nhet')*, *n.* Ống nhòm.

Lorry *(lo'ri)*, *n.* Xe chở hàng, xe cam-nhông.

Lose *(luz)*, *vt.* Mất ; thất lạc ; thua ; lỗ.

Loss *(los)*, *n.* Sự mất ; sự sa-sút ; tiền lỗ.

Lot *(lot)*, *n.* Mệnh, số mệnh ; một số nhiều.

Lotion *(lố'shân)*, *n.* Thuốc để tắm rửa ; thuốc nước.

Lottery *(lot'tơ-ri)*, *n.* Cuộc xổ số.

Lotus *(lô'tâs)*, *n.* Hoa sen ; quả ăn làm cho ta say mê.

Loud *(laođ)*, *a.* To tiếng ; vang, ầm ĩ, kêu to.

Loud-speaker *(-spi'cơ)*, *n.* Máy phóng thanh.

Lounge *(laonj)*, *n.* Buồng lớn; tràng kỷ. — *vi.* Uể oải.

Louse *(laos)*. *n.* Con chấy, (pl. **Lice** *(lais)*.

Love *(lâv,lav)*, *vt.* Yêu — *n.* Lòng yêu, ái tình.

Lovely *(lâv'li)*, *a.* Đáng yêu, dễ thương.

Low *(lô)*, *a.* Thấp ; bé ; hèn, tầm thường.

Lower *(lô'ơ)*, *vt.* Hạ xuống, lâm thấp xuống ; làm nhục.

Loyal *(loi'ơl)*, *a.* Thủy chung, trung thành.

Loyalty *(-li)*. *n.* Lòng trung thành, thủy chung.

Lozence *(loz'zenj,-zànj)*. *n.* Hình thoi ; kẹo viên.

Lubricant *(liu' bri - cânt)*, *n.* Chất dầu mỡ. — *a.* Làm trơn.

Lubricate *(-kêt)*, *vt.* Làm cho trơn ; cho dầu mỡ vào.

Lucifer *(liu'si-fơ)*, *n.* (thiên) Kim tinh ; quỷ Sa-tan.

Lucent *(liu'sânt)*, *a.* Sáng ; trong ; thanh-minh,

Lucerne *(liu-sơrn')*, *n.* Cây an-fa-fa.

Lucid *(liu'siđ)*, *a.* Sáng suốt ; minh mẫn ; trong veo ; bóng nhoáng.

Luck *(lăk)*, *a.* Dịp may mắn, hạnh phúc. — **Lucky**, *a.*

Lucre *(liu'cơ, lu'-)*, *n.* Tiền lờ, lãi. — **Lucrative**, *a.*

Lucubration *(liu - kiu - brê'-shân)*, *n.* Sự phải dụng công khảo tra ; chăm học ; sự khổ tâm nghiên cứu. — *vi.* **Lucubrate.**

Ludicrous *(liu' đi - crâs)*, *a.* Buồn cười, tức cười ; ngộ nghĩnh.

Lug *(lăg)*, *v.* Kéo, lôi kéo.—*n.* Cái tai ; vành tai ; vật lồi ra.

Luggage *(lăg'gưj)* *n.* Hành lý. — **L.** — **Van.** Xe chở hành lý.

Lugubrious *(liu-ghiu'bri-âs)*, *a.* Sầu thảm, ảm đạm ; đượm màu tang tóc.

Lukewarm *(liuk' uorm)*, *a.* Vừa ấm ; không sốt sắng.

Lull *(lăl)*, *vt.* Ru ngủ ; làm dịu, an ủi

Lullaby *(lăl' lơ - bai)*, *n.* Bài hát ru em.

Lumbago *(lăm'bê-gô)*, *n.* Bệnh phù (hay thấp) đau ngang thắt lưng.

Lumber *(lăm' bơ)*, *v.* Đồ cũ kỹ ; phiến gỗ. — *vi* Đẵn gỗ.

Luminary *(liu'mi - nơ - ri)*, *n.* Vật sáng ; người trội nhất.

Luminous *(-nâs)*, *a.* Sáng, có ánh sáng.

Lump *(lămp)*, *n.* Khối, nguyên khối ; miếng ; tảng.

Lunacy *(liu'nơ-si)*, *n.* Chứng điên ; sự rồ dại ; thần-kinh tán loạn.

Lunar *(liu'nơ)*, *a.* Thuộc về mặt trăng.

Lunatic *(liu' nơ - tik)*, *a.* Hay đổi tính ; điên rồ, dở người.

Lunch *(lănch)*, *n.* Tiệc trà ; bữa ăn trưa

Luncheon *(lăn' chân)*, *n.* Bữa cơm nhẹ ăn ngoài bữa cơm chính.

Lung *(lăng)*, *n.* Phổi.

Lunge *(lănj)*, *n.* Sự đâm phập ; bổ nhào về trước.

Lurch *(lơrch)*, *n.* Sự chạy xiên, chẹo. – *vi.* Chạy xiêu. — *n.* Sự cuống quýt.

Lure *(liu-r)*, *n* Mồi. – *vt.* Nhử mồi ; đánh lừa.

Lurid *(liu' riđ)*, *a.* Thất sắc ; ảm đạm ; vàng nhạt.

Lurk *(lơrk)*, *vt.* Rình mò ; ẩn nấp

Luscious *(lăs'shâs)*, *a.* Ngon ngọt, thơm ngon ; ngọt ngào ; dịu dàng.

Lust *(lăst)*, *n.* Dục tình. — *vi.* Ham muốn về đàng xấu-xa ; dâm ô.

Luster *(-tơ)*, *n.* Sự bóng bẩy ; lộng lẫy.

Lusty *(lăs'ti)*, *a.* Khỏe mạnh, cường tráng, tráng kiện ; đầy sinh khí.

Lustrous *(lâs' trâs)*, *a.* Bóng loáng, sáng tỏa, rực rỡ.

Lute *(liu-t)*, *n.* Đàn huýt xưa ; lư cầm ; đất để gắn.

Luxuriant *(lăks - siu' ri - ânt, lăg - zhu' ri - ânt)*, *a.* Dư dật, sung túc ; phồn thịnh.

Luxurious *(lăks-siu'ri-âs)*, *a.* Sa hoa, lộng lẫy. — **Luxury** *(lăk'shu-ri)*, *a.* Sự lộng lẫy, sa hoa, khoái lạc.

Lyceum *(lai-si'âm)*, *n.* Giảng đường ; hội văn học.

Lye *(lai)*, *n.* Nước lét-xi dùng để giặt quần áo ; nước gio.

Lynch *(linch)*, *vt.* Giết hay treo cổ bất hợp pháp.

Lynx *(lingks)*, *n.* Giống mèo rừng, sơn miêu.

Lyre *(lai - r)*, *n.* Đàn thất huyền, đàn lia.

Lyric *(li'rik)*. *a.* Đượm sầu. — *n.* Bài thơ. — **Lyrical**, *a.*

M

M. A. *(em-ê)*, (Master of Arts) Người đỗ thạc-sĩ.

Macadam *(mâk - eđ' đâm)*, *n.* Đường rải đá ; đá rải.

Macaroni *(mec'cơ-rô-ni)*, *n.* Bún ống, miến ma-ca-rô-ni.

Macaroom *(mec-cơ-rum')*, *n.* Bánh làm với lòng trắng trứng hạnh nhân và đường.

Macaw *(mơ'co')*, *n.* Một thứ vẹt đuôi dài ở miền trung tâm Bắc Mỹ.

Mace *(mês)*, *n.* Cái chùy ; búa tầm sét ; quyền chi.

Machination *(mek - ki - nê'-shân)*, *n.* Sự mưu mô, tính toán ; âm mưu : kế hoạch.

Machine *(mơ-shin')*, *n.* Máy, cơ khí.

Machinery *(- nơ - ri)*, *n* Cơ khí ; cơ-học ; máy móc.

Machinist *(-nist)*, *n.* Người chế ra máy móc ; thợ máy.

Mackerel *(mek'kơ-rơl)*, *n.* Cá cháy (ở bắc Đại-tây-dương).

Mackintosh *(mek'kin-tosh)*, *n.* Áo đi mưa, áo tơi.

Mad *(međ)*, *a.* Điên rồ; dại; phi-lý.

Madam *(međ'đâm)*, *n.* Bà, quý bà; phu-nhân.

Madcap *(međ'kep)*, *a.* Điên; cuồng.—*n.* Người điên cuồng.

Madras *(mơ-đras', međ'đrâs)*, *n.* Một thứ vải mịn và đẹp.

Maestro *(ma-es'trô, mais'trô)*, *n.* Nhạc-sư; nhạc-sĩ.

Magazine *(meg'gơ-ziin)*, *n.* Tạp chí; nhà hàng, nhà kho.

Magdalen *(meg-đơ-len)*, **Magdalene** *(-liin)*, *n.* Người giang hồ; nhà thổ (cải thiện).

Mage *(mêj)*, *n.* Nhà quỷ thuật, phù thủy.

Magenta *(mơ-jen'tơ)*, *n.* Phẩm hồng; màu đỏ tím.

Maggot *(meg'gât)*, *n.* Con sâu, giòi, sâu bọ; quái tượng.

Magic *(mej'jik)*, *n.* Quỷ thuật; phép phù thủy.

Magical *(-cơl)*, *a.* Thuộc về quỷ thuật.

Magician *(mơ-jis'shân)*, *n.* Thày phù thủy; thuật sĩ.

Magistrate *(mej'jis-trêt)*, *n.* Quan tòa, chưởng lý.

Magnanimity *(meg-nơ-nim'-mi-ti)*, *n.* Lòng đại độ, rộng lượng.—**Maknanimous** *(-mâs)*, *a.* Đại lượng.

Magnate *(meg'nêt)*, *n.* Người quyền thế; danh-nhân.

Magnet *(meg'net,-nưt)*, *n.* (lý) Nam châm.—**Magnetic** *(-net'-tik)*, *a.*

Magnetism *(-ti-zưm)*, *n.* Từ tính; tính hút của nam châm.

Magnetize *(-nơ-taiz)*, *v.* Luyện nam châm.

Magnesia *(meg-ni'shơ, zhơ)*, *n.* (hóa) Oc-xit ma-nhê-di.

Magnesium *(meg-ni'shi-âm,-zhi-âm)*, *n.* (hóa) Ma-nhê-di.

Magneto *(meg-ni-tô)*, *n.* Ma-nhê-tô; từ điện.

Magnificence *(meg-nif'fi-sâns)*, *n.* Sự lộng lẫy, nguy nga, rực rỡ.

Magnificent *(-sânt)*, *n.* Nguy nga.

Manify *(meg'ni-fai)*, *vt.* Ngợi khen; làm to thêm.

Magnitude *(-tiuđ)*, *n.* Sự oai nghi, vĩ đại.

Magnolia *(meg-nô'li-ơ,-nôl'yơ)*, *n.* Giống cây mộc lan.

Magpie *(meg'pai)*, *n.* Chim chích chòe; chim thước.

Maharaja *(mơ-ha'ra'jơ, ma-)*, *n.* Đại thánh; đại vương ở Ấn-độ.

Mahatma *(mơ-hat'ma, -het'-)*, *n.* Đại vương ở bên Ấn-độ.

Mahjong *(ma-joong)*, *n.* Môn bài mạt chược.

Mahogany *(mơ-hog'gơ-ni)*, *n.* Gỗ đào hoa tâm ; gụ.

Mahometan *(mơ-hom'mi-tân)*, *n.* Người theo Hồi-giáo.

Maid *(mêđ)*, *n.* Người con gái ; đầy tớ gái.

Maiden *(mê'đưn)*, *n.* Con gái. —*a.* Đồng trinh, trong sạch.

Maidenhood *(mêđ'đưn-huđ)*, *n.* Thời trinh nữ ; sự trinh khiết, trinh bạch.

Mail *(mêl)*. *n.* Xe chở thư ; thư ; áo giáp.

Maim *(mêm)*. *vt.* Bị thương, trầm trọng ; cụt chân, tay ; đánh què

Main *(mên)*, *a.* Chính, cốt yếu. —*n.* Giây điện cái.

Mainland *(mên'lenđ, -lânđ)*, *n.* Đại lục ; đất liền.

Mainly *(mên'li)*, *adv.* Chính, nhất là, chỉ vì.

Mainstay *(-stê)*, *n.* Thừng hay giây thép to buộc cột buồm ; vật nâng đỡ chính.

Maintain *(mên-tên', mân-)* *v.* Cầm, giữ vững, duy trì.

Maintenance *(mên'tơ-nâns)*, *n.* Sự giữ vững ; cách sinh sống.

Maize *(mêz)*, *n.* Lúa ngô, bắp.

Majestic *(mơ-jes'tik)*, *a.* Oai nghi, hùng vĩ.

Majesty *(mej'jâs-ti)*, *n.* Bệ hạ ; vẻ hùng vĩ.

Major *(mê'jơr)*, *a.* Đa số ; lớn. *n.* Người trưởng thành.

Majordomo *(mê-jơr-đô'mô)*, *n.* Chủ bồi trong nhà, hay trong triều-đình ; người bồi nhất.

Major-general *(-jen'nơ-rơl)*, *n.* (quân) Thiếu-tướng.

Majority *(mơ-jo'ri-ti)*, *n.* Đại đa số, phần đông

Make *(mêk)*, *v.* Làm ra, chế tạo.—*n.* Kiểu làm.

Make-believe *(mêk-bi-liiv')*, *n.* Sự giả vờ, giả đò.

Makeshift *(mêk'shift)*, *n.* Kế hợp thời, thích hợp ; kế nhất thời.

Make-up *(-ăp)*, *n.* Mỹ phẩm ; sự trang điểm ; sự làm thành.

Malady *(mel'lơ-đi)*, *n.* Bệnh ; sự đau ốm.

Malapert *(mel'lơ-pơrt)* *a.* Hỗn, xấc láo ; mất dạy, vô lễ.—*n.* Đứa hỗn láo.

Malaria *(mơ-le'ri-ơ)*. *n.* Bệnh sốt rét ngã nước.

Male *(mêl)*, *n.* & *a.* Giống đực, con đực.

Malediction *(mel-li-đik'shân)*, *n.* Sự chửi rủa, nguyền rủa; thóa mạ.

Malefactor *(mel'lifek-tơ)*, *n.* Đứa gian ác, bất lương.

Malevolent *(mơ-lev'vơ-lânt)*, *a.* Xấu bụng; tà tâm; có ác ý.

Malfeasance *(mel-fi'zâns)*, *n.* Sự hay làm hại; hành vi phi pháp; việc ác.

Malice *(mel'lis)*, *n.* Tính ranh mãnh; ý làm hại.

Malicious *(mơ lis'shâs)*, *a.* Tinh ranh, tinh nghịch.

Malign *(mơ-lain')*, *a.* Ranh mãnh, tinh quái.

Malignant *(mơ-lig'nânt)*, *a.* Hay làm hại, ác tính, làm cho chết được; có ác ý.

Mall *(mo l,mel)*. *n.* Búa gỗ to; lối đi có bóng rợp.

Mallard *(mel'lơrđ)*. *n.* Vịt rừng; vịt đực.

Malleability *(mel'li-ơ-bil'-li-ti)*, *n* Tinh dễ dát mỏng.

Malleable *(-bưl)*, *a.* Dễ dát mỏng.

Mallet *(mel'let,-lưt)*, *n.* Cái vồ, chày, dùi; cái gậy gỗ.

Malnutrition *(mel-niu-tris'-shân)*, *n.* Sự vụng nuôi, không biết nuôi, sự nuôi nấng không đủ.

Malodorous *(mel-lô'đơ-râs)*, *a.* Nặng mùi; khó ngửi.

Malt *(molt)*, *n.* Mạch nha. — *vt.* Làm thành mạch nha.

Maltreat *(mel-triit)*, *v.* Bạc đãi, ngược đãi.

Mammal *(mem'mơl)*, *n.* Loài có vú; loài nuôi con bằng sữa.

Mammoth *(mem'mâth)*, *n.* Con ma-mút, voi khổng lồ.—*a.* To lắm.

Man *(men)*, *n.* Người; nhân loại, đàn ông.

Manacle *(men'nơ-cưl)*, *n.* & *vi.* Xích tay, khóa tay.

Manage *(men'nưj)*. *v.* Điều khiển, trông coi, quản lý.

Management *(-mânt)*, *n.* Sự điều khiển, sự cai quản.

Manager *(-jơ)*, *n.* Người giám đốc; người chủ-nhiệm.

Man-at-arms *(-armz)*, *n.* Chiến sĩ, ky giáp binh.

Mandarin *(men'đơ-rin)*, *n.* Ông quan; tiếng quan-hỏa.

Mandate *(men'đêt,- đât)*, *n.* Lệnh truyền, huấn-lệnh.

Mandatory *(men'đơ-tô-ri, -tơ-ri)*, *a.* Chịu ủy nhiệm; có ủy quyền, mệnh lệnh.

Mandible *(men'đi-bưl)*, *n.* Hàm mỏ chim; hàm miệng côn trùng; sương hàm.

Mandolin *(men'đơ-lin)*, *n.* Đàn măng-đô-lin.

Mandrake *(mên'đrêk)*, *n.* Một giống cày độc có củ giống như củ nhân-sâm, dùng làm thuốc.

Mane *(mên)*, *n.* Lông bờm (trên cổ sư-tử, ngựa).

Maneuver *(mơ-nu'vơ)*, *n.* Cuộc tập trận, thao diễn hải quân.

Manful *(men'ful)*, *a.* Can đảm; bạo dạn; cương quyết.

Manganese *(meng'gơ-niis,-niiz)*, *n.* (hóa) Măng-gan.

Mange *(mênj)*, *n.* Ghẻ chó. — *a.* **Mengy** *(mên'ji)*, Bị ghẻ lở.

Mangle *(meng'gưl)*, *vt.* Cắt, xé; làm hỏng.

Manger *(mên'jơ)*, *n.* Máng cho súc vật ăn.

Mango *(meng'gô)*, *n.* Quả soài, quả muỗm.

Mangrove *(meng'grôv)*, *n.* Cây hồng-thụ.

Manhood *(men'huđ)*, *n.* Tuổi trưởng thành.

Mania *(mê'ni-ơ)*, *n.* Điên dại; loạn óc; tật xấu.

Maniac *(mê'ni-ek)*, *a.* Điên cuồng, cuồng loạn.—*n.* Người điên.

Manicure *(men'ni-kiu-r)*, *n.* Người sửa bàn tay hay móng tay cho đẹp.

Manifest *(men'ni-fest)*, *n.* Đơn kê hàng chở trong tầu. — *vt.* Tỏ rõ. — **Manifestation**, *n.* Cuộc biểu tình.

Manifesto *(men-ni-fes'lô)*, *n.* Bản tuyên-ngôn.

Manifold *(men'ni-fôld)*, *a.* Nhiều thứ, nhiều kiểu.

Manikin, **Mannikin** *(men'ni-kin)*, *n.* Người bù-nhìn; bung sung; người lùn.

Manipulate *(mơ-nip'pit-lêt)*, *vt.* Xử dụng (khéo).

Mankind *(men-kaind')* *n.* Nhân loại, loài người.

Manly *(men'li)*, *a.* Mạnh bạo; can đảm; sang trọng; cao thượng.

Manner *(men'nơ)*, *n.* Kiểu, điệu; dáng điệu.—*pl.* Lễ phép.

Mannerism *(men'nơ-ri-zưm)*, *n.* Thói cầu kỳ, kiểu cách.

Manoeuvre *(mơ-nu'vơr)*, Xch. **Maneuver**, Sự thao diễn, hành binh; sự vận động.

Man-of-war *(-uor)*, *n.* Chiến hạm, tầu chiến.

Manor *(men'nơr)*, *n.* Đất của lãnh chúa; lãnh địa(bên Anh).

Manse *(mens)*, *n.* Nhà của vị mục-sư.

Man-servant *(-sơ'vânt)*, *n.* Người làm công, đầy tớ giai.

Mansion *(men'shân)*, *n.* Lâu đài, dinh thự.

Mansion-house *(- haos)*, *n.* Dinh thự lớn ; dinh ông thị-trưởng.

Manslaughter *(men'slo - tơr)*, *n.* Ngộ sát ; sự giết người.

Mantel *(men' tul)*, *n.* Bệ lò sưởi ; ống khói.

Mantel-piece *(men' tul - piis)*, *n.* Bệ lò sưởi.

Mantle *(men' tul)*, *n.* Áo khoác dài.

Manual *(men'nhuơl)*, *a.* Bằng tay. — *n.* Quyển sách nhỏ.

Manufactory *(men - niu - fek'-tơ-ri)*, *n.* Nhà máy, xưởng chế tạo.

Manufacture *(- chơ)*, *n.* Sự chế tạo — *v.* Chế-tạo

Manufacturer *(- chơ - rơ)* *n.* Người chế tạo.

Manumit *(men'niu-mit')*, *vt.* Giải phóng khỏi vòng nô lệ.

Manure *(mơ-niu'r)*, *n.* Phân bón cày, phì liệu.

Manuscript *(men'niu-script)*, *n.* Bản chính ; bản thảo.

Many *(men'ni)*, *a.* Nhiều. — *n.* Số nhiều.

Map *(mep)*, *n.* Bản đồ địa dư ; địa đồ. — *vt.* Họa đồ.

Maple *(mê'pul)*, *n.* Cây trường khế.

Mar *(mar)*, *v.* Làm hư hỏng ; làm sai hay xấu nét mặt.

Marathon *(me'rơ-thon, -thân)*, *n.* Cuộc chạy thi dài 26 dặm Anh.

Marauder *(mơ-ro'đơ)*, *n.* Kẻ phá hoại, thiêu hủy.

Marble *(mar'bul)*, *n.* Đá cẩm thạch, đá hoa ; hòn bi.

Marcel *(mar'sel)*, *n.* Làn sóng ở tóc uốn bằng sắt riêng.

March *(march)*, *n.* Tháng ba. — *vi.* Xếp hàng đi ; tiến.

Marchioness *(mar' shân - nes, -nâs)*, *n.* Bà hầu tước.

Mare *(mer)*, *n.* Ngựa cái. — **Mare's nest**, Vật hão.

Margarine *(mar'gơ-rin, -jơ-)*, *n.* Bơ nhân tạo ; mỡ.

Marge *(marj)*, *n.* Bờ, mép ; giới hạn.

Margin *(mar'jin)*, *n.* Bờ, mép ; giới hạn ; vật, tiền chuẩn bị ; chỗ tiền chênh nhau giữa 2 giá.

Marinate *(me' ri - nêt)*, *vt.* Ướp, ngâm, dầm vào nước mắm hay nước muối.

Marine *(mơ - rin')*, *a* Thuộc về bể. — *n.* Tầu biển ; hải binh.

Mariner *(me' ri - nơ)*, *n.* Thủy binh, thủy thủ.

Marionette *(mơ-ri-ơ-net')*, *n.* Con búp-bê ; hình-nhân.

Marital *(me' ri - tɑl, mơ - rai'-tɑl), a.* Thuộc về chồng ; cưới ; hôn-nhân.

Maritime *(-tim, -taim), a.* Giáp bể, thuộc về bể.

Mark *(mark), n.* Nhãn hiệu ; dấu ; điểm. — *vt.* Đánh dấu.

Marked *(markt), a.* Được để ý tới ; lộ ra ; có dấu.

Market *(mar'ket,-kɯt), n.* Chợ ; thời giá ; thị trường.

Marksman *(marks' mân), n.* Người bắn giỏi.

Marlinespike *(mar'lin - spaik), n.* Cái dùi nhọn.

Marmalade *(mar'mơ-lêđ), n.* Mứt nhừ (dừ) ; mựt cam.

Marmot *(mar'mât), n.* Con culi ; chuột lông xù.

Maroon *(mơ - run'), vt.* Bỏ ở ngoài cù lao hoang. — *n.* Người nô-lệ tẩu thoát.

Marquee *(mar-ki'), n.* Lều to ; nha vải to ; đình.

Marquetry *(mor' kơ - tri), n.* Thuật, nghề khảm gỗ hay đá.

Marquis *(mar' quis. mar-ki), n.* Hầu tước. — **Maquisate,** *n.* Chức hầu tước.

Marquise *(mar - kiiz'), n.* Bà hầu-tước.

Marriage *(me' rij), n.* Hôn nhân, sự kết hôn, lấy nhau.

Marrow *(me'rô), n.* Tủy ; dầu thơm của các cây quả.

Marry *(me'ri), v.* Cưới vợ, lấy chồng ; dựng vợ gả chồng cho.

Mars *(marz), n.* Thần chiến tranh ; hỏa-tinh.

Marsh *(marsh), n.* Đồng lầy.

Marshal *(mar'shɑl), n.* Thống chế ; cảnh sát trưởng.

Marshmallow *(marsh'mel-lô), n.* Một thứ hồ dai và mềm.

Mart *(mart), n.* Chợ ; thị trường. — *v.* Bán ở thị trường.

Marten *(mar'ten, -tɯn), a.* Con chồn

Martial *(mar' shɑl), a.* Hùng dũng ; thuộc về luật giới-nghiêm lúc có chiến-tranh, quân-sự.

Martin *(mar' tin), n.* Chim sáo đá.

Martinet *(mar - ti - net'), n.* Người nghiêm chính ; người theo đúng kỷ-luật.

Martyr *(mar'tơ), n.* Người chịu chết vì đạo hay chủ-nghĩa ; người bị đau khổ (vì bệnh).

Martyrdom *(mar'tơ đâm), n.* Sự chịu chết vì đạo.

Marvel *(mar' vɑl), n.* Sự lạ lùng, sự phi thường.

Marvelous *(-lâs), a.* Lạ lùng phi thường.

Mascara *(mas-ke'rơ, mes ca'-rơ, mas-ca'rơ), n.* Thứ thuốc ruộm lông mi.

Mascot *(mes'kot,-kât)*, *n.* Bùa hộ mệnh ; vật đưa lại sự may.

Masculine *(mes'kiu-lin)*, *a.* & *n.* (thuộc về) Giống đực.

Mash *(mesh)*, *v.* Trộn lẫn ; nghiền, dầm. — *n.* Món trộn.

Mashie *(mes'shi)*, *n.* Cái gậy có đầu sắt để đánh quả bóng.

Mask *(mask)*, *n.* Mặt nạ ; người đeo mặt nạ. — **Masked**, *a*

Mason *(mê'sơn)*, *n.* Người thợ nề.

Masonic *(mơ-son'nik)*, *a.* Thuộc về hội bí mật tam điểm.

Masonry *(-ri)*, *n.* Nghề xây dựng ; nhà xây, dụng cụ.

Masquerade *(mas-cơ-rêđ')* *n.* Sự, ngày hội đeo mặt nạ khi nhẩy ; sự giả hình.

Mass *(mas)*, *n.* Khối lượng ; đống ; đám đông ; lễ Mi-sa.

Massacre *(mes'sơ-cơ)*, *n.* Sự tàn sát.— *v.* Giết, tàn sát.

Massage *(mơ-saj')*, *n.* Sự nắn bóp, xoa. — *vt.* Nắn bóp.

Masseur *(ma-sơr'*, *me-sơr')*, *n.* Người đấm bóp.

Massive *(mes'siv)*, *a.* Thành khối ; từng tảng.

Mast *(mast)* *n.* Cột buồm. — Dựng cột buồm.

Master *(mas'tơ)*, *n* Thầy giáo; giám đốc, chủ sự; chủ nhân.

Master piece *(-piis)*, *n.* Tuyệt phẩm.

Mastery *(mas'tơ-ri)*, *n.* Quyền thế, ưu thế ; sự thắng lợi ; tinh thông.

Masthead *(mast'heđ)*, *n.* Đầu cột buồm.

Masticate *(mes'ti-kêt)*, *v.* Nhai; nghiền thành bột.

Mastiff *(mas'tif)*, *n.* Chó to để giữ nhà.

Mastodon *(mes'tơ-đon)*, *n.* Voi đời thượng cổ.

Masturbate *(mes'tơ-bêt)*, *vt.* Thủ dâm.— **Masturbation**, *n.* Sự thủ dâm.

Mat *(met)*, *n.* Chiếu ; nệm rơm; khăn bàn có ô vuông.

Matador *(met'tơ-đôr, đor)*, *n.* Người trọi (giết) trâu.

Match *(mech)*, *n.* Diêm ; cuộc đấu (bóng, võ v.v.); địch thủ ; vật hợp nhau.— *vt.* Đối địch. — *vi.* Sứng bộ.

Matchlock *(mech'lok)*, *n.* Một thứ súng mút-cơ-tông cổ.

Mate *(mêt)*, *n.* Người bạn ; vợ ; đồng bạn.

Material *(mơ-ti'ri-ơl)*, *n.* Vật chất ; nguyên liệu ; vải.

Materialism *(-li-zơm)*, *n* Duy vật luận, thực lợi chủ nghĩa. — **Materialist**, *n.* Người theo duy-vật-luận.

Materialize *(mơ-ti'ri-ơl-laiz), v.* Thực-thể-hóa ; vật-chất-hóa.

Maternal *(mơ-tơ'nơl), a.* Thuộc về mẹ ; tình mẫu tử.

Maternity *(-ni-ti) n.* Sự làm mẹ, tính nhân từ.

Mathematical *(me-thơ-met'ti-cơl), a.* Về toán pháp.

Mathematicain *(-mơ-ti'shân), n.* Nhà toán-học.

Mathematics *(-met'tiks) n.* Toán học.

Matinee *(met'ti-nê') n.* Cuộc tiếp khách, cuộc hòa nhạc, buổi hí kịch diễn ban ngày.

Matricide *(met'tri-saiđ), n.* Sự giết mẹ mình.

Matriculate *(mơ-trik'kiu-lêt) v.* Ghi vào sổ (trường đại học).

Matriculation *(-lê'shân), n.* Sự vào sổ, đỗ tú tài.

Matrimonial *(met-tri-mô'ni-ơl), n.* Thuộc về vợ chồng.

Matrimony *(met'tri-mơ-ni), n.* Việc hôn nhân ; hôn phối.

Matrix *(mê'triks,met'riks), n.* Khuôn đúc ; cái khuôn.

Matron *(mê'trân), n.* Đàn bà góa ; người coi sóc gia-đình, hay nhà thương.

Matted *(met'tưđ,-teđ), a.* Có phủ chiếu ; [illegible] lại, chằng chịt.

Matter *(met'tơ). n.* Một vấn đề, việc, sự gì ; vật liệu.

Matter-of-fact, *a.* Tầm thường; hiển nhiên.

Mattock *(met'tâk), n* Cái cuốc; cái cuốc chim (đầu nhọn).

Mattress *(met'tres,-trâs), n.* Nệm giường ; cái đệm

Mature *(mơ-tiu'r), n.* Chín ; đã đến thời kỳ hoàn toàn đầy đủ.

Maudlin *(mođ'lin), a.* Bi ai, thảm thiết ; ngà ngà say.

Maul, Mall *(mo-l), n.* Cái vồ, chầy, dùi, búa gỗ.

Maunder *(mon'đơr,man'đơr), v.* Kêu, nói ú ớ; đi lang thang.

Mausoleum *(mo-sơ-li'âm), n.* Phần mộ ; lăng tẩm ; ngôi mộ to.

Mauve *(môv), n.* Màu hoa cà ; màu tím nhạt.

Mavis *(mê'vis), n.* Một thứ chim họa mi.

Maw *(mo), n.* Diều chim ; dạ dầy.

Mawkish *(mo'kish), a.* Nhạt nhẽo ; vô vị ; không có cảm tình.

Maxim *(mek'sim), n.* Câu cách ngôn.

Maximun *(mek'si-mâm), n.* Số cực đại ; nhiều nhất ; tối đa.

May *(mê), v. def.* Có thể ; có nhẽ ; được phép.

May *(mê), n.* Tháng năm.—**May Day**, Lễ mồng 1 tháng năm.

Maybe *(mê'bi), adv.* Có lẽ, có thể là.

Mayhem *(mê'hem), n.* (luật) Sự đánh què ; sự làm cho tàng-tật.

Mayor *(mer,mê'ơ), n.* Ông thị-trưởng ; xã trưởng.

Maze *(mêz), n.* Sự hỗn loạn trong tâm trí ; hoặc mê ; đường lối khúc-khuỷu.

Me *(mi), pron.* Tôi.

Mead *(mi-đ), n.* Nước đường mật ; bãi cỏ, đồng cỏ.

Meadow *(me ' đô), n.* Cánh đồng ; ruộng cỏ.

Meager *(mi' gơ), a.* Gầy; mỏng; kém cỏi ; không đủ.

Meal *(mi-l), n.* Bữa cơm ; bột, bột lúa.

Mean *(mi-n), a.* Hèn ; đê tiện ; giữa.—*vi.* Nghĩa là, định nói. —*n.* Chỗ giữa ; (*pl.*) phương-tiện ; tiền.

Meander *(mi-en'đơ), n.* Đường đi lượn khúc.—*v.*Ngoằn ngoèo.

Meaning *(miin'ning), n.* Nghĩa; ý định, ý nghĩa.

Meantime *(miin'taim), adv.* Đồng thời, trong lúc ấy.

Meanwhile *(-huail), adv.* Đồng thời, cũng lúc ấy.

Measles *(mi'zưlz), n.* Bệnh sởi ; bệnh sốt phát ban.

Measure *(me'zhơ), n.* Sự đo lường ; vật để đo. — *vt.* Đo.

Meat *(mi-t), n.* Thịt ; đồ ăn ; chỗ nạc.

Mechanic *(mi - ken' nik), a.* Thuộc về cơ khí, máy móc.— *n.* Người thợ máy.

Mechanics *(mi-ken' niks), n.* Cơ học, lực học.

Mechanism *(mek'kơ-ni-zưm), n.* Máy móc, cơ giới ; sự cấu tạo ; tác-dụng cơ-giới.

Mechanize *(-naiz), vt.* Làm thành máy móc ; cơ khí hóa.

Medal *(međ'đơl), vi.* Mẫu ảnh nhỏ để đeo ; huy-chương.

Meddle *(međ ' đưl), vi.* Can thiệp vào việc gì.

Mediaeval *(mi-đi-i'vơl, međ-), n.* Thuộc về thời trung-cổ.

Medial *(mi'đi-ơl), a.* Giữa ; trung ương ; trung bình.

Median *(mi'đi-ân), a.* Ở giữa, trung ương ; trung gian.

Medical *(međ'đi-cơl), a.* Thuộc về nghề thuốc ; y khoa.

Medicament *(mi-đik'kơ-mânt, međ'-), n.* Thuốc thang.

Mediate *(mi'đi-êt), vi.* Hòa-giải. — *vt.* Điều-đình.

Medicinal *(mi-đis'si-nơl), a.* Dùng làm thuốc; chữa được bệnh.

Medicine *(međ'đi-sin), n.* Y học; thuốc; đơn thuốc.

Medieval *(mi - đi - i' vơl), a.* Thuộc về thời trung cổ.

Mediocre *(mi' đi - ô - kơ), a.* Tầm thường; bình phàm.

Meditate *(međ'đi-lêt), vt.* Suy ngẫm, mặc niệm.

Meditation *(- tê' shân), n.* Sự suy ngẫm, mặc niệm.

Medium *(mi'đi-âm), n.* Trung độ; trung đẳng; phương tiện.

Medley *(međ' li), n.* Vật hỗn hợp; sự pha trộn.

Meed *(mi-đ), n.* Phần thưởng.

Meek *(mi-k), a.* Hay nhịn nhục, chịu đựng

Meet *(mi-t), v.* Gặp gỡ — *a.* Hợp, ăn nhịp.

Meeting *(-ting), n.* Cuộc hội họp, phiên hội đồng.

Megaphone *(meg'gơ-fôn), n.* Cái loa để gọi hay nói.

Melancholy *(mel'lân-cơ-li), n. & a.* Đa sầu; buồn rầu.

Melee *(mê-lê', mel'lê), n.* Sự hỗn độn, lộn xộn, rối reng; cuộc hỗn chiến.

Mellifluous *(mel'lif'flu-âs), n.* Ngọt ngào; đường-mật.

Mellow *(mel'lô), a.* Mềm; dễ chảy, dễ tan.

Melodious *(mi - lô' đi - âs), a.* Du dương, có điệu du dương.

Melodrama *(mel-lơ-đra'mơ). n.* Nhạc kịch; ca kịch.

Melody *(mel' lơ - đi), n.* Âm điệu du dương.

Melon *(mel'lân), n.* Quả dưa bở, dưa tây.

Melt *(melt), v.* Chảy thành chất lỏng dưới sức nóng.

Member *(mem'bơ), n.* Đảng viên; hội viên; tứ chi.

Membership, *n.* Đoàn thể; địa-vị hội-viên; chức hội-viên.

Membrane *(mem' brên), n.* Màng mỏng; một lớp mỏng.

Memento *(mi-men'tô), n.* Dấu ghi để nhớ; vật kỷ-niệm.

Memoir *(mem'moar), n.* Tự truyện; truyện ký; luận văn.

Memorable *(mem'mơ-rơ-bưl), a.* Đáng ghi nhớ.

Memorandum *(-ren'đâm), n.* Bản ghi nhớ; bản chép.

Memorial *(mi-mô'ri-ơl), n.* Ký ức; kỷ niệm; đơn xin.

Memorize *(mem'mơ-raiz), v.* Thuộc lòng; học thuộc lòng.

Memory *(-ri), n.* Trí nhớ; ký ức; kỷ-niệm.

Menace *(men'nâs), vt.* Đe dọa. — *n.* Lời, sự đe dọa.

Menagerie *(mi-nej'jơ-ri), n.* Chuồng nuôi và luyện thú vật.

Mend *(mend), v.* Vá lại, chữa lại ; phục hưng.

Mendacious *(men-đề'shâs), a.* Dối giả, giả dối.

Mendicant *(men' đi-cânt), a.* & *n.* Kẻ hành khất, ăn mày.

Menial *(mi'ni-ơl, miin'nhi-ơl), a.* Thuộc về nô bộc, đầy tớ ; hèn hạ ; ti-tiện. — *n.* Đầy tớ.

Menses *(men'siz), n. pl.* (sinh lý) Kinh nguyệt.

Mensuration *(men-shu-rê'-shân), n.* Sự đo, lường.

Mental *(men'tơl), a.* Thuộc về trí khôn.

Mentality *(men-tel'li-ti), n.* Tâm lý, tâm trạng ; trí óc ; sức mạnh của trí khôn ; đặc tính, tính tình.

Menthol *(men' thôl, -thol), n.* Men-thôl ; bạc hà.

Mention *(men' shân), vt.* Chú ý đến, nói đến.

Mentor *(men'tơr, -tor), n.* Giáo sư ; người cố vấn thông thái và trung thành.

Menu *(men'niu, mơ-nuy'), n.* Bản kê các món ăn ; thực đơn.

Mephitic *(mi-fil' tik), a.* Nặng mùi ; có mùi hôi thối.

Mercantile *(mơr' cân-til,-tail), a.* Thuộc về buôn bán, thương mại.

Mercenary *(mơ'si-nơ-ri), a.* Làm thuê lấy tiền.

Mercer *(mơr' sơ), n.* Nghề buôn tạp hóa, vải vóc.

Mercerize *(mơr'sơ-raiz), vt.* Hồ vải cho bóng, cho nhoáng.

Merchandise *(-chân-đaiz), n.* Hàng hóa. — *vi.* Buôn bán.

Merchant *(mơ' chânt), n.* Người buôn bán (với ngoại quốc).

Merchant-man *(- mân), n.* Chiếc tầu buôn.

Mercurial *(mơr-kiu'ri-ơl), n.* Nhanh nhẹn, hoạt bát, giỏi ; có tài nói ; thông minh ; có thủy ngân. — *n.* Thuốc có thủy ngân.

Mercury *(mơ'kiu-ri), n.* [hóa] Thủy ngân ; [thiên] Thủy-tinh.

Mercy *(mơ' si), n.* Lòng thương ; lòng tha thứ.

Mere *(mi'ơr), a.* Đơn sơ ; chỉ có một mục đích.

Merely *(mi'ơ-li), adv.* Đơn sơ, đơn giản ; chỉ có thế.

Meretricious *(mơ-ri-tris' shàs), n.* Hào nháng bề ngoài.

Merge *(mơrj)*, *vt.* Chảy loãng ra ; hòa lẫn với nhau ; hợp lại.

Merger *(mơr'jơ)*, *n.* Sự hỗn hợp chất kép và chất đơn ; sự hợp lại.

Meridian *(mi-riđ'đi-ân)*, *n.* Kinh tuyến.

Merino *(mơ-ri'nô, mi-)*, *n.* Thứ vải gai hay len mềm ; giống cừu lông rất mượt.

Merit *(me'rit)*, *n.* Công trạng. — *v.* Xứng đáng, đáng được.

Meritorious *(mơ-ri tô'ri-âs)*, *a.* Đáng khen ; có công.

Mermaid *(mơ'mêđ)*; *n.* Cá có đầu người đàn bà.

Merriment *(me'ri-mânt)*, *n.* Sự vui vẻ ; hoan hỉ.

Merry *(me'ri)*, *a.* Vui vẻ, sung sướng ; hớn hở.

Merry - go - round, *n.* Vòng ngựa gỗ.

Mesa *(mê'sơ)*, *n.* Giải cao nguyên có dốc.

Mesh *(mesh)*, *n.* Lưới ; mắt lưới. — *v.* Bắt bằng lưới.

Mesmerism *(mez'mơ-ri-zưm)*, *n.* Thuật thôi miên.

Mess *(mes)*, *n.* Món ăn mềm ; bọn người ăn cơm với nhau ; sự hỗn loạn.

Message *(mes'sâj)*, *n.* Thư-tín, thông điệp ; tin tức.

Messenger *(mes'sân-jơ)*, *n.* Người đưa tin tức.

Messmate *(mes'mêt)*, *n.* Người cùng ăn cơm trọ.

Mestizo *(mes-ti'zô)*, *n.* Tạp chủng ; giống lại ; người lai Y-pha-nho và mọi Mỹ.

Metabolism *(me - teb' bơl - li - zơm)*, *n.* [sinh] Tác dụng biến thể ; biến hình.

Metal *(met'tơl)*, *n.* Kim khí, kim loại.

Metallic *(mi-tel'lik)*, *a.* Thuộc về hay có chất kim khí.

Metallurgy *(met'tơl-lơ-ji)*, *n.* Phép luyện, đúc kim khí.

Metamorphic *(met - tơ - mor' - fik)*, *a.* Làm biến hình.

Metamorphosis *(met-tơ-mor'-fơ - sis, -mor - fô'sis)*, *n.* Sự biến hình, biến thể ; sự biến tính của nham-thạch.

Metaphor *(met' tơ - for)*, *n.* Cách dùng chữ để chỉ nghĩa bóng.

Metaphysics *(met-tơ fiz'ziks)*, *n.* Siêu hình học.

Mete *(miit)*, *vt.* Đo, đo lường ; phân phối.

Meteor *(mi'ti-ơr)*, *n.* Lưu tinh, sao đổi ngôi.

Meterology *(- rol' lơ - ji)*, *n.* Khí tượng học.

Meter, Metre *(mi'tơ)*, *n.* Máy tính (điện, nước) ; 1 thước.

Method *(me'thâđ)*, *n.* Phương pháp ; quy tắc.

Methodist *(met'thơ-đist)*, *n.* Hội-viên giám-lý-hội.

Meticulous *(mi-tik'kiu-lâs)*, *a.* Tỷ mỷ quá.

Metric *(met' trik)*, *a.* Thuộc về sự đo, hay mét-hệ.

Metronome *(met'trơ-nôm)*, *a.* Máy đánh nhịp.

Metropolis *(mi-trop'pơ-lis)*, *n.* Thủ-đô ; trung tâm.

Mettle *(met'tưl)*, *n.* Can đảm, hăng hái, nhiệt tâm.

Mew *(miu)*, *n.* Chim hải âu ; tiếng mèo kêu.

Mexican *(mek' si - cân)*, *n.* Người Mễ-tây-cơ. — *a.* Thuộc về nước Mễ-tây-cơ.

Mica *(mai'cơ)*, *n.* Chất mi-ca, vân mẫu.

Mice *(mais)*, *n. plural of* **Mouse** : Chuột nhắt.

Michaelmas *(mik' kơl - mâs)*, *n.* Lễ tổng-lãnh thiên-thần Mi-ca-e (20 tháng 9).

Microbe *(mai' crôb)*, *n.* Vi trùng ; sinh vật nhỏ.

Microcosm *(mai'crơ-coz-zưm)*, *n.* Thế giới nhỏ, vũ-trụ nhỏ.

Micrometer *(mai - krom' mi - tơr)*, *n.* Thước trắc vi, máy trắc vi.

Microorganism *(mai'krơ-or'-gân-ni-zưm)*, *n.* Vi-sinh-vật.

Microphone *(-fôn)*, *n.* Máy thu thanh ; bá tâm.

Microscope *(mai' crơ - scrôp)*, *n.* Kính hiển vi.

Microscopic *(mai - krơ - scop'-pik)*, *a.* Thuộc về kính hiển vi ; nhỏ li ti ; bé tí.

Mid *(miđ)*, *a.* Ở giữa ; trung gian ; chỉ về chỗ giữa.

Midday *(miđ' đê)*, *n.* Buổi giữa trưa (ngọ).

Middle *(miđ'đưl)*, *n.* Chính giữa, điểm giữa.

Middleman *(miđ' đưl - men, - mân)*, *n.* Người trung-gian ; môi giới.

Middling *(miđ'ling)*, *a.* Xoàng, tầm thường ; trung lưu. — *n.* Trung đẳng ; thượng phẩm.

Middy *miđ'đi)*, *n.* Hậu-tuyển sĩ-quan thủy-quân.

Midge *(mij)*, *n.* Muỗi con, ruồi con.

Midget *(mij' jet, -jât)*, *n.* Người bé ; trẻ con ; hạng bé.

Midland *(miđ'lânđ)*, *n.* Miền giữa khu vực ; miền trung bộ.

Midmost *(miđ'môst, -mâst)*, *a.* Trung tâm ; ở chính giữa, ngay giữa.

Midnight *(miđ'nait)*, *n.* Nửa đêm.

Midriff *(miđ' rif)*, *n.* Hoành cách-mô ; bắp thịt giữa ngực và dạ dày.

Midshipman *(miđ' ship-mân)*, *n.* Chuẩn-úy về hải-quân.

Midst *(miđst)*, *n.* Chính giữa ; ở trong ; trong lòng.

Midwife *(miđ' uaif)*, *n.* Cô đỡ, bà đỡ.

Mien *(mi-n)*, *n.* Vẻ mặt ; hành vi ; cử chỉ, thái độ.

Might *(mait)*, *n.* Quyền hành ; sức mạnh ; công suất.

Mighty *(-ti)*, *a.* Có sức lực ; có đủ tài sức ; mạnh.

Migrant *(mai' grânt)*, *a.* Di cư ; đi sống ở nơi khác.

Migrate *(mai'grêt)*, *v.* Di cư ; đi nơi khác.

Mikado *(mi-ka'đô)*, *n.* Thiên-hoàng Nhật-Bản.

Milch *(milch)*, *a.* Cho sữa. — **A milch cow**, Bò sữa.

Mild *(maild)* *a* Dịu-dàng, nhẹ ; ôn hòa, có tiết độ.

Mildew *(mil' điu)*, *n.* Mốc, rêu ; rỉ.

Mile *(mail)*, *n.* Dặm, lý Anh (1760 mã ; 1609m3).

Milestone *(- stôn)*, *n.* Cọc, cột đá chỉ cây số.

Militant *(mil'li-tânt)*, *a.* Chiến tranh, tranh đấu.

Militarism *(mil'li-tơ-ri-zưm)*, *n.* Chế độ quân phiệt.

Military *(mil' li - tơ - ri)*, *a* Thuộc về quân đội, quân nhu.

Militate *(mil'li-têt)*, *vi.* Chiến đấu, tranh đấu ; có sức, có hiệu lực.

Militia *(mi-lis'shơ)*, *n.* Dân-đoàn, dân-quân.

Milk *(milk)*, *n.* Sữa. — *v.* Vắt sữa.

Milkmaid *(milk' mêđ)*, *n.* Người đàn bà vắt sữa.

Milkman *(milk'men,-mân)*, *n.* Người bán sữa.

Milky *(mil'ki)*, *a.* Chỉ về sữa. — **The milky way**, Ngân hà.

Mill *(mil)*, *n.* Máy xay lúa, thóc ; xưởng.

Millennium *(mi-len'ni-âm)*, *n.* Ngàn năm ; một ngàn năm thái bình ; thời bình.

Miller *(mil'lơ)*, *n.* Người xay lúa, xay bột.

Millet *(mil' let, -lưl)*, *n.* Hạt kê.

Milliard *(mil'li ard)*, *n.* Một nghìn triệu.

Milliner *(-nơ)*, *n.* Người bán đồ trang sức, mũ đàn bà.

Million *(mil' li - ân)*, *n.* Một triệu (1.000.000).

Millionaire *(-ner')*, *n.* Người triệu phú.

Mill-stone *(mil'slôn)*, *n.* Cối xay ; đá cối xay.

Mill-wheell *(mil'huyl)*, *n.* Bánh xe cối xay.

Mimeograph *(mim'mi-ơ-graf)*, *n.* Dụng-cụ để in bằng giấy sáp.

Mimic *(mim'mik)*, *a.* Bắt chước. *vt.* Bắt chước.

Mimicry *(mim'mik-krai)*, *n.* Thuật bắt chước.

Mimosa *(mi-mồ'sơ,-zơ)*, *n.* Cây xấu hổ.

Minaret *(min-nơ-ret', min'nơ-ret)*, *n.* Tháp nhọn (tu sĩ đứng ở đó để cầu kinh).

Mince *(mins)*, *vt.* Cắt nhỏ, thái nhỏ.—*vi* Nói thỏ thẻ.

Mind *(mainđ)*. *n.* Khôn ; trí thông minh.—*vt.* Chú ý.

Mindful *(mainđ'ful)*. *a.* Cẩn thận, ý tứ, chú ý, lưu tâm.

Mine *(main)*, *n.* Mỏ ; mìn.—*vt.* Khai mỏ.—*pron.* Của tôi.

Mineral *(min'nơ-rơl)*, *n.* Khoáng vật, khoáng chất.

Mineralogy *(min-nơ-rơl'lơ-ji)*, *n.* Khoáng vật học.

Mingle *(ming'gưl)*, *v.* Trộn lẫn ; hỗn hợp ; phối hợp.

Miniature *(min'ni-ơ-chơ)*, *n.* Tranh vẽ thu nhỏ lại.

Minim *(min'nim)*, *n.* Vật nhỏ ; giọt nước.—**Minimize**, *vt.*

Minimize *(min'ni-maiz)*, *vt.* Rút đi cho đến chỗ ít nhất.

Minimum *(-mâm)*, *n.* Số tối thiểu, ít nhất.

Minion *(min'nhi-ân)*, *n.* Người mình yêu mến ; vật sùng bái; đứa nhờ vả hèn hạ.

Minister *(min'nis-tơ)*, *n.* Ông bộ trưởng ; tu sĩ.

Ministry *(-tri)*, *n.* Chức vụ ; bộ ; mục-sư-đoàn.

Mink *(mingk)*, *n.* Một thứ da mượt (của con báơ nước).

Minnow *(mi'nô)*, *n.* Một thứ cá nhỏ giống cá chép.

Minor *(mai'nơ)*, *a.* Kém, nhỏ ; liệt vào hạng nhì.

Minority *(mi-no'ri-ti)*, *n.* Thiểu số ; vị thành niên.

Minster *(min'stơr)*, *n.* Nhà thờ của một tu-viện.

Minstrel *(min'strơl)*, *n.* Người đánh đàn và hát ; thi sĩ.

Mint *(mint)*, *n.* Bạc hà ; tiền ; nhà đúc tiền.

Minuend *(min'niu-enđ)*, *n.* Số lớn trong tính trừ.

Minus *(mai'nâs)*, *prep.* Trừ ra (trong tính trừ) ; —*n.* Dấu trừ.

Minute *(mai-niưt',mi-)*, *a.* Rất nhỏ, không hệ-trọng.

Minute *(min'nưt)*, *n.* Một phút; thư ngắn ; bút ký.

Minutia *(mi-niu'shia,mai-)*, *n.* Các chi tiết lặt vặt ; tế mục.

Minx *(mingks)*, *n.* Gái tinh nghịch ; nhí nhảnh.

Miracle *(mi'rơ-cul)*, *n.* Phép lạ, sự lạ. — **Miraculous**, *a.*

Mirage *(mi-raj')*, *n.* Ảo ảnh.

Mire *(mai'ơ)*, *n* Bùn lầy. — *v.* Ngập bùn.

Mirror *(mi'rơr)*, *n.* Gương để soi. — *vt.* Phản chiếu.

Mirth *(mơrth)*, *n.* Sự vui vẻ ; hài hước.

Misadventure *(mis-ăd-ven'-chơr)*, *n.* Sự rủi ro ; bất hạnh ; tai nạn ; ác vận.

Misanthrope *(mis' ân - thrôp, miz'-)*, **Misanthropist** *(mis-en'thrơ-pist)*, *n.* Người chán đời, yếm thế, ghét nhân loại.

Misapprehend *(mis - ep - pri-hend')* *vt.* Hiểu nhầm, hiểu sai.

Misbehave *(misbi-hêv')*, *v.* Ăn ở xấu nết.

Miscarriage *(-ke' rưj)*, *n.* Sự thất bại ; hạnh kiểm xấu.

Miscarry *(mis-ke'ri)*, *v.* Thất bại, hụt, hỏng ; đẻ non.

Miscellaneous *(mis-si-lê'ni-âs)*, *a.* Linh tinh ; vặt vãnh.

Miscellany *(mis'sơ-lê-ni,-lơ-ni, mi-sel'lơ-ni)*, *n.* Sự hỗn độn ; lộn xộn ; văn tập.

Mischance *(mis - chans')*, *n* Tai nạn, hoạn nạn, bất hạnh.

Mischief *(mis'chif)*, *n.* Điều xấu, sự tổn hại.

Mischievous *(-chi-vâs)*, *a.* Ác, ranh mãnh, làm hại.

Miscreant *(mis'kri-ânt)*, *n.* Thằng đều ; xỏ lá.

Misdemeanor, Misdemeanour *(mis-đi-mi'nơr)*, *n.* Tội phạm; khinh tội.

Misdirect *(mis-đi-rekt', đai-)*. *vt.* Đưa lạc đường; chỉ bảo sai.

Miser *(mai'zơr)*, *n.* Người hà tiện, keo kiệt. — **Miserly**, *a.* Hà tiện ; bủn xỉn, keo kiệt.

Miserable *(miz'zơ-rơ-bưl)*, *a.* Khổ sở ; đáng thương.

Misery *(mi'zơ-ri)*, *n.* Sự lầm than ; đau đớn.

Misfortune *(mis-for'chiun)*, *n.* Tai-họa ; sự bất hạnh.

Mishap *(mis-hep')*, *n.* Rủi ro, hoạn nạn.

Mislead *(-liid')*, *v.* Lạc lối ; làm cho nhầm lẫn.

Misnomer *(mis-nô'mơ)*, *n.* Tên giả, giả danh ; sự đặt tên nhầm.

Mispronounce *(-prơ-naons')*, *v.* Đọc sai.

Miss *(mis)*, *n.* Cô. — *vt.* Nhỡ ; bỏ sót ; nhớ ; thiếu.

Missal *(mis'sơl,-sưl)*. *n.* Sách kinh mi-sa ; sách lễ.

Missile *(mis'sưl)*, *n.* Vật bắn ra, tên, đạn.

Mission *(mis'shân)*, *n.* Phái đoàn ; sứ mệnh ; sự truyền giáo ; hội truyền giáo ; nhà chung ; thiên chức.

Missionary *(-nơ-ri)*, *a.* Thuộc về truyền giáo. — *n.* Nhà truyền giáo.

Missive *(mis'siv)*, *n.* Thơ từ. —*a.* Đặc tống ; sẵn sàng để gửi đi.

Mist *(misl)*, *n.* Sương mù. — **Misty**, *a.* Có sương mù.

Mistake *(mis-têk')*, *v.* Nhầm, lẫn,—*n.* Lỗi.

Mister, Mr. *(mis'tơr)*, *n.* Ông, tiên-sinh, quý ông.

Mistletoe *(mis'sưl-tô)*, *n.* Cây trầm (tầm) gửi.

Mistreat *(mis-triit')*, *vt.* Bạc đãi. đối đãi tệ ; xử tệ,

Mistress *(wis'tres, -trâs)*, *n.* Bà chủ nhà ; bà giáo.

Mistrial *(mis-trai'ơl)*, *n.* (luật) Cuộc xử án vô hiệu vì có sự sai nhầm.

Misunderstand *(mis-ăn-đơ-slend')*, *v.* Hiểu nhầm.

Mite *(mail)*, *n.* Con nhậy con ; đồng tiền nhỏ ; số it.

Miter, **Mitre** *(mai'tơ)*, *n.* Mũ chủ giáo ; mũ giám-mục.

Mitigate *(mit'ti-ghêt)*, *v.* Làm dịu ; làm hòa hoãn.

Mitten *(mit'tưn)*, *n.* Găng tay ; bao tay để đấu võ.

Mix *(miks)*, *v.* Trộn, nhào lẫn, —**To mix up**, Lẫn.

Mixture *(miks'chơ)*, *n.* Thuốc pha ; sự hỗn hợp.

Mizzen *(miz'zưn)*, *n.* Cánh buồm sau.

Moan *(môn)*, *n.* & *v.* Rên rỉ, than khóc.

Moat *(môt)*, *n*, Hố, lỗ, hào.—*v.* Đào hào quanh.

Mob *(mob)*, *n.* Đám dân chúng ; phường hạ lưu.

Mobile *(mô'bil)*, *a.* Linh động ; lưu động ; hay thay đổi, dị biến, dễ đổi.

Mobilize *(mô'bi-laiz,mob'-)*, *n.* Động binh ; động viên.

Mock *(mok)*, *v.* Chế riễu ; cười ; bắt chước. — *a.* Giả.

Mockery *(mok'kơ-ri)*, *n.* Lời chế riễu.

Modal *(mô'đơl)*, *a.* Cách thức ; (văn) ngữ khí.

Model *(mô'đơl)*, *n.* Kiểu mẫu ; khuôn.—*v.* Làm mẫu.

Moderate *(-đơ-rât)*, *a.* Ôn hòa ; điều độ ; làm dịu ; phải chăng.—*vt* Làm dịu.—*vi.* Dịu.

Moderation *(-rê'shân)*, *n.* Sự lễ độ ; sự điều độ.

Moderator *(mođ'đơ-rê-tơr), n.* Người đứng chủ tọa trong hội nghị ; trọng tài.

Modern *(mođ'đơrn), a.* Tân thời, kim thời ; tối tân.

Modernize *(mođ'đơ-naiz), v.* Đổi mới, sửa theo lối mới ; canh tân.

Modest *(mođ'đest, -đâst), a.* Khiêm nhường ; nhã nhặn.

Modicum *(mođ'đi-câm), n.* Ít ỏi, tí chút.

Modification *(mođ-đi-fi-kê'-shân), n.* Sự thay đổi.

Modify *(mođ'đi-fai), vt.* Thay đổi; hạn chế; (văn) hình dung. —**Modifier** *(ơ), n.* Chữ hình-dung.

Modish *(môđ'đish), a.* Kiểu cách ; theo thời thức.

Modulate *(mođ'điu-lêt), v.* Biểu diễn ; uốn giọng ; lấy giọng ; đổi giọng.

Mohair *(mô'her), n.* Vải nỉ bằng lông dê.

Mohammedanism *(mơ-hem'-mơ-đơ-ni-zưm), n.* Đạo Hồi-hồi.

Moiety *(moi'ơ-ti), n.* Nửa, một phần ; một bộ phận.

Moist *(moist), a.* Ẩm, hơi ướt. —*n.* **Moistness**.

Moisten *(mois'sưn), v.* Làm ướt, phun nước.

Moisture *(-chơ), n.* Sự ẩm ướt, không khí ẩm.

Molar *(mô'lơr), n.* Răng hàm. —*a.* Dùng để nhai, để nghiền.

Molasses *(ma-les'sez,-zưz), n.* Mật mía ; mật.

Mold, Mould *(môld), n.* Mốc ; khuôn.—*v.* Mốc.

Moldy, Mouldy *(-đi), a.* Hóa mốc, thành mốc.

Mole *(môl), n.* Con chuột lê-thử ; nốt ruồi.

Molecule *(mol'li-kiul), n.* Phân tử ; điểm nhỏ.—*a.* **Molecular** *(mơ-lek'kiu'lơ).*

Molest *(mơ-lest'), vt.* Làm khổ; làm phiền ; quấy rầy.

Mollusk *(mol'lâsk), n.* Loại nhuyện thể (ốc, sên, hến).

Mollycoddle *(mô'li-côđ-đưl), n.* Đàn ông làm giáng quá ; con giai ủy-mỵ quá.

Molten *(môl'lưn), a.* Chảy lỏng (kim khí) ; đúc, nặn.

Moment *(mô'mânt), n* Một lát ; sự trọng yếu ; (cơ) năng xuất.

Momentary *(mô'mân-te ri, tơ-ri), a.* Một chốc, một lát ; nhất thời.

Momentous *(mơ-men'tâs), a.* Trọng yếu.

Momentum *(-tâm), n.* Động lượng ; động lực ; đà.

Monarch *(mon'nơk), n.* Vua quân chủ.

Monarchist *(mon'nơ-kist)*, *n.* Người theo quân chủ ; đảng viên quân chủ.

Monarchy *(-ki)*, *n.* Chế độ, chính trị quân chủ.

Monastery *(mon'nâs-te-ri,-tri)*, *n.* Tu viện, nhà dòng.

Monastic *(mơ - nes' tik)*, *a.* Thuộc về đời tu hành ; thuộc về tu viện.

Monasticism *(mơ-nes'ti-siz-zưm)*, *n.* Cách sinh hoạt của thày tu ; chế độ tăng-lữ.

Monday *(măn'đi)*, *n.* Thứ hai (trong tuần lễ).

Monetary *(mon'ni-lơ-ri)*, *a.* Thuộc về tiền bạc.

Money *(măn'ni)*, *n.* Tiền bạc ; tài sản ; kim dung.

Monger *(măng'gơ)*, *n.* Người buôn bán, thương gia.

Mongolian *(moong-gô'li-ân)*, *n.* Người Mông-cổ.

Mongoose *(moong'gus)*, *n.* Quả măng cụt,

Mongrel *(măng'grơl,moong'-grơl)*, *a.* Tạp chủng, lai, giống pha.

Monitor *(mon'ni-lơ)*, *n.* Viên trưởng tràng ; tầu chiến.

Monk *(măngk)*, *n.* Người tu-hành ; ông sư, hòa thượng.

Monkey *(-ki)*, *n.* Con khỉ.—*v.* Bắt chước một cách ngớ-ngẩn.

Monition *(mơ-nis'shân)*, *n.* Lời cảnh cáo ; cáo giới ; khuyên can.

Monkshood *(măngks'huđ)*, *n.* Một thứ cậy độc.

Monocle *(mon'nơ-cưl)*, *n.* Kính một mắt.

Monogamy *(mơ-nog'gơ-mi)*, *n.* Chế độ một vợ, một chồng. — *a.* **Monogamous.** — *n.* **Monogamist.**

Monogram *(mo'nơ-grem)*, *n.* Chữ kết-hợp.

Monologue *(mon'nơ-log)*, *n.* Lời nói một mình ; độc ngữ, vở kịch một người độc diễn.

Monoplane *(-plên)*, *n.* Máy bay có một tầng cánh.

Monopolist *(mơ-nop'pơ-list)*, *n.* Người giữ độc qnyền.

Monopoly *(-li)*, *n.* Sự chiếm độc quyền.

Monosyllable *(mon'nơ-sil'lơ-bưl)*, *n.* Chữ một âm ; đơn âm.

Monotheism *(mon' nơ - thi-i-zưm)*, *n.* Đạo thờ một thần.

Monotone *(mon' nơ - tôn)*, *n.* Chỉ một giọng ; một điệu ; không biến hóa.

Monotonous *(mơ-not'lơ-nâs)*, *a.* Đơn sơ, không thay đổi; tẻ.

Monotony *(-ni)*, *n.* Sự đơn điệu, không thay đổi; buồn tẻ.

Monsoon *(mon-sun')*, *n.* Gió mùa ; mùa mưa.

Monster *(mon' sơ)*, *n.* Con quái vật ; vật to, kỳ-dị.

Monstrous *(-trâs)*, *a.* Quái gở, kỳ dị ; ghê gớm ; đáng ghét.

Month *(mănth)*, *n.* Một tháng.

Monthly *(-li)*, *a.* Hàng tháng ; mỗi tháng một kỳ.— *n.* Nguyệt san. — *adv.* Hàng tháng.

Monument *(mon'niu-mânt)*, *n.* Lâu đài ; đài kỷ niệm.

Monumental *(mon-niu-men'-tơl)*, *a.* To lớn, đồ sộ ; to lớn như lâu đài.

Mood *(mu-đ)*, *n.* Tính khí ; (văn) ngữ-khí, trạng-thái.

Moon *(mu-n)*, *n.* Mặt trăng. — **Moonlight**, *n.* Ánh trăng.

Moon-struck *(mun'străk)*, *a.* Mơ màng như bị ảnh hưởng mặt trăng ; phát cuồng.

Moor *(mur)*, *n.* Bãi lầy, bãi hoang. — *v.* Buộc thuyền vào bến. — *a.* **Moorish.**

Moose *(mu-s)*, *n.* Một loài hươu (ở Bắc-Mỹ).

Moot *(mut)*, *a.* Có thể biện luận, thảo luận.— *vt.* Đưa ra thảo luận.

Mop *(mop)*, *v.* Rửa, cọ — *n.* Chổi cọ ; khăn lau.

Moral *(mo'rơl)*, *a. & n.* Luận lý ; đức hạnh, đạo đức.

Morale *(mơ-ral)*, *n.* Tinh đức hạnh ; hạnh kiểm ; phong-khí, tinh - thần quân-đội.

Moralist *(-list)*, *n.* Người khảo về luân lý học.

Morality *(mơ-rel'li-ti)*, *n.* Luân lý, đức hạnh ; đức dục.

Morass *(mơ-res')*, *n.* Ao, đầm, bãi lầy.

Morbid *(mor'bid)*, *a.* Thuộc về bệnh ; không khoẻ mạnh ; có bệnh. — *n.* **Morbidity**.

More *(môr,mor)*, *a.* Hơn, nhiều hơn — *adv.* Hơn.

Moreover *(môr-ô'vơ)*, *adv.* Hơn nữa, vả lại.

Morgue *(morg)*, *n.* Nhà xác.

Morning *(mor'ning)*, *n.* Buổi sáng. — **M. star**, sao mai.

Morphia *(mor'fi-ơ)* *n.* Thuốc mê có chất nha-phiến.

Morphology *(mor-fol'lơ-ji)*, *n.* Hình thái học.

Morrow *(mo'rô)*. *n.* Ngày mai ; ngày kia.

Morsel *(mor'sơl)*, *n.* Một ít ; một miếng nhỏ.

Mortal *(mor'tơl)*, *a.* Phải chết, làm chết. — *n.* Người.

Mortality *(mor-tel' li-ti)*, *n.* Sự chết ; cuộc sát hại.

Mortar *(mor'tơr)*, *n.* Vựa, chất tam hợp ; chậu ; súng moóc-chiê.

Mortar-board, *n.* Tấm gỗ để lấy vựa ; mũ vương.

Mortgage *(mor'gưj)*, *n.* Sự hay giấy cầm nhà, đất.

Mortician *(mor-tis'shân)*, *n.* Người cho thuê đòn đám ma.

Mortify *(mor'ti-fai)*, *vt.* Hạ mình ; khiêm nhường ; hãm mình ; hành xác

Mortise, **Mortice** *(mor'tis)*, *n* Mộng cái.

Mosaic *(mơ-zê'ik)*,*n.* Hình ghép bằng đá hoa vụn.

Mosque *(mosk)*, *n.* Đền thờ của đạo Hồi-hồi.

Mosquito *(mâs-ki'tô)*, *n.* Con muỗi. — **M.** — **Net**, Màn.

Moss *(mos)*, *n.* Rêu. — **Mossy**, *a.* Có rêu.

Most *(môst)*, *adv.* & *a.* Hơn hết, nhất ; phần nhiều.

Mostly *(môst'li)*, *adv.* Hầu hết; phần nhiều.

Moth *(moth)*, *n.* Con thiêu thân; con nhạy. — **Moth-eaten**. *a.* Bị nhạy cắn.

Mother *(mă'THơ)*, *n.* Mẹ ; căn nguyên.— *vt.* Làm mẹ.

Mother-country *(-căn'tri)*, *n.* Sinh quán ; mẫu quốc.

Mother-in-law *(-lo)*, *n.* Mẹ vợ, hay mẹ chồng.

Mother-of-pearl *(-pơrl)*, *n.* Ốc xà-cừ.

Motion *(mô'shân)*, *n.* Sự chuyển động ; quyết nghị. — *v.* Ra hiệu. — **Motionless**, *a.* Không cử động.

Motive *(mô'tiv)*, *a.* Làm chuyển động. — *n.* Lý do.

Motley *(mot'li)*, *a.* Lắm màu sắc ; làm thành nhiều phần.

Motor *(mô'tơr)*, *n.* Động cơ ; xe ô-tô.— *vi.* Đi xe ô-tô.

Motor-car *(-car)*, *n.* Xe hơi (ô-tô). — **Motor-bus**, *n.* Ô-tô hàng.

Motor-coach *(-côch)*, *n.* Xe hơi chở khách.

Motor-cycle *(-sai'cưl)*, *n.* Xe bình-bịch, mô-tô.

Motorist *(mô'tơ-rist)*, *n.* Người lái xe hơi.

Motto *(mot'tô)*, *n.* Câu phương-châm : khẩu hiệu.

Mouldy *(môlđ'đi)*, *a.* Mốc, phủ mốc, có mùi mốc.

Mound *(maonđ)*, *n.* Mô đất, nấm đất.

Mount *(maont)*, *vi.* Lên. — *n.* Cái đồi cao, ngọn núi.

Mountain *(maon'tưn)*, *n.* Quả núi, đại sơn.

Mountaineer *(-ni'ơ)*, *n.* Người sống ở núi, sơn cư.

Moutainous *(-nâs)*, *a.* Có nhiều núi, thuộc về miền núi.

Mountebank *(maon'ti-bengk), n.* Kẻ lường gạt dân chúng.

Mouthpiece *(maoth' piis), n.* Miệng kèn ; miệng sáo ; người thay mặt nói.

Mounting *(-ting),n.* Sự lắp máy móc ; sự đi lên ; yên ngựa.

Mourn *(môrn), vt.* Than khóc, thương khóc.

Mourning *(-ning), n.* Sự than khóc, buồn sầu ; để tang.

Mouse *(maos), n.* Chuột nhắt *(pl.* **Mice***).*

Mouth *(maoTH), n.* Miệng, mồm. — **Mouthful**, *n.* Miệng đầy ; một miếng.

Movable *(muv'vơ-bưl),a.* Động, có thể chuyển động.

Move *(muv), v.* Chuyển động ; làm chuyển động ; dọn vào.

Movement *(muv'mânt), n.* Sự hành động ; phong - trào ; chuyển động, sự thông tiện.

Moving-picture, *n.* Phim chớp bóng ; phim câm.

Moving stairway *(-ster'uê), n.* Cầu thang chuyển động — **Moving**, *a.* Hoạt động ; cảm-động.

Mow *(mô),vt.* Cắt, hái.—*(mao). n.* Đống cỏ khô.

Mr *(mis'tơ), n.* Ông — **Mrs** *(mis'sưz), n.* Bà.

Much *(măch), a. & adv.* Nhiều, rất. — **Too much**, Nhiều quá.

Mucilage *(miu'si-lưj), n.* Chất nhựa dùng để dán.

Mucus *(miu'câs), n.* Nước rãi nhớt, nước nhớt.

Mud *(măđ), n.* Bùn. — **Muddy**, *a.* Bùn lầy.

Muddle *(măđ' đưl), vt.* Làm cho hóa ngu, đần độn, nhầm lẫn ; làm lộn xộn.— *vi.* Nghĩ hay làm lộn xộn.

Mud-guard *(- garđ), n.* Cái chắn bùn.

Mug *(măg), n.* Cái chén to. — **Muggy** *(-ghi), a.* Bí hơi và ẩm thấp.

Muff *(măf), n.* Bao tay bằng lông dùng về mùa lạnh.

Muffin *(măf'fin), n.* Một thư bánh ngọt nướng.

Muffle *(măf'fưl), vt.* Bao phủ; che kín. — **Muffler** *n.* Khăn quàng to.

Mufti *(măf 'ti), n.* Vị quan giảng đạo luật Hồi-Hồi ; y phục thường dân.

Mug *(măg), n.* Chén vại cốc vại.

Muggy *(măg'ghi), a.* Ẩm, ướt ; mềm ; nhớp nháp.

Mulatto *(miu-let'tô), n.* Người lai giống da trắng với da đen.

Mulberry *(măl'be-ri,-bơ-ri),n.* Quả dâu ; cây dâu.

Mulct, *(mălkt), n.* Tiền phạt, — *vt.* Phạt.

Mule *(muil)*, *n.* Con la ; người bướng bỉnh.

Mull *(măl)*, *n.* Thứ vải mỏng và mềm.—*vt.* Hâm rượu.

Multifarious *(măl-ti-fe'ri-âs)*, *a.* Thay đổi ; biến hóa ; khác nhau.

Multiform *(măl'ti-form)*, *a.* Có nhiều hình dạng.

Multiple *(măl'ti-pưl)*, *a.* Gấp bội ; nhiều.—*n.* Bội số.

Multiplicand *(măl'ti-pli-kend)*, *n.* Số bị nhân.

Multiplication *(-kê'shân)*, *n.* Phép, tính nhân.

Multiplicity *(-plis'si-ti)*, *n.* Tính cách tăng gấp bội ; nhiều cách, nhiều kiểu.

Multiplier *(-plai'ơ)*, *n.* Số nhân.

Multiply *(măl'ti-plai)*, *vt.* Nhân lên.—*vi.* Thêm lên.

Multitude *(măl'ti-tiud)*, *n.* Số đông, đám đông.

Mum *(măm)*, *a.* Im lặng; làm thinh.

Mumble *(măm'bưl)*, *n.* Lời rỳ rầm.—*v.* Nói ấp úng ; nói lý dí trong mồm.

Mummy *(măm'mi)*, *n.* Xác ướp thuốc thơm ; người gầy.

Munch *(mănch)*, *v.* Nhai nhồm nhoàm.

Mundane *(măn'đên)*, *a.* Thuộc về thế tục, thế giới.

Municipal *(miu-nis'si-pơl)*, *a.* Thuộc về thành-phố.

Municipality *(-pel'li-ti)*, *n.* Thành phố.

Munificent *(miu-nif'fi-sânt)*, *a.* Khoan hồng ; đại lượng ; nhân từ.

Munition *(miu-ni'shân)*, *n.* Quân nhu ; súng đạn.

Mural *(miu'rơl)*, *a*, Thuộc về tường, ở tường ; giống như tường.

Murder *(mơr'đơ)*, *v.* Giết ; ám sát.—**Murderer**.

Murk *(mơrk)*, *n.* Sự tối ; âm u. —*a.* **Murky**.

Murmur *(mơr'mơ)*, *n.* Tiếng thì thầm, rên rỉ.—*vi.* Rên rỉ.

Murrain *(mă'-rin)*, *n.* Bệnh dịch súc vật.

Muscle *(măs'sưl)*, *n.* Bắp thịt ; sức khỏe.

Muscular *(măs'kiu-lơ)*, *a.* Thuộc về bắp thịt,

Muse *(miuz)*, *vi.* Suy nghĩ, mơ màng, nghĩ ngợi.

Muse *(miu-z)*, *n.* Thần thơ ; nàng thơ ; ca hát ; sự đãng trí.—*vi.* Suy nghĩ.

Museum *(miu-zi'âm)*, *n.* Viện bảo tàng.

Mushroom *(măsh'rum)*, *n.* Nấm ; vật có hình cái nấm.

Music *(miu'zik)*, *n.* Âm nhạc ; nhạc khúc,

Musical *(miu'zi-cơl)*, *a.* Thuộc về nhạc ; giỏi nhạc.
Musician *(miu-zi'shân)*, *n.* Nhạc sĩ.
Musk *(măsk)*, *n.* Chất xạ hương.
Musket *(măs'ket, -kưt)*, *n.* Súng tay ; súng trường.
Musketeer *(măs-kơ-ti'ơ)*, *n.* Lính pháo thủ.
Musketry *(măs'kơ-tri)*, *n.* Tài, môn bắn súng tay.
Muslin *(măz'lin)*, *n.* Vải mỏng, the.
Mussel *(măs'sưl)*, *n.* Con vẹm (thuộc loài trai, hến).
Must *(măst)*, *v.* Phải, bắt buộc. —*n.* [Mỹ] Vật phải có.
Mustache *(mus'tash, mâs-)*, *n.* Râu mép, râu ria.
Mustard *(măs'tơrd)*, *n.* Bột hạt cải ; mụt tạt.
Muster *(măs'tơ)*, *vt.* Điểm (lính). — *n* Cuộc điểm quân.
Mutable *(miu'tơ-bưl)*, *a.* Hay thay đổi, biến đổi ; bất định.
Mutation *(miu-tê'shân)*, *n.* Sự thay đổi, biến thiên, biến hóa.
Mute *(miut)*, *a.* Câm.—*vt.* Làm nhỏ bớt tiếng (âm nhạc).
Mutilate *(miu'ti-lêt)*, *vt.* Cưa, cắt (chân tay) ; bớt đi.
Mutineer *(miu-ti-ni'ơ)*, *n.* Quân phiến loạn ; bướng bỉnh. — *vt.* Nổi loạn ; phản kháng ; chống lại.
Mutiny *(miu'ti-ni)*, *n.* Cuộc phiến loạn, phá trật tự.
Mutter *(măt'tơ)*, *vt.* Lẩm bẩm, cằu nhầu.
Mutton *(măt'tưn)*, *n.* Thịt cừu.
Mutual *(miu'chuơl)*, *a.* Giúp nhau ; tương trợ ; tương tế.
Muzzle *(măz'zưl)*, *n.* Mõm (các loài vật) ; miệng súng
My *(mai)*, *pos. a.* Của tôi, thuộc về của tôi.
Myriad *(mi'ri-ơd)*, *n.* Số to, số nhiều vô kể ; một vạn.
Myrmidon *(mơr'mi-đon,-đân)*, *n.* Người thi hành mệnh lệnh đến triệt để.
Myrrh *(mơr)*, *n.* Một dược (một thứ nhựa thầu dầu).
Myrtle *(mơr'tưl)*, *n.* Cây đào kim nhưỡng ; cây sim.
Myself *(mai - self)*, *pron.* Chính tôi, tự tôi, một mình tôi.
Mysterious *(mis-ti'ri-âs)*, *n.* Bí hiểm, bí mật.
Mystery *(mis'tơ-ri)*, *n.* Sự bí mật, sự mầu nhiệm,
Mystic *(mis'tik)*, *a.* Thần bí ; huyền diệu.—*n.* Người theo thần bí chủ nghĩa.
Mysticism *(mis'ti-siz-zưm)*, *n.* Chủ nghĩa thần bí.
Mystify *(mis'ti-fai)*, *vt.* Làm cho khó hiểu ; làm cho ngơ-ngác.
Myth *(mith,maith)*, *n.* Chuyện thần thoại, hoang đường; thần thoại.
Mythology *(mi-thol'lơ'ji)*, *n.* Truyện thần tiên ; thần-thoại-học.—**Mythologic** *(-loj-jik)*, *a.*

N

Nab *(neb)*, *vt* (lóng) Bắt, tóm.

Nabob *(nề'bob)*, *n.* Người giầu lớn; tay cự phú.

Nadir *(nề' đơr, nề' điơr)*, *n.* Thiên đề; điểm thấp nhất.

Nag *(neg)*, *a.* Ngựa con — *v.* Nói đai, nói lải nhải.

Nail *(nêl)*, *n.* Đinh (đanh); móng (tay, chân).

Nainsook *(nen' suk)*, *n.* Một thứ vải mỏng.

Naive *(na - iv')*, *n.* Dản dị; không kiểu cách; chất phác; nhẹ dạ; thành thực.

Naked *(nề'keđ, -kâđ)*, *a.* Trần truồng; không có gì bao bọc; không có gì bảo vệ; rõ rệt.

Name *(nêm)*, *vt.* Đặt tên; chỉ danh sách. — *n.* Tên.

Namely *(nêm'li)*, *adv.* Thường gọi là; nghĩa là.

Namesake *(nêm' sêk)*, *n.* Người chùng tên; người có tên theo tên người khác.

Nankeen *(nen-kiin')*, *n.* Vải màu vàng nhạt (ở bên Tàu);

Nap *(nep)*, *n.* Giấc ngủ trưa. — *vi.* Ngủ chợp đi; sơ ý.

Napalm *(nep'pam)*, *n.* Bom Na-pan (trong chứa ét-săng đặc).

Nape *(nêp)*, *n.* Cái gáy. — **Napery** *(nề' pơ - ri)*, *n.* Khăn bàn.

Naphtha *(nef'thơ)*, *n.* Dầu hỏa; thạch não du; bạch du tinh.

Naphthalene *(nef' thơ - liin)*, *n.* Long não; băng phiến.

Napkin *(nep'kin)*, *n.* Khăn, khăn để bàn, khăn lau tay.

Narcissus *(nar - sis' sâs)*, *n.* Cây hoa thủy tiên.

Narcotic *(nar-cot'tik)*, *a.* Có chất làm say, làm ngủ được.

Nares *(nê'riz)*, *n. pl.* Lỗ mũi.

Narrate *(ne - rêt')*, *vt.* Kể, thuật lại. — **Narration**, *n.*

Narrative *(ne' rơ - iiv)*, *n.* Truyện thuật lại. — *a.* Kể lại.

Narrow *(ne'rô)*, *a.* Chật hẹp; hạn chế.

Nasal *(nê'zơl)*, *a.* Thuộc về mũi.

Nascent *(nes'sânt, nề'sânt)*, *a.* Phôi thai ; ấu trĩ ; phát sinh.

Nasty *(nas'ti)*, *a.* Bẩn thỉu, nhem nhuốc xấu xa.

Natal *(nê'tơl)*, *a.* Thuộc về sự hay ngày sinh đẻ ; bản địa, thuộc về quê hương.

Nation *(nê'shân)*, *n.* Dân-tộc, một nước, quốc gia.

National *(nes' shân - nơl)*, *a.* Có tính-cách quốc-gia.

Nationalism *(nes'shơ-nơl-li-zưm)*, *n.* Chủ nghĩa quốc gia ; lòng ái quốc.

Nationality *(- nel' li - ti)*, *n.* Quốc tịch ; quốc thể.

Nationalize *(nes' shân - nơl-laiz)*, *vt* Quốc-hữu-hóa.

Native *(nê'tiv)*, *a* Quê hương. — *n.* Người bản xứ.

Nativity *(nơ-tiv'vi-ti)*, *n* Ngày, nơi sinh của người ta ; lễ Thiên Chúa giáng sinh.

Natty *(net' ti)*, *a* Xinh xắn ; nhã nhặn ; gọn gàng. — *adv.* **Nattily**. — *n.* **Nattiness.**

Natural *(net'chơ-rơl)*, *a.* Tự nhiên ; thật ; dĩ-nhiên.

Naturalism *(net' chơ - rơl' li-zưm)*, *n.* Tính tự nhiên, chủ nghĩa tự nhiên ; thuyết tả chân, tự nhiên luận.

Naturalist *(- list)*, *n.* Nhà động-vật-học, vạn-vật-học.

Naturalistic *(-lis'tik)*, *a.* Tự nhiên tả ; chân

Naturalize *(nel'chơ-rơl-laiz)*, *vt.* Cho nhập quốc tịch ; quốc-hóa ; bản-quốc-hóa.

Naturally *(net' chơ - rơl - li)*, *adv.* Một cách tự nhiên.

Nature *(nê'chơ)*, *n.* Bản tính tự nhiên ; vạn vật ; tạo hóa

Naught *(no-t)*, *n.* Sự không ; số không (dê-rô).

Naughty *(no'ti)*, *a.* Hư, xấu nết ; có hạnh kiểm tồi.

Nausea *(no'shi-ơ, -si-ơ)*, *n.* Sự buồn nôn, lợm giọng.

Nautical *(no'ti-cơl)*, a. Thuộc về thuyền, hàng hải.

Nautilus *(no' ti - lâs)*, *n.* Ốc anh-vũ ; anh-vũ-loa.

Naval *(nê'vơl)*, *a.* Thuộc về hàng hải, về thủy-quân.

Nave *(nêv)*, *n.* Lọng nhà thờ, chỗ giữa nhà thờ.

Navel *(nê' vơl)*, *n.* Rốn ; ở giữa, trung tâm.

Navigability *(nev'vi-gơ-bil'-li-ti)*, *n.* Sự thông thương được; thuyền, tàu đi lại được.

Navigable *(nev'vi-gơ-bưl)*, *a.* Thông thương được.

Navigate *(nev'vi-ghêt)*, *vi.* Giao thông bằng đường thủy ; dương buồm đi, lái tàu, hay thuyền.

Navigation *(-ghê 'shân)*, *n.* Nghề, sự giao thông trên đường thủy ; hàng-hải-học.

Navvy *(nev' vi)*, *n.* Thợ làm nền nhà, đường sắt, v. v.

Navy *(nê'vi)*, *n.* Hải quân ; hạm đội.

Nay *(nê)*, *adv.* Không. — *n.* Sự không nhận ; phiếu chống.

Nazi *(na'chi,net'si)*, *n.* Người thuộc đảng Đức quốc-xã.

Neap *(niip)*, *a.* Thuộc về nước thủy triều rút.

Near *(ni'ơ)*, *prep.* & *a.* Gần, ở gần, giáp liền với.

Nearly *(-li)*, *adv.* Gần như, ở gần.

Nearsighted *(-sail'ted, -tưd)*, *a.* Cận thị ; thiển cận.

Neat *(ni'l)*, *a.* Sạch sẽ ; gọn, ngăn nắp ; trải truốt.

Nebula *(neb'biu-lơ)*, *n.* Tinh-vân.

Necessary *(nes'sơ-sơ-ri)*, *a.* Cần, cần đến, cần thiết.

Necessitate *(ni-ses'si-têt)*, *vt.* Cần phải có ; bắt phải có ; cưỡng bách.

Necessity *(ni-ses'si-ti)*, *n.* Nhu cầu, sự cần thiết.

Neck *(nek)*, *n.* Cổ ; eo biển.

Neckerchief *(nek'kơ-chif)*, *n.* Khăn quàng cổ ; ca-vát to.

Necklace *(nek'lâs)*, *n.* Vòng cổ, kiềng, chuỗi hạt đeo cổ.

Necktie *(nek'tai)*, *n.* Ca-vát.

Necromancy *(nek'krơ'men'si)*, *n.* Quỷ thuật ; chiêu hồn.

Necrosis *(ne-krô'sis)*, *n.* Hoại thư ; cốt-thư ; chỗ thịt chết.

Nectar *(nek'tơ)*, *n.* Rượu ngon, ngọt ; mật hoa.

Nectarine *(nek-tơ-riịn',nek'tơ-riin)*, *n.* Trái xuân đào ; du đào.

Nee *(nê)*, *a.* *fem.* Sinh ra là ; tên tục là ; tức.

Need *(niid)*, *vt.* Cần-thiết. — *n.* Sự cần ; nhu cầu.

Needle *(ni'đưl)*, *n.* Cái kim (để khâu).

Needle-work *(-uơrk)*, *n.* Những đồ khâu, việc kim chỉ.

Needs *(niidz)*, *adv.* Một cách cần thiết.

Needy *(ni'đi)*, *a.* Nghèo túng, thiếu thốn.

Ne'er-do-well *(ner'đu-uel)*, *n.* & *a.* [người] Hoàn toàn bất lực ; vụng về.

Nefarious *(ne-fe'ri-âs)*, *a.* Ghê tởm ; tồi tàn, rất ác, cực ác.

Negative *(neg'gơ-tiv)*, *n.* Sự chối. — *a.* Phủ định, chối không. — **Negation** *(ni-ghê'-shân)*, *n.*

Neglect *(neg-lect')*, *v.* Trễ nải, chểnh mảng ; bỏ qua.

Negligee *(neg-gli-zhê',neg'-)*, *n.* Một thứ áo rộng của đàn bà ; tiện-phục.

Negligence *(neg'li-jâns)*, *n.* Sự trễ nải ; thờ ơ.

Negligible *(neg'gli-ji-bưl)*, *a.* Không đáng kể ; có thể bỏ qua.

Negotiate *(ni-gô ' shi-êt)*. *v.* Đàm phán, thương lượng.

Negotiation *(-ê'shân)*, *n.* Cuộc đàm phán.

Negro *(ni'grô)*. *n.* Người da đen. — (fem. **Negress**).

Neigh *(nê)*, *v.* Hí. — *n.* Tiếng ngựa hí.

Neighbor, Neighbour *(nê'bơr)*, *n.* Người láng giềng, ngồi cạnh. — **Neighboring**, *a.* Lân cận.

Neighborhood *(-huđ)*, *n.* Khu lân cận, hang xóm.

Neither *(nai'THơ,ni'-)*, *a.* & *pron.* Không phải cái này cũng chẳng phải cái kia ; cũng không.

Nemesis *(nem'mi-sis)*, *n.* Sự báo thù, phục thù ; hành động báo thù ; bắt đền ; bù lại.

Neon *(ni'on)*, *n.* (hóa) Nê-ông.

Nephew *(nev'viu, nef'fin)*, *n.* Cháu giai.

Nepotism *(nep'pơ-ti-zưm)*, *n.* Thói lợi-dụng chức-vị để đưa người thân-thích lại làm chân nọ chân kia.

Neptune *(nep'tiun)*, *n.* (Thiên) Sao hải vương.

Neptunium *(nep-tiu'ni-âm)*, *n.* (hóa) Thủy thanh.

Nerve *(nơrv)*, *n.* Gân ; lòng can đảm (nghĩa bóng).

Nervous *(nơ'vâs)*, *a.* Thuộc về gân, có gân ; rút rát.

Nest *(nest)*, *n.* Tổ chim ; nơi ấm áp ; một ổ.

Nestle *(nes'sưl)*, *vt.* Làm tổ ; ấp-ủ. — *vi.* Nam (trong tổ).

Nestling *(nest'ling)*, *n.* Chim non còn ở trong tổ.

Nestor *(nes'tơr,nest'tơr)*, *n.* Ông già khôn ngoan thông thái của dân Hi-lạp.

Net *(net)*, *a.* Trừ bì, trừ hao rồi. — *n.* Cai lưới.

Nether *(net'thơr)*, *a.* Ở dưới, nằm dưới ; thấp hơn.

Network *(net'uơrk)*, *n.* Lưới ; tổ-chức chằng-chịt.

Neuralgia *(niu - rel' jiơ)*, *n.* Bệnh thần kinh.

Neurasthenia *(niu-râs-thi'-ni-ơ)*, *n.* Bệnh thần-kinh nhu-nhược.

Neurasthenic *(-theu'nik)*, *a.* Thuộc về bệnh thần kinh nhu nhược.

Neuritis *(niu-rai'tis)*, *n.* Bệnh sưng giây thần kinh.

Neurosis *(niu-rô'sis)*, *n.* Bệnh thần kinh.

Neurotic *(niu - rol' tik), a.* Thuộc về bệnh thần kinh.

Neuter *(niu'tơ), a.* Trung-lập, — **Neutral** *(niu'trơl) a.*

Neutrality *(niu-trel' li-ti), n.* Sự tập trung ; trung tính.

Never *(nev'vơ), adv.* Không bao giờ.

Nevermore *(-môr), adv.* Đừng bao giờ nữa.

Nevertheless *(- THơ - les'), conj.* Tuy nhiên.

New *(niu), a.* Mới; tân; tân tiến.

Newel *(niu'ơl), n.* Cột ở chân cầu thang gác.

News *(niuz), n.* Tin tức. — **Newsreel**, *n.* Phim thời sự.

Newsboy *(niuz'boi), n.* Trẻ bán báo. — **Newsvendor**, *n.* Người bán báo.

Newspaper *(-pê'pơ), n.* Nhật báo, nhật trình ; báo cáo.

Newsprint *(niuz' print), n.* Giấy in báo.

Newsreel *(-niuz'riil), n.* Cuốn phim thời sự.

Newsstand *(-stend), n.* Chỗ, gian hàng bán các báo chí.

Newt *(niut), n.* [động] Một giống ốc to.

Next *(nekst). a.* Gần, cạnh ; lần sau, sắp tới.

Nib *(nib), n.* Mỏ (loài chim); đầu ngòi bút ; đầu nhọn.

Nibble *(nib' bưl), vt.* Mỏ, rỉa, gặm, nhấm.

Nice *(nais), a.* Đẹp, xinh ; (mùi) thơm ; tử tế.

Nicety *(nais'si-ti), n.* Vẻ lịch sự, trải truốt, tỉ-mỉ.

Niche *(nich), n.* Hốc tường để pho tượng, để lọ hoa ; cũi nuôi chó.

Nick *(nik), a.* Đúng lúc ấy.

Nickel *(nik'kưl), n.* Nic-ken, kền trắng.

Nickname *(-nêm), n.* Tên nhạo báng, tên đặt để chế riễu.

Nicotine *(nik'kơ-tin), n.* Ni-cô-tin, nhựa thuốc lá.

Niece *(ni-s), n.* Cháu gái.

Niggard *(nig'gơrd), n.* Người hà tiện, bủn xỉn.

Nigger *(nig' gơr), n.* Người da đen ; tây đen.

Nigh *(nai), adv.* Gần ; gần như. — *prep.* Gần.

Night *(nait), n.* Đêm ; buổi tối. — **Nightly**. *a.* Đêm đêm.

Nightcap *(nait' kep), n.* Mũ đội đi ngủ ; rượu uống trước khi ngủ.

Nightfall *(nait'fo-l), n.* Giời tối ; lúc chiều tà.

Nighthawk *(nait' ho - k), n.* Giống chim đi ăn đêm ; người hay đi về khuya.

Nightingale *(nait' ling-ghêl)*, Chim họa mi.

Nightmare *(nait-mer)*, *n.* Cơn ác mộng.

Nightshade *(nait' shêđ)*, *n.* Cây sơn vu ; bạch anh.

Nil *(nil)*, *n.* Không, không có gì.

Nimble *(nim'bưl)*, *a.* Nhanh — *n.* Sự nhanh nhẹn.

Nimbus *(nim'bâs)*, *n.* Mây đen; mây mưa ; vầng hào quang.

Nincompoop *(nin' câm-pup)*. *n.* Đứa ngây ngô, ngớ ngẩn.

Nine *(nain)*, *n.* Số chín — **Ninth** *(nainth)*, Thứ chín.

Ninepins *(nain'pinz)*, *n.* Con ki dùng để chơi ; môn chơi 9 trụ.

Ninny *(nin'ni)*, *n.* Thằng ngốc, đần độn.

Nip *(nip)*, *vt.* Cặp, kẹp ; cắn ; châm. – *n.* Cốc nhỏ.

Nipper *(nip'pơr)*, *n.* Cái kìm con.

Nipple *(nip'pưl)*, *n.* Đầu vú ; vật bé lồi ra.

Nipponese *(nip'pơ-niiz, -niis)*, *n.* Người Nhật-bản.

Nirvana *(nir-va'nơ)*, *n.* (Phật) Cõi Nát-bàn, tòa sen.

Nit *(nit)*, *n.* Trứng chấy, rận ; côn trùng nhỏ.

Niter, Nitre *(nai'tơ)*, *n.* (hóa) Ni-tơ ; hỏa-tiêu.

Nitrate *(nai' trêt)*, *n.* (hóa) Chất ni-trat.

Nitric acid *(nai'trik - es'siđ)*, *n.* Axit nitric (dùng để ruộm, làm chất nổ.

Nitrogen *(nai' trơ - jân)*, *n.* Đạm khí, ni-trô (a-zôt).

Nitroglycerin *(nai'trơ-glis'sơ-rin)*, *n.* Một chất lỏng nặng, nhảy và nổ.

Nitwit *(nit'uyt)*, *n.* (lóng) Đứa ngu, thằng ngốc.

Nix *(niks)*, *n.* Con quỷ nước. — *n.* **Nixie**, Con quỷ nước cái ; Nữ thủy quỷ.

No *(nô)*, *adv.* Không. — *n.* Lời chối ; phiếu chống.

Nobility *(nơ-bil'li-ti)*, *n* Quí phái, quí tộc.

Noble *(nô'bưl)*, *a.* Quí phái ; cao-thượng. — **Nobly**, *adv.*

Nobleman *(-mân)*, *n.* Người quí phái, quí tộc.

Nobody *(nô' bođ - đi)*, *pron.* Không ai. — *n.* Người không quan trọng.

Nocturnal *(nok-tơr'nơl)*, *a.* Thuộc về ban đêm.

Nocturne *(nok'tơrn)*, *n.* Cung nhạc về đêm ; điệu nhạc mơ mộng ; cảnh đêm.

Nod *(nođ)*, *vi.* Gật đầu, cúi đầu. — *n.* Cái cúi đầu.

Nodule *(nođ-điul)*, *a* Có nhiều mắt nhỏ, khấc nhỏ.

Noggin *(nog' ghin)*, *n.* Bình nhỏ ; cốc uống rượu nhỏ không quai.

Noise *(noiz)*, *n.* Tiếng ầm ỹ. — **Noisy**, *a.* Ồn ào.

Noisily *(noiz'zi-li)*, *adv.* Một cách ầm-ỹ, ồn-ào, om-sòm.

Noisome *(noi'sâm)*, *a.* Độc, hại ; nguy hiểm.

Nomad *(nô'med,nom'med)*, *n.* Dân nay đây mai đó, vô định cư.

Nomenclature *(nô'mân-clê'-chơr)*, *n.* Danh-từ (khoa-học).

Nominal *(nom' mi - nơl)*, *a.* Thuộc về tên; có tên.

Nominate *(-nêt)*, *v.* Gọi tên, chỉ tên ; tiến cử.

Nominative *(nôm'mi-nơ-tiv,-nê-tiv)*, *a.* & *n.* (Văn - phạm) Chủ-vị.

Nominee *(nom' mi - ni')*, *n.* Người được chỉ tên, được tiến cử. — **Nomination**, *n.* Sự tiến cử.

Nonage *(non'nâj,nô'-)*, *n.* Chưa đến tuổi trưởng thành.

Nonchalant *(non ' shơ - lânt,-lant)*. *a.* Uể oải ; trễ nải ; hờ hững, lãnh đạm.

Noncombatant *(non-com'bơ-tânt,-căm'-)*,*n* Viên-chức phi chiến.

Non - conformist *(-for'mist)*, *n.* Người không theo đạo tin lành (bên nước Anh).

None *(năn)*. *pron.* Không ; không có tí nào, người nào.

None *(năn)*, *pron.* Không gì cả ; không ai. — *adv.* Không chút nào cả.

Nonentity *(non-en'li-ti)*. *n.* Vật sự tồn tại ; vật trong tưởng tượng ; vật vô giá-trị.

Nonpareil *(non - pơ - rel')*, *a.* Không có hai ; vô song — *n.* Vật độc nhất vô nhị.

Nonpartisan *(non-par'ti-zân)*, Không có óc đảng phái.

Nonplus *(non'plăs)*, *vt.* Làm rối trí, làm cho rắc rối.

Nonsense *(non'sens,-sâns)*, *n.* Câu, sự vô lý, dại dột.

Noodle *(nu'đưl)*, *n.* Bún, mỳ ; người đần độn

Nook *(nuk)*, *n.* Xó sỉnh, xó kín ; nơi ẩn dật.

Noon *(nu-n)*, *n.* Buổi trưa (giờ ngọ). — **Noonday**, *n.*

Noose *(nu-s)*, *n.* Nút giây thòng lọng; cái bẫy.

Nor *(nor)*, *conj.* Không, cũng không (Xch. **Neither**).

Norm *(norm)*, *n.* Kiểu mẫu ; khuôn mẫu ; tiêu-chuẩn.

Normal *(nor'mơl)*, *a.* Bình thường.

Norman (*nor'mân*), *n.* Xứ Nóoc-Măng, người xứ Noóc-Măng.

North (*north*), *n.* Phương Bắc. — **Northern**, *a.*

Norther (*nor 'thơr*), *n.* Gió bấc, gió bắc.

Nose (*nôz*), *n.* Mũi. — **Nostril** (*nos'tril*), *n.* Lỗ mũi.

Nostalgia (*nos-tel'ji-ơ,-jơ*), *n.* Sự nhớ nhà ; lòng tưởng nhớ quê hương.

Nostril (*nos'tril*), *n.* Lỗ mũi.

Nostrum (*nos'trâm*), *n.* Rượu thuốc ; phép bổ cứu.

Nosy (*nôz'zi*), *a.* Tò mò.

Not (*not*), *adv.* Không.—**Not at all**, Không có tí nào cả.—**Not in the least**, Không tý nàocả.

Notable (*nô'tơ-bưl*), *a.* Đáng ghi nhớ ; quan trọng.

Notary (*nô'tơ-ri*), *n.* Người quản lý văn khế.

Notation (*nơ-tê'shân*), *n.* Sự, cách ký hiệu ; đánh dấu.

Notch (*noch*), *n.* Nhát chém, chặt, đẽo ; chỗ nẻ.

Note (*nôt*), *n.* Sự ghi chép ; dấu ; điểm ; bức thư.

Noted (*nôl'let, -tưt*), *a.* Đáng chú ý ; lịch-sự, thanh-cao.

Noteworthy (*nôt'uơr-THi*), *a.* Đáng chú ý.

Nothing (*năt'thing*), *n.* Không, không có gì. — *adv.* Không.— **Do-nothing**, *a.* Vô nghệ.

Notice (*nô'tis*), *n.* Chú thích ; giấy báo ; tin tức ; yết thị.

Notification (*nô-ti-fi-kê'shân*), *n.* Giấy báo, sự báo.

Notify (*nô'ti-fai*), *v.* Báo cho biết.

Notion (*nô'shân*), *n.* Ý kiến, ý định ; quan niệm.

Notional (*nô' shân - nơl*), *a.* Tưởng tượng, không thực ; ảo tượng ; có trí óc tưởng tượng

Notorious (*nơ-tô'ri-âs*), *a.* Có tiếng ; nổi tiếng là ác.

Nowise (*nô'uaiz*), *adv.* Không một cách nào.

Notwithstanding (*-sten'ding*). *prep.* Mặc dầu, dù vậy.

Nought (*no-t*), *n.* Không, số không (dê-rô).

Noun (*naon*), *n.* Danh tự.

Nourish (*nă'rish*), *vt.* Giữ gìn; nuôi nấng.

Nourishment (*-mânt*), *n.* Đồ ăn, của nuôi nấng.

Novel (*nov'vơl*),*n.* Tiểu thuyết. — **Novelist**, *n.* Người viết tiểu thuyết. — *n.* **Novelette**, Tiểu thuyết ngắn.

Novelty (*-ti*), *n.* Sự mới lạ ; hàng mới.

November (*nơ-vem'bơ*), *n.* Tháng mười một.

Novice *(nov' vis)*, *n*. Chú bé, đệ-tử ; người tập sự.

Now *(nao)*, *adv*. Bây giờ. — **Now and then**, Chốc chốc, một đôi khi.

Nowadays *(nao-ơ đêz)*, *adv*. Ngày nay, thời đại này.

Nowhere *(nô' huer)*, *adv*. Không có chỗ nào, chẳng đâu.

Noxious *(nok' shâs)*, *a*. Hay làm hại ; làm ác ; có hại.

Nozzle *(noz' zưl)*, *n*. Mõm, miệng ; đầu vòi rồng ; cái đầu ống.

Nuance *(nuy-ans'.nuy'ans)*, *a*. Màu sắc ; sự hơi khác.

Nubbin *(năb'bin)*, *n*. Một bắp ngô còn non ; miếng nhỏ lồi ra.

Nuclear *(niu' khi - ơr)*, *a*. Thuộc về hay giống như hạch (trung tâm, ruột).

Nucleus *(niu' cli - âs)*, *n*. Cái nhân ; ruột. — **Nucleate** *(-ât)* ,*a*. Có nhân. — *v*. *(-êt)*, Thành nhân.

Nude *(niud)*, *a*. Trần truồng ; khỏa thân. — **Nudity**. *n*.

Nudge *(năj)*, *vt*. Thúc đẩy, đun tay ; hích nhẹ. — *n*. Sự hích nhẹ.

Nudism *(niu'đi-zưm)*, *n*. Chủ nghĩa khỏa thân.

Nugget *(năg' ghet, - gât)*, *n*. Một miếng, mảnh (kim khí, vàng).

Nuisance *(niu' sâns)*, *n*. Sự tai hại, sự rầy rà, lo lắng.

Null *(năl)*, *a*. Không. — **Null and void**, Vô giá trị.

Nullify *(năl' li - fai)*, *v*. Bỏ đi ; kể như không có nữa.

Numb *(năm)*, *a*. Tê ; đờ ra ; mất tri giác. — *vt*. Làm tê.

Number *(năm'bơ)*, *n*. Số ; số mục. — *v*. Đặt số ; đếm.

Numeral *(niu' mơ - rơl)*, *a*. Dùng để chỉ số đếm. — *n*. Số.

Numerate *(-rêt)*, *vt*. Liệt kê, đếm. — **Numeration**, *n*.

Numerator *(niu'mơ-rê-tơ)*, *n*. Tử số.

Numerical *(niu - me' ri - cơl)*, *a*. Thuộc về số ; bằng số.

Numerous *(-râs)*, *a*. Nhiều ; đông người ; vô số.

Numismatics *(niu' miz - met'-tiks)*, *n*. Khoa cổ - tiền - học.

Numskull *(năm' skăl)*, *n*. Đứa ngốc, khờ dại.

Nun *(năn)*, *n*. Cô nhà mụ, bà mụ ; bà vãi, tăng nữ.

Nuncio *(năn'shi-ô)*, *n*. Khâm sai, đặc sứ của Giáo Hoàng ; sứ giả.

Nunnery *(năn'nơ-ri)*, *n*. Nhà tu, tu viện ; chùa.

Nuptial *(năp'shơl)*, *a.* Thuộc về hôn nhân, đám cưới.

Nurse *(nơrs)*, *n.* Nữ khán hộ; người vú em.

Nursery *(nơr' sơ - ri)*, *n.* Buồng nuôi trẻ con ; nhà nuôi tằm. — **Nursery rhyme** *(raim)*, Bài vè ru em.

Nursling, **Nurseling** *(nơrs'-ling)*, *n.* Đứa trẻ còn bú ; trẻ thơ.

Nurture *(nơr' chơr)*, *n.* Sự cho trẻ bú ; sự nuôi nấng ; giáo dục ; đồ ăn. — *vt.* Nuôi nấng ; dạy dỗ.

Nut *(năt)* *n.* Hạt dẻ, lạc (tây).

Nuthatch *(năt'hech)*, *n.* Một giống chim xanh nhỏ có ngực đỏ nâu hay trắng.

Nutmeg *(năt' meg)*, *n.* Cây, quả đậu khấu.

Nutriment *(niu'tri-mânt)*, *n.* Sự nuôi nấng ; đồ ăn ; đồ nuôi sống.

Nutrition *(niu' tri - shân)*, *n.* Sự nuôi sống thân thể.

Nutritive *(niu'tri-tiv)*, *a.* Bổ, có chất bổ.

Nuzzle *(năz'zul)*, *v.* Chúi mũi vào; hít; rúc mũi; cọ bằng mũi.

Nylon *(nai'lân)*, *n.* Chất ni-lông (dùng làm vải rất dai).

Nymph *(nimf)*, *n.* Nữ thần (sống ở cây hay suối).

O

Oaf *(ôf)*, *n.* Đứa ngu ngốc ; đứa trẻ có hình dáng lạ.

Oak *(ôk)*, *n.* Cây sồi, gỗ sồi. — **Oaken** *(ôk'kưn)*, *a.*

Oakum *(ô' câm)*, *n.* Sợi gai hay đay.

Oar *(ôr; or)*, *n.* Mái chèo. — **Oarsman** *(-mân)*, *n.*

Oasis *(ô'ơ-sis, ơ-ê'sis)* *n.* Một nơi có cây cỏ và nước ở bãi sa-mạc.

Oat *(ôl)*, *n.* Lúa mạch (cho ngựa ăn).

Oath *(ôth)*, *n.* Lời thề ; sự gọi tên thần thánh.

Oatmeal *(ôl'miil)*, *n.* Bột hay cháo, lúa mạch.

Obdurate *(ob'điu-rât, ob-điu'-rât)*, *a.* Bướng bỉnh ; khó dạy; cứng cổ ; sắt đá.

Obedience *(ơ-bi'đi-âns)*, *n.* Sự vâng lời, phục tòng.

Obedient *(-ânt)*, *a.* Hay vâng nhời ; hạ mình.

Obeisance *(ơ-bê'sâns, -bi'-)* *a.* Cái chào có vẻ kính cẩn.

Obelisk*(ob'bơ-lisk)*,*n.* Bút tháp, tháp đá mọc thẳng.

Obese *(ơ-biis')*, *a.* Béo phị, béo mập, to béo.

Obey *(ơ-bê')*, *vt.* Vâng lời, phục tòng, tuân theo.

Obituary *(ơ-bit'chu-ơ-ri)*, *n.* Mục báo riêng ; cáo phó.

Object *(ob'ject)*, *n.* Một vật ; [văn] túc từ ; mục đích.

Object *(âb-ject')*, *v.* Cãi lại ; chống lại ; bác bẻ.

Objective *(-tiv)*, *n.* Mục đích ; (văn) Thụ-sự-vị.

Oblate *(ob'lêt,ob-lêt')*, *n.* Tận tâm, sốt sắng ; bẹt ; giẹp ở hai đầu.

Obligate *(ob'bli-ghêt)*, *vt.* Bắt buộc ; cưỡng ép.

Obliglation *(ob-bli-ghê'shân)*, *n.* Sự bắt buộc; bổn phận.—**Obligator***(yob'blig-gơ-tơ-ri)*,*a.*

Oblige *(ơ-blaij')*, *vt.* Bắt buộc ; tự hãm mình, làm ơn.

Oblique *(âb'blik')*, *a.* Chéo ; xiên ; ngả.—**Obliquity**, *n.*

Obliterate *(âb-blit'tơ-rêt)*, *vt.* Xóa, đóng dấu lên.

Obliteration *(-rê'shân)*, *n.* Sự xóa ; chữ bị xóa.

Oblivion *(âb-bliv'vi-ân)*, *n.* Sự quên; bỏ sót ; thiếu sót.

Oblivious *(âb-biv'vi-âs)*, *a.* Hay quên, làm cho quên.

Oblong *(ob'loong)*, *a.* Hình bầu dục ; chữ nhật.

Obloquy *(ob'blơ-qui)*, *n.* Lời trách mắng, quở ; lời vu cáo ; xỉ vả ; sự cất chức nhục nhã.

Obnoxious *(âb-nok'shâs)*, *a.* Đáng ghét, đáng phản đối ; xúc phạm.

Oboe *(ô'bô, ô'boi)*, *n.* Thứ sáo cao âm có hai ống

Obscene *(âb-siin')*, *a.* Tục tĩu ; tà dâm ; không trong sạch.

Obscure *(âb-skiu'r)*, *a.* Tối, âm u, xẫm.—**Obscurity**, *n.*

Obsequies *(ob'sı-quiz)*, *n.* Đám tang, đám hiếu.

Obsequious *(âb-si'qui-âs)*, *a.* Khúm núm ; có vẻ liếm gót.

Observance *(âb-zơr'vâns)*, *n.* Sự tuân theo (luật lệ), nghi thức ; phong tục.

Observation *(ob-zơ-vê'shân)*, Sự quan sát ; đề ỳ.

Observatory *(âb'zơr'vơ-tơ-ri)*, *n.* Đài thiên văn.

Observe *(âb-zơrv')*, *vt.* Để ý ; khiển trách ; quan sát.

Obsess *(âb-ses')*, *vt.* Ám ảnh ; làm khổ tâm hồn.

Obsession *(âb-ses'shân)*, *n.* Sự quấy rầy ; ám ảnh.

Obsidian *(âb-sid'đi-ân)*, *n.* Thủy-tinh đen (ở hỏa sơn phun ra).

Obsolescent *(ob-sơ-les'sânt)*, *a.* Cũ rồi ; không dùng được nữa.

Obsolete *(ob'sơ-liit)*, *a.* Cũ, cổ, không hợp thời nữa.

Obstacle *(ob'stơ-cưl)*, *n.* Sự ngăn trở ; chướng ngại.

Obstetrics *(ob-stet'triks)*, *n.* Thuộc về khoa đỡ đẻ.

Obstinacy *(ob'sti-nơ-si)*, *n.* Sự cố chấp ; bướng bỉnh.

Obstinate *(-nưt)*, *a.* Bướng bỉnh, cố chấp. — **Obstinacy**, *n.* Sự, tính bướng-bỉnh.

Obstreperous *(âb-strep'pơ-râs)* *a.* Nghịch ngợm ; làm ồn lên ; ầm ỹ.

Obstruct *(âb-trăct')*, *vt.* Cản trở, làm chướng ngại.

Obstruction *(-shân)*, *n.* Sự cản trở, sự bế tắc.

Obtrude *(âb-truđ')*, *vt.* Đột nhập ; xông vào một cách hỗn xược.

Obtain *(âb-tên')*, *vt.* Lấy được, nhận được.

Obtuse *(âb-tius')*, *a* Cùn, không sắc, không nhọn.

Obverse *(âb-vơrs',ob-)*, *n.* Mặt phải ; mặt chính.

Obviate *(ob'vi-êt)*, *n.* Ngăn ngừa ; phòng bị ; dự phòng.— *n.* **Obviation**.

Obvious *(ob'vi-âs)*. *a.* Dĩ nhiên ; dễ hiểu ; rõ.

Occasion *(ơ-kê'zhân)*. *n.* Dịp, cơ hội ; việc sẩy ra.

Occasional *(-nơl)*. *a.* Tình cờ mà có. — **Occasionally**, *adv.* Tình cờ ; ngẫu nhiên ; thỉnh thoảng.

Occident *(ok'si'đânt)*. *n.* Phương tây. — **Occidental**. *(-đen'tơl)*,*a*.Thuộc về phương tây, Âu-Mỹ.

Occlude *(ơ-kluđ')*, *vt.* Đóng lại ; cản trở ; làm chướng ngại ; [hóa] hút hơi.

Occult *(ơ-kălt', ok'kălt)*, *a.* Huyền bí, bí hiểm.

Occupancy *(ok'kiu-pân-si)*, *n.* Sự chiếm cứ ; sự đến ở.

Occupant *(ok'kiu-pânt)*, *n.* Người chiếm ; người cư trú; người thuê nhà.

Occupation *(ok'kiu-pê'shân)*, *n.* Sự chiếm cứ ; ở ; công việc. — **Occupant** *n.* Người chiếm ; người cư trú.

Occupy *(ok'kiu-pai)*, *v.* Chiếm ; ở ; lấy ; để làm việc.

Occur *(o·kơr'), vt.* Sẩy đến ; đến cùng.

Occurrence *(-râns), n.* Dịp, cơ hội ; việc sẩy ra.

Ocean *(ô'shân), n.* Đại dương. — **Oceanic** *(ô-shi-en'nik), a.*

Ocher, Ochre *(ô'kơr), n.* Đất vàng, thổ hoàng.

O'clock *(ơ·clok'), n.* Giờ (theo đồng hồ).

Octagon *(ok'tơ-gân,-gon), n.* Hình bát giác. — **Octagonal** *(-teg'gơ-nơl), a.*

Octahedron *(-hi'đrân), n.* Khối tám mặt.

Octave *(ok'têv, -tiv). n.* (âm nhạc) Bát độ ; âm thứ tám.

Octave *(ok-tê'vô,-ta'-), n.* Khổ giấy gấp làm tám ; sách khổ giấy gấp tám.

October *(ok-tô'bơ), n.* Tháng mười dương lịch.

Octogenarian *(ok-tơ-ji-ne'-ri-ân), a.* Già tám mươi tuổi, hay ngoài 80 tuổi.

Octopus *(ok'tơ-pâs), n.* Giống bạch tuộc.

Ocular *(ok'kiu-lơr), a.* Thuộc về mắt ; thuộc về thị kính ; nhãn lực.

Oculist *(ok'kiu-list), n.* Thày thuốc chuyên chữa mắt.

Odd *(ođ), a.* (số) Lẻ ; còn thừa; (người) lạ ; lặt vặt.

Odds *(ođz), n.* Sự nhượng bộ ; tranh-luận ; bất hòa ; vật linh tinh.

Ode *(ôđ), n.* Bài thơ hát (đầy vẻ cảm động).

Odious *(ô'đi-âs,ôđ'yâs),a.* Đáng ghét ; ghê gớm, ghê tởm.

Odor, Odour *(ô'đơr), n.* Mùi ; mùi thơm. — **Odorous**, *a.*

Of *(ov,âv), prep.* Của, thuộc về ; từ ; bằng.

Off *(of), adv.* Ở xa, cách xa ; lìa khỏi.

Offal *(of'fơl), n.* Thịt thừa ; vật loại ra ; vật bỏ đi.

Offend *(ơ·fenđ'), v.* Làm mất lòng ; phạm đến ai.

Offense *(ơ-fens'), n.* Sự phạm lỗi ; mất lòng.

Offensive *(-siv), n.* Cuộc tấn công ; súc phạm.

Offer *(of'fơ). vt.* Biếu, hiến, dâng ; mời mua ; cố làm.

Offering *(-ring), n.* Sự dâng, biếu ; các vật tặng cho.

Offhand *(of-henđ'),adv.* Không lúng túng ; không dự bị sẵn ; lâm thời.

Office *(of'fis), n.* Việc làm ; chức vụ ; cuộc hành lễ ; sở, văn phòng. — **Officeholder**, *n.* Viên chức.

Officer *(-sơ), n.* Viên chức ; sĩ quan ; cảnh binh.

Official *(ơ-fis'shơl)*, *a.* Chính thức ; thuộc về chính phủ. — *n.* Viên chức.

Officiate *(-shi-êt)*, *vi* Hành lễ ; thi hành chức vụ.

Officious *(of-fis'shâs)*, *a.* Sốt sắng giúp đỡ ; hay làm ơn ; hiếu sự ; đa sự.

Offing *(f'fing)*, *n.* Bề khơi ; nơi xa xăm.

Offset *(of-set')*, *vt.* Làm lồi ra. — *vi.* *(of'set)*, In ốp-set.

Offshoot *(of'shut)*, *n.* Mầm, lộc cây ; ngành con cháu.

Offspring *(-spring)*, *n* Con cái ; con cháu ; sản phầm.

Often *(of'fân,-fưn)*, *adv.* Luôn luôn, nhiều lần.

Ogle *(ô'gưl)*, *v.* Đưa mắt nhìn; liếc ; ngấp nghé ; chú ý nhìn. — *n* Cái nhìn lẳng lơ.

Ogre *(ô'gơ)*, *n.* Qủy ăn thịt người, ông ba-bị ; người xấu.

Ohm *(ôm)*, *n.* (lý) Ôm (đơn vị để chỉ sưc điện trở).

Oil *(oil)*, *n.* Dầu ăn ; dầu chạy máy. — **Oily**, *a.*

Ointment*(oint'mânt)*, *n.* Thuốc bôi ; thuốc cao.

O. K., **Ok** ; **Okay** *(ô kê)*, [Mỹ] Được rồi ; tốt lắm.

Old *(ôld)*, *a.* Già, có tuổi ; cồ, cũ. — *n.* Đời xưa.

Olden *(ôl'đân)*, *a.* Thuộc về đời cồ.

Old-fashioned *(-fes'shâud)*, *a.* Lối cũ, cồ, không hợp thời.

Oleander *(ô'li-en-'đơr)*, *n* Cây quế dại ; giáp trúc đào.

Olfactory *(ol-fek' tơ-ri)*, *a.* Thuộc về khứu giác. — *n* Khứu quan.

Olligarchy *(ol'li-gar-ki)*, *n.* Chính-phủ quyền trong tay ít người.

Olive *(ol'liv)*, *n.* Cây, quả ô-liu.

Olympus *(ơ-lim'pâs)*, *n.* Núi Ô-lẹm-pờ (bên Hy-lạp).

Omega *(ơ-mi'gơ,ô'me-gơ)*, *n.* Chữ cuối cùng trong bản tự-mẫu Hy-lạp ; kết cục ; sự chết.

Omelet *(om'mơ-let,om'lưt,om'-lưt)*, *n.* Trứng tráng.

Omen *(ô'mân-men)* *n.* Điềm báo trước. — **Ominous** *(om'-mi-nâs)*, *a.* Có điềm báo trước (tốt, rủi).

Omit *(ơ-mit')*, *vi.* Quên, bỏ sót. — **Omission**, *n.*

Omnibus *(om'ni-bâs,-bâs)*, *n.* Xe chở khách trong thành phố ; ô-tô hàng.

Omnipotence *(om-nip'pơ-tens)* *n.* Vạn năng

Omnipotent *(-tânt)*, *a.* Có quyền phép lớn lao.

Omnipresence *(-prez' zâns)*, *n.* Sự có mặt khắp nơi.

Omnipresent *(-prez'zânt), a.* Có mặt ở khắp mọi nơi.

Omniscience *(om - ni' shâns), n.* Sự hiểu mọi sự.

Omniscient *(- shânt), a.* Biết mọi sự. — *n.* Đức Chúa Trời.

Omnivorous *(om-niv'vơ-râs), a.* Hỗn thực, ăn đủ mọi thứ.

On *(on), prep.* Ở trên, trên ; vào (ngày). — *adv.* Tiếp tục.

Once *(uăns), adv.* Một lần. — **At once**, Lập tức.

Oncoming *(on'kăm-ming), a.* Tiến lại gần ; sắp tới.

One *(uăn), n.* Một ; một số. — *pron.* Người ta.

One-eyed *(-aid), a.* Chột mắt. — **One-legged**, *a.* Có một chân.

Onerous *(on'nơ-râs), a.* Nặng nề : khó chịu ; có vẻ đè nén.

Oneself *(uăn - self), pron).* Chính mình.

Onesided *(năn - sai' đưđ), a.* Có một mặt ; thiên vị.

Onion *(ăn'yân), a.* Cây hành, củ hành.

Onlooker *(on' luk - kơr), n.* Người đứng xem ; khán giả ; khách bàng quan.

Only *(ôn'li), adv.* Chỉ có một. — *a.* Duy nhất ; độc nhất.

Onset *(on' set), n.* Cuộc tấn công ; công kích.

Onslaught *(on' slot), n.* Cuộc tấn công ; đột kích.

Onus *(ô'nâs), n.* Đồ nặng ; gánh nặng ; nghĩa vụ.

Onward *(on'uơrđ), a. & adv.* Về phía trên, về đằng trước

Onyx *(on'niks), n.* Bạch ngọc.

Ooze *(u-z), vi).* Chảy rỉ ra, thấm ra. — *n.* Đất bùn.

Opacity *(ơ-pes'si-ti), n.* Sự mờ đục ; không trông qua, được.

Opal *(ô' pơl), n.* Bạch thạch.

Opalescent *(ô - pơl - les'sânt),* **Opaline** *(ô'pơl-lin), a.* Màu đá mắt mèo trắng đục lóng lánh ; phát ra nhiều ánh sáng.

Opaque *(ơ-pêk'), a.* Không trông qua được ; mờ, đục.

Open *(ô'pưn), v.* Mở ra. — *a.* Mở, trống. — *n.* Chỗ hở.

Open door *(ô' pân - dor),* Tự do mậu-dịch ; tự do buôn bán.

Opon-handed *(-hen'đưđ,-đeđ), a.* Khoan hồng ; quảng đại hào hiệp ; đại lượng,

Open - hearth *(- harth), a.* Chỉ phương pháp luyện thép bằng cách cho ngọn lửa ở trên chiếu vào vật liệu ấy.

Opening *(ô'pân-ning, ôp'ning), n.* Khuôn cửa ; lỗ ; cửa miệng ; bước đầu ; cơ hội ; sự mở.

Open-shop, Hiệu thuê người trong và cả ngoài liên đoàn.

Opera *(op' pơ - rơ)*, *n.* Nhạc kịch, — **Operatic** *(-ret'tik)*, *a.*

Opera-glass *(op'pơ-rơ-glas)*, *n.* Ống nhòm thường dùng trong các nhà hát.

Operate *(op'pơ-rêt)*, *vi.* Hành động ; mưu động ; mổ.

Operation *(-rê'shân)*, *n.* Sự làm ; thi hành ; việc mổ, sẻ ; hành quân.

Operative *(op'pơ-rê-tiv, -rơ-tiv)*, *a.* Có thể mổ được ; hành động ; thực hành được.

Ophthalmic *(of-thel'mik)*, *a.* Thuộc về mắt ; về bệnh mắt.

Ophthalmology *(of-thel-mơl'-lơ-ji)*, *n.* Khoa nhỡn học ; nhãn khoa.

Opiate *(ô'pi-êt, -ut)* *n.* Thuốc có chất nha-phiến. — *a.* Có nha phiến ; làm cho say sưa.

Opine *(ơ-pain')*, *v.* Tưởng, nghĩ ; có ý kiến ; phát biểu ý kiến.

Opinion *(ơ-pin'yân)*, *n.* Dư luận, ý kiến.

Opinionated *(ơ-pin'nhiân-nêt-ted)*, *n.* Bướng bỉnh; cố chấp.

Opium *(ô' pi - âm)*, *n.* Nha phiến, thuốc phiện.

Opponent *(ơ-pô'nânt)*, *n.* Kẻ đối địch ; kẻ đối lập.

Opportune *(op-pơ-liu'n, op'-pơr'tiun)*, *a.* Xứng hợp ; thích hợp ; tiện lợi ; gặp thời.

Opportunism *(op-pơr-liu' ni-zưm)*, *n.* Chủ nghĩa tùy thời, tùy cơ.

Opporpunity *(op - pơ - tiu' ni-ti)*, *n.* Cơ hội, dịp tốt.

Oppose *(ơ-pôz')*, *vt.* Đối lập ; làm trái lại ; phản đối.

Opposite *(op'pơ-zit)*, *a.* Ở đối diện ; trái ngược.

Opposition *(-zis'shân)*, *n.* Sự đối lập ; đối phương.

Oppress *(ơ-pres')*, *vt.* Đè nén ; ức hiếp. — **Oppressor** *n.*

Oppression *(- shân)*, *n.* Sự đè nén, áp chế, áp bức.

Oppressive *(-siv)*, *a.* Có tính cách áp bức.

Opprobrious *(ơ - prô' bri - âs)*, *a.* Làm cho nhuc nhã ; đáng khinh.

Opprobrium *(ơ - prô'bri - âm)*, *n.* Sự, việc nhục nhã, đê tiện ; gia nhục.

Optic *(op' tik)*, *a.* Thuộc về mắt ; về quang học. — **Optics**, *n.* Quang học.

Optician *(op - tis' shân)*, *n.* Người làm hay bán mục-kỉnh.

Optics *(op' tiks)*, *n.* Quang học. — **Optical** *(-cơl)*, *a.*

Optimism *(op'ti-mi-zưm)*, *n.* Sự, thuyết lạc-quan.

Optimist *(- mist)*, *n.* Người theo thuyết lạc-quan.

Optimistic *(-mis'tik), a.* Có tính cách lạc quan.

Option *(op'shân), n.* Quyền lựa chọn, sự chọn lọc.

Optional *(-nơl), a.* Tùy ý, không bắt buộc.

Optometrist *(op tom'mi-trist), n.* Người giỏi về khoa đo thị lực.

Opulent *(op'piu-lânt), a.* Giầu; phong phú ; sang.

Or *(or), conj* Hay là, hoặc ; hai là.

Oracle *(or'rơ-cưl), n.* Lời thánh dạy ; người tiên tri.

Oral *(ô'rơl), a.* Khẩu vấn ; vấn đáp : thuộc về miệng.

Orange *(o'rưnj,-rênj), n.* Quả cam, màu cam.— **Orangeade** *(-jêđ), n.* Nước cam.

Orangutan *(ơ-reng' gu-ten), n.* Con đười ươi.

Oration *(ơ-rê'shân), n.* Bài diễn văn, bài văn tế.

Orator *(or'rơ-tơ), n.* Diễn giả ; người hùng biện.

Oratorio *(o' rơ-tô' ri-ô), n.* Thánh nhạc, bài hát đạo.

Oratory *(o'rơ-tô-ri,-tơ-ri), n.* Nghệ thuật diễn thuyết; hùng biện.

Orb *(orb), n.* Cầu ; vật hình tròn. — **Orbicular** *(or-bik'-kiu-lơ), a.* Có hình tròn ; tròn.

Orbit *(or ' bit'). n.* [thiên] Đường quĩ đạo. — **Orbital.** *a.*

Orchard *(or'chơrđ), n.* Vườn trồng cây sinh quả.

Orchestra *(or'kes-trơ,-kis-), n.* Phường, ban nhạc.

Orchid *(or'kid), n.* Cây lan. —*a.* **Orchidaceous** *or-ki-đê'shâs).*

Ordain *(or-đên'), vt.* Ra mệnh lệnh ; ủy thác ; truyền chức thánh ; phong linh mục.

Ordeal *(or-điil', or'điil,or-đi' ơl), n.* Phép xử án bằng cách gọi thần thánh.

Order *(or'đơ), n.* Thứ tự; kỷ luật; dòng tu.— *vt.* Ra lệnh ; gọi món ăn ; đặt hàng. **Orderly** *(-li), a. & adv.* Có thứ tự, trật tự.

Ordinal *(or'đi-nơl), a.* Thứ tự, chỉ thứ tự.

Ordinance *(or'đi - nâns), n.* Mệnh lệnh ; phán lệnh ; định lệ ; thiên lệnh.

Ordinary *(or'đi-nơ-ri),* Thường. — **Ordinarily**, *adv.*

Ordnance *(orđ'nâns), n.* Quân nhu ; súng, đại bác.

Ordure *(or'jơr), n.* Rác bẩn ; cứt đái ; vật ô uế.

Ore *(ôr), n.* Quặng mỏ. — **Iron ore**, Quặng sắt.

Organ *(or'gân), n.* Cơ quan ; phong cầm ; bộ phận.

Organdy, Organdic *(or'-gân-đi, or-ghen'đi)*, *n* Vải sa (thứ vải mỏng).

Organic *(or-ghen'nik)*, *a.* Thuộc về cơ quan ; hữu cơ.

Organism *(or'gân-ni-zưm)*, *n.* Cơ thể ; động vật.

Organization *(-ni-zê'shân,-nai-)*, *n.* Tổ chức.

Organize *(or'gân-naiz)*, *vt.* Tổ chức ; xếp đặt.

Orgy *(or'ji)*, *n.* Sự ham mê ăn uống, chè chén say sưa ; cuồng thực.

Oriel *(ô'ri-ơl)*, *n.* Cửa sổ hình cung nhọn.

Orient *(ô'ri-ent,-ânt)*, *a.* Phương đông ; Đông-Á. — **Oriental**, *a.*

Oriental *(ô-ri-en'tơl)*, *a.* Thuộc về phía đông, về phương đông. — *n.* Người Á-Châu.

Orientation *(ô-ri-en-tê'shân)*, *n.* Sự định hướng ; tìm phương hướng ; sự quay về hướng đông.

Orifice *(or'ri-fis)*, *n.* Lỗ ; lỗ trống ; miệng.

Origin *(or'ri-jin)*, *n.* Gốc, nguồn; nguyên thủy. — **Original** *(ơ-rij'ji-nơl)*, *a.* Về nguồn gốc ; (bản) chính ; sáng kiến. — **Originate** *(-nêt)*, *v.* Tạo ra, nghĩ ra, chế ra.

Oriole *(ô'ri-ôl)*, *n.* Chim hoàng-anh, hay vàng-anh.

Orison *(ô'ri-zân)*, *n.* Lời cầu khẩn, bài kinh.

Ornament *(or'nơ-mânt)*, *n.* Vật trang điểm, — *vt.* Trang sức. — **Ornamental** *(-men'tơl)*, *a.* Tráng lệ.

Ornate *(or-nêt')*, *a.* Trang điểm, trang sức ; trau giồi ; hoa mỹ.

Ornithology *(or-ni-thol'lơ-ji)*, *n.* Điểu-loại-học (môn khảo về các giống chim).

Orphan *(or'fân)*, *a.* & *n.* Mồ côi, trẻ mồ côi. — **Orphanage** *(-nưj)*, Nhà nuôi trẻ mồ côi, cô-nhi-viện ; cảnh đứa trẻ mồ côi.

Orthodox *(or'thơ-đoks)*, *a.* Thuộc về chính thống, chính truyền.

Orthography *(or-thog'grơ-fi)*, *n.* Chính tả, sự viết đúng.

Oscillate *(os'si-lêt)*, *vi.* Lắc (từ phải sang trái) ; dao-động.— **Oscillation** *(-tê'-shân)*, *n.* Sự lắc đi lắc lại.

Osier *(ô'zhơr)*, *n.* Cây mây.

Osprey *(os'pri)*, *n.* Chim ưng lớn hay bắt cá.

Ossify *(os'si-fai)*, *v.* Hóa xương, hóa cốt ; thành cốt.

Ostensible *(os-ten'si-bưl)*, *a.* Biểu lộ, tỏ tường.

Ostentation *(-tê'shân)*, *n.* Sự khoe khoang. **Ostentatious** *(-tê'shâs)*, *a.* Có vẻ khoe-khoang.

Ostler *(os'lơ)*, *n.* Người chăn ngựa, nuôi ngựa.

Ostricism *(os'trơ-si-zưm)*, Án phát lưu ; án truất hết quyền lợi.

Ostrich *(os'trich)*, *n.* Chim đà điểu.

Other *(ă'THơ)*, *a.* Khác (người khác, vật khác, v.v.).

Otherwise *(-uaiz)*, *adv.* Một cách khác.—*n.* Khác.

Otter *(ot'tơr)*, *n.* Giống rái cá.

Ottoman *(ot'tơ-mân)*, *n.* Một thứ trường kỷ ; người Thổ-Nhĩ-kỳ.

Ought *(o-t)*, *def. v.* Phải ; có bổn phận phải.

Ounce *(aons)*, *n.* Một lạng (1/16 của 1 pound).

Our *(ao-r)*, *pos. a.* Của chúng ta, của chúng tôi. **Ourselves** *(-selvz)*, *pron.* Chính chúng ta, chúng tôi.

Oust *(aost)*, *vt.* Trục xuất, đuổi ra.

Out *(aot)*, *adv.* Ở ngoài, ngoài ra.—*vt.* Đặt ra ngoài.

Out-and-out *(aot-end-aot)*, Thẳng suốt ; hoàn toàn,

Outbalance *(aot-bel'lâns)*, *vt.* Vượt quá ; hơn trọng lượng, hơn cân.

Outbid *(aot-bid')*, *v.* Đặt giá cao hơn.

Outbreak *(-brêk)*, *n.* Phì ra, phá ra, bùng nổ ; nổi loạn.

Outburst *(aot'bơrst)*, *vt.* Sự bùng nổ ; bộc phát.

Outcast *(aot'cast)*, *n.* Người bị trục xuất ; bị giáng chức, bị loại.

Outcome *(aot'căm)*, *n.* Kết quả.

Outcry *(-crai)*, *n.* Tiếng hò hét.

Outdoors *(aot'đôrz)*, *adv.* Ở giữa giời ; ở ngoài nhà.

Outfit *(aot'fit)*, *n.* Đồ dùng, quân nhu ; quần áo. **Outfitter** *(-tơ)*, *n.* Người may hay bán quần áo.

Outgrowth *(aot'grôth)*, *n.* Cái bướu, u ; vật lồi ra ; vật mọc thừa.

Outing *(aot'ting)*, *n.* Cuộc đi dạo mát ; du lịch.

Outlandish *(aot-len'đish)*, *a.* Kỳ lạ, kỳ khôi ; không quen nhìn ; xa xăm.

Outlast *(aot-last)*, *vt.* Lâu hơn ; dai sức hơn.

Outlaw *(-lo)*, *n.* Người bị khai trừ khỏi pháp luật.—*vt.* Khai trừ.

Outlay *(aos'lê)*, *n.* Tiền chi phí.

Cutlet *(aot'let,-lưt)*, *n.* Lối ra; kết quả; lối tiêu thụ hàng hóa.

Outline *(-lain)*, *n.* Ngoại tuyến; đường vẽ phác.

Outlook *(-luk)*, *n.* Sự trông theo phép phối cảnh.

Outlying *(aot'lai-ing)*, *n.* Xa cách, riêng biệt, lẻ loi.

Outmoded *(aot-môđ'đưđ,-đeđ)*, Cổ rồi; lạc hậu; không hợp thời trang.

Outnumber *(aot-năm'bơr)*, *vt.* Quá số, nhiều quá số.

Out-of-date *(aot'ov-đêt')*, *a.* Không thịnh hành nữa; lạc hậu; hết thời.

Out-of-door, Out-of-doors, *a.* Ở ngoài giời, ở giữa giời.

Outpost *(aot'pôst)*, *n.* Đồn ở tiền-tuyến; trung đội đóng ở đồn đó.

Outpour *(aot'pôr,-por)*, *n.* Sự làm lan tràn ra. — *v.* Chảy ra.

Output *(aot'put)*, *n.* Thực hiện; sự sản xuất.

Outrage *(aot'rêj)*, *n.* Sự xúc phạm; lăng mạ.

Outrageous *(aot-trê'jâs)*, *n.* Làm nhục; lăng mạ.

Outrigger *(aot'rig-gơr)*, *n.* Sà que lồi ra ở cột buồm; miếng gỗ lồi ra để đỡ cái mái trèo; thuyền con.

Outright *(aot-rait', aot'rait)*, *adv.* Lập tức; thẳng tay; thẳng.

Outset *(aot'set)*, *n.* Sự bắt đầu; khởi sự.

Outside *(aot'said)*, *adv.* & *a.* Ở ngoài, ở phía ngoài.

Outsider *(aot-sai'đơr)*, *n.* Người ngoài; người xa lạ không quen biết.

Outskirts *(-skơrts)*, *n.* Đầu, rìa vỉa; ngoại ô.

Outspoken *(aot'spô'kưn)*, *a.* Nói thẳng; thật thà.

Outstanding *(-sten'đing)*, *a.* Còn dở dang; còn mắc nợ.

Outstretch *(aot-streck)*, *vt.* Mở rộng ra, dương ra.

Outward *(uơrđ)*, *a.* Ngoài, phía ngoài. — **Outwards** *adv.* Ở n oài; hương về ngoài; công nhiên.

Outwit *(-uyt)*, *vt.* Vượt hẳn vì khôn ngoan; mưu mẹo.

Oval *(ô'vơl)*. *a.* Hình trái soan, bầu dục.

Ovary *(ô'vơ-ri)*, *n.* Buồng trứng, noãn-sào; (thực) tử-phòng.

Ovation *(ơ' vê-shân), n.* Sự hoan hô, tung hô, hoan nghênh nhiệt liệt.

Oven *(ăv'vưn), n* Cái lò ; cái bếp.

Over *(ô'vơ), prep.* Ở trên ; qua ; ở bên kia.

Overalls *(ô'vơ-rolz), n. pl.* Quần mặc làm việc, đi tầu bè.

Overawe *(ô'vơr-o), vt.* Đe dọa, dọa nạt ; thị uy.

Overbearing *(- be' ring), a.* Kiêu căng ; hống hách.

Overboard *(- bôrđ), adv.* Ở trên tầu ở ngoài bể.

Overburden *(ô'vơ - bơr - đưn), vt.* Chất nặng quá.

Overcast *(-cast), a.* Có mây ; u ám, vẩn đục. — *vt.* Phủ, làm cho u ám ; khâu lược lại.

Overcharge *(-charj,) vt.* Chất thêm, chứa nhiều quá ; bắt trả nhiều tiền quá.

Overcoat *(ô' vơ - côt), n.* Áo khoác, áo pa-đờ-suy.

Overcome *(-căm), vt.* Thắng được, đánh bại.

Overdose *(đôs), n.* Quá liều thuốc ; quá độ.

Overdraw *(- đrơ), vt.* Quá mực ; làm thừa. — **Overdraft,** *n.*

Overdue *(ô'vơ-điu), a.* Quá hạn, chậm.

Overestimate *(- es' ti - mât), n.* Sự ước lượng cao quá — *(-êt), v.* Ước lượng cao quá.

Overflow *(- flô), vi.* Tràn ngập, chảy tràn qua.

Overhaul *(-ho-l), vt.* Xem xét lại. — **Overhauling,** *n.*

Overhead *(- heđ), a.* Trên đầu, quá đầu ; ở chỗ cao.

Overhear *(- hi' ơ), vt.* Tình cờ nghe thấy ; nghe lỏm.

Overland *(ô' vơ - lenđ), adv. & a.* Bằng đường bộ.

Overlook *(- luk), vt.* Nhìn ở trên xuống ; xem xét.

Overnight *(- nait), a.* Đang đêm ; đêm trước.

Overrun *(ô'vơ-răn), vt.* Xâm nhập vào ; ùa vào.

Oversea *(ô'vơ-si), a. & adv.* Ở hải ngoại.

Oversee *(-si'), vt.* Để ý đến ; để ý xem xét.

Overtake *(-ô-vơ-têk'), vt.* Bắt, đuổi kịp.

Overthrow *(- thrô') vt.* Lật đổ, phá hoại ; đánh bại.

Overture *(ô'vơ-chơ), n.* Bản nhạc dạo đầu.

Overturn *(-tơrn), vt.* Lật lên, lộn nhào. — *vi.* Lật.

Overwhelm *(-huelm'), vt.* Đè bẹp, thắng được.

Ovum *(ô'vâm), n.* Buồng trứng ; noãn-tế-bào ; quả trứng.

Owe *(ô)*, *vt.* Nợ, mắc nợ. — **Owing to**, Tại vì.

Owl *(aol)*, *n.* Con cú. — **Owlish** *(oa'lish)*, *a.* Như cú.

Own *(ôn)*, *a.* Chính của riêng. — *vt.* Có của. — **Owner** *(ô'nơ)*, *n.* Người có quyền sở hữu.

Ox *(oks)*, *n.* Bò đực. — [*pl* **Oxen** *(ok'sưn)*].

Oxidation *(ok si đê'shân)*, *n.* Sự han dỉ ; ốc-xít hóa.

Oxide *(ok'said)*, *n.* Chất ốc-xít. — **Oxidize** *(-đaiz)*, *vt.*

Oxidize *(ok'si-đaiz)* *vt.* Làm cho han, cho rỉ ; oxýt hóa

Oxyacetylene *(ok' si - ơ - set'-ti-liin)*, *a.* [hóa] Chỉ sự hỗn hợp oxýt với a-sê-ti-len,

Oxygen *(ok'si-jân)*, *n.* Dưỡng-khí, óc-xy.

Oyster *(ois'tơ)*, *n.* Trai, hến, con xò.

Ozone *(ơ zôn'*, *ô'zôn)*, *n.* (hóa) chất ô-zon ; không-khí trong.

P

Pabulum *(pèb' biu - lâm)*, *n* Đồ ăn ; thực phẩm.

Pace *(pês)*, *n.* Bước chân ; đà đi. — *v.* Đi từng bước.

Pachyderm *(pek' ki - đơrm)*, *n.* Thú vật dạ dầy, hậu bì động vật.

Pacific *(pơ - sif' fik)*, *a.* Thái bình, an ninh.

Pacifism *(pơs'si-fis-zưm)*, *n.* Chủ nghĩa hòa bình.

Pacify *(pes'si-fai)*, *vt.* Lập an ninh — **Pacification**.

Pack *(pek)*, *n.* Gói, bọc ; bầy (chó). — **To Pack up**, Đóng hành lý. — **Packing**, *n.* Sự, vật gói. — **Package** *(puk'kưj)*, *n.* Gói hàng, bọc, kiện.— **Pack of hounds** *(-haondz)*, *n.* Một bầy chó săn.

Pact *(pect)*, *n.* Thỏa ước, hiệp ước.

Pad *(peđ)*, *n.* Đệm, gối ; yên xe ; tờ giấy thấm lớn.

Padding*(peđ'đing)*, *n.* Bông, tơ để lót áo hay nhồi; vật nhồi.

Paddle*(peđ'đưl)*,*n.* Cái bơi chèo — *v.* Chèo — **Paddler**, *n.* — **Paddle wheel**, Guồng chèo.

Paddock *(peđ'đâk)*, *n.* Đồng cỏ nhỏ cho súc vật ăn ; bãi đất gần trường đua ngựa ; bãi đất để ngựa thi tập.

Padlock *(peđ'lok)*, *n.* Khóa móc — *vt* Khóa lại.

Padre *(pa'đrê)*, *n.* Linh mục, thày cả ; giáo sỹ.

Paean *(pi-ân)*, *n.* Bài hát mừng ; khải hoàn ca.

Pagan *(pê'gân)*, *n.* Người vô tín ngưỡng, theo dị giáo. — **Paganism** *(- ni - zưm)*, *n.* Thuyết vô tín ngưỡng.

Page *(pêj)*. *n.* Trang sách ; người hầu.—*vt.* Đánh số trang.

Pageant *(pej'jânt,pê')*, *n.* Đám rước; sự triển lãm các vật đẹp.

Pagoda *(pơ - gô' đơ)*, *n.* Cái chùa, đền thờ (bên Á Đông).

Pail *(pêl)*, *n.* Cái thùng. — **Pail**, *n.* Thùng đầy.

Pain *(pên)*, *n.* Sự đau đớn ; sự nặng nhọc.—**Painful** *(pên'-ful)*,*a.* Đau đớn, nặng nhọc. —**Painstaking***(pênz'tê-king)*. *a.* Chịu khó, siêng năng.

Paint *(pênt)*, *n.* Màu sắc ; sơn. — *v* Sơn, vẽ.— **Painter** *(-tơ)*. *n.* Họa sĩ về sơn ; thợ sơn.— **Painting** *(pênt'ting)*, *n.* Bức tranh, bức vẽ sơn.

Pair *(per)*, *n.* Một đôi, một cặp. —*v.* Xếp thành đôi.

Pajamas *(pơ-ja'mơs)*, *n.* Xch. **Pyjamas**, Bộ pi-ja-ma ; quần áo mặc trong nhà ; quần áo ngủ.

Palace *(pel'lưs,-lâs)*, *n.* Lâu đài dinh thự.—**Palatial**, *a.* Tráng-lệ ; huy-hoàng.

Palanquin, **Palankeen** *(pel' lân-kiin')*, *n.* Cái kiệu.

Palatable *(pel'lit-tơ-bưl)*, *n* Ngon ; đầy hương vị.

Palatal *(pel'lơ-tơl)*, *a.* Thuộc về hàm trên (hàm ếch).

Palate *(pel'lưt)*, *n.* Hàm trên, hàm ếch. — **Palatal**, *a.*

Palatinate *(pơ-lei'ti-nât)*, *n.* Lãnh thổ của ông bá-tước.

Palatine *(pel'lơ-tain,-tin)*, *a.* Có vương quyền ; thuộc về bá tước ; có chức vụ trong cung điện.

Pale *(pêl)*, *a.* Xám ; nhạt ; xanh xao — *v.* Thành ra nhạt.

Paleface *(pêl'fês)*, *n.* Người da trắng.

Paleontology *(pê li-on-tol'-lơ-ji)*, *n.* Cổ-sinh vật-học.

Palette *(pel'let)*, *n.* Khay đựng sơn của họa-sĩ.

Palfrey *(pol'fri,pel'fri)*, *n.* Ngựa nhỏ (cho đàn bà cưỡi).

Paling *(pêl'ling)*, *n.* Hàng rào giậu; gỗ để làm hàng rào, giậu.

Palisade *(pel-li-sêđ)*, *n.* Hàng rào, giậu. — *vt.* Rào.

Pall *(po-l)*, *vi,* Đầy ứ ; chán nản. — *n.* Vải che ; áo khoác.

Pallbearer *(-be-rơ)*, *n.* Người đi cạnh quan tài.

Pallet *(pel'let)*, *n.* Cái giường thấp nhỏ ; giường có ổ dơm.

Palliate *(pel'li-êt)*, *v.* Làm cho đỡ, làm dịu ; sửa nhà ; khinh giảm ; che đậy (lỗi).

Pallid *(pel'liđ)*, *a.* Xanh xao ; nhợt nhạt.

Pallor *(pel'lơr)*, *n.* Sự xanh xao, nhợt nhạt.

Palm *(pa-m)*, *n* Lòng bàn tay ; cây gồi.

Palmetto *(pel-met-tô)*, *n.* Một thứ cây lá hình cái quạt.

Palmistry *(pa'mis-tri)*, *n.* Người xem tướng tay.

Palpable *(pel'pơ-bưl)*, *a.* Có thể sờ được, cầm được ; rõ rành rành.

Palpitate *(pel'pi-têt)*, *vi.* Nhảy động ; hồi hộp ; đập, rung.

Palsy *(pol'zi)*, *n* Chứng bại, tê liệt. — *vt.* Làm cho tê liệt.

Palter *(pol'tơr)*, *vi.* Trù trừ ; nói loanh quanh ; mặc cả ; giao dịch.

Paltry *(pol'tri)*, *a.* Không quan trọng ; láo lếu ; đáng ghét ; vô giá trị ; đáng thương.

Pampas *(pem'paz)*, *n. pl.* Đồng cỏ hoang ở Nam Mỹ ; giải bình nguyên không có cây.

Pamper *(pem'pơr)*, *vt.* Mơn chớn ; vuốt ve ; một cách khoan hồng.

Pamphlet *(pem'flet,-flựt)*, *n.* Quyển sách nhỏ.

Pan *(pen)*, *n.* Xanh để rán, chiên — *vi.* Tráng

Panacea *(pen-nơ-si'ơ)*, *n.* Thuốc vạn ứng ; chữa bách bệnh.

Panama *(pen-nơ-ma')*, *n.* Mũ pa-na-ma ; mũ dơm trắng.

Pancake *(pen'kêk)*, *n.* Bánh nướng; sự hạ cánh rồi đỗ ngay.

Pancreas *(peng'kri-âs)*, *n.* Lá lách, tùy tạng.

Pandemonium *(pen'đi-mô'ni-âm)*, *n.* Thủ đô dưới âm phủ ; chỗ ma quỷ ở.

Pane *(pên)*, *n.* Miếng kính cửa sổ (cửa kính).

Panegyric *(pen-ni-ji'rik)*, *n.* Bài tán tụng.tán dương,tán-từ.

Panel *(pen'nơl)*, *n.* Thầm phán ; bức chắn ; bức vẽ.

Panhandle *(pen'hen-đưl)*, *n.* Cái chuôi chảo ; miếng đất lồi ra giống hình chuôi chảo.

Panhandle, [long] Hỏi xin, ăn xin.—*n.* **Panhandler**.

Panic *(pen'nik)*, *n.* Sự kinh hãi ; hỗn loạn.—**Panicky**, *a.*

Panic-stricken *(-kưn)*, *a.* Bị sợ hãi bởi tin phao truyền.

Pannier*(pen'nhi-ơr,pen'ni-ơr)*, *n.* Thúng, mủng, rổ ; khung váy.

Pannikin *(pen'ni-kin)*, *n.* Chảo con ; chén nhỏ.

Panoply *(pen'nơ-plai)*,*n.* Toàn bộ võ trang của hiệp sỹ ; vỏ phủ ngoài rất lộng lẫy.

Panorama *(pen-nơ-ra'mơ)*, *n.* Bức họa toàn cảnh.

Pansy *(pen'zi)*, *n.* Cây tử-la-lan.

Pant *(peni)*, *vi.* Thở hổn hển. —*n.* Sự hồi hộp, tiếng tim đập ; [*pl.*] quần ; quần ngắn. —**Pantaloons** *(pen-tơ-lunz')*, *n.* Quần đùi,—**Pants** *n.*

Pantheism *(pen'thi-i-zưm)*, *n.* Đạo phiếm thần.—**Pantheist** *(-ist)*, *n.* Người chủ trương vũ trụ là thần.

Pantheon *(pen'thi ân,pen-thi'-ân)*, *n.* Cái đền thờ.

Panther *(pen'thơ)*, *n.* Con báo ; hổ Mỹ.

Pantomime *(pen'tơ-maim)*, *n.* Bản kịch câm ; thuật đóng kịch câm ; sự múa tay ; tỏ ý bằng điệu bộ.

Pantry *(pen'tri)*, *n.* Buồng để các món ăn.

Pap *(pep)*, *n.* Các đồ ăn mềm cho trẻ con và bệnh nhân ; đậu ván.

Papacy *(pê'pơ-si)*, *n.* Chức vị của Giáo-hoàng ; Giáo-hoàng.

Papal *(pê'pơl)*, *a.* Thuộc về Đức Giáo-Hoàng ở La-Mã.

Paper *(pê'pơ)*, *n.* Giấy, tờ giấy ; nhật báo ; giấy bạc.— **Paper-hanger** *(-heng'gơ)*, *n.* Thợ gián giấy hoa.

Papilla *(pơ-pil'lơ)*, *n.* Gai thịt.

Papist *(pê'pist)*, *n.* Người theo giáo hội La-Mã.

Papoose *(pơ-pus')*, *n.* Con của giống người mọi Bắc Mỹ.

Papyrus *(pơ-pai'râs)*, *n.* Cây giấy (vỏ dùng làm giấy).

Par *(par)*, *n.* Số chẵn ; giá bằng nhau.

Parable *(pe'rơ-bưl)*, *n.* Truyện ngắn ngụ ý khuyên răn.

Parabola *(pơ-reb'bơ-lơ)*, *n.* [toán] Đường, hình pa-ra-bôn. —**Parabolic***(pe-rơ-bol'lik)*,*a.*

Parachut *(pe'rơ-shut)*, *n.* Cái dù.—**Parachutist**, *n.*

Parade *(pơ-rêđ')*, *n.* Sự biểu dương; cuộc duyệt binh.

Paradigm *(pe'rơ-đim, -đaim)*, *n.* Khuôn mẫu; mô phạm; [văn] tỷ-dụ về sự biến hóa.

Paradise *(pe'rơ-đais)*, *n.* Thiên đường; nơi cực lạc.

Paradox *(pe'rơ-đoks)*, *n.* Ý kiến trai thường, nghịch lý; tư tưởng mâu-thuẫn luận.

Paraffin *(-fin)*, *n.* Chất Pa-ra-fin (dùng làm nến, đóng dấu các hàng hóa).

Paragon *(gon, gân)*, *n.* Kiểu mẫu; mô phạm.

Paragraph *(-graf)*, *n.* Một chương; đoạn.—*vt.* Chia đoạn; viết một đoạn về vấn đề gì.

Parallel *(pe'rơ-lel)*, *a.* Đi song song với. — *n.* Đường song-song; vĩ-tuyến.—*vt.* Đặt ngang với.—**Parallelogram** *(-lel'-lơ-grem)*, *n.* Hình bình hành.

Paralyse *(pe'rơ-laiz)*, *vt.* Làm tê-liệt; đình trệ.—**Paralysis** *(pơ-rel'li-sis)*, *n.* Bệnh, sự tê liệt.—**Paralytic**, *a.*

Paramount *(pe'rơ-maont)*, *a.* Cao nhất.

Paramour *(-mur)*, *n.* Người yêu, tình nhân.

Parapet *(-pet,-purt)*, *n.* Thành lũy; bao lơn; tường thấp.

Paraphornalia *(-fơr-nê'li-ơ)*, *n. pl* Vật sở hữu cá nhân; đồ dùng; dụng cụ; khí cụ.

Paraphrase *(-frêz)*, *v.* & *n.* (Lời) Giảng rộng ra.

Parasite *(pe'rơ-sait)*, *n.* Vật ký sinh; người ăn bám (nhờ).

Parasol *(-sol)*, *n.* Ô, dù che nắng mưa.

Parcel *(par'sơl)*, *n.* Gói, kiện. — **Parcel post**, Bưu kiện.

Parch *(parch)*, *vt.* Làm khô, làm cháy đi.

Parchment *(- mânt)*, *n.* Da loài vật chế tạo để viết.

Pard *(parđ)*, *n.* Con báo (cổ vần).

Pardon *(par'đưn)*, *n.* Sự tha thứ. — *vt.* Tha thứ; xá tội. — **Pardonable** *(-nơ-bưl)*, *a.* Có thể tha thứ được.

Pare *(per)*, *vt.* Gọt vỏ; xén, cắt bớt đi.

Parent *(pe'rânt)*, *n.* Cha, mẹ; nguồn gốc. **Parental**, *a.* — **Parentage** *(-tưj)*, Các người họ hàng; thân thích.

Parenthesis *(pơ-ren'thi-sis)*, Dấu ngoặc ( ), câu nói xen giữa hai ngoặc.

Parfait *(par-fê')*, *n.* Kem nước đá làm bằng nước đường, trứng và kem sữa.

Pariah *(pa'ri-ơ,pe'ri-ơ)*, *n.* Người bị ruồng bỏ; người hạ lưu.

Parish *(pe'rish)*, *n.* (tôn) Xứ đạo, giáo khu — **Parishioner** *(pơ - ris' shân - nơ)*, *n.* Bổn đạo trong xứ.

Parity *(pe'ri-ti)*, *n.* Sự đồng đẳng ; đều ; cân nhau ; song bình ; giá tiền tệ ngoại quốc ngang nhau.

Park *(park)*, *n.* Vườn, công viên. — *v.* Chỗ xe đỗ.

Parkway *(park'uê)*. *n.* Đại lộ ; đường to có cây và bãi cỏ đẹp.

Parlance *(par' lâns)*, *n.* Sự, cuộc nói chuyện ; đàm thoai ; đàm phán ; biện luận.

Parley *(par'li)*, *n.* Cuộc đàm phán ; thương nghị (với địch).

Parliament *(parl' lơ - mânt)*, *n.* Nghị viện ; quốc hội.

Parliamentarian *(par'li-men-tê ri ân)*, *n.* Nghị-viện nghị sĩ ; người giỏi về nghị-viện-pháp.

Parliamentary *(-men' lơ - ri)*, *a.* Thuộc về nghị viện.

Parlor, Parlour *(par' lơr)*, *(par' lơr)* *n.* Buồng tiếp khách, phòng nói truyện.

Parochial *(pơ - rô' ki - ơl)*, *a.* Thuộc về giáo khu, xứ đạo ; hẹp hòi ; có vẻ địa-phương.

Parody *(pe'rơ-đi)*, *n.* Bài làm nhạo chơi một tác phẩm nào.

Parole *(pơ-rôl')*, *n.* Lời hứa ; lời cam kết (để được tạm tha), — *vt.* Tạm tha.

Paroxysm *(pe' râk - si - zưm)*, *n.* Thời kỳ kịch phát của bệnh ; cơn bệnh phát lên.

Parquet *(par - kê', -ket')*, *n.* Sàn nhà ; sàn gỗ ; tầng dưới trong rạp hát.

Parricide *(pe'ri-said)*, *n.* Kẻ giết cha mẹ ; tội giết cha mẹ.

Parrot *(per' rât)*, *n.* Con vẹt.

Parry *(per'ri)*, *v.* Tránh (quả đấm, mũi kiếm) ; lảng.

Parse *(pars)*, *vt.* Phân giải, phân tích (văn phạm).

Parsimony *(par'si-mơ-ni)*, *n.* Tính keo cú ; bần tiện.

Parsley *(pars' li)*, *n.* Cây cần tây.

Parsnip *(pars'nip)*, *n.* Một thứ củ su-hào.

Parson *(par'sưn)*, *n.* Mục sư. — **Parsonage** *(- nưj)*, *n.* Nhà xứ, nhà ông mục sư ở.

Parsonage *(par'sun-nưj)*, *n.* Nhà giáo khu-trưởng ; nhà mục sư, nhà cha xứ.

Part *(part)*, *n.* Phần ; khoản. bộ phận. — *vt.* Chia ra.

Partake *(par - têk')*, *vt.* Dự phần ; lấy một phần. — **Partaker**, *n.* Người dự phần.

Parterre *(par-ter')*, *n.* Luống hoa, vườn cảnh ; tầng dưới trong rạp hát.

Partial *(par'shơl)*, *a.* Thiên vị ; thiên tư ; có một phần thôi. — **Partiality** *(par-shi-el'li-ti)*, *n.*

Participate *(par-tis'si-pêt)*, *n.* Tham gia ; dự phần ; có phần. — *n.* **Participator** *(-pê-tơ)*. **Participation** *(-pê'shân)*, *n.* Sự dự phần ; Sự có mặt.

Participle *(par' ti-si-pưl)*, *n.* Phần động tự.

Particle *(-kưl)*, *n.* Một phần bé ; (văn) Chữ phụ thuộc.

Parti - colored *(par' ti - căl'-lơrđ)*, *a.* Sặc sỡ, lắm màu sắc.

Particular *(pơ - tik' kiu - lơ,-par)*, *a.* Riêng ; tỉ mỉ ; đặc biệt. **Particularity** *(-le' ri-ti)*, *n.* Tính riêng ; chi tiết.

Parting *(par' ting)*, *p. a.* Ly biệt ; xa cách ; từ biệt ; chia ra ; tạm biệt. — *n.* Sự phân ly.

Partisan *(par' ti - zân)*, *n.* Người trong đảng ; đảng viên nhiệt tâm.

Partition *(par - tis' shân)*, *n.* Sự phân chia ; bức vách (tường). — *vt.* Chia ra ; ngăn bằng vách.

Partly *(part' li)*, *adv.* Từng phần ; không trọn hết ; một phần.

Partner *(-nơ)*, *n.* Hội viên ; bạn ; người xứng đôi ; người công ty với.

Partridge *(- trij)*, *n.* Chim đa-đa.

Parturition *(par-tiu-ris'shân)*, *n.* Sự sinh đẻ ; ở cữ ; nằm bệt.

Party *(par'ti)*, *n.* Đảng, phái cuộc vui ; bên ; tiệc.

Pasha *(pơ-sha', pas'sha)*, *n.* Chủ-tịch ở Thổ nhĩ-kỳ xưa ; vị tổng quản.

Pass *(pas)*, *n.* Đường hẹp (đường núi) ; giấy phép ; sự truyền hạn. — *v.* Qua ; chết ; sẩy ra ; đỗ. **Passable** *(pas'sơ--bưl)*. *a.* Qua được ; kha khá.

Passage *(pes'sưj)*, *n.* Sự đi qua ; lối đi, hành lang.

Passbook *(pas'buk)*, *n.* Cuốn sổ của người có tiền gửi ngân hàng ; sổ vào các món hàng mua.

Passenger *(pes' sân - jơ)*, *n.* Người đi qua lại ; hành khách.

Passer-by *(pas' sơ - bai)*, *n.* Người đi qua lại.

Passion *(pes' shân)*, *n.* Nỗi thống khổ ; sự say mê ; nhiệt tình. — *n.* **Passionless.** Lãnh đạm. — **Passionate** *(-nât. -nưt)*. *a.* Say mê ; dễ cảm động.

Passive *(pes'siv)*. *a.* Thụ động ; tiêu-cực. — **Passive voice.** Thụ động cách.

Passover *(pas'ô-vơ)*, *n.* Lễ vượt bể của người Do-Thái.

Passport *(pas'port)*, *n.* Giấy thông hành để đi ngoại-quốc.

Password *(pasuơrđ)*, *n.* Khẩu hiệu ; ám hiệu.

Past *(past)*, *n.* Dĩ vãng, quá khứ — *a.* Đã qua — *adv.* Qua.

Paste *(pêst)*, *n* Bột, hồ ; kim cương giả. — *vt.* Gian.

Pastel *(pes'lel,pes-tel')*, *n.* Bút chì ; bức vẽ bằng chì — *a.* Màu nhạt.

Pastern *(pes'tơrn)*, *n.* Cổ chân ngựa.

Pasteurize *(pes'tơ-raiz)*, *vt.* Đun sôi để sát trùng. — **Pasteurization**, *n*

Pastime *(pas'taim)*, *n.* Sự tiêu khiển ; giải trí.

Pastor *(pas'tơ)*. *n.* Linh mục, mục sư. — **Pastorage**, *n.*

Pastoral *(pas'tơ-rơl,pes'-)*, *a.* Thuộc về mục đồng ; phong cảnh đồng ruộng. — *n.* Bài thơ tả về sự sinh hoạt của nhà nông.

Pastry *(pês'tri)*, *n.* Bột làm bánh ; bánh.

Pasture *(pas'chơr)*, *n.* Đồng cỏ.— *vt.* Ăn cỏ. — **Pasturage** *n.* Việc trâu bò ăn cỏ ; đồng cỏ.

Pasty *(pês'ti)*. *a* Dính ; nhơm nhớp.— *n.* Bánh nhân thịt.

Pat *(pet)* *vt.* Vỗ về, soa — *n.* Sự vỗ nhẹ.

Patch *(pech)*, *n.* Một mảnh ; miếng vá.— *vt.* Chắp, nối ; vá.

Pate *(pêt)*, *n.* Đầu ; đỉnh đầu.

Patent *(pê'tânt,pet')*, *n.* Giấy phép cho sản xuất. — *a.* Công khai ; có bằng' chuyên môn.

Patent leather, Da quang dầu, da véec-ni.

Paterfamilias *(pê'tơr-fơ-mil'li-es)*, *n.* Người chủ gia-đình ; gia trưởng.

Paternal *(pơ-tơ'nơl)*, *a.* Thuộc về cha. — **Paternalism**, *n.* Chính-trị phụ-đạo.

Paternity *(-ni-ti)*, Bổn phận làm cha ; phụ hệ.

Path *(path)*, *n.* Lối đi nhỏ ; con đường nhỏ.

Pathetic *(pơ-thet'tik)*, *a.* Cảm động. — **Pathetically**, *adv.*

Pathagenic *(pe'thơ-jen'nik)*, *a.* Sinh bệnh.

Pathology *(-thol'lơ-ji)*, *n.* Môn học về nguyên nhân các bệnh.

Pathos *(pê'thos)* *n.* Vẻ đáng thương.

Patience *(pê'shâns)*, *n.* Lòng kiên nhẫn; khoan dung —

Patient *(-shânt)*, *n.* Bệnh nhân. —*a.* Kiên nhẫn; chịu đựng.

Patio *(pa'ti-ô, pa-tsô)*, *n.* Cái sân (lớn).

Patriarch *(pê'tri - ark)*, *n.* Gia trưởng, tộc trưởng; cụ già.— *n.* **Patriachy** *(-hi)*.

Patrician *(pơ-tris'shân)*, *a.* Quí phái; cao quý.— *n.* Người thuộc quí tộc.

Patrimony *(pet'tri-mô'ni)*, *n.* Tài sản di truyền lại.

Patriot *(pê'tri-ât)*, *n.* Người yêu nước, ái quốc. — **Patriotism**, *n.* Lòng ái quốc — **Patriotic** *(pê-tri-ot'tik)*, *a.* Có lòng yêu nước.

Patrol *(pơ-trôl)*, *n.* Đội tuần phòng. — *vt.* Tuần phòng.

Patron *(pê' trân)*, *n.* Chủ nhân; khách hàng; người bảo trợ; thánh quan thầy; thần phù hộ.

Patronage *(pet'trân-nưj, -pê')*, *n.* Sự che chở, bảo trợ, bảo hộ; đỡ đầu.

Patronize *(-naiz)*, *v.* Bênh vực; che chở, bảo trợ.

Patroon *(pơ-trun')*, *n.* Địa-chủ; điền chủ.

Patter *(pet'tơ)*, *n.* Tiếng lóng trộm cướp.— *v.* Nói lóng.

Pattern *(pet'tơrn)*, *n.* Mẫu hàng, kiểu; kiểu hoa. — *vt.* Bắt chước.

Patty *(pet'ti)*, *n.* Bánh pa tê nhỏ.

Paunch *(panch, ponch)*, *n.* Bụng.

Pauper *(po' pơ)*, *n.* Người nghèo.

Pause *(po-z)*, *n.* Sự tạm ngừng. — *vi.* Tạm nghỉ lại.

Pave *(pêv)*. *vt.* Lát gạch, đá, gỗ; sửa soạn. — **Paving**, *n.*— **Pavement** *(pêv'mânt)*, *n.* Vỉa hè. — **Paving stone**, *n.* Đá lát đường — *n.* **Pavior**, Người lát đường.

Pavilion *(pơ-vil'yân)*, *n.* Lều vải; cái đình, nhà nhỏ.

Paw *(po)*, Chân giống vật. — *v.* Cào, vồ.

Pawn *(po-n)*, *n.* Sự cầm đồ.— vay tiền nhưng để lại một vật gì để làm tin. — **Pawnbroker** *(-brô'kơ)*, *n.* Người cầm đồ.— **Pawnshop** *(po-n'-shop)*. *n.* Hiệu cầm đồ.

Pay *(pê)*, *n.* Tiền lương; sự trả lương. — *vt.* Trả tiền. — **Payable** *(pê'ơ-bưl)*, *a.* Phải trả tiền.—**Payer**, *n.*— **Payday** *(-đê)*, *n.* Ngày phát lương.

Payroll. *v*. Sổ lương.— **Payment** (*pê'mânt*), *n*. Sự trả tiền: số tiền trả.

Payroll (*pê'rôl*), *n*. Danh sách các người lĩnh tiền; sổ lương.

Pea (*pi*), *n*. Đậu, đỗ. — **Peanut** (*-năt*), *n*. Hạt lạc.

Peace (*pi-s*), *n*. Sự thái bình, hòa bình.— **Peaceful**, *a*. An ninh. — **Peaceable** (*piis'sơ-bưl*), *a*. Hòa bình, yêu hòa bình.

Peach (*pi-ch*). *n*. Quả đào. — *vi*. Mách, hót, trình, báo.

Peacock (*pi'cok*), *n*. Con công. — **Peahen**. *n*. *f*. — **Peafowl** (*-faol*), *n*. Con công (nói chung).

Peak (*pi-k*), *n*. Chim gõ mõ; cuốc chim; ngọn đỉnh núi.

Peal (*piil*), *n*. Tiếng chuông kêu inh ỏi rầm rĩ; một chùm chuông. — *vi*. Vang lên. — *vt*. Làm inh-ỏi; phao ngôn, ầm-ỹ.

Pear (*per*), *n*. Quả lê, cây lê.

Pearl (*pơrl*), *n*. Ngọc trai. chân châu; màu xanh lờ.

Peasant (*pez'zânt*), *n*. Người nhà quê. — **Peasantry** *n*. dân quê.

Peat (*pi-t*), *n*. Bùn than; hạng người hèn hạ.

Pebble (*peb'bưl*) *n*. Đá sỏi, đá cuội.—**Pebblestone**, *n*. — **Pebbly** (*-bli*), *n*. Có đá cuội.

Peccable (*pec-cơ-bưl*), *a*. Dễ phạm tội. — **Peccant** (*pec-cânt*), *a*. Phạm tội; có bệnh.

Peccadillo (*pec-cơ-đil'li-ô*), *n*. Lỗi nhẹ, tội nhẹ.

Peck (*pek*), *vt*. Mổ; khoét lỗ bằng mỏ chim.

Pectoral (*pek'tơ-rơl*), *a*. Thuộc về ngực hay phổi. — *n*. Miếng giáp che ngực; thuốc ho, chữa bệnh phổi.

Peculate (*pek'kiu-lêt*), *v*. Biển-thủ, ăn cắp; lạm dụng (công quỹ). — *n*. **Peculator** (*-tơ*).

Peculation (*pek-kiu-lê'shân*), *n*. Tội tiêu tiền công quỹ; biển thủ.

Peculiar (*pi-kiul'yơ*), *a*. Riêng biệt; đặc biệt; lạ, kỳ dị. — **Peculiarity** (*pi-kiu-le'ri-ti*), *n*. Đặc tính; quyền; vật riêng.

Pecuniary (*pi-kiu'niơ-ri*). *a*. Thuộc về tiền; bằng tiền tệ.

Pedagogic (*peđ-đơ-goj-jik*), Thuộc về khoa giáo dục, sư phạm. — **Pedagogics** (*-s*), Khoa giáo dục, sư phạm. — **Pedagogy** (*peđ'đơ-gô-ji*), *n* Giáo-dục-học.

Pedagogue (*pêď'đơ-gog*), *n*. Nhà giáo, nhà mô-phạm.

Pedal (*peď'đơl*), *n*. Cái bê đan (xe-đạp); bàn đạp. — *v* Đạp. —*a*. Thuộc về chân.

Pedant (*peď'đânt*), *n*. Kẻ lên mặt mô-phạm dạy đời, phô trương sự học.

Peddler (*peď'lơ*), *n*. Người bán hàng rong. — **Peddle** *v*. Bán rong.

Pedestal (*peď'đis-tơl*), *n*. Bệ; bậc để bước lên.

Pedestrian (*pi-đes'tri-ân*), *n*. Người bộ hành. — *a*. Thuộc về chân.

Pedigree (*peď'đi-gri*), *n*. Gia phả; gia hệ; thế hệ.

Pediment (*peď'đi-mânt*), *n*. Mé nhà; hiên nhà.

Pedlar (*peď' lơr*), *n*. Xch. **Padler**. Người đi nhà nọ sang nhà kia để bán hàng.

Peek (*pi-k*), *n*. & *vi*. Nhìn trộm; liếc mắt.

Peel (*pi-l*), *n*. Da mỏng; vỏ.— *vt*. Bóc vỏ, gọt vỏ.

Peep (*pi-p*), *n*. Tiếng chim ríu-rít, nhìn trộm; tảng sáng. — *vi*. Hót ríu-rít; hiện ra, mọc lên.

Peer (*pi'ơr*), *n*. Nguyên lão nghi viện; bạn hữu.—*v*. Nhìn qua; ngắm nghía.— *a*. **Peerless**, Vô địch.

Peerless (*pi'ơ-les,lâs*). *a*. Vô địch; vô song; không ai bằng.

Peevish (*pi'vish*), *a*. Buồn rầu; gắt gỏng, cau có.

Peg (*peg*), *n*. Bậc, bước; cái móc treo mũ hay áo.

Pelagic (*pi-lej'jik*), *a*. Thuộc về biển, chỉ vật sống ở mặt biển.

Pelf (*pelf*), *n*. Lời; lợi lộc; của ăn cắp được; tiền lợi đắc.

Pelican (*pel'li-cân*), *n*. Con chim bồ-nông.

Pellagra (*pe-legrơ,-lê'-*), *n*. Một thứ bệnh ngoài da (bệnh lại) lưu hành ở nước Ý.

Pellet (*pel'let'-lưt*), *n*. Hòn; viên nhỏ (thuốc).

Pell-mell (*pel'mel'*), *adv*. Hỗn độn; lộn xộn; vội vã lắm.

Pellucid (*pơ-liu'siđ*), *a*. Trong suốt, trong vắt; dễ hiểu.

Pelt (*pelt*), *n*. Da sống. — *vt*. Đập; bắn phá — *vi*. Đập.

Pelvis (*pel ' vis*), *n*. Xương hông.

Pemmican (*pem'mi-cân*), *n*. Thịt khô trộn với mỡ; bánh thịt khô.

Pen (*pen*), *n*. Ngòi bút; bút; cái chuồng nhỏ. —*vt*. Viết; vây quanh. — **Pen-name**, *n*. Bút danh.

Penal *(pi' nơl), a.* Thuộc về hình phạt.

Penalize *(pi' nơl - laiz), vt.* Phạt ; ra hình phạt.

Penalty *(pen' nơl-ti), n* Nỗi cực khổ ; hình phạt. — **Penalize,** *vt.* Phạt, trừng phạt.

Penance *(pen'nâns), n.* Lòng xám hối ; sự đền tội.

Pence *(pens),* **Pennies** *(pen-' n. pl.* Xch. **Penny.**

Pencil *(pen'sưl), n.* Bút chì ; bút lông. — *vt.* Viết bằng bút chì. – *n.* **Pencil-sharpener.** Máy bào bút chì.

Pendant *(-đânt), n.* Việc cheo ; đèn cheo ; cờ chăng.

Pendent *(pen đânt), a.* Được cheo, lơ lửng ; lồi ra.

Pending *(-đing), prep.* Trong khi. — *a.* Chưa quyết định.

Pendulum *(-điu lâm), n.* Quả lắc. –**Pendulous** *a.* Lủng lẳng.

Penetrability *(pen-ni-trơ-bil'-li-ti), n.* Sự thấm nhuần được. — *a.* **Penetretive** *(-tiv),* — **Penetrate** *(pen'ni-trêt), v.* Ngấm vào ; hiểu thấu ; xuyên qua. — *n.* **Penetration.**

Penetrating *(pen'ni-trêt-ting), a.* Đâm thấu ; đâm xuyên qua ; nhọn ; sắc.

Penguin *(pen'guyn, peng') n.* Chim xi nga (ở Nam và Bắc băng-dương).

Penicillin *(pen-ni-sil'lin, pơ-nis'sil-lin), n.* Pê - ni - si - lin (thuốc giết trùng rất mạnh).

Peninsula *(pân - nin' siu - lơ), n.* Bán đảo. **Peninsular** *a.*

Penitence *(pen' ni - tâns), n.* Lòng sám hối. **Penitent,** *a.*

Penitentiary *(pen-ni-ten'shơ-ri), a.* Thuộc về hình phạt ; lao tù. — *n.* Nhà giam.

Penknife *(pen' naif), n.* Dao díp. — **Penholder,** *n.* Quản bút. — **Penman,** *n.* Người viết khéo. — **Penmanship** *(pen' mân - ship), n.* Chữ viết ; thuật viết chữ.

Pennant *(pen'nânt), n.* Cờ đuôi nheo ; cờ nhỏ. — **Pennon** *(pen'nân), n.* Cờ đuôi nheo ; cờ hiệu.

Penny *(pen' ni), n.* Đồng xu Anh (bằng 1/12 đồng shiling). — *pl.* **Pence, Pennies.**

Pennyroyal *(pen - ni - roi'ơl), n.* Một thứ bạc-hà có lá thơm.

Pension *(pen' shân), n.* Nhà trọ ; hưu bổng ; tiền trợ cấp. — *vt.* Trợ cấp. — *n.* **Pensioner,** Người về hưu.

Pentagon *(pen'tơ-gon, - gân), n.* Hình ngũ giác.

Pentecost *(pen' ti - cost)*, *n.* (tôn), Lễ Hiện xuống.

Penthouse *(pent' haos)*, *n.* Mái che.

Penurious *(pi - niu'ri - âs)*, *a* Hà tiện ; bủn xỉn ; bần tiện.

Penury *(pen'niu-ri)*, *n.* Sự túng thiếu ; nghèo nàn.

Peon *(pi' ân)*, *n.* Bộ binh ; người hầu ; công nhân. — **Peonage** *(-nưj)*, *n.* Sự bắt buộc phải làm để trả nợ.

Peony *(pi'ơ-ni)*, *n.* Cây thược dược.

People *(pi'pưl)*, *n.* Người ; quốc dân ; dân tộc. — *vt.* Di-dân. – **People's party**, Đảng dân chúng.

Pep *(pep)*, *n.* (lóng) Sự hăng hái, nghị lực — *n* **Peppy**.

Pepper *(pep'pơ)*, *n.* Hạt tiêu. — *v.* Rắc hạt tiêu.

Peppermint *(-mint)* *n.* Cây, kẹo bạc hà ; dầu bạc hà.

Pepsin *(pep' sin)*, *n.* (hóa) Pépsin.

Per *(pơr)*, *prep* Do, bằng cách ; mỗi. — **Per cent**, Phần trăm. — **Per annum**, Mỗi năm.

Peradventure *(per - eđ - ven'-chơr)*, *adv.* Tình cờ ; có nhẽ (lẽ) ; nếu.

Perambulate *(pơ - em' biu-lêt)*, *v.* Đi đi, về về ; đi qua.

Perambulator *(- lê - tơr)*, *n.* Xe trẻ con.

Perceive *(pơ'siiv)*, *v.* Thấy, trông thấy, nhận thấy.

Percentage *(- sen' tưj)*, *n* Suất bách phân, phần trăm.

Percept *(pơr' sept)*, *n.* Đối tượng của trí-giác ; vật hiện ra trong trí-giác.

Perceptible *(pơ-sep'ti-bưl)*, *a.* Xch. **Perceive**. — **Perception** *(pơ-sep'shân)*, *n.* Trí giác ; sự cảm thấy.

Perch *(pơrch)*, *n* Cái sào ; một giống cá nhỏ. - *vi.* Đậu. — *vt.* Đặt lên.

Perchance *(pơ-chans')*, *adv.* Tình cờ, có nhẽ.

Percolate *(pơ'cơ-lêt)*, *v.* Lọc ; ngấm qua — **Porculator**, Ấm lọc cà-phê ; máy lọc.

Percussion *(pơ-kăs'shân)*, *n.* Sự khích động, sự đập nhẹ

Perdition *(pơ - đi' shân)*, *n.* Sự mất cả ; diệt vong.

Peregrination *(pe' ri-gri-nê'-shân)*, *n.* Sự đi chơi xa ; viễn du, du hành.

Peremptory *(pe'remp-tơ-ri,pơ-remp'tơ-ri)*, *a.* (luật) Cương quyết ; tuyệt đối ; cố chấp.

Perennial *(pơr - en'ni - ơl)*, *a.* Bền bỉ ; vĩnh viễn ; bất diệt.

Perfect *(pơ'fect)*, *a.* Hoàn toàn. — *vt.* Làm trọn vẹn. — **Perfection** *(pơ-fek'shân)*, *n.* Sự hoàn toàn, toàn mỹ.

Perfidy *(pơr' fi đi)*. *n.* Sự không thành-thực ; bất tín, bất trung.

Perforate *(pơ'fơ-rêt)*, *vt.* Đàm thủng.

Per force *(pơr-fôrs')*, *adv.* Vì cưỡng bách ; bắt buộc ; tất nhiên.

Perform *(pơr-form')*,*vt.* Làm ; thi hành ; diễn. — **Performer**, *n.* Người diễn ; người đánh đàn. — **Performance**, *(-mâns)*, *n.* Buổi diễn kịch ; chiếu bóng.

Perfume *(pơr-fium')*, *n.* Nước hoa ; mùi thơm. — *vt* Sức (bôi) nước hoa.— **Perfumery** *(-mơ-ri)*, *n.* Nước hoa.

Perfunctory *(pơr-făng'lơ-ri)*, *n.* Không cẩn thận ; hờ hững.

Pergola *(pơ'gô-lơ)*, *n.* Dàn hoa ; cái đình.

Perhaps *(pơr-heps')*, *adv.* Có lẽ ; hoặc giả ; ngộ nhiên.

Peril *(pe'ril)*, *n.* Sự nguy hiểm, tai nạn. **Perilous**, *a.*

Perimeter *(pơ-rim'mi-lơ)*, *n.* Chu vi ; chu biên.

Period *(pi'ri-ơđ)*, *n.* Thời kỳ, thời đại ; giới hạn ; chấm ngừng (.) — *a.* **Periodic**, *(-ođ' đik)*, — **Periodical** *(pi-ri-ođ'đi-cơl)*, *a.* Định kỳ. — *n.* Tập san định-kỳ.

Peripatetic *(pe'ri-pơ-tet'tik)*, *a.* Thuộc về học phái tiêu dao ; đi lang thang.

Periphery *(pơ-rif'fơ-ri)*, *n.* Ngoại diện ; ngoại biên ; ngoại chu ; bề mặt ; vòng ngoài.

Periscope *(pe' ri - scôp)*, *n.* Kinh tiềm vọng.

Perish *(pe'rish)*, *vi.* Chết ; tiêu diệt. — **Perishable**, *a.*

Periwig *(pe'ri-wig)*, *n.* Tóc giả. — *vt.* Đeo tóc giả.

Periwinkle *(pe'ri-uynh'kưl)*, *n.* Cây sim, cây đào kim-nhưỡng : ốc biển nhỏ.

Perjury *(pơ'jơ-ri)*, *n.* Lời thề giả dối ; sự bội ước.

Perk *(pơrk)*, *vi.* Làm việc, cử chỉ hoạt bát ; đứng thẳng ; chổng lên. — *vt.* Làm chổng lên.

Permanence *(pơ'mơ-nâns)*, *n.* Sự thường trực ; vĩnh cưu ; mãi mãi. — *a.* **Permanent.**

Permanganate *(pơ-meng'gơ-nêt)*, *n.* Thuốc tím.

Permeable *(pơ'mi-ơ-bưl), a.* Dễ thấm vào ; dễ thấm nước. — **Permeate** *(pơ'mi-êt), v.* Thấm vào.

Permissible *(pơ-mis'si-bưl), a.* Hợp pháp ; được phép.

Permission *(pơ-mis'shân), n.* Phép ; sự cho phép.

Permit *(pơ-mit'), vt.* Cho phép. — *(pơ'mit), n* Giấy phép.

Permutation *(pơ-miu-tê'shân), n.* (Toán) Cách hoàn vị.

Pernicious *(pơ-nis'shâs), a.* Nguy hiểm ; độc hại.

Peroration *(pơ-rơ-rê'shân), n.* Phần kết, kết cấu của bài diễn thuyết.

Perpendicular *(pơ-pân-đik'kiu-lơ), n. & a.* (Đường) Thẳng góc.—**P.- Bisector**, *n.* Đường trung trực.

Perpetrate *(pơr'pi-trêt), vt.* Phạm lỗi ; phạm tội.

Perpetual *(pơ-pet'chuơl), a.* Vĩnh viễn bất diệt.

Perpetuate *(-chiu-êt), vt.* Làm cho lâu bền, mãi mãi.

Perpetuity *(pơr-pi-tiu'i-ti), n.* Sự vĩnh viễn ; tràng cửu.

Perplexity *(pơ-plek'si-ti), n.* Sự khổ khăn, rắc rối.

Perquisite *(pơr'qui-zit), n.* Lợi kiếm ngoài ; thâu nhập ; tiền được thêm.

Persecute *(pơ'si-kiut), vt.* Làm khổ ; ngược đãi. — **Persecution** *(-kiu'shân), n.* Sự sát hại ; cấm đạo.

Perseverance *(pơ-si-vi'râns), n.* Sự bền lòng. — **Persevere** *(-vi'ơ), vi.* Bền lòng, kiên tâm ; cố chấp.

Persiflage *(per-si flazh'), n.* Lời, truyện tán gẫu ; mua vui ; lời nói đùa.

Persimmon *(pơ-sim'mân), n.* Cây thị ; quả thị ; quả thị (bên Mỹ).

Persist *(pơ-sist'), v.* Nhất quyết . khăng khăng. — **Persistent** *(pơ-sis'tânt), a.* Dai ; bền ; cố chấp.

Person *(pơ'sân, -sưn), n.* Người ; (văn) ngôi, vị.

Personage *(pơr'sân-nưj), n.* Nhân vật, danh nhân ; vai kịch; nhân vật trong vở kịch.

Personal *(-nơl), a.* Thuộc về người ; cá nhân ; riêng. — **Personality** *(-nel'li-ti)*, Nhân cách ; nhân vật.

Personification *(pơ-son-ni-fi-kê'shân), n.* Sự nhân-cách-hóa —*n* **Personnel,** *(-nel')*, Nhân viên.—**Personify** *(-fai), vt.* Nhân cách hóa, nhân vật hóa.

Personnel *(per-sơ-nel', pơr-)*, *n.* Toàn thể nhân viên.

Perspective *(pơ-spek'tiv)*, *n.* Cảnh vật từ xa, viễn cảnh. — *a.* Thuộc về phép phối cảnh.

Perspicuous *(-spik'kiu âs)*, *a.* Trong sạch ; rõ ràng.

Perspiration *(- rê' shân)*, *n.* Sự toát mồ hôi ; mồ hôi. — **Perspire** *(pơ-spai'ơ)*, *v.* Ra mồ hôi.

Persuade *(pơ - suêđ')* *vt.* Khuyên nhủ ; làm cho tin, thuyết phục. — *n.* **Persuasion** *(-suê'zhân)*.

Pert *(pơrt)*, *a.* Vội vàng ; hỗn láo ; vô lễ.

Pertain *(pơr - tên')*, *vi.* Của, thuộc quyền sở hữu ; có liên quan tới.

Pertinacious *(pơr - ti - nê'-shâs)*, *a.* Cố chấp ; không thay đổi ; dai dẳng.

Pertinent *(pơ' ti - nânt)*, *a.* Thích hợp, chính đáng.

Perturb *(pơr-tơrb')*, *vt.* Quấy rối, làm phiền lòng ; làm rối loạn.

Perusal *(pi - ruz'zơl)*, *n.* Sự đọc qua. — **Peruse** *(pi-ruz')*, *vt.* Đọc qua.

Perverse *(pơ-vơrs')*, *a.* Sai ; xấu ; ác ; hư hỏng.

Pervert *(- vơrt')*, *vt.* Làm sai ; hư hỏng.

Pesky *(pes' ki)*, *a.* Bực tức, quấy rầy ; làm phiền phức.

Peso *(pê' sô)*, *n.* Đồng bạc Tây-ban-nha (Mễ-tây-cơ, Phi-luật-tân).

Pessimist *(pes' si - mist)*, *n.* Người bi-quan.

Pest *(pest)*, *n.* Bệnh dịch hạch ; vật làm hại.

Pester *(pes'tơr)*, *vt.* Làm phiền phức ; làm khó chịu ; quấy rầy.

Pesthouse *(pest' haos)*, *n.* Chỗ phòng dịch ; nhà thương phòng hủi.

Pestiferous *(pes-tif'fơ-râs)*, *a.* Mắc bệnh dịch hạch ; có hại.

Pestilence *(pes' ti - lâns)*, *n.* Bệnh truyền nhiễm.

Pestilent *(pes' ti - lânt)*, *a.* Có bệnh truyền nhiễm ; do bệnh dịch hạch ; phiền phức.

Pestle *(pes'sul)*, *n.* Chầy giã, đâm, đạp. — *vt.* Đập, giã.

Pet *(pet)*, *n.* Gia-súc (chó, mèo v. v.) ; người yêu mến.

Petal *(pel'tơl)*, *n.* Cánh hoa.

Petition *(pi-tis'shân)*, *n.* Đơn xin ; lời cầu nguyện ; thỉnh cầu

Petrel *(pet'trơl)*, *n.* Một giống chim hải-âu (có cánh dài).

Petrify *(pet'tri-fai)*. *vt.* Làm thành đá ; hóa đá ; thạch hóa.

Petrol *(pet'trôl,-trol)*, *n.* Ét-xăng.—**Petroleum** *(pi-trô'li-âm)*, *n.* Dầu hỏa, thạch du.—**Petrol-station** *(-stê'-shân)*, *n.* Nơi bán ét-xăng cho ô-tô.

Petticoat *(pet'ti-cốt)*, *n* Váy đàn bà, con gái mặc (trong).

Petty *(pet' ti)*. *a.* Chút ít ; không quan trọng.

Petulance *(pet' tiu-lâns)*, *n.* Tính nóng nẩy : dễ tức.

Pew *(piu)*, *n.* Ghế dài trong nhà thờ.

Pewter *(piu'tơ)*. *n.* Thiếc ; đồ dùng bằng thiếc.

Phaeton *(fê'i-tân)*. *n.* Thứ xe ngựa 4 bánh ; thứ ô-tô có 2 chỗ ngồi ở ngoài.

Phalanx *(fê' lengks, fel' -)*, *n.* Đội quân xếp hàng khít nhau và có đầy đủ võ khí ; đám người hay vật ; xương đốt ngón tay hay chân.

Phantasm *(fen' tez'zưm)*, *n.* Ma, quỷ ; thần thánh ; sản vật của ảo tưởng ; tâm tượng thực vật ; ảo giác ; ảo hình.

Phantom *(fen' tâm)*, *n.* Ma quỉ ; ảo-tưởng ; sự ám-ảnh.

Pharisee *(fe'ri-si)*. *n.* Giáo-phái người Do-thái xưa ; người giả dối bề ngoài.

Pharmaceutics *(far-mơ-siu'-tiks)*. *n.* Dược học.

Pharmacology *(far-mơ-col'-lơ-ji)*, *n.* Dược vật học.

Pharmacopoeia *(far - mơ-cơ - pi' yơ)*, *n.* Sách thuốc ; thuốc.

Pharmacy *(far' mơ - si)*. *n* Khoa bào chế ; hiệu thuốc.

Pharynx *(fe' ringks)*. *n.* Yết hầu ; hầu.

Phase *(féz)*, *n.* Biến tượng ; giai đoạn ; thời kỳ.

Pheasant *(fez'zânt)*, *n.* Chim trĩ.

Phenomenon *(fi - nom' mi-nân, -non)*, *n.* Hiện tượng ; sự kỳ lạ. — **Phenomena** *(nơ)*, *n. pl.*

Phial *(fai' - ơl)*, *n.* Lọ nhỏ ; ve nhỏ

Philander *(fi - len' đơr)*, *vi.* Chim chuột ; ve vãn : tán gái.

Philanthropy *(fi-len'thrơ-pi)*, *n* Lòng thương người.

Philharmonic *(fil' har - mon'-nik)*, *a.* Hiếu nhạc ; yêu âm nhạc.

Philology *(fi - lol' lơ - ji)*. *n.* Tác-ngữ-học ; ngôn-ngữ-học.

Philosophize *(fi-los' sơ-faiz)*, *vi.* Bàn về triết lý ; bàn về triết-học.

Philosophy *(fi - los' sơ-fi)*, *n.* Triết-lý học. — **Philosopher** *n.* Nhà triết lý.

Philter, Philtre *(fil'tơr)*, *n.* Bùa mê ; giải ; vật làm cho say mê.

Phlegm *(flem)*, *n.* Đờm ; sự điềm tĩnh.

Phlegmatic *(fleg-met'tik)*, *a.* Lãnh đạm ; lạnh lùng ; « phớt đi ».

Phlox *(floks)*, *n.* Một thứ cỏ cao có hoa.

Phoenix, Phenix *(fi'niks)* *n.* Chim phượng hoàng (trong thần thoại Ai-cập).

Phone *(fôn)*,*n.* Máy điện thoại, giây nói ; đơn âm. — *v.* Gọi giây nói.

Phonetic *(fơ-net'tik)*, *a.* Thuộc về phiên-âm, ngữ-âm.

Phonograph *(fô'nơ-graf)*, *n.* Máy nói, máy hát.

Phony *(fô'ni)*, *a.* & *n.* [lóng] Giả vờ, giả ,cách ; giả.

Phosphate *(fos'fêt)*, *n.* Chất phốt-phát.

Phosphorescence *(fos'fơ-res' sâns)*, *n.* Lân quang ; sự phát lân quang.

Phosphoric *(fos'fo'rik)*, *a.* Có chất lân, có phốt-pho.

Phosphorus *(fosfơ-râs)*, *n.* Chất phốt-pho, lân tinh.

Photograph *(fô'tơ-graf)*, *n.* Tấm ảnh. — *vt.* Chụp ảnh.

Photographer *(fơ-tog'grơ-fơ)*, *n.* Người chụp ảnh. — **Photography** *(-fi)*, *n.* Môn chụp ảnh.

Photoplay *(fô'tơ plê)*, *n.* Bản kịch để quay thành phim ảnh, hí kịch bản ; sự chiếu xi-nê.

Phrase *(frêz)*, *n.* Từ ; từ ngữ ; thành-ngữ.

Phraseology *(frê-zi-ol'lơ-ji)*, *n.* Cú pháp, ngữ pháp ; văn thể.

Phrenology *(fri-nol'lơ-ji)*, *n.* Cốt tướng học ; não tướng học.

Physic *(fiz'zik)*, *n.* Y-học, y khoa ; thuốc men.

Physical *(-cơl)*, *a.* Thuộc về vật chất ; thuộc về vật lý-học.

Physician *(fi-zis'sân)*, *n.* Bác sỹ ; y sĩ ; thày chữa bệnh.

Physics(*fiz'ziks*), *n.* Vật lý học.

Physicist *(fiz'zi sist)*, *n.* Nhà vật-lý-học.

Physiognomy *(fiz-zi-og'nơ-mi)*, *n.* Diện mạo, mặt mày ; tường người, thuật xem tướng mặt ; ngoại quan ; ngoại trạng.

Physiography *(-grơ - fi)*, *n.* Địa văn học ; tự nhiên học.

Physiology *(fiz-zi-ol'lơ-ji)*, *n.* Sinh-lý-học.

Physique *(fi-ziik')*, *n.* Thân thể, thể chất ; dạng-mạo.

Pianissimo *(pi-ơ-nis'si-mô)*, *a.* & *adv.* (âm) Rất nhè nhẹ, dịu dàng.

Piano *(pi-en'no)*, *n.* Đàn dương cầm. — **Pianist**, *n.*

Piaster, Piastre *(pi-es'tơr)*, *n.* Đồng bạc.

Piazza *(pi-ez'zơ,piat'sa)*, *n.* Khu đất rộng ở thành-thị Ý-Đại-Lợi ; hành lang.

Piccolo *(pik'kơ-lô)*, *n.* (âm) Một thứ ống sáo nhỏ (âm rất cao).

Pick *(pik)*, *n.* Cái cuốc ; sự chọn lọc. — *vt.* Nhặt, hái ; xỉa. (răng) ; móc (túi).

Pickaback *(pik'kơ-bek)*, *adv.* Ở trên lưng ; trên vai.

Pickaninny *(pik'kơ-nin'ni)*, *n.* Đứa trẻ da den.

Pick axe *(-eks)*, Cái cuốc chim.

Picket *(pik'ket,-kưt)*, *n.* Cột nhọn ; cọc ; đội xung phong (khi có cuộc đình công).

Picking *(pik'king)*, *n.* Sự nhặt, hái ; vặt, nhặt, hái được.

Pickle *(pik'kưl)*, *n.* Đồ ăn ướp muối ; sự rắc rối. — *vt.* Muối (đồ ăn).

Pickpocket *(-pok'kưt)*, *n.* Kẻ móc túi.

Pickup *(pik'ăp)*, *n.* Sự nhặt lên ; (lóng Mỹ) sự khá hơn ; sự gia-tốc ; sự đánh quả bóng vừa khi nó chạm đất ; xe cam nhông nhỏ.

Picnic *(pik'nik)*, *n.* Bữa ăn ; cuộc vui giữa trời.

Picot *(pi-cô')*, *n.* Vòng nhỏ ở đường thêu.

Pictorial *(pik-tô'ri-ơl)*, *n.* Thuộc về hình ảnh, ảnh ; có hình.

Picture *(-chơr)*, *n.* Ảnh, hình vẽ ; cuốn phim.—*vt.* Vẽ phác họa.— **Picture-house** *(-haos)*, *n.* Nhà chiếu bóng, rạp xi-nê. — **Picturesque** *(pik-chơ-resk')*, *a.* Ngoạn mục, đẹp lắm.

Pie *(pai)* *n.* Bánh ba-tê, bánh có nhân ; sự hỗn loạn.

Piebald *(pai'bold)*, *a.* Khoang hai mầu ; có lốm đốm đen trắng.

Piece *(pi-s)*, *n.* Bộ phận ; mảnh ; chiếc. — *vt.* Lắp vào. **Piecemeal** *(-miil)* ; *adv.* Từng miếng một ; dần mòn.

Piecework *(piis'uơrk)*, *n.* Công việc ; phần, sự khoán ; việc khoán.

Pier *(pi'ơ)*, *n.* Bến tầu ; đập bằng đá ở bể ; chân cầu ; cái cọt.

Pierce *(pi'ơs)*, *v.* Đâm thủng ; xuyên qua.

Piety *(pai'ơ-ti)*, *n.* Lòng hiếu thảo ; cung kính.

Piffle *(pif'fưl)*, *n.* Công việc nhỏ mọn ; câu nói nhỏ nhen.

Pig *(pig)*, *n.* Con lợn.—**Pigsty** *(pig'stai)*, *n.* Chuồng lợn.

Pigeon *(pij'jân)*, *n.* Chim bồ câu.

Pigeonhole *(pij'jân hơl)*, *n.* Lỗ chuồng chim câu; ngăn để giấy má ; ngăn đựng thơ hay báo chí.

Pigment *(pig'mânt)*, *n.* Màu sắc ; sắc chất ; phẩm ruộm.

Pignut *(pig'năt)*, *n.* Một thứ lạc

Pigskin *(-skin)*. *n.* Da lợn hay da thuộc bằng da lợn ; túc cầu ; cái yên.

Pigsty *(-stai)*, *n.* Chuồng lợn.

Pigtail *(-têl)*, *n.* Cái đuôi xam ; chùm lông ở đuôi.

Pike *(paik)*, *n.* Đầu nhọn ; cái thương ; hàng rào ; cá măng.

Pikestaff *(paik'staf)*, *n.* Cái cán thương ; gậy chống có đầu nhọn.

Pilaster *(pi-les'tor)*, *n.* Cột trục vuông trong tường, hay cột tròn.

Pile *(pail)*, *n.* Đống ; pin đèn ; cột to.—*vt.* Chất đống,

Pilfer *(pil'fơr)*, *v.* Ăn cắp món tiền nhỏ ; cắp vặt.

Pilgrim *(pil'grim)*, *n.* Người đi lễ, đi viếng (thánh địa) ; du khách.

Pill *(pil)*, *n.* Viên thuốc.

Pillage *(pil'lâj, -lưj)*, *n.* Sự phá hoại ; chiến lợi phẩm.

Pillar *(pil'lơ)*, *n.* Cột, trụ ; cột cái.

Pillbox *(pil'bosk)*, *n.* Hộp đựng thuốc viên ; lô cốt đặt súng ; ổ súng có tường xi-măng cốt sắt vây quanh.

Pillory *(pil'lơ-ri)*, *n.* Đài đeo tội nhân ; cái cùm.

Pillow *(pil'lô)*, *n.* Cái gối. — **Pillow-case**, *n.* Áo gối.

Pilot *(pai'lât)*, *n.* Người cầm lái ; hoa-tiêu ; phi-công.

Pimento *(pi-men'lô)*, *n.* Quả ớt ; cây ớt.

Pimple *(pim'pưl)*, *n.* Mụn lấm tấm nổi ở mặt da.

Pin *(pin)*, *n.* Đanh ghim.—*vt.* Đinh ghim.—**Pin-up**, *a.* Đóng treo để ngắm.—**Pin-up girl.**

Pinafore *(pin'nơ-fôr)*, *n.* Áo khoác của học sinh.

Pincers *(pin'sơrz)*, *n* Cái kìm ; càng (cua, tôm hùm).

Pinch *(pinch)*. *vt*. Bóp ; bó ; thắt lại ; bẹo, véo.

Pincushion *(pin'cus'shân)*, *n*. Cái gối nhỏ dùng để cắm kim.

Pine *(pain)*, *n*. Cây thông (tùng) ; quả dứa. — *vi*. Gầy mòn.

Pineapple *(pain'ep-pưl)*, *n*. Cây dứa ; quả dứa.

Pinion *(pin'nhi-ân)*, *n*. Đầu cánh ; cánh ; lông vũ, lông dài và cưng.—*vt*. Buộc tay.

Pink *(pingk)*, *n*. Cây cẩm chướng ; vật tuyệt vời.—*a*. Màu hồng.—*a*. **Pinkish**, Hơi hồng hồng.

Pinnace *(pin'nâs)*, *n*. Thuyền buồm hẹp và dài ; thuyền con trên tầu.

Pinnacle *(pin'nơ-kưl)*, *n*. Tháp nhỏ ; gác chuông ; chỗ đỉnh.

Pinpoint *(pin'point)*, *v*. Lấy đích để ném bom.

Pint *(paint)*, *n*. Đấu nhỏ để đong nước (độ nửa lít).

Pioneer *(pai-ơ-ni'ơ)*, *n*. Công binh ; người mở đường.—*v*. Mở đường.

Pious *(pai'âs)*, *a*. Thành kính ; ngoan đạo ; đạo đức.

Pip *(pip)*, *n*. Hột, nhân trong hoa quả ; bệnh toi gà, dịch gà.

Pipe *(paip)*, *n*. Ống điếu ; sáo ống ; ống dẫn nước.

Pipkin *(pip'kin)*, *n*. Bình, lọ bằng đất.

Pique *(pi-k)*, *n*. Sự hờn giận, sự bất hòa, tức giận. — *vt*. Chọc tức ; tự phụ.

Pirate *(pai'rât)*, *n*. Cướp bể. — **Piracy** *(pai-rơ-si)*, *n*.

Pirouette *(pi-ru-et')*, *n*. Sự nhún chân xoay tròn người khi nhẩy.

Pismire *(pis'mai-ơ)*, *n*. Con kiến.

Pistol *(pis'tơl)*, *n*. Súng lục, súng tay.

Piston *(pis'tân)*, *n*. Cái pít-tông (ống thụt)

Pit *(pit)*, *n*. Hố sâu, vực.—*vt*. Thả xuống hố ; đào hố.

Pitch *(pitch)*, *n*. Sự ném ra ; hắc ín. — *vt*. Ném ra ; cắm trại. — **Pitcher** *(pit'chơ)*, *n*. Ấm nước ; người ném. — **Pitch-fork** *(-fork)*, *n*. Cái chĩa, đinh ba để đảo cỏ khô.

Piteous *(pit'ti-âs)*, *a*. Có lòng thương ; đáng thương.

Pith *(pith)*, *n*. Ruột cây (mềm) ; chất mềm trong xương hay lông vũ ; sức mạnh, khí lực ; vẻ hùng dũng.

Pitiable *(pit' ti - ơ - bưl)*, *a*. Đáng thương hại ; gợi lòng thương.

Pittance *(pit' tâns)*, *n*. Phần đồ ăn mỗi ngày ; món tiền nhỏ dành cho.

Pity *(pit'ti)*, *n*. Lòng thương hại ; trắc ẩn. — **Pitiful**, *a*.

Pivot *(piv'vât)*, *n*. [cơ, toán] Cốt. — *v*. Quay.

Pixy, Pixie *(pik'si)*, *n*. Thần tiên.

Placard *(plek' kard, plơ-card')*, *n*. Yết thị, cao thị ; giấy cáo thị to gián tường.

Placate *(plê' kêt, plek' kêt)*, *vt*. Lập an ninh ; làm dịu ; hòa giải.

Place *(plês)*, *n*. Chỗ, địa vị ; công truờng. — *vt*. Đặt.

Placid *(ples'sid)*, *a*. Yên tĩnh ; không rối loạn ; hòa bình ; an ninh.

Plagiarize *(plê'ji-ơ-raiz)*, *v*. Ăn cắp và dùng như của riêng mình.

Plague *(plêg)*, *n*. Bệnh dịch hạch ; vật có hại.

Plaid *(pled, plêd)*, *n*. Áo khoác (ở Tô-cách-lan) ; vải có ô vuông.

Plain *(plên)*, *a*. Bằng phẳng ; đơn giản ; ngay thẳng. — *n*. Đồng bằng.

Plaint *(plênt)*, *n*. Lời than phiền ; nỗi bực mình ; khó chịu.

Plait *(plét, pliit)*, *n*. Nếp gấp ở áo ; tóc tết ; bím. — *vt*. Tết lại ; gấp.

Plan *(plen)*, *n*. Bản đồ, chương trình, kế hoạch.

Plane *(plên)*, *n*. Cái bào ; phi cơ. — *vt*. Bào. — *a*. (toán) Phẳng. — **Plane geometry**, Hình học phẳng.

Planet *(plen' net, nưt)*, *n*. Hành tinh.

Plane-tree *(plên'tri)*, *n*. Cây tiêu huyền.

Plank *(plengk)*, *v*. Tấm ván. — *vt*. Đóng ván ; chi tiêu.

Plant *(plent, plant)*, *n*. Cây nhỏ ; thảo mộc ; nhà máy. — *vt*. Giồng cây ; cắm. **Plantation** *(- tê' shân)*, *n*. Sự giồng cây ; đồn điền.

Plasma *(plez' mơ)*, *n*. Huyết tương.

Plaster *(plas' tơ)*, *n*. Thạch cao ; thuốc cao. — *vt*. Phiết thuốc cao ; phiết thạch cao. — **Plastercast** *(- cast)*, *n*.

Khuôn bằng thạch cao. — **Plasterer** *(rơ)*, *n.* Thợ làm đồ thạch cao ; thợ trát tường. — *n.* **Plastering**, Việc trát thạch cao.

Plastic *(ples' tik)*, *a.* Tạo hình, dẻo, dễ nặn ; có thể làm cho cảm động.

Plat *(plet)*, *n.* Luống đất ; địa đồ. — *vt.* Bện dây ; tết tóc.

Plate *(plêt)*, *n.* Đĩa to, đĩa ; bộ đồ ăn bằng bạc ; kính ảnh.

Plateau(*plơ-tô'*) *n.* Cao nguyên.

Platform *(plet' form)*, *n.* Cái bục ; diễn đàn ; sân ga xe hỏa.

Platinum *(plet' ti - nâm)*, *n.* Bạch kim.

Platitude *(plet' ti - tiu - đ)*, *n.* Sự, tính, lời nói nhạt nhẽo ; bình đàm.

Platoon *(plơ-tun)*, *n.* (quân) Nửa trung đội, phân đội.

Plausible *(plo' zi - bưl)*, *n.* Hợp lý, nghe được.

Play *(plè)*, *n.* Trò chơi ; vở kịch. — *v.* Chơi ; đóng kịch — **Player** *(plê' ơ)*, *n.* Người chơi ; cầu thủ ; người đóng kịch.

Plaything *(plê'thing)*, *n.* Đồ chơi.

Playwright *(plê' rait)*, *n.* Người viết kịch.

Plaza *(pla' zơ)*, *n.* Bãi đất công cộng.

Plea *(pli)*, *n.* Sự viện lý ; lời thỉnh cầu.

Plead *(pliđ)*, *v.* Cãi, biện hộ ; kiện, khởi-tố.

Pleasant *(plez' zânt)*, *a.* Vui sướng ; thú vị ; khoái.

Pleasantry *(plez' zân-tri)*, *n.* Sự nói đùa ; riễu cợt.

Please *(pli - z)*, *vt.* Làm vừa lòng. — *adv.* Làm ơn ; mời. — **Pleasure** *(plez'zhơr)*, *n.* Sự thích ; khoái lạc.

Pleats *(pli-ts)*, *n.* Nét gấp. — *vt.* Gấp lại.

Plebeian *(pli - bi' ân)*, *a.* Thông thường, tầm thường ; hủ lậu. — *n.* Bình dân, dân thường.

Plebiscite *(pleb' bi - sit)*, *n.* Cuộc toàn dân đầu phiếu ; nghị-quyết của dân.

Plebs *(plebz)*, *n. pl.* Thường dân thời cổ La mã ; dân thường ; dân đen.

Plectrum *(plek' trâm)*, *n.* Miếng đồi mồi để gẩy đàn.

Pledge *(plej)*, *n.* Vật bảo chứng ; tờ, sự cam đoan.

Plenary *(pli' nơ-ri' ; plen)*, *a.* Đầy đủ, hoàn toàn; có đủ mặt.

Plenipotentiary *(plen-ni-pơ-ten'shi-ơ-ri)*, *n.* Toàn - quyền phái-viên ; đại-sứ. — *a.* Có toàn quyền ; vô hạn.

Plenitude *(plen'ni-tiu-đ)* *n.* Sự đầy đủ, hoàn toàn.

Plenteous *(plen'ti-âs)*, *a.* Nhiều, phong phú, sung túc ; sinh nhiều.

Plentiful *(plen'ti-ful)*, *a.* Có nhiều, sung túc ; sinh nhiều ; (lúa) được mùa.

Plenty *(plen'ti)*, *n* Sự có nhiều. — **Plentiful**, *a.*

Pleurisy *(plu'ri-si)*, *n.* Bệnh sưng màng phổi.

Plexus *(plek'sâs)*, *n.* Mạng tùng thần kinh.

Pliable *(plai'ơ-bưl)*, *a.* Mềm dẻo, dễ uốn ; dễ cảm động ; dễ bị ảnh hưởng.

Pliant *(plai'ânt)*, *a.* Dễ gấp, dễ uốn ; dễ cảm động ; dễ thay đổi lòng.

Pliers *(plai'ơrz)*, *n. pl.* Kìm, cặp nhỏ.

Plight *(plait)*, *n.* Trạng thái, tình trạng ; tình thế.

Plod *(plođ)*, *vi.* Đi nặng nhọc vất vả ; làm việc lao khổ.

Plot *(plot)*, *n.* Mảnh đất nhỏ ; cốt truyện ; mưu kế. — *vt.* Nghĩ mưu — *n.* **Plotter**, Kẻ nghĩ mưu.

Plough, Plow *(plao)*, *n.* Cái cầy. —*vt.* Cầy bừa.— **Plough-boy**, *n.* Cậu bé giúp việc cầy bừa ; mục đồng. — **Plough-share** *(- sker)*, *n.* Lưỡi cầy.

Pluck *(plăk)*, *n.* Sự nhổ ; can đảm ; cỗ lòng con vật — *vt.* Nhổ. — *a.* **Plucky** *(-ki)*, Can đảm.

Plug *(plăg)*, *n.* Bao thuốc lá ; cái bích ngắt điện ; cái nút.

Plum *(plăm)*, *n.* Quả mận, cây mận ; vật tốt nhất ; tinh hoa.

Plumage *(plu'mưj)*, *n.* Bộ lông chim.

Plumb *(plăm)*, *n.* Giây dọi. — *vt.* Dò.— *a.* Thẳng.

Plumber *(-mơ)n.* Thợ chì, thợ nguội — **Plumbery**, *n.* Xưởng chì. — *n.* **Plumbing**, Ống chì.

Plume *(plu-m)*, *n.* Lông chim. — *v.* Trang điểm bằng lông chim. — *a.* **Plumy** *(plu'mi)*, Nhiều lông.

Plummet *(plăm'met,-mưt)*, *n.* Hòn chì ; thước chì ; sự tiêu chuẩn ; mô-phạm.

Plump *(plămp)*, *a.* Mập mạp, béo tốt ; thẳng, — *v.* Rơi.

Plunder *(plăn'đơ)*, *n.* Sự cướp đoạt ; cướp phá. — *vt.* Cướp phá. — *n.* **Plunderer** *(-rơ)*, Quân cướp phá.

Plunge *(plănj)*, *n.* Sự nhào xuống (nước). — *vt.* Nhào

Pluperfect(*plu'pơ-fekt*)*a.* [văn] Thời đại quá khứ.

Plural *(plu'rơl)*, *n.* Số nhiều. — *a.* Thuộc về số nhiều.

Plurality *(plu-rel'li-ti)*, Đa số ; tính phức-số ; đại đa số; sự hơn số phiếu.

Plus *(plăs)*, *prep.* Thêm vào, cộng. — *n.* Dấu cộng.

Plutocracy *(plu-tok'krơ-si)*, *n.* Chính thể tài-phiệt.

Plutonium *(plu tô'ni-âm)*, *n.* [hóa] Chất plutô-ni-om có tính phóng xạ.

Pneumonia *(niu-mô'ni-ơ)*, *n.* Chứng sưng phổi.

Poach *(pô-ch)*, *vt.* Luộc trứng (không vỏ) ; ăn trộm.

Pocket *(pok'ket,-kut)*, *n.* Cái túi ; chỗ chứa đựng — *vt*, Bỏ túi.— **Pocket book**, *n.* Quyển sách bỏ túi ; ví tiền. — **Pocket flap** *(-flep)*, *n.* Nắp túi. — **Pocket-knife**, *n.* Dao díp ; dao nhỏ bỏ túi.

Pockmark *(pok'mark)*, *n.* Nốt rỗ (ở mặt). — *a.* Rỗ, mặt rỗ.

Pod *(pod)*, *n.* Vỏ (đậu Hà-lan). — *vi.* Sinh vỏ đậu.

Poem *(pô'em)*, *n.* Bài thơ. — **Poet** *(pô'et)*, *n.* Thi sĩ. — **Poetic** *(-et'tic)*, *a.* Có vẻ thơ ; nên thơ.

Poetry *(pô'et-tri)*, *n.* Thi ca ; phép làm thơ.

Poignant *(poin'nânt ; -nhânt)*, *a.* Dữ dội ; sắc ; tính ; đi thấu qua.

Poilu *(poa-luy',poa'lu)*,*n.* Lính Pháp.

Point *(point)*, *n.* Chấm, điểm ; mục đích. — *vt.* Chỉ, chỏ.

Pointed *(ted-tưd)*, *a.* Nhọn ; nhanh nhẩu (trí khôn).

Pointer *(poin'tơr)*, *n.* Sách chỉ nam ; kẻ điềm chỉ ; chó săn có tai dài lông ngắn ; lời mách bảo.

Poise *(poiz)*, *n.* Sự cân, thăng bằng ; dáng người ; sự ngừng lắc vì có thang bằng.

Poison *(poi'zân)*, *n.* Chất độc; thuốc độc. — *v.* Đầu độc.

Poisonous *(-nâs)*, *a.* Độc ; có chất độc.

Poke *(pôk)*, *n.* Chuồng nhỏ ; mũ đàn bà. — *v.* Đút vào, nhét ; chọc.

Poker *(pô'kơ)*, *n.* Que cời lửa ; môn bài xì (bài tây).

Poky, Pokey *(pô'ki)*, *a.* Chậm chạp ; ngớ ngẩn.

Polar *(pô'lơ)*, *n.* Thuộc về cực ; đối cực.—**Polarbear**, Gấu trắng. — **Polarization** *(-ri-zê'shân)*, *n.* Sự phân cực. — **Pole** *(pôl)*, *n.* Cực ; điện cực ; cái sào ; người Ba-lan.

Polecat *(pôl'ket)* **n.** Giống chồn hôi.

Police *(pơ-liis')*, *n.* Công-an, cảnh-sát. — **Policeman**, *n.*

Policy *(pol'li-si)*, *n.* Chính sách ; tài trí ; giấy bảo-hiểm.

Polemic *(pơ-lem'mik)*, *n.* & *a.* Cuộc bút chiến, luận chiến ; tranh biện.

Poliomyelitis *(pol-li-ơ-mai'i-lai'tis)*, *n.* [y] Bệnh tê liệt của trẻ con).

Polish *(pol'lish)*, *n.* Sự đánh bóng ; xi để đánh bóng ; sự tao nhã : [chữ hoa] Tiếng Ba-lan. — *vt.* Đánh bóng : cải thiện.— *a.* Thuộc về nước Ba-lan.

Polite *(pơ lait')*, *a.* Lễ phép.

Politics *(pol'li-liks)*, *n.* Chính trị học ; chính-trị. — **Political** *(pơ-lit'ti-cơl)*, *a.* Thuộc về chính-trị. — **Politician**. *(pơ-li-tis'shân)*, *n.* Chính-trị-gia ; chính khách.

Polity *(pol'li-ti)*, *n.* Chính thể ; tổ-chức giáo-hội ; quốc gia ; chính phủ.

Polka *(pôl'kơ)*, *n.* Điệu, kiểu nhẫy vòng tròn theo nhịp hai phách.

Poll *(pôl)*, *n.* Cái đầu ; cái sọ ; sổ nhân đinh ; thuế ; sự, nơi đầu phiếu.

Pollen *(pol lân)*, *n.* Phấn hoa.

Polliwog *(pol'li-uog)*, *n.* Con nòng-nọc (chưa thành hình cóc).

Polltax *(pôl'teks)*, *n.* Thuế thân, thuế nhân-khẩu.

Pollute *(pơ-liu't)*, *vt.* Làm cho bẩn ; làm ô-uế. — **Pollution**, Sự bẩn.

Polo *(pô'lô)*, *n.* Lối chơi bóng pô-lô, mã cầu.

Poltroon *(pol-trun')*, *n.* Kẻ nhát gan, nhát đảm ; đứa hèn.

Polyclinic *(po-li-klin'nik)*, *n.* Bệnh viện chữa mọi bệnh.

Polygamy *(pơ-lig'gơ-mi)*, *n.* Chế độ đa-phu hay đa-thê.

Polyglot *(pol-li'glot)*, *a.* Viết bằng nhiều thứ tiếng ; giỏi nhiều thứ tiếng. — *n.* Người nói hay viết nhiều thứ tiếng ; sách viết bằng mấy thứ tiếng.

Polygon *(pol'li-gon',-gân)*, *n.* Hình nhiều góc. — **Polygonal** *a.* Có hình nhiều góc.

Polyhedron *(pol-li-hi'đrân)*, *n* (toán) Khối nhiều mặt.

Polysyllabic *(pol-li-si-leb'bik)*, *a.* Chữ nhiều âm, đa âm.

Polytechnic *(pol-li-tek'nik)*, *a.* Bách nghệ, bách khoa.

Polytheism *(pol'li-thi-iz-zưm)* *n.* Đạo đa thần ; đa thần luận.

Pomade *(pơ-mêđ', pơ-mađ')*, Thuốc sáp, pô-mát ; sáp bôi tóc.

Pomegranate *(pâm-gren'nât)*, *n.* Cây, quả lựu ; thạch lựu.

Pommel *(păm'mơl)*, *n.* Xch. **Pummel.**

Pomp *(pomp)*, *n.* Vẻ tráng lệ, hoa lệ ; hoa mỹ ; sự khoe khoang ; đam rước to

Pompom *(pom'pom)*, *n.* Súng tắc bọp (súng tự động).

Pompon *(pom'pon)*, *n.* Búp tơ hay len để trang sức (trên đỉnh mũ).

Pompous *(pom'pâs)*, *a.* Tráng lệ ; quá tự phụ ; hay phô trương.

Poncho *(pon'chô)*, *n.* Áo khoác giống như cái chăn (có lỗ chui đầu qua).

Pond *(pond)*, *n.* Ao, chuôm.

Ponder *(pon'đơ)*, *v.* Cân-nhắc; suy nghĩ. — **Ponderer**, *n.* Người suy nghĩ.

Ponderous *(râs)*, *a.* Nặng ; quan hệ ; không hoạt động.

Poniard *(pon'nhơrđ)*, *n.* Dao găm.

Pontiff *(pon' tif)*, *n.* Giáo hoàng ; giáo chủ. — **Pontifical** *(pon-tif'fi-cơl)*, *a.* Thuộc về Giáo-hoàng.

Pontificals *(pon-tif'fi-cơlz)*, *n. pl.* Ao giáo-chủ mặc để hành lễ.

Pontoon *(pon-tun')*, *n.* Cầu nổi làm bằng thuyền chắp ; thuyền đáy bằng.

Pony *(pô'ni)*, *n.* Ngựa con ; ngựa thi.

Poodle *(pu'đưl)*, *n.* Chó xù khôn (có lông xoắn).

Pool *(pu-l)*, *n.* Ao ; hồ con ; bể bơi ; hiệp-đoàn.— *v.* Họp lại ; tổ chức thành hiệp hội.

Poor *(pu-r)*, *a.* Nghèo nàn ; đáng thương ; kém. — **Poor-house**, *n.* Nhà tế bần.

Pop *(pop)*, *n.* Tiếng kêu sẽ ; một thứ rượu nhẹ. — *vi.* Kêu bóp một cái ; chạy vút vào ; bắn súng.– *vt.* Đâm phập ; tiếng vang.

Popcorn *(pop'corn)*, *n.* Lúa bắp ; ngô rang.

Pope *(pôp)*, *n.* Đức Giáo - hoàng (giáo hội La-Mã).

Popgun *(pop'găn)*, *n.* Súng bắn hơi (để trẻ con chơi).

Poplar *(pop'lơ)*, *n.* Cây bạch dương.

Poplin *(pop'lin)*, *n.* Vải pop-pơ-lin (thứ vải mượt).

Poppy *(pop'pi)*, *n.* Cây hoa mào gà ; hoa phù dung.

Poppy-cock *(pop' pi-kok), n.* Lời nói hay truyện trống rỗng, chẳng nghĩa lý gì.

Populace *(pop' piu - lâs), n.* Dân đen, bọn hạ lưu ; bình dân.

Popular *(pop'piu-lơr), a.* Bình dân ; nhân dân ; phổ thông ; được lòng dân — **Popularity** *(pop-piu-le'ri-ti), n.*

Population *(-lê'shân), n.* Dân số ; dân cư ; sự thực dân.

Populous *(pop' piu - lâs), a.* Đông-đúc, đông dân.

Porcelain *(por' sơ - lânt), n.* Sư ; đồ sứ.

Porch *(pôrch), n.* Cửa chính ; cổng chính ; hành lang.

Porcupine *(por'kiu-pain), n.* Con dím (nhím),

Pore *(pôr), n.* Lỗ nhỏ ; lỗ chân lông. — *v.* Chăm chú học, suy nghĩ.

Pork *(pôrk, pork), n.* Thịt lợn. — **Porker**, *n.* Lợn béo — **Porky**, *a.* Béo phệ ; béo mỡ ; béo như lợn.

Porosity *(pơ - ros' si - ti), n.* Tính lỗ chỗ ; sự có nhiều lỗ. — **Porous** *(pô' râs), a.* Có nhiều lỗ nhỏ ; lỗ chỗ.

Porpoise *(por' pâs), n.* Giống cá heo ; người xấu xí ; bẩn thỉu.

Porridge *(po' rij), n.* Cháo

Porringer *(po' rin - jơr), n.* Đĩa sâu lòng ; cái bát.

Port *(pôrt, port), n.* Bến tầu ; hải cảng ; rượu nho đỏ ; cử chỉ, lỗ thông. — *n.* **Port-wine**. Rượu poóc tô.

Portable *(pôr'tơ-bưl), n.* Có thể mang được.

Portend *(por-tend') vt.* Đoán trước, dự chắc ; báo điềm (gở).

Portent *(por'tent), n.* Điềm dữ, điều xấu

Porter *(pôr'tơ, por-), n.* Người gác cổng ; người phu, người bồi. — *a.* **Portage** *(-tưj)*, Sự trở hanh.

Port-folio *(pơrt-fô'li-ô, -fôl'-yô), n.* Ví đựng giấy má ; chức vụ của ông bộ-trưởng ; chức đại thần.

Portico *(pôr' ti - cô) n.* Hành lang, trù lang.

Portion *(pôr'shân), n.* Phần, đoạn. — *vt.* Chia ra.

Portly *(pôrt'li), a.* To béo, to lớn, lực lưỡng, bệ vệ.

Port-manteau *(pơrt-men'tô), n.* Va-li.

Portrait *(pôr' trêt), n.* Chân dung ; bức ảnh truyền thần.

Portray *(por - trê'), vt.* Vẽ (truyền thần) ; biểu diễn. — *n.* **Portrayal**.

Portuguese *(pôr' chiu - ghiiz, -ghiis), a. & n.* Người, tiếng Bồ-đào-Nha.

Port-wine *(port - uain), n.* Rượu Bồ-đào-Nha.

Pose *(pôz), vt.* Đặt, để, đề xuất ; phát nghị ; làm cho rối trí — *vi.* Lấy điệu bộ.

Position *(pô - zis' shân), n.* Vị trí, địa thế ; tình thế ; thân phận ; việc làm ; địa vị.

Positive *(poz'zi-tiv), a.* Thực sự ; rõ ; nhất định.

Posse *(pos'si), n.* Một đội, một đoàn ; đội dân quân.

Possess *(pơ-zes'), vt.* Có ; sai khiến : làm chủ ; chiếm giữ ; làm cho mê man. — **Possession** *(- shân), . n.* Sự co ; thuôc địa ; quyền sở hữu. — **Possessive** *(pơ-zes'siv), a.* (văn) Vật - chủ - vị — **Possessor** *(-sơ), n.* Người có quyền sở hữu ; chủ nhân.

Possible *(pos'si-bưl), a.* Có thể được ; sẩy ra được.

Post *(pôst) n.* Cột ; đồn ; trạm ; thư tín. — *vt.* Bỏ, gửi thư. — **Postage** *(pôs' tưj), n.* Bưu phi ; cước gửi thư ; tiền tem. — **Postal** *(pôs' tơl) a.* Thuộc về bưu-chính. — **Postal-order** *(-oı'đơ), n.* Bưu phiếu — **Postal card**, *n.* Bưu - thiếp. — **Post - boy** *(-bôi), n.* Phu trạm. — **Postman** *(pôst'mân), n.* — **Post-chaise** *(-shêz) n.* Xe chở thư ; bưu xa.

Poster *(pôs' tơ), n.* Giấy yết thị ; quảng cáo (dán tường).

Posterior *(pos - ti' ri - ơ), a.* Đến sau ; ở đằng sau.

Posterity *(- te' ri - ti), n.* Con cháu, giòng giõi ; hậu thế.

Postern *(pôs' tơrn), n.* Cửa ngầm của thành thông ra hào ; cửa sau ; cửa riêng.

Post-graduate *(-gred'điu-ât), n.* Sinh viên đã tốt nghiệp.

Posthaste *(pôst-hêst'), adv. & a.* Rất vội vàng, chạy mau ; đi gấp lắm.

Posthumous *(pôst' tiu - mâs), a.* Đẻ sau khi cha chết ; xuất bản sau khi tác-giả chết.

Post-master *(pôst' mas - tơ), n* Giám-đốc sở bưu-chính.

Postmaster general, *n.* Tổng giám đốc sở bưu-chính.

Post-mark *(-mark), n.* Dấu của sở bưu-chính.

Post-mortem *(pôst-mor'tâm),* (La-tinh) Sau khi chết ; tử hậu.

Post-office *(-of' fis), n.* Sở bưu chính ; nhà giây thép.

Postpone *(pôst-pôn')*, *vt.* Hoãn lại.

Postscript *(pôst' script)*, *n.* Tái bút ; phụ lục.

Postulate *(pos'tiu-lêt)*, *vt.* Giả định. — *(-lât)*, *n.* Thuyết giả-định.

Posture *(pos'chơr)*, *n.* Dáng bộ, thái độ ; cảnh ngộ.

Postwar *(post'uor)*, *a.* Sau chiến tranh.

Pot *(pot)*, *n.* Bình lọ. — *vt.* Bỏ lọ ; kiếm ; được.

Potable *(pô'tơ-bưl)*, *a.* Uống được.—*n pl.* Nước uống được.

Potassium *(pơ-tes'si-âm)*, *n.* (hóa) Ka-li — **Potash** *(pot'tesh)*, *n.* Bột tạt.

Potation *(pơ-tê'shân)*, *n.* Đồ uống ; một hơi, một nốc (nói về sự uống).

Potato *(pơ-tê'tô)*, *n.* Khoai ; khoai tây.

Potency *n.* Thế lực ; năng-lực ; khả năng.

Potent *(pô'tânt)*, *a.* Có thế lực, mạnh mẽ.

Potentate *(pô'tân-têt)*, *n.* Vị quân chủ chuyên chế ; người có quyền hành to.

Potential *(pơ-ten'shơl)*, *a.* Có tiềm-thế ; hiệu-lực : có khả-năng. — *n.* Tính khả năng ; (văn) khả-năng ngữ-khi ; (điện) điện-vị.

Pot-hole *(pot'hôl)*, *n.* Cái lỗ ; lỗ nước (xoáy) — **Pothook**, *n.* Cái móc nồi.

Potion *(pô' shân)*, *n.* Liều thuốc uống.

Pottage *(pot ' lưj)*, *n.* Canh, riêu ; cháo ; súp đặc.

Pottery *(pot'tơ-ri)*, *n.* Đồ gốm; nơi làm lọ.

Pouch *(paoch)*, *n.* Túi ; túi dết; bao để đựng thuốc lá.

Poultry *(pôl'tri)*, *n.* Gà vịt ; gia cầm.

Pounce *(paons)*, *n.* Móng chân hổ, báo ; vuốt. – *v.* Nhẩy, vồ. *n.* — **Pouncing**, Sự vồ, nhẩy.

Pound *(paond)*, *n.* Đồng Anh kim ; một cân Anh (455gr54).

Pour *(pôr)*, *v.* Chẩy ; đổ xuống — *n.* Trận mưa to.

Pout *(paot)*, *vi.* Bĩu môi. — *n.* Sự bĩu môi.

Poverty *(pov' vơ - ti)*, *n.* Sự nghèo khổ, túng thiếu.

Powder *(pao'đơ)*, *n.* Bột, phấn; thuốc đạn. — *vt.* Nghiền thành bột ; đánh phấn.

Power *(pao'ơ)*, *n.* Quyền thế ; [toán] số lụy thừa ; năng lực ; cường quốc. — **Powerful** *(-ful)*, *a.* Có quyền thế ; mạnh mẽ ; mãnh liệt.

Powwow *(pao'wao)*, *n.* Lễ chữa bệnh (của mọi da đỏ) ; cuộc hội-nghị của mọi da đỏ ở Bắc Mỹ.

Pox *(poks)*, *n.* Mụn bệnh ; đậu. — **Small-pox**, *n.* Bệnh đậu mùa.

Practicable *(prek'ti - kơ-bưl)*, *a.* Có thể thực hành được. —*n.* **Practicability** *(-bil'li-ti)*.

Practical *(-kơl)*, *a.* Thiết thực, thực tế ; thực nghiệm.

Practice *(-tis)*, *n.* Sự thực hành, thi hành ; luyện tập ; sự tinh thông. **Practise** *(prek'-tis)*, *vt.*

Prairie *(prer'ri)*, *n.* Đồng cỏ, thảo nguyên. — **Prairiechicken**, *n.* Gà ở thảo nguyên.

Praise *(prêz)*, *n.* Lời khen ngợi, ca tụng.— *v.* Khen ngợi. — **Praiseworthy** *(-uơ'THi)*, *a.* Đáng khen ngợi.

Prance *(prens)*, *vi.* (ngựa) Chồm lên ; cất vó. — **Prancer**, *n.* Ngựa hay chồm lên.

Prank *(prengk)*, *vt.* Trang - sức ; tô-điểm. — *vi.* Diện ; phô bày vẻ đẹp.

Prate *(prêt)*, *v.* Nói nhiều ; ba hoa ; tán gẫu.

Prattle *(pret'tưl)*, *n.* Tiếng ríu rit.— *vi.* Nói líu la líu lô.

Prawn *(pro n)*, *n.* Một giống tôm.

Praxis *(prek'sis)*, *n.* Động tác; sự luyện tập ; hành vi.

Pray *(pre)*, *vt.* Cầu khẩn. cầu nguyện ; xin; van lơn — **Prayer** *(prê'ơ)*, *n.* Người cầu khẩn. — *(pre'ơ)*, *n.* Lời cầu nguyện.— *n.* **Prayer - book**, Sách Kinh.

Preach *(pri - ch)*. *vt.* Giảng đạo ; khuyên.

Preamble *(pri'em-bưl)*, *n.* Lời mở đầu ; tựa.

Precarious *(pri kê' ri-âs)*, *a.* Tạm thời, không chắc chắn ; chưa nhất định ; giả - định ; còn tùy ý.

Precaution *(pri-co'shân)*, *n.* Sự đề phòng ; sự dè dặt.

Precede *(pri-sid')*, *v.* Liền trước ; đi trước ; trội hơn.

Precedent *(pres'si-đânt)*, *n.* Sự có trước. — **Preceding**, *a.* Có trước, đi trước.

Precept *(pri'sept)*, *n.* Huấn lệnh ; giới luật ; lời dạy.

Preceptor *(pri-sep' tơr)*, *n.* Thày dạy, người huấn luyện.

Precinct *(pri'singkt)*, *n.* Giới hạn, khoảng đất có rào xung quanh khu vực.

Precious *(pres'shâs)*, *a.* Quý báu ; quý giá ; phi thường.

Precipice *(pres'si-pis)*, *n.* Hố, hang hốc ; vực xâu thẳm.

Precipitate *(pri-sip' pi-tât)*, *a.* Xuống thẳng ; vội vàng. — *v.* Gấp rút ; làm lắng xuống. — **Precipitation** *(-tê' shân)*, Sự vội vàng ; sự rơi xuống, lắng xuống.

Precipitous *(pri-sip' pi-tâs)*, *a.* Dốc ; hiểm trở ; chảy ra, rơi rất mau.

Precise *(pri-sais')*, *a.* Đúng ; đích xác. — **Precision** *(-si'-zhân)*, *n.* Sự đúng ; chính xác ; xác định.

Preclude *(pri-clud')*, *vt.* Ngăn cản ; dự phòng. — **Preclusion**, *n.* Sự ngăn cản ; việc dự phòng.

Precocious *(pri-cô' shâs)*, *a.* Quá sớm ; trước kỳ hạn.

Precursor *(pri-cơr' sơr)*, *n.* Người tiên khu ; người đến trước.

Predatory *(pred'đơ-tơ-ri)*, *a.* Hám lợi ; tham mồi ; phá phách.

Predecessor *(pred' đi-ses' sơ, pri'-)* *n.* Người đi trước, làm trước ; tổ tiên ; tiền nhân.

Predestination *(pre-đes-ti-nê' shân)*, *n.* Sự tiền định ; số mệnh ; định mệnh ; thiên mệnh.

Predicament *(pri-đik' kơ-mânt)*, *n.* Vị trí khó khăn, hiểm trở ; cảnh cùng quẫn.

Predicate *(pred' đi-cât)*, *n.* [văn] Thuộc từ (chữ nói về chủ từ). — *vt.* Xác nhận ; tuyên bố.

Predict *(pri-đict')*, *v.* Nói trước ; đoán.

Predigestion *(pri-đi-jes'-shân)*, *n.* Máy hay thuốc làm tiêu đồ ăn cho người ốm.

Predominate *(pri-đom' mi-nêt)*, *vi* Trội hơn ; lấn áp.

Preëminent *(pri-em'mi-nânt)*, Trội nhất siêu việt ; ưu mỹ. — *n.* **Preëminence** *(-nâns)*.

Preface *(pref'fâs, -fis)*, *n.* Lời nói đầu, lời tựa. — *vt.* Đề tựa ; khai mào cho. — *a.* **Prefatory**.

Prefect *(pri' fect)*, *n.* Viên cảnh sát trưởng ; trưởng tráng. — *n.* **Prefecture**, Chức, viên quản khu.

Prefer *(pri-fơr')*, *vt.* Ưa, thích hơn. — **Preferable** *(pref'fơ-rơ-bưl)*, *a.* Thích hơn, ưa hơn. — **Preference** *(pref' fơ-râns)*, *n.* Sự ưa, thích hơn.

Preferment *(pri-fơr' mânt)*, *n.* Sự thăng cấp ; địa vị hay chức cao kiếm được bổng lộc.

Prefigure *(pri-fig' gơr), vt.* Hình dung ; tưởng tượng trước ; biểu thị ; tỏ ra.

Prefix *(pri' fiks), n.* Tiếp đầu ngữ. — *vt. (pri fiks'),* Đặt trước.

Pregnant *(prơg' nânt), a.* Phong phú ; có mang ; hay sinh đẻ. — *n.* **Pregnancy** *(-si).* Sự có thai.

Prehensile *(pri - hen'sil), a.* Cầm được ; biết cầm.

Prehistoric *(pri - his - to' rik), a.* Thuộc về thời tiền-sử.

Prejudice *(prej' ju - đis), n.* Sự tổn thương ; hại. — *vt.* Làm hại. — *a* **Perjudicial** *(-shơl).*

Prelate *(prel' lât), n.* Giám mục ; mục sư cao cấp ; chủ giáo ở trong cung Giáo-hoàng.

Preliminary *(pri-lim' mi-nơ-ri), a.* Mở đầu, sơ khởi, sơ bộ. — *n.* Bước đầu.

Prelude *(prel'luđ, pri'-), n.* Sự dạo đàn ; mở đầu. — *vt.* Mở đầu.

Premature *(pri' mơ - chơr), a.* Non ; yếu ; sớm quá.

Premeditate *(pri - međ' đi-têt), n.* Có ý định trước, dụng tâm, dự kế ; dự mưu.

Premier *(pri' mi-ơ, prem'), n.* Thủ tướng. — *a.* Thứ nhất ; chủ yếu — *n.* **Premiership.** Chức thủ tướng.

Premise *(prem' mis), n.* Tiền đề ; [*pl.*] bất động sản ; nhà.

Premium *(pri' mi âm), n.* Giải thưởng (khuyến khích) ; tiền trả bảo hiểm ; lợi tức.

Premonition *(pri - mơ - nis-shân), n.* Lời báo trước, lời cảnh cáo ; dự giác.

Prenatal *(pri - nê' lơl), a.* Trước khi đẻ ; trước khi sinh ra.

Preoccupation *(pri - ok' kiu-pê' shân), n.* Thiên kiến ; Thành kiến. — *v.* **Preoccupy** *(-pai),* Bận từ trước.

Preoccupied *(pri - ok' kiu-paid), a.* Bận ; bận lòng, bận trí ; lo lắng, không yên lòng.

Preparation *(prep - rơ - rê'-shân), n.* Sự sửa soạn, dự bị. — **Preparatory** *(pri-per' ri tơ-ri), a.* Sửa soạn, dự bị. — **Prepare** *(pri-pe'ơ), vt.* Sửa soạn, sắp đặt ; chuẩn bị.

Preponderate *(pri - pon' dơ-rêt), vi.* Có quyền, có thế ; có lực, nặng hơn.

Preposition *(prep - pơ - zis'-shân), n.* Tiền trí từ ; giới tự.

Prepossess *(pri-pơ-zes'), vt.* Chiếm trước ; bênh ; thiên về.

Prepossessing *(pri - pơ - ze' - sing)*, *a.* Ân cần, tử tế ; có vẻ hấp dẫn ; lôi cuốn ; đẹp.

Preposterous *(pri-pos'tơ-râs)*, *a.* Vô nghĩa ; trái lẽ ; bất hợp lý ;. vô lý quá.

Prerequisite *(-rek'qui-zit)*, *n.* & *a.* Cần đến trước.

Prerogative *(pri-rog' gơ-tiv)*, *n.* Đặc quyền ; quyền ưu tiên.

Presage *(pri-sêj')*, *n.* Điềm, triệu chứng.

Presbyter *(prez'bi-tơr,pres'-)*, *n.* Giáo đồ phái trưởng lão ; tu sỹ ; vị trưởng lão của cổ giáo-đường.

Presbytery *(prez'bi-tơ-ri-pres'-)* *n.* Nhà xứ (để linh mục ở) ; chỗ ngồi riêng của giáo sĩ trong nhà thờ.

Prescience *(pri'shi-âns,presh'-)* *n.* Dự giác, tiên - kiến, tiên tri ; sự thấy trước.

Prescribe *(pri-scraib')*, *vt.* Ra lệnh ; bắt buộc ; cho đơn thuốc — *vi.* Ra chỉ thị ; viết đơn thuốc. — **Prescription** *(scrip'shân)*, *n.* Mệnh lệnh ; đơn thuốc.

Presence *(pre'zâns)*, *n.* Sự có mặt ; lân cận ; thân phận.

Present *(pre'zânt)*, *n.* Hiện tại ; quà biếu. — *a.* Hiện thời. — **Present** *(pri-zent')*, *vt.* Phô bầy ; giới thiệu, đề cử ; biếu.

Presentiment *(pri-sen'ti-mânt, -zen-)*, *n* Dự cảm, dự giác dự tưởng.

Presently *(pre'zânt-li)*, *adv.* Ngay đây, bây giờ, không lâu.

Preserve *(pri - zơrv')*, *vt.* Phòng giữ ; để dành ; giữ.

Preside *(pri-zaid')*, *vt.* Chủ tọa ; làm chủ ; chi phối. — **President** *(prez'zi-đânt)*, *n.* Chủ tịch, tổng thống.

Press *(pres)*, *n.* Sự đông-đúc ; máy ép ; báo chí. — *vt.* Ép.

Pressure *(pres'shơr)*, *n.* Sự ép, nén ; sức ép, áp lực.

Prestige *(pres-tizh',pres'tij)*, *n.* Thân thế; uy lực, uy danh.

Presto *(pres'tô)* *adv.* Lập tức, bỗng nhiên, hốt nhiên.

Presume *(pri - ziu - m')*, *vt.* Phỏng đoán ; giả-định ; cho rằng ; dám chắc.

Presumption *(pri-zămp'-shân)*, *n.* Tính tự phụ ; tự tin quá ; sự đoán chừng ; giả-định.

Presuppose *(-sơ - pôz')*, *vt.* Phỏng trước ; giả-định trước.

Pretend *(pri-lenđ')*, *vt* Thoái thác ; giả vờ. — *vi*. Vờ ; yêu cầu. — *n*. **Pretender**, Người đòi lại ngôi. — **Pretense** *(pri-lens')*, *n*. Sự giả cách ; giả vờ ; yêu cầu.

Pretentious *(pri-len'shâs)*, *a*. Tự phụ ; có vẻ khoe khoang.

Preterit, Preterite *(pret'-tơ-rit)*, *a. & n*. (văn) Thời quá khứ đơn.

Preternatural *(pri' lơr - net' chơ-rơl)*, *a*. Siêu phàm, khác thường ; siêu tự nhiên.

Pretext *(pri'leskt)*, *n*. Cớ, lời thoái thác ; sự giả vờ.

Pretty *(prit'li)*, *a*. Xinh đẹp ; có duyên. — *adv*. Kha khá.

Prevail *(pri - vêl')*. *vi*. Đắc thắng ; thịnh hành ; có sức ; có hiệu lực ; khiến được.

Prevalence *(prev'vơ-lâns)*, *n*. Ảnh hưởng, ưu thế.

Prevaricate *(pri-ve'ri-kêt)*, *vi*. Đi lạc sự thật ; nói dối.

Prevent *(pri-vent')*, *vt*. Ngăn, cản. — **Prevention**. *n*.

Preview *(pri-viu')*, *vt*. Xem trước.

Previous *(pri'vi-âs)*, *a*. Trước ; thời trước ; đẳng trước.

Prey *(prê)*, *n*. Mồi. — *vi*. Cướp bóc, tàn phá ; nhằm.

Price *(prais)*, *n*. Giá tiền ; giá trị ; tiền thưởng. — *vt*. Đánh giá. — **Market - price**, Giá thị trường.

Priceless *(prais' les, -lâs)*, *a*. Vô giá, quý giá quá.

Prick *(prik)*, *n*. Gai ; đanh (đinh) ; vết. – *vt*. Đâm vào.

Prickle *(prik'kưl)*, *n*. Kiêu hãnh, vinh dự ; tự phụ ; lúc thịnh.

Priest *(-pri-st)*. *n*. Giáo-sĩ, mục-sư ; linh-mục ; tăng, ni.

Priestcraft *(priist'cråft)*, *n*. Mưu kế, chính sách của các giáo sỹ.

Prig *(prig)*, *n*. Người tự phụ.

Primary *(prai ' mơ - ri)*, *a*. Thuộc về tiểu học ; sơ đẳng.

Prim *(prim)*, *a*. Lấy dáng, lấy bộ, mất tự nhiên ; có điệu bộ cứng.

Primacy *(prai'mơ-si)*, *n*. Chức vụ hay quản hạt của chủ-giáo trưởng ; sự đứng đầu.

Primate *(prai'mât)*, *n*. Chủ-giáo-trưởng ; giám-mục.

Prime *(praim)*, *n*. Lúc khởi đầu ; lúc cường tráng. — *a*. Đầu tiên ; chính ; [toán] phẩy.

Primer *(prim'mơ,prai'mơ)*, *n*. Sách tập đánh vần.

Primeval *(prai-mi'vơl),* *a.* Đầu tiên; nguyên thủy; sơ khai.

Primitive *(prim'mi-tiv),* *a.* Cổ; đầu tiên; nguyên-thủy; căn bản.—*n.* Nguyên tự.

Primogeniture *(prai'mơ-jen' ni-chơr), n.* Tư cách trưởng nam; đích trưởng; bổn phận con trưởng; (luật) quyền thừa tự của con trưởng.

Primordial *(prai-mor'đi-ơl), a.* Thứ nhất, tối sơ; nguyên thủy.

Primrose *(prim'rôz), n.* Cây quỳ.

Prince *(prins), n.* Hoàng tử; hoàng thân; vương hầu.

Princess *(prin'ses, -sư), n.* Công chúa, vương phi.

Principal *(-si-pơl), n.* Ông hiệu trưởng.—*a.* Chính.

Principle *(-si-pưl), n.* Nguyên-nhân; nguyên-lý, nguyên tắc, chủ nghĩa; bản chất; nguồn.

Print *(print), n.* Chữ in; dấu, vết.—*vt.* In, ấn-loát.

Printing *(print'ting), n.* Sự in, ấn loát; thuật ấn-loát.

Prior *(prai'ơr), n.* Vị trụ-trì. —*a.* Trước, thời trước.

Priority *(prai-o'ri-ti), n.* Sự có trước, ở trước; ưu-tiên.

Priory *(prai'ơ ri), n.* Tu-viện nhỏ.

Prism *(pri'zưm), n.* Khối lăng-trụ, lăng kính.

Prison *(pri'zưn), n* Nhà lao, ngục, tù.—**Prisoner**, *n.*

Pristine *(pris'tin, -tain), a.* Nguyên thủy; không bị ảnh hưởng của văn minh.

Privacy *(prai'vơ-si), n.* Sự rút lui về chỗ ẩn-dật; tinh thầm kín; nơi kín đáo; bí mật.

Private *(prai'vưt), n.* Lính trơn.—*a.* Riêng; của tư.

Privateer *(prai-vơ-ti'ơr), n.* Tàu tư trang-trí như tàu chiến; thuyền trưởng hay thủy thủ thuyền đó.

Privation *(prai-vê'shân), n.* Sự không có; sự thiếu thốn; sự khuyết.

Privilege *(pri'vi-lưj), n.* Đặc quyền, đặc ân.

Privy *(priv'vi), a.* Tư nhân; bí mật, kín, biết trộm. — *n.* Nhà xí.

Prize *(praiz), n.* Phần thưởng; giải thưởng; số trúng

Probable *(prob'bơ-bưl); n.* Có lẽ đúng. — **Probability** *(-bil'li ti), n.* Sự hoặc nhiên, hoặc hữu.

Probate *(prô'bêt)*. *n.* (luật) Sự kiểm tra ; thẩm tra ; kiểm nhận ; sự kiểm nhận di chúc thư.

Probation *(prơ-bê'shân)*, *n.* Cuộc thử thách ; thí nghiệm ; sự chứng minh. — *a.* **Probational.**

Probe *(prôb)*, *n* Máy dò vết thương.—*vt.* Dò ; xem-xét.

Probity *(prob'bi-ti, prô'-)*, *n.* Tính ngay thẳng, chính trực ; trung-trực.

Problem *(prob'lem, -lâm)*, *n.* Bài toán, vấn đề.

Proboscis *(prơ-bos'sis)*, *n.* Vòi voi ; vòi côn trùng.

Procedure *(prơ-si'jơr)*,*n.* Cách làm ; thủ tục tố tụng.

Proceed *(prơ-si-đ')*, *v.* Tiến hành ; làm ; kiện-tụng. — *n. pl.* Tiền thu được.

Proceeding *(prơ-si'đing)*, *n.* Cuộc đối đãi ; phương cách ; sự tiến hành ; thủ tục ; sự kiện.—*pl.* Thủ tục tố tụng ; hội báo.

Proceeds *(prơ-siiđz')*, *n.* Số thu nhập ; lợi tức ; tiền thu được.

Process *(pros'ses, prô'-)*, *n.* Phương pháp ; vụ kiện.

Procession *(prơ-ses'shân)*, *n.* Đám rước ; sự phát xuất.

Processional *(prơ-ses'shân-nơl)*, *n.* Bài hát hay kinh đọc khi rước thánh thể.

Proclaim *(prơ-klêm)*, *vt.* Công-bố, tuyên-bố.—**Proclamation** *(prok-klơ-mê'shân)*, *n.* Lời tuyên bố.

Proclivity *(prơ-kliv'vơ-ti)*, *n.* Sự nghiêng ngả, khuynh hướng, ý hướng.

Procrastination *(prơ-kres-ti-nê'shân)*, *n.* Sự trì hoãn.

Proctor *(prok'tơ)*, *n.* Người quản lý, viên giám đốc trường đại học ; người đại-lý.

Procure *(prơ-kiu'r)*, *vt.* Kiếm cho ; kiếm được. — *n.* Người hoang. — **Procurer**, *n.* Người kiếm được.

Prod *(prođ)*, *n.* Cái kim; trâm, dùi ; sự châm chọc. — *vt.* châm ; xúi bẩy.

Prodigal *(prođ'đi-gơl)*, *n.* Hoang phí, phóng đãng.

Prodigious *(prơ-đij'jâs)*, *a.* Kỳ diệu, phi thường.

Prodigy *(prođ'đi-ji)*, *n.* Sự kỳ diệu, phi thường ; người phi phàm.

Produce *(prơ-đius')*, *vt.* Sản xuất ; sáng tác ; trình bày.

Produce *(prod'đius, prô-)*, *n.* Sản vật, sản phẩm ; lợi tức. — **Product** *(prod'đăct)*, *n.* Sản vật ; [toán] tích số.

Production *(prơ-đăk'shân)*, *n.* Sự sản xuất ; tác phẩm.

Profane *(prơ-fên')*, *a.* Phàm tục ; bất kính. — *vt.* Không kính trọng, thần thánh. — **Profanity** *(-fen' ni-ti)*, *n.*

Profess *(prơ-fes')*, *vt.* Chủ trương ; nói hẳn ra ; làm nghề. — *vi.* Công bố. — *adv.* **Professedly**. — **Profession** *(- shân)*, *n.* Nghề nghiệp ; sự nói hẳn ra.—**Professional** *(-nơl)*, *a.* Chuyên nghiệp. — *n.* Người chuyên môn.

Professor *(prơ - fes' sơ)*, *n.* Giáo sư ; người nói rõ ra.

Proffer *(prof'fơr)*, *vt.* Biếu ; hiến dâng. — *n.* Sự, của biếu.

Proficiency *(-fi'shân-si)*, *n.* Sự lão luyện, tinh thông. — **Proficient** *(-shânt)*, *a.* Có tài — *n.* Người lão luyện.

Profile *(prô - fail, - fil)*, *n.* Hình mặt trông nghiêng, ngoại hình.

Profit *(prof'fit)*, *n.* Lời lãi. — *vt.* Kiếm lời ; lợi dụng. — **Profitable** *(-tơ-bul)*, *n.* Có lợi ; sinh lợi.

Profiteer *(prof - fi - ti' ơ)*, *n.* Kẻ đầu cơ kiếm lời — *vi.* Đầu cơ.

Profligacy *(prof'fli-gơ-si)*, *n.* Sự phóng đãng ; dâm dật ; bậy bạ.

Profound *(prơ - faond')*, *a.* Sâu ; sâu xa ; uyên thâm ; (ngủ) say. — **Profound sleep**, Giấc ngủ say.

Profusion *(-fiu'zhân)*, *n.* Sự lãng phí ; phong phú.

Progenitor *(prơ-jen' ni-tơr)*, *n.* Tổ tiên ; ông cha ta.

Progeny *(proj'ji-ni)*, *n.* Con cháu, dòng dõi.

Prognostic *(prog - nos' tik)*, *n.* Triệu chứng ; căn bệnh.

Program, **Programme** *(prô'-grem)*, *n.* Chương - trình.

Progress *(prô' gres)*, *n.* Sự tiến bộ, tấn tới ; phát triển. — *vi.* Tiến bộ ; tiến hóa.

Progressive *(prơ - gres' siv)*, Tiến bộ ; phát triển.

Prohibit *(prơ - hib' bit)*, *vt.* Cấm, ngăn cấm. — **Prohibition**, *n.* Sự cấm chỉ. — *a.* **Prohibitive**.

Project *(proj' ject)*, *n.* Điều dự định, kế hoạch, bản dự án. — *(prơ-ject')*, *vt.* Phóng ra ; dự định.

Projectile *(prơ jek'til)*, *a.* Có tính ném ra ; phóng ra, bắn ra. — *n.* Vật bắn ra ; vật phóng ra ; hòn đạn.

Projection *(-shân)*, *n.* Sự ném ; phóng ra ; chiếu bóng.

Proletarian *(prô li-te'ri-ân)*, *n. & a.* Bần dân ; người vô sản.

Proletariat *(prô-li - tê'ri-et, prol)*. *n.* Phái vô sản ; giai cấp lao động.

Prolix *(prô'liks, prơ-liks)*, *a.* Dài dòng, rườm rà. — *n.* **Prolixity.**

Prologue *(prô'log)*, *n.* Khúc khai đầu, đoạn đầu chuyện.

Prolong *(prơ-loong')*, *vt* Kéo dài ra ; hoãn lại.

Prominence *(prom'mi-nâns)*, *n.* Sự, chỗ nổi lên.

Prominent *(-nânt)*, *n.* Nổi lên ; nhô ra ; đáng chú ý.

Promiscuous *(prơ-mis'kiu-âs)*, *a.* Lẫn lộn, trộn lẫn ; lộn xộn.

Promise *(prom'mis)*, *n.* Lời hứa hẹn, ước nguyện. — *vt.* Hứa.—*a.* **Promissory**, Thuộc về ước hẹn.

Promissory *(prom'mi-sơ-ri)*, *a.* Giữ lời hứa, có lời hứa ; ước định. — **P. Note,** Kỳ phiếu (văn tự nợ).

Promontory *(prom'mân-tơ-ri)*, *n.* Mũi đất nhô ra bề.

Promote *(prơ mốt')*, *vt* Chiều đãi ; thăng cấp ; cổ động.

Promoter *(prơ-mốt'tơr)*, *n.* Người phát khởi ; người chủ xướng ; người cổ động.

Prompt *(prompt)* *a.* Mau lẹ ; lập tức. — *vt.* Khuyến khích ; nhắc ; xui giục.

Prompter *(- tơ)*, *n.* Người khuyến khích ; người nhắc kép hát

Promulgate *(prơ-măl'ghêt)*, *vt.* Cộng bố ; tuyên bố. — *n.* **Promulator.**

Prone *(prôn)*, *n.* Ngả về, thiên về ; nằm sấp.

Prong *(proong)*, *n.* Đầu nhọn ; răng dĩa, răng chĩa.

Pronoun *(prô' naon)*, *n.* Đại danh tự.

Pronounce *(prơ-naons')*, *vt.* Tuyên cáo ; phát âm, đọc.

Pronounced *(prơ-naonst')*, *a.* Nhất định, quả quyết ; minh bạch.

Pronouncement *(prơ - naons' mânt)*. *n.* Sự tuyên bố ; chính thức thông cáo.

Pronunciation *(-năn - si - ê'-shân)*, *n.* Sự tuyên cáo ; cách đọc, phát âm pháp.

Proof *(pru-f)*, *n.* Sự thử, thí nghiệm ; sự chứng minh ; bản in thử. — *a.* Kiên cố ; chống lại ; thử rồi.

Prop *(prop)*, *n.* Vật nâng đỡ.— *vt.* Nâng đỡ ; chống đỡ.

Propaganda *(prop-pơ-ghen'-đơ)*, *n.* Sự tuyên truyền

Propagate *(pro' pơ-ghêt)*, *vt.* Truyền bá ; làm tản mát.

Propeller *(prơ-pel'lơ)*, *n.* Máy đẩy, chân vịt (tầu) ; chóng quạt. — *vt.* **Propel**, Đẩy đi, đun đi.

Propensity *(-pen ' si-ti)*, *n.* Khuynh hướng tự nhiên.

Proper *(prop' pơ)*, *a.* Thích đáng ; hợp với ; đúng ; riêng.

Property *(prop'pơ-ti)*, *n.* Bản chất ; tài sản ; quyền sở hữu ; vật sở hữu.

Prophecy *(prof' fi-si)*, *n.* Lời tiên tri, sấm truyền. — **Prophesy** *(-sai)*, *v.* Tiên tri, nói trước, đoán trước.— **Prophet** *(prof' fet,-fut)*, *n.* Nhà tiên tri. — **Prophetic** *(prơ-fet' tik)*, *a.* Chỉ về người hay lời tiên tri.

Prophetic *(prơ-fet'tik)*, *a.* Chỉ về người hay lời tiên tri.

Prophylactic *(prô-fi-lek'tik)*,*a.* (y) Thuộc về phép phòng bệnh.—*n.* Thuốc phòng bệnh.

Propitious *(prơ-pis'shâs)*. *a.* Thuận tiện ; phúc hậu ; giúp được ; khá.

Proponent *(prơ-pô'nânt)*, *n.* Người đề nghị, định đoạt ; (luật) Người đề án.

Proportion *(prơ - pôr ' shân)*, *n.* Sự tương xứng ; điều hòa. — *vt.* Làm cho tương xứng.

Proposal *(-pôz'zơl)*, *n.* Lời đề-nghị; đề án.—**Propose** *(prơ-pôz')*, *v.* Đề-nghị ; mưu sự.

Proposition *(prop - pơ - zis' shân)*, *n.* Lời đề nghị ; mệnh đề ; định lý ; vấn đề.

Proprietor *(prơ-prai'ơ-tơr)*, *n.* Người có quyền sở hữu ; chủ nhân ; chủ nhiệm tờ báo.

Propriety *(prơ-prai ' ơ-ti)* *n.* Sự thích đáng ; lễ nghi.

Prose *(prôz)*, *v.* Văn suôi, tản văn. — *vt.* Nói, viết dài dòng, — *a.* Thuộc về tản văn.

Prosecute *(pros'si - kiut)*, *vt.* Truy tố, truy nã. — **Prosecution**, *n.* Sự truy tố ; tiến hành.

Proselite *(pros' si - lait)*, *n*. Người mới vào đảng, tân đảng viên ; người mới trở lại đạo. — *v.* Dủ vào.

Prospect *(pros'pect)*, *n.* Cảnh vật ; phương hướng ; hy vọng. — *v.* Thí nghiệm.

Prospectus *(prơ-spek'tâs)*, *n.* Giấy cáo bạch, tờ chương trình ; sách phác rõ kế hoạch.

Prosper *(pros'pơ)*, *v.* Thành công ; phát đạt. **Prosperity** *(pros-pe'ri-ti)*, *n.* Sự phát đạt. — **Prosperous** *(pros'pơ-râs)*, *a.* Thịnh vượng.

Prostitute *(pros'ti-tiut)*, *n.* Đĩ, nhà thổ. — *vt.* Mãi dâm ; phí. — *n.* **Prostitution.**

Prostrate *(pros'trêt)*, *vt.* Cúi lạy ; phá ; làm yếu đi.

Protagonist *(prơ teg'gơ-nist)*, *n.* Người chủ xướng, chủ mưu, người đầu tiên ; vai chính trong vở kịch.

Protect *(prơ-tect')*. *vt.* Bảo vệ, bênh vực. — **Protection** *n.* Sự bảo hộ ; giấy thông hành.

Protector *(prơ-tek' tơr)*, *n.* Người bảo vệ, bênh vực, bảo hộ.

Protein *(prô'ti-in)*, *n.* (Hóa) Đản-bạch-tinh.

Protest *(prô'test)*, *n.* Sự cam kết ; sự kháng nghị. — *(prơ-test')*, *vt.* Cam kết. — *vi.* Kháng nghị. — **Protestant** *(proi'tes-tânt)*, *n.* Người theo Tân giáo, đạo tin lành. — *a.* Phản kháng, kháng nghị.

Protocol *(prô'tơ-col)*, *n.* Bản chính ; nghi thức ngoại giao ; thảo ước.

Protoplasm *(pı ô'tơ-plez-zưm)*, *n.* Nguyên hình chất.

Protractor *(prơ-trek'tơ)*, *n.* Thước đo góc. — **Protract** *vt.* Kéo dài, vẽ địa đồ.

Protrude *(-truđ)*, *v.* Đâm ra. —**Protrusion** *(-tru'zhân)*, *n.* Sự, vật lồi ra.

Protuberance *(prơ-tiu'bơ-râns)*, *n.* Chỗ phồng lên, sưng, chỗ lồi ra, chỗ hẳn.

Proud *(praođ)*, *a.* Kiêu hãnh, vinh dự ; đắc chí ; tự phụ.

Prove *(pruv)*, *vt.* Thử ; thí nghiệm ; chứng minh.

Proverb *(prov'verb)*, *n.* Phương ngôn ; tục ngữ.—**Proverbial** *a.*

Provide *(prơ-vaiđ')*, *vt.* Cung cấp ; dự bị ; quy định. **Provided** *(-đeđ,-đưđ)*, *conj.* Miễn là ; quý hồ ; nếu.

Providence *(prov'vi-đâns)*, *n.* Tính thận-trọng ; sự khôn ngoan ; Thượng đế.

Providential *(prov-vi-đen'-shơl)*, *a.* Thuộc về Thượng Đế ; thiên mệnh.

Province *(prov'vins)*, *n.* Tỉnh ; vùng.

Provision *(prơ-viz'zhân)*, *n.* Đồ dự trữ ; thực phẩm ; điều khoản.—*a*, **Provisional**, Lâm thời.

Provisional *(prơ-vi'zhân-nơl)*, *a.* Tạm thời ; lâm thời.

Proviso *(prơ-vai'zô)*, *n.* Khoản, điều khoản ; ước khoản (Có thêm điều kiện).

Provoke *(prơ-vôk')*, *vt* Khiêu khích, khêu gợi.

Provost *(prov'vâst, prô'vô)*, *n.* Người cai - quản ; cấp trưởng.

Prow *(prao)*, *n.* Đằng mũi tầu, thuyền.

Prowess *(prao'es,-âs)*, *n.* Lòng dũng cảm, dũng khí

Proximate *(prok'si-mưt)*, *a.* Liền ngay ; gần tới ; lân cận. —*n.* **Proximity**, Sự gần.

Proximo *(prok'si-mô)*, *adv.* Tháng sau (viết tắt **Prox.**).

Proxy *(prok'si)*, *n.* Quyền, người đại diện; thư ủy nhiệm.

Provost marshal, Vị tư lệnh hiến binh.

Prude *(prưđ)*, *n.* Người đàn bà quá lễ độ, quá kiểu cách.

Prudence *(pru'dâns)*, *n.* Tính cần thận. — **Prudent**, *a.*

Prune *(pru-n)*, *n.* Quả ô mai, mơ khô. — *v.* Tỉa bớt ; gọt.

Pruning-scissors *(-si'zơrz)*, *n.* Kéo để tỉa cành, lá.

Prurient *(pru'ri-ânt)*, *a.* Tục tĩu ; dâm ô ; không trong sạch.

Pry *(prai)*, *n.* Cây cần ; cái cán. — *vt.* Nâng nhắc bằng cái cán ; nhìn kỹ ; nhìn trố mắt ; nhòm ngó.

Psalm *(sa-m)*, *n.* Thánh thi.

Pseudonym *(siu'đơ-nim)*, *n.* Tên giả. — **Pseudonymous**, *a.*

Psychiatry *(sai-cai'ơ-tri)*, *n.* Tinh thần bệnh học ; khoa chữa bệnh điên, — **Psyche** *(sai'ki)*, *n.* Linh hồn.

Psychic *(sai'kik)*, **Psychical** *(-cơl)*, *a.* Thuốc về tâm lý, tinh thần.

Psychoanalysis *(sai-cơ-ơ-nel'-li-sis)*, *n.* Phép phân giải tâm lý.

Psychology *(sai-kol'lơ-ji)*, *n.* Tâm-lý-học.

Psychopathy *(sai-kop'pơ-thi)*, *n.* Bệnh tinh thần ; tâm bệnh.

Ptomaine *(tô-mê-in,tô'mên)*, *n.* Thi-thể-độc.

Pub *(păb)*, *n.* [lóng] Tửu quán, quán rượu.

Puberty *(piu'-bơ-ti)*, *n.* Tuổi giậy thì.—**Pubescent**, *a.*

Public *(păb'lik)*, *n.* Dân chúng. —*a.* Chung, công cộng

Public-house *(păb'lik-haos)*, *n.* Quán rượu.

Public-school *(-skul)*, *n.* Trường công-lập (ở Anh).

Publigan *(păb'li-cân)*, *n.* Chủ quán.—**Public-house** *n.* Quán rượu.

Publication *(kê'shân)*, *n.* Sự công bố ; sách báo xuất bản. —*n.* **Publicist**, Người giỏi về công pháp.

Publish *(păb'lish)*, *vt.* Công bố ; xuất bản ; phát hành.

Puck *(păk)*, *n.* Thần tiên ; người tinh ma ; nghịch ngợm.

Pudding *(puđ'đing)*, *n.* Bánh bu-đinh ; xúc xích ; dồi lợn.

Puddle *(păđ'đưl)*, *vt* Trộn, nhào với nước.—*n.* Vũng, ổ gà.—*n.* **Puddling**, Phép luyện sắt.

Puddling *(păđ'ling)*, *n.* Thuật giác-luyện ; phép luyện sắt.

Pudgy *(păj'ji)*, *a.* Lùn và béo phệ.

Puerile *(piu'ơ-ril)*, *a.* Thuộc về nhi đồng ; thơ ấu ; trẻ con.

Puff *(păf)*, *n.* Luồng, hơi tuôn ra.—*v.* Phồng lên, phì ra.

Pug *(păg)*, *n.* Một giống chó lùn có lông ngắn, mũi ngắn và quắp.

Pugilism *(piu'ji-liz-zưm)*, *n.* Cuộc đánh đấm nhau ; quyền thuật.

Pugnacious *(păg nê'shâs)*, *a.* Thích đánh nhau ; hiếu chiến.

Puisne *(piu'ni)*, *a.* [luật] cấp dưới. — *n.* Kẻ dưới ; quan-tòa cấp dưới.

Puissance *(piu'i-sâns, piu-is'sâns)*, *n.* Quyền thế, thế lực ; oai quyền.

Pull *(pul)*, *vt.* Lôi, kéo ; nhổ (lông) ; xé.—*n.* Thế lực.

Pullet *(pul'let)*, *n.* Gà giò ; gà mái ghẹ.

Pulley *(pul'li)*, *n.* Cái ròng-rọc, bánh xe kéo đồ.

Pulmonary *(păl'mơ nơ-ri)*, *a.* Thuộc về phổi ; có phổi.

Pulp *(pălp)*, *n.* Tủy ; chất thịt nạc.—**Pulpy**, *a.* Xốp.

Pulpit *(pul'pit)*, *n.* Giảng đàn, tòa giảng (trong nhà thờ).

Pulsate *(păl'sêt)*, *vt.* [mạch máu] Đập ; (tim) Rung động.

Pulse *(plăs)*, *n.* Mạch, mạch máu ; sự đập đều.

Pulverise *(păl'vơ-raiz)*; *v.* Nghiền thành bột ; phá tan.

Pumice *(păm'mis)*, **Pumice-stone**, *n.* Đá bọt.

Pummel *(păm'mơl)*, *vt.* Đánh đập bằng quả đấm hay gậy ; đấm.

Pump *(pămp)*, *n.* Cái bơm ; giầy đế mỏng. — *vt.* Bơm.

Pumpkin *(pămp'kin-păng')* *n.* Quả bầu, bí.

Pun *(păn)*, *n.* Sự chơi chữ (cùng chữ hay âm nhưng khác nghĩa). — *vi.* Chơi chữ.

Punch *(pănch)*, *n.* Cái rùi ; quả đấm ; thằng lùn. — *vt.* Giùi lỗ ; đánh, đấm.

Puncheon *(păn'chân)*, *n.* Cái thùng lớn và rộng ; khung go ngắn và thẳng.

Punctilious *(pănk-til' li-âs)*, *a.* Hay bẻ hành bẻ tỏi ; khó tính ; câu-nệ về hình-thức.

Punctual, *(păn' chươl)*, *a.* Đúng mực ; đúng giờ ; đúng.

Punctuate *(-chiu-êt)*, *vt.* Chấm câu ; đánh dấu. — **Punctuation**, *n.* Sự chấm câu, đánh dấu.

Puncture *(păng' chơr)*, *vt.* Châm ; châm thủng. — *n.* Lỗ thủng ; sự đâm thủng.

Pungent *(păn'jânt)*, *a.* Nhói đau ; cay ; sặc ; hà khắc.

Punish *(păn'nish)*, *vt.* Phạt, trừng trị. — **Punishment**, *n.*

Punitive *(piu'ni-tiv)*, *a.* Để trừng phạt, trừng trị ; phải phạt.

Punt *(pănt)*, *n.* Xuồng ; thuyền nhỏ có đáy bẹt và vuông ; cú rót dầu (đá banh). — *vt.* Lái, đẩy thuyền nhỏ ; đá quả bóng trước khi rơi xuống đất.

Puny *(piu' ni)*, *a.* Nhỏ bé, mảnh khảnh.

Pup *(păp)*, *n.* Chó con ; đứa bé. — **Puppy** *(păp'pi)*, *n.*

Pupa *(piu'pơ)*, *n.* Con dộng. **Pupal** *(piu'pơl)*, *a.*

Pupil *(piu'pưl, -pil)*, *n.* Học trò ; con ngươi mắt.

Puppet *(păp' pet, - pưt)*, *n.* Con búp-bê ; người múa rối.

Puppy *(păp'pi)*, *n.* Chó con ; đứa bé hư, ngu.

Purblind *(pơr'blaind)*, *a.* Gà mờ ; hình như mù.

Purchase *(pơr' châs)*, *n.* Sự mua. — *vt.* Mua.

Pure *(piu'r)*, *a.* Hoàn toàn ; trong. — **Purity** *(- li)*, *n.*

Purgative *(pơ' gơ - tiv)*, *n.* Thuốc tẩy, thuốc sổ. — *a.* Để tẩy, lọc. — *n.* **Purgatory**, Luyện ngục.

Purge *(pơrj)*, *vt.* Thanh trừ, tẩy sạch ; làm cho trong, luyện lọc. — *n.* Sự tẩy sạch.

Purify *(piu'ri-fai)*, *v.* Làm cho trong, luyện, lọc.

Purist *(piu' rist)*, *n.* Người viết văn qua thuần chánh, quá gò gẫm.

Puritan *(piu'ri-tân)*, *n.* Tín đồ Thanh-giáo ; người khắc khổ.

Purity *(piu' ri - ti)*, *n.* Tính trong sạch ; sạch tội ; sự thanh khiết.

Purl *(pơrl)*, *vi.* Rì-rầm, sột-soạt. — *n.* Chỗ nước xoáy ; tiếng nước kêu róc rách.

Purlieu *(pơr' liu)*, *n.* Ngoại ô ; miền lân cận.

Purloin *(pơr - loi' n)*, *v* Ăn cắp ; ăn trộm.

Purple *(pơ'pưl)*, *n.* & *a.* Màu đỏ thẫm, đỏ tía ; tím.

Purport *(pơr'pôrt, pơr-pôrt')*, *vt.* Có nghĩa ; chỉ. — *n.* Ý vị ; nghĩa.

Pur, Purr *(pơr)*, *vi.* Kêu gừ gừ (tiếng mèo)

Purpose *(pơ' pâs)*, *n* Mục đích, ý định. — *v.* Trù tính.

Purse *(pơrs)*, *n.* Ví đựng tiền ; tiền bạc. — *vt.* Bỏ vào ví.

Purser *(pơr'sơr)*, *n.* Hội-kế-viên trên tầu.

Pursuant *(pơr-siu'ânt)*, *adv* Theo như, bằng cớ vào.

Pursue *(-siu.)*, *vt.* Theo đuổi ; tiếp tục. — **Pursuer**, *n.*

Pursuit *(-siut')*, *n.* Sự theo đuổi ; tiếp tục ; công việc.

Purulent *(piu'ru-lânt)*, *a.* Có mủ ; sinh mủ ; hóa mủ.

Purvey *(pơr - vê')*, *v.* Cung-cấp tài-liệu hay lương-thực.

Pus *(păs)*, *n.* Mủ. — *a.* **Pussy**, Nhiều mủ, như mủ.

Push *(push)*, *vt.* Xô, đẩy ; lôi cuốn. — *n* Sự nỗ lực, cố sức đẩy.

Pusillanimous *(piu-si-len'ni-mâs)*, *a.* Non gan, nhát gan ; nhút nhát ; hèn.

Puss *(pus)*, **Pussy** *(-si)*, *n.* Mèo con, thỏ rừng.

Pussyfoot *(pus' si - fut)*, *vi.* (lóng) Đi gión gién ; không tỏ rõ lập trường.

Put *(put)*, *vi.* Đi ; nẩy (mầm), *vt.* Để, đặt, bầy. — **To put away**, cất đi.

Purtefy *(piu'tri-fai)*, *v.* Thối, ủng.

Purtid *(piu'trid)*, *a.* Thối ; nát. — **Putridity** *(piu-trid'di-ti)*, *n.* Sự thối nát.

Putty *(păt'ti)*, *n.* Vải cuốn chân ; chất mắt-tit.

Puzzle *(păz'zưl)*, *n.* Việc nan giải ; trò chơi kiên nhẫn. — *vt.* Làm rối trí.

Pygmy *(pig' mi)*, *n.* Người lùn. — *a.* Tý hon, lùn.

Pyjamas *(pi-ja'maz,pai)*. *n.* *pl.* Xch **Pajamas.**

Pylon *(pai'lon,-lân)*, *n.* Tháp môn, cửa tháp xây trước các cung điện Ai-cập xưa ; cái tháp chòi, cái chòi.

Pyorrhea, **Pyorrhoea** *(pai-ơ-ri'ơ)*, *n.* Bệnh sưng mộng răng.

Pyramid *(pi'rơ-mid)*, *n.* Hình tháp ; kim-tự-tháp.

Pyre *(pai-ơ)*, *n.* Chồng gỗ để thiêu xác.

Pyrite *(pai'rait,pi'-)*, *n.* Quặng hoàng thiết.

Pyrometer *(pai-rom-mi-tơr)*, *n.* Hỏa kế, cao nhiệt kế (máy đo sức nóng).

Pyrotechnics *(pai - rơ - tek'-niks)*, *n* Thuật làm pháo ; sự đốt pháo.

Python *(pai' thon, -thân)*, *n.* Giống trăn (rắn lớn), bên Ấn-độ và Mã-lai.

Pyx *(piks)*, *n.* Bình đựng mình thánh để đem cho kẻ liệt ; hộp đựng bánh thánh.

Q

Quack *(quek)*, *n.* Thầy thuốc kém, lang vườn ; tiếng vịt kêu. — *vi.* Kêu oang oác như vịt.

Quadrangle *(quod'dreng-gưl)*, *n.* (toán) Hình bốn góc ; nhà vuông. — *a.* **Quadrangular.**

Quadrant *(quod ' drânt)*, *n.* Một phần tư ; góc phần tư.

Quadrate *(kuod ' drêt)*, *a.* Vuông ; chỉ về góc vuông (90°). — *n.* Hình vuông ; vật bình phương. — *n.* Phù hợp.

Quadratic *(quod-dret'tik)*, *a.*

Vuông ; [toán] (phương-trình) bậc hai. — *n.* **Quadratics.**

Quadrennial *(kuod-đren' ni-ơl), a.* Bốn năm một lần ; lâu bốn năm.

Quadrilateral *(-đri-let' tơ-rơl), n.* Hình bốn cạnh. — *a.* Có bốn cạnh.

Quadruped *(quod'đru-peđ), n.* Loài vật có bốn chân.

Quadruple *(quod ' đru - pưl, đru'-), a.* Gấp bốn lần.

Quaff *(quaf), v.* Uống. — *n.* Đồ uống.

Quagmire *(queg'mai-ơ,quog'-), n.* Bãi lầy, vũng lầy lội.

Quail *(quêl), n.* Chim cun cút, chim rẽ. — *vt.* Suy nhược.

Quaint *(quênt), a.* Lạ mặt ; kỳ khôi ; kỳ dị.

Quake *(quêk), n.* Sự rung động ; động đất. — *vi.* Lay động ; run. — *n.* **Earth-Quake**, Trận động đất

Quaker *(quêk'kơr), n.* Tín đồ giáo phái « quốc cơ ».

Qualification *(quol-li - fi-kê ' shân). n.* Sự định tính, định phẩm ; sự hạn định ; sự hợp cách.

Qualify *(quol'li-fai), vt.* Định tính ; giảm bớt ; làm hợp cách.

Qualitative *(kuol'li-tơ-tiv), a.* Thuộc về tính chất ; phẩm chất.

Quality *(-ti), n.* Tính chất ; đức tính ; phẩm giá.

Qualm *(qua-m), n.* Sự buồn nôn, buồn mửa ; sự bất an trong lương tâm ; tự nhiên buồn.

Quandary *(kuon'đơ-ri), n.* Sự nghi ngờ ; nỗi khó khăn ; sự tiến thoái lưỡng nan ; khó xử.

Quantitative *(kuon'li-tơ-tiv), a.* Thuộc về lượng ; định lượng.

Quantity *(quon'ti-ti), n.* Số lượng ; số lớn ; tổng số.

Quantum *(kuon'tâm), n.* Số lượng ; số lớn.

Quarantine *(kuo'rân-tin), n.* Sự, thời gian hay nơi kiềm dịch một chiếc tầu.

Quarrel *(quor'rơl), n.* Cuộc cãi lộn, đấu khẩu. — *vi.* Cãi nhau ; tranh luận, ý kiến bất hợp. — **Quarrelsome** *(-sâm), a.* Hay cãi nhau ; tranh luận.

Quarry *(quo ' ri), n.* Hầm đá ; mồi. — *vt.* Đào hầm ; dử mồi.

Quart *(quort), n.* Lít Anh (1 lít 14).

Quarter *(-lơ)*, *n.* Phần tư ; *(pl)* chỗ ở ; khu.—*v.* Chia tư ; cho ở. — **Quarter-day** *(-đề)* *n.* Ngày trả tiền nhà (thuê 3 tháng một).

Quarter-deck *(kuor'tơ-đek)*, *n.* (thuyền) Sân lái của tầu.

Quarterly *(quor' tơ - li)*, *a.* Tam cá nguyệt.

Quarter-master *(-mas'tơ)*, *n.* Viên đội coi về quân nhu.

Quartet *(quor-tet')*, *n.* Khúc nhạc bốn phần ; bài hát bốn giọng.

Quarto *(kuor'lô)*, *n.* Giấy in khổ 9 1/2 × 12 1/2 inches (hay 22 × 31 phân). — *n.* Có 4 tờ (8 trang).

Quartz *(quortz)*, *n.* Thạch-anh.

Quash *(quosh)*, *vt.* Nghiền, bóp nát ; (luật) thủ tiêu.

Quasi *(quê'sai)*, Như vẻ ; có vẻ ; ý chừng.

Quaver *(quê'vơ)*, *n.* Tiếng run, run run. — *vi.* Nói, hát run.

Quay *(ki)*, *n.* Bến tầu. — **Quayage** *(ki ' âj)* *n.* Thuế đậu ở bến ; chỗ con tầu đỗ ở bến.

Queasy *(qui'z)*, *a.* Buồn nôn ; muốn mửa ; khó ở.

Queen *(qui-n)* *n.* Hoàng-hậu ; nữ vương. — **Queenly**, *a.*

Queer *(qui'ơ)*. *a.* Kỳ lạ ; kỳ khôi ; đáng nghi.

Quell *(quel)*, *n.* Sự đàn áp. — *vt.* Trấn áp.

Quench *(quench)*, *vt.* Làm cho dịu ; dập tat. — **Quenchable** *a.* Có thể dịu được ; làm tắt được.

Query *(qui'ri)*, *n.* Câu hỏi ; vấn đề. — *vt.* Hỏi, tra, xét.

Querulous *(que'ru-lâs)*, *a.* Càu nhàu ; khó chịu ; hay gây sự.

Quest *(quest)*, *n.* Sự tìm kiếm; xuất chinh. — *v.* Mạo hiểm, tìm kiếm.

Question *(ques'chân)*, *n.* Câu hỏi ; vấn đề. — *vt.* Hỏi ; nghi ngờ.— *vi.* Hỏi. — *a.* **Questionable.**

Questionnaire *(kues-chân-ner')* *n.* Một số câu hỏi (để dò ý kiến).

Queue *(kiu)*, *n.* Cái đuôi sam ; dẫy người đứng xếp hàng.

Quibble *(quib ' bưl)*, *n.* & *vi.* Lảng chuyện ; tránh.

Quick *(quik)*, *a.* Nhanh, mau lẹ. — *n.* Sự uống ; chỗ thịt.

Quicklime *(- laim)*, *n.* Vôi sống, vôi chưa tôi.

Quicksand *(- send)*, *n.* Cát trôi, lưu sa — **Quicksilver** *n.* Thủy ngân.

Quick-witted *(-uyt'tưd,-ted)*, *a.* Mau trí khôn.

Quid *(quiđ)*, *n.* Miếng vừa vặn để nhai.

Quiet *(quai'ât)*, *a.* Im lặng, yên tĩnh. — **Quietude**, *n.*

Quietude *(quai'ơ-tiuđ)*, *n.* Sự yên lặng; yên hàn; an nhàn.

Quietus *(quai - i' tâs)*, *n.* Sự yên tĩnh; không cử động; chết.

Quiesce *(qui - es')*, *vi.* Yên lặng. — **Quiescent**. *a.* — **Quiescenge**, *n.* Sự yên lặng.

Quill *(quil)*, *n.* Lông cánh; lông ngỗng; bút lông chim.

Quilt *(quilt)*, *n* Chăn bông; mền bông, — *vt.* Nhồi (bông).

Quinine *(quai'nain,quin'nin)*, *n.* Thuốc ký-ninh.

Quinquennial *(quin-quen'ni-ơl)*, *a.* Cứ 5 năm một lần.

Quinsy *(quin'zi)*, *n.* Bệnh sưng yết hầu; bệnh sưng cuống họng.

Quintessence *(quin-tes'sâns)*, *n.* Cái tinh túy; tinh hoa.

Quintuplet *(quin'tiu-plet, -tu' plưt)*, *n.* Trẻ, vật sinh 5.

Quip *(quip)*, *n.* Câu nói hóm hỉnh; lời nói chua cay; hành vi kỳ-quặc.

Quire *(quai'ơ)*, *n.* Một tập, thếp giấy (dầy 24 hay 25 tờ).

Quirk *(kuơrk)*, *n.* Sự vẽ đột-nhiên; sự đưa lượt bút đi; hoa hoét; dườm dà; lời phúng tích, châm biếm, châm chọc.

Quit *(quit)*, *vt.* Rời, bỏ; thoát ly; miễn trừ, tha cho.

Quite *(quai-t)*, *adv.* Hoàn-toàn; thật ra; kha khá.

Quittance *(quit'tâns)*, *n.* Giấy thu tiền: biên lai; sự thưởng; bồi thường.

Quiver *(quiv'vơ)*, *n.* Ống đựng tên bắn. — *vi.* Run; rung động. **Quivering**, *a.*

Quixotic *(quik-sot'tik)*, *a.* Anh hùng, hào hiệp một cách nhố nhăng.

Quiz *(quiz)*, *n.* Sự đùa cợt; người chế riễu — *vt.* Nhạo báng; hỏi vặn. — **Quizzer**.

Quizzical *(quiz'zi-cơl)*, *a.* Kỳ lạ; buồn cười; đùa cợt.

Quod *(kuođ)*, *n.* [lóng] Nhà tù; đề lao.

Quoit *(kuoit, koit)*, *n.* Hòn quần; miếng sắt để ném thi.

Quondam *(kuon - đem)*, *a.* Trước; đã qua rồi; cũ.

Quorum *(kuô ' râm)*, *n.* Số người phải có mặt.

Quota *(kuô'tơ)*, *n.* Một phần ; phần được chia cho.

Quotation *(kuơ-tê'shân)*, *n.* Sự dẫn chứng ; đoạn văn nói đến ; thị giá ; sự định thị giá.

Quote *(kuôt)*, *vt.* Dẫn chứng ; nói đến ; định thị giá.

Quoth *(kuôth)*, *vt.* Đã nói (dùng với ngôi thứ nhất và ba ở thời quá-khứ.)

Quotidian *a.* Hàng ngày. — *n.* Sự sẩy ra hàng ngày.

Quotient *(kuô'shânt)*, *n.* Số thương, số được (sau khi chia).

R

Rabbi *(reb'bi)*, *n.* Thày cả, pháp sư (đạo Do-Thái).

Rabbit *(reb'bit)*, *n.* Con thỏ. — *vi.* Săn hay giết thỏ.

Rabble *(reb'bưl)*, *n.* Đám dân chúng ; phường hạ lưu.

Rabid *(reb'bid)*, *a.* Độc dữ ; mạnh mẽ ; cường bạo ; điên.

Rabies *(rê'bi-iz)*, *n.* Chứng sợ nước ; bệnh chó dại.

Raccoon *(re-cun')*, *n.* Chuột con ở bên Bắc-Mỹ.

Race *(rês)*, *n.* Giống; chủng tộc; cuộc đua.—*v.* Chạy thi, đua.

Race-course *(rês-côrs)*, *n.* Trường, sân thi chó hay ngựa ; ngựa thi.

Racial *(rê'shơl)*, *a.* Thuộc về giống (người vật).

Rack *(rek)*, *n.* Lưới thép để đựng hành lý ; khung để tra tấn. — *vt.* Tra tấn ; kéo căng ra.

Racket *(-ket, -kưt)*, *n.* Vợt đánh bóng ; sự lừa đảo.

Racketeer *(rek-kơ-ti'ơ)*, *n.* Người làm tiền ; xoay-xở tiền (bằng cách đe dọa).

Radar *(rê'đar)*, *n.* Máy ra-đa, mắt thần (để dò).

Radial *(rê' đi-ơl)*, *a.* Thuộc về đường bán kính ; phóng xạ ; tia sáng.

Radiant *(rê'đi-ânt)*, *a.* Rực rỡ, sáng ngời, tươi tỉnh. — **Radiate** *(-đi-êt)*, *a.* Tua tủa. — *v.* Chiếu sáng ; tỏa ra.

Radiation *(-ê' shân)*, *n.* Sự bức xạ. — **Radiator** *(-tơr)*, *n.* Lò sưởi ; máy phóng-nhiệt.

Radiator *(rê' đi - ê' tơr)*, *n.* Máy phóng nhiệt ; lò sưởi ; ra-di-a-tơ.

Radical *(rez'đi-cơl)*, *n.* Căn bản ; gốc chữ ; căn số. — *a.* Gốc ; cấp tiến ; [toán] thuộc về căn số.

Radio *(rê'đi-ô)*, *a.* &. *n.* Vô tuyến điện báo. — **Radio-set**, *n.* Máy vô tuyến điện. — **Radio-active** *(-ek' tiv)*, *a.* Có chất phóng xạ.

Radiogram *(rê'đi-ô-grem)*, *n.* Vô-tuyến-điện-tín ; vô tuyến-điện-báo.

Radiograph *(-graf)*, *n.* Tấm ảnh chụp bằng tia Rontgen.

Radiotherapy *(- the' rơ - pi)*, *n.* Phép chiếu điện bằng vô-tuyến-điện hay quang-tuyến

Radish *(rez'đish)*, *n.* Củ cải đỏ ; củ cải hăng.

Radium *(rê'đi-âm)*, *n.* [hóa] Ra-đi ; quang chất.

Radius *(rê'đi-âs)*, *n.* Đường bán kính ; xương tay quay.

Raffle *(ref'fưl)*, *n.* Sự rút thăm, rút số.

Raft *(raft)*, *n.* Cái bè. — *vt.* Chuyền vận bằng bè.

Rafter *(raf'tơr)*, *n.* Cái dầm nhà, rui nhà.

Rag *(reg)*, *n.* Miếng giẻ ; quần áo rách rưới.

Ragamuffin *(reg'gơ-măf-fin)*, *n.* Người mặc quần áo rách rưới.

Rage *(rêj)*, *n.* Cơn thịnh nộ ; cuồng nhiệt. — *vi.* Nổi giận ; tung hoành.

Ragged *(reg'ghed, - gưđ)*, *a.* Rách rưới.

Ragtime *(reg' taim)*, *n.* Điệu nhạc có dịp phách giật, ngắt (của người da đen).

Raid *(rêđ)*, *n.* Sự xâm-nhập ; oanh tạc. — *vt.* Xâm nhập — **Air-raid**, *n.* Cuộc oanh tạc bằng phi cơ.

Rail *(rêl)*, *n.* Đường sắt ; lan - can ; chấn song. — *vi.* Thóa mạ. — *vt.* Rào song sắt. — **Railing**, *n.* Song sắt ; hàng rào sắt.

Raillery *(rêl'lơ-ri, rel'-)*, *n.* Sự nhạo báng, chế giễu ; đùa bỡn.

Railroad *(-rôd)*, *n.* Đường sắt, đường hỏa xa. — **Railway** *(-uê)*, *n.*—**R.-station.**Nhà ga.

Raiment *(rê'mânt)*, *n.* Quần áo, sự ăn mặc.

Rain *(rên)*, *n. & vi.* Mưa. — **Rainy**, *a.* — **Rainbow** *(-bô)*, *n.* Cầu vồng. — *n.* **Rainfall**, Sự mưa.

Raise *(rêz)*, *vt.* Nhấc lên ; kéo lên ; giơ lên ; tăng (lương).

Raisin *(rê'zưn)*, *n.* Nho khô ; mứt khô.

Rake *(rêk)*, *n.* Cái cào ; người phóng đãng.—*vt.* Cào.

Rake-off *(rêk-of)*, *n.* (lóng Mỹ) Tiền hoa hồng (bất họp pháp),

Rally *(rel'li)*, *vt.* Quây quần ; tụ họp ; khiêu khích.—*vi.* Tập trung. — *n.* Sự tụ họp ; cuộc đại hội.

Ram *(rem)*, *n.* Cừu đực ; máy công phá.—*vt.*Húc đâm mạnh.

Ramble *(rem'bưl)*, *n.* Cuộc đi lang thang.—*vi.* Đi lang thang.

Ramify *(rem'mi-fai)*, *v.* Chia nhánh ; phân chia ; tỏa cành.

Rampart *(rem'part, -pơt)*, *n.* Thành lũy ; bờ lũy.

Ramrod *(rem'rod)*, *n.* Que dùng để tọng súng.

Ranch *(rench)*, *n.* Trại nuôi mục súc;đồn điền.—**Rancher**, *n.* Người coi đồn điền, chăn mục súc.

Rancho *(ran'chô)*, *n.* Túp lều ; trại nuôi mục súc.

Rancid *(ren'sid)*, *n.* Hoi, khét — *n.* **Rancidness.**

Rancor *(reng'kơr)*, *n.* Mối thù; oán thù, thâm thù ; mối hận.

Random *(ren'dâm)*, *n.* Sự tình cờ.—*a.* Tình cờ ; không chủ ý. — **At Random**, Bất chợt.

Range *(rênj)*, *n.* Hàng, dẫy ; đồng cỏ ; tầm súng. — *vi.* Khác giới hạn ; ngao du ; hướng về. **Ranger** *(rên'jơ)*, *n.* Kẻ ngao du ; kỵ binh.

Rangy *(rên'ji)*, a. Cao cẳng và mảnh khảnh ; thích hợp để đi xa ; viễn du.

Rank *(rengk)*, *n.* Hàng, dẫy ; cấp, bậc.—*vt.* Xếp ; phân giai cấp.

Ransack *(ren'sek)*. *vt.* Lục lọi ; khám xét.

Ransom *(ren'sâm)*, *n.* Tiền chuộc ; sự chuộc thân. — *n*. Đòi tiền chuộc. — *n.* **Ransomer.**

Rant *(rent)*, *vi.* Nói to ; nói khoe khoang ; dùng lời dờm dà.

Rap *(rep)*, *n.* Đồng tiền nhỏ ; một cái đánh. — *v.* Đánh nhanh ; thốt ra.

Rapacious *(rơ-pê'shâs)*, *a.* Tham mồi, hám lợi.

Rape *(rêp)*, *n.* Sự, tội hiếp dâm, cưỡng hiếp.—*vt.* Hiếp.

Rapid *(rep'pid)*, *a.* Nhanh chóng.—**Rapidity** *(rơ-pid'di-ti)*, *n.* Sự nhanh chóng.

Rapier *(rê'pi-ơr)*, *n.* Gươm dài xưa, trường kiếm.

Rapine *(rep'pin)*, *n.* Sự cướp đoat, cướp phá.

Rapt *(rept)*, *a.* Chiếm và mang đi ; ngẩn người ra ; sướng quá.

Rapture *(-chơ)*, *n.* Sự say đắm ; mê hồn ; sung sướng.

Rare *(rer)*, *a.* Ít ; hiếm có ; tơi ra. **Rarefy** *(re'ri-fai)*, *v.*—**Rarety**, *n.* Sự hiếm có.

Rascal *(res' cơl, ras'-)*, *n.* Người tinh ranh ; người lừa bịp.

Rash *(resh)*, *a.* Táo bạo, cả gan ; nóng nẩy.

Rasp *(rasp)*, *vt* Dũa ; cào. — *n.* Một thứ dũa lớn.

Raspberry *(rez'be-ri,-bơ-)*, *n.* Quả-phúc-bồn-tử.

Rat *(ret)*, *n.* Chuột ; đứa phản bội.—*vi* Săn chuột.

Rate *(rêt)*, *n* Giá ; thuế ; hạng —*vt.* Đang giá ; đánh thuế ; xếp hạng ; chửi mắng.

Rather *(ra'THơ)*, *adv.* Còn hơn ; hơi, kha-khá.

Ratify *(ret'ti-fai)*, *vt.* Phê chuẩn, chuẩn-y.—**Ratification** *(-fi-kê'shân)*, *n.* Sự chuẩn-y ; thông qua.

Rating *(rêt'ting)*, *n.* Sự phân hạng theo chức phẩm ; đẳng cấp ; sự chia loại.

Ratio *(rê'shô,-shi-ô)*, *n.* Sự tương-xứng ; tỷ lệ.

Ration *(rê'shân)*, *n.* Xuất thực phẩm được lĩnh.—*vt.* Cho, chia xuất cho.

Rational *(-nơl)*, *a.* Hợp lý ; biết điều.

Ratline, **Ratlin** *(ret'lin)*, *n.* Thừng nhỏ buộc ngang vào thừng lớn để làm cái thang thừng.

Rattan *(re-ten')*, *n.* Mây (để đan rổ, bồ v.v.).

Rattle *(ret'tưl)*, *n.* Tiếng lạch tạch ; cái mõ:—*vi.* Hỗn loạn. — *vt.* Đập lạch tạch.

Rattle-snake *(snêk)*, *n.* Rắn có quả vồ ở đuôi.

Raucous *(ro'câs)*, *a.* Có giọng khàn, khàn khàn ; ồ ồ.

Ravage *(rev'vưj)*, *n.* Sự tàn phá. — *v* Tàn phá.

Rave *(rêv)*, *vi.* Nói hay làm một cách hung tợn ; tan dương. — *a.* **Raving.** Nói hoảng hốt.

Ravel *(rev'vưl)*, *vt.* Làm lộn xộn, bề bộn, rối lại ; kéo sợi ra ; giải nghĩa.

Raven *(rê'vưn)*, *n.* Con quạ đen — *vt.* Cấu xé. — *a.* Đen. **Ravenous** *(rev'vân-nâs)*, *a.* Háu ăn ; ăn ngấu nghiến. — **Ravening** *a.* Háu ăn; tham ăn.

Ravine *(rơ-viin')*, Khe núi, thung lũng.

Ravish *(rev'vish)*, *vt.* Cướp, đoạt ; làm say đắm ; hiếp.

Raw *(ro)*, *a.* Nguyên ; chưa chín ; còn sống ; đau (xót).

Rawboned *(ro'bônđ)*, *a.* Mảnh dẻ ; gầy.

Rawhide *(rò'haiđ)*, *n.* Da chưa thuộc ; cái roi làm bằng da chưa thuộc.

Ray *(rê)*, *n.* Tia sáng ; vết sáng ; miếng nhỏ.

Rayon *(rê'on)*, *n.* Vải ray-on (bằng tơ nhân tạo).

Raze *(rêz)*, *vt.* San phẳng ; phá hoại ; xóa.

Razor *(rê,zơ)*, *n.* Dao cạo. — **To Raze** *(rêz)*, *vt.* San phẳng ; cạo đi, xóa.

Razz *(rez)*, *v.* (lóng Mỹ) Chòng ghẹo ; đùa cợt.

Reach *(ri-ch)*, *vt.* Đến, tới, đến tận. — *n.* Sự với tới ; phạm vi.

React *(ri-ekt')*, *vt.* Chống lại ; phản kháng ; phản động. **Reaction** *(ri-ek' shân)*, *n.* Phản - lực. **Reactionary**, *a.* & *n.* Phản động. — *a.* **Reactive** *(ri-ek'tiv)*.

Read *(ri-đ)*, *vt.* Đọc (truyện), xem sách, — **Reader**, *n.* **Reading - room** *(ri'đing-rum)*, *n.* Phòng đọc sách.

Readjust *(ri-ơ-jăst')*, *vt.* Sắp lại, xếp lại cho đúng

Readjustement *n.* Sự xếp lại cho đúng.

Ready *(ređ'đi)*, *a.* Sẵn sàng. — **Ready-made** *(-mêđ)*, *a.* Đã làm sẵn.

Reagent *(ri-ê'jânt)*, *n.* Phản động, phản ứng.

Real *(ri'ơl)*, *a.* Thực, có thực, thật sự. — **Really**, *adv.*

Real estate *(riil-es têt')*, Của cải trong nhà và ruộng nương.

Realism *(ri'ơl - liz-zưm)*, *n.* Thực-tại-luận; thuyết tả chân.

Reality *(ri-el' li-ti)*, *n.* Sự thật ; thực-tế. — **Realistic** *a.* Thuộc về thực-tế.

Realize *(ri'ơl-laiz)*, *vt.* Thực-hành ; thực hiện ; được ; biết.

Realm *(relm)*, *n.* Nước có vua ; một miền.

Ream *(ri-m)*, *n.* Một ram giấy (480 hay 500 tờ). — *vt.* Khoan lỗ. — *n.* **Reamer**, Cái giùi khoan.

Reap *(ri-p)*, *vt* . Gặt hái. — **Reaper** *(-pơ)*, *n.* Thợ gặt.

Rear *(ri'ơ)*, *n.* Hậu quân ; chỗ sau. — *vt.* Gây dựng, nuôi — *a.* Ở sau. — **Rear-Admiral**, Phó đô-đốc.

Reason *(ri'zưn)*, *n.* Lý, lẽ, lẽ phải. — *v.* Cãi lý ; suy luận.— **Reasoning**, *n.* Sự lý luận. — **Reasonable** *(-nơ-bưl)*, *a.* Có lý ; phải lẽ ; biết điều.

Reassure *(ri-ơ - shur')*, *vt.* Cam đoan ; cam kết ; làm cho yên lòng. — *n.* **Reassurance** *(-râns)*.

Rebate *(ri-bêt', ri'-)*, *n.* Sự giảm xuống. — *vt.* Giảm.

Rebel *(reb ' bưl)*, *a.* Ngạo ngược, bướng bỉnh. — *n.* Kẻ phiến loạn. — **Rebel** *(ri-bel')*, *vt.* Làm loạn. — **Rebellion** *(-li-ân)*, *n.* Bọn phiến loạn.— **Rebellious** *(-li-âs)*, *a.* Phản kháng ; bất trị.

Rebound *(ri-baonđ')*, *vi.* Bật lại, nẩy lại ; vang lại.

Rebuke *(ri - biu - k')*, *n.* Lời mắng ; sự khiển trách. — *vt.* Mắng trách.

Rebus *(ri'băs)*, *n.* Cách đố chữ ; đại-danh-họa.

Rebut *(ri-băt')*, *v.* Bài bác, bác bỏ ; phản đối.—**Rebuttal**, *a.*

Recalcitrant *(ri-kel'si-trânt)*, *a.* Ương ngạnh, bướng bỉnh ; phản đối ; phản kháng.

Recall *(co l')*, *vt.* Gọi lại ; nhớ lại ; bỏ đi.

Recapitulate *(cơ-pit' chu-lêt)*, *vt.* Kể lại ; tóm lại.

Recede *(ri-si đ')*, *vi.* Lùi lại, rút lại; nghỉ việc.

Receipt *(ri-si-t')*, *n.* Sự nhận được ; tờ biên lai. — *vt.* Ký nhận. — *vi.* Cấp biên lai cho.

Receive *(ri-si-v')*, *vt.* Nhận ; tiếp nhận ; tiếp đón

Recent *(ri'sânt)*, *a.* Mới đây, vừa qua xong.

Receptacle *(ri-sep'lơ-cưl)*, *n.* Vật chứa, đựng.

Reception *(ri-sep'shân)*, *n.* Sự tiếp nhận, tiếp đón.

Receptive *(ri-sep'tiv)*, *a.* Có thể cầm ; giữ, đựng được.

Recess *(ri - ses', ri ' ses)*, *n.* Buồng nhỏ, nơi ẩn thân ; sự nghỉ việc. — *vt.* Nghỉ việc.

Recession *(ri ses'shân)*, *n.* Sự rút lui ; sự nghỉ việc.

Recipe *(res'si-pi)*, *n.* Cách nấu ăn ; thể thức, cách.

Recipient *(ri-sip'pi-ânt)*, *n.* Bình, thùng chứa ; vật thu nhận.— *a.* Có thể chứa đựng.

Reciprocal *(-prơ-cơl)*, *a.* Lẫn nhau ; hỗ tương.

Reciprocate *(ri-sip'prơ-kêt)*, *v.* Tiến tiến thoái thoái ; báo đáp ; trả lại.

Reciprocity *(res-si-pros'si-ti)*, *n.* Sự hợp tác hay sự thay đổi lẫn nhau ; sự hỗ tương ; quan hệ hỗ-tương ; hỗ huệ chính sách.

Recital *(ri-sait' tơl)*, *n.* Sự trần thuật ; chương trình âm nhạc ; sự độc tấu.

Recitation *(res-si-tê'shân)*, *n.* Bài học thuộc lòng. — **Recite** *(ri - sait')*. Đọc bài thuộc lòng ; kể lại, trần thuật.

Reckless *(rek'les,-lâs)*. *a* Dửng dưng ; bừa, bạt mạng.

Reckon *(rek'kân)*, *vt.* Tính toán, cân nhắc ; cho rằng.

Reclaim *(ri-klêm')*, *vt.* Cải tạo, canh tân ; dạy cho thuần; khai thác ; thu hồi ; đòi lại.

Recline *(ri-clain')*, *v.* Tựa vào, ngả về ; nằm xuống.

Recluse *(ri-klus)*, *n.* Người sống ẩn dật, ẩn sỹ.

Recognition *(rek-kơ-ni'-shân)*, *n.* Sự nhận ; thừa nhận.

Recognizance *(ri-kog'ni-zâns, ri-kon' -)*, *n.* (luật) Sự cam kết.

Recognize *(rek'kơ-naiz)*, *vt.* Nhận ra, thừa nhận. — **Recognizable**, *a.* Có thể thừa nhận.

Recoil *(ri-coil')*, *n.* Lùi lại, rút lui ; bật lại.

Recollect *(rek'kơ-lect)*, *n.* Nhớ lại, hồi tưởng. — **Recollection**, *n.* Sự nhớ lại, hồi tưởng.

Recommend *(rek-kơ-mend')*, *vt.* Dặn dò ; tiến cử ; giới thiệu ; ủy thác ; khuyên nhủ. — **Recommendation** *(- đê' shân)*, *n.* Sự dặn dò ; tiến cử.

Recompense *(rek'kâm-pens)*, *n.* & *vt.* Bồi thường; thưởng.

Reconcile *(-kân-sail')* *vt.* Hòa giải. — **Reconciliation** *(-sil-li-ê'shân)*, *n.* Sự hòa giải.

Recondite *(rek'kân-đait)*, *a.* Khó hiểu ; trừu tượng ; mơ hồ ; ẩn, không thấy ; uyên thâm.

Reconnoiter *(- noi' tơ)*, *vt.* Thăm dò, thám thính.— **Reconnaissance**, *n.* Cuộc thám thính.

Record *(ri-cord')*, *vt.* Ghi lại ; thu vào đĩa. **Recorder**. *n.* **Record** *(rec' cord)*, *n.* Tờ tường trình ; kỷ lục ; đĩa hát.

Recourse *(ri-côrs',ri')*, *n.* Sự nhờ giúp ; cầu cứu ; sự giúp đỡ. — **To have recourse to**, Nhờ đến.

Recover *(ri-căv'vơ)*, *vt.* Phục hồi ; hồi tỉnh ; lại sức.

Recreant *(rek'kri-ânt)*. *a.* Nhút nhát, nhát đảm ; giả dối.

Recreate *(ri-cri-êt')*, *vt.* Làm lại, tái tạo, tái lập. — **Recreation** *(rek-kri-ê'shân)*, *n.* Sự giải trí ; tiêu khiển.

Recrimination *(ri krim-mi-nê'shân)*, *n.* Sự cãi lại ; kháng biện buộc tội lại, phản tụng.

Recruit *(ri-crut')*. *n*, Lính mới nhập ngũ. —*vt.* Mộ binh, tuyển lựa. - *n.* **Recruitment**.

Rectangle *(rek'teng-gưl)*, *n.* Hình chữ nhật.

Rectify *(-ti-fai)*, *vt.* Sửa chữa cho đúng, đính chính.

Rector *(rek ' tơr)*, *n.* Hiệu trưởng trường đại học ; giáo-sĩ.

Rectum *(rek ' tâm)*, *n.* (giải phẫu) Ruột già, trực tràng.

Recuperate *(ri-kiu ' pơ-rêt)*, *vt.* Khỏi bệnh ; phục hồi.

Recur *(ri-cơr')*, *vt.* Lại đến ; lại sẩy ra. **Recurrent**, *a.* — **Recurrence** *(- râns)*, *n.* Sự trở lại, sự lại sẩy ra.

Red *(red)*,*n.* Màu đỏ ; người Cộng sản. — *a*, Đỏ. — **Redden** *v.* Thành đỏ ; thẹn đỏ mặt.

Redbreast *(red'brest)*, *n.* Chim chào mào.

Red corpuscle *(-cor-păs'sưl)*, *n.* Huyết cầu đỏ.

Red cross, Hội hồng thập tự.

Redeem *(ri - điim')*, *vt.* Mua lại : chuộc lại ; chuộc tội. — **Redeemer**, *n.* Người chuộc tội.

Redemption *(-đemp'shân)*, *n.* Sự mua lại chuộc tội.

Red-handed *(red'hend-đưd,-đed)*, *a.* Tay đẫm máu ; vừa phạm tội xong.

Redouble *(ri-đăb'bưl)*, *v.* Tăng thêm, gấp lên ; bội lên.

Redoubt *(ri-đaot')*, *n.* Đồn lũy nhỏ, pháo-đài nhỏ.

Redoutable *(-đaot' tơ-bưl)*, *a.* Đáng sợ, đáng kính, nể.

Redress *(ri-đres')*, *n.* Sự sửa chữa. — *vt.* Sửa lại ; làm cho đúng. — *n.* **Redresser**, Người sửa chữa.

Red tapist *(-tê'pist)*, *n.* Viên chức; quan liêu.—**Red tape**, *a.* Thuộc về viên chức, quan liêu.

Reduce *(ri-điu-s')*, *vt.* Giảm, bớt; rút lại; đàn áp, chinh phục. — *a.* **Reducible.** — *n.* **Reducer.** - **Reduction** *(-đăc'-shân)*, *n.* Sự giảm, bớt; sự chinh-phục.

Redundance *(ri-đăn'đâns)*, *n.* Sự dài giòng văn tự. — **Redundant**, *a.* Quá đa; dài dòng.

Reed *(ri-đ)*, *n.* Cây lau, sậy; kèn ống sậy.

Reef *(ri-f)*, *n.* Đá ngầm; mép buồm.—*v.* Quận buồm.

Reefer *(ri'fơr)*, *n.* Áo ngắn cài khuy kín.

Reek *(riik)*, *n.* Mùi khó chịu hơi: khói. — *vi.* Bốc hơi. — *a.* **Reeky.**

Reel *(ri-l)*, *n.* Guồng quay tơ; quận (cuộn) chỉ, giây. — *vt.* Cuộn.—*vi.* Cuộn lại.

Reenforce, **Reinforce** *(ri-en-fôrs)*, *vt.* Tăng cường, tiếp viện. — *n.* **Reenforcement**, Sự tiếp-viện.

Refection *(ri'fek'shân)*, *n.* Bữa ăn, món ăn nhẹ; sự giải khát.

Refectory *(ri-fek'tơ-ri)*, *n.* Buồng ăn ở trong tu-viện.

Refer *(ri-fơr')*, *vt.* Thưa trình; xin theo; chỉ về; tra vấn; hỏi —*vi.* Chỉ; có quan hệ tới.

Referee *(ref'fơ-ri)*, *n.* Trọng tài; người phân xử.

Reference *(ref'fơ-râns)*, *n.* Sự tham khảo; liên qnan; giấy chứng chỉ.

Referendum *(ref-fơ-ren'đâm)*, *n.* Sự, quyền hay phiếu biểu quyết của quốc-dân.

Refill *(ri-fil')*, *vt.* Lại đổ đầy.

Refine *(-fain')*, *vt.* Làm cho trong, lọc; làm cho hoàn hảo.

Reflect *(-flect')*, *vt.* Phản chiếu. *vi.* Suy xét; ngẫm nghĩ.

Reflection *(-shân)*, *n.* Sự phản chiếu; điều ngẫm nghĩ.

Reflex *(ri'fleks)*, *a.* Chiếu lại; phản xạ; có tính phản xạ.—*n.* Sự, tia, màu phản xạ.

Reflex *(ri-fleks)*, *vt.* Triệt hồi; phản xạ; chiếu lại.

Reflexive *(-siv)*, *n.* & *a.* [văn] Phản-thân đại-danh-tự.

Reflux *(ri'flăks)*, *n.* Nước triều rút xuống; sự thoái bộ.

Reform *(ri-form')*, *n.* Sự cải cách, canh tân.—*vt.* Cải tạo, canh tân.—*n.* **Reformer.**

Reformation(*ref-fơ-mê-shân*), *n.* Sự cải cách.

Reformatory(*ref-fơ-mê'tơ-ri*), *n* Trường học để sửa đổi tính nết ; cải-quá-cục.

Refract (*ri-frect*), *vt.* Khúc xạ; chiết quang.—**Refraction**, *n.*—Chiết quang.

Refractory (*ri-frek'tơ-ri*), *a.* Khó bảo ; bướng bỉnh ; khó nung chảy.

Refrain (*-frên'*), *n.* Câu lắp lại ; điệp khúc,—*vi.* Chừa.

Refresh(*-fresh'*), *v.* Làm thành mát ; giải khát, giải lao. — **Refreshment** (*-mânt*), *n.* Sự giải khát ; giải lao.

Refrigerate (*ri-frij'jơ-rêt*), *vt.* Ướp lạnh ; ướp nước đá. — **Refrigerator** (*-rêt-tơ*), *n.* Máy ướp lạnh.

Refuge (*ref'fiuj*), *n.* Chỗ ẩn nấu ; trốn tránh. **Refugee**, *n.*

Refund (*ri-fănđ'*), *n.* Tiền hoàn lại.—*vt.* Giả lại tiền

Refuse (*ri-fiu-z'*), *vt.* Từ chối không nhận.—**Refusal** (*-zơl*), *n.* Sự từ chối ; quyền từ chối.

Refute (*ri-fiut'*), *vt.* Bài bác, bỏ.—*n.* **Refutation.**

Regain (*ri-ghên'*), *vt.* Kiếm lại, lấy lại ; hồi phục ; lại tới ; trở về.

Regal (*ri' gơl*), *a.* Lớn lao, vĩ đại ; vương giả.

Regalia (*ri - ghê' liơ*), *n. pl.* Dấu hiệu tượng trưng quyền của vua như mũ triều thiên ; huy chương.

Regard (*ri-gard'*) *n.* Sự nhìn ; lòng quý mến ; sự quan hệ tới — *vt.* Nhìn xem xét quý trọng. — **Regardless**, *n.* Không chú ý, không lưu tâm.

Regarding (*- đing*), *prep.* Có liên can tới ; còn như.

Regatta (*ri-ghet'tơ*), *n.* Cuộc thi đua thuyền.

Regency (*ri' jân - si*), *n.* Sự nhiếp chính. — **Regent**, *n.* & *a.* Người nhiếp chinh ; người quản lý.

Regeneracy (*ri-jen'ne-rơ-si*), *n.* Sự tái sinh ; phục hưng ; cải tạo — *a.* **Regenerative**, — **Regenerate** (*- rêt*), *vt.* Làm sống lại ; cải cách.

Regenerate (*ri - jen'nơ - rât*), *a.* Sống lại, tái sinh ; hồi phục ; cải tâm. — *vt.* Cải cách, phục sinh.

Regent (*ri' jânt*), *n.* Quan nhiếp chinh, phụ chinh.

Regime (*rê-jim'*), *n.* Chính thể, chế độ.

Regiment (*rêj' ji - mânt*), *n.* Liên đội ; đoàn (quân). —

Regimental, *a*. Thuộc về đoàn quân.

Region *(ri'jân)*, *n*. Vùng, miền, địa-phương, khu vực.

Register *(rej'jis-tơ)*, *n*. Quyển sổ ghi lại. — *vt*. Ghi vào sổ.

Registered *(-tơd)*, *a*. Đã vào sổ ; (thơ) đảm bảo.

Registrar *(- trar)*, *n*. Người giữ sổ sách văn thư.

Registry *(rej ' jistri)*, *n*. Sự vào sổ ; sở trước bạ.

Regress *(ri'gres)*, *n*. Sự rút lui ; về. — *(ri gres')*, *vt*. Rút lui. — *n*. **Regression** — *a*. **Regressive**.

Regret *(ri-gret')*, *n*. Sự luyến tiếc. — *vt*. Tiếc ; thương tiếc. **Regretful** *(-ful)*, *a*. Đáng tiếc, uổng.

Regrettable, *a*. Đáng tiếc.

Regular *(reg'ghiu-lơ)*, *a*. Đều đặn ; đúng mực ; chính quy. — *n*. **Regularity** *(reg'ghiu-le'ri-ti)*.

Regulate *(-lêt)* *vt*. Quy định, ấn định, giải quyết.

Regulation *(-lê'shân)*, *n*. Quy tắc ; sự giải quyết ; điều lệ, — *a*. **Regulative** *(reg'ghiu-lơ-tiv)*.

Rehabilitation *(ri-hơ-bil-li-tê' shân)*, *n*. Sự khôi phục.

Rehearsal *(ri - hơr' sơl)*, *n*. Cuộc diễn thử, cuộc tập lại.

Rehearse *(ri-hơrs')*, *v*. Tập lại, diễn thử ; diễn tập.

Reign *(rên)*, *n*. Đời vua, triều đại — *vt*. Trị vì ; cai trị.

Reimburse *(ri-im-bơrs')*, *vt*. Giả lại tiền ; hoàn lại tiền.

Rein *(rên)*, *n*. Giây cương — *n. pl*. Thận — *vt*. Cầm cương ; kiềm chế.

Reindeer *(rên'đi-ơ)*, *n*. Con nai, hươu (ở miền Bắc).

Reinforce *(ri'in-fôrs)*, Xch. **Reenforce**, Làm cho mạnh thêm ; tiếp viện.

Reinstate *(ri - in - stêt')*, *vt*. Tái lập, tái tạo ; phục chức.

Reiterate *(ri - it' tơ - rêt)*, *vt*. Làm lại ; nhắc lại ; làm đi làm lại.

Reject *(ri-jekt')*, *vt*. Không nhận, từ chối, không tiếp.

Rejoice *(ri-jois)*, *v*. Vui xướng ; làm cho vui.

Rejuvenate *(ri-ju'vi-nêt)*, *vt*. Làm cho trẻ lại ; cải lão hoàn đồng.

Relapse *(-leps')*, *vi*. Lại sa ngã, tái phạm ; ốm lại.

Relate *(ri-lêt')*, *vt*. Gây mối liên lạc ; kể. — *vi*. Có liên can với. — **Relation** *(- lê' shân)*, *n*. Mối liên ; họ hàng. **Relative** *(rel'tơ-tiv)*, *a.* Có liên quan ; thuộc về. — *n.* Thân thích. — *n.* **Relativity**, Sự liên hệ.

Relax *(ri-leks')*, *vt.* Làm lỏng ra ; ruỗi — *vi.* Nghỉ ; lỏng ra — *n.* **Relaxation**. Sự nghỉ, ruỗi.

Release *(ri - liis')*, *vt.* Thả ; phóng thích : buông tha.

Relegate *(rel'li-ghêt)*, *vt*. Đày đi ; bỏ vào xó nào ; giáng chức.

Relent *(ri-lent')* *vi.* Mềm, dịu đi, xiêu lòng.

Reliable *(-lai'ơ-bưl)*, *a.* Đáng tin cậy. — **Reliableness**, *n.* — *adv.* **Reliably** *(-bli)*

Reliance *(-âns)*, *n.* Sự tin cậy ; tín nhiệm. — **Reliant** *a.* Tín nhiệm, ủy thác.

Relic *(rel' lik)*, *n.* Xương thánh ; di vật ; vật kỷ niệm.

Relict *(re'likt)*, *n.* Người góa, (hóa) chồng, quả phụ ; người góa vợ.

Relief *(ri-liif')* *n.* Hình trạm nổi ; sự khuây khỏa ; sự giúp đỡ ; sự nổi lên ở mặt đất.

Relieve *(-liiv')*, *vt.* Làm nhẹ bớt, an ủi ; cứu giúp.

Religion *(ri-lij'jân)*, *n.* Đạo, tôn giáo. — **Religious**, *a.*

Relinquish *(ri-ling'quish)*, *vt.* Bỏ rơi ; chịu thua ; thoát ly ; rút lui ; chịu bỏ.

Relish *(rel'lish)*, *n.* Hương vị. — *vt.* Thưởng thức ; nhấm nháp. — *vi.* Ngon miệng.

Reluctance *(ri-lăc' tâns)*, *n.* Sự miễn cưỡng. — **Reluctant**, *a.* Miễn cưỡng ; ghét, không ưa.

Rely *(ri - lai')*, *vt.* Tin cậy, trông cậy, tin ; ủy thác.

Remain *(-mên')*, *vi.* Còn lại, sót lại, ở lại.—*n.* Vật thừa lại.

Remainder *(ri - mên'đơr)*, *n.* Sự, số còn lại ; vật còn lại.

Remand *(ri-manđ')*, *vt.* Gửi trả lại. — *n.* Sự gửi trả lại ; tống hồi.

Remanent *(rem'mơ-nânt)*, *a.* Thừa lại ; còn dư ; thêm vào ; chỉ sự táng gia.

Remark *(- mark')*, *n.* Điều, sự chú ý. — *v.* Chú ý ; nhận thấy ; nói, thật. — **Remarkable** *(-kơ-bưl)*, *a.* Đáng chú ý ; đặc sắc ; phi thường.

Remedy *(rem'mi-đi)*, *n.* Thuốc, cách chữa bệnh. — *vt.* Chữa, *a.* **Remediable** *(ri-mi'đi-ơ-bưl)*.

Remember *(ri-mem'bơ)*, *vt.* Nhớ (lại) ; tưởng lại ; ghi nhớ. — *vi.* Nhớ.

Remembrance *(- brâns)*, *n.* Kỷ niệm ; sự hồi tưởng.

Remind *(ri-mainđ')*. *vt.* Nhắc ; làm cho nhớ. — **Reminder**, *n.* Người, hay vật nhắc.

Reminiscence *(rem - mi - nis' sâns)*, *n.* Sự hồi tưởng ; lời hồi tưởng ; sự nhớ lại.

Remit *(ri-mit')*, *vt.* Gửi (tiền); miễn cho ; tha thứ. — **Remittent** *(-tânt)*, *a.* Thuyên giảm ngay ; làm nhẹ đi.

Remnant *(rem' nânt)*, *n.* Đồ con sót lại ; di vật ; di tích.

Remonstrate *(ri-mon'strêt)*, *v.* Kháng nghị ; chống lại. — **Remonstrance**, *n.* Kháng nghị.

Remorse *(ri-mors')* *n.* Sự hối hận, ăn năn. — **Remorseful**, *a.*

Remote *(ri-môt')*, *a.* Xa cách ; xa xôi ; cổ lắm.

Removal *(ri-muv'vơl)*, *n.* Sự đổi chỗ ở, sự dọn nhà.

Remove *(ri-muv')*, *v.* Đổi chỗ ở, dọn nhà ; dịch chỗ.

Remunerate *(-miu' nơ - rêt)*, *vt.* Thưởng ; giả công. — **Remuneration**, *n.* Sự giả công ; tiền thưởng.

Renaissance *(ren-nơ-sans')*, *n.* Sự sống lại, sự phục hưng.

Renascence *(ri-nes'sâns)*, *n.* Sự sống lại ; tái sinh ; phục hưng.

Rend *(renđ)*, *vt.* Xé, xé rách ; làm đau lòng.

Render *(ren'đơ)*, *vt.* Trả lại ; giao ; nộp ; trở nên ; dịch ra,

Rendition *(ren-đi'shân)*, *n.* Sự đầu hàng ; sự phiên dịch.

Renegade *(ren'ni - ghêđ)*, *n.* Kẻ bội giáo ; phản bội ; đào ngũ.

Renew *(ri-niu')*, *vt.* Cải mới, canh tân. — *a.* **Renewable.**

Renounce *(- naons')*, *vt.* Từ bỏ ; đoạn tuyệt. – **Renouncement**, *n.*

Renovate *(ren'nơ-vêt)*, *vt.* Làm mới lại. — **Renovation**, *n.* Sự canh tân sửa chữa.

Renown *(ri-naon')*, *n.* Tiếng tăm, danh tiếng. — **Renowned**, *a.* Có danh tiếng, lừng danh.

Renunciation *(ri - năn - si - ê' shân,-shi-)*, *n.* Sự từ bỏ ; khước từ.

Rent *(rent)*, *n.* Tiền thuê nhà ; chỗ rách. — *vt.* Thuê ; cho thuê. — *n.* **Rental** *(ren'tơl)*, Tiền nhà.

Repair *(ri - per')*. *n.* Sự sửa chữa, tu sửa. — *vt.* Sửa chữa, tu bổ lại. — *vi.* Đi. — *n.* **Repairer** — **Reparation** *(rep-pơ-rê ' shân)*, *n.* Sự tu sửa.

Repast *(ri-past')*, *n.* Bữa ăn ; món ăn ; bữa tiệc.

Repay *(ri - pê')*, *n.* Trả lại ; hoàn lại ; bồi thường.

Repeal *(ri-piil')*, *vt.* Bỏ đi ; phế chỉ ; thủ tiêu.

Repeat *(ri-piit')* *vt.* Nói lại ; làm lại ; nhắc lại.

Repel *(ri-pel')*, *vt.* Chống lại ; đánh đuổi ; gây ác cảm.

Repent *(- pent')*, *v.* Ăn năn, hối hận. — **Repentance** *(-tàns)*, *n.* Sự ăn năn. — *a.* **Repentant.**

Repercussion *(ri-pơ-căs'shân)* *n.* Sự đẩy lại ; giật lại. — **Repercussive**, *a.* Vang lại ; giật lại.

Repetition *(rep-pi'tis'shân)*, *n.* Sự làm lại ; nhắc lại.

Replace *(ri - plês')*, *vt.* Thay chỗ ; thay thế. — **Replacement**, *n.* Sự thay thế. — *n.* **Replacer.**

Replenish *(-plen ' nish)*, *vt.* Làm cho lại đầy đủ, trọn vẹn,

Replete *(ri-pliit')*, *a.* Đầy đủ ; sung túc ; phong phú.

Replica *(rep'pli-cơ)*, *n.* Vật chép theo mà làm ; bức tượng theo mẫu chính mà nặn ra.

Reply *(-plai')*, *n.* Câu trả lời ; thư đáp. — *v.* Giả lời.

Report *(- pôrt)*, *n.* Tờ trần thuật ; tờ trình.— *vt.* Tường trình.

Reporter *(-lơ)*, *n.* Phóng viên; ký giả ; người báo cáo.

Repose *(ri-pôz')*, *n.* Sự nghỉ ; sự yên tĩnh. — *v.* Nghỉ ngơi.

Represent *(rep-pri-zent')*, *vt.* Thay mặt ; đại biểu ; trình bầy ; tỏ ra ; tượng trưng. — **Representative** *(-tơ-tiv)*, *a.* & *n.* Đại biểu.

Repress *(ri- pres')*, *vt.* Ngăn lại ; dẹp yên ; đàn áp.

Reprimand *(rep' pri-mand)*, *n.* Lời khiển trách.—*vt.* Mắng.

Reprisal *(ri-praiz'zơl)*, *n.* Hành động, sự trả thù ; báo thù.

Reproach *(ri - prô - ch')*, *n.* Lời trách mắng. — *vt.* Trách mắng — *a.* **Reproachable**, Đáng trách.

Reprobate *(rep' prơ-bêt)*, *a.* Trụy lạc. — *n.* Người trụy lạc ; đứa đểu. — *n.* **Reprobation** *(-bê'shân)*.

Reprobation *(rep-prơ-bê'shân)*, *n.* Sự không tán thành.

Reproduce *(ri-prơ đius')*, *vt.* Rập lại ; phỏng theo ; tái bản. — *n.* **Reproduction**, *(-đăk'shân)*.

Reproof *(-pruf')*, *n.* Lời quở trách.—**Reprove** *(pruv')*, *vt.*

Reptile *(rep'til,-tail)*, *n.* Loài bò sát (rắn, mối) ; người đê tiện. — *a.* Bò ; quy-lụy, luồn cúi.

Republic*(ri-păb'blik)*, *n.* Chính thể cộng hòa, nước cộng hòa — *a.* & *n.* **Republican** *(-kân)*.

Repudiate *(ri-piu'đi-êt)*, *vt.* Từ chối ; khước từ.

Repugnance *(păg'nâns)*, *n.* Sự trái ngược.—**Repugnant**, *a.* Tương phản ; mâu thuẫn, đáng ghét.

Repulse *(ri-păls)*, *v.* &. *n.* (Sự) khước từ, cự tuyệt ; đánh lui.—**Repulsion***(-shân)*, *n.* Sự đẩy ; cự tuyệt ; ác cảm.

Reputable *(rep'piu-tơ-bưl)*, *a.* Có thanh danh, nổi tiếng ; đáng kính.—*adv* **Reputably**. — **Reputation** *(-tê'shân)*, *n.* Danh tiếng ; tiếng tăm. — **Repute** *(ri-piu-t')*, *vt.* Coi như là, kể là.—*n.* Tiếng tăm.

Request *(-quest')*, *n.* Câu hỏi, lới yêu cầu. — *vt.* Hỏi, yêu cầu.

Requiem *(ri'qui-âm,rek'-)*, Lễ mồ cho người chết ; lễ an hồn ; bài hát lễ mồ.

Require *(-quai'ơ)*, *vt.* Đòi hỏi ; cần. — **Requirement** *n.* — **Requisite** *(rek'qui-zit)*, *a.* Cần thiết. — *n.* Vật cần thiết.

Requisition *(zis'shân)*, *n.* Sự cần ; trưng dụng.

Requite *(ri-quait')*, *vt.* Ban thưởng ; đền bù ; bồi thường ; báo ân.

Rescript *(ri'skript)*, *n.* Sắc thư ; sắc đáp ; mệnh lệnh,

Rescue *(res'kiu)*, *n.* Sự cứu vớt.—*vt.* Cứu ; cứu vớt.

Research *(ri-sơrch')*, *n.* Sự sưu tầm, khảo cứu.—*n.* **Researcher**, Người sưu tầm.

Resemble *(-zem'bưl)*, *vt.* Giống như.—**Resemblance***(-blăns)*, *n.* Sự giống nhau.

Resent *(ri-zent)*, *vt.* Tỏ vẻ tức tối ; uất ức.

Reserve *(ri-zơrv)*, *vi.* Dành riêng ; để riêng ; dự trữ. — **Reservoir** *(rez'zơ-voar)*, *n.* Chỗ để chứa ; bể chứa nước.

Reside *(ri-zaiđ')*, *vi.* Ở, trú ngụ. — **Residence** *(rez'zi-đâns)*, *n.* Chỗ ở, nơi trú ngụ, nhà cửa. — **Resident** *(-đânt)*, *n.* Người trú ngụ; trú quán.—*a* Cư trú.—**Residential** *(-đen'shơl)*, *a.* Thuộc về trú ngụ.

Residue *(rez'zi-điu)*, *n.* Chỗ thừa lại; cặn bạ. **Residual**. *a.* Chỉ về cặn bã.

Residuum *(ri-ziđ'điu-âm)*, *n* Cặn bã.—*pl.* **Residua**.

Resign *(ri zain')*, *v.* Trả lại; chịu thua; từ chức. — **Resignation** *(rez'zig-nê'shân)*, *n.* — **Resigned**, *a.* Thuận-tòng; nhượng bộ.

Resilient *(ri-zil'li-ânt)*, *a.* Chun; dẻo dang, mềm ıẻo; trở lại chỗ cũ.

Resist *(ri-zist')*, *vt.* Cản lại, chống lại; kháng chiến.

Resistance *(-tâns)*, *n.* Sự chống lại, kháng chiến.

Resole *(ri-sôl')*, *vt.* Vá, sửa lại đế giầy.

Resolution *(rez-zơ liu'shân)*, *n.* Sự phân giải; quyết định; quyết nghị; nghị-quyết.

Resolve *(ri-zolv')*. *vt.* Phân giải; quyết định; cải biến.

Resonant *(rez'zơ-nânt)*, *a.* Vang tiếng.; kêu vang; có tiếng vang.

Resonator *(rez'zơ-nê-lơr)*, *n.* Vật vang lại âm thanh; phản thanh-kế.

Resort *(ri-zort)* *n.* Chỗ năng tới.—*vi.* Năng lui tới.

Respect *(ri-spect')*, *n.* Sự kính trọng; phương diện; sự thiên tư.—*vt.* Kính trọng; quan hệ tới. — **Respecting** *(-ting)*, *prep.* Đối với.—**Respectful**, *a.* Đáng kính. — **Respective** *(-tiv)*, *a.* Riêng của mỗi người; theo thứ tự. —**Respectively** *(-tiv-li)*, *adv.* Theo thứ tự.

Respirator *(res'pi-rê tơr)*, Máy thở, máy hô hấp; mặt nạ che mũi và mồm để khỏi hít phải hơi độc.

Respire *(ri-spai'ơ)*, *v.* Thở hô hấp.—**Respiration**, *n.*

Respite *(res'pit)*, *n.* Sự hoãn, ngừng lại; thời giờ nghỉ việc.

Respond *(ri-spond')*, *vi.* Trả lời, đáp lại.—**Response**, *n.*

Responsibility *(ri-spon-si-bil'li-ti)*, *n.* Trách nhiệm.

Responsible *(-spon'si-bưl)*, *a.* Chịu trách-nhiệm.

Rest *(rest)*, *n.* Sự nghỉ ; những cái khác. — *vi.* Ngủ ; chết.

Restaurant *(res'tơ-rânt,rant)*. *n.* Tiệm ăn, hiệu cao lâu.

Restitution *(res-ti-tiu' shân)*, *n.* Sự trả lại, hoàn lại ; sự hồi phục ; bồi thường.

Restore *(ri-stôr',-stor)*, *vt.* Tu sửa ; chấn hưng, phục hưng. — *n.* **Restoration**, Sự hồi phục.

Restrain *(ri-strên')*, *vt.* Ngăn cấm ; hạn chế ; kìm hãm.

Restrict *(-strict')*, *vt.* Hạn chế. — **Restriction**. *n.*

Result *(ri'zălt')*, *n.* Kết quả. — *v.* Do kết quả. — **Resultant**, *a.* & *n.* Kết quả.

Resume *(ri zium')*, *vt.* Lại bắt đầu ; lại làm.

Resurrect *(rez- zơ- rect')* *vt.* Làm sống lại. — **Resurrection**, *n.* Sự sống lại ; hồi phục.

Resuscitate *(ri-săs'si-têt)*, *v.* Làm cho sống lại ; mạnh lại.

Retail *(ri'têl)*, *n.* Sự bán lẻ. — *(ri-têl)*, *vt*. Bán lẻ ; kể lại. **Retailer** *(ri-têl'lơ)*, *n.* Người bán lẻ.

Retain *(ri-tên')*. *vt*, Cầm lại, giữ lại ; thuê thày kiện.

Retaliate *(ri-tel'li-êt)*, *v.* Trả thù ; báo thù. — **Retaliation**, *n.* Sự trả thù. báo thù.

Retention *(ri ten'shân)*, *n.* Sự giữ lại, cầm lại ; sự nhớ ; trí nhớ.

Reticence *(ret'ti-sâns)*, *n.* Vẻ lạnh lùng, im lặng. — **Reticent**, *a.* Im lặng, lạnh lùng.

Retina *(ret'ti nơ)*, *n.* Cương mô, võng mô.

Retinue *(res'ti-niu)*, *n.* Đoàn tùy tùng.

Retire *(ri-tai'ơ)*, *vt.* Lấy lại ; lui. — *v.* Nghỉ việc , rút lui. — *n.* **Retirement**. — *a.* **Retired.**

Retiring *(ri-tai - ơring)*, *a.* Xấu hổ ; thẹn ; e dè.

Retort *(- tort')*. *n.* Câu đối đáp. — *vt.* Bẻ vặn lại ; đối đáp.

Retract *(ri-trekt')*, *v.* Rút [đơn] ; rút lui ; rút khỏi ; co lại, rụt lại.

Retreat *(-triit')*, *n.* Sự rút lui ; nơi ẩn dật. — *vi.* Rút lui.

Retrench *(ri-trench')*, *v.* Giảm bớt — **Retrenchment**, *n.* Sự giảm bớt, rút ngắn.

Retribution *(ret-tri-biu'shân)*, *n.* Sự báo thù ; sự báo ứng ; sự thưởng.

Retrieve *(-triiv')*, *vt.* Lại tìm thấy ; chữa lại.

Retroact *(ret-trơ-ect')* *v.* Phản động ; làm có ảnh hưởng về trước. — *n.* **Retroaction.**

Retrograde *(ret'trơ-grêđ,-ri'-)* Lùi ; thoái hậu ; thoái bộ. — *v.* Lùi; thoái hóa.

Retrospect *(ret'trơ-spekt,ri'-)*, *n.* Sự xem lại đằng sau ; sự hồi tưởng.

Return *(ri'tơrn')* *vi.* Trở về — *vt.* Trả lại. – *n.* Sự trở về ; bản thống kê. — *a.* **Returnable.**

Rev *(rev)*, *v.* [lóng về hàng không] Giậm số vòng xoay quanh mỗi phút [của một động cơ].

Reveal *(ri-viil')* *vt.* Phát giác, tiết lậu ; cho biết.

Reveille *(ri-vail'yơ,rev-vơ li')*, *n.* Tiếng kèn sáng sớm.

Revel *(rev'vơl)*, *vi.* Mừng ; khoái lạc ; thích lắm. — *n.* Sự vui mừng lắm ; bữa tiệc ồn ào.

Revenge *(ri-venj')*, *n.* Sự báo thù. — *vt.* Trả thù, phục thù.

Revenue *(rev'vơ niu)*, *n.* Hoa lợi, lợi tức ; tiền thu được.

Reverberate *(ri-vơr'bơ-rêt)*, *v.* Vang lại ; phản chiếu ; bật lại. — *n.* **Reverberation**, Sự vang lại.

Revere *(ri-vi'ơ)*, *vt.* Tôn kính, sùng bái.

Reverence *(rev'vơ-râns)*, *n.* Sự tôn kính, sùng bái. **Reverend** *(-rânđ)*, *a.* & *n.* Tiếng xưng hô với các giáo sĩ ; đáng kính. **Reverent** *(-rânđ)*, *a.* Đầy sự tôn sùng ; tôn kính.

Reverie *(rev'vơ-ri)*, *n.* Giấc mơ màng, ảo mộng.

Reverse *(ri-vơrs')*, *n.* Mặt trái ; sự rủi. — *vt.* Đảo lộn ; bỏ.

Review *(ri-viu')*, *n.* Sự xem xét lại. — *vt.* Kiểm điểm.

Revile *(ri-vail')*, *v.* Chửi, mắng ; thóa mạ. — *n* **Reviler.**

Revise *(-vaiz')*, *vt.* Sự xem xét lại. — *vt.* Soát lại, tu sửa.

Revival *(ri-vaiv' vơl)*, *n.* Sự hồi sinh ; phục hưng.

Revive *(ri-vaiv')*, *vt.* Sống lại. — *vt.* Làm sống lại.

Revocation *(rev-vơ-kê'shân)*, *n.* Sự thủ tiêu, bỏ đi ; rút lui. — *vt.* **Revoke** *(ri-vôk')*, Thủ tiêu, bỏ đi.

Revolt *(ri-volt')*, *n.* Cuộc bạo động. — *vi.* Nổi loạn. — *vt.* Khích động. — *a.* **Revolting**, Chống lại.

Revolution *(rev-vơ-liu'shân)*, *n.* Sự xoay quanh ; sự vận hành ; một vòng ; cuộc cách mệnh ; cuộc biến chuyển. **Revolutionize** *(- naiz)*, *vt.* Cách mạng, cải cách.

Revolve *(ri - volv')*, *vt.* Làm bận óc; làm cho quay quanh. — *vt.* Xoay quanh. – **Revolver** *(-vơ)*, *n.* Súng tay, súng lục, súng sáu.

Revulsion *(ri-văl'shân)*, *n.* Sự thay đổi đột nhiên ; cấp biến ; sức phản động mãnh-liệt.

Reward *(ri - word')*, *n.* Đồ phần thưởng. — *vt.* Thưởng cho. — *n.* **Rewarder**, Người thưởng cho.

Rhapsody *(rep' sơ-đi)*, *n.* Một đoạn thơ ; cuồng văn ; cuồng khúc. — *v.* **Rhapsodize** *(-đaiz)*, Làm thơ.

Rheostat *(ri'ơ-stet)*, *n.* Máy biến trở ; điện trở.

Rhetoric *(ret'tơ-rik)*, *n.* Tu-từ-học ; sự dùng chữ hay.

Rheum *(rum)*, *n.* Nước mắt, nước mũi (khi bị cảm) ; sự cảm lạnh.

Rheumatism *(ru'mơ-ti-zưm)*, *n.* Bệnh phong thấp.

Rhine stone *(rain' stôn)*, *n.* Một thứ đá sáng giống như kim-cương.

Rhinoceros *(rai-nos' sơ-râs)*, *n.* Giống tê-giác.

Rhomboid *(rom'boid)*, *n.* (toán) Hình tà đoản.

Rhombus *(rom' bâs)*. **Rhomb** *(rom)*, *n.* (toán) Hình thoi.

Rhubarb *(ru ' bard)*, *n.* Cây đại-hoàng.

Rhyme, **Rime** *(raim)*, *n.* Vận vần thơ. — *vi.* Làm thơ.

Rhythm *(ri'THưm, ri'thưm)*, *n.* Nhịp, điệu ; (âm) phách.— **Rhythmic**, *a.* Thuộc về nhịp, phách.

Rib *(rib)*, *n.* Xương sườn ; gọng (ô) ; gân (lá).

Ribald *(rib ' bâld)*, *a.* Tầm thường ; thô bỉ ; hạ lưu.

Ribbon *(rib'bân)*, *n.* Dải, băng vải ; ruy-băng.

Rice *(rais)*, *n.* Cây lúa ; gạo ; cơm. — **Ricepaper**, *n.* Giấy dơm lúa. – *n.* **Rice-field**, Đồng lúa.

Rich *(rich)*, *a.* Giàu có, phong phú ; tráng lệ. — **Riches** *(-chez,-chưz)*, *n.* Sự giàu có ;

tài sản ; tài nguyên ; nguồn lợi. — **Natural riches,** Nguồn lợi thiên nhiên.

Rick *(rik)*, *n.* Đống rơm, rạ (đánh đống ở giữa giời).

Rickety *(rit'ket ti,-kât-)*, *a.* Có bệnh lỏng xương ; xộc xệch ; yếu. — *n. pl.* **Rickets,** Bệnh lỏng xương.

Rickety *(rik' ket-ti)*, *a.* Yếu đuối ; yếu mềm ; có bệnh xương lỏng.

Rid *(rid)*, *vt.* Dọn dẹp ; thanh trừ, trừ khử.

Riddle *(rid'đưl)*. *n.* Cái sàng ; Câu đố — *vt.* Sàng nhiều lỗ ; đâm thủng ; giải câu đố — *vi.* Đố ; nói một cách hàm hồ.

Ride *(raiđ)*, *v.* Cưỡi ngựa ; đi xe đạp, ô-tô v.v. : lái xe. — *n.* Cuộc đi chơi bằng xe hay ngựa. — **Rider** *(rai'đơr)*, *n.* Người cưỡi ngựa hay đi xe.

Ridge *(rij)*, *n.* Nóc dẫy núi : cái luống ; lưng. — *v.* Hợp thành dẫy. — *a.* **Ridgy** *(-ji)*, Có lưng, luống.

Ridicule *(riđ'đi-kiul)*, *n.* Trò buồn cười.—*vt.* Pha trò cười. — **Ridiculous** *(ri-đik' kiu-lâs)*, *a.* Buồn cười, tức cười.

Rife *(raif)*, *a.* Lưu hành ; thông hành ; có nhiều ; có chứa đầy.

Rifle *(rai'fưl)*, *n.* Khẩu súng, *vt.* Cướp, bóc lột.

Rig *(rig)*, *vt.* Mặc quần áo lố lăng ; sắm sửa; cung-cấp dụng-cụ ; buộc thừng.— *n.* Sự buộc thừng ; quần áo lố - lăng.

Rigging *(rig'ghing)*, *n.* Các đồ dùng trong thuyền, tầu ; thừng trong tầu ; răng bánh xe.

Right *(rait)*, *a.* Bên phải ; đúng ; thích hợp —*vt.* Làm cho đúng, sửa chữa. — *n.* Chính nghĩa ; quyền ; bên. phải. — *adv.* Thẳng ; ngay ; chính ; rất.

Righteous *(rai'châs)*, *a.* Chính đáng, ngay thẳng, chính trực.

Rigid *(rij'jiđ)*, *a.* Cứng cỏi ; rắn rỏi ; nghiêm ; dữ dội. — **Rigidity**, *n.*

Rigor *(ri'gơ)*, *n.* Sự nghiêm khắc, khắc khổ. — **Rigorous** *a.* Nghiêm khắc ; dữ dội.

Rill *(ril)*, *n.* Dòng suối nhỏ. — **Rillet**, *n.*

Rim *(rim)*, *n.* Ven bờ ; vành bánh xe ; gọng (kính). — *vt.* Viền mép.

Rime *(raim)*. *n.* Sương mù ; vận văn ; chữ cùng vần.

Ring *(ring)*, *n.* Tiếng chuông; cái nhẫn ; đảng. — *vi.* Kêu vang.— *vt.* Rung chuông.

Ringleader *(-li'đơ)*, *n.* Người đầu đảng.—**Ringworm** *(ring' wơrm)*, *n.* Bệnh hắc lào.

Rink *(ringk)*, *n.* Sân đi pa-tanh ; võ đài quyền Anh.

Rinse *(rins)*, *v.* Súc, tráng, rửa. — *n.* Sự súc, tráng.

Riot *(rai ' ât)*. *n.* Cuộc bạo động, khởi loạn —**Rioter**, *n.*

Rip *(rip)*, *n.* Chỗ sé, miếng rách. — *vt.* Sé, cắt rách.

Ripe *(raip)*, *a.* Chín, trưởng thành.—**Ripen** *(raip'pưn)*, *v.*

Ripple *(rip'pưl)*, *n.* Sự gợn sóng ; tiếng róc rách. — *v.* Kêu róc rách. gợn sóng.

Ripsaw *(rip ' so)*. *n.* Cưa có răng to dùng để cắt gỗ.

Rise *(raiz)*, *n. & vi.* Lên ; hiện lên ; mọc lên.

Risk *(risk)*, *n.* Sự nguy hiểm rủi ro ; — *vt.* Liều, liều mạng.

Rite *(rait)*. *n.* Lễ nghi : nghi thức. — **Ritual** *(rit ' chuơl)*, *a.* Thuộc về lễ nghi. — *n.* Giáo nghi.

Rival *(rai'vơl)*, *n.* Người ganh đua ; địch thủ. — *vt.* Cạnh tranh; thi tài.—**Rivalry** *(-ri)*, *n.* Sự ganh đua, tranh tài.

River *(riv'vơ)*, *n* Sông. — **Riverside** *n.* Bờ sông.—**Rivulet**, *n.* Sông nhỏ.

Rivet *(riv'vet, riv'vưt)*, *n.* Ri-vê, đinh tán. — *vt.* Đóng đinh tán.

Roach *(rô - ch)*, *n.* Giống cá chép ; con gián.

Road *(rôđ)*, *n.* Đường cái, con đường đi, — **Roadway**, *n.* Giữa đường. — **Road - side**, Bên đường.

Roadbed *(rôđ' beđ)*, *n.* Nền đường xe lửa, xe điện ; mặt đường.

Road-mender *(-men ' đơ)*, *n.* Người chữa đường.

Roadster *(rođ'stơr)*, *n.* Ngựa làm những việc nhẹ ; xe ô-tô hai chỗ ngồi.

Roam *(rôm)*. *n.* Sự đi lang thang.—*v.* Lang thang,ngao du.

Roan *(rôn)*,*a.* Đốm, lang (ngựa, bò), — *n* Ngựa đốm ; da cừu thuộc.

Roar *(rôr,ror)*, *n.* Tiếng gầm. — *v.* Gầm, thét. — **Roaring**. *a.* — Gầm thét — *n.* Tiếng gầm, thét.

Roast *(rôst)*. *n.* Thịt quay. — *vt.* Quay, nướng. —*a.* Quay.

Rob *(rob)*, *vt.* Bóc lột, ăn cướp. — **Robber**, *n.* Kẻ cướp

Robe *(rôb)*, *n.* Áo dài, lễ phục ; áo. — *vt* Áo mặc ; vận lễ phục.

Robin *(rob'bin)*, *n*. Chim chào mào.

Robot *(rob'bât,rô'-)*, *n*. Người bồ nhìn máy ; người máy.

Robot-bomb *(-bom)*, *n*. Bom có máy phản lực ; máy bay phản lực nhỏ có chứa đầy chất nổ.

Robust *(rơ-băst')*. *a*. Mạnh mẽ, kiên cố.

Roc *(rok)*, *n*. Chim phượng hoàng rất lớn.

Rock *(rok)* *n*. Tảng đá — *v*. Lay động, dập dình ; đưa võng. — *n*. **Rocking - chair**, Ghế đu. — **Rock crystal** *(-cris'tơl)*, *n*. Thạch anh ; pha lê.

Rocker *(rok'kơ)*, *n*. Cái võng, cái đu ; người đưa võng.

Rocket *(-ket, - kut)*, *n*. Hỏa tiễn ; pháo thăng thiên.

Rocket-bomb *(rok'ket-bom)*. Bom hỏa-tiễn ; bom bay.

Rocky *(-'ki)*, *a*. Lởm chởm những đá.

Rod *(rod)*, *n*. Que, roi ; quyền thế ; một thải ; (5 mã rưỡi).

Rodent *(rô'đânt)*, *a*. & *n*. Loài gậm nhấm (chuột, sóc, v.v.).

Rodeo *(rô'di-ô, rơ-đê'ô)*, *n*. Sự dồn mục-súc vào chuồng, cuộc biểu diễn các trò (cao-boi » (cowboy).

Roe *(rô)*, *n*. Trứng cá , con hoẵng ; — *n*. **Roebuck**, **Roe-deer**, Con hoẵng ; con hươu.

Rogue *(rôg)*, *n*. Thằng xỏ lá ; người ranh mãnh.— **Roguish** *(rô'ghish)*, *a*. Ranh mãnh. —

Roguery *(rô'gơ ri)*, *n*. Tính, sự ranh mãnh.

Roister *(rois' tơr)*, *vi*. Khoe khoang, khoác lác.

Role, **Rôle** *(rôl)*, *n*. Vai trò ; vai tuồng ; nhiệm vụ.

Roll *(rôl)*, *v*. Lăn ; quay đi quay lại ; cuộn. — *n*. Cuộn.

Rollcall *(rôl-col)*, *n*. Sự, giờ điểm danh.— **Roller** *(rôl'lơ)*, *n*. Cuộn ; trục lăn ; đá lăn ; bánh xe nhỏ.

Roller-skate *(rol'lơr - skêt')*, *n* Giầy trượt có bánh xe, pa-tanh có bánh xe.

Rollick *(rol'lik)*. *vi*. Đùa, giỡn, đú đởn ; vui nghịch. — *a*. **Rollicking**.

Roman *(rô'mân)*, *a*. & *n*. Chữ, người La-mã.

Romance *(rô-mens')*, *n*. Tiểu thuyết ; bài thơ tình ; tính lãng mạn.— *v*. Viết, kể truyện tình. — **Romantic** *(-men'tik)*, *a*. Thuộc về tình ; ảo tưởng ; lãng mạn ; ly kỳ ; cổ quái.

Romanticism *(rơ-men'ti-si-zưm)*, *n*. Chủ-nghĩa lãng mạn. —*n*. **Romanticist**.

Romp *(romp)*, *n*. Con gái nghịch tinh ; trò cợt nhả ; đùa bỡn. —*vi*. Nghịch nhả.

Röntgen rays *(rânt'jân-rêz, ront'-)*, *n*. Quang tuyến X.

Rood *(rud)*, *n*. Thập ác, thánh giá, câu rút ; 1/4 mẫu ruộng.

Roof *(ruf)*, *n*. Mái nhà. —*vt*. Che bằng mái.

Rook *(ruk)*, *n* Quạ khoang ; quân cờ.

Room *(ru-m)*, *n*. Phòng, buồng, chỗ.—**Roomer**, *n*. Người trọ. —*n*. **Room-mate**, Người cùng trọ.

Roost *(ru-st)*, *n*. Dàn cho chim đậu.—*vi*. Đậu trên cao.

Rooster *(rus'tor)*, *n*. Con gà sống (trống).

Root *(ru-t)*, *v*. Dễ ; nguồn gốc ; căn số.—*vt*. Sinh rễ ; nhổ rễ ; thành kiên cố.

Rootlet *(-lơt,-lưt)*, *n*. Rễ con, rễ phụ.

Rope *(rôp)*, *n*. Giây thừng. —*vt*. Xe giây ; buộc giây ; ngăn bằng giây. —*n*. **Ropery**, Nơi làm thừng.

Rosary *(rô'zơ-ri)*, *n*. Tràng hạt, niệm châu.

Rope-dancer, *n*. Người leo (nhảy) giây ; đi giây.

Rose *(rôz)*. *n*. Hoa hồng ; màu hồng.—**Rosebud**, *n*. Nụ hoa hồng.

Rosemary *(rôz'me-ri,-mơ-ri)*, *n*. [thực] Cây mê-điệt.

Rosin *(roz'zin)*, *n*. Nhựa thông, tùng hương. — *vt*. Xoa nhựa thông.

Rostrum *(ros'trâm)*, *n*. Sân khấu, cái bục, diễn đàn ; đầu mũi thuyền, tầu.

Rosy *(rô'zi)*, *a*. Hồng hào ; đầy hứa hẹn.

Rot *(rot)*, *n*. Sự hư hỏng, thối, nát.—*v*. Hỏng, thối, nát.

Rotary *(rô'tơ-ri)*, *a*. Xung quanh, toàn-chuyển.

Rotate *(rô'têt, rơ-têt')*. *v*. Quay tít ; du chuyển. — **Rotation**, *n*. Sự quay tít. —*a*. **Rotative**.

Rote *(rôt)*, *n*. (âm) Một thứ huyền cầm cổ ; thường lệ, thói quen.—**By rote**, Do thói quen.

Rotogravure *(rô'tơ-grơ-viu'r, -grê'viu-r)*, *n*. Thuật in bằng ru-lô ; Phép in bằng chiếu-tượng-bản.

Rotten *(rot'tưn)*, *a*. Hư, hỏng, thối nát ; không kiên cố.

Rotund *(rơ-tănđ')*, *a.* Tròn, tròn xoe, mập mạp; béo phệ.

Rotunda *(rơ-tăn'đơ)*, **Rotundo** *(rơ tăn'đô)*, n. Nhà tròn, viên ốc; nhà có mái tròn; buồng to và tròn.

Rough *(răf)*, *a.* Lởm chởm; nổi sóng; ráp. – **Roughen**, *vt.* Làm cho lởm chởm, ráp.

Roughage *(răf'fưj)*, *n.* Món ăn nặng bụng khó tiêu.

Roulette *(ru-let)*, *n.* Môn chơi có bánh xe quay; môn cò quay; ru-lét; bánh xe hay đĩa có răng.

Round *(raonđ)*, *a.* Tròn.—*n.* — Vòng.—*vt.* Làm tròn.—*adv.* Quanh.—*prep.* Chung quanh.

Roundabout *(raonđ'ơ-baot)*, *a.* Quanh co; gián tiếp. — *n*, Một thứ áo ngắn.

Rouse *(raoz)*, *v.* Tỉnh dậy, đánh thức; làm cho sôi nổi.

Route *(rut. raot)*, *n* Đường, con đường, –**En route**, Trên con đường.

Routine *(ru tiin')*, *n.* Sự quen dùng; lệ thường. — *n.* Quen thường nhật.

Rove *(rôv)*, *v.* Lang thang.

Rover, *n.* Cướp bể; kẻ ngao du.

Row *(rao)*, *n.* Cuộc cãi lộn ầm ĩ.—*v.* Cãi lộn, chửi nhau.

Row *(rô)*, *n.* Một hàng, dãy; cuộc đi thuyền. — *v.* Chèo thuyền, *n.* **Row-boat** Thuyền chèo

Rowdy *(rao'đi)*, *n.* Người hay làm ồn lên; người thô - bỉ, ngạo ngược.

Row-lock *(- lok)*, *n.* Cái mắc mái chèo. — **Rowboat**, *n*, Thuyền chèo.

Royal *(roi ' ơl)*, *a.* Thuộc về hoàng gia; lớn lao.

Royalist *(roi'ơl-list)*, *n.* Bọn theo tôn - vương chủ - nghĩa hay bảo-hoàng chủ-nghĩa.

Royalty *(-ti)*, *n.* Vua chúa; vương quyền; hoàng-gia.

Rub *(răb)*, *n.* Sự cọ xát; trở ngại; lời chỉ trích. — *v.* Cọ, xát; vượt qua. — **Rub out**, Xóa, tẩy đi.

Rubber *(răb'bơ)*, *n.* Cao-xu; Cái tẩy; giầy cao xu.

Rubbish *(răb ' bish)*, *n.* Rác rưởi; lời lếu láo.

Rubble *(răb ' bưl)*, *n.* Gạch, đá vụn dùng để xây; đống gạch bị bom.

Rubric *(ru'brik)*, *n.* Đề mục chữ đỏ ở kinh điển; luật điển; lễ bái quy-trình.

Ruby *(ru'bi)*, *n.* Kim cương đỏ, màu ngọc đỏ.

Rudder *(răđ'đơ)*, *n.* Bánh lái, guồng lái (ở sau thuyền).

Ruddy *(-đi)*, *a.* Hồng hào ; đỏ nhạt.

Rude *(ru-đ)*, *a.* Rắn chắc ; vụng về ; thô kệch ; vô lễ ; khỏe ; thô-bỉ.

Rudiment *(ru-đi-mânt)*, *n.* Bước đầu ; cơ bản ; sách mở lòng ; [sinh] khí quản phát dục chưa hoàn toàn, — **Rudimentary** *(-men'lơ-ri)*, *a.* Sơ khởi ; sơ sài ; non nớt.

Rue *(rơ)*, *n.* Sự tiếc — *vt.* Tiếc ; hối hận. — **Rueful**, *a* Đáng thương ; buồn, âu sầu.

Ruffian *(răf'fi-ân)*, *n.* Thằng cướp, thằng độc ác.—*a.* Ác ; nhẫn tâm.

Ruffle *(răf'fưl)*, *vt.* Nhăn ; xếp gấp ; chọc tức ; làm cho ngửa lên ; làm cho chồng lên [lông gà]. — *n.* Đường viền ở gấu.

Rug *(răg)*, *n.* Chiếc thảm nhỏ ; khăn quàng lớn.

Rugged *(reg'ghed. -gưđ)*. *a.* Không phẳng lặng ; sôi nổi ; ghồ ghề, lô nhô.

Ruin *(ru'in)*, *n.* Sự đổ nát, tai hại. — *vt.* Làm đổ nát ; phá hoại.—*a.* **Ruinous** *(-nâs)*, Đổ nát ; hư hại.

Rule *(ru-l)*, *n.* Luật lệ, chính phủ ; cái thước kẻ. — *v.* Cai trị ; kẻ. — *n.* **Ruling**, Đường kẻ ; quyết định. — **Ruler** *(ru'lơ)*, *n.* Nhà cầm quyền, người thống trị ; cái thước kẻ.

Rum *(răm)*, *n.* Rượu rom ; rượu nặng. — *a.* Cổ ; ngộ nghĩnh.

Rumba *(rum'ba, răm'bơ)*, *n.* Điệu nhảy rum-ba.

Rumble *(răm'bưl)*, *n.* Kêu lốc cốc ; xinh xinh, ù ù. — *n.* Tiếng ấy ; chỗ ngồi sau xe.

Ruminant *(ru'mi-nânt)*, *n.* Loài nhai lại.—*a.* Suy nghĩ.

Ruminate *(ru'mi-nêt)*, *v* Nhai lại ; suy ngẫm, suy nghĩ.—*n.* **Rumination**. — *a.* **Ruminative**.

Rummage *(răm'mưj,-mâj)*, *n.* Sự lục lọi, bới tìm.

Rumor, Rumour *(ru'mơr)*, *n.* Câu chuyện phao đồn.

Rump *(rămp)*, *n.* Mông, hạ bộ của súc vật.

Rumpus *(râm'pâs)*, *n.* (lóng) Sự ồn ào, xôn xao ; hỗn loan.

Run *(răn), vt.* Chạy, hoạt động. — *vt.* Làm cho chạy ; điều khiển.

Runlet *(răn'let, -lưt)*, **Runnel** *(răn'nơl), n.* Sông con, lạch nước.

Runner-up *(răn'nor-ăp) n* Người theo kịp ; người á-quân (chỉ kém người quán-quân).

Run over *n.* Vượt qua, chẹt.— *vt.* Chẹt.

Rupee *(ru-pi'), n.* Đồng ru-pi (tiền bên Ấn-độ).

Rupture *(răp'chơr), n.* Sự bẻ gẫy, cắt đứt.—*v.* Gẫy ; cắt đứt.

Rural *(ru'rơl), a.* Thuộc về thôn quê ; hương dã.

Ruse *(ruz), n.* Sự lừa ; đánh lừa ; bịp ; xỏ lá.

Rush *(răsh), vi.* Chạy nhanh lại ; xô lại.—*n.* Cây sậy ; sự vội ; sự xô lại. — *a.* **Rushy**, Nhiều sậy.

Rusk *(răsk). n.* Bánh bích-cốt, bánh mì hấp rắn.

Russet *(răs'set,-sưt), n.* Màu hơi đỏ, hơi hoe ; vải màu này ; một thứ quả màu này.

Russian *(răs'shân), a.* & *n.* Người hay tiếng nước Nga.

Rust *(răst), n.* Rỉ, rỉ sắt ; màu da cam.—*a.* **Rusty**, Rỉ.

Rustic *(răs'tik), n.* Tầm thường; quê mùa, thô kệch.

Rusticate *(răs'ti-kêt)*; *n.* Ở nhà quê ; ẩn náu ; tạm thời đình việc học.—*vt.* Bắt phải ở nhà quê ; phạt phải tạm nghỉ học.

Rusticity *(răs-tis'si-ti), n.* Sự đơn sơ, mộc mạc, quê mùa.

Rustle *(răs'sưl), n.* Sự rung động, tiếng sột soạt.—*v.* Sào sạt.

Rustler *(răs'lơr), n.* (lóng Mỹ) Thằng ăn cắp (trâu, bò).

Rusty *(-ti), a.* Hoen ,rỉ.—**Rus**, *n.* Rỉ.—**Rustily**, *adv.*

Rut *(răt), n* Sự ham muốn ; vết xe.—*vt.* Làm thành vết xe. —*a.* **Rutty***(-ti)*, Nhiều vết xe.

Ruth *(ruth), n.* Lòng thương, trắc ẩn ; mối ưu sầu ; buồn bã.—*a.* **Ruthful**.

Ruthless *(ruth'les,-lâs), a.* Bất nhân, độc ác. — **Ruthful**, *a.* Đáng thương.

Ruttle *(răt'lưl), n.* Tiếng ú ớ, phều phào ; giọng nói lúc hấp hối chết.

Rye *(rai), n.* Lúa mạch ; tiểu mạch ; rượu mạch

S

Sabbath *(seb'bâth)*, *n.* (Theo Thiên Chúa giáo) Ngày chủ nhật ; ngày nghỉ việc.

Saber, Sabre *(sê'bơr)*, *n.* Thứ gươm cong ; kiếm của kỵ binh.

Sable *(sê'bưl)*, *n.* Con chồn ở Bắc-cực ; da con thú đó ; áo để tang ; màu con chồn, màu đen

Sabotage *(seb'bơ-tazh', seb'bơ-tưj)*, *n.* Sự phá hoại.

Sabre *(sê'bơ)*, *n.* Gươm một lưỡi, đầu cong.

Saccharin *(sek'kơ-rin)*, *n.* Đường tinh (chất rất ngọt).

Sacerdotal *(ses-sơr đô'tơl)*, *a.* Thuộc về giáo chức, thày tu.

Sachem *(sê'châm)*, *n.* Thủ lĩnh mọi da đỏ ở bên Bắc Mỹ.

Sachet *(se-shê', ses'shê)*, *n.* Túi nhỏ đựng phấn thơm.

Sack *(sek)*, *n.* Bao, bị, túi sự cướp phá một tỉnh ; rượu xề-re.

Sack *(sek)*, *v.* Cướp phá, lục tung ; đuổi đi.

Sackful *(-ful)*, *n.* Một bao đầy ; sức đựng chứa của một bao. — *n.* **Sacking**, Vải dầy (để làm bao).

Sacrament *(sek'krơ-mânt)*, *n.* Phép bí tích ; thánh thể, bánh thánh.—*a.* **Sacramental** *(-ment'tơl)*.

Sacred *(se'crưđ, — cređ)*, *a.* Thuộc về thần thánh ; đáng kính như thánh.

Sacrifice *(sek'kri-fais)*, *n.* Việc, vật tế lễ ; sự hy-sinh. — *v.* Tế lễ ; hy-sinh ; làm lễ ; chịu khổ vì.

Sacrilege *(sek'kri-lej,-lưj)*, *n.* Tội phạm đến thần. — **Sacrilegious** *(-li'jâs)*, *a.* Phạm đến thần thánh.

Sad *(seđ)*, *a.* Buồn ; đáng thương.— **Sadden** *(seđ'đưn)*, *vt.* Làm buồn rầu.— *vi.* Buồn.

Saddle *(-đưl)*, *n.* Yên ngựa, — *vt.* Thắng yên ; chở, chất lên (lưng ngựa). — **Saddler** *(seđ'đlơ)*, *n.* Thợ làm hay bán yên ngựa.

Sadism *(seđ'đi-zưm,sê'-,sa'-)*, *n.* Tính, sự rất tàn ac.

Safe *(sêf)*, *a.* Thoát chết ; vẹn toàn ; yên ổn. — *n.* Két bạc. — **Safe and sound**, Bình an. — **Safe conduct** *(-con' đăct)*, *n.* Giấy thông hành ; vệ binh.— **Safeguard** *(-garđ)* *n.* Sự hộ vệ, phòng vệ ; vệ binh. — **Safety** *(sêf'ti)*, *n.* Sự chắc chắn ; yên ổn ; sự cứu ; sự an-ninh.

Saffron *(sef' frân)*, *n.* Cây nghệ, củ nghệ, — *a.* Màu nghệ.

Sag *(seg)*, *vi.* Gấp, xếp ; uốn cong ; đè chĩu xuống.

Saga *(sa'gơ,sê'gơ)*, *n.* Truyện anh hùng, dã sử.

Sagacious *(sơ-ghê'shâs)*, *a.* Tinh khôn. — **Sagacity**, *n.*

Sagamore *(seg'gơ-môr,-mor)*, *n.* Thủ lãnh mọi da đỏ ở bên Bắc Mỹ.

Sage *(sêj)*, *n.* Cây tử bi ; nhà hiền triết. — *a.* Thông thái ; hiền.

Sago *(sê' gô)*, *n.* Bột búng báng ; bột tây mễ.

Sail *(sêl)*, *n.* Buồm, cánh buồm ; cuộc thi hoặc đi chơi bằng thuyền buồm. — **Sail**, *v.* Kéo buồm lên, dương buồm ; đi (nói về tầu).— **Sailing**, *n.* Sự vượt biển, sự dương buồm. — **Sailor** *(sêl'lơ)*, *n.* Người thủy thủ ; mũ dơm bẹp.

Saint *(sênt)*, *n.* Thánh, bậc thánh.— *a.* Thuộc về thánh.

Sake *(sêk)*, *n.* Cớ ; cỗi rễ, nguyên nhân; lòng thương.

Salad *(sel'lâđ)* *n.* Rau trộn dầu dấm, rau sà-lách.

Sailing-ship *(-ship)*,*n.* Thuyền buồm. — **Sailor**, *n.*

Salamander *(sel'lơ-men-đơr)*, *n.* Giống hỏa-xà ; rắn lửa.

Salary *(sel'lơ-ri)*, *n.* Lương bổng nhất định ; tiền công.

Sale *(sêl)*, *n.* Sự bán, phát mại, bán tống táng. **Saleable** *(sêl-lơ-bưl)*, *a.* Có thể bán được.

Salesman *(sêlz'mân)' n.* Người bán hàng.

Salient *(se'li-ânt)*, *a.* Lồi, gồ, nhô ra ; hay nhẩy:

Saline *(sê'lain)*, *a.* Có hàm chất muối. — *n.* Ruộng muối ; giếng muối.

Saliva *(sơ-lai'vơ)*, *n.* Nước bọt, nước dãi, nước miếng.

Sallow *(sel'lô)*, *a.* Vàng-vàng ; vàng nhợt ; màu da nhợt.

Sally *(-li)*, *n.* Lối ra ; sự lồi ra ; lời nói có ý vị.

Salmon *(sem'mân)*, *n.* Cá thu ; màu đỏ như thịt cá thu.

Salon *(sa-loong')*, *n.* Phòng ứng tiếp ; phòng xã giao ; quán rượu.

Saloon *(sơ - lun')*, *n.* Phòng khách, phòng triển lãm.

Salt *(solt)*, *n.* Muối. — *a.* Cá ướp muối. — *vt.* Ướp muối.

Saltpetre *(-pi'tơ)*, *n.* Diêm muối, hỏa tiêu.

Salubrious *(sơ-lịu'bri-âs)*, *n.* Lành ; hợp vệ sinh.

Salutary *(sel' liu - tơ - ri)*, *a.* Lành ; bổ sức ; bổ ích.

Salutation *(-lê'shân)*, *n.* Sự, lời chào ; sự chúc. — **Salute** *(sơ-liu t')*, *n.* Sự chào. — *vt.* Chào ; lạy ; bái.

Salvage *(sel'văj)*, *n.* Sự cứu nạn ; hàng cứu được.

Salvation *(sel-vê'shân)*, *n.* Sự rỗi linh hồn ; tế độ, siêu độ ; người cứu.

Salve *(sav,-sev)*, *n.* Thuốc cao. — *vt.* Chữa bằng thuốc cao.

Salver *(sel' vơ)*, *n.* Khay, mâm.

Salvo *(sel' vô)*, *n.* Một loạt tiếng súng bắn ; sự đồng thanh hô to.

Same *(sêm)*, *a.* Giống nhau ; cùng một ; chính đấy.

Sample *(sem' pưl)*, *n.* Mẫu, mẫu hàng ; thí dụ. — **Sampler** *(-plơ)*, *n.* Miếng mẫu về việc thêu thùa ; người xem mẫu hàng.

Sanatorium *(sen-nơ-tô'ri-âm)*, *n.* Nơi dưỡng sức khoẻ ; bệnh viện.

Sanctify *(sengk' ti - fai)*, *vt.* Làm cho nên thánh ; siêu độ; phê chuẩn.

Sanctimonious *(-mô'ni-âs)*, *a.* Thánh ; đạo đức giả.

Sanction *(sengk'shân)*, *n.* Sự phê chuẩn quyết nghị.

Sanctuary *(-chiu - ơ-ri)*, *n.* Cung thánh ; chỗ thờ phụng.

Sand *(send)*, *n.* Cát ; bãi cát, bãi biển. – **Sandy** *(-đi)*, *a.*

Sandal *(sen'đơl)*, *n.* Dép, dép có quai.

Sandbank *(- bengk)*, *n.* Bãi cát.

Sand-paper *(send-pê'pơ)*, *n.* Giấy giáp (có bột kính).

Sandwich *(- uych)*, *n.* Bánh săng-uých giữa có thịt. — **Sandwich-man** *(- mân)*, *n.* Người vác biển quảng cáo.

Sane *(sên)*, *a.* Lành mạnh ; trong sạch ; tỉnh táo.

Sanguinary *(seng ' guy - nơ-ri)*, *a.* Thích đổ máu ; độc ác.

Sanguine *(-guy-n)*, *a.* Có máu; đỏ như máu ; hồng hào.

Sanitarium *(sen-ni-tê'ri-âm)*, *n.* Nơi, nhà dưỡng sức.

Sanitary *(sen ' ni - tơ - ri)*, *a.* Thuộc về vệ-sinh chung.

Sanctity *(sengk'ti-ti)*, *n.* Tính thần thánh ; bất khả xâm - phạm.

Sanctum *(sengk'tâm)*, *n.* Chỗ thánh ; nơi làm việc riêng ; tư thất.

Sandman *(send'men)*, *n.* Tiên làm cho trẻ ngủ.

Sandpiper *(- paip ' pơr)*, *n.* Chim rẽ (có mỏ dài)

Sanitation *(sen-ni-tê'shân)*, *n.* Vệ-sinh học ; sự giữ cho hợp vệ-sinh. — **Sanitary**, *a*

Sap *(sep)*, *n.* Nhựa cây ; gỗ dác.— *vt.* Phá móng tường ; phá.

Sapient *(sê'pi-ânt)*, *a.* Thông-thái ; thông-minh.

Sapling *(sep'ling)*, *n.* Cây nhỏ; cây non ; thiếu niên.

Saponify *(sơ-pon'ni-fai)*, *vt.* Hóa thành sà - phòng (sà - boong).

Sapper *(sep'pơ)*, *n.* Công binh (xây đồn, đắp lũy)

Sapphire *(sef'fai-ơ)*, *n.* Ngọc xanh da trời ; thanh ngọc.

Sappy *(sep'pi)*, *a.* Đầy nhựa cây ; ngu, dốt ; đần độn.

Sapsucker *(sep' săk - kơr)*, *n.* Chim gõ mõ nhỏ.

Sarcasm *(sar'kez-zưm)*, *n.* Lời nhiếc mắng đắng cay, — **Sarcastic** *(sar-kes'tik)*, *a.* — Có vẻ hay mỉa mai.

Sarcophagus *(-cof'fơ-gâs)*, *n.* Mộ đá ; quan-tài đá.

Sardine *(sar'đin,sar-đin')*, *n.* Cá lầm, cá sác-đin.

Sardonic *(sar-đon'nik)*, *a.* Có vẻ cay chua ; cười cay chua ; mỉa mai, châm biếm ; cưỡng bách ; không tự nhiên.

Sarsaparilla *(sar'sơ-pơ-ril'-lơ)*, *n.* Cây thổ-phục-linh.

Sash *(sesh)*, *n.* Thắt lưng, cái dải ; băng lụa ; khung cửi.

Sassafras *(ses'sơ ' fres)*, *n.* Cây gie vàng, gie gừng.

Satan *(sê'tân)*, *n.* Ma-vương ; quỷ sa-tăng. — **Satanic**, *a.*

Satchel *(set'chơl)*, *n.* Túi, bao nhỏ ; cặp sách.

Sate *(sêt)*, *vt.* Làm cho ứ lên ; làm cho no ; đủ.

Sateen *(se-tiin')*, *n.* Đoạn ; sa-tanh.

Satellite *(set'tơl-lait)*, *n.* Nước chư hầu ; vệ tinh ; bộ-hạ.

Satiable *(sê'shi-ơ-bưl)*, *a.* Có thể mãn túc ; thỏa mãn ; no ứ.

Satiate *(sê'shi-êt)*, *vt.* Làm cho no, phỉ, thỏa. — **Satiety** *(sơ-tai'ơ-ti)*, *n.* Sự no ; sự chán chê ; mãn túc.

Satin *(set' tin)*, *n.* Sa-tanh ; lĩnh, đoạn.

Satinwood *(set'tin-wud)*, *n.* Gỗ chanh (màu hơi vàng).

Satire *(set'tai-ơ)*, *n.* Bài hay thơ châm - biếm ; sự châm biếm. — **Satiric** *(sơ-ti'rik)*, *a.* Có tính trào phúng. — **Satirist** *(set'ti-rist)*, *n.* Người phê bình mộtcách trào phúng; người hay châm-biếm.

Satisfaction *(-tis-fek'shân)*, *n.* Sự thỏa lòng ; sự đền lỗi ; sự mãn-nguyện. — **Satisfactory** *(-tơ-ri)*, *a.* Vừa ý, vừa thích.

Satisfy *(set'tis-fai)*, *vt.* Làm trọn vẹn ; làm vừa lòng.

Satrap *(sê-trep,set'-)*, *n.* Viên tỉnh-trưởng xứ Ba-tư.

Saturate *(set'chiu-rêt)*, *vt.* Làm cho đặc ; làm ứ.

Saturday *(set'tơ-đi, -đê)*, *n.* Ngày thứ bảy (trong tuần lễ).

Saturnine *(set'tơ-nain)*, *a.* Bị ảnh hưởng Thổ-tinh, nặng ; tối-tăm.

Satyr *(set'tơ, sê'tơ)*, *n.* Anh chàng máu dê.

Sauce *(so-s)*, *n.* Nước chấm, nước sốt ; sự hỗn láo.

Saucepan *(so-s'pen)*, *n.* Xoong; chảo con.

Saucer *(so'sơ)*, *n.* Đĩa ; đĩa đựng chén.

Saucy *(so'si)*, *a.* Hỗn, xấc láo. — **Sauciness**, *n.*

Sauerkraut *(saor'kraot)*, *n.* Bắp cải muối.

Saunter *(san'tơ,son'tơ)*, *vi.* Đi vớ vẩn, ngao du.

Sausage *(so'sưj)*, *n.* Dồi thịt lợn, xúc xích.

Savage *(sev'vưj)*, *a.* Mọi rợ bán khai ; hoang vu ; dữ.

Save *(sêv)*, *vt.* Cứu ; để dành. *vi.* Miễn cho.— *prep.* Trừ.

Saving *(-ving)*, *n.* Sự để dành ; vật kỷ niệm ; sự cứu giúp.

Saviour *(sêv'vi-ơr)*, *n.* Người cứu ; Đấng Cứu-Thế.

Savour, Savor *(sê ' vơ)*, *n.* Mùi, vị ; thú vị. — *vt.* Nếm ; thưởng thức. — **Savoury**, *(-ri)*, *a.* Ngon miệng, bùi miệng.

Saw *(so)*, *v.* Cưa. — *n.* Cái cưa ; cách ngôn, ngạn ngữ. — **Sawdust** *(- đăst)*. *n.* Mùn cưa, mạt cưa. — **Saw-mill**, *n.* Nhà máy cưa. — *n.* **Sawyer**, Thợ cưa.

Saxon *(sek'sân)*. *a.* Thuộc về giống người Sắc Xông.

Saxophone *(sêk'sơ-fôn)*, *n.* [âm] Kèn sắc-sô-fôn.

Say *(sê)*, *v.* Nói ; đọc, đọc lại. —*n.* Lời nói ; quyền nói. — **Saying** *(sê ing)*, *n.* Tục ngữ ; châm ngôn, cách ngôn.

Scab *(skeb)*, *n.* Vẩy cứng đóng ngoài da ; bệnh ghẻ.

Scabbard *(skeb'bơrđ)*, *n.* Vỏ, bao (kiếm), —*vt.* Bỏ vào bao.

Scaffold *(skef'fơlđ)*, *n.* Róng bắc sàn (để làm nhà) ; sàn ván để xử tử.

Scaffolding *(-đing)*, *n.* Róng ; sàn ván.

Scald *(sko-lđ)*, *n.* Vết bỏng ; người ngâm thơ hùng tráng. — *vt.* Rửa, dúng, gội nước sôi ; làm bỏng.

Scale *(skêl)*, *n.* Tỷ lệ xích ; cân, khay cân, vẩy cá ; âm giai. — *vt.* Đánh vẩy ; cân ; chèo lên ; đo ; so sánh.

Scallop *(scol'lâp)*, *n.* Sò, hến ; đường đăng - ten lên lên xuống xuống như mép vỏ sò.

Scalp *(skelp)*, *n.* Da đầu ; tóc ; trán, đầu. — *vt.* Lột da đầu.

Scalpel *(skel ' pơl)*, *n.* [giải phẫu] Dao nhỏ.

Scamp *(skemp)*, *n.* Người xấu, không ra gì ; thằng đều.

Scamper *(- pơ)*, *n.* & *vi.* Chạy cuốn gót lên cổ ; chạy trốn.

Scan *(sken)*, *vt.* Đo bằng mắt ; đi suốt ; xem xét kỹ.

Scandal *(sken'đơl)*, *n.* Sự xấu hổ ; nói xấu ; gương xấu. — **Scandalize** *(-laiz)*, *vt.* Làm chướng ; làm xấu hổ. — **Scandalous** *(-lâs)*, *a.* Xấu hổ; hay vu khống.

Scant *(skent)*, *a.* Thiếu ; có hạn. — *vt.* Hạn chế.

Scantling *(skent'ling)*, *n.* Tấm ván nhỏ (dùng làm mèn lợp nhà).

Scanty *(-ti)*, *a.* Chật ; hẹp hòi; yếu đuối ; không đủ.

Scapegoat *(skêp ' gôt), n.* Kẻ chịu tội hộ người khác.

Scapegrace *(-grês), n.* Kẻ xấu thói ; đứa đều.

Scapular *(skep'piu-lơ), n.* Áo không ống tay. — *a.* Thuộc về xương vai.

Scar *(scar), n.* Cái sẹo ; núi đá dốc. — *vt.* Đóng sẹo lại.

Scarabæus *(ske'rơ-bi'âs), n.* Con cánh cam (côn trùng).

Scarce *(skers), a.* Thiếu, hiếm có. — **Scarcity**, *n.*

Scare *(sker), n.* Sự kinh hoảng — *vt.* Làm cho sợ. **Scarecrow** *(-crô), n.* Thằng bù nhìn ; người cỏ.

Scarf *(scarf), n.* Ca-vát dài ; khăn quàng cổ, fu-la.

Scarlet *(scar'lưt,-let), a.* Màu đỏ chói. — *n.* Vải đỏ.

Scatter *(sket ' tơ), vt.* Làm cho tan tác ; giải rác.

Scavenger *(skev'vân-jơ), n.* Phu đổ bùn.

Scenario *(si-na'ri-ô,-ne'-), n.* Cốt truyện phim xi-nê.

Scene *(si-n), n.* Phong cảnh.— **Scenery** *(si'nơ-ri), n.* Các tấm phông ; phong cảnh.

Scent *(sent), n.* Mùi thơm ; nước hoa ; tài đánh hơi (giống vật). — *vt.* Xức nước hoa ; ngửi ; đánh hơi.

Sceptic, Skeptic *(skep ' tik), a. & n.* Hoài nghi. **Scepticism** *(-ti si-zưm), n.* Thuyết hoài nghi.

Sceptre *(sâp ' tơ), n.* Gậy vua cầm ; quyền vua.

Schedule *(sked ' điul-,shed-), n.* Mục lục ; sổ biên hàng *vt.* Vào sổ ; định trước, ấn định.

Scheme *(ski-m), n.* Kế hoạch ; ý định ; việc dự định làm.

Schism *(siz'zưm), n.* Sự tách khỏi ; phân ly ; tội bỏ đạo.

Scholar *(scol'lơ), n.* Học trò ; nhà thông thái. — **Scholarship** *(-ship), n.* Sự thông thái, học bổng.

Scholastic *(scơ - les ' tik), a.* Thuộc về khoa học.

School *(scu-l), n.* Trường học — *vt.* Giảng dạy. — **School-kit** *(-kit), n.* Đồ dùng đi học ; quần áo học trò.

Schooner *(sku' nơ), n.* Thứ thuyền có hai buồm.

Science *(sai ' âns), n.* Kiến thức ; sự học ; khoa học.— **Scientific** *(sai-ân-tif'fik), a.* Thuộc về khoa học.

Scimitar *(sim'mi-tơr), n.* Dao mã tấu ; kiếm cong.

Scintillate *(sin' ti - lêt), vi.* Nhấp nhánh.

Scion *(sai' ân), n.* Mầm cây (để triết cành); con cháu.

Scissors *(si'zơrz), n.* Cái kéo.— **Scission** *(si'zhân), n.* Sự cắt.

Scoff *(scof), n. & vi.* Đùa bỡn, nói đùa, chế nhạo.

Scold *(scôld), vi,* Mắng, gắt; chửi. — *n.* Người hay mắng.

Scone *(scôn,scon), n.* Một thứ bánh bit-qui.

Scoop *(scu-p), n.* Thìa to; cái gầu.— *vt.* Đào, khoét, tát cạn

Scope *(scop), n.* Hạn giới; phạm vi; cơ hội; chỗ thừa.

Scorch *(scorch), v.* Đốt; làm cho hỏng; cháy xém; phóng (xe).

Score *(scor,scôr), n.* Chỗ cắt; hai mươi; tỷ số — **Score,** *vt.* Cắt để đánh dấu; đánh dấu; vào sổ; ghi điểm.

Scorn *(scorn), v.* Khinh bỉ. — *n.* Sự khinh bỉ.

Scorpion *(scor'pi-ân), n.* Con bọ cạp (côn trùng).

Scot *(skot), n.* Người xứ Ê-côt (Tô-cách-Lan); tiền thuế; tiền phạt.

Scotch *(sko-ch), vt.* Đẽo, chém. — *a. & n.* [chữ hoa] Người Tô-cách-lan.

Scot-free *(-fri), a.* Không phải nộp thuế; an toàn; không bị tổn thương.

Scoundrel *(scaon 'đrơl), n.* Đứa xỏ lá, đều.

Scour *(scao'ơ), vt.* Cọ; đi tìm, lướt qua. — *vi.* Chạy vội.

Scourge *(scơrj), n.* Roi da; sự trừng phạt; sự thiệt hại lớn. — *vt.* Quất bằng roi da, trừng phạt.

Scout *(scaot), n.* Hướng đạo viên. — *v.* Thám thính.

Scow *(scao), n.* Thuyền đáy bẹt hai đầu rộng và vuông.

Scowl *(scaol), n. & vi.* Nhăn nhó; nhíu lông mày.

Scrabble *(skreb'bưl). vi.* Cào; bấu; trèo. —*vt.* Viết vội; cọ.

Scrag *(skreg), n.* Vật, chỗ sút hết thịt, gầy guộc. — **Scraggy** *(-ghi), a.* Gầy hốc hác; ráp, gồ ghề.

Scramble *(skrem'bưl), vi.* Bò cả chân lẫn tay; vật lộn. — *vt.* Vơ; trộn lẫn; tráng trứng.

Scrap *(skrep), n.* Một mẩu, một miếng con; bã.

Scrapbook *(skrep' buk), n.* Sách để dán ảnh, thiếp hay bài báo.

Scrape *(skrêp)*, *vt.* Gãi ; nạo ; cạo ; vét.—*n.* Tiếng sột soạt ; sự khó khăn. — **Scraper** *(-pơ)*, *n.* Cái nạo.

Scratch *(skrech)*, *n.* Vết sướt ; vết móng tay ; vết sát — **Scratch**, *vt.* Làm sượt, làm cho sây sát. — *vi.* Cào.

Scrawl *(skro-l)*, *n.* Chữ nguệch ngoạc.—*v.* Viết ngoáy.

Scream *(skri-m)*, *n.* Tiếng kêu, tiếng hét.—*vi.* Thét ; gào.

Screech *(skri-ch)*, *n.* Tiếng kêu, hét to. —*v.* Hét ; rú lên.

Screen *(skri-n)*, *n.* Bình phong ; màn ảnh ; màn che. — *vt.* Che bằng màn ; chiếu trên màn ảnh.

Screw *(skru)*, *n.* Đinh vít, đinh ốc ; chân vịt tầu thủy —*vt.* Bắt đinh vít ; xiết chặt ; đè nén xuống. — **Screwdriver** *(-đrai'vơ)*, *n.* Cái tua-nơ-vít (để xoáy đinh ốc).

Scribble *(skrib'bưl)*, *n.* Chữ viết quều quào. — *vi.* Viết nhanh.

Scribe *(skraib)*, *n.* Nha lại, lục sự ; người viết, chép.

Scrim *(skrim)*, *n.* Một thứ vải sô ; vải gai.

Scrimp *(skrimp)*, Lùna, nhỏ bé, gầy còm ; thiếu. — *vt.* Tiết dụng ; dùng, tiêu một cách dè dặt. — *vt.* Bủn xỉn. — *a.* **Scrimpy**, Thiếu ; không đủ.

Scrip *(skrip)*, *n.* Túi con, giấy tờ (hợp đồng, chứng thư v.v.) một tờ giấy, chứng thư.

Script *(skript)*, *n.* Chữ viết ; phép viết văn ; văn thể ; giấy tờ đã thảo ra.

Scriptural *(skrip'chơ-rơl)*, *a.* Thuộc về kinh thánh. — **Scripture** *(-chơr)*, *n.* Kinh thánh ; kinh điển.

Scrivener *(skriv'vơ-nơ)*, *n.* Người chuyên lập hợp đồng ; nô-te, chưởng khế.

Scroll *(skrôl)*, *n.* Một cuốn, cuộn (giấy ; văn thư).

Scrub *(skrăb)*, *n.* Rừng rậm ; đất nhiều cỏ rậm ; kẻ bị chế, dày vò luôn. — *a.* **Scrubby** *(-bi)*, Rậm.

Scrub, *v.* Cọ, giay mạnh.—*n.* Sự cọ ; lao công ; cây thấp, bụi rậm ; vật bé.

Scruff *(skrăf)*, *n.* Da ở gáy.

Scruple *(skru'pưl)*, *n.* Sự ngần ngại tỉ mỉ ; miếng nhỏ. — **Scrupulous** *(-piu-lâs)*, *a.* Ngần ngại tỉ mỉ, cẩn thận quá.

Scrutinize *(-ti-naiz), vt.* Lục, dò xét ; tra xét tỉ mỉ. — **Scrutiny** *(skru'ti-ni), n.* Một cuộc xem xét rõ ràng, kỹ.

Scud *(skăđ), n.* Mây nhẹ ; cuộc chạy nhanh, sự chạy trốn.

Scuffle *(skăf'fưl), n. & vi.* Đánh nhau, đánh lộn.

Scull *(scăl), n.* Mái chèo ; thuyền nhỏ.—*v.* Chèo.

Scullery *(scăl'lơ-ri), n.* Chỗ rửa ráy trong bếp.

Scullion *(skăl'yân), n.* Người phụ bếp ; [khi tức] thằng đều.

Sculptor *(scălp'tơ), n.* Nhà điêu khắc.—**Sculpture** *n.*

Sculpture *(skălp'chơr), n.* Thuật điêu khắc — *vt.* Điêu khắc ; chạm.

Scum *(scăm), n.* Bọt, cặn bã ; váng nổi lên nước bẩn.

Scupper *(skăp'pơr), n.* Lỗ ở mạn tầu để cho nước chảy ra.

Scurf *(scơrf), n.* Bệnh chốc ; vẩy ở trên da.—**Scurfy**, *a.*

Scurrilous *(scă'ri-lâs), a.* Thô, thô tục ; dâm ô ; đê-tiện

Scurry *(skă'ri), v.* Chạy ; cuốn gót lên cổ ; chạy trốn.

Scurvy *(scơr'vi), n.* Bệnh trĩ lợi răng.

Scutch *(scăch), vt.* Đánh lộn lên; nhào ; đập.

Scuttle *(scăt'lưl), n.* Cái rổ ; cái sô ; cửa sổ tròn ở dưới tầu ; bước nhanh ; sự vội.— *vi.* Chạy, đi vội vã.

Scythe *(saiTH), n.* Cái liềm (có cán dài).

Sea *(si), n.* Bể, biển ; đợt sóng; biểu hiệu rất nhiều — **Seaboard** *(si'bôrđ), n.* Bờ bể. — *a.* Ở gần bể.

Seafarer *(-fê'rơ), n.* Thủy thủ ; người làm tàu, người đi biển.

Sea gull, *n.* (động) Hải-âu (giống chim hay bay trên mặt biển).

Sea level *(-lev'vơl)*, Mặt biển ; hải diện.

Seaplane *(si'plên), n.* Thủy phi-cơ, máy bay cất cánh và hạ trên mặt nước.

Seaward *(si'ươrđ), adv. & a.* Về phía bể.

Seal *(si-l), n.* Dấu ; ấn tín ; con hải báo.—*vt.* Đóng dấu.

Sealing-wax *(-ueks), n.* Xi để đóng dấu.

Seam *(si-m), n.* Đường chỉ; lớp than mỏ ; chỗ tiếp nhau.

Seamstress *(-trâs, -tres), n.* Đàn bà khâu vá.

Sear *(si'ơr)*, *a.* Khô héo.—*vt.* Làm cho khô, héo ; đốt.

Search *(sơrch)*, *n.* & *vt.* (cuộc) dò xét ; tìm kiếm ; lục lọi.— **Search - light**, *n.* Đèn pha chiếu ra, ánh sáng rất mạnh.

Sea-sick *(si'sik)*, *a.* Say sóng bể. — **Sea-sickness**, *n.*

Season *(si'zưn)*, *n.* Mùa ; lúc hợp thời.—*vt.* Làm cho ngon; thêm đồ gia-vị ; làm quen với sự khổ. — **Season - ticket** *(tik'kưt-ket)*, *n.* Vé đi trong mùa. — **Seasonable** *(-si ' zưn-nơ-bưl)*, *a.* Hợp thời ; tiện lợi ; xứng đáng. — **Seasoning** *(-ning)*, *n.* Sự ướp gia-vị ; sự phơi khô.

Seat *(si-t)*, *n.* Ghế ; chỗ ngồi ; sự ở, ngụ ; trụ sở ; nơi — **Seat**, *vt.* Ngồi xuống ; làm cho ngồi xuống ; lập ; đặt, dựng.

Sebacious *(si-bê'shâs)*, *a.* Chỉ về mỡ, như mỡ ; có mỡ.

Secede *(si-si-đ')*, *vi.* Rút lui ; thoát đảng ; chia rẽ.

Seclude *(-cluđ')*, *vt.* Chia rẽ ; biệt ra , làm xa ra. — **Seclusion** *(-clu'zhân)*, *n.* Sự lui về ; nơi ẩn cư ; sự cô độc.

Second *(sec'cânđ)*, *a.* Thứ hai; ở bên dưới ; phó. – **Second**, *vt.* Cứu giúp ; nâng đỡ ; ủng hộ ; dựa vào. — **Second**, *n.* Người làm chứng ; một giây đồng hồ. — **Secondary** *(-đơ-ri)*, *a.* Hạng dưới, phụ ; đệ nhị cấp. — **Second - hand** *(-henđ)*, *a.* Người ta dùng qua rồi ; cũ.

Second-rate *(-rêt)*, *a.* Ở dưới, hạ cấp ; thuộc về thứ nhì.

Secrecy *(si'crơ-si)*, *n.* Sự bí mật ; tính kín đáo.

Secret *(si'cret - crưt)*, *a.* Bí mật ; kín. — *n.* Bí mật ; bí quyết.

Secretariat *(sek-kri-tê'ri-ât, et)*, *n.* Chức phòng bí thư. — **Secretary** *(sek'kri-tơ-ri)*, *n.* Thư ký ; bàn viết giấy má. — **Secretaryship** *(-ship)* *n.* Chức hoặc việc của thư ký.

Secrete *(si - crit')*, *vt.* Giấu giếm ; tiết ra.—**Secretion** *n.* Sự giấu giếm, tiết ra.

Sect *(sect)*, *n.* Đảng phái ; tôn phái ; môn phái.—**Sectarian** *(sek-tê'ri-ân)*, *n.* & *a.* Người theo tôn phái.

Section *(sek'shân)*, *n.* Đoạn ; khu ; miếng ; mặt bị cắt.

Sectional *(-nơl), a.* Thuộc về một địa-phương ; do bộ phận hợp - thành ; có thể chia thành bộ-phận ; có chia ra. từng ngăn.

Sector *(sek'tơ), n.* [toán] Hình quạt.

Secular *(sek'kiu-lơ), a.* Ngoài nhà dòng, theo phần đời ; cổ lắm. — *v.* — **Secularize** *(-raiz)*, Làm trở về phần đời.

Secure *(si-kiu'ơ), a.* Trong sự chắc chắn, yên ổn, có bảo đảm. — **Secure**, *vt.* Để vào chỗ chắc chắn, che trở ; kiếm được. — **Security** *(si-kiu'ri-ti). n.* Sự chắc chắn ; bảo đảm ; sự cầm đồ.

Sedan *(si-đen'), n* Cái kiệu ; ô-tô có mui.

Sedate *(si-đêt'), a.* Nghiêm trang ; bình tĩnh. — **Sedateness**, *n.* Sự nghiêm trang ; bình tĩnh.

Sedative *(sed ' đơ - tiv), n.* Thuốc dịu ; thuốc trấn thống. — *a.* Làm cho dịu.

Sedentary *(si-đen'tơ-ri), a.* Ngồi một chỗ ; không hoạt động.

Sedge *(sej), n.* Cây cói ; cây sậy. — **Sedgy** *(-ji), a.*

Sediment *(sed' đi - mânt), n.* Cấn ; cặn ; đất phù-xa.

Sedition *(si-đis ' shân), n.* Sự nổi loạn ; tác loạn. — **Seditious** *(-shâs), a.* Hay sui làm loạn, tác loạn.

Seduce *(si - đius'). vt.* Quyến rũ, cám dỗ, — **Seduction**, *n.* Sự quyến rũ. — *a.* **Seductive.** *(si-đăk'tiv).*

Sedulous *(sed ' jiu - lâs). a.* Siêng năng, cần mẫn ; chuyên tâm.

See *(si), vt.* Trông, nhận thấy ; tiếp ; gặp. — *n.* Quyền của Giáo-hoàng.— *vi.* Xem ; hiểu.

Seed *(si-đ) n.* Hạt giống. — *vt.* Reo hạt. — *vi.* Kết hạt, mọc hạt.

Seedling *(siiđ'ling), n.* Cây mọc bởi hạt giống ; cây con.

Seeing *(si'ing), n.* Sự trông thấy ; nhãn lực.— *conj.* Nhân vì.

Seek *(si-k), vt* Tìm ; đuổi theo; đeo đuổi ; cố. — **Seeker**, *n.* *n.* Người tìm ; theo đuổi.

Seem *(si-m), vi.* Có vẻ, xem ra, coi bộ hình như.

Seeming *(si'ming), n.* Bộ tịch bề ngoài. — *a.* Có vẻ.

Seemly *(siim'li), a* Lịch sự ; xứng đáng ; thích hợp.

Seep *(si-p), vi.* Ngấm dần ; thấm ra dần ; rò.

Seer *(si'ơr)*, *n.* Người biết trước ; tiên tri ; tiên kiến ; người trông thấy.

See-saw *(si'so)*, *n.* Cái đu ; tấm ván đu lên đu xuống.— **See-saw**, *vi.* Đu lên đu xuống. — *a.* Lên lên xuống xuống.

Seethe *(siTH)*, *v.* Làm sôi lên ; sôi ; sùi bọt.

Segment *(seg'mânt)*, *n.* Miếng; bộ phận ; [toán] đoạn ; hình cung.

Segregate *(seg'gri-ghêt)*, *vt.* Chia khỏi, phân ly.

Seismic *(sais'mik, saiz'mik)*, *a.* Thuộc về sự động đất.

Seize *(si-z)*, *vt.* Tóm ; nắm ; bắt, chiếm, tịch ký —**Seizure** *(si'zhơr)*, *n.* Sự tịch ký ; chiếm hữu ; cơn bệnh.

Seldom *(sel-đâm)*, *adv.* Hiếm khi, họa hoằn, ít khi.

Select *(si-lect')*, *vt.* Lựa, kén chọn.—*a.* Chọn lọc.—**Selection** *(-shân)*, *n.* Sự chọn lọc, đội tuyển thủ.

Selectman *(si-lekt'mân)*, *n.* Người hàng năm được chọn ra để giữ việc hành chính trong tỉnh bên Anh.

Self *(self)*, *a.* & *n.* Chính nó, chính mình, tự. — **Selfish** *(sel'fisk)*, *a.* Ích kỷ; lợi kỷ.

Selfsame *(self'sêm)*, *a.* Giống hệt ; giống như in.

Sell *(sel)*, *vt.* Bán, phát mại. — *vi.* Bán chạy.

Selvage *(sel'vij)*, *n.* Mép vải (để sợi khỏi xổ ra).

Semblance *(sem'blâns)*, *n.* Sự giống nhau ; hình trạng ; vẻ ngoài.

Semester *(si-mes'tơr)*, *n.* Sáu tháng; nửa năm ; bán niên học-kỳ, kỳ lục-cá-nguyệt.

Semi-colon *(sem'mi-cô'lân)*, *n.* Dấu chấm phẩy (;).

Seminary *(sem'mi-nơ-ri)*, *n.* Trường luyện làm cố đạo ; chủng viện.

Sempstress *(sêmp'stres,-trâs)*, *n.* Cô đi khâu ; chị hai.

Senate *(sen'nứt)*, *n.* Thượng nghị viện ; viện lập pháp.

Senator *(sen'nơ'tơr)*, *n.* Nguyên lão nghị-viên.

Send *(send)*, *vt.* Gửi, gửi đến, tới. — **To send for**, Mời đến.

Seneschal *(sen'nơ-shơl)*, *n.* Người quản gia.

Senile *(si'nail,-nil)*, *a.* Già, lão niên, ốm yếu.

Senior *(sin'nhiơr)*, *a.* Đầu lòng, trưởng ; cựu, nhiều tuổi hơn.—Người hơn tuổi, hơn cấp.—**Seniority** *(sin-yo'ri-ti)*, *n.* Sự hơn tuổi ; sự cố cựu.

Senna *(sen'nơ)*, *n*. Cây hòe.

Sensation *(sen-sê'shân)*, *n*. Cảm giác ; cảm động.

Sense *(sen)*, *n*, Giác quan ; ý nghĩa ; trí hiểu đoán ; phía. — *vt*. Cảm thấy. — **Senseless** *(-les,-lâns)*, *a*. Không biết gì ; vô nghĩa.

Sensibility *(sen-si-bil'li ti)*, *a*. Sự đa cảm ; động lòng thương; cảm giác ; nhuệ cảm.

Sensible *(-si-bưl)*, *a*. Có ý thức ; có cảm giác.

Sensitive *(-tiv)*, *a*. Đa cảm ; hay động lòng thương ; ngũ quan thấy được.

Sensory *(sen'sơ-ri)*. *a*. Thuộc về cảm giác.

Sensual *(sen'shu-ơl)*, *a*. Mê nhục dục ; dâm dục.

Sensuous *(sen'shu-âs)*, *v*. Thuộc về ngũ quan ; thuộc về cảm-giác-tính ; dễ cảm thấy.

Sentence *(-tâns)*, *n*. Câu; án; ý kiến.—*vt*. Kết án.— **Sententious** *(sen-ten'shâs)*, *a*. Dùng lời khéo léo ; dùng cách ngôn.

Sentiment *(sen'ti-mânt)*, *n*. Tình cảm ; cảm tình, ý kiến.

Sentimental *(-men'tơl)*, *a*. Dễ cảm ; đa tình ; gợi cảm tình.

Sentinel *(sen'ti-nơl)*, *n*. Lính gác ; vệ binh.

Sentry *(sen'tri)*, *n*. Người đứng gác ; canh phòng.

Separate *(sep'pơ-rêt)*, *vt*. Chia rẽ ; biệt ra—*a*. *(-rât)*, Phân ly ; xa cách. — **Separation** *(-rê'shân)*, *n*. Sự chia rẽ, ly biệt.—**Separatist** *(sep'pơ-rơ-tist)*, *n*. Kẻ chia rẽ, bọn phân ly.

Separator *(sep'pơ-rê-tơr)*, *n*. Máy gạn kem ; phân-ly-kế.

September *(sep-tem'bơr)*, *n*. Tháng chín dương lịch

Septic *(sep'tik)*, *a*. Hủ bại.

Sepulchral *(si păl'crơl)*, *a*. Thuộc về mộ ; buồn lắm.

Sepulchre *(sep'pơl-cơ)*, *n*. Mộ ; mả ; lăng.—*vt*. Chôn.

Sepulture *(sep'pơl-chơr)*, *n*. Sự chôn cất ; mai táng.

Sequel *(si'quơl)*, *n*. Sự tiếp theo ; sự xẩy ra sau.

Sequence *(-quâns)*, *n*. Sự theo nhau ; sự liên phát ; kết quả. —*a*. **Sequent**.

Sequester *(si-ques'tơ)*, *vt*. Nhốt, giam cấm ; phân khai.

Sequin *(si'quin, sek'kin)*, *n*. Một thứ tiền vàng dùng ở Thổ-Nhĩ-kỳ và ở Ý.

Sequoia *(si-kuoi'ơ)*, *n*. Cây thông khổng lồ.

Seraglio *(si-rel'yô, se-ral'yô)*, *n.* Cung điện ; dinh thự.

Seraph *(ser'râf)*, *n.* Thiên thần ; thiên sứ.

Sere *(si'ơr)*, *a.* Khô héo.

Serenade *(se'ri-nêđ)*, *n.* Bài dạ ca ; khúc nhạc chiều.

Serene *(si-riin')*, *a.* Quang, sáng sủa, bình tĩnh.—**Serenity** *(si-ren'ni-ti)*, *n.* Sự thanh quang ; bình tĩnh.

Serf *(sơrf)*, *n.* Vông nô ; nô lệ.—**Serfdom** *(-đâm)*, *n.*

Serge *(sơrj)*, *n.* Vải séc (bằng len) ; một thứ lụa.

Sergeant *(sar'jânt)*, *n* Tiểu đội trưởng, trung sĩ ; mõ tòa ; đội cảnh binh.

Serial *(si'ri-ơl)*, *a.* Liên tiếp. — *n.* Sách truyện xuất-bản định-kỳ ; truyện phim dài.

Series *(si'riz)*, *n.* Một hàng, sự tiếp theo ; bộ.

Serious *(si'ri-âs)*, *a.* Đứng đắn ; nghiêm trang ; trầm trọng.

Serjeant *(sar'jânt)*, *n.* Xch. **Sergeant.**

Sermon *(sơr'mân)*, *n.* Bài giảng đạo ; lời mắng.

Serpent *(sơr'pânt)*, *n.* Con rắn ; con rắn nước.

Serpentine *(-tin,-tain)*, *a.* Quỷ quyệt ; ngoằn ngoèo.

Serried *(se'riđ)*, Đông người ; đầy, sát nhau.

Serum *(si'râm)*, *n.* Huyết thanh.

Servant *(sơr'vânt)*, *n.* Người hầu, đứa hầu gái ; đầy tớ.

Serve *(sơrv)*, *vt.* Hầu hạ, giúp ; dọn cho ăn ; dùng.— **Service** *(-vis)*, *n.* Sự hầu hạ ; công việc ; sự dùng.— **Serviceable** *(-sơ-bưl)*, *a.* Có ích, có lợi.

Servile *(sơr'vail, -vil)*, *a.* Hèn hạ, có vẻ nịnh hót. — **Servility** *(sơr-vil'li-ti)*, *n.* Tính luồn cúi đê hèn.

Servitor *(sơr'vi-tơr)*, *n.* Đầy tớ, tôi đòi. — **Servitude**, *(sơr'vi-tiuđ)*, *n.* Thân phận nô lệ ; việc khó nhọc.

Sesame *(ses'sơ-mi)*, *n.* Cây vừng.

Session *(ses'shân)*, *n.* Kỳ thi ; kỳ hội đồng ; phiên họp.

Set *(set)*, *vt.* Đặt, để ; cắm chắc ; định ; xếp đặt ; lập nghiệp ; lắp vào. — *n.* Bộ đồ ; một cỗ ; một toán cây nhỏ ; một ván.

Setback *(set'bek)*, *n.* Sự thoái bộ.

Set-fair *(-fe'ơ)*, *a.* Đẹp trời.

Set-up *(-ăp')*, *vt.* Dựng lên, xây dựng, cắm (trại).

Set sail *(-sêl)*, *vt.* Dương buồm ; bắt đầu đi biển.

Settee *(se-ti')*, *n.* Ghế dài ; tràng kỷ (có chỗ tựa).

Setter *(set'tơ)*, *n.* Chó săn có lông dài ; người xếp đặt.

Settle *(set'tưl)*, *vt.* Định liệu ; thanh toán ; an cư.—**Settlement** *(-mânt)*, *n.* Sự thanh toán ; điều đình ; thuộc địa.

Seven *(sev'vưn)*, *a.* Thuộc về bẩy.—*n.* Số bẩy ; bẩy cái.

Sever *(sev'vơ)*, *vt.* Chia rẽ ; tháo rời ra ; cắt rời.

Several *(sev'vơ-rơl)*, *a.* Nhiều ; dăm sáu ; khác nhau.

Severe *(si-vi'ơ)*, *a.* Nghiêm ngặt ; nghiệt ; cóng ; buốt. **Severity** *(si-ve'ri-ti)*, *n.* Sự nghiêm khắc ; nghiêm nghị.

Sew *(sô)*, *vt.* Khâu ; đóng sách.

Sewege *(siu'âj)*, *n.* Nước cống ; rác bẩn trong cống.

Sewer *(siu'ơ)*, *n.* Cống, rãnh, hố chứa rác bùn ; ống.

Sewerage *(siu'ơ-rưj)*, *n.* Nước cống ; hệ-thống cống rãnh ; phép thông cống.

Sewer man *(-mân)*, *n.* Cuốc ơ, người thông cống.

Sex *(seks)*, *n.* Giống, tinh, chủng ; sinh thực khí.

Sextant *(seks'tânt)*, *n.* Kính lục phân.

Sextet, **Sextette** *(seks-tet')*, *n.* (nhạc) Bản nhạc gồm có 6 bộ hay 6 thứ nhạc cụ khác nhau.

Sexton *(-tân)*, *n.* Người bõ nhà thờ ; vãi chùa.

Sexual *(sek'suơl)*, *a.* Thuộc về tính (giống).

Shabby *(sheb'bi)*, *a.* Nhầu nát ; bủn xỉn ; rách rưới.

Shack *(shek)*, *n.* Túp, lều ; nhà gianh ; nhà nhỏ.

Shackle *(shek'kưl)*, *vt.* Giằng buộc ; cầm hãm ; ngăn trở. —**Shackles** *(-kưlz)*, *n.* Xích sắt ; cùm sắt ; giây buộc.

Shade *(shêd)*, *n* Bong tối ; bóng mát ; ảo ảnh.—*vt.* Che rợp, làm tối đi ; đánh màu thẫm đi.

Shading *(shêd'ding)*, *n.* Bóng đen ; mầu sắc thẫm dần dần.

Shadow *(she'đô)*, *n.* Bóng đẹn.—*vt.* Che tối ; theo dò. **Shadowy** *(-i)*, *a.* Có bóng tối, tối om ; mờ ám.—**Shady** *(shê'đi)*, *a.* Có bóng rợp ; mát ; mờ ám.

Shaft *(shaft)*, n. Cái tên ; cái càng xe ; ống ; cán.

Shag *(sheg)*, *n.* Lông cứng.— *a.* **Shaggy** *(-ghi)*.

Shaggy *(sheg'ghi)*, *a.* Có lông ; lởm chởm ; gồ ghề ; rối chịt lại.

Shake *(shêk)*, *n.* & *v.* (Sự) lay động, lắc ; bắt tay.

Shale *(shel)*, *n.* Đất xét có tính chất phiếm nham.

Shall *(shel)*, *aux. verb.* Sẽ ; phải(dùng với ngôi thứ 2 và3).

Shallop *(shel' lâp)*, *n.* Thứ thuyền nhẹ không mui.

Shallow *(shel'lô)*, *a.* Nông ; ngoài mặt ; thô thiển.

Sham *(shem)*, *a.* Giả vờ, giả cách. — *n.* Sự giả vờ.

Shambles *(-burlz)* *n.* Hàng bán thịt ; lò sát sinh.

Shame *(shêm)*, *n.* Sự hổ thẹn ; ngượng ngùng ; tủi nhục. — *vt* Làm xấu hổ, sỉ nhục. — *a.* **Shameful**. — **Shamefaced** *(-fêst)*, *a.* Xấu hổ. — **Shameless** *(-les,-lâs)*. *a.* Trơ tráo ; vô liêm sỉ.

Shampoo *(shem-pu')*, *vt.* Xoa, sát ; gội đầu. — *n* Sự gội đầu.

Shamrock *(shem'rok)*, *n.* Cây tam diệp.

Shanghai *(sheng'hai)*, *vt.* Bắt cóc và chở đi bằng tầu.

Shank *(shengk)*, *n.* Chân ; xương ống chính ; cái cán.

Shanty *(shen'ti)*, *n.* Túp lều, nhà gianh ; nhà nhỏ.

Shape *(shêp)*, *n.* Hình ; hình thể ; khuôn, kiểu.

Shade, *vt.* Làm thành ; rập theo ; làm giống như.

Shard *(shard)*, *n.* Miếng nhỏ mẻ ra ; cánh con bọ hung.

Share *(she'ơ)*, *n.* Phần ; cổ phần ; lưỡi cầy. — **Share**, *vt.* Chia ra (thành phần) ; có dự phần vào.

Share-cropper *(sher'krop'pơ)*, *n.* Người cấy rẽ. — *vi.* **Sharecrop**, Cấy rẽ.

Shark *(shark)*, *n.* Người lừa đảo ; cá mập ; cá kình. — **Sharkskin** *(- skin)*, *n.* Da cá kình ; thứ vải mượt.

Sharp *(sharp)*, [âm] *n.* Dấu tăng (♯). — *a.* Sắc, nhọn ; đúng giờ ; tinh. — **Sharpen** *(-pưn)*. *vt.* Làm cho sắc ; gọt bút chì.

Shatter *(shel'tơ)*, *vt.* Đánh vỡ, làm gẫy, làm tan ra.

Shave *(shêv)*, *vt.* Cạo nhẵn, trụi ; cạo râu. — *n.* Sự cạo.

Shawl *(sho-l)*, *n.* Khăn quàng, khăn san.

She *(shi)*, *pron.* Nó, cô ấy, bà ấy ; giống cái.

Sheaf *(shi-f)*, *n.* Bó lúa ; bó hoa ; bó tên. — *vt.* Bó lại.

Shear *(shi'ơ)*, *vt.* Cạo, gọt, xén lông. — *n.* Kéo to — **Shearer** *(-rơ)*, *n.* Người xén, gọt ; máy xén ; tông-đơ.

Sheath *(shith)* *n.* Vỏ, bao ; túi, đựng (kiếm, tên). — **Sheathe** *(shith)*, *vt.* Bỏ vào bao ; tra vào vỏ.

Sheave *(shiiv)*, *n.* Cái dòng dọc ; bánh xe có khía ở giữa.

Shed *(shed)*, *n.* Chuồng bò ; xưởng (không tường) ; lều.

Shed, *vt* Làm chàn ra ; rơi, đổ (máu), giàn-giụa (lệ).

Sheen *(shi-n)*, Nước bóng ; sự sáng sủa.

Sheep *(shi-p)*, *n.* Con cừu ; con chiên cái ; da cừu. — **Sheepish** *(-pish)*, *a.* Ngây ngô, ngớ ngẩn ; ngốc.

Sheep skin *(shiip' skin)*, *n.* Da cừu ; da chiên.

Sheer *(shi-r)*, *a.* Mỏng lắm ; trong sạch ; dốc thẳng.

Sheet *(shi-t)*, *n.* Khăn lớn ; miếng to ; lớp nước.

Sheik, Sheikh *(shi-k,shêk)*, *n.* Người đứng đầu ; giáo chủ đạo Hồi-hồi.

Shelf *(shelf)*, *n.* Cái giá ; ngăn để sách ; mỏm đá ngầm.

Shell *(shel)*, *n* Cái vỏ ; cái khung ; thuyền nhỏ ; đạn trái-phá. — *vt.* Bóc vỏ ; dội bom đạn.

Shellac *(shel-lek',shel'lek)*, *n.* Nhựa để gắn ; sơn nam (dùng để quang dầu, đánh vẹc-ni).

Shellfish *(shel'fish)*, *n.* Loài hầu hến.

Shellshock *(shel'shok)*, *n.* Sự trấn động tinh - thần (do tiếng trái phá gây ra).

Shelter *(shel'tơ)*, *n.* Chỗ trú. — *vi.* Trú ẩn.

Shelve *(shelv)*, *vt.* Để vào ngăn. — *vi.* Dốc xuống.

Shepherd *(shep ' pơrd)*, *n.* Người chăn cừu, chăn chiên. — **Shepherdess** *(-des,-dâs)*, *n.* Cô hay đàn bà chăn cừu.

Sherbet *(shơr'bât)*, *n.* Kem ; nước quả pha đường.

Sheriff *(she'rif)*, *n.* Người giữ an ninh (ở tỉnh nhỏ).

Sherry *(she'ri)*, *n.* Rượu xứ Xê-rét (ở Tây-ban-Nha).

Shibboleth *(shib'bơ-leth)*. *n.* Cách thử tài một người ; sự thí-nghiệm; tiếng nói riêng; khẩu hiệu ; âm-hiệu.

Shield *(shi-ld)*, *n.* Cái mộc, lá chắn. — *vt.* Che.

Shift *(shift)*, *n.* Sự dịch chỗ ; áo đàn bà ; kíp thợ. — *vt.* Thay đổi ; dịch chỗ. — *vi.* Đổi chỗ ; tránh.

Shiftless *(shift ' les, -làs).* *a.* Lười biếng ; không tiết kiệm.

Shilling *(shil'ling)*, *n.* Tiền tệ ở nước Anh ; một hào Anh (12 pence).

Shimmer *(shim'mơ)*, *n.* Ánh sáng lờ mờ.—*vi.* Chiếu lờ mờ.

Shin *(shin)*, *n.* Xương ống chính, ti-bia.— *vt,* Leo ; trèo.

Shindy *(shin'di)*, *n* Tiếng ồn ào, huyên náo.

Shine *(shain)*, *vi.* Tỏa ánh sáng ; chiếu. — *n.* Ánh nắng.

Shingle *(shing' gưl)*, *n.* Hòn đá sỏi. — *vt.* Cắt ngắn.

Shiny *(shai'ni)*, *a.* Loè sáng ; nắng ; bóng nhoáng.

Ship *(ship)*, *n.* Tầu thủy ; thuyền lớn. — *vt.* Chở đi. — **Shipment** *(-mânt).* *n.* Sự chở xuống tầu ; chuyến tầu. — **Shipping** *(ship'ping)*, *n.* Sở hàng hải ; đội thương thuyền; việc chở bằng tầu.

Shipshape *(ship ' shèp)*, *a.* Gọn gàng ; nhỏ bé,

Shipwreck *(-rek)*, *n.* Sự đắm tầu ; chiếc tầu đắm.

Shire *(shai'ơ)*, *n.* Tỉnh, quận, xứ (bên nước Anh),

Shirk *(shơrk)*, *vt.* Tránh khỏi, khéo tránh, thoát khỏi.

Shirt *(shơrt)*, *n.* Áo sơ-mi. — **Shirting**, *n.* Vải mỏng. — **Shirt-front** *(-frănt)*, *n.* Áo sơ-mi (che ngực thôi).

Shiver *(shiv'vơ)*, *n.* Sự run ; mảnh vỡ. — *vt.* Đập tan.— *vi.* Run. — *a.* **Shivering**, Run lẩy bẩy.

Shoal *(shôl)*, *n.* Lứa, mẻ (cá) đám đông ; chỗ đáy biển nông.

Shock *(shok)*, *n.* Sự đụng chạm ; giật mình ; sự náo động. — *vt.* Đụng, vấp phải ; làm mất lòng, tởm. — **Shocking** *(-king)*, *a.* Chướng tai ; xúc phạm ; tởm.

Shod *(shod)*, *past tense and p. part. of* **Shoe**, Đi giầy.

Shoddy *(shod'di)*, *n.* Sợi rút ; ở len hay vải ; người dốt tự xưng là giỏi.

Shoe *(shu)*, *n.* Giầy ; móng sắt ngựa, — *vt.* Đi giầy ; đóng móng ngựa.— **Shoe-blacking**, *n.* Thuốc đánh giầy đen. — **Shoemaker** *(shu'mê-kơ)*, *n.* Thợ đóng giầy.

Shoot *(shu-t)*, *vt.* Bắn (súng, tên); ném ; đá mạnh (bóng). — *n.* Mầm cây ; cuộc đi săn bắn. — **Shooter** *(shu'tơ)*, *n.* Người bắn. — **Shooting-Season**, *n.* Mùa săn bắn. — **S.-Star,** Sao đổi ngôi.

Shop *(shop)*, *n.* Cửa hàng ; xưởng thợ làm. — *vi.* Đi sắm — **Shop-girl,** *n.* Cô bán hàng ; văng-đơ. — **Shop-assistant,** *n.* Người bán hàng. — **Shop-keeker,** *n.* Người buôn bán ; lái buôn ; chủ hiệu. — **Shop-walper** *(uok' kơ)*,*n.* Kiểm soát viên (ở hiệu).

Shore *(shor)*, *n.* Bãi, bờ biển ; cột gỗ to để chống.

Short *(short)*, *a.* Ngắn ; vắn tắt ; chóng ; thiếu ; hụt. — *adv.* Ngắn ; thình lình. — *n.* Sự vắn tắt.

Shortage *(shor ' tưj)*, *n.* Sự thiếu ; sự hiếm ; sự khan.

Short-coming *(short ' căm - ming)*, *n.* Thất bại, sự sao-nhãng làm đầy đủ chức vụ.

Shorten *(shor' tưn)*, *vt.* Làm ngắn lại ; làm vắn tắt đi.

Shorthand *(-hend)*, *n.* Môn tốc-ký.

Short-handed (*-hend'đưd,-ded*), *a.* Thiếu người giúp việc.

Shortsighted *(said'tưd,-ted)*, *a.* Cận thị ; thiển cận.

Shot *(shot)*, *n.* Một phát (súng, tên) ; người bắn ; viên chì.

Shot-gun *(shot'găn)*, *n.* Súng có nòng trơn ; bắn gần.

Shoulder *(shô'đơ)*, *n.* Vai. — *vt.* Vác để trên vai.

Shout *(shaot)*, *vi.* Kêu, tung hô. — *vt.* Gọi, kêu.

Shove *(shôv)*, *vt.* Đẩy ; nhét. — *vi* Đun đi. — *n.* Sự đẩy.

Shovel *(shăv'vơl)*, *n.* Cái sẻng. — *vt.* Xúc bằng sẻng.

Show *(shô)*, *vt.* Chỉ, trỏ ; phô bầy ; tỏ ra ; cho xem — *n.* Dấu hiệu, sự phô trương ; cuộc diễn.

Shower *(shao'ơ)*, *n.* Trận mưa rào ; sự tắm hoa sen (douche). — **Showery** *(ri)*, *a.* Hay mưa rào giống như mưa rào.

Showy *(shô'i)*, *a.* Lòe loẹt ; xa xỉ ; xa hoa.

Shrapnel (-**Shell**), *n.* Đạn trái phá.

Shred *(shred)*, *n.* Mảnh rách ; mảnh ; phần. — *vt.* Cắt ra, từng mảnh.

Shrew *(shru)*, *n.* Đàn bà cay nghiệt, hay cẳu nhẳu.

Shrewd *(shrud)*, *a.* Tinh khôn. sắc xảo, khôn ngoan.

Shrewish *(shru'ish), a.* Hay mắng, gắt ; hay cáu.

Shriek *(shri-k), n.* Tiếng kêu the thé.—*v.* Kêu the thé.

Shrift *(shrift), n.* Sự xưng tội với một vị linh mục.

Shrike *(shraik), n.* Chim bá lao ; chim bạch thiệt.

Shrill *(shril), a.* Xuyên thấu ; the thé ; gắt gỏng.—*v.* Kêu the thé.

Shrimp *(shrimp), n.* Con tôm; người lùn.

Shrine *(shrain), n.* Hòm đựng xương thánh ; đền miếu.

Shrink *(shringk), vt.* Co lại ; giảm bớt đi, bé đi.

Shrive *(shraiv), vt.* Nghe tội, giải tội.

Shrivel *(shriv'vưl), vi.* Làm nhăn nhó, dúm dó ; xoăn ; co lại.

Shroud *(shraođ), n.* Quan tài ; khăn phủ mặt người chết.

Shrove-tuesday *n.* Ngày trước lễ Gio (tro).

Shrub *(shrăb), n.* Cây con ; bụi rậm ; rượu hoa quả.

Shrubbery *(shrăb'bơ-ri), n.* Bụi rậm.

Shrubby *(-bi), a.* Có nhiều bụi rậm.

Shrug *(shrăg), n.* Sự nhún vai. — *vt.* Nhún vai.

Shudder *(shăđ'đơ), vi.* Rùng mình ; run sợ.—*n.* Sự rùng mình.

Shuffle *(shăf'fưl), vt.* Làm lẫn lộn ; làm ngượng ; trang bài (lá).—*vi.* Trang bài ; nói mập mờ. — *n.* Sự lẫn ; sự ngượng ; mưu mẹo.

Shun *(shăn), vt.* Tránh ; đi trốn ; tránh mặt.

Shunting *(shăn'ting), n.* Chỗ bẻ ghi ; chỗ để xe.

Shunt *(shănt), vt.* Bẻ sang một bên ; bẻ ghi (đường sắt).

Shut *(shăt), vt.* Đóng lại ; nhốt giam ; cấm vào ; vít kín.

Shutter *(shăt'tơ), n.* Cánh cửa sổ ; cửa chớp ; máy trập (nhiếp ảnh).

Shuttle *(shăt'tưl), n.* Cái thoi. — **Shuttlecock**, *n.* Quả cầu (đầu nhẹ đầu nặng để đá).

Shy *(shai), a.* Kín đáo ; thẹn thò, xấu hổ ; dữ (thú vật) ; sợ bóng, vía (ngựa). — *n.* Hay đa nghi.—*vt.* Ném. — **Shyly** *(shai'li), adv.* Một cách thẹn thò, kín đáo.

Sibilant *(sib'bi-lânt), a.* Huýt lên ; huýt gió. — *n.* Âm thanh gió.

Sibyl *(sib'bil)*, *n.* Nhà nữ tiên tri ; cô bói.

Sick *(sik)*, *a.* Ốm khó chịu ; đau ở nơi tim ; hay buồn nôn. — **Sicken** *(-kưn)*, *n.* Làm cho ốm ; làm cho chán nản, bực mình.

Sickle *(sik'kưl)*, *n.* Cái liềm nhỏ.

Sickness *(-nes,-nâs)*, *n.* Bệnh tật ; bệnh đau tim.

Side *(said)*, *n.* Bên ; phía cạnh sườn ; bờ, sườn núi.— *a.* Bên cạnh, ở bên, bán điện. — *v.* Dấn mình vào ; đăng vào một phía, phái. — **Sideboard** (*-bôrd,-bord*) *n.* Tủ buýt-phê; tủ bát. — **Sidelong** *(said' loong)*. *adv.* & *a.* Ở bên, về một phía.

Siderial *(sai-đi'ri-ơl)*, *a.* Nói về sao ; đo được bởi sự chuyển vần của các vị sao.

Sidetrack (*said'trek)*, *vt.* Bẻ ghi để xe lửa đi sang đường phụ. — *n.* Đường sắt phụ.— **Sidewalk** *(said' uo - k)*, *n.* Đường bên ; trắc đạo ; đường dành cho người đi bộ.

Sideways *(said' uêz)*, *adv.* Về một phía ; một cách nghiêng nghiêng.

Siding *(said'đing)*, *n.* Ga tầu tránh ; đường tầu tránh.

Sidle *(said' đưl)*, *vi.* Đi bên cạnh.

Siege *(si-j)*. *n.* Chỗ ngồi , trụ sở ; thủ phủ ; sự bổ vây.

Sierra *(si-e'rơ)*, *n.* Một rẫy núi có những ngọn làm thành một đường răng cưa.

Siesta *(si-es'tơ)*, *n.* Giấc ngủ trưa.

Sieve *(siv)*, *n.* Cái rây (để lọc bột).

Sift *(sift)*, *vt.* Rây ; xem xét kỹ càng. — **Sifter**, *n.*

Sigh *(sai)*, *n.* Một cái thở dài. — *vi.* Thở dài.

Sight *(sait)*, *n.* Sự nhận thấy, nhìn ; ảo tượng ; thị giác ; quang cảnh. — **Sightseeing**, *(si'ing)*, *n.* Sự đi ngắm cảnh.

Sightless *(sait'les,-lâs)*, *a.* Không trông thấy, mù.

Sign *(sain)*, *n.* Dấu, dấu hiệu ; biển hàng. — *vi.* Ký tên ; làm hiệu.

Signal *(sig'nơl)*, *n.* Hiệu ; dấu hiệu. — *a.* Quan trọng ; lớn lao.

Signalize *(sig' nơl - laiz)*, *vt.* Ra hiệu báo cho biết ; nêu lên ; chỉ rõ.

Signatory *(sig'nơ-tô-ri,-tơ'ri)*, *a.* Thuộc về dấu hiệu hay chữ ký. — *n.* Người ký tên.

Signature *(sig'nơ-chơ)*, *n.* Chữ ký, tên ký.

Signboard *(sain' bôrđ)*, *n.* Bảng có dấu hiệu ; biển trương ; yết thị.

Signet *(sig'net,-nưt)*, *n.* Dấu ; ấn ; dấu hiệu ; con dấu.

Significance *(sig'nif'fi-câns)*, *n.* Ý nghĩa ; nghị lực , sự quan trọng. **Significant**(*-cânt*) *a.* Có ý nghĩa, rõ nghĩa, có nghĩa, ý vị.

Signify *(sig'ni-fai)*, *vt.* Có nghĩa ; tỏ ra ; làm chứng.

Sign-post *(sain-pôst)*, *n.* Biển chỉ đường ; cột chỉ đường.

Silage *(sil'lưj,-lâj)*, *n.* Cỏ hay rơm (đóng bánh để làm lương thực cho mục súc).

Silence *(sai'lâns)*, *n.* Sự im lặng, tính nói ít. — *vt.* Làm cho im.

Silencer *(sai'lân-sơr)*, *n.* Máy giảm âm ; máy làm cho bớt tiếng kêu.

Silent *(-lânt)*, *a.* Im lặng ; ít nói ; (chữ) câm, không đọc.

Silhouette *(sil-lu-et')*, *n.* Hình bóng đen ; bóng lờ mờ.

Silica *(sil'li-cơ)*, *n.* Sá thạch, chất xi-lích.

Silicate *(sil'li-cât)*, *a.* [hóa] Si-tic-cat ; khuê toàn diêm.

Silicic *(si-lis' sik)*, *a.* [hóa] Si-lí-xik, khuê toàn.

Silicon *(sil'li-cân)*. *n.* [hóa] Si-li-công ; khuê tố.

Silk *(silk)*, *n.* Lụa ; hàng tơ. **Silken** *(sil - kưn)*, *a.* Bằng lụa ; mượt ; mát tay ; đẹp.

Sill *(sil)*, *n.* Ngưỡng cửa ; ngưỡng cửa sổ.

Silliness *(sil'li-nes, - nâs)*, Sự ngây ngô, ngớ ngẩn.

Silly *(sil'li)*, *a.* Dồ dại ; ngây ngô, ngu ngốc, đần độn.

Silt *(silt)*, — *n.* Bùn. — *vt.* Làm ngập bùn.— *vi.* Sa bùn.

Silver *(sil'vơ)*, *n.* Bạc ; tiền bằng bạc ; bộ đồ ăn bằng bạc. — *a.* Bằng bạc, mầu bạc. — *v.* Mạ bạc, thiếp bạc ; tráng thủy (gương). — **Silvery** *(-ri)*, *a.* Bằng bạc, mầu bạc.

Silver-ware *(sil'vơ-uer)*, *n.* Các đồ như dao, dĩa thìa làm bằng bạc.

Simian *(sim'mi-âm)*, *n.* Con khỉ hay con đười ươi. — *a.* Giống như đười ươi.

Similar *(sim'mi-lơ)*, *a.* Giống ; tương-tự ; đồng dạng.

Similarity *(-le'ri-ti)*, *n.* Sự giống, tương tự, đồng dạng.

Simile *(sim'mi-li)*, *n.* Sự so sánh ; đối chiếu.

Similitude *(si-mil'li-tiud)*, *n.* Sự giống nhau, bản chép.

Simmer *(sim'mơ)*, *vi.* Ninh, hầm ; đun sôi dần dần.

Simony *(sim'mơ-ni)*, *n.* Sự mua bán chức thánh.

Simper *(sim ' pơ)*, *vi. & n.* Cười ngớ ngẩn; làm bộ õng ẹo.

Simple *(sim'pưl)*, *a.* Đơn, đơn giản, giản dị, chất phác, mộc mạc.

Simpleton *(-tân)*, *n.* Người ngây ngô.

Simplicity *(sim-plis'si-ti)*, *n.* Tính giản dị, chất phác. —

Simplify *(sim'pli-fai)*, *vt.* Làm đơn giản, giản dị ; thu gọn, rút gọn. — *n.* **Simplification**. —**Simply** *(sim'pli)*, *adv.* Một cách đơn giản, giản tiện.

Simulate *(sim'miu-lêt)*, *vt.* Làm giả, giả vờ, giả cách.

Simultaneous *(sai-mâl-tê'ni-âs)*, *a.* Cùng một lúc.

Sin *(sin)*, *n.* Tội lỗi. — *vi.* Phạm tội. — **Sinner**, *n.* Người phạm tội.

Since *(sins)*, *prep.* Từ khi. — **Since then**. Từ khi đó.

Sincere *(sin-si'ơ)*, *a* Ngay thật, thành thật, chân thực.— **Sincerity** *(-se'ri-ti)*, *n.* Tính thật thà, thành thật.

Sinecure *(sai'ni - kiu-r)*, *n.* Chức ngồi không ăn tiền.

Sinew *(sin'niu)*, *n.* Thần kinh hệ ; gân ; khí lực; bắp thịt.— **Sinewy** *(-i)*, *a.* Mạnh mẽ ; có gân ; dễ khích thích.

Sinful *(sin'ful)*, *a.* Phạm lỗi, mắc tội ; đầy tội lỗi.

Sing *(sing)*, *v.* Hát ; ca ngợi ; thổi (gió) ; vang ; kể..

Singe *(sinj)*, *vt.* Thui nướng ; làm cháy xém (quần áo).

Singer *(sing'gơ)*, *n.* Người hát, đào hát ; chim biết hót.

Single *(sing'gưl)*, *a.* Một mình, chỉ một ; độc thân ; đơn giản ; đặc biệt. — *vt.* Chọn ; để riêng ra. — **Single-ticket** *(-tik'kưt,-ket)*, *n.* Vé đơn (đi một lượt).

Singleton *(sing'gưl,-tân)*, *n.* Con bài riêng biệt ; một bộ phận hay một vật bất đồng.

Single-tree *(sing'gul-tri)*, *n.* Cần ngang để buộc ngựa vào xe ; hoành mộc.

Singly *(sing ' gli)*, *adv.* Chỉ, mởi ; đơn độc ; độc lực.

Singular *(-ghiu-lơ)*, *a.* [văn] Số đơn ; bất thường. — **Singularity** *(-le' ri-ti)*, *n.* Tính đơn độc, tính kỳ dị.

Sinister *(sin'nis-tơ)*, *a.* Xấu ; gở ; dữ ; độc ác ; nham hiểm.

Sink *(singk)*, *n.* Cống nhà bếp ; bể rửa bát. — *vt.* Đánh đắm. — *vi.* Chìm xuống đáy, đắm ; xuyên vào ; ăn sâu vào.

Sinner *(sin ' nơ)*, *n.* Người phạm lỗi ; kẻ có tội.

Sinuous *(sin'niu-âs)*, *a.* Cong queo, quanh co, khúc khuỷu.

Sinus *(sai'nâs)*, *n.* [giải] Ngạch hậu ; chỗ lõm vào ; chỗ lượn khúc ; cái vịnh.

Sip *(sip)*, *n.* Hớp nhỏ. — *vi.* Uống từng hớp nhỏ.

Siphon *(sai'fân)*, *n.* Ống si-phông. — *vt.* Chuyền nước bằng ống si-phông.

Sir *(sơr)*, *n.* Ông, ngài, tiên sinh, đức ngài.

Sirdar *(sơ-dar')*, *n.* Quan tư lệnh trong quân-đội Ai-cập.

Sire *(sai'ơ)*, *n.* Đức cha ; Bệ hạ ; đức ngài ; con đực.

Siren *(sai'ren)*, *n.* Người đàn bà có giọng hát mê ly ; còi báo.

Sirloin *(sơr ' loin)*, *n.* Miếng thịt bò ; thịt lườn.

Sirocco *(si - rok' kô)*, *n.* Cơn gió nóng có nhiều bụi.

Sirup, **Syrup** *(si ' râp)*, *n.* Nước đường đặc.— **Sirupy**, *a.*

Sister *(sis'tơ)*, *n.* Chị, em ; bà phước ; nữ cứu thương.

Sisterhood *(- huđ)*, *n.* Đạo, nghĩa vụ làm chị, em.

Sit *(sit)*, *vi.* Ngồi xuống ; ở ; họp ; làm kiểu mẫu vẽ ; ấp.

Site *(sait)*, *n.* Địa. thế, tình trạng ; nơi để xây nhà phong cảnh.

Sitting *(sit'ting)*, *n.* Sự dự hội ; buổi họp ; sự yết kiến ; phiên tòa.

Situated *(sit-chiu - êt'tưđ)*, *a.* Ở, tại ; định nơi : định.

Situation *(-ê'shân)*, *n.* Vị trí ; thế ; trận địa, yếu địa ; tình hình, tình cảm ; chỗ làm.

Six *(siks)*, *a.* & *n.* Sáu ; số sáu.

Sizable *(saiz'zơ-bưl)*, *a.* Khá to ; khá rộng.

Size *(saiz)*, *n.* Sự to, lớn ; kích thước, khuôn khổ ; tầm vóc ; khối lượng ; bề khoát nòng súng.

Sizzle *(siz'zưl)*, *vi.* Kêu lèo xèo (vật gì bị rán).

Skate *(skêt)*, *n.* Pa-tanh ; đế giầy để lướt trên tuyết. — *v.* Lướt trên tuyết bằng pa tanh ; trơn tuột ; trượt. — **Skater** *(skêt'tơ), n.* Người lướt trên tuyết bằng pa-tanh. — **Skating** *(-ting), n.* Sự, môn lướt trên tuyết bằng pa-tanh.

Skein *(skên), n.* Một con sợi ; cuốn sợi nhỏ.

Skeleton *(skel' li-tân). n.* Bộ xương, cái cột nhà.

Skeptic *(skep ' tik), a.* Xch. **Sceptic.**

Skepticism, Scepticism *(skep'ti - siz-zưm), n.* Hoài-nghi - thuyết ; sự hoài nghi ; sự không tin đạo Cơ-đốc.

Sketch *(skech), n.* Nét vẽ phác, bản vẽ phác ; tượng, tranh ảnh mới phác ra. — *vt.* Vẽ phác ; viết, vẽ, nặn phác ra.

Skewer *(skiu'ơ), n.* Que để nướng thịt.

Ski *(ski), n.* Giầy lướt tuyết, ski. — *vi.* Dùng, đi ski.

Skid *(skiđ), vt.* Hãm lại. — *vi.* Tuột đi ; đi lên bên đường. — *n.* Cái hãm bánh xe.

Skiff *(skif), n.* Thuyền nhỏ.

Skilful, Skilfull *(skil'ful), a.* Khéo, giỏi ; tinh xảo. — **Skill** *(skil), n.* Tài khéo tay. khéo léo, tinh xảo. — **Skilled** *(skilđ), a.* Khéo léo, giỏi ; thiện nghệ, có tài.

Skim *(skim), vt.* Đi lướt trên ; gợt váng. — *vi.* Lướt nhẹ qua.

Skin *(skin), n.* Da ; túi da (đựng nước, rượu). — *vt.* Lột da ; gọt vỏ ; bao bọc ngoài da. — **Skinny.** *a.* Mỏng ; gầy.

Skinflint *(skin'flint), n.* Người hà tiện ; bủn xỉn.

Skip *(skip), n.* Sự nhảy. — *v.* Nhảy ; bỏ qua.

Skipper *(skip'pơ), n.* Chủ, chủ thuyền, thuyền trưởng.

Skirmish *(skơr'mish), n. & v.* (Trận) bắn nhau xoàng.

Skirt *(skơrt), n.* Vạt (áo) ; váy đường viền ; mép áo ; bờ. — *vt.* Viền cạp ; đi men bờ.

Skit *(skit), n.* Lời chế nhạo ; lời trào tiếu ; bài văn châm biếm ; tập văn đoản thiên.

Skittish *(skit'tish), a.* Hoạt-bát ; hay đổi lòng, theo.

Skittles *(skit'lưlz), n.* Sống thuyền, sống tầu ; con ki (trò chơi).

Skulk *(skălk), vi.* Ẩn núp, trốn, ẩn náu ; lảng vảng, rình mò.

Skull *(skăl), n.* Sọ ; đầu lâu.

Skunk *(skăngk)*, *n.* Giống chồn hôi ở bên Mỹ.

Sky *(skai)*, *n.* Bầu giời; thời tiết, khí hậu; thiên đường. — **Skylark** *(skai'lark)*, *n.* Chim sơn ca. — *vi.* Đùa bỡn. — **Skylight** *(-lait)*, *n.* Khung lồng kính; cửa mở trên mái nhà.

Sky-line *(skai'lain)*, *n.* Chân trời; đường vòng của một vật gì đối với bầu giời.

Skyrocket *(-rok' kưt, -ket)*, Pháo thăng thiên.

Sky-scraper *(skrêp' pơ)*, *n.* Nhà trọc trời (nhà cao lắm).

Skyward *(skai' uơrd)*, *a.* & *adv.* Về giời; lên giời (trời).

Slab *(sleb)*, *n.* Tấm; bản; bàn; đá lát

Slack *(slek)*, *a.* Chậm; lỏng; giãn; yếu; mềm; hững hờ

Slacken *(-kưn)*, *vt.* Làm chậm đi; nới rộng, lỏng, chùng; thích làm cho yếu đi, kém đi. *vi.* Chậm đi; thả xuống.

Slacker *(slek'kơr)*, *n.* Người tránh nhiệm vụ; bổn phận.

Slag *(leg)*, *n.* Bột kim thuộc, cứt sắt.

Slain *(slên)*, *past. part. of* **Slay**, Giết.

Slake *(slêk)*, *vt.* Tắt đi; giải (khát); pha (vôi) với nước.

Slam *(slem)*, *vt.* Đóng một cách mạnh, xầm (cửa); làm kêu đôm đốp. — *n.* Sự đóng cửa một cách dữ dội.

Slander *(slen'đơ)*, *n.* Sự vu-khống, nói xấu, gièm pha, chê bai, phỉ báng. — *vt.* Nói xấu, gièm pha. — **Slanderer** (*-rơ*), *n.* Người nói xấu, kẻ chê bai, phỉ báng. — **Slanderous** *(-râs)*, *a.* Hay vu khống, chê bai, phỉ báng.

Slang *(sleng)*, *n.* Tiếng lóng; tiếng, sống sượng, tục tĩu.

Slant *(slent)*, *n.* Sự nghiêng, xiêu, đổ xiêu; đường dốc, độ dốc. — *vi.* Nghiêng; dốc xuống, chếch lệch. — **Slanting** *(-ting)*, *a.* Xiêu, nghiêng, chếch lệch, dốc.

Slap *(slep)*, *n.* Cái tát; cái vả mặt, bạt tai. — *vt.* Tát.

Slash (*slesh*), *n.* Vết rạch. — Rạch. — *vi.* Đánh túi bụi.

Slat *(slet)*, *n.* Thanh gỗ hay kim khí mỏng.

Slate (*slêt*), *n.* Đá đen; màu sám thẫm; bảng đá; bảng danh sách. —*vt.* Lợp nhà bằng đá đen.

Slater *(slêt'tơ)*, *n.* Người lợp nhà bằng đá đen.

Slattern *(slet'tơrn)*, *n.* Người đàn bà xốc xếch, cẩu thả. — **Slatternly** *(-li)*, *adv.* & *a.* Bẩn thỉu, dơ dáy, cẩu thả.

Slaughter *(slo'tơ)*, *n.* Sự, nơi tàn sát ; sự làm thịt ; cuộc giết tróc. — *vt.* Giết, tiêu diệt ; làm thịt (thú vật). — **Slaughter-house** *(-haos)*, *n.* Lò sát sinh.

Slav *(slav,slev)*, *n.* Thuộc về dân tộc Tư-lạp-phu (ở Đông-Âu).

Slave *(slêv)*, *n.* Người nô-lệ. — *vi.* Làm việc như nô-lệ. — **Slaver** *(slêv ' vơ)*, *n.* Người hay tầu buôn nô-lệ ; nước rãi. — **Slavery** *(-ri)*, *n.* Cảnh làm nô lệ ; cảnh nhục nhã.

Slavic *(slav'vik, slev'vik)*, *a.* Xch. **Slav.**

Slavish *(slêv'vish)*, *a.* Có vẻ nô lệ, tôi tớ ; hèn hạ, đê tiện.

Slaw *(slo)*, *n.* Rau cải bắp trộn với dấm.

Slay *(slê)*, *vt.* Giết ; hạ thủ. — **Slayer**, *n.* Người giết.

Sleasy *(sli'zi,slê'zi)*, *a.* Lỏng ; (vải) thưa ; mỏng mảnh.

Sled *(sled)*, *n.* Xe lướt tuyết, — *vt.* Chở bằng xe ấy.

Sledge *(slej)*, *n.* Xe kéo lê trên tuyết ; búa thợ rèn.

Sleek *(sli-k)*, *a.* Bóng láng ; trơn ; nhẵn ; mượt da. — *vt.* Làm cho nhẵn, bóng, mượt.

Sleep *(sli-p)*, *n.* Sự, giấc ngủ ; sự ngừng hoạt động. — *vi.* Ngủ, nghỉ, đi nằm. — **Sleepiness** *(-nes,-nâs)*, *n.* Sự thiu ngủ ; sự buồn ngủ. — **Sleeping** *(sli'ping)*, *n.* Giấc ngủ. — *a.* Đang ngủ. — **Sleeping-car** *(-car)*, *n.* Toa xe hỏa có giường để ngủ. — **Sleepless** *(-les, -lâs)*, *a.* Không ngủ ; không buồn ngủ. — **Sleepy** *(sli'pi)*, *a.* Buồn ngủ ; làm cho ngủ ; lười.

Sleet *(sli-t)*, *n.* Sương muối. — *vi.* Rơi sương muối.

Sleeve *(sli-v)*, *n.* Tay áo. — *vt.* Thêm tay áo.

Sleigh *(slê)*, *n.* Xe lướt tuyết (chở được người và hàng).

Sleight *(slait)*, *n.* Mưu kế, mưu mẹo ; trò quỷ thuật.

Sleight of hand *(slait-ov-hend)* *n.* Trò quỷ thuật ; sự phỉnh gạt.

Slender *(slen'đơ)*, *a.* Mỏng ; cao ; thon minh ; yếu, gầy.

Sleuth *(sluth)*, *n.* Mật thám, trinh thám, trinh sát.

Slew *(slu)*, *past tense of* **Slay**. — Giết.

Slice *(slais)*, *n.* Khoanh (bánh mì) ; miếng (mỏng).—*vt.* Cắt thành từng khoanh, từng miếng mỏng.

Slick *(slik)*, *a.* Mượt. — *adv.* Chơn. — *vt.* Làm cho mượt.

Slicker *(-kơ)*, *n.* Áo mưa (làm bằng vải dầu).

Slide *(slaid)*, *n.* Sự trượt chân ; sự trơn tuột. — *vi.* Trượt chân ; trơn tuột ; chảy ; lướt.

Slight *(slait)*, *a.* Mỏng ; nhẹ, không quan trọng. — *n.* Sự vô lễ ; dấu khinh bỉ ; sỉ nhục.—*vt.* Vô lễ với.

— **Slightness** *(-nes, nâs)*, *n.* Tính nhẹ ; mau lẹ ; không suy nghĩ

Slim *(slim)*, *a.* Mảnh khảnh, mảnh dẻ, cao.

Slime *(slaim)*, *n.* Đất bùn ; phù sa ; nước dãi, nhờn. — **Sliminess** *(-mi-nes,-nâs)*, *n.* Tính quánh, nhầy, nhớt. — **Slimy** *(slai'mi)*, *a.* Bùn lầy, quánh, nhầy, nhớt, nhờn.

Sling *(sling)*, *n.* Súng cao su ; giây quăng đá ; dây đeo, băng treo tay đau ; giây đeo kiếm.—*v.* Bắn bằng súng cao su ; treo.

Slink *(slingk)*, *vi.* Chuồn, lẩn khuất, trốn tránh, lủi mất.

Slip *(slip)*, *vi.* Trơn, trượt chân ; chẩy ; lướt qua, thoát khỏi.—*vt.* Trơn, chẩy, làm cho thoát khỏi, thả ra. — *n.* Sự trượt chân ; trơn ; sự lở xuống ; một miếng.

Slipknot *(slip'not)*, *n.* Thòng lõng.

Slipper *(slip'pơ)*, *n.* Dép săng-đan, giầy păng-túp.

Slippery *(-ri)*, *a.* Trơn ; khó cầm ; không chắc.

Slipshod *(slip'shod)*, *a.* Vụng về ; không ý tứ ; ăn mặc lôi thôi lốc thốc.

Slit *(slit)*, *vt.* Bổ, bửa, chẻ.— *n.* Kẽ ; khe hở.

Slither *(sli-THơr)*, *v.* Lướt trượt, tuột.

Sliver *(sliv'vơr)*, *n.* Miếng nứt khỏi ; mảnh gỗ mỏng và dài. —*vt.* Xẻ, rọc.

Slobber *(slob'bơ)*, *vi.* Chẩy nước rãi —*n.* Nước rãi ; nước miếng.

Sloe *(slô)*, *n.* Quả hay cây mận hoang.

Slogan *(slô'gân)*, *n.* Tiếng hay câu trong quân đội, hay đảng ; khẩu hiệu.

Sloop *(slup)*, *n.* Thuyền nhỏ có một cột buồm.

Slop *(slop)*, *n.* Nước tràn ra ; [*pl*] nước bẩn ; quần áo rẻ tiền.

Slope *(slôp)*, *n.* Đường dốc, khoảng dốc ; thang lên, lan can cầu thang ; sườn núi ; sự nghiêng. — *vt.* Nghiêng, cúi xuống, xây thành bờ dốc.— **Sloping** *(-ping)*, *a.* Dốc xuống ; nghiêng ; xiếu.

Sloppy *(slop'pi)*, *a.* Ướt, nhớp nháp ; cẩu thả, bừa.

Slops *(slops)*, *n. pl* Nước bẩn ; quần áo rẻ tiền. — *v.* **Slop** Đổ tràn nước.

Slot *(slot)*, *n.* Lỗ, khe nhỏ.— *vt.* Khía khe nhỏ.

Sloth *(sloth)*, *n.* Tính uể oải ; thờ ơ, sự vô nghệ ; lười biếng. — **Slothful** *(-ful)*, *a.* Lười biếng ; uể oải, thờ-ơ.

Slouch *(slaoch)*, *n.* Sự cúi gằm đầu ; dáng đi nặng nề ; người quê mùa.—*vi.* Đi, bước một cách nặng nề.—*vt.* Kéo mũ xuống tận mắt.

Sloegh *(slăf)*, *n.* Chỗ đất lõm, vũng lầy, da lột.

Sloven *(slăv'vưn)*, *n.* Người bẩn thỉu ; ăn mặc cẩu thả.

Slovenliness *(slăv'vưn-li-nâs)*, *n.* Sự bẩn thỉu ; sự trễ nải. —**Slovenly** *(-li)*, *a.* Bẩn thỉu. dơ-dáy ; không săn sóc, phó mặc, bỏ liều.

Slow *(slô)*, *a.* Chậm ; chậm trễ; nặng, uề-oải; lười; muộn.

Sludge *(slăj)*, *n.* Bùn ; nước đá chảy ra, vật giống bùn.

Slue *(slu)*, *vt.* Làm quay tròn trên trụ.—*vi.* Quay tròn trên trụ.

Slug *(slăg)*, *n.* Con sên ; viên đạn nhỏ.—*vt.* Đập ; đấm.— **Sluggard** *(slăg'gơrd)*, *n.* Người chậm chạp, lười biếng. **Slugghish** *(-ghish)*, *a.* Lười biếng, uề oải ; chậm ; chảy từ từ (sông).

Sluice *(slu-s)*, *n.* Cửa cống, thủy môn.—*vt.* Mở cửa cống cho nước chảy, làm ngập, tràn.

Slum *(slăm)*, *n.* Nhà bẩn thỉu ; ngõ bẩn.

Slumber *(-bơ)*, *n.* Giấc ngủ, sự nghỉ.—*vi.* Ngủ.

Slump *(slămp)*, *n.* Sự suy đồi; sự hạ (giá) ; rơi thụt.

Slur *(slơr)*, *n.* Vết, vết bẩn ; [âm] dấu nối.—*vt.* Làm bẩn.

Slush *(slăsh)*, *n.* Tuyết và nước chộn lẫn nhau ; tuyết thủy, nước tuyết chảy ra.

Slut *(slăt)*, *n.* Người bẩn thỉu ; con ở ; con chó cái.

Sly *(slai)*, *a.* Thâm hiểm, quỷ quyệt ; tinh quái.

Smack *(smek)*, *n.* Tiếng vút (vút roi) ; cái bạt tai, tát ; cái hôn (chụt) ; mùi vị ; tầu đánh cá. —*vt.* Làm kêu vun vút. (roi) ; chụt (môi) ; vả, bạt tai ; tát. — *vi.* Có tính thích ; ngửi thấy.

Small *(smo - l)*, *a.* Bé nhỏ ; vụn vặt ; yếu ; gầy ; nghèo.

Small-hours *(-ao'ơz)*, *n.* Lúc sớm, buổi sớm mai, sáng sớm. — **Smallness** *(-nes,-nâs)*, *n.* Sự bé nhỏ, không quan trọng.

Small-pox *(smo-l'poks)*, *n.* Bệnh đậu mùa.

Smart *(smart)*, *a.* Nhọn, đau đớn, hăng hái, kịch liệt ; thông minh ; tinh vi, sắc sảo ; óng chuốt, thanh lịch ; diện bảnh. — *n.* Sự đau đớn, sự chín. — *vi.* Thấy đau rức buốt, nấu chín. — **Smartness** *(-nes,-nâs)*, *n.* Sức mạnh; sự hăng hái, sự thông minh, khéo léo, sự óng chuốt, thanh lịch ; sự láu lỉnh.

Smash *(smesh)*, *vt.* Đánh vỡ, bẻ gẫy ; đè bẹp ; nghiến nát. — *n.* Tiếng kêu rắc rắc ; sự đập vào nhau.

Smatter *(smet'tơ)*, *vi.* Nói như một anh dốt.

Smattering *(smet'tơ-ring)*, *n.* Hiểu biết một cách sơ thiển ; thiển thức ; thiển học.

Smear *(smi'ơr)*, *vt.* Trát, bôi nguệch ngoạc.—*n.* Vết bẩn.

Smell *(smel)*, *n.* Sự ngửi, khứu giác ; mùi hương thơm ; tài đánh hơi.—*v* Ngửi ; đánh hơi ; có mùi.

Smelt *(smelt)*, *vt.* Đúc chảy ra ; làm tan.—*n.* Một giống cá nhỏ như con cá quả. — **Smelter** *(-tơ)*, *n.* Thợ đúc ; lò đúc.

Smile *(smail)*, *n.* Cái cười.— *vi.* Mỉm cười ; có vẻ tươi.

Smilingly *(-ling-li)*, *adv.* Tươi cười, có vẻ tươi cười.

Smirch *(smơrch)*, *vt.* Làm bẩn. —*n.* Vết bẩn, uế điểm.

Smirk *(smơrk)*, *vi.* Cười nhạt. —*n.* Nụ cười miễn cưỡng.

Smite *(smait)*, *vt.* Đập mạnh ; hủy hoại ; bắt tội, giết.

Smith *(smith)*, *n.* Người thợ rèn ; người thợ.

Smithereens *(smit'THƠ-riinz')*
Smithers *(smit'THơz)*, *n. pl.* Miếng, mảnh vỡ.

Smithy *(-thi)*, *n.* Hiệu lò rèn.

Smock *(smok)*, *n*. Áo cánh đàn bà, áo mặc phủ ngoài. — **Smoke** *(smôk)*, *n*. Khói. — *vt*. Làm khói um lên ; hun khói, ám khói ; hút thuốc. — *vi*. Tuôn khói ra.

Smokeless *(- les, - lâs)* *a*. Không có khói.

Smoker *(smô' kơ)*, *n*. Người hút thuốc, nghiện thuốc lá.

Smoking *(- king)*, *a*. Đầy khói. — *n*. Thói nghiện hút thuốc. — **Smoky** *(- ki)*, *a*. Đen đặc những khói.

Smooth *(smuth)*, *a*. Nhẵn, mượt, bóng ; ngọt ngào ; lưu loát. — *vt*. Làm nhẵn, làm phẳng ; làm dịu.

Smoothness *(-nes, -nâs)*, *n*. Sự bằng phẳng ; sự dịu dàng.

Smother *(smă'thơ)*, *vt*. Làm nghẹt hơi ; làm chết ngạt ; nghẹn thở. — *n*. Đống khói ; đám bụi to.

Smoulder, Smolder *(smôl-đơ)*, *vi*. Cháy âm ỉ.

Smudge *(smăđj)*, *n*. Khói đặc ; vết bẩn. — *vt*. Hun khói.

Smug *(smăg)*, *a*. Xinh xắn ; tươi tỉnh ; nhã nhặn, lịch sự.

Smuggle *(smăg' gưl)*, *vt*. Buôn lậu ; chở hàng lậu thuế ; mang vào một cách lén lút, bí mật.

Smuggler *(-glơr)*, *n*. Người buôn hàng lậu.

Smuggling *(-gling)*, *n*. Hàng lậu thuế ; sự buôn lậu.

Smut *(smăt)*, *n*. Mồ hóng ; muội đèn ; ngôn-ngữ dâm ô. — *vt*. Làm cho đen.

Smutty *(-i)*, *a*. Đen ; dâm ô ; đểu giả.

Snack *(snek)*, *n*. Miếng, mẫu, phần ; bữa ăn lót dạ.

Snag *(sneg)*, *n*. Cái gốc còn lại ; sự khó không ngờ tới.

Snail *(snêl)*, *n*. Con sên ; người lười ; chậm chạp.

Snaffle *(snef' fưl)*, *n*. Giây cương nhỏ.

Snake *(snêk)*, *n*. Con rắn. — *a*. **Snaky** *(-ki)*, Quỷ-quyệt như rắn độc.

Snap *(snep)*, *vi*. Cố cắn, đớp lấy ; gẫy, vỡ ; nổ vỡ ; chặn lời. — *n*. Miếng cắn ; sự gẫy vỡ ; tấm ảnh chụp nhanh.

Snapdragon *(snep'dreg-gân)*, *n*. Vườn hoa có cây kim-ngư : hoa đỏ, trắng, vàng.

Snappish *(-pish)*, *a*. Hay cắn ; hay gây sự ; khó tính.

Snapshot *(snep'shot)*, *n*. Tấm ảnh chụp nhanh.

Snare *(snẹr)*, *n*. Bẫy. — *v*. Làm sa vào bẫy ; đánh cạm.

Snarl *(snarl)*, *vi.* Lầm bầm ; mắng ; nhe răng (cắn) ; liên-luỵ tới. — *n.* Sự lầm bầm, càu nhàu ; búi tóc rối ; việc rắc rối.

Snatch *(snech)*, *v.* Cầm, giữ, nắm ; tóm lấy.—*n.* Sự tóm lấy; thời gian ngắn ; mẩu con.

Sneak *(sni-k)*, *vi.* Lẻn đi ; điềm chỉ ; phản bội ; tiết kiệm. — *n.* Đứa hay hót ; mật thám, điềm chỉ. — **Sneaking** *(-king)*. *a.* Thấp kém ; hèn hạ, hèn nhát.

Sneer *(sni-r)*, *vi.* Cười, chế nhạo ; cong môi chê.—*n.* Cái cười chế nhạo ; sự châm biếm ; cái cười nửa miệng.

Sneeze *(sni-z)*, *n.* Cái hắt hơi. — *vi.* Hắt hơi.

Snicker *(snik-kơ)*, *n.* & *vi.* Cười hí hí.

Sniff *(snif)*. *vi.* Hít mạnh. — *n.* Sự hít mạnh.

Sniffle *(snif ' fưl)*, *n.* Xch. **Snuffle.**

Sniggle *(snig' gưl)*, *vi.* Câu, bắt lươn. — *vt.* Bắt lươn ; đánh cạm.

Snip *(snip)*, *vt.* Cắt bằng một nhát kéo. — *n.* Sự cắt một cái ; miếng cắt ra.

Snipe *(snaip)*, *n.* Chim dẽ giun. — *v.* Bắn từ xa ; bắn trộm.

Sniper *(-pơ)*, *n.* Người bắn trộm ; quân phục kích.

Snippy *(snip'pi)*, *a.* Vụn vặt ; cắt ngắn.

Snitch *(snich)*, *vt.* [lóng] Xoáy, ăn cắp ; đỡ nhẹ.

Snivel *(sniv'vưl)*, *vi.* Mắc bệnh sổ mũi ; sụt sùi.

Snob *(snob)*, *n.* Kẻ luồn lọt.— *a.* **Snobbish.**

Snooze *(snu-z)*, *n.* Giấc ngủ.— *vi.* Thiu thiu ngủ.

Snore *(snôr,snor)*, *vi.* Ngáy ; rông. — *n.* Tiếng ngáy.

Snort *(snòrt)*, *n.* & *vi.* Khịt mũi ; phì hơi ở mũi.

Snout *(snaot)*, *n.* Mồm, mõn (lợn) ; đầu mẩu ; mỏ.

Snow *(snô)*, *n.* Tuyết. — *vi.* Mưa tuyết. — **Snowy** *(-i)*, *a.*

Snowdrop *(snô'đrop)*, *n.* Cây tuyết-điềm-hoa.

Snub *(snăb)*, *n.* Lời quở trách, sự khiển trách. — *vt.* Chửi mắng, la rầy. — *a.* Ngắn và hếch lên.

Snuff *(snăf)*, *n.* Hoa đèn, tàn bấc hớt đi ; thuốc lá (để hít). *vt.* Hớt tàn bấc đèn.

Snuffers *(-fơz)*, *n.* Cái kéo để hớt tàn bấc đèn hay bấc nến.

Snuffle *(snăf' fưl)*, *vi.* Thở mạnh qua mũi; nói giọng mũi

Snug *(snâg)*, *a.* Tiện lợi; xinh xắn; kín đáo; ấm cúng

Snuggle *(snăg'gưl)*, *vi.* Ấp ủ, vuốt ve.

So *(so)*, *adv.* Vậy thì; như vậy; cũng như; nhường ấy; rất.

Soak *(sôk)*, *vt.* Nhúng vào nước làm cho ướt. — *n.* Sự nhúng ướt.

Soap *(sôp)*. *n.* Sà-phòng — *vt.* Sát sà-phòng.

Soapstone *(sôp'stôn)*, *n.* Đống thạch; hoạt-thạch.

Soar *(sôr, sor)*, *n.* & *vi.* Cất cánh bay, bay vút cao lên.

Sob *(sob)*, *n.* Tiếng nức nở.— *vi.* Khóc nức nở.

Sober *(sô'bơ)*, *a.* Điều độ, tiết độ; giản dị, có lý; bình tĩnh.

Sobriety *(sơ-brai'i-ti)*, *n.* Sự, tính có chừng mực, tiết-độ; giản dị.

Sobriquet *(sô'bri-kê)*, *n.* Tên nhạo báng, tên đặt ra để chế riễu.

So-called *(sô'co-lđ)*, *a.* Gọi là thế, mệnh danh vậy.

Soccer *(sok'kơ)*, *n.* Môn túc cầu, bóng tròn.

Sociable *(sô'shơ-bưl)*, *a.* Thích giao-du; dễ chơi; lịch duyệt; ưa đời sống đoàn thể. — *n.* Tiệc thân mật.

Social *(sô'shơl)*, *a.* Thuộc về xã-hội; giao du; giao-tế. — *n.* Cuộc vui.

Socialism *(-li-zưm)*, *n.* Chủ nghĩa xã hội.

Socialist *(-list)*, *n.* Đảng viên xã-hội; người theo xã - hội chủ-nghĩa. — *a.* Thuộc về xã-hội chủ nghĩa.

Socialize *(sô'shơl-laiz)*, *vt.* Xã hội hóa; cộng sản hóa; làm cho thích giao tế.

Society *(sơ-sai'ơ-ti)*, *n.* Đoàn thể; xã hội; công ty; việc xã giao.

Sociology *(sô-shi-ol'lơ-ji)*, *n.* Xã-hội-học.

Sock *(sok)*, *n.* Bí tất ngắn.

Socket *(sok'ket,-kưt)*, *n.* Chỗ để lồng vào; mộng; lỗ cắm điện.

Sod *(sod)*, *n.* Cỏ xanh; cỏ gà; một túm cỏ. — *vt.* Giồng cỏ.

Soda *(sô'đơ)*, *n.* Chất xút; nước sô-đa.

Sodden *(sod'đưn)*, *a.* Ướp; đẫm nước; có vẻ say rượu.

Sodium *(sô'đi-âm)*, *n.* [hóa] chất natri (Na).

Soever *(sơ-ev'vơr)*, *adv.* Dù tới bậc nào, dù sao.

Sofa *(sô'fơ)*, *n.* Ghế tràng kỷ (có đệm bông).

Soft *(soft)*, *a.* Mềm ; dịu ; nhũn ; mát tay ; yếu ớt.

Soften *(sof'fưn)*, *vt.* Làm cho mềm ; làm dịu đi.

Softness *(-nes, -nâs)*, *n.* Sự mềm mại ; sự yếu ớt, sự dịu dàng ; sự dễ dãi.

Soggy *(sog'ghi)*, *a.* Nặng và ướt ; ong ỗng nước.

Soil *(soil)*, *n.* Vết bẩn : phân bón : đất. — *vt.* Làm cho bẩn.

Sojourn *(sơ-jơrn',sô'jơrn)*, *n.* Sự ở tạm ; sự trú ngụ. — *vi.* Lưu lại.

Solace *(sol'lâs)*, *n.* Sự an ủi, sự khuây khỏa.

Solar *(sô'lơr)*, *a.* Thuộc về mặt giời : do mặt giời định.

Solar system *(sô'lơr-sis'tâm)*, *n.* Hệ thống mặt giời, thái-dương-hệ.

Solder *(sol'đơ)*, *vt.* Hàn ; vá lại. — *n.* Thiếc để hàn.

Soldier *(sôl' jơr)*, *n.* Quân nhân ; chiến sỹ, lính, quân.

Soldier of fortune *(sôl' jơr-ov-for'chun)*, *n.* Người mạo hiểm trong nghề binh linh.

Soldiery *(-ri)*, *n.* Binh, quân binh ; quân đội.

Sole *(sôl)*, *n.* Lòng bàn chân ; đế giầy ; cá bơn. - *vt.* Lắp đế giầy. — **Sole**, *a.* Một mình trơ trọi ; trơ vơ ; cô độc ; độc nhất ; có độc quyền.

Solecism *(sol'li-si - zưm,sô-)*, *n.* Sự nói sai ; đặt câu không đúng.

Solely *(sôl'li)*, *adv.* Một cách độc nhất ; duy chỉ.

Solemn *(sol'lâm)*, *a.* Theo nghi thức ; trang nghiêm, uy nghi.

Solemnize *(- naiz)*, *vt.* Cử hành theo nghi thức, làm ra uy nghi.

Solemnity *(sơ-lem' ni-ti)*, *n.* Nghi thức ; vẻ trang nghiêm, long trọng.

Solicit *(sơ-lis'sit)*, *vt.* Kêu nài ; khẩn cầu ; năn nỉ.

Solicitor *(-si-tơr)*, *n.* Trạng sư thay mặt cho đương sự trước tòa án.

Solicitous *(sơ-lis'si-tâs)*, *a.* Lo lắng ; ao ước ; nóng lòng.

Solicitude *(-tiuđ)*, *n.* Lòng ân cần ; băn khoăn ; lo lắng.

Solid *(sol'liđ)*, *a.* Chặt ; vững bền, kiên cố, mạnh mẽ ; nặng nề, to lớn.

Solidarity *(sol-li-đe'ri-ti)*, *n.* Sự, tình đoàn kết.

Solidify *(sơ-liđ'đi-fai)*, *v.* Làm cho đặc, cho rắn lại , làm cho kiên cố ; làm cho có thực-thể.

Soliloquize *(sơ-lil ' lơ-quaiz)*, *vi.* Độc ngôn ; nói một mình ; than thở một mình.

Soliloquy *(sơ-lil ' lơ-qui), n.* Lời nói một mình ; bản kịch một vai.

Solitaire *(sol-li-ter'), n.* Một viên kim cương hay bảo-thạch khác (đặt chơ vơ trên nhẫn) ; môn bài một người đánh.

Solitary *(sol'li-tơ-ri), a.* Một mình, cô độc, vắng vẻ ; quạnh hiu.

Solitude *(-tiud), n.* Tình trạng, cảnh cô độc, sự vắng vẻ ; chỗ ẩn dật.

Solo *(sô'lô), n.* Khúc nhạc độc xướng hay độc tấu. — **Soloist** *n.* Người độc - ca hay độc-tấu.

Solstice *(sol'stis), n.* Chí-điểm ; điểm cao nhất.

Soluble *(sol'liu-bưl), a.* Có thể tan được ; dung-giải được.

Solution *(sơ-liu'shân), n.* Sự tan, sự dung giải ; sự giải quyết ; giải pháp ; [toán] phép giải ; nghiêm-số ; [lý-hóa] dung dịch.

Solve *(solv), vt.* Phân giải ; giải quyết ; quyết định.

Solvency *(sol'vân-si), n.* Trạng thái có thể trả được ; có tư-lực ; có sức dung-giải ; sự tan ra trong nước.

Solvent *(sol ' vânt), n.* Dung giải tễ ; thuốc làm tan — *a.* Làm cho tan ra; có thể giả nợ.

Somber, Sombre *(som'bơ), a.* Tối, u-ám ; buồn.

Sombrero *(som-brê'rô), n.* Mũ dạ có vành to.

Some *(săm), a.* (Phiếm chỉ) Một ít ; một vài.— *pron.* Một vài, ít nhiều.

Somebody *(-bod-đi), n.* Người nào, ai, có ai, có người.

Someday *(săm ' đê), adv.* Một thời nào ở tương lai ; một ngày kia.

Somehow *(săm ' hao), adv.* Bằng cách này hay cách khác.

Some one *(săm'uăn), pron.* Một người nào đó.

Somersault *(săm'mơ-soll), n.* Sự nhảy, lộn nhào.

Somnolent *(som'nơ - lânt), a.* Nửa thức nửa ngủ ; mơ màng; buồn ngủ.

Something *(-thing), n.* (Phiếm chỉ) Một điều, vật gì.

Semetime *(-taim), adv.* Một ngày kia, ngày xưa ; có khi.

Sometimes *(-z), adv.* Một hai lần, đôi khi, có lúc.

Somewhat *(săm' huot), adv.* Hơi có ; chút đỉnh ; gọi là.— *n.* Một phần nào đó.

Somewhere *(-huer), adv.* Chỗ nào đó ; có nơi.

Somnambulist *(som-nem'biu-list), n.* Người thụy du, mộng du (ngủ mà đi được).

Somnolent *(som'nơ-lânt), a.* Buồn ngủ.

Son *(săn), n.* Con giai.— **Son-in-law,** Con rể.

Sonata *(sơ-na'lơ), n.* Bản, khúc nhạc dài.

Song *(soong), n.* Bài hát ; bài thơ hay.

Songster *(soong'slơ), n.* Người hát ; một tập bài hát.

Sonnet *(son'net,-nưt), n.* Bài thơ 14 câu.

Sonorous *(sơ-nô'râs), a.* Kêu, kêu vang ; dội tiếng.

Soon *(su-n), adv.* Chẳng bao lâu nữa ; lập tức ; tức thì ; sớm.

Sooner *(su'nơ), adv.* Thà, hơn; sớm hơn.

Soot *(su-t), n.* Mồ hóng ; nhọ nồi. — *vt.* Bôi đầy nhọ.

Soothe *(suTH), vt.* Làm dịu đi. — **Soother,** *n.*

Soothsayer *(suth'sê-ơ), n.* Thày bói ; người đoán trước.

Sooty *(sut'ti), a.* Đầy mồ hóng, nhọ nồi ; đen ; bẩn.

Sop *(sơp) n.* Miếng, mẩu thấm ướt ; vật để hòa giải hay an ủi. — *vt.* Nhúng, ngâm vào nước, thấm ướt.

Sophism *(sof'fi-zưm), n.* Lời biện-luận xảo-quyệt.

Sophist *(sof'fist), n.* Nhà triết-học quỷ-biện.

Sophisticated *(sơ-fis'li-kêt-tưđ, -teđ), a.* Có tính quỷ-biện ; lõi đời.

Sophistry *(sof'fis-tri), n.* Lối quỷ biện ; cãi khéo.

Sophomore *(sof'fơ-môr), n* Sinh viên năm thứ nhì.

Soporific *(sô-pơ-rif'fik), a.* Có tính khiến ngủ ; thôi miên ; làm cho mê man.

Soprano *(sơ-pra'nô), n.* (âm) Giọng cao nhất ; người hát giọng (bè) cao nhất.

Sorcerer *(sor'sơ-rơ), n.* Thày phù thủy ; pháp sư.

Sorcery *(-ri), n.* Yêu thuật, ảo thuật ; phép phù thủy.

Sordid *(sor'điđ), a.* Bẩn thỉu, nhớp nhúa ; hèn hạ.

Sore *(sôr, sor), n.* Vết thương; chỗ đau. — *a.* Đau.

Soreness *(-nes,-nâs), n.* Nỗi đau đớn ; khổ não.

Sorghum *(sor'gâm), n.* Cây bo bo, ý dĩ, cao lương.

Sorority *(sơ-ro'ri-ti)*, *n.* Hội, câu-lạc-bộ phụ-nữ.

Sorrel *(sor'rơl)*, *n.* Cây chua me. — *a.* Sắc ngựa hồng.

Sorrow *(so'rô)*, *n.* Nỗi buồn rầu. —*vi.* Xót thương, buồn.

Sorrowful *(-ful)*, *a.* Buồn rầu, phiền muộn.

Sorry *(so'ri)*, *a.* Ân hận; buồn; đáng thương ; tiếc.

Sort *(sort)*, *n.* Thứ, giống, loài, —*vt.* Làm cho hợp nhau; chọn ra, lựa ra, tuyển ra.

Sortie *(sor'ti)*, *n.* (quân) Cuộc phá vòng vây.

So so *(sô'sô)*, *adv.* Kha khá ; gọi là được.

Sot *(sot)*, *n.* Người hay say rượu. — *a* **Sottish**.

Sottish *(-tish)*, *a.* Ngây dại, khù khờ, đần độn, u mê.

Soubrette *(su-bret')*, *a.* Con hầu đóng vai quyến rũ ; con hầu lẳng lơ.

Soufflé *(su-flê', su'flê)*, *n.* Nồi để làm bánh ngọt phồng. — *a.* Phồng.

Sough *(săf, sao)* *vi.* Làm ồn ào ; rì rào (gió thổi). — *n.* Tiếng rì rào.

Soul *(sôl)*, *n.* Linh hồn ; tâm hồn ; dũng khí ; người cổ-động. — **S. O. S. (Save our Souls)**. Cấp cứu.

Soulful *(-sôl'ful)*, *a.* Dầy cảm tình.

Sound *(soand)*, *n.* Tiếng, âm ; máy thăm. — *v.* Kêu ; đánh chuông. **Sound**, *n.* Eo bể. — *a.* Lành ; khoẻ mạnh ; say (ngủ).

Soundness *(-nes, -nâs)*, *n.* Sự khoẻ mạnh ; kiên cố ; hợp lý.

Soup *(su-p)*, *n.* Xúp ; xúp rau đậu ; cháo.

Sour *(sao'ơ)*, *a.* Chua ; khó chịu. — *v.* Làm thành chua.

Source *(sôrs)*, *n.* Suối, nguồn ; nguồn gốc ; căn nguyên.

Sour-krout *(sao'ơ craot)*, *n.* Dưa cải bắp thái nhỏ.

Souse *(saos)*, *vt.* Muối ; nhúng nước. — *n.* Sự, đồ muối.

South *(saoth)*, *a.* & *n.* Phương nam. — **Southerly**, *a.*

Southeaster *(saoth'is-tơr)*, *n.* Gió đông nam.

Southern *(săt' THơrn)*, *a.* Thuộc về hướng nam, miền nam.

Southerner *(săt'THơr-nơr)*, *n.* Người nam-bang, người miền nam.

Southward *(saoth'uơrđ)*, *a.* & *adv.* Về phía nam.

Souvenir *(su'vơ-nir)*, *n.* Vật kỷ-niệm.

Sovereign *(sov'vơ-rin)*, *a*. Tối thượng, tối cao. — *n*. Vua ; chúa tể ; đồng Anh-kim.

Sovereignty *(-ti)*, *n*. Quyền tối cao ; chủ quyền.

Soviet *(sô'vi-et,-ưt)*, *n*. Sô-viết ; hội đồng (ở bên Nga).

Sow *(sao)*, *n*. Lợn nái, lợn xề. —*(sô)*, *vt*. Reo hạt.

Sower *(sô'ơ)*,*n*. Người reo hạt.

Sowing-time *(-taim)*, *n*. Thời gian, mùa reo hạt.

Soy *(soi)*, **Soya** *(sô'yơ)*, *n*. Đậu nành ; đậu ; đỗ tương.

Spa *(spa, spo)*, *n*. Suối nước khoáng, khoáng tuyền.

Space *(spês)*, *n*. Khoảng không, không gian ; khoảng cách.— *vt*. Xếp cho cách ra ; làm cho thưa ra.

Spacious *(spê'shâs)*, *a*. Rộng rãi ; quảng khoát.

Spade *(spêđ)*, *n*. Mai đào đất ; bích (sắc bài tay).

Spaghetti *(spa-ghet'ti)*, *n*. Một thư bún (bên Ý).

Span *(spen)*, *n*. Một gang ; một đôi.—*vt*. Đo ; bắc ngang.

Spangle *(speng'gưl)*, *n*. Miếng vàng nhỏ lẫn trong cát ; vẩy nhấp nhoáng bằng pha-lê dính vào vải.—*vt*. Rắc, dính những vẩy nhấp nhánh.

Spaniard *(spen'nhiơrđ)*, *n*. Người Tây-ban-nha.

Spaniel *(spen'yơl)*, *n*. Giống chó xù lông và có chân ngắn.

Spanish *(-nish)*, *n*. & *a*. Người hay tiếng Tây-ban-Nha.

Spanish America *(spen'nish-ơ-me'ri-cơ)*, Nam Mỹ-châu (trước thuộc Tây-ban-Nha).

Spank *(spengk)*, *vt*. Đánh vào đít ; đập.—*vi*. Đi mau.

Spanking *(spengk'king)*, *a*. Hoạt-động, nhanh-nhẩu ; (gió) thổi mạnh.

Spar *(spar)*, *n*. Nê thạch ; cột buồm.—*vi*. Đánh đấm.

Spare *(sper)*, *vt*. Tiết kiệm ; giữ gìn ; tha cho. — *a*. Ít ; thiếu ; gầy ; sẵn sàng ; thừa.

Spare-time *(-taim)*, *n*. Thời giờ rỗi-rãi ; nhàn hạ.

Sparing *(spe'ring)*, *a*. Tiết kiệm ; sơ-sài ; có lòng tha thư ; nhân từ.

Spark *(spark)*, *n*. Tia sáng ; tia lửa.—*vi*. Phát ra tia lửa.

Sparkle *(spar'kưl)*. *vi*. Sáng chói ; lóng lánh.—*n*. Tia.

Sparkling *(-kling)*, *a*.(Rượu) có nhiều bọt ; sáng lóa.

Spark plug *(plăg)*, *n*. Cái bu-gi châm lửa.

Sparrow *(spe'rô)*, *n.* Chim sẻ.—**S.-hawk**, *n.* Quạ con.

Sparse *(spars)*, *a.* Rải rác ; lưa thưa.

Spasm *(spez'zưm)*, *n.* Chứng giật gân, động kinh ; sự hăng hái một lúc.

Spasmodic *(spez-mođ'đik)*, *a.* Thuộc về chứng động kinh ; từng cơn.

Spat *(spet)*, *n.* Sò, hến con ; cái ghệt ngắn, vải che giầy ; cái đánh khẽ ; cuộc cãi nhau.

Spate *(spệt)*, *n.* Sự lụt.

Spatial *(spê'shơl)*, *a.* Thuộc về khoảng không gian.

Spatter *(spet'tơr)*, *vt.* Vấy bùn, bắn bùn vào ; toé.—*n.* Tiếng nước toé ; vết bùn bắn.

Spatula *(spet'tiu-lơ)*, *n.* Dụng cụ hình dao dùng để rải sơn, thuốc v.v., dược đao.

Spavin *(spev'vin)*, *n.* Chai ở chân ngựa.

Spawn *(spo-n)*, *n.* Trứng cá ; trứng sò, hến ; sản vật.—*v.* Đẻ trứng ; sinh sản.

Spay *(spê)*, *vt.* Cắt mất buồng trứng.

Speak *(spi-k)*, *vi.* Nói ; nói chuyện ; phát biểu ý kiến.

Speak-easy *(-i'zi)*, *n.* [lóng] Tiệm rượu lậu.

Speaker *(-cơ)*, *n.* Người diễn thuyết, diễn-giả, chủ tịch.

Speaking-trumpet(*trăm'pưt*), *n.* Ống loa, gọi loa.

Spear *(spi'ơ)*. *n.* Cây mác, ngọn giáo ; cái lao. – *vt.* Xiên bằng cây mác, giáo.—*vi.* Đâm, xiên.

Spearmint *(spi'ơ-mint)*, *n.* Cây bạc hà.

Special *(spes'shơl)*, *a.* Riêng, đặc biệt, chuyên môn.

Specialist(*-list*), *n.* Nhà chuyên môn, chuyên-gia.

Speciality *(spes-shi-el'li-ti)*, *n.* Đặc tính, đặc chất ; món chuyên môn ; chuyên khoa ; phẩm vật đặc chế của một nhà.

Specialize *(spes'shơl-laiz)*, *vi.* Tập-trung mọi sức vào một việc riêng ; chuyên về.

Specie *(spi'shi)*, *n.* Tiền ; tiền mặt.

Species *(spi'shi-z)*, *n.* Chủng, loại, giống, loài ; hạng.

Specific *(spi-sif'fik)*, *a.* Đặc biệt ; rõ ; chữa được.

Specification *(spes-si-fi-kê'-shân)*, *n.* Sự chỉ rõ ; minh thị ; một điều khoản nói rõ.

Specify *(spes'si-fai)*, *vt.* Chỉ riêng, chỉ kỹ, ghi rõ.

Specimen *(-mân)*, *n.* Mẫu, mẫu hàng ; tiêu bản ; quái nhân.

Specious *(spi'shâs)*, *a.* Hoa mỹ ; bề ngoài ; đẹp lốt ; lịch sự ; có vẻ đúng, chính đáng.

Speck *(spek)*, *n.* Dấu, điểm con. — *vt.* Vẩy bẩn.

Speckle *(-kưl)*, *vt.* Làm lấm chấm. — *n.* Vết con ; vết lốm đốm.

Spectacle *(spek ' tơ - cưl)*, *n.* Quang cảnh ; [*pl*] kính (đeo mắt).

Spectacular *(spek-tek'kiu-lơ)*, *a.* Kỳ quan ; đẹp mắt.

Spectator *(-tê'tơr)*, *n.* Người đứng xem ; khán giả.

Spectre, **Specter** *(spek'tơ)*, *n.* Yêu quái, ma ; quái tượng ; ảo ảnh. – *a.* **Spectral** *(-trơl)*.

Spectroscope *(spek'trơ-skôp)*, *n.* Máy phân quang ; kính phân quang.

Spectrum *(spek ' trâm)*, *n.* Phân-quang cảnh ; quang-phổ.

Speculate *(-kiu-lêt)*, *vi* Quan sát ; nghiên cứu ; đầu cơ.

Speculation *(-lê'shân.)* *n.* Sự quan sát suy luận ; đầu cơ.

Sped *(speđ)*, *past tense and past part, of* **Speed**, Đi nhanh.

Speech *(spi-ch)*, *n* Lời nói, ngôn luận, ngôn ngữ ; bài diễn thuyết ; văn từ ; lời biện hộ.

Speechless *(- les, - lâs)*, *a.* Không nói ra lời.

Speed *(spi-đ)*, *n.* Sự vội vàng ; sự siêng năng ; sức nhanh.

Speedometer *(spi-đom'mi-tơr)*, *n.* Máy tính tốc độ.

Speedway *(spiiđ'uê')*, *n.* Cho phép đi nhanh ; đường xe được phóng nhanh.

Speedy *(spi'đi)*, *a.* Gấp, kíp, nhanh ; mau chóng.

Spell *(spel)*, *n.* Sức dụ hoặc ; sắc đẹp ; sự kỳ quái ; nhời hoan hỷ ; thời gian ; lời thần chú. — *vt.* Đánh vần ; viết ; dụ hoặc.

Spellbinder *(spel'bain-đơr)*, *n.* Người diễn-thuyết làm cho thính giả say-mê.

Spellbound *(spel ' baonđ)*, *a.* Mê ; say mê.

Speller *(spel'lơr)*, *n.* Người đánh vần ; sách dạy đánh vần.

Spelling *n.* Sự đánh vần ; phép viết chữ đúng cách.

Spend *(spenđ)*, *vt.* Tiêu, dùng ; tiêu phí ; qua (thời giờ).

Spendthrift, *n.* Sự sài phí ; phí của ; không tiếc.

Sperm *(spơrm)*, *n.* Nước khí ; tinh dịch ; kềnh não du ; thứ dầu làm nến.

Spermatozoon *(spơr-mơ-tơ-zô'-on)*, *n.* Tinh trùng, tinh tử.

Spew *(spiu)*, *vt.* Nôn, mửa ; tuôn ra.

Sphere *(sfi'ơ)*, *n.* Thể tròn ; viên thể ; cầu thể.

Spherical *(sfe'ri-cơl)*, *a.* Thuộc về viên thể, cầu thể.

Spheroid *(sfi'roid)*, *n.* (toán) Hình tự-cầu.

Sphinx *(sfingks)*, *n.* Quái vật mình sư-tử đầu người.

Spice *(spais)*, *n.* Hương liệu ; đồ gia vị ; sự hứng thú. — *vt.* Bỏ thêm hương liệu (như hạt tiêu, ớt, ca-ri, v.v...).

Spick-and-span *(spik - end-spen)*, *a.* Mới và tươi tốt.

Spicule *(spik'kiu-l)*, *n.* Vật hình cái kim.

Spicy *(spais'si)*, *a.* Có, thêm hương liệu ; có mầu mè.

Spider *(spai'đơ)*, *n.* Con nhện ; vật có hình con nhện.

Spigot *(spig'gât)*, *n.* Cái chốt nhỏ để nút lỗ trên thùng rượu ; vòi thùng nước ; thùng rượu.

Spike *(spaik)*, *n.* Mũi nhọn ; đinh. — *vt.* Đóng đinh.

Spikenard *(-nơrd)*, *n.* Cây cao tùng hương ; thuốc cao thơm.

Spill *(spil)*, *vt.* Làm tràn ra ; đánh đổ. — *n.* Diêm bằng giấy ; miếng nhỏ ; đinh ghim.

Spillway *(spil - uê)*, *n.* Chỗ nước chảy tràn ra.

Spin *(spin)*, *vt.* Kéo sợi, kéo chỉ ; xoay tít ; đanh (quay).

Spinach, Spinage *(spin' nưj)*, *n.* [thực] Rau muống.

Spinal column *(spai'nơl-col' lâm)*, *n.* Xương sống.

Spindle *(spin'đưl)*, *n.* Cái sót, cái thoi (để kéo sợi) ; que nướng ; trục xe.

Spindling *(spin'đling)*, *a.* Cao và gầy.

Spine *(spain)*, *n.* Gai ; ngạnh ; xương sống.

Spinet *(spin'net,-nưt)*, *n.* Một thư đàn nhỏ ; lưỡi câu bằng sợi gai.

Spinning *n.* Sự, cách xe chỉ, kéo sợi.

Spinning-mill *(-mil)*, *n.* Nhà máy sợi.

Spinning-wheel *(-huyl)*, *n.* Guồng quay sợi.

Spinster *(spin'stơ)*, *n.* Con gái ; đàn bà chưa chồng.

Spiral *(spai'rơl)*, *n.* Hình trôn ốc. — *a.* Xoáy trôn ốc.

Spire *(spai'ơ)*, *n.* Mũi nhọn đầu chóp gác chuông.

Spirit *(spi'rit)*, *n.* Tinh thần ; linh hồn ; ma quỷ ; thần ; tính nết ; lòng hăng hái ; can đảm, sự vui vẻ.

Spirits (*spi'rits*). *n.* Rượu mùi (nặng).

Spirited (*-ted, -tưđ*), *a.* Đầy lòng hăng hái ; dũng cảm.

Spiritual (*-chươl*), *a.* Thuộc về tinh thần, linh hồn.

Spiritualism (*spi'rit-chươl-li-zưm*). *n.* Tâm linh thuyết ; duy thần luận ; duy tâm luận ; sự gọi hồn.

Spirituous (*spi'rit-chiu-âs*), *a.* Có nhiều tửu tinh, nhiều chất cồn.

Spirt (*spơrt*), *n.* Sự ném, vọt, phun ra ; gắng sức.

Spit (*spit*), *vt.* Xiên thịt để nướng, quay.—*vi.* Nhổ, khạc.

Spite (*spait*). *n.* Mối tức giận ; ác ý ; sự hiềm thù. — *vt.* Xử ác với ; làm cho khổ; bêu xấu.

Spiteful (*-ful*), *a.* Đầy lòng thù oán, tức giận.

Spitfire (*spit'fai'ơ*), *n.* Phi-cơ « khạc lửa » của Anh.

Spitting (*spit'ting*), *n.* Sự nhổ nước bọt, đờm.

Spittle (*spit'tưl*), *n.* Đờm ; nước miếng ; nước rãi.

Spittoon (*spi-tun'*), *n.* Ống nhổ.

Splash (*splesh*), *n.* Bùn ; đồ nhớp bắn phải ; tiếng sóng bập bềnh. — *vt.* Vấy bùn. — *vi.* Toé, vỗ (nước).

Splatter (*splet' tơr*), *n.* & *v.* Xch. **Spatter**, Vấy bùn, bắn tung toé.

Splay (*splê*), *vt.* Chặt vai (thú vật) ; làm nghiêng. — *n.* Sự lan ra.

Spleen (*spli-n*), *n.* Lá lách ; sự tức ; hiềm thù ; đa sầu.

Splendid (*splen'điđ*), *a.* Rực rỡ ; đẹp, lộng lẫy.

Splendour (*- đơr*), *n.* Ánh sáng chói lọi ; vẻ lộng lẫy.

Splenetic (*spli-net'tik*), *a.* Thuộc về lá lách ; tức giận.

Splenic (*splen' nik, spli' nik*), *a.* Thuộc về lá lách, tỳ tạng.

Splice (*splais*), *n.* Sự kết lại ; tiếp vào nhau.

Splint (*splint*), *n.* Miếng nứt khỏi, mảnh gỗ nhọn ; thanh gỗ để buộc hai đoạn đường sắt.

Splinter (*-tơ*). *vt.* Toạc dọc ra ; tan ra.

Split (*split*) *n.* Đường nứt ; kẽ nẻ ; kẽ hở ; sự chia rẽ ; mối phân tranh. — *vt.* Làm nứt, nẻ ra, chia rẽ. — *vi.* Nứt, nẻ ra.

Splotch (*splo-ch*), *n.* Vết to ; sự bôi màu lem luốc ; vết bẩn.

Splurge (*splơj*), *n.* Sự khoe khoang, dương vây.

Splutter *(splăt'tơ)*, *vi.* Nói lắp bắp, lúng túng. — *n.* Sự ồn ào.

Spoil *(spoil)*, *n.* Sự phung phá; cướp ; của cướp được, chiến lợi phẩm.— *v.* Cướp bóc ; bóc lột ; làm hư ; làm xấu ; hủ bại ; làm hỏng ; phá hoại.

Spoilt, *a.* Hư hỏng ; (con) cưng, trụy lạc.

Spoke *(spôk)*, *n.* Tăm, đũa bánh xe, ray-ông.

Spokesman *(spôks ' mân)* *n.* Phát ngôn nhân ; người nói thay người khác.

Spoliate *(spô'li-êt)*, *vt.* Cướp bóc, tước đoạt.

Spoliation *(spô-li-ê ' shân)*, *n.* Sự cướp bóc ; tước đoạt ; cưỡng đoạt.

Sponge *(spănj)*, *n.* Bọt biển. — *vi.* Hút ; ăn bám.

Sponge *vt.* Chùi bằng bọt biển. — *vi.* Hút ; ăn bám.

Spongy *(spăn'ji)*, *a.* Xốp như bông bể ; dễ thấm nước.

Sponsor *(spon'sơr)*, *n.* Người bảo-hộ, đỡ đầu.

Spontaneous *(spon-tê' ni-âs)*, *a.* Tự nhiên ; tự ý ; tự động ; tự sinh ; lanh lợi ; sẵn lòng.

Spoof *(spu-f)*, *v.* [lóng] Lừa gạt ; xỏ.

Spook *(spu-k)*, *n.* Con ma ; hồn ; ông ba-bị.

Spool *(spu-l)*, *n.* Cuốn chỉ ; ống tròn xung quanh cuộn giây điện.

Spoon *(spu-n)*, *n.* Cái thìa.— *n.* **Spoonful**, Một thìa đầy.

Spoor *(spur)*, *n.* Vết chân các mãnh thú. — *v.* Theo vết.

Sporadic *(spơ - ređ ' đik)*, *a.* Phát ra riêng ; đơn độc.

Spore *(spôr)*, *n.* Nha bào, bao tử.

Sport *(spôrt,sport)*, *n.* Sự vui chơi ; trò du hí ; thể thao ; săn bắn ; câu cá ; điều khôi hài. — *vt.* Chơi đùa, chơi.

Sportive *(-tiv)*, *a.* Vui vẻ, có tính trẻ con ; hay đùa giỡn.

Sportsman *(-mân)*, *n.* Người đi săn ; yêu thể thao.

Spot *(spot)*, *n.* Điểm ; nơi ; chỗ. - *vt.* Làm bẩn, nhận được (chỗ).

Spotless *(-les,-lâs)*, *a.* Tinh khiết ; không vết.

Spotlight *(spot'lait)*, *n.* Vòng ánh sáng chiếu vào một người (trên sân khấu) ; sự phô bầy rõ cho công-chúng để ý tới.

Spotted *(- ted, - tưđ)*, *a.* Có chấm, lốm đốm. — **Spotty**, *a.*

Spotty *(spot'li)*, *a.* Không đều, thất thường ; có chấm lốm đốm.

Spousal *(spaoz'zơl)*, *n.* Cuộc hôn nhân ; kết hôn.—*a.* Chỉ về sự kết hôn, lấy nhau.

Spouse *(spaoz)*, *n.* Chồng ; vợ. — **Spouzal**, *n.* Cuộc hôn nhân.

Spout *(spaot)*, *n.* Tia (nước) ; ống máng. — *vt.* Ném, phun nước.—*vi.* Phun, bắn, vọt ra ; đọc to ; nói dai.

Sprain *(sprên)*, *n.* Sự trẹo gân, trẹo xương. — *vt.* Làm trẹo.

Sprat *(spret)*, *n.* Cá ôn nhỏ.

Sprawl *(spro-l)*, *vi.* Nằm ngửa ra, nằm dài ra.

Spray *(sprê)*, *n.* Nhành, cành ; cành nhỏ; bụi nước.—*vt.* Phun lên. — *n.* **Sprayer**, Người, máy phun.

Spread *(spređ)*, *vt.* Lan ra ; rải rác ; mở mang ; khuếch trương.—*vt.* Làm ra ; tản mát đi.

Spree *(spri)*, *n.* Kẻ mê chơi ; đứa trụy-lạc.

Sprig *(sprig)*, *n.* Chồi cây ; cành cây nhỏ.

Sprightly *(sprait'li)*, *a.* Hăng hái ; vui vẻ ; hoạt bát.

Spring *(spring)*, *vi.* Nhẩy lên ; bắn ra ; trồi lên ; mọc ra.—*n.* Sự nhẩy lên ; mối hăm hở ; lò so ; suối nước ; máy nước ; mùa xuân.

Springboard *(-bôrđ)*, *n.* Bàn đạp ; tấm ván để nhẩy.

Springtide *(spring'laiđ)*, **Springtime**, *n.* Mùa xuàn.

Springy *(-ghi)*, *a.* Trun, dẻo dang ; có nhiều suối ; ướt ; xốp.

Sprinkle *(spring'cưl)*, *v.* Vẩy nước, tràn ra, tóe những hạt nhỏ.—*n.* Cơn mưa nhẹ.

Sprint *(sprint)*, *vi.* Chạy hết sức nhanh, rút.

Sprite *(sprait)*, *n.* Linh hồn, tinh thần ; ma quỷ ; tiên nữ.

Sprocket *(sprok'kưt, -ket)*, *n.* Bộ bánh xe răng cưa ăn khớp nhau, hoặc để xích chạy qua.

Sprout *(spraot)*, *a.* Nẩy mầm, nẩy mộng, nẩy lộc.—*n.* Lộc cây ; mộng hạt.

Spruce *(sprus)*, *n.* Cây gỗ bách. — *a.* Óng chuốt, đẹp ; đỏng đảnh ; hợp thời.

Spry *(sprai)*, *a.* Nhanh nhẩu ; hoạt-bát.

Spud *(spuđ)*, *n.* Cái sẻng nhỏ và nhọn ; khoai tây.

Spume *(spiu-m)*, *n.* Bọt bề ; rãi ; mồ hôi (ngựa).—*vt.* Vớt, bớt bọt.—*vi.* Nổi bọt.

Spunk *(spăngk)*, *n.* Bùi nhùi để nhóm lửa ; tính gan dạ ; tinh thần ; khí phách. — *a.* **Spunky**. Có tính gan dạ ; ngang tàng ; nhanh nhẩu.

Spun rayon, *n.* Sợi tơ bóng ; tơ hóa học.

Spur *(spơr)*, *n.* Cái thúc ngựa (sau giầy đi ngựa) ; sự xui giục ; cái cựa gà; đường nhánh (xe lửa).—*vt.* Thúc (ngựa) ; xui giục, xô đẩy.

Spurious *(spiu'ri-âs)*, *a.* Sai, giả, không đúng, không thật ; không đúng luật, bất hợp lệ.

Spurn *(spơrn)*, *vt.* Đá xa ra ; đuổi đi ; vứt, quẳng lại một cách khinh bỉ.

Spurt *(spơrt)*, *v.* Tóe, vọt, phun ra ; cố gắng, tăng lên.

Sputter *(spăt'tơ)*, *v.* Làm bắn nước bọt (khi nói) ; nói liến thoắng, lắu tắu.

Sputum *(spiu'tâm)*, *n.* Nước bọt, nước miếng ; đờm rãi.

Spy *(spai)*, *v.* Rình, do thám.—*n.* Trinh sát, do thám viên.

Spyglass *(spai'glas)*, *n.* Kính viễn - vọng nhỏ ; ống nhòm nhỏ.

Squab *(skuob)*, *a.* Béo ; lùn tè tè ; mới nở (chim).—*n.* Người lùn.

Squabble *(skueb'bưl)*, *vi.* Cãi, mắng, gắt, gây sự vơi nhau.—*n.* Sự cãi mắng nhau.

Squad *(skuođ)*, *n.* Tốp lính tập trận ; toán người cùng góp sức vào công việc ; một đội, đoàn.

Squadron *(-đrân)*, *n.* Một tốp (lính) ; hạm đội ; đội kỵ mã ; đội không quân, đoàn phi-cơ.

Squalid *(skuo'liđ)*, *a.* Bẩn thỉu, nhơ nhớp ; nghèo nàn.

Squall *(skuol)*, *n.* Cơn lốc, cơn bão táp.—*vi.* Hò, hét.

Squalor *(skuo'lơ)*, *n.* Sự bẩn thỉu , sự nghèo nàn.

Squander *(skuon'đơ)*, *vt.* Phung phí, tiêu hoang phí.

Squanderer *(-rơ)*, *n.* Kẻ phung phí, hoang tàng.

Square *(skue'ơ)*, *n.* Hình vuông; số bình phương ; khoảng đất bao bọc bởi bốn phố. - *v.* Hợp thành hình vuông, tán thành; bình phương (một số).

Square-rigged *(-rigđ)*, *a.* Có cánh buồm chính ở giữa thuyền.

Squash *(skuosh)*, *v.* Đập, ép, thành khối mỏng ; đè nén ; biến đi.—*n.* Sự rơi choẹt.

Squat *(skuot)*, *vt.* Ngồi xổm, ngồi trên gót ; lập nghiệp tạm thời ; không đúng luật. – *a.* Ngắn và dầy ; lùn.

Squaw *(skuo)*, *n.* Người đàn bà da đỏ ở Bắc Mỹ.

Squawk *(skuo-k)*, *vi.* Kêu oang-oác.—*n.* Tiếng kêu.

Squeak *(squi-k)*, *n.* Tiếng kêu the thé ngắn và khẽ. - *v.* Kêu lanh lảnh ; làm thành tiếng kêu the thé.

Squeal *(squi-l)*. *n.* Tiếng kêu dài và lanh lảnh.

Squeal *(squi-l)*, *vi.* Kêu lanh lảnh ; kêu ca, phàn nàn, trách móc ; lộ điều bí mật.

Squeamish *(squi'mish)*, *a.* Hay nôn oẹ ; dễ bị chán nản.

Squeamishness *(-nes,-nâs)*, *n.* Vẻ lịch sự, tỷ mỷ quá đáng.

Squeeze *(squi-z)*, *v.* Vắt, ép (lấy nước ngọt) , bắt buộc.—*n.* Sự ép lấy nước ; sự bắt buộc ; vật đã ép rồi.

Squelch *(skuelch)*, *vt.* Thắng, chế phục ; áp đảo ; tiêu diệt.

Squib *(squib)*, *n.* Cái pháo ; bài luận-văn ngắn ; bài diễn thuyết ngắn.

Squid *(squid)*, *n.* Một giống bạch tuộc (dùng để làm mồi); con cá mực.

Squint *(squint)*, *vi.* & *n.* Liếc mắt ; lim dim mắt ; lác.

Squire *(squai'ơ)*, *n.* Điền chủ ; nhà hiệp sĩ ; người được thưởng bội tinh.

Squirm *(skuơrm)*, *vi.* Vặn vẹo mình ; quằn quại như con rắn (lươn, hay con giun).

Squirrel *(squi' rơl)*, *n.* Con sóc ; lông con sóc.

Squirt *(squơrt)*, *v* Tóe, phun, tia ra. - *n.* Ống thụt ; tia nước, chất lỏng.

Stab *(steb)*, *vt.* Chọc thủng : đâm (bằng dao găm). — *n.* Vết dao đâm.

Stability *(stơ-bil'li-ti)*, *n.* Sự chắc chắn, vững bền.

Stabilize *(stê'bil-laiz, steb'-)*, *vt.* Làm cho vững vàng ; ổn định ; làm cho thăng bằng.

Stable *(stê'bưl)*, *a.* Chắc chắn, lâu bền, kiên cố ; yên ổn.—*n.* Chuồng ngựa, chuồng gia súc.

Staccato *(stơ ca'tô, stak-)*, *a.* [âm] Đánh đàn, hát giần giật (dằn tiếng).

Stack *(stek)*, *n.* Đống rơm, cỏ ; ống thẳng (như ống khói); ống khói ; khung để sách. — *vt.* Chất đống.

Stadium *(stê'đi-âm)*, *n.* Sân vận động.

Staff *(staf)*, *n.* Cái gậy, cột trụ ; cột buồm ; cán cờ ; dòng chép nhạc.

Staffs *(stafs)*, *n. pl.* Ủy ban ; nhân viên ; bộ tham mưu, chỉ huy.

Stag *(steg)*, *n.* Con nai đực.

Stage *(stêj)*, *n.* Sân khấu ; chặng nghỉ ; xe công cộng.

Stage-coach *(-côch)*, *n.* Xe ngựa chạy dịch độ.

Stagger *(steg'gơ)*, *vi.* Lảo đảo (như say rượu) ; do dự.

Staging *(stêj ' jing)*, *n.* Sàn của thợ nề ; công việc dàn cảnh một vở tuồng ; nghề chạy xe ngựa dịch đô.

Stagnant *(steg ' nânt)*, *a.* Tù hãm, không chẩy ; ngừng.

Stagnate *(steg' nêt)*. *vi.* Tù hãm, không lưu thông.

Stagnation *(-nê' shân)*, *n.* Sự tù hãm, không lưu thông.

Staid *(stêd)*, *a.* Nghiêm nghị, trầm ngâm ; không uống rượu.

Stain *(stên)*,*vt.* Làm bẩn, hỏng, hư hại, phai mầu.

Stain *(stên)*, *n.* Vết bẩn, chỗ phai mầu ; thuốc làm phai mầu, thuốc tẩy.

Stained glass, *n.* Kính mầu.

Stainless *(stên'lâs)*, *a.* Không rỉ, không hoen ố ; trong.

Staircase *(ster'kès)*, *n.* Cầu thang, thang gác.

Stairs *(ste ' ơz)*, *n. pl.* Bậc thang, cầu thang.

Stairway *(ster ' uê)*, *n.* Bậc thang lên xuống ; cầu thang gác.

Stake *(stêk)*, *n.* Cái cột ; cột buộc người bị chết thiêu ; tội chết thiêu. — *vt.* Đóng giới hạn bằng cột ; liều (thân) ; đánh một tiếng (cờ bạc, cá ngựa).

Stalactite *(stơ-lek'lait,stel'lâs-tait)*, *n.* Chung-nhũ-thạch.

Stalagmite *(stơ-leg ' mait)*, *n.* Thạch-nhũ dưới.

Stale *(stêl)*, *a.* Cũ quá không còn mùi vị gì nữa. — *v.* Làm thành, trơ nên cũ rách.

Stalk *(sto-k)*, *n.* Thân (cây nhỏ) ; cuống hoa ; cuống lá ; vẻ đi nghêng ngang.— *vt.* Đi đứng một cach oai vệ, hùng dũng. — *vt.* Săn (rình) ; theo vết con thú.

Stall *(sto-l)*, *n.* Chuồng ngựa haytrâu bò;cửa hiệu nhỏ;quầy bầy hàng.—*v.* Rốt vào chuồng; hãm bất thình linh (máy).

Stallion *(stel'li-ân)*, *n.* Con ngựa nhỏ.

Stalwart *(stol'uort)*, *a.* Mạnh mẽ ; khỏe mạnh ; tráng kiện ; dũng cảm.

Stamen *(stê'mân, stê'men)*, *n.* Nhị hoa.

Stamina *(stem'mi-nơ)*, *a.* Sức mạnh, khí lực ; sức chịu đựng.

Stammer *(stem' mơ)*, *v.* Nói lắp ; ấp úng.

Stammerer *(-rơ)*, *n.* Người nói lắp, ấp úng khó nghe.

Stamp *(stemp)*, *vt.* Đã thành bột ; dậm chân ; đóng dấu ; dán tem. – *n.* Dấu, ảnh in nổi ; cái dấu (đóng tuổi vàng bạc) ; tem (thơ) ; sự dậm chân.

Stampede *(stem-piiđ')*, *n.* & *vi.* [Sự] chạy rầm rộ.

Stance *(stens)*, *n.* Dáng bộ ; thái độ ; vị-trí ; địa-vị.

Stanch *(stench)*, *vt.* Hãm, cầm máu lại. — *a.* Kín, nước không vào được.

Stanchion *(sten' shân, stan'-)*, *n.* Cột chống bằng gỗ.

Stand *(stenđ)*, *v.* Giữ thẳng ; đứng thẳng ; giữ (một chức vị) ; nghỉ ; dừng lại ; chống cự, đương đầu. — *n.* Sự đứng thẳng ; sự dừng lại ; địa vị.

Standard *(sten'đơđ)*, *n.* Quốc kỳ; cờ hiệu ; chuỗi (vàng bạc); kiểu mẫu. — *a.* Theo kiểu mẫu ; giáo khoá (sách) ; tiêu chuẩn.

Standardize *(-đaiz)*, *vt.* Tiêu chuẩn hóa ; làm cho hợp tiêu chuẩn. — *n.* **Standardization**.

Stand-by, *n.* Người có thể tin cậy được.

Standing *(sten'đing)*, *a.* Tù hãm ; y nguyên ; được dựng lên.

Standpipe *(stenđ' paip)*, *n.* Ông chứa nước (cao và thẳng ngược).

Standpoint, *n.* Quan điểm, quan sát điểm ; kiến địa.

Standstill, *n.* Sự đứng lại, dừng lại ; đình chỉ.

Stanhope *(sten'hôp, sten'nâp)*, *n.* Một thứ xe ngựa 4 bánh.

Stanza *(sten'zơ)*, *n.* Đoạn thơ trọn nghĩa.

Staple *(stê'purl)*, *n.* Phẩm vật ; phần chính ; cái móc. — *a.* Chính ; sản - suất nhiều và đều.

Star *(star)*, *n.* Ngôi sao ; định mệnh ; người có tài trí.

Starboard *(-bord)*, *n.* Mạn thuyền, tầu về bên phải.

Starch *(starch)*, *n.* Bột hồ quần áo ; bột củ.—*v.* Hồ bột.

Star chamber, Tòa án bí mật (có thể chất vấn phạm-nhân bằng cách tra tấn).

Stare *(ster)*, *n.* Sự nhìn trừng trừng. —*vi.* Nhìn chăm chú ; nhìn trừng trừng.

Starfish *(star'fish)*, *n.* (Động) Hải tinh (Một giống động vật sống dưới bể, có hình ngôi sao).

Stark *(stark)*. *a.* Cứng, không cử động ; trần trụi ; hẻo lánh.

Starless *(star' lâs, - les)*, *a.* Không có sao.

Starling *(-ling)*, *n.* Chim sáo sậu.

Starry *(sta'ri)*. *n.* Có nhiều sao ; bóng sáng.

Star-spangled *(star' speng-gưld)*, *a.* Đầy sao (như lá quốc kỳ Hợp-chung-quốc Mỹ).

Start *(start)*, *vi.* Phóng, nhẩy ra ; bắt đầu ; rùng mình. — *vt.* Báo động ; mở máy ; thi hành ; dự định. — *n.* Sự rùng mình ; sự khởi hành ; bắt đầu.

Startle *(star' tưl)*, *vt.* Dọa, làm cho hoảng sợ, giật mình.

Startling *(star' tling)*, *a.* Lạ lùng ; kỳ dị ; ngạc nhiên ; lo sợ một cách đột nhiên.

Starvation *(-vê'shân)*, *n.* Nạn chết đói.

Starve *(starv)*, *vi.* Chết đói. *vt.* Làm cho đói.

Starveling *(starv' ling)*, *n.* Người chết đói ; người gầy mòn vì thiếu ăn.

State *(stêt)*, *n.* Trạng thái ; quốc gia ; tiểu bang ; chính-phủ.

Statecraft *(stêt' craft)*, *n.* Chính sách ; chính trị ; chính lược.

Stateliness *(- li - nes)*, *n.* Sự oai nghi ; sự to lớn.

Stately *(stêt' li)*, *a.* Bệ vệ, trang nghiêm, to tát.

Statement *(- mânt)*. *n.* Bài tường thuật, tờ khai ; câu chuyện kể lại.

Stateroom *(stêt' rum)*, *n.* Buồng riêng ở tầu hay xe hỏa.

Statesman *(-mân)*, *n.* Chính khách, nhà chính trị.

Static *(stet' tik)*, **Statical** *(-cơl)*, *a.* Thuộc về sự tĩnh chỉ ; quân hoành.

Station *(stê'shân)*, *n.* Bến xe ; nhà ga ; chỗ đóng thủy binh ; vị-trí quân-sự. — *vt.* Đặt, xếp ; đóng quân.

Stationary *(- nơ - ri)*, *a.* Im; không động đậy, không thay đổi.

Stationer *(-nơ)*, *n.* Người bán sách. — **Stationery** *(-ri)*, *n.* Vở, giấy bút, mực, v. v.

Station-master *n.* Chủ ga, giám đốc nhà ga.

Statistic *(stơ-tis'tik), a.* Thuộc về thống kê.—*n. pl.* Phép thống kê ; bản thống kê.

Statuary *(stet'chuơ-ri),n.* Thợ, nghề tạc tượng.

Statue *(stet'tiu), n.* Tượng.— **Statuette** *(-et), n.* Tượng nhỏ. — *a.* **Statuesque**, Như tượng.

Stature *(stet'chơr), n.* Hình vóc con người ; sự nẩy nở.

Status *(stê'tàs, stet'tàs), n.* Sự liên lạc họ hàng ; thân phận, địa vị.

Statute *(stet'tiut), n.* Luật pháp ; quy pháp ; điều lệ.

Statutory *(stet'tiu-tơ-ri,-tô-ri), a.* Theo quy ước ; thëo luật lệ ;' pháp định.

Staunch *(stonch, stanch),* Xch. **Stanch.**

Stave *(stêv), n.* Ván thùng rượu ; một đoạn thơ ; dòng viết nhạc.

Stave *(stêv), vt* Làm vỡ, nứt ; chọc thủng

Stay *(stê), vi.* Ở, dừng lại ; trú ngụ. — *vt.* Giữ lại ; làm mất. — *n.* Sự dừng, đứng lại, sự trú ngụ.

Stays *(stêz), n. pl.* Áo nịt ngực đàn bà.

Stead *(sted), n.* Nơi, chỗ. — *vt.* Giúp đỡ, đỡ đầu.

Steadfast*(-fast),a.* Vững chắc ; không thay đổi.

Steadily *(ste'đi-li), adv.* Một cách vững chắc. — **Steadiness** *(-nes,-nâs), n.* Sự chắc chắn ; sự vững trí. — **Steady** *(ste'đi), a.* Chắc chắn, vững vàng ; cần mẫn ; không thay đổi. — *v.* Làm thành chắc chắn, bảo đảm ; đóng cho chắc.

Steak *(stêk), n.* Thịt bít-tết.

Steal *(sti-l), vt.* Ăn cắp, ăn trộm ; lấy đi.—*vi.* Đi lẻn.

Stealth *(stelth), n.* Sự ăn cắp, ăn trộm.

Stealthy*(-thi), a.* Bí mật ; trộm, vụng, lẻn lút.

Steam *(sti-m), n.* Hơi nước ; sức mạnh tạo bởi hơi nước. —*a.* Dùng hơi nước ; chạy bởi hơi nước.—*vi.* Phun hơi.

Steam-engine *(-en'jin), n.* Máy hơi nước.

Steam-roller, *n.* Trục lăn ; máy ép hơi nước. — **Steamship**, *n.* Tầu chạy bằng hơi nước.—*n.* **Steamer**, tàu thủy.

Steed *(sti-đ), n.* Ngựa to khoẻ và đẹp.

Steel *(sti-l), n.* Thép ; dụng cụ bằng thép ; sự cứng rắn.

Steelyard *(sti-l'yard,-yơrđ), n.* Một thứ cân (rất giản tiện).

Steep *(sti-p), a.* Rất dốc ; cao, to, nặng quá.—*n.* Chỗ dốc.—*vt.* Dúng, ngâm vào (một chất lỏng) ; pha bằng nước sôi.

Steeple *(sti ' pưl), n.* Tháp chuông (nhọn).

Steeple-chase *(sti'pưl-chês), n.* Cuộc đua ngựa nhảy rào.

Steer *(sti-r), n.* Con bò con. — *vt.* Điều khiển (một cái máy). lái (xe).

Steerage *(sti' râj), n.* Nơi, phòng báo hiệu (trên tầu) ; khoang chở hành khách hạng bét.

Steersman *(-mân), n.* Người báo hiệu trên tầu.

Stein *(stain), n.* Chén sành, hay bằng đất.

Stele *(sti'li), n.* Bia đá.

Stellar *(stel' lơr), a.* Thuộc về sao ; giống như sao ; có nhiều sao.

Stem *(stem), n.* Thân cây (nhỏ), cuống lá ; mũi tầu. — *vt.* Dồn lại ; đi ngược (giòng nước) ; chống cự.

Stench *(stench), n.* Mùi khó ngửi, hôi thối.

Stencil *(sten'sưl), n.* Giấy sáp để in.

Stenographer *(ste-nog'grơ-fơ), n.* Người viết tốc ký.

Stenography *(-grơ-fi), n.* Tốc ký.

Stentorian *(sten-tô ' ri ân), a.* Tiếng vang(oang oang),tiếngto.

Step *(step), n.* Một bước ; bực (thang) ; độ hạng, trật. — *n. pl.* Sự tiến triển. — *v.* Bước ; vừa bước vừa đo.

Stepladder *(step'led-đơr), n.* Thang nhẹ có thể mang đi được.

Steppe *(step), n.* Miền đồng hoang ; hoang nguyên ; đại thảo nguyên.

Stereoscope *(ste'ri-ơ skôp,sti' ri-ơ-), n.* Thực thể kính ; lập thể kính.

Stereotype *(ste'ri-ơ-taip), n,* Bản in, ấn bản.

Sterile *(ster'ril), a.* Không có quả ; không sinh sản gì.

Sterilize *(- laiz), v.* Diệt trùng ; làm cho khô khan.

Sterling *(stơr'ling), n.* Đồng bảng Anh, đồng xi-te-ling.

Stern *(stơrn), a.* Cứng rắn, nghiêm khắc. — *n.* Cuối thuyền.

Sternly *(- li) adv.* Một cách phũ phàng ; nghiêm nghị.

Sternness *(-nes, - nâs), n.* Sự nghiêm khắc ; sự cay nghiệt.

Sternum *(slơr' nâm), n.* Xương ngực ; xương ức ; hung cốt.

Stethoscope *(stet' thơ - scôp'), n.* [y] Ống nghe.

Stew *(stiu), vi.* Sôi từ từ. — *n.* Món ra-gu.

Stevedore *(sti' vơ - đôr), n.* Người xếp hàng hay rỡ hàng ở tầu thủy.

Steward *(stiu'wơđ), n.* Đầu bếp, người bồi tầu, người quản lý. — *n. f.* **Stewardess.**

Stick *(stik), n.* Cái que, gậy con, roi, đũa. — *vt.* Chọc, đâm thủng ; dán, dính chặt. — *vi.* Dính vào ; quyến luyến, quấn quít.

Sticky *(stik'ki), a.* Dẻo, dính, quánh ; nhầy, nhớt.

Stiff *(stif), a.* Cứng, rắn, dai ; bướng bỉnh.

Stiff-necked *(stif' nekt), a.* Cứng cổ ; cứng đầu, bướng.

Stiffen *(stif'fvn), v.* Làm cho cứng, rắn, bền chắc.

Stiffness *(- nes, -nâs), n.* Sự cứng đờ ; tính ương ngạnh ; sự thẳng tay.

Stifle *(-stai'fưl), v.* Làm ngạt hơi ; nghẹn thở.

Stigma *(stig'mơ), n.* Vết sẹo, dấu sắt nung đỏ áp trên mình tội nhân ; dấu vết nhục nhã.

Stigmatize *(-laiz), vt.* Đóng dấu bằng miếng sắt nung đỏ ; để sẹo lại.

Stile *(stail), n.* Hàng rào chắn ngang đường.

Stiletto *(sti - let' tô), n.* Dao găm nhọn.

Still *(stil), a.* Yên tĩnh, yên lặng ; không cử động ; tù hãm. — *adv.* Còn nữa, vẫn còn — *v.* Làm cho yên tĩnh, trở nên yên lặng. — *conj.* Song le ; nhưng mà, tuy nhiên.

Stillborn *(stil'born), a.* Chết khi sinh ra.

Still-life *(-laif), n.* Đời sống yên lặng ; vật không hoạt động.

Stillness *(- nes, - nâs), n.* Sự yên tĩnh, im lìm ; sự nghỉ ngơi.

Stilt *(stilt), n.* Kheo ; cọc.

Stilted *(stil'tưđ, - teđ), a.* Câu nệ về hình thức ; trịnh trọng ; có vẻ phô trương.

Stilts *(stilts), n.* Kheo, cọc.

Stimulant *(stim'miu-lânt)*, *a.* Kích thích ; hưng phấn ; cổ võ. — *n.* Vật kích thích ; rượu nặng.

Stimulate *(stim' miu-lêt)*, *vt.* Làm phấn khởi.

Stimulus *(stim' miu-lâs)*, *n.* Mối kích thích, cổ võ.

Sting *(sting)*, *n.* Vòi muỗi, nọc ong ; sự châm chọc ; sự đau đớn. — *vt.* Châm, đốt, chọc ; làm cho đau.

Stinginess *(stin'ji nes, - nâs)*, *n.* Tính hà-tiện, bẩn thỉu ; sự nhỏ nhen, bần tiện.

Stingy *(-ji)*, *a.* Bủn xỉn, hà tiện ; keo cú.

Stink *(stingk)*, *n.* Mùi thối, hôi. — *vi*, Phát ra hơi thối.

Stint *(stint)*, *vt.* Hạn định, định giới hạn ; rút nhỏ, hạn chế. — *n.* Sự hạn định, hạn chế ; giới hạn.

Stipend *(stai'pend)*, *n.* Tiền công, lương ; tiền thưởng.

Stipple *(stip' pul)*, *vt.* Chấm trứng rận ; chấm lốm đốm.

Stipulate *(stip' piu - lêt)*, *v.* Ước định, quy định.

Stipulation *(-lê'shân)*, *n.* Sự, điều ước, quy định.

Stipule *(stip' piul)*, *n.* Lông măng ; lá phụ.

Stir *(stơr)*, *v.* Lắc, rung, quấy ; đánh (trứng) ; xui giục, khuyến khích. — *n.* Sự lắc, rung, quấy ; sự xui giục.

Stirring *(stơ' ring)*, *a.* Hoạt động ; xui giục ; khuyến khích.

Stirrup *(sti'râp, stơ'-)*, *n* Bàn đạp ngựa ; xương bàn đạp.

Stitch *(stich)*, *n* Vết chân, chỗ chích ; mũi chỉ. — *vt.* Châm ; khâu, đóng (sách).

Stiver *(stai'vơr)*, *n.* Tiền Hà-Lan nhỏ ; việc vụn vặt ; không quan trọng.

Stock *(stok)*, *n.* Miếng gỗ ; can (dao) ; số hàng trữ ; gia-đình ; tiền vốn ; quỹ ; ca-vát to.

Stock, *vt.* Cung cấp hàng hóa, nguyên liệu ; tích-trữ.

Stocking *(stok' king)*, *n.* Bí tất, tất dài.

Stockade *(stok-kêd')*, *n.* Hàng rào gỗ ; cái đồn binh.

Stock broker *(stok'brô-kơr)*, *n.* Người trọng-mãi ; người môi giới về chứng - khoán.

Stock exchange, Nơi giao-dịch về chứng - khoán, thị-trường ; hội các người giao-dịch về chứng - khoán.

Stock holder *(-hôl' đơr)*, *n.* Người có cổ-phần, cổ-đông.

Stockinet *(stok-ki-net')*, *n.* Vải trun ; giây trun (dùng làm nịt bí tất, viền áo lót, v.v).

Stocky *(stok'ki)*, *a.* Mập (béo và lùn), ngắn và dầy.

Stockyard *(stok'yard)*, *n.* Sân đề nuôi súc vật.

Stodgy *(stoj'ji)*, *a.* Nặng ; dày cộm ; đầy ứ.

Stoic *(stô' ik)*, *n.* Người đau khổ âm thầm, người theo chủ-nghĩa khắc-kỷ.

Stoical *(-cơl)*, *a.* Thuộc về chủ-nghĩa khắc-kỷ.

Stoker *(stô'cơ)*, *n.* Người đảo than trong lò ; người súc than.

Stole *(stôl)*, *n.* Khăn quàng cổ bằng bông hay vải.

Stolid *(stol'lid)*, *a.* Nặng nề, đần độn.

Stoma *(stô'mơ)*, *n.* Lỗ thở ở mặt dưới lá ; miệng nhỏ.

Stomach *(stăm' mâk)*, *n.* Dạ dày ; sự ăn ngon miệng.

Stone *(stôn)*, *n.* Hòn đá ; đá ; đá quý, ngọc thạch. — *vt.* Đuổi ném đá cho chết; dải đá.

Stony *(-ni)*, *a.* Bằng đá, có đá ; cưng rắn.

Stooge *(stu-j)*, *n.* [lóng] Anh hề ; tay sai ; người phụ.

Stool *(stu-l)*, *n.* Ghế đẩu ; ghế nhỏ đề bị cáo ngồi.

Stoop *(stu-p)*, *v.* Cúi xuống ; tự hạ. — *n.* Sự cong lưng bởi tuổi già ; sự cúi đầu.

Stop *(stop)*, *n.* Sự dừng lại ; nghỉ ngơi ; sự khó khăn ; dấu chấm. — *vt.* Dừng lại, thôi, bỏ đi.

Stoppage *(-pưj)*, *n.* Sự dừng lại ; đứng lại ; sự cắt đứt.

Stopper *(-pơ)*, *n.* Cái nút ; vật đề víu lại.

Stop-watch, *n.* Đồng hồ hãm được (dùng đề đo tốc lực trong các môn chạy thi, bơi thi, v.v.).

Storage *(stô'rưj)*, *n.* Sự dự trữ vào kho ; kho chứa hàng ; giá tiền thuê tràn hàng.

Store *(stôr,stor)*, *vt.* Dự trữ ; chứa vào kho. —*n.* Thứ dự trữ như thực phẩm, khí giới ; cửa hàng, hiệu.

Storey *(stô'ri)*, *n.* Tầng gác.

Stork *(stork)*, *n.* Con cò.

Storm *(storm)*, *n.* Cơn bão táp, giông tố ; sự tấn công ồ-ạt. — *vi.* Bão ; nổi giận, hung ; đột kích, xông đánh.

Stormy *(-mi)*, *a.* Có bão, hay bão.

Story *(stô'ri)*, *n.* Lịch - sử ; truyện ; tầng gác.

Stoup *(stup)*, *n.* Cái bình, lọ ; bình (đựng nước phép).

Stout *(staot)*, *a.* Can đảm ; dẻo da ; béo phệ ; vững ; có nhiều chất bổ. — *n.* Bia đen.

Stoutness *n.* Vóc người to lớn, đẫy đà ; sự vững-chắc.

Stovain, Stovaine *(stô'vơ-in)*, *n.* Một thứ thuốc tê.

Stove *(stôv)*. *n.* Lò sưởi.

Stow *(stô)*, *vt.* Đặt vào, đóng vào (thành quận, kiện).

Stowaway *(stô'ơ-uê)*, *n.* Người lẩn lút dưới tầu.

Straddle *(stređ'đưl)*, *v.* Đi chân dạng ; ngồi dạng chân ; khoảng cáchgiữa chân dạng ra.

Strafe *(strêf)*, *vt.* [lóng] Xả súng liên-thanh.

Straggle *(streg'gưl)*, *vi.* Đi lang thang ; lượn đi lượn lại.

Straggler *(-glơ)*, *n.* Kẻ đi lang thang. v.v.

Straggling *(- gling)*, *a.* Riêng biệt ; lang thang ; rải rác.

Straight *(strêt)*, *a.* Thẳng ; đúng ; chính trực.

Straightedge *(strêt ' ej)*, *n.* Thước thử đường thẳng ; thước trực-giới.

Straighten *(-tưn)*, *v.* Làm hay trở nên thẳng.

Straightforward *(strêt ' for-uơrđ)*, *a.* Thẳng tiến ; ngay thẳng; chân chính; thành thực.

Straightness *(nes, - nâs)*, *n.* Đường thẳng ; sự thẳng.

Straightway *(strêt'uê')*, *adv.* Ngay lập tức ; tức khắc.

Strain *(strên)*, *vt.* Căng thẳng, xiết chặt ; cố gắng ; đè nén.— *n.* Sự cố gắng ; sự căng thẳng ; âm, cung, giọng, điệu.

Strainer *(-nơ)*, *n.* Cái rây lọc.

Strait *(strêt)*, *a.* Hẹp, chật. — *n.* Eo biển ; *(pl.)* Sự nghèo.

Straiten *(-tưn)*, *vt.* Làm hẹp lại, chặt lại ; làm phiền.

Strand *(strenđ)*, *n.* Bờ, bãi biển.— *v.* Chẩy, trôi, kéo lên bãi biển.

Strange *(strênj)*, *a.* Lạ, khác, không quen ; kỳ dị.

Strangeness *(-nes,-nâs)*, *n.* Sự lạ lùng, kỳ dị, quái đản.

Stranger *(- jơ)*, *n.* Người không quen ; người ở trọ.

Strangle *(streng'gưl)*, *vt.* Làm chết ngạt, bóp cổ cho chết.

Strap *(strep)*, *n.* Đai da ; giây nhỏ để buộc.

Strapping *(- ping)*, *a.* Rộng rãi ; khoẻ mạnh.

Stratagem *(stret' tơ-jem)*, *n.* Mưu kế (trong chiến trận).

Strategy *(stret'ti-ji)*, *n.* Chiến lược ; quân lược ; binh pháp ; quân học.

Strategic *(strơ - ti ' jik)*, *a.* Thuộc về chiến lược, khoa dụng binh.

Stratum *(strê'tâm,stret'-)*, *n.* Tầng lớp (cát trong đất).

Straw *(stro)*, *n.* Rơm ; vật nhỏ mọn, sự không đáng kể.

Strawberry *(-be-ri,bơ-ri)*, *n.* Quả dâu tây.

Stray *(strê)*, *vi.* Lạc đường, đi lang thang ; lầm lỗi. — *n.* Con vật lạc đàn.

Streak *(stri-k)*, *n.* Rọc, đường vạch.—*vt.*Làm thành vạch,rọc.

Streaky *(-ki)*, *a.* Ròng rọc, có vạch.

Stream *(stri - m)*, *n.* Giòng nước ; sông nhỏ, suối. — *vi.* Chảy (lai láng), tia sáng ; ánh sáng ; bay phấp phới (cờ).

Streamer *(stri'mơr)*, *n.* Lá cờ nhỏ ; riềm áo ; tia sáng lóe ra ; xạ quang.

Streamline *(striim' lain)*, *a.* Lướt. —*n.* Lưu luyến ; đường lướt đi.

Street *(stri-t)*, *n.* Phố xá.

Street-lamp *(-lemp)*, *n.* Đèn lồng ; đèn ở ngoài phố.

Street-sweeper *(-suyp'sơ)*, *n.* Người quét đường phố.

Strength *(strength)*, *n.* Sức mạnh ; chịu đựng ; cường độ.

Strengthen *(- thưn)*, *v.* Làm cho, hay trở nên mạnh.

Strenuous *(stren'niu-âs)*, *a.* Mạnh mẽ ; cần sức khoẻ và sự số gắng ; có sức mạnh và hoạt động.

Strenuousness *(-nes'-nâs)*, *n.* Sự hăng hái mạnh dạn.

Streptomycin *(strep' tơ-mai' sin)*, *n.* (hóa) Một thứ thuốc sát trùng rất mạnh.

Stress *(stres)*, *n.* Sức mạnh ; sự khẩn cấp ; sự lên giọng.

Stretch *(strech)*, *vt.* Dải ra ; giang ra ; kéo dài.— *vi.* Nằm dài ; vươn vai.—*n.* Sự cố gắng; một mạch.

Stretcher *(- chơ)*, *n.* Cái cáng khiêng người bị thương; gỗ ngang thuyền hay đường tầu.

Strew *(stru)*, *vt.* Rải rắc ; deo ; phủ.

Stria *(strai'ơ)*, *n.* Đường rạch.

Stricken *(strik' kưn)*, *a.* Bị đánh ; mắc (bệnh).

Strict *(strict)*, *a.* Đúng mực ; chặt chẽ ; nghiêm ngặt.

Strictness *(-nes,-nâs)*, *n.* Sự nghiêm ngặt ; đúng mực.

Stricture *(-chơr)*, *n.* Sự phê bình ; phản đối.

Stride *(straid)*, *n.* Một bước bước dài. — *vi.* Đi bước dài.

Strident *(strai'dânt)*. *a.* Inh ỏi ; chói tai ; the thé.

Striff *(straif)*, *n.* Sự xung đột, tranh đấu.

Strike *(straik)*, *v.* Đập, đánh ; đình công, bãi khóa ; gây nên, tạo ra.

Strike off *(-of)*, *v.* Xóa bỏ. gạch đi.

Strike up *(-ăp)*, *v.* Cất giọng hát ; bắt đầu chơi, làm quen với ai.

Striker *(strai'cơ)*, *n.* Người đập ; thợ đình công.

Striking *(-king)*, *a.* Đáng chú ý, khêu gợi sự để ý.

String *(string)*, *n.* Giây nhỏ ; giây đàn ; một chuỗi. — *vt.* Lên giây (đàn) ; buộc chặt ; treo lên giây.

Stringent *(strin ' jânt)*, *a.* Nghiêm ngặt.

String-instrument, *n.* Nhạc cụ có giây huyền cầm.

Stringpiece *(string'piis)*, *n.* Tấm gỗ vuông và nặng đặt trên nóc một chồng.

Strip *(strip)*, *v.* Bóc, lột ; lột da ; tuốt ra ; bóc lột (cướp). — *vi.* Cởi quần áo. — *n.* Một dải ; miếng dài và hẹp.

Stripe *(straip)*, *n.* Một khúc, đoạn, vết roi ; vằn ; vạch ; hạng, giống. — *vt.* Vạch xóa đi.

Striped *(straipt, straip ' pưđ)*, *a.* Có vạch, ròng rọc ; có vằn.

Stripling *(strip'ling)*, *n.* Người thanh niên ; cậu con giai.

Strive *(straiv)*, *vi.* Cố gắng ; tranh đấu.

Stroke *(strôk)*, *n.* Một cái đập nhẹ ; một nét (bút) ; tiếng chuông (đồng hồ) ; một hơi, một mạch. — *vt.* Vuốt ve.

Stroll *(strôl)*, *n.* Cuộc đi chơi lang thang, lượn.

Strong *(stroong)*, *a.* Khoẻ, chắc, mạnh dạn; cương quyết.

Strong-hold *(-hôlđ)*, *n.* Pháo đài.

Strop *(strop)*, *n.* Da để liếc dao cạo.

Structure *(străc'chơ)*, *n.* Cách, sự xây dựng, cấu tạo ; dinh thự.

Struggle *(străg'gưl)*, *n.* Sự tranh đấu ; cố gắng. — *vi.* Tranh đấu ; vật lộn.

Strum *(străm)*, *vi.* Đánh khẽ ; đánh đàn loạn xạ.

Strumpet *(-pet, -pit)*, *n.* Con đĩ ; nhà thổ ; gái chơi.

Strut *(străt)*, *n.* Dáng đi kiêu hãnh, vênh vang.

Strychnine *(strik'nin'-nain)*, *n.* Mã tiền tinh ; thuốc độc.

Stub (*stăb*), *n*. Đoạn cây dưới mặt đất ; nguyên gốc ; căn nguyên ; cái cuống (biên lai, chi phiếu v.v.) ; vật ngắn ngủn.

Stubble (*stăb'bưl*), *n*. Rạ (lợp nhà).

Stubborn (*- born*), *a*. Bướng bỉnh, khó dạy, cứng cổ.

Stubbornness (*-nes, -nâs*), *n*. Sự bướng bỉnh.

Stubby (*stăb'bi*), *a*. Lùn béo phệ.

Stucco (*stăc'cô*), *n*. Hồ vữa để trát tường.

Stuck-up (*stăk-ăp*), *a*. Tự phụ, tự đại ; mặt vênh lên.

Stud (*stăđ*), *n*. Cúc áo ; cái đinh ; chuồng ngựa ; tấm ván nhỏ. — *vt*. Đóng đinh.

Student (*stiu'đânt*), *n*. Sinh viên ; học sinh.

Studied (*stăđ'điđ*), *a*. Cầu kỳ ; tính toán, dự định.

Studio (*stiu'điô*), *n*. Nhà chụp ảnh ; phòng xi - nê ; buồng làm việc của họa-sĩ.

Studious (*stiu'đi-âs*), *a*. Ham học, chăm chỉ.

Study (*stăđ'đi*), *n*. Sự học hỏi ; ngành học ; sự dự định ; buồng học ; sự đọc sách.—*vt*. Học ; suy nghĩ ; nghiên-cứu.

Stuff (*stăf*), *n*. Vải vóc ; chất ; mớ lộn xộn nhiều thứ — *vt*. Dồn, tọng vào ; vít (lỗ thủng). — *vi*. Ăn ngấu nghiến.

Stuffing (*stăf' fing*), *n*. Thịt nhồi ; món nhồi vào.

Stuffy (*stăf'fi*), *a*. Bí hơi ; không thông gió.

Stultify (*stăl'ti-fai*), *vt*. Bác bỏ ; triệt tiêu ; làm cho có vẻ ngu,

Stumble (*stăm'bưl*), *vt*. Sẩy chân, trượt chân ; ngẫu nhiên sẩy ra. — *n*. Sự sẩy chân, sự bước trượt.

Stump (*stămp*). *n*. Đoạn cây (dưới mặt đất) ; một phần cánh tay, chân ; cái răng còn lại.

Stun (*stăn*). *vt*. Làm choáng váng, bối rối, bất tỉnh.

Stunning (*stăn'ning*).*a*. Choáng váng ; rầm rĩ ; làm cho chú ý ; đẹp nổi bật.

Stunt (*stănt*). *n*. Việc cao quý; tài nghệ ; võ nghệ phi thường. — *vt*. Làm tắc lại ; làm lùn

Stupefaction (*stiu - pi - fek ' shân*), *n*. Trạng thái tê-mê ; sự mê man ; ngơ ngác.

Stupefy (*stiu'pi-fai*), *vt*. Làm cho ngẩn ngơ ; hóa đần.

Stupendous *(stiu-pen'đâs)*, *a.* Ngạc nhiên ; đồ sộ.

Stupid *(sti'upiđ)*. *a.* Ngu ngốc, xuẩn. — *adv.* **Stupidly**.

Stupidity *(stiu-piđ'đi-ti)*, *n.* Sự đần độn, tính ngu xuẩn.

Stupor *(stiu 'pơr)*, *n.* Sự tê mê, ngây ngất ; sự ngất đi.

Sturdily *(stơr'đi-li)*, *adv.* Một cách dũng cảm ; bạo dạn, cương quyết.

Sturdy *(stơr'đi)*, *a.* Dũng cảm, mạnh bạo.

Sturgeon *(stơr' jân)*, *n.* Cá chiên.

Stutter *(stăt'lơ)*, *vi.* Nói lắp. — *n.* Sự nói lắp.

Stutterer *(stăt' lơ - rơ)*, *n.* Người nói lắp.

Sty *(stai)*, *n.* Chuồng lợn ; mụn sưng ở mi mắt.

Style *(stail)*, *n.* Bút pháp, văn thể ; kiểu thức.

Stylish *(-lish)*, *a.* Lịch sự tao nhã ; kiểu cách ; văn vẻ.

Stylist *(stail'list)*, *n.* Nhà văn-thể ; nhà văn câu nệ.

Stylus *(stai'lâs)*, *n.* Bút nhọn để viết trên giấy sáp.

Stymie *(stai'mi)*, *vt.* Ngăn cản, cản trở ; chặn lại.

Suave *(suav, suêv)*, *a.* Ôn hòa ; dịu dàng ; ngọt ngào.

Subaltern *(sâb - ol' tơrn)*, *a.* Phụ thuộc ; tùy tòng ; hạ cấp.

Subcommittee *(săb'cơ-mit-ti)*, *n.* Phân ủy viên hội ; tiểu ban.

Subconscious *(săb - con' shâs)*, *a.* Thuộc về bán - ý - thức ; tiềm thức.

Subcutaneous *(săb-kiu-tê'ni-âs)*, *a.* Dưới da ; dùng để đâm vào dưới da.

Subdivision *(săb-đi-vi'zhân)*, *n.* Sự chia nhỏ ; tiểu nhân ; tái phân ; miếng đã được chia nhỏ.

Subdue *(sâb-điu')*, *vt.* Chinh phục ; chế ngự ; áp chế.

Subdued *(-điu-đ')*, *a.* Phục tòng, lờ mờ (ánh sáng).

Sub-editor *(-eđ'đi-tơr)*, *n.* Phó quản lý ; trợ-bút.

Subject *(sub' ject, - jict)*, *a.* Dưới quyền lực một kẻ khác, phụ thuộc, bị. — *n.* Lý do, mối, mầm ; đề mục ; chủ-từ [văn] dân ; việc.

Subjection *(-shân)*, *n.* Sự thuần phục, sự phục tòng.

Subjective *(sâb - jek'tiv, săb-)*, *a.* Thuộc về chủ quan ; (văn) chủ vị.

Subject matter, Đề mục ; vấn đề ; luận đề.

Subjugate *(săb'ju-ghêt). vt.* Tràn áp, chinh phục, áp chế.

Subjunctive *(săb-jăng'tiv), a.* [văn] Bàng-thái.

Sublet *(săb-lel'), vt.* Cho thuê lại (cả hay một phần).

Sublimate *(săb'bli-mêt), vt.* (hóa) Làm thăng hoa ; chưng thăng ; làm cao thượng.— *n.* thăng hoa ; cao thượng.

Sublime *(sâb-blaim'), a.* Cao thượng, cao cả, thanh nhã.

Submarine *(săb'mơ-rin), a.* Tầu ngầm. — *n.* Ở dưới bể.

Submaxillary *(săb-mek'si-le-ri, săb-mek-sil'lơ-ri), a.* Thuộc về hàm dưới,

Submerge *(sâb-mơrj) vt.* Làm cho tràn ngập, chìm đắm.

Submission *(-mis'shân), n.* Sự khắc phục, sự quy thuận.

Submissive *(-siv), a.* Nhu mì, dễ dạy, dễ bảo.

Submit *(sâb-mit'), vt.* Bắt buộc phải theo, chinh phục, nộp. — *vi.* Chịu, quy hàng.

Subordinate *(sâ-bor'đi-nưt), a.* Phụ thuộc, lệ thuộc; hạ cấp.

Suborn *(săb-born', sâb-), vt.* Mua chuộc, hối lộ.

Subpoena *(săb-pi'nơ, sâ-), n.* Giấy đòi ra pháp-đình (tòa án), — *vt.* Gọi ra tòa.

Subscribe *(sâb-skraib'), v.* Ký nhận ; ưng thuận ; mua trước ; hứa sẽ góp phần vào ; hứa cho.

Subscriber *(-bơ), n.* Người ký nhận ; người nhận mua (báo dài hạn) ; người phát phiếu.

Subscription *(-skrip'shân), n.* Sự, chữ ký nhận ; giấy nhận mua trước ; sự góp phần.

Subsequent *(săb'si-quânt) a.* Tới sau.

Subservient *(sâb-sơ'vi-ânt), a.* Phụ thuộc, lệ thuộc.

Subside *(sâb-said'), vi,* Chìm đắm, hạ xuống, cúi xuống ; trở nên.

Subsidence *(-đâns, săb'si-), n.* Sự chìm, hạ xuống ; sự nguôi đi.

Subsidiary *(sâb-si'đi-ơ-ri), a.* Phụ trợ, hộ trợ ; giúp. — *n.* Tiền trợ-cấp.

Subsidize *(săb'si-đaiz), vt.* Trợ cấp, bổ cấp.

Subsidy *(săb'si-đi), n.* Tiền trợ cấp, bổ trợ.

Subsist *(sâb-sist'), v.* Còn lại, tồn tại, sinh hoạt.

Subsistence *(-tân), n.* Sự sinh sống, sự sinh hoạt.

Substance *(săb ' stâns)*, *n.* Chất, bản chất, phần cốt yếu.

Substantial *(sâb-sten'shơl)*, *a.* Thuộc về bản thể, thực thể ; có nhiều chất bổ.

Substantiate *(-shi-êt)*, *vt.* Thử lại, chứng minh.

Substantive *(săb'stân-tiv)*, *n.* (văn) Danh tự. — *a.* Biểu thị sự tồn tại ; chủ yếu, chính.

Substitute *(săb'sti-tiut)*, *vt.* Thay thế. — **Substitution** *(-tiu'shân)*, *n.* Sự thay thế.

Substructure *(săb-străk'chơr)*, *n.* Móng nhà ; nền móng ; cơ sở.

Subterfuge *(săb'tơ-fiu-j)*, *n.* Mưu mẹo, trá thuật.

Subterranean *(săb'tơ-rê'ni-ân)*, **Subterraneous** *(-ni - âs)*, *a.* Dưới đất ; bí mật.

Subterraneous *(-rê'ni-âs)*, *a.* Ở dưới hầm, đường hầm dưới đất.

Subtile *(săb'til,-tưl)*, *a.* Nhỏ bé ; tinh vi, tinh khiết ; tài tình ; khéo léo.

Subtitle *(săb'tai-tưl)*. *n.* Phụ đề.

Subtle *(săb'tưl)*, *a.* Tinh vi ; khéo léo ; quỷ quyệt.

Subtlety *(-ti)*, *n.* Tinh nhỏ bé; khéo léo, sự linh lợi.

Subtract *(sâb-trect')*, *v.* Trừ đi ; rút đi ; bỏ đi.

Subtraction *(-shân)*, *n.* Sự khấu trừ, khấu triết ; tinh trừ.

Subtrahend *(săb'trơ-hend)*, *n.* [Toán] Giảm-số, số trừ đi.

Suburb *(săb'bơrb)*, *n.* Ngoại ô; miền lân cận.

Subvention *(sâb-ven'shân)*, *n.* Tiền phụ cấp.

Subway *(-uê)*, *n.* Đường hầm ; đường xe hỏa dưới hầm.

Subvert *(sâb-vơrt')*, *vt.* Đánh đổ ; phá hoại.

Succeed *(săk-si-đ')*, *vi.* Tiếp theo ; nối ngôi ; thành công.

Success *(-ses')*, *n.* Kết quả ; sự thành công.

Successful *(-ful)*, *a.* Có nhiều kết quả ; thành công.

Succession *(sâk-ses-shân)*, *n.* Sự nối tiếp ; nối nghiệp ; một tràng.

Successive *(-siv)*, *n.* Nối tiếp, kế tiếp.

Successor *(-sơr)*, *n.* Người thay thế, nối nghiệp, thừa tự.

Succinct *(săk-singkt')*, *a.* Gọn gàng ; giản lược.

Succotash *(săk'kơ-tesh)*, *n.* Đậu và hạnh-nhân nấu với nhau.

Succour *(săk'kơ)*, *vt.* Giúp đỡ, cứu trợ, tế độ.—*n.* Sự cứu giúp ; đồ cứu trợ ; quân tiếp viện.

Succulent *(săk'kiu-lânt)*, *a.* Ngon, bổ.

Succumb *(sâ-căm)*, *vi.* Bị đè bẹp; quỵ, đổ, ngã, thất bại.

Such *(săch)*, *a.* Như thế. —*pron.* Vật như thế.

Suck *(săk)*, *vt.* Hút ; mút ; bú ; rút hết, hấp thụ.—*n.* Sự hút, mút, bú ; sự rút hết ; sự hấp thụ.

Sucker *(săk'kơr)*, *n.* Người bú, mút ; đứa bé hay con vật còn bú mẹ ; miệng để mút ; mầm dễ ; cá có miệng mút đồ ăn.

Suckle *(săc'cưl)*, *vt.* Cho bú ; nuôi nấng.

Suckling *(săk'ling)*, *n.* Trẻ con hãy còn bú.

Sucrose *(siu'krôs)*, *n* [hóa] Đường mía; đường củ cải ngọt.

Suction *(săk'shân)*, *n.* Sự hút ; mút ; bú ; sự hấp thụ.

Sudden *(săd'đưn)*, *a.* Bất thình lình, bất ngờ.

Suddenly *(-li)*, *adv.* Một cách bất ngờ ; đột nhiên.

Suddenness *(-nes,-nâs)*, *n.* Tính đột ngột, đột nhiên.

Suds *(sădz)*, *n. pl.* Nước xà-phòng xủi bọt.

Sue *(siu)*, *vt.* Theo đuổi ; truy nã ; truy tố, kiện.

Suet *(siu'et,-it)*, *n.* Mỡ bò hay mỡ cừu.

Suffer *(săf'fơ)*, *v.* Cảm thấy hay chịu đựng sự đau đớn ; buồn phiền ; cho phép; dung thứ.

Sufferance *(săf'fơ-râns)*, *n.* Tính nhẫn nại ; kiên nhẫn ; sự dung thứ; sự cho phép.

Sufferer *(-rơ)*, *n.* Người bị đau đớn ; nạn nhân.

Suffering *(-ring)*, *n.* Sự đau đớn, nỗi thống khổ.

Suffice *(sâ-fais')*, *v.* Đủ, đầy đủ, làm vừa lòng.

Sufficiency *(-fis'shân-si)*, *n.* Sự đầy đủ, sung túc ; tính tự-mãn.

Sufficient *(-shânt)*, *a.* Đầy đủ ; vừa.

Suffix *(săf'fiks)*, *n.* [văn] Tiếp vĩ-ngữ.

Suffocate *(săf'fơ-kêt)*, *vt.* Làm ngạt thở, nghẹn thở.

Suffocation *(-kê'shân)*, *n.* Sự cảm thấy ngất, sự nghẹn thở.

Suffragan *(săf'frơ-gân)*, *n.* Phó giám mục.

Suffrage *(săf'frưj)*, *n.* Sự đầu phiếu, quyền đầu phiếu.

Suffragette *(săf'frơ-jet')*, *n.* Người yêu cầu hay chủ-trương quyền phụ nữ tham chính.

Suffragist *(săf'frơ-jist)*, *n.* Người đầu phiếu ; người chủ trương tham chính.

Suffuse *(sâ-fiu-zi)*, *vt.* Rải ra, làm cho lan tràn.

Sugar *(shu'gơ)*, *n.* Đường ; chất ngọt (của hoa, quả, lua, sữa, v. v.). — *v.* Cho thêm đường, làm cho ngọt.

Suggest *(sâg-jest')*, *vt.* Khuyến dụ ; phát biểu ý kiến.

Suggestion *(-shân)*, *n.* Sự dẫn khởi ; sự khuyên nhủ.

Suggestive *(sâg-jes'tiv)*, *a.* Khuyến dụ ; ám thị ; có tính cách nêu ra điều bất chính.

Suicide *(siu'i-said)*, *n.* Sự tự sát, tự tử, tự vẫn.

Suit *(siu-t)*, *n.* Bộ (quần áo) ; Sự theo đuổi ; sự tán tỉnh, nịnh nọt.—*vt.* Làm vừa lòng, đẹp lòng ; vừa.

Suit-case *(-kês)*, *n.* Va ly, hòm (quần áo du lịch).

Suitable *(siu'tơ-bưl)*, *a.* Xứng hợp, thích hợp, vừa khéo.

Suite *(suy-t)*, *n.* Đoàn tùy tòng ; một đoàn người.

Suiting *(siu-t'ting)*, *n.* Vải để may cả bộ quần áo.

Suitor *(siu'tơ)*, *n.* Người nài xin ; người cầu hôn.

Sulfa, **Sulpha** *(săl'fơ)*, *a.* Có chất suyn-pha-mit.

Sulfanilamide *(săl-fơ-nil'lơ-maid -mid)*, *n.* Một thứ kết-tinh trắng dùng để giết trùng.

Sulk *(sălk)*, *vi.* Hờn dỗi, phụng phịu, không bằng lòng.

Sulkiness *(-ki-nâs)*, *n.* Sự hờn dỗi, sự phụng phịu.

Sulky *(săl'ki)*, *a.* Hờn dỗi, phụng phịu, nhăn nhó.

Sullen *(săl'lưn)*, *a.* Gắt gỏng. cau nhầu ; phụng phịu.

Sullenness *(-nes, -nâs)*, *n.* Sự cầu nhầu, gắt gỏng.

Sully *(săl'li)*, *vt.* Làm cho bẩn, nhơ nhuốc, ô uế.

Sulphate *(săl'fêt)*, *n.* [hóa] Lưu toan diêm, suyn-fát.

Sulphide *(săl'faid)*, *n.* [hóa] Á lưu toan diêm.

Sulphur *(săl'fơr)*, *n.* Lưu huỳnh.

Sulphuric *(săl-fiu'rik)*, *n.* [hóa] Thuộc về lưu toan.

Sultan *(săl'tân, sul-tan')*, *n.* Vua nước Thổ-Nhĩ-Kỳ.

Sultry *(săl'tri)*, *a.* Rất nóng và ẩm thấp, nóng nực, oi ả.

Sum *(săm)*, *n.* Món tiền ; bài toát yếu ; con tính. — *vt.* Cộng vào ; tóm tắt.

Summarise *(săm'mơ-raiz)*, *vt.* Tóm tắt ; giản lược.

Summary *(săm-mơ-ri)*, *n.* Sơ lược, khái lược, tóm tắt.

Summation *(săm-mê'shân)*, *n.* Sự tổng cộng, tổng kê ; hợp kê ; tổng số.

Summer *(săm'mơ)* *n.* Mùa hè, hạ. viêm nhiệt.

Summer-house *(săm ' mơ - haos)*, *n.* Đình, tạm, lều (ở giữa vườn hoa).

Summit *(săm'mit)*, *n.* Đỉnh, ngọn, chỏm nóc.

Summon *(-mân)*, *vt.* Gọi, đòi lại ; triệu đến ; triệu tập.

Summons *(-mânz)*, *n. pl.* Sự thúc ; giấy thúc ; sự khuyên hàng.

Sumptuons *(sămp'chiu-âs)*, *a.* Xa hoa, lộng lẫy.

Sumpter *(săm'tơ)*, *n.* Lừa hay ngựa vác (chở) đồ đạc.

Sun *(săn)*, *n.* Mặt trời, vừng thái dương ; ánh nắng.

Sunburn *(săn ' bơrn)*, *n.* Sự da bị cháy nắng.

Sunburnt *(-bơrnt)*, *a.* Bị cháy nắng.

Sunday *(săn'đi,-đê)*, *n.* Ngày chủ nhật (chúa nhật).

Sunder *(săn'đơ)*, *vt.* Chia xẻ ra, tách riêng ra.

Sundial *(săn'đai-ơl)*, *n.* Cái đích theo bóng mặt giời mà tính giờ, nhật quỹ.

Sundries *(săn ' đriz)*, *n. pl.* Những vật khác nhau, hỗn tạp.

Sundry *(săn'đri)*. *a.* Nhiều ; khó nhọc, hỗn tạp.

Sunny *(săn'ni)*, *a.* Nắng ; phơi ngoài nắng

Sunrise *(săn ' raiz)*, *n.* Rạng đông, bình minh. — *n.* **Sun-up.**

Sunset *(săn' set)*, *n.* Hoàng hôn, lúc chiều tà.

Sunshade *(săn'shêđ)*, *n.* Dù che nắng ; lọng ; vải che nắng.

Sunstroke *(săn ' stroke)*, *n.* Bệnh ngã nắng ; bệnh nhạt xạ,

Sunup *(săn'ăp)*, *n.* Lúc mặt trời mọc ; buổi bình minh.

Sup *(săp)*, *n.* Một ngụm, một miếng. — *vt.* Uống từng hớp nhỏ, nhấm nháp ; cho ăn bữa chiều. — *vi.* Ăn bữa chiều.

Super annuat *(siu-pơr-en'niu-êt)*, *vt.* Về hưu trí vì già ; thải đi vì cũ quá.

Superb *(siu-pơrb')*, *a.* Nguy nga, tráng lệ ; oai phong.

Supercilious *(siu-pơ-sil'-li-âs)*, *a.* Kiêu ngạo, vênh váo.

Superficial *(-fis'shơl)*, *a.* Bề ngoài ; nông cạn.

Superfluous *(siu-pơ ' flu-âs)*, *a.* Thừa dư ; vô ích.

Superhuman *(siu-pơ-hiu'mân)* *a.* Siêu phàm, siêu nhân.

Super - impose *(siu - pơ - im-pôz)*, *vt.* Chồng lên, đặt lên trên.

Superintend *(-in-tend')*, *vt.* Trông coi, giám thị, giám sát.

Surperintendent *(-đânt)* *n.* Giám đốc, giám thị

Superior *(siu-pi'ri-ơ)*, *a.* Cao, trên, thượng cấp ; ưu-việt,

Superiority *(-ri-or'ri-ti)*, *n.* Tính cao, trên, hơn.

Superlative *(siu-pơ'lâ-tiv)*, *a.* [văn] Tột bực. — *n.* Bậc tối cao, cực-cấp.

Superman *n.* Siêu nhân ; người phi thường.

Supernal *(siu - pơr' nơl)*, *a.* Thuộc về giời ; về bên trên ; ở trên.

Supernatural *(-nel'chơ-rơl)*, *a.* Siêu nhiên, siêu phàm, siêu việt.

Supernumerary *(siu-pơr-niu' mơ-re-ri.-rơ-ri)*, *a.* Dư ra ; ngoài định số ; nhiều quá ; quá đa. — *n.* Người hay vật dư ra.

Superpose *(-pôz)*, *vt.* Chồng lên.

Superpower *(siu' pơr-pao' ơ)*, *n.* Sức mạnh lắm, điện lực mạnh lắm.

Superscribe *(siu-pơr-skraib')*, *vt.* Viết lên trên.

Supersede *(siu - pơ - siđ')*, *vt.* Thay đổi chỗ ; chiếm địa vị của.

Supersonic *(siu-pơ - son' nik)*, *a.* Nhanh hơn âm thanh.

Superstition *(-sti' shân)*, *n.* Sự tin nhảm, điều dị đoan.

Superstitious *(-shâs)*, *a.* Hay tin nhảm, mê tín.

Supervene *(siu-pơ-viin')*, *vt.* Đến sau, tới thình lình.

Supervise *(vaiz')*, *vt.* Trông coi, giám thị, thị sát.

Supervision *(- viz' zhân)*, *n.* Sự trông coi ; sự giám thị.

Supine *(siu - pain')*, *a.* Nằm trên lưng ; nhàn rỗi, ăn không ngồi rồi.

Supper *(săp' pơ)*, *n.* Bữa ăn chiều.

Supplant *(sơ - plent, - plant')*, *vt.* Chiếm đoạt địa vị.

Supple *(săp' pưl)*, *a.* Mềm, dẻo, mềm mỏng, nhũn nhặn.

Supplement *(săp - pli - mânt)*, *n.* Phần phụ, phần thêm.

Supplementary *(-men' tơ-ri)*, *a.* Phụ thêm, bù, bổ trợ.

Suppleness *(săp'pưl-nâs)*, *n.* Tính mềm dẻo.

Suppliant *(săp' pli-ânt)*, *n.* Người kêu cầu, cầu khẩn.

Supplication *(-kê'shân)*, *n.* Sự, lời, kêu cầu, van xin.

Supply *(sâ-plai')*, *vt.* Thêm vào (cái gì thiếu) ; cung cấp. — *n.* Sự cung cấp ; vật cung cấp.

Support *(sâ-pôrt')*, *vt.* Chống đỡ ; mang. vác ; chịu đựng ; ủng hộ.— *n.* Sự nâng đỡ ; sự ủng hộ ; sự nhờ cậy.

Supporter *(tơ)*, *n.* Người ủng hộ ; cái chống đỡ.

Suppose *(sâ-pôz')* *vt.* Giả định; giả thử ; tưởng, nghĩ,

Supposing *(sâ-pôz'zing)*, *conj.* Thí dụ ; ví dụ ; giả dụ.

Supposition *(săp'pơ-zis'shân)*, *n.* Sự giả định, giả thiết ; sự ức đoán ; tưởng tượng.

Suppress *(sâ-pres')*, *vt.* Bãi bỏ ; phế chỉ ; trấn áp, trừng phạt.

Suppression *(-shân)*, *n.* Sự bãi bỏ.

Suppurate *(săp'piu-rêt)*, *vi.* Ra mủ, chảy mủ.

Supremacy *(siu-prem'mơ-si)*, *n.* Quyền tối cao ; ưu thế ; chủ quyền.

Supreme *(siu-pri-m')* *r.* Tối thượng, tối cao.

Surcease *(sơr ' siis')*, *n.* Sự ngừng ; đình chỉ ; tận cùng.

Surcharge *(sơr ' charj')*, *vt.* Chất thêm, chứa thêm, làm cho khó nhọc; viết đè lên trên.

Surcingle *(sơr'sing-gưl)*, *n.* Thắt lưng để buộc yên ngựa.

Sure *(shur)*, *a.* Vững vàng, chắc chắn, đích xác.

Surety *(shur'ti,-ri-ti)*, *n.* Sự vững vàng, chắc chắn, sự an toàn.

Surf *(sơrf)*, *n.* Sóng đập ; tiếng sóng vỗ.

Surface *(sơr'fưs)*, *n.* Bề mặt ; diện tích ; bề ngoài

Surfeit *(sơr'fit)*, *n.* Sự quá độ, thái quá ; sự chê chán. — *vt.* Làm cho no nê ; chê chán ; làm thỏa mãn.

Surge *(sơrj)*, *n.* Sóng, sóng bể ; sự lướt qua như sóng. — *vi.* Phồng lên, bành trướng, nổi lên.

Surgeon *(sơr'jân)*, *n.* Thầy mổ xẻ ; ngoại khoa y-sĩ.

Surgery *(-jơ-ri)*, *n.* Khoa mổ xẻ ; phòng mổ.

Surgical *(sơr'ji cơl)*, *a.* Thuộc về khoa mổ xẻ.

Surly *(sơr'li)*, *a.* Buồn rầu ; tức bực ; khó chịu.

Surmise *(sơr-maiz')*, *n.* Sự nghi ngờ ; sự giả thử ; ước lượng. — *vt.* Nghi ngờ ; phỏng đoán.

Surmount *(sơr - maont')*, *vt.* Vượt lên trên ; thắng ; chế ngự ; đặt trên.

Surmountable *(-tơ-bưl)*, *a.* Có thể vượt được.

Surname *(sơr'nêm)*. *n.* Tên họ.— *vt.* Đặt họ.

Surpass *(sơr-pas')*, *vt.* Vượt, quá, hơn.

Surplice *(sơr ' plis)*, *n.* Áo khoác ngoài của giáo sĩ, hay của mục sư.

Surplus *(sơr'plăs,-plâs)*, *n.* Số dư, thặng số.

Surprise *(sơr-praiz')*, *n.* Sự ngạc nhiên, kinh ngạc. — *vt.* Bắt được quả tang ; chộp được ; làm ngạc nhiên.

Surprising *(-zing)*, *a.* Ngạc nhiên ; kỳ quá.

Surrender *(sà-ren'đơ)*, *n.* Sự đầu hàng. — *v.* Đầu hàng.

Surreptitious *(-lis ' shâs)*, *a.* Giấu giếm ; gian lậu.

Surrey *(sơ'ri)*, *n.* Xe đi chơi có 4 bánh và 2 chỗ ngồi.

Surrogate *(sơ'rơ-gât)*, *n.* Ủy viên ; pháp-quan.

Surround *(sâ-raonđ')*, *vt.* Bao vây, vây xung quanh.

Surroundings *(sơ-raon'-đingz)*, *n. pl.* Sự vật gần ; xung quanh; lân cận ; tình thế ngoại bộ.

Surtax *(sơr ' leks)*, *n.* Thuế ngoại phụ.

Surtout *(sơr-tut',-tu)*, *n.* Áo ngoài, áo choàng ngoài (của đàn ông).

Surveillance *(sơr-vêl ' lâns,-yâns)*, *n.* Sự coi sóc ; giám thị ; quản đốc.

Survey *(sơr-vê')*, *vt.* Đo đất ; xem xét, quan sát.

Survey *(sơr'vê,sơr-vê')*, *n.* Sự kiểm tra ; xem xét ; sự đo (đất đai) ; bản đồ.

Surveyor *(-ơr)*, *n.* Kiểm soát viên ; nhà đạc điền, kỹ sư địa chính.

Survive *(sơr-vaiv')*, *vi.* Còn sống, sống sót.

Survivor *(sơr-vaiv'vơ)*, *n.* Kẻ sống sót.

Susceptible *(sâ-sep'ti-bưl)*, *a.* Có thể ; dễ cảm.

Suspect *(sâs-pect')*, *vt.* Nghi ngờ, ngờ vực ; không tin tưởng.

Suspend *(-penđ')*, *vt.* Tạm đình chỉ, hoãn ; treo.

Suspender *(- đơ)*, *n.* Giây đeo quần (thay thắt lưng), nịt.

Suspense *(sâs-pen')*, *n.* Sự tạm ngừng, đình chỉ, hoãn ; sự không chắc chắn ; sự lo ngại.

Suspicion *(-pis'shân)*, *n.* Sự nghi ngờ, ngờ vực.

Suspicious *(-shâs)*, *a.* Hay nghi ngờ, hồ nghi.

Sustain *(sás-tên')*, *vt.* Chống đỡ ; chịu đựng ; nuôi nấng.

Sustenance *(săs'ti-nâns)*, *n.* Thức ăn, lương thực.

Suture *(siu'chơr)*, *n.* Sự khâu, đường chỉ ; đường giáp của 2 cái xương.

Suzerain *(siu'zơ-rân,su')*, *n.* Chúa tể ; nước đô-hộ.

Svelte *(svelt)*, *a.* Cao, mình thon ; mềm mại ; yếu gầy.

Swab, Swob *(suob)*, *n.* Cái giẻ (lau súng) ; (lóng) thằng ngu xuẩn.

Swabber *(-bơ)*, *n.* Người lau (bàn ghế, cầu tầu).

Swaddle *(suođ ' đưl)*, *vt*, Quấn tã cho trẻ con ; quấn chặt.

Swadding-cloth *(- cloth)*, *n.* Ao lót mình, tã trẻ con.

Swagger *(sueg'gơ)*, *vi.* Khoe khoang, khoác lác.

Swaggerer *(-rơ)*, *n.* Người hay khoe khoang ; khoác lác.

Swain *(suên)*, *n.* Người chăn cừu, con trai nhà quê.

Swallow *(suol'lô)*, *vt.* Nuốt ; tin tưởng một cách quá dễ dàng. — *n.* Sự nuốt chửng ; một miếng, ngụm ; con nhạn.

Swamp *(suomp)*, *n.* Ao, đầm, bãi lầy. — *vt.* Dúng xuống nước, làm chìm xnống nước.

Swampy *(suomp'pi)*, *a.* Lầy lội, ẩm thấp ; có nhiều hồ ao.

Swan *(suon)*, *n.* Con thiên nga, con ngan.

Swank *(suengk)*, *a.* Điệu, đạo mạo. — *n.* (lóng) sự nói khoác lác ; phô trương thanh thế. — *vi.* Khoác lác.

Swap, Swop *(suop)*, *n.* & *v.* (Sự) buôn bán ; giao dịch.

Sward *(suorđ)*, *n.* Bãi cỏ, cánh đồng cỏ.

Swarm *(suorm)*, *n.* Một bầy, đàn, tổ (ong) ; một đám đông. — *vi.* Sống thành đoàn thể ; xum họp lại.

Swarthy *(suor'THi,-thi)*, *a.* Rám, xám, ngăm ngăm.

Swash *(suosh)*, *vi.* Vỗ bập bềnh; nói khoác lác. - *vt.* Vỗ, toé nước. — *n.* Rãnh nước chảy giữa bãi cát.

Swashbuckler *(suosh'băk-lơr)*, *n.* Người khoe khoang ; anh hùng rơm.

Swastika *(suos'ti-cơ)*, *n.* Chữ thập ngoặc ; chữ vạn.

Swat *(suot)*, *vt.* Đập hay giết con muỗi.

Swath *(suoth)*, *n.* Mớ cỏ phát một nhát ; một dẫy ; một dải.

Swathe *(suêTH)*, *vt.* Quấn tã ; bọc chặt. — *n.* Áo lót mình.

Sway *(suê)*,*vt.* Cầm, mang, lay, lắc, chỉ huy, sai khiến.—*vi.* Đánh đu ; sự chỉ huy ; quyền hành ; ảnh hưởng.

Swear *(sue'r)*, *v.* Tuyên thệ, thề ; rủa.

Sweat *(suet)*, *v.* Ra đổ mồ hôi ; làm việc nặng nhọc. — *n.* Mồ hôi ; sự mệt nhọc.

Sweater *(suet-tơ)*, *n.* Áo săng-đay ; áo may-ô ; người lợi dụng.

Swede *(suyđ)*, *n.* Người Thụy-điển. — *a.* **Swedish**.

Sweep *(suy-p)*, *vt.* Quét ; lướt qua ; trông thoáng qua.—*vi.* Đi lướt qua. — *n.* Một mái chổi ; người cạo ống khói.

Sweeper *(-pơ)*, *n.* Phu quét ; máy quét; người cạo ống khói

Sweepings *(- pingz)*, *n. pl.* Rác rưởi, bẩn thỉu.

Sweepstake *(suyp - stêk)*, *n.* Tiền mọi người đặt trong cuộc đánh cá ngựa ; cuộc đua ngựa để được số tiền này.

Sweepstakes *(-stêks)*, *n. pl.* Tiền đặt (đánh bạc).

Sweet *(suy-t)*, *n.* Kẹo. — *a.* Ngọt ; thơm ; xinh ; dịu dàng.

Sweetbread *(-bređ)*, *n.* Tùy tạng ; lá lách cừu hay bê.

Sweeten *(suy'tưn)*, *vt.* Làm cho ngọt ; dịu dàng.

Sweetheart *(suyt'hart)*, *n.* Người yêu, tình nhân.

Sweetmeat *(-miit)*, *n.* Đường phèn ; kẹo.

Sweetness *(-nes,-nâs)*, *n.* Sự dịu ; xinh tươi ; ngọt ngào.

Swell *(suel)*, *v.* Làm phồng lên ; tăng lên. — *n.* Sự lớn lên, sự to ra (tiếng động) ; sự dâng lên (nước triều).

Swelling *(-ling)*, *n.* Chỗ phồng sưng ; sự khoa trương.

Swelter *(suel'tơ)*, *vi.* Nướng, nung, rang.

Swerve *(suơrv)*, *vi.* Xa, tránh, lảng ra ; sai, lạc.

Swift *(suyft)*, *a.* Nhanh mau lẹ, mau.

Swiftness *(-nes,-nâs)*, *n.* Sự nhanh chóng, tốc lực.

Swig *(suy-g)*, *v.* Uống một lúc thật lâu.— *n.* Một nốc dài hơi.

Swill *(suyl)*, *v.* Tham ăn ; háu ăn ; nuốt vội vã.—*n.*Đồ ăn cho lợn ; vật thừa thãi.

Swim *(suym)*, *vi.* Bơi, nổi trên mặt nước.

Swimmer *(suym'mơ)*,*n.* Người bơi lội.

Swimming, *n.* Khoa bơi lội ; sự chóng mặt.

Swindle *(suyn'đưl)*, *v.* Lừa đảo, lường gạt ; ăn cắp.

Swine *(suain)*, *n.* Con lợn, heo ; lợn xề.

Swing *(suing)*, *vt.* Đưa đi đưa lại ; đánh đu.—*vt.* Lay, lắc, vẫy, rung —*n.* Sự lung lay, lắc lư ; cái đu.

Swinging *(-ghing)*, *a.* Lắc lư, rung động.

Swipe *(suaip)*, *n.* Quả đấm mạnh.—*vt.* Đấm ; [lóng Mỹ] xoáy, ăn cắp.

Swirl *(suơrl)*, *v.* Xoáy tít.

Swish *(suysh)*, *n.* Tiếng sột soạt khi vò vải lụa ; tiếng vun vút.

Swiss *(suys)*, *a.* Thuộc về nước Thụy-sỹ.—*n.* Người Thụy-sỹ.

Switch *(suytch)*, *n.* Cái que mềm ; cái bật điện ; ghi (đường xe hỏa). — *v.* Bật (đèn, máy điện) ; quật bằng roi.

Switchboard *(suytch'bôrđ)*, *n.* Bảng phối điện (có các cái bật để phân phát điện lực).

Swivel *(suiv'vưl)*, *vi.* Quanh quẩn ; quay tròn trên trục.

Swob. Xch. **Swab** *(suob)*.

Swollen *(suôl'lân)*, *past. part. of* **Swell**. Phồng lên, sưng.

Swoon *(su-un)*. *vi.* Ngất đi, mất trí khôn, bất tỉnh nhân sự.– *n.* Sự ngất đi.

Swoop *(su-up)*, *vt.* Xà xuống (như chim bay xuống mồi).

Sword *(sôrđ)*, *n.* Cái kiếm ; biểu hiệu quân lực.

Swordfish *(sôrđ'fish)*, *n.* Cá miệmg kiếm.

Swordsman *(sôrđ'mân)*, *n.* Người đánh kiếm ; nhà kiếm thuật ; kiếm khách.

Sybarite *(sib'bơ-rait)*, *n.* Người dâm dật, hiếu-xa ; thích khoái lạc.

Sycamore *(sik'kơ-môr)*, *n.* Cây sung ; một giống cây phong.

Sycophant *(sik'kơ-fânt)*. *n.* Người ăn bám ; người nịnh hót ; xu phụng.

Syllable *(sil'lơ-bưl)*, *n.* Vần, âm — *a.* **Syllabic**.

Syllabus *(-bâs)*, *n.* Bản tóm tắt, sơ lược, toát yếu.

Syllogism *(sil'lơ ji-zưm)*, *n*. Phép tam đoạn luận.

Sylph *(silf)*, *n*. Khí tiên, thần tiên sống trên không khí ; người đàn bà kiều diễm.

Sylvan *(sil'vân)*, *a*. Thuộc về rừng rú ; có nhiều rừng.

Symbol *(sim'bơl)*, *n*. Dấu hiệu, phù hiệu ; ký hiệu.

Symbolical *(sim-bol'li cơl)*, *a*. Phù hiệu, dấu hiệu.

Symbolism *(sim'bơ-li-zưm)*, *a*. Tượng trưng chủ-nghĩa ; sự biểu thị bằng ký hiệu.

Symbolize *(sim'bơl laiz)*, *vt*. Biểu hiệu ; tượng trưng.

Symmetrical *(si-met'tri-cơl)*, *a*. Cân đối ; đối xứng.

Symmetry *(sim'mi-tri)*, *n*. Sự, tính cân đối.

Sympathetic *(sim'pơ thet'tik)*, *a*. Thuộc về cảm tình.

Sympathize *(sim'pơ-thaiz)*, *vi*. Thương hại, thương xót.

Sympathy *(-thi)*, *n*. Cảm tình, tình thân ái.

Symphonious *(sim'fô'ni-âs)*, *a*. Hòa âm ; điều hòa ; thuộc về giao tấu-nhạc.

Symphony *(sim' fơ - ni)*, *n*. Khúc nhạc hòa tấu ; hòa âm.

Symptom *(simp'tâm)*, *n*. Triệu chứng ; bệnh triệu.

Synagogue *(sin' nơ - gog)*, *a*. Đạo Do-Thái ; đền Do-Thai.

Synchronize *(sing'crơ-naiz)*, *v*. Làm cho đồng bộ.

Synchronous *(sing'krơ-nâs)*, *a* Đồng thời, cùng một lúc.

Syncopation *(sing-kơ-pê'shân)*, *n*. (văn) Sự viết lược mẫu âm ; (nhạc) ước-điệu.

Syndicate *(sin'đi-kêt)*, *vt*. Tổ chức thành nghiệp đoàn. — *n*. Nghiệp đoàn.

Synod *(sin'nâđ)*, *n*. Hội nghị tôn giáo.

Synonymous *(si-non' ni-mâs)*, *a* Đồng nghĩa.

Synopsis *(si-nop'sis)*, *n*. Bài toát yếu, tóm tắt

Syntax *(sin'teks)*, *n*. Ngữ pháp.

Synthesis *(sin'thi-sis)*, *n*. Sự thành ; kết hợp ; hòa hợp.

Synthetig *(sin - thet ' tik)*, *a*. Tổng hợp; hóa hợp;(nhân tạo).

Syphilis *(sif'fi-lis)*, *n*. Bệnh giang mai, tim la.

Syringe *(si'rinj, si-rinj')*, *n*. Ống tiêm.

System *(sis'tâm,-tim)*, *n*. Hệ thống ; phương pháp ; chế độ.

Systematic *(-met'tik)*, *a*. Có hệ thống ; có phương pháp.

Systematically *(-cơl-li)*, *adv*. Một cách có phương-pháp.

Systematize *(sis'tâm-mơ-taiz)*, *vt*. Lập thành hệ-thống ; định pháp thức.

T

Tab *(teb)*, *n*. Giải cài túi ; giải đính ở y phục ; chương mục, sổ sách. — **To keep tab**, Giữ sổ sách.

Tabernacle *(teb'bơ-nec-cưl)*, *n*. Rạp, cái tăng, lều ; tủ để thánh thể ; đền thờ.

Table *(tê'bưl)*, *n*. Cái bàn ; bữa, thức ăn ; bảng, bảng kê.

Tableland *(-lend)*, *n*. Cao nguyên.

Table-spoon *(tê'bưl-spun)*. *n*. Thìa, muỗm to.

Tablet *(teb'blet,-blưt)*, *n*. Tấm ván ; viên (thuốc) ; bánh.

Taboo, Tabu *(tơ-bu')*, *a*. Bị cấm dùng ; ky., húy.— *n*. Tôn giáo cấm lệnh. — *vt*. Cấm hẳn.

Tabor, Tabour *(tê' bơr)*, *n*. Trống nhỏ, trống con.

Tabular *(têb'biu-lơr)*, *a*. Xếp thành bảng có thứ tự ; như cái bàn.

Tabulate *(teb'biu-lêt)*, *vt*. Làm thành bình-diện ; xếp đặt bài trí ; đặt thành một biển (bảng kê).

Tacit *(tes'sit)*, *v*. Im lặng ; ẩn danh ; hiểu ngầm,

Taciturn *(tes'si-tơrn)*, *a*. Ít nói ; tẩm ngẩm.

Tack *(tek)*, *n*. Đinh nhỏ đầu bẹt ; dây buộc cột buồm ; góc cánh buồm mà người ta buộc dây ; phương kế ; phương pháp. — *vt*. Buộc.

Tackle *(tek'kưl)*, *n*. Dụng cụ ; giây thừng ; sự tranh bóng.— *vt*. Vớ lấy ; cố làm.

Tact *(tekt)*, *n*. Sờ, mó, đụng.

Tactics *(tek'tiks)*, *n*. *pl*. Phép dụng binh, chiến lược ; chiến thuật.

Tactile *(tel'til, tail)*, *a*. Thuộc về sự sờ mó ; thuộc về xúc-giác.

Tadpole *(ted ' pôl)*, *n.* Con nòng nọc.

Tael *(têl)*, *n.* Một lạng Trung-Hoa nặng 37gr.80

Taffeta *(tef'fi-tơ)*, *n.* Một thứ vải mỏng hay lụa.

Taffrail *(tèf'rêl-ril)*, *n.* Rào song sắt ở cuối tầu.

Taffy *(tef'fi)*, *n.* Thứ kẹo nấu bằng đường phèn và bơ.

Tag *(teg)*, *n.* Sắt hay đồng bịt đầu dây ; tờ phiếu ; miếng giấy để đánh dấu. — *v.* Theo đuôi.

Tail *(têl)*, *n.* Cái đuôi ; vật giống cái đuôi.

Tailor *(tê'lơr)*, *n.* Người thợ may.

Taint *(tênt)*, *vt.* Làm hư hỏng, đồi bại.

Take *(têk)*. *vt.* Cầm, lấy; chiếm đoạt ; đem theo, dẫn.

Take cover *(-căv'vơ)*, *n. & v.* (Sự) ẩn tránh, xuống hầm.

Take-off *(têk'of)*, *n.* Lối vẽ hay bức vẽ hoạt kê (để châm biếm) ; sự cất cánh bay.

Taking *(têk'king)*, *n.* Sự bắt lấy ; tóm lấy, sự thu nhập.— *a.* Đẹp mắt, hay lây.

Talc *(telk)*, *n.* Đá tan, hoạt thạch.

Tale *(têl)*, *n.* Truyện ngắn ; mách lẻo; truyện hoang đường.

Talent *(tel'lânt)*, *n.* Tài năng, khả năng ; người có tài học đặc biệt.

Talesman *(têlz ' mân, tê ' liz-mân)*, *n.* Người bị gọi ra làm giám khảo hay thẩm phán.

Talisman *(tel'lis-mân)*, *n.* Cái bùa hộ thân.

Talk *(to-k)*, *v.* Nói chuyện ; bàn cãi ; đàm phán.

Talkative *(to'kơ-tiv)*, *a.* Hay nói chuyện, lép bép ; luôn mồm.

Talkie *(to'ki)*, *n.* Phim nói.

Tall *(to-l)*, *a.* To lớn, đẫy đà, cao.

Tallow *(tel'lô)*, *n.* Mỡ bò, mỡ cừu ; mỡ.— *vt.* Bôi mỡ. — *a.* **Tallowy**.

Tally *(tel'li)*, *n.* Sự khắc dấu vào gỗ để ghi nhớ (số điểm) ; một trong hai cuốn sổ kế-toán kép.— *vt.* Ghi số. — *vi.* Phù hợp đúng nhau.

Talon *(tel'lân)*, *n.* Móng chân mãnh cầm ; chim ăn thịt.

Tambourine *(tem-bu-rin')*, *n.* Trống nhỏ.

Tame *(têm)*, *vt.* Nuôi ; làm cho thuần tính, thuần hóa.

Tamoshanter *(tem'mơ shen'-tơr)*, *n.* Mũ be-rê đội giời rét (ở xứ Ê-Cốt).

Tamp *(lemp)*, *vl.* Đút nút ; nút lại ; vít đất ; nện xuống nhè nhẹ.

Tamper *(lem'pơr)*, *vt.* Can thệp một cách khôn khéo ; dùng của hối lộ ; đút lót.

Tan(*len*), *vt.* Thuộc (da) ; phơi thành mầu nâu.

Tanbark *(ten'bark')*, *n.* Vỏ cây sồi dùng để thuộc da.

Tandem *(len'đâm)*, *n.* Xe đạp có hai chỗ ngồi trước sau.

Tang *(leng)*, *v.* Mùi vị, hương thơm ; cán tay cầm.

Tangent *(len'jânt)*, *a.* Tiếp xúc.—*a.* Đường tiếp xúc.

Tangerine *(len-jơ-rin')*, *n.* Một thứ cam tầu vỏ hơi vàng vàng.

Tangible *(-ji-bưl)*, *a.* Có thể sờ được ; hiền nhiên.

Tangle *(leng'gưl)*, *v.* Xe lại ; làm rối tung.—*n.* Sự bối rối ; điều trắc trở.

Tango *(leng'gô)*, *n.* Một điệu nhẩy, điệu «tăng gô».

Tank *(lengk)*, *n.* Bể chứa (nước) ; xe thiết giáp.

Tankard *(-cơrđ)*, *n.* Cái bình to ; cốc vại.

Tanker *(lengk'kơ)*, *n.* Một thứ tầu có thùng lớn để chở ét-săng, mật mía v.v.

Tanner *(len'nơ)*, *n.* Thợ thuộc da

Tannin *(len'nin)*, *n.* Chất ta-nanh ở trong vỏ cây dùng để thuộc da.

Tantalize *(len'tơ-laiz)*, *v.* Dử cho thèm muốn nhưng không cho sờ hay với tới.

Tantamount(*ten'tơ maont*) *a.* Bằng nhau, cân xứng ; tương đẳng.

Tantrum *(len'trâm)*, *n.* Cơn cáu ; cơn tức giận ; cơn tam bành.

Tap *(lep)*, *n.* Cái đánh, đập ; nút; tiếng gõ (cửa); tiếng trống hiệu; cái vòi nước, máy nước.

Tape *(lêp)*, *n.* Giây vải dài ; sợi chỉ ; sợi giây.

Tapeline *(lêp'lain)*, *n.* Một thứ thước bằng vải hay thép ; thước dây.

Taper *(têp'pơ)*, *n.* Cây nến ; sự rút nhỏ dần lại.

Tapestry *(lep'pes-tri)*, *n.* Vải hoa hoét dung để dán hay căng trên tường.

Tapeworm *(lêp'ươrm)*, *n.* Con sán, run dài có khúc.

Tapioca *(lep-pi-ô'cơ)*, *n.* Bột sắt ; bột báng.

Tapir *(tê'pơr)*, *n.* Con mạch (một giống vật ở bên Bắc Mỹ)

Taproom *(tep'rnm)*, *n.* Quán rượu, tửu điếm.

Tar *(tar)*, *n.* Hắc ín ; lính thủy —*vt.* Bôi hắc ín.

Tardy *(tar'đi)*, *a.* Chậm chạp ; lười biếng ; không đúng giờ.

Tare *(ter)*, *n.* Cỏ dại ; cỏ xấu ; sức nặng của bao, bì ; sự trừ hao về bì.

Target *(tar'ghet,-gưt)*, *n.* Đích để bắn, mục tiêu.

Tariff *(te'rif)*, *n.* Giá mua ; giá ; thuế-suất.

Tarn *(tarn)*, *n.* Hồ, ao, đầm con (ở giữa núi).

Tarnish *(tar'nish)*, *v.* Làm cho mờ đi, phai mầu.

Taro *(ta'rô)*, *n.* Cây sơn hà, rễ cây này.

Tarpaulin *(tar'po-lin)*, *n.* Vải dầu để che thuyền, vải không thấm nước;mũ hay áo vải dầu.

Tarry *(tar'ri)*, *a.* Có, bôi, quét hay nhúng hắc ín.

Tarsus *(tar'-sâs)*, *n.* Xương cổ chân ; mắt cá chân.

Tart *(tart)*, *a.* Chua ; nghiêm nghị; gắt (giọng nói), chua cay. —*n.* Bánh tầm mật ; bánh có nhồi mứt.

Tartan *(tar'tân)*, *n.* Vải len sọc vuông ở xứ Tô-Cách-Lan (Ê-cốt).

Task *(-task)*, *n.* Công việc;phần việc ; bài làm.

Tassel *(tes'sưl)*, *n.* Quả tua (để trang hoàng màn cửa).

Taste *(têst)*, *v.* Nếm ; thử.— *n.* Vị giác.

Tasty *(têsʼti)*, *a.* Có vị, mùi thơm ; ngon.

Tatt, Tat *(tet)*, *v.* Làm hay bện đăng-ten bằng tay.

Tatter *(tet'tơr)*, *n.* Quần áo rách rưới. — *vt.* Làm thành ra rách rưới, xơ-xác.

Tatting *(tet'ting)*, *n.* Đăng-ten bện bằng tay.

Tattle *(tet'tưl)*, *vi.* Tán gẫu ; nhàn đàm ; nói các điều bí mật : đưa chuyện.

Tattoo *(te-tu')*, *n.* [quân] Tiếng kèn hiệu ; hồi trống ; dấu khía trên mình. — *vt.* Khía dấu trên da.

Taunt *(tont, tant)*, *vt.* Chửi mắng, nguyền rủa ; thóa mạ.

Taut *(to-t)*, *a.* Chặt ; căng thẳng ; ấm cúng ; gọn gàng.

Tavern *(tev'vơrn)*, *n.* Tửu quán ; quán rượu.

Taw *(to)*, *n.* Hòn bi bằng đá ; môn bắn bi đá.

Tawdry *(to'đri)*, *a.* Lòe loẹt (một cách tầm thường) ; khoe khoang; đẹp nhưng không nhã.

Tawny *(to'ni)*, *a.* Hung hung; sám nắng; nâu nâu.

Tax *(teks)*, *a.* Thuế phí; giá định; tiền thuế.

Taxation *(teks-sê-shân)*, *n.* Sự định giá; sự đánh thuế.

Taxi *(tek'si)*, *vi.* Đi xe tắc xi —*n.* Xe tắc-xi.

Taxonomy *(teks-son'nơ-mi)*, *n.* Phân loại học; phép phân-loại động-thực-vật.

Tea *(ti)*, *n.* Chè; nước chè; tiệc trà.

Teach *(ti-ch)*, *vt.* Dậy học; chỉ dẫn, giáo huấn.

Team *(ti-m)*, *n.* Một bầy, một đội, một đoàn.

Tear *(ti'ơr)*, *n.* Giọt nước mắt; giọt lệ.

Tear *(te'r)*, *v.* Xé; nhổ; hành hạ; rách.

Tease *(ti-z)*, *vt.* Chải cho khỏi rối; chòng ghẹo; ngược đãi.

Tea-shop *(ti'shop)*, *n* Phòng trà.

Teaspoon *(ti'spun)*, *n.* Thìa nước chè; thìa cà fê.

Teat *(ti-t)*, *n.* Nuốm vú; vú súc vật.

Technical *(tek'ni-cơl)*, *a.* Chuyên môn, kỹ thuật.

Technicality *(tek-ni-kel'li-ti)*' *n.* Tính cách chuyên môn; tính chất nghệ thuật; trạng thái công nghệ.

Technician *(tek nis'shân)*, *n.* Nhà chuyên-môn; nhà kỹ-thuật.

Technology *(tek-nol'lơ-ji)*, *n.* Kỹ thuật học, chuyên môn.

Tedious *(ti'đi âs)*, *a* Buồn; mệt nhọc; chán.

Teem *(ti-m)*, *vi.* Đầy rẫy; nhiều; chan chứa; đa sản, sinh nhiều.

Teens *(ti-nz)*, *n.* Tuổi từ 13 đến 19.

Teeter *(ti'lơr)*, *n.* Cái đu (mỗi đứa trẻ ngồi một đầu).

Teeth *(ti th)*, *n. pl.* Răng

Teethe *(tii-TH)*, *vi.* Mọc răng; rắt răng; nhổ răng.

Teetotaller *(ti-tô'tơ lơ)*, *n.* Người chừa rượu.

Telegram *(tel'li-grem)*, *n.* Điện báo; điện tín.

Telegraph *(-graf, -gref)*, *n* Máy điện báo.—*v.* Gửi điện tín.

Telegraphy *(ti-leg'grơ fi)*, *n.* Phép, thuật điện báo

Telepathy *(te-lep'pơ-thi)*. *n* Mối cảm hứng, truyền tâm

Telephone *(tel'li-fôn)*, *n.* Máy điện thoại. — *v.* Đánh điện thoại.

Telephony *(ti-lef'fơ-ni, tel'li-fô-ni)*, *n.* Phép điện thoại.

Telescope *(-scôp)*, *n.* Kính viễn vọng.

Television *(-vi'zhân)*, *n.* Phép điện-thị.

Tell *(tel)*, *v.* Nói, bầy tỏ, tiết lộ ; kể, thuật ; bảo.

Teller *(tel'lơr)*, *n* Người kể truyện ; người nhận ra trả tiền ; xuất nạp viên ; người kiểm phiếu.

Telltale *(tel'têl)*, *n.* Người làm lộ tin bí mật ; người mách lẻo ; đưa chuyện.

Temblor *(tem blôr')*. *n.* Trận động đất.

Temerity *(ti'me'ri-ti)*, *n.* Tính bạo dạn, táo gan, vô mưu ; bạo hổ bằng hà.

Temper *(tem'pơ)*, *n.* Tính khí, tâm tính, khuynh hướng.

Temperament*(-rơ-mânt)*. Tâm tính cá nhân.

Tempestuous*(tem-pes'chiu-ơs)*, *a.* Chỉ về giông tố ; mãnh liệt, dữ dội.

Temperance *(-râns)*, *n.* Sự vừa phải, tiết độ.

Temperate *(-rơt)*, *a.* Có điều độ, dìu dịu.

Temperature *(-rơ-chơr)*, *n.* Khí trời, nhiệt độ ; sự sốt nóng.

Tempest *(tem'pơst, -pest)*, *n.* Cơn bão táp, giông tố.

Template *(tem'plit)*, **Templet** *(tem'plet,-plit)*, *n.* Cái khuôn, mẫu ; miếng mẫu.

Temple *(tem'pơl)*, *n.* Thái dương (ở đầu) ; cái đền thờ.

Temporal *(tem'pơ-rơl)*, *a.* Hữu hạn, nhất thời, vật chất.

Temporary *(-rơ-ri)*, *a.* Nhất thời, tạm thời.

Temporize *(tem'pơ-raiz)*, *vi.* Làm đúng lúc; trì hoãn; đợi cơ hội.

Tempt *(tempt)*, *vt.* Thử, định, toan; cám dỗ, dụ.

Temptation *(-tê'shân)*, *n.* Sự cám dỗ ; dụ dỗ ; lòng tà, tà dục.

Ten *(ten)*. *n.* Số mười, mười.

Tenable *(ten'no bơl)*, *a.* Kiên cố, vững chắc ; giữ được.

Tancious *(ti-nê'shâs)*, *a.* Kiên nhẫn, bướng bỉnh, dai.

Tenant *(ten'nânt)*, *n.* Người ở nhà thuê ; người tá điền.

Tend *(tend)*, *vt.* Coi giữ, săn sóc ; canh phòng ; chăn nuôi

Tendance *(ten' dâns), n.* Sự chú ý ; lưu tâm.

Tendancy *(ten ' dân - si), n.* Khuynh hướng, xu hướng.

Tender *(ten'đơ), vt.* Biếu. — *n.* Quà ; tiền ; xe than. — *a.* Dịu dàng ; (thịt) mềm.

Tender-foot *(sen'đơr-fut), n.* Người mới tới ; người chưa quen chịu đựng sự khổ.

Tenderness *(-nes,-nâs), n.* Sự dịu dàng ; mềm ; âu yếm.

Tendril *(ten'đril), n.* (thực) Râu cây leo.

Tendon *(ten'đân), n* Gân.

Tenement *(ten'ni - mânt), n.* Nhà ở ; chỗ trú ngụ.

Tenet *(ten'net, ten'nưt, ti'net), n.* Chủ nghĩa ; giáo lý ; giáo nghĩa.

Tennis *(ten'nis), n.* Ten-nít, quần vợt.

Tenon *(ten'nân), n.* Mộng. — *vt.* Cắt mộng ; nối bằng mộng.

Tenor *(ten'nơr), n.* Giọng tê-no (cao nhất của đàn ông) ; chiều, hướng ; tính nết.

Tense *(tens), n.* (văn) Thời. — *a.* Căng thẳng, cố gắng.

Tensile *(ten'sil,-sail), a.* Chỉ về, thuộc về sự căng ra, căng được ; kéo dài được.

Tension *(ten'shân), n.* Sự căng thẳng ; sự cố gắng ; áp lực ; điện thế.

Tent *(tent), n.* Cái tăng, lều vải.

Tentacle *(ten'tơ-cưl), n.* Râu (bạch tuột, cá mực. v. v.) ; [thực] tóc, lông.

Tentative *(ten'tơ-tiv), a.* Thuộc về sự thí nghiệm, thực nghiệm ; sự thử.

Tenth *(tenth), a.* Thứ mười.— *n.* Vật xếp thứ mười.

Tenuous *(ten'niu-âs), a.* Nhẹ ; lỏng ; rời rạc ; mỏng.

Tenure *(ten'niu'r), n.* Sự giữ (bảo hữu) bất động sản ; quyền bảo hữu ; tô địa pháp ; thời gian bảo hữu.

Tepid *(tep'pid), a.* Ấm ; hơi âm ấm.

Tercentenary *(tơr-sen'ti-ne-ri,-nơ-ri), a.* Thuộc về 300 năm. — *n.* Tam bách chu niên.

Term *(tơrm), n.* Giới hạn, cuối ; thời hạn ; chữ, câu.

Termagant *(tơr'mơ-gânt), n.* Đàn bà lắm mồm.— *a.* Ồn ào ; hay cãi nhau ; hay chửi.

Terminal *(tơr - mi - nơl), a.* Thuộc về cuối, tận cùng.

Terminate *(- nềt)*, *v.* Làm xong ; kết liễu ; hoàn thành ở cuối.

Terminology *(lơr-mi-nol'lơ-ji)*, *n.* Danh từ chuyên môn ; thuật ngữ.

Terminus *(lơr' mi - nâs)*, *n.* Giới hạn, giới tuyến ; chỗ cùng ; định hạn ; chỗ đích ; chỗ cùng đường ; bến xe chính.

Termite *(lơr ' mait)*, *n.* Con mọt.

Terrace *(le'râs)*, *n.* Chỗ đất cao, đài địa ; dẫy nhà xây trên bãi đất cao ; dẫy nhà cùng kiểu.

Terra cotta *(ter'rơ-col'lơ)*, *n.* Sành ; đất nung.

Terrain *(le-rên', ler'rên)*, *n.* [quân] Đất (dụng binh).

Terrapin *(ler'rơ-pin)*, *n.* Một giống ba-ba ở miền duyên hải Bắc Mỹ.

Terrestrial *(te-res'tri-ơl)*, *a.* Thuộc về trái đất ; ở thế gian.

Terret *(le'rel, -rưl)*, *n.* Cái vòng xâu giây cương.

Terrible *(ter'ri-bưl)*, *a.* Dữ tợn ; sợ hãi ; ghê gớm.

Terrier *(le'ri-ơr)*, *n.* Giống chó săn chồn.

Terrific *(le-rif'fik)*, *a.* Sợ hãi ; làm ghê sợ, ghê gớm.

Territory *(te'ri lơ-ri, -lô ri)*, *n.* Đất đai, lãnh thổ.

Terror *(ler'rơr)*, *n.* Mối sợ hãi, khủng khiếp.

Terrorize *(te ' rơ - raiz)*, *vt.* Khủng bố ; uy-hiếp.

Terse *(lơrs)*, *a.* Sạch sẽ, rõ ràng ; tao nhã ; lịch sự.

Tertian *(tơr'shân)*, *a.* (y) Cứ cách nhật. — *n.* Bệnh sốt cách nhật.

Tertiary *(tơr'shi-e-ri,-shơ-ri)*, Hàng thứ ba ; cấp thứ ba ; kỳ thứ ba. — *n.* (Địa) Đệ tam kỷ ; đệ tam hệ.

Test *(test)*, *n.* Sự, cuộc thử ; cuộc thí nghiệm ; bài thi.

Testa *(les'lơ)*, *n.* (thực) Vỏ cưng ngoài của hạt.

Testament *(tes'lơ-mânl)*, *n.* Chúc thư ; sấm truyền.

Testamentary *(tes-tơ-men'-lơ-ri)*, *a.* Thuộc về di-chúc, chấp hành di-chúc.

Testator *(tes-lê'lơr)*, *n.* Người để lại di-chúc lúc chết.

Tester *(tes'lơr)*, *n.* Người hay máy thí nghiệm.

Testify *(tes'ti-fai)*, *vt.* Chứng tỏ, nhận thực. — *vi.* Làm chứng ; chứng nhận.

Testimonial *(-mồ'ni-ơl)*, *n.* Sự làm chứng ; chứng cớ, bằng chứng ; giấy chứng nhận, chứng chỉ.

Testimony *(tes'ti-mâni)*, *n* Lời cung khai; sự làm chứng.

Test-tube, *n.* Ống thí-nghiệm.

Testy *(tes'ti)*, *a.* Tính-tình dễ đổi ; dễ giận, dễ cáu.

Tether *(tet'THơr)*, *n.* Thừng hay xích buộc súc vật. — *vt.* Buộc.

Text *(tekst)*, *n.* Bản văn, nguyên văn ; đầu đề.

Textbook *(-buk)*, *n.* Vở làm bài ; sách học.

Textile *(teks'til,-tail)*, *a.* Có sợi. — *n* Vải dệt.

Texture *(teks'chơr)*, *n.* Cách dệt ; đồ hàng dệt ; sự kết thành, hợp thành.

Than *(THen)*, *conj.* Hơn.

Thank *(thengk)*, *n.* Sự cám ơn, lời cám ơn.

Thanksgiving *(thengks-ghiv'-ving)*, *n.* Sự tạ ơn ; lễ tạ ơn ; [viết hoa] ngày lễ cảm tạ.

That *(THet)*, *a.* Cái kia. — *rel. pro.* Cái ấy ; rằng ; mà.

Thatch *(thetch)*, *n.* Rạ. — *vt.* Lợp rạ.

Thaw *(tho)*, *n.* Sự tan tuyết, tan giá.

The *(THơ,THi)*, *def. art.* (mạo-tự để chỉ định). — *adv.* Như thế ; càng.

Theater *(thi'ơ-tơr)*, *n.* Rạp hát, kịch trường ; sân khấu ; thuật diễn, soạn kịch ; nơi sẩy ra chuyện gì.

Theatrical *(thi-et'tri-cơl)*, *n.* Thuộc về kịch trường.

Thee *(THi)*, *pro.* Anh, mày (khi làm túc từ).

Theft *(theft)*, *n.* Sự ăn cắp ; đồ vật ăn cắp.

Their *(THer)*, *poss. a.* Của họ, chúng. — *poss.pro.* (**theirs**), Của họ.

Theism *(thi'iz-zưm)*, *n.* Sự tin có thần ; hữu-thần-luận.

Them *(THem)*, *pro.* Những người ấy, vật ấy ; họ, chúng.

Theme *(thi-m)*, *n.* Thuyết đề ; đề mục ; vấn đề.

Themselves *(-selvz)*, *pr.* Chính, bởi chúng, họ.

Then *(THen)*. *adv.* Trong lúc đó ; rồi thì, rồi đến ; vậy thì.

Thence *(THens, thens)*, *adv.* Từ chỗ đó, sau đó ; vậy thì.

Theocracy *(thi-ok'krơ-si)*, *n.* Chính-trị thần-quyền (thiên đế, hay tăng lữ) ; quốc-gia thần-trị.

Theology *(thi-ol'lơ-ji)*, *n.* Thần-học.

Theorem *(thi'ơ-râm)*, *n.* Nguyên lý ; phép-tắc ; (toán) Định-lý.

Theoretical *(thi ơ-ret'ti-cơl)*, *a.* Thuộc về lý-thuyết.

Theory *(thi'ơ-ri)*, *n*, Lý luận ; học thuyết ; lý thuyết.

Therapeutics *(the'rơ-piu'tiks)*, *n.* Phép trị bệnh, trị liệu.

There *(THer)*, *adv.* Đấy, kia, ở đấy, đó.

Thereabouts *(THer'ơ-baots)*, *adv.* Gần chỗ đó ; gần con số ấy ; xuýt soát thế.

Thereafter *(THer-af-tơ)* *adv.* Sau đó ; theo như thế.

Thereby *(THer'bai)*, *adv.* Nhân thế ; vì vậy ; do đó ; gần đó.

Therefore *(-fôr)*, *conj.* Vậy thì, cho nên, vì vậy.

Thermodynamics *(thơr mơ-đai-nem'miks,-đi-)*, *n.* Nhiệt-lực-học.

Thermometer *(thơ-mom'mi-tơ)*, *n.* Hàn thử biểu.

Thermostat *(thơ'mơ-stet)*, *n.* Máy điều nhiệt (tự-động).

Thesaurus *(thi-so'râs)*, *n.* Kho của cải ; nhà kho ; tự-điển.

Thesis *(thi'sis)*, *n.* Luận đề ; luận văn, thuyết.

They *(THê)*, *pres pro.* Những cái ấy ; chúng nó, họ.

Thew *(thiu)*, *n.* Bắp thịt. — *n. pl.* Sức mạnh ; sự kiên-quyết.

Thick *(thik)*, *a.* Dầy ; đông, nhiều ; liên tiếp ; đặc ; rậm.

Thicken *(-kưn)*, *v.* Làm thành hay trở nên dầy, đông đặc.

Thicket *(-ket,-kut)*, *n.* Bụi rậm.

Thickness *(-nes,-nâs)*, *n.* Bề dầy ; sự đông đặc, sự liên tiếp.

Thickset *(thik'set)*, *a.* Đặt sát nhau, liền nhau ; béo và lùn. — *n.* Bụi rậm.

Thick-skinned *(-skind)*, *a.* Có da dầy ; trơ, « mặt dày ».

Thief *(thi-f)*, *n.* Thằng ăn cắp. ăn trộm.

Thieve *(thi-v)*, *vi.* Ăn cắp, ăn trộm.

Thigh *(thai)*, *n.* Bắp đùi.

Thimble *(thim'bưl)*, *n.* Cái đê (để khâu).

Thin *(thin)*, *a.* Mỏng ; thưa thớt ; loãng ; lỏng ; gầy còm.

Thine *(THain)*, *pro.* Cái của anh, mày. — *a.* Của anh.

Thing *(thing)*, *n.* Cái, sự ; đồ vật ; việc, điều.

Think (*thingk*), *v.* Nghĩ; tưởng; tưởng tượng.

Thin-skinned (*thin'skind*), *a.* Có da mỏng; dễ cảm.

Third (*thơrd*), *a.* Thứ ba. — *n.* Một phần ba.

Third degree (Mỹ) *n.* Sự tra-tấn phạm-nhân.

Thirst (*thơrst*), *n.* Sự khát; sự thèm khát, mong muốn.

Thirsty (*-ti*), *a.* Khát, muốn uống.

Thirteen (*thơr-tiin'*), *a.* Mười ba. — *n.* Số mười ba.

Thirty (*thơr'ti*), *a.* Ba mươi. *n.* Số ba mươi.

This (*THis*), *dem. pro.* Cái này, người này.

Thistle (*this'sưl*), *n.* Cây có gai.

Thither (*thi'THơ*), *adv.* Chỗ đó, đấy; tới đó.

Thole (*thôl*), *n.* Cọc chèo. — *vt.* Chịu đựng.

Thong (*thoong*), *n.* Giây da để buộc, đai da.

Thorax (*thô'reks*), *n.* Ngực, hung bộ.

Thorn (*thorn*), *n.* Gai; bụi rậm. — *a.* **Thorny.**

Thorough (*thơ'rơ*), *a.* Hoàn toàn, đúng.

Thoroughbred (*thơ'rơ-bred*), *a.* Chính giống (không lai), thuần huyết chủng; thuần chủng. — *n.* Động vật thuần chủng; ngựa chính giống.

Thoroughfare (*-fer*), *n.* Đường chính; công lộ; đại lộ.

Thorp, Thorpe (*thorp*), *n.* Làng; xóm.

Those (*thôz*), *pro.* & *adj.* Những cái (người, chiếc. v.v.) kia.

Thou (*THao*), *pres. pr.* Anh, mày, chỉ người mình nói với.

Though (*THô*), *conj.* Dù, tuy rằng, mặc dầu.

Thought (*tho-t*), *n.* Ý nghĩa, ý kiến; tư tưởng; sự xét đoán.

Thoughful (*-ful*), *a.* Hay suy nghĩ; đa tư.

Thousand (*thao'zând*), *n.* Một nghìn.

Thrall (*thro-l*), *n.* Nô lệ; cảnh hay thân phận nô lệ.

Thrash (*thresh*), *v.* Đập lấy hạt; nhắc lại; đánh.

Thread (*thred*), *n.* Sợi chỉ; dây; dòng tư-tưởng.

Thread bare (*thred'ber*), *a.* Sổ chỉ; rách tươm; bình phàm; ăn mặc rách rưới.

Threat *(thret)*, *n.* Sự dọa nạt. đe dọa ; nạt nộ.

Threaten *(-lưn)*, *vt.* Đe dọa, hăm dọa, nạt nộ.

Three *(thri)*, *a.* Ba. — *n.* Số ba.

Thenody *(then'nơ-đi)*, *n.* Bài hát than thở, thán ca ; bài than thở ở đám ma.

Thresh *(thresh)*, *v.* Đập lấy hạt ; đập, vụt.

Threshing *(-shing)*, *n.* Sự đập lấy hạt ; sự vụt.

Threshold *(thresh'ôld)*, *n.* Bệ cửa ra vào ; sự bắt đầu.

Thrice *(thrais)*, *adv.* Ba lần.

Thrift *(thrift)*, *n.* Sự tiết kiệm, tằn tiện ; sự để dành.

Thrifty *(-ti)*, *a.* Tiết kiệm, dè sẻn.

Thrill *(thril)*, *n* Sự rùng mình ; rung động ; hồi hộp.

Thriller *(thril'lơr)*, *n.* Truyện, kịch, hay phim xi-nê làm ta hồi hộp.

Thrive *(thraiv)*, *vi.* Phát đạt, thịnh vượng.

Throat *(thrôt)*, *n.* Cuống họng.

Throb *(throb)*, *vi.* Đập, rung động. — *n.* Sự hồi hộp.

Throe *(thrô)*, *n.* Sự đau đớn lắm.

Thrombosis *(throm-bô'sis)*, *n.* [Y] Chứng máu đông lại ở trong huyết quản.

Throne *(thrôn)*, *n.* Ngai vua, ngôi vua.

Throng *(throong)*, *n.* Đám đông, đàn, lũ, bầy.

Throttle *(throt'tưl)*, *n.* Cuống họng ; khí quản. — *vt.* Làm nghẹn thở ; bóp cổ ; làm tắc hơi.

Through *(thru)*, *prep.* Qua ; trong đám ; bởi cách. — *adv.* Hoàn toàn.

Throughout *(-aot)*, *adv.* Khắp nơi ; hoàn toàn ; suốt.

Throw *(thrô)*, *vt.* Ném, vứt ; đánh đổ ; đặt vào một hoàn cảnh nào.

Thrush *(thrăsh)*, *n.* Một thứ chim họa mi.

Thrust *(thrăst)*, *vt.* Đẩy vào ; đâm vào ; ấn vào.

Thud *(thăđ)*, *n.* Tiếng inh ịch ; tiếng nặng.

Thug *(thăg)*, *n.* Nhân-viên ban ám-sát ; hội viên hội ám sát ; đứa bạo ngược.

Thumb *(thăm)*, *n.* Ngón tay cái.

Thumb-screw *(thăm'skru)*, *n.* Đinh ốc (có đầu to) ; kim để kẹp ngón tay cái (khi tra tấn).

Thumb-tack *(thăm' tek)*, *n.* Đinh bấm.

Thump *(thămp)*, *n.* Tiếng vật nặng rơi (hay đập); một trùy; sự rơi mạnh. —*v.* Đập mạnh; (tim) đập mạnh.

Thunder *(thăn'đơ)*, *n.* Tiếng sấm; tiếng ầm ầm như sấm.

Thunderbolt *(thăn'đơr-bôlt)*, *n.* Sấm chớp, sấm sét.

Thunderstorm *(- storm)*, *n.* Cơn bão có sấm sét.

Thursday *(thơrz'đi)*, *n.* Thứ năm (trong tuần lễ).

Thus *(THăs)*, *adv.* Như vậy, như thế; như thế này.

Thwart *(thuort)*, *a.* Ngang; chéo — *adv.* Chéo qua. — *n.* Chỗ ngồi của người chèo thuyền. — *vt.* Phản đối, cản trở; đánh bại.

Thy *(THai)*, *poss. a.* Của mày, của anh, của mi.

Thyself *(THai - self')*, *pro.* Mày, chính mày, tự mày.

Tiara *(tai-e'rơ, ti-a'rơ)*, *n.* Ngọc miện của Giáo Hoàng; mũ hình cái ngọc-miện.

Tibia *(tib'bi-ơ)*, *n.* [giải] Xương ống chân, kinh cốt.

Tic *(tik)*, *n.* (y) Sự co ruỗi bắp thịt (ở mặt).

Tick *(tik)*, *n.* Áo gối; đệm; tiếng tích tắc; dấu hiệu.

Ticker *(tik'kơr)*, *n.* Máy đập tích tách, máy thu điện tín.

Ticket *(tik-kưt, ket)*, *n.* Giấy, vé; phiếu; dấu; nhãn hiệu.

Ticket-collector *(-cơ- lek'tơ)*, *n.* Người soát vé.

Tickle *(tik'kưl)*, *v.* Cù; mơn trớn; khêu gợi.

Tidal wave *(tai'đơl uêv)*, *n.* Sóng thủy - triều; sóng lớn (sau trận động đất).

Tide *(taid)*, *n.* Nước triều; giòng nước; sự lên xuống.

Tidings *(tai'dingz)*, *n. pl.* Tin tức; thơ tín; thông cáo.

Tidy *(tai'di)*, *a.* Sạch sẽ; gọn gàng.

Tie *(tai)*, *n.* Ca-vát. — *vt.* Trói; nối; thắt; kết thành mối.

Tier *(ti'ơr)*, *n.* Một hàng, một dẫy.

Tiger *(tai'gơr)*, *n.* Con hổ. — *a.* **Tigerish**, Như hổ.

Tight *(tait)*, *a.* Kín, chặt chắc chắn, khó khăn; [lóng] say rượu.

Tigress *(tai'gres, -grưs)*, *n.* Con hổ cái.

Tile *(tail)*, *n* Ngói lợp nhà; gạch vuông giải sân; (lóng) cái mũ.

Tiler *(tai ' lơ)*, *n.* Thợ lợp nhà.

Till *(til)* *vt.* Trồng trọt, cầy cấy. — *prep.* & *conj.* Đến, tới, cho đến, cho tới. — *n.* Ngăn kéo, quầy tiền.

Tiller *(til'lơr)*, *n.* Cái mầm, búp. — *vi.* Nẩy mầm, nẩy búp.

Tilt *(tilt)*, *v.* Cái lọng ; cái lều vải ; vải che ; sườn đồi (núi) ; cuộc đấu võ trên lưng ngựa. — *vi.* Ngả nghiêng ; phóng ngựa và đâm lao ; đấu võ trên lưng ngựa.— *vt.* Làm nghiêng ; lao, phóng lao ; đập mạnh.

Timber *(tim'bơ)*, *n.* Gỗ to ; súc gỗ vuông ; rầm nhà ; cây to.

Time *(taim)*, *n.* Thời giờ ; lần, lượt.

Time-piece *(taim'piis)*, *n.* Máy đo giờ.

Time-table *(-tê'bưl)*, *n.* Thời khóa biểu ; thời khắc biểu.

Timid *(tim'mid)*, *a.* Rụt rè, bẽn lẽn ; e sợ.

Timothy *(tim'mơ-thi)*, *n.* Thứ cỏ dài, ngưu thảo.

Timpani *(tim'pơ-ni)*, *n. pl.* Bộ trống bằng đồng; kiềng đồng.

Tin *(tin)*, *n.* Thiếc ; hộp thiếc ; [lóng] tiền bạc.

Tincture *(tingk'chơr)*, *n.* Nốt nhỏ, vết ; nước thuốc. — *vt.* Ruộm.

Tinder *(tin'đơr)*, *n.* Vật dễ bắt lửa, nứa khô ; mồi nhóm lửa.

Tine *(tain)*, *n.* Răng (dĩa) ; giùi nhọn.

Tin foil, *n.* Giấy bạc, giấy chì mỏng (để gói kẹo, thuốc lá, v.v.).

Tinge *(tinj)*, *vt.* Ruộm nhạt. — *n.* Màu ; vị ; vẻ.

Tinker *(ting'kơr)*, *n.* Người chữa hay hàn nồi, xoong chảo ; khéo léo về các việc máy móc vặt. — *vt.* Chữa ; chữa một cách quấy quá.

Tinkle *(ting'kưl)*, *n.* Tiếng chuông.—*v.* (Làm) kêu vang.

Tinsel *(tin'sơl)*, *n.* Giấy hay vải kim tuyến; vật hào nhoáng bề ngoài.

Tinsmith *(tin'smith)*, *n.* Thợ thiếc.

Tint *(tint)*, *n.* Màu, sắc, vẻ.— *vt.* Đánh màu.

Tintinnabulation *(tin-tin-neb'biu-lê'shân)*, *n.* Tiếng chuông rung ; tiếng leng keng.

Tiny *(tai'ni)*, *a.* Rất nhỏ ; tí síu, bé tí.

Tinware *(tin'uer)*, *n.* Đồ bằng thiếc.

Tip *(tip)*, *n.* Đầu ; đầu nhọn ; đỉnh ; tiền biếu ; sự mách nước. — *vt.* Thưởng tiền.

Tippet *(tip'pet, -pưt)*, *n.* Vật thề lề (chùng) xuống ; cái dải ; khăn quàng.

Tipple *(tip' pưl)*, *vi.* Nghiện rượu ; hay uống rượu — *vt.* Uống luôn. — *n.* Rượu.

Tipster *(tip' stơr)*, *n.* Người mách nước (trong các cuộc đánh cá ngựa).

Tipsy *(tip'si)*, *a.* Say mềm, say rượu bí tỉ. — *adv.* **Tipsiness.**

Tiptoe *(tip'tô)*, *n.* Đầu ngón chân. — *v.* Đi kiễng chân, rón rén.

Tiptop *(tip'top')*, *n.* Chỗ đỉnh, cực đỉnh ; sự tốt nhất. – *a.* Tuyệt ; tối ưu.

Tirade *(tai'rêđ,ti-rêđ')*, *n.* Bài diễn thuyết dài (để mạt sát).

Tire *(tai-ơ)*, *n.* Cái băng ; nơ, cặp vỏ ruột xe ; lốp xe.

Tired *(tai'ưđ)*, *a.* Mệt ; chán. — *adv.* **Tiredly.** — *n.* **Tireness.** Sự mệt nhọc.

Tiresome *(- sâm)*, *a.* Nhọc, mệt ; làm phiền, chán.

Tissue *(tis'shiu,-shu)*, *n.* Hàng dệt mỏng, hàng lụa ; (giải) tổ chức.

Tissue-paper *(- pê' pơ)*, *n.* Giấy bọc (giả vải) ; giấy lụa.

Titan *(tai' lân)*. *n.* Người to lớn, hay có sức mạnh.

Titanic *(tai - ten' nik)*, *a.* To lắm ; khỏe lắm ; siêu nhân.

Titbit *(tit' bit)*, *n.* Một mẩu (tin tức, tin đồn) ; một miếng.

Tithe *(taiTH)*, *n.* Thuế thập phân ; phần thứ mười.

Title *(tai'tưl)*, *n.* Đầu đề, nhan đề ; tên ; chức tước.

Tittle *(tit' tưl)*, *n.* Dấu riêng đánh trên mộtchữ,chấm,điểm.

Tittle - tattle *(- tet' tưl)*, *n.* Chuyện gẫu, chuyện hão, nhàn đàm.

Titular *(tit'tiu-lơr)*, *a.* Chỉ về chức tước ; có tên thôi, hữu danh vô thực.

To *(tù)*, *prep.* Chỉ phía nào ; thuộc về ai, cái gì ; tới, khi.

Toad *(tôđ)*, *n.* Con cóc. — *n.* **Toady**, Đứa nịnh thần.

Toadstool *(tôđ'stul)*. *n.* Nấm độc.

Toady *(tôđ'đi)*, *n.* Người nịnh hót, xu phụng. — *vt*, Nịnh hót.

Toast *(tôst)*, *n.* Bánh mì nướng, sự chúc rượu.

Toast *(tôst)*, *v.* Hơ nóng ; nướng qua ; chúc rượu ; uống rượu mừng.

Tobacco *(tơ-bek'kô)*, *n.* Thuốc lá, cây thuốc.

Tobacconist *(- kơ - nist)*, *n.* Người bán thuốc lá.

Toboggan *(tơ-bog'gân)*, *n.* Xe lướt tuyết đáy phẳng.

Tocsin *(tok' sin)*, *n.* Chuông (còi) báo động.

Tod *(tođ)*, *n.* Bụi rậm ; một yến (trọng lượng) ; lông cừu xưa (chừng 12. 5 kilô).

Today *(tu-đê')*, *adv.* Ngày hôm nay ; ngày nay.

Toddle *(tođ'dưl)*, *vi.* Đi chập chững.

Toddy *(tođ' đi)*, *n.* Món uống (rượu nặng pha với nước đường nóng).

Toe *(tô)*, *n.* Ngón chân ; phần đằng trước guốc hay tất.

Toffee, Toffy *(tof' fi)*, *n.* Kẹo tô-fi ; kẹo súc-cu-la sữa.

Together *(tu-gơ' THơ)*, *adv.* Cùng cả ; chung một lúc.

Togs *(togz)*, *n. pl.* (lóng) Quần áo, y-phục.

Toil *(toil)*, *n.* Công việc ; sự vất vả mệt nhọc.

Toilet *(toi' let, -lưt)*, *n.* Sự trang điểm ; quần áo ; (Mỹ) Buồng tắm, nhà xí.

Toilsome *(toil-sâm)*, *a.* Khó nhọc ; mệt nhọc.

Token *(tô'kưn)*, *n.* Dấu, dấu hiệu ; kỷ niệm ; tiền đồng.

Tolerable *(tol' lơ-rơ-bưl)*, *a.* Dung thứ, chịu được.

Tolerate *(-rêt)*, *vt.* Dung thứ, dung túng.

Toll *(tôl)*, *n.* Tiếng chuông chậm chạp và liên tiếp.

Tomahawk *(tom'mơ-ho-k)*, *n.* Búa trận (mọi dạ đỏ ở Bắc Mỹ thường dùng), — *vt.* Chém, bổ bằng búa ấy.

Tomato *(tô - mê' tô, - ma)*, *n.* Cây cà chua, quả cà chua.

Tomb *(tum)*, *n.* Mồ, mả, huyệt, phần mộ.

Tomboy *(tom'boi)*, *n.* Con gái nặc nô.

Tombstone *(tu - m' stôn)*, *n.* Tấm bia trên mộ.

Tomcat *(tom'ket)*, *n.* Mèo già ; mèo đực.

Tome *(tôm)*, *n.* Một thiên (sách), một tập, cuốn sách to.

To-morrow *(tu-mo'rô)*, *n.* & *adv.* Ngày mai.

Tom-tom *(tom'tom')*, *n.* Thứ trống (thường dùng ở phương đông).

Ton *(tăn)*, *n.* Ton, tấn (1000 kilô). — *n.* **Tonnage**, Số tấn.

Tone *(tôn)*, *n.* Cung, giọng ; sự cường kiện ; màu sắc.

Tongs *(loongz)*, *n. pl.* Cái cặp ; cái díp ; kìm.

Tongue *(lăng)*, *n.* Lưỡi ; tiếng nói, ngôn ngữ ; cách nói.

Tonic *(ton'nik)*, *a.* Thuộc về âm điệu ; về sức khỏe. — *n.* Thuốc bổ.

Tonight *(tu-nait')*, *n.* Tối hôm nay.

Tonnage *(tăn'nưj)*, *n.* Trọng tải của tầu bè ; số tấn.

Tonsil *(ton'sưl)*, *n.* [Giải] Hạch ở hai bên họng, hạch hầu-long.

Tonsure *(ton'shơr)*, *n.* Sự cắt tóc (để đi tu) ; sự gọt hết tóc ; tăng-chức.

Too *(tu)*, *adv.* Quá ; cũng vậy ; như vậy ; cũng.

Tool *(tu-l)*, *n.* Đồ vật ; dụng cụ ; đồ chơi.

Tooth *(tu-th)*. *n.* Răng ; răng bánh xe ; vật giống cái răng.

Toothache *(-êk)*, *n* Bệnh đau răng.

Toothpick *(-pik)*. *n.* Cái tăm — *n.* **Tooth-brush.**

Top *(top)*, *n.* Phần, điểm cao nhất ; con quay, đỉnh ; ngọn, nóc.

Topaz *(tô'pez)*, *n.* Hoàng ngọc ; hoàng bảo thạch.

Top-hat *(-het)*, *n.* Mũ quả cao hình trụ.

Topic *(top'pik)*, *n.* Đầu mục, đầu đề, vấn đề.

Topography *(tơpog grơ-fi)*, *n.* Địa-chí ; phong-thổ-luận ; địa hình.

Topping *(top'ping)*, *a.* Cao hơn ; có vẻ trịch thượng ; kiêu ngạo ; ưu mỹ ; hoa lệ. — *n.* Chỗ nóc ; sự bỏ nóc.

Topple *(top'pưl)*, *v.* Ngã chúi ; đổ về đàng trước ; lồi ra. — *vt.* Lật.

Tops *(tops)*, *a.* [lóng] Tột bực ; tuyệt.

Topsoil *(top'soil)*, *n.* Dát trên mặt.

Topsy-turvy *(top'si-tơr'vi)*, *adv.* Trên xuống dưới, dưới lên trên ; lộn xộn. — *n.* Sự hỗn độn.

Toque *(tôk)*, *n.* Mũ tròn thời xưa ; mũ không vành của đàn bà.

Torch *(torch)*, *n.* Bó đuốc, cây đuốc.

Toreador *(to'ri-ơ đor, to ri-ơ-đor')*, *n.* Người chọi bò.

Torment *(tor'mânt)*, *n.* Sự giầy vò, cắn rứt ; mối đau khổ.

Tornade *(tor-nê'đô)*, *n.* Trận bão ở bờ biển phía tây Phi-châu ; cơn gió lốc.

Torpedo *(tor-pi'đô)*, *n.* Thủy-lôi, ngư-lôi.

Torpid *(tor'piđ)*, *n.* Mất trí-giác ; ngớ ngẩn ; không hoạt bát ; lãnh đạm, vô tình.

Torrent *(tor'rânt)*, *n.* Dòng nước chảy mạnh ; thác nước.

Torrential *(to-ren'shơl)*, *a.* Chảy mạnh, chảy xiết ; rầm rộ ; thao thao bất tuyệt.

Torrid *(tor'riđ)*, *a.* Rất bức ; nóng và khô khan.

Torsion *(tor'shân)*, *n.* Sự xoay, soắn.—*a.* **Torsional.**

Torso *(tor'sô)*, *n.* Cái thân, cái mình ; thân tượng (không đầu và tay chân).

Tortilla *(tor-ti'ya)*, *n.* Một thứ bánh nướng mỏng (người Nam-Mỹ thường ăn).

Tortoise *(tor'tâs,-tis)*, *n.* Con đồi mồi ; một thứ rùa.

Torture *(tor'chơr)*, *n.* Khổ hình ; sự tra tấn ; hành hạ.

Toss *(tos)*, *n.* Sự ném, tung ; sự chòng chành.

Tot *(tot)*, *n.* Vật bé nhỏ ; đứa bé con.

Total *(tô'tơl, -tưl)*, *a.* Toàn phần ; hoàn toàn.—*n.* Tổng số.

Totalitarian *(tơtel'li-te'ri-ân)*, *a.* Độc tài.

Tote *(tôt)*, *vt.* Chở ; mang ; vận tải.

Totter *(tot'tơr)*, *vi.* Lung lay ; đị chập chững, đi không vững bước.

Touch *(tă-ch)*, *n.* Sự sờ mó, đụng chạm ; đá thử vàng.

Tough *(tăf)*. *a.* Cứng, rắn, dai, bền bỉ ; khỏe, không uốn được ; bướng bỉnh ; gai góc ; hắc, khó.

Tour *(tur)*, *n.* Vòng ; sự đi vòng quanh.

Touring-car *(-car)*, *n.* Xe du-lịch.

Tourist *(tu'rist)*, *n.* Người du lịch.

Tournament(*tur'nơ-mânt,tơr'*), *n.* Cuộc đấu võ ; ngày hội vận-động (thể-thao).

Tousle *(tao'zưl)*, *vt.* Đảo lộn ; làm cho mất thứ tự.

Tout *(taot)*, *v.* Rình ; trinh sát, dò xét ; dò xét về các bí-mật (nói về đánh cá ngựa) ; mách nước ; tìm việc làm ; mưu sự.

Tow *(tô)*, *vt.* Kéo sau. — *n.* **Towboat**, Tầu kéo các thuyền khác.

Toward *(tô'ơrđ, tôrđ)*, *prep.* Hướng về ; vào khoảng ; đối với.

Towboat *(tô'bôt)*, *n.* Tầu, thuyền dắt ; rơ-móoc.

Towel *(tao' ơl)*, *n.* Khăn lau tay, khăn mặt.

Tower *(tao' ơr)*, *n.* Tháp chuông ; thành lũy ; pháo đài.

Towering *(tao' ơ - ring)*, *a.* Cao ngất nghều ; dữ dội, kịch liệt ; cực đoan.

Town *(taon)*, *n.* Thành phố nhỏ, thành thị ; tỉnh.

Town-clerk *(- clark, - clơrk)*, *n.* Thư ký tòa thị-chính.

Town-council *(- caon' sưl)*, *n.* Hội đồng thành phố.

Town - councillor *(- lơr)*, *n.* Nghị viên thành phố.

Townhall *(taon'ho-l)*, *n.* Tòa thị-chính, thị-sảnh.

Townsfolk *(fôk)*, *n.* Dân thành phố, dân ở tỉnh.

Toxic *(tok' sik)*, *a.* Độc, có chất độc ; phát ra bởi chất độc.

Toxicology *(tok-si - col' lơ - ji)*, *n.* Độc-vật - học, độc - dược-học.

Toy *(toi)*, *n.* Đồ chơi ; trò chơi ; vật vô giá trị.

Trace *(três)*, *n.* Dấu, vết ; giây buộc ngựa vào xe.

Track *(trek)*, *n.* Dấu. vết ; dấu hiệu ; lốt chân ; đường nhỏ, đường riêng để chạy thi.

Trackage *(trek' kưj)*, *n.* (Nói chung) đường xe lửa ; quyền xử dụng đường khác.

Tract *(trekt)*, *n.* Đoản luận, bài luận ngắn về thực-tế tôn-giáo ; quãng thời gian ; khoang dài, đất ; diện-tích.

Traction *(trek' shân)*, *n.* Sự kéo, khiên dẫn.

Tractor *(trek' tơr)*, *n.* Vật kéo ; máy kéo tự-động ; máy cày ; phi-cơ có chóng quạt ở trước cánh.

Trade *(trêđ)*, *n.* Sự buôn bán, thương mại ; nghề.

Trade - mark. *n.* Nhãn hiệu xưởng chế tạo.

Trader *(trêđ' đơ)*, *n.* Người buôn bán thương gia.

Tradesman *(trêđz' mân)*, *n.* Nhà buôn, người lái buôn.

Tradewinds, *n. pl.* Gió mậu-dịch, gió đông ở miền nhiệt-đới.

Traditional *(trơ-đis'shơ-nơl)*, *a.* Cổ truyền.

Tradition *(-shân)*, *n.* Sự cổ-truyền ; khẩu truyền.

Traduce *(trơ-đius')*, *vt.* Nói dối về ; vu khống ; bêu xấu ; làm nhục.

Traffic *(tref' fik)*, Sự buôn bán ; xe cộ đi lại.

Tragedian *(trơ-ji' đi ân)*, *n.* Người viết bi-kịch ; người diễn bi-kịch.

Tragedy *(trej' ji - đi)*, *a.* Vở bi-kịch, thảm kịch.

Tragic *(trej' jik)*, *a.* Kinh khủng ; tai hại ; bất hạnh.

Trail *(trêl)*, *n.* Vết dài ; lối vết chân đi qua.

Trailer *(trêl' lơr)*, *n.* Người hay vật kéo ; xe rơ-moóc (kéo bởi xe ô-tô đi trước).

Train *(trên)*, *n.* Đoàn, lũ đông ; đám rước ; đoàn xe.

Training *(trên'ning)*, *n.* Sự huấn-luyện, luyện tập ; giáo dục ; sự trải qua một cuộc huấn-luyện.

Trait *(trêt,trê)*, *n.* Đặc-điểm ; đặc-tính.

Traitor *(trê' tơr)*, *n.* Kẻ phản quốc ; kẻ phản bội.

Traitress *(- tres, - trâs)*, *a.* Người đàn bà phản nghịch.

Trajectory *(trơ - jek'tơ - ri)*, *n.* Đường đạn đi, đạn - đạo ; đường một phóng - xa - thể chuyển - dịch trong không-gian ; quỹ-đạo.

Tram *(trem)*, *n.* Xe điện trong thành phố, hay trong hầm mỏ.

Tramcar *(trem' car)*, *n.* Xe điện,

Trammel *(trem' mơl)*, *vt.* Buộc, giữ chặt ; làm trở ngại. — *n.* Một thứ lưới để bắt cá hay chim ; vật trở ngại, cản trở.

Tramp *(tremp)*, *vi.* Đi một cách nặng nề ; đi bộ. — *n.* Cuộc đi chơi, đi bộ, đi lang thang ; sự dậm chân ; kẻ du thủ du thực.

Trample *(trem'pưl)*, *n.* Ép ; bóp bẹp ; dẫm lên ; giầy đạp ; đè nén.

Tramway *(trem' uê)*, *n.* Xe điện.

Trance *(trans)*, *n.* Sự xuất thần nhập hóa ; thần-trí hỗn-mê ; (y) chứng cứng đờ người ra.

Tranquil *(treng'quil)*, *a.* Yên tĩnh, im lặng, êm đềm.

Transact *(trens - sekt', tren-zekt')*, *vt.* Đưa qua ; làm ; chấp hành ; xử lý. — *n.* **Transaction**, Sự làm việc ; xử lý.

Transaction *(tren - sek' shân)*, *n.* Sự điều khiển công việc ; hội-báo ; sự vụ, việc.

Transatlantic *(trens - ât - len'-tik)*, *a.* Ở ngoài Đại-Tây-Dương ; đi qua Đại - Tây-Dương.

Transcend *(tren - send')*, *v.* Vượt qua; trội hơn ; quá ; lấn.

Transcendent *(tren-sen'đânt)*, *a.* Hơn, vượt qua ; siêu-việt.

Transcendentalism, *(tren-sen-đen' tơl - liz - zưm)*, *n.* [triết] Siêu-việt kinh-nghiệm ; siêu-tuyệt triết - học ; siêu-tuyệt-luận.

Transcontinental *(trens'con-ti-nen' tơl)*, *a.* Qua, suốt đại lục.

Transcribe *(- scraib')*, *vt.* Sao, chép.

Transcript *(- script')*, *n.* Bản sao lục, bài chép.

Transcription *(tren - skrip'-shân)*, *n.* Sự chép lại ; bản sao ; [âm] sự cải - tác một nhạc-khúc.

Transfer *(trens - fơr')*, *v.* Sang, chuyển ; nhượng.

Transfer *(trens'fơ)*, *n.* Sự di chuyển ; người hay vật được di chuyển ; sự nhượng quyền.

Transference *(trens - fơ' rân, trens ' -)*, *n.* Sự trao cho ; chuyển giao.

Transfiguration *(trens - fig'-ghiu - rê' shân)*, *n.* Sự biến-hình.

Transfigure *(trens - fig' gơr)*, *vt.* Biến hình ; biến hóa.

Transfix *(trens - fiks')*. *vt.* Xuyên qua, đâm qua.

Transform *(trens - form)*, *vt.* Biến hình ; thay đổi.

Transfuse *(trens - fiuz')*, *vt.* Đổ nước (chất lỏng) từ cốc này sang cốc khác ; truyền máu. — *n.* **Transfusion.**

Transgress *(trens - gres')*, *a.* Đi quá (hạn giới, hạn độ) ; vi phạm (quy tắc) ; phạm (pháp), phạm tội. — *n.* **Transgressor**, người phạm.

Transient *(tren' shânt)*, *a.* Đi qua ; lướt qua ; tạm thời ; tạm trú. — *n.* Người ở lại ít bữa.

Transit *(tren' sit, - zit)*, *n.* Sự đi qua ; sự chuyển vận ; kính kinh-tuyến.

Transition *(tren-zis'shân, -sis' zhân)*, *n.* Sự đi qua ; thông qua ; biến chuyển.

Transitive *(tren' si - tiv)*, *a.* Thuộc về sự chuyển đạt, đi nơi này sang nơi khác ; (văn) tha-động-từ.

Transitory *(tren'si-tô-ri, -tơ-ri)*, *a.* Nhất thời, tạm thời.

Translate *(tren - slêt')*, *vt.* Phiên dịch ; chuyển dịch.

Translucent *(- liu' sânt)*, *a.* Trong suốt ; trong mờ.

Transmigrate *(trens'mi-grêt)*, *vi.* Di cư ; vận chuyển.

Transmigration *(trens - mai-grê'shân, -mi-)*, *n.* Sự di cư, di trú, chuyển-sinh. luân-hồi.

Transmission *(-mis' shân)*, *n.* Sự chuyển, đạt, đệ trình ; sự di truyền.

Transmit *(trens-mit')*, *vt.* Gửi, chuyển giao, truyền tống ; truyền.

Transmitter *(trens - mit' tơr)*, *n.* Máy truyền tin, máy tống-thoại ; máy phát thanh.

Transmute *(trêns - miut')*, *vt.* Làm biến tính, biến hình, biến chất.

Transoceanic *(trens - ô - shi-en'nik)*, *a.* Qua, suốt, vượt đại-dương ; bên kia đại-dương.

Transom *(tren'sâm)*, *n.* Cái xà ngang, thanh gỗ ngang ; cửa sổ nhỏ ở trên cái cửa.

Transparency *(trens - pe' rân-si)*, *n.* Tính trong suốt

Transparent *(-rânt)*, *a.* Trong suốt ; rõ rệt.

Transpire *(tren - spai' ơ)*, *vi.* Ra mồ hôi ; toát hơi nước ; tiết-lậu (lộ).

Transplant *(trens - plant')*, *vt.* Nhổ lên rồi giồng ở chỗ khác, di-thực, di-cư ; cấy.

Transport *(trens'pôrt)*, *n.* Sự chuyên chở, vận tải.

Transpose *(trens - pôz')*, *vt.* Đổi chỗ ; chuyển vị.

Transubstantiation *(tren-sâb-sten-shi-ê'shân)*, *n.* Sự biến-chất ; thuyết biến-thể.

Transverse *(-vơrs)*, *a.* Xuyên ngang ; nằm ngang.

Trap *(trep)*, *n.* Cửa sập ; bẫy ; xe ngựa hai bánh.

Trap-door *(trep' đôr, đor)*, *n.* Cửa sập.

Trapeze *(trơ-piiz')*, *n.* Cái đu lộn ; (toán) hình thang.

Trappings *(trep'pingz)*, *n. pl.* Bô yên cương, vải khoác lên lưng ngựa ; y-phục.

Traprock *(trep' rok)*, *n.* Thứ đá đen dùng để rải đường.

Traps *(treps)*, *n. pl.* Vật sở-hữu ; hành-lý.

Trash *(tresh)*, *n.* Vật vô-giá-trị, vật bỏ đi ; rác ; cành con và lá cây ; bã mía ; vỏ lúa ; người vô-giá-trị ; đứa bỏ đi.

Travel *(tra' vơl, tre'-)* *n.* Sự, cuộc du lịch.

Traveler *(-lơ)*, *n.* Người du lịch, khách du hành.

Travelogue *(trev' vơ - log)*, *n.* Câu truyện về du - lịch (thường bằng phim chiếu trên màn ảnh).

Traverse *(trev'vơrs)*, *n.* Đòn ngang ; gỗ ngang đường tầu.

Travestry *(-vâs-tri)*, *n.* Sự bắt chước một cách ngây ngô.

Trawl *(tro-l)*, *n.* Lưới rà. — *vi*, Đánh cá bằng lưới rà. — *n.* **Trawler.**

Tray *(trê)*, *n.* Mâm ; thùng gỗ; cái khay.

Treacherous *(tre'chơ-râs)*, *a.* Phản bội ; điên đảo.

Treachery *(-ri)*, *n.* Sự lừa lọc, phản bội.

Treacle *(tri - cưl)*, *n.* Nước mật, nước đường.

Tread *(tred)*, *v.* Đặt chân ; dẫm lên ; áp bức.

Treadle *(tred'đưl)*, *n.* Bàn đạp bê-đan (của xe đạp).

Treadmill *(tred'mil)*, *n.* Cối xay, máy xay (có bàn đạp ở cạnh bánh xe).

Treason *(tri'zưn)*, *n.* Sự làm phản ; phản bội, phụ.

Treasure *(trez'zhơr)*, *n.* Châu báu, bảo vật, kho bạc.

Treasurer *(-rơ)*, *n.* Viên quản khố, viên thủ quỹ.

Treasure-trove *(tre'zhơr-trôv')* *n.* (luật) Tiền, của, vàng vô thừa nhận (vô chủ).

Treasury *(-ri)*, *n.* Kho bạc, công khố.

Treat *(tri-t)*, *n.* Sự thú. — *v.* Thương lượng ; đối đãi ; chữa.

Treatise *(-tis-, -tiz)*, *n.* Luận văn.

Treaty *(tri'ti)*, *n.* Điều ước, hiệp ước ; khế ước.

Treble *(treb'bưl)*, *a.* Gấp ba, ba lần ; giọng kim.

Tree *(tri)*, *n.* Cây, cây gỗ ; cái que, gậy.

Treenail, Trenail *(tri ' nêl, tren'nưl, trăn'nưl)*, *n.* Đinh gỗ (dùng đóng thuyền).

Trefoil *(tri'foil)*, *n.* Cỏ tam diệp; (kiến) hình ba lá chắp lại.

Trellis *(trel'lis)*, *n.* Tấm lưới mắt cáo ; tấm liếp.

Tremble *(trem'bưl)*, *vi.* Run ; run sợ ; rung động.

Tremendous *(tri - mân' đâs)*, *a.* Sợ hãi ; rùng rợn ; ghê gớm.

Tremolo *(trem'mơ-lô)*, *n.* (âm) Sự lướt các âm.

Tremor *(trem'mơr, tri'mơr)*, *n.* Sự run run, rung động.

Tremulous *(trem'miu-lâs)*, *a.* Run run, rung rung, rung động.

Trench *(trench)*, *n.* Hố ; hào ; hầm.

Trenchant *(tren' chânt)*, *a.* Sắc ; sắc sảo ; hà khắc.

Trencher *(tren'chơr)*, *n.* Đĩa gỗ ; mâm gỗ.

Trencherman *(- mân)*, *n.* Người phàm ăn.

Trend *(trenđ)*, *vi.* & *n.* Khuynh hướng ; ngả về.

Trepan *(tri-pen')*, *n.* Cái cưa để khoét sọ (đầu lâu). — *vt.* Khoét (sọ).

Trespass *(tres'pâs)*, *vi.* (luật) Phạm tội xâm hại ; xâm nhập, xâm phạm ; phạm lỗi. — *n.* Tội ; sự quá thất ; tội ác ; hành vi xâm hại.

Tress *(tres)*, *n.* Một món (mớ) tóc (được bím lại, hay tết lại). — *a.* **Tressed**, Tết lại.

Trestle *(tres ' sưl)*, *n.* Cái niễng, mễ ; giá, cái chống.

Triad *(trai ' eđ)*, *n.* Một tốp gồm 3 cái, 3 người hay 3 vật ; bộ ba.

Trial *(trai'ơl)*, *n* Sự, cuộc thí nghiệm;thử thách; cuộc xử án.

Triangle *(trai' eng - gưl)*, *n.* Tam giác.

Tribe *(traib)*, *n.* Bộ lạc ; nòi giống

Tribulation *(tri-biu-lê'shàn)*, *n.* Sự đau đớn, thống khổ ; khó chịu.

Tribunal *(trib' biu - nơl)*, *n.* Tòa án ; pháp trường.

Tribunate *(trib'biu-nât)*, *n.* Chức phận, chức quyền, hay quản khu của viên hộ-dân-quan.

Tribune *(trib'biun, tri-biun')*, *n.* Diễn đàn ; kẻ bênh vực dân chúng.

Tributary *(trib'biu-tơ-ri)*, *a.* Phải triều cống ; phụ thuộc, bị chi phối. — *n.* Sông nhánh.

Tribute *(trib'biu-t)*, *n.* Tiền, của cống hiến, thuế.

Trice *(trais)*, *n.* Một lát, thời gian rất ngắn.

Triceps *(trai'seps)*, *n.* Tam-đầu-cân, bắp thịt ở cánh tay trước.

Trick *(trik)*, *n.* Mưu mẹo, mưu kế, thủ đoạn ; trò.

Trickle *(tric' cưl)*, *vi.* Chảy thành dòng nhỏ.

Tricolor *(trai'căl'lơr)*, *n.* Cờ tam tài, cờ tam sắc.

Tricycle *(trai'si-cưl)*, *n.* Xe đạp ba bánh.

Trident *(trai'đânt)*, *n.* Cái lao có ba mũi nhọn.

Triennial *(trai-en' ni-ơl)*, *a.* Trong ba năm ; ba năm một.

lần. — *n*. Việc sẩy ra ba năm một lần, làu ba năm ; kỷ-niệm tam-chu-niên.

Trifle *(trai'fưl)*, *n*. Vật vô giá trị ; món tiền nhỏ.

Trifling *(trai'fling)*, *a*. Tầm phào, hão huyền, phù phiếm; nhỏ mọn, không đáng kể.

Trigger *(trig'gơ)*, *n*. Cái cò súng.

Trigonometry *(trig'gơ-nom'mi-tri)*, *n*. Phép lượng giác.

Trill *(tril)*, *n*. Giọng rung động, âm thanh có chữ R. — *v*. Phát ra âm thanh rung rung.

Trillion *(tril'yân)*, *n*. (Mỹ) số có 12 con dê-rô đi sau ; (Anh) số có 18 con dê-rô đi sau.

Trilogy *(tril'lơ-ji)*, *n*. Một bộ gồm 3 bản kịch, hoặc 3 thiên sách ; hoặc ba thiên nhạc khúc.

Trim *(trim)*, *n*. Thứ tự ; sự trang hoàng, tô điểm.

Trimmer *(trim'mơr)*, *n*. Người coi kho ở dưới hầm tầu ; ngoài xoay như chong chóng.

Trinity *(trin'ni-ti)*, *n*. Tam vi nhất thể.

Trinket *(tring'ket, -kưt)*, *n*. Vật nữ trang nhỏ (như miếng bảo thạch) ; vật không đáng giá bao nhiêu ; vật nhỏ mọn ; đồ chơi.

Trio *(tri'ô ; trai'ô)*, *n*. Bộ ba ; bản nhạc ba bè

Trip *(trip)*, *n*. Cuộc du-lịch. — *vi*. Đi bước nhanh ; sẩy, trượt chân ; lầm lỗi.

Tripartite *(trai-par'tait, trip'pơr-tait)*, *a*. Chia làm 3 bộ phận ; có ba phần tương đồng ; tay ba ; giữa ba phái hay 3 nước.

Triple *(trip'pưl)*, *a*. Gấp ba, ba lần.

Triplet *(trip'let,-lưt)*, *n*. Vật do 3 bộ lập thành ; tam thể liên hợp ; [văn] ba đoạn hay dòng vân với nhau ; [âm] ba liên âm, ba liên phách tử ; trẻ sinh ba

Triplicate *(trip'pli-cât)*, *a*. Làm thành ba bản sao.

Tripod *(trai'pod)*, *n*. Kiềng ; ghế ; giá 3 chân.

Trisect *(trai'sect)*, *vt*. Chia làm ba phần đều nhau.

Trite *(trait)*, *a*. Tầm thường ; binh phàm.

Triturate *(trit'chiu-rêt)*, *vt*. Cọ ; nghiền ; đánh đập ; đập ; đập tan tành. — *n*. Bột.

Triumph *(trai'ămf)*, *n.* Sự thắng, trận chiến - thắng ; thành công ; sự vui mừng. đắc chí.

Triumvir *(trai-ăm' vơr)*, *n.* (Cổ La Ma) Một người trong tam-chấp-chính.

Triumvirate *(-rôt)*, *n.* Chức hay nhiệm kỳ của tam chấp chính ; tam đầu chính trị.

Trivet *(tri'vet'-vưt)*, *n.* Cái giá ba chân.

Trivial *(tri'vi·ơl)*, *a.* Không quan trọng, nhỏ mọn.

Troll *(trôl)*, *n.* Người quái thai hay thần sống trong hang núi; bản nhạc luân xướng. — *vt.* Luân xướng; hát to; câu cá.

Trolley, **Trolly** *(trol'li)*, *n.* Xe chạy trên đường sắt.

Trollop *(trol'lâp)*, *n.* Đàn bà bừa bãi ; dâm phụ.

Trombone *(trom ' bôn, trom-bôn')*, *n.* Kèn tờ-rom-bôn (một thứ kèn đồng).

Troop *(tru-p)*, *n.* Đoàn, tụi, lũ ; bọn ; đội quân.

Trooper *(tru'pơ)*, *n.* Lính kỵ mã ; ngựa đi trận.

Trophy *(trô'fi)*, *n.* Chiến lợi phẩm ; thành tích ; kỷ niệm.

Tropic *(trop'pik)*, *n.* Chí tuyến, miền chí tuyến,

Tropical *(-cơl)*, *a.* Thuộc về chí tuyến, về nhiệt đới.

Trot *(trot)*, *n.* Nước kiệu ; tiếng chân ngựa.

Troth *(trolh, trôth)*. *n.* Lòng trung tín ; trung thực ; sự chân thật ; sự đính hôn. — *vt.* Thề ; đính hôn.

Trouble *(trăb'bưl)*, *v.* Phiền nhiễu, quấy nhiễu.

Troublesome *(-sâm)*, *a.* Phiền toái ; hay quấy nhiễu.

Trough *(trof)*, *n.* Cái thùng gỗ ; máng cho súc vật uống nước.

Troupe *(tru-p)*, *n.* Một đoàn (nghệ sĩ), gánh hát.

Trousers *(trao' zơrz)* *n. pl.* Quần chùng, quần dài.

Trousseau *(tru-sô',tru'sô)*, *n.* Bộ đồ nữ trang của cô dâu.

Trout *(traot)*, *n.* Cá quả.

Trowel *(trao'ơl)*, *n.* Cái bay để trát hồ, hay để trát vữa.

Troy *(troi)*, *a.* Thuộc về phép cân vàng bạc.

Truant *(tru 'ânt)*, *n.* Tính lười biếng ; kẻ trốn học.

Truce *(tru-s)*, *n.* Cuộc, sự hưu chiến ; sự ngừng lại.

Truck *(trăk)*, *n.* Xe bò ; xe chở hàng ; toa súc vật ; sự trả công bằng hàng hóa.

Truckle *(- kưl)*, *vi.* Chiều ý người khác một cách hèn-hạ.

Truculence *(trăk' kiu - lâns, tru' -)*, *n.* Sự hung dữ, dữ tợn ; dã man. — *a.* **Truculent.** Hung dữ.

Trudge *(trăj)*, *vi.* Đi bộ ; đi một cách nặng nhọc, lê gót.

True *(tru)*, *a.* Thực, thật đúng ; hợp, xưng đáng ; thành thực ; chính.

Truism *(tru'iz-zưm)*, *n.* Sự thật rõ rệt, chân-lý tự-minh.

Truly *(tru'li)*, *adv.* Một cách thành thực, chính đáng.

Trump *(trămp)*, *n.* Con bài ăn ; nước hơn.

Trumpery *(trăm'pơ-ri)*, *n* Vật hào-nhoáng bề ngoài ; sự lếu láo ; vật bỏ đi. — *a.* Không thật ; vô-giá-trị.

Trumpet *(trăm'pet, -pưt)*, *n.* Kèn ; tiếng kèn.

Truncheon *(trăn'chân)*, *n.* Gậy, dùi-cui của cảnh binh.

Trundle *(trăn'đưl)*, *v.* Lăn đi như một cái vòng.

Trunk *(trăngk)*, *n.* Thân (cây) ; hòm ; hộp ; vòi (voi).

Truss *(trăs)*, *vt.* Bó thành bó ; buộc, riết chặt.

Trust *(trăst)*, *n.* Sự tin cẩn, tin cậy ; nghiệp đoàn.

Trustee *(trăs-ti')*, *n.* Người nhận đồ gửi, được ủy thác.

Trustworthy *(trăst'wơr'THi)*, *a.* Đáng tin cẩn, đáng tín - nhiệm.

Trusty *(trăs'ti)*, *a.* Đáng tín-nhiệm, trung-trực. — *adv.* **Trustily.**

Truth *(tru-th)*, *n.* Tính thực ; sự thực ; đúng ; chân lý.

Truthfulness *(-ful-nes,-nâs)*, *n.* Sự, tính chân thật.

Try *(trai)*, *v.* Thử, thí nghiệm ; cố ; xử án.

Tryst *(trist,traist)*, *n.* Sự hẹn gặp ; cuộc gặp gỡ ; nơi hội-họp.

Tub *(tăb)*, *n.* Cái chậu, thùng lớn ; một thùng.

Tuba *(tiu'bơ)*, *n.* Một thứ kèn đồng to.

Tube *(tiub)*, *n.* Cái ống ; đường xe hỏa dưới hầm.

Tubercle *(tiu'bơr-cưl)*, *n.* (thực) Củ ; (giải) kết-tiết ; (y) kết hạch ; lao hạch.

Tuberculin *(tiu-bơr ' kiu-lin)*, *n.* (y) Lao-hạch-độc dùng để tiêm vao trâu bò để thử bệnh lao-hạch.

Tuberculosis *(tiu-bơ-kiu-lô'-sis)*, *n.* Bệnh lao.

Tuck *(tăk), vt.* Kéo lên ; thu gọn ; thu gọn lại (một nơi ấm áp), thủ vào (tay) ; phủ, che. —*n.* Nếp khâu ; (lóng) đồ ăn; quà bánh.

Tucker *(tăk'kơr), n.* Dụng-cụ để khâu nếp ; nếp khâu. — *vt.* Làm cho mệt.

Tuesday *(tiuz'đi,-đê), n.* Thứ ba (trong tuần lễ).

Tufa *(tu'fơ.tiu'fơ), n.* Ngưng khôi nham (một thứ đá).

Tuft *(tăft), n.* Chùm, chòm ; bụi, cụm, khóm ; chòm lông.

Tug *(tăg), vt.* Kéo mạnh ; giằng co ; cố lấy sức.

Tuition *(tiu-is'shân), n.* Sự dạy học ; tiền học.

Tulip *(tiu'lip), n.* Cây uất-kim-hương ; hay hoa cây này.

Tulle *(tu-l), n* Vải tuyn (một thứ vải thưa rất mỏng).

Tumble *(tăm'bưl), n* Sự lộn nhào, rơi mạnh, xụp đổ.

Tumbler *(tăm'blơr), n.* Người lộn nhào ; cốc không chân ; cái chậu.

Tumbrel *(tăm'brơl),* **Tumbril** *(tăm'bril), n.* Xe ba-gác ; xe bò có hai bánh xe.

Tumid *(tiu'miđ), a* Sưng, phồng lên ; lồi ra ; phô-trương ; nghe kêu.

Tumor *(tiu'mơr), n.* Chỗ sưng u.

Tumult *(tiu'mălt), n.* Sự xôn-xao ; sự hỗn độn.

Tun *(tăn), n.* Thùng to, thùng tô-nô.

Tundra *(tun'đrơ,tăn'-), n.* Giải bình-nguyên không cây cỏ ở miền Bắc-cực.

Tune *(tiu-n), n.* Cung, giọng, điệu ; sự hòa hợp.

Tungsten *(tăng'stân), n.* (khoáng) Chất tung xít

Tunic *(tiu'nik), n.* (cổ La-mã) Ao lót, áo mặc trong ; áo ngoài (rộng).

Tunnel *(tăn'nơl), n.* Đường hầm, đường xe lửa dưới hầm.

Tuque *(tiu-k), n.* Mũ nỉ (rất ấm đội về mùa đông).

Turban *(tơ'bân), n.* Cái khăn ; búi tóc.

Turbid *(tơr'biđ), a.* Vẩn đục ; không trong suốt.

Turbine *(lơ'bin, -bain), n.* Bánh tuốc-bin (phát điện lực).

Turbot *(tơr'bât), n.* Một giống cá chim hoa.

Turbulent *(tơ'biu-lânt), a.* Lộn sộn ; huyên náo ; hỗn độn.

Tureen *(tiu-riin', tu-), n.* Đĩa lòng sâu (để đựng xúp).

Turf *(tơrf)*, *n.* Bãi cỏ ; sân.

Turgid *(tơr'jiđ)*, *a.* Sưng phồng lên ; phô-trương, phô đại.

Turkey *(lơ'ki)*, *n.* Gà tây ; (chữ hoa) nước Thổ-nhĩ-kỳ.

Turmoil *(tơ'moil)*, *n.* Sự ầm ầm, huyên náo ; sự hỗn độn.

Turn *(tơrn)*, *n.* Quay ; lập ; đổ ; thay ; phiên dịch ; làm cùn đi. —*n.* Một vòng ; lượt ; phiên ; chỗ rẽ.

Turn off *(-of)*, *vi.* Đuổi đi ; vặn trái lại ; tắt (máy đèn).

Turn out *(-aot)*, *v.* Đuổi khỏi cửa ; tắt máy ; đào tạo.

Turncoat *(tơrn'côt)*, *n.* Đứa phản bội, đào ngũ ; kẻ bỏ đạo.

Turnkey *(tơrn'ki)*, *n.* Người giữ các khóa trong tù ; kẻ coi tù.

Turnip *(tơr'nip)*, *n.* Củ cải, cây củ cải ; cây xu hào.

Turnout *(tơrn'aot)*, *n.* Sự tụ họp người ; khí-cụ ; (hỏa xa) đường phụ (ở cạnh) ; y-phục ; số sản-xuất.

Turnover *(tơrn'ô-vơ)*, *a.* Có thể lật trái.—*n.* Sự đảo lộn ; thay đổi (ý kiến) ; số việc đã làm xong ; tổng số tiền giao-dịch ; số người làm thuê trong một thời gian nhất định để thay những người đã thôi việc.

Turnpike *(tơrn'paik)*, *n.* Cổng thu thuế thông-hành ; đường có rào chặn ngang.

Turpentine *(tơr'pân-tain)*, *n.* Nhựa thông, dầu nhựa thông.

Turpitude *(tơr ' pi - tiuđ)*, *n.* Sự hèn hạ, ti-tiện ; tà-ác.

Turquoize *(tơr'koiz,tơr'kuaiz)*, *n.* Ngọc Thổ-nhĩ-kỳ.

Turret *(tơ'ret, -rưt)*, *n.* Chòi tháp ; ổ súng ; chòi để súng.

Turtle *(tơr'tưl)*, *n.* Con rùa ; con ba-ba.

Tusk *(tăsk)*, *n.* Ngà voi ; răng nanh lợn lòi.

Tusker *(tăs ' kơr)*, *n.* Dã-thú co ngà dài (như voi, lợn lòi, v v.).

Tussle *(tăs'sưl)*, *vi.* Vật lộn, đánh vật. — *n.* Cuộc vật lộn; tranh đấu.

Tutelage *(tiu'ti-lưj)*, *n.* Sự bảo hộ ; tình trạng đặt dưới quyền bảo hộ.

Tutor *(tiu'tơr)*, *n.* Thầy học, thày dạy tư.

Tuxedo *(tăk-si'đô)*, *n.* Lễ phục của đàn ông.

Twaddle *(tuođ'đưl)*, *v.* Tán gẫu, nhàn đàm ; nói ba-hoa.

Twang *(tueng)*, *v*. Kêu rít lên ; phát ra giọng mũi. — *n*. Tiếng « bình » một cái ; giọng mũi.

Twain *(tuên)*, *a*. & *n*. (văn) thay chữ **Two** nghĩa là hai.

Tweak *(tuy-k)*, *v*. Bẹo, véo. — *n*. Cái bẹo, véo, giật.

Tweed *(tuy - đ)*, *n*. Vải len mỏng ; áo vải này.

Tweezers *(tuy'zơrz)*, *n. pl*. Kìm con ; cái díp.

Twelve *(tuelv)*, *a*. Mười hai. — *n*. Số mười hai.

Twenty *(tuen'ti)*, *a*. Hai mươi. — *n*. Số hai mươi.

Twice *(tuais)*, *adv*. Hai lần ; kép ; gấp hai lần, lượt.

Twiddle *(tuyđ'đưl)*, *vt*. Sờ khẽ ; xoay quanh. — *vi*. Đùa bỡn ; bận tâm đến các việc nhỏ mọn ; run.

Twig *(tuy-g)*, *n*. Cành cây nhỏ.

Twilight *(tuai'lait)*, *n*. Lúc lờ mờ sáng ; ánh sáng lờ mờ.

Twilight sleep, Trạng thái nửa mê nửa tỉnh (sau khi được tiêm thuốc mê.)

Twill *(tuyl)*, *n*. Vải nóng chéo.

Twin *(tuyn)*, *n*. Con sinh đôi ; vật giống nhau ; vật cùng loại.

Twine *(tuain)*, *vt*. Se lại, vê lại ; kết lại. — *n*. Sợi se.

Twinge *(tuingj)*, *vt*. Làm đau nhói. — *vi* Đau nhói.

Twinkle *(tuynk'cưl)*, *vi*. Nhấp nhánh, sáng loáng.

Twirl *(tuơrl)*, *v*. Soay tít, soay quanh. — *n*. Sự soay tít.

Twist *(tuyst)*, *v*. Se lại, xoắn lại ; vặn.

Twister *(tuys'tơr)*, *n*. Người hay vật vặn cong ; cơn gió lốc.

Twitch *(tuytch)*, *v*. Bẹo, véo ; giật. — *n*. Sự bẹo ; sự giật.

Twitter *(tuyt'tơ)*, *vi*. Hót khẽ; kêu rít rít, róc rách, líu lô.

Two *(tu)*, *a*. Hai.— *n*. Số hai.

Two faced *(tu-fêst')*, *a*. Hai mặt ; hay giáo-giở, lật long.

Twofold *(tu'fôld)*, *a*. Hai lần ; gấp đôi, kép.

Twopence *(tăp'pâns)*, *n*. Hai xu (tiền Anh).

Tycoon *(tai'cun)*, *n*. (Mỹ) Tay giầu sụ ; nhà tư bản.

Type *(taip)*, *v*. Đánh máy chữ. — *n*. Kiểu mẫu ; loại ; hạng ; bàn in ; chữ in.

Typesetter *(taip'set-tơr)*, *n*. Thợ, hay máy xếp chữ in.

Typewrite *(taip'rait)*, *v*. Đánh máy chữ. — *n*. **Typewriter**. Máy hay người đánh máy chữ.

Type-writer *(-rait'tơ)*, *n*. Máy chữ ; người đánh máy chữ.

Typewriting *(taip'rait'ting)*, *n.* Sự, món đánh máy chữ.

Typhoid *(tai'foid)*, *n.* Bệnh thương hàn.

Typhoon *(tai'fu-n')*, *n.* Bão.

Typhus *(tai'fâs)*, *n.* Bệnh đậu lào.

Typical *(tip'pi-cơl)*, *a.* Đặc trưng, tượng trưng; đặc biệt.

Typify *(tip'pi-fai)*, *vt.* Tỏ ra đại biểu, biểu xuất ; có đặc tính của.

Typist *(tai'pist)*, *n.* Người đánh máy chữ.

Typographer *(tai-pog'grơ-fơr, ti-)*, *n.* Người thợ in, ấn loát giả.

Typography *(tai-pog'grơ-fi, ti-)*, *n.* Thuật ấn loát.

Tyrannical *(tai-ren'ni-col)*, *a.* Thuộc về bạo chánh ; tàn bạo, tàn ác ; chuyên chế.

Tyrannize *(ti'rơ naiz)*, *vi.* Tàn ác ; cai trị một cách hà khắc.

Tyranny *(ti'rơ-ni)*, *n.* Sự chuyên quyền ; tàn bạo.

Tyrant *(tai'rânt)*, *n.* Vua tàn bạo ; người chuyên chế.

Tyre *(tai'ơ)*, *v.* Làm cho mệt. —*n.* Xch. **Tire.**

Tyro *(tai'rô)*, *n.* Người sơ học, người bắt đầu học.

Tzar *(tsar)*, *n.* Xch. **Czar.**

U

Ubiquitous *(iu-bik'qui-tâs)*, *a.* Đồng thời có ở khắp mọi nơi, vô bất sở tại.

U-boat *(yu'bôt)*, *n.* Tầu ngầm (của nước Đức).

Ugly *(ăg'li)*, *a.* Xấu-xa, ghê sợ ; xấu.—*n.* **Ugliness.**

Ukulele *(yu-kơ-lê'li)*, *n.* Đàn ghi-ta nhỏ (ở Hạ-uy-di).

Ulcer *(ăl'sơ)*, *n.* Bệnh ung thư; mụn lở, loét.

Ulster *(ăl'slơ)*, *n.* Áo pa-đờ-xuy rộng và dài.

Ulterior *(ăl-ti'ri-ơr)*, *n.* Ở ngoài ; ở bên kia, xa hơn ; gián tiếp ; bí mật.

Ultimate *(ăl'ti-mưt)*, *a.* Sau hết, cuối cùng ; tối hậu.

Ultimatum *(ăl-ti-mê'tâm)*, *n.* Tối hậu thư.

Ultimo *(ăl'ti-mô)*, *adv.* Tháng trước.

Ultra *(ăl'trơ)*, *a.* Quá ; quá hạn-giới ; quá khích.

Ultramarine *(ăl-trơ-mơ-riin')*, *a.* Ở ngoài kia biển.—*n.* Màu lam thẫm.

Ultramontane*(ăl-trơ-mon'lên)*, *a.* Ở ngoài núi.—*n.* Người ở ngoài núi ; người tán thành Giáo-hoàng toàn-quyền-luận.

Ultramundane *(-măn'đên)*, *a.* Ngoài thế giới ; ngoài thái dương hệ.

Ultraviolet *(-vai'ơ-let,-lưt)*, *a.* (lý)Chỉ những tử-ngoại-tuyến.

Ululate *(uyl'liu-lêt, ăl'-)*, *vi.* Hú lên.

Umbra *(ăm'brơ)*, *n.* Cái bóng tối ; [quang học] toàn-âm-ảnh.

Umbrella *(ăm-brel'lơ)*, *n.* Cái ô.—**U.-Stand**, Giá ô.

Umiak *(u'mi-ek)*, *n.* Thuyền dài có khung gỗ bọc da.

Umpire *(ăm'pai-ơ)*, *n.* Trọng tài ; thẩm phán.

Unable *(ăn-ê'bưl)*, *a.* Không thể được ; bất lực.

Unabridged *(ăn-ơ-brijđ')*, *a.* Đầy đủ, không tóm tắt.

Unaccustomed *(-ơ-căs'tâmđ)*, *a.* Không quen, không thường dùng.

Unaffected *(-fek'tưđ)*, *a.* Giản dị ; không kiểu cách.

Unanimity *(uy-nơ-nim'mi-ti)*, Sự nhất trí ; đồng ý ; vô dị-nghị.

Unanimous *(yu-nen'ni-mâs)*, *a.* Đồng lòng, nhất trí, toàn thể ; đồng thanh.

Unapt *(ăn'ept')*, *a.* Không xứng ; không đủ sức.

Unavoidable *(-ơ-voi'đơ-bưl)*, *a.* Không thể tránh được.

Unbalanced *(ăn-bêl'lânst)*, *a.* Mất thăng bằng ; không cân nhắc ; không đối ; tinh-thần tán loạn.

Unbelief *(ăn-bi-liif')*, *n.* Sự không tin tưởng ; hoài nghi.

Unbind *(ăn-bainđ')*, *vt.* Cởi ra, tháo ra, thả ra.

Unbolt *(-bolt)*, *vt.* Kéo chốt cửa bằng sắt, mở cửa.

Unbosom *(ăn-buz'zâm)*, *vt.* Cởi mở (tấm lòng), nói hết tâm sự.

Unbutton *(ăn-băt'tưn)*, *vt* Cởi khuy áo.

Uncanny *(ăn-ken'ni)*, *a.* Không rõ ; có vẻ thần bí ; kỳ quái.

Unceremonious *(ăn-se-ri-mô' ni'-âs)*, *a.* Không lịch sự.

Uncertain *(-sơ'tưn)*, *a.* Không chắn chắn, không nhất định. — **Uncertainty**, *n.*

Uncharitable *(ăn-che'ri-tơ-bưl)*, *a.* Không bác ái.

Uncivilized *(-civ'vi-laizđ)*, *a.* Chưa văn minh, còn dã man.

Uncle *(ăng'kưl)*, *n.* Chú, bác, cậu.

Unclean *(ăn-cliin')*, *a.* Bẩn ; đục ; không tinh khiết.

Uncoil *(ăn-coil')*, *v.* Cởi ra ; tháo ra ; cuốn ra.

Uncomfortable *(ăn-căm'fơ-tơ-bưl)*, *a.* Khó chịu.

Uncommon *(ăn-com'mân)*, *a.* Khác thường, hiếm.

Unconscious *(-con'shâs)*, *a.* Không tỉnh ; không biết.

Uncover *(ăn-căv'vơ)*, *vt.* Mở ra, tháo ra, cởi ra.

Unction *(ăngk' shân)*, *n.* Việc sức dầu ; vật, lời làm dịu.

Unctuous *(ăng' chiu-âs)*, *a.* Nhờn, như dầu, nhiều mỡ ; chơn chu.

Undenominational *(ăn-đi-nom' mi-nê' shân-nơl)*, *a.* Không có tinh-thần đảng phái, môn phái.

Under *(ăn'đơ)*, *prep.* Ở dưới ; ở phía dưới ; phần dưới.

Undercarriage *(ăn'đơr-ke'rưj)* *n.* Khung dưới (của xe ô-tô).

Under - current *(ăn' đơr - cơ' rânt)*, *n.* Luồng nước hay gió dưới hạ-tầng-lưu ; sự ngấm ngầm ; sự thầm kín.

Undergo *(ăn'đơ-gô)*, *vt.* Chịu đựng ; trải qua.

Undergraduate *(-gređ'điu-ât)*, *n.* Sinh-viên trường đại học (chưa có học vị).

Uuderground *(- graonđ)*, *a.* Dưới mặt đất, ngầm.

Underhand *(ăn' đơr - henđ)*, *adv.* Bí mật, ám muội, ám hiểm ; không rõ rệt, không thẳng thắn.

Underlie *(-lai)*, *vt.* Nằm ở dưới, làm căn bản cho.

Underline *(ăn'đơr-lain)*, *vt.* Gạch dưới.

Underlyng *(ăn'đơr-lai-ing)*, *a.* Ở dưới ; cơ bản.

Undermine *(-main)*, *vt.* Đặt, chôn mìn ; phá hủy.

Underneath *(ăn ' đơ - niith)*, *adv.* Ở dưới ; phía dưới.

Underrate *(ăn'đơr-rêt'),* *vt.* Đánh giá thấp quá.

Uudersign *(-sain),* *v.* Ký tên dưới (lá đơn, giấy tờ).

Understand *(-stend),* *vt.* Hiểu, biết ; nghe tin.

Undertake *(-têk),* *vt.* Thầu ; đảm nhận, lĩnh.

Undertaker *(ăn'đơr-têk-kơr),* *n.* Người đảm nhận ; người đảm nhận việc mai táng ; người cho thuê đòn đám ma.

Undertone *(-tôn),* *n.* Tiếng bị át đi ; màu mờ.

Underwear *(-uer),* *n.* Quần áo mặc bên trong, lót mình.

Underworld *(ăn'đơr-uơld),* *n.* Âm phủ, địa ngục ; miền (nơi) dưới chân giời ; hạ lưu xã hội ; hạ đẳng xã hội,

Underwriter *(ăn'đơ-rai'tơ),* *n.* Người, ký để bảo hiểm.

Undo *(ăn-đu'),* *vt.* Tháo, mở ; cởi áo ; làm yếu đi.

Undue *(ăn-điu', ăn'điu'),* *a.* Chưa tới kỳ ; không chính đáng ; bất hợp pháp ; không đúng quy tắc ; quá độ.

Undulate *(ăn'điu-lêt),* *vi.* Nhô lên nhô xuống ; nhấp nhô.

Uneasy *(ăn-i'zi),* *a.* Không dễ dàng ; khó chịu.

Unemployment *(ăn-em-ploi' mânt),* *n.* Nạn thất nghiệp.

Unequivocal*(ăn-i-quiv'vơ-cơl),* *a.* Rõ rệt, minh bạch ; chân thành.

Uneven *(ăn-i'vưn),* *a.* Không đều ; gồ ghề ; (số) lẻ.

Unexpected *(ăn-eks-pek'tưđ),* *a.* Không dè, bất ngờ.

Unfavorable *(-fê'vơ-rơ-bưl),* *a.* Nghịch ; không thuận tiện, bất lợi.

Unfinished *(-fin'nisht),* *a.* Chưa xong, chưa hết.

Unfit *(ăn-fit'),* *vt.* Làm cho bất năng ; làm cho bất hợp cách. — *a.* Không thích đáng.

Uufledged *(ăn-flejđ'),* *a.* Chưa sinh đủ lông cánh ; chưa già giặn, chưa trưởng thành.

Unfold *(ăn-fôlđ'),* *vt.* Mở ra, giở ra ; căng, dương ra.

Unfortunate *(-for'chiu-nưt),* *a.* Rủi ro, đen đủi.

Unfurnished *(ăn-fơr'nisht),* *a.* Không có đồ đạc.

Unguent *(ăng'guânt),* *n.* Cao, thuốc cao.

Ungulate *(ăn'ghiu-lêt),* *a.* Có móng (như ở chân bò, ngựa, lừa v.v.)

Unhandy *(ăn-hen-di)*, *a.* Vụng về.

Unhappy *(-hep'pi)*, *a.* Khổ sở, khốn nạn, khốn khổ.

Unhealthy *(ăn-hel'thi)*, *a* Độc, hại, nguy hiểm.

Unheard *(ăn-hơrd')*, *a.* Không được nghe tới ; không xử

Unicameral *(yu-ni - kem' mơ rơl)*, *a.* Có một viện lập pháp.

Unicorn *(yu-ni'corn)*, *n.* Con kỳ lân.

Unification *(-fi-kê'shân)*, *n.* Sự hợp nhất, thống nhất.

Uniform *(yu' ni - form)*, *n.* Quần áo của đoàn thể ; binh phục ; đồng phục.

Uniformity *(yu-ni-for'miti)*, *n.* Sự đều nhau, nhất luật ; đồng dạng, giống nhau.

Unify *(-fai)*, *v.* Hợp nhất ; thống nhất ; kết lại.

Union *(yu'nhi-ân)*, *n.* Sự liên kết, đoàn kết ; liên đoàn.

Unionism *(-ni-zum)*, *n.* Chủ-nghĩa liên-hợp.

Unionize *(yun'nhiân-naiz)*, *vt.* Làm cho thành hội viên công đoàn ; làm cho theo quy tắc công đoàn ; làm cho gia nhập công đoàn.

Union jack, [hải] Quốc kỳ nước Anh.

Unique *(iu - nik)*. *a.* Chỉ có một ; độc nhất, duy nhất.

Unison *(yu'ni-sân, -zân)*, *n.* Hòa điệu, hòa hợp ; đồng điệu.

Unit *(yu'nit)*, *n.* Một đơn vị ; sự đồng tâm, hiệp lực.

Unitary *(yu'ni-te-ri,-tơ-ri)*, *a.* Đơn cá ; cá thể ; thuộc về đơn vị ; không chia rẽ.

Unite *(yu-nait')*, *v.* Điều hòa ; hợp lại ; nối liền.

United *(yu-nait' ted,-tưd)*, *a.* Hợp lại, kết hợp, liên-hợp (hiệp) ; hòa hợp ; nhất trí.

Unity *(yu'ni-ti)*, *n.* Một ; đơn vị ; sự thống nhất.

Universal *(-vơ'sơl)*, *a.* Toàn thể, bao quát ; thế gian.

Universe *(yu'ni-vơrs)*, *n.* Vũ trụ, vạn vật ; thế gian, thế giới.

University *(-vơr ' si-ti)*, *n.* Trường đại học.

Unjust *(ăn-jăst')*, *a.* Bất công, bất chính.

Unkempt *(ăn-kempt')*, *a.* Chưa chải ; toán loạn ; không phẳng phiu.

Unkind *(-kaind')*, *a.* Dữ tợn ; hiểm độc ; ác tâm.

Unless *(ân-les',ăn-)*, *conj*. Trừ phi, nếu không, trừ ra.

Unlimited *(ăn-lim'mi-tưđ)*, *a*. Vô hạn.

Unlike *(ăn - laik')*, *a*. Khác nhau, bất đồng.

Unlikely *(-li)*, *a*. Vị tất, vị tất có, chưa chắc thành công, rất có thể thất bại.

Unlooked-for *(ăn-lukt'for)*, *a*. Bất ngờ, không ngờ tới.

Unloose *(ăn-lus')*, *v*. Buông ra (làm) cho lỏng ra.

Unlovely *(ăn-lăv'li)*, *a*. Không đáng yêu ; không đẹp, khó chịu ; xấu.

Unlucky *(ăn-lăk'ki)*, *a*. Rủi ro, đen đủi ; không may.

Unman *(ăn-men')*, *vt*. Làm mất trí khí ; làm cho có vẻ đàn bà.

Unnatural *(-net' chơ-rơl)*, *a*. Biến tính ; không tự nhiên.

Unpleasant *(-plez' zânt)*, *a*. Không thú vị, khó chịu.

Unreasonable *(ăn-ri'zưn-nơ-bưl)*, *a*. Vô lý, phi lý.

Unrest *(ăn-rest')*, *n*. Sự lo lắng ; không yên ; xôn xao.

Unrighteous *(-rai' chăs)*, *a*. Bất công ; bất chính ; dữ ác.

Unroll *(ăn-rôl')*, *vt*. Mở, giở. giải ra ; giải bày.

Unseen *(ăn-siin')*, *a*. Không trông thấy, không nhận ra.

Unsettled *(-set'tưld)*, *a*. Xáo lộn, mất trật tự ; chưa xong.

Unsheathe *(ăn-shiTH)*, *vt*. Rút kiếm khỏi bao.

Unskillful, Unskilful *a*. Không kinh nghiệm ; vụng về, không khéo léo, không có tài.

Unsophisticated *(ăn- sơ- fis' tl-kêt-tưđ)*, *a*. Không khôn ngoan.

Unstable *(ăn-stê'bưl)*, *a*. Hay thay đổi ; không bền.

Until *(ân-til',ăn)*, *prep*. Cho đến. — *conj*. Cho đến khi.

Untrue *(ăn-tru')*, *a*. Giả dối ; ảo tưởng ; sai sự thực.

Unusual *(ăn- yu 'zhu-ơl)*, *a*. Khác thường ; hiếm.

Unwieldy *(ăn - uyl' đi)*, *a*. Vụng về ; cồng kềnh ; khó xử dụng.

Unwilling *(- uyl ' ling)*, *a*. Không muốn, miễn cưỡng.

Unwind *(ăn-uaiđn')*, *vt*. Cởi ra; cuộn ra.

Up *(ăp)*, *adv. & prep*. Ở trên cao ; ở trên đỉnh ; ở trên ; lên.

Upas *(yu'pâs)*, *n*. Một thứ cây có nhựa rất độc ; nhựa độc (của cây ấy).

Upbraid *(ăp-brêđ')*, *v.* Chửi ; mắng ; cự ; thóa mạ.

Upcountry *(ăp'căn'tri)*, *a.* Ở xa bờ biển ; tại nội địa.—*adv.* Hướng về nội địa ; ở nội địa.—*n.* Nội địa.

Upgrowth *(ăp'grôth)*, *n.* Sự lớn lên ; sinh trưởng, phát dục ; vật mọc lên, lớn lên.

Upheaval *(ăp-hi'vơl)*, *n.* Sự nổi lên ; cuộc dấy loạn.

Uphill *(ăp'hil)*, *a.* Lên đồi, lên dốc ; gian nan ; khó nhọc.

Uphold *(ăp-hôlđ')*, *vt.* Chống đỡ ; giữ gìn ; duy trì.

Upholster *(ăp-hôl'stơr)*, *vt.* Bọc, phủ ra, vải ; trang sức.

Upholsterer *(-rơ)*, *n.* Người bọc đệm ghế.

Upholstery *(-ri)*, *n.* Nghề làm thảm ; vải bọc ghế.

Upland *(ăp'lenđ,-lânđ)*, *n.* Đất cao ; cao nguyên.—*a.* Thuộc về đất cao, cao nguyên.

Uplift *(ăp-lift)*, *vt.* Giơ lên, nâng, nhấc, cất lên.

Upon *(â-pon')*, *prep.* Ở trên; khi.

Upper *(ăp'pơ)*, *a.* Cao, trên hơn ; thuộc về cao cấp.

Uppercut *(-căt)*, *n.* Quả đấm móc lên.

Upper house, Thượng-nghị-viện.

Uppers *(ăp'pơrz)*, *n. sing & pl.* Mu giầy ; ghệt vải cài khuy ở mắt cá chân.

Uppish *(ăp'pish)*, *a.* Làm bộ, có vẻ trịch thượng.

Upraise *(ăp-rêz')*, *vt.* Nhấc, lên ; làm cho cao, đưa cao.

Upright *(ăp'rait)*, *a.* Thẳng ; ngay thẳng, chính trực.

Uprising *(ăp-rai'zing)*, *n.* Sự thăng lên, chỗ dốc ; cuộc phiến loạn.

Uproar *(ăp'rôr)*, *n.* Sự xôn xao, ồn ào.

Uproot *(ăp-rut')*, *vt.* Nhổ rễ ; tẩy trừ hẳn.

Upset *(ăp-set')*, *vt.* Đánh đổ, lật đổ ; rót ; xáo lộn.

Upshot *(ăp'shot)*, *n.* Kết cục ; kết quả.

Upside down *(ăp'said-daon')*, Đảo ngược ; lộn ngược, hỗn loạn ; trên xuống dưới.

Upstairs *(ăp'sterz)*, *adv.* Ở trên gác.

Upstanding *(ăp-sten'đing)*, *a.* Thẳng ; thẳng thắn ; thật thà.

Upstart *(ăp'start)*, *n.* Người giầu xổi.—*a.* Có tính tình của một kẻ giầu xổi.

Upstream *(ăp'striim)*, *adv.* Ở hay về phía gần nguồn suối ; ngược dòng.

Up-to-date, *a.* Mới, tân thời kim thời.

Uptown *(ăp'taon), adv.* Trên tỉnh, lên tỉnh (phần trên của tỉnh).

Upturn *(ăp - tơrn'), v.* Lật ngửa.

Upward *(ăp ' uơrđ), a.* Lên cao, trên cao, phía trên.

Upwards of *(ăp ' uơrđz - ov),* Nhiều hơn.

Uranium *(iu-rê ' ni-âm), n.* [hóa] Chất u - ran (dùng để gây nguyên tử lực).

Uranus *(yu'rơ-nâs), n.* [thần thoại Hy-lạp] Thiên thần ; [thiên văn] thiên vương tinh.

Urban *(ơr'bân), a.* Thuộc về tỉnh thành, hay chốn đô-hội.

Urbane *(ơr-bên'), a.* Lịch sự ; tao nhã, văn nhã ; có lễ độ.

Urbanity *(ơr-ben ' ni-ti), n.* Xch. **Urbane**.

Urchin *(ơr'chin), n.* Đứa trẻ tinh nghịch.

Urea *(iu-ri'ơ,yu-ri'ơ), n.* Niệu tố (một chất ở trong nước đái).

Uremia *(iu-ri'mi-nơ), n.* (y) Chứng niệu độc.

Ureter *(iu-ri'tơr), n.* [giải] Thâu-niệu-quản.

Urethra *(iu-ri'thrơ), n.* [giải] Ống đái, niệu đạo.

Urge *(ơrj), vt.* Xô đẩy, lôi cuốn ; thúc dục.

Urgency *(ơr'jân-si), n.* Sự cấp bách, khẩn cấp.

Urgent *(ơr'jânt), a.* Gấp rút, cần kíp, khẩn cấp.

Uric *(yu'rik), a.* Thuộc về nước đái ; lấy ở nước đái ra.

Urinal *(yu'ri-nơl), n.* Chỗ đi tiểu ; bình nước tiểu.

Urinalysis *(yu-ri-nel'li-sis), n.* Sự phân tích nước giải (nước đái).

Urinary *(yu'ri-ne-ri, -nơ-ri), a.* Thuộc về thâu niệu quản, hay nước giải (nước đái).

Urinate *(-nêt), vi.* Đái, đi tiểu tiện.

Urine *(yu'rin), n.* Nước đái, chất tiểu tiện

Urn *(ơrn), n.* Cái chậu (có chân) ; một thứ ấm đun cà-phê, chè, v.v.

Ursine *(ơr'sain,-sin), a.* Thuộc về hay giống con gấu.

Urticaria *(ơr-ti-kê'ri-ơ), n.* (y) Chứng mày đay (da sần ngứa).

Us *(ăs), pron.* Chúng tôi, chúng ta (túc tự).

Usage *(yu'sưj,-zưj), n.* Sự, cách dùng ; thường lệ ; tập quán.

Use *(yus), n.* Công dụng — *(yuz), vt.* Dung.

Useable, Usable *(yuz'zơ-bưl)*, *a.* Dùng được, tiện dụng.

Used *(yuzđ)*, *a.* Quen, thường; dùng rồi.

Useful *(yus' ful)*, *a.* Có ích; ích lợi, hữu ích.

Useless *(-les -lâs)*, *a.* Vô dụng, vô ích.

Usher *(ăsh'shơ)*, *n.* Thày ôn tập; người canh cửa; mõ tòa.

Usual *(yu'zhuơl)*, *a.* Thường thường, thông thường.

Usufruct *(yu'ziu - frăkt)*, *n.* Quyền dụng ích, quyền hoa lợi.

Usurer *(yu'zhu-rơ)*, *n.* Người cho vay nợ lãi.

Usurious *(iu-zhu 'ri-âs)*, *a.* Lấy lời cao; cho vay nặng lãi; bóp hầu bóp họng.

Usurp *(iu zơrp')*, *vt.* Cướp đoạt, chiếm đoạt, tiếm vị.

Usury *(yu'zhu-ri)*, *n.* Lãi nặng; lợi tức cao quá; sự lấy lãi nặng.

Utensil *(iu-ten' sưl)*, *n.* Đồ dùng, dụng cụ.

Uterine *(yu'tơ-rin,-rain)*, *a.* Thuộc về tử cung.

Uterus *(yu'tơ-râs)*, *n.* Tử cung.

Utilitarian *(yu-til-li-te'ri-ân)*, *a.* Thực lợi; cầu lợi thôi.

Utility *(iu-til'li-ti)*, *n.* Sự có ích lợi, công dụng, hiện dụng.

Utilize *(yu'li laiz)*, *vt.* Dùng; lợi dụng.

Utricle *(yu'tri-cưl)*, *n.* Cái bị con, bao nhỏ.

Utmost *(ăt'môst)*, *a.* Cực độ, tột bực, hết sức; cuối.

Utopia *(iu-tô'pi-ơ)*, *n.* Nơi cực lạc; việc mơ hồ.

Utter *(ăt'tơ)*, *a.* Hoàn toàn, đầy đủ. — *vt.* Tuyên cáo; thốt ra.

Utterance *(-râns)*, *n.* Lời nói; sự thốt ra.

Uttermost *(-môst)*, *n.* Sự tột bậc; cuối cùng.

Uvula *(yu'viu-le)*, *n.* (giải) Lưỡi gà ở đầu cuống họng.

Uxorious *(ăk-sô'ri-âs)*, *a.* Quy lụy vợ; sợ vợ (râu quặp).

ZH
ZH ZH

V

Vacancy *(vê'cân-si)*, *n*. Sự trống ; chỗ khuyết, thiếu.

Vacant *(vê'cânt)*, *a*. Trống ; khuyết, thiếu ; nhàn.

Vacate *(vê'kêt)*, *vt*. Làm cho rỗng ; thủ tiêu, bỏ.

Vacation *(vơ-kê'shân)*, *n*. Kỳ nghỉ ; kỳ hưu thẩm của tòa án.

Vaccinate *(vek' si - nêt)*, *vt*. Chủng đậu, giồng đậu.

Vaccination *(vek-si-nê'shân)*, *n*. Sự chủng đậu.

Vaccine *(vek'sin)*, *n*. Giống đậu, đậu miêu ; thuốc phòng bệnh.— *a*. Thuộc về bò, hay ở bò mà ra; chỉ về bệnh đậu bò.

Vacillate *(ves'si-lêt)*, *vi*. Tâm ý bất định, phân vân.

Vacuity *(vơ-kiu'i-ti)*, *n*. Không gian ; chỗ trống không ; trạng thái hư không.

Vacuous *(vek'kiu-âs)*, *a*. Trống không ; rỗng.

Vacuum *(vek'kiu-âs)*, *n*. Khoảng không, chỗ trống.

Vacuum - cleaner, *n*. Chổi điện. — **V.-bottle**, Bình téc mốt ; phích nước.

Vademecum *(vê'đi-mi'câm)*, *n*. Sách cầm tay.

Vagabond *(veg'gơ-bonđ)*, *n*. Người ngao du, kẻ du đãng.

Vagary *(vơ-ghe'ri,-ghê-')*, *a*. Ảo tưởng ; không tưởng ; kỳ tưởng.

Vagina *(vơ-jai'nơ)*, *n*. Lỗ tử-cung, âm đạo.

Vagrancy *(vê'grân-si)*, *n*. Thói lêu lổng, lang thang, du đãng; tội du đãng.

Vagrant *(vê'grânt)*, *a*. Lang thang, lêu lổng ; hay thay đổi.

Vague *(vêg)*, *a*. Không rõ ; lờ mờ ; viển vông.

Vain *(vên)*, *a*. Hão huyền ; vô ích ; vô giá trị.

Vainglory *(vên-glô'ri)*, *n*. Sự tự phụ, tự đại, kiêu ngạo.

Valance *(vel ' lâns)*, *n*. Tua viền khăn ; vật tua xuống.

Vale *(vêl)*, *n.* Thung lũng, lưu vực.

Valediction *(vel-li-đik'shân)*, *n.* Sự cáo biệt, tống biệt ; tiễn biệt.

Valedictorian *(vel-li-đik-to'ri-ân)*, *n.* Người đọc chúc từ tiễn biệt (khi tốt nghiệp).

Valedictory *(-đik'tơ-ri)*, *a.* Có tính cách cáo biệt. — *n.* Bài chúc từ tiễn biệt.

Valency *(vê'lân-si)*, *n.* Hóa-trị [hóa học].

Valentine *(vel'lân-tain)*, *n.* Người con gái kén chồng vào ngày lễ Va-lăng-tin.

Valet *(vel'lưt,-let)*, *n.* Người hầu ; đầy tớ ; tay sai.

Valetudinarian *(vel-li-tiu'đi-ne'ri-ân)*, *a.* Có bệnh, ốm yếu.—*n.* Người ốm yếu.

Valiant *(vel'yânt)*, *a.* Dũng cảm ; hào hiệp.

Valid *(vel'liđ)*, *a.* Lành mạnh ; có sức ; có hiệu lực.

Validate *(vel'li-đêt)*, *vt.* Làm cho có hiệu lực ; có giá trị.

Validity *(vơ-liđ'đi-ti)*, *n.* Sự chân thật, chính đáng ; hữu hiệu, có hiệu lực.

Valley *(vel'li)*, *n.* Thung lũng ; lưu vực.

Valor *(vel'lơ)*, *n.* Lòng dũng cảm ; tính anh hùng.

Valorization *(vel-lơ-ri-zê'shân, -rai-)*, *n.* Sự tăng giá hóa-vật ; phương pháp bồi giá tiền-tệ.

Valuable *(vel'liu-ơ-bưl)*, *a.* Quý báu, quý giá, đáng giá.

Valuation *(-ê'shân)*, *n.* Sự định giá, đánh giá.

Value *(vel'liu)*, *n.* Giá trị, giá. —*vt.* Định giá, đánh giá.

Valued *(vel'liuđ)*, *a.* Có giá trị cao ; được tôn-trọng.

Valve *(velv)*, *n.* Nắp hơi, lưỡi gà ; mảnh vỏ ; ván.

Vamoose *(ve-mus')*, *v.* [lóng] Chuồn, đi khỏi.

Vamp *(vemp)*, *n.* Mu giầy; [lóng] gái đẹp.—*vt.* Quyến rũ.

Vampire *(vem'pai-ơ)*, *n.* Ma hút máu, ma cà-rồng.

Vanadium *(vơ-nê'đi-âm)*, *n.* [hoa] Chất va-na-đi (một thứ kim-thuộc).

Vandal *(ven'đơl)*, *n.* Một giống rợ hung tàn về thế kỷ thứ 5 ; kẻ phá hoại mỹ-thuật-phẩm.

Vandalism *(ven'đơl-liz-zưm)*, *n.* Hành-vi, chủ-nghĩa phá-hoại.

Vandyke *(ven-đaik')*, *a.* Thuộc về lối vẽ của họa-sĩ Van Dych.—*n.* Chòm râu nhọn.

Vane *(vên)*, *n.* Tơ lông chim ; cánh máy bay ; cánh chong chóng.

Vane *(vên)*, *n.* Con quay xem gió ; cánh quạt của máy xay lúa ; cánh chong chóng.

Vanguard*(ven'gard)*, *n.* [quân] Tiền đội ; quân đi trước.

Vanilla *(vơ-nil'lơ)*, *n.* Cây va-ni ; chất va-ni.

Vanish *(ven'nish)*, *vi.* Không tồn tại nữa, biến mất.

Vanity *(ven'ni-ti)*, *n.* Sự hư không, hư vô ; tính tự-phụ.

Vanquish *(veng'quish)*, *vt.* Thắng phục, khắc phục

Vantage *(van'tưj)*, *n.* Sự lợi ích ; sự thắng lợi ; dịp tốt.

Vapid *(vep'pid)*, *a.* Không hoạt bát ; uể oải ; không có tinh-thần.

Vapour *(vê'pơ)*, *n.* Hơi nước, hơi ; vật hư vô.

Vaporize *(-raiz)*, *v.* Làm cho bốc hơi.

Vaquero *(va-kê'rô)*, *n.* Mục đồng, người chăn mục súc.

Variable *(ve'ri-ơ-bưl)*, *a.* Hay thay đổi—*n.* Biến số.

Variance *(ve'ri-âns)*, *n.* Sự biến hóa, biến dịch ; sự bất đồng, bất hòa.

Variant *(ver'ri-ânt)*, *a.* Khác ; biến hình, biến thể.—*n.* Vật biến hình, biến thể.

Variation *(-ê'shân)*, *n.* Sự thay đổi, biến hóa.

Varicolored *(ve'ri-căl'lơrd)*, *a.* Có các màu khác nhau.

Varicose *(ve'ri-côs)*, *a.* Phồng lên, sưng lên, không đều.

Varied *(ve rid)*, *a.* Thay đổi, biến hóa ; khác nhau.

Variegate *(ve'ri-ơ-ghêt)*, *vt* Làm cho khác màu nhau.

Variety *(vơ-rai'ơ-ti)*, *n.* Tính biến hóa ; sự khác nhau ; giống, thứ.

Variola *(vơ-rai'ơ-lơ)*, *n.* Bệnh đậu mùa.

Variometer*(ve-ri-om'mi-tơ)*, *n.* [điện] Máy đổi sức dòng điện.

Variorum *(ve-ri-ô'râm)*, *a.* Có chú-giải của nhiều người.

Various *(ve'ri-âs)*, *a.* Khác nhau, hỗn tạp ; hay thay đổi.

Varlet *(var'let, -lưt)*, *n.* Đứa đê hèn ; thằng đều.

Varnish *(var'nish)*, *n.* Véc-ni ; nước sơn. — *vt.* Sơn, đánh véc-ni.

Varsity *(var'si-ti)*, *n.* Trường đại học.

Vary *(ve'ri)*, *vt.* Thay đổi, biến hóa.—*vi.* Đổi khác.

Vase *(vês,vêz)*, *n.* Bình, chậu, lọ, vại.

Vaseline *(ves'si-lin)*, *n.* Va-dơ-lin ; thuốc mỡ.

Vasomotor *(ves-sơ-mô'lơr)*, *a.* Điều-khiển huyết-quản.

Vassal *(ves'sơl)*, *a.* & *n.* Bồi thần, chư hầu ; đầy tớ.

Vast *(vast)*. *a.* Rộng rãi ; vĩ đại. —*a.* **Vasty**, Mênh mông, rộng.

Vat *(vet)*, *n.* Cái thùng lớn.

Vatican *(vet'ti-cân)* *n.* Tòa thánh giáo hội La-Mã.

Vaudeville *(vôđ'vil,vô'đơ-vil)*, *n.* Bài hát trào-phúng ; bản thông-tục hài-kịch.

Vault *(volt)*, *n.* Cửa tò vò ; vòm ; bầu trời ; cái hầm ; sự nhẩy.

Vaulting *(vol'ting)*, *a.* Nhẩy vút lên ; vênh váo, lên mặt ; tự-cao, tự - phụ quá. — *n.* Khung vòm.

Vaunt *(vont)*, *v.* Khoe khoang.

Veda *(vê'đơ, vi'đơ)*, *n.* Tập kinh Vê-đa.

Vedette *(vi-đet')*, *n.* Linh kỵ-tiếu, lính cưỡi ngựa đi tuần ; (hải) phụ-hạm.

Vegetable *(vej'ji-tơ-bưl)*, *n.* Rau cỏ ; thực vật.

Veal *(vi-l)*, *n.* Thịt bê, thịt bò non.

Veer *(vi'ơr)*, *v.* Đổi phương-hướng ; biến dịch ; máu đen ; huyết-mạch, mạch máu ; gân đá, vân đá ; vân gỗ ; mạch mỏ, khoáng mạch ; nguồn cảm-hứng ; độc tính ; gân lá.

Vegetarian *(ve-ji-te'ri-ân)*, *a.* & *n.* Người chỉ ăn rau.

Vegetation *(-tê'shân)*, *n.* Sự nẩy nở ; cây cối, thực vật.

Vehement *(vi'hi-mânt)*, *a.* Hăng hái ; kịch liệt, mãnh liệt.

Vehicle *(vi'hi-cưl)*, *n.* Tàu bè, xe cộ ; phương tiện.

Veil *(vêl)*, *n.* Vải rất thưa ; voan che mặt.—*vt.* Che, phủ.

Veiled *(vêlđ)*, *a.* Che kín bằng voan.

Vein *(vên)*, *n.* Tĩnh mạch ; mạch máu, khe ; vằn, vân đá, vân gỗ

Veld, **Veldt** *(velt , felt)*, *n.* *n.* Đồng cỏ rộng ở Nam-phi.

Vellum *(vel'lâm)*, *n.* Da bê thuộc rất mịn ; như giấy trắng mịn.

Velocipede *(vi-los'si-piđ)*, *n* Xe đạp (thời xưa).

Velocity *(vi-los'si-ti)*, *n.* Tính mau lẹ ; tốc độ.

Velours *(vơ-lur')*, *n.* Dạ nhung.

Velvet *(vel'vưt,-vet)*, *n. & a.* Nhung ; lông mượt.

Venal *(vi'nơl)*, *a,* Có thể mua chuộc được ; thuộc về kim-tiền chủ-nghĩa.

Vend *(vend)*, *v.* Bán ; bán rong.

Vendetta *(ven-đet'tơ)*, *n.* Sự phục thù (cho dòng họ mình).

Vendetta *(ven-đet'tơ)*, *n.* Mối tử thù của gia đình.

Vendor *(ven'đơr,ven'đor)*, *n.* Người bán.

Venerable *(ven'nơ-rơ-bưl)*, *a.* Đáng kính trọng.

Venereal *(vi ni'ri-ơl)*, *a.* Chỉ về bệnh tình, do sự giao cấu.

Vengeance *(ven'jâns)*, *n.* Sự báo thù, trả thù.

Venial *(ve'ni-ơl)*, *a.* Có thể tha thứ được.

Venerate *(ven'nơ-rêt)*, *vt.* Tôn kính ; tôn sùng ; kính trọng.

Venetian blind *(vi-ni ' shân blainđ')*, *n.* Cái mành.

Vengeful *(venj'ful)*, *a.* Đầy lòng phục thù, báo thù.

Venison *(ven'ni-zưn)*, *n.* Thịt thú rừng.

Venom *(ven'nâm)*, *n.* Nọc độc; sự độc ác, ác tâm.

Venomous *(-mâs)*, *a.* Có nọc độc, chất độc ; độc ác.

Venous *(vi'nâs)*, *a.* Thuộc về mạch máu.

Vent *(vent)*, *vt.* Để cho ra, để cho thông ; cho bốc ra.

Ventilate *(ven ' ti - lêt)*. *vt.* Thông khí, làm cho thông gió ; thốt ra, phát biểu.

Ventilation *(ven-ti-lê'shân)*, *n.* Sự thông gió.

Ventral *(ven'trơl)*, *a.* Thuộc về bụng.

Ventricle *(ven ' tri - cưl)*, *n.* (giải) Tâm thất ; não thất.

Ventriloquism *(ven - tril' lơ-quiz-zưm)*, *n.* Thuật, sự nói tiếng bụng (nghe như ở bụng ra.)

Venture *(ven' chơr)*, *n* Sự nguy hiểm ; cuộc mạo hiểm.

Venturesome *(ven'chơr-sâm)*, *a.* Mạo hiểm ; liều mạng.

Venturous *(- râs)*, *a.* Liều lĩnh ; bạt mạng ; mạo hiểm.

Venue *(ven'niu)*, *n.* (luật) Nơi tội sẩy ra ; nơi xử tội.

Venus *(vi'nâs)*, *n.* (thiên) Kim tinh ; vệ nữ ; đàn bà đẹp.

Veracity *(vơ-res'siti)*, *n.* Tính chân thật ; thành thực.

Veranda *(vơ-ren'đơ)*, *n.* Cái hiên.

Verb *(vơrb)*, *n.* Lời, giọng nói ; (văn) động-tự.

Verbal *(-bơl)*. *a.* Bằng lời, bằng miệng ; khẩu truyền

Verbatim *(vơr-bê'tim)*, *adv.* Từng chữ một.

Verbiage *(vơr'bi-ưj)*, *n.* Sự, tính dài dòng văn tự.

Verbose *(vơr - bôs')*, *a.* Lắm lời, dài dòng; rờm rà.

Verdant *(vơr'đânt)*, *a.* Có phủ cỏ xanh nhờn ; xanh nhờn ; tươi thắm ; non nớt, chưa kinh nghiệm.

Verdict *(vơr'dict)*, *n.* (luật) Thẩm quyết ; nghị quyết.

Verdigris *(vơr'đi - gris)*, *n.* Xanh đồng, dỉ đồng.

Verdure *(vơr - jơr)*, *n.* Màu xanh của cây cỏ.

Verein *(fe-rain)*. *n.* Xã hội ; đoàn thể (bên Đức).

Verge *(vơrj)*, *n.* Mép bờ ; quyền chi. — *vi.* Nghiêng, gần.

Verger *(vơr' jơr)*. *n.* Người trông coi giáo đường (nhà thờ) ; người theo hầu vị giáo chủ, cha phòng bộ.

Verify *(ve'ri- fai)*, *vt.* Thử, lại, soát lại, kiểm.

Verily *(ve'ri-li)*, *adv.* Đích thật ; thật tình.

Verisimilitude *(-si-mil'li-tiuđ)*, *n.* Sự có vẻ đúng.

Veritable *(ve'ri - tơ-bưl)*. *a.* Xác thực ; thực tài ; chân thực.

Vermicelli *(vơr-mi-sel'li,-chel' li)*, *n.* Thứ miến (bún) ở Ý-đại-lợi.

Vermiform *(vơr'mi-form)*, *a.* Giống như con giun.

Vermifuge *(vơr'mi-fiuj)*, *n.* (y) Thuốc giun.

Vermin *(vơr ' min)*, *n.* Giống bọ ; ròi ; rận ; hại trùng.

Vernacular *(vơr-nek'kiu-lơr)*, *a.* Thuộc về quê hương, thổ ngữ. — *n.* Tiếng mẹ đẻ ; thổ ngữ ; kiểu nói riêng của từng nghề.

Vernal *(vơr ' nơl)*, *a* Thuộc về mùa xuân, thanh xúân, thiếu niên.

Vernier *(vơr'ni-ơr)*, *n.* Du xích (một thứ thuớc đo).

Versatile *(vơr'sơ-til,-tail)*, *a.* Phổ biến ; có tài úng biến ; có nhiều phương diện ; lắm nghề.

Verse *(vơrs)*, *n.* Câu thơ, đoạn thơ. — **Versed**, *a.* Giỏi.

Versed *(vơrst)*, *a.* Tinh thông, thạo ; giỏi.

Versicle *(vơr'si-cưl)*, *n.* Câu thơ ngắn.

Versify (*vơr'si-fai*), *vi.* Làm thơ. — *vt.* Làm thành thơ.

Version (*vơ'zhân,-shân*), *n.* Sự phiên dịch ; giả thuyết.

Versus (*vơr'sâs*), *prep.* Chống lại ; đấu với.

Vertebra (*vơr'ti-brơ*), *n.* Đốt xương sống.

Vertebral (*vơr' ti - brơl*), *a.* Thuộc về xương sống.

Vertebrate (*vơr'ti-brât*), *a.* Có xương sống.

Vertex (*vơr'teks*), *n.* Điểm cao nhất ; tuyệt điểm.

Vertical (*vơr'ti-cơl*), *a.* Đứng thẳng ; dọc. — *n.* Đường dọc.

Vertiginous (*- ji - nâs*), *a.* Xoay quanh ; lảo đảo, chóng mặt.

Vertigo (*vơr'ti-gô, vơr-tai'gô, vơr-ti'gô*), *n.* Sự lảo đảo, quay cuồng, chóng mặt.

Very (*ve'ri*), *a.* Thật, đúng, đích thị. — *adv.* Rất, lắm.

Vesicatory (*ves'si-cơ-tơ-ri*), *a.* Làm giộp da.

Vesper (*ves'pơ*), *n.* Sao hôm ; buổi chiều ; kinh chiều.

Vessel (*ves'sưl*), *n.* Bình, chậu, vại ; tầu bể lớn.

Vesicle (*ves'si-cưl*), *n.* [giải] Bao nhỏ ; tiểu bào.

Vesper (*ves ' pơr*), *n.* Buổi chiều ; kim tinh, sao hôm — *n pl.* Kinh vãn khóa, kinh nguyện về chiều.

Vest (*vest*), *n.* Áo di-lê, áo cụt tay ; áo trẽn. — *vt.* Mặc áo.

Vesta (*ves'tơ*), *n.* Táo - thần ở Cổ-La-Mã.

Vested (*ves'teđ, -tưđ*), *a.* Có vận quần áo ; mặc lễ phục, ăn mặc trịnh trọng ; [luật] thuộc hẳn quyền sở hữu.

Vestibule (*ves'ti - biul*), *n.* Phòng trước, tiền đình ; đường đi qua, qua khẩu ; (giải) tiền đình của lỗ tai.

Vestige (*ves'tij*), *n.* Dấu vết còn lại của một vật đã mất ; di tích.

Vestment (*-mânt*), *n.* Quần áo, y phục.

Vestry (*ves'tri*), *n.* Kho đồ thánh ; buồng áo.

Vesture (*ves'chơr*), *n.* Cái áo ; y phục ; vật bao phủ.

Vet (*vet*), Chữ viết tắt của **Veteran**, **Veterinarian**, **Veterinary**.

Veteran (*vet'tơ-rân*), *a.* Cũ, cỗ, lâu năm. — *n.* Lính già ; cựu-binh-sỹ.

Veterinarian *(vet-tơ-ri-ne'ri-ân), n.* Thú y.

Veterinary *(vet'tơ-ri-nơ-ri), a.* Thuộc khoa thú y.

Veto *(vi'tô), n.* Sự từ chối, phủ quyết. — *vt.* Cấm đoán.

Vex *(veks), vt.* Làm khó dễ ; tranh luận ; làm phát cáu.

Vexation *(-sê'shân), n.* Sự bực tức ; sự quấy rầy.

Via *(vai'ơ,vi'ơ), prep.* Đi qua, rẽ qua.

Viable *(vai'ơ-bưl), a.* Có thể sống được.

Viaduct *(vai'ơ-đăct), n.* Cầu đá ; cầu cao ; vật bắc ngang.

Vial *(vai'ơl), n.* Lọ nhỏ, ve nhỏ.

Viand *(vai'ânđ), n.* Đồ ăn, thực phẩm ; quà bánh.

Viaticum *(vai-et'ti-câm), n.* Bánh thánh cho người sắp chết chịu (ăn),

Vibrant *(vai'brânt), a.* Rung động ; rung rung ; vang lại, chỉ về phản thanh, hồi thanh.

Vibrate *(vai'brêt), vi.* Rung, động, (tim) đập ; lắc.

Vibration *(vai-brê'shân), n.* Sự rung động, sự rung lắc.

Vicar *(vik'kơ), n.* Thày trợ tế ; mục-sư (đạo tin lành).

Vicar-general, *n.* Mục-sư tổng quản.

Vicarage *(-rưj), n.* Chức mục sư ; nhà mục sư ở.

Vicarious *(vai-ke'ri-as, vi-), a.* Đại diện, đại biểu, thay mặt, đại lý ; thay thế cho.

Vice *(vais), n.* Tật, thói xấu ; sự hư hỏng. — *pref.* Phụ.

Vice-gerent *(vai'ji'ơ-rânt), n.* Người đại điện, đại lý cho. — *a.* Có quyền đại lý.

Vicennial *(vai-sen'ni-ơl), a.* Trong 20 năm, cứ 20 năm.

Viceroy *(vais'roi), n.* Phó-vương ; tổng-đốc (thay mặt vua cai trị) ; một giống bướm đẹp.

Vice versa *(vai'si vơ'sơ), loc.* Ngược lại, lộn lại.

Vicinity *(vi-sin'ni-ti), n.* Sự, chỗ ở gần ; lân bang.

Vicious *(vis'shâs), a.* Có tật ; hư hỏng ; có thói xấu.

Vicissitude *(vi-sis'si-tiuđ), n.* Sự thay đổi ; biến hóa.

Victim *(vik'tim), n.* Người bị nạn, nạn nhân.

Victor *(-tơ), n.* Người chiến thắng ; kẻ thắng.

Victorious *(vik-tô'ri-âs), a.* Đắc thắng ; thắng lợi ; tượng trưng thắng lợi.

Victory *(-ri)*, *n.* Sự thắng trận, chiến thắng, sự đắc thắng.

Victual *(vit ' tưl)*, *n.* Đồ ăn, thực phầm.

Victualer, Victualler *(vit'tưl-lơr,vit'lơr)*, *n.* Người cung cấp đồ ăn ; chủ quán.

Videlicet *(vi-đel'li-set)*, *adv.* Tức là (chữ này thường viết tắt ; **Viz.**).

Video *(viđ'đi-ô)*, *a.* (điện thị) Chỉ về truyền hay thu hình.

Vie *(vai)*, *vi.* Tranh đề hơn. tranh thắng ; cạnh tranh.

View *(viu)*, *n.* Sự nhìn ; phong cảnh ; sự tra xét ; ý kiến.

Viewpoint *(viu ' point)*, *n.* Quan điềm ; luận điềm ; kiến địa.

Vigesimal *(vai-jes'si-mơl)*, *a.* Thứ 20 ; chia làm 20 phần ; gồm có 20 phần.

Vigil *(vij'jil)*, *n.* Sự thức đêm ; ngày hôm trước ; sự canh đêm.

Vigilance *(vij ' ji - lâns)*, *n.* Sự canh gác, giám thị luôn luôn ; sự chú ý, săn sóc cẩn thận.

Vigilant *(-lânt)*, *a.* Chịu trông nom ; chú ý ; cẩn thận.

Vigilante *(vij'ji-len'ti)*, *n.* (Mỹ) Ủy-viên cảnh-bị.

Vignette *(vin-nhet')*, *n.* Hình vẽ nhỏ ở đầu hay ở cuối chương sách ; hình vẽ, ảnh, hay bản khắc có bóng mờ dần.

Vigor *(vi'gơr)*, *n.* Sức mạnh, khí lực ; hiệu lực.

Vigorous *(- râs)*, *a.* Khoẻ mạnh, tráng kiện ; mãnh liệt.

Viking *(vai'king,vi'-)*, *n.* Giặc bề (ở Âu-châu về thế kỷ 8 đến 10).

Vile *(vail)*, *a.* Kém cỏi, tầm thường, hèn hạ, đê tiện.

Vilify *(vil'li - fai)*, *vt.* Nói xấu ; bài bác.

Villa *(vil ' lơ)*, *n.* Biệt thự, biệt trạng.

Village *(vil'lưj)*, *n.* Làng, xã. — *n.* **Villager** *(-jơ)*, Người trong làng.

Villain *(vil'lin)*, *n.* Thằng đều, xỏ-lá ; nông nô.

Villein *(vil'lin)*, *n.* Nông - nô (thời-đại phong-kiến).

Villous *(vi ' lâs)*, *a.* Có lông tơ, có lông mượt.

Vim *(vim)*, *n.* Nghị-lực ; khí-lực ; tinh-thần.

Vinaigrette *(vin'nơ-gret')*, *n.* Món sốt dầu giấm ; hộp con đựng muối thơm đề ngửi.

Vincible *(vin'si-bưl)*, *a.* Có thề bị đánh bại ; có thề khắc phục.

Vindicate *(vin ' đi - kêt)*, *vt.* Chống đỡ; chủ trương; chứng minh.

Vindictive *(vin-đik'tiv)*, *a.* Hằn thù.

Vine *(vain)*, *n.* Cây nho.

Vinegar *(vin'ni-gơr)*, *n.* Giấm.

Vineyard *(vin'yơrđ)*, *n.* Đất trồng nho, vườn nho.

Vinous *(vai'nâs)*, *a.* Thuộc về, haygiống như rượu nho(vang).

Vintage *(vin'tưj)*, *n.* Việc hái nho ; thời-kỳ hái nho ; việc làm rượu nho ; rượu nho làm trong một vụ.

Vintner *(vint'nơr)*, *n.* Người bán buôn rượu nho (vang).

Violate *(vai'ơ-lêt)*, *vt.* Xâm-phạm ;.hãm hiếp, cưỡng-dâm. *n.* **Violation** *(-lê'shân)*,

Violence *(vai'ơ-lâns)*, *n.* Sự nỗ-lực, mãnh liệt ; kịch-liệt ; bạo lực ; hung-tợn.

Violent *(-lânt)*, *a.* Mạnh mẽ ; cường bạo ; mãnh liệt.

Violet *(vai'ơlet,-lưt)*, *a.* Màu tím. — *n.* Cây, hoa đồng thảo.

Violin *(vai'ơ-lin')*, *n.* Đàn vi-ô-lông. — *n.* **Violinist.**

Violoncello *(vi-ơ-lon-chel'-lô)*, *n.* Đàn vi-ô-lông lớn.

Viper *(vai'pơ)*, *n.* Giống rắn độc ; người quỷ-quyệt.

Virago *(vi - rê ' gô, vai-)*, *n.* Người đàn bà có tướng đàn ông ; con nặc-nô.

Vireo *(vi'ri-ô)*, *n.* Một giống chim hót hay (ở bên Mỹ-châu).

Virgin *(vơr'jin)*, *n.* Nữ đồng trinh. — *a.* Đồng trinh.

Viridescent *(vi'ri-đes'sânt)*, *a.* Xanh-xanh lá mạ ; hơi xanh-xanh.

Virile *(vi'ril,vai'ril)*, *a.* Thuộc về đàn ông, khoẻ mạnh.

Virtu *(vơr-tu', vơr'tu)*, *n.* Sự yêu mỹ-thuật-phẩm ; đồ cổ.

Virtual *(vơr ' chu - ơl)*, *a.* Có sức ; hữu thực vô danh.

Virtue(*vơr'chiu)*, *n.* Đức hạnh, tiết hạnh ; hiệu lực ; ưu điểm

Virtuosity *(vơr-chiu-os'si-ti)*, *n.* Kỳ-tài, diệu tài.

Virtuoso *(vơr-chiu - ô'sô, vir-tu-ô'sô)*, *n.* Nhà mỹ - thuật ; người chơi đồ cổ ; nhạc - sĩ đại tài.

Virtuous *(-ûs)*, *a.* Có đức, có tiết-hạnh ; đoan chính.

Virulent *(vi'riu-lânt, -ru-)*, *a.* Độc lắm ; có hại ; ác độc ; thâm độc.

Virus *(vai'râs)*, *n.* (y) Nọc độc của bệnh hay lây.

Vis *(vis)*, *n.* (La-tinh) Sức lực ; thế.

Vis-à-vis *(vi-zơ-vi)*, *n. sing.* & *pl.* Người diện đối diện, đối nhau. — *adv.* & *a.* Diện đối diện (với).

Visa *(vi'zơ, vi-za')*, *n.* Chữ kiểm nhận, phê-nhận.

Visage *(viz'zưj,-sưj)*, *n.* Mặt, nét mặt ; dung nhan.

Viscera *(vis'sơ-rơ)*, *n. pl.* (giải) Nội tạng, tạng phủ.

Viscid *(vis' sid)*, *a.* Quánh, nhầy nhớt.

Viscose *(vis'kôs)*, *n.* Nhựa thớ gỗ (để làm giấy bóng, tơ nhân tạo, v.v.)

Viscosity *(vis-cos ' si-ti)*, *n.* Tính quánh, độ nhớt.

Viscount *(vai' caont)*, *n.* Tử-tước.— *n. f.* **Viscountess.**

Viscous *(vis' câs)*, *a.* Nhờn, nhớt, lầy nhầy ; dính (như hồ, như nhựa).

Vise, vice *(vais)*, *n.* Kìm vặn.

Visibility *(viz-zi-bil'li-ti)*, *n.* Trạng thái, sự trông thấy.

Visible *(viz'zi-bưl)*, *a.* Có thể trông thấy ; rõ rệt.

Vision *(viz'zhân)*, *n.* Sự nhìn ; ảo ảnh, ảo-tưởng.

Visionary *(viz'zhân-ne-ri,-nơ-ri)*, *a.* Chỉ về ảo-tưởng ; dễ có ảo-tưởng ; mơ-màng ; mơ-hồ ; do tưởng-tượng ra ; khó thực hành.

Visit *(viz'zit)*, *n.* Sự đến thăm. — *vt.* Thăm ; khám.

Visitor *(-tơr)*, *n.* Người đến thăm, khách đến chơi.

Visor, Vizor *(vai'zơr,viz'zơr)*, *n.* Miếng giáp che mặt ; lưỡi trai (mũ).

Vista *(vis'tơ)*, *n.* Sự ngắm cảnh xa ; hồi tưởng.

Visual *(viz ' zhuơl)*, *a.* Thuộc về sự nhìn ; trông thấy.

Vital *(vai'tơl)*, *a.* Thuộc về sinh mệnh ; trọng yếu.

Vitality *(vai-tel'li-ti)*, *n.* Sức sinh-hoạt, sinh-khí ; sức chịu đựng, được lâu.

Vitamin *(vai'tơ-min,vit')*, *n.* Vi-ta-min, sinh tố.

Vitiate *(vis'shi-êt)*, *vt.* Làm cho bẩn, ô-uế ; làm cho vô-hiệu ; thủ tiêu, phế đi.

Vitreous *(vit'tri-âs)*, *a.* Giống như thủy tinh ; lờ đờ.

Vitrify *(vit'tri-fai)*, *v.* (Làm) thành kính (pha-lê).

Vitriol *(-ơl)*, *n.* A-sít sul-fu-ric ; sul-fát.

Vituperate *(vai-tiu'pơ-rêt,vi-)*, *vt.* Thóa mạ ; chửi bới.

Viva *(vi'va)*, *interj*. Muôn năm; vạn-tuế.—*n*. Tiếng hô « vạn tuế ».

Vivace *(vi-va'chê)*, *a*. (âm) Hoạt bát ; nhộn nhịp.

Vivacious *(vai-vê'shâs, vi-)*, *a*. Hoạt-bát, lanh-lẹn ; có sinh khí.

Vivacity *(vi-ves'si-ti)*, *n*. Sự hoạt-bát, lanh-lẹn.

Vivarium *(vai-ve'ri-âm)*, *n*. Nơi nuôi súc-vật.

Viva voce *(vai'vơ-vô'si)*, Bằng lời nói miệng.

Vivid *(vi'viđ)*, *a*. Sống ; nhanh-nhẩu ; hăng-hái.

Vivify *(vi'vi-fai)*, *vt*. Làm cho có sinh khí, hoạt-động, linh-động.

Viviparous *(vai-vip'pơ-râs)*, *a*. Đẻ con (chứ không phải trứng).

Vivisection *(viv-vi'sek'shân)*, *n*. Sự giải-phẫu (mổ xẻ) hoạt-thể (sinh vật).

Vixen *(vik'sưn)*, *n*. Con cáo cái ; đàn bà độc ác.

Viz (thường đọc là : **namely** *(nêm'li)*, ở chữ **Videlicet** : tức là ; như.

Vizard *(viz'zơrđ)*, *n*. Mặt nạ ; miếng che mặt.

Vizier *(vi-zi'ơ)*, *n*. Thượng thư ở nước Hồi-giáo.

Vocable *(vô'cơ-bưl)*, *n*. Chữ ; lời ; danh-từ.

Vocabulary *(vơ·keb'biu-lơ-ri)*, *n*. Tự vựng ; ngữ vựng.

Vocal *(vô'cơl)*, *a*. Thuộc về sự phát âm, đọc.

Vocalist *(vô'cơl-list)*, *n*. Người hát, ca-xướng giả.

Vocation *(vơ-kê'shân)*, *n*. Chức nghiệp ; nghề nghiệp.

Vocative *(vok'kơ-tiv)*, *n*. [văn] Hô-cáo-vị.—*a*. Chỉ về lời gọi.

Vociferate *(vơ-sif'fơ-rêt)*, *v*. Hô to ; kêu la ầm ỹ.

Vociferous *(vơ-sif'fơ-râs)*, *a*. Gào thét, om sòm.

Vodka *(vôđ'kơ)*, *n*. Rượu mạch (bên nước Nga).

Vogue *(vôg)*, *n*. Thời thức ; sự lưu hành ; thịnh hành.

Voice *(vois)*, *n*. Tiếng nói ; âm thanh ; (văn) cách.

Void *(voiđ)*, *a*. Trống, rỗng ; vô hiệu.—*n*. Quãng trống.—*vt*. Tống ra.

Volatile *(vol'lơ-til)*, *a*. Bay hơi; dễ tiêu tán.

Volplane *(vol'plên)*, *vi*. Bay là-là.—*n*. Sự bay là-là.

Volcano *(vol-kê'nô)*, *n*. Núi lửa, hỏa-sơn.

Vole *(vôl)*, *n*. Chuột đồng ; (bài xì) sự toàn thắng.

Volition *(vơ-lis'shân)*, *n*. Sự quyết ý ; ý chí.

Volley *(vol'li)*, *n*. Một loạt súng ; sự phát ra một tràng.

Volt *(vôlt)*, *n*. [lý] vôn. — *n*. **Voltage**, Số vôn.

Voltameter *(vol-tem'mi-tơr)*, *n*. [điện] Lưu-kế-điện, thùng tích-thủy.

Volte-face *(volt'fas)*, *n*. Sự toàn-biến, cấp-biến của cực diện ; sự đảo lộn, quay trở lại

Voltmeter *(vôlt'mi-tơr)*, *n*. [lý] Vôn-kế, điện-áp-kế.

Voluble *(vol'liu-bưl)*, *a*. Mỏng mảnh ; trôi chảy, lưu loát.

Volume *(vol'lium)*, *n*. Cuốn sách ; thể tích, dung tích.

Voluminous *(vơ'liu-mi-nâs)*, *a*. To ; cồng kềnh.

Voluntary *(vol'lân-tơ-ri)*, *a*. Tùy ý ; tự ý ; tình nguyện.

Volunteer *(-ti'ơ)*, *n*. Lính tình nguyện, nghĩa dũng.

Voluptuary *(vơ-lăp'chiu-e-ri)*, *n*. Người dâm dật ; người tửu-sắc.

Voluptuous *(vơ-lăp'chiu-âs)*, *a*. Dâm dục ; hiếu sắc.

Volute *(vơ-liut')*, *n*. Hình xoáy chôn ốc ; một vòng chôn ốc.

Vomit *(vom'mit)*, *n*. Sự, chất nôn, mửa: —*v*. Nôn.

Von *(fân)*, *prep*. Của (chữ đặt trước tên quý tộc Đức).

Voodoo *(vu'đu, vu-đu')*, *n*. Đạo Vu-đu (của người da đen ở Mỹ-quốc) ; người theo đạo Vu-đu.

Voodooism *(-iz-zưm)*, *n*. Đạo Vu-đu.

Voracious *(vơ-rê'shâs)*, *a*. Háu ăn, phàm ăn, ăn khỏe.

Vortex *(vor'teks)*, *n*. Vũng nước xoáy.

Votary *(vô'tơ-ri)*, *n*. Người theo lời thề ; người chuyên tâm ; người sùng bái.

Vote *(vôt)*, *n*. Sự bỏ phiếu ; lá phiếu. — *v*. Bỏ phiếu.

Votive *(vô'tiv)*, *a*. Chỉ về lời nguyền, lời thề.

Vouch *(vaoch)*, *vt*. Chứng nhận ; bảo đảm.

Voucher *(vao'chơr)*, *n*. Người bảo đảm ; hồi đơn ; biên lai.

Vouch-safe *(-sêf)*, *vt*. Cho ; nhận ; chịu ; bảo đảm.

Vow *(vao)*, *n*. Sự, lời thề. — *vt*. Tuyên thệ, thề.

Vowel *(vao'ơl)*. *n*. Mẫu âm, nguyên âm.

Voyage *(voi'ưj,-ij)*, *n*. Cuộc du lịch ; vượt biển.

Vulcan *(văl'cân)*, *n.* (Đạo La-mã) Hỏa thần.

Vulcanize *(văl'cơ-naiz)*, *v.* Lưu hóa (làm cho dai hơn).

Vulgar *(văl'gơ)*, *a.* Thông thường, tầm thường; hủ lậu.

Vulgarian *(văl-ghe'ri-ân)*, *n.* Người giầu nhưng phầm cách ty tiện.

Vulgarism *(văl'gơ-riz-zưm)*, *n.* Sự, lời nói không thanh nhã, tầm thường, thô thiền.

Vulnerable *(văl'nơ-rơ-bưl)*, *a.* Có thể bị thương, bị hại.

Vulpine *(văl'pain, -pin)*, *a.* Thuộc về, hay như con cáo; quỷ quyệt.

Vulture *(văl'chơ)*, *n.* Chim kên-kên (loại diều hâu).

W

Wad *(uođ)*, *n.* Đống nhỏ; cục; nút con; vật để nhồi.

Wadding *(uođ'đing)*, *n.* Vật nhồi; vật nhồi đạn súng, xơ bông, tơ, hay len dùng để lót quần áo hay đệm mền.

Waddle *(uođ'đưl)*, *vi.* Đi lắc lư từng bước ngắn (như con vịt).—*n.* Sự, giáng đi lắc lư.

Wade *(uêđ)*, *vi.* Dẫm lên hay đi trong nước, bùn; làm hăng hái.

Wader *(uêđ'đơr)*, *n.* Người bước dưới nước; chim có cẳng dài hay bước dưới nước để kiếm mồi ăn.

Wafer *(uê'fơ)*, *n.* Bánh bit-qui mỏng bằng bột miến.

Waffle *(uof'fưl)*, *n.* Bánh quế; bánh nướng mỏng.

Waft *(waft)*, *v.* Chở đi; chôi đi; nổi lềnh bềnh —*n.* Cái vẫy tay; cơn gió.

Wag *(ueg)*, *n.* Người làm trò hề; người hay bông đùa; sự lắc, vẫy. — *vi.* Lay chuyền, rung động; vẫy (đuôi).

Wage *(uêj)*, *n.* Tiền công; lương bổng.—*vt.* Tham chiến; khai chiến.

Wager *(uê'jơ)*, *n*. Sự đánh cuộc; đánh đố; tiền đánh cuộc.

Wages *(uê'jưz. -jez)*, *n*. Tiền lương, tiền công.

Waggery *(ueg'gơ-ri)*, *n*. Trò nghịch, trò tinh nghich ; sự bông đùa.

Waggish *(ueg'ghish)*, *n*. Tinh nghịch ; đùa cợt.

Waggle *(ueg'gưl)*, *v*. Dãy dụa; dãy đành đạch ; vẫy.

Wagon *(ueg'gân)*, *n*. Xe bốn banh chở hàng ; toa hàng.

Wahoo *(wa-hu', wa'hu)*, *n*. Một thứ cây du ở Bắc Mỹ.

Waif *(uêf)*, *n*. Vật kiếm được, bắt nhặt được, vật vô chủ ; kẻ lưu lạc ; người lang thang vô gia cư.

Wail *(uêl)*, *v*. Than khóc, khóc lóc. — *n*. Sự than khóc.

Wain *(uên)*, *n*. Xe bò — *n*. **Wainwright** *(-rait)*, Người làm xe.

Wainscot *(uên'skât, uên'skol, uen'skât)*, *n*. Lớp gỗ hay thạch cao phủ ngoài tường vách.

Waist *(uêst)*, *n*. Chỗ thắt lưng; quãng giữa ; áo lót

Waistcoat *(uêst'côt, uest'cât)*, *n*. Áo di-lê, áo cụt tay.

Wait *(uêt)*, *vi*. Đợi, chờ ; hầu; theo. — *n*. Người hát sầm (về lễ Giáng-Sinh).

Waiter *(-tơ)*, *n*. Người đợi chờ ; người hầu ; cái khay.

Waiting-room *(- rum)*, *n*. Phòng ngồi đợi, chờ.

Waitress *(uet'tres,-trưs)*, *n*. Cô hầu bàn.

Wait upon *(-ơ-pon')*, *vt*. Đến thăm ; đi theo ; hầu hạ.

Waive *(uêv)*, *vt*. Chịu bỏ ; bỏ ; không đòi hỏi nữa.

Waiver *(uêv'vơr)*, *n*. [Pháp] Sự bỏ, phóng-khí (về của cải) ; khí quyền.

Wake *(uêk)*, *vt*. Đánh thức, gọi dậy. — *vi*. Thức dậy.

Wakeful *(uêk'ful)*, *a*. Không ngủ, tỉnh táo.

Waken *(uêk'kưn)*, *vi*. Đánh thức ; báo thức.

Wale *(uêl)*, *n*. (hải) Con đai nhô xa ở mạn tầu ; lằn roi, vết roi ; đường trên vải ; vải ; tổ chức.

Walk *(uo-k)*, *vi*. Đi, đi bộ ; đi từng bước một.

Walkout *(uok' aot)*, *n*. (Mỹ) Cuộc đình công, bãi công.

Walkover *(uok'ô-vơr)*. *n*. Cuộc thắng dễ dàng.

Wall *(uoll)*, *n*. Cái tường ; thành ; hàng cây có quả.

Wallet *(uol'let'-lưt)*, *n*. Cái túi, bị ; cuốn sổ túi.

Walleye *(uol'ai)*, *n.* Mắt (của con ngựa) ; cá có mắt lồi ra.

Wall flower *(-flao'ơr)*, *n.* Cây đinh-hương vàng.

Wall-paper *(-pê'pơ)*, *n.* Giấy để dán ở tường.

Wallop *(uol'lâp)*. *vt.* Đánh mạnh.– *n.* Cái đánh mạnh.

Wallow *(uol'lô)*, *vi* Lăn ; sa-ngã ; sống trụy-lạc.

Walnut *(-năt)*, *n.* Quả hạnh đào ; hạt lạc tây.

Walrus *(uol'râs)*, *n.* Con hải mã.

Waltz *(uoltz)*, *n.* Một điệu khiêu vũ, điệu van-sờ. — *vi.* Nhẩy van-sờ.

Wampum *(uom'pâm)*, *n.* Chuỗi vỏ ốc hay vỏ hến mọi da đỏ ở Bắc Mỹ dùng làm tiền.

Wan *(uon)*, *a.* Xanh xao ; nhợt nhạt ; có vẻ thiếu máu.

Wand *(uonđ)*, *n.* Que, roi, dùi, gậy.

Wander *(uon'đơ)*, *vi.* Đi lang thang, đi vơ-vẩn.

Wanderlust *(van'đơr-lust, uon'-đơr-lust)*, *n.* Tính thích du lịch, du hành, ngao du.

Wane *(uên)*, *vi.* Giải, hạ, suy. —*n.* Sự, lúc xuống.

Wangle *(ueng'gưl)*, *vi.* Thoát ra khỏi đám đông ; thoát sự khó khăn.

Want *(uont)*, *n.* Sự cần, nhu cầu.—*vt.* Cần, muốn.

Wanting *(uont'ting)*, *a.* Không có ở đó, thiếu, khuyết

Wanton *(uon'tân)*, *a.* Vui vẻ, nhí nhảnh ; phóng đãng.—*vi.* Đùa.

War *(uor)*, *n.* Chiến tranh.— *vi.* Đánh nhau, chiến đấu.

Warble *(uor'bưl)*, *v.* Hót : ca xướng ; (suối nước) kêu róc rách.

Warbler *(uor'blơr)*, *n.* Người hát ; giống chim nhỏ đẹp và hót hay.

Ward *(uorđ)*, *n.* Sự canh gác ; buồng lớn ; sự tránh ; người giám hộ.—*vi.* Gác, giữ ; tránh.

Warden *(uor'đưn)*, *n.* Người giữ gìn, canh gác ; giám đốc.

Warder *(our'đơr)*, *n.* Người coi, canh gác ; cái gậy tượng trưng quyền hành, cái quyền-chỉ.

Wardrobe *(uorđ'rôb)*, *n.* Buồng, tủ quần áo ; quần áo.

Ware *(uer)*, *n.* Hàng hóa, hóa vật, hóa phẩm.

Warehouse *(-haos)*, *n.* Kho hàng.—*vt.* Chứa vào kho.

Warfare *(uor'fer)*, *n.* Binh pháp ; cuộc chiến đấu.

Warlike *(-laik)*, *a.* Hiếu chiến ; thượng võ.

Warm *(uorm)*, *a.* Nực ; hăng hái ; nhiệt liệt ; ấm áp.

Warmhearted *(-har'ted,-tưđ)*, *a.* Nhiệt tâm.

Warn *(uorn)*, *vt.* Báo trước ; cảnh cáo.

Warning *(-ning)*, *n.* Sự bá cáo ; lời cảnh cáo.

Warp *(uorp)*, *n.* Sợi dọc ; thừng kéo thuyền.—*v.* Dời đường chính.

Warrant *(uor'rânt)*, *n.* Giấy phép ; ký chứng (thương-mại).—*vt.* Bảo đảm

Warrant officer, (quân, hải) Hạ-sỹ-quan, chuẩn-sỹ-quan.

Warranty *(uor'rân-ti)*, *n.* (pháp) Sự bảo đảm ; bảo chứng ; lý do.

Warren *(uor'ren,-rưn)*, *n.* Lỗ, hàng thỏ, nơi nhiều thỏ.

Warrior *(uor'ri-ơ)*, *n.* Chiến sỹ, quân nhân.

Wart *(uort)*, *n.* Mụn nhỏ và rắn ở trên da ; (thực) bướu, cục bướu (trên cây).

Wary *(uer'ri)*, *a.* Cẩn thận ; đề-phòng.

Was *(uoz)*, Số ít, thời quá-khứ của động-tự « To Be ».

Wash *(uosh)*, *n.* Sự giặt-dũ ; rửa ; sóng vỗ.—*vt.* Giặt-dũ ; tắm rửa.

Wash down *(-đaon)*, *vt.* Chiêu (ngụm nước), làm cho trôi xuống.

Washout *(uosh'aot)*, *n.* Sự trôi đất ra ; nơi đất trôi ra ; [lóng] sự thất bại.

Washy *(uosh'shi)*, *a.* Nhiều nước ; ướt, ẩm thấp ; mỏng-mảnh ; loãng ; rời-rạc.

Wasp *(uosp)*, *n.* Con ong bò vẽ (có vòi to).

Waspish *(uosp'pish)*, *a.* Giống như con ong bò vẽ ; thon mình, bóp lưng ong ; dễ giận, hay cáu.

Wassail *(uos'sưl, ues'sưl)*, *n.* Lời chúc tụng (khi nâng cốc rượu), cuộc thi uống rượu ; chúc tửu.

Wastage *(uês'tưj)*, *n.* Sự hoang phí.

Waste *(uêst)*, *n.* Sự phung phí ; đồng hoang ; tờ giấy thưa.—*vt.* Tiêu hoang ; phí.

Wasteful *(-ful)*, *n.* Người hoang, hoang phí.

Wastrel *(uês'trơl)*, *n.* Người hoang, tiêu hoang, lãng-phí ; kẻ phóng đãng ; đứa vô dụng.

Watch *(uotch)*, *n.* Sự nhìn ; điếm canh gác ; đồng hồ (quả quít).— *vi.* Canh, để ý, ngó, rình mò, quan sát.

Watch dog *(uoch'đog)*, *n.* Chó giữ nhà, chó canh cổng.

Watchword *(-uơrđ)*, *n.* Khẩu hiệu.

Water *(uo'lơ)*, *n.* Nước. — *vt.* Tưới nước ; chảy qua.

Water-buck *(-băk)*, *n.* Con hươu hay nai lông dài ở Trung-Phi-châu.

Water-buffalo *(-băf'fơ-lô)*, *n.* Con trâu.

Water-closet *(-clos'sưt)*, **W. C.**, *n.* Nhà xí, cầu tiêu.

Water color, *n.* Phẩm hòa với nước ; màu nước để vẽ ; bức họa bằng nước màu, thủy-thái-họa.

Water-course, *n.* Dòng nước ; thủy lưu ; thủy đạo.

Water cress, *n.* Rau cải-xoong nước.

Water cure, *n.* [y] Môn chữa bệnh bằng nước.

Waterfall *(uo'tơ-fol)*, *n.* Thác nước.

Water front, Khu gần bờ sông hay bờ bể.

Water ice, Nước chắt hoa-quả đông (thành như nước đá).

Watering place, Nơi kiếm nước, nơi có suối nước nóng, nơi tắm hoặc đi thuyền.

Water jacket, Cái ngăn (thùng) nước lạnh để làm cho (máy) trong được mát.

Water-lily *(-li'li)*, *n.* Cây củ súng ; bèo bồng.

Water-logged *(-logđ)*, *a.* Đầy nước, ứ nước.

Water-man *(-mân)*, *n.* Người chèo thuyền, thuyền-phu.

Water-mark, Đường chỉ hay hình vẽ trong tờ giấy (hình soi thì thấy rõ), thủy-ấn ; thủy-chuẩn-tiêu.

Water-melon *(uo'tơ-mel'lân)*, *n.* Dưa hấu.

Water polo, Môn bóng nước, thủy-cầu.

Water power, (lý) Thủy-lực.

Water-proof *(-pruf)*, *a.* Không thấm nước. — *n.* Áo đi mưa.

Water-shed, *n.* Đường phân thủy ; lưu-vực.

Water-side, *n.* Đất gần nước, bờ sông, bờ biển, thủy-biên.

Water-tight *(-tait)*, *a.* Nước không ngấm vào được, không ngấm nước.

Waterway *(uo'tơ-uê), n.* Sông đào, kênh, thủy lộ.

Water works. Nhà máy nước; thủy-động-cơ.

Watt *(uot), n.* (lý) Một uát (watt).

Wattle *(uot'tưl), n.* Cành nhỏ uốn được ; mây ; khung làm bằng mây ; thịt lúng-lẳng ở cằm hay họng (chim, rắn, v v.). — *vt.* Buộc, đan bằng mây.

Wattmeter *(uot'mi-tơr), n.* Máy điện-lực-kế, uát-kế.

Wave *(uêv), n.* Sóng (ở bể); làn sóng (ở tóc). — *v.* Vẫy, uốn. — *a.* **Wavy** *(vi),* Có sóng ; như sóng.

Wave length *(uêv'length),* Luồng sóng điện.

Waver *(uê'vơ), vi.* Lay đi lay lại ; lưỡng lự.

Wax *(ueks), n.* Xi, sáp ; nhựa thông.—*vt.* Đánh xi.

Waxen *(uek'sân), a.* Làm bằng hay phủ bằng sáp ; như sáp ; mềm.

Way *(uê), n.* Đường, lối ; khoảng ; cách-thức ; phương-tiện.

Waybill *(uê'bil), n.* Vận-hóa-đơn (giấy kê rõ hàng hóa vận tải).

Wayfarer *(uê'fe-rơr), n.* Người du-lịch (bằng cách đi bộ).

Waylay *(uê-lê'), vt.* Nằm đợi (để bắt, cướp hay giết ai).

Way-station, Ga xép (phụ).

Wayward *(uê'uơrđ), a.* Theo ý riêng, không vâng lời, không phục tòng ; biến động ; bất quy-tắc.

We *(uy), pron.* Chúng tôi, ta.

Weak *(uy-k), a.* Yếu-đuối, suy nhược ; kém.

Weaken *(uy'kưn) v.* Làm cho yếu đi, suy kém.

Weakling *(uy-k'ling), n.* Người nhu-nhược.

Wealth *(uelth), n.* Sự giầu-có, phong-phú, thịnh-vượng.

Wealthy *(-thi), a.* Giầu-có, phong-phú, thịnh-vượng.

Wean *(uy-r), vt.* Thôi cho bú, cai sữa ; gián-đoạn ; đoạn-tuyệt.

Weapon *(uep'pân), n.* Khí-giới, võ-khí.

Wear *(uer), v.* Mặc, bận (y phục) ; làm cho hao-mòn.

Wearer *(-rơ), n.* Người mặc ; người dùng.

Wearisome *(uy'ơ-ri-sâm), a.* Mệt nhọc ; chán-nản.

Weary *(uy'ơ-ri)*, *a.* Nhọc, mệt, mỏi mệt ; làm cho mệt ; ngấy.

Weasand *(uy' zând)*, *n.* Khí quản ; cuống họng.

Weasel *(uy'zưl)*, *n.* Con chồn.

Weather *(ue'THơ)*. *n.* Thời-tiết. — *vt.* Chống với thời-tiết.

Weather beaten, *a.* Dầm mưa giãi nắng, bị gió thổi mưa đập ; dạn-dày.

Weather cock, *n.* Chong chóng để xem chiều gió, phong-tiêu.

Weather-glass, *n.* Phong-vũ-biểu.

Weather proof, *a.* Có thể chịu được mưa gió.

Weave *(uyv)*. *vt* Dệt. — Weave. *n*. Thợ dệt.

Wear well *(uer-uel)*, *vi*. Bền, mặc được lâu.

Web *(ueb)*, *n.* Đồ, hàng dệt ; tổ-chức ; màng da

Wed *(ued)*, *vt.* Lấy vợ, lấy chồng, cưới ; hòa-hợp.

Wedding *(-đing)*, *n.* Sự cưới xin, lễ cưới, đám cưới.

Wedge *(uej)*. *n.* Nêm chốt ; thoi, mũi rùi. — *vt* Kê. chặn.

Wedlock *(ueđ'lok)*, *n.* Sự kết hôn, lấy nhau.

Wednesday *(uenz'đi)*, *n.* Thứ tư (trong tuần lễ).

Wee *(uy)*, *a.* Bé lắm, bé ly-ty.

Weed *(uy-đ)*, *n* Cỏ khô, cỏ xấu ; thuốc lá ; áo.

Week *(uy-k)*, *n.* Tuần lễ. — *a.* Weekly, Hàng tuần.

Weekend *(uy-k'enđ)*, *a.* Cuối tuần lễ. — *a.* Về cuối tuần.

Weekly *(-li)*, *adv.* Mỗi tuần một lần. — *a.* Hằng tuần.— *n.* Tuần-san.

Weep *(uy-p)*, *vi.* Khóc : than tiếc ; rủ xuống (cây liễu).

Weft *(ueft)*, *n* Đường cạnh, đường khổ của tấm vải, sợi ngang.

Weigh *(uê)*, *v.* Cân ; nâng, cất (mỏ neo), nặng chĩu.

Weight *(uêt)*, *n.* Trọng lượng, sức nặng ; sự đè nén ; quan trọng.

Weighty *(uêt ' ti)*, *a.* Nặng ; trọng yếu ; có thế lực.

Weir *(uy'ơr)*, *n.* Cái đập con ở sông.

Weird *(uy'ơđ)*, *a.* Chỉ về vận-mệnh ; thuật phù-thủy ; kỳ-quái.

Welcome *(uel'câm)*, *a.* Được biệt đãi —*interj.*Hoan nghênh!

Weld *(uelđ)*, *vt.* Hàn, nối liền.

Welfare *(uel'fer)*, *n*. Sự ích lợi ; hạnh phúc ; phát đạt.

Well *(uel)*, *n*. Cái giếng ; cái suối. — *a*. Tốt ; khoẻ mạnh — *adv*. Tốt ; khá ; đầy đủ.

Well balanced *(uel'bel'lânst)*, *a*. Cân đối ; thăng bằng ; không thiên-lệch.

Well-groomed *(-grumd)*, *a*. An-mặc gọn gàng, chu-đáo.

Well off *(-of)*, *a* Giàu có.

Welt *(uelt)*, *n*. Lớp da mỏng thợ giầy lót ở giữa hai lớp da dày ; đường viền ; lằn roi — *vt*. Thêm đường viền ; đánh, quật.

Welter *(uel'lơr)*, *vi* Lăn, đầm (trong bùn, nước. v. v.) ; luống cuống. — *n*. Sự luống cuống, hỗn loạn.

Welter-weight *(-uêt)*, *n* Võ-sĩ nặng dưới 65 ki - lô (147 pounds).

Wen *(uen)*. *n*. [y] Cục bướu ; cái bướu ở cổ.

Wench *(uench)*, *n*. Đứa con gái : đầy tớ gái ; con đĩ.

Wend *(uend)*, *v*. Đi ; tiến-hành.

Were *(uơr,uer)*, Số nhiều của **Was**.

Werewolf *(uyr'wulf ; uơr'-)*, *n*. Người chó sói ; người có thể hiện hình chó sói.

West *(uest)*, *n*. Phương Tây, phía tây, miền tây.

Western *(ues'tơrn)*, *a*. Thuộc về phương Tây, Tây bộ ; ở phương Tây ; Tây dương.

Wet *(uet)*, *a*. Ướt át, ẩm ướt, — *vt*. Làm cho ướt.

Wet blanket, Người, vật làm mất hứng thú, phá bĩnh.

Whack *(huek)*, *v*. Đánh, quật mạnh. — *n*. Một trùy nặng.

Whacking *(huek'king)*, *a*. To lắm ; đồ sộ ; cừ lắm, tuyệt ; lừng tiếng.

Whale *(huêl)*, *n*. Cá ông voi, cá kình.

Wharf *(huorf)*, *n*. Bến tầu ; đập chắn sóng.

Wharfinger *(huor'fin-jơr)*, *n*. Người có hay coi bến tầu.

What *(huot)*, *pron*. Gì ; cái gì, điều mà, — *a*. Cái gì.

What about, Cái ấy thì sao ?

Whatever *(huot-ev'vơ)*, *pron*. Bất cứ cái gì ; dù, dẫu mà.

Wheal *(huy-l)*, *n*. Lằn roi, vết roi.

Wheat *(huy-t)*, *n*. Lúa mì. — *a*. **Wheaten** *(-tưn)*.

Wheedle *(huy'đưl)*, *v*. Nói ngon nói ngọt ; nịnh ; tán tỉnh.

Wheel *(huy l)*, *n.* Bánh xe ; bánh lái. – *v.* Xoay, lăn.

Wheelbarrow *(-be'rô)*, *n.* Xe có một bánh, xe cút-kít.

Wheelwright *(-rait)*, *n.* Thợ đóng xe, hay chữa xe.

Wheeze *(huy-z)*, *v.* Kêu vi vu ; trò đùa.

Whelm *(huelm)*, *vt.* Làm tràn ngập ; chìm đắm.

Whelp *(huelp)*, *n.* Chó con ; thú vật nhỏ. — *v.* Đẻ con, đẻ chó con.

When *(huen)*, *adv.* Khi, trong khi ; lúc ; khi nào.

Whence *(huens)*, *conj.* & *adv.* Bởi đâu ; từ đó ; vì thế.

Whenever *(huen-ev'vơ)*, *adv.* Bất cứ lúc nào, khi nào.

Where *(hue-r)*, *adv.* Ở đâu. — *pron.* Nơi mà. — *n.* Nơi.

Where-at *(huer-et')*, *adv.* Nhân đó, nhân thế ; nhân việc ấy.

Where-by *(-bai')*, *adv.* Bởi thế, bởi đó ; sao ; tại sao.

Whereabout *(hue-r' ơ-baot')*, *adv.* Ở chỗ nào. — *n.* Chỗ ở.

Whereas *(- ez)*, *conj*, Còn như, trong khi mà.

Wherefore *(huer'fôr)*, *adv.* Nhân đó ; vì vậy ; vì lý do gì, vì sao.

Whereupon *(huer-ơ-pon')*, *adv.* Nhân thế ; vì vậy.

Wherever *(huer-ev'vơ)*, *adv.* Bất cứ chỗ nào,

Were-withal *(huer-uyt-THơl)*, *adv.* Với nó, với cái ấy. — *n.* Tiền.

Wherry *(huer'ri)*, *n.* Thuyền nhẹ ; thuyền chèo hình dài ; thuyền đánh cá.

Whet *(huet)*, *vt*· Mài sắc ; tăng thêm ; cổ vũ ; khích thích. — *n.* Sự mài sắc ; vật khai vị.

Whether *(hue'THơ)*, *conj.* Nếu mà ; vào trường hợp mà, nếu.

Whey *(huê)*, *n.* Nước trong của sữa đã váng lại.

Which *(huych)*, *pron.* Cái nào ; vật nào ; vật mà.

While *(huail)*, *n.* Chốc, lát ; công ; thời gian. — *conj.* Trong khi.

Whim *(huym)*, *n.* Sự biến thiên thình linh, tính hay thay đổi ý kiến.

Whimper *(huym' pơr)*, *vi*, Khóc rên rỉ. — *n.* Tiếng khóc rên rỉ.

Whimsey, Whimsy *(huym'zi)*, *n.* Xch. **Whim.**

Whimsical *(huym'zi-kơl), a.* Có tính khí bất thường, hay thay đổi.

Whin *(huyn), n.* Cây kim-tước-chi.

Whine *(huain), vi.* Rên rỉ ; xin một cách ty tiện. — *vt.* Thốt ra. — *n.* Tiếng rên rỉ.

Whinny *(huyn'ni), vi.* (Ngựa) Hi. — *n.* Tiếng ngựa hí.

Whip *(huyp), n.* Cái roi (để đánh ngựa). — *vt.* Đánh bằng roi.

Whiplash *(huyp'lesh), n.* Giây buộc đầu roi.

Whir *(huơr), vi.* Quay, xoay, bay vun vút, (hay vù vù). — *n.* Sự vội vàng ; hỗn độn ; tiếng vun vút, vù vù.

Whirl *(huơrl), vt.* Quay tít đi ; đảo lộn.

Whirlpool *(huơrl 'pul-), n.* Chỗ, vũng nước xoáy,

Whirlwind *(-uynđ), n.* Gió lốc. — *n.* **Whirlpool.** Chỗ nước xoáy.

Whisk *(huysk), n.* Chổi quét ; bàn chải ; que để đánh trứng, hay đánh kem ; sự chạy vút qua. — *vi.* Chạy vút qua.

Whisker *(huys ' cơ), n.* Râu cứng và thẳng, râu mèo.

Whisky, Whiskey *(huys'ki), n.* Rượu huých-ki.

Whisper. *(huys'pơ), vi.* Thì thào, nói thầm, nói khẽ.

Whistle *(huys'sưl), vi.* Thổi còi, thổi (huýt) sáo.—*n.*Cái còi.

Whit *(huyt), n.* Miếng, chấm nhỏ ly-ty.

White *(huait), adj.* Trắng. — *n.* Màu trắng.

White-collar, *a.* Chỉ về công chức hay nhân-viên các công sở và hãng buôn.

White feather, Dấu tượng-trưng sự hèn nhát.

Whitehall *(huait'hol), n.* Tên một phố ở Luân-đôn ; chính phủ Anh-quốc

White-house, Tòa Bạch ốc ; văn-phòng của vị tổng-thống Mỹ-quốc.

White plague *(-plêg),* Bệnh ho lao.

Whitewash *(-uosh), n.* Vôi, hồ để quét tường.—*vt.* Quét vôi.

Whither *(huy'THơ), adv.* Tới chỗ nào ; tới điểm nào đó.

Whitsun *(huyt'sân), a. & n.* Lễ Thiên - thần hiện xuống (đạo Cơ-đốc).

Whitsunday *(huyt'săn'đi,-sân-đê'), n.* Lễ Thiên-thần hiện xuống.

Whittle *(huyt'tưl), vt.* Cắt, gọt.

Whiz, Whizz *(huyz)*, *vi.* Kêu vun vút ; bay vút qua. — *vt.* Làm cho kêu vun vút (vù-vù).
Who *(hu)*, *pron.* Ai ; người mà.
Whodunit *(hu' đăn-nit)*, *n.* (lóng) Truyện trinh-thám.
Whoever *(hu-ev'vơr)*, *pron.* Dù ai ; bất luận là ai ; dù ai mà.
Whole *(hôl)*, *a.* Tất cả, toàn thể. — *adv.* **Wholly.**
Wholesale *(- sêl)*, *n.* Bán buôn. — *a.* Cả ; bán buôn.
Wholesome *(-sâm)*, *a.* Khỏe mạnh ; lành ; tốt ; bổ.
Wholly *(hôl' li)*, *adv.* Hoàn toàn ; tất cả ; chuyên về.
Whoop *(hu-p)*, *vi.* Reo ; hò hét ; ho sù sụ. — *vt.* Reo. *n.* Tiếng reo.
Whooping cough *(hu' ping-căf)*, *n.* Chứng ho gà.
Whopper *(huop' pơr, - uop' pơr)*, *n.* Vật to lắm ; lời dựng đứng, lời nói dối táo bạo.
Whore *(hôr, hor)*, *n.* Gái mãi-dâm, nhà thổ, đĩ.
Whose *(huz)*, *pron.* Của người ấy, của vật ấy.
Why *(huai)*, *adv.* Tại sao. — *interj.* Này ! thôi được !
Wick *(uyk)*, *n.* Ngòi, bấc, đèn.
Wicked *(uyk' ked, - kưd)*, *a.* Dữ tợn ; hư ; xấu.
Wicket *(uyk' ket, - kưt)*, *n.* Cửa nhỏ, cổng con ; (môn bóng Cricket) khung có ba que gỗ.
Wide *(uaiđ)*, *a.* Rộng rãi, thênh thang ; xa đích.
Widen *(- đưn)*, *vi.* Làm cho rộng rãi, thênh thang.
Widespread *(uaiđ' spređ)*, *a.* Làm rộng ; xòe ra.
Widgeon, Wigeon *(uy' jân)*, *n.* Vịt (hay đầm trong nước ngọt).
Widow *(uyđ' đô)*, *n.* Đàn bà góa chồng ; quả phụ.
Widower *(-ơ)*, *n* Người đàn ông hóa vợ.
Width *(uyđth)*, *n.* Sự rộng rãi ; bề rộng, ngang.
Wield *(uy-lđ)*, *vt.* Cầm, dùng ; xử dụng ; điều khiển.
Wife *(uaif)*, *n* Người vợ ; đàn bà có chồng.
Wig *(uyg)*, *n.* Tóc giả.
Wigged *(uygđ)*, *a.* Có tóc gia.
Wiggle *(uyg'gưl)*, *v.* & *n.* Xch. **Wriggle.**
Wigwag *(uyg'ueg)*, *v.* Đi đi lại lại ; vẫy đi vẫy lại ; rung, rung động ; truyền tin bằng cách phất cờ, hay chiếu đèn.
Wigwam *(uyg' uom)*, *n.* Cái lều (của mọi da đỏ ở Bắc Mỹ).

Wild *(uaild)*, *a.* Ở rừng rú; dã man, mọi rợ.

Wildcat *(uaild'ket)*, *a.* Không an toàn ; bừa, liều mạng ; không trách nhiệm ; không theo lệnh. — *n.* Mèo rừng.

Wilederness *(uyl'đơ-nes, nâs)*, *n.* Sa mạc ; chỗ bỏ hoang.

Wile *(uail)*, *n.* Xảo kế ; mánh khoé xỏ xiên. — *vt.* Dử.

Will *(uyl)* *n.* Ý muốn; chí; chủ tâm ; chúc thư. — *v.* Muốn.

Willful, Wilful *(uyl'ful)*, *a.* Cố ý, định-tâm ; cố chấp ; ương ngạnh.

Willing *a.* Bằng lòng ; sẵn lòng.

Willow *(uyl'lô)*, *n.* Cây liễu ; gỗ cây liễu.

Willy-nilly *(uyl'li-nil'li)*, *adv. & a.* Dù muốn hay không ; cưỡng bách.

Wilt *(uylt)*, *vi.* Mất vẻ tươi thắm ; trở nên uể oải, mệt nhọc.

Wilton *(uyl'tân,-tưn)*, *n.* Cái thảm có mặt nhung.

Wily *(uail'li)*, *a.* Nhiều xảo kế, lắm thủ đoạn,

Wimble *(uym'bưl)*, *n.* Cái giùi khoan. — *vt.* Khoan thủng, giùi thủng.

Win *(uyn)*, *v.* Kiếm tiền (bằng việc làm) ; thắng ; được.

Wince *(uyns)*, *vi.* Rụt lại, co lại.

Wind *(uynđ)*, *n.* Gió ; hơi thở ; chuyện vu vơ.

Wind *(uainđ)*, *vt.* Vặn, lên giây (đồng hồ).

Windage *(uyn'đưj)*, *n.* Sức gió thổi vào viên đạn ; (hải) mặt thuyền quay về gió.

Windbreak *(uynđ' brệk)*, *n.* Chỗ ẩn gió.

Windfall *(uynđ'fo-l)*, *n.* Vật (quả) gió thổi rơi xuống ; gia tài ngẫu nhiên được hưởng ; món bở bất ngờ.

Winding *(uain'đing)*, *n.* Chỗ quành, ngoặt ; lượn khúc ; vật cuốn quanh. — *a.* Ngoằn ngoèo, lượn khúc.

Wind instrument *(uynđ-)*, Kèn sáo, đồ thổi.

Wind-jammer *(uynđ' jem-mơr)*, *n.* (hải) Tàu buồm.

Wind-mill *(uynđ'mil, uyn'-)*, *n.* Cối xay (chuyển động bằng gió).

Window *(uyn'đô)*, *n.* Cửa sổ ; mặt hàng; khe mở ra.

Window-pane *(uyn' đô-pên)*, Miếng kính cửa sổ.

Window-sill. Bệ cửa sổ.

Windpipe *(uynđ'paip)*, *n.* Khí quản.

Windshield *(uynđ'shiilđ)*, *n.* Kính chắn gió.

Wine *(uain)*, *n.* Rượu vang ; sự say rượu.

Wing *(uynh)*, *n.* Cái cánh ; bên cánh.—*vt.* Lắp cánh.

Wink *(uyngk)*, *vi.* Nhắm mắt ; nháy, chớp mắt.

Winker *(uynh'kơr)*, *n.* Người nháy (chớp) mắt ; miếng giáp che mắt ngựa ; lông mi.

Winner *(uyn'nơ)*, *n.* Người chiến thắng ; kẻ được.

Winnow *(uyn'nô)*, *vt.* Sàng, quạt, dần (thóc lúa).

Winsome *(uyn'sâm)*, *a.* Làm cho vui sướng, khoái lạc ; đáng yêu ; được lòng người ; vui vẻ ; khoái hoạt.

Winter *(uyn'lơ)*, *n.* Mùa đông ; một năm.—*a.* **Wintry**.

Winterize *(-raiz)*, *vt.* Làm cho thích dụng về mùa đông.

Wipe *(uaip)*, *vt.* Lau, chùi ; làm khô ráo.

Wire *(uai'ơ)*, *n.* Giây thép ; điện-báo, điện tín.

Wiredraw *(uai'ơ-đro)*, *vt.* Kéo thành dây thép ; kéo dài ra.

Wireless *(-les,-lus)*, *a.* Không cần dùng đến giây thép ; chỉ về vô-tuyến-điện.

Wirepulling *(uai'ơ-pul-ling)*, *n.* Sự giật giây (sai khiến, gây ảnh hưởng).

Wisdom *(uyz'đâm)*, *n.* Sự khôn-ngoan ; thông thái.

Wise *(uaiz)*, *a.* Khôn ngoan ; thông thái, từ tốn.

Wiseacre *(uaiz'ê-kơr)*, *n.* Kẻ làm ra vẻ thông thái; đứa ngu.

Wisecrack *(-crek)*, *n.* Sự pha trò có duyên.

Wish *(uysh)*, *vi.* Muốn. — *vt.* Chúc.—*n.* Lời ước ao, chúc.

Wishy-washy *(uys'shi-uos'shi)*. *a.* Gầy còm xanh-xao ; yếu đuối ; uể oải ; không có tinh thần.

Wisp, *n.* Một búi (tóc) ; nắm (rơm, rạ) ; số ít.

Wit *(uyt)*, *n.* Tri năng ; tinh nhuệ ; khôn khéo.

Witch *(uych)*, *n.* Mẹ phù thủy ; đàn bà ác.

Witchcraft *(-craft)*, *n.* Nghề phù thủy ; ảo thuật.

With *(uyTH)*, *prep.* Với ; bằng.

Withal *(uy-THol)*, *adv.* Cũng, cùng, vả lại, ngoài ra.

Withdraw *(-đro)*, *vt.* Rút lui ; kéo lại ; gọi lại.

Withe *(uyth, uyTH, uaiTH)*, *n.* Cái đai bằng cành dẻo, đai mây.

Wither *(uy'THơ)*, *vi.* Phai ; phơi khô ; làm héo đi.

Withhold *(-hôlđ)*, *vt.* Giữ lại ; không cho.

Within *(uy-THin')*, *prep.* Trong, bên trong ; trong vòng.

Without *(uy-THaot')*, *prep.* Không có ; bên ngoài.

Withstand *(uyTH-stenđ)*, *v.* Đề kháng, kháng-cự ; chống lại.

Witless *(uyt'les,lưs)*, *a.* Không có trí lực ; chậm chạp ; ngu suẩn.

Witness *(uyt'nes, -nưs)*, *n.* Người, sự làm chứng.

Witty *(uyt'ti)*, *a.* Tài giỏi ; chua cay ; nhanh nhẹn.

Wizard *(uy'zơrđ)*, *n* Thày phù thủy có thuật.

Woe *(uô)*, *a.* Sự bi-khổ, thống khổ, đau đớn.

Woebegone, Wobegone *(uô'bi-gon)*, *a.* Buồn, xầu, đau đớn, khổ lắm.

Woeful, **Woful** *(uô'ful)*, *a.* Bi xầu ; buồn rầu.

Wolf *(ulf)*, *a.* Con chó sói ; người quỷ-quyệt và ác.

Wolfram *(wul'frâm, vôl'-)*, *n.* (lý) Uôm-pham (một thứ kim thuộc).

Woman *(wu'mân)*, *n.* Người đàn bà. (pl. **Women**).

Womb *(wu-m)*, *n.* Dạ con, tử cung, bào thai.

Wondner *(uăn'đơ)*, *n.* Sự ngạc nhiên;lạ lùng —*vt.*Ngạc nhiên; tự hỏi.

Wonderful *(-ful)*, *a.* Lạ lùng, kỳ dị, huyền diệu.

Wonderland *(uăn'đơr-lenđ)*, *n.* Cảnh thần tiên.

Wont *(uănt, uônt)*, *a.* Quen thường.—*n.* Thói quen.—*vt.* Quen.

Wonted *(uăn'ted,-tưđ,uôn'-)*. *a.* Quen rồi ; thông thường.

Woo *(wu)*, *vt.* Nịnh, tán (gái) ; cầu hôn ; hỏi xin.

Wood *(wuđ)*, *n.* Gỗ ; rừng nhỏ. —*a.* Bằng gỗ.

Wood alcohol, Cồn đốt lấy ở gỗ.

Woodcraft *(-kraft)*, *n.* Tài về săn, đánh cạm trong rừng.

Woodcutter *(-căt'tơ)*, *n.* Người đẵn gỗ, tiều phu.

Wooden *(wuđ'đưn)*, *a.* Làm bằng gỗ ; đần độn.

Woodsman *(wuđz'mân)*, *n.* Người sống trong rừng, người lâm cư.

Woody *(-đi)*, *a.* Nhiều cây, có rừng, thuộc về rừng.

Woodpecker *(-pek'kơ)*, *n.* Chim gõ mõ.

Wooer *(wu'ơr)*, *n.* Người cầu hôn ; người tán gái, ve vãn.

Woof *(wu-f)*, *n*. Đường khổ của tấm vải, sợi ngang ; vải.

Wool *(wu-l)*, *n*. Len ; lông-mao ; đồ len.

Woolen, **Woollen** *(wul'lân, -lưn)*, *a*. Làm bằng len.—*n*. Vải len.

Woolly *(wul'li)*, *a*. Có, như, hay phủ bằng len.

Woolpack *(wul'pek)*, *n*. Bị để chứa len ; len trong bị ; [thiên] đám mây tròn dồn nhiều lớp.

Woolsack *(-sek)*, *n*. Bị len ; chỗ ngồi của vị chủ-tịch thượng-nghị-viện Anh.

Word *(uơrđ)*, *n*. Chữ, câu ; lời (nói) ; lời hứa.

Wording *(uơr'đing)*. *n*. Lời dụng-ngữ ; ngữ-pháp.

Wordy *(-đi)*, *a*. Thuộc về lời nói, khẩu thuật ; rờm-rà, dài dòng.

Work *(uơrk)*, *n*. Công việc ; tác phẩm.—*vi*. Làm việc ; (máy) chạy.— *n*. **Workman**, Thợ.

Workhouse *(-haos)*, *n*. Nhà nuôi người nghèo khó ; nhà tế bần.

Workmanship *(uơrk'mân-ship)*, *n*. Tài người thợ; phép chế tạo ; phẩm chất ; vật chế tạo.

Workout *(uơrk'aot)*, *n*. Cuộc thử thach (để dò tài năng) ; cuộc thi thử.

Work-shop *(uơrk'shop)*, *n*. Xưởng nhỏ.

World *(uơrlđ)*, *n*. Thế-giới ; thiên-hạ ; quần chúng.

Worldling *(uơrlđ'ling)*, *n*. Người mê việc vui thú trần-gian.

Worldly-wise *(-uaiz')*, *a*. Theo việc đời.

World-wide *(-uaiđ)*, *a*. Lan khắp thế giới.

Worm *(uơrm)*, *n*. Con sâu, con ròi ; kẻ hèn hạ.

Worn-out, *a*. Mệt lả ; hết sức ; rách, hỏng.

Worrisome *(uơ'ri-sâm)*, *a*. Phiền lòng, ưu sầu.

Worry *(uơ'ri)*, *vi*. Làm lo-lắng, giầy-vò, quấy-nhiễu.

Worse *(uơrs)*, *a*. Xấu hơn, tồi hơn, kém hơn.

Worsen *(uơr'sưn)*, *v*. Làm cho hay trở nên tồi hơn, tệ hơn.

Worship *(uơr'ship)*, *n*. Sự tôn-sùng. — *vt*. Thờ-phụng.

Worst *(uơrst)*, *a*. Xấu nhất, tồi nhất, kém nhất.

Worsted *(-ted. -tưđ)*, *n*. Len chải. — *a*, Bằng len chải.

Wort *(uơrt)*, *n*. Thực vật ; cỏ ; rượu chưa lên men,mạch-nha-chấp.

Worth *(uơrth)*, *n.* Giá - trị ; trị-số (toán) ; trị - giá. — *a.* Bằng, ngang với ; đáng.

Worthy *(uơr'THi)*, *a.* Xứng đáng, thích đáng

Would *(wud)*, Thời quá - khứ của **Will** = Muốn ; sẽ.

Wound *(wund)*, *n.* Vết thương, thương tích. — *vt.* Làm bị thương ; xúc phạm.

Wraith *(rêth)*, *n.* Hồn hiện ra ; ma.

Wrangle *(reng'gưl)*, *vt.* Cãi nhau ầm-ỹ.

Wrap *(rep)*, *vt.* Cuộn ; bọc ; lăn ; gói.

Wrapper *(rep'pơ)*, *n.* Giấy bọc hàng ; áo lót ngoài.

Wrath *(rath,roth)*, *n.* Sự giận dữ ; cơn thịnh nộ.

Wreak *(ri-k)*, *vt.* Vì thù mà làm ; làm tổn thương đến.

Wreath *(rith)*, *n.* Đồ đan, bện ; tràng hoa hay là tết lại.

Wreathe *(ri-TH)*, *v.* Xoắn lại ; tết, đan ; vây quanh ; bao vây.

Wreck *(rek)*, *n.* Sự, tầu đắm. — *vt.* Làm cho đắm.

Wreckage *(rek'kưj)*, *n.* Sự tàn phá ; sự đắm tầu.

Wrecker *(rek'kơr)*, *n.* Kẻ phá hoại ; phá hủy (thuyền);người cứu-trợ tầu bị phá hoại (đắm).

Wren *(ren)*, *n.* Chim hồng tước.

Wrench *(rench)*, *vt.* Nhổ ; xoắn lại. — *n.* Sự xoắn lại.

Wrest *(rest)*, *vt.* Bẻ, xoắn mạnh ; giật mạnh ; giảng lạc sự thật ; [âm] que để điều âm.

Wrestle *(res'sưl)*, *n.* & *vi.* Vật lộn ; tranh đấu.

Wretch *(rech)*, *n.* Kẻ cùng khốn ; kẻ bất hạnh.

Wretched *(ret'chưd)*, *a.* Khổ sở, bất hạnh ; bần tiện.

Wriggle *(rig'gưl)*, *v.* Vặn, xoắn ; vặn vẹo ; dãy dụa. dãy đành-đạch.

Wright *(rait)*, *n.* Thợ ; nhà tiểu công nghệ.

Wring *(ring)*, *vt.* Vặn, xoắn ; xiết lại ; bóp chẹt.

Wringer *(ring'gơr)*, *n.* Người vắt, xoắn ; máy vắt (nước ra khỏi quần áo).

Wrinkle *(ring'cưl)*, *n.* Nét nhăn (ở trên mặt). — *vt.* Làm nhăn.

Wrist *(rist)*, *n.* Cổ tay. — W. — **Watch**, Đồng hồ đeo tay.

Write *(rait)*, *vt.* Viết ; sáng tác, làm (văn).

Writhe *(raiTH)*, *v.* Xoắn, vặn mạnh.

Wrong *(roong)*, *a.* Sai ; dở, hỏng ; bất công ; bất chính.

Wrongdoer *(roong'đu-ơr)*, *n.* Kẻ làm việc trái ; kẻ làm trái ; kẻ làm hại (đến quyền lợi người khác).

Wrought iron *(ro-t'ai-ân)*, Sắt luyện ; lá sắt, tôn.

Wrought-up *(ro-t'ăp)*, *a.* Rất sửng-sốt.

Wry *(rai)*, *a.* Xoắn, vặn, xe ; xiêu, lệch, trệch, vẹo.

Wryneck *(rai'nek)*, *n.*(y) Bệnh vẹo cổ ; (động) một giống chim cổ vẹo.

X

Xebec *(zi'bek)*, *n.* Thuyền có ba buồm.

Xenon *(zen'non, zi'non)*, *n.* (hỏa) Xê-non.

Xerif *(zơ'rif)*, *n.* Hoàng-tử (bên Ả-rập).

Xerophilous *(zi-rof'fi-lâs)*, *a.* (thực) Chịu được sự khô khan.

X-ray *(eks'rê)*, *n.* Quang tuyến X.

Xylem *(zai'lem)*, *n.* (thực) Thớ gỗ.

Xylogen *(zai'lơ-jin)*, *n.* (thực) Chất gỗ lúc đang thành hình.

Xylography *(zai-log'grơ-fi)*, *n* Thuật khắc gỗ.

Xylophone *(zai'lô-phôn)*, *n.* (âm) Mộc cầm, đàn gỗ.

ZH

ZH ZH

Y

Yacht *(yot)*, *n.* Thuyền để đi chơi, du thuyền.

Yachting *(yot'ting)*, *n.* Sự chơi thuyền.

Yachtsman *(yots'mân)*, *n.* Người chơi thuyền.

Yak *(yek)*, *n.* Giống bò ở Tây-Tạng có lông dài, mượt.

Yam *(yem)*, *n.* Củ khoai mài ; khoai lang.

Yank *(yengk)*, *n.* Cái giật mạnh.—*vt.* Kéo mạnh.

Yankeen *(yeng'ki)*, *n.* Dân bản xứ Hoa-kỳ.

Yap *(yep)*, *vi.* Kêu ăng-ẳng (chó).

Yard *(yarđ)*, *n.* Cái sân ; xưởng ; mã (0th.912).

Yardage *(yar'đâ'j)*, *n.* Số mã.

Yardarm *(yarđ'arm)*, *n.* (thuyền) Đầu trục buồm.

Yardstick, *n.* Cái thước (dài 1 mã để đo).

Yarn *(yarn)*, *n.* Chỉ ; chuyện, câu chyện.—*vi.* Kể truyện.

Yarrow *(ye'rô)*, *n.* Một thứ cây có mùi rất hắc.

Yataghan *(yet'tơ-gân)*, *n.* Gươm có lưỡi cong.

Yaw *(yo)*, *n.* Sự chạy xiêu, chạy vẹo.

Yawl *(yol)*, *n.* Xuồng nhỏ (có 4 hay 6 mái chèo).

Yawn *(yo-n)*, *n.* Sự ngáp. —*vi.* Ngáp ; há miệng.

Yaws *(yo-z)*, *n. pl.* Một bệnh hay lây giống như bệnh hoa-liễu.

Yea *(yê, yi)*, *adv.* Dạ, phải, vâng, có, được.—*adj.* Thật.

Yean *(yi-n)*. *vi.* Đẻ (cừu con).

Year *(yi-ơ)*, *n* Năm, tuổi.

Yearbook *(-buk)*, *n.* Sổ hàng năm, niên-bạ.

Yearling *(yi'ơ-ling)*, *a.* Đầy tuổi, được 1 tuổi, 1 năm.

Yearly *(yi'ơ-li), a.* Hàng năm, từng năm một.

Yearn *(yơrn), vi.* Muốn, ưa, thích ; ao ước ; thở dài.

Yearning *(-ning), n.* Sự hít (hút) vào ; sự muốn, thích.

Yeast *(yist), n.* Men rượu.

Yeasty *(yis' ti), a.* Đầy bọt, sủi bọt,

Yell *(yel), vi.* Tiếng chó rống. — *vt.* La, thét, rống lên.

Yellow *(yel'lô), n.* Màu vàng.

Yellow-bird *(-bơrd), n.* Chim vàng-anh.

Yellow fever *(fiv'vơ), n.* Bệnh sốt rét vàng da.

Yellow-hammer *(-hem'mơ), n.* Chim họa-mi vàng.

Yellowish *(yel-lô-ish), a.* Vàng nhạt, ngà ngà vàng.

Yellow jack *(-jek), n.* Bệnh sốt rét vàng,

Yellow jacket *(-jek'ket). n.* Một giống ong bên Mỹ.

Yellow peril, Hoàng-họa (Cái họa người da-trắng sợ bị người da vàng thống trị).

Yelp *(yelp), vt.* Kêu ăng-ẳng (chó).

Yen *(yen), n.* Đồng hoa viên (yến; đơn vị tiền-tệ của Nhật).

Yeoman *(yô'mân), n,* Tiểu-địa chủ ở nước Anh.

Yeomanry *(-ri), n.* Đoàn tiểu-địa-chủ ; đoàn kỵ mã tình nguyện.

Yes *(yes), adv.* Vâng, dạ, phải, có, được, ừ.

Yester *(yes'tơ), adj.* Cuối ; hôm trước, hôm qua.

Yesterday *(-đi,-đê), n.* Hôm qua ; ngày hôm trước.

Yesternight *(-nail), n.* Đêm qua ; đêm hôm trước.

Yet *(yet), adv.* Trong khi đó ; ngoài ra ; cho tới nay.— *conj.* Dù ; nhưng ; vậy mà.

Yew *(yu), n.* Cây thanh tùng.

Yield *(yild), vt.* Sản-xuất ; sinh lợi ; nộp ; hàng ; nhượng bộ.

Yodel, Yodle *(yô' đưl), v.* Hú lên giọng ô-i.

Yoga *(yô'ga). n.* Thuyết cho rằng muốn đắc-đạo phải ép xác, thuyết Dô-ga.

Yogi *(yô'ghi), n.* Người theo thuyết Dô-ga và đã đắc-đạo.

Yoke *(yôk), n.* Cái ách ; sự áp-chế ; ách đô-hộ.

Yolk *(yôk, yôlk), n.* Lòng đỏ trứng.

Yon *(yon), adv.* Ở kia ở đàng kia.

Yonder *(yon'đơ), adv.* Ở kia, ở đằng kia.

Yore *(yôr), adv.* Ngày xưa, thuở xưa, thời xưa.

You *(yu) pron.* Anh (ngôi thứ hai số ít) ; các anh ; ông.

Young *(yăng), a.* Trẻ tuổi, trẻ trung ; non nớt ; mới mẻ; em.

Youngish *(yăng'ghish), a.* Rất trẻ, khá trẻ, trẻ.

Youngling *(- ling), n.* Người trẻ tuổi ; vật còn non.

Youngster *(yăng ' stơ), n.* Thanh niên ; thiếu-niên.

Younker *(yăng'cơr), n.* Người ít tuổi.

Your *(yur), n. pron.* Của anh, của các anh.

Yours *(yurz), pron.* Cái của anh, cái của các anh.

Yourself *(yur-self'), pron.* Tự anh, tự các anh.

Youth *(yu-th), n.* Thanh niên ; tuổi trẻ, tuổi xuân.

Youthful *(-ful), a.* Trẻ, ít tuổi, còn non.

Yowl *(yaol), vi.* Kêu ăng-ẳng ; hú lên.

Ytterbium *(i-tơr'bi-âm), n.* [hóa] Chất ịt-tơ-bi.

Yugoslav *(uu'gơ-slav, -slev'), n.* Người Nam-tư-lạp-phu.

Yule *(yul), n.* Mùa (hay ngày lễ) Thiên-Chúa giang-sinh

Yulelog *(-log). n.* Cây, củi to chồng trong lò sưởi đốt vào dịp lễ Thiên - Chúa giáng-sinh.

Z

Zany *(zê'ni), n.* Người làm trò khôi hài ; thằng hề.

Zeal *(zi-l), n.* Sự hăng hái, sốt sắng, nhiệt thành.

Zealot *(zel' lât), n.* Người hăng hai, người nhiệt thành ; kẻ cuồng tín.

Zealous *(zel' lâs), a.* Hăng hái, sốt sắng. nhiệt thành, nhiệt tâm.

Zebra *(zi'brơ), n.* Con ngựa vằn.

Zebu *(zi-bu), n.* Giống bò có bướu.

Zeitgeist *(tsail'gaist)*, *n.* Tinh-thần của một thời-đại ; trào-lưu văn-hóa của một thời-đại.

Zemstvo *(zemst'vô)*, *n.* (ở Nga xưa) Hội-đồng bầu-cử địa-phương.

Zenith *(zi'nith,zen')*, *n.* Thiên đình ; cực điểm,

Zephyr *(zef 'fơr)*, *n.* Gió thoảng, gió hiu hiu.

Zeppelin *(zep'pơ-lin)*, *n.* Khí cầu có máy của Đức.

Zero *(zi'rô)*, *a.* Số không ; sơ độ.

Zero hour *(-ao'ơ)*, *n.* Giờ dê-rô, giờ quyết liệt.

Zest *(zest)*, *n.* Vị ; vẻ mặn mà ; sự thú vị.

Zeus *(zius)*, *n.* (tôn) Hung thần.

Zigzag *(zig'zeg)* *n*, Đường chữ chi ; ngoằn-ngoèo. — *vt.* Đi quanh co.

Zinc *(zingk)*, *a.* Kẽm. — *vt.* Bọc kẽm.

Zincography *(-kog'grơ-fi)*, *n.* Thuật in bản kẽm.

Zion *(zai'ân)*, *n.* Chính - trị thần-quyền của người Do-Thái.

Zionism *(-ni-zưm)*, *n*, Thuyết Do-Thái tự trị.

Zip *(zip)*, *n.* Tiếng rít, thét.

Zipper *(zip' pơ)*, *n.* Dây cài rút lên rút xuống ; khóa chân rết.

Zippy *(zig'pi)*, *a.* Mau, chớp nhoáng

Zircon *(zơ'kon)*, *n.* Một thứ ngọc.

Zirconium *(zơr-cô'ni-âm)*, *n.* [hóa] Chất zi-cô-ni.

Zither *(zil'thơr)*, *n.* Một thứ nhạc-cụ có ba bốn mươi giây.

Zodiac *(zô'đi-ek)*, *n.* Hoàng đới.

Zoic *(zô-ik)*, *a.* Thuộc về động vật.

Zoism *(zô'iz-zưm)*, *n.* Sự kính sợ súc-vật.

Zollverein *(tsôl'fe-rain)*, *n.* Quan-thuế đồng-minh.

Zombi *(zom'bi)*, *n.* Xà - thần, thần rắn ; sức mạnh siêu - nhiên có thể làm sống một xác chết.

Zone *(zôn)*, *n.* Cầu đới ; miền, vùng, khu vực,

Zoo *(zu)*, *n.* Vườn bách thú, sở thú (chữ tắt của **Zoological garden**).

Zooculture *(zô'ơ-kăl-chơ)*, *n.* Sự thuần-hóa súc vật.

Zoogeography *(zô' ơ-ji - og'-grơ-fi)*, *n.* Động-vật địa-lý-học.

Zoography *(zô-og'grơ-fi)*, *n.* Động-vật-luận ; động-vật-chí.

Zooid *(zô' oid)*, *a.* (Sinh-vật) Thuộc về động - vật.

Zoological garden *(zô'ơ-loj' ji-cơl-)*, *n.* Vườn bách thú, sở thú. (**Zoo**).

Zoölogist *(zơ-ol' lơ-jist)*, *n* Nhà động-vật-học.

Zoölogy *(zơ ol'lơ-ji)*. *n.* Động vật học.

Zoom *(zum)*, *vi.* Bay ầm - ầm lên.

Zoomorphism *(zô-ơ - mor'fi-zưm)*, *n.* Hiện - tượng động - vật biến-hình.

Zooplasty *(zô'ơ - ples-ti)*, *n.* Khoa tiếp thớ thịt súc vật vào thân-thể loài người.

Zootsuit *(zu-t'siut)*, *n.* (lóng Mỹ) Bộ áo loè loẹt nhố-nhăng (áo tới đầu gối, vai rộng và vnông, hông bóp lại, túi to, quần tới nách, ống quần phồng ra ở chỗ đầu gối).

Zounds *(zaondz)*, *interj.* Tiếng kêu khi tức giận và ngạc nhiên ; vút !

Zulu *(zu'lu)*, *n.* Mọi Du-lu (ở Nam Phi-Châu).

Zucchetto *(tsuk ' ket ' tô)*, *n.* Mũ che thóp đầu (tu-sĩ đạo Cơ-Đốc thường đội).

Zygote *(zai' gô', zig' gôt)*, *n.* Quả trứng tốt (sinh con được).

Zymase *(zai' mâs)*, *n.* Menzyma.

Zyme *(zaim)*, *n.* Men, con dấm ; (y) nguyên-nhân bệnh truyền-nhiễm.

SUPPLEMENT OF NEW WORDS

acid trip	ảo giác của người nghiện
adhesive tape	băng keo
advertising agency	sở đăng quảng cáo
affluent society	xã-hội phong phú
air-base	căn cứ không quân
air-conditioner	máy điều hòa không khí
aircraft carrier	hàng không mẫu hạm
airfield	sân bay
airfreight	hàng hóa chở bằng phi cơ
airlift	đồ tiếp tế chở bằng phi cơ
airline	đường hàng không
airmail	thơ máy bay
airplane	phi cơ
airport	phi trường
air pressure	áp lực không khí
air-raid shelter	nơi ẩn núp khi phi cơ tấn công
airtight	kín mít
airwaves	làn sóng điện
alternate current	dòng điện xoay chiều
amplifier	máy khuếch âm
analysand	bệnh nhân tâm não
anesthesize	làm tê
annexation	sự sáp nhập
antagonism	sự tương phản

antisemite	người chống dân Do Thái
antisemitic	thuộc về sự chống dân Do Thái
antisemitism	sự chống dân Do Thái
apartment house	căn phòng trong một tòa nhà
appendectomy	giải phẫu ruột dư
appetizer	đồ khai vị
arbitration	sự trọng tài
arbitration board	ban trọng tài
arbitrator	trọng tài
area code	số vùng (điện thoại)
armored car	xe thiết giáp
aseptic	thuốc diệt trùng
ashram	nhóm người sống tự do không theo nghi thức xã-hội
assimilation	sự đồng hóa
atheism	thuyết vô thần
atmospheric	thuộc về không khí
atom bomb	bom nguyên-tử
atomic fission	sự phân-thể của nguyên-tử
atomic war	chiến tranh nguyên tử
atomizer	bình xịt nước hoa
audition	thính giác ; sự nghe thử ca-sĩ, nhạc-sĩ trước khi tuyển
aureomycin	thuốc ô-rê-ô-mi-sinh
authorization	sự cho phép
autonomy	quyền tự-trị
autopsy	sự khám-thi
baby food	thức ăn của trẻ con
baby oil	dầu thoa trẻ con
bacon grease	mỡ thịt heo muối hay xông khói
backlash	phản ứng chống lại một áp lực nào

backlog	kho dự trữ tiếp tế
backup	ủng-hộ vật chất hay tinh-thần
baggys	quần áo rộng
bail out	bảo lãnh cho người nào
ball bearing	bạc đạn
ball point pen	viết nguyên tử
band leader	nhạc trưởng
bank account	trương-mục ngân-hàng
bank rate	phân xuất ngân-hàng
barbed wire	dây kẽm gai
battle fatigue	quần áo trận
beach head	đầu cầu đổ bộ
bearish	người bi-quan về thị trường chứng khoán
beautician	chuyên viên sắc đẹp
beauty shop	mỹ-viện
bedding	đồ bọc giường
bedspread	tấm phủ giường
beehive	ổ ong; kiểu tóc chải cao của phái nử
bifocals	kiến hai tròng
big shot	người quan trọng
biker	người đi xe đạp
billion	một tỷ
bimonthly	hai tháng một lần
bin	thùng có náp; nhà thương điên
bipartisan	gồm có hai đảng
bisexual	người ái nam ái nử
black humor	cười trong thương đau
blacklist (verb)	ghi tên người nào vào sổ bía đen
blood bank	ngân hàng máu
blood group	loại máu
blood test	thử máu

blood transfusion	tiếp máu
blue movie	phim khiêu dâm
board of education	ban giáo dục
board of health	ban y-tế
body count	quan sát viên chiến trường
bomber	oanh tạc cơ
boner	lời nói vô vị
book jacket	cái bìa ngoài để xếp sách
book review	người phê bình sách báo
boric acid	bàng toan
boy scout	nam hướng đạo
bra-less	không mặc đồ bao ngực
bread-and-butter letter	thơ cám ơn chủ nhân
broadcast (verb)	phát thanh
bulldozer	xe ủi đất
bureaucracy	chế độ công chức
bureaucratic	thuộc về hành chánh
bus stop	trạm xe ô-tô-buýt
busy signal	dấu hiệu điện thoại đang bận
caesarian section	giải phẫu bụng lấy bầu thai
cafeteria	quán cơm có món ăn sẵn để khách tự đi lấy
calculating machine	máy tính
calorie	đơn vị để đo nhiệt lượng
campus	sân trường học
canceled check	ngân phiếu bị hủy
canned goods	đồ hộp
can opener	đồ khui hộp
capitalism	chủ nghĩa tư bản
card catalogue	mục-lục có thẻ riêng cho mỗi mục

cardiogram	tim động đồ
carfare	cước phí đi xe
cartoon	hình vẻ hoạt-kê
cash on delivery, c.o.d.	trả tiền khi nhận hàng
casserole dish	món ăn nấu trong nồi đất
central heating	máy sưởi chung trong một tòa nhà
chain store	cửa hàng đồng loại có ở nhiều nơi
checkroom	phòng gởi hành lý
checkup (medical)	đi khám bịnh
chiropodist	bác sỉ chân
chopper	trực thăng
classified	được phân loại
class struggle	tranh-đấu giai cấp
cleaning lady	nử bồi phòng
codefendant	người đồng bị cáo
coed	trường học hổn hợp
cold war	chiến tranh nguội
cold wave	trạng thái lạnh buốt
commentator	bình luận gia
computer	máy tính điện tử
condominium	cộng xá
contraceptive	phương pháp ngừa thai
consciousness-raising	ý thức hệ do phong trào phụ-nử gây ra
cooperative	hợp tác-xả
cop out (verb)	thất hứa
cop-out (noun)	sự thất hứa
coreligionist	đồng đạo
coughdrop	thuốc ho viên
crematory	dùng trong việc hỏa thi
crunch	nhai ngấu nghiến

dairy products	súc phẩm (bơ, sửa v.v.)
darkroom	phòng tối dùng rửa phim
day-care center	nơi giữ trẻ con ban ngày
deadline	thời hạn chót
deep-freeze (verb)	làm đông giá
defrost	làm tan giá
dehydrate	lấy chất nước ra
detective story	chuyện trinh thám
detergent	thuốc rửa ung-nhọt
devaluation	sự phá giá
diabetes	bịnh tiểu đường
diagnose	chẩn-bịnh
dialectic	thuộc về biện chứng pháp
diathermy	chửa bịnh bằng súc nóng của điện cao tầng
dictaphone	máy thâu tiếng để phát âm lại
dictatorship	sự độc tài
dinette	phòng ăn nhỏ hẹp
discotheque	phòng trà có vủ theo nhạc điệu thâu sẳn
disemplane	rời phi cơ
DMZ	chữ tắt của Vùng Phi Quân Sự
domestic service	dịch vụ trong xứ
dormitory	ký-túc-xá
double bed	giường đôi
double talk (noun)	lời nói dối
doughboy	bột nhồi để làm bánh
dovish	phe chủ-hòa
driveway	đường cho xe chạy
drop in	đến thăm ai bất ngờ
druggist	dược sư
drugstore	dược phòng

dry measure	đồ dùng đo lường hàng hóa khô (cái giạ, lít v.v...)
duplex apartment	căn phòng có gát để ngủ
electrification	sự truyền điện
electrocution	sự xử tử bằng điện
electronic	thuộc về điện tử
electronics	điện tử học
elementary school	trường tiểu học
elevated train	tàu hỏa chạy trên không
elevator operator	người điều động thang máy
emergency exit	lối ra cứu cấp
employment agency	sở tìm việc
enemy alien	kẻ thù ngoại lai
escalator	thang tự-động
ethnic	thuộc về nhân chúng
eye catcher	làm cho phải dòm ngó
face powder	phấn bột thoa mặt
fascism	chủ nghĩa phát-xít
fertilizer	phân bón
filing cabinet	tủ đựng hồ sơ
fingerprint (verb)	lấy dấu tay
fingerprint (noun)	sự lăng tay
fire department	sở cứu hỏa
fire extinguisher	bình chữa lửa
first-aid kit	hộp đựng thuốc cấp cứu
first papers	giấy tờ nguyên khởi
fission	sự sanh sản phân thể
fissionable	có thể sanh sản phân thể
flipside	mặt sau của dĩa hát
floodlight	rọi sáng bằng đèn rọi

fountain pen	cây viết máy
frankfurter	xúc xích làm bằng thịt bò
fraternity	tình huynh-đệ; đoàn thể
freezing compartment	phòng ướp lạnh
freshman	sinh viên năm thứ nhất đại học
furnished room	phòng thuê có bàn ghế
furnished apartment	nhà có bàn ghế
futurology	khoa tiên đoán tương lai
garbage can	thùng đựng rác
garbage man	người đổ rác
gas attack	tấn công bằng hơi độc
gas station	trạm bán dầu xăng
gay	vui vẻ; đồng tính đồng ái
general delivery	thơ lưu-trí
generation gap	sự cách biệt giữa hai thế hệ
generator	máy phát điện
gentile	người vô tín-ngưỡng
glamour girl	cô gái duyên dáng
go-go (noun)	vũ điệu thác loạn
graduate school	trường cao học
grass	cỏ; ma túy
ground floor	từng nhà ở mặt đất
gutfighter	đối thủ lợi hại
hair-curling	hải hùng
hair spray	keo xịt tóc
hallucinant	thuốc kích thích ảo tưởng
handout (noun)	sự trao tay
hanger	1. cái móc áo. 2. vòng móc bằng vải may trong bâu áo. 3. cái móc đóng trên vách

hangover	dựng đứng
hangup	1. móc lên. 2. bị trở ngại; trắc trở
hard drug	nghiện nặng
hardhat	công nhân kiến trúc
hard line	thái độ cứng rắng
hard liner	người có thái độ cứng rắn
hassle (noun)	sự gây gổ
hassle (verb)	lợi dụng;quấy rầy
hawk	người theo phe chủ chiến
hawkish	phe chủ chiến
hay fever	chứng cảm sốt do phấn nhụy hoa gây ra
health insurance	bảo hiểm sức khoẻ
heater	lò sưởi
heating pad	vật dụng giử đồ ăn nóng
heat wave	trạng thái nóng bức
heckler	người chất vấn
hemorrhage	sự băng huyết
helipad	vùng để trực thăng bay
highball	rượu pha
hi-fi, high fidelity	máy thâu thanh trung thực
highlight	làm nổi bật lên
highjack	kẻ cướp có súng
high pressure	cao áp
high-rise	nhà nhiều tầng
high tension	điện áp cao
highway	xa lộ
hippie, hippy	nhóm người có lối sống tự do
honeydew melon	dưa gang
hoodlum	du côn
hookup (noun)	sự gắn điện
hormone	kích thích tố

horsepower	mả-lực
hot dog	bánh mì ép xúc xích
hot pants	quần ngắn bó sát
hydroelectric	thuộc về thủy điện
hypertrophy	sự phì-đại
hypodermic	dưới da
icebox	thùng đựng nước đá
identification	tìm lý lịch người naò
incentive	sự kích thích
incinerator	lò hỏa táng
industrialize	kỹ-nghệ-hóa
infantile paralysis	bịnh tê liệt của trẻ em
inferiority complex	tự ti mạc cảm
infiltrate	xâm nhập
infirmary	bệnh xá
inflation	lạm pháp
in-laws	thông gia
installment plan	chương trình trả phân kỳ
insulin	thuốc trị bịnh tiểu đường
insurance company	hảng bảo hiểm
interior decorator	trang trí viên
internee	người bị giam
intravenous	ở trong tỉnh mạch
IQ	thương số trí nang
iron curtain	bức màn sát
isolationism	chính sách biệt lập
jackpot	trúng giải độc đác
jaywalk	đi qua đường bất kể đèn lưu thông
Jesus freak	người cuồng tin
jet propulsion	sức vọt lên của phản lực cơ

jingo	nhà ái quốc cực đoan
jigsaw puzzle	trò chơi ráp nhiều miếng cấy thành hình
job action	phản công
job ad	báo đăng việc làm
job-hop	hay đổi việc
job hunting	tìm việc
jogging	chạy chậm
jostle	móc túi
jump suit	áo ngắn của phụ nử
junior high (school)	trường trung học đệ nhất cấp
kerosene	dầu hỏa
kitchenette	bếp nhỏ
kitchen privilege	được quyền dùng nhà bếp
know-how	thạo việc
labor market	thị trường nhân lực
layer cake	ổ bánh nhiều lớp
League of Nations	Hội Quốc Liên
leftover	món ăn còn dư
lending library	thư viện cho mượn sách
litterbug	người sả rác
living wage	lương sanh sống
low-rise	nhà ít tầng không thang
lubricating oil	dầu máy
mascara	kem thoa mí mắt
mail box	hộp thư
male chauvinist	người trọng phái nam
mammoplasty	giải phẩu thẩm mỹ ngực
markdown	hạ giá

massage parlor	phòng đấm bóp
matching fund	đủ tiền
mechanized	cơ giới hóa
medallion	bằng lái xe tác-xi
meningitis	bịnh sưng màn óc
merchant marine	hải thương
metricate	đổi ra thước tây
microfilm	phim thật nhỏ
military police	quân cảnh
mind-expanding	tưởng tượng
mine sweeper	máy quét mìn
mini	1. áo hay váy ngắn. 2. rất nhỏ
minimum wage	lương tối thiểu
mixer	máy khuấy trộn(đồ ăn)
mix-up	lầm lộn
motion picture	hát bóng
motorbike	xe máy dầu
motorboat	xuồng máy
motorcade	một đoàn xe
motor pool	đi xe nhờ có trả tiền
narcosis	tình trạng mê man
newscast	tin giờ chót
news commentator	nhà bình luận tin tức
night letter	điện tín gởi ban đêm (giá rẻ)
nitty-gritty	thực chất của vấn đề
no-strings	vô trách nhiệm
notarize	thị thực
nuclear physics	nguyên tử lý học
nursery school	trường mẫu giáo
nutritionist	người nghiên cứu thực phẩm

obstetrician	bác sĩ hộ sanh
off limits	ngoài giới hạn
overpass	đi ngang qua
panel discussion	nhóm thảo luận
paramedic	y-khoa kỹ-thuật-viên
paranoia	bịnh ảo tượng
paratrooper	lính nhảy dù
parking lot	nơi đậu xe
pay booth	nơi trả tiền
peanut butter	đậu phọng quết nhuyễn với dầu ăn
pediatrician	bác sĩ trị - bịnh trẻ con
pedicure	sự chăm sóc chân và móng chân
penthouse	căn phòng riêng hoặc cái chái trên nóc nhà
periscope	kính tiềm vọng
permanent wave	uốn tóc
photocopy	bản chụp
photostat	máy sao hình
pilot light	mồi hỏa (trong lò điện)
pinch hitter	thay thế
pinup girl	hình cô gái khiêu dâm
plainclothes man	cảnh sát viên trá hình thường dân
poison ivy	chất độc của lá i-vi
pornography	văn chương hoặc ảnh khiêu dâm
potato chips	lát khoai tây chiên
pressure cooker	nồi hấp
printout	bản in của máy tính điện tử
psychopath	người loạn trí
public prosecutor	quan biện-lý
pullover	áo đan cổ hở
pulp magazine	loại tạp chí cảm kích

radio broadcast	vô tuyến truyền thanh
radio frequency	tần số vô tuyến điện
radio network	hệ thống vô tuyến
radio station	đài phát thanh
rate of exchange	hối xuất
rationalize	lý trí hóa
rationing	khẩu phần
rear light	đèn lái
receiver	1. ống nghe. 2. ống thâu
receptionist	tiếp đải viên
record changer	máy tự động thay dĩa hát
recycle	tái dụng
reference book	sách tham-khảo
rental library	thư-viện cho thuê sách
reorganization	tổ chức lại
rest room	nhà cầu
retroactive	hiệu-lực hồi tố
reviewer	người duyệt xét
round trip	vé khứ hồi
rush hours	những giờ đông đảo
safety belt	vòng đai an toàn
safety pin	kim gút an toàn
sanitation man	nhân viên vệ sinh
satellite country	nước chư hầu
scholarship	học bổng
scenario	truyện phim hay tuồng hát
sci-fi	thuộc về tiểu thuyết
scotch tape	băng keo (văn phòng)
screen actor	diễn viên màn ảnh
screw-up	bắt đinh ốc
secondary school	trường trung học

second papers	giấy tờ không quan trọng
secret service	gián-điệp
self-service elevator	thang máy tự dụng
semiliterate	bán trí thức
semimonthly	một tháng hai lần
senior highschool	trường trung học đệ nhị cấp
serialize	sáp đặt từng hàng, lô liên tiếp; đang từng kỳ
service man	quân nhân
sewing machine	máy may
sex appeal	có thân hình khiêu gợi
sexism	kỳ thị phụ nử
shipping room	phòng xếp hàng hóa xuống tàu
shock troops	quân đột kích
short-change	gian lận
short circuit	chỗ nối tát điện
short wave	làn sóng điện ngán
shower	1. mưa rào. 2. tám
sibling	con cùng một cha hay cùng một mẹ
side dish	món an giặm
skywriting	đường khói thành chữ trên trời
slacks	quần mạc thường
sleeper	thuốc an thần
slot machine	máy bỏ tiền tự mua đồ
slum dweller	người ở nhà lụp sụp
slumlord	chủ nhà lụp sụp
small change	tiền lẻ
small-claims court	tòa xử các vụ kiện nhỏ
snarl -up	rối loạn
soap opera	chương trình nhạc kịch trên vô tuyến truyền hình
social security	chế độ trợ giúp kinh tế cho dân chúng Mỹ

social services	dịch vụ xã hội
social work	công tác xã hội
social worker	công cán viên xã-hội
sock	đánh đấm nhanh
soda fountain	tiệm bán nước giải khát
soft drug	loại ma túy nhẹ
sophisticated	ngụy biện
soul	1. gợi cảm hoặc gây thiện cảm. 2. nhạc gợi cảm
soul brother	người đàn ông da đen
soul sister	người đàn bà da đen
sound track	phần thâu thanh của cuộn phim hát bóng
soy sauce	tàu-vị-yểu
space travel	phi hành
spastic (adj.)	giật gân
special delivery	thư hỏa tốc
spin-off	phó sản
splash down	phi thuyền đáp xuống mặt biển
sponsor	người bảo lảnh
stagflation	kinh tế suy trệ
standard of living	mực sống
standing room	chỗ đứng (rạp hát, xe lửa)
staple food	sản vật chính; nguyên liệu
steam shovel	máy xúc chạy bằng hơi
sterilization	sự khử trùng
sterilise	khử trùng
stick-up (noun)	nhô lên
stick up (verb)	đưa tay lên
stock market	thị trường chứng khoán
streetwalker	gái giang hồ
street worker	công cán viên xã hội giúp trẻ em phạm tội

strikebreaker	người không tham dự đình công
stuffed shirt	người kiêu hảnh
subconscious	tiềm thức
subcontract	thầu lại
subcontractor	người thầu lại
substandard	không đúng tiêu chuẩn
Sunday school	lớp dạy kinh thánh cho trẻ con
sun lamp	đèn làm xạm da
surreal	dị thường
sun-tan oil	dầu thoa để tám náng
super- market	siêu thị
suspension bridge	cầu treo
swivel chair	ghế xoay
tabloid	báo chí đang tin tóm tác
tail spin	ngược gió
tail wind	thuận gió
talcum powder	phấn hoạt thạch
task force	lực lượng đặc biệt
tax-exempt	miễn thuế
teeny-hopper	thanh thiếu niên theo thời
telecast (noun)	tin tức trên vô tuyến truyền hình
telecast (verb)	truyền tin bàngvô tuyến truyền hình
telephone directory	niên giám điện thoại
televise	truyền hình hoạc thâu hình
terrorize	khủng bố
terrorism	sự khủng bố
terrorist	quân khủng bố
therapy	phép trị bịnh
throwaway	vút bỏ
thyroid gland	tuyến giáp trạng

tideland	đất bị ngập khi nước ròng
tip-off	điềm chỉ
toaster	đồ nướng bánh mì
toilet table	bàn trang điểm
token	thẻ mua để đi ô-tô-buýt
tokenism	sự cố hết sức
tonsillectomy	cắt thịt dư họng
toothpaste	kem đánh răng
topless	không áo che ngực
topnotch	giỏi nhất
top-secret	tối mật
torpedo boat	ngư lôi đỉnh
totalitarian	chuyên quyền
touch-and-go	nguy hiểm
town house	nhà một gia đình ở
tourist class	hạng du lịch
track meet	tranh giải thi đua
track record	sổ ghi chép công việc thực thi
trade union	nghiệp đoàn công nhân
traffic jam	nạn kẹt xe
traffic light	đèn hiệu lưu thông
trainee	người được huấn luyện
traveler's check	chi phiếu du hành
trial balloon	dò dẫm
trouble shooter	người gây phiền toái
tugboat	tàu dắt
turnstile	cổng xoay vào từng người
typescript	viết chữ in
typesetting	sáp chữ in
ultimatum	tối hậu thơ
umpty-umpth	sau cùng

Uncle Tom	người lệ thuộc dân da tráng
underdeveloped	kém mở mang
underdog	nạn nhân của xã hội bất công
underground (adj.)	kín, bí mật
underground (noun)	tổ chức bí mật
union	nghiệp đoàn
upkeep	phí tổn bảo trì
utopian	người mộng tưởng
vacationist	người đi nghỉ mát
vending machine	máy bán đồ
venereal disease	bịnh phong tình
ventilator	quạt máy
visiting nurse	y-tá viếng bịnh nhân
vital statistics	kích thước thẩm mỹ
wage earner	người làm công
want ad	đăng báo bán, mua
warmonger	hưởng lợi do chiến tranh
washed-up	rửa sạch
washing machine	máy giặt
white-collar worker	nhân viên văn phòng
wholesaler	người bán sỉ
wisecrack (noun)	lời châm biếm
Women's Liberation	Phong trào Giải Phóng Phụ Nử
xenophobia	sợ người ngoại quốc
zip code (noun)	số vùng (địa chỉ)
zip-code (verb)	biên số vùng (địa chỉ)

More Dictionaries from Hippocrene Books

English-Arabic Conversational Dictionary
0093 ISBN 0-87052-494-1 $9.95 paper

Modern Military Dictionary: English-Arabic/Arabic-English
0947 ISBN 0-87052-987-0 $30.00 cloth

Arabic For Beginners
0018 ISBN 0-87052-830-0 $7.95 paper

Elementary Modern Armenian Grammar
0172 ISBN 0-87052-811-4 $8.95 paper

Bulgarian-English Dictionary
English-Bulgarian Dictionary
0331 ISBN 0-87052-154-4 $8.95 paper

Byelorussian-English/English Byelorussian Dictionary
1050 ISBN 0-87052-114-4 $9.95 paper

Cambodian-English Dictionary
0144 ISBN 0-87052-818-1 $14.95 paper

Czech-English English-Czech Concise Dictionary
0276 ISBN 0-87052-981-1 $7.95 paper

Czech Phrasebook
0599 ISBN 0-87052-967-6 $8.95 paper

Danish-English English-Danish Practical Dictioanry
0198 ISBN 0-87052-823-8 $9.95 paper

Dutch-English Concise Dictionary
0606 ISBN 0-87052-910-2 $7.95 paper

American English For Poles
0441 ISBN 83-214-0152-X $20.00 paper

American Phrasebook For Poles
0595 ISBN 0-87052-907-2 $7.95 paper

English for Poles Self-Taught
2648 ISBN 0-88254-904-9 $19.95 cloth

English Conversations for Poles
0762 ISBN 0-87052-873-4 $9.95 paper

American Phrasebook For Russians
0135 ISBN 0-7818-0054-4 $7.95 paper

Estonian-English/English-Estonian Concise Dictionary
1010 ISBN 0-87052-081-4 $11.95 paper

Finnish-English/English-Finnish Concise Dictionary
0142 ISBN 0-87052-813-0 $9.95 paper

French-English/English-French Practical Dictionary
0199 ISBN 0-88254-815-8 $6.95 paper
2065 ISBN 0-88254-928-6 $12.95 cloth

Georgian-English English-Georgian Dictionary
1059 ISBN 0-87052-121-7 $8.95 paper

German-English/English-German Practical Dictionary
0200 ISBN 0-88254-813-1 $6.95 paper
2063 ISBN 0-88254-902-2 $12.95 cloth

English-Hebrew/Hebrew English Conversational Dictionary
0257 ISBN 0-87052-625-1 $7.95 paper

Hungarian Basic Coursebook
0131 ISBN 0-87052-817-3 $14.95 paper

Indonesian-English/English-Indonesian Practical Dictionary
0127 ISBN 0-87052-810-6 $8.95 paper

Irish-English/English-Irish Dictionary and Phrasebook
1037 ISBN 0-87052-110-1 $7.95 paper

Italian-English/English-Italian Practical Dictionary
0201 ISBN 0-88254-816-6 $6.95 paper
2066 ISBN 0-88254-929-4 $12.95 cloth

English-Korean Korean-English Dictionary
1016 ISBN 0-87052-092-X $9.95 paper

Mexico Language and Travel Guide
0503 ISBN 0-87052-622-7 $14.95 paper

Norwegian-English English-Norwegian Concise Dictionary
0202 ISBN 0-88254-584-1 $7.95 paper

Pilipino-English/English-Pilipino Concise Dictionary
2040 ISBN 0-87052-491-7 $6.95 paper

Polish-English English Polish Practical Dictionary
1014 ISBN 0-87052-083-0 $9.95 paper

Polish-English English-Polish Concise Dictionary
0268 ISBN 0-87052-589-1 $6.95 paper

Polish-English English-Polish Standard Dictionary
0207 ISBN 0-87052-882-3 $14.95 paper
0665 ISBN 0-87052-908-0 $22.50 cloth

Polish Phrasebook and Dictionary
0192 ISBN 0-87052-053-9 $6.95 paper

Portugese-English/English-Portugese Dictionary
0477 ISBN 0-87052-980-3 $14.95 paper

Romanian-English/English-Romanian Dicitonary
0488 ISBN 0-87052-986-2 $19.95 paper

Romanian Conversation Guide
0153 ISBN 0-87052-803-3 $8.95 paper

English-Russian Dictionary
1025 ISBN 0-87052-100-4 $11.95 paper

A Dictionary of 1,000 Russian Verbs
1042 ISBN 0-87052-100-4 $11.95 paper

Russian-English English-Russian Dictionary
2344 ISBN 0-87052-751-7 $9.95 paper
2346 ISBN 0-87052-758-4 $14.95 cloth

Russian-English Dictionary, with Phonetics
0578 ISBN 0-87052-758-4 $11.95 paper

Russian Phrasebook and Dictionary
0597 ISBN 0-87052-965-X $9.95 paper

Slovak-English/English-Slovak Dictionary
1052 ISBN 0-87052-115-2 $8.95 paper

Spanish Verbs
0292 ISBN 07818-0024-2 $8.95

Spanish Grammar
0273 ISBN 0-87052-893-9 $8.95

Spanish-English/English-Spanish Practical Dictionary
0211 ISBN 0-88254-814-X $6.95 paper
2064 ISBN 0-88254-905-7 $12.95 cloth

Swedish-English/English-Swedish Dictioanry
0755 ISBN 0-87052-870-X $16.95 paper
0761 ISBN 0-87052-871-8 $19.95 cloth

Ukranian-English/English Ukranian Dictionary
1055 ISBN 0-87052-116-0 $8.95 paper

English-Yiddish/Yiddish-English
Concise Conversational Dictionary
1019 ISBN 0-87052-969-2 $7.95 paper